ಸ್ವಾಮಿ ವಿವೇಕಾನಂದರ ಕಥಾಮಂಜರಿ

ಡಾ. ಕೆ. ಅನಂತರಾಮು

ಶ್ರೀ ರಾಮಕೃಷ್ಣ ಆಶ್ರಮ
ಯಾದವಗಿರಿ, ಮೈಸೂರು ೫೭೦ ೦೨೦

ಮೊದಲನೆಯ ಮುದ್ರಣ : ೨೦೧೯
ಎರಡನೆಯ ಮುದ್ರಣ : ೨೦೨೪

ಪ್ರತಿಗಳು : ೧೦೦೦

ಪ್ರಕಾಶಕರು
ಅಧ್ಯಕ್ಷರು
ಶ್ರೀ ರಾಮಕೃಷ್ಣ ಆಶ್ರಮ
ಯಾದವಗಿರಿ
ಮೈಸೂರು ೫೭೦ ೦೨೦

ಮುದ್ರಕರು
ಶ್ರೀ ರಾಜೇಂದ್ರ ಪ್ರಿಂಟರ್ಸ್ ಅಂಡ್ ಪಬ್ಲಿಷರ್ಸ್
ಈವನಿಂಗ್ ಬಜಾರ್ ಹಿಂಭಾಗ, ಶಿವರಾಂಪೇಟೆ, ಮೈಸೂರು-೧
ಫೋನ್ : ೯೯೦೨೬೩೯೫೯೩

ಪ್ರಕಾಶಕರ ನುಡಿ

ಧರ್ಮವನ್ನು ತಿಳಿಯಲು, ಅದರ ಸೂಕ್ಷ್ಮ ವಿಚಾರಗಳನ್ನು ಸರಿಯಾಗಿ ಅರ್ಥಮಾಡಿಕೊಳ್ಳಲು ಕಥೆಗಳು, ಉಪಮೆಗಳು ಅತ್ಯಾವಶ್ಯಕ. ಉಪನಿಷತ್ತುಗಳಲ್ಲಿ, ಬೈಬಲ್ಲಿನಲ್ಲಿ ಹಾಗೂ ಏಸುಕ್ರಿಸ್ತ, ಬುದ್ಧರಂತಹವರ ಉಪದೇಶಗಳಲ್ಲಿ ಸುಂದರವಾದ ಕಥೆಗಳು, ಉಪಕಥೆಗಳನ್ನು ಕಾಣಬಹುದು. ಆಂಗ್ಲ ಭಾಷೆಯಲ್ಲಿ parables ಎಂದು ಕರೆಯಲ್ಪಡುವ ಈ ದೃಷ್ಟಾಂತಗಳಲ್ಲಿ ಸರಳ-ಸಹಜ ಭಾಷೆಯಲ್ಲಿ, ಅತಿಸಾಮಾನ್ಯ ಘಟನೆಗಳ ಮೂಲಕ ಜನಸಾಮಾನ್ಯರಿಗೂ ಅರ್ಥವಾಗುವಂತೆ ಉದಾತ್ತ ತತ್ತ್ವಗಳನ್ನು ತಿಳಿಸುವುದನ್ನು ಕಾಣುತ್ತೇವೆ.

ಶ್ರೀರಾಮಕೃಷ್ಣರೂ ಭಕ್ತರೊಂದಿಗೆ ಮಾತನಾಡುವಾಗ ಅನೇಕ ದೃಷ್ಟಾಂತಗಳನ್ನು ಬಳಸುತ್ತಿದ್ದರು. ಹಳ್ಳಿಯ ಜನರ ದೈನಂದಿನ ಜೀವನದ ಘಟನೆಗಳ ಮೂಲಕ, ನಗರದವರ ನಡವಳಿಕೆಯನ್ನು ಅನುಕರಿಸುವುದರ ಮೂಲಕ, ಪುರಾಣಗಳ ಕಥೆಗಳು – ಹೀಗೆ ಹತ್ತು ಹಲವಾರು ರೀತಿಯಲ್ಲಿ ಭಕ್ತರೊಂದಿಗೆ ಮಾತನಾಡುತ್ತ ಹಾಸ್ಯದ ಹೊನಲನ್ನೇ ಹರಿಸುತ್ತಿದ್ದರು. ಅವರ ಮಾತನ್ನು ಕೇಳಲು ಶಿಷ್ಯರು, ಭಕ್ತರು ಹಾತೊರೆಯುತ್ತಿದ್ದರು. ಧರ್ಮವನ್ನು, ಭಗವದ್ವಿಚಾರವನ್ನು ಇಷ್ಟು ಸರಳವಾಗಿ ತಿಳಿಸಬಹುದೇ ಎಂದು ಆಶ್ಚರ್ಯಪಡುತ್ತಿದ್ದರು.

ಸ್ವಾಮಿ ವಿವೇಕಾನಂದರೂ ತಮ್ಮ ಗುರುಗಳಿಂದ ಕಲಿತ ವಿಚಾರಗಳನ್ನು ಹಾಗೂ ತಮ್ಮ ಅಸಾಧ್ಯ ಮೇಧಾಶಕ್ತಿಯಿಂದ ಗಳಿಸಿದ್ದ ಜ್ಞಾನಭಂಡಾರವನ್ನು ಇದೇ ಶೈಲಿಯನ್ನು ಬಳಸಿ ಪ್ರವಚನಾದಿಗಳನ್ನು ನೀಡುತ್ತಿದ್ದರು. ವ್ಯಂಗ್ಯ, ವಿಡಂಬನೆಗಳನ್ನು ಬಳಸಿ ಪಾಶ್ಚಾತ್ಯದ ರೀತಿಗಳಲ್ಲಿರುವ ಲೋಪದೋಷಗಳನ್ನು ಅವರಿಗೇ ತೋರಿಸುತ್ತಿದ್ದರು. ಶ್ರೀರಾಮಕೃಷ್ಣರು ಬಳಸುತ್ತಿದ್ದ ಅನೇಕ ದೃಷ್ಟಾಂತಗಳನ್ನು ಸ್ವಾಮೀಜಿಯ ನುಡಿಗಳಲ್ಲಿ ಕಾಣಬಹುದು. ಇದರೊಂದಿಗೆ ಆಂಗ್ಲಸಾಹಿತ್ಯದ ಕೃತಿಗಳಲ್ಲಿ ಕಂಡುಬರುವ ಪ್ರಸಂಗಗಳೂ ಅವರ ಬತ್ತಳಿಕೆಯಲ್ಲಿ ಇದ್ದವು. ತೀಕ್ಷ್ಣಮತಿಯಾದ ವಿವೇಕಾನಂದರು ಸತ್ಯದ ಮಂಡನೆಯನ್ನು ನಿರ್ಭಯವಾಗಿ ಮಾಡಿದವರು. ಅವರ ನುಡಿಗಳಲ್ಲಿ ವಿದ್ಯುತ್ತಿನ ಶಕ್ತಿಯಿದೆ, ತಮಸ್ಸನ್ನು ಹೋಗಲಾಡಿಸುವ ಜ್ಞಾನಕಿರಣವಿದೆ. ಅವರ ಪ್ರವಚನಗಳನ್ನು ಓದುವುದು ಒಂದು ಅವಿಸ್ಮರಣೀಯ ಅನುಭವ; ಜೀವನವನ್ನು ಬದಲಾಯಿಸುವ ಮಹದೌಷಧಿ ಇದರಲ್ಲಿದೆ.

'ಸ್ವಾಮಿ ವಿವೇಕಾನಂದರ ಕಥಾಮಂಜರಿ' ಎಂಬ ಶೀರ್ಷಿಕೆಯ ಈ ಗ್ರಂಥದಲ್ಲಿ ನಮ್ಮ ಆಶ್ರಮದ ಭಕ್ತರೂ, ಶ್ರೀ ರಾಮಕೃಷ್ಣ-ವಿವೇಕಾನಂದ ಸಾಹಿತ್ಯವನ್ನು ಸಾಧನೆಯ ಅಂಗವಾಗಿ ಚೆನ್ನಾಗಿ ಅಧ್ಯಯನ ಮಾಡಿದವರೂ ಆದ ಡಾ. ಕೆ. ಅನಂತರಾಮು ಅವರು, ಸ್ವಾಮಿ ವಿವೇಕಾನಂದರ ಕೃತಿಶ್ರೇಣಿಯಿಂದ ದೃಷ್ಟಾಂತಗಳನ್ನೂ ಕಥೆಗಳನ್ನೂ ಆಯ್ದು, ತಮ್ಮದೇ ಆದಂತಹ ಸರಳ ರೀತಿಯಲ್ಲಿ ಉಣಬಡಿಸಿದ್ದಾರೆ. ಈ ಮೊದಲು ಅವರು ಸ್ವಾಮಿ ವಿವೇಕಾನಂದರ ೧೨೦ ಕಥೆಗಳನ್ನು ಆಯ್ದು ಬರೆದಿದ್ದರು. ಅದನ್ನು ಶ್ರೀ ರಾಮಕೃಷ್ಣ ಆಶ್ರಮವು 'ಸ್ವಾಮಿ ವಿವೇಕಾನಂದರ ಕಥಾಸಂಚಯ' ಎಂದು ಈಗಾಗಲೇ ಪ್ರಕಟಿಸಿದೆ. ವಿವೇಕಾನಂದರ ವಿಚಾರಗಳನ್ನು ಯಾವ ರೀತಿಯಲ್ಲಿ ಆಸ್ವಾದಿಸಿದರೂ ಅದು ಬೋಧಪ್ರದ ಹಾಗೂ ವ್ಯಕ್ತಿತ್ವವನ್ನು ಸುಸಂಸ್ಕೃತಗೊಳಿಸುತ್ತದೆ. ಈ ಪುಸ್ತಕವನ್ನು ಪ್ರಕಟಿಸುವುದು ನಮಗೆ ಆನಂದವನ್ನು ನೀಡಿದೆ. ಓದುಗರಿಗೂ ಈ ಗ್ರಂಥವು ಮುದ ನೀಡಲಿ, ಹೊಸಹುರುಪನ್ನು ನೀಡಿ ಬಡಿದೆಬ್ಬಿಸಲಿ, ಎಚ್ಚರಗೊಳಿಸಲಿ ಹಾಗೂ ಉತ್ತಮ ಮಾನವರಾಗುವತ್ತ ತ್ವರಿತವಾಗಿ ಕೊಂಡೊಯ್ಯಲಿ ಎಂದು ಪ್ರಾರ್ಥಿಸುತ್ತೇವೆ.

ಸ್ವಾಮಿ ವಿವೇಕಾನಂದರ ಜಯಂತಿ — ಅಧ್ಯಕ್ಷರು
೨೭ ಜನವರಿ ೨೦೧೯

ನಿವೇದನೆ

ಸ್ವಾಮಿ ವಿವೇಕಾನಂದರು ವಿಶ್ವದ ಅತ್ಯಂತ ಶ್ರೇಷ್ಠ ಕಥೆಗಾರರಾಗಿದ್ದಾರೆ. ಸಾಮಾನ್ಯವೆನಿಸಬಹುದಾದ, ಸಪ್ಪೆಯೆನಿಸಬಹುದಾದ ಕಥೆಯನ್ನೂ ರಸತುಂಬಿ ನಿರೂಪಿಸುವುದರಲ್ಲಿ ಅವರು ನಿಸ್ಸೀಮರೆನಿಸಿದ್ದಾರೆ. ಭಾರತೀಯ ಪರಂಪರೆಯ ಕಥೆಗಳನ್ನು ವಿದೇಶಿಯರೂ ತಲೆದೂಗುವಂತೆ ನಿರೂಪಿಸುವುದು ಸಾಮಾನ್ಯದ ಮಾತಲ್ಲ. ವಿವೇಕಾನಂದರು ಕೈಗೆತ್ತಿಕೊಂಡಿರುವ ಕಥಾಪ್ರಪಂಚವು ಸಾಗರದಷ್ಟು ವಿಸ್ತಾರವಾಗಿದೆ, ಮಾತ್ರವಲ್ಲ, ಅಷ್ಟೇ ಆಳವಾದ ಚಿಂತನೆಗಳಿಂದಲೂ ಕೂಡಿ ಸರ್ವರಿಗೂ ಆಸ್ವಾದನೀಯವಾಗಿದೆ. ಅವರ ಉಪನ್ಯಾಸಗಳ ರಭಸದಲ್ಲಿ, ಅವರ ಕ್ರಾಂತಿಕಾರಿ ವಿಚಾರಧಾರೆಯ ಪ್ರಜ್ವಲತೆಯಲ್ಲಿ, ಕಥೆಗಳು ಎದ್ದು ಕಾಣದೆ ಕೊಂಚ ತೆರೆಮರೆಗೆ ಸರಿದುಬಿಟ್ಟಿವೆ.

ಆಡುಮುಟ್ಟದ ಸೊಪ್ಪಿಲ್ಲ ಎನ್ನುವಂತೆ ಸ್ವಾಮಿ ವಿವೇಕಾನಂದರು ಪರೀಕ್ಷಿಸಿ ನೋಡದ ಯಾವುದೇ ವಿಚಾರವೂ ಜಗತ್ತಿನಲ್ಲಿಲ್ಲ. ಅವರೊಬ್ಬ ಕ್ರಾಂತಿಕಾರಿ ಯುಗಪುರುಷ, ನವಭಾರತ ನಿರ್ಮಾಣದ ಆದಿಮೂರ್ತಿ. ಸಮಾಜಸೇವೆ, ಜನಜಾಗೃತಿ, ಶಿಕ್ಷಣಪದ್ಧತಿ, ಸಾಮಾಜಿಕ ಲೋಪದೋಷಗಳು, ಸ್ತ್ರೀಶಿಕ್ಷಣ, ಸ್ತ್ರೀಯರ ಅಭ್ಯುದಯ, ಯುವಪೀಳಿಗೆಯು ತನ್ನ ಕ್ಲೈಬ್ಯವನ್ನೂ ಸೋಮಾರಿತನವನ್ನೂ ಬದಿಗೊತ್ತಿ ಬಲಿಷ್ಠವಾದ ರಾಷ್ಟ್ರವನ್ನು ಕಟ್ಟುವಲ್ಲಿ ಎದ್ದುನಿಲ್ಲಬೇಕೆಂಬ ಕರೆ, ಭಕ್ತಿವಿಚಾರ, ಆತ್ಮವಿಚಾರ, ಮೋಕ್ಷವಿಚಾರ, ದೇವರು, ಧರ್ಮ– ಮುಂತಾದ ನೂರಾರು ವಿಚಾರಗಳನ್ನು ಅವರು ತಮ್ಮ ತೆಕ್ಕೆಗೆ ತೆಗೆದುಕೊಂಡು ಹೊಸ ಹೊಸ ಹೊಳಹುಗಳನ್ನು ನೀಡಿದ್ದಾರೆ. "ಆತ್ಮನೋ ಮೋಕ್ಷಾರ್ಥಂ ಜಗದ್ಧಿತಾಯಚ" ಎಂಬುದು ಅವರು ಸರ್ವರಿಗೂ ಉಪದೇಶಿಸಿದ ಮೂಲಮಂತ್ರವಾಗಿತ್ತು. ಈ ಎಲ್ಲ ವಿಚಾರಗಳೂ ಜಿಜ್ಞಾಸುಗಳ ಹೃದಯಾಂತರಾಳದಲ್ಲಿ ಅಚ್ಚಳಿಯದೆ ನಿಲ್ಲುವಂತೆ ಮಾಡಲು ಅವರು ಕಥೆಗಳನ್ನು ಪರಿಣಾಮಕಾರಿಯಾಗಿ ಬಳಸಿಕೊಂಡಿದ್ದಾರೆ.

ನಾನೊಬ್ಬ ಕಥೆಗಾರನಾಗಿ ಬಗೆಬಗೆಯ ಕಥೆಗಳನ್ನು ರಸಮಯವಾಗಿ ನಿರೂಪಿಸಬೇಕು ಎಂಬ ಹಂಬಲ ವಿವೇಕಾನಂದರಿಗಿಲ್ಲ, ಆದರೂ ಚಿಂತನೆಯ ಹಾಸುಬೀಸುಗಳಲ್ಲೇ ಕಥೆಗಳಿಗೂ ಪ್ರಾಶಸ್ತ್ಯ ಕೊಟ್ಟಿರುವುದು ಅವರಿಗೆ ಶ್ರೀರಾಮಕೃಷ್ಣಪರಮಹಂಸರಿಂದ

ಲಭ್ಯವಾದ ವರಪ್ರಸಾದವೆನ್ನಬಹುದು. ಉಪನಿಷತ್ತುಗಳು, ಪುರಾಣಗಳು, ರಾಮಾಯಣ, ಮಹಾಭಾರತ, ಜನಪದಕಥೆಗಳು, ರಾಜಮನೆತನಕ್ಕೆ ಸೇರಿದ ವೀರಪುರುಷರ ಜೀವನ– ಈ ಮೊದಲಾದ ವಿಸ್ತಾರವಾದ ಜಗತ್ತಿನಿಂದ ಅವರು ತಮ್ಮ ತತ್ತ್ವನಿರೂಪಣೆಗೊಪ್ಪುವ ಕಥೆಗಳನ್ನು ಆಯ್ಕೆಮಾಡಿಕೊಂಡಿದ್ದಾರೆ. ಅವರು ನಿರೂಪಿಸಿರುವ ಕಥೆಗಳಲ್ಲಿ ಹಲವಕ್ಕೆ ಮೂಲವನ್ನು ಪತ್ತೆಮಾಡುವುದು ಸಾಧ್ಯವಿಲ್ಲ. ಕೆಲವು ಕಥೆಗಳು ಅವರ ಸ್ವತಂತ್ರ ನಿರ್ಮಾಣವೇ ಆಗಿವೆಯೆಂಬುದರಲ್ಲಿ ಸಂಶಯವಿಲ್ಲ. ಭಕ್ತಿ, ಹಾಸ್ಯ, ಶಾಂತ, ಕರುಣ, ವೀರ, ಭಯಾನಕ ಮುಂತಾದ ಎಲ್ಲ ರಸಗಳಿಗೂ ವಿವೇಕಾನಂದರ ಕಥೆಗಳು ಆಶ್ರಯ ಸ್ಥಾನವಾಗಿವೆ.

ವಿವೇಕಾನಂದರು ಏನೇನು ವಿಚಾರಗಳನ್ನು ಹೇಳಿದರು ಎಂಬುದನ್ನು ತಿಳಿಯಲು ಅವರು ನಿರೂಪಿಸಿರುವ ಕಥೆಗಳನ್ನು ಓದಿಬಿಟ್ಟರೆ ಸಾಕು, ಎಲ್ಲವೂ ಮನವರಿಕೆಯಾಗಿ ಬಿಡುತ್ತವೆ. ಅಷ್ಟರಮಟ್ಟಿಗೆ ಅವರ ಕಥೆಗಳಲ್ಲಿ ಸಮಗ್ರತೆಯಿದೆ.

ವಿವೇಕಾನಂದರು ಕಥೆಗಳನ್ನು ನಿರೂಪಿಸಿರುವಲ್ಲಿ ತಮ್ಮ ಉದ್ದೇಶಸಾಧನೆಗೆ ಎಷ್ಟುಬೇಕೋ ಅಷ್ಟನ್ನು ಮಾತ್ರ ಬಳಸಿಕೊಂಡಿದ್ದಾರೆ. ವಿಚಾರಗಳ ಓಘದಲ್ಲಿ ಕಥೆಗಳು ಕೆಲವೊಮ್ಮೆ ಓಡಲಾರದೆ ಹಿಂದೆ ಬಿದ್ದುಬಿಡುತ್ತವೆ. ನಾನು ಇಲ್ಲಿನ ಕಥೆಗಳನ್ನು ವಿವೇಕಾನಂದರ ಸಾಹಿತ್ಯದ ವಿವಿಧ ಮೂಲಗಳಿಂದ ಆಯ್ಕೆಮಾಡಿಕೊಂಡಿದ್ದೇನೆ. ಕೆಲವೆಡೆ ವಿವರಗಳನ್ನು ಜೋಡಿಸಿದ್ದೇನೆ. ಕಥೆಗೆ ಮುನ್ನ, ಕಥೆಯ ತರುವಾಯ ಅವರು ನಡೆಸಿರುವ ಚಿಂತನೆಗಳು, ಉದ್ಘಾಟಿಸಿರುವ ಜೀವನಮೌಲ್ಯಗಳು, ಉಪದೇಶಗಳು– ಮುಂತಾದುವೆಲ್ಲ ಅಲ್ಲಲ್ಲೇ ಸ್ವಲ್ಪ ಬೇರೆಬೇರೆಯಾಗಿ ಚೆಲ್ಲಿಕೊಂಡಿರುತ್ತವೆ. ಅಂತಹ ಚಿಂತನೆಗಳನ್ನೆಲ್ಲ ನಾನು ಕಥೆಗಳಿಗೆ ಪೂರಕವಾಗುವಂತೆ ಒಗ್ಗೂಡಿಸಿದ್ದೇನೆ. ಶ್ರೀರಾಮಕೃಷ್ಣಪರಮಹಂಸರಿಂದಲೂ ವಿವೇಕಾನಂದರು ಕಥೆಗಳನ್ನೆತ್ತಿಕೊಂಡು ಅವುಗಳಿಗೆ ಅಲ್ಲಲ್ಲಿ ಹೊಸಹೊಳಪು ನೀಡಿ ಯಶಸ್ವಿಯಾಗಿದ್ದಾರೆ.

ಇಂದಿನ ನವಜನಾಂಗವು ಸ್ವಾಮಿ ವಿವೇಕಾನಂದರ ಕಥೆಗಳನ್ನು ತಪ್ಪದೆ ಓದಬೇಕು, ಹಾಗೆ ಓದಿದ್ದೇ ಆದರೆ ಆ ಜನಾಂಗದ ದೇಶಭಕ್ತಿ, ದೈವಭಕ್ತಿ, ಸಂಕಲ್ಪಶಕ್ತಿ, ಇಚ್ಛಾಶಕ್ತಿ, ಆತ್ಮಶ್ರದ್ಧೆ, ಆತ್ಮಾಭಿಮಾನ, ಕಷ್ಟಸಹಿಷ್ಣುತೆ ಮೊದಲಾದ ಸದ್ಗುಣಗಳಿಗೆಲ್ಲ ಸಾಣೆಹಿಡಿದಂತಾಗುತ್ತದೆ. ನಾವು ಮಾನವಜನ್ಮಕ್ಕೆ ಬಂದಿದ್ದೇವಲ್ಲಾ, ಇದರಲ್ಲೇನಾದರೂ ಸಾರ್ಥಕತೆಯಿದೆಯೇ ಎಂಬುದನ್ನು ಅರ್ಥೈಸಿಕೊಳ್ಳಬೇಕಾದರೆ ಸ್ವಾಮಿ ವಿವೇಕಾನಂದರ ಈ ಕಥೆಗಳನ್ನು ಓದಲೇಬೇಕು. ಕಥೆಗೆ ಕಥೆ, ತತ್ತ್ವಕ್ಕೆ ತತ್ತ್ವ ಎಂಬುದನ್ನು ಎಲ್ಲಿಯಾದರೂ ದಟ್ಟವಾಗಿ ಕಾಣಬಹುದಾದರೆ ಅದು ವಿವೇಕಾನಂದರ ಕಥೆಗಳಲ್ಲಿ ಮಾತ್ರ ಎಂದು ಹೇಳಿದರೆ ಅತಿಶಯೋಕ್ತಿಯಲ್ಲ.

'ಸ್ವಾಮಿ ವಿವೇಕಾನಂದರು ನಿರೂಪಿಸಿದ ನೀತಿಕಥೆಗಳು' ಎಂಬ ಶೀರ್ಷಿಕೆಯಲ್ಲಿ ಧಾರಾವಾಹಿಯಾಗಿ ಶ್ರೀರಾಮಕೃಷ್ಣಾಶ್ರಮದ 'ವಿವೇಕಪ್ರಭ' ಪತ್ರಿಕೆಯಲ್ಲಿ ಸಂಪಾದಕರಾದ ಸ್ವಾಮೀಜಿಯವರು ಪ್ರಕಟಿಸಿ ನನ್ನಲ್ಲಿ ಉತ್ಸಾಹವನ್ನು ತುಂಬಿದರು. ಆಳಕ್ಕಿಳಿದಂತೆ ವಿವೇಕಾನಂದರ ಕೃತಿಗಳು ಕಥೆಯ ಗಣಿಗಳು ಎಂಬುದು ಮನವರಿಕೆಯಾಯಿತು. 'ಸ್ವಾಮಿ ವಿವೇಕಾನಂದರ ಕಥಾಸಂಚಯ' ಎಂಬ ಶೀರ್ಷಿಕೆಯಲ್ಲಿ ನಾನು ಸಂಗ್ರಹಿಸಿಕೊಟ್ಟ ೧೨೦ ಕಥೆಗಳನ್ನು ರಾಮಕೃಷ್ಣಾಶ್ರಮವು ಈಗಾಗಲೇ ಪ್ರಕಟಿಸಿದೆ.

'ಸ್ವಾಮಿ ವಿವೇಕಾನಂದರ ಕಥಾಮಂಜರಿ' ಎಂಬ ಶೀರ್ಷಿಕೆಯ ಈ ಗ್ರಂಥದಲ್ಲಿ ವಿವೇಕಾನಂದರ ೧೩೦ ಕಥೆಗಳನ್ನು ಜೋಡಿಸಿದ್ದೇನೆ. ಇನ್ನಿಷ್ಟು ಕಥೆಗಳು ಬಾಕಿಯಿವೆ. ಸ್ವಾಮಿ ವಿವೇಕಾನಂದರ ಕಥೆಗಳು ಇಷ್ಟು ವಿಸ್ತಾರದಲ್ಲಿ, ಇಷ್ಟು ದೊಡ್ಡ ಪ್ರಮಾಣದಲ್ಲಿ ಪ್ರಕಟವಾಗುತ್ತಿರುವುದು ಶ್ರೀ ರಾಮಕೃಷ್ಣಾಶ್ರಮಗಳ ಕನ್ನಡಸಾಹಿತ್ಯಜಗತ್ತು ಅಭಿಮಾನ ಪಡಲು ಯೋಗ್ಯವಾಗಿದೆ. ಹೀಗೆ ಎರಡನೆಯ ಕಥಾಸಂಕಲನವೊಂದು ಅಣಿಗೊಂಡು ಹೊರಬರಲು ಕಾರಣರಾಗಿ ಉಪಕರಿಸಿದ ಶ್ರೀರಾಮಕೃಷ್ಣಾಶ್ರಮದ ಪೂಜ್ಯ ಸ್ವಾಮೀಜಿ ಮಹಾರಾಜರಿಗೆ ನನ್ನ ಭಕ್ತಿಪೂರ್ವಕ ನಮಸ್ಕಾರಗಳನ್ನು ಸಲ್ಲಿಸುತ್ತೇನೆ.

ವಿವೇಕಾನಂದರನ್ನು ಪರಿಪೂರ್ಣವಾಗಿ ಅರಿಯಬೇಕೆಂದು ಬಯಸುವವರೆಲ್ಲರೂ ಅವರ ಕಥೆಗಳನ್ನು ಸಾವಧಾನವಾಗಿ ಓದಲೇಬೇಕು. ಹಾಗೆ ಓದದೆಹೋದರೆ ವಿವೇಕಾನಂದರನ್ನು ಕುರಿತ ಅವರ ಅರಿವು ಮುಕ್ಕಾಗಿಯೇ ಕುಳಿತುಕೊಳ್ಳುತ್ತದೆಂದು ನಾನು ಭಾವಿಸುತ್ತೇನೆ. ದಿವ್ಯತ್ರಯರ ಚರಣಕಮಲಗಳಿಗೆ ಮಣಿಯುತ್ತ, ಅವರ ಆಶೀರ್ವಾದ ಗಳನ್ನು ಬೇಡುತ್ತ ವಿರಮಿಸುತ್ತೇನೆ.

೨೫.೧೦.೨೦೧೮ — **ಕೆ. ಅನಂತರಾಮು**
ಮೈಸೂರು — ನಿವೃತ್ತ ಕನ್ನಡಪ್ರಾಧ್ಯಾಪಕ

ಕಥಾಸೂಚಿ

೧. ತಾಯಿಕೋತಿ ಮತ್ತು ಮರಿಕೋತಿ

ಭೋಗವೆಂಬುದು ದುಃಖವಲ್ಲದೆ ಬೇರೆಯಲ್ಲ. ಏಕಕಾಲದಲ್ಲಿ ನಾವು ದೇವರನ್ನೂ ಧನಪಿಶಾಚಿಯನ್ನೂ ಆರಾಧಿಸಲಾರೆವು. ಐಶ್ವರ್ಯೋಪಾಸನೆಯ ಮೂಲಕ ಬರುವ ವಿಜಯವೆಲ್ಲವೂ ಕ್ಷಣಿಕವಾದುದು. ಶಾಶ್ವತವಾದುದು ಮಾತ್ರ ಭಗವಂತನಲ್ಲಿ ಇರುವಂಥದು. ಇಂದ್ರಿಯಸುಖವೆಂಬುದು ಅನೇಕ ಜನ್ಮಗಳಿಂದ ಬಲವಾಗಿ ಬೇರುಬಿಟ್ಟಿದೆ. ಪ್ರಪಂಚ, ಇಂದ್ರಿಯಸುಖ, ಐಶ್ವರ್ಯ, ಬಂಧುಗಳು, ಮಡದಿಮಕ್ಕಳು– ಇವೇ ನಮ್ಮನ್ನು ಆಕ್ರಮಿಸಿಕೊಂಡುಬಿಟ್ಟಿವೆ. ಅದಕ್ಕಾಗಿ ದೇವರನ್ನು ಕುರಿತು "ನೀನು ತಂದೆಯಂತೆ ನನ್ನನ್ನು ಕೈಹಿಡಿದು ನಡೆಸಿಕೊಂಡು ಹೋಗು, ನನಗೆ ಐಶ್ವರ್ಯವು ಬೇಡ, ಇಹಲೋಕಸುಖವು ಬೇಡ, ಸ್ವರ್ಗಲೋಕವೂ ಬೇಡ, ನನ್ನನ್ನು ನಿನ್ನ ಸೇವಕನನ್ನಾಗಿ ಮಾಡಿಕೋ, ನೀನೇ ನನಗೆ ಆಶ್ರಯದಾತನಾಗಬೇಕು. ಅನುಗಾಲವೂ ನಾನು ನಿನ್ನನ್ನು ಅಗಲದೆ ನಿನ್ನಲ್ಲಿಯೇ ನೆಲೆಸಿರುವಂತಾಗಬೇಕು" ಎಂದು ಬೇಡಿಕೊಳ್ಳಬೇಕು. ಈ ಜಗತ್ತನ್ನು ಕಾಲಕೆಳಗೆ ಹಾಕುವಂತಾಗಬೇಕು ಎಂದು ಮುಂತಾಗಿ ಉಪದೇಶಿಸುತ್ತ, ಸ್ವಾಮಿ ವಿವೇಕಾನಂದರು ಸೂಚಿಸಿರುವ ತಾಯಿಕೋತಿ ಮತ್ತು ಮರಿಕೋತಿಯ ದೃಷ್ಟಾಂತವನ್ನು ವಿವರವಾಗಿ ನೋಡೋಣ.

ಒಂದು ತಾಯಿಕೋತಿಗೆ ತನ್ನ ಮರಿಯೆಂದರೆ ಪ್ರಾಣ. ಅದನ್ನು ತನ್ನ ಹೊಟ್ಟೆಗೆ ಅವುಚಿಕೊಂಡೇ ಓಡಾಡುತ್ತಿತ್ತು. ಆ ಮರಿ ತನ್ನ ಹೊಟ್ಟೆಯನ್ನು ಬಿಟ್ಟು, ಕೊಂಚ ಅತ್ತಿತ್ತ ನೆಗೆದಾಡುವಾಗ, ಏನಾದರೂ ಅದಕ್ಕೆ ತೊಂದರೆಯಾಗಬಹುದೆನಿಸಿದರೆ, ಒಡನೆಯೇ ಅದನ್ನು ಎತ್ತಿಕೊಂಡು ತನ್ನ ಹೊಟ್ಟೆಯಲ್ಲಿ ಭದ್ರಪಡಿಸಿಕೊಂಡುಬಿಡುತ್ತಿತ್ತು. ಒಂದು ದಿನ ಅದು ತನ್ನಂತೆಯೇ ಮರಿಸಹಿತವಾಗಿದ್ದ ಇನ್ನೊಂದು ಕೋತಿಯೊಡನೆ ಆಹಾರಕ್ಕೆಂದು ಅಲೆದಾಡುತ್ತಿತ್ತು. ಆಗ ಅಕಸ್ಮಾತ್ ಅದು ಒಂದು ಆಳವಾದ ನೀರಿನ ಕೊಳಾಯಿಯೊಳಕ್ಕೆ ಬಿದ್ದುಬಿಟ್ಟಿತು. ಆಗ ಅದರೊಳಗೆ ಹೆಚ್ಚು ನೀರಿರಲಿಲ್ಲ. ತಾಯಿಕೋತಿಯು ತನ್ನ ಮರಿಯನ್ನು ರಕ್ಷಿಸಲು ಅದನ್ನು ತನ್ನ ಮುಂಗಾಲುಗಳಿಂದ ಮೇಲೆತ್ತಿ ಹಿಡಿಯಿತು. ಆ ಹೊತ್ತಿನಲ್ಲಿ ಕೊಳಾಯಿಗೆ ಹೊರಗಿನಿಂದ ನಲ್ಲಿಯ ನೀರು ಸ್ವಲ್ಪಸ್ವಲ್ಪವಾಗಿ ತುಂಬಿ ಕೊಳ್ಳುತ್ತಿತ್ತು. ಅದರ ಪರಿಣಾಮವಾಗಿ ಸ್ವಲ್ಪ ಹೊತ್ತಿನಲ್ಲಿಯೇ ತಾಯಿಕೋತಿಯೇ ನೀರಿನಲ್ಲಿ ಮುಳುಗಿ ಸಾಯುವ ಸನ್ನಿವೇಶ ಒದಗಿಬಂದಿತು. ಆಗ ಅದು ತನ್ನನ್ನು ತಾನು

ರಕ್ಷಿಸಿಕೊಳ್ಳುವ ಸಲುವಾಗಿ, ಮರಿಯನ್ನು ತನ್ನ ಕಾಲಬುಡಕ್ಕೆ ಹಾಕಿ, ಅದರ ಮೇಲೆ ನಿಂತುಕೊಂಡಿತು. ತರುವಾಯ ತನ್ನ ಶಕ್ತಿಯನ್ನೆಲ್ಲ ಬಿಟ್ಟು ಕೊಳಾಯಿಯಿಂದ ಹೊರಕ್ಕೆ ನೆಗೆದುಬಿಟ್ಟಿತು.

ಅದರಜೊತೆ ಬಂದಿದ್ದ ಮತ್ತೊಂದು ತಾಯಿಕೋತಿಯು ಆ ಕೊಳಾಯಿಯ ಸಮೀಪದಲ್ಲಿಯೇ ಕಾಯಿಸಲು ಇಟ್ಟಿದ್ದ ಕಬ್ಬಿಣದ ಡಬರಿಯೊಂದಕ್ಕೆ ಮರಿಸಹಿತವಾಗಿ ಬಿದ್ದುಬಿಟ್ಟಿತು. ಅದಕ್ಕೂ ತನ್ನ ಮರಿಯೆಂದರೆ ಪ್ರಾಣವಾಗಿತ್ತು. ಆದರೆ ತನ್ನ ಕಾಲುಗಳು ಸುಡತೊಡಗಿದಾಗ ತನ್ನ ಮರಿಯನ್ನೇ ಕೆಳಗೆ ಹಾಕಿ, ಅದರ ಮೇಲೆ ನಿಂತು ಹೊರಕ್ಕೆ ಹಾರಿಬಿಟ್ಟಿತು.

"ನಾವು ತಾಯಿಕೋತಿಯ ಹಾಗೆ, ಈ ಪ್ರಪಂಚವೆಂಬುದು ಮರಿಕೋತಿಯ ಹಾಗೆ. ಅದನ್ನು ನಾವು ಭದ್ರವಾಗಿ ಅಪ್ಪಿಕೊಂಡುಬಿಟ್ಟಿರುತ್ತೇವೆ. ಅದರ ಮೂಲಕ ಪಡೆಯುವ ಸುಖಭೋಗಗಳಿಗೆ ದಾಸರಾಗಿಬಿಟ್ಟಿರುತ್ತೇವೆ. ಆದರೆ ದೇವರ ಸಮೀಪಕ್ಕೆ ಹೋಗಬೇಕು ಎಂದು ಅಣಿಯಾದಾಗ, ಪ್ರಪಂಚವನ್ನು ಕಾಲಕೆಳಕ್ಕೆ ಹಾಕಿ ಮೇಲಕ್ಕೆ ಜಿಗಿದುಬಿಡಬೇಕು. ಇಂದ್ರಿಯ ಸುಖಭೋಗಗಳ ಆಸೆಯನ್ನು ತೊರೆಯಬೇಕು. ತಿನ್ನುವುದು, ಕುಡಿಯುವುದು, ಹಿಂದಿನಂತೆಯೇ ಮಾಡುವುದು ಎಂಬೀ ವಿಷಯಾಸಕ್ತಿ ಮರಣಕ್ಕೆ ಸಮಾನ. ಆಧ್ಯಾತ್ಮಿಕ ಕ್ಷೇತ್ರದಲ್ಲಿ ಮುಂದುವರಿಯಬೇಕಾದರೆ ಭೋಗವೆಂಬ ದಶಲಕ್ಷ ಹೆಡೆಗಳಿಂದ ಕೂಡಿದ ಕಾಳಸರ್ಪವನ್ನು ನಮ್ಮ ಕಾಲಡಿಗೆ ಹಾಕಿ ತುಳಿಯಬೇಕಾಗಿದೆ"ಎಂದು ಸ್ವಾಮಿ ವಿವೇಕಾನಂದರು ಈ ಕೋತಿಗಳ ದೃಷ್ಟಾಂತದ ಮೂಲಕ ವಿನೂತನ ಪರಿಯಲ್ಲಿ ಉಪದೇಶ ಮಾಡಿದ್ದಾರೆ.

೨. ಶಿವನ ಅಧಿಷ್ಠಾನ

ಬಾಬು ಶರತ್‌ಚಂದ್ರಚಕ್ರವರ್ತಿಗಳು ಸ್ವಾಮಿ ವಿವೇಕಾನಂದರ ಪದತಳದಲ್ಲಿ ಕುಳಿತು ಸಾಧನೆ ಮಾಡಿದ ಶಿಷ್ಯೋತ್ತಮರಲ್ಲಿ ಒಬ್ಬರು. ಅವರು ಬಹಳ ಆಚಾರಶೀಲರೂ ವರ್ಣಾಶ್ರಮ ಧರ್ಮದಲ್ಲಿ ಪಕ್ಷಪಾತಿಯೂ ಆಗಿದ್ದರು. ವಿವೇಕಾನಂದರ ಒಡನಾಟದಲ್ಲಿ ದಿನ ಗಳೆಯುತ್ತಿದ್ದ ಕಾಲದಲ್ಲಿ, ಅವರಿಗೆ ಒಂದು ರಾತ್ರಿಯ ಕಡೆಯ ಭಾಗದಲ್ಲಿ, ಅದ್ಭುತವಾದ ಸ್ವಪ್ನವೊಂದು ಕಾಣಿಸಿತು. ಆ ಸ್ವಪ್ನದಲ್ಲಿ ಅವರು ವಿವೇಕಾನಂದರಲ್ಲಿ ಶಿವಮಹಾದೇವನ ದಿವ್ಯರೂಪವನ್ನು ಕಂಡು ಆನಂದಪರವಶರಾದರು. ಬೆಳಕು ಹರಿದು ಗಂಗಾನದಿಯಲ್ಲಿ ಮಿಂದುಬಂದ ಬಳಿಕ ಶರತ್‌ಚಂದ್ರರು ವಿವೇಕಾನಂದರನ್ನು ಸಮೀಪಿಸಿ "ಮಹಾರಾಜ್, ನಾನಿಂದು ಬೆಳಗಿನ ಜಾವದ ಸ್ವಪ್ನದಲ್ಲಿ ನಿಮ್ಮ ಶಿವಮಹಾದೇವನ ಸ್ವರೂಪವನ್ನು ಕಂಡು ರೋಮಾಂಚನಗೊಂಡಿದ್ದೇನೆ. ಆ ಸಂಭ್ರಮಕ್ಕಾಗಿ ನಿಮ್ಮನ್ನು ಪೂಜಿಸುವ ಆಕಾಂಕ್ಷೆ ನನ್ನಲ್ಲಿ ತುಂಬಿಕೊಂಡಿದೆ. ತಾವು ಕೃಪೆಮಾಡಿ ಅನುಮತಿಸಬೇಕು" ಎಂದು ಪ್ರಾರ್ಥಿಸಿದರು. ತಮಗೆ ಅದರ ಅಗತ್ಯವಿಲ್ಲದಿದ್ದರೂ ಶಿಷ್ಯನಿಗೆ ಆಶಾಭಂಗವಾಗದಿರಲೆಂದು ವಿವೇಕಾನಂದರು ಒಪ್ಪಿದರು.

ಶರತ್‌ಚಂದ್ರರು ಪರಿಮಳಭರಿತವಾದ ಹೊಚ್ಚಹೊಸ ಹೂಗಳನ್ನು ಆಯ್ದುತಂದರು. ಅಷ್ಟವಿಧಾರ್ಚನೆಗೆ ಬೇಕಾಗುವ ಸಲಕರಣೆಗಳನ್ನೂ ಜೋಡಿಸಿಕೊಂಡು ಬಂದರು. ವಿವೇಕಾನಂದರು ಈ ಮೊದಲೇ ಒಂದು ದೊಡ್ಡ ಬೆಂಚಿನ ಮೇಲೆ ಮಠದೊಳಗೆ ಪೂರ್ವಾಭಿಮುಖವಾಗಿ ಕುಳಿತಿದ್ದರು. ಅಗಲವಾದ ತಟ್ಟೆಯೊಂದರಲ್ಲಿ ವಿವೇಕಾನಂದರು ತಮ್ಮ ಪಾದಗಳನ್ನಿರಿಸುವಂತೆ ಮಾಡಿ, ಅವರ ಪಾದಕಮಲಗಳ ಪೂಜೆಯನ್ನು ಶಿವಾಷ್ಟೋತ್ತರ ಸಹಿತವಾಗಿ, ಅಷ್ಟವಿಧಾರ್ಚನೆಯ ಸಹಿತವಾಗಿ, ಭಕ್ತಿಪೂರ್ವಕವಾಗಿ ನೆರವೇರಿಸಿದರು. ಸದ್ಗುರು ವಿವೇಕಾನಂದರ ಶರೀರದಲ್ಲಿ ಶಿವಮಹಾದೇವನ ಅಧಿಷ್ಠಾನವನ್ನು ಪರಿಭಾವಿಸುತ್ತ ವಿಧ್ಯುಕ್ತವಾಗಿ ಪೂಜಿಸಿದರು.

ಪೂಜೆಯು ನೆರವೇರಿದ ಬಳಿಕ ಸ್ವಾಮಿ ವಿವೇಕಾನಂದರು ಶಿಷ್ಯರನ್ನು ಕುರಿತು ವಿನೋದಮಯರಾಗಿ "ನಿನ್ನ ಪೂಜೆಯೇನೋ ಮುಗಿಯಿತಯ್ಯಾ, ಆದರೆ ಈಗ ನೋಡುತ್ತಿರು, ಪ್ರೇಮಾನಂದನು ಬರುತ್ತಾನೆ, ನಿನ್ನನ್ನು ನುಂಗಿಹಾಕುತ್ತಾನೆ" ಎಂದರು. ಶರತ್‌ಚಂದ್ರರು ಅಂಜಿದವರಂತೆ "ಅದೇಕೆ ಮಹಾರಾಜ್" ಎಂದು ಕೇಳಿದರು. "ನಾನು

ಪಾದಗಳನ್ನಿರಿಸಿದ್ದ ತಟ್ಟೆಯಲ್ಲಿ ಪ್ರೇಮಾನಂದನು ನಿತ್ಯವೂ ಪರಮಹಂಸರ ಪೂಜೆಗೆ ಹೂಗಳನ್ನು ಅಣಿಗೊಳಿಸಿಟ್ಟುಕೊಳ್ಳುತ್ತಾನೆ. ಅದೀಗ ಮೈಲಿಗೆಯಾಗಲಿಲ್ಲವೇ" ಎಂದರು. ಅವರ ಮಾತು ಮುಗಿಯಿತೋ ಮುಗಿಯಲಿಲ್ಲವೋ ಎನ್ನುವಷ್ಟರಲ್ಲಿಯೇ ಪ್ರೇಮಾನಂದರು ಅಲ್ಲಿಗೆ ಬಂದರು. ಅವರನ್ನು ಕಂಡ ವಿವೇಕಾನಂದರು ತಮ್ಮ ವಿನೋದದ ಧಾಟಿಯಲ್ಲಿಯೇ "ಅಯ್ಯಾ, ಈ ಶಿಷ್ಯನು ಎಂತಹ ಭಯಂಕರವಾದ ಕೆಲಸ ಮಾಡಿ ಬಿಟ್ಟಿದ್ದಾನೆ ಎಂಬುದನ್ನು ಇಲ್ಲಿ ನೋಡು, ಪರಮಹಂಸರ ಪೂಜೆಯ ತಟ್ಟೆಯಲ್ಲಿ ನನ್ನ ಪಾದಪೂಜೆ ಮಾಡಿಬಿಟ್ಟಿದ್ದಾನೆ" ಎಂದು ಹೇಳಿಬಿಟ್ಟರು. ಅದಕ್ಕೆ ಪ್ರೇಮಾನಂದರು ಪರಮಾನಂದವನ್ನೇ ಸೂಸುತ್ತ "ಒಳ್ಳೆಯದೇ ಆಯಿತು ಮಹಾರಾಜ್, ಅವನು ಮಾಡಿದ್ದು ಸರಿಯಾಗಿದೆ, ತಪ್ಪೇನೂ ಇಲ್ಲ. ನೀವೂ ಪರಮಹಂಸರೂ ಬೇರೆ ಬೇರೆಯೇನು" ಎಂದರು. ಆ ಮಾತುಗಳು ಕಿವಿಯ ಮೇಲೆ ಬೀಳುತ್ತಿದ್ದಂತೆಯೇ ವಿವೇಕಾನಂದರು ಕ್ಷಣಕಾಲ ಅಂತರ್ಮುಖಿಗಳಾದರು; ಶಿಷ್ಯರು ನಿರ್ಭಯಭರಿತರಾದರು.

ಶರತ್‌ಚಂದ್ರರಾದರೋ ಬಹಳ ಆಚಾರಶೀಲರಾಗಿದ್ದರು. ಸಿಕ್ಕಿಸಿಕ್ಕಿದ್ದನ್ನೆಲ್ಲ ತಿನ್ನುತ್ತಿರಲಿಲ್ಲ. ಅಷ್ಟೇ ಏಕೆ, ಇನ್ನೊಬ್ಬರು ಮುಟ್ಟಿದ್ದನ್ನೂ ತಿನ್ನುತ್ತಿರಲಿಲ್ಲ. ಆದ್ದರಿಂದ ವಿವೇಕಾನಂದರು ಅವರನ್ನು "ಭಟ್ಟಾಚಾರ್ಯವೈದಿಕಬ್ರಾಹ್ಮಣ" ಎಂದು ಹಾಸ್ಯಮಾಡುತ್ತಿದ್ದರು. ಅವರಿಗೆ ಏನಾದರೂ ಪ್ರಸಾದವಾಗಿ ತಿನ್ನಲು ಕೊಡಬೇಕು ಎಂದು ವಿವೇಕಾನಂದರಿಗೆ ಮನಸ್ಸಾಯಿತು. ಆ ವೇಳೆಯಲ್ಲಿ ಅವರು ಬೆಳಗಿನ ಉಪಾಹಾರವಾಗಿ ವಿದೇಶೀ ಬಿಸ್ಕತ್ತು ಮುಂತಾದುವನ್ನು ಮೆಲ್ಲುತ್ತಿದ್ದರು. ಹಾಗೆ ಮೆಲ್ಲುತ್ತ ಮೆಲ್ಲುತ್ತ ಸದಾನಂದರೆಂಬ ಸ್ವಾಮಿಗಳನ್ನು ಕುರಿತು "ಆ ಭಟ್ಟಾಚಾರ್ಯ ವೈದಿಕಬ್ರಾಹ್ಮಣನನ್ನು ಇಲ್ಲಿ ಹಿಡಿದುಕೊಂಡು ಬಾ" ಎಂದು ಆಜ್ಞೆಮಾಡಿದರು. ಶರತ್‌ಚಂದ್ರರು ಓಡೋಡಿ ಬಂದರು. ಸ್ವಾಮಿಗಳು ತಾವು ತಿನ್ನುತ್ತಿದ್ದ ಪದಾರ್ಥಗಳಲ್ಲಿಯೇ ಸ್ವಲ್ಪಸ್ವಲ್ಪವನ್ನು ಅವರಿಗೆ ಪ್ರಸಾದದಂತೆ ತಿನ್ನಲು ಕೊಟ್ಟರು. ಶಿಷ್ಯರು ಯಾವುದೇ ಸಂಕೋಚವಿಲ್ಲದೆ ಅದನ್ನು ಸಂತಸದಿಂದ ತಿಂದರು. ಆಗ ವಿವೇಕಾನಂದರು "ಅಯ್ಯಾ ಭಟ್ಟಾಚಾರ್ಯ, ನೀನು ಈಗ ತಿಂದ ವಿಲಾಯಿತಿ ಬಿಸ್ಕತ್ತಿನಲ್ಲಿ ಕೋಳಿಮೊಟ್ಟೆ ಸೇರಿಕೊಂಡಿದೆ ಎಂಬುದನ್ನು ಬಲ್ಲೆಯಾ" ಎಂದು ಕೇಳಿದರು. ಅದರಿಂದ ಶರತ್‌ಚಂದ್ರರು ಸ್ವಲ್ಪವೂ ವಿಚಲಿತರಾಗದೆ "ಅದರಲ್ಲೇನಿದೆ ಎಂಬುದನ್ನು ತಿಳಿದುಕೊಂಡು ನನಗೆ ಆಗಬೇಕಾದ್ದೇನೂ ಇಲ್ಲ. ತಾವು ಕೈಯಾರೆ ಕೊಟ್ಟ ಅಮೃತೋಪಮವಾದ ಪ್ರಸಾದವನ್ನು ನಾನು ಸೇವಿಸಿ ಅಮರನಾಗಿದ್ದೇನೆ" ಎಂದು ಉತ್ಸಾಹಭರಿತರಾಗಿ ಹೇಳಿದರು. ಅದನ್ನು ಕೇಳಿ ವಿವೇಕಾನಂದರು "ಅಯ್ಯಾ ಭಟ್ಟಾಚಾರ್ಯ, ಇಂದಿನಿಂದ ನಿನ್ನ ಜಾತಿ, ವರ್ಣ, ಕುಲ, ಪಾಪ, ಪುಣ್ಯ ಮೊದಲಾದುವುಗಳ ಮೇಲೆ ನಿನಗಿರುವ ಅಭಿಮಾನವೆಲ್ಲವೂ ಕೊಚ್ಚಿಹೋಗಲೆಂದು ಆಶೀರ್ವಾದ ಮಾಡಿದ್ದೇನಯ್ಯ" ಎಂದು ಹೇಳಿದರು. ಈ ಪ್ರಸಂಗದ ಉದ್ದಕ್ಕೂ ವಿನೋದದ ಹೊನಲು ಹರಿಯುತ್ತಿದ್ದರೂ

ಅದರಡಿಯಲ್ಲಿ ಲೋಕೋತ್ತರವಾದ ಚಿಂತನೆಗಳು ಮನೆಮಾಡಿಕೊಂಡಿದ್ದುವು.

ಈ ಕಥಾವೃತ್ತಾಂತದಲ್ಲಿ ಅದೆಷ್ಟೋ ಬೋಧಪ್ರದವಾದ ವಿಚಾರಗಳು ಸಮಾವೇಶಗೊಂಡಿವೆ. ಸದ್ಗುರುವು ಹೇಗಿರುತ್ತಾನೆ, ಸಚ್ಛಿಷ್ಯನು ಹೇಗಿರುತ್ತಾನೆ, ಮಹಾಪುರುಷರನ್ನು ಅರ್ಥಮಾಡಿಕೊಂಡವರ ವರ್ತನೆ ಹೇಗಿರುತ್ತದೆ, ಸದ್ಗುರುಗಳು ತಮ್ಮ ಶಿಷ್ಯರ ನಡೆನುಡಿಗಳನ್ನು ಸಮಾಜಮುಖಿಯಾಗುವಂತೆ ಹೇಗೆ ತಿದ್ದುತ್ತಾರೆ, ಹೇಗೆ ಅವರಿಗೆ ದಾರಿತೋರಿಸುತ್ತಾರೆ, ಹೇಗೆ ಆಶೀರ್ವದಿಸುತ್ತಾರೆ– ಎಂಬೆಲ್ಲ ಸದ್ವಿಚಾರಗಳ ಭಂಡಾರವೇ ಇಲ್ಲಿ ನಿಹಿತವಾಗಿದೆ. "ಸ್ವಾಮಿಜಿಯವರ ಅಂದಿನ ಅಯಾಚಿತ ಮತ್ತು ಅಪಾರ ದಯೆಯ ವೃತ್ತಾಂತವನ್ನು ಸ್ಮರಿಸಿಕೊಂಡು ಶಿಷ್ಯನು ತನ್ನ ಮನುಷ್ಯಜನ್ಮವು ಸಾರ್ಥಕವಾಯಿತೆಂದು ತಿಳಿದುಕೊಂಡನು" ಎಂದು ಶಿಷ್ಯರು ಆ ವೃತ್ತಾಂತದ ಮುಕ್ತಾಯದಲ್ಲಿ ಬರೆದಿರುವ ಮಾತು ಭರತವಾಕ್ಯದಂತಿದೆ.

೩. ಸೃಷ್ಟಿಪ್ರಳಯಗಳ ಕಥೆ

ಈ ಸೃಷ್ಟಿಯ ಸ್ವರೂಪವೇನು, ಅದು ನಾಶವಾಗುತ್ತದೆಯೆ, ನಾಶವಾದ ಬಳಿಕವೂ ಅದು ಹೊಸದಾಗಿ ಮತ್ತೆ ಹುಟ್ಟುತ್ತದೆಯೆ ಎಂಬ ಪ್ರಶ್ನೆಯನ್ನೆತ್ತಿಕೊಂಡು, ಸ್ವಾಮಿ ವಿವೇಕಾನಂದರು, ನಮ್ಮ ಋಷಿಮುನಿಗಳು ಆ ವಿಚಾರವಾಗಿ ಕಂಡುಕೊಂಡಿರುವ ಸತ್ಯಗಳನ್ನು ತಮ್ಮ ಚಿಂತನೆಯ ಮೂಸೆಯಲ್ಲಿ ಪಾಕಮಾಡಿ ಬಡಿಸಿದ್ದಾರೆ. ಈ ಸೃಷ್ಟಿಯೆಂಬುದು ಎಂದೋ ಭಗವಂತನಿಂದ ಪರಿಪೂರ್ಣರೂಪದಲ್ಲಿಯೇ ನಡೆದುಹೋಗಿದೆ. ಪ್ರಳಯವಾಗುವುದು, ಮತ್ತೆ ಹೊಸದಾಗಿ ಸೃಷ್ಟಿಯಾಗುವುದು– ಎಂಬುದು ಇದೆಯಲ್ಲ, ಅದು ಕೂಡ ಪುನರಾವರ್ತನಗೊಳ್ಳುತ್ತಲೇ ಇರುತ್ತದೆ. ಪ್ರಳಯವಾದಾಗ ಈ ಜಗತ್ತು ಬೀಜರೂಪದಿಂದ ಸಂರಕ್ಷಿತವಾಗಿದ್ದು, ಪ್ರಳಯಾನಂತರ ಮತ್ತೆ ಕಣ್ಣುತೆರೆಯುತ್ತದೆ. ಈ ತತ್ತ್ವವನ್ನು ಸ್ಪಷ್ಟಪಡಿಸಲು ವೈವಸ್ವತಮನುವಿನ ಹಿನ್ನೆಲೆಯಲ್ಲಿ ಪ್ರಳಯ ಸೃಷ್ಟಿಗಳ ಕಥೆಯನ್ನು ಇಲ್ಲಿ ತಮ್ಮದೇ ಆದ ಶೈಲಿಯಲ್ಲಿ ಸ್ವಾಮಿಗಳು ನಿರೂಪಿಸಿದ್ದಾರೆ.

ರಾಜರ್ಷಿ ಎನಿಸಿದ ಸತ್ಯವ್ರತ ಎಂಬಾತನು ಕೃತಮಾಲಾನದಿಯ ತೀರದಲ್ಲಿ ಕೇವಲ ಜಲಾಹಾರದಿಂದಿರುತ್ತ ತಪಸ್ಸು ಮಾಡುತ್ತಿದ್ದನು. ಒಂದುದಿನ ಅವನು ಜಲತರ್ಪಣ ನೀಡಲೆಂದು ಬೊಗಸೆಯಲ್ಲಿ ನೀರು ತುಂಬಿಕೊಂಡಾಗ ಸ್ವರ್ಣಮಯ ಚಿಕ್ಕಮೀನೊಂದು ಅದರಲ್ಲಿ ಕಂಡಿತು. "ಓಹೋ ಮೀನು" ಎಂದು ಅದನ್ನು ಚೆಲ್ಲಿಬಿಟ್ಟನು. ಆಗ ಆ ಚಿಕ್ಕ ಮೀನು "ನನ್ನನ್ನು ನುಂಗಲು ದೊಡ್ಡಮೀನೊಂದು ಅಟ್ಟಿಸಿಕೊಂಡು ಬರುತ್ತಿದೆ, ನನ್ನನ್ನು ಕಾಪಾಡು" ಎಂದು ಕೇಳಿಕೊಂಡಿತು. ಆಗ ಸತ್ಯವ್ರತನು ಅದನ್ನು ತನ್ನ ಕಮಂಡಲದಲ್ಲಿರಿಸಿ ಕೊಂಡು ಆಶ್ರಮಕ್ಕೆ ತಂದನು. ಒಂದುರಾತ್ರಿ ಕಳೆಯುವಷ್ಟಕ್ಕೆ ಅದು ದೊಡ್ಡದಾಗಿ ಬೆಳೆದು "ನಾನಿನ್ನು ಈ ಕಮಂಡಲದಲ್ಲಿರಲಾರೆ" ಎಂದು ಹೇಳಿತು. ಆಗ ಸತ್ಯವ್ರತನು ಅದನ್ನೊಂದು ಕೆರೆಯೊಳಕ್ಕೆ ಬಿಟ್ಟನು. ಅದು ಮರುದಿನಕ್ಕೆ ಆ ಕೆರೆಯಷ್ಟು ದೊಡ್ಡದಾಯಿತು. ಆಗ ಅದು "ನಾನಿನ್ನು ಈ ಕೆರೆಯಲ್ಲಿ ಇರಲಾರೆ" ಎಂದಿತು. ಸತ್ಯವ್ರತನು ಅದನ್ನೊಂದು ನದಿಗೆ ವರ್ಗಾಯಿಸಿದನು. ಅದು ಮಾರನೆಯ ದಿನ ನದಿಯಷ್ಟೇ ದೊಡ್ಡದಾಗಿ ಬೆಳೆಯಿತು. ಕೊನೆಗೆ ಅದನ್ನು ಸಮುದ್ರಕ್ಕೆ ತಂದುಹಾಕಿದನು.

ಹೀಗೆ ಕ್ಷಣಕ್ಷಣಕ್ಕೆ ಆ ಮೀನು ಬೆಳೆಯುವುದು ಸತ್ಯವ್ರತನಿಗೆ ವಿಸ್ಮಯವನ್ನುಂಟು ಮಾಡಿತು. ಭಗವಂತನೇ ಹೀಗೆ ಮಹಾಮತ್ಸ್ಯರೂಪವಾಗಿದ್ದಾನೆ ಎಂದು ಅವನಿಗೆ

ಭಾಸವಾಯಿತು. "ಸ್ವಾಮಿ, ನೀನು ಯಾರು, ನಿನ್ನ ಲೀಲೆ ನನಗೆ ತಿಳಿಯದಾಗಿದೆ ಕೃಪೆಮಾಡು" ಎಂದನು. ಆಗ ಆ ಮಹಾಮತ್ಸ್ಯವು "ನಾನು ಸೃಷ್ಟಿಕರ್ತ. ಇಂದಿನಿಂದ ಏಳನೆಯ ದಿನಕ್ಕೆ ಮಹಾಪ್ರಳಯವಾಗುತ್ತದೆ. ಆ ವಿಚಾರದಲ್ಲಿ ನಿನಗೆ ಎಚ್ಚರಿಕೆಕೊಟ್ಟು, ಏನು ಮಾಡಬೇಕೋ ಅದನ್ನು ಹೇಳಲೆಂದೇ ಬಂದಿದ್ದೇನೆ" ಎಂದಿತು. "ಅದೇನು ಮಾಡಬೇಕು ಹೇಳು ಸ್ವಾಮಿ" ಎಂದು ಸತ್ಯವ್ರತನು ಬೇಡಿದನು.

"ನೀನೊಂದು ವಿಶಾಲವಾದ ದೋಣಿಯನ್ನು ಸಿದ್ಧಪಡಿಸಿಕೊ. ಅದರಲ್ಲಿ ನೀನು ಪ್ರಪಂಚದಲ್ಲಿರುವ ಎಲ್ಲ ಪ್ರಾಣಿಗಳ ಒಂದುಜೊತೆ ಹೆಣ್ಣುಗಂಡುಗಳನ್ನು ಇಟ್ಟುಕೊ. ಹೂ ಹಣ್ಣು ದವಸ ಧಾನ್ಯ ಗಿಡಮರಬಳ್ಳಿ ವನಸ್ಪತಿಗಳ ಬೀಜಗಳನ್ನೂ ಇಟ್ಟುಕೋ. ಮಡದಿಸಹಿತನಾಗಿ ನೀನೂ ಅದರೊಳಗೆ ಕುಳಿತುಕೋ. ನಾಗರಾಜವಾಸುಕಿಯೂ ಇರಲಿ. ಪ್ರಳಯದ ನಡುವೆಯೇ ನಾನು ತಲೆಯ ಮೇಲೊಂದು ಉದ್ದವಾದ ಕೊಂಬುಳ್ಳ ಸ್ವರ್ಣೋಜ್ವಲ ಮಹಾಮತ್ಸ್ಯವಾಗಿ ಸಮುದ್ರದಿಂದ ಮೇಲೇಳುತ್ತೇನೆ. ಆಗ ನೀನು ನಾಗರಾಜವಾಸುಕಿಯನ್ನು ಹಗ್ಗವಾಗಿಸಿಕೊಂಡು, ನಿನ್ನ ದೋಣಿಯನ್ನು ನನ್ನ ಕೊಂಬಿಗೆ ಕಟ್ಟು. ಸಾಗರವು ಉಕ್ಕಿಹರಿದು, ಭೂಮಿಯನ್ನೆಲ್ಲ ನುಂಗಿಹಾಕುತ್ತದೆ. ಕಗ್ಗತ್ತಲು ಆವರಿಸುತ್ತದೆ. ನಾನು ಮಾತ್ರ ಹೆದ್ದೆರೆಗಳ ನಡುವೆ ಹೊಯ್ದಾಡುವ ನಿನ್ನ ದೋಣಿಯನ್ನು ಕಾಪಾಡುತ್ತ, ಸಮುದ್ರದಲ್ಲಿಯೇ ಸಂಚರಿಸುತ್ತಿರುತ್ತೇನೆ. ಕೊನೆಗೆ ಪ್ರಳಯವು ಸಮಾಪ್ತಿಗೊಂಡು ಎಲ್ಲವೂ ಶಾಂತವಾಗುತ್ತದೆ. ಆಗ ನೀನು ಭೂಮಿಗಿಳಿಯುತ್ತೀಯೆ. ನೀನು ದೋಣಿಯಲ್ಲಿ ರಕ್ಷಿಸಿದ ವಸ್ತುಗಳ ಮೂಲಕ ಹೊಸದಾಗಿ ಸೃಷ್ಟಿ ಪ್ರಾರಂಭ ವಾಗುತ್ತದೆ. ನೀನು ವೈವಸ್ವತಮನುವಾಗಿ ನಿನ್ನ ಸಂತತಿಯನ್ನು ಲೋಕದಲ್ಲಿ ಹಬ್ಬಿಸು" ಎಂದು ಎಲ್ಲವನ್ನೂ ಸವಿಸ್ತಾರವಾಗಿ ತಿಳಿಸಿಕೊಟ್ಟನು. ಮಹಾಮತ್ಸ್ಯವು ಹೇಳಿದಂತೆಯೇ ಸತ್ಯವ್ರತನು ಎಲ್ಲವನ್ನೂ ಮಾಡಿದನು. ಹೀಗಾಗಿ ನಾವೆಲ್ಲರೂ ಹೊಸ ಸೃಷ್ಟಿಯ ವೈವಸ್ವತ ಮನುವಿನ ಸಂತತಿಗೆ ಸೇರಿದವರಾಗಿ ಮಾನವರೆನಿಸಿಕೊಂಡೆವು.

ಯಹೂದ್ಯರ ಶಾಸ್ತ್ರದಲ್ಲಿ ಬರುವ ಆಡಂನ ಪತನದ ಕಥೆಯ ಸಾರವೂ ಹೀಗೆಯೇ ಇದೆ. ಇದೇ ಕಥೆ ಬೇರೆಬೇರೆ ಸ್ವರೂಪದಲ್ಲಿ ಪುರಾತನ ಬ್ಯಾಬಿಲೋನಿಯ, ಈಜಿಪ್ಟ್, ಚೈನಾ ಮುಂತಾದ ದೇಶಗಳಲ್ಲೂ ಜಾರಿಯಲ್ಲಿತ್ತು ಎಂದು ವಿವೇಕಾನಂದರು ತಿಳಿಸಿ ಕೊಟ್ಟಿದ್ದಾರೆ.

ಆಧುನಿಕ ವಿಕಾಸವಾದಿಗಳು ಸೃಷ್ಟಿ ಪ್ರಳಯಗಳ ಈ ವೃತ್ತಾಂತವನ್ನು ಒಪ್ಪುವುದಿಲ್ಲ. ಒಂದು ಬಸವನಹುಳುವಿನಿಂದ ಮಾನವನು ವಿಕಾಸಗೊಂಡನೆಂದು ಅವರು ಹೇಳುತ್ತಾರೆ. ಹಾಗಾದರೆ ಕ್ರಿಸ್ತಬುದ್ಧರಂತಹ ಸಿದ್ಧಪುರುಷರು, ಆಗಲೇ ಆ ಬಸವನಹುಳುವಿನಲ್ಲಿ ಈ ಮೊದಲೇ ಹುದುಗಿದ್ದರು ಎಂದೇ ತಿಳಿಯಬೇಕು. ಇಲ್ಲದೆ ಇದ್ದರೆ ಅಂತಹ ಅದ್ಭುತ ವ್ಯಕ್ತಿಗಳು ಹೇಗೆ ಬರುತ್ತಿದ್ದರು. ಶೂನ್ಯದಿಂದ ಏನೂ ಬರಲಾರದಲ್ಲವೇ ಎಂದು

ವಿವೇಕಾನಂದರು ವಿಕಾಸವಾದಿಗಳ ವಿಚಾರವನ್ನು, ಋಷಿಮುನಿಗಳ ಸತ್ಯಸಾಕ್ಷಾತ್ಕಾರದೊಡನೆ ಸಮನ್ವಯಗೊಳಿಸಿದ್ದಾರೆ. ಇಂತಹ ಕಾರ್ಯ ವಿವೇಕಾನಂದರಂತಹ ಪ್ರತಿಭಾವಂತ ಮಹಾತ್ಮರಿಂದ ಮಾತ್ರವೇ ಸಾಧ್ಯ. ಮತ್ತೆ ಸತ್ಯಯುಗವು ಅವತರಿಸುವ ಭರವಸೆಯನ್ನೂ ಅವರು ನೀಡಿದ್ದಾರೆ.

ಆಧುನಿಕ ಕಾಲದಲ್ಲಿ ಕ್ರಿಸ್ತ ಬುದ್ಧ ವ್ಯಾಸ ವಾಲ್ಮೀಕಿಗಳನ್ನು ಉದಾಹರಿಸಿದರೆ ಜನರು ನಗುತ್ತಾರೆ. ಅದಕ್ಕೆ ಬದಲು ಹಕ್ಸ್‌ಲೆ, ಟೆಂಪಲ್, ಡಾರ್ವಿನ್ ಅವರುಗಳ ಹೆಸರು ಹೇಳಿಬಿಟ್ಟರೆ ಸಾಕು, ವಿಮರ್ಶಿಸದೆ ಕಣ್ಣುಮುಚ್ಚಿಕೊಂಡು ಸ್ವೀಕರಿಸುತ್ತಾರೆ. ಇದೊಂದು ಆಧುನಿಕ ಕಾಲದ ವೈಜ್ಞಾನಿಕ ಮೂಢನಂಬಿಕೆ ಎಂದು ವಿವೇಕಾನಂದರು ವಿಡಂಬಿಸಿಯೂ ಇದ್ದಾರೆ.

ಈ ಸೃಷ್ಟಿ ಪ್ರಳಯಗಳ ಹಿನ್ನೆಲೆಯಲ್ಲಿಯೇ ವಿವೇಕಾನಂದರು ಮಾನವನ ಏಳು ಬೀಳುಗಳ ಚಿತ್ರಣವನ್ನೂ ಮುಂದಿಟ್ಟಿದ್ದಾರೆ. ಮನುಷ್ಯನು ಆದಿಯಲ್ಲಿ ಅತ್ಯಂತ ಶ್ರೇಷ್ಠ ಸ್ಥಿತಿಯಲ್ಲಿದ್ದನು. ಈಗ ಇರುವ ಅವನ ಸ್ಥಿತಿಯಾದರೋ ಆ ಶ್ರೇಷ್ಠ ಸ್ಥಿತಿಯಿಂದ ಭ್ರಷ್ಟ ಸ್ಥಿತಿಗೆ ಜಾರಿಬಿದ್ದ ಸ್ಥಿತಿ ಎಂದು ಎಲ್ಲ ಶಾಸ್ತ್ರ ಎಲ್ಲ ಪುರಾಣಗಳೂ ನಮಗೆ ಹೇಳುತ್ತಿವೆ. ಮನುಷ್ಯನು ಆದಿಯಲ್ಲಿ, ಆ ಸತ್ಯಯುಗದಲ್ಲಿ, ಇಚ್ಛಾಮರಣಿಯೂ ಪರಿಶುದ್ಧನೂ ಪಾಪರಹಿತನೂ ಆಗಿದ್ದನು. ಕ್ರಮಕ್ರಮವಾಗಿ ಅವನು ಆ ಉನ್ನತ ಅವಸ್ಥೆಯಿಂದ ಅವನತಿಯ ಅವಸ್ಥೆಗೆ ಇಳಿದನು. ಅದಕ್ಕೆ ಪರಿಸ್ಥಿತಿಯು ಹೆಚ್ಚುಹೆಚ್ಚು ಕಲುಷಿತವಾಗುತ್ತ ಬಂದುದೇ ಕಾರಣವಾಯಿತು. ಪ್ರಳಯವು ಎಲ್ಲವನ್ನೂ ನಾಶಮಾಡಿದ ಬಳಿಕ ಮತ್ತೆ ಹೊಸ ಸೃಷ್ಟಿಯೊಂದು ಮೂಡಿಬರುತ್ತದೆ. ಆಗ ಪತಿತಾವಸ್ಥೆಯಿಂದ ಮತ್ತೆ ಅಭ್ಯುದಯ ಕಾಲ ಪ್ರಾರಂಭವಾಗುತ್ತದೆ. ಆದಿಯ ಪರಿಶುದ್ಧ ಸ್ಥಿತಿಯನ್ನು ಹೊಂದಲು ಅದು ಪುನಃ ನಿಧಾನವಾಗಿ ಮೇಲೇರುತ್ತದೆ ಎಂದು ವಿವೇಕಾನಂದರು ಹೊಸ ಚಿಂತನಬಿಂದುಗಳನ್ನು ನಮಗೆ ನೀಡಿದ್ದಾರೆ.

೪. ಟಾರ್ಟರ್ ಹಿಡಿದಿದೆ

ನಾವು ಕರ್ತವ್ಯವಿಮುಖರಾಗಬಾರದು. ಕರ್ತವ್ಯವನ್ನು ವೀರರಂತೆ ಸ್ವೀಕರಿಸಬೇಕು. ಕರ್ತವ್ಯನಿರ್ವಹಣೆಯ ವೇಳೆಯಲ್ಲಿ ಫಲಾಪೇಕ್ಷೆಯ ಕಡೆಗೆ ಮನಸ್ಸಿರಬಾರದು. ನಮ್ಮ ಮುಂದಿರುವ ಕೆಲಸದ ಸ್ವರೂಪದ ಕುರಿತಂತೆಯೂ ಹೆಚ್ಚು ತಲೆಕೆಡಿಸಿಕೊಳ್ಳಬಾರದು. ನಾವು ನಿಃಸ್ವಾರ್ಥಿಗಳಾಗಿದ್ದರೆ ಸಾಕು, ಏನನ್ನೂ ಚಿಂತಿಸಬೇಕಾಗಿಲ್ಲ. ಆಗ ನಮ್ಮನ್ನು ಯಾರೊಬ್ಬರೂ ತಡೆಯುವುದೂ ಇಲ್ಲ. ಎಲ್ಲ ಕರ್ಮಗಳೂ ಪವಿತ್ರವಾಗಿಬಿಡುತ್ತವೆ. ಸಿಂಹಾಸನದ ಮೇಲೆ ಕುಳಿತು ರಾಜ್ಯವಾಳುವ ಚಕ್ರವರ್ತಿಯ ಕರ್ಮದಷ್ಟೇ ನಮ್ಮ ಕರ್ಮವೂ ಶ್ರೇಷ್ಠವಾಗಿಬಿಡುತ್ತದೆ. ಯಾವುದೇ ಕರ್ತವ್ಯವನ್ನೂ "ಇದು ಬರೀ ಕೀಳು ಕೆಲಸ" ಎಂದು ಹಳಿಯುವ ಅಧಿಕಾರ ನಮಗಿಲ್ಲ ಎಂದು ಮುಂತಾಗಿ ಉಪದೇಶಿಸುತ್ತ, ಸ್ವಾಮಿವಿವೇಕಾನಂದರು "ಟಾರ್ಟರ್ ಜನಾಂಗದ ಒಬ್ಬನನ್ನು ಹಿಡಿದವನ ಕಥೆ ನಿಮಗೆ ಗೊತ್ತೆ" ಎನ್ನುತ್ತ ಆ ಕಥೆಯನ್ನು ಸಾರವತ್ತಾಗಿ ಬಿತ್ತರಿಸಿದ್ದಾರೆ.

ಒಂದು ವಿಸ್ತಾರವಾದ ಬಯಲಿನಲ್ಲಿ ಆಂಗ್ಲಸೈನ್ಯದ ತುಕಡಿಯೊಂದು ಬೀಡು ಬಿಟ್ಟಿತ್ತು. ಒಂದುದಿನ ಯಾವುದೋ ಕಾರ್ಯಾರ್ಥವಾಗಿ ಹೊರಕ್ಕೆ ಹೋಗಿದ್ದ ಸಿಪಾಯಿಯೊಬ್ಬನು, ತನ್ನ ಸೇನಾಬಿಡಾರಕ್ಕೆ ಮರಳಿಬಂದನು. ಅವನು ಸಾರ್ಜೆಂಟನ ಡೇರೆಯ ಬಳಿಗೆ ಬಂದಾಗ "ಸಾಹೇಬರೇ, ನಾನು ಒಬ್ಬ ಟಾರ್ಟರನನ್ನು ಹಿಡಿದಿದ್ದೇನೆ" ಎಂದು ಕೂಗಿಹೇಳಿದನು. ಸಾರ್ಜೆಂಟನು "ಒಳ್ಳೆಯದಾಯಿತು, ಅವನನ್ನು ಡೇರೆಯೊಳಕ್ಕೆ ಎಳೆದುಕೊಂಡು ಬಾ" ಎಂದು ಆಜ್ಞೆಮಾಡಿದನು. ಆ ಕಾಲಕ್ಕೆ ಟಾರ್ಟರರು ಆಂಗ್ಲರಿಗೆ ಶತ್ರುಗಳಾಗಿದ್ದರು. ಸಿಪಾಯಿಯಾದರೋ "ಇಲ್ಲ, ಅವನು ಬರುವುದಿಲ್ಲ" ಎಂದು ನಿಂತಲ್ಲಿಂದಲೇ ಹೇಳಿದನು. "ಹೋಗಲಿ ಬಿಡು, ನೀನಾದರೂ ಒಳಕ್ಕೆ ಬಾ" ಎಂದು ಸಾರ್ಜೆಂಟನು ಹೇಳಿದನು. ಅದಕ್ಕೆ ಸಿಪಾಯಿಯು "ಈ ಟಾರ್ಟರನು ನನ್ನನ್ನೂ ಒಳಕ್ಕೆ ಬರಲು ಬಿಡುತ್ತಿಲ್ಲ" ಎಂದು ಕೂಗಿಕೊಂಡನು.

ಸಿಪಾಯಿಯ ಉತ್ತರದಿಂದ ಸಿಡಿಮಿಡಿಗೊಂಡ ಸಾರ್ಜೆಂಟನು "ನೀನು ಟಾರ್ಟರನನ್ನು ಹಿಡಿದಿದ್ದೀಯೋ, ಟಾರ್ಟರನು ನಿನ್ನನ್ನು ಹಿಡಿದಿದ್ದಾನೋ" ಎಂದು ಪ್ರಶ್ನಿಸಿದನು. ಆಗ ಸಿಪಾಯಿಯು "ಸಾಹೇಬರೇ, ನಾನು ಟಾರ್ಟರನನ್ನು ಹಿಡಿದಿದ್ದೇನೆ, ಟಾರ್ಟರನೂ ನನ್ನನ್ನು ಹಿಡಿದಿದ್ದಾನೆ" ಎಂದು ಕಿರುಚಿಕೊಂಡನು. ಕೊನೆಗೂ ಯಾರನ್ನು ಯಾರು ಹಿಡಿದಿದ್ದಾರೆ,

ಯಾರಿಂದ ಯಾರು ಬಿಡಿಸಿಕೊಳ್ಳಬೇಕಾಗಿದೆ ಎಂಬುದು ತಿಳಿಯಲೇ ಇಲ್ಲ. ಈ ಕಥೆಯೇ ಕಾರಣವಾಗಿ "ಟಾರ್ಟರ್ ಹಿಡಿಯುವುದು" ಎಂಬ ಗಾದೆಮಾತೊಂದು ಆಂಗ್ಲರಲ್ಲಿ ಪ್ರಚಾರಕ್ಕೆ ಬರುವಂತಾಯಿತು. ನಾವು ಯಾವುದನ್ನಾದರೂ ಹಿಡಿಯಲು ಹೋದರೆ, ನಾವು ಹಿಡಿಯಲು ಹೋದ ವಸ್ತುವೇ ನಮ್ಮನ್ನು ಹಿಡಿದುಕೊಳ್ಳುತ್ತದೆ. ನಾವು ಅದನ್ನು ಹಿಡಿದೆವೋ, ಅದು ನಮ್ಮನ್ನು ಹಿಡಿಯಿತೋ ಎಂಬುದೇ ಕೊನೆಗೆ ಸಮಸ್ಯೆಯಾಗಿಬಿಡುತ್ತದೆ.

ಟರ್ಕರು, ಮಂಗೋಲಲರು ಮೊದಲಾದವರನ್ನೊಳಗೊಂಡ ಮಧ್ಯಏಷ್ಯಾದ ಒಂದು ಜನಾಂಗಕ್ಕೆ ಟಾರ್ಟರ್‌ಜನಾಂಗ ಎಂದು ಹೆಸರು. ತುರ್ಕಿ ಎಂಬುದು ಅವರ ಭಾಷೆ. ಟಾರ್ಟರ್ ಎಂಬ ಶಬ್ದಕ್ಕೆ ಒಡ್ಡ, ಒರಟ, ಮೊಂಡ, ಕಾಡುಮನುಷ್ಯ, ರೂಕ್ಷಮನುಷ್ಯ ಎಂಬ ಅರ್ಥಗಳೂ ಇವೆ. "ಒಬ್ಬನ ಶಕ್ತಿಗೆ ಮೀರಿದವನನ್ನು ಅನಿರೀಕ್ಷಿತವಾಗಿ ಎದುರಿಸು" ಎಂಬರ್ಥದಲ್ಲಿ ಆಂಗ್ಲದಲ್ಲಿ "ಕ್ಯಾಚ್ ಎ ಟಾರ್ಟರ್" ಎಂಬೊಂದು ನುಡಿಗಟ್ಟು ಬಳಕೆಯಲ್ಲಿದೆ.

"ನಾವು ನಮ್ಮ ಕರ್ತವ್ಯವನ್ನೆಲ್ಲ ಪಕ್ಕಕ್ಕೆ ತಳ್ಳಿ "ಇದರ ಸಹವಾಸವೇ ಬೇಡ" ಎಂದು ಬೆಟ್ಟದ ಮೇಲಕ್ಕೆ ಓಡಿಹೋಗಬಹುದು. ಅಲ್ಲೊಂದು ಗುಹೆಯೊಳಕ್ಕೆ ಸೇರಿಕೊಳ್ಳಬಹುದು ಇಲ್ಲವೆ ಗೊಂಡಾರಣ್ಯದ ಮಧ್ಯೆ ಇದ್ದುಬಿಡಬಹುದು. ಆದರೆ ನಮಗೆ ಬಿಡುಗಡೆಯೆಂಬುದೇನೂ ಇಲ್ಲ. ಅಲ್ಲಿಯೂ ನಾವು ನಮ್ಮದೇ ಆದ ಒಂದು ಪ್ರಪಂಚವನ್ನು ಸೃಷ್ಟಿಮಾಡಿಕೊಂಡಿರುತ್ತೇವೆ. ಅದೇ ಟಾರ್ಟರ್. ನಾವು ಸದಾಸರ್ವದಾ ಒಂದು ಟಾರ್ಟರನ್ನು ಹಿಡಿದುಕೊಂಡೇ ಇರುತ್ತೇವೆ. ನಾವು ಶಾಂತಿಯಿಂದಿರಲು ಬಿಡದೆ ನಮ್ಮ ಮನಸ್ಸು ಉದ್ವೇಗಕ್ಕೆ ಒಳಗಾಗುವಂತೆ ಮಾಡುವುದೇ ಟಾರ್ಟರ್. ಹೀಗೆ ಟಾರ್ಟರ್ ನಮ್ಮನ್ನು ಹಿಡಿದು, ನಾವು ಟಾರ್ಟರನ್ನು ಹಿಡಿದು, ನಮ್ಮ ಕೆಲಸ ಕೆಟ್ಟುಹೋದಾಗ "ಅವರಿಂದ ಹೀಗಾಯಿತು. ಇವರಿಂದ ಹಾಗಾಯಿತು" ಎಂದು ಹೊರಗಿನವರನ್ನು ದೂರುತ್ತೇವೆ. ನಮ್ಮಲ್ಲಿ ಟಾರ್ಟರ್ ಇರುವವರೆಗೆ "ಈ ಸನ್ನಿವೇಶ ಹಿತಕರವಾಗಿದೆ, ಈ ಸನ್ನಿವೇಶ ಕೆಟ್ಟುಹೋಗಿದೆ" ಎಂಬ ಭಾವನೆ ತಪ್ಪುವುದೇ ಇಲ್ಲ. ನಾವು ಟಾರ್ಟರ್‌ನನ್ನು ಸುಮ್ಮನಿರಿಸಿದಾಗ ಮಾತ್ರವೇ ಶಾಂತವಾಗಿರುವುದು ಸಾಧ್ಯವಾಗುತ್ತದೆ" ಎಂದು ವಿವೇಕಾನಂದರು ಉಪದೇಶಿಸಿದ್ದಾರೆ. ಸಾಕಪ್ಪಾ ಸಾಕು, ಈ ಟಾರ್ಟರ್ ಸಹವಾಸ!

ದಕ್ಷಿಣಆಫ್ರಿಕಾದಲ್ಲಿ ಇಂಗ್ಲಿಷರು ಏನನ್ನೋ ಮಾಡುತ್ತೇವೆಂದು ಹೋಗಿ ಟಾರ್ಟರ್ ಹಿಡಿದವರಂತಾಗಿಬಿಟ್ಟರಂತೆ. "ದಕ್ಷಿಣಆಫ್ರಿಕಾದಲ್ಲಿ ಇಂಗ್ಲಿಷರಿಗೆ ಟಾರ್ಟರನನ್ನು ಹಿಡಿದಂತಾಗಿದೆ ಎಂಬುದನ್ನು ಕೇಳಿ ನನಗೆ ವ್ಯಥೆಯಾಗುತ್ತಿದೆ" ಎಂದು ವ್ಯಂಗ್ಯವಾಡುತ್ತ ವಿವೇಕಾನಂದರು ಮಿಸ್ ಮೇರಿಹೇಲ್‌ಗೆ ಪತ್ರವೊಂದನ್ನು ಬರೆದು "ನೀನು ಯಾವುದನ್ನೂ ಹಿಡಿಯುವುದಕ್ಕೆ ಹೋಗಬೇಡ" ಎಂದಿದ್ದಾರೆ. ಟಾರ್ಟರ್‌ಕಥೆಯನ್ನು ಇಲ್ಲಿಯೂ ಉಲ್ಲೇಖಿಸಿದ್ದಾರೆ. ಐರೋಪ್ಯರು ದಕ್ಷಿಣಆಫ್ರಿಕಾ ಮುಂತಾದೆಡೆಗಳಲ್ಲಿ ಆದಿವಾಸಿಗಳನ್ನು

ಕಾಡುಮೃಗಗಳಂತೆ ಬೇಟೆಯಾಡಿದರು. ಹಾಗಿದ್ದೂ ಅವರು ಅಲ್ಲಿ ಇಂಗುತಿಂದ ಮಂಗನಂತಾದರು ಎಂಬುದನ್ನು ಸೂಚಿಸಲು "ಟಾರ್ಟರನ್ನು ಹಿಡಿದವರಂತಾದರು" ಎಂದು ಬರೆದಿರಬಹುದು ಎಂದು ತೋರುತ್ತದೆ.

"ಟಾರ್ಟರ್ ಜನಾಂಗದವರು ಮೊದಲಿಗೆ ಬೌದ್ಧರಾಗಿದ್ದು, ತರುವಾಯದ ಕಾಲದಲ್ಲಿ ಇಸ್ಲಾಂಧರ್ಮವನ್ನು ಸ್ವೀಕರಿಸಿದರು. ತರುವಾಯ ಯುದ್ಧೋನ್ಮಾದಕ್ಕೆ ತುತ್ತಾಗಿ ಧಾಳಿಕೋರರಾಗಿಬಿಟ್ಟರು. ಈ ತುರ್ಕಿ ಅಥವಾ ಟಾರ್ಟರರನ್ನೇ ಭಾರತದಲ್ಲಿ ತುರುಕರು ಎಂದು ಕರೆಯುವುದು ರೂಢಿಯಲ್ಲಿದೆ. ಟಾರ್ಟರರಿಗೆ ವಿದ್ಯಾರ್ಜನೆಯಲ್ಲಿ ಆಸಕ್ತಿಯಿರಲಿಲ್ಲ. ಅವರಿಗೆ ಗೊತ್ತಾಗುತ್ತಿದ್ದುದು ಹೋರಾಟವೊಂದೇ" ಎಂದು ಬಣ್ಣಿಸಿರುವ ವಿವೇಕಾನಂದರು "ದೇವಾಸುರರ ಯುದ್ಧ ಇನ್ನೂ ಬಹಳ ಕಾಲ ಮುಂದುವರಿಯುತ್ತದೆ. ದೇವತೆಗಳು ಅಸುರರ ಕನ್ಯೆಯನ್ನು ವಿವಾಹವಾಗುತ್ತಾರೆ. ಅಸುರರು ದೇವಕನ್ಯೆಯನ್ನು ಹೊತ್ತುಕೊಂಡು ಹೋಗುತ್ತಾರೆ. ಈ ಪ್ರಕಾರ ಪ್ರಬಲ ವರ್ಣಸಂಕರ ನಡೆಯುತ್ತದೆ" ಎಂದು ಕಾಲಜ್ಞಾನದ ಶೈಲಿಯಲ್ಲಿ ನುಡಿದಿರುವ ಭವಿಷ್ಯ ಸಮಕಾಲೀನ ಪರಿಸ್ಥಿತಿಯಲ್ಲಿ ನಿಚ್ಚಳವಾಗುತ್ತಿರುವುದು ನಮಗೆ ಗೋಚರಿಸುತ್ತಿದೆ. ಸ್ವಾಮಿ ವಿವೇಕಾನಂದರು ನಡೆಸಿರುವ ಜಗತ್ತಿನ ಇತಿಹಾಸದ ಈ ಸಿಂಹಾವಲೋಕನದ ಹಾಸುಬೀಸುಗಳು ನಮ್ಮನ್ನು ಆಶ್ಚರ್ಯಚಕಿತರನ್ನಾಗಿ ಮಾಡುತ್ತವೆ.

೫. ಛಡಿಯೇಟಿನ ಶಿಕ್ಷೆ

ನಾವು ಮಾಡುವ ಕರ್ಮಗಳಿಗೆಲ್ಲ, ಅವುಗಳ ಫಲವಾಗಿ ಅನುಭವಿಸುವ ಸುಖದುಃಖ ಗಳಿಗೆಲ್ಲ ನಾವೇ ಹೊಣೆಗಾರರಾಗಿದ್ದೇವೆ. ಆದರೆ ಅವರಿಂದಾಯಿತು, ಇವರಿಂದಾಯಿತು ಎಂದು ದೋಷವನ್ನು ಇನ್ನೊಬ್ಬರ ಮೇಲೆ ಕೂರಿಸಲು ಪ್ರಯತ್ನಿಸುತ್ತಿರುತ್ತೇವೆ. ಅದು ಹಾಗಿಲ್ಲ; ಬೆಂಕಿಯಲ್ಲಿ ಕೈಯಿಟ್ಟವರೂ ನಾವೆ; ಗಬ್ಬುನಾತದ ಹೊಲಸಿನ ಹೊಂಡವನ್ನು ನಿರ್ಮಿಸಿಕೊಂಡವರೂ ನಾವೆ. ಒಂದು ಅಚ್ಚನ್ನು ನಾವೇ ತಯಾರಿಸಿಕೊಂಡು, ಅದರೊಳಕ್ಕೆ ನಮ್ಮನ್ನು ನಾವೇ ಎರಕಹೊಯ್ದುಕೊಳ್ಳುತ್ತಿದ್ದೇವೆ. ಕಾರ್ಯಕ್ಕೊಂದು ಕಾರಣವಿದ್ದೇ ತೀರುತ್ತದೆ. ಅದೇ ಕಾರ್ಯಕಾರಣಸಂಬಂಧ.

ಒಬ್ಬ ಪುರುಷನನ್ನು ಅವನು ಸತ್ತಮೇಲೆ ಯಮದೂತರು ಯಮಲೋಕಕ್ಕೆ ಎಳೆದುಕೊಂಡು ಹೋದರು. ಅವನ ಪಾಪಗಳಿಗೆ ತಕ್ಕ ಶಿಕ್ಷೆ ವಿಧಿಸಬೇಕೆಂದು ಯಮಧರ್ಮರಾಯನ ಸಮ್ಮುಖದಲ್ಲಿ ನಿಲ್ಲಿಸಿದರು. ಚಿತ್ರಗುಪ್ತನು ಆ ವ್ಯಕ್ತಿಯ ಪಾಪಗಳ ಪಟ್ಟಿಯನ್ನು ಯಮನ ಮುಂದೆ ಓದಿದನು. ಆ ಪಾಪಗಳ ಪಟ್ಟಿಯಲ್ಲಿ ಅವನು ತನ್ನ ಹೆಂಡತಿಯನ್ನು ಹೊಡೆದುಬಡಿದು ಹಿಂಸಿಸುತ್ತಿದ್ದನು ಎಂಬುದೂ ಒಂದಾಗಿತ್ತು. ಆಗ ಯಮನು "ಇವನು ಯಾರನ್ನು ಗುರುವಾಗಿ ಮಾಡಿಕೊಂಡಿದ್ದನು" ಎಂದು ಕೇಳಿದನು. "ಇವನು ಯಾರನ್ನೂ ಗುರುವಾಗಿ ಮಾಡಿಕೊಂಡಿರಲಿಲ್ಲ ಮಹಾಪ್ರಭು" ಎಂದು ಚಿತ್ರಗುಪ್ತನು ಉತ್ತರಿಸಿದನು. "ಹೆಂಡತಿಯನ್ನು ಹಿಂಸಿಸುತ್ತಿದ್ದ ತಪ್ಪಿಗಾಗಿ ಈತನಿಗೆ ಮೂವತ್ತು ಛಡಿಯೇಟುಗಳನ್ನು ಕೊಡಿ, ಮಿಕ್ಕ ಪಾಪಗಳಿಗೆ ತಕ್ಕ ಶಿಕ್ಷೆಯನ್ನು ಆಮೇಲೆ ವಿಚಾರಿಸೋಣ" ಎಂದು ಯಮಧರ್ಮನು ಆಜ್ಞೆಮಾಡಿದನು. ತರುವಾಯ ಯಮದೂತರು ಹಿಡಿದು ತಂದಿದ್ದ ಮತ್ತೊಬ್ಬ ಪುರುಷನನ್ನು ವಿಚಾರಣೆಗಾಗಿ ಹಾಜರುಪಡಿಸಿದರು. ಚಿತ್ರಗುಪ್ತನು ಅವನ ಪಾಪಗಳ ಪಟ್ಟಿಯನ್ನು ಒಪ್ಪಿಸಿದನು. ಅದರಲ್ಲಿ ಅವನು ತನ್ನ ವೃದ್ಧೆಯಾದ ತಾಯಿಯನ್ನು ಅನಾದರಣೆ ಮಾಡಿ ನಿಂದಿಸುತ್ತಿದ್ದನು ಎಂಬುದೂ ಇತ್ತು. ಆಗ ಯಮನು "ಇವನಿಗೆ ಯಾರು ಗುರುವಾಗಿದ್ದರು" ಎಂದು ಕೇಳಿದ್ದಕ್ಕೆ ಚಿತ್ರಗುಪ್ತನು "ಗುರುವೊಬ್ಬನಿದ್ದನು, ಅವನೂ ಈಗ ನಮ್ಮ ಲೋಕದಲ್ಲಿಯೇ ಇದ್ದಾನೆ" ಎಂದು ತಿಳಿಸಿದನು. "ತಾಯಿಯನ್ನು ಅಸಡ್ಡೆ ಮಾಡಿದ್ದಕ್ಕೆ ಇವನಿಗೂ ಮೂವತ್ತು ಛಡಿಏಟು ಕೊಡಿ, ಮಿಕ್ಕ ಪಾಪಗಳನ್ನು ಆಮೇಲೆ ವಿಚಾರಿಸೋಣ. ಆ ಛಡಿಯೇಟುಗಳಲ್ಲಿ ಹದಿನೈದನ್ನು

ಮಾತ್ರ ಇವನಿಗೆ ಕೊಟ್ಟು ಮಿಕ್ಕ ಹದಿನೈದನ್ನು ಇಲ್ಲಿಯೇ ಇರುವ ಇವನ ಗುರುವಿಗೆ ಮೀಸಲಾಗಿಡಿ" ಎಂದು ಯಮನು ಆಜ್ಞಾಪಿಸಿದನು.

ಒಂದುಬಾರಿ ಚಲಿಸಲು ಪ್ರಾರಂಭಿಸಿದ ಕರ್ಮಚಕ್ರವು ಎಡೆಬಿಡದೆ ಸುತ್ತುತ್ತಲೇ ಇರುತ್ತದೆ. ಅದನ್ನು ನಮ್ಮಿಂದ ನಿಲ್ಲಿಸುವುದು ಸಾಧ್ಯವಿಲ್ಲ. ಈ ಕರ್ಮಬಂಧನದಿಂದ ಹೊರಬರಬೇಕಾದರೆ ಕರುಣೆಯ ಸಾಕಾರಮೂರ್ತಿಯಾದ ದೇವರನ್ನೇ ಬೇಡಿಕೊಳ್ಳಬೇಕು. ಅವನು ಕಾರ್ಯಕಾರಣ ನಿಯಮವನ್ನು ಮೀರಿದವನಾಗಿದ್ದು, ಕರ್ಮಪಾಶದಿಂದ ಬಿಡಿಸಿ ಹೊರಕ್ಕೆ ತಂದಿಕ್ಕಿಬಿಡುತ್ತಾನೆ. ನಿಯಮಗಳು ಅವನನ್ನು ನಡೆಸುವುದಿಲ್ಲ. ಬದಲಾಗಿ ಅವನ ಇಚ್ಛೆಯಂತೆ ನಿಯಮಗಳು ಚಾಲ್ತಿಯಲ್ಲಿರುತ್ತವೆ.

ಗುರುವೆನಿಸಿದವನು ಸರಿಯಾಗಿ ಮಾರ್ಗದರ್ಶನ ಮಾಡದಿದ್ದರೆ, ಶಿಷ್ಯನು ಮಾಡಿದ ತಪ್ಪಿಗೆ, ಗುರುವೂ ಶಿಕ್ಷೆಯನ್ನು ಅನುಭವಿಸಬೇಕಾಗುತ್ತದೆ ಎಂಬ ಸಂಗತಿ ಮೇಲಿನ ದೃಷ್ಟಾಂತದಲ್ಲಿ ಕೂಡಿಕೊಂಡಿದೆ. ಈ ಸನ್ನಿವೇಶಕ್ಕೆ ಸ್ವಾಮಿ ವಿವೇಕಾನಂದರು "ಧರ್ಮೋಪದೇಶ ಕೊಡುವುದರಲ್ಲಿ ದೊಡ್ಡ ಅನಾಹುತವೇ ಕಾದಿದೆ. ನಾನಂತೂ ಧರ್ಮೋಪದೇಶ ಮಾಡುತ್ತಲೇ ಲೋಕವನ್ನೆಲ್ಲ ಸಂಚರಿಸುತ್ತಿದ್ದೇನೆ. ನನಗಾಗಿ ಏನು ಕಾದಿದೆಯೋ ನಾ ಕಾಣೆ. ಲೆಕ್ಕವಿಲ್ಲದಷ್ಟು ಜನರು ನನ್ನ ಶಿಷ್ಯರಾಗಿ ನನ್ನಿಂದ ಉಪದೇಶ ಕೇಳಿದ್ದಾರೆ. ಹಾಗೆ ಉಪದೇಶ ಕೇಳಿಸಿಕೊಂಡ ಪ್ರತಿಯೊಬ್ಬ ಶಿಷ್ಯನ ಕಡೆಯಿಂದಲೂ ನನಗೆ ಹದಿನೈದು ಛಡಿಏಟುಗಳು ಮೀಸಲಾದರೆ, ಆ ದೇವರೇ ನನಗೆ ದಾರಿತೋರಿಸಬೇಕು" ಎಂದು ನಗೆಯ ಅಲೆಯನ್ನೇ ಎಬ್ಬಿಸಿದ್ದಾರೆ.

೬. ಏಕತೆ ಮತ್ತು ವಿವಿಧತೆ

ಏಕತೆ ಮತ್ತು ವಿವಿಧತೆಗಳ ನಡುವೆ ಯಾವುದು ಸತ್ಯ ಎಂಬುದು ಅತ್ಯಂತ ಪುರಾತನವಾದ ಪ್ರಶ್ನೆ. "ಏಕತೆಯೆಂಬುದೇ ಸತ್ಯ, ವಿವಿಧತೆಯು ಭ್ರಾಂತಿ, ಏಕತೆಯ ಕಡೆಗೆ ಹೋಗಿ" ಎಂಬುದು ಒಂದು ವಾದವಾದರೆ, "ಏಕತೆಯನ್ನು ಆಶಿಸಬೇಡಿ, ಅದೊಂದು ಭ್ರಾಂತಿ, ವೈವಿಧ್ಯದ ಕಡೆಗೆ ಹೋಗಿ" ಎಂಬುದು ಇನ್ನೊಂದು ವಾದವಾಗಿದೆ. ಮ್ಯಾಕ್ಸ್‌ಮುಲ್ಲರ್ ಎಂಬ ತತ್ತ್ವಜ್ಞಾನಿಯು ಬರೆದಿರುವ ಕಥೆಯೊಂದನ್ನು ಸ್ವಾಮಿವಿವೇಕಾನಂದರು ನೆನಪಿಸಿ ಕೊಳ್ಳುತ್ತ, ಈ ಎರಡೂ ಪಕ್ಷಗಳನ್ನು ಸಮನ್ವಯಗೊಳಿಸಿದ್ದಾರೆ.

ಒಂದುದಿನ ಒಬ್ಬ ಬ್ರಾಹ್ಮಣನು ಗ್ರೀಸ್‌ದೇಶದ ತತ್ತ್ವಜ್ಞಾನಿಯಾದ ಸಾಕ್ರಟೀಸ ನೊಡನೆ ವಿಚಾರವಿನಿಮಯ ನಡೆಸಲೆಂದು ಹೋದನು. ಮೊದಲಿಗೆ ಬ್ರಾಹ್ಮಣನು ಸಾಕ್ರಟೀಸನನ್ನು ಉದ್ದೇಶಿಸಿ "ಜ್ಞಾನದ ಪರಮಗುರಿ ಯಾವುದು ಮಹಾಶಯರೇ" ಎಂದು ಕೇಳಿದನು. ಅದಕ್ಕೆ ಸಾಕ್ರಟೀಸನು "ನಾವು ಮನುಷ್ಯನನ್ನು ತಿಳಿದುಕೊಳ್ಳಬೇಕೆಂದು ಬಯಸುತ್ತೇವೆ. ಹಾಗೆ ಮನುಷ್ಯನನ್ನು ಅರಿಯುವುದೇ ಎಲ್ಲ ಜ್ಞಾನದ ಪರಮಗುರಿ" ಎಂದನು. ಅದಕ್ಕೆ ಬ್ರಾಹ್ಮಣನು "ಆಗಲಿ ಈ ವಿಚಾರವು ಯೋಗ್ಯವಾಗಿದೆ" ಎಂದನು. ಆ ಬಳಿಕ ಸಾಕ್ರಟೀಸನು "ಈ ವಿಚಾರದಲ್ಲಿ ನಿಮ್ಮ ಅಭಿಪ್ರಾಯವೇನು ಸ್ವಾಮಿ" ಎಂದು ಕೇಳಿದನು. ಅದಕ್ಕೆ ಬ್ರಾಹ್ಮಣನು "ನಾವು ಸನಾತನಧರ್ಮದ ಸಂಪ್ರದಾಯಕ್ಕೆ ಸೇರಿದವರು. ನಾವು ದೇವರನ್ನು ತಿಳಿದುಕೊಳ್ಳಬೇಕೆಂದು ಹಂಬಲಿಸುತ್ತೇವೆ. ಮನುಷ್ಯನು ದೇವರ ಸೃಷ್ಟಿಯಾದ್ದರಿಂದ, ದೇವರನ್ನು ಅರಿಯದೆ ಮನುಷ್ಯನನ್ನು ಅರಿಯುವುದು ಹೇಗೆ ಸಾಧ್ಯ? ದೇವರನ್ನು ಅರಿಯುವುದೇ ಎಲ್ಲ ಜ್ಞಾನದ ಪರಮಗುರಿ" ಎಂದು ತನ್ನ ಅಭಿಪ್ರಾಯವನ್ನು ಹೇಳಿದನು. ಅದಕ್ಕೆ ಸಾಕ್ರಟೀಸನು "ಆಗಲಿ, ನಿಮ್ಮ ವಿಚಾರವೂ ಮನನ ಯೋಗ್ಯವಾಗಿದೆ" ಎಂದನು.

ಈ ಕಥೆಯ ಮುಕ್ತಾಯದಲ್ಲಿ ವಿವೇಕಾನಂದರು "ಒಬ್ಬರು ಪ್ರಕೃತಿಯಲ್ಲಿ ದೇವರನ್ನು ನೋಡುತ್ತಾರೆ. ಮತ್ತೊಬ್ಬರು ದೇವರಲ್ಲಿ ಪ್ರಕೃತಿಯನ್ನು ನೋಡುತ್ತಾರೆ. ಸದ್ಯಕ್ಕೆ ನಾವು ಈ ಎರಡೂ ಪಕ್ಷಗಳನ್ನು ನಿಷ್ಪಕ್ಷಪಾತದಿಂದ ನೋಡುವ ಸ್ಥಿತಿಯಲ್ಲಿದ್ದೇವೆ. 'ಜೀವನ' ಎಂಬುದು ಇರಬೇಕಾದರೆ, 'ವೈವಿಧ್ಯ'ಎಂಬುದೂ ಇದ್ದೇ ತೀರಬೇಕು. ಮಾನವನನ್ನು ಅರಿತರೆ ಮಾತ್ರ ದೇವರನ್ನು ಅರಿಯಬಹುದು ಎಂಬುದು ಎಷ್ಟು ಸತ್ಯವೋ, ದೇವರನ್ನು

ಅರಿತರೆ ಮಾತ್ರ ಮಾನವನನ್ನು ಅರಿಯಬಹುದು ಎಂಬುದು ಕೂಡ ಅಷ್ಟೇ ಸತ್ಯ. ಇವೆರಡೂ ಮೇಲ್ನೋಟಕ್ಕೆ ವಿರೋಧಾಭಾಸವೆಂಬಂತೆ ಕಂಡುಬಂದರೂ ಇವು ಮಾನವನ ಸ್ವಭಾವಕ್ಕೆ ಪೂರಕವಾಗಿವೆ. ಇಡೀ ಬ್ರಹ್ಮಾಂಡವೇ ವಿವಿಧತೆಯಲ್ಲಿ ಏಕತೆಯನ್ನೂ ಏಕತೆಯಲ್ಲಿ ವಿವಿಧತೆಯನ್ನೂ ತೋರ್ಪಡಿಸುವ ಲೀಲಾಭೂಮಿಯಾಗಿದೆ" ಎಂದು ಮನೋಜ್ಞವಾಗಿ ಬಣ್ಣಿಸಿದ್ದಾರೆ.

೭. ನದಿಯನ್ನು ದಾಟುವುದು ಯಾವಾಗ

'ಮಾಯೆ' ಎಂಬುದು ಒಂದು ಸಿದ್ಧಾಂತವಲ್ಲ, ಜಗತ್ತು ಹೇಗೆ ನಡೆಯುತ್ತಿದೆಯೋ ಹಾಗೆಯೇ ಅದನ್ನು ವಿವರಿಸಿ ಹೇಳುವುದೇ ಮಾಯೆ. ಅರಿತೋ ಅರಿಯದೆಯೋ ಮನುಷ್ಯನು ತಾನು ಸಂಕೋಲೆಗಳಿಂದ ಬದ್ಧನಾಗಿದ್ದೇನೆಂದು ಭಾವಿಸಿಕೊಂಡಿದ್ದಾನೆ. ತಾನು ಏನಾಗಬೇಕೆಂದು ಬಯಸುತ್ತಿದ್ದಾನೆಯೋ, ಅವನು ಅದಾಗಿಲ್ಲ. ಅದಕ್ಕೆಲ್ಲ ಮಾಯೆಯೇ ಕಾರಣ. ಅದು ಎಲ್ಲೆಲ್ಲಿಯೂ ಹರಡಿಕೊಂಡಿದೆ, ಭಯಂಕರವೂ ಆಗಿದೆ. ಆದರೂ ನಾವು ಅದರ ಮೂಲಕವೇ ಕೆಲಸಮಾಡಬೇಕಾಗಿದೆ.

ಯುವಕನೊಬ್ಬನು ಗಂಗಾನದಿಯ ತೀರದಲ್ಲಿ ಪ್ರವಾಹವನ್ನೇ ನಿಟ್ಟಿಸುತ್ತಾ ಮೌನವಾಗಿ ಕುಳಿತಿದ್ದನು. ಹಾಗೆಯೇ ಅದೆಷ್ಟೋ ಹೊತ್ತು ಕಳೆದುಹೋಯಿತು. ಈ ನಡುವೆ ಯಾವಾಗಲೋ ಅವನ ಪರಿಚಿತನೊಬ್ಬನು ಅಲ್ಲಿಗೆ ಬಂದನು. "ಏನಯ್ಯಾ, ನದಿಯ ತೀರದಲ್ಲಿ ಹೀಗೆ ಆಲೋಚನಾಪರನಾಗಿ ಕುಳಿತಿದ್ದೀಯಲ್ಲಾ, ಏನು ಸಮಾಚಾರ" ಎಂದು ಕೇಳಿದನು. ಅದಕ್ಕವನು "ನದಿಯನ್ನು ದಾಟಿಹೋಗಬೇಕಾಗಿದೆ, ಅದಕ್ಕೇ ಕುಳಿತಿದ್ದೇನೆ" ಎಂದನು. ಪರಿಚಿತನಿಗೆ ಅಚ್ಚರಿಯಾಯಿತು. "ಕುಳಿತುಕೊಂಡೇ ಇದ್ದರೆ ನದಿಯನ್ನು ದಾಟುವುದು ಹೇಗೆ? ನೀರಿಗಿಳಿಯಬೇಡವೇ" ಎಂದು ಕೇಳಿದನು. ಅದಕ್ಕವನು "ನದಿಯ ನೀರೆಲ್ಲ ಹರಿದು ಬರಿದಾಗಿಬಿಡಲಿ ಎಂದು ಕಾಯುತ್ತಿದ್ದೇನೆ, ಆಮೇಲೆ ದಾಟುತ್ತೇನೆ" ಎಂದು ಹೇಳಿ ಅಚ್ಚರಿಮೂಡಿಸಿದನು.

ಆ ಯುವಕನೇ ನಾವು. ಪ್ರಪಂಚವೆಲ್ಲ ಹಸನಾದ ಮೇಲೆ ನಾನು ಕಾರ್ಯಪ್ರವೃತ್ತ ನಾಗುತ್ತೇನೆ, ಆನಂದವನ್ನು ಆಸ್ವಾದಿಸುತ್ತೇನೆ ಎಂದು ಹೇಳುವವನು ಮಾಯೆಗೆ ದಾಸನಾಗಿ ನಡೆಯುವವನಾಗುತ್ತಾನೆ. ಮಾಯೆಯನ್ನು ಅತಿಕ್ರಮಿಸಿ ಸಾಗಬೇಕಾಗಿದೆ. ಪ್ರಕೃತಿಯು ಮನುಷ್ಯನನ್ನು "ನೀನು ಕಾಡಿನಲ್ಲಿ ವಾಸಮಾಡು" ಎಂದಿತು. ಆಗ ಮನುಷ್ಯನು "ನಾನೇಕೆ ಕಾಡಿನಲ್ಲಿ ವಾಸಮಾಡಲಿ, ಮನೆಕಟ್ಟಿಕೊಂಡು ಊರಿನಲ್ಲಿರುತ್ತೇನೆ" ಎಂದು ಪ್ರಕೃತಿಯನ್ನು ಎದುರಿಸಿದನು. ಇತಿಹಾಸವೆಲ್ಲವೂ ಅವನು ಪ್ರಕೃತಿಯೊಡನೆ ಹೋರಾಡಿ ಜಯಶೀಲ ನಾಗಿರುವುದರ ವರ್ಣನೆಯೇ ಆಗಿದೆ. ಪ್ರಕೃತಿಯನ್ನು ಭೇದಿಸಿ ಸ್ವಾತಂತ್ರ್ಯದ ಆದಿಯನ್ನು ಕಂಡುಕೊಳ್ಳಬೇಕಾಗಿದೆ. ನೀರೆಲ್ಲ ಬರಿದಾಗಲೆಂದು ಕಾಯುತ್ತ ಕುಳಿತರೆ ದಾಟುವುದುಂಟೆ!

೮. ತಿರುಗುಬಾಣವಾದ ಪಾದ್ರಿಯ ಬೋಧನೆ

ಈ ಪ್ರಪಂಚವು ಸುಖಮಯವೂ ಅಲ್ಲ, ದುಃಖಮಯವೂ ಅಲ್ಲ; ಎರಡರ ಮಿಶ್ರಣ ವೆಂಬಂತೆ ತೋರುತ್ತದೆ. ನಾವು ಆ ಕಷ್ಟಸುಖಗಳ ಆಳಕ್ಕೆ ಇಳಿದುಹೋದಾಗ ಅದಕ್ಕೆಲ್ಲ ನಾವೇ ಹೊಣೆಗಾರರೆಂಬುದು ಮನವರಿಕೆಯಾಗುತ್ತದೆ. ಆಗ ನಾವು ಆಶಾವಾದಿ ಗಳಾಗುತ್ತೇವೆ. ಅಷ್ಟುಮಾತ್ರವಲ್ಲದೆ ವೇದಾಂತವು ಕೂಡ ಅದಕ್ಕೊಂದು ಪರಿಹಾರವನ್ನು ತೋರಿಸಿಕೊಡುತ್ತದೆ. ಲೋಕದಲ್ಲಿ ದುಃಖವೇ ಇಲ್ಲ, ದೋಷವೇ ಇಲ್ಲ ಎಂದೇನೂ ವೇದಾಂತವು ಅದನ್ನು ಮರೆಮಾಚಲು ಯತ್ನಿಸುವುದಿಲ್ಲ. ಅದು ಪ್ರಪಂಚದಲ್ಲಿ ಕಂಡುದನ್ನು ಕಂಡಂತೆ ಪರೀಕ್ಷಿಸುತ್ತದೆ. ಅದು ಮಗುವಿನ ಬಾಯಿಗೆ ಬಟ್ಟೆತುರುಕಿ ತತ್ಕಾಲಕ್ಕೆ ಅದನ್ನು ಸುಮ್ಮನಾಗಿಸುವ, ವ್ಯಕ್ತಿಗಳ ಕಣ್ಣಿಗೆ ಬಟ್ಟೆಕಟ್ಟಿ ಏನೂ ಕಾಣದಂತೆ ಮಾಡುವ ದುಸ್ಸಾಹಸಕ್ಕೆ ಕೈಹಾಕುವುದಿಲ್ಲ.

ಯಾವುದೋ ಒಂದು ಕುಟುಂಬದಲ್ಲಿ ಮನೆಯ ಯಜಮಾನನು ಅಕಾಲಮರಣಕ್ಕೆ ತುತ್ತಾದನು. ಅಲ್ಲಿ ನಾಲ್ಕಾರು ಮಕ್ಕಳಿದ್ದರು. ಎಲ್ಲರಿಗಿಂತ ಹಿರಿಯವನು ಇನ್ನೂ ಯುವಕ, ಕಾಲೇಜಿನಲ್ಲಿ ಓದುತ್ತಿದ್ದನು. ತಂದೆ ಸಂಪಾದಿಸಿಟ್ಟ ಆಸ್ತಿಯೇನೂ ಇರಲಿಲ್ಲ. ಈಗ ತಾಯಿಯ ರಕ್ಷಣೆ, ತಮ್ಮಂದಿರ ಪೋಷಣೆ ಮುಂತಾದ ಮನೆಯ ಜವಾಬ್ದಾರಿ ಸಂಪೂರ್ಣವಾಗಿ ಆ ಯುವಕನ ಮೇಲೆಯೇ ಬಿದ್ದಿತು. ಅವನ ತಂದೆಯ ಬಂಧುಗಳಾಗಲಿ, ಸ್ನೇಹಿತರಾಗಲಿ ಯಾರೂ ಸಹಾಯಕ್ಕೆ ಬರಲಿಲ್ಲ. 'ಆರಿಗಾರೂ ಇಲ್ಲ, ಕೆಟ್ಟವಂಗೆ ಕೆಳೆಯಿಲ್ಲ, ಜಗದ ನಂಟ ನೀನೇ ಅಯ್ಯ ಕೂಡಲಸಂಗಮದೇವ' ಎನ್ನುತ್ತಾರಲ್ಲಾ, ಹಾಗಾಯಿತು ಆ ಯುವಕನ ಪರಿಸ್ಥಿತಿ. ಆಗ ಆ ಯುವಕನು ತನಗೆ ಪರಿಚಿತನಾಗಿದ್ದ ಒಬ್ಬ ಪಾದ್ರಿಯ ಬಳಿಗೆ ಹೋದನು. ಅವನು ಗೃಹಸ್ಥನಾಗಿದ್ದನು. ಕೆಲವು ಕ್ರೈಸ್ತಪಂಗಡಗಳಲ್ಲಿ ಮದುವೆ ಯಾದವರು ಪಾದ್ರಿಯಾಗಲು ಏನೂ ಅಡ್ಡಿಯಿಲ್ಲ. ಯುವಕನು ಆ ಪಾದ್ರಿಯ ಬಳಿ ಅನಿರೀಕ್ಷಿತವಾಗಿ ತನಗೆ ಎರಗಿದ ಕಷ್ಟಗಳನ್ನೆಲ್ಲ ಹೇಳಿಕೊಂಡನು. ಅವನಿಂದ ತತ್ಕಾಲಕ್ಕೆ ಏನಾದರೂ ಸಹಾಯ ಒದಗಬಹುದೇನೋ ಎಂದು ಆ ಯುವಕನು ಆಸೆಯಿಟ್ಟು ಕೊಂಡಿದ್ದನು. ಆದರೆ ಪಾದ್ರಿಯು ತನ್ನದೇ ಆದ ಶೈಲಿಯಲ್ಲಿ ಉಪದೇಶ ಮಾಡಿದನೇ ಹೊರತು ಸಹಾಯಹಸ್ತವನ್ನೇನೂ ಚಾಚಲಿಲ್ಲ. "ನಿನ್ನ ಮನೆಯ ಪರಿಸ್ಥಿತಿ ಸದ್ಯಕ್ಕೆ ದುಃಖ ವೆಂದು ತೋರುತ್ತಿದ್ದರೂ ಅದೆಲ್ಲ ನಿನ್ನ ಒಳ್ಳೆಯದಕ್ಕೆಂದೇ ತಿಳಿದುಕೋ. ಆ ದುಃಖದ

ಹಿಂದೆ ಒಳ್ಳೆಯದೇ ಇದೆ. ದೇವರು ಮಾಡುವುದೇ ಹಾಗೆ" ಎಂದು ಬೋಧಿಸಿದನು. ಅದು ಗಾಯದ ಮೇಲೆ ಬರೆಯೆಳೆದಂತಾಯಿತೇ ಹೊರತು, ಆ ಗಾಯಕ್ಕೆ ಕೈಲಾದ ಉಪಚಾರ ಮಾಡುವ ಉಪಕ್ರಮವಾಗಲಿಲ್ಲ. ಅದು ಗಾಯದ ಮೇಲೆ ಚಿನ್ನದ ರೇಕುಗಳನ್ನಿಟ್ಟು ಮುಚ್ಚಿಬಿಡುವ ಕಾರ್ಯದಂತೆ ಆಯಿತು. ಮನಸ್ಸಿನಲ್ಲಿ ದಯೆಯಿಲ್ಲದವನ ಕಣ್ಣು ಕಣ್ಣಲ್ಲ, ಅದು ಹುಣ್ಣಿಗೆ ಸಮ. ಯುವಕನು ನಿರಾಶನಾಗಿ ಹೊರಟುಹೋದನು. ಲೋಕವು ಯಾರನ್ನು ತಾನೇ ನೆಚ್ಚಿಕೊಂಡು ನಡೆಯುತ್ತದೆ! ಯುವಕನು ಹೇಗೋ ಬದುಕಿನ ಬಂಡಿಯನ್ನು ಎಳೆಯುತ್ತಿದ್ದನು.

ಹೀಗೆಯೇ ಆರುತಿಂಗಳು ಕಳೆಯಿತು. ಪಾದ್ರಿಗೊಂದು ಗಂಡುಮಗು ಹುಟ್ಟಿತು. ಅದಕ್ಕಾಗಿ ಅವನೊಂದು ಸಂತೋಷಕೂಟವನ್ನು ಏರ್ಪಡಿಸಿಕೊಂಡು, ತನಗೆ ಬೇಕಾದವರನ್ನೆಲ್ಲ ಆಹ್ವಾನಿಸಿದನು. ಆ ಸಮಾರಂಭಕ್ಕೆ ಪಾದ್ರಿಯು ಈ ಯುವಕನನ್ನೂ ಬರಮಾಡಿಕೊಂಡನು. ಆ ಹೊತ್ತಿನಲ್ಲಿ ಪಾದ್ರಿಯು "ದೇವರು ಕೃಪಾಳುವಾಗಿದ್ದಾನೆ. ನನಗೊಂದು ಮುದ್ದಾದ ಮಗುವನ್ನು ದಯಪಾಲಿಸಿದ್ದಾನೆ. ಅದರಿಂದ ನನಗೆ ಬಹಳ ಸಂತೋಷವಾಗಿದೆ. ಅದಕ್ಕಾಗಿ ಆ ದೇವರಿಗೆ ನನ್ನ ಕೃತಜ್ಞತೆಗಳನ್ನು ಸಮರ್ಪಿಸುತ್ತಿದ್ದೇನೆ. ಈ ಸಮಾರಂಭಕ್ಕೆ ಆಗಮಿಸಿದ ನಿಮಗೂ ಧನ್ಯವಾದಗಳು" ಎಂದು ಪುಟ್ಟದೊಂದು ಭಾಷಣಮಾಡಿದನು.

ಆಗ ಯುವಕನು ಎದ್ದುನಿಂತು "ಅಯ್ಯಾ ಪಾದ್ರಿಗಳೇ, ನಿಮ್ಮ ಮನೆಯಲ್ಲಿ ಈಗ ನಡೆದಿರುವ ಘಟನೆ ಸುಖಕರವಾದುದೆಂದು ಹೇಗೆ ಹೇಳುತ್ತೀರಿ? ಇದು ದುಃಖಕರವೇ ಅಲ್ಲವೇ" ಎಂದು ಪ್ರಶ್ನಿಸಿದನು. ಆ ಮಾತು ಕೇಳಿ ಪಾದ್ರಿಯು ಅವಾಕ್ಕಾದನು. ಸ್ವಲ್ಪ ಸಾವರಿಸಿಕೊಂಡು "ಹೇಗೆ ದುಃಖಕರ" ಎಂದು ಕೇಳಿದನು. "ನಾನು ಈ ಮೊದಲು ನಿಮ್ಮಲ್ಲಿಗೆ ಬಂದು ನಮ್ಮ ತಂದೆಯ ಮರಣದ ಸಂಕಟವನ್ನೆಲ್ಲ ತೋಡಿಕೊಂಡಾಗ 'ಹೊರಗಿನ ತೋರಿಕೆಗೆ ಮಾತ್ರ ಈ ಘಟನೆ ದುಃಖವೆಂಬಂತೆ ಭಾಸವಾಗುತ್ತಿದೆ. ಆದರೆ ಸತ್ಯವಾಗಿ ಅದರ ಹಿಂದೆ ಸುಖವೇ ಇದೆ' ಎಂಬ ಅರ್ಥದ ಮಾತು ಹೇಳಿದಿರಿ. ಈಗ ನಿಮ್ಮ ಮನೆಯಲ್ಲಿ ಗಂಡುಮಗು ಹುಟ್ಟಿರುವುದು ಕೂಡ ಹೊರಗಿನ ತೋರಿಕೆಗೆ ಮಾತ್ರ ಸುಖ, ಆದರೆ ಸತ್ಯವಾಗಿ ಅದರ ಹಿಂದೆ ದುಃಖವೇ ಇದೆ ಎಂದು ಹೇಳಬಹುದಲ್ಲವೇ" ಎಂದು ವಿವರಿಸಿದನು. ತನ್ನ ಬೋಧನೆಯು ತನಗೇ ತಿರುಗುಬಾಣವಾದುದಕ್ಕೆ ಪಾದ್ರಿಯ ಮುಖ ಚಿಕ್ಕದಾಯಿತು.

ಸ್ವಾಮಿ ವಿವೇಕಾನಂದರು ಈ ಕಥೆಯನ್ನು ಮುಂದಿಟ್ಟುಕೊಂಡು ಪಾದ್ರಿಯ ದೃಷ್ಟಿಯಿಂದ ಮತ್ತು ಯುವಕನ ದೃಷ್ಟಿಯಿಂದ ಎಂಬಂತೆ– ಎರಡು ಆಯಾಮಗಳಲ್ಲಿ ನೀತಿಬೋಧೆ ಮಾಡಿದ್ದಾರೆ. "ನೀವು ಒಳ್ಳೆಯವರಾಗಿ. ಆದರೆ ಗಾಯವನ್ನು ಚಿನ್ನದ ರೇಕುಗಳಿಂದ ಮುಚ್ಚುವ ಹುಚ್ಚುತನದ ಕಾರ್ಯವನ್ನು ಮಾಡಬೇಡಿ. ದುಃಖಿಸುವವರ ವಿಷಯದಲ್ಲಿ ದಯಾವಂತರಾಗಿ" ಎಂದು ಪಾದ್ರಿಯ ಸ್ವಭಾವದ ಮನುಜರಿಗೆ

ಉಪದೇಶಿಸಿದ್ದಾರೆ. ಯುವಕನನ್ನು ಕೇಂದ್ರವಾಗಿಟ್ಟುಕೊಂಡು ವೇದಾಂತದ ಬಲದಿಂದ ಕಷ್ಟಗಳನ್ನು ಎದುರಿಸುವುದು ಹೇಗೆ ಎಂಬುದನ್ನು ತಿಳಿಯಹೇಳಿದ್ದಾರೆ. ಈ ಜಗತ್ತು ಒಳ್ಳೆಯದು ಮತ್ತು ಕೆಟ್ಟದ್ದು ಎಂಬ ಎರಡೂ ಸಂಗತಿಗಳ ಮಿಶ್ರಣವಾಗಿದೆ. ಈ ಒಳ್ಳೆಯದು ಮತ್ತು ಈ ಕೆಟ್ಟದ್ದರ ಹಿಂದೆ ಆತ್ಮರೆನಿಸಿದ 'ನಾವೇ' ಇದ್ದೇವೆ. ನಾವು ಬಂಧನಕ್ಕೆ ಒಳಗಾದವರಲ್ಲ, ಪ್ರಕೃತಿಯ ದಾಸರೂ ಅಲ್ಲ. ನಾವು ಸೂರ್ಯ ಚಂದ್ರ ನಕ್ಷತ್ರಾದಿಗಳನ್ನೆಲ್ಲ ಮೀರಿದವರಾಗಿದ್ದೇವೆ ಎಂದು ಭಾವಿಸಿದರೆ, ಒಳ್ಳೆಯದು ಮತ್ತು ಕೆಟ್ಟದ್ದು ಎಂಬ ದ್ವಂದ್ವವನ್ನು ನಿಗ್ರಹಿಸಲು ಸಮರ್ಥರಾಗುತ್ತೇವೆ. ಆಗ ನಮಗೆ "ಒಳ್ಳೆಯದು ಎಷ್ಟು ಆಪ್ಯಾಯಮಾನವಾಗಿದೆ, ಕೆಟ್ಟದ್ದು ಸಹ ಎಷ್ಟು ಅದ್ಭುತವಾಗಿದೆ" ಎಂದು ಹೇಳುವಷ್ಟು ಧೈರ್ಯ ಉಕ್ಕಿಬರುತ್ತದೆ. ಈ ಬದುಕು ಕಠಿಣವೆಂಬುದು ಸತ್ಯ. ಆದರೆ ಆ ಕಠಿಣತೆಯ ಮೂಲಕವೇ ಧೀರರಾಗಿ ಸುಖದ ಮಾರ್ಗವನ್ನು ಕಂಡುಕೊಳ್ಳಬೇಕಾಗಿದೆ.

೬. ನಾನೇ ಅವನು ನಾನೇ ಅವನು

ಒಬ್ಬ ಮನುಷ್ಯನು ದುಃಖಕೂಪದಲ್ಲಿ ಬಿದ್ದಿರುವಾಗ, ಪರಮಾತ್ಮವಸ್ತುವು ತನ್ನ ಜ್ಯೋತಿ ಕಿರಣವೊಂದನ್ನು ಅವನೆಡೆಗೆ ಕಳುಹಿಸುತ್ತದೆ. ಆಗ ಆ ಮನುಷ್ಯನು ಎಚ್ಚೆತ್ತುಕೊಂಡು ಮೇಲೆದ್ದುಬಿಡಬೇಕು. ಜೀವನವೆಂಬುದೊಂದು ಕ್ರೀಡಾಭೂಮಿ. ಆಟದಲ್ಲಿ ಎಷ್ಟೇ ಪೆಟ್ಟು ತಿಂದು ಜರ್ಝರಿತನಾಗಿದ್ದರೂ ಎದ್ದುನಿಂತನೆಂದರೆ, ನಾಶವಾಗದೆ ಅಮೃತತ್ತ್ವವನ್ನು ಪಡೆದುಕೊಂಡುಬಿಡಬಹುದು.

ತಮ್ಮ ದೇಶಸಂಚಾರಕಾಲದಲ್ಲಿ ಸ್ವಾಮಿ ವಿವೇಕಾನಂದರು ಪರಿಪರಿಯಾದ ಸಂಕಟಗಳಿಗೆ ತುತ್ತಾಗುತ್ತಿದ್ದರು. ಒಮ್ಮೆಯಂತೂ ಹಲವು ದಿನಗಳು ಅನ್ನಾಹಾರಗಳಿಲ್ಲದೆ ಕಂಗೆಟ್ಟಿದ್ದರು. ಮುಳ್ಳುಚುಚ್ಚಿಯೋ ಕಲ್ಲುಎಡವಿಯೋ ಕಾಲೆಲ್ಲ ಗಾಯವಾಗಿಬಿಟ್ಟಿತ್ತು. ಸುಸ್ತುಸಂಕಟಗಳಿಂದ 'ಇಲ್ಲಿಂದ ಮುಂದಕ್ಕೆ ಒಂದು ಹೆಜ್ಜೆಯನ್ನೂ ಇಡಲಾರೆ' ಎಂಬ ಸ್ಥಿತಿಯನ್ನು ತಲಪಿಬಿಟ್ಟರು. ಆಗ ಆ ದಾರಿಯಲ್ಲಿ ಸಿಕ್ಕಿದ ಯಾವುದೋ ಒಂದು ಮರದ ನೆರಳಿನಲ್ಲಿ ಉಸ್ಸಪ್ಪಾ ಎಂದು ಉರುಳಿಕೊಂಡುಬಿಟ್ಟರು. ಅವರು ಮಾತನಾಡುವ ಸ್ಥಿತಿಯಲ್ಲಿರಲಿಲ್ಲ. ಏನನ್ನೂ ಆಲೋಚಿಸುವ ಸ್ಥಿತಿಯಲ್ಲಿರಲಿಲ್ಲ. ಅವರನ್ನು ಮೇಲೆತ್ತುವವರಾಗಲಿ, ಉಪಚರಿಸುವವರಾಗಲಿ ಆಗ ಅಲ್ಲಿರಲಿಲ್ಲ. ಪ್ರಾಣವಾಯು ಹಾರಿಹೋಗುವಂತಿತ್ತು.

ಆಗ ಇದ್ದಕ್ಕಿದ್ದಂತೆ ಅವರಲ್ಲಿ ಯಾವುದೋ ಚೈತನ್ಯದ ಸಂಚಾರವಾದಂತಾಯಿತು. ಅವರು ಮರುಕ್ಷಣದಲ್ಲಿಯೇ "ನನಗೆ ಅಂಜಿಕೆಯೆಂಬುದಿಲ್ಲ, ನನಗೆ ಮರಣವೆಂಬುದಿಲ್ಲ, ನನಗೆ ಹಸಿವುಬಾಯಾರಿಕೆಗಳಿಲ್ಲ ಇಡೀ ಪ್ರಕೃತಿಯೇ ನನಗೆ ವಿರುದ್ಧವಾಗಿ ಎದ್ದುನಿಂತರೂ ಅದು ನನ್ನನ್ನು ನಾಶಪಡಿಸಲಾರದು. ಅದು ನನಗೆ ಸೇವಕನಾಗಿದೆ. ಹೇ ದೇವದೇವನೇ, ಸರ್ವೇಶ್ವರನೇ, ನಿನ್ನ ಶಕ್ತಿಯನ್ನು ವ್ಯಕ್ತಗೊಳಿಸು, ಮೇಲೆದ್ದು ನಡೆ, ನಿಲ್ಲಬೇಡ, ಹರಿಃ ಓಂ ತತ್ಸತ್, ನಾನೇ ಅವನು, ನಾನೇ ಅವನು" ಎಂದು ಮೇಲಿಂದಮೇಲೆ ಹೇಳಿಕೊಂಡರು. ಅಷ್ಟಾಗುತ್ತಿದ್ದಂತೆಯೇ ಅವರ ಬಳಲಿಕೆಯೆಲ್ಲವೂ ನೀಗಿ ಅವರ ಶರೀರದಲ್ಲಿ ಅಪೂರ್ವ ಶಕ್ತಿಯ ಸಂಚಾರವಾಯಿತು. ಅಸಹಾಯಕರಾಗಿ ನೆಲಕ್ಕಂಟಿ ಬಿದ್ದಿದ್ದವರು ಹೊಸಜೀವ ಬಂದಂತಾಗಿ ಮೇಲೆದ್ದು ಮುನ್ನಡೆದರು.

ನಾವು ಪಾಪಿಗಳು, ಅಂತ್ಯವುಳ್ಳವರು, ಎಂದೋ ಒಂದು ದಿನ ಸತ್ತುಹೋಗುವವರು

ಎಂಬ ಹೀನಭಾವನೆಯನ್ನು ಮನಸ್ಸಿಗೆ ತಂದುಕೊಳ್ಳಬಾರದು. ನಮ್ಮ ಎದುರಿಗಿರುವ ಅಮೃತತ್ವವನ್ನು ಹೀರುವ ಸಂಕಲ್ಪಮಾಡಬೇಕು. "ಆ ಪರಬ್ರಹ್ಮವು ನಾನೇ" ಎಂಬ ಭಾವನೆ ರಕ್ತಗತ, ಮಾಂಸಗತ, ಅಸ್ಥಿಗತವಾಗಿಬಿಟ್ಟರೆ ಸಾಕು, ದುರ್ಬಲತೆಗಳ ಎಲ್ಲ ಕೆಟ್ಟ ಸ್ವಪ್ನಗಳೂ ಮಾಯವಾಗಿಬಿಡುತ್ತವೆ.

ಭಗವಂತನ ಆರಾಧನೆಯ ಇಚ್ಛೆಯೇನೋ ನಮಗಿದೆ. ಆದರೆ ನಮ್ಮಿಬ್ಬರ ಮಧ್ಯದಲ್ಲಿ ದೇಹವೇ ತಡೆಯೊಡ್ಡಿ ಕುಳಿತಿದೆ. ನಮಗೂ ಅವನಿಗೂ ಮಧ್ಯೆ ಪ್ರಕೃತಿಯು ಬಂದು, ಅದು ನಮ್ಮ ದೃಷ್ಟಿಯನ್ನು ಮಸುಕುಗೊಳಿಸಿದೆ. ಸಿಡಿಲಿನಲ್ಲಿ, ನಾಚಿಕೆಯಲ್ಲಿ, ದುಃಖದಲ್ಲಿ, ಪಾಪದಲ್ಲಿ ಅವನನ್ನು ಪೂಜಿಸುವುದನ್ನು, ಅವನನ್ನು ನೋಡುವುದನ್ನು ನಾವು ಅಭ್ಯಾಸ ಮಾಡಬೇಕು ಎಂದು ಈ ಸಂದರ್ಭಕ್ಕೆ ಹೊಂದುವ ಉಪದೇಶಗಳನ್ನು ವಿವೇಕಾನಂದರು ನೀಡಿದ್ದಾರೆ.

೧೦. ಮಹಾರಾಜ ಮತ್ತು ಮೋಚಿ

ಯಾವುದೇ ಕಾರ್ಯವನ್ನಾಗಲಿ ಪ್ರಾಮಾಣಿಕತೆಯಿಂದ ಮಾಡಿದರೆ ಅದರಿಂದ ಸಮಾಜಕ್ಕೆ ಹಿತವಾಗುತ್ತದೆ. ಕನಿಷ್ಠವಾದುದನ್ನೂ ಪರಿಷ್ಕಾರವಾಗಿ ಮಾಡಿದಾಗ ಅದರಿಂದ ಅದ್ಭುತ ಫಲಗಳು ಪ್ರಾಪ್ತವಾಗುತ್ತವೆ. ಹಾಗೆ ಮಾಡಬೇಕಾದರೆ ನಮ್ಮೊಳಗೇ ಭಗವಂತನಿದ್ದಾನೆ ಎಂಬ ಭಾವನೆ ನೆಲೆಯೂರಿರಬೇಕು. ಅದನ್ನೇ ಸಕಲರಿಗೂ ಬೋಧಿಸಬೇಕು. ಒಬ್ಬ ಬೆಸ್ತನು ನನ್ನೊಳಗೆ ದೇವರಿದ್ದಾನೆ ಎಂದು ಭಾವಿಸಿದರೆ ಅವನು ಉತ್ತಮವಾದ ಬೆಸ್ತನಾಗುತ್ತಾನೆ. ಒಬ್ಬ ವಿದ್ಯಾರ್ಥಿಯು ನನ್ನೊಳಗೆ ದೇವರಿದ್ದಾನೆ ಎಂದು ಭಾವಿಸಿದರೆ ಅವನು ಉತ್ತಮ ವಿದ್ಯಾರ್ಥಿಯಾಗುತ್ತಾನೆ. ಒಬ್ಬ ವಕೀಲನು ನನ್ನೊಳಗೆ ದೇವರಿದ್ದಾನೆ ಎಂದು ಭಾವಿಸಿದರೆ ಅವನು ಉತ್ತಮ ವಕೀಲನಾಗುತ್ತಾನೆ. ಈ ಹಿನ್ನೆಲೆಯಲ್ಲಿ ಜಾತಿಗಳು ಉಳಿದರೂ ಅದರಿಂದ ಸಮಾಜಕ್ಕೆ ಕೇಡಾಗುವುದಿಲ್ಲ. ಅದು ಎಲ್ಲರೂ ಮುಕ್ತಿಸಾಧಿಸಲು ದಾರಿತೋರಿಸುತ್ತದೆ.

ಒಬ್ಬ ದೊರೆಯ ಆಸ್ಥಾನದಲ್ಲಿ ಒಂದುದಿನ "ರಾಜ್ಯಭಾರ ಮಾಡುವ ದೊರೆಯು ಶ್ರೇಷ್ಠನೋ ಪಾದರಕ್ಷೆಯನ್ನು ಹೊಲಿಯುವ ಮೋಚಿಯು ಶ್ರೇಷ್ಠನೋ" ಎಂಬ ವಿಚಾರ ಚರ್ಚೆಗೆ ಬಂದಿತು. ಒಬ್ಬ ಮೋಚಿಯೂ ಆಗ ಆಸ್ಥಾನದಲ್ಲಿದ್ದನು. ರಾಜನ ಪರವಾಗಿ ಮಂತ್ರಿಯು ವಾದಮಾಡುತ್ತ "ದೊಡ್ಡದೊಂದು ರಾಜ್ಯವನ್ನು ನಮ್ಮ ದೊರೆಗಳು ಆಳುತ್ತಾರೆ; ಮೋಚಿಯಿಂದ ಆ ಕೆಲಸ ಆಗಲಾರದು. ಆದ್ದರಿಂದ ನಮ್ಮ ಮಹಾರಾಜರೆ ಶ್ರೇಷ್ಠರು" ಎಂದು ಪ್ರತಿಪಾದಿಸಿದನು. ಆಮೇಲೆ ಮೋಚಿಗೂ ತನ್ನ ಅಭಿಪ್ರಾಯವನ್ನು ಮಂಡಿಸುವ ಅವಕಾಶ ಕೊಡಲಾಯಿತು. ಆಗ ಮೋಚಿಯು "ನಾನು ಸುಂದರವಾದ ಪಾದರಕ್ಷೆಗಳನ್ನು ತಯಾರಿಸುತ್ತೇನೆ, ರಾಜ್ಯಭಾರ ಮಾಡಲಾರೆನೆಂಬುದು ಸರಿಯಾಗಿದೆ. ಆದರೆ ನಮ್ಮ ಮಹಾರಾಜರು ನನ್ನಹಾಗೆ ಆಕರ್ಷಕವಾದ ಪಾದರಕ್ಷೆಗಳನ್ನು ಹೊಲಿಯ ಬಲ್ಲರೇ ಎಂಬುದನ್ನು ನಾನು ತಿಳಿಯಬಯಸುತ್ತೇನೆ" ಎಂದನು. ಆಗ ದೊರೆಯೇ ನಡುವೆ ಬಾಯಿಹಾಕಿ "ಇಲ್ಲಪ್ಪಾ, ನಿಜವಾಗಿಯೂ ನನಗೆ ಪಾದರಕ್ಷೆ ಹೊಲಿಯಲು ಬರುವುದಿಲ್ಲ" ಎಂದನು. ಈ ಚರ್ಚೆಯ ಹಿನ್ನೆಲೆಯಲ್ಲಿ ಕೊನೆಗೆ "ಜಾತಿಯೆಂಬುದು ಪ್ರಕೃತಿ ನಿರ್ಮಿತವಾದುದು. ಅದರಿಂದ ಯಾರೂ ತಪ್ಪಿಸಿಕೊಳ್ಳುವುದು ಸಾಧ್ಯವಿಲ್ಲ. ನಾವು ಸಮಾಜದಲ್ಲಿ ಬೇರೆಬೇರೆ ಕರ್ತವ್ಯಗಳನ್ನು ನಿರ್ವಹಿಸುವವರಾಗಿದ್ದೇವೆ. ಹಾಗೆ ನಿರ್ವಹಿಸು ವಾಗ ರಾಜ್ಯಭಾರ ಮಾಡುವವನು ಹೆಚ್ಚಿನವನೆಂದಾಗಲಿ, ಪಾದರಕ್ಷೆ ಹೊಲಿಯುವವನು

ಕಡಿಮೆಯವನೆಂದಾಗಲಿ ಭಾವಿಸುವುದು ತರವಲ್ಲ" ಎಂಬ ತೀರ್ಮಾನವು ಹೊರ ಹೊಮ್ಮಿತು.

ದೇವರು ಪ್ರತಿಯೊಬ್ಬರಲ್ಲಿಯೂ ಸಮಾನವಾಗಿ ಇದ್ದಾನೆಂದಾದಮೇಲೆ ಎಲ್ಲರಿಗೂ ಸರಿಸಮಾನವಾದ ಹಕ್ಕುಗಳು ಪ್ರಾಪ್ತವಾಗಬೇಕು. ಪ್ರತ್ಯೇಕ ಹಕ್ಕು ಯಾರಿಗೂ ಇಲ್ಲ. "ನಿನ್ನಲ್ಲಿರುವಂತೆಯೇ ದೇವರು ನನ್ನಲ್ಲಿಯೂ ಇದ್ದಾನೆ, ಆದ್ದರಿಂದ ನಾವಿಬ್ಬರೂ ಸಮಾನರು" ಎಂದು ಯಾರಾದರೂ ಹೇಳಿದರೆ, ಅದನ್ನು ಒಪ್ಪಿಕೊಳ್ಳಲೇಬೇಕು ಎಂಬುದರಲ್ಲಿ ಎರಡು ಮಾತಿಲ್ಲ.

೧೧. ಜ್ಞಾನದೀಕ್ಷೆ

ನಮಗೊಬ್ಬ ಸದ್ಗುರುವಿನ ಮಾರ್ಗದರ್ಶನ ಬೇಕಾಗಿದೆ. ಅವನು ಕೇವಲ ಮಾನವನಾಗಿದ್ದರೆ ಸಾಲದು. ಅವನಲ್ಲಿ ಪ್ರಚಂಡ ಆಧ್ಯಾತ್ಮಿಕ ತರಂಗಗಳು ಹರಿಯುತ್ತಿರಬೇಕು. ನಾವು ಅಂತಹವನನ್ನು ಆಶ್ರಯಿಸಿ ಶಕ್ತಿಯನ್ನು ಪಡೆದುಕೊಳ್ಳಬೇಕು. ಕೆಲವು ವೇಳೆ ಅಂತಹ ಸದ್ಗುರುವು ನಮ್ಮ ಕನಸಿನಲ್ಲಿ ಬಂದು ತನ್ನ ಶಕ್ತಿಯನ್ನು ಧಾರೆಯೆರೆದುಬಿಡಲೂಬಹುದು. ಗುರುಶಕ್ತಿಯೆಂಬುದು ನಮಗೆ ಹಲವು ವಿಧಗಳಲ್ಲಿ ಒದಗಿಬರುತ್ತದೆ. ಸಾಧಾರಣ ಮನುಷ್ಯರ ಪಾಲಿಗಂತೂ ಅವನು ದೇಹಧಾರಿಯಾಗಿಯೇ ಬರಬೇಕು. ಅವನು ಬರುವ ವರೆಗೂ ನಾವು ಸಿದ್ಧತೆ ನಡೆಸುತ್ತಿರಬೇಕು.

ಒಮ್ಮೆ ಕ್ರೈಸ್ತಪಾದ್ರಿಯೊಬ್ಬರು ಸ್ವಾಮಿ ವಿವೇಕಾನಂದರನ್ನು ಕುರಿತು "ನೀವು ಏಸುಕ್ರಿಸ್ತನನ್ನು ನಂಬುತ್ತೀರಾ" ಎಂದು ಕೇಳಿದರು. ಅದಕ್ಕೆ ವಿವೇಕಾನಂದರು "ಓಹೋ ಏಕಿಲ್ಲ, ಹೆಚ್ಚು ಗೌರವದಿಂದಲೇ ನಂಬುತ್ತೇನೆ. ಬೈಬಲ್ ಕೂಡ ಓದಿದ್ದೇನೆ, ಅದೊಂದು ಅದ್ಭುತವಾದ ಗ್ರಂಥ" ಎಂದರು. ಆಗ ಪಾದ್ರಿಗಳು "ಹಾಗಾದರೆ ನೀವು ನಮ್ಮ ಕ್ರೈಸ್ತಮತ ದೀಕ್ಷೆಯನ್ನು ಏತಕ್ಕೆ ಸ್ವೀಕರಿಸಬಾರದು" ಎಂದು ಮತ್ತೊಂದು ಪ್ರಶ್ನೆಯನ್ನೆಸೆದರು. ಆಗ ವಿವೇಕಾನಂದರು "ಹೌದೇ, ನಾನು ದೀಕ್ಷೆ ತೆಗೆದುಕೊಳ್ಳಬೇಕೇ? ದೀಕ್ಷೆಯೆಂದರೇನು ಎಂಬುದು ಮೊದಲು ಸ್ಪಷ್ಟವಾಗಬೇಕಲ್ಲಾ, ದೀಕ್ಷೆಕೊಡುವವರು ಯಾರು ಎಂಬುದೂ ತಿಳಿಯಬೇಕಲ್ಲ, ಕೆಲವು ಮಂತ್ರಗಳನ್ನು ಉಚ್ಚರಿಸುತ್ತ ನೀರನ್ನು ದೇಹದ ಮೇಲೆ ಎರಚು ವುದೋ ಅಥವಾ ನೀರಿನಲ್ಲೇ ನನ್ನನ್ನು ಮುಳುಗಿಸಿಬಿಡುವುದೋ" ಎಂದು ವಿಷಯದ ಆಳಕ್ಕಿಳಿದುಬಿಟ್ಟರು. ಆಗ ಪಾದ್ರಿಗಳು "ಹಾಗಾದರೆ ನಿಮ್ಮ ಅಭಿಪ್ರಾಯದಲ್ಲಿ ದೀಕ್ಷೆ ಎಂದರೇನು ಎಂಬುದನ್ನು ನನಗೆ ತಿಳಿಸಿಕೊಡಿ" ಎಂದು ನಮ್ರತೆಯಿಂದಲೇ ಕೇಳಿದರು.

ಆಗ ವಿವೇಕಾನಂದರು "ದೀಕ್ಷೆಯೆಂದರೆ ಆಧ್ಯಾತ್ಮಿಕ ಜೀವನದ ಪ್ರತ್ಯಕ್ಷ ಪರಿಚಯ. ನಮಗೆ ನಿಜವಾದ ದೀಕ್ಷೆದೊರೆತರೆ 'ನಾವು ದೇಹವಲ್ಲ, ನಾವು ಆತ್ಮಸ್ವರೂಪಿಗಳು' ಎಂಬುದು ಗೊತ್ತಾಗಿಬಿಡಬೇಕು. ಅಂತಹ ದೀಕ್ಷೆಯನ್ನು ನೀವು ನನಗೆ ಕೊಡುವುದಾದರೆ ಸ್ವೀಕರಿಸುತ್ತೇನೆ. ನಾನು ನಿಮ್ಮಿಂದ ದೀಕ್ಷೆ ಸ್ವೀಕರಿಸಿದ ಬಳಿಕವೂ ನಾನು ಹಿಂದಿನಂತೆಯೇ ಇರುವುದಾದರೆ, "ಕ್ರಿಸ್ತನ ಹೆಸರಿನಲ್ಲಿ ನಾನು ದೀಕ್ಷೆಸ್ವೀಕರಿಸಿದ್ದೇನೆ" ಎಂದು ಹೇಳಿಕೊಳ್ಳು ವುದರಿಂದ ಆಗುವ ಪ್ರಯೋಜನವಾದರೂ ಏನು?" ಎಂದು ಪ್ರಶ್ನೆಯೆಸೆಯುತ್ತಲೇ

ಉತ್ತರಿಸಿದರು. "ಹೌದು, ನಾವೀಗ ಕೊಡುತ್ತಿರುವ ಜ್ಞಾನದೀಕ್ಷೆ ನಿಮ್ಮ ಪ್ರಯೋಜನಕ್ಕೆ ಬರುವುದಿಲ್ಲ" ಎಂದು ಹೇಳಿ ಪಾದ್ರಿಗಳು ಸುಮ್ಮನಾದರು. ವಿವೇಕಾನಂದರ ಚಿಂತನೆಯ ಹಾಸುಬೀಸುಗಳು ಅಷ್ಟು ಶಕ್ತಿಶಾಲಿಯಾಗಿದ್ದುವು!

ಕ್ಷಣಮಾತ್ರದಲ್ಲಿ ಮತ್ತೊಬ್ಬರನ್ನು ಮಾರ್ಪಡಿಸಬಲ್ಲ ಶಕ್ತಿಯು ಜೀವಂತರಾಗಿರುವ ಆತ್ಮಜ್ಞಾನಿಗಳಲ್ಲಿ ಮಾತ್ರ ಇರುತ್ತದೆ. ಅಂತಹ ದಿವ್ಯಜ್ಯೋತಿಗಳು ಆಗಾಗ ನಮಗೆ ಗೋಚರಿಸುತ್ತಲೂ ಇರುತ್ತಾರೆ. ಅಂತಹವರ ದರ್ಶನಕ್ಕಾಗಿ ಪ್ರಾರ್ಥಿಸಬೇಕು. ಅವರ ಸನ್ನಿಧಾನವು ಪ್ರಾಪ್ತವಾದರೆ ಅದೇ ನಿಜವಾದ ದೀಕ್ಷೆ. ಕೊನೆಗೆ ಸತ್ಯವನ್ನು ಸಾಕ್ಷಾತ್ಕಾರ ಮಾಡಿಕೊಳ್ಳುವ ಸುದಿನವೊಂದು ಬಂದೇ ತೀರುತ್ತದೆ. ಕ್ರಿಸ್ತನು ಪ್ರಪಂಚಕ್ಕೆ ಬಂದು ಬೋಧಿಸಿದಾಗ ನಿಜವಾದ ದೀಕ್ಷೆ ಎಂಬುದು ಇತ್ತು. ಪ್ರತಿಯೊಂದು ಧರ್ಮದ ಮಂತ್ರ ತಂತ್ರಗಳ ಹಿಂದೆಯೂ ಸರ್ವವ್ಯಾಪಿಯಾದ ಸತ್ಯದ ಬೀಜವಿದೆ. ಕಾಲಕ್ರಮೇಣ ಆ ಸತ್ಯವು ಬಾಹ್ಯ ಆಚರಣೆಗಳಿಂದಲೂ ಮಂತ್ರತಂತ್ರಗಳಿಂದಲೂ ಮುಚ್ಚಿಹೋಗಿರುತ್ತದೆ. ಬಾಹ್ಯ ಆಚಾರ ಮಾತ್ರವೇ ಉಳಿದಿರುತ್ತದೆ. ಬಾಹ್ಯವಿಚಾರವಷ್ಟೇ ದೀಕ್ಷೆಗೆ ಸಾಕಾಗುವುದಿಲ್ಲ; ಸಜೀವ ಸತ್ಯಾನುಭವವನ್ನು ನೀಡುವ ದೀಕ್ಷೆ ನಮಗೆ ಬೇಕು" ಎಂಬೀ ವಿವೇಕಾನಂದರ ವಿಚಾರಧಾರೆಯನ್ನು 'ಜ್ಞಾನದೀಕ್ಷೆ'ಯ ಕಥಾಸಂದರ್ಭದಲ್ಲಿ ಮನನಮಾಡಬೇಕು.

೧೨. ಮಂತ್ರದೀಕ್ಷೆಯ ಕಥಾಸಾರ

ಸದ್ಗುರುವೊಬ್ಬನನ್ನು ಪಡೆದುಕೊಳ್ಳುವುದೇನೂ ಸುಲಭದ ಮಾತಲ್ಲ. ಮನುಷ್ಯನಾಗಿ ಜನಿಸುವುದು, ಮೋಕ್ಷವನ್ನು ಗಳಿಸಲು ಹಂಬಲಿಸುವುದು, ಆ ಹಂಬಲಕ್ಕೆ ನೀರೆರೆಯುವ ಸದ್ಗುರು ಲಭಿಸುವುದು– ಈ ಮೂರೂ ಭಗವಂತನ ಕೃಪೆಯಿಂದ ಮಾತ್ರವೇ ಲಭ್ಯವಾಗುತ್ತವೆ. ಸದ್ಗುರುವು ತನ್ನನ್ನು ಆಶ್ರಯಿಸಿದ ಶಿಷ್ಯನಿಗೆ ದೀಕ್ಷೆಕೊಡಬೇಕಾದರೂ ಮೊದಲು ಅವನ ಯೋಗ್ಯತೆಯನ್ನು ಪರೀಕ್ಷಿಸಿ ನೋಡುತ್ತಾನೆ. ಸ್ವಾಮಿ ವಿವೇಕಾನಂದರು ತಮ್ಮನ್ನು ಆಶ್ರಯಿಸಿದ ಶಿಷ್ಯನೊಬ್ಬನನ್ನು ಪರೀಕ್ಷಿಸಿ, ಮಂತ್ರದೀಕ್ಷೆಯನ್ನು ದಯಪಾಲಿಸಿದ ಕಥಾಪ್ರಸಂಗ ಸಹೃದಯರು ಸವಿಯಲು ಯೋಗ್ಯವಾಗಿದೆ.

"ನಾನು ಯಾವಾಗ ಯಾವ ಕೆಲಸವನ್ನು ಹೇಳಿದರೂ ನೀನು ಮಾಡಲು ಸಿದ್ಧನಾಗಿದ್ದೀಯಾ? ನೀನು ಗಂಗಾನದಿಗೆ ಮಗುಚಿಕೊಂಡರೆ ನಿನಗೆ ಒಳ್ಳೆಯದಾಗುತ್ತದೆ ಎಂದು ನಾನು ಹೇಳಿದರೆ ನೀನು ಮಗುಚಿಕೊಳ್ಳಲು ಸಿದ್ಧನಾಗಿದ್ದೀಯಾ? ನೀನು ಆ ಮನೆಯ ಛಾವಣಿಯನ್ನೇರಿ ಅಲ್ಲಿಂದ ಕೆಳಕ್ಕೆ ಧುಮ್ಮಿಕ್ಕಿದರೆ ನಿನಗೆ ಮಂಗಳವಾಗುತ್ತದೆ ಎಂದು ನಾನು ಹೇಳಿದರೆ ನೀನು ಧುಮ್ಮಿಕ್ಕಲು ಸಿದ್ಧನಾಗಿದ್ದೀಯಾ" ಎಂದು ತನ್ನ ಸಂಪರ್ಕದಲ್ಲಿಯೇ ಇದ್ದ ಆ ಶಿಷ್ಯನನ್ನು ದೀಕ್ಷೆಕೊಡುವ ಮುನ್ನ ವಿವೇಕಾನಂದರು ಪ್ರಶ್ನಿಸಿದರು. ಆಗ ಶಿಷ್ಯನು ತಲೆತಗ್ಗಿಸಿ "ನೀವು ಹೇಳಿದುದನ್ನೆಲ್ಲ ನಾನು ಮಾಡಬಲ್ಲೆ" ಎಂದು ಉತ್ತರಕೊಟ್ಟನು.

ದೀಕ್ಷೆಕೊಡುವ ದಿನದಂದು ವಿವೇಕಾನಂದ ಸ್ವಾಮಿಗಳು ಸ್ನಾನಮಾಡಿ ಮಡಿಯಾದ ಕಾವಿಯನ್ನುಟ್ಟು, ದೇವರ ಮನೆಯಲ್ಲಿ ಮುಕ್ತಪದ್ಮಾಸನದಲ್ಲಿ ಕುಳಿತು ಧ್ಯಾನಪರವಶರಾದರು. ಧ್ಯಾನ ಮುಗಿದ ಬಳಿಕ, ದೀಕ್ಷೆಪಡೆಯಲು ಸಿದ್ಧನಾಗಿ ಕಾಯುತ್ತಿದ್ದ ಶಿಷ್ಯನನ್ನು "ಇಲ್ಲಿ ಬಾರಪ್ಪಾ" ಎಂದು ಅಕ್ಕರೆಯಿಂದ ಕರೆದರು. ಸ್ವಾಮಿಗಳ ಅಂತಃಕರಣಪೂರ್ವಕವಾದ ಕರೆಯಿಂದ ರೋಮಾಂಚನಗೊಂಡ ಶಿಷ್ಯನು, ದೇವರ ಮನೆಯನ್ನು ಹೊಕ್ಕನು. "ಬಾಗಿಲ ಚಿಲಕವನ್ನು ಹಾಕಿಬಿಡು" ಎಂದು ಗುರುಗಳು ಆಜ್ಞೆಮಾಡಿದರು. ಶಿಷ್ಯನು ಹಾಗೆಯೇ ಮಾಡಿದನು.

ತರುವಾಯ ಸ್ವಾಮಿಗಳು ತಮ್ಮ ಎಡಭಾಗದಲ್ಲಿದ್ದ ಆಸನದ ಮೇಲೆ ಶಿಷ್ಯನನ್ನು "ಸ್ಥಿರವಾಗಿ ಕುಳಿತುಕೋ" ಎಂದು ಸೂಚಿಸಿ ಕೂರಿಸಿಕೊಂಡರು. ಆ ಹೊತ್ತಿನಲ್ಲಿ ಶಿಷ್ಯನ ಹೃತ್ಪಿಂಡವು ಯಾವುದೋ ಅವರ್ಣನೀಯವಾದ ಸಂವೇದನೆಯಿಂದಾಗಿ ಡವಡವನೆ

ಬಡಿದುಕೊಳ್ಳುತ್ತಿತ್ತು. ಅನಂತರದಲ್ಲಿ ಸ್ವಾಮಿಗಳು ತಮ್ಮ ಕರಕಮಲವನ್ನು ಶಿಷ್ಯನ ತಲೆಯ ಮೇಲಿಟ್ಟು ಕೆಲವು ಗೋಪ್ಯವಾದ ವಿಷಯಗಳನ್ನು ಕೇಳಿದರು. ಶಿಷ್ಯನು ಅವುಗಳಿಗೆ ಸಮಂಜಸವಾದ ಉತ್ತರಗಳನ್ನು ಕೊಟ್ಟನು. ತದನಂತರ ಸ್ವಾಮಿಗಳು 'ಮಹಾಬೀಜ ಮಂತ್ರ'ವನ್ನು ಅವನ ಕಿವಿಯಲ್ಲಿ ಮೂರುಬಾರಿ ಉಚ್ಚರಿಸಿದರು; ಅದೇ ಮಂತ್ರವನ್ನು ಮೂರುಬಾರಿ ಶಿಷ್ಯನಿಂದಲೂ ಹೇಳಿಸಿದರು. ಆ ಬಳಿಕ ಅಧ್ಯಾತ್ಮಸಾಧನೆ ಹೇಗೆ ಮಾಡ ಬೇಕು ಎಂಬ ವಿಚಾರವಾಗಿ ಸಾಮಾನ್ಯ ಉಪದೇಶವನ್ನು ಕೊಟ್ಟರು. ಅದಾದ ಮೇಲೆ ಸ್ವಾಮಿಗಳು ತಮ್ಮ ಕಣ್ಣುಗಳ ದೃಷ್ಟಿಯನ್ನು ಶಿಷ್ಯನ ಕಣ್ಣುಗಳಲ್ಲಿ ನಾಟಿ, ದುರುಗುಟ್ಟಿ ಕೊಂಡು ನೋಡತೊಡಗಿದರು. ಆಗ ಶಿಷ್ಯನ ಮನಸ್ಸು ಕೂಡ ಏಕಾಗ್ರವಾಗಿ ಸ್ತಬ್ಧವಾಗಿಬಿಟ್ಟಿತು. ಇಬ್ಬರೂ ತಮ್ಮ ಆಸನಗಳಲ್ಲಿ ಸ್ಥಿರವಾಗಿಬಿಟ್ಟರು. ಅದೆಷ್ಟೋ ಹೊತ್ತು ಹಾಗೆಯೇ ಜಾರಿಹೋಯಿತು.

ಕೊನೆಯಲ್ಲಿಸ್ವಾಮಿಗಳು "ನನಗೆ ಗುರುದಕ್ಷಿಣೆ ಬೇಕು" ಎಂದರು. ಶಿಷ್ಯನು "ಏನು ಕೊಡಲಿ ಮಹಾರಾಜ್" ಎಂದು ಕೇಳಿದನು. "ಯಾವುದಾದರೂ ಹಣ್ಣು ತಂದುಕೊಡು" ಎಂದು ಆಜ್ಞೆಮಾಡಿದರು. ಶಿಷ್ಯನು ಮೇಲೆದ್ದು, ಬಾಗಿಲ ಚಿಲಕತೆಗೆದು ಹೊರಬಂದು, ಉಗ್ರಾಣಕ್ಕೆ ಓಡೋಡಿ ಹೋಗಿ ಅಲ್ಲಿದ್ದ ಲಿಚಿ ಎಂದು ಕರೆಯುವ ಹಣ್ಣುಗಳನ್ನು ತಂದು ಸ್ವಾಮಿಗಳಿಗೆ ಸಮರ್ಪಿಸಿದನು. ಸ್ವಾಮಿಗಳು ಅವುಗಳನ್ನೆಲ್ಲ ಒಂದೊಂದಾಗಿ ತಿಂದು ತೃಪ್ತರಾದರು. "ನಿನ್ನ ಗುರುದಕ್ಷಿಣೆ ಸಂದಾಯವಾಯಿತು, ಇನ್ನು ಹೋಗು" ಎಂದು ಸ್ವಾಮಿಗಳು ಹೇಳಿದರು. ಮಧ್ಯಾಹ್ನಕ್ಕೆ ಶಿಷ್ಯನು ಸ್ವಾಮಿಗಳು ಭುಂಜಿಸಿದ ಅನ್ನಶೇಷವನ್ನು ಆನಂದದಿಂದ ಉಂಡು, ಆಮೇಲೆ ಅವರ ಪದತಲದಲ್ಲಿ ಕುಳಿತು ಗುರುಸೇವಾ ತತ್ಪರನಾದನು.

ಸದ್ಗುರುವೆಂದರೆ ಅವನು ವೇದವೇದಾಂತಗಳ ಸಾರವನ್ನು ಅರಿತವನಾಗಿರಬೇಕು. ಬ್ರಹ್ಮವನ್ನು ಅರಿತವನಾಗಿರಬೇಕು. ತನ್ನನ್ನು ಆಶ್ರಯಿಸಿದವರನ್ನು ಅಭಯದ ತೀರಕ್ಕೆ ಕರೆದುಕೊಂಡು ಹೋಗಲು ಸಮರ್ಥನಾಗಿರಬೇಕು. ಅಂಥವನಿಂದ ಮಾತ್ರವೇ ಮಂತ್ರದೀಕ್ಷೆ ಪಡೆಯಬೇಕು. ಅಂತಹ ಗುರುವು ದೊರೆತಾಗ, 'ನ ಅತ್ರ ಕಾರ್ಯಾ ವಿಚಾರಣಾ' ಎಂಬಂತೆ ಅಲ್ಲಿ ಏನನ್ನಾದರೂ ವಿಚಾರಿಸುವ ಕಾರ್ಯವೇ ಉಳಿದಿರುವುದಿಲ್ಲ. ಹಾಗಲ್ಲದೆ ಯಾರೋ ಆಡಂಬರದ ಒಬ್ಬಗುರುವನ್ನು ಬೆಂಬತ್ತಿಹೋದರೆ "ಅಂಧೇನೈವ ನೀಯಮಾನಾ ಯಥಾಂಧಾ" ಎಂಬ ಸೂಕ್ತಿಯಂತೆ ಒಬ್ಬ ಕುರುಡನು ಇನ್ನೊಬ್ಬ ಕುರುಡನಿಗೆ ದಾರಿತೋರಿಸಿದಂತೆ ಆಗುತ್ತದೆ ಎಂದು ಸ್ವಾಮಿ ವಿವೇಕಾನಂದರೇ ಸದ್ಗುರುವಿನ ಲಕ್ಷಣಗಳನ್ನು ತಿಳಿಸಿದ್ದಾರೆ. ಶ್ರೀರಾಮಕೃಷ್ಣರಂತಹ ಪರಮಹಂಸರಿಂದ ದೀಕ್ಷೆಪಡೆದುಕೊಂಡ ವಿವೇಕಾನಂದರು ಅಂತಹ ಸದ್ಗುರುವಾಗಿ, ಬ್ರಹ್ಮಜ್ಞಾನಿಯಾಗಿ, ಬ್ರಹ್ಮತೇಜಸ್ಸಿನಿಂದ, ತಾವೂ ಅವರಂತೆಯೇ ಶಿಷ್ಯಸಂಕುಲವನ್ನು ಬೆಳಗಿಸಿದರು.

ಇಂದ್ರಜಾಲಿಗನು ಅನೇಕ ಗಂಟುಗಳನ್ನು ಬಿಗಿದಿರುವ ಒಂದು ಹಗ್ಗದ ತುದಿಯನ್ನು ಒಂದು ಆಸರೆಗೆ ಕಟ್ಟಿ, ಅದರ ಇನ್ನೊಂದು ತುದಿಯನ್ನು ತನ್ನ ಕೈಯಲ್ಲಿ ಹಿಡಿದುಕೊಳ್ಳುತ್ತಾನೆ. ಬಳಿಕ ಒಂದೆರಡು ಸಲ ಆ ಹಗ್ಗವನ್ನು ಮೃದುವಾಗಿ ಜಗ್ಗಾಡಿಸುತ್ತಾನೆ. ಅಷ್ಟರಿಂದಲೇ ಆ ಮಣಿಗಂಟುಗಳೆಲ್ಲ ತಾವೇತಾವಾಗಿ ಬಿಚ್ಚಿಕೊಂಡುಬಿಡುತ್ತವೆ. ಸದ್ಗುರುವಾದವನು ತನ್ನ ತಪೋಬಲದಿಂದ ಶಿಷ್ಯನ ಅಜ್ಞಾನದ ಗಂಟುಗಳನ್ನೆಲ್ಲ ಬಿಚ್ಚಿಬಿಡುತ್ತಾನೆ– ಎಂದು ಶ್ರೀರಾಮಕೃಷ್ಣರು ಸದ್ಗುರುವಿನ ಸಾಮರ್ಥ್ಯಕ್ಕೆ ಮನೋಜ್ಞವಾದ ದೃಷ್ಟಾಂತವೊಂದನ್ನು ಕೊಟ್ಟಿದ್ದಾರೆ. ಪರಮಹಂಸ-ವಿವೇಕಾನಂದರೆಂಬ ಆ ಗುರುಶಿಷ್ಯರು ಲೋಕೋದ್ಧಾರಕ್ಕಾಗಿಯೇ ಗುರುರೂಪದಿಂದ ಅವತರಿಸಿದ ಮಹಾತ್ಮರೆಂದು ಪ್ರತ್ಯೇಕವಾಗಿ ಹೇಳಬೇಕಾಗಿಲ್ಲ!

೧೩. ಪವಾಡಕಥೆಗಳು

ಸ್ವಾಮಿ ವಿವೇಕಾನಂದರು ಅಮೇರಿಕಾದ ಮೆಂಫಿಸ್‌ನಗರದಲ್ಲಿದ್ದಾಗ ಕೆಲವು ಜಿಜ್ಞಾಸುಗಳು ಅವರನ್ನು ಸುತ್ತುವರಿದು ಪವಾಡಗಳನ್ನು ಕುರಿತು ಚರ್ಚೆನಡೆಸಿದ್ದರು. ಕೆಲವರು ಧ್ಯಾನಾವಸ್ಥೆಯಲ್ಲಿ ತಾವು ಕುಳಿತ ಭಂಗಿಯಲ್ಲಿಯೇ ನೆಲದಿಂದ ಮೇಲಕ್ಕೆ ಏಳುತ್ತಾರೆ; ಯಾವುದೇ ಆಧಾರವಿಲ್ಲದೆ ತೇಲಾಡುತ್ತಿರುತ್ತಾರೆ. ಕೆಲವರು ನೆಲದೊಳಗೆ ಗವಿಯನ್ನು ನಿರ್ಮಿಸಿಕೊಂಡು ಅನ್ನನೀರಿಲ್ಲದೆ ಜೀವಸಹಿತ ಅಲ್ಲಿಯೇ ಎಷ್ಟೋ ವರ್ಷಗಳು ಇದ್ದುಬಿಡುತ್ತಾರೆ. ಕೆಲವರು ಒಂದು ಹಗ್ಗವನ್ನು ಆಕಾಶದಲ್ಲಿ ಮೇಲಕ್ಕೆಸೆದು, ನೆಲದಿಂದ ಅದನ್ನು ಹತ್ತಿಕೊಂಡು ಹೋಗಿ, ಕೊನೆಗೆ ಅಂತರ್ಧಾನರಾಗುವ ಪವಾಡವನ್ನು ಮೆರೆಯುತ್ತಾರೆ. ಈ ಬಗೆಯ ಪವಾಡಗಳನ್ನು ಜಿಜ್ಞಾಸುಗಳು ವಿವೇಕಾನಂದರ ಮುಂದಿಟ್ಟು, ಅವರಿಂದ ಪಡೆದುಕೊಂಡ ಉತ್ತರಗಳು ಬೋಧಪ್ರದವಾಗಿವೆ.

"ನಾವು ಯಾವುದನ್ನು ವಿಚಿತ್ರ ಎಂದು ಭಾವಿಸುತ್ತೇವೋ ಅದನ್ನು ಪ್ರಕೃತಿ ನಿಯಮಗಳಿಗೆ ಅನುಸಾರವಾಗಿಯೇ ಮಾಡಬಹುದು. ಈ ವಿಷಯಗಳ ಮೇಲೆ ಬೇಕಾದಷ್ಟು ಸಾಹಿತ್ಯವಿದೆ. ಅವುಗಳನ್ನು ಅಧ್ಯಯನ ಮಾಡಿಕೊಂಡೇ ಸಾಧಕರು ಅಂತಹ ವಿಚಿತ್ರಗಳನ್ನು ತೋರಿಸುತ್ತಾರೆ.

"ಧ್ಯಾನಕಾಲದಲ್ಲಿ ಭೂಮಿಯಿಂದ ಮೇಲೇರುವ ವಿಷಯಕ್ಕೆ ಬಂದರೆ ಯಾರೂ ಭೂಮಿಯ ಆಕರ್ಷಣೆಯಿಂದ ಪಾರಾಗಿ ಮೇಲಕ್ಕೆ ಎದ್ದುದನ್ನು ನಾನು ಕಂಡಿಲ್ಲ. ಆದರೆ ಹಾಗೆ ಮಾಡುವುದಕ್ಕೆ ಪ್ರಯತ್ನಿಸುತ್ತಿದ್ದ ಹಲವರನ್ನು ನಾನು ನೋಡಿದ್ದೇನೆ. ಅವರು ಈ ವಿಷಯದ ಮೇಲೆ ಇರುವ ಪುಸ್ತಕಗಳನ್ನು ಓದಿ, ಅದನ್ನು ಸಾಧಿಸಲು ಅನೇಕ ವರ್ಷಗಳು ಪ್ರಯತ್ನಪಟ್ಟಿದ್ದಾರೆ. ಈ ಪ್ರಯತ್ನದಲ್ಲಿ ಕೆಲವರು ಉಪವಾಸ ಮಾಡಿ ಕೃಶದೇಹಿಗಳಾಗಿ ಬಿಟ್ಟಿದ್ದಾರೆ. ಯಾರಾದರೂ ಅವರ ಹೊಟ್ಟೆಯನ್ನು ಬೆರಳಿನಿಂದ ಒತ್ತಿದರೆ ಸಾಕು, ಅವರ ಬೆರಳು ಅವರ ಬೆನ್ನೆಲುಬನ್ನು ಹೋಗಿ ಮುಟ್ಟುತ್ತಿತ್ತು. ನೆಲದೊಳಗೆ ಇರುವ ಸ್ಥಿತಿಯಲ್ಲಿ ಅವರ ಬೆಳವಣಿಗೆ ತಾತ್ಕಾಲಿಕವಾಗಿ ನಿಂತುಹೋಗುತ್ತದೆ. ಒಬ್ಬನನ್ನು ನೆಲದೊಳಗೆ ಹೂಳಿ, ಅವನ ಗೋರಿಯ ಮೇಲೆ ಗೋಧಿಯನ್ನು ಬಿತ್ತಿ ಬೆಳೆದರು. ತರುವಾಯ ಆ ಗೋರಿಯನ್ನು ಅಗೆದು ಮನುಷ್ಯನನ್ನು ಹೊರಕ್ಕೆ ತೆಗೆದಾಗ, ಅವನು ಜೀವಂತವಾಗಿಯೇ ಇದ್ದನು. ಅದನ್ನು ಎಷ್ಟೋ ಜನ ನೋಡಿದರು. ಅದನ್ನು ಸಿದ್ಧಿಸಿಕೊಳ್ಳಲೂ ಪ್ರಯತ್ನಿಸಿದರು.

ಚಳಿಗಾಲದಲ್ಲಿ ಪ್ರಾಣಿಗಳು ಸುಪ್ತಾವಸ್ಥೆಗೆ ಹೋಗುವುದನ್ನು ನೋಡಿ ಮನುಷ್ಯನು ಅವುಗಳಿಂದ ಆ ವಿದ್ಯೆಯನ್ನು ಕಲಿತಿರಬಹುದು. ಒಬ್ಬನು ಮೇಲಕ್ಕೆ ಒಂದು ಹಗ್ಗವನ್ನು ಎಸೆದು, ನೆಲದಿಂದ ಅದನ್ನು ಏರಿಕೊಂಡು ಹೋಗುವುದನ್ನು ನಾನು ಕಂಡಿಲ್ಲ" ಎಂದು ವಿವೇಕಾನಂದರು ಉತ್ತರಿಸಿದ್ದಾರೆ.

ಈ ಸಂದರ್ಭದಲ್ಲಿಯೇ ಸ್ವಾಮಿಗಳು ಮಾಯಾಮಂತ್ರಗಳನ್ನು ಮಾಡಲು ಕಲಿತಿದ್ದಾರೆಯೇ, ಅವರಿಗೆ ಸನ್ಯಾಸದೀಕ್ಷೆಯನ್ನು ಕೊಡುವ ಮುನ್ನ ಅವರನ್ನು ಸ್ವಲ್ಪ ಕಾಲ ಜೀವಂತವಾಗಿ ನೆಲದಲ್ಲಿ ಹೂತುಹಾಕಿದ್ದರೇ ಎಂಬ ಪ್ರಶ್ನೆಗಳನ್ನೂ ಜಿಜ್ಞಾಸುಗಳು ಕೇಳಿದ್ದರು. ಅದಕ್ಕೆ ಸ್ವಾಮಿಗಳು "ಇಲ್ಲ" ಎಂದು ಎರಡೂ ಪ್ರಶ್ನೆಗಳಿಗೆ ಒಂದೇ ಉತ್ತರ ಕೊಟ್ಟರು.

ಕೊನೆಯಲ್ಲಿ ವಿವೇಕಾನಂದರು "ಇಂತಹ ಚಮತ್ಕಾರದ ವಿಚಾರಗಳಿಗೂ ಆಧ್ಯಾತ್ಮಿಕ ಜೀವನಕ್ಕೂ ಏನು ಸಂಬಂಧವಿಲ್ಲ" ಎಂದು ಸ್ಪಷ್ಟಪಡಿಸಿದ್ದಾರೆ.

ವಿವೇಕಾನಂದರು ಇಂತಹ ವಿಚಿತ್ರಗಳನ್ನು ಕುತೂಹಲಭರಿತರಾಗಿ ತಾವೇ ಅರಸಿ ಕೊಂಡು ಹೋಗುತ್ತಿದ್ದುದೂ ಉಂಟು. ಚೆನ್ನೈನಲ್ಲಿ ಅಳಸಿಂಗಪೆರುಮಾಳ್ ಅವರೊಡನೆ ಸುಡುಗಾಡುಸಿದ್ಧನನ್ನು ನೋಡಲು ಹೋಗಿ, ಅವನ ಅಪೂರ್ವವಾದ ಶಕ್ತಿವಿಶೇಷಗಳನ್ನು ಕಂಡು ಅಚ್ಚರಿಪಟ್ಟಿದ್ದರು. ಹಿಮಾಲಯದ ಪರ್ವತಗ್ರಾಮದಲ್ಲಿ ಕೆಂಪಗೆ ಕಾದಕೊಡಲಿ ಯಿಂದ ಭೂತಮೆಟ್ಟಿಕೊಂಡವನನ್ನು ಮೈತುಂಬ ತಿವಿದರೂ ಅವನ ದೇಹ ಸ್ವಲ್ಪವೂ ಸುಡದಿರುವುದನ್ನು ಕಣ್ಣಾರೆ ಕಂಡು "ಇದಕ್ಕೆ ನನ್ನ ಬಳಿ ಏನೂ ಉತ್ತರವಿಲ್ಲ" ಎಂದು ದಂಗುಬಡಿದುಹೋಗಿದ್ದರು. ಹಗ್ಗವನ್ನೇರಿ ಹೋಗುವಂತಹ ವಿಚಿತ್ರವನ್ನು ವಿವೇಕಾನಂದರು ದೆಹಲಿಯ ದೊರೆಯಾದ ಜಹಂಗೀರನು ಕಂಡಿದ್ದನೆಂಬ ಪ್ರಸಂಗವನ್ನು ಉಲ್ಲೇಖಿಸಿ, ಅದೊಂದು ಬಗೆಯ ಸಮ್ಮೋಹಿನಿವಿದ್ಯೆ ಎಂದು ಸಮಾಧಾನ ಹೇಳಿದ್ದಾರೆ.

ಕನ್ನಡನಾಡಿನ ಗುಲ್ಬರ್ಗಾಜಿಲ್ಲೆಯ ಯಾನಾಗುಂದಿ ಎಂಬಲ್ಲಿ ಮಾತೆಮಾಣಿಕೇಶ್ವರಿ ಎಂಬ ಯೋಗಿಣಿ, ಅನ್ನನೀರುಗಳಿಲ್ಲದೆ ಏಕಾಂತವಾಸದಲ್ಲಿ ಅದೆಷ್ಟೋ ವರ್ಷಗಳಿಂದ ಇದ್ದುಬಿಟ್ಟಿದ್ದಾರೆ. ಶಿವರಾತ್ರಿಯಲ್ಲೊಮ್ಮೆ ಹೊರಕ್ಕೆ ಬಂದು ಭಕ್ತರಿಗೆ ದರ್ಶನ ನೀಡುತ್ತಾರೆ.

ಅಂತೂ ಪ್ರಕೃತಿಮಾತೆಯ ಮಡಿಲಿನಲ್ಲಿ ನಾವು ತರ್ಕಬದ್ಧವಾಗಿ ವಿವರಿಸಲಾಗದ ಅದೆಷ್ಟೋ ವೈಚಿತ್ರ್ಯಗಳಿವೆ ಎಂಬುದಂತೂ ಸತ್ಯ.

೧೪. ನಾರ್ವೆಯ ಸ್ವರ್ಗ

ಮನುಷ್ಯನು ಪುರಾತನ ಕಾಲದಿಂದಲೂ ತನ್ನದೇ ಆದ ಬಗೆಯಲ್ಲಿ ಸ್ವರ್ಗದ ಕಲ್ಪನೆಯನ್ನು ಮಾಡಿಕೊಳ್ಳುತ್ತ ಬಂದಿದ್ದಾನೆ. ತಮ್ಮ ಮನೋಧರ್ಮಕ್ಕೆ ತಕ್ಕಂತೆ ಒಬ್ಬೊಬ್ಬರೂ ಬೇರೆ ಬೇರೆಯೇ ಆದ ಸ್ವರ್ಗವನ್ನು ಕಲ್ಪಿಸಿಕೊಳ್ಳುತ್ತಾರೆ. ನಿತ್ಯವೂ ಒಂದುಚೂರು ಅಫೀಮು ತಿನ್ನದಿದ್ದರೆ ನನಗೆ ಸಂತೋಷವೇ ಇಲ್ಲ ಎಂದು ಭಾವಿಸುವವನು, ಸ್ವರ್ಗದಲ್ಲಿಯೂ ತನಗೆ ಅಫೀಮು ತಿನ್ನಲು ಸಿಕ್ಕಬೇಕು ಎಂದು ಕಲ್ಪಿಸಿಕೊಳ್ಳುತ್ತಾನೆ. ಯುವಕನೊಬ್ಬನು ಸ್ವರ್ಗವನ್ನು ಕಲ್ಪಿಸಿಕೊಂಡರೆ, ಸುಂದರಯುವತಿಯರು ಅಲ್ಲಿ ತನಗೆ ಮಡದಿಯ ರಾಗಬೇಕು ಎಂದು ಕಲ್ಪಿಸಿಕೊಳ್ಳುತ್ತಾನೆ. ನಮ್ಮ ಮನೋರಥಗಳೇ ನಮ್ಮ ಸ್ವರ್ಗಕ್ಕೆ ಕಾರಣ. ನಮ್ಮ ಮನೋರಥಗಳು ಬದಲಾದಂತೆಲ್ಲ ನಮ್ಮ ಸ್ವರ್ಗವೂ ಬದಲಾಯಿಸುತ್ತದೆ. ಹೀಗೆ ನಾವು ಭೂಮಿಯಲ್ಲಾಗಲಿ, ಸ್ವರ್ಗದಲ್ಲಾಗಲಿ ಸುಖಸೌಲಭ್ಯಗಳಿಗಾಗಿ ಕಾತರಿಸು ತ್ತಿರುತ್ತೇವೆ. ಈ ಹಿನ್ನೆಲೆಯಲ್ಲಿ ಸ್ವಾಮಿ ವಿವೇಕಾನಂದರು ನಾರ್ವೆ ಎಂಬ ದೇಶದ ಜನರ ಸ್ವರ್ಗದ ಕಲ್ಪನೆಯ ಕುತೂಹಲಕಾರಿಯಾದ ಕಥೆಯನ್ನು ನಮಗಾಗಿ ಹುಡುಕಿಕೊಟ್ಟಿದ್ದಾರೆ.

ನಾರ್ವೆದೇಶದ ಸ್ವರ್ಗವಾಸಿಗಳು ಸ್ವರ್ಗದಲ್ಲಿ ತಮ್ಮ ಪಾಡಿಗೆ ತಾವು ಹಾಯಾಗಿ ಕುಳಿತಿದ್ದರು. ಆಗ ಕಾಡುಹಂದಿಗಳು ಅವರ ಮುಂದೆ ಸುಳಿದುಹೋದುವು. ತಕ್ಷಣವೇ ಕುಳಿತಿದ್ದವರು ಮೇಲೆದ್ದು, ಬೇಟೆಯ ಸಾಮಗ್ರಿಗಳನ್ನು ಜೋಡಿಸಿಕೊಂಡು, ಬೇಟೆನಾಯಿ ಗಳನ್ನು ಮುಂದಿಟ್ಟುಕೊಂಡು, ರಣವಾದ್ಯಗಳನ್ನು ಬಡಿಯುತ್ತ, ಆ ಕಾಡುಹಂದಿಗಳನ್ನು ಬೇಟೆಯಾಡಲು ಧಾವಿಸಿದರು. ಪೊದೆಯೊಳಗೆ ಅಡಗಿಕೊಂಡ ಹಂದಿಗಳನ್ನು ಬೇಟೆ ನಾಯಿಗಳು, ರಣವಾದ್ಯಗಳು ಹೊರಕ್ಕೆ ಎಬ್ಬಿಸಿದುವು. ಆ ಕಾಡುಹಂದಿಗಳನ್ನು ಅವರು ಬಿಡದೆ ಬೇಟೆಯಾಡಿ ಕೊಂದು, ಪಾಕಶಾಲೆಯತ್ತ ಬೀಸಿ ಎಸೆದರು.

ಆಮೇಲೆ ಆ ಸ್ವರ್ಗವಾಸಿಗಳು ತಾವು ತಾವೇ ಯುದ್ಧಕ್ಕೆ ಅಣಿಯಾಗಿ ಒಬ್ಬರೊಡ ನೊಬ್ಬರು ಕಾದಾಟಕ್ಕೆ ಇಳಿದುಬಿಟ್ಟರು. ಆಗ ಅದೊಂದು ರಣಾಂಗಣವಾಯಿತು. ಅವರ ದೇಹಗಳೆಲ್ಲ ಸಿಗಿಸಿಗಿದು ಚೆಲ್ಲಿಪಿಲ್ಲಿಯಾಗಿಬಿಟ್ಟುವು. ಆದರೆ ಕೆಲವು ಗಂಟೆಗಳು ಕಳೆದ ಬಳಿಕ, ಆ ಶರೀರಗಳೆಲ್ಲ ಮತ್ತೆ ಕೂಡಿಕೊಂಡು, ಜೀವಬಂದು, ಗಾಯಗಳೆಲ್ಲ ಮಾಯ್ದು ಅವರು ಹೊಸಮನುಷ್ಯರಾದರು. ಬಳಿಕ ಅವರೆಲ್ಲರೂ ವಿಶಾಲವಾದ ಪ್ರಾಂಗಣದಲ್ಲಿ ಒಟ್ಟಿಗೆ ಕುಳಿತರು. ಕಾಡುಹಂದಿಗಳ ಮಾಂಸದಡುಗೆ ಅಷ್ಟುಹೊತ್ತಿಗೆ ಸಿದ್ಧವಾಗಿತ್ತು.

ಎಲ್ಲರೂ ಹೊಟ್ಟೆತುಂಬ ತಿಂದುತೇಗಿದರು. ಆಮೇಲೆ ಮದ್ಯಪಾನ ಮಾಡಿದರು. ಅಲ್ಲಿಗೆ ಆ ದಿನವು ಮುಗಿಯಿತು. ಮರುದಿನವೂ ಅದೇ ಕಥೆ. ಕೊಂದು ತಿನ್ನಲಾದ ಹಂದಿಗಳೇ ಜೀವದುಂಬಿ ಮತ್ತೆ ಬೇಟೆಯಾಡಿಸಿಕೊಳ್ಳಲು ಸಿದ್ಧವಾದುವು. ಇದೆ ನಾರ್ವೆಜನರ ಸ್ವರ್ಗ. ಭೂಲೋಕದ ತಮ್ಮ ಬೇಟೆಗಾರಿಕೆಯ ಬದುಕನ್ನೇ ಅವರು ಸ್ವರ್ಗದಲ್ಲಿಯೂ ಕಲ್ಪಿಸಿ ಕೊಂಡಿದ್ದಾರೆ.

ನಾರ್ವೆಸ್ವರ್ಗದ ಕಥೆಯನ್ನು ಹೇಳಿದ ಬಳಿಕ ವಿವೇಕಾನಂದರು ನಮ್ಮ ಸ್ವರ್ಗದ ಭಾವನೆ ಸ್ವಲ್ಪ ನಾಗರಿಕವಾಗಿರಬಹುದು; ಆದರೆ ನಾವೂ ಸುಖವೆಂಬ ಕಾಡುಹಂದಿಗಳನ್ನು ಬೇಟೆಯಾಡುವವರೇ ಆಗಿದ್ದೇವೆ. ಸುಖಗಳು ಮುಗಿಯಲೇಬಾರದು ಎನ್ನುವಂತಹ ಸ್ಥಳಕ್ಕೆ ಹೋಗಲು ಇಚ್ಛಿಸುತ್ತಿದ್ದೇವೆ" ಎಂದಿದ್ದಾರೆ. ನಮ್ಮ ಸ್ವರ್ಗವಾದರೋ ಅಮೃತ ದಿಂದಲೂ ಅಪ್ಸರೆಯರಿಂದಲೂ ಉದ್ಯಾನವನಗಳಿಂದಲೂ ಸರೋವರಗಳಿಂದಲೂ ಸಂಗೀತ ನೃತ್ಯನಾಟಕಗಳಿಂದಲೂ ಸದಾಕಾಲ ತುಂಬಿ ತುಳುಕುತ್ತಿರುತ್ತದೆ!

ನಮ್ಮ ದರ್ಶನಶಾಸ್ತ್ರಗಳು ಸಂತೋಷವನ್ನು ತ್ಯಜಿಸಿ ಎಂದು ಹೇಳುವುದಿಲ್ಲ. ಆದರೆ ನಿಜವಾದ ಸಂತೋಷ ಯಾವುದು ಎಂಬುದನ್ನು ಸರಿಯಾಗಿ ತಿಳಿದುಕೊಳ್ಳಿ ಎಂದು ಹೇಳುತ್ತವೆ. ನಾವು ಲೌಕಿಕವಾದ ವಸ್ತುಗಳಿಂದ ಪಡೆದುಕೊಳ್ಳುವ ಆನಂದವು ಕೂಡ, ಎಂದೂ ಬದಲಾಗದ ಪರಮಾತ್ಮನ 'ಅನಂತ ಆನಂದ'ದ ಒಂದು ತುಣುಕು ಮಾತ್ರವೇ ಆಗಿದೆ. ಅದು ಲೌಕಿಕವಾದ ವಸ್ತುಗಳೊಂದಿಗೆ ಮಿಶ್ರಣವಾಗಿಬಿಟ್ಟಿರುವುದರಿಂದ "ಅನಂತ ಆನಂದವೇ ಇದು" ಎಂಬ ಅದರ ಮೂಲಸ್ವರೂಪ ನಮಗೆ ತಿಳಿಯುವುದಿಲ್ಲ. ಅದು ತಿಳಿಯಬೇಕಾದರೆ ನಾವು ಅಜ್ಞಾನದಿಂದ, ಅಸತ್ಯದಿಂದ ಬಿಡುಗಡೆಗೊಳ್ಳಬೇಕು. ಆಗ ಈ ಮೊದಲು ನಾವು ತ್ಯಜಿಸಿದ, ಸುಖಪ್ರದವೆಂದು ಭಾವಿಸಿದ್ದ, ಸಾಮಾನ್ಯವಸ್ತುಗಳೇ ದೈವೀಸ್ವರೂಪವನ್ನು ತಾಳಿಕೊಂಡು ನಮಗೆ ಗೋಚರವಾಗುತ್ತವೆ. ಆಗ ನಾವು ಅವುಗಳ ಹುರುಳೆಷ್ಟು ಎಂಬುದನ್ನು ನಿಜವಾದ ದೃಷ್ಟಿಯಿಂದ ಅರಿತುಕೊಂಡು, ಯಾವುದರ ಹಂಗೂ ಇಲ್ಲದ, "ನಿರಪೇಕ್ಷ ಆನಂದ"ದಲ್ಲಿ ಮಗ್ನರಾಗುತ್ತೇವೆ ಎಂದು ವೇದಾಂತದ ಪ್ರೌಢವಾದ ಸಂದೇಶವನ್ನು ಸ್ವಾಮಿಗಳು ಈ ಕಥೆಗೆ ನೀಡಿದ್ದಾರೆ.

೧೫. ರಾಣಿಪದ್ಮಿನಿಯ ಅಗ್ನಿಪ್ರವೇಶ

ಕನೂಜಿನ ಜಯಚಂದ್ರದೊರೆಯ ಮಗಳಾದ ಅಪೂರ್ವಸುಂದರಿ ಸಂಯೋಗಿತೆಯ ಸ್ವಯಂವರವೇ ಕಾರಣವಾಗಿ ಜಯಚಂದ್ರ ಮತ್ತು ಪೃಥ್ವೀರಾಜರ ನಡುವೆ ವೈಮನಸ್ಯ ಬೆಳೆಯಿತು. ಅವರಿಬ್ಬರ ಮಧ್ಯೆ ಘೋರವಾದ ಕಾಳಗವೂ ನಡೆದು, ಎರಡೂ ಪಕ್ಷಗಳಲ್ಲಿ ಅಪಾರ ಸಂಖ್ಯೆಯಲ್ಲಿ ಸೈನಿಕರು ಪ್ರಾಣನೀಗಿದರು. ಹೀಗೆ ರಜಪೂತ ಸೇನಾಬಲ ಕುಗ್ಗಿದ್ದೇ ಕಾರಣವಾಗಿ, ಭಾರತವು ಅತ್ಯಂತ ದುರ್ಬಲವಾಗಿ, ಮುಸ್ಲಿಂಸಾಮ್ರಾಜ್ಯವು ಇಲ್ಲಿ ನೆಲೆಯೂರಲು ಕಾರಣವಾಯಿತು ಎಂದು ಸ್ವಾಮಿ ವಿವೇಕಾನಂದರು ಸಂಯೋಗಿತೆಯ ಸ್ವಯಂವರದ ಕಥೆಯನ್ನು ಬಣ್ಣಿಸಿದ್ದಾರೆ. ಆ ರಜಪೂತಸಾಮ್ರಾಜ್ಯವು ಮತ್ತಷ್ಟು ದುರ್ಬಲವಾಗಲು ಚಿತ್ತೂರಿನ ರಾಣಿಪದ್ಮಿನಿಯ ಸೌಂದರ್ಯಾತಿಶಯತೆಯೇ ಹೇಗೊಂದು ನೆಪವಾಯಿತು ಎಂಬುದನ್ನು ವಿವೇಕಾನಂದರು ಆ ರಾಣಿಯ ಬದುಕಿನ ಕರುಣಾಜನಕಕಥೆಯ ಮೂಲಕ ಇಲ್ಲಿ ಮನಮುಟ್ಟುವಂತೆ ತಿಳಿಸಿಕೊಟ್ಟಿದ್ದಾರೆ.

1275ರಲ್ಲಿ ಇಂದಿನ ರಾಜಸ್ತಾನದ ಚಿತ್ತೂರುರಾಜ್ಯವನ್ನು ರತ್ನಸಿಂಹನೆಂಬ ಪರಾಕ್ರಮಿಯಾದ ದೊರೆಯು ಆಳುತ್ತಿದ್ದನು. ಅವನಿಗೆ ಪದ್ಮಿನಿಯೆಂಬ ರಾಣಿಯಿದ್ದಳು. ಅವಳ ರೂಪುಲಾವಣ್ಯಗಳು ಜಗದ್ವಿಖ್ಯಾತವಾಗಿದ್ದುವು. ಅವಳ ಅನುಪಮ ಚೆಲ್ವಿಕೆಯು ಎಲ್ಲರ ನಾಲಗೆಯ ಮೇಲೂ ನಲಿದಾಡುತ್ತಿತ್ತು. ಆ ಹೊತ್ತಿನಲ್ಲಿ ಅಲ್ಲಾವುದ್ದೀನ್‌ಖಿಲ್ಜಿ ಎಂಬಾತನು ದೆಹಲಿಯ ಸಾಮ್ರಾಟನಾಗಿ ಮೆರೆಯುತ್ತ, ಮುಸ್ಲಿಂಸಾಮ್ರಾಜ್ಯದ ಅಡಿಗಲ್ಲನ್ನು ಭದ್ರಗೊಳಿಸುವ ಘೋರಪ್ರಯತ್ನಗಳನ್ನು ಮಾಡುತ್ತಿದ್ದನು. ಪದ್ಮಿನಿಯ ಸೌಂದರ್ಯಾತಿಶಯತೆಯ ವರ್ಣನೆ ಅವನ ಕಿವಿಗೂ ಬಿತ್ತು. "ರಾಣಿಪದ್ಮಿನಿಯನ್ನು ನನ್ನ ಅಂತಃಪುರಕ್ಕೆ ತಂದೊಪ್ಪಿಸಬೇಕು" ಎಂದು ಅವನು ರತ್ನಸಿಂಹನಿಗೆ ಆಜ್ಞಾಪತ್ರವೊಂದನ್ನು ಬರೆದನು. ರತ್ನಸಿಂಹನು ಅದನ್ನು ತಿರಸ್ಕರಿಸಿದನು. ಅದನ್ನೇ ಮುಂದಿಟ್ಟುಕೊಂಡು ಅಲ್ಲಾವುದ್ದೀನನು ಪದ್ಮಿನಿಸಹಿತವಾಗಿ ಚಿತ್ತೂರನ್ನೂ ವಶಪಡಿಸಿಕೊಳ್ಳಲು ದಂಡೆತ್ತಿ ಬಂದನು. ದೀರ್ಘಕಾಲದ ಯುದ್ಧವು ನಡೆದು ಯಾರೂ ಗೆಲ್ಲಲಿಲ್ಲ, ಯಾರೂ ಸೋಲಲಿಲ್ಲ. ರಾಣಿ ಪದ್ಮಿನಿಯು ರೂಪವತಿ ಮಾತ್ರವಲ್ಲದೆ ವೀರಯೋಧಳೂ ಬುದ್ಧಿಮತಿಯೂ ಆಗಿದ್ದು, ಆ ಸನ್ನಿವೇಶವನ್ನು ಚೆನ್ನಾಗಿ ನಿಭಾಯಿಸಿದಳು.

ಚಿತ್ತೂರನ್ನು ಗೆಲ್ಲಲಾರದೆ ಬೇಸತ್ತ ಅಲ್ಲಾವುದ್ದೀನನು "ನನಗೆ ಪದ್ಮಿನಿಯನ್ನು

ಒಪ್ಪಿಸದಿದ್ದರೆ ಚಿಂತೆಯಿಲ್ಲ; ಅವಳ ಸೌಂದರ್ಯವನ್ನೊಮ್ಮೆ ಕಣ್ಣಾರೆ ಕಂಡು ಹೋಗುತ್ತೇನೆ" ಎನ್ನುವಷ್ಟಕ್ಕೆ ಇಳಿದನು. ರತ್ನಸಿಂಹನು ಅದಕ್ಕೂ ಒಪ್ಪಲಿಲ್ಲ. ಆಗ ಜಾಣೆಯಾದ ಪದ್ಮಿನಿಯು "ಕನ್ನಡಿಯಲ್ಲಿ ಬೇಕಾದರೆ ನನ್ನ ಪ್ರತಿಬಿಂಬವನ್ನು ನೋಡಿಕೊಂಡು ಹೋಗಲಿ" ಎಂದು ಮಧ್ಯಮಮಾರ್ಗವೊಂದನ್ನು ತೆರೆದಳು. ಚಿತ್ತೂರಿನಿಂದ ಕಾಲ್ತೆಗೆದರೆ ಸಾಕು ಎಂಬ ಸ್ಥಿತಿಯನ್ನು ತಲಪಿದ್ದ ಅಲ್ಲಾವುದ್ದೀನನು ಅದಕ್ಕೊಪ್ಪಿದನು. ಕನ್ನಡಿಯಲ್ಲಿ ಪದ್ಮಿನಿಯ ರೂಪವನ್ನು ಕಂಡ ಮಾತ್ರದಿಂದ ಅವನು ಕಾಮಜ್ವರಪೀಡಿತನಾದನು. ಹೇಗಾದರೂ ಮಾಡಿ ಅವಳನ್ನು ವಶಪಡಿಸಿಕೊಳ್ಳಲೇಬೇಕು ಎಂಬ ದುರ್ಮೋಹದಿಂದ ದೆಹಲಿಗೆ ಮರಳುವಾಗ ರತ್ನಸಿಂಹನನ್ನು ಮೋಸದಿಂದ ಅಪಹರಿಸಿಕೊಂಡು ಹೋಗಿ ಸೆರೆಮನೆಗೆ ತಳ್ಳಿಬಿಟ್ಟನು. ಆದರೆ ಸಾಹಸಶೀಲೆಯಾದ ಪದ್ಮಿನಿಯು ಧೃತಿಗೆಡದೆ ಉಪಾಯಾಂತರದಿಂದ ರೋಮಾಂಚನಕಾರಿಯಾದ ಬಗೆಯಲ್ಲಿ ರತ್ನಸಿಂಹನನ್ನು ಸೆರೆಯಿಂದ ಬಿಡಿಸಿಕೊಂಡು ಬಂದಳು.

ಈ ಘಟನೆಯಿಂದ ಅಲ್ಲಾವುದ್ದೀನನ ಕೋಪಾಗ್ನಿ ಉಕ್ಕಿತು. ಸಮಯಸಾಧಿಸಿ, ಸುಸಜ್ಜಿತವಾದ ದೊಡ್ಡಸೈನ್ಯದೊಡಗೂಡಿ ಚಿತ್ತೂರನ್ನು ಮುತ್ತಿ, ಮಾರಣಹೋಮವನ್ನೇ ನಡೆಸಿಬಿಟ್ಟನು. ಚಿತ್ತೂರಿನ ಅಸಂಖ್ಯಾತ ವೀರಯೋಧರು ಪ್ರಾಣದ ಹಂಗುತೊರೆದು ಕಾದಾಡಿ, ವೀರಸ್ವರ್ಗವನ್ನು ಪಡೆದುಕೊಂಡರು. ರತ್ನಸಿಂಹನೂ ಸಾಹಸಸಿಂಹನಾಗಿ ಹೋರಾಡಿ ರಣರಂಗದಲ್ಲಿ ಪ್ರಾಣತೆತ್ತನು. ಚಿತ್ತೂರು ಸಂಸ್ಥಾನವು ಅಲ್ಲಾವುದ್ದೀನನ ವಶವಾಗಿಬಿಟ್ಟಿತು.

ತರುವಾಯ ಅಲ್ಲಾವುದ್ದೀನನು ಜಯಘೋಷಮಾಡುತ್ತ ಪುರಪ್ರವೇಶ ಮಾಡಿದನು. ಆದರೆ ನಗರದಲ್ಲಿ ಭಯಂಕರ ಅಗ್ನಿಜ್ವಾಲೆ ಹೊತ್ತಿಉರಿಯುತ್ತಿರುವುದನ್ನು ಅವನು ಕಂಡನು. ಪದ್ಮಿನಿಯು ತನ್ನಂತೆಯೇ ಪತಿವಿಹೀನೆಯರಾಗಿದ್ದ ಚಿತ್ತೂರಿನ ವೀರರಮಣಿಯರೊಡನೆ ಅಗ್ನಿಪ್ರವೇಶ ಮಾಡಲು ಅಣಿಯಾಗಿ, ಅಗ್ನಿದೇವನನ್ನು ಪ್ರದಕ್ಷಿಣೆ ಮಾಡುತ್ತಿರುವುದನ್ನು ಅವನು ಕಂಡನು. ಒಡನೆಯೇ ಅವನು ಸಮೀಪಕ್ಕೆ ಓಡಿಬಂದು "ನೀವೆಲ್ಲರೂ ಹೀಗೇಕೆ ಬೆಂಕಿಯಲ್ಲಿ ಬಿದ್ದು ಸಾಯುತ್ತಿದ್ದೀರಿ ಸುಂದರಿಯರೇ, ನಿಮ್ಮನ್ನೆಲ್ಲ ನಮ್ಮ ಅಂತಃಪುರಕ್ಕೆ ಕ್ಷೇಮವಾಗಿ ಕರೆದೊಯ್ಯಲೆಂದೇ ನಾವು ಬಂದಿದ್ದೇವೆ" ಎಂದು ಕೂಗಿ ಹೇಳಿದನು. ಆಗ ಪದ್ಮಿನಿಯು "ರಜಪೂತವನಿತೆಯರು ನಿನ್ನನ್ನು ಆದರಿಸುವ ರೀತಿಯೇ ಹೀಗೆ" ಎಂದು ಹೇಳುತ್ತ ನಗುನಗುತ್ತಲೇ ಚಿತೆಗೆ ಹಾರಿಕೊಂಡಳು. ಮಿಕ್ಕ ಪತಿವ್ರತೆಯರೂ ಪದ್ಮಿನಿಯನ್ನೇ ಅನುಸರಿಸಿ ತಮ್ಮನ್ನು ಅಗ್ನಿದೇವನಿಗೆ ಸಮರ್ಪಿಸಿಕೊಂಡರು. ಹೀಗೆ ಹಿಂದೂ ಸಾಮ್ರಾಜ್ಯವು ಕ್ರಮಕ್ರಮವಾಗಿ ದುರ್ಬಲಗೊಂಡು ಮುಸ್ಲಿಮರ ಆಳ್ವಿಕೆಗೆ ದಾರಿಯಾಯಿತು.

ಈ ಕಥೆಯ ಮುಕ್ತಾಯದಲ್ಲಿ ಸ್ವಾಮಿ ವಿವೇಕಾನಂದರು "ಮಹಮ್ಮದೀಯರಿಂದ ಮಾನಹಾನಿಗೆ ತುತ್ತಾಗುವುದನ್ನು ತಪ್ಪಿಸಿಕೊಳ್ಳಲು ಆ ದಿವಸ 74500 ಮಹಿಳೆಯರು

ಅಗ್ನಿಗೆ ಆಹುತಿಯಾದರು. ಅದು ರಾಜಪುತ್ರಸ್ತಾನದ ಜನರ ನೆನಪಿನಲ್ಲಿ ಈಗಲೂ ಉಳಿದುಕೊಂಡಿದೆ. ಅಲ್ಲಿನ ಜನರು ಯಾರಿಗಾದರೂ ಒಂದು ಪತ್ರವನ್ನು ಬರೆದು, ಅದನ್ನು ಅಂಟಿಸಿದ ಬಳಿಕ ಅದರ ಮೇಲೆ 74½ ಎಂದು ಬರೆಯುತ್ತಾರೆ. 74500 ಎಂಬುದು ಅದರ ಅರ್ಥ. "ಈ ಪತ್ರವನ್ನು ಯಾರಾದರೂ ಒಡೆದುನೋಡಿದರೆ 74500 ಸ್ತ್ರೀಯರನ್ನು ಹತ್ಯೆ ಮಾಡಿದ ಪಾಪಕ್ಕೆ ಗುರಿಯಾಗುತ್ತೀರಿ" ಎಂಬುದು ಅದರ ಅರ್ಥ" ಎಂದು ವಿನೂತನ ಸಂಗತಿಯೊಂದರತ್ತ ನಮ್ಮೆಲ್ಲರ ಗಮನಸೆಳೆದಿದ್ದಾರೆ.

"ರಾಜಪುತಾನದಲ್ಲಿ ಬುದ್ಧಿವಂತ ಮಹಿಳೆಗೆ ದಡ್ಡಪುತ್ರನು ಹುಟ್ಟುತ್ತಾನೆ, ದಡ್ಡ ಮಹಿಳೆಗೆ ಬುದ್ಧಿವಂತ ಪುತ್ರನು ಹುಟ್ಟುತ್ತಾನೆ" ಎಂಬೊಂದು ವಿಚಿತ್ರಗಾದೆ ಪ್ರಚಾರ ದಲ್ಲಿದೆ. ರಜಪೂತ ಪುರುಷನಿಗೆ ರಜಪೂತ ಮಹಿಳೆಗಿರುವ ಅರ್ಧದಷ್ಟು ಬುದ್ಧಿಶಕ್ತಿಯೂ ಇಲ್ಲ. ರಜಪುತಾನದಲ್ಲಿ ಯಾವುದೇ ಸಾಮ್ರಾಜ್ಯವು ಮಹಿಳೆಯಿಂದ ಆಳಲ್ಪಟ್ಟಾಗಲೆಲ್ಲ ಅವಳು ಅದನ್ನು ಅತ್ಯಂತ ದಕ್ಷತೆಯಿಂದ ಆಳಿರುವಳು" ಎಂದು ಸ್ವಾಮಿ ವಿವೇಕಾನಂದರು ರಾಜಪುತಾನದ ಮಹಿಳೆಯರ ಬುದ್ಧಿಮತ್ತೆಯನ್ನು ವಿಶೇಷವಾಗಿ ಕೊಂಡಾಡಿದ್ದಾರೆ. ಈ ಮೇಲಿನ ಕಥೆಯನ್ನೇ ತೆಗೆದುಕೊಂಡರೂ ರತ್ನಸಿಂಹನು ಬುದ್ಧಿವಂತನಾಗಿದ್ದರೆ ಖಂಡಿತ ವಾಗಿಯೂ ಅಲ್ಲಾವುದ್ದೀನನ ಮೋಸಕ್ಕೆ ಬಲಿಯಾಗಿ ಅವನ ಸೆರೆಯಾಳಾಗುತ್ತಿರಲಿಲ್ಲ. ಜಯಚಂದ್ರ-ಪೃಥ್ವೀರಾಜ ಮೊದಲಾದವರು ಪತನಹೊಂದಿದ್ದು ಕೂಡ ಈ ಬುದ್ಧಿವಂತಿಕೆಯ ಕೊರತೆಯಿಂದಲೇ ಎಂದು ಹೇಳಿದರೆ ತಪ್ಪಾಗುವುದಿಲ್ಲ.

೧೬. ಸಂತರು ನೀಡಿದ ತೀರ್ಪು

ದೇವರ ವಿಚಾರವಾಗಿ ಬಹಳ ಹಿಂದಿನಿಂದಲೂ ಈ ಪ್ರಪಂಚದಲ್ಲಿ ಹೋರಾಡುತ್ತಲೇ ಇದ್ದಾರೆ. "ನಾನು ಪೂಜಿಸುವ ದೇವರೇ ದೊಡ್ಡವನು, ಅವನ ನಾಮವೇ ಪವಿತ್ರವಾದುದು, ಅವನ ರೂಪವೇ ನಿಜವಾದ ರೂಪ" ಎಂದು ಒಬ್ಬೊಬ್ಬರೂ ಹೇಳುತ್ತಿದ್ದಾರೆ. ಅವರು ಹೇಳುವುದೆಲ್ಲ ಭಕ್ತಿಯ ಬಾಹ್ಯರೂಪಗಳು. ನಾವು ಅವುಗಳನ್ನೆಲ್ಲ ದಾಟಿ ಹೋಗಬೇಕಾಗಿದೆ. ಈಶ್ವರ, ಜಗತ್ತು, ಜೀವಕೋಟಿಗಳು, ಜಗತ್ತಿನ ಅದ್ಭುತಗಳು, ರಹಸ್ಯಗಳು ಮುಂತಾದುವುಗಳ ಮೇಲೆ ಚರ್ಚೆ ನಡೆಸುತ್ತಲೇ ಇರುತ್ತೇವೆ. ದೊಡ್ಡದೊಡ್ಡ ಗ್ರಂಥಗಳನ್ನೇ ಬರೆದು, ಈಗಾಗಲೇ ಕುಣಿಯುತ್ತಿರುವ ಗೊಂದಲಕ್ಕೆ ಮತ್ತಷ್ಟು ಗೊಂದಲವನ್ನು ತುರುಕುತ್ತೇವೆ. ಹೀಗೆಲ್ಲ ಆಗಲು ಏನು ಕಾರಣ ಎಂಬುದಕ್ಕೆ ಸ್ವಾಮಿ ವಿವೇಕಾನಂದರು ಸಮಂಜಸವಾದ ದೃಷ್ಟಾಂತವೊಂದನ್ನು ಮುಂದಿಟ್ಟಿದ್ದಾರೆ.

ಒಮ್ಮೆ ಭರತಖಂಡದ ಭಿನ್ನಭಿನ್ನ ಮತಾವಲಂಬಿಗಳ ಪ್ರತಿನಿಧಿಗಳೆಲ್ಲ ಒಂದೆಡೆ ಕಲೆತು, ಏನಾದರೊಂದು ತೀರ್ಮಾನಕ್ಕೆ ಬರಲೇಬೇಕೆಂದು ವಾದಮಾಡಲು ಪ್ರಾರಂಭಿಸಿದರು. ಒಬ್ಬನು "ಬ್ರಹ್ಮನೇ ಶ್ರೇಷ್ಠ, ಏಕೆಂದರೆ ಅವನೇ ಸೃಷ್ಟಿಕರ್ತ" ಎಂದನು. ಎರಡನೆಯವನು "ಅದು ಹಾಗಲ್ಲ, ವಿಷ್ಣುವೇ ಶ್ರೇಷ್ಠ, ಅವನೇ ಜೀವರಾಶಿಗಳಿಗೆಲ್ಲ ಕಾಲಕಾಲಕ್ಕೆ ಅನ್ನಾಹಾರಗಳನ್ನು ಒದಗಿಸಿಕೊಡುವವನಾಗಿದ್ದಾನೆ" ಎಂದನು. ಮೂರನೆಯವನು "ಅದು ಸರಿಯಲ್ಲ, ರುದ್ರನೇ ಶ್ರೇಷ್ಠ, ಕಾಲ ತುಂಬಿಬರುತ್ತಿದ್ದಂತೆ ಜೀವಿಗಳನ್ನು ತನ್ನೊಳಗೆ ಸೇರಿಸಿಕೊಳ್ಳುತ್ತಾನೆ, ಇಲ್ಲದಿದ್ದರೆ ಈ ಜಗತ್ತಿನಲ್ಲಿ ಜೀವಿಗಳು ಜೀವಿಸಿರಲು ಜಾಗವೇ ಇರುತ್ತಿರಲಿಲ್ಲ" ಎಂದನು. ನಾಲ್ಕನೆಯವನು "ಗಣಪತಿಯೇ ಶ್ರೇಷ್ಠ, ಕಲಿಯುಗದಲ್ಲಿ ಮೊದಲಿಗೆ ಅವನಿಗೇ ಪೂಜೆ. ಅವನು ಸೃಷ್ಟಿಸುವ, ಕಾಪಾಡುವ, ಲಯಗೊಳಿಸುವ ಮೂರೂ ಕಾರ್ಯಗಳನ್ನು ಒಬ್ಬನೇ ಮಾಡುತ್ತಾನೆ" ಎಂದು ಗಟ್ಟಿಯಾಗಿ ಹೇಳಿದನು. ಐದನೆಯವನು "ನಿಮ್ಮಗಳ ವಾದವನ್ನು ನಾನು ಒಪ್ಪುವುದಿಲ್ಲ. ನೀವು ಬಣ್ಣಿಸುತ್ತಿರುವ ಬ್ರಹ್ಮ, ವಿಷ್ಣು, ರುದ್ರ, ಗಣಪತಿ ಮುಂತಾದ ಎಲ್ಲ ದೇವರುಗಳಿಗೂ ಜಗನ್ಮಾತೆ, ದುರ್ಗಾದೇವಿಯೇ ತಾಯಿ" ಎಂದು ಅದ್ಭುತವಾಗಿ ವಾದಮಾಡಿದನು. ಆದರೆ ಹತ್ತಿದ ಜಗಳ ಹರಿಯಲಿಲ್ಲ, ಏನೊಂದೂ ತೀರ್ಮಾನವಾಗಲಿಲ್ಲ.

ಆ ಹೊತ್ತಿಗೆ ಸರಿಯಾಗಿ ಆ ಮಾರ್ಗವಾಗಿ ಸಾಧುಮಹಾತ್ಮರೊಬ್ಬರು ಹೋಗು

ತ್ತಿದ್ದರು. ವಾದಗಾರರು "ನಮ್ಮ ವಾದಕ್ಕೆ ಈಗ ತುದಿಮೊದಲಿಲ್ಲದಂತಾಗಿದೆ, ಆ ಸಂತರನ್ನೇ ತೀರ್ಪುಗಾರರನ್ನಾಗಿ ಇಟ್ಟುಕೊಳ್ಳೋಣ, ಅವರ ತೀರ್ಪಿಗೆ ಬದ್ಧರಾಗೋಣ" ಎಂದು ನಿಶ್ಚಯಿಸಿಕೊಂಡರು. ಐವರೂ ಕೂಡಿ, ಆ ಮಹಾತ್ಮರನ್ನು ಕಾಡಿಬೇಡಿ ನ್ಯಾಯಕ್ಕೆ ಕೂರಿಸಿಕೊಂಡರು. ಆ ಮಹಾತ್ಮರು ಎಲ್ಲರ ವಾದಗಳನ್ನೂ ಆಲಿಸಿದರು. ಆ ಬಳಿಕ ಅವರು ಬ್ರಹ್ಮನೇ ದೊಡ್ಡವನು ಎಂದು ವಾದಮಾಡಿದವನನ್ನು ಉದ್ದೇಶಿಸಿ "ನೀನು ಆ ಬ್ರಹ್ಮದೇವನನ್ನು ಕಣ್ಣಾರೆ ಕಂಡಿದ್ದೀಯಾ, ಅವನಿಗೆ ನಿನ್ನ ಪರಿಚಯವನ್ನು ಹೇಳಿದ್ದೀಯಾ, ಅವನ ಪರಿಚಯವನ್ನು ಪಡೆದುಕೊಂಡಿದ್ದೀಯಾ, ಅವನ ಸ್ನೇಹವನ್ನು ಸಂಪಾದಿಸಿ ಕೊಂಡಿದ್ದೀಯಾ" ಎಂದು ಪ್ರಶ್ನೆಮಾಡಿದರು. ಅದೇ ಪ್ರಶ್ನೆಯನ್ನು ಅವರು ಒಬ್ಬೊಬ್ಬರ ಮುಂದೆಯೂ ಇಟ್ಟರು. ಆಗ ಅವರೆಲ್ಲರೂ ಪ್ರಾಮಾಣಿಕರಾಗಿದ್ದುದರಿಂದ "ಸುಳ್ಳು ಹೇಳುವುದೇಕೆ ಸ್ವಾಮಿ, ನಾವು ನಮ್ಮ ದೇವರುಗಳನ್ನು ನೇರವಾಗಿ ಕಂಡಿಲ್ಲ, ಮಾತನಾಡಿಲ್ಲ" ಎಂದು ಒಪ್ಪಿಕೊಂಡರು.

ಆಗ ಆ ಮಹಾತ್ಮರು "ನಿಮ್ಮ ದೇವರ ವಿಚಾರ ನಿಮಗೆ ಸರಿಯಾಗಿ ತಿಳಿಯ ದಿರುವುದರಿಂದಲೇ ನೀವು ಹೀಗೆ ಹೋರಾಡುತ್ತಿದ್ದೀರಿ. ನೀವು ಪೂಜಿಸುತ್ತಿರುವ ದೇವರನ್ನು ಸಾಕ್ಷಾತ್ಕಾರ ಮಾಡಿಕೊಳ್ಳಲು ಪ್ರಯತ್ನಿಸಿ. ಆಗ ನೀವು ವಾದಮುಕ್ತರಾಗಿಬಿಡುತ್ತೀರಿ" ಎಂದು ತೀರ್ಪಿತ್ತರು.

ಒಂದು ಕೊಡಕ್ಕೆ ನೀರು ಬೀಳುತ್ತಿರುವಾಗ ಕೊಡವು ಸದ್ದುಮಾಡುತ್ತದೆ. ಆದರೆ ಅದು ತುಂಬಿದ ಬಳಿಕ ಸದ್ದೆಲ್ಲ ಅಡಗಿಹೋಗುತ್ತದೆ. ಧರ್ಮವೆಂದರೆ, ದೇವರೆಂದರೆ, ಕೇವಲ ಮಾತಿನ ನೊರೆಯಲ್ಲ, ವಿವಿಧ ಗ್ರಂಥಗಳಿಂದ ಸಂಗ್ರಹಿಸಿದ ಸಾಮಗ್ರಿಯೂ ಅಲ್ಲ. ದೇವರು, ಧರ್ಮಗಳ ವಿಚಾರವಾಗಿ ಹೆಬ್ಬೊತ್ತಗೆಗಳನ್ನೇ ಬರೆದುಬಿಡಬಹುದು. ಆದರೆ ಅದರಿಂದ ಈಗಾಗಲೇ ತುಂಬಿರುವ ಗೊಂದಲಕ್ಕೆ ಮತ್ತಷ್ಟು ಗೊಂದಲವನ್ನು ತುರುಕಿದಂತಾಗುತ್ತದೆ. ಅದಕ್ಕೆ ಪ್ರತಿಯಾಗಿ ಸಾಕ್ಷಾತ್ಕಾರದ ಹಂಬಲವನ್ನು ತುಂಬಿ ಕೊಳ್ಳೋಣ ಎಂದು ವಿವೇಕಾನಂದರು ಉಪದೇಶಿಸಿದ್ದಾರೆ. "ಕೇಳಿಕೊಳ್ಳಿ, ಅದು ನಿಮಗೆ ಲಭಿಸುತ್ತದೆ; ಹುಡುಕಾಟಮಾಡಿ, ಅದು ನಿಮಗೆ ದೊರಕುತ್ತದೆ; ಬಾಗಿಲನ್ನು ತಟ್ಟಿ, ಅದು ನಿಮಗೆ ತೆರೆಯುತ್ತದೆ" ಎಂದು ಏಸುಕ್ರಿಸ್ತನ ದಿವ್ಯಸಂದೇಶವೊಂದನ್ನು ಈ ಸಂದರ್ಭಕ್ಕೆ ಅವರು ಉದ್ಧರಿಸಿದ್ದಾರೆ. "ಇದು ದೇವರನ್ನು ಸಾಕ್ಷಾತ್ಕಾರಮಾಡಿಕೊಂಡ ಮಹಾಭಕ್ತಾಗ್ರಣಿಯ ಹೃದಯಾಂತರಾಳದಿಂದ ಹೊಮ್ಮಿಬಂದಿರುವ ಸಂದೇಶ" ಎಂದು ಕ್ರಿಸ್ತನನ್ನು ಕೊಂಡಾಡಿಯೂ ಇದ್ದಾರೆ.

ದೇವರುಗಳ ಹೆಸರಿನಲ್ಲಿ ಭಕ್ತರ ಈ ಮೇಲಾಟದ ವಿಚಾರವಾಗಿ ಪರಮಹಂಸರ ಬಣ್ಣನೆ ಅತ್ಯಂತ ರಸಮಯವಾಗಿದೆ. ಅದು ಪರಮಹಂಸರ ಪ್ರೀತ್ಯಾದರಗಳಿಗೆ ಪಾತ್ರನಾಗಿದ್ದ, ಜ್ಞಾನಿಯಾಗಿದ್ದ, ನಿಗರ್ವಿಯಾಗಿದ್ದ ಪದ್ಮಲೋಚನನೆಂಬಾತನು

ಪರಮಹಂಸರಿಗೆ ಹೇಳಿದ ವೃತ್ತಾಂತವಾಗಿದೆ. ಪದ್ಮಲೋಚನನು ವರ್ಧಮಾನಮಹಾರಾಜನ ಸಭಾಪಂಡಿತನಾಗಿದ್ದನು. ಒಂದುದಿನ ರಾಜಸಭೆಯಲ್ಲಿ ಕೆಲವು ವಿದ್ವಾಂಸರು "ತ್ರಿಮೂರ್ತಿಗಳಲ್ಲಿ ಯಾರು ದೊಡ್ಡವರು ಎಂಬ ವಿಚಾರದಲ್ಲಿ ಚರ್ಚೆಯಾಗಬೇಕು ಮಹಾಪ್ರಭು" ಎಂದು ಕೇಳಿಕೊಂಡರು. "ಹಾಗೆಯೇ ಆಗಲಿ, ಚರ್ಚೆನಡೆಸಿ" ಎಂದು ದೊರೆಯು ಸಮ್ಮತಿಸಿದನು. ವಿದ್ವಾಂಸರು ಸಾಕಷ್ಟು ಚರ್ಚೆನಡೆಸಿದರಾದರೂ ಯಾವುದೇ ನಿರ್ಣಯಕ್ಕೆ ಬರಲು ಸಾಧ್ಯವಾಗಲಿಲ್ಲ. ಕೊನೆಗೆ ವರ್ಧಮಾನದೊರೆಯು ಪದ್ಮಲೋಚನನನ್ನು ಕುರಿತು "ನಿಮ್ಮ ಅಭಿಪ್ರಾಯವೇನು ಪಂಡಿತರೇ" ಎಂದು ಗಂಭೀರವದನನಾಗಿ ಕೇಳಿದನು. ಆಗ ಪದ್ಮಲೋಚನನು ತನ್ನ ಸ್ವಾಭಾವಿಕವಾದ ಸರಳತೆಯಿಂದ "ಅದು ನನಗೆ ಹೇಗೆ ಗೊತ್ತಾಗಬೇಕು ಮಹಾಪ್ರಭು, ನನಗೇ ಆಗಲಿ, ನನ್ನ ವಂಶದ ಹಿಂದಿನ ಹದಿನಾಲ್ಕು ತಲೆಮಾರಿನವರಿಗೇ ಆಗಲಿ, ಶಿವನ ದರ್ಶನವೂ ಆಗಿಲ್ಲ, ಬ್ರಹ್ಮನ ದರ್ಶನವೂ ಆಗಿಲ್ಲ; ವಿಷ್ಣುವಿನ ದರ್ಶನ ಮೊದಲೇ ಆಗಿಲ್ಲ" ಎಂದು ಉತ್ತರಿಸಿದನು. ಆ ಉತ್ತರವನ್ನು ಕೇಳುತ್ತಿದ್ದಂತೆಯೇ ದೊರೆಯೇ ಆದಿಯಾಗಿ ಸರ್ವರೂ ನಗೆಗಡಲಿನಲ್ಲಿ ಕೊಚ್ಚಿಹೋದರು. ಚರ್ಚೆಮಾಡಲು ಯಾರೂ ಉಳಿಯಲಿಲ್ಲ.

೧೭. ನಾನು ಸೆರೆಮನೆಯಲ್ಲಿಯೇ ಇರುತ್ತೇನೆ

"ನಿಮ್ಮಿಂದಲೇ ನೀವು ದುಃಖಕ್ಕೆ ಬೀಳುತ್ತೀರಿ. ನಿಮ್ಮನ್ನು ಯಾರೂ ಬಲಾತ್ಕರಿಸುವುದಿಲ್ಲ, ನಿಮ್ಮನ್ನು ಯಾರೂ ಎತ್ತಿಹಿಡಿಯುವುದೂ ಇಲ್ಲ. ಹುಟ್ಟುವವರೂ ನೀವೇ, ಸಂಸಾರ ಚಕ್ರದಲ್ಲಿ ಉರುಳುವವರೂ ನೀವೇ. ದುಃಖವೆಂಬ ಚಕ್ರದ ಅರೆಕಾಲುಗಳನ್ನು ಹಿಡಿದುಕೊಂಡು, ಅದರ ಗಾಲಿಯನ್ನೂ ಮತ್ತು ಶೂನ್ಯವೆಂಬ ಅದರ ಕೇಂದ್ರವನ್ನೂ ನೀವೇ ಚುಂಬಿಸುತ್ತಿದ್ದೀರಿ" ಎಂಬ ಬುದ್ಧವಾಣಿಯನ್ನು ಉಲ್ಲೇಖಿಸುತ್ತ ಸ್ವಾಮಿ ವಿವೇಕಾನಂದರು "ನಮ್ಮ ದುಃಖಗಳನ್ನೆಲ್ಲ ನಾವೇ ಆರಿಸಿಕೊಂಡಿದ್ದೇವೆ. ನಮ್ಮ ಸ್ವಭಾವವಾದರೋ ದುಃಖಗಳನ್ನು ಗುಡ್ಡೆಹಾಕಿಕೊಳ್ಳುವುದೇ ಆಗಿದೆ. ಅದರಿಂದ ಬಿಡುಗಡೆ ಪಡೆಯುವ ಇಚ್ಛೆ ನಮಗಿಲ್ಲ. ದುಃಖರಾಶಿಗೇ ಹೊಂದಿಕೊಂಡು, ಅದನ್ನೇ ಸುಖವೆಂದು ಭ್ರಮಿಸುತ್ತಿದ್ದೇವೆ" ಎಂದು ಆ ವಾಣಿಯನ್ನು ವಿಮರ್ಶಿಸಿದ್ದಾರೆ. ತರುವಾಯ ಅದಕ್ಕೊಂದು ಮನಮುಟ್ಟುವ ಕಥೆಯನ್ನು ಹೇಳಿದ್ದಾರೆ.

ಚೈನಾದೇಶದಲ್ಲಿ ಇತ್ಸಿಂಗ್ ಎಂಬ ಮಹಾಪರಾಧಿಯೊಬ್ಬನು ಹಲವಾರು ಘೋರ ಅಪರಾಧಗಳನ್ನು ಮಾಡಿ, ತನ್ನ ಇಪ್ಪತ್ತನೆಯ ವಯಸ್ಸಿಗೇ ಸೆರೆಮನೆಯನ್ನು ಸೇರಿಬಿಟ್ಟನು. ದೀರ್ಘಕಾಲದ ಸೆರೆಮನೆವಾಸದ ಶಿಕ್ಷೆ ವಿಧಿಸಿದ್ದುದರಿಂದ, ಅಲ್ಲಿಯೇ ಅವನು ತನ್ನ ಬಾಳಿನ ಒಂದು ಸಂವತ್ಸರ ಚಕ್ರವನ್ನೇ ಉರುಳಿಸಿ, ಅರವತ್ತು ವರ್ಷಗಳ ವೃದ್ಧನಾಗಿಬಿಟ್ಟನು. ಇನ್ನೂ ಅಷ್ಟು ಕಾಲ ಅವನಿಗೆ ಸೆರೆಮನೆವಾಸವೇ ಬರೆದಿತ್ತು. ಆದರೆ ಈ ನಡುವೆ ಹೊಸದಾಗಿ ಸಿಂಹಾಸನವೇರುವ ಚಕ್ರವರ್ತಿಯ ಪಟ್ಟಾಭಿಷೇಕದ ಮಹೋತ್ಸವ ಕೂಡಿಬಂದಿತು. ಆಗ ದೀರ್ಘಕಾಲದಿಂದ ಸೆರೆಮನೆಗಳಲ್ಲಿ ಕೊಳೆಯುತ್ತಿರುವ ಕೆಲವು ಖೈದಿಗಳನ್ನು ಬಿಡುಗಡೆಗೊಳಿಸಬೇಕೆಂದು ರಾಜಾಜ್ಞೆಯಾಯಿತು. ಅದರಂತೆ ಇತ್ಸಿಂಗನಿಗೂ ಬಿಡುಗಡೆಯ ಬಾಗಿಲು ತೆರೆಯಿತು. ಜೈಲರನು "ಇತ್ಸಿಂಗ್ ಇಲ್ಲಿ ಬಾ, ಇಂದಿಗೆ ನಿನ್ನ ಕಾರಾಗೃಹವಾಸ ಮುಗಿಯಿತು. ಅವಧಿಗೆ ಮುನ್ನವೇ ನೀನು ಮುಕ್ತನಾಗುತ್ತಿದ್ದೀಯೆ. ಚಕ್ರವರ್ತಿಗಳ ಪಟ್ಟಾಭಿಷೇಕದ ವೈಭವವನ್ನು ಕಣ್ತುಂಬ ನೋಡಿಕೊಂಡು, ಆ ಬಳಿಕ ನಿನ್ನಿಷ್ಟ ಬಂದಲ್ಲಿಗೆ ಹೋಗಬಹುದು, ನೀನಿನ್ನು ಹೊರಡು" ಎಂದು ರಾಜಾಜ್ಞೆಯನ್ನು ತಿಳಿಸಿದನು.

ಇತ್ಸಿಂಗನಿಗೆ ಜೈಲುವಾಸವೇ ಒಗ್ಗಿಹೋಗಿತ್ತು. "ಒಗ್ಗಿದ್ದಕ್ಕೆ ಮಷಾಣಲೇಸು" ಎಂಬ

ಗಾದೆಯಂತಾಗಿತ್ತು ಅವನ ಸ್ಥಿತಿ. ಇಲಿ ಹೆಗ್ಗಣ ಸೊಳ್ಳೆ ತಿಗಣೆ ಹೇನು ಕೂರೆಗಳೇ ಅವನ ಸಂಗಾತಿಗಳಾಗಿಬಿಟ್ಟಿದ್ದುವು. ಹೊತ್ತುಗೊತ್ತಿಗೆ ಒಂದು ತುತ್ತು ಅನ್ನ ಸಿಗುತ್ತದೆ. ಗಾಳಿ ಮಳೆಬಿಸಿಲುಗಳಿಂದ ರಕ್ಷಣೆಯಿದೆ. "ಅರಸನ ಅಂಕೆಯಿಲ್ಲ, ದೆವ್ವದ ಕಾಟವಿಲ್ಲ." ಹೊರಗೆಹೋಗಿ ಮಾಡುವುದೇನು ಎಂಬ ಚಿಂತೆ ಅವನನ್ನು ಕಾಡತೊಡಗಿತು. ಒಡನೆಯೆ ಇತ್ಸಿಂಗನು "ಸ್ವಾಮಿ, ನಾನು ತುರಂಗವಾಸದಲ್ಲಿಯೇ ಇರುತ್ತೇನೆ. ನನಗೆ ಬಿಡುಗಡೆಯೇನೂ ಬೇಡ" ಎಂದು ಬೇಡಿಕೊಂಡನು. ಜೈಲರನು "ಹಾಗೆಲ್ಲ ಆಗದು. ರಾಜಾಜ್ಞೆಯನ್ನು ಪಾಲಿಸಲೇಬೇಕು. ಇಲ್ಲಿ ನಿನಗಿನ್ನು ಜಾಗವಿಲ್ಲ ಹೊರಡು" ಎಂದು ಗದರಿದನು.

ಇತ್ಸಿಂಗನು ಭಾರವಾದ ಮನಸ್ಸಿನಿಂದ ಜೈಲಿನಿಂದ ಹೊರಕ್ಕೆ ಬಂದನು. ಸೂರ್ಯನ ಬೆಳಕಿಗೆ ಕಣ್ಣು ಬಿಡಲಾರದೆ, ನಾಲ್ಕುಹೆಜ್ಜೆ ಮುಂದಕ್ಕಿಡಲಾಗದೆ "ಅಯ್ಯೋ, ನಾನು ಕುರುಡನಾಗಿಬಿಟ್ಟಿದ್ದೇನೆ" ಎಂದು ಕಿರುಚಿಕೊಳ್ಳುತ್ತ ಮತ್ತೆ ಸೆರೆಮನೆಯೊಳಕ್ಕೇ ನುಗ್ಗಿ ಬಂದನು. "ಸ್ವಾಮಿ, ನಾನು ಹೊರಗೆ ಏನೂ ನೋಡಲಾರೆ, ಸೂರ್ಯಪ್ರಕಾಶಕ್ಕೆ ಕಣ್ಣು ತೆರೆಯಲಾರೆ. ನನ್ನ ಮೇಲೆ ಕರುಣೆಯಿಟ್ಟು ಈ ಸೆರೆಮನೆಯಲ್ಲೇ ಇರಿಸಿಕೊಳ್ಳಿ, ಅದು ಸಾಧ್ಯವಿಲ್ಲವೆಂದಾದರೆ ನನ್ನ ತಲೆ ಕಡಿದುಬಿಡಿ" ಎಂದು ಗೋಳಾಡುತ್ತ ಜೈಲರನ ಕಾಲುಗಳ ಮೇಲೆ ಬಿದ್ದನು. ಜೈಲರನಿಗೂ ದಿಕ್ಕುತೋರದಂತಾಯಿತು. ಆ ಸುದ್ದಿಯು ಚಕ್ರವರ್ತಿಯ ವರೆಗೂ ಮುಟ್ಟಿತು. ಪಟ್ಟಾಭಿಷೇಕದ ಗಡಿಬಿಡಿಯಲ್ಲಿದ್ದ ಚಕ್ರವರ್ತಿಯು "ಸರಿ, ಅಲ್ಲಿಯೇ ಇರಲಿ ಬಿಡಿ" ಎಂದುಬಿಟ್ಟನು. ಅದರಂತೆ ಇತ್ಸಿಂಗನು ಅರಮನೆಯತ್ತ ಸುಳಿಯಲೂ ಇಷ್ಟಪಡದೆ, ತುರಂಗವಾಸವನ್ನೇ ವರಿಸಿದನು.

ಕಥೆಯಲ್ಲಿ ಬಂದಿರುವ ಇತ್ಸಿಂಗನೆಂದರೆ ನಾವೇ. ನಾವು ಸ್ವಲ್ಪವೂ ಆಲೋಚಿಸದೆ ದುಃಖವನ್ನೇ ಹಿಂಬಾಲಿಸುತ್ತಿದ್ದೇವೆ. ಅದರಿಂದ ಪಾರಾಗುವ ಬಯಕೆಯೇ ನಮಗಿಲ್ಲ. ಸುಖವನ್ನು ವಶಪಡಿಸಿಕೊಳ್ಳುತ್ತೇವೆಂದು ಹೊರಟ ಪರಿಣಾಮವೇ ಅದಾಗಿದೆ. ನಾವು ಸುಖವನ್ನು ನಮ್ಮದಾಗಿಸಿಕೊಳ್ಳುವುದಕ್ಕೆ ಮುನ್ನವೇ ಅದು ನಮ್ಮನ್ನು ವಂಚಿಸಿ ಮಾಯವಾಗಿಬಿಡುತ್ತಿದೆ. ನಮ್ಮ ಬೆರಳುಗಳ ಸಂದಿಯಿಂದ ಅದು ಜಾರಿಬಿಡುತ್ತಿದೆ. ಆದರೂ ಅದನ್ನು ಬೆನ್ನಟ್ಟುವ ಭ್ರಾಂತಿಯು ಮಾತ್ರ ತೊಲಗದೆ ಕುರುಡ ಗುಲಾಮರೂ ಮೂರ್ಖರೂ ಆಗಿ ಅಲೆಯುತ್ತಲೇ ಇದ್ದೇವೆ. ವಸ್ತುಗಳ ಸ್ಥಿತಿಯನ್ನು ಅರಿಯದೆ ರೋದಿಸುತ್ತಿದ್ದೇವೆ. ನಿಮ್ಮ ಜೀವನವನ್ನು ಪರೀಕ್ಷಿಸಿ ನೋಡಿ. ಅದರಲ್ಲಿರುವ ಸುಖ ಅತ್ಯಲ್ಪವಲ್ಲವೇ! ಪ್ರಪಂಚವೆಂಬ ಮಾಯಾಮೃಗದ ಬೇಟೆಯಿಂದ ನಮಗೆ ಎಷ್ಟು ಸುಖ ಸಿಕ್ಕಿದೆ ಹೇಳಿ! ಇದನ್ನು ನೀವೇ ವಿಮರ್ಶಿಸಿ ನೋಡಿ" ಎಂದು ವಿವೇಕಾನಂದರು ನಮ್ಮನ್ನು ಜಾಗ್ರತಗೊಳಿಸಿದ್ದಾರೆ. ಈ ಸಂದರ್ಭಕ್ಕೆ "ಸಾಸುವೆಯಷ್ಟು ಸುಖಕ್ಕೆ ಸಾಗರದಷ್ಟು ದುಃಖ ನೋಡಾ" ಎಂಬ ಸುಜ್ಞಾನಿ ಅಲ್ಲಮಪ್ರಭುವಿನ ವಾಣಿಯನ್ನೂ ಹೊಂದಿಸಿಕೊಳ್ಳಬೇಕು.

ಇದೇ ಕಥೆಯನ್ನು ಬೇರೊಂದು ಸಂದರ್ಭದಲ್ಲಿ ಹೇಳಿರುವ ವಿವೇಕಾನಂದರು "ಅಂಥ

ವ್ಯಕ್ತಿಯಂತೆ ಇರಲು ನಿಮಗೆ ಇಷ್ಟವೇ" ಎಂದು ಪ್ರಶ್ನಿಸುತ್ತ "ಜಗತ್ತೆಂಬ ಈ ಕೊಳಕು ಕೋಣೆಯಲ್ಲಿಯೇ ಯಾವಾಗಲೂ ಇರುವುದಕ್ಕೆ ನಮ್ಮ ಶಕ್ತಿಮೀರಿ ಪ್ರಯತ್ನಿಸುತ್ತೇವೆ. ಈ ಬೀಭತ್ಸ ಭ್ರಾಂತಿಮಯ ಜಗದ ಅಂಗಣದಲ್ಲಿ ಕಾಲ್ಚೆಂಡಿನಂತೆ ಯಾವಾಗಲೂ ಒದೆಸಿಕೊಳ್ಳುತ್ತ ಇರಲು ನಾವು ಬಯಸುತ್ತೇವೆ. ನಾವು ಪ್ರಕೃತಿಯ ಕೈಯಲ್ಲಿ ಗುಲಾಮರಾಗಿದ್ದೇವೆ" ಎಂದು ಬರೆದಿದ್ದಾರೆ.

೧೮. ದೇವಾಂಶಸಂಭೂತ ಕಂಬಳಿಬಾಬಾ

ವಾಯವ್ಯ ಮತ್ತು ಪಂಜಾಬು ಪ್ರಾಂತ್ಯಗಳಲ್ಲಿ ಧಾರ್ಮಿಕ ವಿದ್ಯೆಯು ಮಿಕ್ಕ ಪ್ರದೇಶ ಗಳಿಗಿಂತ ಚೆನ್ನಾಗಿ ಹರಡಿದೆ. ಪಂಜಾಬಿನ ಒಬ್ಬ ರೈತನ ಹುಡುಗಿ ಕೂಡ ತನ್ನ ಚರಕದ ಗಾಲಿ ತಿರುಗುವಾಗ, 'ಸೋಽಹಂ'– ಆ ಪರಬ್ರಹ್ಮವೇ ನಾನಾಗಿದ್ದೇನೆ ಎಂದು ಅದು ಹಾಡುತ್ತಿದೆ ಎಂದು ಹೆಮ್ಮೆಯಿಂದ ಹೇಳುತ್ತಾಳೆ. ಹೃಷೀಕೇಶದ ಅರಣ್ಯಗಳಲ್ಲಿ ಅಂತ್ಯಜ ಮೆಹತರ್‌ತ್ಯಾಗಿಗಳು ಕಾವಿಯುಟ್ಟು ವೇದಾಂತವನ್ನು ಅಧ್ಯಯನ ಮಾಡುತ್ತಿದ್ದಾರೆ. ಪ್ರತಿಷ್ಠಿತ ಕುಲೀನವಂಶದ ಜಿಜ್ಞಾಸುಗಳು, ಅವರ ಪದತಳದಲ್ಲಿ ಕುಳಿತು ಪರಮಾರ್ಥ ವನ್ನು ಅರಿತುಕೊಳ್ಳಲು ಸಿದ್ಧರಾಗಿದ್ದಾರೆ; ಅಂತ್ಯಜರಿಂದಲೂ ಪರಮಧರ್ಮವನ್ನು ಅರಿತುಕೊಳ್ಳಬಹುದು ಎಂಬುದನ್ನು ತೋರಿಸಿಕೊಡುತ್ತಿದ್ದಾರೆ. ತ್ಯಾಗಕ್ಕೆ ಸಿಕ್ಕಿರುವ ಮನ್ನಣೆಯಿಂದಾಗಿ ವೇದಾಂತದ ಪರಮಸಿದ್ಧಾಂತವು ಅತಿ ದೀನನಿಗೂ ಪಾಮರನಿಗೂ ದೊರಕುವಂತಾಗಿದೆ. ಪರಿವ್ರಾಜಕರಾದ ದಶನಾಮಿ, ಬೈರಾಗಿ ಮತ್ತು ಪಾಂಥಿಯ ಪರಂಪರೆಗೆ ಸೇರಿದ ಸನ್ಯಾಸಿಗಳು ಧರ್ಮವನ್ನು ಮನೆಮನೆಗೆ ತಲಪಿಸುತ್ತಿದ್ದಾರೆ. ಅದಕ್ಕಾಗಿ ನಮ್ಮ ಗೃಹಸ್ಥರು ಖರ್ಚುಮಾಡುತ್ತಿರುವುದು ಒಂದು ಚೂರು ರೊಟ್ಟಿ ಮಾತ್ರ ಎಂದು ಮುಂತಾಗಿ ಸ್ವಾಮಿ ವಿವೇಕಾನಂದರು ಈ ಪುಣ್ಯಭೂಮಿಯ ತ್ಯಾಗಶೀಲತೆಯ ಮೇಲ್ಮೆಯನ್ನು ಬಿತ್ತರಿಸುತ್ತ, ಕಂಬಳಿಬಾಬಾ ಎಂಬ ಪುಣ್ಯಪುರುಷರ ದಿವ್ಯಸ್ಮೃತಿಯತ್ತ ಹೊರಳಿ ಕೊಂಡಿದ್ದಾರೆ.

ಸ್ವಾಮಿ ವಿವೇಕಾನಂದರ ಸಮಕಾಲೀನರಾಗಿ ಕಂಬಳಿಬಾಬಾ ಎಂಬ ಮಹಾತ್ಮ ರೊಬ್ಬರಿದ್ದರು. ಅವರು 'ಕಚು' ಎಂಬ ಹೆಸರಿನ ಪಂಥಕ್ಕೆ ಸೇರಿದ ಸನ್ಯಾಸಿಯಾಗಿದ್ದರು. "ತ್ಯಾಗದಿಂದಲ್ಲದೆ ಅಮೃತತ್ತ್ವವು ಸಿದ್ಧಿಸುವುದಿಲ್ಲ" ಎಂಬ ನಿತ್ಯಸತ್ಯವನ್ನು ಅವರು ನೆರೆನಂಬಿದವರಾಗಿದ್ದರು. ಅವರು ಪರಮವೈರಾಗ್ಯಶಿರೋಮಣಿಗಳೂ ನಿಸ್ಸಂಗಿಗಳೂ ಆಗಿದ್ದರು. ಅವರು ರಾಜಪುತಾನದ ಬೇರೆಬೇರೆ ಭಾಗಗಳಲ್ಲಿ ನೂರಾರು ಶಾಲೆಗಳನ್ನೂ ಧರ್ಮಶಾಲೆಗಳನ್ನೂ ಸ್ಥಾಪಿಸಿದ್ದಾರೆ. ಅರಣ್ಯವಾಸಿಗಳ ಉಪಕಾರಕ್ಕಾಗಿ ಅಲ್ಲಿಯೇ ಆಸ್ಪತ್ರೆಗಳನ್ನು ತೆರೆದಿದ್ದಾರೆ. ಜನರ ಸಂಚಾರಕ್ಕೆ ಯೋಗ್ಯವಾಗುವಂತೆ ಹಿಮಾಲಯದ ಕಣಿವೆಯೊಂದರಲ್ಲಿ ಹರಿಯುವ ತೊರೆಗೆ, ಕಬ್ಬಿಣದ ಸೇತುವೆಯೊಂದನ್ನು ಕಟ್ಟಿಸಿದ್ದಾರೆ. ಇಷ್ಟೆಲ್ಲ ಮಾಡಿದ್ದರೂ ಅವರು ಕೈಯಾರೆ ಒಂದು ಕಾಸನ್ನೂ ಮುಟ್ಟುತ್ತಿರಲಿಲ್ಲ. ಅವರ ಬಳಿ ಒಂದು ಕಂಬಳಿಯ ಹೊರತಾಗಿ ಮತ್ತಾವ ಆಸ್ತಿಯೂ ಇರಲಿಲ್ಲ. ಆದ್ದರಿಂದಲೇ

ಜನರು ಅವರನ್ನು 'ಕಂಬಳಿಬಾಬಾ' ಎಂದು ಕರೆಯುತ್ತ, ಅವರ ನಿಜವಾದ ಹೆಸರೇ ತೆರೆಮರೆಗೆ ಸರಿದುಬಿಟ್ಟಿದೆ. ತಮಗೆಷ್ಟು ಬೇಕೋ ಅಷ್ಟು ಆಹಾರವನ್ನು ಸಂಪಾದಿಸಿಕೊಳ್ಳಲು ಅವರು ಮನೆಯಿಂದ ಮನೆಗೆ ಹೋಗಿ, ಭಿಕ್ಷೆಬೇಡುತ್ತಿದ್ದರು. ಒಂದೇ ಮನೆಯಿಂದ ಅವರು ಪೂರ್ತಿ ಭೋಜನವನ್ನು ಪಡೆದುಕೊಳ್ಳುತ್ತಿರಲಿಲ್ಲ. ಒಂದುವೇಳೆ ಪಡೆದುಕೊಂಡರೆ, ತಾವು ಆ ಮನೆಯವರಿಗೆ ಭಾರಹೊರಿಸಿದಂತಾಗುತ್ತದೆ ಎಂದು ಕಂಬಳಿಬಾಬಾ ಭಾವಿಸುತ್ತಿದ್ದರು. ಹೀಗೆ ಆ ಮಹಾತ್ಮರು ತ್ಯಾಗಮಯರಾಗಿ, ಲೋಕಕಲ್ಯಾಣಕಾರ್ಯಗಳನ್ನು "ಇದು ಪರಮಾತ್ಮನಿಗೆ ಪ್ರಿಯವಾಗಲಿ" ಎಂಬ ಈಶ್ವರಾರ್ಪಣಭಾವದಿಂದ ಮಾಡುತ್ತಿದ್ದರು.

ಇಷ್ಟೆಲ್ಲ ಆದರೂ ಕೆಲವು ಕುಹಕಿಗಳು ಕಂಬಳಿಬಾಬಾ ಅವರನ್ನು ಕುರಿತು "ಅವರೊಬ್ಬ ಢೋಂಗಿ, ಕೆಲಸಕ್ಕೆ ಬಾರದವರು, ಉಂಡಾಡಿಭಟ್ಟರು ಎಂದು ವಂಗದೇಶದ ಯುವಕರ ನಡುವೆ ಅಪಪ್ರಚಾರ ಮಾಡುತ್ತಿದ್ದರು. ಆ ಮಾತು ಕಂಬಳಿಬಾಬಾ ಅವರ ಕಿವಿಗೂ ಬಿತ್ತು. ಆದರೂ ಅವರು ಆ ನಿಂದೆಯಿಂದ ವಿಚಲಿತರಾಗದೆ ಕಾರ್ಯತತ್ಪರ ರಾಗಿದ್ದರು. ಸ್ಥಿತಪ್ರಜ್ಞತೆ, ಬ್ರಾಹ್ಮೀಸ್ಥಿತಿ ಎಂದರೆ ಅದೇ ಅಲ್ಲವೆ!

ಈ ವೃತ್ತಾಂತದ ಮುಕ್ತಾಯದಲ್ಲಿ ಸ್ವಾಮಿವಿವೇಕಾನಂದರು "ಅಮೇರಿಕಾದಲ್ಲಿ ಪ್ರತಿವರ್ಷ ಧರ್ಮರಕ್ಷಣೆಗಾಗಿ ಕೋಟ್ಯಂತರ ರೂಪಾಯಿಗಳನ್ನು ಖರ್ಚುಮಾಡುತ್ತಾರೆ. ಪಾದ್ರಿಗಳಿಗೆ ಮೂವತ್ತುಸಾವಿರದಿಂದ ಹಿಡಿದು ತೊಂಬತ್ತುಸಾವಿರದವರೆಗೆ ಸಂಬಳ ಕೊಡುತ್ತಾರೆ. ಅದರೊಡನೆ ಕಂಬಳಿಬಾಬಾ ಅಂಥವರ ಸರ್ವಸಮರ್ಪಣತ್ಯಾಗವನ್ನು ಹೋಲಿಸಿ ನೋಡಬಾರದೆ? ಅವರನ್ನು ಉಂಡಾಡಿಗುಂಡರೆಂದು ಹೇಳುವವರು ನಮ್ಮ ದೇಶದ ದೀನದಲಿತರಿಗಾಗಿ ನಾವೇನು ಉಪಕಾರಮಾಡಿದ್ದೇವೆ ಎಂದು ಒಮ್ಮೆಯಾದರೂ ಆತ್ಮಾವಲೋಕನ ಮಾಡಿಕೊಳ್ಳಬಾರದೆ" ಎಂದು ಪರಿತಪಿಸಿದ್ದಾರೆ. "ಎಲ್ಲಿಯವರೆಗೆ ಕಂಬಳಿಬಾಬಾರವರಂತಹ ದೇವತೆಗಳು ಈ ಪುಣ್ಯಭೂಮಿಯಲ್ಲಿ ಇರುತ್ತಾರೋ, ಎಲ್ಲಿಯ ವರೆಗೆ ಅಂತಹ ದೈವೀಶಕ್ತಿಗಳು ಈ ಸನಾತನಧರ್ಮವನ್ನು ಕಾಪಾಡುತ್ತಿರುತ್ತಾರೋ, ಅಲ್ಲಿಯವರೆಗೂ ಈ ಪ್ರಾಚೀನಧರ್ಮವು ಅಳಿಯದೆ ಉಳಿದುಕೊಳ್ಳುತ್ತದೆಯಲ್ಲವೆ" ಎಂದು ಪ್ರಶ್ನಿಸಿದ್ದಾರೆ. "ಇಲ್ಲ ಇಲ್ಲ, ಅದು ಅಳಿಯುವುದಿಲ್ಲ, ಉಳಿದುಕೊಳ್ಳುತ್ತದೆ. ಕಂಬಳಿಬಾಬಾರಂತಹ ಮಹಾತ್ಮರ ಆದರ್ಶಗಳನ್ನೇ ಅರಗಿಸಿಕೊಂಡು ಸಾಗುತ್ತಿರುವ ವಿವೇಕಾನಂದಸ್ವಾಮಿಗಳ ಪರಂಪರೆಯೊಂದಿಗೆ ನಾವೂ ಕೈಜೋಡಿಸುತ್ತೇವೆ" ಎಂದೇ ನಾವು ಆ ಪ್ರಶ್ನೆಗೆ ಉತ್ತರಕೊಡಬೇಕಾಗಿದೆ.

ಗಿರಿ, ಪುರಿ, ಭಾರತಿ, ಸರಸ್ವತಿ ಎಂಬಂತೆ ದಶನಾಮಿಸಂಪ್ರದಾಯಗಳಿರುವಲ್ಲಿ ಪರಮಹಂಸ-ವಿವೇಕಾನಂದರ ಸನ್ಯಾಸಿಪರಂಪರೆಯು 'ಆನಂದ'ವೆಂಬ ಸಂಪ್ರದಾಯವನ್ನು ತನ್ನದಾಗಿಸಿಕೊಂಡಿದೆ. ವಿವೇಕಾನಂದರೇ ಆದಿಯಾಗಿ ಆ ಪರಂಪರೆಯ ಸನ್ಯಾಸಿಗಳು ಮಾಡಿರುವ, ಮಾಡುತ್ತಿರುವ ಲೋಕೋಪಕಾರದ, ಲೋಕಕಲ್ಯಾಣದ, ಲೋಕೋದ್ಧಾರದ ಕಾರ್ಯಗಳು ಒಂದೇ ಎರಡೇ!

೧೯. ಅಲೆಗ್ಸಾಂಡರನ ಗರ್ವಭಂಗ

ನಮ್ಮ ಉಪನಿಷತ್ತುಗಳು ಶಕ್ತಿಯ ಮಹಾಗಣಿ. ಜಗತ್ತನ್ನೆಲ್ಲ ಜಾಗ್ರತಗೊಳಿಸುವಷ್ಟು, ಸ್ಫೂರ್ತಿಗೊಳಿಸುವಷ್ಟು, ಜಗತ್ತಿಗೆಲ್ಲ ನಿರ್ಭಯತೆಯನ್ನು ತುಂಬುವಷ್ಟು ಶಕ್ತಿ ಅವುಗಳಲ್ಲಿದೆ. ದೇಶಕಾಲಗಳ ಕಟ್ಟುಪಾಡುಗಳಿಲ್ಲದೆ ದುರ್ಬಲರಿಗೆ, ದುಃಖಿಗಳಿಗೆ, ಅಸಹಾಯಕರಿಗೆ, ದಬ್ಬಾಳಿಕೆಗೆ ಬಲಿಯಾದವರಿಗೆ– "ನಿಮ್ಮ ಕಾಲಮೇಲೆ ನೀವು ನಿಂತುಕೊಳ್ಳಿ, ಎಲ್ಲ ಬಂಧನಗಳಿಂದ ಮುಕ್ತರಾಗಿಬಿಡಿ" ಎಂದು ಉಚ್ಚಕಂಠದಿಂದ ಸಾರಿಹೇಳುವ ಸಾಮರ್ಥ್ಯ ಉಪನಿಷತ್ತುಗಳಿಗಿದೆ. ದೈಹಿಕಸ್ವಾತಂತ್ರ್ಯ, ಮಾನಸಿಕಸ್ವಾತಂತ್ರ್ಯ, ಆಧ್ಯಾತ್ಮಿಕಸ್ವಾತಂತ್ರ್ಯಗಳೆಂಬೀ ತ್ರಿವಿಧ ಸ್ವಾತಂತ್ರ್ಯವನ್ನು ಬಡಿದೆಬ್ಬಿಸುವುದೇ ಉಪನಿಷತ್ತುಗಳ ಮೂಲಗುರಿ. ಈ ತತ್ತ್ವವನ್ನು ಉಜ್ವಲಗೊಳಿಸಲು ಸ್ವಾಮಿವಿವೇಕಾನಂದರು ಅಲೆಗ್ಸಾಂಡರನಿಗಾದ ಗರ್ವಭಂಗದ ಕಥೆಯನ್ನು ಹೃದ್ಯವಾಗಿ ಬಿತ್ತರಿಸಿದ್ದಾರೆ.

ಅಲೆಗ್ಸಾಂಡರನು ಗ್ರೀಸ್‌ದೇಶದ ದೊರೆ. ಅವನು ಜಗತ್ತನ್ನೇ ಜಯಿಸಬೇಕೆಂಬ ಬಹುದೊಡ್ಡ ಹಂಬಲದಿಂದ ಪ್ರೇರಿತನಾಗಿ, ಯಶಸ್ಸುಗಳಿಸುತ್ತ, ಭಾರತದೇಶವನ್ನು ಹೊಕ್ಕನು. ಆದರೆ ಭಾರತದ ವೀರದೊರೆಗಳು ಅವನನ್ನು ಹಣ್ಣುಗಾಯಿ ನೀರುಗಾಯಿ ಮಾಡಿ ಹಿಮ್ಮೆಟ್ಟುವಂತೆ ಮಾಡಿದರು. ಅಲೆಗ್ಸಾಂಡರನು ತನ್ನ ದೇಶದಿಂದ ಹೊರಟಾಗ ಅವನ ಗುರು ಅರಿಸ್ಟಾಟಲನು "ಭಾರತದಲ್ಲಿ ಅನೇಕ ಋಷಿಮುನಿಗಳಿದ್ದಾರೆ; ಕೆಲವರ ದರ್ಶನವನ್ನಾದರೂ ಮಾಡಿಕೊಂಡು ಬಾ" ಎಂದು ಹೇಳಿದ್ದನು. ಅದರಂತೆ ಅಲೆಗ್ಸಾಂಡರನು ಅಲ್ಲಿ ಇಲ್ಲಿ ಹುಡುಕುತ್ತಾ, ಅವರಿವರನ್ನು ಕೇಳುತ್ತ, ಅರಣ್ಯಪ್ರಾಂತ್ಯವನ್ನು ಹೊಕ್ಕನು. ಆಗತಾನೆ ಸೂರ್ಯನು ಮೇಲೇರಿ ಬರುತ್ತಿದ್ದನು. ಮುನಿವರ್ಯರೊಬ್ಬರು ತಮ್ಮ ಕುಟೀರದ ಮುಂದಿನ ಬಂಡೆಯ ಮೇಲೆ ಪ್ರಕೃತಿಮಾತೆಯ ಸೌಂದರ್ಯವನ್ನು ನಿಟ್ಟಿಸುತ್ತ, ನಗ್ನರಾಗಿ, ಮೌನಮುದ್ರೆಯಲ್ಲಿ ಕುಳಿತಿದ್ದರು. "ಓಹೋ, ನನಗೆ ಬೇಕಾದವರು ಇಲ್ಲಿ ಸಿಕ್ಕಿದರು" ಎಂಬ ಸಂಭ್ರಮದಿಂದ ಅಲೆಗ್ಸಾಂಡರನು ಅವರನ್ನು ಸಮೀಪಿಸಿದನು; ಅವರಿಗೆ ಎದುರಾಗಿ ನಿಂತನು.

ತನ್ನ ಪರಿಚಯವನ್ನು ಹೇಳಿಕೊಳ್ಳುತ್ತ "ನಾನು ಅಲೆಗ್ಸಾಂಡರ್, ಗ್ರೀಸ್‌ದೇಶದ ದೊರೆ. ಈಗ ಜಗತ್ತನ್ನೇ ಜಯಿಸುತ್ತ ಬಂದಿದ್ದೇನೆ. ನಿಮಗೆ ಬೇಕಾದ್ದನ್ನೆಲ್ಲ ಕೇಳಿಕೊಳ್ಳಿ, ಕೊಡುತ್ತೇನೆ" ಎಂದು ಹೆಮ್ಮೆಯಿಂದ ಹೇಳಿದನು. ಆಗ ಮುನಿಗಳು "ನನಗೆ ಎಲ್ಲವೂ ಸಮೃದ್ಧವಾಗಿದೆಯಪ್ಪಾ, ನಿನ್ನಿಂದ ನಾನು ಪಡೆಯಬೇಕಾದ್ದೇನೂ ಇಲ್ಲ. ಸೂರ್ಯದೇವನ

ಹೊಂಗಿರಣಗಳು ನನ್ನ ಶರೀರವನ್ನು ಪಾವನಗೊಳಿಸುತ್ತಿವೆ. ಸದ್ಯಕ್ಕೆ ನೀನು ಅದಕ್ಕೆ ಅಡ್ಡಿಯಾಗಿದ್ದೀಯೆ, ಸ್ವಲ್ಪ ಪಕ್ಕಕ್ಕೆ ನಿಂತರೆ ಅದೇ ನೀನು ನನಗೆ ಮಾಡಬಹುದಾದ ಉಪಕಾರ" ಎಂದು ಹೇಳಿದರು. ಆ ಮಾತುಗಳನ್ನು ಕೇಳಿದ ದೊರೆಯು "ಈ ಸನ್ಯಾಸಿಗೆ ಅದೆಂತಹ ದಿಟ್ಟತನ" ಎಂದು ತನಗೆತಾನೇ ಹೇಳಿಕೊಂಡನು. "ನಾನು ಜಗಜ್ಜೇತನಾದ ಚಕ್ರವರ್ತಿ, ನನ್ನೊಡನೆ ಹೀಗೆ ಮಾತನಾಡುತ್ತೀರಾ" ಎಂದು ಮುನಿವರ್ಯರನ್ನು ಗದರಿದನು. ಆಗ ಮುನಿವರ್ಯರು "ನೀನು ಜಗತ್ತೆಲ್ಲವನ್ನೂ ಜಯಿಸಿರುವುದೇನೋ ಸರಿ, ಆದರೆ ನಿನ್ನನ್ನೇ ನೀನು ಜಯಿಸಿಲ್ಲವಲ್ಲಾ, ಅದಕ್ಕೇನು ಹೇಳುತ್ತೀಯೆ" ಎಂದು ನೇರವಾಗಿ ನುಡಿದರು. ಆಗಂತೂ ಅಲೆಗ್ಸಾಂಡರನಿಗೆ ತಡೆದುಕೊಳ್ಳಲಾಗಲಿಲ್ಲ. "ನನ್ನನ್ನು ನಾನು ಜಯಿಸಿಲ್ಲ ಎಂದರೇನರ್ಥ" ಎಂದು ನಸುಗೋಪದಿಂದ ಕೇಳಿದನು. ಆಗ ಮುನಿಗಳು "ನಿನ್ನ ಕಾರ್ಯಗಳ ಮೇಲೆ ನಿನಗೆ ಹತೋಟಿಯಿಲ್ಲ. ನಿನ್ನ ಚಿಂತನೆಗಳ ಮೇಲೆ ನಿನಗೆ ಹಿಡಿತವಿಲ್ಲ. ನಿನ್ನ ನಾಲಗೆಯ ಮೇಲೆ ನಿನಗೆ ನಿಯಂತ್ರಣವಿಲ್ಲ. ಕಾಮಕ್ರೋಧಲೋಭ ಮೋಹಮದಮಾತ್ಸರ್ಯಗಳಿಗೆ ನೀನು ಅಡಿಯಾಳಾಗಿದ್ದೀಯೆ! ಇನ್ನು ಜಯಿಸುವುದೆಲ್ಲಿ ಬಂತು" ಎಂದು ಖಾರವಾಗಿ ನುಡಿದರು.

ಆ ಮಾತುಗಳು ಅಲೆಗ್ಸಾಂಡರನ ಎದೆಯಲ್ಲಿ ನಾಟಿದುವು, ಮೀಟಿದುವು. "ಈ ಸನ್ಯಾಸಿಯ ಮಾತು ದಿಟವಲ್ಲವೆ" ಎಂದು ಪರಿಭಾವಿಸುತ್ತ, ಅವರ ಜ್ಞಾನವನ್ನೂ ಧೈರ್ಯವನ್ನೂ ವೈರಾಗ್ಯವನ್ನೂ ಮೆಚ್ಚಿಕೊಂಡನು. ತರುವಾಯ ಅನುನಯದಿಂದ "ಸ್ವಾಮಿ, ನೀವು ನನ್ನೊಡನೆ ನಮ್ಮ ಗ್ರೀಸ್‌ದೇಶಕ್ಕೆ ಬರಬೇಕು. ನಿಮ್ಮಂಥವರನ್ನು ಕರೆತರ ಬೇಕೆಂದು ನಮ್ಮ ಗುರುಗಳೂ ಆಜ್ಞೆಮಾಡಿದ್ದಾರೆ. ನೀವು ಬರಲೇಬೇಕು. ನೀವು ಬಂದರೆ ಅಲ್ಲಿ ನಿಮ್ಮನ್ನು ಐಶ್ವರ್ಯವಂತರನ್ನಾಗಿ ಮಾಡುತ್ತೇನೆ, ನಿಮಗೆ ನನ್ನ ಆಸ್ಥಾನದಲ್ಲಿ ದೊಡ್ಡ ಅಧಿಕಾರಪದವಿಯನ್ನು ಕೊಡುತ್ತೇನೆ, ನಿಮ್ಮ ಸೇವೆಮಾಡಲು ನಿಮಗೆ ಬೇಕಾದ ಹಾಗೆ ಶಿಷ್ಯರನ್ನು ಜೋಡಿಸಿಕೊಡುತ್ತೇನೆ. ನಮ್ಮ ಗುರುಗಳೊಡನೆ ಚಿಂತನಮಂಥನ ಮಾಡುತ್ತ ಸುಖವಾಗಿ ಕಾಲಕಳೆಯಬಹುದು" ಎಂದು ಪರಿಪರಿಯ ಪ್ರಲೋಭನೆಗಳನ್ನು ಒಡ್ಡಿದನು. ಆಗ ಮುನಿವರ್ಯರು "ನೀನು ಹೇಳುತ್ತಿರುವ ಎಲ್ಲ ಸಂಪತ್ತೂ ನನ್ನ ಬಳಿ ಯಲ್ಲಿಯೇ ಇವೆಯಪ್ಪಾ" ಎಂದು ಮೃದುವಾಗಿ ನುಡಿದರು.

ಅಲೆಗ್ಸಾಂಡರನಾದರೋ ಸುಮ್ಮನಿರದೆ "ನಿಮ್ಮ ಮೈಮೇಲೊಂದು ತುಂಡು ಬಟ್ಟೆ ಯಿಲ್ಲ, ಅರಣ್ಯಮಧ್ಯದ ಒಂದು ಮುರುಕಲು ಗುಡಿಸಿಲಿನಲ್ಲಿದ್ದೀರಿ. ಯಾವ ಸಂಪತ್ತು ಇಲ್ಲಿ ಕಾಣಿಸುತ್ತಿಲ್ಲವಲ್ಲ" ಎಂದು ದಬಾಯಿಸಿದನು. ಆಗ ಮುನಿಗಳು "ಅದು ಹೊರಕ್ಕೆ ಕಾಣುವ ಸಂಪತ್ತಲ್ಲ, ನನ್ನೊಳಗೇ ಇರುವ ಅಂತರಂಗದ ಸಂಪತ್ತು" ಎಂದು ಹೇಳಿದರು. ಆ ಮಾತಿನ ಅಂತರಾರ್ಥ ದೊರೆಗೆ ಸರಿಯಾಗಿ ತಿಳಿಯಲಿಲ್ಲ.

"ಇವರಿಗೆ ಮರಣಭಯವನ್ನೊಡ್ಡಿ ನೋಡೋಣ" ಎಂದು ಭಾವಿಸಿಕೊಂಡು "ಇಗೋ ನೋಡಿ, ನೀವು ಚಕ್ರವರ್ತಿಯಾದ ನನ್ನನ್ನು ಅಸಡ್ಡೆಮಾಡಿ, ನನ್ನ ಮಾತು ಕೇಳದಿದ್ದರೆ ನಿಮ್ಮನ್ನು ಕೊಂದುಹಾಕುತ್ತೇನೆ" ಎಂದು ತನ್ನ ಖಡ್ಗವನ್ನೊಮ್ಮೆ ಝಳಪಿಸಿದನು. ಮುನಿ

ಗಳು ಆ ಗೊಡ್ಡು ಬೆದರಿಕೆಗೆ ಬಗ್ಗಲಿಲ್ಲ, ಮರಣಭಯಕ್ಕೆ ತುತ್ತಾಗಲಿಲ್ಲ. ಶಾಂತಚಿತ್ತರಾಗಿ ನಗುನಗುತ್ತ "ಅಯ್ಯಾ ಚಕ್ರವರ್ತಿಮಹಾಶಯನೇ, ನೀನು ಈಗ ಹೇಳಿದಂತಹ ಸುಳ್ಳನ್ನು ನಿನ್ನ ಜೀವನದಲ್ಲಿ ನೀನೆಂದೂ ಹೇಳಿಲ್ಲ. ನೀನು ಬಾಹ್ಯಪ್ರಪಂಚದ ಚಕ್ರವರ್ತಿ. ನನ್ನನ್ನು ಕೊಲ್ಲಲು ನೀನಾರು, ಕೊಲ್ಲಿಸಿಕೊಳ್ಳಲು ನಾನಾರು! ನಿನ್ನ ಖಡ್ಗ ನನ್ನನ್ನು ಕತ್ತರಿಸಲಾರದು, ಬೆಂಕಿ ಸುಡಲಾರದು, ನೀರು ನೆನೆಯಿಸಲಾರದು, ಗಾಳಿ ಒಣಗಿಸಲಾರದು. ನನಗೆ ಹುಟ್ಟು ಸಾವುಗಳಿಲ್ಲ. ಶಾಶ್ವತವಾದ, ಸರ್ವವ್ಯಾಪಿಯಾದ, ಸರ್ವಶಕ್ತಿಸ್ವರೂಪವಾದ ಆತ್ಮವೇ ನಾನಾಗಿದ್ದೇನೆ. ನೀನೊಬ್ಬ ಹಸುಳೆ, ನನ್ನನ್ನೆಂತು ಕೊಲ್ಲಬಲ್ಲೆ" ಎಂದು ಸಿಂಹವಾಣಿಯನ್ನು ಮೊಳಗಿಸಿದರು.

ಮುನಿವರ್ಯರ ಮಾತುಗಳನ್ನು ಕೇಳಿ ಅಲೆಗ್ಸಾಂಡರನು ಅವಾಕ್ಕಾದನು. "ನಾನು ಪ್ರಪಂಚದ ಚಕ್ರವರ್ತಿ" ಎಂಬ ಅವನ ಅಹಂಕಾರವೆಲ್ಲವೂ ನುಚ್ಚುನೂರಾಯಿತು. ತನ್ನ ಗುರು ಅರಿಸ್ಟಾಟಲನು "ಭಾರತದೇಶದ ಸನ್ಯಾಸಿಗಳ ದರ್ಶನಪಡೆದು ಬಾ" ಎಂದು ಹೇಳಿದ್ದುದರ ಅರ್ಥ ಆಗ ಅನುಭವಕ್ಕೆ ಬಂದಿತು. ಅರಮನೆಯ ಚಕ್ರವರ್ತಿಯು ಗುರು ಮನೆಯ ಸನ್ಯಾಸಿಗೆ ಶರಣಾಗತನಾಗಿ, ತುಟಿಪಿಟಕ್ಕೆನ್ನದೆ ಅಲ್ಲಿಂದ ಎತ್ತಲೋ ಹೊರಟು ಹೋದನು.

"ಆ ಮುನಿವರ್ಯರು ತೋರಿಸಿಕೊಟ್ಟದ್ದು ಆಧ್ಯಾತ್ಮಿಕಶಕ್ತಿ, ಆಧ್ಯಾತ್ಮಿಕಕೆಚ್ಚು. ನಮ್ಮ ಉಪನಿಷತ್ತುಗಳು ಅಂತಹ ಕೆಚ್ಚನ್ನು ನಮಗೆ ಬೋಧಿಸಿವೆ. "ಶಕ್ತನಾಗು, ದುರ್ಬಲನಾಗಬೇಡ, ಬಲಹೀನನಾಗಬೇಡ, ಅಂಜುಕುಳಿಯಾಗಬೇಡ" ಎಂಬುದೇ ಅಲ್ಲಿರುವ ಪ್ರಧಾನಉಪದೇಶ. ಮಾನವಸಹಜವಾದ ದೌರ್ಬಲ್ಯಗಳನ್ನೇನೂ ಉಪನಿಷತ್ತುಗಳು ಬಚ್ಚಿಡುವುದಿಲ್ಲ. ಆದರೆ ಆ ದೌರ್ಬಲ್ಯಗಳನ್ನೇ ಹಾಡಿಕೊಳ್ಳುತ್ತ ಮಾಡುವುದೇನು! ಒಂದು ಕೊಳೆಯಿಂದ ಇನ್ನೊಂದು ಕೊಳೆಯನ್ನು ತೊಳೆಯಲಾರೆವು; ಒಂದು ಪಾಪದಿಂದ ಇನ್ನೊಂದು ಪಾಪವನ್ನು ತೊಡೆಯಲಾರೆವು; ಒಂದು ದೌರ್ಬಲ್ಯದಿಂದ ಇನ್ನೊಂದು ದೌರ್ಬಲ್ಯವನ್ನು ನೀಗಲಾರೆವು. ಆದ್ದರಿಂದಲೇ ನಾವು ಧೀರರಾಗಿ ಎದ್ದು ನಿಲ್ಲಬೇಕಾಗಿದೆ" ಎಂದು ಮುಕ್ತಾಯದಲ್ಲಿ ವಿವೇಕಾನಂದರು ಹೇಳಿರುವ ವೀರವಾಣಿ ಅತ್ಯಂತ ಉಜ್ವಲವಾಗಿದೆ.

"ಯಾವ ಸೈನಿಕರದಂಡು ಪ್ರಪಂಚವನ್ನೆಲ್ಲ ಸುತ್ತಾಡಿತೋ, ಆ ಗ್ರೀಕರು ಈಗ ಎಲ್ಲಿದ್ದಾರೆ? ಸಾವಿರಾರು ವರ್ಷಗಳ ಹಿಂದೆಯೇ ಅವರು ಕಣ್ಮರೆಯಾದರು. ಆದರೆ ಕೋಟಿಗಟ್ಟಲೆ ಹಿಂದೂಗಳು ಇನ್ನೂ ಬದುಕಿದ್ದಾರೆ. ಇಡೀ ಪ್ರಪಂಚವೇ ಅವರನ್ನು ಸಾಯಿಸುವುದಕ್ಕಿಂತ ಹೆಚ್ಚಾಗಿ ಅವರು ವೃದ್ಧಿಯಾಗಬಲ್ಲರು. ಇದು ಆ ಜನಾಂಗದ ಜೀವಸತ್ವ, ಇದು ಆ ಜನಾಂಗದ ಪ್ರಾಣಶಕ್ತಿ" ಎಂದು ವಿವೇಕಾನಂದರು ಅಲೆಗ್ಸಾಂಡರನ ದಂಡೆಯಾತ್ರೆಯನ್ನು ನೆನಪಿಸುತ್ತಿದ್ದಾರೋ ಎಂಬಂತೆ ಬೇರೊಂದು ಸಂದರ್ಭದಲ್ಲಿ ಹಿಂದೂ ಜನಾಂಗದ ಆಧ್ಯಾತ್ಮಿಕಶಕ್ತಿಯನ್ನು ಕೊಂಡಾಡಿದ್ದಾರೆ.

೨೦. ಬ್ರಾಹ್ಮಣನ ಆತ್ಮಹತ್ಯೆ

ಸ್ವಾಮಿ ವಿವೇಕಾನಂದರು ಭರತಖಂಡದ ಬ್ರಾಹ್ಮಣರನ್ನು ಕುರಿತು, ಅದರಲ್ಲಿಯೂ ಬಂಗಾಳದ ಬ್ರಾಹ್ಮಣರನ್ನು ಕುರಿತು, ಬೇಕಾದಷ್ಟು ಉಪದೇಶದ ಮಾತುಗಳನ್ನು ಹೇಳಿದ್ದಾರೆ. ಬ್ರಾಹ್ಮಣರು ವಿದ್ಯಾವಂತರೂ ಜ್ಞಾನವಂತರೂ ಆಗಿದ್ದಾರೆ. ಆದರೆ ಅವರು ಅಸ್ಪೃಶ್ಯತೆಯ ಆಚರಣೆ, ಇನ್ನೊಬ್ಬರು ಮುಟ್ಟಿದ ಅನ್ನಾಹಾರಗಳನ್ನು ತಾವು ತಿನ್ನುವುದಿಲ್ಲವೆಂಬ ಆಚರಣೆ ಇವಿಷ್ಟನ್ನೇ ಹಿಡಿದು ಸೀಮಿತರಾಗಿದ್ದಾರೆ. ಅದನ್ನೆಲ್ಲ ಬದಿಗಿರಿಸಿ, ಮಿಕ್ಕ ವರ್ಣದವರನ್ನೂ ಮೇಲೆತರಲು ಅವರು ಶ್ರಮಿಸಬೇಕಾಗಿದೆ. ಮಿಕ್ಕ ವರ್ಣದವರಿಗೂ ಯಜ್ಞೋಪವೀತವನ್ನು ಕೊಟ್ಟು, ಅವರಿಗೂ ವೇದಾಧ್ಯಯನ ಮಾಡಿಸಬೇಕಾಗಿದೆ. ಮ್ಲೇಚ್ಛರ ಕೈಕೆಳಗೆ ಜೀವಿಸುವ, ಅವರ ಆಹಾರವನ್ನು ಸೇವಿಸುವ ಬ್ರಾಹ್ಮಣರು ತಾವೇ ಚಿತೆಗೆ ಬಿದ್ದು ಭಸ್ಮವಾಗಬೇಕು, ಅದೇ ಅವರಿಗೆ ಪ್ರಾಯಶ್ಚಿತ್ತ ಎಂದು ಶಾಸ್ತ್ರಗಳು ಹೇಳಿವೆ. ಬ್ರಾಹ್ಮಣರಾದರೋ ಸಾವಿರಾರು ವರ್ಷಗಳಿಂದ ಮ್ಲೇಚ್ಛರ ಕೈಕೆಳಗೇ ಜೀವಿಸಿದ್ದಾರೆ. ಶಾಸ್ತ್ರವನ್ನು ಅನುಸರಿಸುವುದಾದರೆ ಅಂತಹ ಘೋರ ಪ್ರಾಯಶ್ಚಿತ್ತವನ್ನು ಅವರು ಮಾಡಿಕೊಳ್ಳಬೇಕಾಗುತ್ತದೆ ಎಂದು ಹೇಳುತ್ತ ಅಲೆಗ್ಸಾಂಡರನು ಹಿಡಿದುಕೊಂಡು ಹೋದ ಬ್ರಾಹ್ಮಣನ ಕರುಣಕಥೆಯನ್ನು ಬಿತ್ತರಿಸಿದ್ದಾರೆ.

ಅಲೆಗ್ಸಾಂಡರನು ಭಾರತದೇಶದಿಂದ ಒಬ್ಬನಾದರೂ ಜ್ಞಾನಿಯಾದ ಬ್ರಾಹ್ಮಣನನ್ನು ತನ್ನ ಗ್ರೀಸ್‌ದೇಶಕ್ಕೆ ಕರೆದುಕೊಂಡು ಹೋಗಬೇಕೆಂದು ಬೇಕಾದಷ್ಟು ಸಾಹಸಪಟ್ಟನು. "ಬನ್ನಿ ಸ್ವಾಮಿ ನಮ್ಮ ದೇಶಕ್ಕೆ, ನೀವು ಕಲಿತಿರುವ ವಿದ್ಯೆಯನ್ನು ನಮಗೂ ಹೇಳಿಕೊಡಿ" ಎಂದು ಅದೆಷ್ಟೋ ಬ್ರಾಹ್ಮಣರನ್ನು ಕೇಳಿಕೊಂಡನು. ಆದರೆ ಅವರೆಲ್ಲರೂ "ಒಲ್ಲೆವು ಒಲ್ಲೆವು, ಯಾವ ಆಸೆಯೂ ನಮಗಿಲ್ಲ, ನಮ್ಮ ದೇಶವೇ ನಮಗೆ ಸರಿ" ಎಂದು ಹೇಳಿಬಿಟ್ಟರು. ಅಲೆಗ್ಸಾಂಡರನಿಗೂ ರೇಗಿಹೋಯಿತು. ಕೊನೆಗೆ ಯಾರೋ ಒಬ್ಬ ಜ್ಞಾನವಂತನಾದ ಬ್ರಾಹ್ಮಣನನ್ನು ತನ್ನ ಬಾಹುಬಲದಿಂದ ಹೆಡೆಮುರಿ ಕಟ್ಟಿಸಿ, ಬಲವಂತವಾಗಿ ತನ್ನ ದೇಶಕ್ಕೆ ಸಾಗಿಸಿಕೊಂಡು ಹೋದನು.

ಆ ಬ್ರಾಹ್ಮಣನ ಪಾಡು ನಾಯಿಪಾಡಾಯಿತು. "ಅಯ್ಯಾ ಅಲೆಗ್ಸಾಂಡರನೇ, ನನಗಿಷ್ಟು ಅಕ್ಕಿ ಕೊಡು, ನನಗಿಷ್ಟು ಬೇಳೆ ಕೊಡು, ನನ್ನ ಅನ್ನವನ್ನು ನಾನೇ ಬೇಯಿಸಿಕೊಳ್ಳುತ್ತೇನೆ" ಎಂದು ಬೇಡಿಕೊಂಡನು. ಆಗ ಅಲೆಗ್ಸಾಂಡರನು "ಅದೆಲ್ಲ ನಡೆಯುವುದಿಲ್ಲ. ಮರ್ಯಾದೆ ಯಿಂದ ಬಂದಿದ್ದರೆ ಚೆನ್ನಾಗಿತ್ತು. ಈಗ ನಾವು ಹಾಕಿದ್ದು ತಿಂದುಕೊಂಡು ಬಿದ್ದಿರಬೇಕು"

ಎಂದು ಗರ್ಜಿಸಿದನು. ಪಾಕಶಾಲೆಯ ಭಟರು ತಾವು ಮಾಡಿದ ಅಡಿಗೆಯನ್ನೇ ಆ ಬ್ರಾಹ್ಮಣನ ಬಾಯಿಗೆ ತುರುಕಿ ನುಂಗಿಸಿದರು. ಆಮೇಲೆ ಆ ಬ್ರಾಹ್ಮಣನು "ನಾನು ಜಾತಿಕೆಟ್ಟಾಯಿತು, ಇನ್ನು ಬದುಕಿ ಫಲವೇನು" ಎಂಬ ಸಂಕಟದಿಂದ ಆತ್ಮಹತ್ಯೆ ಮಾಡಿಕೊಂಡುಬಿಟ್ಟನು.

ಕೊನೆಯಲ್ಲಿ ವಿವೇಕಾನಂದರು ಈಗಿನ ಕಾಲಕ್ಕೆ ಅಂತಹ ಪ್ರಾಯಶ್ಚಿತ್ತ ಸಾಧ್ಯವಿಲ್ಲ. ಅದಕ್ಕೆ ಪ್ರತಿಯಾಗಿ ಬ್ರಾಹ್ಮಣರು ಉದಾರವಾದಿಗಳಾಗಬೇಕು. ತಮ್ಮ ದೌರ್ಬಲ್ಯಗಳನ್ನು ಒಪ್ಪಿಕೊಂಡು, ಇತರರ ದೌರ್ಬಲ್ಯಗಳನ್ನೂ ಕ್ಷಮಿಸಬೇಕು. ಮಿಕ್ಕ ವರ್ಣದವರನ್ನೂ ವೇದಾಧ್ಯಯನ ಸಂಪನ್ನರನ್ನಾಗಿ ಮಾಡಿ, ಅವರೂ ಜಗತ್ತಿನ ಇತರ ಆರ್ಯರಂತೆ ಉತ್ತಮರಾಗುವಂತೆ ಮಾಡಬೇಕು ಎಂದು ಕರೆನೀಡಿದ್ದಾರೆ.

ಸ್ವಾಮಿ ವಿವೇಕಾನಂದರ ಕಾಲದಿಂದೀಚಿನ ಸಮಕಾಲೀನ ಬ್ರಾಹ್ಮಣರ ನಡೆವಳಿಕೆಗಳಲ್ಲಿ ಬೇಕಾದಷ್ಟು ಸುಧಾರಣೆಗಳು ಉಂಟಾಗಿವೆ. ಅಸ್ಪೃಶ್ಯತೆಯ ಆಚರಣೆಯ ವಿಚಾರದಲ್ಲಾಗಲಿ, ಆಹಾರಸಂಹಿತೆಯ ವಿಚಾರದಲ್ಲಾಗಲಿ ಅವರು ಸಾಕಷ್ಟು ಉದಾರಿಗಳಾಗಿದ್ದಾರೆ. ಕಾಲಪುರುಷನೇ ಅವರಿಗೆ ಬೇಕಾದಷ್ಟು ನೀತಿಪಾಠಗಳನ್ನು ಕಲಿಸಿದ್ದಾನೆ. ಹೊಡೆತದ ಮೇಲೆ ಹೊಡೆತಗಳು ಬಿದ್ದಿವೆ. ಅನ್ನನೀರಿಗೆ ದಾರಿಕಾಣದೆ ಕೆಲವರು ದೇಶಾಂತರ ಓಡಿಹೋಗಿದ್ದಾರೆ. ಏಕಾದರೂ ಬ್ರಾಹ್ಮಣರಾಗಿ ಹುಟ್ಟಿದೆವಪ್ಪಾ ಎಂದು ಪರಿತಪಿಸುವ ಕಾಲ ಬಂದಂತಿದೆ. ಶ್ರೀರಾಮಕೃಷ್ಣ-ವಿವೇಕಾನಂದರ ಪರಂಪರೆಯಲ್ಲಿ ಬಂದ ಮಠಗಳ, ಆಶ್ರಮಗಳ ಸ್ವಾಮಿಮಹಾರಾಜರುಗಳು, ವಿವಿಧ ಹಿಂದೂಸಮುದಾಯಗಳ ನಡುವೆ ಸಾಮರಸ್ಯವನ್ನು ತರುವ ಸಾರ್ಥಕವಾದ ಪ್ರಯತ್ನಗಳನ್ನು ಮಾಡುತ್ತಲೇ ಇದ್ದಾರೆ. ಎಷ್ಟೋ ಯಶಸ್ಸು ಸಿಕ್ಕಿದೆ. ವೇದಪಾಠಶಾಲೆಗಳಲ್ಲಿ ಬ್ರಾಹ್ಮಣರು ಮಿಕ್ಕ ವರ್ಣದವರಿಗೂ ವೇದಾಧ್ಯಯನ, ಶಾಸ್ತ್ರಾಧ್ಯಯನ ಮಾಡಿಸುತ್ತಿದ್ದಾರೆ. ವಿವೇಕಾನಂದರ ಕನಸುಗಳು ನನಸಾಗುತ್ತಿವೆ!

೨೧. ಪ್ರೇತಗಳೊಡನೆ ಮಾತುಕತೆ

ನಾವು ಲೌಕಿಕವಾದ ವಸ್ತುಗಳನ್ನು ಪಡೆದುಕೊಳ್ಳಲು ದೇವರನ್ನು ಪ್ರಾರ್ಥಿಸುತ್ತೇವೆ. ನನಗೆ ಮನೆಕಟ್ಟುವ ಭಾಗ್ಯವನ್ನು ಕರುಣಿಸು, ನನಗೆ ಆರೋಗ್ಯವನ್ನು ದಯಪಾಲಿಸು, ನನಗೆ ಮಕ್ಕಳನ್ನು ಕೊಡು ಎಂದು ಬಹುಬಗೆಯಾಗಿ ಬೇಡುತ್ತ, ಅದಕ್ಕಾಗಿ ಅರ್ಚನೆ ಕೀರ್ತನೆ ಪೂಜೆಗಳನ್ನು ನೆರವೇರಿಸುತ್ತೇವೆ. ಹರಕೆಹೊರುತ್ತೇವೆ. ಅದೆಲ್ಲ ವ್ಯಾಪಾರಿಯ ಮನೋ ಧರ್ಮವೇ ಸರಿ. ಪೂಜೆಪ್ರಾರ್ಥನೆಗಳೆಲ್ಲ ಒಳ್ಳೆಯದೇ. "ಯಾವ ಸೋದರಮಾವನೂ ಇಲ್ಲದಿರುವುದಕ್ಕಿಂತ ಕುರುಡು ಸೋದರಮಾವನಾದರೂ ಇರುವುದು ಮೇಲು" ಎಂಬ ಗಾದೆಯಂತೆ, ಸುಮ್ಮನಿರುವುದಕ್ಕಿಂತ ಏನನ್ನಾದರೂ ಮಾಡುತ್ತಿರುವುದು ಒಳ್ಳೆಯದು. ಶ್ರೀಮಂತನಾದ ಯುವಕನು ರೋಗಪೀಡಿತನಾದರೆ ಹಿರಿಯರ ಸಲಹೆಯಂತೆ ದಾನ ಧರ್ಮಗಳನ್ನು ಮಾಡುತ್ತಾನೆ; ತನ್ಮೂಲಕ ರೋಗದಿಂದ ಪಾರಾಗಲು ಬಯಸುತ್ತಾನೆ. ಅವನ ದಾನಕಾರ್ಯವೇನೂ ತಪ್ಪಲ್ಲ; ಆದರೆ ಅವನ ವಿಚಾರವೆಲ್ಲ ಲೌಕಿಕ ಕ್ಷೇತ್ರ ದಲ್ಲಿಯೇ ಸುಳಿದಾಡುತ್ತಿರುತ್ತದೆ. ಅದು ಇನ್ನೂ ಧರ್ಮವಾಗಿಲ್ಲ, ಆಧ್ಯಾತ್ಮಿಕ ಧರ್ಮ ವಾಗಿಲ್ಲ. ಈ ವಿಚಾರಧಾರೆಯನ್ನು ಸ್ಫುಟಗೊಳಿಸಿಕೊಡಲು ಸ್ವಾಮಿ ವಿವೇಕಾನಂದರು ಮಧ್ಯಮಳ ವೃತ್ತಾಂತವನ್ನು ಬಿತ್ತರಿಸಿದ್ದಾರೆ.

ಸತ್ತುಹೋದವರನ್ನು ಪ್ರೇತರೂಪದಲ್ಲಿ, ಬೇಡಿದವರ ಕಣ್ಣೆದುರಿಗೆ ಮತ್ತೆ ತರ ಬಲ್ಲವರು ಕೆಲವರು ಇರುತ್ತಾರೆ. ಅವರು ಸತ್ತವರ ಪ್ರೇತಗಳನ್ನು ಕೂಗಿಕರೆದು, ತಮ್ಮ ಮೇಲೆ ಆವಾಹನೆ ಮಾಡಿಕೊಂಡು, ಪ್ರೇತವೇ ಮಾತನಾಡಿದಂತೆ ಮಾತಾಡುತ್ತಾರೆ, ಪ್ರೇತವೇ ವರ್ತಿಸಿದಂತೆ ವರ್ತಿಸುತ್ತಾರೆ. ಅಂತೆಯೇ ನಿರ್ದಿಷ್ಟ ವ್ಯಕ್ತಿಯ ಪ್ರೇತವನ್ನು ಕೂಗಿಕರೆದು, ತಮ್ಮೆದುರಿಗೆ ನಿಲ್ಲಿಸಿಕೊಂಡು, ಅದರೊಡನೆ ಮಾತುಕತೆಯಾಡುತ್ತಾರೆ. ಆದರೆ ಆ ಪ್ರೇತವು ಮಾತ್ರ ನಮ್ಮ ಕಣ್ಣಿಗೆ ಕಾಣಿಸುವುದಿಲ್ಲ. ಹೀಗೆ ಪ್ರೇತಗಳಿಗೆ ಮಾಧ್ಯಮವಾಗುವ ಮಹಿಳೆಯೊಬ್ಬಳನ್ನು ವಿವೇಕಾನಂದರು ಅಮೇರಿಕಾದಲ್ಲಿ ನೋಡಿದ್ದರು. ಮಹಾತ್ಮರೆಂಬ ಕಾರಣಕ್ಕಾಗಿ ಆ ಹೆಂಗಸಿಗೆ ವಿವೇಕಾನಂದರ ವಿಷಯದಲ್ಲಿ ಭಯಭಕ್ತಿಗಳು ಇದ್ದುವು. ಆ ಹೆಂಗಸು ತುಂಬಾ ಸ್ಥೂಲಕಾಯದವಳಾಗಿದ್ದಳು. ಆದರೂ ಜನರು ಅವಳನ್ನು ಮಧ್ಯಮಾ ಎಂದು ಕರೆಯುತ್ತಿದ್ದರು. ಮಧ್ಯಮಾ ಎಂದರೆ ಹೆಚ್ಚು ಸ್ಥೂಲವೂ ಅಲ್ಲದ, ಹೆಚ್ಚು ತೆಳುವೂ ಅಲ್ಲದ ಹದವಾದ ದೇಹಸೌಷ್ಠವದಿಂದ ಕೂಡಿದವಳು ಎಂದರ್ಥ.

ಮಧ್ಯಮಾ ಪ್ರೇತಗಳನ್ನು ಹೇಗೆ ಆಹ್ವಾನಿಸುತ್ತಾಳೆ; ಹೇಗೆ ಮಾತನಾಡಿಸುತ್ತಾಳೆ; ಅವಳ ಬಳಿಗೆ ಹೋಗುವ ಜನರು ಹೇಗಿರುತ್ತಾರೆ ಎಂಬುದನ್ನೆಲ್ಲ ಕಣ್ಣಾರೆ ಕಂಡು ತಿಳಿಯುವ ಕುತೂಹಲ ವಿವೇಕಾನಂದರಿಗಿತ್ತು. ಆ ವಿಚಾರ ಮಧ್ಯಮಳಿಗೆ ಹೇಗೋ ತಿಳಿಯಿತು. ಒಂದುದಿನ ಅವಳು "ಈ ದಿನ ರಾತ್ರಿಗೆ ಪ್ರೇತಾಹ್ವಾನದ ಕಾರ್ಯಕ್ರಮ ನಡೆಯುತ್ತದೆ ಸ್ವಾಮಿ, ಅದನ್ನು ವೀಕ್ಷಿಸಲು ತಾವು ಬನ್ನಿ" ಎಂದು ಆದರದಿಂದ ಆಹ್ವಾನಿಸಿದಳು. ವಿವೇಕಾನಂದರು ಅದಕ್ಕೊಪ್ಪಿ ಅಂದು ರಾತ್ರಿ ಮಧ್ಯಮಳ ಮನೆಯನ್ನು ಹೊಕ್ಕರು. ವಿವೇಕಾನಂದರ ಮಾತುಗಳಲ್ಲಿಯೇ ಹೇಳುವುದಾದರೆ ಆಗ ಪ್ರೇತಗಳೆಲ್ಲ ಅವರನ್ನು ಆದರದಿಂದ ಕಂಡುವು! ಅಲ್ಲಿದ್ದ ಒಂದು ಬೆಂಚಿನ ಮೇಲೆ ವಿವೇಕಾನಂದರು 'ಮುಂದೇನು ನಡೆಯುತ್ತದೆ' ಎಂಬುದನ್ನು ನಿರೀಕ್ಷಿಸುತ್ತ ಮೌನವಾಗಿ ಕುಳಿತುಕೊಂಡರು.

ಅರ್ಧರಾತ್ರಿಯಾಯಿತು. ಅದು ಪ್ರೇತಗಳು ಆಗಮಿಸುವ ಕಾಲ. ಮಧ್ಯಮಳು ಸಿದ್ಧಳಾಗಿ ಯಾವುದೋ ಪ್ರೇತವೊಂದನ್ನು ಕೂಗಿಕರೆದಳು. ಅದು ಬಂದು ನಿಂತಿತು. "ನೀನೇನು ಹೇಳಬೇಕೆಂದಿದ್ದೀಯೆ" ಎಂದು ಕೇಳಿದಳು. ಅದು ಏನೋ ಉತ್ತರ ಹೇಳಿತೆಂದು ತಾನೇ ಭಾವನೆ ಮಾಡಿಕೊಂಡಳು. ಆಮೇಲೆ ಎಲ್ಲರಿಗೂ ಕೇಳಿಸುವ ಹಾಗೆ "ಇಲ್ಲಿ ನನ್ನ ಮುಂದೆ ಒಂದು ಪ್ರೇತ ಬಂದು ನಿಂತುಕೊಂಡಿದೆ. ಅದನ್ನು ನಾನು ನೋಡುತ್ತಿದ್ದೇನೆ. ಇಲ್ಲಿರುವ ಒಂದು ಬೆಂಚಿನಮೇಲೆ ಒಬ್ಬ ಮಂಗಳಮೂರ್ತಿಯಾದ ಹಿಂದೂಪುರುಷ ಬಂದು ಕುಳಿತಿದ್ದಾನೆ ಎಂದು ಅದು ನನಗೆ ಹೇಳುತ್ತಿದೆ" ಎಂದಳು. ಆಗ ವಿವೇಕಾನಂದರಿಗೆ "ಅದು ನನ್ನನ್ನೇ ಉದ್ದೇಶಿಸಿರುವ ವಿಚಾರ" ಎಂದು ಗೊತ್ತಾಯಿತು. ಒಡನೆಯೇ ವಿವೇಕಾನಂದರು ಮೇಲೆದ್ದು "ಈ ವಿಚಾರವನ್ನು ಹೇಳುವುದಕ್ಕೆ ಯಾವ ಪ್ರೇತವೂ ಬೇಕಾಗಿಲ್ಲವಲ್ಲ" ಎಂದು ನೇರವಾಗಿ ನುಡಿದುಬಿಟ್ಟರು. ಮಧ್ಯಮಳು ಆ ವಿಚಾರವನ್ನು ಮುಂದುವರಿಸದೆ ಅಷ್ಟಕ್ಕೇ ಕೈಬಿಟ್ಟಳು. ಆ ಪ್ರೇತವನ್ನೂ "ನೀನಿನ್ನು ಹೋಗು" ಎಂದು ಹಿಂದಕ್ಕಟ್ಟಿಬಿಟ್ಟಳು.

ಅಷ್ಟುಹೊತ್ತಿಗೆ ಒಬ್ಬ ಯುವಕನು ಬಂದು, ವಿವೇಕಾನಂದರ ಮಗ್ಗುಲಲ್ಲಿ ಕುಳಿತುಕೊಂಡನು. ಅವನು ಇಂಜಿನಿಯರ್ ಆಗಿ ವಿದ್ಯಾವಂತನೂ ಬುದ್ಧಿವಂತನೂ ವಿವಾಹಿತನೂ ಆಗಿದ್ದನು. ಅವನು ಇತ್ತೀಚೆಗೆ ತನ್ನ ತಾಯಿಯನ್ನು ಕಳೆದುಕೊಂಡು ತುಂಬಾ ದುಃಖತಪ್ತನಾಗಿದ್ದನು. ವಿವೇಕಾನಂದರನ್ನು ಮಾತನಾಡಿಸಿ "ಸ್ವಾಮಿ, ನನ್ನ ತಾಯಿ ಸ್ವಲ್ಪ ದಿನಗಳ ಹಿಂದೆ ಕಾಯಿಲೆಯಿಂದ ತೀರಿಹೋದಳು. ಸಾಯುವ ಹೊತ್ತಿನಲ್ಲಿ ನವೆನವೆದು ತುಂಬಾ ಕೃಶವಾಗಿಹೋಗಿದ್ದಳು. ಅವಳನ್ನೊಮ್ಮೆ ಕಂಡು ಮಾತನಾಡಿಸಬೇಕೆಂಬ ಆಸೆಯಿಂದ ಇಲ್ಲಿಗೆ ಬಂದಿದ್ದೇನೆ" ಎಂದು ಹೇಳಿದನು. ಸ್ವಾಮಿಗಳು ಅದನ್ನು ಮೌನವಾಗಿ ಆಲಿಸಿದರು. ಮುಂದೆ ನಡೆದ ಘಟನೆಯನ್ನು ಅರ್ಥಮಾಡಿಕೊಳ್ಳಲು ಅದರಿಂದ ವಿವೇಕಾನಂದರಿಗೆ ಅನುಕೂಲವಾಯಿತು.

ಆ ವೇಳೆಗೆ ಸರಿಯಾಗಿ ಮಧ್ಯಮಳು "ನೋಡಪ್ಪಾ ಹುಡುಗ, ನಿನ್ನ ತಾಯಿ ಬಂದಳು" ಎಂದು ಹೇಳುತ್ತ ತೆರೆಯ ಹಿಂದಿನಿಂದ ಬಂದಳು. ಮಧ್ಯಮಳೇ ಆಗ ಆ ಯುವಕನ ತಾಯಿಯ ಪ್ರೇತವನ್ನು ಆಹ್ವಾನಿಸಿ ಬರಮಾಡಿಕೊಂಡು, ತನ್ನ ಮೇಲೆ ಆವಾಹನೆ ಮಾಡಿ ಕೊಂಡಿದ್ದಳು. ಅಂತಹ ಮುಹೂರ್ತಕ್ಕಾಗಿಯೇ ಕಣ್ಣಲ್ಲಿ ಎಣ್ಣೆಬಿಟ್ಟುಕೊಂಡು ಕಾಯುತ್ತಿದ್ದ ವಿವೇಕಾನಂದರು "ಈಗ ಈ ಯುವಕ ಏನು ಮಾಡುತ್ತಾನೆ" ಎಂದು ಕುತೂಹಲದ ಕಣ್ಣುಗಳಿಂದ ನಿಟ್ಟಿಸತೊಡಗಿದರು. ಆ ಯುವಕನಾದರೋ ಅತ್ಯಂತ ಲಗುಬಗೆಯಿಂದ ಹಾರಿ ಮುನ್ನುಗ್ಗಿ "ಬಂದೆಯಾ ತಾಯೇ ಬಾ" ಎಂದು ಮಧ್ಯಮಳನ್ನು ಪ್ರೀತಿಯಿಂದ ಆಲಂಗಿಸಿಕೊಂಡನು. ಅಷ್ಟಕ್ಕೇ ಸುಮ್ಮನಾಗದೆ "ನಿನ್ನನ್ನು ಕಂಡು ಆನಂದವಾಯಿತು ತಾಯೆ, ಸಾಯುವಾಗ ನೀನು ತುಂಬಾ ತೆಳ್ಳಗಾಗಿಬಿಟ್ಟಿದ್ದೆ. ಈಗ ಪ್ರೇತಲೋಕದಲ್ಲಾದರೂ ಹೀಗೆ ಮೈದುಂಬಿಕೊಂಡಿದ್ದೀಯಲ್ಲಾ, ಸದ್ಯ ಈಗ ನಿರಾಳವಾಯಿತು" ಎಂದು ಸಂಭ್ರಮಿಸಿದನು. ಅದನ್ನು ನೋಡಿ ವಿವೇಕಾನಂದರು "ನಾನು ಇಲ್ಲಿ ಇದ್ದುದು ಸಾರ್ಥಕವಾಯಿತು. ಮನುಷ್ಯನ ಸ್ವಭಾವವನ್ನು ಅರಿತುಕೊಳ್ಳಲು ಅನುಕೂಲವಾಯಿತು" ಎಂದುಕೊಂಡರು.

ನಮ್ಮಲ್ಲಿ ಅನೇಕರಿಗೆ ಭೂಲೋಕದ ಭೋಗಭಾಗ್ಯಗಳಲ್ಲೇ ಮನಸ್ಸು ನೆಟ್ಟು ಕೊಂಡಿರುತ್ತವೆ. ಇಂತಹ ಭೋಗಭಾಗ್ಯಗಳು ಸ್ವರ್ಗದಲ್ಲಿ ಕೂಡ ಹರಡಿಕೊಂಡಿರುತ್ತವೆ ಎಂದು ಅವರು ಕೇಳಿಸಿಕೊಂಡಿರುತ್ತಾರೆ. ಸತ್ತಬಳಿಕ ಸ್ವರ್ಗವನ್ನು ಸೇರುವ ಉಪಾಯ ಯಾವುದು ಎಂಬುದನ್ನೂ ಅವರು ಕೇಳಿ ಮನವರಿಗೆ ಮಾಡಿಕೊಂಡಿರುತ್ತಾರೆ. ಭೂಲೋಕದ ತಮ್ಮ ಭೋಗಜೀವನದ ಮುಂದುವರಿಕೆಯನ್ನೇ ಅವರು ಸ್ವರ್ಗದಲ್ಲಿ ನಿರೀಕ್ಷಿಸುತ್ತಿರುತ್ತಾರೆ. "ನನ್ನ ಪೂರ್ವಿಕರೆಲ್ಲ ಸೇರಿಕೊಂಡಿರುವ ಸ್ವರ್ಗಕ್ಕೇ ನಾನೂ ಹೋಗಬೇಕು; ಅವರನ್ನೆಲ್ಲ ಕಂಡು ಮಾತನಾಡಿಸಬೇಕು; ಅಲ್ಲಿ ಸುಖಾನುಸುಖದಲ್ಲಿ ಕಾಲಕಳೆಯಬೇಕು" ಎಂದೆಲ್ಲ ಮನಸ್ಸಿನಲ್ಲಿಯೇ ಮಂಡಿಗೆಮೆಲ್ಲುತ್ತ, ಅದಕ್ಕಾಗಿ ಪೂಜೆಪ್ರಾರ್ಥನೆಗಳನ್ನೂ ದಾನಧರ್ಮ ಗಳನ್ನೂ ಮಾಡುತ್ತಾರೆ. ಪ್ರಪಂಚವೇ ಗುರಿಯಾಗಿ, ಅದಕ್ಕೆ ದೇವರನ್ನು ಸಹಾಯಕ ನಾಗಬೇಕೆಂದು ಬೇಡಿದರೆ, ಅದು ಲೌಕಿಕಕ್ಷೇತ್ರಕ್ಕೆ ಸಂಬಂಧಪಟ್ಟದ್ದಾಗಿರುತ್ತದೆ. ದೇವರೇ ಗುರಿಯಾಗಿ ಅದಕ್ಕೆ ಪ್ರಪಂಚದ ಸಹಾಯವನ್ನು ಪಡೆದುಕೊಂಡರೆ ಅದು ಆಧ್ಯಾತ್ಮಿಕ ಕ್ಷೇತ್ರಕ್ಕೆ ಸಂಬಂಧಪಟ್ಟದ್ದಾಗುತ್ತದೆ. ಆಗ ಉನ್ನತವಾದ ಆಧ್ಯಾತ್ಮಿಕ ಜೀವನ ಪ್ರಾರಂಭ ವಾಗುತ್ತದೆ. ಮಧ್ಯಮಳನ್ನು ಅಪ್ಪಿಕೊಂಡ ಆ ಯುವಕನ ವರ್ತನೆಯನ್ನು ನಿಟ್ಟಿಸಿದ ಬಳಿಕ ಸ್ವಾಮಿ ವಿವೇಕಾನಂದರು ಈ ಪರಿಯ ಅಪೂರ್ವವಾದ ಚಿಂತನಮಂಥನದಲ್ಲಿ ಮಗ್ನರಾದರು ಎಂಬುದಿಲ್ಲಿ ಮುಖ್ಯವಾದ ವಿಚಾರ.

"ಮಿಸೆಸ್ ವಿಲಿಯಮ್ಸ್ ಎಂಬುದು ಆಕೆಯ ಹೆಸರು; ಗಂಡಹೆಂಡಿರಿಬ್ಬರೂ ಕೂಡಿ ಹೀಗೆ ಜನರನ್ನು ವಂಚಿಸಿ ಧನಸಂಗ್ರಹ ಮಾಡುತ್ತಿದ್ದರು" ಎಂದು ಆ ಘಟನೆಯನ್ನು ವಿವೇಕಾನಂದರಿಂದ ಕೇಳಿಸಿಕೊಂಡ ಸೋದರಿನಿವೇದಿತಾ ತನ್ನ ಗ್ರಂಥದಲ್ಲಿ ಅದನ್ನು ನಾಲ್ಕೇ

ವಾಕ್ಯಗಳಲ್ಲಿ ಹೇಳಿದ್ದಾಳೆ. "ಜನರನ್ನು ಹೀಗೆ ವಂಚಿಸುವುದು ಸರ್ವಥಾ ಸರಿಯಲ್ಲ" ಎಂದು ಆ ದಂಪತಿಗಳಿಗೆ ವಿವೇಕಾನಂದರು ಉಪದೇಶ ಹೇಳಿದರು ಎಂಬುದಾಗಿಯೂ ನಿವೇದಿತಾ ಬರೆದಿದ್ದಾಳೆ.

ವಿವೇಕಾನಂದರ ಮಗ್ಗುಲಲ್ಲಿ ಕುಳಿತಿದ್ದ ಆ ಇಂಜಿನಿಯರ್ ಯುವಕನು ವಿವೇಕಾನಂದರಿಗೆ ಹೇಳಿದ ರೈತನೊಬ್ಬನ ಕಥೆಯನ್ನು ಕೂಡ ನಿವೇದಿತಾ ನಿರೂಪಿಸಿದ್ದಾಳೆ. ರೈತನೊಬ್ಬನು ತನ್ನ ಸ್ವರ್ಗಸ್ಥನಾದ ತಂದೆಯ ಚಿತ್ರವೊಂದನ್ನು ಬರೆದುಕೊಡಬೇಕೆಂದು ಪ್ರಸಿದ್ಧ ಚಿತ್ರಕಾರನೊಬ್ಬನನ್ನು ಕೇಳಿಕೊಂಡನು. "ನಿನ್ನ ತಂದೆಯು ಹೇಗಿದ್ದನು, ಹೇಗೆ ಕಾಣಿಸುತ್ತಿದ್ದನು" ಎಂಬ ವಿವರಗಳನ್ನೆಲ್ಲ ಕೇಳಿ ತಿಳಿದುಕೊಂಡು, ಆ ಚಿತ್ರಕಾರನು ಬಹಳ ಶ್ರಮಪಟ್ಟು ಸುಂದರವಾದ ಚಿತ್ರವನ್ನು ನಿರ್ಮಿಸಿದನು. ರೈತನನ್ನು ಕರೆದು ತೋರಿಸಿದಾಗ ಅವನು "ಅಯ್ಯೋ ಶಿವನೆ, ನಮ್ಮಪ್ಪನ ಮುಖದ ಮೇಲೊಂದು ಮಚ್ಚೆಯಿತ್ತೆಂದು ನಿನಗೆ ಹೇಳಿದೆನಲ್ಲ, ಅದು ಇಲ್ಲವೇ ಇಲ್ಲವಲ್ಲ" ಎಂದು ಅಲವತ್ತುಕೊಂಡನು. ಬೇಸತ್ತ ಚಿತ್ರಕಾರನು ಕೊನೆಗೆ ಯಾವುದೋ ಒಂದು ಮುಖವನ್ನು ಗೀಚಿ, ಅದರ ಮೂಗಿನ ಮೇಲೆ ಹಡಿಗಾತ್ರದ ಮಚ್ಚೆಯೊಂದನ್ನು ಇಟ್ಟುಬಿಟ್ಟನು. ತರುವಾಯ ರೈತನನ್ನು ಕರೆದು "ಈಗ ನಿಮ್ಮ ತಂದೆಯ ಮುಖ ಸರಿಯಾಯಿತೇನಪ್ಪಾ" ಎಂದು ಕೇಳಿದನು. ಆಗ ಆ ರೈತನು ಸಂತೃಪ್ತನಾಗಿ ಆ ಚಿತ್ರವನ್ನೇ ನೋಡುತ್ತ ಭಾವಾವಿಷ್ಟನಾಗಿ "ಅಪ್ಪಾ ಅಪ್ಪಾ, ಈ ಹಿಂದೆ ನಾನು ನಿನ್ನನ್ನು ನೋಡಿದಾಗಿನಿಂದ ಇತ್ತೀಚೆಗೆ ಎಷ್ಟೊಂದು ಬದಲಾಗಿ ಬಿಟ್ಟಿರುವೆಯಪ್ಪಾ" ಎಂದು ಗೋಳಾಡಿದನು– ಎಂಬುದು ಆ ಯುವಇಂಜಿನಿಯರ್ ಹೇಳಿದ ಕಥೆಯಾಗಿತ್ತು.

ಇಂಥವೆಲ್ಲವೂ ಸ್ವಾಮಿಗಳಿಗೆ ಅಚ್ಚರಿಯುಂಟುಮಾಡುವ ಸಂಗತಿಗಳಾಗಿದ್ದುವು ಎಂದು ಸೋದರಿನಿವೇದಿತಾ ಹೇಳಿದ್ದಾಳೆ. ವಿವೇಕಾನಂದರಿಗೆ ಇಂತಹ ಸಂಗತಿಗಳು ಅಚ್ಚರಿಯುಂಟುಮಾಡುತ್ತಿದ್ದುದು ಮಾತ್ರವಲ್ಲ, ಅವುಗಳ ಬೆಂಬಲದಿಂದ ಲೋಕಕ್ಕೆ ಹೊಸಹೊಸ ಪಾಠಗಳನ್ನೂ ಅವರು ಬೋಧಿಸುತ್ತಿದ್ದರು ಎಂಬುದನ್ನೂ ನಾವು ಮನಗಾಣಬೇಕಾಗಿದೆ. ಒಬ್ಬ ಗುರುಭಾಯಿಗಳಿಗೆ ಬರೆದ ಪತ್ರದಲ್ಲಿ "ಇಲ್ಲಿ ಅನೇಕ ಭೂತಾರಾಧಕರೂ ಇದ್ದಾರೆ. ಭೂತವನ್ನು ಬರುವಂತೆ ಪ್ರೇರೇಪಿಸುವವನು ಒಂದು ತೆರೆಯ ಹಿಂದೆ ಹೋಗುತ್ತಾನೆ. ಅನಂತರ ಆತನಿಂದ ನಾನಾ ಬಣ್ಣಗಳ ನಾನಾ ಆಕಾರಗಳ ಭೂತಗಳು ಹೊರಕ್ಕೆ ಬರುತ್ತವೆ. ನಾನು ಇಂತಹ ಅನೇಕ ದೃಶ್ಯಗಳನ್ನು ನೋಡಿದ್ದೇನೆ. ಆದರೆ ಅವೆಲ್ಲ ಮೋಸವೆಂಬಂತೆ ಕಾಣುತ್ತವೆ" ಎಂದು ಉಲ್ಲೇಖಿಸಿರುವುದನ್ನು ಕೂಡ ಈ ಸಂದರ್ಭಕ್ಕೆ ಜೋಡಿಸಿಕೊಳ್ಳಬೇಕು.

೨೨. ಸಿಂಹಳದ್ವೀಪದ ಸ್ಥಾಪನೆಯ ಕಥೆ

ಸ್ವಾಮಿ ವಿವೇಕಾನಂದರು ತಮ್ಮ ಸಮುದ್ರಯಾನದ ಅನುಭವಗಳನ್ನೆಲ್ಲ ಅತ್ಯಂತ ರಸಮಯವಾಗಿ, ಕಾವ್ಯಮಯವಾಗಿ ಬಣ್ಣಿಸಿದ್ದಾರೆ. 'ಪ್ರವಾಸ ಕಥನ' ಎಂದು ಕರೆಯಲಾಗುವ ಆಧುನಿಕ ಸಾಹಿತ್ಯಪ್ರಕಾರಕ್ಕೆ ಅದು ಉತ್ತಮ ಕೊಡುಗೆಯಾಗಿದೆ. ಆ ಪ್ರವಾಸ ಕಥನದಲ್ಲಿ ವಿವೇಕಾನಂದರು ತಾವು ಕಂಡ ದೇಶಗಳ, ದ್ವೀಪಗಳ ಇತಿಹಾಸವನ್ನೆಲ್ಲ ಅತ್ಯಂತ ರೋಚಕವಾಗಿ ಬಣ್ಣಿಸಿದ್ದಾರೆ. ಪ್ರವಾಸಕ್ಕೆ ಮುನ್ನವೋ ಪ್ರವಾಸಕಾಲದಲ್ಲಿಯೋ, ಆಯಾ ದೇಶಗಳ ಚರಿತ್ರೆಯನ್ನೆಲ್ಲ ಖುದ್ದಾಗಿ ಓದಿ ಜಾಲಾಡಿ, ಅದರ ಸಾರಭೂತವಾದ ಅಂಶಗಳನ್ನು ಮಾತ್ರವೇ ನಮಗೆ ನೀಡಿದ್ದಾರೆ. ಅದು ಕೇವಲ ಐತಿಹಾಸಿಕ ನಿರೂಪಣೆ ಮಾತ್ರವಾಗದೆ, ಆಯಾ ಪ್ರದೇಶಗಳ ಉತ್ಥಾನ-ಪತನಗಳ ಕಥೆಯೂ ಆಗಿದೆ. ಕಾವ್ಯಗಳನ್ನು ವಿಮರ್ಶಿಸುವುದು ನಮಗೆ ಅಷ್ಟಿಷ್ಟು ಗೊತ್ತು. ಆದರೆ ದೇಶವಿದೇಶಗಳ ಚಾರಿತ್ರಿಕ ಘಟನಾವಳಿಗಳನ್ನೂ ಜನಾಂಗಗಳ ಏಳುಬೀಳುಗಳನ್ನೂ ವಿಮರ್ಶಿಸುವುದು ಹೇಗೆಂಬುದನ್ನು ತಿಳಿಯಬೇಕಾದರೆ ನಾವು ವಿವೇಕಾನಂದರ ಬಳಿಗೇ ಹೋಗಬೇಕು. ಪ್ರಸ್ತುತಕ್ಕೆ ಈಗ ಶ್ರೀಲಂಕಾ ಎಂದು ಕರೆಯಲಾಗುತ್ತಿರುವ ಸಿಲೋನ್ ಅಥವಾ ಸಿಂಹಳವು ಸ್ಥಾಪನೆಗೊಂಡ ಕಥೆ, ಅಲ್ಲಿ ಬೌದ್ಧ ಧರ್ಮವು ಹರಡಿದ ಕಥೆ ಮುಂತಾದುವನ್ನು ವಿವೇಕಾನಂದರ ಬಾಯಿಂದಲೇ ಕೇಳೋಣ.

ಶ್ರೀಲಂಕೆಯ ಜನರ ಗುಣಲಕ್ಷಣಗಳನ್ನು ವಿವೇಕಾನಂದರು ಕಂಡಿರುವ ಪರಿ ಕುತೂಹಲಕಾರಿಯಾಗಿದೆ. ಲಂಕಾ ಎಂದೊಡನೆ ನಮಗೆ ರಾವಣಕುಂಭಕರ್ಣರ ನೆನಪಾಗುವುದು ಸಹಜವೇ ಆಗಿದೆ. ಆದರೆ ರಾಕ್ಷಸರಿಗೆ ಸಂಬಂಧಪಟ್ಟ ಆಕಾರ, ನಡೆನುಡಿ ಯಾವುದೂ ಸಿಂಹಳದವರಲ್ಲಿ ಇಲ್ಲ. ನೀಳವಾಗಿ ಬಿಟ್ಟ ತಲೆಗೂದಲು, ಮಧ್ಯಕ್ಕೆ ತೆಗೆದ ಬೈತಲೆ, ಉದ್ದಕ್ಕೆ ತೊಟ್ಟ ನಿಲುವಂಗಿಗಳಿಂದ ಅವರು ಹೆಂಗಸರಂತೆಯೇ ಕಾಣುತ್ತಾರೆ. ಅವರಿಗೆ ತೆಳ್ಳನೆಯ ಮೃದುವಾದ, ಹೆಂಗಸರಂತಹ ಶರೀರವೇ ಇದೆ. ಸಾಂಪ್ರದಾಯಿಕ ಚರಿತ್ರೆಯಾದರೋ ಅವರೆಲ್ಲ ಕ್ರಿಸ್ತಪೂರ್ವದ ಕಾಲದಲ್ಲಿಯೇ ಬಂಗಾಳದೇಶದಿಂದ ವಲಸೆ ಬಂದವರೆಂದು ಹೇಳುತ್ತದೆ ಎಂದು ಹೇಳುತ್ತ, ಅದರ ಸ್ಥಾಪನೆಯ ಮೂಲದಲ್ಲಿರುವ ಬಂಗಾಳಿರಾಜಕುಮಾರನ ಕಥೆಯನ್ನು ಮೊದಲಿಗೆ ಬಣ್ಣಿಸಿದ್ದಾರೆ.

ಪೂರ್ವಕಾಲದಲ್ಲಿ ಬಂಗಾಳದೇಶದಲ್ಲಿ ವಿಜಯಸಿಂಹನೆಂಬ ರಾಜಕುಮಾರನೊಬ್ಬ ನಿದ್ದನು. ತುಂಟತನ, ಅತ್ಯುತ್ಸಾಹ, ದುಡುಕುಸ್ವಭಾವಗಳು ಅವನಲ್ಲಿ ನೆಲೆಸಿದ್ದುವು.

ಅವನು ತಂದೆತಾಯಿಗಳೊಡನೆ ಕಲಹವಾಡುತ್ತ ತನಗೆ ಇಷ್ಟಬಂದಂತೆ ಮೆರೆದಾಡುತ್ತಿದ್ದನು. ತನ್ನಹಾಗೆಯೇ ತಂದೆತಾಯಿಗಳೊಡನೆ ಜಗಳವಾಡಿ ಸ್ವೇಚ್ಛೆಯಿಂದ ಮೆರೆದಾಡುತ್ತಿದ್ದ ಯುವಕರ ಒಂದು ತಂಡಕ್ಕೆ ವಿಜಯಸಿಂಹನೇ ನಾಯಕನಾಗಿದ್ದನು. ಒಂದುದಿನ ಅವರೆಲ್ಲರೂ ಕೂಡಿ "ನಾವು ಈ ರಾಜ್ಯದಲ್ಲಿರುವುದೇ ಬೇಡ, ಯಾವುದಾದರೂ ಹೊಸ ದ್ವೀಪಕ್ಕೆ ಹೊರಟುಹೋಗೋಣ" ಎಂದು ಸಮಾಲೋಚನೆ ನಡೆಸಿ, ಹಡಗುಹತ್ತಿ, ತಮ್ಮಿಂದ ತಾವೇ ಗಡೀಪಾರಾಗಿಬಿಟ್ಟರು.

ಹಾಗೆ ಹೊರಟ ವಿಜಯಸಿಂಹನ ಮಿತ್ರಮಂಡಳಿಯು ಲಂಕಾದ್ವೀಪವನ್ನು ಸೇರಿತು. ಆ ಹೊತ್ತಿನಲ್ಲಿ ಅಲ್ಲಿನ ಮೂಲನಿವಾಸಿಗಳಾದ ಮುಗ್ಧ ಅರಣ್ಯವಾಸಿಗಳು ಶಾಂತಿಮಯ ಜೀವನವನ್ನು ನಡೆಸುತ್ತಿದ್ದರು. ಅವರಿಗೊಬ್ಬ ರಾಜನೂ ಇದ್ದನು. ಅವನು ಇದ್ದಕ್ಕಿದ್ದಂತೆ ಬಂದಿಳಿದ ನವಯುವಕರ ತಂಡವನ್ನು ವಿಶ್ವಾಸದಿಂದಲೇ ಸ್ವಾಗತಿಸಿದನು. ಸ್ವಲ್ಪ ಕಾಲಾನಂತರ ಆ ಅರಣ್ಯದೊರೆಯು, ತನ್ನ ಮಗಳನ್ನು ವಿಜಯಸಿಂಹನಿಗೆ ಕೊಟ್ಟು ಮದುವೆಮಾಡಿ, ಅವನನ್ನು ತನ್ನ ಅರಮನೆಯ ಅಳಿಯನನ್ನಾಗಿ ಮಾಡಿಕೊಂಡನು. ಮಿಕ್ಕ ಗೆಳೆಯರೂ ಅರಣ್ಯವಾಸಿ ಕನ್ಯೆಯರನ್ನೇ ವರಿಸಿದರು. ಕಾಲಕಳೆದಂತೆ ವಿಜಯಸಿಂಹನಿಗೆ ತಾನೇ ಸಿಂಹಳದ ರಾಜನಾಗಿ ಮೆರೆಯಬೇಕೆಂಬ ದುರಾಲೋಚನೆ ಹುಟ್ಟಿಕೊಂಡಿತು. ತನ್ನ ಹೆಂಡತಿಯನ್ನೂ ಗೆಳೆಯರನ್ನೂ ಸೇರಿಸಿಕೊಂಡು, ಕೃತಘ್ನನಾಗಿ ತನ್ನ ಮಾವನನ್ನೂ, ರಾಜಮನೆತನದ ಪ್ರಮುಖರನ್ನೂ ನಿರ್ದಯನಾಗಿ ಕೊಂದುಹಾಕಿದನು; ತಾನೇ ಸಿಂಹಾಸನ ವೇರಿ ದರ್ಬಾರುಮಾಡಿದನು. ತನ್ನ ಅನುಚರರಿಗೆಲ್ಲ ಬೇರೆಬೇರೆ ಪದವಿಗಳನ್ನು ಕೊಟ್ಟು ತೃಪ್ತಿಪಡಿಸಿದನು. ಸಹಜವಾಗಿಯೇ ಮಾವನಮಗಳು ರಾಣಿಯಾದಳು.

ಆದರೆ ಕಾಲಕಳೆದಂತೆ ಮಾವನಮಗಳ ವಿಚಾರದಲ್ಲಿಯೂ ವಿಜಯಸಿಂಹನಿಗೆ ಆಕರ್ಷಣೆ ಕುಸಿದುಹೋಯಿತು ಬಂಗಾಳದೇಶದಿಂದ ಚೆಲುವೆಯರಾದ ಕನ್ಯೆಯರಿರುವ ಹಲವು ಕುಟುಂಬಗಳನ್ನು ಸಿಂಹಳದ್ವೀಪಕ್ಕೆ ಬರಮಾಡಿಕೊಂಡನು. ಕಾಡುರಾಣಿಗೆ ದ್ರೋಹ ಬಗೆದು ಅವಳನ್ನು ತೊರೆದು, ಹೊಸದಾಗಿ ಬಂದಿದ್ದ ಕನ್ಯೆಯರಲ್ಲಿ ಅನೂರಾಧ ಎಂಬ ಚೆಲುವೆಯನ್ನು ಮದುವೆಯಾದನು. ಆಮೇಲೆ ತಾನು ಕೊಂದ ಆದಿವಾಸಿ ದೊರೆಯ ಪ್ರಜೆಗಳಿಂದ ತನಗೇನಾದರೂ ಕಂಟಕ ಬರಬಹುದೆಂದು ಅಂಜಿ, ಅವರನ್ನೆಲ್ಲ ಕಂಡ ಕಂಡಲ್ಲಿಯೇ ಕೊಲ್ಲಿಸಿ ಹಿಂಸಾರಭಸಮತಿಯಾಗಿಬಿಟ್ಟನು. ಅವನ ಕ್ರೌರ್ಯಕ್ಕಂಜಿ ಕೆಲವರು ಪ್ರಾಣರಕ್ಷಣೆ ಮಾಡಿಕೊಳ್ಳಲು ಗೊಂಡಾರಣ್ಯವನ್ನು ಹೊಕ್ಕು ತಲೆಮರೆಸಿಕೊಂಡುಬಿಟ್ಟರು. "ಹೀಗೆ ಪ್ರಾರಂಭಕ್ಕೆ ಸಿಂಹಳದ್ವೀಪವು ಬಂಗಾಳಿ ಪಟಿಂಗರು ವಲಸೆಬಂದ ತಾಣವಾಗಿದೆ."

ಕೆಲವು ಕಾಲದಮೇಲೆ ಅಶೋಕಚಕ್ರವರ್ತಿಯು ತಾನು ಮೊದಲು ಬೌದ್ಧಧರ್ಮ ವನ್ನು ಸ್ವೀಕರಿಸಿ, ತರುವಾಯ ಅದನ್ನು ಪ್ರಚಾರಮಾಡುವ ಸಲುವಾಗಿ ತನ್ನ ಮಗನಾದ ಮಹೇಂದ್ರನನ್ನೂ ತಂಗಿಯಾದ ಸಂಘಮಿತ್ರೆಯನ್ನೂ ಸಿಂಹಳದ್ವೀಪಕ್ಕೆ ಕಳುಹಿಸಿದನು.

ಭಿಕ್ಷುಭಿಕ್ಷುಣಿಯರಾಗಿ ಆ ದ್ವೀಪದಲ್ಲೆಲ್ಲ ನಡೆದಾಡುತ್ತ ಅವರು ವಿಜಯಸಿಂಹನ ರಾಜ್ಯವು ಅನಾಗರಿಕವಾಗಿರುವುದನ್ನು ಕಂಡು ಮರುಗಿದರು. ಅವರನ್ನೆಲ್ಲ ಸಾಧ್ಯವಾದಮಟ್ಟಿಗೆ ಸಭ್ಯರನ್ನಾಗಿ ಮಾಡಲು ತಮ್ಮ ಜೀವನವನ್ನೇ ತೆಯ್ದುಬಿಟ್ಟರು. ಅದರಲ್ಲಿ ತಕ್ಕಷ್ಟು ಯಶಸ್ಸನ್ನೂ ಕಂಡರು. ಅವರಿಗೆ ಸದಾಚಾರವನ್ನು ಕಲಿಸಿ, ಅವರನ್ನೆಲ್ಲ ಶ್ರದ್ಧಾವಂತರಾದ ಬೌದ್ಧರನ್ನಾಗಿ ಮಾಡಿದರು. ದ್ವೀಪದ ಮಧ್ಯದಲ್ಲಿ ಸ್ತೂಪಗಳಿಂದಲೂ ವಿಹಾರಗಳಿಂದಲೂ ಕಂಗೊಳಿಸುವ ಅನೂರಾಧಪುರವೆಂಬ ದೊಡ್ಡದೊಂದು ಪಟ್ಟಣವನ್ನೇ ಕಟ್ಟಿದರು. "ಮುಂಡನ ಮಾಡಿಸಿಕೊಂಡು ಹಳದಿಬಣ್ಣದ ವಸ್ತ್ರಧರಿಸಿ, ಭಿಕ್ಷಾಪಾತ್ರೆ ಹಿಡಿದು ಅಲೆಯುವ ಭಿಕ್ಷುಭಿಕ್ಷುಣಿಯರು ದ್ವೀಪದಲ್ಲೆಲ್ಲ ಹರಡಿಕೊಂಡಿದ್ದಾರೆ" ಎಂದು ಮುಂತಾಗಿ ಅಲ್ಲಿನ ಏಳುಬೀಳಿನ ವಿದ್ಯಮಾನಗಳನ್ನೆಲ್ಲ ಅಚ್ಚಳಿಯದಂತೆ ಬಣ್ಣಿಸಿದ್ದಾರೆ.

"ಶ್ರೀರಾಮಚಂದ್ರನು ಸಮುದ್ರಕ್ಕೆ ಸೇತುವೆಕಟ್ಟಿ, ಲಂಕೇಶ್ವರನನ್ನು ನಿಗ್ರಹಿಸಿದನಲ್ಲವೆ, ಆ ರಾಮಸೇತುವೆಯನ್ನು ನಾನು ನೋಡಿದ್ದೇನೆ. ರಾಮನಾಡಿನ ಮಹಾರಾಜನಾದ ಸೇತುಪತಿ ಎಂಬಾತನ ಅರಮನೆಯಲ್ಲಿ ಒಂದು ವಿಶಾಲವಾದ ಹಾಸುಗಲ್ಲನ್ನೂ ನೋಡಿದ್ದೇನೆ. ಅದರ ಮೇಲೆಯೇ ಶ್ರೀರಾಮಚಂದ್ರನು ಈಗಿನ ರಾಜನ ಆದಿಪುರುಷನಾದ ರಾಜನನ್ನು ಕೂರಿಸಿ, ಸೇತುಪತಿಯಾಗಿ ಪಟ್ಟಾಭಿಷೇಕ ಮಾಡಿದ್ದು" ಎಂಬುದಾಗಿಯೂ ವಿವೇಕಾನಂದರು ಕೆಲವು ಉಪಯುಕ್ತ ಪುರಾವೆಗಳತ್ತ ಚರಿತ್ರಕಾರರ ಗಮನಸೆಳೆದಿದ್ದಾರೆ.

'ಹೆಣ್ಣು ಕೊಟ್ಟೆಯೋ ಕಣ್ಣು ಕೊಟ್ಟೆಯೋ' ಎಂಬೊಂದು ಕನ್ನಡಗಾದೆಯಿದೆ. ಹೆಣ್ಣು ಕೊಟ್ಟು ನಿಲ್ಲಿಸಿಕೊಂಡ ಮುಗ್ಧಮೂರ್ತಿಯನ್ನು ವಿಜಯಸಿಂಹನು ಕೊಂದುಹಾಕಿದ ಕ್ರೌರ್ಯ ನಮ್ಮ ಕರುಳುಕರಗಿಸುತ್ತದೆ. ಈ ಕಥೆಗೆ ಸಂಬಂಧಿಸಿದಂತೆ ವಿವೇಕಾನಂದರು ಬೇರೆಯಾಗಿ ಉಪದೇಶ ಮಾಡಿಲ್ಲವಾದರೂ ಅವೆಲ್ಲವೂ ಆ ಕಥೆಯ ಒಡಲಿನಲ್ಲಿಯೇ ಸೇರಿಹೋಗಿವೆ. ಮಾನವನ ಅಧಿಕಾರದಾಹ, ಕಾಮಪಿಪಾಸೆ, ಕೃತಘ್ನತೆಗಳ ಭೀಕರಚಿತ್ರಗಳು ನಮ್ಮ ಚಿತ್ತದಲ್ಲಿ ಸುಳಿದುಹೋಗುತ್ತವೆ. ಸಾಧುಸತ್ಪುರುಷರು ಅಂತಹ ಭೂಮಿಗೆ ಪದಾರ್ಪಣ ಮಾಡಿ, ಹೇಗೆ ಪರಿವರ್ತನೆಯ ಗಾಳಿ ಬೀಸುವಂತೆ ಮಾಡುತ್ತಾರೆ ಎಂಬ ಸಂತಸದ ಚಿತ್ರಗಳೂ ಅಲ್ಲಿವೆ. ರಾಮಕಥೆಗೆ ಸಂಬಂಧಿಸಿದ, ಕಣ್ಣಾರೆ ಕಂಡ ಕೆಲವು ಪಳೆಯುಳಿಕೆಗಳ ದಾಖಲಾತಿಯೂ ಉಪಯುಕ್ತವಾಗಿದೆ. ಸ್ವಾಮಿವಿವೇಕಾನಂದರೂ ತಮ್ಮ ಪಾದಸ್ಪರ್ಶದಿಂದ ಅದನ್ನು ಪುಣ್ಯಭೂಮಿಯಾಗಿಸಿದರಲ್ಲವೆ!

೨೩. ಸೀತಾದೇವಿಯ ಮೂರುಭಾಗ್ಯಗಳು

ವಾಲ್ಮೀಕಿಮುನಿಗಳಿಂದ ಸಂಸ್ಕೃತಭಾಷೆಯಲ್ಲಿ ರಚಿತವಾದ ರಾಮಾಯಣವು ವಿಶ್ವದ ಆದಿಕಾವ್ಯವೆಂಬ ಗೌರವಕ್ಕೆ ಪಾತ್ರವಾಗಿದೆ. ಅದರಲ್ಲಿ ರಾಮಚರಿತೆಯೊಂದಿಗೆ ಸೀತಾದೇವಿಯ ದಿವ್ಯಚರಿತೆಯೂ ಹಾಸುಹೊಕ್ಕಾಗಿ ನೆಯ್ದುಕೊಂಡಿದೆ. ಸ್ವಾಮಿ ವಿವೇಕಾನಂದರು ಸೀತಾದೇವಿಯನ್ನು ಕುರಿತು "ಅವಳು ಹಿಂದೂಧರ್ಮದ ಆದರ್ಶ ಮಹಿಳೆಯರ ಶ್ರೇಷ್ಠ ಪ್ರತಿನಿಧಿಯಾಗಿದ್ದಾಳೆ; ಅಪಾರವಾದ ತಾಳ್ಮೆ ಮತ್ತು ಸದ್ಗುಣಗಳು ಅವಳನ್ನು ಆಶ್ರಯಿಸಿಕೊಂಡಿದ್ದುವು" ಎಂದು ಕೊಂಡಾಡಿದ್ದಾರೆ. ವನವಾಸದ ಆರಂಭ ಕಾಲದಲ್ಲಿಯೇ ರಾಮಸೀತಾಲಕ್ಷ್ಮಣರು ಅತ್ರಿಮುನಿಗಳ ಆಶ್ರಮವನ್ನು ಸಂದರ್ಶಿಸುತ್ತಾರೆ. ಆ ಹೊತ್ತಿನಲ್ಲಿ ಅತ್ರಿಮುನಿಗಳ ಮಡದಿ ಅನಸೂಯೆಯೊಡನೆ ಸೀತಾದೇವಿಯು ನಡೆಸಿದ ಸತ್ಸಂಗದ ಹಿನ್ನೆಲೆಯಲ್ಲಿ ಅವಳ ವ್ಯಕ್ತಿತ್ವದಲ್ಲಿದ್ದ ಸ್ವಾಭಿಮಾನದ, ಆತ್ಮವಿಶ್ವಾಸದ ಉಜ್ವಲತೆಯನ್ನು ವಿವೇಕಾನಂದರು ಅನಾವರಣಗೊಳಿಸಿದ್ದಾರೆ. ಹಿಂದೂಗಳಾದ ನಾವು ಸ್ತ್ರೀಯರಿಗೆ ಹೆಚ್ಚಿನ ಪ್ರಾಶಸ್ತ್ಯವನ್ನು ವೇದಗಳ ಕಾಲದಿಂದಲೂ ಕೊಡುತ್ತ ಬಂದಿದ್ದೇವೆ ಎಂಬುದರತ್ತ ವಿವೇಕಾನಂದರು ಜಿಜ್ಞಾಸುಗಳ ಗಮನಸೆಳೆದಿದ್ದಾರೆ. ನಾವು ದಂಪತಿಗಳನ್ನು ಉಲ್ಲೇಖಿಸುವಾಗ 'ಶ್ರೀ ಮತ್ತು ಶ್ರೀಮತಿ' ಎಂದು ಬರೆಯುವುದಿಲ್ಲ. 'ಶ್ರೀಮತಿ ಮತ್ತು ಶ್ರೀ' ಎಂದು ಬರೆದು ಸ್ತ್ರೀಯರಿಗೆ ಪ್ರಥಮಸ್ಥಾನ ನೀಡುತ್ತೇವೆ; ದೇವತೆಗಳ ಹೆಸರನ್ನು ಹೇಳುವಾಗಲೂ ದೇವಿಯ ಹೆಸರನ್ನು ಮೊದಲು ಸೇರಿಸುತ್ತೇವೆ ಎಂಬ ವಿಚಾರಗಳತ್ತಲೂ ನಮ್ಮ ಗಮನಸೆಳೆದಿದ್ದಾರೆ. ಸೀತಾರಾಮ, ಜಾನಕೀರಾಮ, ರಾಧಾಕೃಷ್ಣ, ಲಕ್ಷ್ಮೀ ನಾರಾಯಣ, ಗೌರೀಶಂಕರ, ಗಿರಿಜಾಶಂಕರ ಎಂಬ ನಾಮಗಳಲ್ಲಿ ದೇವಿಯರ ಹೆಸರೇ ಮೊದಲಿಗೆ ಬಂದಿರುವುದು ಗಮನಿಸಬೇಕಾದ ಸಂಗತಿಯಾಗಿದೆ.

ರಾಮಸೀತಾಲಕ್ಷ್ಮಣರು ಅರಣ್ಯಮಾರ್ಗವಾಗಿ ಸಾಗುತ್ತ ಅತ್ರಿ ಅನಸೂಯೆಯರೆಂಬ ಪುಣ್ಯದಂಪತಿಗಳು ವಾಸವಾಗಿದ್ದ ಆಶ್ರಮವನ್ನು ಪ್ರವೇಶಿಸಿದರು. ಅನಸೂಯೆಯು ಮಹಾತಪಸ್ವಿನಿಯಾಗಿದ್ದಳು. ಅವಳು ತುಂಬಾ ವೃದ್ಧೆಯಾಗಿದ್ದಳು. ತಪಸ್ಸಿನಿಂದಲೂ, ಉಪವಾಸಾದಿ ವ್ರತಗಳಿಂದಲೂ ಅವಳ ದೇಹ ತುಂಬಾ ಬಡವಾಗಿಬಿಟ್ಟಿತ್ತು. ಒಮ್ಮೆ ಹತ್ತು ವರ್ಷಗಳ ದೀರ್ಘಕಾಲದ ಮಹಾಕ್ಷಾಮವು ತಲೆದೋರಿ, ಜೀವಲೋಕವೇ ದಿಕ್ಕೆಟ್ಟು ಹೋಗಿದ್ದಾಗ, ಅನಸೂಯೆಯು ತನ್ನ ತಪೋಬಲದಿಂದ ಕಂದಮೂಲಫಲಾದಿಗಳನ್ನು

ಸೃಷ್ಟಿಮಾಡಿಕೊಟ್ಟಿದ್ದಳು, ಒಣಗಿದ ಗಂಗಾನದಿಯು ತುಂಬಿಹರಿಯುವಂತೆ ಮಾಡಿದ್ದಳು. ಇಲ್ಲಿಯೂ ನಾವು ಸ್ತ್ರೀಶಕ್ತಿಯ ವೈಭವವನ್ನೇ ಕಾಣುತ್ತೇವೆ. ಅಂತಹ ಪುಣ್ಯಮಾತೆಯ ದರ್ಶನದಿಂದ ಸೀತಾರಾಮಲಕ್ಷ್ಮಣರು ಆನಂದಭರಿತರಾದರು.

ಸೀತಾದೇವಿಯು ತನ್ನ ಹೆಸರು ಹೇಳುತ್ತ ಅನಸೂಯಾದೇವಿಗೆ ಭಕ್ತಿಪೂರ್ವಕವಾಗಿ ನಮಸ್ಕಾರ ಮಾಡಿದಳು. ಆಗ ಆ ಸಾಧ್ವಿಯು ಮನೋಹರವಾದ ಮಾತುಗಳನ್ನಾಡಿದಳು. "ಈ ಲೋಕದಲ್ಲಿ ಮನುಷ್ಯರಾಗಿ ಹುಟ್ಟಿ, ಸುಂದರವಾದ ದೇಹವನ್ನು ಪಡೆಯುವುದು ಮೊದಲನೆಯ ಭಾಗ್ಯ. ಅದನ್ನು ನೀನು ಪಡೆದಿದ್ದೀಯೆ, ಸೌಂದರ್ಯವತಿಯಾಗಿ ಕಂಗೊಳಿಸುತ್ತಿದ್ದೀಯೆ. ಸ್ತ್ರೀಜನ್ಮಕ್ಕೆ ಬಂದಬಳಿಕ ಸತ್ಪುರುಷನಾದ ಪತಿಯನ್ನು ಪಡೆಯುವುದು ಅದಕ್ಕಿಂತಲೂ ದೊಡ್ಡ ಭಾಗ್ಯ, ಅದು ಎರಡನೆಯ ಭಾಗ್ಯ. ನೀನಾದರೋ ಸದ್ಗುಣ ಸಂಪನ್ನನೂ ಧರ್ಮಜ್ಞನೂ ದಯಾಳುವೂ ಜಿತೇಂದ್ರಿಯನೂ ಪಿತೃಭಕ್ತನೂ ಆದ ಶ್ರೀರಾಮಚಂದ್ರನನ್ನು ಪತಿಯಾಗಿ ಪಡೆದಿದ್ದೀಯೆ. ಅಂತಹ ಪುಣ್ಯಪುರುಷನ ಮಡದಿಯಾಗಿ ನೀನು ಅವನಿಗೆ ವಿಧೇಯಳಾಗಿ ನಡೆದುಕೊಳ್ಳುತ್ತಿದ್ದೀಯೆ ಎಂಬುದು ಎಲ್ಲಕ್ಕಿಂತ ಹೆಚ್ಚಿನದಾದ ಭಾಗ್ಯ; ಅದು ಮೂರನೆಯ ಭಾಗ್ಯ. ಬಂಧುಗಳನ್ನು ತೊರೆದು, ರಾಜಕುಮಾರಿಯೆಂಬ ಹೆಮ್ಮೆಯನ್ನು ತೊರೆದು, ಸಕಲ ಐಶ್ವರ್ಯಗಳನ್ನು ತೊರೆದು ಅವನೊಡನೆ ವನವಾಸಿಯಾಗಿ ಕಾಡಿಗೆ ಬಂದಿದ್ದೀಯೆ. ನಿನ್ನನ್ನು ಅರಣ್ಯವಾಸಕ್ಕೆ ಯಾರೂ ನೇಮಿಸಿರಲಿಲ್ಲ. ಆದರೂ ನೀನು ಪತಿವ್ರತೆಯರ ನಿಮಯಗಳನ್ನು ಪಾಲಿಸುತ್ತ, ನಿನ್ನ ಪತಿಯ ಸಹಧರ್ಮಚಾರಿಣಿಯಾಗಿದ್ದೀಯೆ. ಇದರಿಂದ ನಿನಗೆ ಕೀರ್ತಿಯೂ ಪುಣ್ಯವೂ ಸುಖವೂ ಲಭ್ಯವಾಗಿದೆ" ಎಂದು ಹೊಗಳುತ್ತ, ಸೀತಾದೇವಿಯ ತಲೆಯ ಮೇಲೆ ಕೈಯಿಟ್ಟು ಆಶೀರ್ವಾದ ಮಾಡಿದಳು.

ಆಗ ಸೀತಾದೇವಿಯು ಅನಸೂಯಾದೇವಿಯನ್ನು ಕುರಿತು "ತಾಯೇ, ನೀನು ನನ್ನ ಬದುಕಿನ ಮೂರುಭಾಗ್ಯಗಳ ವಿಚಾರ ಹೇಳಿದ್ದು ಚೆನ್ನಾಯಿತು. ಭಗವಂತನು ಮನುಷ್ಯ ಜನ್ಮವನ್ನು ಕೊಟ್ಟು, ಸುಂದರ ಶರೀರವನ್ನು ಕೊಟ್ಟು, ಗುಣವಂತನಾದ ಪತಿಯನ್ನು ಕೊಟ್ಟು, ಕರುಣೆದೋರಿದ್ದಾನೆ. ಆದರೆ ಮೂರನೆಯ ಭಾಗ್ಯದ ವಿಚಾರವಾಗಿ ಹೇಳುವುದಾದರೆ, ನಾನು ಅವನಿಗೆ ವಿಧೇಯಳಾಗಿದ್ದೇನೆಯೋ, ಅವನು ನನಗೆ ವಿಧೇಯನಾಗಿದ್ದಾನೆಯೋ ಏನೊಂದೂ ತಿಳಿಯದಾಗಿದೆ. ಶಿವಧನುವನ್ನು ಮುರಿದು ಅವನು ನನ್ನನ್ನು ವರಿಸಿದ ತರುವಾಯ, ಶಾಸ್ತ್ರವಿಧಿಯಂತೆ ನಮ್ಮ ಮದುವೆ ನಡೆಯಿತು. ನನಗೆ ಚೆನ್ನಾಗಿ ಜ್ಞಾಪಕದಲ್ಲಿರುವ, ಆ ಹೊತ್ತಿನ ಒಂದು ಮಹತ್ವದ ವಿಚಾರವನ್ನು ನಾನು ನಿನಗೆ ಹೇಳಬೇಕು. ಅಗ್ನಿಸಾಕ್ಷಿಯಾಗಿ ಅವನು ನನ್ನ ಕೈಹಿಡಿದಾಗ 'ನಾನು ಅವನಿಗೆ ಸೇರಿದವಳು, ಅವನು ನನಗೆ ಸೇರಿದವನು' ಎಂಬುದರ ಸ್ಪಷ್ಟವಾದ ಅರಿವು ನನಗುಂಟಾಯಿತು. ಅದು ಅಗ್ನಿದೇವನ ಪ್ರಭಾವದಿಂದ ಆಯಿತೋ ಅಥವಾ ಆ ಭಗವಂತನೇ ಅಂತಹ ಅರಿವನ್ನು ಉಂಟು

ಮಾಡಿದನೋ– ಏನೆಂಬುದನ್ನು ಹೇಳಲಾರೆ. ಅಂದಿನಿಂದ ಅವನ ಜೀವನಕ್ಕೆ ನಾನು ಪೂರಕಳಾಗಿದ್ದೇನೆ, ನನ್ನ ಜೀವನಕ್ಕೆ ಅವನು ಪೂರಕನಾಗಿದ್ದಾನೆ" ಎಂದು ಬಣ್ಣಿಸಿದಳು. ಅದನ್ನು ಕೇಳಿ ಅನಸೂಯೆಯು "ಆಹಾ, ನೀನೆಷ್ಟು ಜಾಣೆ, ನೀನೆಷ್ಟು ವಿವೇಕಶೀಲೆ" ಎಂದು ಕೊಂಡಾಡಿದಳು. ತರುವಾಯ ಅನಸೂಯೆಯು ಎಂದೆಂದಿಗೂ ಕಳೆಗುಂದದ ಒಡವೆವಸ್ತ್ರಗಳನ್ನೂ ಪರಿಮಳದ್ರವ್ಯಗಳನ್ನೂ ಪುಷ್ಪಮಾಲಿಕೆಗಳನ್ನೂ ಸೀತೆಗೆ ಪಾರಿತೋಷಿಕ ವಾಗಿ ಕೊಟ್ಟು ಬೀಳ್ಕೊಟ್ಟಳು.

ವಿಶ್ವದ ಹಿನ್ನೆಲೆಯಾಗಿರುವ ನಿರಪೇಕ್ಷಸತ್ಯವೇ ಹಿಂದೂತತ್ತ್ವದ ಕೇಂದ್ರಭಾವನೆ ಯಾಗಿದೆ. ಅನಿರ್ವಚನೀಯವಾದ ಆ ನಿರಪೇಕ್ಷಸತ್ಯವು ತನ್ನದೇ ಆದ 'ಶಕ್ತಿ'ಯನ್ನು ಪಡೆದುಕೊಂಡಿದೆ. ಆ ಶಕ್ತಿಯನ್ನು ಸ್ತ್ರೀಲಿಂಗಶಬ್ದದಿಂದ ಸಂಬೋಧಿಸುತ್ತೇವೆ. ಹಿಂದೂಗಳ ಪಾಲಿಗೆ ಆ ಶಕ್ತಿಯು ಸಗುಣದೇವತೆಯೇ ಆಗಿದ್ದಾಳೆ. ಶ್ರೀರಾಮನು ನಿರಪೇಕ್ಷಸತ್ಯವನ್ನು ಪ್ರತಿನಿಧಿಸಿದರೆ ಸೀತಾದೇವಿಯ ಅವನ 'ಶಕ್ತಿ'ಯಾಗಿದ್ದಾಳೆ. ಅವಳನ್ನು ದೇವರ ಅವತಾರ ವೆಂದೇ ನಾವು ಪೂಜಿಸುತ್ತೇವೆ ಎಂದು ವಿವೇಕಾನಂದರು ವಿಶ್ಲೇಷಣೆ ಮಾಡಿದ್ದಾರೆ. ಇಲ್ಲಿ ಎರಡು ಮಹೋನ್ನತ ಸ್ತ್ರೀ ವ್ಯಕ್ತಿತ್ವಗಳು ಮುಖಾಮುಖಿಯಾಗಿರುವುದು ವಿಶೇಷವೇ ಸರಿ.

೨೪. ಕಿವಿಗೆ ಘಂಟೆಕಟ್ಟಿಕೊಂಡ ಘಂಟಾಕರ್ಣ

ಭಕ್ತಿಸಾಧನೆಯ ಪ್ರಾರಂಭದ ಹಂತದಲ್ಲಿ ಏಕದೇವರನ್ನು ಪೂಜಿಸುವ ನಿಷ್ಠೆ ಅತ್ಯಂತ ಅಗತ್ಯವಾದುದು. ಆದರೆ ಆ ಏಕನಿಷ್ಠೆಯನ್ನು ಮುಂದುಮಾಡಿಕೊಂಡು ಇತರರನ್ನು ನಿರಾಕರಿಸುವುದು, ಇತರ ದೇವರುಗಳನ್ನು ಪೂಜಿಸುವವರನ್ನು ಹಿಂಸಿಸುವುದು ಸಲ್ಲದು. "ನಾನು ಪೂಜಿಸುವ ದೇವರೇ ಶ್ರೇಷ್ಠ" ಎಂಬ ಹಠಮಾರಿತನಕ್ಕೆ ಬಿದ್ದು, ಅನ್ಯರನ್ನು ದ್ವೇಷಿಸತೊಡಗಿದರೆ, ಅದು ಮತಾಂಧತೆ ಎನಿಸುತ್ತದೆ. ಮತೀಯಭಾವನೆಗಳಿಂದ ಕುರುಡರಂತಾಗಿಬಿಡುವುದು ಎಂಬುದು ಮತಾಂಧತೆ ಎಂಬುದಕ್ಕಿರುವ ಅರ್ಥ. ಅದನ್ನೇ ಮತಭ್ರಾಂತಿ ಎಂದೂ ಕರೆಯುತ್ತಾರೆ. ಅಪಕ್ವಮನಸ್ಸಿನ ಸಾಮಾನ್ಯವ್ಯಕ್ತಿಯು, ಇನ್ನೊಬ್ಬರನ್ನು ದ್ವೇಷಿಸದೆ ಒಬ್ಬರನ್ನು ಪ್ರೀತಿಸಲಾರನು ಎಂದಾಗ ಅದು ಧರ್ಮದಲ್ಲಿ ಮತಾಂಧತೆಯಾಗಿ ಕಾಣಿಸಿಕೊಳ್ಳುತ್ತದೆ. ಕ್ರೂರವಾದ ಮತಾಂಧರಿಂದ ಈಗ ಜಗತ್ತು ತುಂಬಿಹೋಗಿದೆ. ತಮ್ಮ ಆದರ್ಶಕ್ಕೆ ನಿಷ್ಠರಾಗಿರುವುದೆಂದರೆ, ಮಿಕ್ಕವರ ಆದರ್ಶಗಳನ್ನು ದ್ವೇಷಿಸುವುದು ಎಂದಾಗಿಬಿಡುತ್ತಿದೆ. ದ್ವೇಷಿಸುವುದು ಸುಲಭ, ಸಹಿಷ್ಣುತೆ ಕಠಿಣ, ಏಕದೇವನಿಷ್ಠೆಯು ಹಗೆತನವಾಗಿ ಬೆಳೆದಾಗ, ಎಂತಹ ವಿಚಿತ್ರಗಳು ಎದ್ದುನಿಲ್ಲುತ್ತವೆ ಎಂಬುದಕ್ಕೆ ಸ್ವಾಮಿ ವಿವೇಕಾನಂದರು ಘಂಟಾಕರ್ಣನೆಂಬ ಶಿವಭಕ್ತಿಧುರಂಧರನ ಕಥೆಯನ್ನು ನಿರೂಪಿಸಿದ್ದಾರೆ.

ಪುರಾತನ ಕಾಲದಲ್ಲಿ ಘಂಟಾಕರ್ಣನೆಂಬ ದೊಡ್ಡ ಶಿವಭಕ್ತನೊಬ್ಬನಿದ್ದನು. ಅವನು ಶಿವನನ್ನು ಮಾತ್ರವೇ ಪೂಜಿಸುತ್ತಿದ್ದ ಕಾರಣದಿಂದಾಗಿ, ಶಿವನಿಗೇ ತನ್ನನ್ನು ಸಂಪೂರ್ಣವಾಗಿ ಅರ್ಪಿಸಿಕೊಂಡಿದ್ದುದರ ಕಾರಣದಿಂದಾಗಿ, ವಿಷ್ಣುವನ್ನೂ ವಿಷ್ಣುಭಕ್ತರನ್ನೂ ಬಹಳ ದ್ವೇಷಿಸುತ್ತಿದ್ದನು. ವಿಷ್ಣುವಿನ ಯಾವುದೇ ನಾಮವು ಕಿವಿಯಮೇಲೆ ಬಿದ್ದರೂ ಸಾಕು, ಕೋಪದಿಂದ ಅವನು ಸಿಡಿಮಿಡಿಗೊಳ್ಳುತ್ತಿದ್ದನು. ಆ ನಾಮಗಳನ್ನು ಕೇಳುವುದೇ ಬೇಡ ಎಂದು ಕರ್ಣಕುಂಡಲದಂತೆ ಕಿವಿಗಳಿಗೆ ಒಂದೊಂದು ಘಂಟೆಯನ್ನೇ ಕಟ್ಟಿಕೊಂಡಿದ್ದನು. ಅದೇ ಕಾರಣವಾಗಿ ಅವನನ್ನು ಎಲ್ಲರೂ ಘಂಟಾಕರ್ಣ ಎಂದು ಕರೆಯುತ್ತಿದ್ದರು. ಕರ್ಣ ಎಂದರೆ ಕಿವಿ ಎಂದರ್ಥ. ಘಂಟಾಕರ್ಣನು ಹುಟ್ಟಿದಾಗ ಅವನ ತಾಯಿತಂದೆಗಳು ಏನು ಹೆಸರಿಟ್ಟಿದ್ದರೋ ತಿಳಿಯದು! ವಿಷ್ಣುಸಂಬಂಧಿಯಾದ ಯಾವುದಾದರೂ ನಾಮವು ಕಿವಿಯ ಮೇಲೆ ಬೀಳುವ ಸನ್ನಿವೇಶ ಬಂದರೆ ಸಾಕು, ತಲೆಯಲ್ಲಾಡಿಸಿ, ಗಂಟೆಯನ್ನು ಸದ್ದು ಮಾಡಿ, ಆ ನಾಮವು ತನ್ನ ಕಿವಿಯೊಳಕ್ಕೆ ಪ್ರವೇಶಿಸದಂತೆ ಮಾಡಿಬಿಡುತ್ತಿದ್ದನು.

ಘಂಟಾಕರ್ಣನು ತನ್ನ ವಿಷಯದಲ್ಲಿಟ್ಟಿದ್ದ ದೃಢಭಕ್ತಿಯನ್ನು ಶಿವನು ಮೆಚ್ಚಿಕೊಂಡಿದ್ದನಾದರೂ ಅವನ ವಿಷ್ಣುದ್ವೇಷವನ್ನು ಮಾತ್ರ ಮೆಚ್ಚಿಕೊಂಡಿರಲಿಲ್ಲ. ಒಮ್ಮೆ ಶಿವನು ಘಂಟಾಕರ್ಣನಿಗೆ ಕಾಣಿಸಿಕೊಂಡು "ಎಂತಹ ಮೂರ್ಖನೋ ನೀನು, ಈ ಜಗತ್ತಿಗೆ ಒಬ್ಬನೇ ದೇವರಲ್ಲದೆ ಇಬ್ಬರುಂಟೇನೋ; ನಾನೇ ವಿಷ್ಣು, ನಾನೇ ಶಿವ, ನಾನೇ ಬ್ರಹ್ಮ, ನಾನೇ ಕಾಳಿ ಎಂಬುದನ್ನು ನೀನು ಅರಿತುಕೋ! ನಾಮರೂಪಗಳು ಮಾತ್ರವೇ ಬೇರೆಬೇರೆಯೆಂಬುದನ್ನು ಅರಿತುಕೋ! ನನ್ನನ್ನು ಪೂಜಿಸುವುದು ಸರಿಯೆ, ಆದರೆ ವಿಷ್ಣುದ್ವೇಷವನ್ನು ತೊಲಗಿಸಿಬಿಡು, ಆ ನಿನ್ನ ದ್ವೇಷವನ್ನು ನಾನು ದ್ವೇಷಿಸುತ್ತೇನೆ" ಎಂದು ಬುದ್ಧಿವಾದ ಹೇಳಿದನು. ಆದರೆ ಆ ದೈವಾಂಧನಿಗೆ ಆ ಉಪದೇಶ ಹಿಡಿಸಲಿಲ್ಲ. "ನೀನು ಏನಾದರೂ ಹೇಳಿಕೋ ಸ್ವಾಮಿ, ಅದಾವುದನ್ನೂ ನಾನು ಕೇಳಲಾರೆ; ಆ ವಿಷ್ಣುವೆನಿಸಿಕೊಂಡವನ ಸಹವಾಸವೇ ನನಗೆ ಬೇಡ" ಎಂದು ಕಡ್ಡಿ ಎರಡು ತುಂಡು ಎಂಬಂತೆ ಹೇಳಿಬಿಟ್ಟನು. ಶಿವನಿಗೆ ಕೋಪಬಂದು "ನೀನು ರಾಕ್ಷಸನಾಗು" ಎಂದು ಶಾಪಕೊಟ್ಟು ಹೊರಟುಹೋದನು.

ಘಂಟಾಕರ್ಣನು ತನ್ನ ಭವನದ ಪೂಜಾಗೃಹದಲ್ಲಿ ಸುಂದರವಾದ ಶಿವನ ವಿಗ್ರಹವೊಂದನ್ನು ಇರಿಸಿಕೊಂಡಿದ್ದನು. ಅದಕ್ಕೆ ನಿತ್ಯವೂ ನೇಮದಿಂದ ಅಷ್ಟವಿಧಾರ್ಚನೆಯನ್ನು ನೆರವೇರಿಸುತ್ತಿದ್ದನು. ಒಂದುದಿನ ಹೀಗೆಯೇ ಘಂಟಾಕರ್ಣನು ಶಿವಪೂಜಾರಸಮಗ್ನನಾಗಿರುವಾಗ ಆ ಶಿವನ ಮೂರ್ತಿಯ ಒಂದರ್ಧ ಭಾಗದಲ್ಲಿ ವಿಷ್ಣುರೂಪವೂ ಇನ್ನೊಂದು ಅರ್ಧಭಾಗದಲ್ಲಿ ಶಿವನ ರೂಪವೂ ಗೋಚರಿಸಿತು. ಆ ಹರಿಹರರೂಪವನ್ನು ನೋಡಿಯಾದರೂ ಘಂಟಾಕರ್ಣನಿಗೆ ಶಿವನು ಬೇರೆಯಲ್ಲ, ವಿಷ್ಣುವು ಬೇರೆಯಲ್ಲ ಎಂಬ ವಿವೇಕವು ಉದಿಸಲೆಂದು ಶಿವನೇ ಆ ತಂತ್ರವನ್ನು ರೂಪಿಸಿದ್ದನು. ಆದರೆ ಅದೇನೂ ಪ್ರಯೋಜನಕ್ಕೆ ಬರಲಿಲ್ಲ. ಆ ಹೊತ್ತಿಗೆ ಸರಿಯಾಗಿ ಘಂಟಾಕರ್ಣನು ಮಗಮಗಿಸುವ, ಹೊಸದಾಗಿ ತಂದಿದ್ದ ಧೂಪವನ್ನು ಬೆಳಗಿಸುತ್ತಿದ್ದನು. ಅಂತಹ ದಿವ್ಯಪರಿಮಳವನ್ನು ತನ್ನ ಆರಾಧ್ಯದೈವವಾದ ಶಿವನು ಆಘ್ರಾಣಿಸಬೇಕೆ ಹೊರತು, ತನ್ನ ಶತ್ರುವೆನಿಸಿದ ವಿಷ್ಣುವು ಆಘ್ರಾಣಿಸಬಾರದು ಎಂದು ಘಂಟಾಕರ್ಣನು ಏನು ಮಾಡಬೇಕೆಂದು ತೋರದೆ, ತಕ್ಷಣವೇ ವಿಷ್ಣುರೂಪವಿದ್ದ ಒಂದು ಭಾಗದ ಮೂರ್ತಿಯ ಮೂಗಿನ ಹೊಳ್ಳೆಯನ್ನು ತನ್ನ ಹೆಬ್ಬೆರಳಿನಿಂದ ಬಲವಾಗಿ ಮುಚ್ಚಿ ಹಿಡಿದುಕೊಂಡುಬಿಟ್ಟನು.

ಘಂಟಾಕರ್ಣನ ಈ ಕೃತ್ಯದಿಂದ ವಿಷ್ಣುವು ಸುಪ್ರೀತನಾದನು. "ವಿಷ್ಣುವಾಗಿ ನಾನಿದ್ದೇನೆ ಎಂದು, ನನ್ನ ಇರುವಿಕೆಯನ್ನು ಈತನು ಇಷ್ಟೊಂದು ಪ್ರಬಲವಾಗಿ ನಂಬಿಕೊಂಡಿದ್ದಾನಲ್ಲ" ಎಂದು ವಿಷ್ಣುವು ಸಂತೋಷಪಟ್ಟು, ಆ ಮುಹೂರ್ತದಲ್ಲಿಯೇ ಘಂಟಾಕರ್ಣನ ಪೂಜಾಗೃಹದಲ್ಲಿ ಪ್ರತ್ಯಕ್ಷನಾದನು. "ನಿನ್ನ ಶಿವನಿಷ್ಠೆಯನ್ನು ನಾನು ಮೆಚ್ಚಿದ್ದೇನೆ ಘಂಟಾಕರ್ಣ, ಆದರೆ ವಿಷ್ಣುವಾದ ನನ್ನನ್ನು ದ್ವೇಷಿಸುವುದನ್ನು ತೊರೆದುಬಿಡು. ಶಿವನು ನನ್ನ ಹೃದಯದಲ್ಲಿದ್ದಾನೆ, ನಾನು ಶಿವನ ಹೃದಯದಲ್ಲಿದ್ದೇನೆ. ನಾವಿಬ್ಬರೂ ಹರಿಹರರಾಗಿ

ಏಕಮೂರ್ತಿಗಳಾಗಿದ್ದೇವೆ" ಎಂದು ಉಪದೇಶಿಸಿ, "ನಿನಗೆ ವಿವೇಕೋದಯವಾಗಲಿ, ನಿನಗೆ ಮಂಗಳವಾಗಲಿ" ಎಂದು ಆಶೀರ್ವದಿಸಿ ಅಂತರ್ಧಾನನಾದನು. ಆ ಬಳಿಕ ಘಂಟಾಕರ್ಣನಿಗೆ ವಿವೇಕವು ಜಾಗೃತವಾಯಿತೋ ಇಲ್ಲವೋ ತಿಳಿಯಲಿಲ್ಲ.

ಘಂಟಾಕರ್ಣನೆಂಬ ರಾಕ್ಷಸನೇ ಎಲ್ಲ ಮತಾಂಧತೆಗೂ ಮೂಲಪುರುಷನೆನ್ನಬಹುದು. ಬಂಗಾಳದೇಶದಲ್ಲಿ ಅವನಿಗೆ ವಿಚಿತ್ರವಾದ ಪರಿಯಲ್ಲಿ 'ಪೂಜೆ'ಯೂ ನೆರವೇರುತ್ತದೆ. ಘಂಟಾಕರ್ಣನದೆಂದು ಹೇಳುವ ಒಂದು ಮಣ್ಣಿನಮೂರ್ತಿಯನ್ನು ವಾರ್ಷಿಕವಾಗಿ ತಯಾರಿಸುತ್ತಾರೆ. ಅತ್ಯಂತ ದುರ್ಗಂಧಕುಸುಮಗಳನ್ನು ಹುಡುಕಿತಂದು, ಅವುಗಳಿಂದ ಆ ಮೂರ್ತಿಯನ್ನು ಪೂಜಿಸುತ್ತಾರೆ. "ವಿಷ್ಣುವು ದಿವ್ಯಪರಿಮಳವನ್ನು ಆಘ್ರಾಣಿಸದಂತೆ ತಡೆದೆಯಲ್ಲಾ, ಈಗ ಮೂಸು ಈ ದುರ್ಗಂಧವನ್ನು" ಎಂಬ ಪ್ರತೀಕಾರ ಭಾವನೆ ಅದರಲ್ಲಿರಬಹುದು. ಕೊನೆಯಲ್ಲಿ "ಸಾಯಿ ಘಂಟಾಕರ್ಣನೇ, ಸಾಯಿ" ಎಂದು ಶಪಿಸುತ್ತ ಅವನ ವಿಗ್ರಹವನ್ನು ಬಲವಾದ ಬಡಿಗೆಗಳಿಂದ ಬಡಿಬಡಿದು ಚೂರುಮಾಡಿ, ಹರ್ಷೋದ್ಗಾರ ಗಳನ್ನು ಹೊಮ್ಮಿಸುತ್ತಾರೆ.

ನಾವು ಪ್ರತಿಯೊಬ್ಬರೂ ನಮನಮಗೆ ಇಷ್ಟವಾದ ಒಂದು ದೇವರನ್ನು ಸ್ವೀಕರಿಸಿ ಪೂಜಿಸಬೇಕು. ನಮ್ಮ ಸಾಧನೆಯಲ್ಲಿ ಪ್ರಾಮಾಣಿಕತೆಯಿರಬೇಕು; ನಮ್ಮ ಭಾವನೆಯಲ್ಲಿ ಸರ್ವಸಮರ್ಪಣವಿರಬೇಕು. ಒಂದು ಹಣ್ಣು ಕಳಿತು ಪಕ್ವವಾದ ಮೇಲೆ ತನ್ನ ಭಾರದಿಂದಲೇ ತೊಟ್ಟುಕಳಚಿ ನೆಲಕ್ಕೆ ಬೀಳುತ್ತದೆ. ಆದರೆ ಕಾಯಾಗಿರುವಾಗಲೇ ಬಲವಂತವಾಗಿ ಕಿತ್ತರೆ ಅದು ಹುಳಿಯಾಗಿರುತ್ತದೆ. ಹಾಗೆ ಭಾವನೆಗಳು ಪಕ್ವವಾಗುವವರೆಗೂ ನಮ್ಮ ನೆಚ್ಚಿನ ದೇವರನ್ನು ಪೂಜಿಸಿದರೆ, ಆ ನಮ್ಮ ಇಷ್ಟದೈವವೇ ವಿಶಾಲವಾಗಿ ಬೆಳೆದು ವಿಶ್ವವ್ಯಾಪಿಯಾಗಿ ಬಿಡುತ್ತದೆ. "ನಮ್ಮ ದೇವರೇ ಎಲ್ಲೆಲ್ಲಿಯೂ ಇದ್ದಾನೆ, ಅವನೇ ಎಲ್ಲವೂ ಆಗಿದ್ದಾನೆ" ಎಂಬ ರಹಸ್ಯವು ಗೋಚರಿಸುತ್ತದೆ. ಹೀಗೆ ನಮ್ಮ ಅಂತರಂಗವು ಬಲಿಷ್ಠವಾದ ಮೇಲೆ, ನಮ್ಮ ಏಕನಿಷ್ಠೆಯ ಎಲ್ಲ ಬಂಧನಗಳೂ ಕಳಚಿಬೀಳುತ್ತವೆ. ಆಗ ನಮ್ಮ ಆದರ್ಶಗಳನ್ನು ಪ್ರೀತಿಸುವುದೆಂದರೆ, ಎಲ್ಲರ ಆದರ್ಶಗಳನ್ನೂ ಪ್ರೀತಿಸುವುದು ಎಂದೇ ಆಗುತ್ತದೆ. ಆನೆಗೆ ಹೊರಕ್ಕೆ ಚಾಚಿಕೊಂಡ ಉದ್ದವಾದ ಎರಡು ದಂತಗಳಿರುತ್ತವೆ; ಅವು ಅಲಂಕಾರಕ್ಕೆ ಮಾತ್ರ, ಅವುಗಳಿಂದ ಏನನ್ನೂ ಅಗಿಯಲಾಗುವುದಿಲ್ಲ. ಆದರೆ ಬಾಯ ಒಳಗಿರುವ ಹಲ್ಲುಗಳಿಂದ ಅದು ತನ್ನ ಆಹಾರವನ್ನು ಅಗಿಯುತ್ತದೆ. "ಹಾಥೀ ಕೇ ದಾಂತ್ ಖಾನೇ ಕೇ ಔರ್, ದಿಖಾನೇಕೇ ಔರ್"– ಆನೆಯ ಹಲ್ಲುಗಳು ತಿನ್ನುವುದಕ್ಕೆ ಬೇರೆ, ತೋರಿಕೆಗೇ ಬೇರೆ– ಎಂಬ ಗಾದೆಯೇ ಇದೆ. ಹಾಗೆಯೇ ಬಹಿರಂಗದಲ್ಲಿ ಎಲ್ಲರೊಡನೆ ಬೆರೆಯುತ್ತ, ಎಲ್ಲರ ಭಾವನೆಗಳಿಗೂ ಬೆಲೆಕೊಡುತ್ತ; ಅಂತರಂಗದಲ್ಲಿ ಮಾತ್ರ ನಮ್ಮ ಆದರ್ಶದಲ್ಲಿ ಪ್ರತಿಷ್ಠಿತರಾಗಿಬಿಡಬೇಕು. ನಿಜವಾದ ವೇದಾಂತವು ಎಲ್ಲರಿಗೂ ಸಹಾನುಭೂತಿಯನ್ನು ತೋರಬೇಕು. ಏಕಮೇವ ಅದ್ವಿತೀಯ ಅಥವಾ ಅದ್ವೈತವೇ ವೇದಾಂತದ ಸಾರ.

ಘಂಟಾಕರ್ಣನ ಕಥೆ ಪೌರಾಣಿಕಜಗತ್ತಿನಲ್ಲಿ ಬಹಳ ಪ್ರಖ್ಯಾತವಾಗಿದೆ ಮತ್ತು ವೈವಿಧ್ಯಪೂರ್ಣವೂ ಆಗಿದೆ. ಕಿವಿಗೆ ಗಂಟೆಕಟ್ಟಿಕೊಂಡಿದ್ದ ಅವನು ಒಮ್ಮೆ ಪಾಕಶಾಲೆಯಲ್ಲಿದ್ದಾಗ ಶಿವನು ವೇಷಮರೆಸಿಕೊಂಡು, ಅವನ ಬೆನ್ನಹಿಂದೆ ಬಂದು 'ಹರಿಯಿತು' ಎಂದ ಕೂಗಿದನಂತೆ. ಆ ಶಬ್ದದಲ್ಲಿ 'ಹರಿ' ಎಂಬ ವಿಷ್ಣುನಾಮವು ಬಂತಲ್ಲಾ ಎಂದು ಅದನ್ನು ಸಹಿಸಿಕೊಳ್ಳಲಾರದೆ, ಘಂಟಾಕರ್ಣನು ಅಲ್ಲಿಯೇ ಇದ್ದ ಸಟ್ಟುಗವೊಂದನ್ನು ಕೈಗೆತ್ತಿಕೊಂಡು ಆ ವೇಷಾಂತರಿಯನ್ನು ಬಡಿದೋಡಿಸಿದನು.

ಘಂಟಾಕರ್ಣನು ಮೊದಲಿಗೆ ವಿಷ್ಣುಭಕ್ತನೇ ಆಗಿದ್ದನು ಎಂಬ ಕಥೆಯೂ ಇದೆ. ವಿಷ್ಣುವಿನಿಂದಲೇ ಶಿವನು ಸರ್ವೋತ್ತಮನೆಂಬುದನ್ನು ಅರಿತುಕೊಂಡನಂತೆ. ಹಾಗೆ ಅರಿತಮೇಲೆ ಶಿವನನ್ನು ಕುರಿತು ಘೋರತಪಸ್ಸು ಆಚರಿಸುತ್ತ, ತನ್ನ ಶರೀರವನ್ನೇ ಶಿವನಿಗಾಗಿ ಸಮರ್ಪಿಸಿದನು. ಆಗ ಘಂಟಾಕರ್ಣನ ದೇಹವೇ ಶಿವಾಲಯದ ಹೊಸ್ತಿಲಾಯಿತು. ಅವನ ಕೈಕಾಲುಗಳೇ ಅದಕ್ಕೆ ಬಾಗಿಲಾದುವು. ಅವನ ತಲೆಯೇ ಘಂಟೆಯಾಯಿತು. ಶಿವಾಲಯವನ್ನು ಹೊಕ್ಕೊಡನೆ ಘಂಟೆಯನ್ನು ಬಾರಿಸಿ. ಆಮೇಲೆ ಶಿವನನ್ನು ಪೂಜಿಸಿದರೆ ಶಿವನು ಮೆಚ್ಚಿಕೊಳ್ಳುತ್ತಾನೆ ಎಂಬ ಪ್ರತೀತಿಯೂ ಉಂಟಾಯಿತು. ಶಿವಬೇರೆ, ವಿಷ್ಣುಬೇರೆ ಎಂಬ ಭೇದಭಾವ ಸಲ್ಲದು. ಅಷ್ಟು ಮಾತ್ರವಲ್ಲ, ನಾನು ಬೇರೆ, ದೇವರು ಬೇರೆ ಎಂಬ ಭಾವನೆಯೂ ಸಲ್ಲದು. ಆದ್ದರಿಂದಲೇ ವಿವೇಕಾನಂದರು "ಎಲ್ಲಿಯವರೆಗೆ ನಿಮಗೆ ಮತ್ತು ಪರಮಾತ್ಮನಿಗೆ ಕೂದಲೆಳೆಯಷ್ಟು ವ್ಯತ್ಯಾಸವಾದರೂ ಇರುವುದೋ ಅಲ್ಲಿಯವರೆಗೆ ಅಂಜಿಕೆ ನಿಮ್ಮನ್ನು ಬಿಟ್ಟು ತೊಲಗುವುದಿಲ್ಲ" ಎಂದು ಎಚ್ಚರಿಸಿದ್ದಾರೆ.

೨೫. ಮಾಯೆಯ ಅಪ್ಪುಗೆಯಲ್ಲಿ ನಾರದರು

ದಿವ್ಯಪ್ರಭೆಯ ಮೇಘಮಾಲೆಯಂತೆ ನಾವೆಲ್ಲರೂ ಈ ಜಗತ್ತಿಗೆ ಬರುತ್ತೇವೆಂದು ಕವಿಗಳು ಕೊಂಡಾಡುತ್ತಾರೆ. ಹಾಗೆ ಬಂದರೆತಾನೆ ಏನು, ಸಂಸಾರವೆಂಬ ರಣರಂಗದ ಹೋರಾಟ ಮಾತ್ರ ತಪ್ಪುವುದಿಲ್ಲ, ಮೃತ್ಯು ಮುಟ್ಟುವವರೆಗೂ ಆ ಹೋರಾಟ ಸಾಗುತ್ತಲೇ ಇರುತ್ತದೆ. ಆ ಹೋರಾಟದಲ್ಲಿ ಗೆದ್ದೆವೋ ಅಥವಾ ಸೋತೆವೋ ಏನೊಂದೂ ತಿಳಿಯುವುದಿಲ್ಲ. ಬಾಲ್ಯದಲ್ಲಿ ಈ ಜಗತ್ತೆಲ್ಲ ಒಂದು ಸ್ವರ್ಣಸ್ವಪ್ನದಂತೆ ಭಾಸವಾಗುತ್ತದೆ. ಆದರೆ ಯೌವನಕ್ಕೆ ಕಾಲಿಟ್ಟಮೇಲೆ ಬಹಿರ್ಮುಖತೆಗೆ ತುತ್ತಾಗಿ, ಇಂದ್ರಿಯಸುಖಕ್ಕಾಗಿ ಹಾತೊರೆಯಲು ತೊಡಗುತ್ತೇವೆ. ಆಗ ಪೆಟ್ಟುಬಿದ್ದರೂ ಪಾಠಕಲಿಯದೆ, ಪತಂಗವು ದೀಪಕ್ಕೆ ಧಾವಿಸುವಂತೆ ಇಂದ್ರಿಯಸುಖವನ್ನೇ ಅರಸಿ ಮತ್ತೆಮತ್ತೆ ಅದರತ್ತ ಧಾವಿಸುತ್ತೇವೆ. ಶಕ್ತಿ ಕುಂದುವವರೆಗೂ ಹೀಗೆಯೇ ಮೋಸಹೋಗಿ ಪರದಾಡಿ ಸತ್ತುಹೋಗುತ್ತೇವೆ. ವಿಶ್ವವೆಲ್ಲವೂ ಅಸದಳವಾದ ಕಾರ್ಯಕಾರಣಗಳ ಕೋಟೆಯಿಂದ ಸುತ್ತುವರಿದಿದೆ. ನಾವು ಸ್ವತಂತ್ರರಾಗಿದ್ದೇವೆ ಎಂದು ಭಾವಿಸುತ್ತಿರುತ್ತೇವೆ, ಆದರೂ ಅದೇ ಕ್ಷಣದಲ್ಲಿ ನಾವು ಪ್ರಕೃತಿಗೆ ಬದ್ಧರಾದ ಸೇವಕರು ಎಂಬುದುಕೂಡ ಮನವರಿಕೆಯಾಗಿಬಿಡುತ್ತದೆ. ಅಷ್ಟಾದರೂ ಮೋಹ ತಪ್ಪುವುದಿಲ್ಲ. ತನ್ನ ಪ್ರಾಣವನ್ನೆಲ್ಲ ಒತ್ತೆಯಿಟ್ಟು ತಾಯಿಯೊಬ್ಬಳು ಬೆಳೆಸಿದ ಮಗು, ತರುವಾಯ ಕ್ರೂರಿಯಾಗಿ ತಾಯಿಯ ಪ್ರಾಣವನ್ನೇ ಹಿಂಡಬಹುದು. ಆಗಲೂ ಅದನ್ನೆಲ್ಲ ಹೇಗೋ ಅವಳು ವ್ಯಾಮೋಹದಿಂದ ಸಹಿಸಿಕೊಳ್ಳುತ್ತಾಳೆ. ಈ ಹೋರಾಟ, ಈ ಸುಖಾಪೇಕ್ಷೆ, ಈ ಸೇವಕತನ, ಈ ವ್ಯಾಮೋಹ ಮುಂತಾದ ಎಲ್ಲವೂ ಮಾಯೆಯ ಬೇರೆಬೇರೆ ಅವತಾರಗಳೇ ಆಗಿವೆ.

ಒಮ್ಮೆ ನಾರದರು ಶ್ರೀಕೃಷ್ಣಪರಮಾತ್ಮನನ್ನು ಕುರಿತು "ಸ್ವಾಮಿ, ನಿನ್ನನ್ನು ಮಾಯಾವಿ, ಕಪಟನಾಟಕಸೂತ್ರಧಾರಿ ಎಂದೆಲ್ಲ ಕೊಂಡಾಡುತ್ತೇವಲ್ಲ, ನಿನ್ನ ಮಾಯೆಯ ಸ್ವರೂಪ ವನ್ನೊಮ್ಮೆ ನನಗೆ ತೋರಿಸು" ಎಂದು ಬೇಡಿಕೊಂಡರು. ಅದಕ್ಕೆ ಸ್ವಾಮಿಯು "ನೀನು ನನ್ನ ಪರಮಭಕ್ತನಲ್ಲವೇ, ಮಾಯೆಯನ್ನು ದಾಟಿದವನಲ್ಲವೇ, ನಿನಗೇಕೆ ಆ ಮಾಯೆಯ ಸಹವಾಸ" ಎಂದನು. ಆದರೂ ನಾರದರು ಸುಮ್ಮನಿರದೆ "ತುಂಬಾ ಕುತೂಹಲವುಂಟಾಗಿದೆ ಸ್ವಾಮಿ, ಅದನ್ನು ನೀನು ತಣಿಸಲೇಬೇಕು" ಎಂದು ಸ್ವಾಮಿಗೆ ಗಂಟುಬಿದ್ದರು. ಆಗ ಸ್ವಾಮಿಯು "ಹಾಗೆಯೇ ಆಗಲಪ್ಪಾ, ಭಕ್ತರ ಕೋರಿಕೆಗಳನ್ನು ಈಡೇರಿಸುವುದು ನನ್ನ ಕರ್ತವ್ಯವಲ್ಲವೆ, ನಡೆನಡೆ, ಎಲ್ಲಿಯಾದರೂ ಒಂದು ನಿರ್ಜನಪ್ರದೇಶಕ್ಕೆ ಹೋಗೋಣ"

ಎಂದು ನಾರದರನ್ನು ಜೊತೆಮಾಡಿಕೊಂಡು ಹೊರಟನು.

ಅದೊಂದು ಬಟ್ಟಬೇಸಗೆಯ ಕಾಲ. ಅದೆಷ್ಟೋ ಮೈಲಿಗಳು ನಡೆದುಹೋದ ಮೇಲೆ ಯಾವುದೋ ಒಂದು ಬೆಂಗಾಡು ಪ್ರದೇಶವನ್ನು ಅವರು ಮುಟ್ಟಿದರು. ಶ್ರೀಕೃಷ್ಣನು ಬಾಯಾರಿ ಬಳಲಿ ಬೆಂಡಾಗಿ ಯಾವುದೋ ಮರದ ಬುಡದಲ್ಲಿ ಕುಸಿದು ಕುಳಿತುಬಿಟ್ಟನು. "ಅಪ್ಪಾ ನಾರದ, ಪ್ರಾಣಹೋಗುತ್ತಿದೆಯಪ್ಪಾ, ಎಲ್ಲಾದರೂ ಸ್ವಲ್ಪ ನೀರು ಹುಡುಕಿ ತರುತ್ತೀಯಾ, ಅದನ್ನು ಕುಡಿದಮೇಲೆ ನಿನಗೆ ನನ್ನ ಮಾಯೆಯನ್ನು ತೋರಿಸುತ್ತೇನೆ" ಎಂದನು. ಒಡನೆಯೇ ನಾರದರು "ಹಾಗೆಯೇ ಆಗಲಿ ಸ್ವಾಮಿ" ಎಂದು ಹೇಳಿ ಆತುರಾತುರವಾಗಿ ಹೆಜ್ಜೆಗಳನ್ನಿಡುತ್ತ ಯಾವುದೋ ದಿಕ್ಕುಹಿಡಿದು ಸಾಗಿದರು. ಅಷ್ಟು ದೂರ ಹೋದಬಳಿಕ ಅಲ್ಲೊಂದು ನದಿಯ ತೀರದಲ್ಲಿ ನಯನಮನೋಹರವಾದ ಗ್ರಾಮ ಕಣ್ಣಿಗೆ ಬಿತ್ತು. ನಾರದರು ಸಂತೋಷದಿಂದ ಯಾವುದೋ ಮನೆಯಮುಂದೆ ನಿಂತು "ಒಳಗೆ ಯಾರಿದ್ದೀರಿ, ಬಹಳ ಬಾಯಾರಿದ್ದೇವೆ, ಕುಡಿಯಲು ನೀರು ಕೊಡುತ್ತೀರಾ" ಎಂದು ಬಾಗಿಲು ತಟ್ಟಿದರು. ಆ ಮನೆಯಲ್ಲಿ ತಂದೆ ಮಗಳು ಇಬ್ಬರೇ ಇದ್ದರು. ಮಗಳು ಎದ್ದುಬಂದು ಬಾಗಿಲು ತೆರೆದಳು. ಅವಳಾದರೋ ಅತಿಶಯವಾದ ರೂಪುಲಾವಣ್ಯಗಳಿಂದ ಕಂಗೊಳಿಸುತ್ತಿದ್ದಳು. ನಾರದರೇನೂ ಕಡಿಮೆಯಿರಲಿಲ್ಲ, ನವಯೌವನದಿಂದ ಕೂಡಿ ಕಾಮದೇವನಂತೆ ಕಂಗೊಳಿಸುತ್ತಿದ್ದರು. ಮೊದಲ ನೋಟದಲ್ಲಿಯೇ ಅವರು ಒಬ್ಬರನ್ನೊಬ್ಬರು ಕಂಡು ಮೋಹಪರವಶರಾಗಿಬಿಟ್ಟರು. ನಾರದರಿಗೆ ತಾವು ಯಾರು, ಆ ಗ್ರಾಮಕ್ಕೆ ಬಂದಿರುವ ಉದ್ದೇಶವಾದರೂ ಏನು ಎಂಬುದೆಲ್ಲವೂ ಮರೆತೇಹೋಯಿತು. ಸ್ವಾಮಿಯು ನೀರಿಗಾಗಿ ಪರಿತಪಿಸುತ್ತಿದ್ದಾನೆ, ಅವನ ಪ್ರಾಣಪಕ್ಷಿ ಹಾರಿಹೋಗುವ ಸ್ಥಿತಿಯಲ್ಲಿದೆ ಎಂಬುದು ಕೂಡ ಮರೆತುಹೋಯಿತು. ರೂಪಸಿಯಾದ ಆ ಗ್ರಾಮಕನ್ಯೆಗೆ ಮರುಳಾಗಿ ಸ್ವಲ್ಪವೂ ಸಂಕೋಚವಿಲ್ಲದೆ "ಸುಂದರೀ, ನನಗೆ ನಿನ್ನ ಮೇಲೆ ಮನಸ್ಸಾಗಿದೆ. ನನ್ನನ್ನು ಮದುವೆಯಾಗುತ್ತೀಯಾ" ಎಂದು ಕೇಳಿದರು. ಅವಿವಾಹಿತೆಯಾಗಿದ್ದ ಆ ಯುವತಿಯಾದರೋ "ನಮ್ಮ ತಂದೆಯವರನ್ನು ನೀವು ಕೇಳಬೇಕು" ಎಂದು ನಾಚಿನೀರಾಗುತ್ತ ನಯವಾಗಿ ಉತ್ತರಿಸಿದಳು. ಆಗ ನಾರದರು ಮನೆಯ ಒಳಹೊಕ್ಕು ಕುಳಿತರು.

ನಾರದರು ಯುವತಿಯ ತಂದೆಯನ್ನು ಮಾತನಾಡಿಸಿ, ತಮ್ಮ ಬೇಡಿಕೆಯನ್ನು ಮುಂದಿಟ್ಟರು. ಆತನಿಗೆ ತಕ್ಕಷ್ಟು ವಯಸ್ಸಾಗಿತ್ತು. ಆ ಮಗಳಲ್ಲದೆ ಬೇರೆ ಸಂತಾನ ಅವನಿಗಿರಲಿಲ್ಲ. ಅವಳಿಗೊಂದು ಮದುವೆಮಾಡಿ ತನ್ನ ಜವಾಬ್ದಾರಿಯನ್ನು ಕಳೆದುಕೊಂಡುಬಿಡಬೇಕು ಎಂಬ ಚಿಂತೆಯಲ್ಲಿಯೇ ಅವನು ಮುಳುಗಿದ್ದನು. ನವಮನ್ಮಥನಂತೆ ಕಂಗೊಳಿಸುತ್ತಿದ್ದ ನಾರದರನ್ನು ಕಂಡು "ಮನೆಯ ಬಾಗಿಲಿಗೆ ಬಂದು ಬೇಡುತ್ತಿರುವ ಈ ಯುವಕನನ್ನು ಬರಿದೆ ಹಿಂದಕ್ಕಟ್ಟಬಾರದು" ಎಂದೆನಿಸಿತು. "ನನಗೇನೋ ನೀನು ಒಪ್ಪಿಗೆಯಾಗಿದ್ದೀಯಪ್ಪಾ, ಆದರೆ ನನಗೀಗ ವಯಸ್ಸಾಗುತ್ತಿದೆ. ನನ್ನ ಹೆಂಡತಿ ತೀರಿಹೋಗಿ ಹಲವು ವರ್ಷಗಳೇ ಉರುಳಿಹೋಗಿವೆ. ಅತ್ಯಂತ ಮಮತೆಯಿಂದ ಈ ಒಬ್ಬಳೇ ಮಗಳನ್ನು

ಸಾಕಿಸಲಹಿದ್ದೇನೆ. ನೀನು ಅವಳನ್ನು ವಿವಾಹವಾಗಿ ನಮ್ಮೊಡನೆಯೇ ಮನೆಯ ಅಳಿಯನಾಗಿ ಇರಬೇಕು, ತೋಟತುಡಿಕೆಹೊಲಗದ್ದೆಗಳ ಮೇಲ್ವಿಚಾರಣೆಯನ್ನೆಲ್ಲ ನೀನೇ ನೋಡಿಕೊಳ್ಳ ಬೇಕು, ಅದೊಂದೇ ನನ್ನ ನಿಬಂಧನೆ" ಎಂದು ಯುವತಿಯ ತಂದೆಯು ಹೇಳಿಕೊಂಡನು. ನಾರದರು ತುಟಿಪಿಟಕ್ಕೆನ್ನದೆ ಸಂತೋಷದಿಂದ ಒಪ್ಪಿಕೊಂಡರು. ಆಗಿಂದಾಗಲೇ ಮದುವೆ ನಡೆದೇಹೋಯಿತು.

ನಾರದರ ಸಾಂಸಾರಿಕಜೀವನ ಆನಂದಮಯವಾಯಿತು. ಮುತ್ತಿನಂತಹ ಮೂವರು ಮಕ್ಕಳಾದರು. ನಾರದರು ಕುಟುಂಬದ ಜವಾಬ್ದಾರಿಯನ್ನೆಲ್ಲಾ ಸಂಪೂರ್ಣವಾಗಿ ಹೊತ್ತು ಕೊಂಡು ಮಾವನಿಗೆ ವಿಶ್ರಾಂತಿಯನ್ನು ದೊರಕಿಸಿಕೊಟ್ಟರು. ಈ ನಡುವೆ ಯಾವುದೋ ಕಾಯಿಲೆಗೆ ತುತ್ತಾಗಿ ಮಾವನೂ ತೀರಿಹೋದನು. ಆ ಕ್ಷಣಕ್ಕೆ ದುಃಖವಾಯಿತಾದರೂ "ಈ ಆಸ್ತಿಗೆಲ್ಲ ಈಗ ನಾನೇ ಒಡೆಯ" ಎಂಬ ಹಿಗ್ಗಿನಲ್ಲಿ ಆ ದುಃಖವೆಲ್ಲ ಬೇಗನೆ ಮರೆತುಹೋಯಿತು. ಹೀಗೆಯೇ ಹನ್ನೆರಡುವರ್ಷಗಳು ಉರುಳಿಹೋದುವು. ಹದಿಮೂರನೆಯ ವರ್ಷದ ಒಂದು ಭೀಕರಮಳೆಗಾಲದ ರಾತ್ರಿಯಲ್ಲಿ ಅಲ್ಲಿನ ನದಿ, ಪ್ರವಾಹದಿಂದ ಉಕ್ಕಿಹರಿಯಿತು. ಆ ಮಹಾಪೂರಕ್ಕೆ ಇಡೀ ಗ್ರಾಮವೇ ಆಹುತಿಯಾಗಿಬಿಟ್ಟಿತು. ಮನೆಮಠಗಳೆಲ್ಲ ಕುಸಿದು ನೆಲಕಚ್ಚಿದುವು. ಮನುಷ್ಯರೂ ದನಕರುಗಳೂ ಆ ಪ್ರವಾಹದ ಸೆಳೆತಕ್ಕೆ ಸಿಕ್ಕಿ ಕೊಚ್ಚಿಹೋಗುತ್ತಿದ್ದುವು. ಎಲ್ಲರೂ ಹೇಗಾದರೂ ಜೀವರಕ್ಷಣೆ ಮಾಡಿಕೊಳ್ಳ ಬೇಕೆಂದು ಹೆಣಗಾಡುತ್ತಿದ್ದರು. ನಾರದರಿಗಾದ ದುಃಖ ಅಷ್ಟಿಷ್ಟಲ್ಲ. ಅಪ್ಸರೆಯಂತಹ ಹೆಂಡತಿ, ಮುತ್ತಿನಂತಹ ಮಕ್ಕಳು, ಬೇಕಾದಷ್ಟು ಆಸ್ತಿಪಾಸ್ತಿಗಳು– ನಾಶವಾಯಿತಲ್ಲಾ ನನ್ನ ಬದುಕು ಎಂದು ಪರಿತಪಿಸುತ್ತ, ತಮ್ಮ ಹೆಂಡತಿಮಕ್ಕಳನ್ನು ರಕ್ಷಿಸಿಕೊಳ್ಳಲು ಮುಂದಾದರು. ಇವರನ್ನೆಲ್ಲ ಸೆಳೆದುಕೊಂಡು ಆಚೆಯ ದಡಕ್ಕೆ ಈಜಿಬಿಡುತ್ತೇನೆ ಎಂಬ ನಿಶ್ಚಯದಿಂದ ಬಲಗೈಯಲ್ಲಿ ಹೆಂಡತಿಯ ತೋಳನ್ನು ಹಿಡಿದರು, ಎಡಗೈಯಲ್ಲಿ ಎರಡು ಕೂಸುಗಳ ಕೈಗಳನ್ನು ಜೋಡಿಸಿ ಹಿಡಿದರು. ದೊಡ್ಡ ಮಗುವನ್ನು ಹೆಗಲಮೇಲೆ ಹೊತ್ತರು. ಅರ್ಧಹೊಳೆ ದಾಟಿದ್ದರೋ ಇಲ್ಲವೋ, ಆ ಮಹಾಪ್ರವಾಹ ಮತ್ತಷ್ಟು ರಭಸದಿಂದ ನುಗ್ಗತೊಡಗಿತು. ಇಷ್ಟೆಲ್ಲ ಭಾರವನ್ನು ಹೊತ್ತು ಪ್ರವಾಹಕ್ಕೆ ಎದುರಾಗಿ ಈಜುವುದೇನು ಹುಡುಗಾಟವೆ! ಎಲ್ಲರೂ ಭಯದಿಂದ ಚೀರುತ್ತಿದ್ದರು. ಹತೋಟಿ ತಪ್ಪಿಹೋಯಿತು. ಮೊದಲಿಗೆ ಹೆಗಲಮೇಲಿದ್ದ ಮಗು ನೀರಿನ ಹೊಡೆತಕ್ಕೆ ಆಯತಪ್ಪಿ ಕೆಳಕ್ಕುರುಳಿ ಕೊಚ್ಚಿಹೋಯಿತು. ನಾರದರು 'ಅಯ್ಯೋ' ಎಂದು ಕೂಗಿಡುತ್ತ, ಅದನ್ನು ಹಿಡಿದುಕೊಳ್ಳು ತ್ತೇನೆಂದು ಪ್ರಯತ್ನಿಸುವಷ್ಟರಲ್ಲಿ ಎಡಗೈಲಿದ್ದ ಶಿಶುಗಳ ಮೇಲಿನ ಹಿಡಿತವು ಸಡಿಲವಾಗಿ ಅವೆರಡೂ ಏಕಕಾಲದಲ್ಲಿ ಜಲಸಮಾಧಿಯಾಗಿಬಿಟ್ಟುವು. ಇನ್ನು ಹೆಂಡತಿಯನ್ನಾದರೂ ಉಳಿಸಿಕೊಳ್ಳೋಣ ಎಂದು ನಾರದರು ತಮ್ಮ ಶಕ್ತಿಯನ್ನೆಲ್ಲ ಒಗ್ಗೂಡಿಸಿಕೊಂಡು ಆಕೆಯನ್ನು ಅಪ್ಪಿಹಿಡಿಯುವಷ್ಟರಲ್ಲಿ ಅವಳೂ ಗಂಗಮ್ಮನ ಪಾಲಾಗಿಬಿಟ್ಟಳು. "ಅಯ್ಯೋ ಭಗವಂತಾ ನನ್ನ ಸರ್ವನಾಶವಾಯಿತು" ಎಂದು ನಾರದರು ಕಿರುಚಿಕೊಳ್ಳುತ್ತಿರುವಾಗಲೇ ನದಿಯ

ಪ್ರವಾಹವು ಅವರನ್ನು ಕೊಚ್ಚಿತಂದು ದಡಕ್ಕೆಸೆಯಿತು.

ಆ ಕ್ಷಣಕ್ಕೆ ಸರಿಯಾಗಿ "ಓ ನಾರದಾ, ಕುಡಿನೀರು ತರಲು ಹೋದವನು ಎಲ್ಲಿ ಹೋದೆಯಪ್ಪಾ, ನಾನು ಬಾಯಾರಿಕೆಯನ್ನು ನೀಗಿಸಿಕೊಂಡು, ಪ್ರಾಣರಕ್ಷಣೆ ಮಾಡಿಕೊಂಡು, ನನ್ನ ಮಾಯೆಯನ್ನು ತೋರಿಸಲು ನಿನಗಾಗಿ ಕಾಯುತ್ತಿದ್ದೇನಲ್ಲಾ, ಆಗಲೇ ಅರ್ಧಗಂಟೆಯ ಮೇಲಾಯಿತಲ್ಲಾ" ಎಂಬ ಧ್ವನಿ ನಾರದರ ಕಿವಿಯನ್ನು ತಟ್ಟಿತು. ಆಗ ನಾರದರು ಆಶ್ಚರ್ಯಭರಿತರಾಗಿ "ಇದೇನಿದು, ಅರ್ಧಗಂಟೆ ಮಾತ್ರವೇ ಕಳೆದಿರುವುದೇನು, ಹನ್ನೆರಡು ವರ್ಷಗಳನ್ನೇ ಕಳೆದೆನಲ್ಲಾ" ಎಂದು ಮುಖವಡಿಯಾಗಿ ಬಿದ್ದಿದ್ದವರು ಮೈಕೊಡವಿಕೊಂಡು ಮೇಲೆದ್ದು ನಿಂತರು. ಅವರು ಈ ಮೊದಲು ಎಲ್ಲಿದ್ದರೋ ಅಲ್ಲಿಯೇ ಇದ್ದರು. ಸ್ವಾಮಿಯು ತನ್ನ ಮಾಯೆಯನ್ನು ತೋರಿಸಿ ಅಲ್ಲಿಂದ ಮಾಯವಾಗಿಬಿಟ್ಟಿದ್ದನು. ನಾರದರಿಗೆ ಬಹಳ ನಾಚಿಕೆಯೆನಿಸಿತು. "ಇನ್ನಾಯಿತು, ಸ್ವಾಮಿಯ ಮಾಯಾಸ್ವರೂಪವನ್ನು ಅರಿತುಕೊಂಡೆ. ಇನ್ನೆಂದೂ ಅದನ್ನು ಕಾಣಬೇಕೆಂದು ಅದರ ಸುಳಿಗೆ ಸಿಲುಕುವವನಲ್ಲ, ಸದ್ಯ, ಬಿಡುಗಡೆಯಾಯಿತಲ್ಲ" ಎಂದು ಸ್ವಾಮಿಯನ್ನು ಸ್ಮರಿಸುತ್ತ ವೈಕುಂಠದತ್ತ ಹೊರಟು ಹೋದರು.

ಒಂದಲ್ಲ ಒಂದು ಬಗೆಯಲ್ಲಿ ನಮ್ಮ ಕಥೆಯೆಲ್ಲಾ ನಾರದರು ಅನುಭವಿಸಿದ ಕಥೆಯೇ ಆಗಿದೆ. ಮಾಯೆಯ ಆ ಶಕ್ತಿಯನ್ನು ನಮ್ಮ ಅನುಭವಕ್ಕೆ ಅದು ಬರುವವರೆಗೂ ನಂಬಲು ಹಿಂದೆಮುಂದೆ ನೋಡುತ್ತೇವೆ. ನಾವೆಲ್ಲ ಮಾಯೆಯ ದಾಸರಾಗಿದ್ದೇವೆ. ಮಾಯೆಯಲ್ಲಿ ಹುಟ್ಟಿ, ಮಾಯೆಯಲ್ಲಿಯೇ ಜೀವಿಸುತ್ತಿದ್ದೇವೆ. ಈ ಪ್ರಪಂಚವೇ ಒಂದು ಸೆರೆಮನೆಯಾಗಿದೆ. ಹಾಗಾದರೆ ಇದರಿಂದ ಪಾರಾಗುವ ಮಾರ್ಗವೇ ಇಲ್ಲವೇ ಎಂಬ ಪ್ರಶ್ನೆ ಉದ್ಭವಿಸುತ್ತದೆ. "ಇದು ದೈವೀಮಾಯೆ; ಸತ್ತ್ವ, ರಜಸ್ಸು, ತಮಸ್ಸು ಎಂಬ ತ್ರಿಗುಣಗಳಿಂದಾಗಿದೆ. ಅದನ್ನು ಮೀರಿಹೋಗುವುದು ಅಸಾಧ್ಯ. ಆದರೆ ಯಾರು ನನ್ನನ್ನೇ ಆಶ್ರಯಿಸುತ್ತಾರೋ ಅವರು ಮಾಯೆಯನ್ನು ದಾಟುತ್ತಾರೆ" ಎಂಬ ಕೃಪಾಮಯವಾದ ಅಭಯವಾಣಿಯೊಂದು ಅನಂತಕಾಲದಿಂದಲೂ ಅನುರಣಿಸುತ್ತಲೇ ಇದೆ. ನಾರದರಿಗೆ ಮಾಯಾದರ್ಶನ ಮಾಡಿಸಿದ ಮಹಾಸ್ವಾಮಿಯೇ ಆ ದಿವ್ಯವಾಣಿಯನ್ನು ಹಾಡಾಗಿ ಹರಿಸಿದ್ದಾನೆ. ಪ್ರತಿಯೊಂದನ್ನೂ ನೆಲಸಮ ಮಾಡಿಬಿಡುವ ಕಾಲಪುರುಷನು ಬರುತ್ತಾನೆ. ಅವನು ಯಾವುದನ್ನೂ ಬಿಡುವುದಿಲ್ಲ. ಸನ್ಯಾಸಿ, ಸಂಸಾರಿ, ಮಹಾರಾಜ, ತಿರುಕ, ಕುರೂಪಿ, ಸುರೂಪಿ ಎಂಬ ಭೇದವೇನೂ ಇಲ್ಲದೆ ಎಲ್ಲರನ್ನೂ ಆಪೋಶನ ತೆಗೆದುಕೊಂಡು ಬಿಡುತ್ತಾನೆ. ಯಾವುದು ಹೇಗಾದರೂ ಆಗಲಿ, ನಾವು ಅಂಜಬೇಕಾಗಿಲ್ಲ. ಆ ಪರಮಾತ್ಮನಿಗೆ ನಮ್ಮನ್ನು ಸಮರ್ಪಿಸಿಕೊಂಡುಬಿಟ್ಟರೆ ಎಲ್ಲವೂ ಮಂಗಳಮಯವಾಗುತ್ತದೆ.

೨೬. ಕಾಯಕವೇ ಕೈಲಾಸ

ಒಬ್ಬ ವ್ಯಕ್ತಿಯು ಬೀದಿಬಳಿಯುವ ಕಾರ್ಯವನ್ನೋ ಮೆಟ್ಟುಹೊಲಿಯುವ ಕಾರ್ಯವನ್ನೋ ಮಾಡುತ್ತಿದ್ದಾನೆ ಎಂದು ಭಾವಿಸೋಣ. ಅವನು ಆ ಕೆಲಸವನ್ನು ಎಷ್ಟು ಅಚ್ಚುಕಟ್ಟಾಗಿ ಮಾಡುತ್ತಾನೆ ಎಂಬುದರ ಬಲದಿಂದ ಅವನ ಯೋಗ್ಯತೆಯನ್ನು ಅಳೆಯಬೇಕು. ಹಾಗಲ್ಲದೆ ಇವನು ಬೀದಿಬಳಿಯುವ ಕೆಲಸದವನು, ಅವನು ಮೆಟ್ಟುಹೊಲಿಯುವ ಕೆಲಸದವನು ಎಂದು ಅವನು ಮಾಡುವ ವೃತ್ತಿಯ ಮೂಲಕ ಅವನ ಯೋಗ್ಯತೆಯನ್ನು ಅಳೆಯ ಬಾರದು. ಅಂದವಾದ, ಗಟ್ಟಿಮುಟ್ಟಾದ ಪಾದರಕ್ಷೆಗಳನ್ನು ಹೊಲಿಯುವ ಮೋಚಿ ಯೊಬ್ಬನು, ಅಸಂಬದ್ಧಪ್ರಲಾಪ ಮಾಡುತ್ತ, ತನ್ನ ಆಯುಷ್ಯವನ್ನೆಲ್ಲ ಕಳೆದುಬಿಡುವ ಒಬ್ಬ ಅಧ್ಯಾಪಕನಿಗಿಂತ ಶ್ರೇಷ್ಠನಾಗುತ್ತಾನೆ. ಹೀಗೆ ಬೋಧಿಸುತ್ತ ಸ್ವಾಮಿ ವಿವೇಕಾನಂದರು ಅದಕ್ಕೆ ಪೂರಕವಾಗುವಂತೆ ಮಹಾಭಾರತದಲ್ಲಿ ಬರುವ ಧರ್ಮವ್ಯಾಧನ ಕಥೆಯನ್ನು ಹೃದ್ಯವಾಗಿ ನಿರೂಪಿಸಿದ್ದಾರೆ.

ಕೌಶಿಕನೆಂಬ ಯುವಸನ್ಯಾಸಿಯೊಬ್ಬನು ಅರಣ್ಯದಲ್ಲಿದ್ದುಕೊಂಡು, ಹನ್ನೆರಡು ವರ್ಷಗಳಕಾಲ ಶ್ರಮಪಟ್ಟು ಯೋಗಾಭ್ಯಾಸ ಮಾಡಿದನು. ಒಂದುದಿನ ಅವನು ಮರದಡಿಯಲ್ಲಿ ಕುಳಿತಿದ್ದಾಗ, ಆ ಮರದ ಮೇಲೆ ಒಂದು ಕಾಗೆಯೂ ಕೊಕ್ಕರೆಯೂ ಒಂದಕ್ಕೊಂದು ಕಚ್ಚಾಡುತ್ತ, ಕೌಶಿಕನ ಮೇಲೆ ತರಗೆಲೆಗಳನ್ನು ಉದುರಿಸಿಬಿಟ್ಟುವು. "ಏನಿದು, ನನ್ನ ತಲೆಯಮೇಲೆ ತರಗೆಲೆಗಳನ್ನು ಉದುರಿಸುವಷ್ಟು ಧೈರ್ಯವೇ ನಿಮಗೆ" ಎಂದು ಕೌಶಿಕನು ತಲೆಯೆತ್ತಿ ಆ ಪಕ್ಷಿಗಳನ್ನು ಕ್ರೋಧಪರವಶನಾಗಿ ನೋಡಿದನು. ಅದರ ಫಲವಾಗಿ ಅವನ ಹಣೆಯಿಂದ ಅಗ್ನಿಜ್ವಾಲೆಯೊಂದು ತಟಕ್ಕನೆ ಚಿಮ್ಮಿ, ಆ ಪಕ್ಷಿಗಳನ್ನು ಸುಟ್ಟು ಬೂದಿಮಾಡಿತು. ಅದನ್ನು ಕಂಡು ಕೌಶಿಕನು ಬೆರಗಾದನು. "ನಾನು ಮಾಡಿದ ಕಠಿಣವಾದ ಯೋಗಸಾಧನೆಯ ಫಲವಾಗಿ ಇಂತಹ ಆಶ್ಚರ್ಯಜನಕವಾದ ಶಕ್ತಿಯು ನನ್ನೊಳಗೆ ಉದ್ಭವಿಸಿದೆ" ಎಂದು ಪರಮಾನಂದಭರಿತನಾದನು.

ತರುವಾಯ ಕೌಶಿಕನು ಪಟ್ಟಣವನ್ನು ಹೊಕ್ಕು, ಯಾವುದೋ ಒಂದು ಮನೆಯ ಮುಂದೆನಿಂತು "ಭವತಿ ಭಿಕ್ಷಾಂದೇಹಿ" ಎಂದು ಬೇಡಿದನು. ಆ ಮನೆಯ ಒಡತಿಯು ಪತಿವ್ರತೆಯಾಗಿದ್ದು, ಆ ಹೊತ್ತಿನಲ್ಲಿ ಅನಾರೋಗ್ಯದಿಂದ ಬಳಲುತ್ತಿದ್ದ ತನ್ನ ಗಂಡನ ಸೇವೆಯಲ್ಲಿ ತನ್ಮಯಳಾಗಿದ್ದಳು. ಆದ್ದರಿಂದ ಅವಳು ಒಳಗಿನಿಂದಲೇ "ನಿನಗೆ ಭಿಕ್ಷೆ

ತರುತ್ತೇನೆ, ಸ್ವಲ್ಪ ತಾಳು" ಎಂದು ಕೂಗಿಹೇಳಿದಳು. ಕೌಶಿಕನು ಕಾಯುತ್ತ ನಿಂತನು. ಸ್ವಲ್ಪಹೊತ್ತು ಕಾಯುವುದರೊಳಗೇ ಅವನು ತಾಳ್ಮೆಗೆಟ್ಟನು. "ನನ್ನನ್ನು ಕಾಯಿಸುವಷ್ಟು ಕೆಚ್ಚೆ ನಿನಗೆ, ನನ್ನ ಶಕ್ತಿ ಏನೆಂಬುದು ನಿನಗೆ ತಿಳಿಯದು" ಎಂದು ತನಗೆ ತಾನೇ ಹೇಳಿಕೊಂಡನು. ಆ ಮಾತು ಪತಿವ್ರತೆಯ ಹೃದಯವನ್ನು ಮುಟ್ಟಿತು. ಒಡನೆಯೇ ಅವಳು "ಎಲಾ ಹುಡುಗ, ನಿನಗೇಕಿಷ್ಟು ಗರ್ವ, ಆ ಕಾಗೆಕೊಕ್ಕರೆಗಳ ವಿಷಯವೆಂದು ತಿಳಿದು ಕೊಂಡೆಯಾ" ಎಂದು ಒಳಗಿನಿಂದಲೇ ಝುಂಕಿಸಿದಳು. ಕೌಶಿಕನಿಗೆ ಸಿಡಿಲು ಬಡಿ ದಂತಾಯಿತು. ಮೌನವಾಗಿ ನಿಂತನು.

ಪತಿಸೇವೆ ಮುಗಿದ ಬಳಿಕ ಆ ಗೃಹಿಣಿಯು ಭಿಕ್ಷೆನೀಡಲು ಹೊರಕ್ಕೆ ಬಂದಳು. ಆಗ ಕೌಶಿಕನು ಅವಳ ಪಾದಗಳಮೇಲೆ ಬಿದ್ದು "ನನ್ನ ಅಹಂಕಾರವನ್ನು ಕ್ಷಮಿಸು ತಾಯೆ, ಕಾಗೆಕೊಕ್ಕರೆಗಳ ವಿಚಾರವಾಗಲಿ, ನನ್ನ ಮನದೊಳಗಿನ ವಿಚಾರವಾಗಲಿ ನಿನಗೆ ಹೇಗೆ ಗೊತ್ತಾಯಿತು ಎಂಬುದನ್ನು ಕೃಪೆಮಾಡಿ ಹೇಳು" ಎಂದು ಪ್ರಾರ್ಥಿಸಿದನು. ಆಗ ಆ ಗೃಹಿಣಿಯು "ವತ್ಸ, ನಾನೊಬ್ಬ ಸಾಮಾನ್ಯ ಸ್ತ್ರೀ, ಯೋಗವಿಚಾರವೇನೂ ನನಗೆ ತಿಳಿಯದು, ನಾನು ಬಾಲ್ಯದಲ್ಲಿ ತಂದೆತಾಯಿಗಳ ಸೇವೆಮಾಡುತ್ತ, ಮಗಳಾಗಿ ನನ್ನ ಕರ್ತವ್ಯವನ್ನು ನಿರ್ವಹಿಸಿದೆ. ವಿವಾಹಿತೆಯಾಗಿ ಪತಿಗೃಹವನ್ನು ಸೇರಿದಬಳಿಕ, ಈ ಗೃಹಿಣಿಯೆಂಬ ಹೊಸ ಪದವಿಯ ಕರ್ತವ್ಯಗಳನ್ನು ಯೋಗ್ಯತಾನುಸಾರ ನಿರ್ವಹಿಸುತ್ತಿದ್ದೇನೆ. ನನ್ನ ಯಜಮಾನನು ಅನಾರೋಗ್ಯ ಪೀಡಿತನಾಗಿರುವುದರಿಂದ ಮೊದಲಿಗೆ ಅವನ ಸೇವೆಯನ್ನು ಪೂರ್ಣಗೊಳಿಸ ಬೇಕಾಯಿತು. ಆದ್ದರಿಂದಲೇ ನಾನು ನಿನ್ನನ್ನು ಕಾಯಿಸಬೇಕಾಯಿತು. ನನ್ನ ಪಾಲಿಗೆ ಬಂದ ಕರ್ತವ್ಯಕರ್ಮಗಳನ್ನು ಮನಸಾರೆ ಮಾಡಿದಷ್ಟರಿಂದಲೇ ಅದೇ ಯೋಗಾಭ್ಯಾಸವಾಗಿ ನನಗೆ ಜ್ಞಾನೋದಯವಾಯಿತು. ನೀನು ಮನೆಯಮುಂದೆ ನಿಂತು ಕಾಯುವಾಗ ತಾಳ್ಮೆಗೆಟ್ಟು ಮನಸ್ಸಿನಲ್ಲಿ ಅಂದುಕೊಂಡುದನ್ನೂ, ಅರಣ್ಯದಲ್ಲಿ ಕಾಗೆಕೊಕ್ಕರೆಗಳಿಗೆ ನೀನು ಗತಿ ಕಾಣಿಸಿದ್ದನ್ನೂ ನಾನು ನನಗಾದ ಆ ಜ್ಞಾನೋದಯದ ಬಲದಿಂದಲೇ ಅರಿತುಕೊಂಡೆ. ನಾನು ನಿನಗೆ ಇದಕ್ಕಿಂತ ಹೆಚ್ಚೇನೂ ಉಪದೇಶಮಾಡಲು ಶಕ್ತಳಲ್ಲ. ಹೆಚ್ಚಿನ ವಿಷಯಗಳನ್ನು ತಿಳಿದುಕೊಳ್ಳಬೇಕೆಂಬ ಆಕಾಂಕ್ಷೆ ನಿನಗಿದ್ದರೆ, ನೀನು ಮಿಥಿಲಾಪಟ್ಟಣಕ್ಕೆ ಹೋಗು. ಅಲ್ಲಿ ಧರ್ಮವ್ಯಾಧನೆಂಬ ಕಟುಕರವನಿದ್ದಾನೆ. ನೀನು ತಿಳಿಯಲು ಬಯಸುವಂತಹ ವಿಚಾರ ಗಳನ್ನು ಅವನು ನಿನಗೆ ತಿಳಿಸಿಕೊಡಲು ಯೋಗ್ಯನಾಗಿದ್ದಾನೆ" ಎಂದು ತಿಳಿಸಿ, ಭಿಕ್ಷೆನೀಡಿ ಬೀಳ್ಕೊಟ್ಟಳು.

ಗೃಹಿಣಿಯ ಅದ್ಭುತಶಕ್ತಿಯನ್ನು ಮನಗಂಡಿದ್ದ ಕೌಶಿಕನಿಗೆ, ಮಿಥಿಲಾಪಟ್ಟಣಕ್ಕೆ ಹೋಗದಿರುವುದು ಸಾಧ್ಯವಾಗಲಿಲ್ಲ. ಆ ಪಟ್ಟಣವನ್ನು ಮುಟ್ಟಿ ಕೌಶಿಕನು ಪೇಟೆ ಬೀದಿಯಲ್ಲಿ ಸಾಗುವಾಗ, ಅಲ್ಲೊಂದು ಕಟುಕರಅಂಗಡಿ ಕಣ್ಣಿಗೆ ಬಿತ್ತು. ಅಲ್ಲೊಬ್ಬ ದಷ್ಟಪುಷ್ಟನಾದ ಕಟುಕನು, ಪ್ರಾಣಿಮಾಂಸವನ್ನು ದೊಡ್ಡಚೂರಿಯಿಂದ ತುಂಡು ಮಾಡು

ತ್ತಲೂ, ಗಿರಾಕಿಗಳೊಡನೆ ಮಾತನಾಡುತ್ತ ಅದನ್ನು ತೂಗಿಕೊಡುತ್ತಲೂ ಇದ್ದುದನ್ನು ಅವನು ಕಂಡನು. ಆಗ ಕೌಶಿಕನು "ಓ ದೇವರೇ, ನನ್ನನ್ನು ಕಾಪಾಡು, ನನಗೆ ಜ್ಞಾನೋಪದೇಶವನ್ನು ನೀಡುವವನು ಈತನೇ ಏನು? ಈತನಾದರೋ ರಕ್ಕಸನ ಪ್ರತಿರೂಪನಾಗಿ ಕಾಣುತ್ತಿದ್ದಾನಲ್ಲಾ" ಎಂದು ಮನದಲ್ಲಿಯೇ ಜುಗುಪ್ಸೆಗೊಂಡನು. ಅಷ್ಟರಲ್ಲಿಯೇ ಆ ಕಟುಕನು ತಲೆಯೆತ್ತಿ ಕೌಶಿಕನನ್ನು ನೋಡಿ "ಸ್ವಾಮಿ, ನನ್ನ ಹೆಸರು ಧರ್ಮವ್ಯಾಧ, ನಿಮ್ಮನ್ನು ಸ್ವಾಗತಿಸುತ್ತಿದ್ದೇನೆ. ಆ ಗೃಹಿಣಿಯು ನಿಮ್ಮನ್ನು ನನ್ನ ಬಳಿಗೆ ಕಳುಹಿಸಿದಳಲ್ಲವೆ" ಎಂದನು. ಅದನ್ನು ಕೇಳಿ ಕೌಶಿಕನು ಮೂಕವಿಸ್ಮಿತನಾಗಿ "ಹೌದು" ಎಂದನು. ಆಗ ಧರ್ಮವ್ಯಾಧನು "ನನ್ನ ಅಂಗಡಿಯ ಕೆಲಸ ಮುಗಿಯುವವರೆಗೆ ತಾವು ದಯಮಾಡಿ ಈ ಪೀಠದ ಮೇಲೆ ಕುಳಿತುಕೊಂಡಿರಿ, ಆಮೇಲೆ ಮನೆಗೆ ಹೋಗೋಣ" ಎಂದು ವಿನಂತಿಸಿಕೊಂಡನು. ಕೌಶಿಕನು ಅದಕ್ಕೊಪ್ಪಿ ಧರ್ಮವ್ಯಾಧನ ವ್ಯಾಪಾರದ ವಿದ್ಯಮಾನಗಳನ್ನೆಲ್ಲ ಕುತೂಹಲದಿಂದ ನೋಡುತ್ತ ಮೌನವಾಗಿ ಕುಳಿತುಕೊಂಡನು.

ಧರ್ಮವ್ಯಾಧನು ಅಂದಿನ ತನ್ನ ವ್ಯಾಪಾರವ್ಯವಹಾರಗಳನ್ನೆಲ್ಲ ನೆಮ್ಮದಿಯಿಂದ ಮುಗಿಸಿ, ಹಣವನ್ನೆಲ್ಲ ಒಟ್ಟುಮಾಡಿಕೊಂಡು "ಸ್ವಾಮಿ, ಈಗ ಮನೆಗೆ ಹೋಗೋಣ ಬನ್ನಿ" ಎಂದು ಕರೆದೊಯ್ದನು. ಅವನನ್ನು ಅರ್ಘ್ಯಪಾದ್ಯಾದಿಗಳಿಂದ ಸತ್ಕರಿಸಿ, ಉಚಿತವಾದ ಆಸನದಲ್ಲಿ ಕೂರಿಸಿದನು. ತರುವಾಯ ವೃದ್ಧರಾದ ತನ್ನ ತಂದೆತಾಯಿಗಳ ಸೇವೆ ಶುಶ್ರೂಷೆಗಳಲ್ಲಿ ತನ್ನನ್ನು ತೊಡಗಿಸಿಕೊಂಡನು. ಅವರಿಗೆ ಸ್ನಾನಮಾಡಿಸುವುದು, ಊಟ ಮಾಡಿಸುವುದು, ಅವರನ್ನು ಪ್ರೀತಿಯಿಂದ ಮಾತನಾಡಿಸುವುದು, ಅವರಿಗೆ ಸಂತೋಷವಾಗುವ ಉಪಚಾರಗಳನ್ನು ಮಾಡುವುದು– ಎಂಬೆಲ್ಲವನ್ನೂ ಚೆನ್ನಾಗಿ ಮಾಡಿಮುಗಿಸಿದನು.

ತರುವಾಯ ಧರ್ಮವ್ಯಾಧನು ಕೌಶಿಕನ ಸಮ್ಮುಖದಲ್ಲಿ ಕುಳಿತು "ಸ್ವಾಮಿ, ತಾವು ಅಷ್ಟುದೂರದಿಂದ ನನ್ನಲ್ಲಿಗೆ ಬಂದ ಕಾರಣವಾದರೂ ಏನು? ನನ್ನಿಂದ ಏನಾಗಬೇಕೋ ಅಪ್ಪಣೆಕೊಡಿಸಿ" ಎಂದು ಕೇಳಿಕೊಂಡನು. ಆಗ ಕೌಶಿಕನು "ನೀನೊಬ್ಬ ಮಹಾತ್ಮನೆಂಬುದನ್ನು ನಾನು ಮನಗಂಡಿದ್ದೇನಪ್ಪಾ, ನಿನ್ನಿಂದ ಪರಮಾರ್ಥವಿಚಾರಗಳನ್ನು ಕೇಳಿ ತಿಳಿದುಕೊಂಡುಹೋಗಲು ಬಂದಿದ್ದೇನೆ" ಎಂದು ಹೇಳುತ್ತ ಜೀವ, ಜಗತ್ತು, ಬ್ರಹ್ಮ ಮುಂತಾದ ತತ್ತ್ವವಿಚಾರಗಳ ಬಗ್ಗೆ ಪ್ರಶ್ನೆಮಾಡಿ, ಧರ್ಮವ್ಯಾಧನಿಂದ ಸಮಂಜಸವಾದ ಉತ್ತರಗಳನ್ನು ಪಡೆದುಕೊಂಡು ಧನ್ಯನಾದನು. ಅದೆಲ್ಲವೂ ಮಹಾಭಾರತದಲ್ಲಿ 'ವ್ಯಾಧಗೀತೆ' ಎಂಬ ಹೆಸರಿನಿಂದ ಪ್ರಖ್ಯಾತವಾಗಿದೆ. ಅದು ವೇದಾಂತದರ್ಶನದ ಆಧ್ಯಾತ್ಮಿಕ ತತ್ತ್ವವಿದ್ಯಾಶಿಖರಗಳಲ್ಲಿ ಒಂದಾಗಿದೆ.

ಧರ್ಮವ್ಯಾಧನ ಉಪದೇಶವು ಮುಗಿದಬಳಿಕ ಕೌಶಿಕಮುನಿಯು "ಅಯ್ಯಾ ಮಹಾತ್ಮನೆ, ಇದೇಕೆ ನೀನು ಈ ಕಟುಕಶರೀರದಲ್ಲಿದ್ದೀಯೆ? ನಿನ್ನಂತಹ ಬ್ರಹ್ಮಜ್ಞಾನಿಯು ಈ ಕೊಳಕಾದ, ಅಸಹ್ಯಕರವಾದ ಕಸುಬನ್ನು ಮಾಡುತ್ತ ವ್ಯಾಧನಾಗಿರುವುದು ಉಚಿತವೆ?

ಏನಿದರ ಪರಮಾರ್ಥ" ಎಂದು ಆತ್ಮೀಯವಾಗಿ ಕೇಳಿದನು. ಆಗ ಧರ್ಮವ್ಯಾಧನು "ಸ್ವಾಮಿ, ಯಾವುದೇ ಕರ್ಮಕರ್ತವ್ಯವನ್ನೂ ಅಸಹ್ಯವೆಂದಾಗಲಿ, ಅಪವಿತ್ರವೆಂದಾಗಲಿ ಭಾವಿಸಬಾರದು. ನಾನು ಕಟುಕರ ಕುಟುಂಬದಲ್ಲಿಯೇ ಹುಟ್ಟಿ, ಹುಡುಗತನದಿಂದಲೇ ಈ ಕಸುಬನ್ನು ಕಲಿತುಕೊಂಡೆ. ಅದನ್ನು ನಾನೆಂದೂ ತಿರಸ್ಕಾರಮಾಡಿಲ್ಲ. ನನ್ನ ಯೋಗ್ಯತೆಗೆ ತಕ್ಕಂತೆ ಆ ಕೆಲಸವನ್ನು ಕರ್ಮಯೋಗವೆಂಬ ಅನಾಸಕ್ತಿಯಿಂದ ಮಾಡಲು ಪ್ರಯತ್ನಿಸುತ್ತಿದ್ದೇನೆ. ಅದರ ಜೊತೆಗೆ ಗೃಹಸ್ಥಧರ್ಮವನ್ನೂ ನನ್ನ ಕೈಲಾದಮಟ್ಟಿಗೆ ಪರಿಪಾಲಿಸುತ್ತಿದ್ದೇನೆ. ನಾನಾದರೋ ನನ್ನ ತಂದೆತಾಯಿಗಳ ಸೇವೆಮಾಡುತ್ತ, ಅವರು ನೆಮ್ಮದಿಯಿಂದ ಕಾಲಕಳೆಯುವಂತೆ ನೋಡಿಕೊಳ್ಳುತ್ತಿದ್ದೇನೆ. ನಾನು ನಿಮ್ಮಹಾಗೆ ಸನ್ಯಾಸಿಯಾಗಿ ಅರಣ್ಯದಲ್ಲಿ ಕುಳಿತು ತಪಸ್ಸುಮಾಡಲಿಲ್ಲ, ಯೋಗಸಾಧನೆ ಮಾಡಲಿಲ್ಲ. ಆದರೆ ನಾನು ವಂಶಪಾರಂಪರ್ಯವಾಗಿ ಬಂದ ನನ್ನ ಕಸುಬನ್ನು ಸಂಪೂರ್ಣವಾಗಿ ಈಶ್ವರಾರ್ಪಣಬುದ್ಧಿಯಿಂದ ಮಾಡುತ್ತಿದ್ದೇನೆ. ಅದರ ಫಲವಾಗಿ ಉಂಟಾದ ಚಿತ್ತಶುದ್ಧಿ ಯಿಂದ ನಾನು ಈ ದಿವ್ಯಜ್ಞಾನವನ್ನು ಪಡೆದುಕೊಂಡಿದ್ದೇನೆ. ನೀವು ನಿಮ್ಮ ತಂದೆತಾಯಿಗಳ ಅನುಮತಿ ಪಡೆದುಕೊಳ್ಳದೆ ಸನ್ಯಾಸಿಯಾಗಿಬಿಟ್ಟಿದ್ದೀರಿ. ಅವರು ನಿಮ್ಮನ್ನಗಲಿ ದುಃಖ ದಲ್ಲಿದ್ದಾರೆ. ನೀವೀಗಲೇ ಮನೆಗೆಹೋಗಿ ಅವರ ಸೇವೆಮಾಡುತ್ತ, ಅವರನ್ನು ಸಂತೋಷಪಡಿಸಿ. ಅದೇನೂ ದೋಷವಾಗುವುದಿಲ್ಲ. ಮುಂದಕ್ಕೆ ಎಲ್ಲವೂ ಸರಿಯಾಗು ತ್ತದೆ" ಎಂದು ತಿಳಿವಳಿಕೆ ಹೇಳಿದನು.

ಧರ್ಮವ್ಯಾಧನ ನೀತಿಮಾತುಗಳಿಂದ ಕೌಶಿಕನ ಕಣ್ಣುಗಳು ತೆರೆದುವು. "ಅಯ್ಯಾ ಮಹಾತ್ಮ, ನೀನು ಕಟುಕನಾದರೇನು, ನೀನು ನಿಜವಾಗಿ ಬ್ರಾಹ್ಮಣನೇ ಆಗಿದ್ದೀಯೆ; ನಾನು ಬ್ರಾಹ್ಮಣನಾದರೇನು, ನಾನು ನಿಜವಾಗಿ ಕಟುಕನೇ ಆಗಿದ್ದೇನೆ" ಎಂದು ಹೇಳುತ್ತ ಧರ್ಮವ್ಯಾಧನಿಗೆ ಪ್ರದಕ್ಷಿಣಪೂರ್ವಕ ನಮಸ್ಕಾರಮಾಡಿ, ಅವನ ತಂದೆತಾಯಿಗಳ ದರ್ಶನ ವನ್ನೂ ಪಡೆದುಕೊಂಡು, ತನ್ನ ಮನೆಯನ್ನು ಸೇರಿದನು.

ಗುರಿ ಮತ್ತು ದಾರಿ ಎರಡೂ ಕಲೆತು ಒಂದಾಗಬೇಕೆಂಬುದೇ ಕರ್ಮಯೋಗದ ಗುಟ್ಟು. ನಾವು ಯಾವುದಾದರೂ ಕರ್ಮವನ್ನು ಮಾಡುತ್ತಿರುವಾಗ, ಅದರ ಹೊರತು ಬೇರೆ ಯಾವುದನ್ನೂ ಚಿಂತಿಸಬಾರದು. ಅದನ್ನು ಉಪಾಸನೆಯೆಂಬಂತೆ ಮಾಡಬೇಕು. ಅದು ಕರ್ಮದ ಮೂಲಕವೇ ಈಶ್ವರನನ್ನು ಭಜಿಸಿದಂತೆ ಆಗುತ್ತದೆ. ಕೊನೆಗೆ ಅದು ಪೂರ್ಣಜ್ಞಾನೋದ್ದೀಪನವನ್ನುಂಟುಮಾಡುತ್ತದೆ. ಕಥೆಯಲ್ಲಿ ಬಂದಿರುವ ಪತಿವ್ರತೆಯೂ ಧರ್ಮವ್ಯಾಧನೂ ಪೂರ್ಣಮನಸ್ಸಿನಿಂದಲೂ ಸಂತೋಷದಿಂದಲೂ ತಮ್ಮ ಕರ್ತವ್ಯವನ್ನು ನೆರವೇರಿಸುತ್ತಿದ್ದರು. ಅದರ ಫಲವಾಗಿ ಅವರ ಅಜ್ಞಾನಾಂಧಕಾರವು ತೊಲಗಿತ್ತು. ಆದುದರಿಂದ ನಮ್ಮ ಕಸುಬು ಯಾವುದೇ ಆಗಿರಲಿ, ಅದು ಪವಿತ್ರವಾದುದು, ಅನನ್ಯವಾದುದು. ಈಶ್ವರನ ಉಪಾಸನೆಗೆ ಇರುವ ಬೇರೆಬೇರೆ ಮಾರ್ಗಗಳಲ್ಲಿ ಅನನ್ಯವಾದ

ಕರ್ತವ್ಯಶ್ರದ್ಧೆಯೇ ಪ್ರಮುಖವಾದುದು. ಅದು ಸಂಸಾರಕ್ಕೆ ಕಟ್ಟುಬಿದ್ದ ಬದ್ಧಾತ್ಮರಿಗಾಗಲಿ, ಮಾಯೆಮೋಹಗಳು ಮುಸುಕಿದವರಿಗಾಗಲಿ, ಜ್ಞಾನೋದ್ದೀಪನವನ್ನುಂಟುಮಾಡಿ ಮುಕ್ತಿಯನ್ನು ತಂದುಕೊಡುತ್ತದೆ ಎಂದು ಸ್ವಾಮಿ ವಿವೇಕಾನಂದರು ಈ ದೃಷ್ಟಾಂತಕಥೆಯ ಫಲಶ್ರುತಿಯ ರೂಪವಾಗಿ ಉಪದೇಶಮಾಡಿದ್ದಾರೆ.

ಶ್ರೀರಾಮಕೃಷ್ಣವಚನವೇದದಲ್ಲಿ ಭಾಗವತದ ಪಂಡಿತನ ಮೂಲಕ ಈ ಮೇಲಿನ ಧರ್ಮವ್ಯಾಧನ ಕಥೆ ನಿರೂಪಣೆಗೊಂಡಿದೆ. ಆ ಕಥೆಯಿಂದ ಗ್ರಹಿಸಿಕೊಳ್ಳಬೇಕಾದ ಪಾಠಗಳನ್ನು ಮಾತ್ರ ಪರಮಹಂಸರೇ ತಿಳಿಸಿಕೊಟ್ಟಿದ್ದಾರೆ. "ಸಂಸಾರಿಯಾಗಿದ್ದುಕೊಂಡು ಭಗವಂತನ ಕಡೆಗೆ ಮನಸ್ಸುಕೊಡುವುದು ಅತ್ಯಂತ ಕಷ್ಟದ ಕೆಲಸ. ಸಂಸಾರಿಗಳ ಮನೆಯಲ್ಲಿ ಕೇವಲ ಜಗಳ, ಮನಸ್ತಾಪ, ದ್ವೇಷ, ಹೊಟ್ಟೆಕಿಚ್ಚು ಇವೇ ತುಂಬಿರುತ್ತವೆ. ಸಾಲದುದಕ್ಕೆ ರೋಗ, ಶೋಕ, ದಾರಿದ್ರ್ಯಗಳೂ ಕೂಡಿಕೊಂಡಿರುತ್ತವೆ. ಅಂಥದರಲ್ಲಿ ಸಂಸಾರದಲ್ಲಿದ್ದು ಯಾವಾತನು ಭಗವಂತನನ್ನು ಪ್ರಾರ್ಥಿಸುತ್ತಾನೋ ಅವನೇ 'ವೀರಭಕ್ತ'ನೆನಿಸುತ್ತಾನೆ" ಎಂದು ಸಂಸಾರಿಭಕ್ತರನ್ನು ಕೊಂಡಾಡಿದ್ದಾರೆ. ಪರಮಹಂಸರೇ ಮುಂದುವರಿದು "ಸಂಸಾರವನ್ನು ತೊರೆದವನು ನನ್ನ ಪೂಜೆಪ್ರಾರ್ಥನೆಗಳನ್ನು ಮಾಡುವುದರಲ್ಲಿ ಹೆಚ್ಚಿನ ಮೇಲ್ಮೆಯೇನೂ ಇಲ್ಲ, ಅವನು ನನ್ನ ಸೇವೆ ಮಾಡಲೇಬೇಕು. ಒಂದುವೇಳೆ ಅವನು ಹಾಗೆ ಮಾಡದಿದ್ದರೆ ಲೋಕದ ಜನರೇ ಅವನನ್ನು ಕುರಿತು "ಏನಯ್ಯಾ, ಸಂಸಾರವನ್ನೂ ತೊರೆದಿದ್ದೀಯೆ, ಭಗವಂತನ ಪೂಜೆಪ್ರಾರ್ಥನೆಗಳನ್ನಾದರೂ ಮಾಡಬಾರದೇ" ಎಂದು ತರಾಟೆಗೆ ತೆಗೆದುಕೊಳ್ಳುತ್ತಾರೆ. ಸಂಸಾರದಲ್ಲಿರುವುದೇನು ಸುಮ್ಮನಾಯಿತೇ, ಅದು ಇಪ್ಪತ್ತು ಮಣದ ಕಲ್ಲನ್ನು ಸದಾಕಾಲ ಕಟ್ಟಿಕೊಂಡು ತಿರುಗುವಹಾಗೆ ಭಾರವೋಭಾರ. ಅಂಥದರಲ್ಲಿ ಅದನ್ನು ಒಂದು ಕಡೆಗೆ ನೂಕಿ, ನನ್ನ ದರ್ಶನ ಪಡೆಯಲು ತವಕಿಸುವವನೇ ಧನ್ಯ. ಅವನೇ ಮಹಾತ್ಮ, ಅವನೇ ವೀರಪುರುಷ" ಎಂದು ದೇವರೇ ಭಾವಿಸುತ್ತಾನೆ ಎಂಬುದಾಗಿಯೂ ತಿಳಿಸಿಕೊಟ್ಟಿದ್ದಾರೆ. ಪತಿವ್ರತೆ, ಧರ್ಮವ್ಯಾಧ ಅವರಂಥವರು ವೀರಭಕ್ತರ ಗುಂಪಿಗೆ ಸೇರುತ್ತಾರೆ. ಈ ಸಂದರ್ಭಕ್ಕೇ ಹೊಂದುವಂತೆ ಪರಮಹಂಸರು "ಸಂಸಾರವೆಂಬುದು ಸಕ್ಕರೆ ಮತ್ತು ಮರಳಿನ ಮಿಶ್ರಣವಾಗಿದೆ; ಸಂಸಾರವೆಂಬುದು ಹಾಲು ಮತ್ತು ನೀರಿನ ಮಿಶ್ರಣವಾಗಿದೆ; ಸಂಸಾರವೆಂಬುದು ಚಿದಾನಂದರಸ ಮತ್ತು ವಿಷಯರಸಗಳ ಮಿಶ್ರಣವಾಗಿದೆ; ಸಂಸಾರವೆಂಬುದು ನಿತ್ಯ ಮತ್ತು ಅನಿತ್ಯಗಳ ಮಿಶ್ರಣವಾಗಿದೆ. ಅದನ್ನು ಮನಗಂಡು ಕೇವಲ ಸಕ್ಕರೆಯನ್ನೇ, ಹಾಲನ್ನೇ, ಚಿದಾನಂದರಸವನ್ನೇ, ನಿತ್ಯವನ್ನೇ ಸ್ವೀಕರಿಸಬೇಕು" ಎಂಬುದಾಗಿಯೂ ಉಪದೇಶಿಸಿದ್ದಾರೆ.

೨೭. ಸಂತಫ್ರಾನ್ಸಿಸನ ಕ್ಷಮಾಗುಣ

ಜೈನಮತವು ಯಾವುದೇ ದೇವರುದಿಂಡರುಗಳನ್ನು ಒಪ್ಪುವುದಿಲ್ಲ. ಮನುಷ್ಯನೇ ತನ್ನ ಕಠೋರವಾದ ತಪಸ್ಸಿನ ಬಲದಿಂದ ದಿವ್ಯತ್ವಕ್ಕೆ ಏರುತ್ತಾನೆ. ಜಗತ್ತಿನಲ್ಲಿ ಇರುವುದು ಏನಿದ್ದರೂ ಪ್ರಕೃತಿ ಮತ್ತು ಜೀವರಾಶಿಗಳು. ಜೀವಿಗಳು ಹುಟ್ಟುಸಾವುಗಳ ಸಂಸಾರ ಸಾಗರದಲ್ಲಿ ಸಿಲುಕಿಕೊಂಡು, ಆಗಾಗ ಮನುಷ್ಯಶರೀರವೆಂಬ ವಸ್ತ್ರವನ್ನೂ ಧರಿಸಿಕೊಳ್ಳು ತ್ತವೆ. ಅಶುದ್ಧವಾದುದರ ಪರಿಣಾಮವೇ ಈ ದೇಹ, ಅದು ಹೇಯವಾದುದು. ತಪಸ್ಸಿನ ಬಲದಿಂದ ಅದನ್ನು ದಂಡಿಸಿ ಶುದ್ಧಗೊಳಿಸಬೇಕು ಎಂದು ಅದು ಹೇಳುತ್ತದೆ. ಯಾರಾದರೂ ಅಲ್ಲಿ ಒಂಟಿಕಾಲಿನಲ್ಲಿ ನಿಂತಿದ್ದರೆ "ಒಳ್ಳೆಯದಾಯಿತು ಬಿಡಿ, ಅದು ದೇಹಕ್ಕೆ ತಕ್ಕಶಾಸ್ತಿ" ಎನ್ನುತ್ತದೆ. ನೆತ್ತಿಗೇನಾದರೂ ಗೋಡೆಯು ಬಡಿದು ಬಾತುಕೊಂಡರೆ "ಅದೂ ದೇಹಕ್ಕೆ ಒಳ್ಳೆಯ ಶಾಸ್ತಿ, ಅದರಿಂದ ಹಿಗ್ಗಬೇಕು" ಎನ್ನುತ್ತದೆಯೇ ಹೊರತು "ಅಯ್ಯಯ್ಯೋ, ಈ ಶರೀರವನ್ನು ಜೋಪಾನ ಮಾಡಿಕೊಳ್ಳಬೇಕಾಗಿತ್ತು, ಗಾಸಿಯಾಯಿತಲ್ಲಾ" ಎಂದು ವ್ಯಥೆಪಡಲು ಅದು ಹೇಳುವುದಿಲ್ಲ. ದೇಹದಂಡನೆಯನ್ನು ಅದು ಲೆಕ್ಕಿಸುವುದೇ ಇಲ್ಲ- ಎಂದು ಮುಂತಾಗಿ ಸ್ವಾಮಿ ವಿವೇಕಾನಂದರು ಜೈನಮತದ ಕೆಲವು ಮುಖ್ಯಾಂಶಗಳನ್ನು ಪರಾಮರ್ಶೆ ಮಾಡಿದ್ದಾರೆ. ಅದಕ್ಕೆ ಪೋಷಕವಾಗುವಂತೆ ಸಂತಫ್ರಾನ್ಸಿಸ್ ಎಂಬ ಕ್ರೈಸ್ತ ಮಹಾಪುರುಷನು ಪ್ರಕಟಿಸಿದ ಜೀವನದೃಷ್ಟಿಯನ್ನು ಉದಾಹರಣೆಯಾಗಿ ಕೊಟ್ಟಿದ್ದಾರೆ.

ಸಂತಫ್ರಾನ್ಸಿಸನು ಒಮ್ಮೆ ತನ್ನ ಅನುಚರರೊಡನೆ ಯಾರನ್ನೋ ಭೇಟಿಯಾಗಲೆಂದು ನಡೆದುಹೋಗುತ್ತಿದ್ದನು. ಆ ಹೊತ್ತಿನಲ್ಲಿ ಸದ್ವಿಚಾರಗಳ ಚರ್ಚೆನಡೆಯುತ್ತಿತ್ತು. ಆ ಸಂಭಾಷಣೆ ಈ ಮುಂದಿನಂತೆ ಸಾಗಿತು. ಸಂತ : "ನಾವು ಕಾಣಲು ಹೋಗುತ್ತಿದ್ದೇವಲ್ಲಾ, ಆ ಯಜಮಾನನು ನಮ್ಮನ್ನು ಆದರದಿಂದ ಬರಮಾಡಿಕೊಳ್ಳದೆಯೂ ಇರಬಹುದಲ್ಲವೆ?" ಅನುಚರರು: "ಹೌದು, ನಮಗೂ ಹಾಗೆಯೇ ಅನ್ನಿಸುತ್ತಿದೆ, ಅವನು ನಮ್ಮನ್ನು ತಿರಸ್ಕಾರದಿಂದ ಕಾಣಲೂಬಹುದು." ಸಂತ : "ನಾವು ಬಾಗಿಲು ತಟ್ಟಿದಾಗ ಆ ಯಜಮಾನನು ಹೊರಬಂದು "ನೀವುಗಳು ಇಲ್ಲೇಕೆ ಬಂದಿರಿ, ದೂರ ನಡೆಯಿರಿ" ಎಂದು ಅಟ್ಟಿಬಿಡಲೂಬಹುದಲ್ಲವೆ?" ಅನುಚರರು: "ಹೌದು, ಅವನು ಅದಕ್ಕೂ ಹಿಂಜರಿಯದಿರ ಬಹುದು. ಸಂತ : "ಅವನು ಕೋಪದಿಂದ ನಮ್ಮನ್ನೆಲ್ಲ ಕಂಬಕ್ಕೆ ಕಟ್ಟಿಹಾಕಿ ಛಡಿಯೇಟು ಗಳನ್ನು ಕೊಡುವುದಕ್ಕೂ ಮುಂದಾಗಬಹುದಲ್ಲವೆ?" ಅನುಚರರು: "ಹೌದು, ಅದಕ್ಕೂ

ಅವನು ಹೇಸುವವನಲ್ಲ. ಅದುಕೂಡ ಅವನಿಗೆ ಏನೂ ಅಲ್ಲ." ಸಂತ: "ಗೆಳೆಯರೇ, ಆ ಯಜಮಾನನು ನಮ್ಮ ಕೈಕಾಲುಗಳನ್ನು ಹಗ್ಗದಿಂದ ಬಿಗಿದು, ರೋಮರೋಮಗಳಿಂದಲೂ ರಕ್ತಚಿಮ್ಮುವಂತೆ ನಮ್ಮನ್ನು ಹಿಗ್ಗಾಮುಗ್ಗಾ ಥಳಿಸಿ, ಆಮೇಲೆ ಹೊರಗಿನ ಅಂಗಳದ ಹಿಮದಮೇಲೆ ಬಿಸಾಡಿಯೂಬಿಡಬಹುದಲ್ಲವೆ? ಆಗ ನಾವೇನು ಮಾಡಬೇಕು?" ಅನುಚರರು: ಆಗ ಏನು ಮಾಡಬೇಕೆಂಬುದನ್ನು ನೀನೇ ಹೇಳು ಸ್ವಾಮಿ. ಫ್ರಾನ್ಸಿಸ್: "ಆಗ ನಮಗೆ ಆ ಯಜಮಾನನ ಕಡೆಯಿಂದ ಅನೇಕ ಬಹುಮಾನಗಳು ಲಭಿಸಿದುವು ಎಂದೇ ತಿಳಿಯಬೇಕು." ಈ ವರ್ತನೆಯು ಕ್ಷಮಾಗುಣದ ತುತ್ತತುದಿ ಎಂದು ನಾವು ಭಾವಿಸಬಹುದಾಗಿದೆ!

ಈ ಕಥೆಯನ್ನು ಹೇಳಿದ ತರುವಾಯ ಸ್ವಾಮಿಗಳು ಜೈನಮತದ ವೈಶಿಷ್ಟ್ಯಗಳ ಮೇಲೆ ಬೆಳಕುಚೆಲ್ಲುತ್ತ "ಜೈನರು ಈ ಬಗೆಯ ಕಠೋರತಪಸ್ಸಿನ ಪ್ರಪ್ರಥಮ ಮಹಾನ್ ಗುರುಗಳು, ಯಾರನ್ನೂ ಹಿಂಸಿಸಬೇಡಿ, ನಿಮಗೆ ಸಾಧ್ಯವಾದಷ್ಟು ಒಳ್ಳೆಯದನ್ನು ಮಾಡಿ ಎಂದೇ ಅವರು ಬೋಧಿಸಿದರು. ನಾವು 'ನೈತಿಕ ಆದರ್ಶ' ಎಂದು ಕರೆಯುವ ಸಕಲವನ್ನೂ ಅವರು ಅಹಿಂಸೆ ಮತ್ತು ಪರೋಪಕಾರ ಎಂಬ ಅಮೋಘವಾದ ತತ್ತ್ವದಿಂದಲೇ ಸಿದ್ಧಪಡಿಸಿದ್ದಾರೆಂಬುದು ಒಂದು ಚಮತ್ಕಾರವಲ್ಲದೆ ಬೇರೆಯಲ್ಲ. ತಾವು ಕೊಲ್ಲಲ್ಪಟ್ಟರೂ ಅವರು ಲೆಕ್ಕಿಸುವುದಿಲ್ಲ, ಮತ್ತೊಂದು ಪ್ರಾಣಿಯನ್ನು ರಕ್ಷಿಸುವ ಚಿಂತೆ ಅವರದು" ಎಂದು ಬರೆದಿದ್ದಾರೆ.

ಸಂತಫ್ರಾನ್ಸಿಸನ ವೃತ್ತಾಂತದಲ್ಲಿ ವರ್ಣಿಸಲಾಗಿರುವ ಕ್ಷಮಾಗುಣಕ್ಕೆ ಸಂವಾದಿಯಾಗುವ ಘಟನೆಗಳು, ವಿವರಗಳು ಜೈನಗ್ರಂಥಗಳಲ್ಲಿ ವಿಪುಲವಾಗಿ ಬಂದಿವೆ."ಅವನು ನನ್ನನ್ನು ಬೈದು ಹೀಯಾಳಿಸಿದ ತಾನೆ, ಹೊಡೆಯಲಿಲ್ಲವಲ್ಲ; ಅವನು ನನ್ನನ್ನು ಬಡಿದು ಸಂತಾಪವನ್ನು ಉಂಟುಮಾಡಿದತಾನೆ, ನನ್ನ ತಲೆಯನ್ನು ಕಡಿಯಲಿಲ್ಲವಲ್ಲ; ಅವನು ನನ್ನ ತಲೆಯನ್ನು ಕಡಿದುಹಾಕಿದತಾನೆ, ಆದರೆ ನನ್ನ 'ಸಮಾಧಿಸ್ಥಿತಿ'ಯನ್ನೇನೂ ಕಸಿದುಕೊಳ್ಳಲಿಲ್ಲವಲ್ಲ– ಎಂದು ಕ್ರಮಕ್ರಮವಾಗಿ ಕ್ಷಮೆಯನ್ನೇ ಚಿಂತಿಸಬೇಕು" ಎಂದು 'ವಡ್ಡಾರಾಧನೆ' ಎಂಬ ಕನ್ನಡಜೈನಗ್ರಂಥದಲ್ಲಿ ಹೇಳಿದೆ.

ಭಗವಾನ್‌ಬುದ್ಧದೇವನ ಚರಿತ್ರೆಯಲ್ಲೂ ಈಗ ಹೇಳಲೇಬೇಕೆನಿಸುವ ಇಂತಹ ಚಿತ್ತಾಪಹಾರಕ ಪ್ರಸಂಗವೊಂದು ಬಂದಿದೆ. ಪೂರ್ಣ ಎಂಬಾತನು ಹಲವು ವರ್ಷಗಳ ಕಾಲ ಬುದ್ಧನ ಶಿಷ್ಯನಾಗಿದ್ದು, ಅವನ ಉಪದೇಶವನ್ನೆಲ್ಲ ಮನನಮಾಡಿಕೊಂಡಿದ್ದನು. ಒಂದುದಿನ ಅವನು ತಥಾಗತನನ್ನು ಸಮೀಪಿಸಿ "ಭಂತೇ, ನೀನು ಬೋಧಿಸಿರುವ ತತ್ತ್ವಗಳನ್ನು ಲೋಕದ ಜನರಿಗೆ ತಿಳಿಸಬೇಕೆಂದಿದ್ದೇನೆ; ಸೀಮಾಪ್ರಾಂತಕ್ಕೆ ಹೋಗಬೇಕೆಂದಿದ್ದೇನೆ; ನಿನ್ನ ಅಪ್ಪಣೆಯಾದರೆ ಮುಂದುವರಿಯುತ್ತೇನೆ" ಎಂದು ಬೇಡಿಕೊಂಡನು. ಆಗ ಆ ಗುರುಶಿಷ್ಯರ ನಡುವೆ ನಡೆದ ಸಂವಾದ ಅದೆಷ್ಟು ಹೃದಯಸ್ಪರ್ಶಿಯಾಗಿದೆ ನೋಡಿ: ಬುದ್ಧ: "ಸೀಮಾಪ್ರಾಂತಕ್ಕೆ ನೀನು ಹೋಗುತ್ತಿರುವುದು ಸರಿಯಷ್ಟೆ; ಆದರೆ ಆ ಜನರು

ಬಹಳ ಕ್ರೂರಿಗಳು, ಹಯಬರಟರು, ಹೇಗೆ ನಿಭಾಯಿಸುತ್ತೀಯೆ ವತ್ಸ?" ಪೂರ್ಣ: "ಅವರೇನೂ ನನಗೆ ಕಪಾಳಮೋಕ್ಷ ಮಾಡುವವರಲ್ಲ. ಗುದ್ದುವವರಲ್ಲ, ಆದ್ದರಿಂದ ಅವರು ಸತ್ಪುರುಷರೇ ಸರಿ ಎಂದು ತಿಳಿಯುತ್ತೇನೆ ತಂದೆ." ಬುದ್ಧ: "ಸರಿಯಪ್ಪ, ಕಪಾಳಮೋಕ್ಷವನ್ನೇ ಮಾಡಿದರು, ಗುದ್ದನ್ನೇ ಕೊಟ್ಟರೆಂದರೆ ಏನು ಮಾಡುತ್ತೀಯೆ ಕಂದ?" ಪೂರ್ಣ: "ಇರಲಿ ಬಿಡು ತಂದೆ, ಅವರೇನೂ ನನ್ನತ್ತ ಕಲ್ಲು ಬೀರುವವರಲ್ಲ, ಬಡಿಗೆ ಬೀಸುವವರಲ್ಲ, ಆದ್ದರಿಂದ ಅವರು ಸಜ್ಜನರೇ ಹೌದು ಎಂದು ತಿಳಿಯುತ್ತೇನೆ." ಬುದ್ಧ: ಆಗಲಪ್ಪಾ, ಒಂದುವೇಳೆ ಕಲ್ಲನ್ನೇ ಬೀರಿದರು, ಬಡಿಗೆಯನ್ನೇ ಬೀಸಿದರು, ಆಗೇನು ಮಾಡುತ್ತೀಯೆ ಮಗುವೆ?" ಪೂರ್ಣ: "ಬೀಸಲಿ ಬಿಡು ಸ್ವಾಮಿ, ಅವರೇನೂ ನನ್ನನ್ನು ಈಟಿಖಡ್ಗಗಳಿಂದ ಘಾತಿಸುವವರಲ್ಲ, ಅವರು ಒಳ್ಳೆಯವರೆಂದೇ ನಾನು ಭಾವಿಸುತ್ತೇನೆ." ಬುದ್ಧ: "ಸರಿಹೋಯಿತಪ್ಪಾ, ಒಂದು ವೇಳೆ ಈಟಿಖಡ್ಗಗಳಿಂದ ಘಾತಿಸಿದರೆಂದರೆ ಏನು ಮಾಡುತ್ತೀಯಪ್ಪಾ ?" ಪೂರ್ಣ: "ಆಗಲಿ ಬಿಡು ಗುರುವೆ, ಅವರು ನನ್ನ ಪ್ರಾಣವನ್ನೇನೂ ಅಪಹರಿಸುವುದಿಲ್ಲ, ಅವರು ಮಹನೀಯರೇ ಹೌದು ಎಂದು ನಂಬುತ್ತೇನೆ." ಬುದ್ಧ: "ಇನ್ನೀಗ ಹೇಳುವುದೇನು ಪೂರ್ಣ, ಅವರು ನಿನ್ನ ಪ್ರಾಣವನ್ನೇ ತೆಗೆದರೆಂದರೆ ಏನು ಮಾಡುತ್ತೀಯೆ?" ಪೂರ್ಣ: "ಈ ಪ್ರಪಂಚವೊಂದು ದುಃಖದಮನೆ, ಅಶಾಶ್ವತವಾದುದು; ಶರೀರವಾದರೋ ರೋಗಗಳಿಗೆ ಆವಾಸಸ್ಥಾನ. ಅದೆಷ್ಟುಕಾಲ ಈ ಶರೀರವನ್ನು ಹೊತ್ತು ಕೊಂಡು ತಿರುಗಬೇಕು ಗುರುವೆ! ನಾವೇ ಸತ್ತು ಹೋಗೋಣವೆಂದರೆ ಆತ್ಮಹತ್ಯೆಯು ಪಾಪಕರ. ಸೀಮಾಪ್ರಾಂತದವರು ನನ್ನ ಪ್ರಾಣವನ್ನೇ ಕಳೆದರೆಂದರೆ, ನನ್ನ ಬದುಕಿಗೆ ಮಂಗಳ ಹಾಡಿದರಲ್ಲಾ, ಅವರೇ ಪರಮೋಪಕಾರಿಗಳು ಎಂದು ಭಾವಿಸುತ್ತ, ನಿನ್ನ ನಗೆಮೊಗವನ್ನೇ ನೆನೆಯುತ್ತ, ಕೊನೆಯುಸಿರೆಳೆಯುತ್ತೇನೆ ತಂದೆ."

ಶಿಷ್ಯನ ಮನಸ್ಸಿನ ಪರಿಪಾಕವನ್ನು ಕಂಡು ಬುದ್ಧದೇವನು ರೋಮಾಂಚನಗೊಂಡನು. "ಪೂರ್ಣನೆಂಬ ಹೆಸರಿಗೆ ನೀನು ತಕ್ಕವನಾದೆಯಪ್ಪಾ. ಯಾವುದೇ ಪರಿಸ್ಥಿತಿಯಲ್ಲಿಯೂ ಮತ್ತೊಬ್ಬರಲ್ಲಿ ದೋಷವನ್ನು ಕಾಣದವನೇ ನಿಜವಾದ ಸನ್ಯಾಸಿ. ನೀನು ಧರ್ಮೋಪದೇಶ ಮಾಡಲು ಎಲ್ಲಿಗೆ ಬೇಕಾದರೂ ಹೋಗಬಹುದು. ಧರ್ಮವೇ ನಿನಗೆ ಬೆಂಗಾವಲಾಗಿ ಬರುತ್ತದೆ" ಎಂದು ಆಶೀರ್ವದಿಸಿ ಬೀಳ್ಕೊಟ್ಟನು.

ಇವೆಲ್ಲಕ್ಕೂ ತಿಲಕವಿಟ್ಟಂತೆ ಶಿವಶರಣೆ ಅಕ್ಕಮಹಾದೇವಿಯ ತ್ಯಾಗದ ಕಥೆಯನ್ನು ಹೇಳದಿರಲಾಗದು. ಕೌಶಿಕದೊರೆಯನ್ನು ಬಲವಂತಕ್ಕೆ ಮದುವೆಯಾಗಿ, ಸಂಸಾರವನ್ನು ತಾಳಲಾರದೆ, ತೀವ್ರ ವೈರಾಗ್ಯಪರಳಾಗಿ, ಸರ್ವಸ್ವವನ್ನೂ ತೊರೆದು ಹೊರಟುನಿಂತಳು. ಆಗ ಎಲ್ಲರೂ ದುಃಖದ ಮಡುವಿನಲ್ಲಿ ಮುಳುಗಿದರು. ಆಗ ಗೆಳತಿಯರ ಮತ್ತು ಅಕ್ಕಮಹಾದೇವಿಯ ನಡುವೆ ನಡೆದ ಸಂಭಾಷಣೆಯನ್ನು ಕೇಳಿ: ಗೆಳತಿಯರು: "ಅಕ್ಕಾ, ಇದೆಲ್ಲಿಗೆ ಹೊರಟೆ, ನೀನು ಹೋಗುವ ಹಾದಿಯಲ್ಲಿ ಕಿಡಿಕಿಡಿ ಕೆಂಡದಮಳೆ

ಕೆದರಬಹುದಲ್ಲಾ, ಏನು ಮಾಡುತ್ತೀಯಕ್ಕಾ?" ಅಕ್ಕ: "ಕೆಂಡದಮಳೆ ಕೆದರಿದರೆ, ಅದರಿಂದ ನನ್ನ ಹಸಿವು ಬಾಯಾರಿಕೆಗಳು ಅಡಗಿದುವೆಂದು ತಿಳಿಯುತ್ತೇನೆ ಕೆಳದಿಯರಿರಾ!" ಗೆಳತಿಯರು: "ಆಹಾ, ನೀನು ನಡೆಯುವ ದಾರಿಯಲ್ಲಿ ಮೋಡಗಳು ಹರಿದುಬಿದ್ದರೆ, ಏನು ಮಾಡುವೆಯಕ್ಕಾ ?" ಅಕ್ಕ: "ಮುಗಿಲು ಹರಿದುಬಿದ್ದರೆ, ಇದಾರೋ ನನ್ನ ಜಳಕಕ್ಕೆ ನೀರೆರೆಯುತ್ತಿದ್ದಾರಲ್ಲಾ ಎಂದು ಭಾವಿಸುತ್ತೇನೆ!" ಗೆಳತಿಯರು: "ಏನು ಹೇಳೋಣವಕ್ಕಾ, ನಿನ್ನ ಮಾರ್ಗದಲ್ಲಿ ಬೆಟ್ಟಗುಡ್ಡಗಳು ನಿನ್ನಮೇಲೆ ಉರುಳಿಬಿದ್ದರೆ ಏನು ಮಾಡುವೆ ತಾಯೆ?" ಅಕ್ಕ: "ಬೆಟ್ಟಗುಡ್ಡಗಳು ಉರುಳಿಬಿದ್ದರೆ, ಅದಾರೋ ನನ್ನಮೇಲೆ ದುಂಡುಮಲ್ಲಿಗೆ ಚೆಲ್ಲುತ್ತಿದ್ದಾರಲ್ಲಾ ಎಂದು ತಿಳಿಯುತ್ತೇನೆ!" ಗೆಳತಿಯರು: "ಎಲ್ಲಿಗೂ ಹೋಗಬೇಡವೇ ಅಕ್ಕ, ನೀನು ನಡೆವ ಹಾದಿಯಲ್ಲಿ ಯಾರಾದರೂ ನಿನ್ನ ತಲೆಯನ್ನೇ ಕಡಿದುರುಳಿಸಿದರೆ ಏನು ಮಾಡುವೆ ಹೇಳಕ್ಕಾ!" ಅಕ್ಕ: "ಯಾರಾದರೂ ನನ್ನ ಪುಣ್ಯವಶದಿಂದ ನನ್ನ ತಲೆಯನ್ನೇ ಕಡಿದುರುಳಿಸಿದರೆ ಈ ಪ್ರಾಣವು ಚೆನ್ನಮಲ್ಲಿಕಾರ್ಜುನನಿಗೆ ಸಮರ್ಪಿತವಾಯಿತು ಎಂದು ಚಿರಶಾಂತಿಯನ್ನು ಹೊಂದುತ್ತೇನೆ ಗೆಳತಿಯರಿರಾ!" ಸಹನೆಯೆಂದರೆ, ತ್ಯಾಗವೆಂದರೆ, ಸರ್ವಸಮರ್ಪಣವೆಂದರೆ, ಇಂತಹ ಮನಮುಟ್ಟುವ ಪ್ರಸಂಗಗಳನ್ನು ಮಿಕ್ಕುಮೀರುವ ವಿವರಣೆಗಳನ್ನು ಇನ್ನೆಲ್ಲಿಂದ ತರುವುದು!

೨೮. ಕುರುಡರು ಕಂಡ ಗಜರಾಜ

ಧರ್ಮ ಎಂದರೆ ವಿಕಾಸವಾಗುವುದು, ವಿಸ್ತಾರವಾಗುವುದು, ಬೆಳೆಯುವುದು, ಪ್ರೀತಿಸುವುದು ಎಂದರ್ಥ. ಪ್ರತಿಯೊಂದು ಗಡಿಯಾರಕ್ಕೂ ಹೇಗೆ ಒಂದೇಬಗೆಯ ಸ್ಪ್ರಿಂಗು ಇರಬೇಕಾಗಿಲ್ಲವೋ ಹಾಗೆಯೇ ನಮಗೆಲ್ಲರಿಗೂ ಒಂದೇಬಗೆಯ ಧರ್ಮವು ಇರಬೇಕಾಗಿಲ್ಲ. ಆದ್ದರಿಂದ ಅದರ ವಿಷಯದಲ್ಲಿ ಒಬ್ಬರಿಗೊಬ್ಬರು ಗುದ್ದಾಡಬೇಕಾಗಿಲ್ಲ. ಚಲನೆಯೇ ಜೀವನ. ನಮ್ಮಲ್ಲಿ ವಿವಿಧತೆ ಇರಬೇಕು, ಅದರೊಡನೆಯೇ ಏಕತೆಯೂ ಇರಬೇಕು. ಗುಲಾಬಿಯಹೂವನ್ನು ಯಾವ ಹೆಸರಿನಿಂದ ಕರೆದರೆ ತಾನೆ ಏನು, ಅದರ ಪರಿಮಳದಲ್ಲಿ ಯಾವುದೇ ವ್ಯತ್ಯಾಸವೂ ಉಂಟಾಗುವುದಿಲ್ಲ. ಆದ್ದರಿಂದ ನಮ್ಮ ಧರ್ಮವನ್ನು ಯಾವ ಹೆಸರಿನಿಂದ ಬೇಕಾದರೂ ಕರೆಯಬಹುದು ಎಂದು ಸ್ವಾಮಿ ವಿವೇಕಾನಂದರು ಸ್ಪಷ್ಟಪಡಿಸಿದ್ದಾರೆ. ಈ ವಿಚಾರಧಾರೆಯನ್ನು ಮನವರಿಕೆ ಮಾಡಿಕೊಡುವ ಸಲುವಾಗಿ "ಐದುಜನ ಕುರುಡರು ಒಂದುಆನೆಯನ್ನು ಕಂಡಕಥೆಯನ್ನು ನಿಮಗೆ ಹೇಳುತ್ತೇನೆ" ಎಂದು ಅದಕ್ಕೆ ಪ್ರಾಣಪ್ರತಿಷ್ಠೆಮಾಡಿ ಬಣ್ಣಿಸಿದ್ದಾರೆ.

ಉಜ್ಜಯಿನಿ ಎಂಬ ಪಟ್ಟಣದಲ್ಲಿ ಮಹಾಕಾಳದೇವರ ಹಬ್ಬದ ಅಂಗವಾಗಿ ವೈಭವಪೂರ್ಣವಾದ ಒಂದು ಮೆರವಣಿಗೆ ನಡೆಯಿತು. ಅದನ್ನು ನೋಡಲು ದೊಡ್ಡ ಜನಸ್ತೋಮವೇ ನೆರೆಯಿತು. ಸಮೀಪದ ಗ್ರಾಮದಿಂದ ಐವರು ಕುರುಡರೂ ಜೊತೆಗೂಡಿ ಆ ಮಹೋತ್ಸವಕ್ಕೆ ಬಂದರು. ಆ ಮೆರವಣಿಗೆಯ ಮುಂಚೂಣಿಯಲ್ಲಿ ಚೆನ್ನಾಗಿ ಅಲಂಕಾರ ಮಾಡಿದ ಆನೆಯೊಂದಿತ್ತು. ಅದನ್ನು ಕಂಡ ಜನಸ್ತೋಮ "ಆಹಾ ಆನೆ ಆನೆ" ಎಂದು ಸಂಭ್ರಮಪಟ್ಟಿತು. ಕುರುಡರಿಗೆ ಮಾತ್ರ ಆನೆ ಎಂದರೇನು ಎಂಬುದು ಗೊತ್ತಾಗಲಿಲ್ಲ. "ಇಷ್ಟೆಲ್ಲ ಜನರು ಕುಣಿದಾಡುವ ಆ ಆನೆ ಹೇಗಿರುತ್ತದೆ" ಎಂಬುದನ್ನು ತಿಳಿದುಕೊಳ್ಳಬೇಕು ಎಂದು ಅವರು ನಿರ್ಧರಿಸಿದರು. ಮೆರವಣಿಗೆಯೆಲ್ಲಾ ಮುಗಿಯಿತು. "ಮಾವಟಿಗನ ನಿಗಾವಣೆಯಲ್ಲಿ, ಆನೆಯು ಒಂದುಮರದ ನೆರಳಿನಲ್ಲಿ ನಿಂತಿದೆ" ಎಂದು ಕುರುಡರಿಗೆ ತಿಳಿಯಿತು.

ಐದೂ ಜನ ಕುರುಡರು ಅಲ್ಲಿಗೆ ಹೋದರು. ಮಾವಟಿಗನನ್ನು ಮಾತನಾಡಿಸಿ ಅವನ ಕೈಗೆ ಒಂದುರೂಪಾಯಿ ಕೊಟ್ಟರು. ಆನೆಯನ್ನು ಮುಟ್ಟಿನೋಡಿ, ಅದರ ಆಕಾರ ಹೇಗಿರುತ್ತದೆ ಎಂಬುದನ್ನು ತಿಳಿಯಲು ಅಪ್ಪಣೆಪಡೆದುಕೊಂಡರು. ಆನೆಯನ್ನು

ಮುಟ್ಟಿದ್ದೂ ಆಯಿತು, ಅದರ ಆಕಾರವನ್ನು ಅರಿತದ್ದೂ ಆಯಿತು. ಕುರುಡರು ನೆಮ್ಮದಿಯಿಂದ ತಮ್ಮ ಹಳ್ಳಿಯ ಹಾದಿ ಹಿಡಿದರು.

ದಾರಿನಡೆಯುವಾಗ ಆ ಅಂಧರು ತಾವು ಅರಿತ ಆನೆಯ ಸ್ವರೂಪವನ್ನು ತಮ್ಮತಮ್ಮೊಳಗೇ ಚರ್ಚಿಸುತ್ತ ಹೋದರು. ಮೊದಲನೆಯವನು "ಆನೆ ಒಂದು ಕಂಬದ ಹಾಗೆ ಇದೆ" ಎಂದನು. ಎರಡನೆಯವನು "ಇಲ್ಲ, ಅದು ಹಾಗಲ್ಲ. ಆನೆ ಒಂದು ಮೊರದಂತೆ ಇದೆ" ಎಂದು ಹೇಳಿದನು. ಮೂರನೆಯವನು "ಎಲ್ಲಾದರೂ ಉಂಟೆ, ಆನೆ ಒಂದು ಗೋಡೆಯಂತೆ ಇದೆ" ಎಂದು ದಬಾಯಿಸಿ ಹೇಳಿದನು. ಅವರ ಚರ್ಚೆಗೆ ಸ್ವಲ್ಪ ಕಾವೇರಿತು. "ಆನೆಯನ್ನು ನೀವಾರೂ ಸರಿಯಾಗಿ ತಿಳಿಯಲಿಲ್ಲ, ಅದೊಂದು ಹೆಬ್ಬಾವಿನಂತಿದೆ" ಎಂದು ನಾಲ್ಕನೆಯವನು ತಾನು ಕೇಳಿತಿಳಿದಿದ್ದ ಹೆಬ್ಬಾವಿನ ಅನುಭವ ದಿಂದ ಹೇಳಿದನು. ಐದನೆಯವನಾದರೋ "ಬಿಡಿ ಬಿಡಿ, ಆನೆಯೆಲ್ಲಿ ನೀವೆಲ್ಲಿ, ಅದೊಂದು ಹಗ್ಗದ ತುಂಡಿನ ಹಾಗಿದೆ" ಎಂದು ತನ್ನ ತೀರ್ಮಾನವನ್ನು ಕೊಟ್ಟನು. "ನಾನು ಹೇಳಿದ್ದೇ ಸರಿ, ತಾನು ಹೇಳಿದ್ದು ಸರಿ" ಎಂದು ಮಾತಿಗೆ ಮಾತು ಬೆಳೆದು ಅದು ಜಗಳದ ಸ್ವರೂಪವನ್ನು ತಾಳಿತು; ಒಬ್ಬರಿಗೊಬ್ಬರು "ಆನೆ ಕಂಬದ ಹಾಗೆ, ಆನೆ ಗೋಡೆಯ ಹಾಗೆ" ಎಂದು ಹೇಳುತ್ತ ಗುದ್ದಾಡತೊಡಗಿದರು.

ಆ ಹೊತ್ತಿಗೆ ಸರಿಯಾಗಿ ಸಾಧುಗಳೊಬ್ಬರು ಆ ಕುರುಡರಿಗೆ ಎದುರಾಗಿ ಬಂದರು. "ಏಕೆ ಬಡಿದಾಡುತ್ತಿದ್ದೀರಿ ಅಣ್ಣಗಳಿರಾ" ಎಂದು ಕಳಕಳಿಯಿಂದ ಕೇಳಿದರು. ಕುರುಡರು ಹೊಡೆದಾಟ ನಿಲ್ಲಿಸಿ, ತಮ್ಮ ನಡುವೆ ಎದ್ದುನಿಂತಿರುವ ವಿವಾದವನ್ನು ವರ್ಣಿಸಿದರು. ಆದನ್ನೆಲ್ಲ ಆಲಿಸಿದ ಸಾಧುಮಹಾತ್ಮರು "ನೀವು ಒಬ್ಬೊಬ್ಬರು ಹೇಳುತ್ತಿರುವುದೂ ಸರಿಯಾಗಿದೆ. ಆನೆಯೆಂಬುದು ದೊಡ್ಡಪ್ರಾಣಿ. ನೀವು ಒಬ್ಬೊಬ್ಬರೂ ಅದರ ಬೇರೆ ಬೇರೆ ಅಂಗಗಳನ್ನು ಮುಟ್ಟಿನೋಡಿದ್ದೀರಿ. ಕಂಬದಂತೆ ಇದ್ದುದು ಆನೆಯ ಕಾಲುಗಳು; ಮೊರದಂತೆ ಇದ್ದುದು ಆನೆಯ ಕಿವಿಗಳು; ಗೋಡೆಯಂತೆ ಇದ್ದುದು ಆನೆಯ ಪಕ್ಕೆಗಳು; ಹೆಬ್ಬಾವಿನಂತೆ ಇದ್ದುದು ಆನೆಯ ಸೊಂಡಿಲು; ಹಗ್ಗದ ತುಂಡಿನಂತೆ ಇದ್ದುದು ಆನೆಯ ಬಾಲ. ಇನ್ನು ನೀವು ಹೊಡೆದಾಡಬೇಡಿ, ನೀವೆಲ್ಲ ಸರಿಯಾಗಿಯೇ ಹೇಳಿದ್ದೀರಿ ಅಣ್ಣಗಳಿರಾ. ಆದರೆ ನೀವು ಆನೆಯನ್ನು ಪೂರ್ಣವಾಗಿ ನೋಡಲಾಗದೆ ಸ್ವಲ್ಪಸ್ವಲ್ಪವನ್ನೇ ನೋಡಿದ್ದೀರಿ. ನೀವು ಐವರು ಹೇಳಿರುವುದನ್ನೆಲ್ಲ ಒಂದಾಗಿ ಜೋಡಿಸಿಕೊಂಡು ಆನೆಯ ಕಲ್ಪನೆ ಮಾಡಿಕೊಳ್ಳಿ" ಎಂದು ತಿಳಿವಳಿಕೆ ಹೇಳಿದರು. ಆ ಕುರುಡರಿಗೆ ಹೊರಗಣ್ಣು ಕಾಣಿಸು ತ್ತಿರಲಿಲ್ಲವೇ ಹೊರತು, ಒಳಗಣ್ಣು ಕಾಣಿಸುತ್ತಿತ್ತು. ಸಂತರ ಉಪದೇಶವನ್ನು ಅರ್ಥಮಾಡಿಕೊಂಡು, ಜಗಳವನ್ನು ಬಿಟ್ಟು, ತಮ್ಮ ಹಳ್ಳಿಯನ್ನು ಸೇರಿಕೊಂಡರು. ಅವರ ಒಳಗಣ್ಣೂ ಕುರುಡಾಗಿದ್ದರೆ ಯಾರೇನು ಹೇಳಿದರೂ ಅವರು ಕೇಳುತ್ತಿರಲಿಲ್ಲ.

ದೊಡ್ಡ ಆನೆಯೊಂದರ ಭಾಗಗಳನ್ನು ಮುಟ್ಟಿನೋಡಿದ ಕುರುಡರ ಕಥೆ ಧರ್ಮವನ್ನು

ವಿಶದಪಡಿಸಲು ಯೋಗ್ಯವಾಗಿದೆ. ಧರ್ಮ ಇಂದು ಇಂತಹ ಜಗಳದಲ್ಲಿ ಸಿಕ್ಕಿಹಾಕಿಕೊಂಡಿದೆ. ಪಾಶ್ಚಾತ್ಯದೇಶದವರು ತಮ್ಮದೊಂದೇ ನಿಜವಾದ ಧರ್ಮ ಎಂದು ಭಾವಿಸುತ್ತಾರೆ. ಪೌರಸ್ತ್ಯರು ಕೂಡ ಹಾಗೆಯೇ ಭಾವಿಸುತ್ತಾರೆ. ಇಬ್ಬರದೂ ತಪ್ಪೆ. ದೇವರು ಎಲ್ಲ ಧರ್ಮಗಳಲ್ಲೂ ಇದ್ದಾನೆ. ಧರ್ಮದಲ್ಲಿಸಹ ವಿವಿಧ ಮತಪಂಥಗಳ ಜನರು ಸತ್ಯವನ್ನು ಭಾಗಶಃ ಕಂಡುಕೊಂಡಿದ್ದಾರೆ. ಸತ್ಯವಾದರೋ ಅನಂತವಾದುದು. ಯಾವನೊಬ್ಬನೂ "ನಾನದನ್ನು ಪೂರ್ಣವಾಗಿ ಕಂಡಿರುವೆ" ಎನ್ನುವ ಹಾಗಿಲ್ಲ ಎಂದು ಸ್ವಾಮಿಗಳು ವಿಶ್ಲೇಷಿಸಿದ್ದಾರೆ.

ಮತೀಯ ಭಾವನೆಗಳಿಂದ ಕುರುಡರಾದವರನ್ನು ತಿದ್ದುವುದು ಮಾತ್ರ ಕಷ್ಟ ಎನ್ನುವುದನ್ನು ಹೇಳಲು ವಿವೇಕಾನಂದರು ಉದ್ಧರಿಸಿರುವ ಮಾತುಗಳು ಅತ್ಯಂತ ಪ್ರಭಾವಪೂರ್ಣವಾಗಿವೆ. "ಮರಳನ್ನು ಗಾಣದಲ್ಲಿ ಅರೆದು ಎಣ್ಣೆಯನ್ನು ತೆಗೆದೆವು ಎಂದರೆ ನಂಬಬಹುದು. ಮೊಸಳೆಯ ಬಾಯಲ್ಲಿರುವ ಹಲ್ಲನ್ನು, ಅದರಿಂದ ಕಚ್ಚಿಸಿಕೊಳ್ಳದೆ ಕಿತ್ತು ಹಾಕಿದೆವು ಎಂದರೂ ನಂಬಬಹುದು. ಆದರೆ ಮತಾಂಧರು ಸುಧಾರಿಸಿದರು ಎಂದರೆ ನಂಬುವುದು ಕಷ್ಟ." ಇದು 1893ನೇ ಇಸವಿಯ ಮಾತು. ಒಂದು ಶತಮಾನವೇ ಉರುಳಿ ಹೋಗಿದೆ. ಆದರೆ ಮತಾಂಧರಾದ ಉಗ್ರಗಾಮಿಗಳು ಜಗತ್ತಿನಾದ್ಯಂತ ಉಂಟುಮಾಡುತ್ತಿರುವ ಕೋಲಾಹಲದ ಹಿನ್ನೆಲೆಯಲ್ಲಿ ಇಂದಿಗೆ ಈ ಮಾತು ಎಷ್ಟು ಸತ್ಯ ಎಂಬುದನ್ನು ಮನಗಾಣಬಹುದು.

"ಕವಿಗಳು ಮುಂದೆ ಘಟಿಸುವುದನ್ನು ತಮ್ಮ ಒಳಗಣ್ಣುಗಳಿಂದ ಮೊದಲೇ ಕಾಣುತ್ತಾರೆ" ಎಂಬ ಕ್ರಾಂತದರ್ಶಿಗಳ ಗುಂಪಿಗೆ ವಿವೇಕಾನಂದರೂ ಸೇರುತ್ತಾರೆ.

ಕುರುಡರು ಕಂಡ ಆನೆಯ ದೃಷ್ಟಾಂತಬಣ್ಣನೆಗೆ ಶ್ರೀರಾಮಕೃಷ್ಣರೇ ಮೂಲ ಮೂರ್ತಿಯಾಗಿದ್ದಾರೆ. ಮತಾಂಧಶ್ರದ್ಧೆಯ ವಿವಿಧಮುಖಗಳನ್ನು ಅವರು ಈ ದೃಷ್ಟಾಂತದ ಮೂಲಕ ಬಯಲಿಗೆಳೆದು ಸಮರಸತೆಯನ್ನು ಬೋಧಿಸಿದ್ದಾರೆ. "ನಮ್ಮ ಶ್ರೀಕೃಷ್ಣನನ್ನು ಭಜಿಸದಿದ್ದರೆ ನಿಮಗೇನೂ ದೊರಕುವುದಿಲ್ಲ. ನಮ್ಮ ಭಗವತಿಕಾಳಿಯನ್ನು ಭಜಿಸದಿದ್ದರೆ ನಿಮಗೆ ಏನೂ ಕೈಹತ್ತುವುದಿಲ್ಲ. ಅವಳೊಬ್ಬಳೆ ಸಂಸಾರದಿಂದ ಪಾರುಮಾಡಿಸುವವಳು. ಕ್ರಿಸ್ತಧರ್ಮವನ್ನು ಒಪ್ಪಿಕೊಳ್ಳಲಿಲ್ಲ ಎಂದರೆ ನೀವು ಉದ್ಧಾರವಾಗುವ ಹಾಗೆಯೇ ಇಲ್ಲ, ನನ್ನ ಧರ್ಮವೇ ಸರಿ, ಉಳಿದವರದೆಲ್ಲ ತಪ್ಪು" ಎಂದು ಮುಂತಾಗಿ ಹೇಳುತ್ತಾ ಜಗಳವಾಡುವುದು ಬಹಳ ಕೆಟ್ಟದ್ದು. ಎಲ್ಲ ಧರ್ಮಗಳ ಮೂಲಕವೂ ಭಗವಂತನನ್ನು ಪಡೆದುಕೊಳ್ಳಬಹುದು. ಅವನು ವೈಷ್ಣವರಿಗೂ ದೊರೆಯುತ್ತಾನೆ. ಶಾಕ್ತರಿಗೂ ದೊರೆಯುತ್ತಾನೆ. ವೇದಾಂತವಾದಿಗಳಿಗೂ ದೊರೆಯುತ್ತಾನೆ. ಬ್ರಾಹ್ಮಭಕ್ತರಿಗೂ ದೊರೆಯುತ್ತಾನೆ. ಮುಸಲ್ಮಾನ ಕ್ರಿಶ್ಚಿಯನ್ನರಿಗೂ ಆತ ದೊರಕುತ್ತಾನೆ. ಈ ಪ್ರಪಂಚದ ಬಾಳು ಎರಡುದಿನದ್ದು, ಹಣ, ಕೀರ್ತಿ, ದೇಹಸುಖ ಇವುಗಳ ಮೇಲಿನ ಆಸಕ್ತಿ ದಿನ

ದಿನಕ್ಕೂ ಕಡಿಮೆಯಾಗುವಂತೆ ನೀನು ಕರುಣಿಸು ಎಂದು ಅವನನ್ನು ಬೇಡಿಕೊಳ್ಳಬೇಕು, ಅಂತರಂಗವನ್ನು ಶುದ್ಧಮಾಡಿಕೊಳ್ಳಬೇಕು, ಹೃತ್ಪೂರ್ವಕವಾದ ಮನಸ್ಸು ಇರಬೇಕು. ಆಗ ಆತ ಎಲ್ಲರಿಗೂ ದೊರೆಯುತ್ತಾನೆ.

ಭಗವಂತನು ಸಾಕಾರನೇ, ನಿರಾಕಾರನಲ್ಲ ಎಂದು ವೈಷ್ಣವರು ವೇದಾಂತಿಗಳೊಡನೆ ಸೆಣಸಾಡುತ್ತಾರೆ. ಆದರೆ ಯಾರು ಭಗವಂತನನ್ನು ಸಾಕ್ಷಾತ್ಕಾರಮಾಡಿಕೊಂಡಿದ್ದಾರೋ ಅವರು ಮಾತ್ರ ಭಗವಂತನು ಸಾಕಾರನೂ ಹೌದು, ನಿರಾಕಾರನೂ ಹೌದು; ಅಷ್ಟು ಮಾತ್ರವಲ್ಲ, ಅವನು ಇನ್ನೂ ಏನೇನೋ ಹೌದು ಎಂಬುದನ್ನು ಚೆನ್ನಾಗಿ ತಿಳಿದುಕೊಂಡಿರುತ್ತಾರೆ. ಭಗವಂತನು ಭಕ್ತರಿಗಾಗಿ ಮನುಷ್ಯರೂಪವೇ ಆದಿಯಾಗಿ ವಿವಿಧ ರೂಪಗಳನ್ನು ಧರಿಸಿಕೊಂಡು ಬಂದು ಸಾಕಾರನೆನಿಸಿದ್ದಾನೆ. ಅವನು ಅಖಂಡಸಚ್ಚಿದಾನಂದ ಬ್ರಹ್ಮ, ನಿರಾಕಾರ ಎಂದು ವೇದದಲ್ಲಿ ಹೇಳಿರುವುದೂ ಅಷ್ಟೇ ಸತ್ಯ. ಅವನು ಸಗುಣನೂ ಹೌದು, ನಿರ್ಗುಣನೂ ಹೌದು– ಎಂದು ಮುಂತಾಗಿ ಪರಮಹಂಸರು ಈ ದೃಷ್ಟಾಂತದ ಹಿನ್ನೆಲೆಯಲ್ಲಿ ಭಕ್ತರ ನಡುವೆ ಉಂಟಾಗುವ ಹಲವು ವಿವಾದಗಳಿಗೆ ಸೂಕ್ತವಾದ ಪರಿಹಾರಗಳನ್ನು ಉಪದೇಶಿಸಿದ್ದಾರೆ.

೨೯. ಟಾಂಟಲಸ್ಸನ ನರಕಯಾತನೆ

ದೇವರು ಪ್ರೇಮನಿಧಿಯೂ ಸರ್ವಶಕ್ತನೂ ಆಗಿದ್ದಾನೆ. ಅವನು ಈ ಜಗತ್ತಿಗೆಲ್ಲ ಸಾರ್ವಭೌಮನಾಗಿ ರಾಜ್ಯಭಾರ ನಡೆಸುತ್ತಿದ್ದಾನೆ. ಆದರೆ ಅವನ ಆಳ್ವಿಕೆಯಲ್ಲಿ ಕಷ್ಟಗಳೂ ಕ್ರೌರ್ಯಗಳೂ ಸಂದೇಹಗಳೂ ದಿನದಿಂದದಿನಕ್ಕೆ ಹೆಚ್ಚುತ್ತಲೇ ಇವೆಯಲ್ಲ ಎಂದು ಬೇಸರವಾಗುತ್ತದೆ. ಸುಖಕ್ಕಿಂತ ದುಃಖವೇ ಹೆಚ್ಚಾಗಿ, ಒಳ್ಳೆಯದಕ್ಕಿಂತ ಕೆಟ್ಟದ್ದೇ ಹೆಚ್ಚಾಗಿ, ಇದೊಂದು ಭಯಂಕರ ರಣರಂಗವಾಗಿಬಿಟ್ಟಿದೆಯಲ್ಲಾ ಎಂಬ ಸಮಸ್ಯೆ ಕಾಡತೊಡಗುತ್ತದೆ. ನಮಗೆ ಸುಖವನ್ನು ಅನುಭವಿಸಬೇಕೆಂಬ ಇಚ್ಛೆ ಬಲವಾಗಿದೆ. ಆದರೆ ಅದನ್ನು ಈಡೇರಿಸಿಕೊಳ್ಳಲು ಹೋದರೆ ಬಲವಾದ ಹೊಡೆತಬೀಳುತ್ತದೆ. ಹೀಗಾಗಿ ನಾವೆಲ್ಲ ಇಲ್ಲಿ ಟಾಂಟಲಸ್ಸನಂತೆ ಬಾಳಬೇಕಾಗಿದೆ ಎಂದು ಸ್ವಾಮಿ ವಿವೇಕಾನಂದರು ಹೇಳಿದ್ದಾರೆ. ಅವರು ಸೂಚನಾರೂಪದಲ್ಲಿ ಉಲ್ಲೇಖಿಸಿರುವ ಟಾಂಟಲಸ್ಸನ ಕಥೆಯನ್ನು ಪೂರ್ಣವಾಗಿ ನಾವು ಅರಿತುಕೊಂಡರೆ ವಿವೇಕಾನಂದರ ಈ ಮೇಲಿನ ಚಿಂತನೆ ಮನಸ್ಸಿಗೆ ಸಮಾಧಾನವನ್ನುಂಟು ಮಾಡುತ್ತದೆ.

ಟಾಂಟಲಸ್ ಎಂಬಾತನು ಗ್ರೀಕ್‌ಪುರಾಣಗಳಲ್ಲಿ ಬರುವ ಒಬ್ಬ ದೊರೆಯಾಗಿದ್ದಾನೆ. ಅವನು ಲಿಡಿಯ ಎಂಬ ರಾಜ್ಯವನ್ನು ಆಳುತ್ತಿದ್ದನು. ಅವನು ಸ್ಯೂಸ್ ಎಂಬ ಹೆಸರಿನ ಮಹಾದೇವನ ಅಂಶದಿಂದ ಪ್ಲೂಟೋ ಎಂಬ ದೇವಸುಂದರಿಯಲ್ಲಿ ಜನಿಸಿದ್ದನು. ಸ್ಯೂಸ್ ಎಂದರೆ ಅವನು ಅತ್ಯಂತ ಬಲಿಷ್ಠನಾದ ದೇವತೆ. ಸ್ವರ್ಗಲೋಕದ ದೇವಸಭೆಯಲ್ಲಿ ಎಲ್ಲರಿಗಿಂತಲೂ ಉನ್ನತವಾದ ಸ್ಥಾನವನ್ನು ಅವನು ಅಲಂಕರಿಸಿದ್ದನು. ಅವನಿಗೊಂದು ಸ್ವರ್ಣಸಿಂಹಾಸನವಿತ್ತು. ಅದಕ್ಕೆ ಕಾಮನಬಿಲ್ಲಿನ ಏಳುಬಣ್ಣಗಳೇ ಏಳು ಮೆಟ್ಟಿಲುಗಳಾಗಿದ್ದುವು. ಸಿಡಿಲೇ ಅವನಿಗೆ ಆಯುಧವಾಗಿತ್ತು. ಈ ಮಹಾದೇವನಾದ ಸ್ಯೂಸನಿಗೆ ಟಾಂಟಲಸ್ಸನು ತುಂಬಾ ಬೇಕಾದವನಾಗಿದ್ದನು. ಸ್ವರ್ಗಲೋಕದಲ್ಲಿ ನಡೆಯುತ್ತಿದ್ದ ದೇವತೆಗಳ ಔತಣಕೂಟಕ್ಕೆ ಸ್ಯೂಸನು ಅವನನ್ನು ಆಗಾಗ ಬರಮಾಡಿಕೊಳ್ಳುತ್ತಿದ್ದನು. ದೇವತೆಗಳ ಪಂಕ್ತಿಯಲ್ಲಿಯೇ ಅವನಿಗೂ ಅಮೃತಾಹಾರ ಲಭಿಸುತ್ತಿತ್ತು. "ನಾನು ಸ್ಯೂಸನಿಗೆ ಅಚ್ಚುಮೆಚ್ಚಿನವನಾಗಿದ್ದೇನೆ, ಯಾರಿಗೇನೂ ಕಡಿಮೆಯವನಲ್ಲ, ದೇವತೆಗಳೊಡನೆ ಸಹಪಂಕ್ತಿಯಲ್ಲಿ ನಾನು ಸನ್ಮಾನಿತನಾಗುತ್ತಿದ್ದೇನೆ" ಎಂದು ಟಾಂಟಲಸ್ಸನು ಅಹಂಕಾರಕ್ಕೆ ಒಳಗಾಗಿಬಿಟ್ಟನು. 'ನಾನು' ಎಂಬ ತಪ್ಪಾದ ಕೇಂದ್ರವನ್ನು ಅವಲಂಬಿಸಿ ವ್ಯವಹರಿಸ

ತೊಡಗಿದನು. ಒಮ್ಮೆ ಅವನು ತನ್ನ ಗೆಳೆಯರಿಗೆ ಕೊಡೋಣವೆಂದು, ದೇವತೆಗಳಿಗೆ ಮೀಸಲಾದ ಅಮೃತವನ್ನು ಭೂಮಿಗೆ ಕದ್ದುತಂದು ತನ್ಮೂಲಕ ಸ್ಯೂಸನ ವಿಶ್ವಾಸಕ್ಕೆ ದ್ರೋಹವೆಸಗಿಬಿಟ್ಟನು.

ಆ ತರುವಾಯದಲ್ಲಿ ಒಮ್ಮೆ ಟಾಂಟಲಸ್ಸನು ಸ್ಯೂಸನನ್ನೂ ದೇವತೆಗಳನ್ನೂ ಕುರಿತು "ನೀವೆಲ್ಲರೂ ನನ್ನ ರಾಜ್ಯಕ್ಕೆ ದಯಮಾಡಿಸಬೇಕು, ನಿಮಗಾಗಿ ನಾನೊಂದು ಭೋಜನ ಕೂಟವನ್ನು ಏರ್ಪಡಿಸಿದ್ದೇನೆ" ಎಂದು ಆಹ್ವಾನಿಸಿದನು. ಆ ಆಹ್ವಾನವನ್ನು ಒಪ್ಪಿಕೊಂಡು ಸ್ಯೂಸನೇ ಆದಿಯಾಗಿ ಎಲ್ಲ ದೇವತೆಗಳೂ ಟಾಂಟಲಸ್ಸನ ಮೇಲಿನ ಅಭಿಮಾನದಿಂದ ಲಿಡಿಯರಾಜ್ಯಕ್ಕೆ ಆಗಮಿಸಿದರು. ಟಾಂಟಲಸ್ಸನಾದರೋ ಆ ದೇವತೆಗಳ ದೈವತ್ವವನ್ನು ಪರೀಕ್ಷಿಸಬೇಕು, ಅವರೆಲ್ಲ ನರಭಕ್ಷಕರು ಎಂದು ಬಿಂಬಿಸಿ ಕೀಳ್ಗಳೆಯಬೇಕು ಎಂಬೆಲ್ಲ ದುಷ್ಟಆಲೋಚನೆಗಳಿಗೆ ಪಕ್ಕಾಗಿಬಿಟ್ಟನು. ತನ್ನ ಎಳೆಯಬಾಲಕನಾದ ಪೆಲೋಪ್ಸ್ ಎಂಬಾತನನ್ನು ನಿಷ್ಕರುಣೆಯಾಗಿ ಕೊಂದು, ಅವನ ಮಾಂಸದಿಂದ ಅಡುಗೆ ಮಾಡಿಸಿದನು. ಅದನ್ನು ಸ್ಯೂಸ್ ಆದಿಯಾಗಿ ಎಲ್ಲ ದೇವತೆಗಳಿಗೂ ಉಣಬಡಿಸಿದನು. ಭೋಜನದ ಆರಂಭದಲ್ಲಿಯೇ ಟಾಂಟಲಸ್ಸನ ಕುಹಕಿತನವೂ ಕುತಂತ್ರವೂ ಬಯಲಾಗಿ, ಸ್ಯೂಸ್‌ಮಹಾದೇವನು ಬಹುವಾಗಿ ಕೆರಳಿದನು. "ನನ್ನ ಸಲುಗೆಯನ್ನು ದುರುಪಯೋಗ ಪಡಿಸಿಕೊಂಡಿದ್ದೀಯೆ, ನನಗೇ ತಿರುಮಂತ್ರಹೇಳುವ ಉದ್ಧಟನಾಗಿದ್ದೀಯೆ, ನಿನ್ನ ಅಕೃತ್ಯಕ್ಕೆ ತಕ್ಕ ಶಿಕ್ಷೆಯನ್ನು ನೀನು ಅಧೋಲೋಕದಲ್ಲಿ ಅನುಭವಿಸು" ಎಂದು ಶಪಿಸಿದನು. ಅಸಹಾಯಕ ಎಳೆಯಬಾಲಕ ಪೆಲೋಪ್ಸನ ಮೇಲೆ ಮರುಕದೋರಿ ತನ್ನ ಮಂತ್ರಬಲದಿಂದ ಅವನನ್ನು ಬದುಕಿಸಿ ಮೇಲೆತ್ತಿದನು. ಶರಣಾರ್ಥಿಗಳು, ಅತಿಥಿಗಳು, ಯಾಚಕರು, ಕಷ್ಟಕ್ಕೆ ಸಿಲುಕಿದವರು– ಮೊದಲಾದ ಎಲ್ಲರನ್ನೂ ಸ್ಯೂಸ್‌ದೇವನು ರಕ್ಷಿಸುವವನಾಗಿದ್ದನು. ತಪ್ಪಿತಸ್ಥರನ್ನು ಮಾತ್ರ ಕ್ರೂರವಾಗಿ ದಂಡಿಸುತ್ತಿದ್ದನು. ಏಕಾಂಗಿಯಾಗಿ ಆಗಾಗ ಭೂಲೋಕದಲ್ಲಿ ವೇಷಮರೆಸಿಕೊಂಡು ಸಂಚರಿಸುತ್ತ, ದುಷ್ಟಶಿಕ್ಷಣ, ಶಿಷ್ಟಪರಿಪಾಲನ ಕಾರ್ಯಗಳನ್ನು ನಿರ್ವಹಿಸುತ್ತಿದ್ದನು.

ಅಧೋಲೋಕಕ್ಕೆ ತಳ್ಳಲ್ಪಟ್ಟ ಟಾಂಟಲಸ್ಸನಿಗೆ ಘೋರವಾದ ಶಿಕ್ಷೆ ಪ್ರಾರಂಭ ವಾಯಿತು. ಅವನನ್ನು ಸೊಂಟಮಟ್ಟದವರೆಗೆ ಒಂದು ದ್ರಾಕ್ಷಾರಸದ ಕೊಳದಲ್ಲಿ ಹೂತುಹಾಕಿದರು. ಆ ಕೊಳದ ದಂಡೆಯಲ್ಲಿ ಸೇಬು, ಅಂಜೂರ, ದ್ರಾಕ್ಷಿ, ದಾಳಿಂಬೆ ಮುಂತಾದ ಹಣ್ಣಿನ ಮರಗಳು ಫಲಭಾರದಿಂದ ತೂಗಿತೊನೆಯುತ್ತಿದ್ದುವು. ಹದವಾಗಿ ಮಾಗಿ ಗಮಗಮಿಸುತ್ತಿದ್ದ ಆ ಬಣ್ಣಬಣ್ಣದ ಹಣ್ಣುಗಳು ನೋಡಿದರೆ ಸಾಕು, ಬಾಯಲ್ಲಿ ನೀರೂರುವಂತೆ ಮಾಡುತ್ತಿದ್ದುವು. ಆ ಹಣ್ಣುಗಳಾದರೋ ಟಾಂಟಲಸ್ಸನಿಗೆ ಎಟುಕು ವಂತೆಯೇ ಅವನ ಭುಜದ ಮೇಲೆ ತೊನೆದಾಡುತ್ತಿದ್ದುವು. ಅವನಿಗೆ ಅಲ್ಲಿ ಯಾರೂ ಯಾವುದೇ ಆಹಾರವನ್ನು ಕೊಡುತ್ತಿರಲಿಲ್ಲ. ಕುಡಿಯಲು ನೀರನ್ನಾದರೂ ಕೊಡುತ್ತಿರಲಿಲ್ಲ.

ಹಸಿವಿನಿಂದ ಕಂಗೆಟ್ಟು ಟಾಂಟಲಸ್ಸನು, ತನ್ನ ಭುಜದಮೇಲೆ ತೊನೆಯುತ್ತಿದ್ದ ಹಣ್ಣು ಗಳನ್ನಾದರೂ ತಿನ್ನೋಣವೆಂದು ಕೈನೀಡುತ್ತಿದ್ದನು. ಹಾಗೆ ನೀಡುತ್ತಿದ್ದಂತೆ ಬಿರುಗಾಳಿಯು ಬೀಸಿ, ಆ ಹಣ್ಣಿನ ಗೊಂಚಲುಗಳು ಕೈಗೆಟುಕದಂತೆ ದೂರಕ್ಕೆ ಸರಿದುಬಿಡುತ್ತಿದ್ದುವು. ಬಿರುಗಾಳಿ ಶಾಂತವಾದಮೇಲೆ ಮತ್ತೆ, ಆ ಹಣ್ಣುಗಳು ಅವನ ಭುಜಕ್ಕೇ ತಾಗುತ್ತ, ಪ್ರಲೋಭನೆಯನ್ನುಂಟುಮಾಡುತ್ತಿದ್ದುವು. 'ಈಗ ಎಟುಕಿಸಿಕೊಳ್ಳೋಣ' ಎಂದು ಪ್ರಯತ್ನಿಸಿದರೆ, ಮತ್ತೆ ಬಿರುಗಾಳಿಯ ಹೊಡೆತದಿಂದ ದೂರಸರಿಯುತ್ತಿದ್ದುವು. ಆ ವಿದ್ಯಮಾನವು ಪುನರಾವರ್ತನಗೊಳ್ಳುತ್ತಲೇ ಇತ್ತು.

'ಹೋಗಲಿ, ಈ ಹಣ್ಣುಗಳ ಸಹವಾಸ ಬೇಡ, ದ್ರಾಕ್ಷಾರಸವನ್ನಾದರೂ ಕುಡಿದು ಬಾಯಾರಿಕೆಯನ್ನು ಇಂಗಿಸಿಕೊಳ್ಳೋಣ' ಎಂದು ಟಾಂಟಲಸ್ಸನು ತನ್ನ ಕೈಗಳನ್ನು ಬೊಗಸೆ ಮಾಡಿಕೊಂಡು ಕೆಳಕ್ಕೆ ಬಾಗುತ್ತಿದ್ದನು. ಒಡನೆಯೆ ಅದು ತಳಮಟ್ಟಕ್ಕೆ ತಲಪಿ, ಕೈಗೆ ಎಟುಕದಂತಾಗಿಬಿಡುತ್ತಿತ್ತು. "ಅಯ್ಯೋ, ಹೀಗಾಯಿತಲ್ಲಾ" ಎಂದು ದುಃಖಿಸುತ್ತ ನೆಟ್ಟಗೆ ನಿಂತಬಳಿಕ ಮತ್ತೆ ದ್ರಾಕ್ಷಾರಸವು ಮೇಲೇರುತ್ತಿತ್ತು. ಇಷ್ಟೇ ಸಾಲದೆಂಬಂತೆ ಭಾರಿಯಾದ ಬಂಡೆಯೊಂದು ಆಗಲೋ ಈಗಲೋ ಅವನ ತಲೆಯಮೇಲೆಬಿದ್ದು ಅವನನ್ನು ಅಪ್ಪಚ್ಚಿ ಮಾಡಿಬಿಡುತ್ತದೆ ಎನ್ನುವ ಹಾಗೆ ತೂಗಾಡುತ್ತಿತ್ತು. ಟಾಂಟಲಸ್ಸನು ಅನುಭವಿಸುತ್ತಿದ್ದ ನರಕ ಹೀಗೆ ಅತ್ಯಂತ ಕ್ರೂರವಾಗಿತ್ತು. ಅವನು ಅನುಭವಿಸುತ್ತಿರುವ ಶಿಕ್ಷೆಯಿನ್ನೂ ಮುಗಿದೇ ಇಲ್ಲ. ಏನನ್ನಾದರೂ ಆಸೆತೋರಿಸಿ, ಆಮೇಲೆ ಅದು ಕೈಗೆ ಸಿಕ್ಕದಂತೆ ವಂಚಿಸಿ, ಗೋಳಾಡಿಸುವ ಎಂಬ ಕ್ರಿಯಾರ್ಥವಿರುವ 'ಟಾಂಟಲೈಜ್' ಎಂಬ ಆಂಗ್ಲಶಬ್ದವೊಂದಿದೆ. ಅದು ಈ ಟಾಂಟಲಸ್ ಮಹಾಶಯನಿಂದಲೇ ಹುಟ್ಟಿಕೊಂಡಿರುವುದಂತೆ!

ಈ ಟಾಂಟಲಸ್ಸನ ನರಕವನ್ನೇ ನಾವೆಲ್ಲರೂ ಅನುಭವಿಸುತ್ತಿರುವುದೇಕೆ ಎಂಬುದಕ್ಕೆ ಸರ್ವಸಮ್ಮತವಾದ ಕಾರಣವನ್ನು ಹೇಳುವುದು ಕಷ್ಟವಾಗಿದೆ. ಈ ಆಧ್ಯಾತ್ಮಿಕ ಅಸ್ಪಷ್ಟತೆ, ಈ ಸತ್ಯಾಸತ್ಯತೆಗಳ ಮಿಶ್ರಣ ಎಲ್ಲಿ ಸಂಧಿಸುತ್ತವೆ ಎಂಬುದು ಯಾರಿಗೂ ಗೊತ್ತಿಲ್ಲ. ನಾವು ಕನಸಿನ ಮಧ್ಯೆ ಇದ್ದೇವೆ; ಅರೆನಿದ್ರೆಯ, ಅರೆಎಚ್ಚರದ ಮಬ್ಬುಬೆಳಕಿನಲ್ಲಿ ಸಂಚರಿಸುತ್ತಿದ್ದೇವೆ. ಅದನ್ನೇ ಮಾಯೆ ಎನ್ನಬಹುದು. ನಾವು ಮಾಯೆಯಲ್ಲಿಯೇ ಹುಟ್ಟಿ ಬೆಳೆದು, ಅದರೊಳಗೇ ಜೀವಿಸುತ್ತಿರುವುದರಿಂದ, ಅದರೊಳಗೇ ಯೋಚಿಸುತ್ತಿರುವುದರಿಂದ ನಮಗೆ ಉತ್ತರವನ್ನು ಕಂಡುಕೊಳ್ಳುವುದು ಸಾಧ್ಯವಾಗುತ್ತಿಲ್ಲ. ಎಲ್ಲ ಚಿಂತನೆಗಳೂ ಭಾವನೆಗಳೂ ಮಾಯೆಯ ಆವರಣದೊಳಗೇ ಇರುತ್ತವೆ. ಮಾಯಾವರಣವನ್ನು ದಾಟುವುದೆಂದರೆ ಆತ್ಮಸಾಕ್ಷಾತ್ಕಾರಕ್ಕಿಂತ ಅನ್ಯಮಾರ್ಗವಿಲ್ಲ ಎಂದು ವಿವೇಕಾನಂದರು ಉಪದೇಶಿಸಿದ್ದಾರೆ.

೩೦. ಎರಡು ಸುಂದರ ಹಕ್ಕಿಗಳು

ಮಾನವನ ಜೀವನಕ್ಕೆ ಸದಾಕಾಲ ಭೋಗವನ್ನೂ ಅಶಾಶ್ವತ ವಸ್ತುಗಳನ್ನೂ ಅರಸಿಕೊಂಡು ಹೋಗುವುದೇ ಸ್ವಭಾವ. ಪ್ರಾಣಿಗಳಂತೆ ಇಂದ್ರಿಯಗಳಲ್ಲೇ ನೆಲೆಸಿದ್ದು, ಕ್ಷಣಭಂಗುರವಾದ ಸುಖಗಳಲ್ಲೇ ತೃಪ್ತನಾದಂತೆ ಇರುತ್ತಾನೆ. ಪೆಟ್ಟೊಂದು ಬಿದ್ದಾಗ, ತಲೆಸುತ್ತಿದಂತಾಗಿ, ಎಲ್ಲವೂ ಮಾಯವಾದಂತೆ ತೋರುತ್ತದೆ. ತಾನು ಭಾವಿಸಿದಂತೆ ಜಗತ್ತು ಇಲ್ಲ, ಜೀವನ ಅಷ್ಟು ಸುಖಮಯವಲ್ಲ ಎಂದು ಮನಗಾಣುತ್ತಾನೆ. ಆಗ ಕತ್ತೆತ್ತಿ ಕ್ಷಣಕಾಲ ಭಗವಂತ ನನ್ನು ನೋಡುತ್ತಾನೆ. ಆದರೂ ಹೀನಸಂಸ್ಕಾರಗಳ ಬಲದಿಂದ ದೂರಕ್ಕೆ ಸೆಳೆಯಲ್ಪಟ್ಟು ಪೆಟ್ಟುತಿನ್ನುತ್ತಲೇ ಇರುತ್ತಾನೆ. ಪೆಟ್ಟುಗಳನ್ನು ಪದೇಪದೇ ತಿನ್ನುತ್ತ ತಿನ್ನುತ್ತ ಭಗವಂತನ ಸಮೀಪಕ್ಕೆ ಹೋದಬಳಿಕ, ದೃಶ್ಯವೆಲ್ಲ ಬದಲಾಗಿಬಿಡುತ್ತದೆ. ತಿಂದಾಗ "ಯಾವುದು ಎಲ್ಲ ವಸ್ತುಗಳ ಸಾರವಾಗಿದೆಯೋ, ಯಾವುದು ವಿಶ್ವೇಶ್ವರವಾಗಿದೆಯೋ ಅದೇ ತಾನು" ಎಂದರಿತು ಮುಕ್ತನಾಗಿಬಿಡುತ್ತಾನೆ.

ಎರಡು ಸುಂದರವಾದ ಹಕ್ಕಿಗಳು ಒಂದೇ ಮರದ ಮೇಲೆ ಕುಳಿತಿದ್ದುವು. ಅವೆರಡೂ ಅನ್ಯೋನ್ಯ ಪ್ರೀತಿಯಿಂದ ಇದ್ದುವು. ಅವೆರಡಕ್ಕೂ ಮೋಹಕವಾದ ಗರಿಗಳಿದ್ದುವು. ಅದೊಂದು ಹಣ್ಣುಬಿಡುವ ಅರಳೀಮರವಾಗಿತ್ತು. ಆ ಹಕ್ಕಿಗಳಲ್ಲಿ ಒಂದು ಮೇಲಿನ ಕೊಂಬೆಯಲ್ಲಿತ್ತು, ಇನ್ನೊಂದು ಕೆಳಗಿನ ರೆಂಬೆಯಲ್ಲಿತ್ತು. ಕೆಳಗಿನ ಪಕ್ಷಿಯನ್ನು ಜೀವಣ್ಣ ಎನ್ನೋಣ, ಮೇಲಿನ ಪಕ್ಷಿಯನ್ನು ಪರಮಣ್ಣ ಎನ್ನೋಣ. ಜೀವಣ್ಣನು ಆಗಾಗ ಅರಳಿ ಹಣ್ಣುಗಳನ್ನು ಕುಕ್ಕಿಕುಕ್ಕಿ ತಿನ್ನುತ್ತಿತ್ತು. ಆ ಹಣ್ಣುಗಳ ಪೈಕಿ ಸಿಹಿಯಾದುವೂ ಇದ್ದುವು, ಕಹಿಯಾದುವೂ ಇದ್ದುವು. ಸಿಹಿಯಾದ ಹಣ್ಣು ಸಿಕ್ಕಿದಾಗ ಸಂತೋಷದಿಂದ ಹಿಗ್ಗುತ್ತಿತ್ತು, ಕಹಿಯಾದ ಹಣ್ಣು ಸಿಕ್ಕಿದಾಗ ಸಂಕಟದಿಂದ ಒದ್ದಾಡುತ್ತಿತ್ತು. ಪರಮಣ್ಣನು ಮಾತ್ರ ಸಿಹಿಹಣ್ಣನ್ನಾಗಲಿ, ಕಹಿಹಣ್ಣನ್ನಾಗಲಿ ಏನನ್ನೂ ತಿನ್ನುತ್ತಿರಲಿಲ್ಲ, ಸುಖದುಃಖಗಳನ್ನು ಲೆಕ್ಕಿಸುತ್ತಿರಲಿಲ್ಲ. ಅದು ತನ್ನ ಮಹಿಮೆಯಲ್ಲಿ ತಾನು ಪ್ರತಿಷ್ಠಿತವಾಗಿ ಶಾಂತಿಯಿಂದ ಕುಳಿತಿತ್ತು, ತನ್ನ ಸ್ವಯಂಪ್ರಭೆಯಲ್ಲಿ ಅದು ತಲ್ಲೀನವಾಗಿತ್ತು.

ಜೀವಣ್ಣನು ಕಹಿಹಣ್ಣನ್ನು ತಿಂದಾಗ, ಆ ಸಂಕಟವನ್ನು ತಾಳಿಕೊಳ್ಳಲಾರದೆ ಮೇಲುಕೊಂಬೆಯಲ್ಲಿ ಆತ್ಮಾರಾಮನಾಗಿ ಕುಳಿತಿದ್ದ ಪರಮಣ್ಣನತ್ತ ಮುಖಮಾಡಿ ನೋಡುತ್ತಿತ್ತು. ಅಷ್ಟುಮಾತ್ರವಲ್ಲದೆ ಪರಮಣ್ಣನ ಹತ್ತಿರಕ್ಕೆ ಹೋಗಲು ಪ್ರಯತ್ನಿಸು

ತ್ತಿತ್ತು. ಅದರ ಪ್ರಯತ್ನ ಸ್ವಲ್ಪಮಾತ್ರವೇ ಸಫಲವಾಗುತ್ತಿತ್ತು. ಏಕೆಂದರೆ ಹಣ್ಣನ್ನು ತಿನ್ನುವ ಪೂರ್ವಸಂಸ್ಕಾರದತ್ತ ಸೆಳೆಯಲ್ಪಟ್ಟು, ಸಿಹಿಯಾದುದು ಸಿಗಬಹುದೇನೋ ಎಂಬ ಆಸೆಯಿಂದ, ಮತ್ತೆ ಹಣ್ಣುತಿನ್ನಲು ತೊಡಗುತ್ತಿತ್ತು. ಆದರೆ ಸ್ವಲ್ಪ ಹೊತ್ತಿನಲ್ಲಿಯೇ ಅತ್ಯಂತ ಕಹಿಯಾದ ಹಣ್ಣುತಿಂದು ಜರ್ಜರಿತನಾಗಿ ಪರಮಣ್ಣನನ್ನು ನೋಡುತ್ತ ಇನ್ನಷ್ಟು ಹತ್ತಿರಕ್ಕೆ ಹೋಗುತ್ತಿತ್ತು. ಆದರೇನು, ಮತ್ತೆ ಮರೆವು ಮುಸುಕಿ ಕಹಿಹಣ್ಣನ್ನೇ ತಿಂದು ದುಃಖಾಕ್ರಾಂತವಾಗುತ್ತಿತ್ತು. ಈ ಹೊಯ್ದಾಟ ಬಹಳಕಾಲ ಹೀಗೆಯೇ ಸಾಗಿತು. ಕೊನೆಗೆ ಜೀವಣ್ಣನು "ಈ ಹಣ್ಣುಗಳ ಸಹವಾಸ ಇನ್ನುಸಾಕು" ಎಂದು ನಿರ್ಧರಿಸಿ, ಶ್ರಮಪಟ್ಟು ಪರಮಣ್ಣನನ್ನು ಇನ್ನಷ್ಟು ಸಮೀಪಿಸಿತು.

ಹಾಗೆ ಸಮೀಪಕ್ಕೆ ಹೋದಾಗ ಪರಮಣ್ಣನ ಗರಿಗಳ ಕಾಂತಿ ಜೀವಣ್ಣನ ಮೇಲೆ ಬಿತ್ತು. ಆ ಹೊಳಪಿಗೆ ಜೀವಣ್ಣನ ರೆಕ್ಕೆಪುಕ್ಕಗಳೆಲ್ಲ ಮಾಯವಾಗತೊಡಗಿದವು. ಅದು ಪರಮಣ್ಣನ ಅತ್ಯಂತ ಸಮೀಪಕ್ಕೆ ಹೋದಾಗ ಒಟ್ಟು ದೃಶ್ಯವೇ ಬದಲಾಗಿ ಹೋಯಿತು. ಆಗ ಕೆಳಗಿನಪಕ್ಷಿ ಜೀವಣ್ಣ ನಿಜವಾಗಿ ಇರಲೇ ಇಲ್ಲ. ಅಲ್ಲಾಡುವ ಎಲೆಗಳ ಮಧ್ಯದಲ್ಲಿ ಶಾಂತವಾಗಿದ್ದ ಮೇಲಿನಪಕ್ಷಿ ಪರಮಣ್ಣನ ಪ್ರತಿಬಿಂಬದಂತೆ ಮಾತ್ರವೇ ಜೀವಣ್ಣನಿತ್ತು. ಅದೆಲ್ಲ ಪರಮಣ್ಣನದೇ ಮಹಿಮೆಯಾಗಿತ್ತು. ಆಗ ಅದು ಆತ್ಮತೃಪ್ತವಾಗಿ, ಶಾಂತವಾಗಿ ಅಂಜಿಕೆಯಿಲ್ಲದೆ ತನ್ಮಯವಾಗಿತ್ತು.

ಇದೇ ಮಾನವಜೀವಿಯ ಚಿತ್ರ. ಮಾನವನು ತನ್ನನ್ನುತಾನು ಜೀವಾತ್ಮನೆಂದು ಭಾವಿಸಿ ಕೊಂಡು, ಜೀವನದ ಸಿಹಿಕಹಿಗಳನ್ನು ಉಣ್ಣುತ್ತಿದ್ದಾನೆ. ಸಂಪತ್ತನ್ನೂ ಇಂದ್ರಿಯ ಭೋಗಗಳನ್ನೂ ಪೊಳ್ಳು ಆಶೋತ್ತರಗಳನ್ನೂ ಅರಸುತ್ತ ಹುಚ್ಚನಂತೆ ಅಲೆಯುತ್ತಿದ್ದಾನೆ. ಮಕ್ಕಳಂತೆ ಸುಂದರಸವಿಗನಸುಗಳನ್ನು ಕಲ್ಪಿಸಿಕೊಂಡು, ಅವೆಲ್ಲವೂ ತನ್ನ ಕಣ್ಣಮುಂದೆಯೇ ಪುಡಿಪುಡಿಯಾಗುವುದನ್ನೂ ನೋಡುತ್ತಿದ್ದಾನೆ. ವೃದ್ಧಾಪ್ಯದಲ್ಲಿ ತನ್ನ ಗತಕಾಲದ ಆ ನೆನಪುಗಳನ್ನೆಲ್ಲ ಮೆಲುಕುಹಾಕುತ್ತಿರುತ್ತಾನೆ. ಏನೇ ಆದರೂ ಸಂಸಾರಜಾಲದಿಂದ ಬಿಡಿಸಿಕೊಳ್ಳಲಾರದೆ ಪರಿತಪಿಸುತ್ತಿರುತ್ತಾನೆ. ಹೀಗೆಯೇ ಇರುವಲ್ಲಿ ಒಮ್ಮಿಂದೊಮ್ಮೆಗೇ ಪ್ರತಿಯೊಬ್ಬರ ಜೀವನದಲ್ಲಿಯೂ ಒಂದು ಸುವರ್ಣಕ್ಷಣ ಉದಿಸಿಬಿಡುತ್ತದೆ. ನಮಗೆ ಇಚ್ಛೆಯಿಲ್ಲದಿದ್ದರೂ ಅತೀಂದ್ರಿಯ ಸತ್ಯದ ಕ್ಷಣಿಕದರ್ಶನ ಆಗ ಲಭಿಸುತ್ತದೆ. ಅದು ಪ್ರಾಪಂಚಿಕವಾದ ಸುಖದುಃಖಗಳನ್ನೂ ಆಸೆಆಮಿಷಗಳನ್ನೂ ಮೀರಿರುತ್ತದೆ. ಆಗ ಎಚ್ಚೆತ್ತುಕೊಂಡ ಜೀವನು ಪರಮಾದ್ವೈತದಲ್ಲಿ ಒಂದಾಗಿಬಿಡಬೇಕು.

ಮುಂಡಕೋಪನಿಷತ್ತಿನ ಈ ರೂಪಕ ವಿವೇಕಾನಂದರಿಗೆ ಬಹಳ ಪ್ರಿಯವಾಗಿತ್ತು. ಅದನ್ನು ಹಲವಾರುಕಡೆ ಉಲ್ಲೇಖಿಸಿದ್ದಾರೆ. "ಕೆಳಗಿನ ಹಕ್ಕಿಗೆ ಗೊತ್ತು ತಾನು ದುರ್ಬಲ, ಅಲ್ಪ, ದೀನ ಎಂದು. ಅದು ಎಲ್ಲ ಬಗೆಯ ಸುಳ್ಳನ್ನೂ ಹೇಳುತ್ತದೆ. ತಾನು ಸ್ತ್ರೀ, ತಾನು ಪುರುಷ, ತಾನು ಹುಡುಗ ಎಂದೆಲ್ಲ ಹೇಳುತ್ತದೆ. ತಾನು ಒಳ್ಳೆಯದನ್ನೂ ಕೆಟ್ಟದ್ದನ್ನೂ

ಮಾಡುತ್ತೇನೆ ಎನ್ನುತ್ತದೆ. ಅದು ಸ್ವರ್ಗಕ್ಕೂ ಹೋಗುತ್ತದೆ. ಅಲ್ಲೂ ಏನೇನೋ ಮಾಡುತ್ತದೆ. ಒಂದು ರೀತಿಯ ಅಮಲು ಅದನ್ನು ಈ ರೀತಿ ಕುಣಿಸುತ್ತದೆ. ತಾನು ದುರ್ಬಲ ಎನ್ನುವುದೇ ಈ ಅಮಲಿಗೆ ಮೂಲಕಾರಣ. ಇದೇ ಅದರ ದುಃಖಕ್ಕೂ ಕಾರಣ. ಆದರೆ ಆ ಜೀವಣ್ಣನು ದೇವನೊಡನೆ ಒಂದಾದಾಗ, ಅಂದರೆ ಅವನು ಯೋಗಿಯಾದಾಗ, ಮೇಲುಕೊಂಬೆಯ ಪಕ್ಷಿಯ ವೈಭವವು ತನ್ನದೇ ವೈಭವವೆಂದು ತಿಳಿಯುತ್ತಾನೆ. ಅಲ್ಲಿಗೆ ಅವನ ದುಃಖವು ಕೊನೆಗೊಳ್ಳುತ್ತದೆ.

"ನಾವೆಲ್ಲರೂ ಈಗಾಗಲೇ ಭಗವಂತನಲ್ಲಿ ಐಕ್ಯರಾಗಿದ್ದೇವೆ. ಆದರೆ ಪ್ರತಿಬಿಂಬದ ದೆಸೆಯಿಂದಾಗಿ ಹಲವನ್ನು ಕಾಣುತ್ತಿದ್ದೇವೆ. ಒಬ್ಬನೇ ಸೂರ್ಯನು ಕೋಟ್ಯಂತರ ಹಿಮಮಣಿಗಳಲ್ಲಿ ಪ್ರತಿಬಿಂಬಿತನಾಗಿ, ಕೋಟಿರೂಪಗಳನ್ನು ತಳೆದಿದ್ದಾನೆಂಬಂತೆ ತೋರುವುದಿಲ್ಲವೇ– ಹಾಗೆಯೇ ನಾವು ಅನೇಕತೆಯನ್ನು ನೋಡುತ್ತಿದ್ದೇವೆ. ಪವಿತ್ರವಾದ ನಮ್ಮ ಸ್ವಭಾವದೊಂದಿಗೆ ಏಕತೆಯನ್ನು ತಾಳಬೇಕಾದರೆ, ಈ ಪ್ರತಿಬಿಂಬವು ಮಾಯವಾಗಬೇಕು. ನಾವೆಲ್ಲ ಅರಿತೋ ಅರಿಯದೆಯೋ ಪೂರ್ಣತೆಗಾಗಿ ಹೋರಾಡುತ್ತಿದ್ದೇವೆ. ನಾವೆಲ್ಲರೂ ಅದನ್ನು ಸಾಧಿಸಿಕೊಳ್ಳಬೇಕು."

ದ್ವಾ ಸುಪರ್ಣಾ ಸಯುಜಾ ಸಖಾಯಾ ಸಮಾನಂ ವೃಕ್ಷಂ ಪರಿಷಸ್ವಜಾತೇ।
ತಯೋರನ್ಯಃ ಪಿಪ್ಪಲಂ ಸ್ವಾದ್ವತ್ತ್ಯನಶ್ನನ್ನನ್ಯೋಽಭಿಚಾಕಶೀತಿ॥
ಸಮಾನೇ ವೃಕ್ಷೇ ಪುರುಷೋ ನಿಮಗ್ನೋಽನೀಶಯಾ ಶೋಚತಿ ಮುಹ್ಯಮಾನಃ।
ಜುಷ್ಟಂ ಯದಾ ಪಶ್ಯತ್ಯನ್ಯಮೀಶಮಸ್ಯ ಮಹಿಮಾನಮಿತಿ ವೀತಶೋಕಃ॥

"ಸರ್ವದಾ ಜೊತೆಯಲ್ಲಿರುವ ಗೆಳೆಯರಾದ ಎರಡುಪಕ್ಷಿಗಳು ಒಂದೇವೃಕ್ಷವನ್ನು ಆಲಿಂಗಿಸಿಕೊಂಡಿವೆ. ಅವೆರಡರಲ್ಲಿ ಒಂದು ಸವಿಯಾದ ಅರಳಿಹಣ್ಣನ್ನು ತಿನ್ನುತ್ತಿದೆ, ಇನ್ನೊಂದು ತಿನ್ನದೆ ನೋಡುತ್ತಿದೆ. ಈ ಒಂದೇ ವೃಕ್ಷದಲ್ಲಿ ಪುರುಷನು ನಿಮಗ್ನನಾಗಿ ಮೋಹಗೊಂಡು, ದೈನ್ಯದಿಂದ ದುಃಖಿಸುತ್ತಿದ್ದಾನೆ. ಸೇವಿಸಲ್ಪಟ್ಟವನೂ ತನಗಿಂತ ವಿಲಕ್ಷಣನೂ ಆದ ಆತನನ್ನು ಮತ್ತು ಆತನ ಮಹಿಮೆಯನ್ನು ಹೀಗೆಂದು ಯಾವಾಗ ಕಂಡುಕೊಳ್ಳುವನೋ ಆಗ ಶೋಕವಿಲ್ಲದವನಾಗುತ್ತಾನೆ."

ಈ ಮೇಲಿನವು ಮುಂಡಕ ಎಂಬ ಹೆಸರಿನ ಉಪನಿಷತ್ತಿನ ಎರಡು ಮಂತ್ರಗಳು. ಅವುಗಳ ಬಲದಿಂದ ಒಂದು ದೃಷ್ಟಾಂತಕಥೆಯನ್ನೇ ಸೃಷ್ಟಿಸಿ, ಅನುಷ್ಠಾನಯೋಗ್ಯವಾದ ಉಪದೇಶವೊಂದನ್ನು ನೀಡಿರುವ ಸ್ವಾಮಿ ವಿವೇಕಾನಂದರ ಪ್ರತಿಭಾವಿಲಾಸಕ್ಕೆ ಕೋಟಿ ನಮನಗಳನ್ನು ಸಲ್ಲಿಸಬೇಕು.

೩೧. ಇಂದ್ರನು ಗಳಿಸಿದ ಆತ್ಮಜ್ಞಾನ

ನಮ್ಮ ಕಣ್ಣಿಗೆ ಕಾಣದಿರುವ ವಸ್ತುವಿನ ವಿಚಾರವನ್ನು ಯಾರಾದರೂ ನಮಗೆ ಹೇಳಿದರೆ, ಆ ವಿಚಾರದಲ್ಲಿ ನಾವು ಸಂದೇಹವನ್ನು ಸೂಚಿಸುತ್ತೇವೆ. ಎಷ್ಟೇ ಪ್ರಯತ್ನಪಟ್ಟರೂ ನಾವು ಕೇವಲ ಮಾತಿನಮೇಲೆ ಜೀವಿಸಲಾರೆವು. ಅದೇ ಕಾರಣವಾಗಿ ಆಧ್ಯಾತ್ಮಿಕ ವಸ್ತುಗಳ ವಿಚಾರವಾಗಿ ಕೂಡ ನಮಗೆ ಸಂದೇಹ ಬಂದೇತೀರುತ್ತದೆ. ಆದರೆ ಸಾಧನೆಯ ಬಲದಿಂದ ಆ ಸಂದೇಹವನ್ನು ಪರಿಹರಿಸಿಕೊಳ್ಳಬಹುದು. "ನಾವು ದೂರದಲ್ಲಿ ನಡೆಯುತ್ತಿರುವ ಸಂಭಾಷಣೆಯನ್ನು ಕೇಳಿಸಿಕೊಳ್ಳಬೇಕು" ಎಂಬ ಆಸೆಯಿಟ್ಟುಕೊಂಡು ಮನಸ್ಸನ್ನು ಏಕಾಗ್ರಗೊಳಿಸಿದರೆ, ಕೆಲವು ದಿನಗಳಲ್ಲಿಯೇ ಬಹಳದೂರದ ಮಾತುಗಳನ್ನು ನಾವು ಕೇಳಿಸಿಕೊಳ್ಳಲು ಸಮರ್ಥರಾಗುತ್ತೇವೆ. ಮೂಗಿನ ತುದಿಯಮೇಲೆ ನಮ್ಮ ಆಲೋಚನೆಗಳನ್ನು ಏಕಾಗ್ರಗೊಳಿಸಿದರೆ, ಕೆಲವು ದಿನಗಳಲ್ಲಿಯೇ ಅತ್ಯುತ್ತಮವಾದ ಪರಿಮಳವನ್ನು ಆಘ್ರಾಣಿಸಬಹುದು. ಆದರೆ ಅದಷ್ಟೇ ನಮ್ಮ ಅಂತಿಮಗುರಿಯಲ್ಲ. ಬಂಧನದಲ್ಲಿರುವ ಆತ್ಮನ ವಿಮೋಚನೆಯಾಗಬೇಕು, ನಾನು ಮುಕ್ತನಾಗಬೇಕು ಎಂಬುದೇ ನಮ್ಮ ಅಂತಿಮ ಗುರಿಯಾಗಬೇಕು. ಈ ವಿಚಾರವನ್ನು ಪುಷ್ಟೀಕರಿಸುವ ಸಲುವಾಗಿ, ಮೊದಲು ಸಂದೇಹಕ್ಕೆ ತುತ್ತಾದರೂ, ಸಾಧನೆಯ ಮೂಲಕ ಆತ್ಮಸ್ವರೂಪವನ್ನು ಅರಿತುಕೊಂಡು ತೃಪ್ತನಾದ ಇಂದ್ರನ ಕಥೆಯನ್ನು ಸ್ವಾಮಿ ವಿವೇಕಾನಂದರು ಮನೋಜ್ಞವಾಗಿ ಬಿತ್ತರಿಸಿದ್ದಾರೆ.

ಆತ್ಮವಿಚಾರವನ್ನು ಅರಿತುಕೊಳ್ಳಬೇಕೆಂದು ಆಸಕ್ತರಾಗಿ ಒಮ್ಮೆ ದೇವತೆಗಳ ಮುಂದಾಳಾದ ಇಂದ್ರನೂ ದಾನವರ ಮುಂದಾಳಾದ ವಿರೋಚನನೂ ಏಕಕಾಲದಲ್ಲಿ ಪ್ರಜಾಪತಿಯ ಸನ್ನಿಧಾನಕ್ಕೆ ಹೋದರು. ಅಲ್ಲಿ ಅವರು ಬ್ರಹ್ಮಚರ್ಯವನ್ನು ಪಾಲಿಸುತ್ತ, ಗುರುಸೇವೆಮಾಡುತ್ತ, ಮೂವತ್ತೆರಡುವರ್ಷಗಳಕಾಲ ಅಧ್ಯಯನಮಾಡಿದರು. ಅದರಿಂದ ಸಂತುಷ್ಟನಾದ ಪ್ರಜಾಪತಿಯು "ನೀವು ಬಂದಿರುವ ಉದ್ದೇಶವೇನು" ಎಂದು ಕೇಳಿದನು. ಅದಕ್ಕೆ ಇಂದ್ರ-ವಿರೋಚನರು "ನಮಗೆ ಆತ್ಮವಿಚಾರವನ್ನು ಬೋಧಿಸು ತಂದೇ" ಎಂದು ಪ್ರಾರ್ಥಿಸಿದರು. ಆಗ ಪ್ರಜಾಪತಿಯು "ನೀವು ಯಾವುದನ್ನು ತಿಳಿಯಲು ಬಯಸುತ್ತಿದ್ದೀರೋ ಅದೇ ನೀವಾಗಿದ್ದೀರಿ" ಎಂದು ತಿಳಿಸಿಕೊಟ್ಟನು. ಆ ಮಾತನ್ನು ಆಲಿಸಿದ ಅವರಿಬ್ಬರೂ "ಹಾಗಾದರೆ ನಮ್ಮ ದೇಹವೇ ಆತ್ಮ" ಎಂದು ಅರ್ಥೈಸಿಕೊಂಡು, ತೃಪ್ತರಾಗಿ, ತಂತಮ್ಮ ಬಳಗದವರ ಬಳಿಗೆ ಮರಳಿಬಂದರು.

ಅಜ್ಞಾನವೇ ದಾನವರ ಸ್ವಭಾವವಾದ್ದರಿಂದ ವಿರೋಚನನು "ನನ್ನ ಶರೀರವೇ ಆತ್ಮ, ನಾನೇ ದೇವರು, ಇದಕ್ಕಿಂತ ಹೆಚ್ಚಿನದೇನೂ ಇಲ್ಲ" ಎಂದು ನಿರ್ಣಯಿಸಿಕೊಂಡನು. ತನ್ನ ದಾನವಬಳಗದವರನ್ನು ಕುರಿತು "ಕಲಿಯಬೇಕಾದುದೆಲ್ಲವನ್ನೂ ನಾವು ಕಲಿತೆವು. ತಿನ್ನಿರಿ, ಕುಡಿಯಿರಿ, ಸಂತೋಷವಾಗಿರಿ. ನಾವು ಆತ್ಮ. ಇದಕ್ಕಿಂತ ಹೆಚ್ಚಿನದು ಯಾವುದೂ ಇಲ್ಲ" ಎಂದು ಸಾರಿದನು. ಎಲ್ಲರೂ ಅದನ್ನೇ ಒಪ್ಪಿಕೊಂಡರು, ಅದಕ್ಕಿಂತ ಹೆಚ್ಚುವಿಚಾರ ಏನೂ ಮಾಡಲಿಲ್ಲ. ತಾವೇ ದೇವರು, ಆತ್ಮವೆಂದರೆ ತಮ್ಮ ದೇಹವೇ ಎಂದು ತಿಳಿದು ಸಂಪೂರ್ಣವಾಗಿ ಸಮಾಧಾನಹೊಂದಿದರು.

ತನ್ನ ಬಳಗದ ದೇವತೆಗಳನ್ನು ಕುರಿತು ಇಂದ್ರನೂ ಮೊದಲಿಗೆ ವಿರೋಚನನಂತೆಯೇ "ಈ ದೇಹವಾದ ನಾವೇ ಆತ್ಮ. ನಾವೇ ಬ್ರಹ್ಮ; ಆದಕಾರಣ ಅದನ್ನು ದೃಢವಾಗಿ, ಆರೋಗ್ಯಕರವಾಗಿ ಇಟ್ಟುಕೊಳ್ಳಿ. ಬಣ್ಣಬಣ್ಣದ ಬಟ್ಟೆಗಳನ್ನು ಧರಿಸಿಕೊಳ್ಳಿ, ನಿಮ್ಮ ಶರೀರಕ್ಕೆ ಬೇಕಾಗುವ ವಿಷಯಭೋಗಗಳನ್ನು ಒದಗಿಸಿಕೊಡಿ" ಎಂದು ಸಾರಿಹೇಳಿದನು. ಆದರೆ ಕೆಲವೇ ದಿನಗಳಲ್ಲಿ ತಾನು ಸಾರಿಹೇಳಿದ ವಿಚಾರದಲ್ಲಿಯೇ ಅವನಿಗೆ ಏನೋ ಸಂದೇಹವುಂಟಾಯಿತು. "ನನ್ನ ಗುರುವು ಹೇಳಿರುವ ಮಾತಿನಲ್ಲಿ ಈಗ ನಾನು ತಿಳಿದು ಕೊಂಡಿರುವುದಕ್ಕಿಂತ ಏನೋ ಹೆಚ್ಚಿನದು ಇರಬಹುದು" ಎಂದು ಅವನ ಮನಸ್ಸಿಗೆ ಹೊಳೆಯಿತು.

ಅಷ್ಟಾದಬಳಿಕ ಇಂದ್ರನು ಮತ್ತೆ ಪ್ರಜಾಪತಿಯ ಬಳಿಗೆ ಬಂದು "ತಂದೆಯೇ, ಈ ದೇಹವೇ ಆತ್ಮವೆಂದು ನೀನು ಬೋಧಿಸಿದೆಯಾ? ಆತ್ಮನಿಗೆ ಎಂದಿಗೂ ನಾಶವಿಲ್ಲ. ದೇಹವೇ ಆತ್ಮನೆಂದಾದರೆ, ದೇಹಕ್ಕೂ ನಾಶವೆಂಬುದು ಇರಬಾರದಲ್ಲವೇ? ಆದರೆ ಎಲ್ಲ ದೇಹಗಳೂ ನಾಶವಾಗುತ್ತಿರುವುದನ್ನು ನಾವು ನೋಡುತ್ತಿದ್ದೇವಲ್ಲ" ಎಂದು ತನ್ನ ಸಂದೇಹವನ್ನು ಮುಂದಿಟ್ಟನು. ಆಗಲೂ ಪ್ರಜಾಪತಿಯು "ನಾಶವಾಗಲಾರದ ಆತ್ಮನೇ ನೀನು, ಅದನ್ನೇ ಹುಡುಕು" ಎಂದು ಹೇಳಿದನು. ಇಂದ್ರನು ಅದನ್ನೇ ಚಿಂತನೆಮಾಡುತ್ತ ತನ್ನ ನಿವಾಸಕ್ಕೆ ಮರಳಿಬಂದನು.

ಸ್ವಲ್ಪಕಾಲ ಚಿಂತನೆಮಾಡಿದಬಳಿಕ ಇಂದ್ರನು "ಶರೀರವು ಆತ್ಮವಲ್ಲ. ಶರೀರವು ಕೆಲಸಮಾಡುವಂತೆ ಚೈತನ್ಯವನ್ನು ನೀಡುವ ಪ್ರಾಣವೇ ಆತ್ಮನಿರಬೇಕು" ಎಂದು ಭಾವಿಸಿ ಕೊಂಡನು. ಆದರೆ ಊಟಮಾಡಿದಾಗ ಪ್ರಾಣವು ಬಲವಾಗುವುದನ್ನೂ ಉಪವಾಸ ಮಾಡಿದಾಗ ಅದೇ ಪ್ರಾಣವು ದುರ್ಬಲವಾಗುವುದನ್ನೂ ಅವನು ಗಮನಿಸಿದನು. ಮತ್ತೆ ಪ್ರಜಾಪತಿಯನ್ನು ಸಮೀಪಿಸಿ "ತಂದೆಯೇ, ನೀನು ಪ್ರಾಣವನ್ನು ಆತ್ಮವೆಂದು ಹೇಳಿದೆಯಾ? ಪ್ರಾಣವೇ ಆತ್ಮನಾಗಿದ್ದರೆ ಅದರಲ್ಲಿ ಬಲವರ್ಧನೆ, ಬಲಹೀನತೆ ಎಂಬ ಏರುಪೇರುಗಳು ಉಂಟಾಗಬಾರದಿತ್ತಲ್ಲವೆ" ಎಂದು ತನ್ನ ಸಂದೇಹವನ್ನು ಮಂಡಿಸಿದನು. ಆಗ ಪ್ರಜಾಪತಿಯು "ಆತ್ಮವೆಂಬುದು ಯಾವುದು ಎಂಬುದನ್ನು ನೀನೇ ಕಂಡುಹಿಡಿಯಪ್ಪಾ"

ಎಂದು ಹೇಳಿ ಸುಮ್ಮನಾದನು.

ಅಲ್ಲಿಂದ ತನ್ನ ಲೋಕಕ್ಕೆ ಹಿಂತಿರುಗಿಬಂದ ಇಂದ್ರನು ಮನನತತ್ಪರನಾದನು. "ದೇಹವು ಆತ್ಮವಲ್ಲ, ಪ್ರಾಣವು ಆತ್ಮವಲ್ಲ ಎಂದಬಳಿಕ ಮನಸ್ಸೇ ಆತ್ಮನಾಗಿರಬೇಕು" ಎಂದು ತನಗೆತಾನೇ ನಿರ್ಣಯಿಸಿಕೊಂಡನು. ಆದರೆ ಸ್ವಲ್ಪದಿನಗಳಲ್ಲಿಯೇ ಮನಸ್ಸು ನಿಂತಲ್ಲಿ ನಿಲ್ಲದೆ ಹರಿದಾಡುವುದು; ಒಮ್ಮೆ ಒಳ್ಳೆಯ ಆಲೋಚನೆಗಳನ್ನು ಮಾಡಿದರೆ, ಮತ್ತೊಮ್ಮೆ ಕೆಟ್ಟ ಆಲೋಚನೆಗಳನ್ನು ಮಾಡುವುದು– ಮುಂತಾದ ವ್ಯತ್ಯಾಸಗಳನ್ನು ಅವನು ಗಮನಿಸಿದನು. ಆತ್ಮನು ಅಚಲನಾದ್ದರಿಂದ ಮನಸ್ಸು ಆತ್ಮನಾಗಲಾರದಲ್ಲವೇ ಎಂಬ ಅನುಮಾನವು ಕಾಡಿತು, ಮತ್ತೆ ಪ್ರಜಾಪತಿಯ ಬಳಿಗೆ ಬಂದನು.

ಪ್ರಜಾಪತಿಯು ಇಂದ್ರನನ್ನು ಕಂಡಾಗ "ನೀನು ಮತ್ತೆ ಬಂದ ವಿಚಾರವೇನಪ್ಪಾ" ಎಂದು ಕೇಳಿದನು. ಆಗ ಇಂದ್ರನು "ತಂದೆಯೇ, ನೀನೇನಾದರೂ ಮನಸ್ಸು ಆತ್ಮವೆಂದು ಹೇಳಿದೆಯಾ? ಅದು ಚಂಚಲಸ್ವಭಾವದಿಂದ ಕೂಡಿರುವುದರಿಂದ ಆತ್ಮನಾಗಲಾರದು ಎಂದು ನನಗೆ ಭಾಸವಾಗುತ್ತಿದೆ. ಆತ್ಮನಲ್ಲಿ ಚಂಚಲತೆಯಿಲ್ಲ. ಅದು ಅಚಲವಾದುದು" ಎಂದು ತನ್ನ ಸಂದೇಹವನ್ನು ಅರಿಕೆಮಾಡಿಕೊಂಡನು. ಆಗಲೂ ಪ್ರಜಾಪತಿಯು "ಇಲ್ಲ, ನೀನೇ ಅವನು; ಅದನ್ನು ಕಂಡುಹಿಡಿ" ಎಂದು ಆಜ್ಞಾಪಿಸಿ ಬೀಳ್ಕೊಟ್ಟನು. ಮರಳಿಬಂದ ಇಂದ್ರನು ಗಹನವಾದ ಆಲೋಚನೆಯಲ್ಲಿ ಮುಳುಗಿದನು. "ದೇಹವಾಗಲಿ, ಪ್ರಾಣವಾಗಲಿ, ಮನಸ್ಸಾಗಲಿ ಆತ್ಮವಲ್ಲ. ನಾನು ಅವುಗಳಿಗೆಲ್ಲ ಮೀರಿದವನಾಗಿದ್ದೇನೆ. ಜನನಮರಣಗಳಿಗೆ ಅತೀತನಾಗಿದ್ದೇನೆ. ಆಲೋಚನಾತೀತನಾದ ಆತ್ಮನು ತಾನು. ಕತ್ತಿಯಿಂದ ಅವನನ್ನು ಕತ್ತರಿಸಲಾಗದು, ಬೆಂಕಿಯಿಂದ ಅವನನ್ನು ಸುಡಲಾಗದು. ಅವನು ಆದಿಅಂತ್ಯಗಳು ಇಲ್ಲದವನು. ಅವನು ಅಚಲನು, ಅಗೋಚರನು. ಅವನು ಸರ್ವಶಕ್ತನೂ ಸರ್ವಜ್ಞನೂ ಆಗಿದ್ದಾನೆ. ಅವನು ದೇಹವೂ ಅಲ್ಲ, ಪ್ರಾಣವೂ ಅಲ್ಲ, ಮನಸ್ಸೂ ಅಲ್ಲ. ಅವುಗಳನ್ನೆಲ್ಲ ಅವನು ಮೀರಿದವನಾಗಿದ್ದಾನೆ" ಎಂದು ಅರಿತುಕೊಂಡನು. ಆ ಅರಿವಿನಿಂದ ಅವನಿಗೆ ತೃಪ್ತಿಯಾಯಿತು. "ನಾನು ಈ ಮೊದಲು ನಿಮಗೆ ಆತ್ಮವಿಚಾರವನ್ನು ಸಾರಿಹೇಳಿದ್ದು ಸರಿಯಾಗಲಿಲ್ಲ. ಸರಿಯಾದ ವಿಚಾರವನ್ನು ಈಗ ತಿಳಿದುಕೊಳ್ಳಿ" ಎಂದು ಕೊನೆಗೆ ತಾನು ಮನನಮಾಡಿಕೊಂಡಿದ್ದ ಆತ್ಮವಿಚಾರವನ್ನು ತನ್ನ ಬಳಗದವರಿಗೆಲ್ಲ ತಿಳಿಸಿಕೊಟ್ಟನು. ಆದರೆ ಪಾಪ! ವಿರೋಚನನಿಗೆ ದೇಹಾಭಿಮಾನ ಹೆಚ್ಚಾಗಿದ್ದುದರಿಂದ ಕೊನೆಗೂ ಸತ್ಯವು ಗೋಚರಿಸಲೇ ಇಲ್ಲ. ದೇಹಾತ್ಮಬುದ್ಧಿಯಲ್ಲಿಯೇ ಇದ್ದುಬಿಟ್ಟನು.

ಈ ಲೋಕದಲ್ಲಿ ವಿರೋಚನನಂತೆ ಆಸುರೀಪ್ರವೃತ್ತಿಯವರೇ ಹೆಚ್ಚು ಸಂಖ್ಯೆಯಲ್ಲಿದ್ದಾರೆ. "ಇಂದ್ರಿಯಭೋಗದ ಶಕ್ತಿಯನ್ನು ಅಭಿವೃದ್ಧಿಪಡಿಸಿಕೊಡುವ ಶಾಸ್ತ್ರವನ್ನು ನಾವು ನಿಮಗೆ ಬೋಧಿಸುತ್ತೇವೆ" ಎಂದು ಯಾರಾದರೂ ಪ್ರಚಾರಮಾಡಿದರೆ ಸಾಕು, ಅದನ್ನು ಅನುಸರಿಸಲು ಸಹಸ್ರಾರುಜನರು ಸಿದ್ಧರಾಗಿಬಿಡುತ್ತಾರೆ. "ಜೀವನದ ಪರಮ

ಗುರಿಯನ್ನು ನಾವು ನಿಮಗೆ ತೋರಿಸುತ್ತೇವೆ" ಎಂದು ಯಾರಾದರೂ ಮಹಾತ್ಮರು ಹೇಳಿದರೆ, ಅದನ್ನು ಕೇಳಿಸಿಕೊಳ್ಳಲು ಬರುವವರ ಸಂಖ್ಯೆ ಬಹಳ ಕಡಿಮೆ. ಒಂದುವೇಳೆ ಕೇಳಿಸಿಕೊಂಡರೂ ಅದನ್ನು ಸಾಧನೆಮಾಡಬಲ್ಲ ಸಾಮರ್ಥ್ಯವಿರುವವರು ಇನ್ನೂ ಕಡಿಮೆ. ಈ ದೇಹವನ್ನು ಸಾವಿರವರ್ಷಗಳಷ್ಟುಕಾಲ ಬದುಕುವಂತೆ ಮಾಡಿದರೂ ಸಾವಿರದ ಒಂದನೆಯ ವರ್ಷಕ್ಕೆ ಅದು ಬಿದ್ದುಹೋಗಲೇಬೇಕಲ್ಲವೆ! ಈ ದೇಹವನ್ನು ಒಂದು ಕ್ಷಣವಾದರೂ ಬದಲಾವಣೆಗೆ ಗುರಿಯಾಗದಂತೆ ಹಿಡಿದಿಡಬಲ್ಲ ಮಾನವನು ಇದುವರೆಗೂ ಈ ಭೂಮಿಯಲ್ಲಿ ಹುಟ್ಟಿಬಂದಿಲ್ಲ. ಬದಲಾವಣೆಗಳ ಒಂದು ಶ್ರೇಣಿಯೇ ಈ ದೇಹ; ಜೀರ್ಣಶೀರ್ಣವಾಗುವ ಸ್ವಭಾವದಿಂದಾಗಿಯೇ ಅದಕ್ಕೆ ಶರೀರ ಎಂಬ ಹೆಸರು ಬಂದಿದೆ. ಹೀಗೆಲ್ಲ ಹೇಳಿದ ಮಾತ್ರಕ್ಕೆ ಈ ದೇಹವನ್ನು ಮೂಲೆಗುಂಪು ಮಾಡಬೇಕು ಎಂದು ಯಾರೂ ಭಾವಿಸಬಾರದು. ಮೋಕ್ಷಸಾಧನೆಗೆ ಅದೇ ಅತ್ಯುತ್ತಮ ಯಂತ್ರವಾದ್ದರಿಂದ, ಅದನ್ನು ಗಟ್ಟಿಮುಟ್ಟಾಗಿ, ಆರೋಗ್ಯಪೂರ್ಣವಾಗಿ ಕಾಪಾಡಿಕೊಳ್ಳಬೇಕು ಎಂದು ಸ್ವಾಮಿ ವಿವೇಕಾನಂದರು ಅಂತ್ಯದಲ್ಲಿ ಈ ದೃಷ್ಟಾಂತದ ತತ್ತ್ವವಿಚಾರಗಳನ್ನು ಸಮನ್ವಯ ಗೊಳಿಸಿದ್ದಾರೆ.

ಇದು ಛಾಂದೋಗ್ಯ ಎಂಬ ಹೆಸರಿನ ಉಪನಿಷತ್ತಿನಲ್ಲಿ ಬರುವ ದೃಷ್ಟಾಂತಕಥೆಯೇ ಆದರೂ ಸ್ವಾಮಿವಿವೇಕಾನಂದರು, ಅಲ್ಲಿನ ಜಟಿಲವಾದ ತತ್ತ್ವವನ್ನು ಸುಬೋಧವಾಗು ವಂತೆ ನಿರೂಪಿಸಿ, ಜಿಜ್ಞಾಸುಗಳ ಹೃದಯವನ್ನು ಗೆದ್ದುಕೊಂಡಿದ್ದಾರೆ.

೩೨. ಅತಿಥಿಸತ್ಕಾರದ ಉಜ್ವಲತೆ

ನಮ್ಮ ಮನಸ್ಸಿಗೆ ನಾವೇ ಒಡೆಯರಾಗಿ, ಅನಾಸಕ್ತಿಯಿಂದ ಕರ್ಮಮಾಡಿದರೆ ಅದರಿಂದ ಅನುಪಮವಾದ ಆನಂದಪ್ರಾಪ್ತಿಯಾಗುತ್ತದೆ. ಶಕ್ತಿ ಮತ್ತು ದಯೆ ಎಂಬೆರಡು ಮಾತ್ರವೇ ಕರ್ಮಕ್ಕೆ ಉತ್ತೇಜನ ನೀಡುವ ಸಂಗತಿಗಳು. ಶಕ್ತಿಯನ್ನು ಪ್ರಯೋಗಮಾಡುವುದೆಂದರೆ ಸ್ವಾರ್ಥಸಿದ್ಧಿಗಾಗಿ ಕರ್ಮಮಾಡುವುದು ಎಂದೇ ಅರ್ಥ. ಅದನ್ನು ಪ್ರತಿದಿನವೂ ಪ್ರತಿಯೊಬ್ಬ ಸ್ತ್ರೀಪುರುಷರೂ ತಪ್ಪದೆ ಮಾಡುತ್ತಲೇ ಇರುತ್ತಾರೆ. ಆದರೆ ದಯೆಯ ಪ್ರಯೋಗ ಹಾಗಲ್ಲ. ದಯೆಯ ತಳಹದಿಯ ಮೇಲೆ ಕರ್ಮಮಾಡುವ ದಯಾಳುವು ಜ್ಞಾನಶಿಖರವನ್ನು ಏರಿಬಿಡುತ್ತಾನೆ. ಅವನು ಮಾಡುವ ಕರ್ಮಗಳು ಸ್ವಾರ್ಥರಹಿತವಾಗಿರುವುದರಿಂದ, ಫಲಾಸಕ್ತಿಯನ್ನು ಉಂಟುಮಾಡುವುದಿಲ್ಲ. ಅದೇ ಕಾರಣವಾಗಿ ಆ ಕರ್ಮಗಳು ಅವನನ್ನು ಪಾಪಪುಣ್ಯಗಳಿಂದ ಬಂಧಿಸುವುದಿಲ್ಲ. ಸ್ವಾರ್ಥಶೂನ್ಯನೂ ಅನಾಸಕ್ತನೂ ಆದ ಮಹಾತ್ಮನು ಜನನಿಬಿಡವಾದ, ಪಾಪಪೂರಿತವಾದ ಪಟ್ಟಣದ ಮಧ್ಯದಲ್ಲಿದ್ದರೂ ಪಾಪವನ್ನು ಅಂಟಿಸಿಕೊಳ್ಳದೆ ಪುಣ್ಯಮೂರ್ತಿಯಾಗಿ, ಬಂಧಮುಕ್ತನಾಗಿ ಇದ್ದುಬಿಡುತ್ತಾನೆ. ಈ ತತ್ತ್ವಕ್ಕೆ ಪೋಷಕವಾಗಿ ಸ್ವಾಮಿ ವಿವೇಕಾನಂದರು ಉಜ್ವಲವಾದ ಅತಿಥಿಸತ್ಕಾರದಿಂದ ಮೋಕ್ಷವನ್ನು ಪಡೆದುಕೊಂಡ ಬ್ರಾಹ್ಮಣನೊಬ್ಬನ ಕಥೆಯನ್ನು ಪರಿಣಾಮಕಾರಿಯಾಗಿ ನಿರೂಪಿಸಿದ್ದಾರೆ.

ಕುರುಕ್ಷೇತ್ರದ ಯುದ್ಧವೆಲ್ಲವೂ ಮುಗಿದಮೇಲೆ ಧರ್ಮರಾಯಾದಿ ಪಾಂಡವರು ಅಶ್ವಮೇಧವೆಂಬ ಮಹಾಯಾಗವನ್ನು ನೆರವೇರಿಸಿದರು. ಅನ್ನದಾನ, ದ್ರವ್ಯದಾನಗಳು ವಿಶೇಷವಾಗಿ ನಡೆದುವು. ಎಲ್ಲೆಲ್ಲೂ ಅನ್ನದ ಪರ್ವತಗಳು, ತುಪ್ಪದ ಮಡುಗಳು, ರಸಾಯನದ ನದಿಗಳು, ಸುರೆಯ ಸಾಗರಗಳೂ ಕಣ್ಣಿಗೆ ಬೀಳುತ್ತಿದ್ದುವು. ಭಕ್ಷ್ಯಭೋಜ್ಯಗಳಿಗೆ ಕೊನೆಮೊದಲಿರಲಿಲ್ಲ. ಧನಕನಕರತ್ನಗಳನ್ನು ಬಡಬಗ್ಗರಿಗೆ ಮಳೆಗರೆದಂತೆ ಧರ್ಮರಾಯನು ದಾನಮಾಡಿದನು. ಆ ದಾನದ ಬಾಹುಳ್ಯವನ್ನೂ ಸಮೃದ್ಧಿಯನ್ನೂ ನೋಡಿದ ಜನಸ್ತೋಮ "ಇಂತಹ ಯಜ್ಞವನ್ನು ಹಿಂದೆ ಯಾರೂ ಮಾಡಿರಲಿಲ್ಲ, ಯಾರೂ ನೋಡಿರಲಿಲ್ಲ" ಎಂದು ಕೊಂಡಾಡಿತು.

ಆ ಸಮಯಕ್ಕೆ ಸರಿಯಾಗಿ ಮುಂಗುಸಿಯೊಂದು ಎತ್ತಣಿಂದಲೋ ಓಡೋಡಿಬಂದು ಆ ಯಾಗಭೂಮಿಯಲ್ಲೆಲ್ಲ ಹೊರಳಾಡಿತು. ಅದರ ಶರೀರದ ಅರ್ಧಭಾಗ ಸುವರ್ಣಮಯವಾಗಿತ್ತು. ಉಳಿದರ್ಧವು ಕಂದುಬಣ್ಣಕ್ಕೆ ಇತ್ತು. ಅದು ಸಿಡಿಲಿನಂತೆ ಕೂಗುಹಾಕಿ, ಎಲ್ಲರ

ಗಮನವನ್ನೂ ತನ್ನತ್ತ ಸೆಳೆದು, ಮನುಷ್ಯರಂತೆ ಮಾತನಾಡಿತು. "ಎಲೈ ರಾಜರೇ, ನೀವು ಈ ಯಜ್ಞವನ್ನು ಇಷ್ಟೆಲ್ಲ ಹೊಗಳುತ್ತಿರುವುದೇಕೆ? ನೀವೆಲ್ಲರೂ ಸುಳ್ಳರು, ಇದೆಂತಹ ಯಜ್ಞ, ಬಾಯಲ್ಲಿ ಹೇಳುವುದಕ್ಕೆ ಕೂಡ ಯೋಗ್ಯವಲ್ಲದ ಯಜ್ಞ" ಎಂದು ನಿಷ್ಠುರವಾಗಿ ಹೀಗಳೆಯಿತು. ಅದನ್ನು ಕೇಳಿದ ಸರ್ವರೂ ಸ್ತಂಭೀಭೂತರಾಗಿಬಿಟ್ಟರು. ಸ್ವಲ್ಪ ಅಸಮಾಧಾನ ದಿಂದಲೇ "ಇದೇನಿದು ನೀನಾಡುವ ಮಾತು? ಈ ಯಜ್ಞದಿಂದ ದೀನದಲಿತರಿಗೆಲ್ಲ ಕನಕಾಭಿಷೇಕವಾಗಿದೆ. ಪ್ರತಿಯೊಬ್ಬರೂ ಧನವಂತರಾಗಿ ಸುಖಜೀವನವನ್ನು ನಡೆಸುವಂತಾಗಿದೆ. ಇಂತಹ ಮಹೋನ್ನತವಾದ ಯಾಗ ಹಿಂದೆಂದೂ ನಡೆದಿರಲಿಲ್ಲ. ನೀನು ಅದನ್ನು ಕಡೆಗಂಡು ಆಡಿದ ಮಾತಿಗೆ ಕಾರಣವೇನೆಂಬುದನ್ನು ನಮಗೆ ಸರಿಯಾಗಿ ಹೇಳು" ಎಂದು ಕೇಳಿಕೊಂಡರು. ಆಗ ಅದು ಬಡಬ್ರಾಹ್ಮಣನೊಬ್ಬನು ಮಾಡಿದ ದಾನಯಜ್ಞದ ಕಥೆಯನ್ನು ಹೇಳಿತು.

ಕುರುಕ್ಷೇತ್ರದಲ್ಲಿ ದೇವಶರ್ಮನೆಂಬ ಕಡುಬಡವನಾದ ಬ್ರಾಹ್ಮಣನೊಬ್ಬನಿದ್ದನು. ಅವನಿಗೆ ಹೆಂಡತಿ, ಮಗ, ಸೊಸೆಯರು ಇದ್ದರು. ದೇವಶರ್ಮನು ಅಧ್ಯಾಪಕ ವೃತ್ತಿ ಯಿಂದಲೂ ಅವರಿವರು ಕೊಟ್ಟ ದಾನದ ಬಲದಿಂದಲೂ ಜೀವನಯಾಪನೆ ಮಾಡುತ್ತಿದ್ದನು. ಒಮ್ಮೆ ಸತತವಾಗಿ ಮೂರುವರ್ಷಗಳ ಭೀಕರ ಬರಗಾಲವು ಅಪ್ಪಳಿಸಿ, ಜೀವಕೋಟಿಯೆಲ್ಲವೂ ಅನ್ನನೀರುಗಳಿಲ್ಲದೆ ಕಂಗೆಟ್ಟಿತು. ದೇವಶರ್ಮನ ಕುಟುಂಬದ ಸ್ಥಿತಿಯಂತೂ ಚಿಂತಾಜನಕವಾಯಿತು. ಅವರೆಲ್ಲರೂ ನಲವತ್ತೆಂಟು ದಿನಗಳಕಾಲ ಸತತ ವಾಗಿ ಅನ್ನನೀರಿಲ್ಲದೆ ನಿಶ್ಶಕ್ತರಾಗಿ ಮರಣಾಸನ್ನರಾಗಿಬಿಟ್ಟರು. ನಲವತ್ತೊಂಬತ್ತನೆಯ ದಿನಕ್ಕೆ ಭಾಗ್ಯವಶಾತ್ ಒಂದು ಸೇರಿನಷ್ಟು ಗೋಧಿಯಹಿಟ್ಟು ದೊರೆಯಲಾಗಿ ದೇವಶರ್ಮನು ಅದನ್ನು ಮನೆಗೆ ತಂದನು. ಅದರಿಂದ ರೊಟ್ಟಿಮಾಡಿಕೊಂಡು, ನಾಲ್ವರೂ ಸಮನಾಗಿ ಹಂಚಿಕೊಂಡು, ಭಗವಂತನನ್ನು ಸ್ಮರಿಸುತ್ತ ತಿನ್ನಲು ಕುಳಿತರು. ಇನ್ನೇನು ಬಾಯಿಗಿಡ ಬೇಕೆನ್ನುವಷ್ಟರಲ್ಲಿ ಬಾಗಿಲು ಬಡಿದ ಸದ್ದಾಯಿತು.

ದೇವಶರ್ಮನು ಮೇಲೆದ್ದು ಬಾಗಿಲು ತೆರೆದನು. ಹಸಿದು ಕಂಗೆಟ್ಟಿದ್ದ ಅತಿಥಿ ಯೊಬ್ಬನು ಬಾಗಿಲಲ್ಲಿ ನಿಂತಿದ್ದನು. "ನನಗೇನಾದರೂ ಆಹಾರವಿದೆಯೇ" ಎಂದು ದೈನ್ಯದಿಂದ ಕೇಳಿದನು. ಆಗ ದೇವಶರ್ಮನು "ಒಳಕ್ಕೆ ಬನ್ನಿ ಸ್ವಾಮಿ, ನಿಮಗೆ ಸುಖಾಗಮನ, ನೀವು ಅತಿಥಿಗಳು, ದೇವತಾಸ್ವರೂಪರು" ಎಂದು ಹೇಳುತ್ತ ಆತನನ್ನು ಮಣೆಯಮೇಲೆ ಕೂರಿಸಿ, ಅರ್ಘ್ಯಪಾದ್ಯಗಳಿಂದ ಸತ್ಕರಿಸಿ, ತನ್ನ ಪಾಲಿನ ಆಹಾರವನ್ನು ಅವನಿಗೇ ಕೊಟ್ಟನು. ಕ್ಷಣಾರ್ಧದಲ್ಲಿ ಅದನ್ನು ತಿಂದು ಮುಗಿಸಿದ ಅತಿಥಿಮಹಾಶಯನು "ಅಯ್ಯಾ ಪುಣ್ಯಾತ್ಮನೇ, ನೀನು ನನ್ನನ್ನು ಕೊಂದುಬಿಟ್ಟೆ" ಎಂದನು. ಆಗ ದೇವಶರ್ಮನು "ಅದೇಕೆ ಹಾಗೆ ಹೇಳುತ್ತೀರಿ ಸ್ವಾಮಿ" ಎಂದು ಕೇಳಿದನು. ಅದಕ್ಕೆ ಅತಿಥಿಯು "ನಾನು ಹತ್ತುದಿನಗಳಿಂದ ಉಪವಾಸವಿದ್ದೆ. ನೀನು ಕೊಟ್ಟ ಅಲ್ಪಾಹಾರದಿಂದ ನನ್ನ ಹಸಿವಿನ ಬೆಂಕಿ ಭುಗಿಲೆದ್ದು

ನನ್ನನ್ನೇ ತಿಂದುಬಿಡುತ್ತಿದೆ" ಎಂದನು.

ಆಗ ದೇವಶರ್ಮನ ಹೆಂಡತಿಯು ತನ್ನ ಪತಿಯನ್ನು ಕುರಿತು "ಇಲ್ಲಿ ಹಸಿದು ಬಂದಿರುವವನು ನಮ್ಮ ಅತಿಥಿ. ಅವನಿಗೆ ಊಟವಿಕ್ಕಿ ತೃಪ್ತಿಪಡಿಸಬೇಕಾದುದು ನಮ್ಮ ಕರ್ತವ್ಯ. ಆದರೆ ಅಷ್ಟು ಆಹಾರ ನಮ್ಮಲ್ಲಿಲ್ಲ. ನನ್ನ ಪಾಲಿಗೆ ಬಂದಿರುವ ಆಹಾರವನ್ನು ಅವನಿಗೇ ಬಡಿಸಿಬಿಡೋಣ. ನಿಮ್ಮ ಧರ್ಮಪತ್ನಿಯಾಗಿ ನನ್ನ ಭಾಗವನ್ನು ಅವನಿಗೆ ನೀಡುವುದು ನನ್ನ ಕರ್ತವ್ಯ" ಎಂದುಹೇಳಿ, ಅದನ್ನು ಅರ್ಪಿಸಿಬಿಟ್ಟಳು. ಅದನ್ನುಂಡ ಅತಿಥಿಯು ಮತ್ತೆ "ಅಯ್ಯಾ ಮಹಾತ್ಮನೇ, ನಾನು ಹಸಿವಿನಿಂದ ಉರಿದುಹೋಗುತ್ತಿದ್ದೇನೆ" ಎಂದು ಬೊಬ್ಬಿಡತೊಡಗಿದನು. ಆಗ ಮಗನು ಮುಂದೆಬಂದು "ತಂದೆಯ ಭಾರವನ್ನು ಇಳಿಸಲು ಸಹಾಯಮಾಡುವುದು ಮಗನ ಕರ್ತವ್ಯವೇ ಸರಿ. ನನ್ನ ಪಾಲನ್ನು ನೀವೇ ತೆಗೆದುಕೊಳ್ಳಿ ಸ್ವಾಮಿ" ಎಂದು ಅದನ್ನು ಆ ಅತಿಥಿಗೇ ಉಣಬಡಿಸಿದನು. ಅದನ್ನು ತಿಂದರೂ ಅವನ ಹಸಿವು ಹಿಂಗದೆ, ಅವನು ಗೋಳಿಡುತ್ತಲೇ ಇದ್ದನು. ಕೊನೆಗೆ ದೇವಶರ್ಮನ ಸೊಸೆಯು ತನ್ನ ಕರ್ತವ್ಯದ ಅಂಗವಾಗಿ, ತನ್ನ ಭಾಗವನ್ನು ಆ ಅತಿಥಿಗೇ ಒಪ್ಪಿಸಿಬಿಟ್ಟಳು. ಅಷ್ಟಾದಬಳಿಕ ಆ ಅತಿಥಿಯು ಉಂಡು ತೃಪ್ತನಾಗಿ, ಅವರನ್ನೆಲ್ಲ ಹರಸಿ, ಅಲ್ಲಿಂದ ಹೊರಟುಹೋದನು. ಅವನ ಅನುಗ್ರಹದಿಂದ ದೇವಶರ್ಮನ ಕುಟುಂಬ ದವರೆಲ್ಲರೂ ಆ ದಿನವೇ ತಮ್ಮ ಮಾಯಾಪಾಶವನ್ನು ಕಳಚಿಬಿಸುಟು, ಬ್ರಹ್ಮಜ್ಞಾನ ಸಂಪನ್ನರಾಗಿ, ದೇಹತ್ಯಾಗಮಾಡಿ, ಪರಮಪದವಿಯನ್ನು ಪಡೆದುಕೊಂಡರು.

ಈ ಕಥೆಯನ್ನು ಹೇಳಿದ ಬಳಿಕ ಮುಂಗುಸಿಯು "ನಾನು ಆ ಹೊತ್ತಿನಲ್ಲಿ ದೇವಶರ್ಮನ ಮನೆಯಲ್ಲೆಲ್ಲ ಹೊರಳಾಡಿದೆ. ಅವರು ರೊಟ್ಟಿಮಾಡುವಾಗ ನೆಲದಮೇಲೆ ಉದುರಿದ್ದ ಗೋಧಿಹಿಟ್ಟಿನ ಕೆಲವು ಕಣಗಳು ನನ್ನ ಮೈಗೆ ಅಂಟಿಕೊಂಡು, ನನ್ನ ಶರೀರದ ಅರ್ಧಭಾಗ ಸುವರ್ಣಮಯವಾಯಿತು. ಉಳಿದ ಅರ್ಧವನ್ನೂ ಸುವರ್ಣಮಯವಾಗಿಸಿ ಕೊಳ್ಳಬೇಕೆಂಬ ಕಾತುರತೆಯಿಂದ ಎಲ್ಲಿ ಯಾಗವೋ ಎಲ್ಲಿ ಯಜ್ಞವೋ ಅಲ್ಲೆಲ್ಲ ಹೋಗಿ ಹೊರಳಾಡುತ್ತಿದ್ದೇನೆ. ಏನೂ ಪ್ರಯೋಜನವಾಗಿಲ್ಲ. ಹೀಗೆ ಜಗತ್ತನ್ನೆಲ್ಲ ಸುತ್ತುತ್ತಿದ್ದೇನೆ. ಧರ್ಮರಾಯನ ಯಜ್ಞದ ಕೊಂಡಾಟದ ಮಾತುಗಳು ನನ್ನ ಕಿವಿಗೆ ಬಿದ್ದುವು. ಆದ್ದರಿಂದಲೇ ಇಲ್ಲಿಗೆ ಓಡೋಡಿ ಬಂದು ಹೊರಳಾಡಿದೆ. ನನ್ನ ದೇಹದ ಉಳಿದ ಭಾಗ ಸುವರ್ಣಮಯ ವಾಗಲೇ ಇಲ್ಲ. ಆದುದರಿಂದಲೇ ನಾನು ನಿಮ್ಮ ಯಾಗವನ್ನು ಯಾಗವೆಂದು ಕರೆಸಿ ಕೊಳ್ಳುವುದಕ್ಕೆ ಕೂಡ ಅರ್ಹವಾಗಿಲ್ಲ ಎಂದು ಹೇಳಿದೆ" ಎಂದು ಉತ್ತರಿಸಿ ಅಲ್ಲಿಂದ ಮಾಯವಾಗಿಬಿಟ್ಟಿತು.

ಧರ್ಮರಾಯನದೊಂದು ಮಹಾಯಾಗವೆಂದು ಹೆಮ್ಮೆಪಡುತ್ತಿದ್ದವರಿಗೆಲ್ಲ ಭ್ರಮನಿರಸನವಾಯಿತು ಎಂಬುದು ಈ ಕಥೆಯ ಪಾಠಗಳಲ್ಲಿ ಒಂದಾಗಿರಬಹುದು. ಆದರೆ ವಿವೇಕಾನಂದರಾದರೋ "ಕರ್ಮಯೋಗವೇನೆಂಬುದರ ಅರ್ಥ ಈಗ ನಿಮಗೆ ತಿಳಿಯಿತೆ?

ಆದರ್ಶಪ್ರಾಯನಾದ ಗೃಹಸ್ಥನು ಹೇಗಿರುತ್ತಾನೆಂಬುದನ್ನು ನೀವು ನೋಡಿದಿರಲ್ಲವೆ? ಆದರ್ಶಪ್ರಾಯನಾದ ಸನ್ಯಾಸಿಯಾಗುವುದು ಎಷ್ಟು ಕಷ್ಟವೋ, ಆದರ್ಶಪ್ರಾಯನಾದ ಗೃಹಸ್ಥನಾಗುವುದೂ ಅಷ್ಟೇ ಕಷ್ಟ ಎಂಬುದನ್ನು ನೀವು ಮನವರಿಕೆ ಮಾಡಿಕೊಂಡಿರಲ್ಲವೆ?" ಎಂದು ಪ್ರಶ್ನಿಸುತ್ತ ನಿಷ್ಕಾಮಕರ್ಮಯೋಗದ ಮಹತ್ವವನ್ನೇ ಎತ್ತಿ ಹಿಡಿದಿದ್ದಾರೆ. "ಪ್ರಾಣಹೋದರೂ ಸರಿಯೆ, ಪ್ರತಿಫಲಾಪೇಕ್ಷೆಯ ಆಶಾಲೇಶವೂ ಇಲ್ಲದೆ, ಯಾವುದೇ ಪ್ರಶ್ನೆಗಳನ್ನೂ ಕೇಳದೆ ಸತ್ಪಾತ್ರರಿಗೆ ಸಹಾಯಮಾಡುವುದೇ ಕರ್ಮಯೋಗ. ಬಡಬಗ್ಗರಿಗೆ ಮಾಡಿದ ದಾನವನ್ನು ಕುರಿತು ಬಡಾಯಿ ಕೊಚ್ಚಿಕೊಳ್ಳಬಾರದು, ದಾನವನ್ನು ಪಡೆದುಕೊಂಡವರು ನಮಗೆ ಕೃತಜ್ಞತೆ ಸಮರ್ಪಿಸಲಿ ಎಂದು ಸರ್ವಥಾ ನಿರೀಕ್ಷಿಸಬಾರದು. ಅವರಿಂದಾಗಿ ದಾನಕೊಡುವ ಸುವರ್ಣಾವಕಾಶವೊಂದು ನಮಗೆ ದೊರಕಿತಲ್ಲಾ ಎಂದು ನಾವೇ ಅವರಿಗೆ ಕೃತಜ್ಞರಾಗಿರಬೇಕು" ಎಂದು ವಿವೇಕಾನಂದರು ಹೇಳಿರುವುದು ಅನುಷ್ಠಾನವೇದಾಂತದ ಶಿಖರಪ್ರಾಯ ಉಪದೇಶವಾಗಿದೆ.

೩೩. ವಿಷ್ಣುದಾಸ ಮತ್ತು ಲೀಲಾವತಿ

"ಅಯ್ಯೋ ಪಾಪ, ಅವರು ಕೀಳುಜನರು, ಬಡಪಾಯಿ ಮನುಷ್ಯರು" ಎಂಬ ಭಾವನೆಯಲ್ಲಿ ನಾವು ಯಾರಿಗೂ ಮರುಗಬಾರದು. ಎಲ್ಲರೂ ನಮಗೆ ಸರಿಸಮಾನರು ಎಂದು ಭಾವಿಸಿಯೇ ಉಪಕಾರವಾಗುವ ಏನನ್ನಾದರೂ ಮಾಡಬೇಕು. ಮೇಲುಕೀಳೆಂಬ ಮೂಲ ಪಾಪದಿಂದ ಪಾರಾಗಲು ಯತ್ನಿಸಬೇಕು. "ನಾನು ಮೇಲು ನೀನು ಕೀಳು, ನಾನು ನಿನ್ನನ್ನು ಉದ್ಧಾರಮಾಡಲು ಪ್ರಯತ್ನಿಸುತ್ತಿದ್ದೇನೆ" ಎಂದು ಭಾವಿಸಬಾರದು. "ಮನುಷ್ಯ"ರನ್ನು ನೋಡುವುದಲ್ಲ. ಅವರಲ್ಲಿರುವ ದೇವರನ್ನು ಮಾತ್ರವೇ ನೋಡಬೇಕು. ಆಗ ನಾವು ನರಕದಲ್ಲಿ ಕೂಡ ಸ್ವರ್ಗವನ್ನು ಸೃಷ್ಟಿಸಬಲ್ಲವರಾಗುತ್ತೇವೆ. ದೇವರಿಗೆ ಬದಲಾಗಿ ಸುತ್ತಲೂ ನಾವು ಪಾಪಿಗಳನ್ನೇ ನೋಡಿದರೆ, ನಾವು ನರಕದಲ್ಲಿಯೇ ಇದ್ದಂತಾಗಿಬಿಡುತ್ತದೆ. ಈ ಸದ್ವಿಚಾರಗಳ ಹಿನ್ನೆಲೆಯಲ್ಲಿ ಸ್ವಾಮಿ ವಿವೇಕಾನಂದರು ಸಾಧುವಾಗಿಯೂ ನರಕವನ್ನು ಸೇರಿದಾತನ ಕಥೆಯನ್ನು ಬಣ್ಣಿಸಿದ್ದಾರೆ.

ತಾವರೆಕೆರೆಯೆಂಬ ಗ್ರಾಮದಲ್ಲಿ ವಿಷ್ಣುದಾಸನೆಂಬ ಸಾಧುವೊಬ್ಬನಿದ್ದನು. ಅವನೊಂದು ಕುಟೀರವನ್ನೂ ಕಟ್ಟಿಕೊಳ್ಳದೆ ಒಂದುಮರದ ಬುಡದಲ್ಲೇ ಕಾಲಹಾಕು ತ್ತಿದ್ದನು. ಅನ್ನಾಹಾರಗಳನ್ನೂ ಮುಟ್ಟದೆ ಒಂದಿಷ್ಟು ಹಾಲುಹಣ್ಣುಗಳ ಮೇಲೆಯೇ ಜೀವಿಸುತ್ತಿದ್ದನು. ಅದೂ ಭಕ್ತರು ತಾವಾಗಿಯೇ ತಂದುಕೊಟ್ಟರುಂಟು, ಇಲ್ಲದಿದ್ದರೆ ಇಲ್ಲ. ತನ್ನ ದಿನದ ಬಹುಭಾಗವನ್ನು ವಿಷ್ಣುದಾಸನು ಧ್ಯಾನ, ಭಜನೆ, ಪ್ರಾಣಾಯಾಮ ಗಳಲ್ಲೇ ಕಳೆಯುತ್ತಿದ್ದನು. ಗ್ರಾಮದ ಜನರು ಆತನನ್ನು ಪವಿತ್ರಾತ್ಮನೆಂದು ಭಾವಿಸು ತ್ತಿದ್ದರು; ಆ ಸಾಧುವೂ ತನ್ನನ್ನು ಹಾಗೆಯೇ ಭಾವಿಸಿಕೊಂಡಿದ್ದನು. ಆಗಾಗ ಜನರು ಬಂದು, ಆತನ ಬಳಿ ತಮ್ಮ ಕಷ್ಟಸುಖಗಳನ್ನು ಹೇಳಿಕೊಳ್ಳುವುದು, ಅವನ ಉಪದೇಶಗಳನ್ನು ಆಲಿಸುವುದು ಕೂಡ ನಡೆದೇ ಇತ್ತು.

ವಿಷ್ಣುದಾಸನ ಭಕ್ತವೃಂದದಲ್ಲಿ ಅದೇ ಗ್ರಾಮದ ಲೀಲಾವತಿ ಎಂಬ ಒಬ್ಬ ವೇಶ್ಯೆಯೂ ಇದ್ದಳು. ಅವಳು ಆ ವೃತ್ತಿಯನ್ನು ತೊರೆಯಬೇಕೆಂಬುದೇ ಸಾಧುವು ಅವಳಿಗೆ ನೀಡುತ್ತಿದ್ದ ಮುಖ್ಯ ಉಪದೇಶವಾಗಿತ್ತು. "ನೋಡು ತಾಯೆ, ನೀನು ಮಾಡುತ್ತಿರುವ ವೃತ್ತಿಯಿಂದ ನಿನಗೆ ಪಾಪಸಂಘಟನೆಯಾಗುತ್ತದೆ. ನಿನ್ನ ಸಂಪರ್ಕಕ್ಕೆ ಬರುವವರೂ ಪತನಹೊಂದುತ್ತಾರೆ. ಕುಟುಂಬಗಳಲ್ಲಿ ಒಡಕುಂಟಾಗುತ್ತದೆ. ಕೊನೆಗೆ ನೀನೂ ನರಕಕ್ಕೆ

ಬೀಳಬೇಕಾಗುತ್ತದೆ" ಎಂದು ವಿಷ್ಣುದಾಸನು ಎಚ್ಚರಿಸುತ್ತಿದ್ದನು. ಆದರೆ ಜೀವನೋಪಾಯಕ್ಕೆ ಬೇರೆದಾರಿ ಇರಲಿಲ್ಲವಾದ್ದರಿಂದ ಅವಳು ಅಸಹಾಯಕಳಾಗಿದ್ದಳು. ಇಷ್ಟಾದರೂ ಸಾಧುವು ಮಾತ್ರ ಅವಳಿಗೆ ಉಪದೇಶ ಹೇಳುವುದನ್ನು ಮಾತ್ರ ಬಿಟ್ಟಿರಲಿಲ್ಲ.

ಹೀಗೆಯೇ ಇರುವಲ್ಲಿ ತಾವರೆಕೆರೆಗೊಮ್ಮೆ ಬೆಂಕಿಜ್ವರವು ಬಡಿದು ವಿಷ್ಣುದಾಸ ಮತ್ತು ಲೀಲಾವತಿ ಒಂದೇದಿನ ತೀರಿಹೋದರು. ಯಮದೂತರೂ ದೇವದೂತರೂ ಏಕಕಾಲಕ್ಕೆ ಬಂದಿಳಿದರು. ಯಮದೂತರು ವಿಷ್ಣುದಾಸನನ್ನೂ ದೇವದೂತರು ಲೀಲಾವತಿಯನ್ನೂ ತಮ್ಮ ವಶಕ್ಕೆ ತೆಗೆದುಕೊಂಡು, ಆಕಾಶಮಾರ್ಗದಲ್ಲಿ ಒಟ್ಟಿಗೇ ಪಯಣ ಬೆಳೆಸಿದರು.

ಪಣ್ಯಾಂಗನೆಯು ಪುಣ್ಯಾಂಗನೆಯಾಗಿ ದೇವದೂತರಿಂದ ಸುತ್ತುವರಿದಿದ್ದಾಳೆ; ನಾನಾದರೋ ಯಮದೂತರ ವಶದಲ್ಲಿದ್ದೇನೆ– ಇದೇನು ವಿಚಿತ್ರ ಎಂದು ವಿಷ್ಣುದಾಸನು ದಿಗ್ಭ್ರಾಂತನಾದನು. ಯಮದೂತರನ್ನು ಕುರಿತು "ಆ ವೇಶ್ಯೆ ಲೀಲಾವತಿಯನ್ನು ಅಲ್ಲಿ ನೋಡಿ, ದೇವಲೋಕಕ್ಕೆ ಹೋಗುತ್ತಿದ್ದಾಳೆ; ಅವಳು ನಮ್ಮೂರಿನವಳೇ; ನಾನು ಅವಳಿಗೆ ಪದೇಪದೇ ಆ ಹೀನವೃತ್ತಿಯನ್ನು ತೊರೆದುಬಿಡು ಎಂದು ಬುದ್ಧಿವಾದ ಹೇಳುತ್ತಿದ್ದೆ. ಆದರೂ ಅವಳು ಅದನ್ನು ಬಿಡಲಿಲ್ಲ. ಅವಳೀಗ ಸ್ವರ್ಗಕ್ಕೆ ಹೋಗುತ್ತಿದ್ದಾಳೆ. ನಾನು ಪರಿಶುದ್ಧವಾದ ಜೀವನ ನಡೆಸಿದೆ. ಇತರರಿಗೂ ಅದನ್ನೇ ಬೋಧಿಸಿದೆ. ಇಷ್ಟಾದರೂ ನನ್ನನ್ನೇಕೆ ನರಕಕ್ಕೆ ಎಳೆದೊಯ್ಯುತ್ತಿದ್ದೀರಿ" ಎಂದು ಅಲವತ್ತುಕೊಂಡನು.

ಆಗ ಯಮದೂತರು "ಆ ವೇಶ್ಯೆಯಾದರೋ ತನ್ನ ವೃತ್ತಿಯನ್ನು ಬಿಡಲಾಗದಿದ್ದರೂ ಮನಸ್ಸನ್ನು ಮಾತ್ರ ಸದಾಕಾಲ ಪರಮಾತ್ಮನಲ್ಲಿಯೇ ನೆಟ್ಟಿರುತ್ತಿದ್ದಳು. "ಹೇ ಭಗವಂತ, ನಾನು ಪತಿತಳಾಗಿದ್ದೇನೆ, ನೀನು ಪತಿತಪಾವನನಾಗಿದ್ದೀಯೆ. ಉದರಂಭರಣಕ್ಕೆ ಅನ್ಯಮಾರ್ಗವಿಲ್ಲದೆ ಈ ಹೀನವೃತ್ತಿಗೆ ಇಳಿದಿದ್ದೇನೆ. ನನ್ನನ್ನು ಪಾಪಮುಕ್ತಳನ್ನಾಗಿ ಮಾಡು" ಎಂದು ಏಕಾಂತದಲ್ಲಿ ಬೇಡುತ್ತ, ಕಂಬನಿಗರೆಯುತ್ತ, ಅಂತರ್ಯದಲ್ಲಿ ಭಗವಂತನನ್ನೇ ಪ್ರತಿಷ್ಠಾಪಿಸಿಕೊಂಡಿದ್ದಳು. ಅದರಿಂದಾಗಿ ಅವಳು ಪುಣ್ಯವಂತರಿರುವ ಲೋಕಕ್ಕೆ ಹೋಗುತ್ತಿದ್ದಾಳೆ. ನೀನಾದರೋ ಒಳ್ಳೆಯ ಕೆಲಸಗಳನ್ನು ಮಾಡುತ್ತಿದ್ದರೂ ನಿನ್ನ ಮನಸ್ಸು ಮಾತ್ರ ಇತರರ ಪಾಪಗಳನ್ನು ಕುರಿತೇ ಚಿಂತನೆಮಾಡುತ್ತಿತ್ತು. ಇತರರ ಪಾಪಗಳ ಮೇಲೆಯೇ ನಿನ್ನ ಮನಸ್ಸು ನೆಲೆಸಿತ್ತು. ಪಾಪವನ್ನೇ ನೋಡಿ, ಪಾಪವನ್ನೇ ಚಿಂತಿಸಿ, ಪಾಪವನ್ನೇ ಬಣ್ಣಿಸಿದೆಯಾದಕಾರಣ ನೀನು ಪಾಪಿಗಳು ತುಂಬಿರುವ ಲೋಕಕ್ಕೆ ಹೋಗಬೇಕಾಗಿದೆ" ಎಂದು ತಿಳಿವಳಿಕೆ ನೀಡಿದರು. "ಅಯ್ಯೋ, ಎಂತಹ ಪ್ರಮಾದ ಜರುಗಿ ಹೋಯಿತು" ಎಂದು ವಿಷ್ಣುದಾಸನು ಒದ್ದಾಡಿಹೋದನು.

"ಬಾಹ್ಯವೇಷದಿಂದ ಏನೂ ಪ್ರಯೋಜನವಿಲ್ಲ. ಹೃದಯ ಪರಿಶುದ್ಧವಾಗಿರಬೇಕು. ಆಲೋಚನೆ ಬಹಳ ಮುಖ್ಯ. ಏಕೆಂದರೆ ನಾವು ಆಲೋಚಿಸಿದಂತೆಯೇ ಆಗಿಬಿಡುತ್ತೇವೆ.

ಮಾನವಕೋಟಿಯ ರಕ್ಷಕರಾಗಲು ಎಂದಿಗೂ ಯತ್ನಿಸಬಾರದು. ಪಾಪಿಗಳನ್ನು ಉದ್ಧಾರ ಮಾಡುವ ಮಹಾಸಾಧುಪುರುಷರಂತೆ ಎತ್ತರದಲ್ಲಿ ನಿಲ್ಲಲು ಹವಣಿಸಬಾರದು. ಅದರ ಬದಲು ನಮ್ಮನ್ನು ನಾವು ಶುದ್ಧೀಕರಿಸಿಕೊಳ್ಳಬೇಕು. ಹಾಗೆ ಶುದ್ಧೀಕರಿಸಿಕೊಂಡನಂತರ ಇತರರಿಗೂ ನಾವು ನೆರವಾಗಬೇಕು" ಎಂದು ವಿವೇಕಾನಂದರು "ಈ ಕಥೆಯ ನೀತಿ ಸ್ಪಷ್ಟವಾಗಿಯೇ ಇದೆ" ಎಂದು ಹೇಳುತ್ತ ಅದನ್ನು ಅನಾವರಣಗೊಳಿಸಿದ್ದಾರೆ.

ಈ ಕಥೆಯ ತಿರುಳನ್ನೇ ಒಳಗೊಂಡ ಬೇರೆ ಕಥೆಯೊಂದನ್ನು ಶ್ರೀರಾಮಕೃಷ್ಣ ಪರಮಹಂಸರೂ ಹೇಳಿದ್ದಾರೆ. ಇಬ್ಬರು ಗೆಳೆಯರಿದ್ದರು. ಒಂದುದಿನ ಅವರಲ್ಲಿ ಒಬ್ಬಾತ ಭಾಗವತಕಥಾಶ್ರವಣಕ್ಕೆ ಹೋದನು. ಇನ್ನೊಬ್ಬ ಅದೇ ಹೊತ್ತಿಗೆ ವೇಶ್ಯೆಯ ಮನೆಗೆ ಹೋದನು. ಭಾಗವತಕ್ಕೆ ಹೋದಾತನು "ನನ್ನ ಗೆಳೆಯ ವಿಶೇಷ ಆನಂದದಲ್ಲಿರುತ್ತಾನೆ. ನಾನಾದರೋ ಈ ಸಪ್ಪೆಪ್ರವಚನಕ್ಕೆ ಬಂದೆ" ಎಂದು ಆಲೋಚಿಸುತ್ತಿದ್ದನು. ವೇಶ್ಯೆಯ ಮನೆಗೆ ಹೋದಾಗ "ನನ್ನದೆಂತಹ ನಡತೆ, ನಾನು ಕೀಳುಜಾಗಕ್ಕೆ ಬಂದೆ. ನನ್ನ ಗೆಳೆಯನು ಪುಣ್ಯಕಥಾಶ್ರವಣದಲ್ಲಿದ್ದಾನೆ" ಎಂದು ಆಲೋಚಿಸುತ್ತಿದ್ದನು. ಅವರುಗಳು ಸತ್ತಾಗ ಭಾಗವತಶ್ರವಣ ಮಾಡಲು ಹೋಗಿದ್ದವನನ್ನು ಯಮದೂತರು ಯಮಲೋಕಕ್ಕೂ ವೇಶ್ಯೆಯ ಮನೆಗೆ ಹೋಗಿದ್ದವನನ್ನು ವಿಷ್ಣುದೂತರು ವೈಕುಂಠಕ್ಕೂ ಕರೆದೊಯ್ದರು. ಈ ಕಥೆಯನ್ನು ಹೇಳಿದ ಬಳಿಕ ಪರಮಹಂಸರು "ಭಾವಕ್ಕೆ ತಕ್ಕ ಲಾಭ. ಭಗವಂತನು ಹೃದಯವನ್ನು ನೋಡುತ್ತಿರುತ್ತಾನೆಯೇ ವಿನಾ ಯಾರ್ಯಾರು ಎಲ್ಲೆಲ್ಲಿ ಇದ್ದಾರೆ, ಏನೇನು ಕೆಲಸಮಾಡುತ್ತಿದ್ದಾರೆ ಎಂಬುದರ ಕಡೆ ಗಮನವೀಯುವುದಿಲ್ಲ. ಜನಾರ್ದನನು ಭಾವಗ್ರಾಹಿ. ಯಾರಿಗೆ ಒಳ್ಳೆಯ ಮನಸ್ಸಿದೆಯೋ ಅವರಿಗೆ ಒಳ್ಳೆಯ ಮಾರ್ಗವೂ ದೊರೆಯುತ್ತದೆ, ಒಳ್ಳೆಯ ಫಲವೂ ದೊರೆಯುತ್ತದೆ" ಎಂದು ಉಪದೇಶಿಸಿದ್ದಾರೆ.

೩೪. ಫ್ರೆಂಚನ ಮನೆಯ ದ್ರಾಕ್ಷಾರಸ

ಮನುಷ್ಯಜನ್ಮಕ್ಕೆ ದುಃಖವೆಂಬುದು ಕಟ್ಟಿಟ್ಟ ಬುತ್ತಿ. ಏಕೆಂದರೆ ಜಗತ್ತೆಲ್ಲವೂ ದುಃಖ ಭರಿತವಾಗಿದೆ. ಇಲ್ಲಿ ಅನೇಕ ಸಂಗತಿಗಳು ನಮಗೆ ಇಷ್ಟವಾಗುವುದಿಲ್ಲ. ಆದರೆ ಆ ಅನಿಷ್ಟವನ್ನು ನಾವು ತಿರಸ್ಕರಿಸುವಂತಿಲ್ಲ. ಅದಕ್ಕೆ ತಲೆಬಾಗಿಯೇ ನಡೆಯಬೇಕು. ನಮ್ಮ ಪಾಲಿಗೆ ಬಂದುದೆಲ್ಲವೂ ಪಂಚಾಮೃತ ಎಂದು ಭಾವಿಸಿಕೊಂಡು, ಪ್ರಕೃತಿಸಹಜವಾಗಿ ಬಾಳುವುದಾದರೆ ಒಂದು ಹಂತಕ್ಕೆ ಅದು ಒಳ್ಳೆಯದೇ. ಆದರೆ ಅಂತಹ ನೆಮ್ಮದಿಯ ಬಾಳಿನಮೇಲೆ ನಮಗೆ ಒಲವಿಲ್ಲ, ಪ್ರೀತಿಯಿಲ್ಲ. ನಾವಾದರೋ "ಬಂದದ್ದು ಬರಲಿ, ವಿಧಿಸಹಜವಾದುದನ್ನು ಆನಂದದಿಂದ ಸ್ವೀಕರಿಸುತ್ತೇವೆ" ಎಂದು ತುದಿನಾಲಗೆಯಲ್ಲಿ ಹೇಳುತ್ತೇವಾದರೂ ಆ "ಕಷ್ಟಕರ"ವಾದ ಪ್ರಕೃತಿಸ್ವರೂಪದಿಂದ ಪಾರಾಗಿ, "ಸುಖಕರ"ವಾದ ಪ್ರಕೃತಿಸ್ವರೂಪದಲ್ಲಿ ನೆಲೆಸಲು ತೊಳಲಾಡುತ್ತೇವೆ. ಆ ತೊಳಲಾಟವು ತೊಳಲಾಟ ವಾಗಿಯೇ ಪರ್ಯವಸಾನವಾಗುತ್ತದೆಯೇ ಹೊರತು, ನಾವು ಬಯಸುವ ಒಳ್ಳೆಯ ಫಲಗಳನ್ನು ನೀಡುವುದೇ ಇಲ್ಲ. ಅದನ್ನು ಸ್ಪಷ್ಟಪಡಿಸಲು ಸ್ವಾಮಿ ವಿವೇಕಾನಂದರು ಫ್ರೆಂಚನ ಮನೆಯ ದ್ರಾಕ್ಷಾರಸವನ್ನು ಚಪ್ಪರಿಸಲು ಹೋದ ಆಂಗ್ಲಪುರುಷನ ಕಥೆಯನ್ನು ಹೇಳಿದ್ದಾರೆ.

ಒಬ್ಬ ಫ್ರೆಂಚ್‌ಪುರುಷನೂ ಒಬ್ಬ ಆಂಗ್ಲೇಯಪುರುಷನೂ ಪರಸ್ಪರ ಗೆಳೆಯರಾಗಿದ್ದರು. ಫ್ರೆಂಚರು ಹಳೆಯ ದ್ರಾಕ್ಷಾರಸವನ್ನು ಇಷ್ಟಪಡುತ್ತಾರೆ. ಅದು ಹಳೆಯದಾದಷ್ಟೂ ರುಚಿಕರ ಎಂದು ಕೆಲವರು ಭಾವಿಸುತ್ತಾರೆ. ಹಾಗೆ ಹಳೆಯದಾಗಲೆಂದು ಸಂಗ್ರಹಿಸಿಟ್ಟಿರುತ್ತಾರೆ. ನಮ್ಮ ಕನ್ನಡನಾಡಿನಲ್ಲಿ ಜನರು ಹಳೆಯ ರಾಗಿಯನ್ನು ಇಷ್ಟಪಡುವಂತೆ, ಅಲ್ಲಿನ ಜನರಿಗೆ ದ್ರಾಕ್ಷಾರಸ. ಹಳೆಯರಾಗಿ ರುಚಿಕರ, ಆದರೆ ಸಿಗುವುದು ಕಷ್ಟ. ಅದನ್ನು ಹುಡುಕಿಕೊಂಡು ಹೋಗುವುದೂ ಒಂದೆ, ಸ್ವರ್ಗವನ್ನು ಸೇರುವುದೂ ಒಂದೆ ಎಂಬರ್ಥದಲ್ಲಿ "ಹಳೇರಾಗಿ ತರಲು ಹೋಗುವುದು" ಎಂಬ ನುಡಿಗಟ್ಟೊಂದು ಪ್ರಚಲಿತವಾಗಿದೆ. ಅದು ಹೇಗೂ ಇರಲಿ, ಈಗ ಕಥೆಗೆ ಬರೋಣ.

ಒಂದುದಿನ ಫ್ರೆಂಚನು ತನ್ನ ಆಂಗ್ಲೇಯಮಿತ್ರನನ್ನು ಕುರಿತು "ಇಂದು ಸಂಜೆ ನಮ್ಮ ಮನೆಗೆ ಬಾರಯ್ಯ, ರುಚಿಕರವಾದ ಹಳೆಯ ದ್ರಾಕ್ಷಾರಸವನ್ನು ಹೀರುತ್ತೀಯಂತೆ" ಎಂದು ಹೇಳಿಕಳುಹಿಸಿದನು. ಆಂಗ್ಲನಿಗೂ ಬಾಯಲ್ಲಿ ನೀರೂರಿತು. ಸಂಜೆಯಾಗುತ್ತಿದ್ದಂತೆಯೇ

ಅವನು ಫ್ರೆಂಚನ ಮನೆಯಲ್ಲಿ ಪ್ರತ್ಯಕ್ಷನಾದನು. ಸ್ವಲ್ಪಹೊತ್ತು ಲೋಕಾಭಿರಾಮವಾಗಿ ಮಾತುಕತೆಯಾಡಿದ ನಂತರ ಫ್ರೆಂಚನು, ತನ್ನ ಅಡಿಗೆಭಟ್ಟನನ್ನು ಕೂಗಿಕರೆದು "ಬೀರುವಿನ ಮೇಲುಸಾಲಿನಲ್ಲಿರುವ ದ್ರಾಕ್ಷಾರಸದಲ್ಲಿ ಒಂದು ಬುಡ್ಡಿಯನ್ನು ಈಗಲೇ ಸುರಿದುಕೊಂಡು ಬಂದು ಇವರಿಗೆ ಕೊಡು" ಎಂದು ಆಜ್ಞಾಪಿಸಿದನು.

ಅಡಿಗೆಯಾತ ಎತ್ತಿತಂದನು. ಆ ಬುಡ್ಡಿಯಾದರೋ ಮಿರಮಿರನೆ ಮಿಂಚುತ್ತಿತ್ತು. ಒಳಗೆ ಬಂಗಾರದಂತೆ ಹೊಳೆಯುತ್ತಿತ್ತು. ಅದನ್ನು ಗ್ಲಾಸಿಗೆ ಸುರಿದು ಆಂಗ್ಲನ ಮುಂದಿಟ್ಟನು. ಆತನಾದರೋ ಅದನ್ನು ಗಟಗಟನೆ ಕುಡಿದು ಮುಗಿಸಿಬಿಟ್ಟನು. ಕೊನೆಯಲ್ಲಿ ಏಕೋ ಮುಖವನ್ನು ಸಿಂಡರಿಸಿಕೊಂಡುಬಿಟ್ಟನು. ಅದನ್ನು ಕಂಡ ಫ್ರೆಂಚನು "ಯಾಕಯ್ಯ, ಏನಾಯಿತು, ಆಪ್ಯಾಯಮಾನವಾಗಿಲ್ಲವೆ" ಎಂದು ಕೇಳಿದನು. ಅದಕ್ಕೆ ಆಂಗ್ಲನು "ಯಾಕೋ ಹರಳೆಣ್ಣೆ ಕುಡಿದಹಾಗೆ ಆಯಿತಯ್ಯ" ಎಂದನು. ಹೌದು, ವಿಚಾರಿಸಿ ನೋಡಿದಾಗ ಅದು ಸತ್ಯವಾಗಿತ್ತು. ಅದೇ ಸಾಲಿನಲ್ಲಿ ಒಂದು ಹರಳೆಣ್ಣೆಯ, ಅದೇ ತರಹದ ಬುಡ್ಡಿಯೂ ಇತ್ತು. ಅಡಿಗೆಯವನ ಅವಿವೇಕದಿಂದ ಅಚಾತುರ್ಯ ನಡೆದುಹೋಯಿತು. ಬಯಸಿದ್ದು ದ್ರಾಕ್ಷಾರಸ, ಆದರೆ ಸಿಕ್ಕಿದ್ದು ಹರಳೆಣ್ಣೆ. ಇದೇ ಪ್ರಕೃತಿಯ ಆಟ, ಮಾಯೆಯ ಮಾಟ.

ಮನುಷ್ಯರು ಯಂತ್ರಗಳಂತೆ ಆಗಿಬಿಟ್ಟಿದ್ದಾರೆ. ಆಲೋಚನೆಯ ಶಕ್ತಿಯನ್ನೇ ಕಳೆದು ಕೊಂಡುಬಿಟ್ಟಿದ್ದಾರೆ. ನಾಯಿ, ಬೆಕ್ಕು ಮುಂತಾದ ಪ್ರಾಣಿವರ್ಗವನ್ನು ಹೇಗೆ ಪ್ರಕೃತಿಯು ಚಾವಟಿಬೀಸಿ ನಡೆಸುತ್ತಿದೆಯೋ ಹಾಗೆಯೇ ಮನುಷ್ಯರನ್ನೂ ಅದು ತನ್ನ ಸೇವಕರನ್ನಾಗಿ ಮಾಡಿಕೊಂಡಿದೆ; ಎಲ್ಲವನ್ನೂ ನಮ್ಮ ಮೇಲೆ ಬಲಾತ್ಕಾರವಾಗಿ ಹೇರಿಬಿಟ್ಟಿದೆ. ಒಮ್ಮೆ ಆ ಗಾಣದ ನೊಗಕ್ಕೆ ತಲೆಯೊಡ್ಡಿದೆವೆಂದರೆ ತೀರಿತು, ಸದಾ ಸುತ್ತುತ್ತಲೇ ಇರಬೇಕು. ನಿಂತರೆ ಹಿಂದಿನಿಂದ ಛಡಿಯೇಟು ಬೀಳುತ್ತದೆ. ಆದ್ದರಿಂದ ಮೂಗುಮುಚ್ಚಿಕೊಂಡು ಮುಂದೆಹೋಗುವುದೇ ಮೇಲು. ಆದರೆ ಎಲ್ಲೋ ಕೆಲವರು ಮಾತ್ರ, ಈ ಜೀವನಕ್ಕೆ ಏನಾದರೂ ಅರ್ಥವಿದೆಯೆ, ಈ ಪಿಡುಗಿನಿಂದ ಪಾರಾಗಲು ಏನಾದರೂ ದಾರಿಯಿದೆಯೆ ಎಂದು ಚಿಂತನೆಮಾಡಿ, ಸಾಧನೆಮಾಡಿ, ಅದರಿಂದ ಮುಕ್ತರಾಗಿಬಿಡುತ್ತಾರೆ. ಅವರೇ ಆತ್ಮಜ್ಞಾನಿಗಳು, ಅವರೇ ಬ್ರಹ್ಮಜ್ಞಾನಿಗಳು, ಅವರೇ ಜೀವನ್ಮುಕ್ತರು ಎಂಬುದಾಗಿ ಅಂತ್ಯದಲ್ಲಿ ವಿವೇಕಾನಂದರು ಸ್ಪಷ್ಟಪಡಿಸಿದ್ದಾರೆ.

೩೫. ಅಂಕಲ್‌ಜೋಷ್ ಮಾಡಿದ ನಿಧಿಸಂಗ್ರಹ

ಇಂಗ್ಲೆಂಡ್, ಅಮೇರಿಕಾ ಮುಂತಾದ ರಾಷ್ಟ್ರಗಳಲ್ಲಿ ಧರ್ಮಬೋಧನೆ ಮಾಡುವುದು ಬಹಳ ದುಷ್ಕರವಾದ ಕಾರ್ಯ. ಏಕೆಂದರೆ ಅಲ್ಲಿ ಧರ್ಮಬೋಧೆ ಮಾಡುವವರೆಲ್ಲ ಸಾಧಾರಣವಾಗಿ ಧನಸಂಗ್ರಹವನ್ನು ಗುರಿಯಾಗಿಸಿಕೊಂಡಿರುತ್ತಾರೆ. ಒಂದಷ್ಟು ಧರ್ಮೋಪದೇಶ ಕೇಳುವುದು, ಒಂದಿಷ್ಟು ವಂತಿಕೆ ಕೊಟ್ಟು ನಡೆದುಬಿಡುವುದು– ಅಲ್ಲಿನ ಜನರಿಗೆ ರೂಢಿಯಾಗಿಬಿಟ್ಟಿದೆ. ಹೀಗಾಗಿ ಅಲ್ಲಿನ ಜನರು ಧರ್ಮವಿಚಾರ ಕೇಳುವುದೆಂದರೆ 'ಅಯ್ಯೋ ದುಡ್ಡು ಪೀಕಬೇಕಲ್ಲ' ಎಂದು ಹಿಂದೇಟುಹಾಕುತ್ತಾರೆ. "ನಾವೀಗ ಸಾಯುತ್ತಿದ್ದೇವೆ, ಏನಾದರೂ ಪರಮಾರ್ಥದ ನಾಲ್ಕು ಮಾತು ಹೇಳಿ, ಅದನ್ನು ಕೇಳಿಸಿಕೊಂಡು ಸಾಯುತ್ತೇವೆ ಸ್ವಾಮಿ" ಎಂದು ಯಾರಾದರೂ ಕೇಳಿದರೆ, ಅದಕ್ಕೆ ಧರ್ಮಬೋಧಕರು "ಹಾಗೆಯೇ ಆಗಲಿ, ಮೊದಲು ನಿಮ್ಮ ಕಾಣಿಕೆಯನ್ನು ಇಲ್ಲಿ ತನ್ನಿ" ಎಂದು ವಸೂಲು ಮಾಡಿಕೊಳ್ಳುವ ಜಾಯಮಾನದವರು. ಈ ವಿಚಾರವನ್ನು ಸಮರ್ಥಿಸಲು ಸ್ವಾಮಿವಿವೇಕಾನಂದರು ತಾವು ಯಾವುದೋ ಒಂದು "ತಮಾಷೆ ಪುಸ್ತಕ"ದಲ್ಲಿ ಓದಿದ್ದ ಕಥೆಯೊಂದನ್ನು ಹೇಳಿದ್ದಾರೆ.

ಅಮೇರಿಕಾದೇಶದ ಕೆಲವು ಪ್ರಜೆಗಳು ಒಂದು ಹಡಗಿನಲ್ಲಿ ಕುಳಿತು ಪ್ರಯಾಣ ಬೆಳೆಸುತ್ತಿದ್ದರು. ಆಗ ಇದ್ದಕ್ಕಿದ್ದಂತೆಯೇ ಅಪ್ಪಳಿಸಿದ ಚಂಡಮಾರುತದ ರಭಸಕ್ಕೆ ಹಡಗು ಜರ್ಜರಿತವಾಗಿಬಿಟ್ಟಿತು. ಸಮುದ್ರದ ನೀರು ಒಳನುಗ್ಗಿ, ಹಡಗು ಕ್ರಮಕ್ರಮವಾಗಿ ಮುಳುಗಲಾರಂಭಿಸಿತು. ಮೃತ್ಯುದೇವತೆ ತಮ್ಮ ಕಣ್ಣಮುಂದೆಯೇ ಸುಳಿದಾಡುತ್ತಿರುವುದನ್ನು ಆ ಪ್ರಯಾಣಿಕರೆಲ್ಲ ನೋಡಿದರು. ಅದೇ ಹಡಗಿನಲ್ಲಿ ಪ್ರೆಸ್‌ಬಿಟೇರಿಯನ್ ಎಂಬ ಕ್ರೈಸ್ತಪಂಗಡದ ಚರ್ಚಿಗೆ ಸೇರಿದ ಅಂಕಲ್‌ಜೋಷ್ ಎಂಬ ಒಬ್ಬ ಹಿರಿಯರೂ ಇದ್ದರು. "ಇನ್ನು ನಾವೆಲ್ಲರೂ ಈ ಅಪಾರ ಜಲನಿಧಿಯಲ್ಲಿ ಮುಳುಗಿ ಸಾಯುವುದಂತೂ ಖಚಿತ. ದೇವರಚಿಂತನೆಯಲ್ಲಾದರೂ ಪ್ರಾಣಬಿಡೋಣ" ಎಂದು ಆ ಹಡಗಿನ ಜನರೆಲ್ಲರೂ ನಿಶ್ಚಯಿಸಿಕೊಂಡರು.

ಆಗ ಆ ಪ್ರಯಾಣಿಕರೆಲ್ಲರೂ ಅಂಕಲ್‌ಜೋಷ್ ಅವರನ್ನು ಕುರಿತು "ಅಂಕಲ್, ನೀವು ದೊಡ್ಡವರು, ದೇವರ ವಿಚಾರವನ್ನೆಲ್ಲ ಚೆನ್ನಾಗಿ ತಿಳಿದವರು. ಈ ಮರಣಕಾಲದಲ್ಲಿ ಏನಾದರೂ ಪ್ರಾರ್ಥನೆ, ಪೂಜೆ, ಪ್ರವಚನ ಮಾಡಿ ನಮ್ಮನ್ನು ಆಶೀರ್ವದಿಸಿ ಅಂಕಲ್" ಎಂದು ಒಕ್ಕೊರಲಿನಿಂದ ಬೇಡಿಕೊಂಡರು. ಆಗ ಅಂಕಲ್‌ಜೋಷರು "ಹಾಗೆಯೇ

ಮಾಡೋಣ, ಪ್ರವಚನ ಮಾಡುತ್ತೇನೆ, ದೇವರವಾಕ್ಯಗಳನ್ನು ತಿಳಿಸಿಕೊಡುತ್ತೇನೆ, ಪ್ರಾರ್ಥನೆಯನ್ನೂ ಮಾಡೋಣ" ಎಂದು ಹೇಳುತ್ತ, ತಮ್ಮ ತಲೆಯಮೇಲಿದ್ದ ಟೋಪಿಯನ್ನು ಕೈಲಿಹಿಡಿದು "ಮೊದಲು ನಿಮ್ಮ ಕಾಣಿಕೆಯನ್ನು ಇದರೊಳಕ್ಕೆ ಹಾಕಿಬಿಡಿ" ಎಂದು ನಿಧಿಸಂಗ್ರಹವನ್ನು ಪ್ರಾರಂಭಿಸಿಬಿಟ್ಟರು. ರಕ್ತಗತವಾಗಿ ಬಂದಿರುವ ಚಾಳಿ ಮರಣಕಾಲಕ್ಕಾದರೂ ಬಿಡುವುದುಂಟೆ! ಹುಟ್ಟುಗುಣ ಸುಟ್ಟರೂ ಬಿಡದು ಎಂಬ ಗಾದೆಯೇ ಇದೆ! ಇದಿಷ್ಟೇ ಕಥಾವಸ್ತು.

ಅಂಕಲ್‌ಜೋಷ್ ಅವರೂ ಸಮುದ್ರದಲ್ಲಿ ಮುಳುಗಿ ಸಾಯುವವರೇ ಅಲ್ಲವೇ, ನಿಧಿಯನ್ನು ಸಂಗ್ರಹಿಸಿ ಅವರು ಮಾಡುವುದಾದರೂ ಏನು ಎಂಬ ಪ್ರಶ್ನೆ ಇಲ್ಲಿ ಅಪ್ರಸ್ತುತ. ಧರ್ಮವಿಚಾರವೆಂದರೆ ನಿಧಿಸಂಗ್ರಹ, ನಿಧಿಸಂಗ್ರಹವೆಂದರೆ ಧರ್ಮವಿಚಾರ. ಎಂಬಂತೆ ಅವು ಹೇಗೆ ಒಂದೇನಾಣ್ಯದ ಎರಡುಮುಖಗಳಾಗಿಬಿಟ್ಟಿವೆ ಎಂಬುದೇ ಪ್ರಸ್ತುತಕ್ಕೆ ಹೊಂದಿಸಿಕೊಳ್ಳಬೇಕಾದ ವಿಚಾರ.

ಇಂತಹ ವಿಷಮಪರಿಸ್ಥಿತಿಯ ನಡುವೆಯೂ ವಿವೇಕಾನಂದರು ಹೋರಾಡುತ್ತ, ಅಲ್ಲಿನ ಹಲವು ಶ್ರೀಮಂತರನ್ನು ಒಲಿಸಿಕೊಂಡು– ವಿವೇಕಾನಂದರೇ ಹೇಳುವಂತೆ, ಗಾಳಕ್ಕೆ ಬೀಳಿಸಿಕೊಂಡು– ಶ್ರೀರಾಮಕೃಷ್ಣಮಹಾಸಂಘದ ಸ್ಥಾಪನೆಗಾಗಿ ದ್ರವ್ಯಸಂಗ್ರಹ ಮಾಡಿದರೆಂಬುದು ಭಗೀರಥನನ್ನೂ ಮೀರಿಸಿದ ಪ್ರಯತ್ನಶೀಲತೆ ಎಂದೇ ಹೇಳಬೇಕಾಗಿದೆ.

"ಅಂಕಲ್‌ಜೋಷನಿಗೆ ತಿಳಿದಿದ್ದ ಧರ್ಮವೆಲ್ಲ ಅಷ್ಟೆ. ಅಂತಹ ಜನರಲ್ಲಿ ಅಧಿಕ ಪ್ರಮಾಣದಲ್ಲಿ ಹೆಚ್ಚುಕಡಿಮೆ ಇದೇ ಸಹಜಸ್ವಭಾವವಾಗಿದೆ. ಇಡೀ ಧರ್ಮವೆಂದರೆ ಹಣಸಂಗ್ರಹ ಎಂಬುದೊಂದೇ ಅವರಿಗೆ ತಿಳಿದಿರುವುದು ಅಥವಾ ಎಂದೆಂದಿಗೂ ತಿಳಿಯುವುದು. ದೇವರು ಅವರನ್ನು ಆಶೀರ್ವದಿಸಲಿ" ಎಂದು ವಿವೇಕಾನಂದರು ಮುಕ್ತಾಯದಲ್ಲಿ ಆಡಿರುವ ಮಾತು ವಿನೋದ-ವಿಷಾದಗಳ ಸಂಗಮವಾಗಿದೆ.

"ಈ ಜಗತ್ತು ಯಾವಾಗಲೂ ಒಳ್ಳೆಯದು ಮತ್ತು ಕೆಟ್ಟದ್ದು ಎಂಬುವುಗಳ ಮಿಶ್ರಣವೇ ಆಗಿದೆ; ಸುಖ ಮತ್ತು ದುಃಖ ಎಂಬುವುಗಳ ಮಿಶ್ರಣವೇ ಆಗಿದೆ. ಜನನ ಮರಣಗಳಂತೂ ಅನಿವಾರ್ಯತಾನೆ! ಯಾರು ಇದನ್ನು ಮೀರಿಹೋಗಬೇಕೆಂದು ಹೋರಾಡುವರೋ ಅವರೇ ಧನ್ಯರು" ಎಂದು ವಿವೇಕಾನಂದರು ಈ ಸಂದರ್ಭಕ್ಕೆ ಹೇಳಿರುವ ಮಾತನ್ನೂ ಕಥೆಗೆ ಹೊಂದಿಸಿಕೊಂಡು ನಿಧಾನವಾಗಿ ನಾವು ಮನನಮಾಡಬೇಕು.

೩೬. ವಸುಪಾಲಮಂತ್ರಿಯ ಬುದ್ಧಿವಂತಿಕೆ

ನಮ್ಮ ಶರೀರವು ಒಂದು ಯಂತ್ರವಿದ್ದಂತೆ. ಆ ಯಂತ್ರವನ್ನು ಚಾಲನೆಯಲ್ಲಿಟ್ಟಿರುವ ಶಕ್ತಿಗೆ 'ಪ್ರಾಣ' ಎಂದು ಹೆಸರು. ಉಸಿರಾಟದ ಮೂಲಕ ಆ ಪ್ರಾಣವು ವ್ಯಕ್ತವಾಗುತ್ತದೆ. ಆ ಉಸಿರಾಟವನ್ನು ಸ್ವಾಧೀನಕ್ಕೆ ತಂದುಕೊಳ್ಳಲು ಒಂದು ಸಾಧನವಿದೆ. ಆ ಸಾಧನವೇ 'ಪ್ರಾಣಾಯಾಮ'ವೆಂದೆನಿಸಿದೆ. ಪ್ರಾಣಾಯಾಮವು ಮನಸ್ಸಿನ ಶಕ್ತಿಗಳನ್ನು ಏಕೀಕರಿಸಿ ಕೊಳ್ಳುವುದಕ್ಕೆ ತುಂಬಾ ಪ್ರಯೋಜನಕಾರಿಯಾಗಿದೆ. ಅದರ ಬಲದಿಂದ ನಾವು ಮೆಲ್ಲನೆ ನಮ್ಮ ಶರೀರದ ಒಳಹೊಕ್ಕು ಅದರೊಳಗೆ ನಡೆಯುವ "ನಾಡೀಸಂಚಾರ"ಗಳೆಂಬ ಸೂಕ್ಷ್ಮ ವ್ಯಾಪಾರಗಳನ್ನು ಕಂಡುಕೊಳ್ಳಬಹುದಾಗಿದೆ. ಈ ನಾಡೀಸಂಚಾರದಿಂದಲೇ ಮನಸ್ಸೂ ವ್ಯಾಪಾರಮಾಡುತ್ತಿರುವುದರಿಂದ, ಕೊನೆಗೆ ಶರೀರವೂ ಮನಸ್ಸು ಸಂಪೂರ್ಣವಾಗಿ ನಮ್ಮ ಕೈಗೆ ಸಿಕ್ಕಂತಾಗುತ್ತದೆ; ಅವೆರಡೂ ನಮ್ಮ ದಾಸರಾಗುತ್ತವೆ. ಹಾಗಾಗಬೇಕಾದರೆ ಪ್ರಾಣಾಯಾಮದಿಂದಲೇ ಪ್ರಾರಂಭಿಸಬೇಕು. ಅದು ಹೇಗೆಂಬುದಕ್ಕೇ ಈ ಮುಂದಿನ ಕಥೆ.

ಚಂದ್ರಕೀರ್ತಿಯೆಂಬ ದೊರೆಯ ಆಶ್ರಯದಲ್ಲಿ ವಸುಪಾಲನೆಂಬ ಮಂತ್ರಿಯೊಬ್ಬ ನಿದ್ದನು. ಒಮ್ಮೆ ವಸುಪಾಲನಿಂದ ಏನೊ ಅಪರಾಧ ನಡೆದುಹೋಯಿತು. ಕೋಪಗೊಂಡ ದೊರೆಯು ಅಪರಾಧಕ್ಕಿಂತಲೂ ದೊಡ್ಡದಾದ ಶಿಕ್ಷೆಯನ್ನು ವಿಧಿಸಿಬಿಟ್ಟನು. "ನೀನು ಅಲ್ಲಿಯೇ ಸಾಯಿ" ಎಂದು ಪಟ್ಟಣದ ಕೋಟೆಯ ಎತ್ತರವಾದ ಒಂದು ಬುರುಜಿನೊಳಗೆ ಮಂತ್ರಿಯನ್ನು ಬಂಧಿಸಿಟ್ಟನು. ಆ ಮಂತ್ರಿಗೆ ಸಾವಿತ್ರಿಯೆಂಬ ಮಡದಿಯಿದ್ದಳು. ಅವಳು ಸಾಧ್ವಿಯೂ, ಪತಿಪರಾಯಣೆಯೂ, ದೈವಭಕ್ತೆಯೂ ಆಗಿದ್ದಳು. ಪತಿಗುಂಟಾದ ಶಿಕ್ಷೆಯಿಂದ ಅವಳು ಬಹಳ ದುಃಖಿತೆಯಾದಳು. "ನನ್ನ ಗಂಡನನ್ನು ಹೇಗಾದರೂ ಮಾಡಿ ಬಂಧಮುಕ್ತನನ್ನಾಗಿ ಮಾಡಪ್ಪಾ" ಎಂದು ನಿತ್ಯವೂ ದೇವರಲ್ಲಿ ಮೊರೆಯಿಡುತ್ತಿದ್ದಳು. ಅಷ್ಟುಮಾತ್ರವಲ್ಲದೆ ನಿತ್ಯವೂ ನಡುರಾತ್ರಿಯಲ್ಲಿ ಗುಟ್ಟಾಗಿ ಬುರುಜಿನ ಬುಡಕ್ಕೆ ಹೋಗಿ ತನ್ನ ಗಂಡನನ್ನು ಕುರಿತು "ನಿಮ್ಮ ಬಿಡುಗಡೆಗಾಗಿ ನಾನೇನಾದರೂ ಸಹಾಯ ಮಾಡಬಹುದೇ" ಎಂದು ಕೇಳುತ್ತಿದ್ದಳು. ಆಗ ವಸುಪಾಲ ಮಂತ್ರಿಯು "ನೀನೇನು ಮಾಡಬಲ್ಲೆ, ಇದು ನನ್ನ ಕರ್ಮಫಲ, ಹೋಗಿ ಮಲಗಿಕೋ" ಎಂದು ಸಮಾಧಾನಿಸಿ ಕಳುಹಿಸುತ್ತಿದ್ದನು. ಆಕೆಯ ಪಾಲಿಗೆ ಅದೊಂದು ನಿತ್ಯವಿಧಿಯೇ ಆಗಿತ್ತು. "ನಾನು ಬಂಧನದಿಂದ ಬಿಡುಗಡೆಹೊಂದಲು ಏನಾದರೂ ಮಾರ್ಗವಿದೆಯೆ" ಎಂದು ಮಂತ್ರಿಯು

ತೀವ್ರವಾಗಿ ಆಲೋಚಿಸುತ್ತಿರುವಾಗಲೇ ಅವನಿಗೊಂದು ಉಪಾಯ ಹೊಳೆಯಿತು.

ಎಂದಿನಂತೆ ಒಂದು ನಡುರಾತ್ರಿ ಸಾವಿತ್ರಿಯು ಬುರುಜಿನ ಬುಡಕ್ಕೆ ಬಂದುನಿಂತು "ನಿಮ್ಮ ಬಿಡುಗಡೆಗಾಗಿ ನಾನೇನು ಮಾಡಲಿ" ಎಂದು ಕೇಳಿದಾಗ ಮಂತ್ರಿಯು "ನಾಳೆ ರಾತ್ರಿ ನೀನು ಇಲ್ಲಿಗೆ ಬರುವಾಗ ನಾನು ಹೇಳುವ ಆರುವಸ್ತುಗಳನ್ನು ನೆನಪಿಟ್ಟುಕೊಂಡು ತೆಗೆದುಕೊಂಡು ಬಾ" ಎಂದನು. ಅದಕ್ಕೆ ಸಾವಿತ್ರಿಯು "ಆಗಲಿ ಹೇಳಿ, ತಪ್ಪದೆ ತರುತ್ತೇನೆ" ಎಂದಳು. "ಮೊದಲನೆಯದಾಗಿ ಈ ಬುರುಜಿನಷ್ಟು ಎತ್ತರದವರೆಗೆ ಏರುವಷ್ಟು ಉದ್ದದ ಒಂದು ದಪ್ಪನೆಯ ಹಗ್ಗವು ಬೇಕು. ಎರಡನೆಯದಾಗಿ ಉಡಿದಾರದ ಗಾತ್ರಕ್ಕೆ ಹೊಸೆದ, ನೂಲಿನ ದಾರವೊಂದು ಬೇಕು. ಮೂರನೆಯದಾಗಿ ಸೆಣಬಿನಿಂದ ಹೊಸೆದ, ನೂಲಿನ ದಾರಕ್ಕಿಂತ ಹೆಚ್ಚು ದಪ್ಪನಾದ, ಇನ್ನೊಂದು ದಾರವು ಬೇಕು. ನಾಲ್ಕನೆಯದಾಗಿ ತೆಳುವಾದ ರೇಷ್ಮೆಯ ದಾರವೊಂದು ಬೇಕು. ಇವೆಲ್ಲವೂ ಬುರುಜನ್ನು ಮುಟ್ಟುವಷ್ಟು ಉದ್ದ ವಿರಬೇಕು. ಐದನೆಯದಾಗಿ ಜೀವಂತವಾದ ಒಂದು ಜೀರುಂಡೆಹುಳು ಬೇಕು. ಆರನೆಯದಾಗಿ ಸ್ವಲ್ಪ ಜೇನುತುಪ್ಪ ಬೇಕು" ಎಂದು ವಿವರಿಸಿದನು. ಸಾಧ್ವಿಯಾದ ಅವಳು "ಆ ವಸ್ತುಗಳು ನಿಮಗೇಕೆಬೇಕು, ಅವುಗಳಿಂದ ಏನು ಪ್ರಯೋಜನವಾಗುತ್ತದೆ" ಎಂದು ಪ್ರಶ್ನಿಸಲಿಲ್ಲ. "ಹಾಗೆಯೇ ಆಗಲಿ, ತರುತ್ತೇನೆ" ಎಂದು ಹೇಳಿ ಮನೆಗೆ ತೆರಳಿದಳು.

ಮರುದಿನಕ್ಕೆ ಸಾವಿತ್ರಿಯು ತನ್ನ ಪತಿಯು ಹೇಳಿದ್ದ ವಸ್ತುಗಳನ್ನೆಲ್ಲ ಜೋಪಾನವಾಗಿ ಜೊತೆಮಾಡಿಕೊಂಡು ಎಂದಿನಂತೆ ಬುರುಜಿನ ಬುಡಕ್ಕೆ ಬಂದುನಿಂತಳು. ಜೀರುಂಡೆ ಯೆಂಬುದು ಜೀರ್‌ಜೀರ್ ಎಂದು ಧ್ವನಿಮಾಡುವ ದುಂಬಿಯ ಜಾತಿಗೆ ಸೇರಿದ ಒಂದು ಹುಳು. "ಸ್ವಾಮಿ, ನೀವು ಹೇಳಿದ ವಸ್ತುಗಳನ್ನೆಲ್ಲ ತಂದಿದ್ದೇನೆ" ಎಂದು ಸಾವಿತ್ರಿಯು ಹೇಳಿದಳು. ಆಗ ಮಂತ್ರಿಯು "ನೀನು ಮೊದಲು ಆ ರೇಷ್ಮೆದಾರದ ಒಂದು ತುದಿಗೆ ಜೀರುಂಡೆಹುಳುವನ್ನು ಕಟ್ಟಿ, ಅದರ ಮುಸುಡಿಗೆ ಒಂದುತೊಟ್ಟು ಜೇನುತುಪ್ಪವನ್ನು ಸವರಿ, ಅದರ ಮುಸುಡಿಯನ್ನು ಮೇಲುಮಾಡಿ, ಬುರುಜಿನ ಗೋಡೆಯಮೇಲೆ ಬಿಡು. ನೀನು ರೇಷ್ಮೆದಾರವನ್ನು ಕೈಲಿಹಿಡಿದು, ಅದು ಸಿಕ್ಕಾಗದಂತೆ ಸ್ವಲ್ಪಸ್ವಲ್ಪವಾಗಿ ಸಡಿಲ ಬಿಡುತ್ತಿರು" ಎಂದನು. ಸಾವಿತ್ರಿಯು ಹಾಗೆಯೇ ಮಾಡಿದಳು. ಜೀರುಂಡೆಹುಳುವು ತನ್ನ ಮುಸುಡಿಗೇ ಜೇನುತುಪ್ಪವು ಸವರಿದ್ದರೂ ಅದನ್ನು ತಿಳಿಯದೆ, "ಇದೆಲ್ಲಿಯೋ ಜೇನುತುಪ್ಪದ ಪರಿಮಳ ಬರುತ್ತಿದೆಯಲ್ಲಾ" ಎಂದುಕೊಂಡು, ಅದನ್ನು ಪಡೆಯುವ ಆಸೆಯಿಂದ, ಅದನ್ನು ಹುಡುಕುತ್ತ ಹುಡುಕುತ್ತ, ಮೆಲ್ಲಮೆಲ್ಲನೆ ಹರಿದಾಡಿಕೊಂಡು ಮೇಲೇರಿತು. ಕೊನೆಗೆ ಅದು ಬುರುಜಿನ ತುದಿಯನ್ನು ಮುಟ್ಟುತ್ತಿದ್ದಂತೆ ವಸುಪಾಲ ಮಂತ್ರಿಯು ಮೆಲ್ಲನೆ ಆ ಜೀರುಂಡೆಯನ್ನು ಹಿಡಿದುಕೊಂಡು, ಅದರಿಂದ ರೇಷ್ಮನೂಲನ್ನು ಬಿಡಿಸಿಕೊಂಡು, ಹುಳುವನ್ನು ಮುಕ್ತಗೊಳಿಸಿದನು.

ಆಮೇಲೆ ಮಂತ್ರಿಯು ಸಾವಿತ್ರಿಯನ್ನು ಕುರಿತು "ಈಗ ನೀನು ನಿನ್ನ ಕೈಯ್ಯಲಿರುವ

ರೇಷ್ಮೆದಾರದ ತುದಿಗೆ ಆ ನೂಲಿನ ದಾರವನ್ನು ಕಟ್ಟು" ಎಂದು ಸೂಚಿಸಿದನು. ಅವಳು ಹಾಗೆಯೇ ಮಾಡಿದಳು. ಆಗ ಮಂತ್ರಿಯು ತನ್ನ ಕೈಲಿದ್ದ ರೇಷ್ಮೆದಾರವನ್ನು ಮೆಲ್ಲನೆ ಮೇಲೆಳೆಯುತ್ತ ಅದರ ಕೊನೆಗೆ ಕಟ್ಟಿದ್ದ ನೂಲಿನದಾರವನ್ನು ತನ್ನ ಕೈಗೆ ತೆಗೆದುಕೊಂಡನು. ಅದರ ಇನ್ನೊಂದುತುದಿ ಸಾವಿತ್ರಿಯು ಕೈಲಿತ್ತು. ಆಗ ಮಂತ್ರಿಯು "ಈಗ ಸೆಣಬಿನ ದಾರವನ್ನು ನೂಲಿನದಾರದ ಕೊನೆಗೆ ಕಟ್ಟು" ಎಂದು ಹೇಳಿದನು. ಸಾವಿತ್ರಿಯು ಹಾಗೆಯೇ ಮಾಡಿದಳು. ಮಂತ್ರಿಯು ನೂಲಿನದಾರವನ್ನು ಮೇಲೆಳೆಯುತ್ತ ಅದರ ತುದಿಯಲ್ಲಿದ್ದ ಸೆಣಬಿನದಾರವನ್ನು ತನ್ನ ವಶಕ್ಕೆ ತೆಗೆದುಕೊಂಡನು. ಕೊನೆಗೆ ಮಂತ್ರಿಯು "ನಿನ್ನ ಕೈಲಿರುವ ಸೆಣಬಿನದಾರದ ತುದಿಗೆ ನೀನು ತಂದಿರುವ ದಪ್ಪನೆಯ ಹಗ್ಗವನ್ನು ಕಟ್ಟು" ಎಂದನು. ಅವಳು ಹಾಗೆಯೇ ಮಾಡಿದಳು. ಸೆಣಬಿನದಾರವನ್ನು ಮೇಲೆಳೆಯುತ್ತ ಹಗ್ಗವನ್ನು ಸ್ವಾಧೀನ ಪಡಿಸಿಕೊಂಡಬಳಿಕ ಮಂತ್ರಿಯ ಉಪಾಯ ಫಲಿಸಿದಂತಾಯಿತು. ಒಡನೆಯೆ ವಸುಪಾಲ ಮಂತ್ರಿಯು ತನ್ನ ಕೈಲಿದ್ದ ಹಗ್ಗದ ತುದಿಯನ್ನು ಬುರುಜಿನ ಕಂಬವೊಂದಕ್ಕೆ ಬಿಗಿದು, ಅದರ ಬಲದಿಂದ ಸರಸರನೆ ಕೆಳಕ್ಕಿಳಿದು ಬಂದನು. ಆಮೇಲೆ ಅವನಿಗೆ ಇನ್ನಾವ ಕಷ್ಟವೂ ಉಳಿಯಲಿಲ್ಲ. ಮಡದಿ ಸಾವಿತ್ರಿಗೆ ಸ್ವರ್ಗವೇ ನೆಲಕ್ಕಿಳಿದು ಬಂದಂತಾಯಿತು. ಆ ನಡುರಾತ್ರಿಯಲ್ಲಿ ಅವರು ಗುಟ್ಟಾಗಿ ತಮ್ಮ ಮನೆಯನ್ನು ಸೇರಿಕೊಂಡರು. ಬೆಳಗಿನ ಜಾವಕ್ಕೇ ಮೇಲೆದ್ದು ಮಾರುವೇಷವನ್ನು ಧರಿಸಿ, ವಸುಪಾಲನು ಸಾವಿತ್ರಿಯೊಡನೆ ಪಟ್ಟಣದ ಹೆಬ್ಬಾಗಿಲನ್ನು ದಾಟಿ, ಬಂಧಮುಕ್ತನಾಗಿ ಹೊರಟುಹೋದನು.

ಉಸಿರಾಟವೆಂಬುದು ಶರೀರವೆಂಬ ಯಂತ್ರಕ್ಕೆ ಪ್ರಧಾನಚಕ್ರವಾಗಿದೆ. ದೊಡ್ಡದಾಗಿರುವ ಎಂಜಿನ್ನೆಂಬ ಶಕ್ತಿಯಂತ್ರದಲ್ಲಿ ಮೊದಲು ಪ್ರಧಾನಚಕ್ರವು ತಿರುಗುತ್ತದೆ. ಈ ಚಲನೆಯು ಯಂತ್ರದ ಬೇರೆಬೇರೆ ಭಾಗಗಳಿಗೆ ತಾಕುತ್ತ, ಕೊನೆಗೆ ಅತ್ಯಂತ ಸೂಕ್ಷ್ಮವಾಗಿರುವ, ಅತ್ಯಂತ ಕಡೆಯದಾದ ಯಂತ್ರಭಾಗವನ್ನೂ ಚಲಿಸುವಂತೆ ಮಾಡುತ್ತದೆ. ಹೀಗೆಯೇ ಈ ಶರೀರ ದಲ್ಲಿರುವ ಪ್ರತಿಯೊಂದು ಭಾಗಕ್ಕೂ ಚಲನಶಕ್ತಿಯನ್ನು ಕೊಟ್ಟು, ಆ ಚಲನೆಯನ್ನು ಕ್ರಮಪಡಿಸುವುದರಲ್ಲಿ ಉಸಿರಾಟವೆಂಬುದೇ ಪ್ರಧಾನಚಕ್ರವಾಗಿದೆ. ಈ ನಮ್ಮ ಶರೀರದಲ್ಲಿ ಶ್ವಾಸಸಂಚಾರವನ್ನು ಸೂಕ್ಷ್ಮವಾದ ರೇಷ್ಮೆಯನೂಲಿಗೆ ಹೋಲಿಸಬಹುದು. ಅದನ್ನು ಹಿಡಿದು ಸ್ವಾಧೀನಕ್ಕೆ ತಂದುಕೊಂಡಮೇಲೆ ನಾಡೀಸಂಚಾರವೆಂಬ ದಪ್ಪನೆಯ ದಾರವು ಕೈವಶವಾಗುತ್ತದೆ. ಆಮೇಲೆ ಆಲೋಚನೆಗಳೆಂಬ ಸೆಣಬಿನ ಗಟ್ಟಿದಾರವು ಕೈಗೆ ಸಿಕ್ಕುತ್ತದೆ. ಕೊನೆಯಲ್ಲಿ ಪ್ರಾಣವೆಂಬ ಹಗ್ಗವೇ ಸಿಕ್ಕಿಬಿಡುತ್ತದೆ. ಆ ಪ್ರಾಣವು ಸ್ವಾಧೀನವಾದೊಡನೆಯೆ ಮುಕ್ತಿಯ ದ್ವಾರವು ತಾನೇತಾನಾಗಿ ತೆರೆದುಕೊಳ್ಳುತ್ತದೆ ಎಂದು ಕಥೆಯ ಅಂತರಾರ್ಥವನ್ನು ಬಿಡಿಸಿಹೇಳಿದ್ದಾರೆ.

೩೭. ವಿದೇಹದಲ್ಲಿ ಶುಕಮುನಿ

'ಅನಾಸಕ್ತಿ' ಎಂಬ ಭಾವ ನಮ್ಮಲ್ಲಿ ನಿಜವಾಗಿಯೂ ಇದ್ದಾಗ, "ನಾವು ಪ್ರಪಂಚಕ್ಕೆ ಕೊಡುವಷ್ಟು ದೊಡ್ಡವಸ್ತು ನಮ್ಮ ಬಳಿ ಯಾವುದೂ ಇಲ್ಲ" ಎಂಬ ವಿನಯಚಿಂತನೆ ನಮ್ಮಲ್ಲಿ ಮೂಡಿಕೊಳ್ಳುತ್ತದೆ. ಆಗ ನಮ್ಮ ಭಾಗಕ್ಕೆ ಒಳ್ಳೆಯದು ಎಂಬುದೂ ಇಲ್ಲ, ಕೆಟ್ಟದ್ದು ಎಂಬುದೂ ಇಲ್ಲ. ಸ್ವಾರ್ಥ ಎಂಬ ಅವಗುಣವು ಮಾತ್ರವೇ ನಮ್ಮಲ್ಲಿ "ಇದು ಒಳ್ಳೆಯದು, ಇದು ಕೆಟ್ಟದ್ದು" ಎಂಬ ಭೇದಜ್ಞಾನವನ್ನು ಉಂಟುಮಾಡುತ್ತದೆ. ನಾವು ಸ್ವಾರ್ಥವನ್ನೂ ಮೋಹವನ್ನೂ ಗೆದ್ದೆವಾದರೆ, ನಮ್ಮಮೇಲೆ ಅಧಿಕಾರ ಚಲಾಯಿಸುವ ಯಾವಶಕ್ತಿಯೂ ಈ ಜಗತ್ತಿನಲ್ಲಿ ಇರುವುದು ಸಾಧ್ಯವಿಲ್ಲ. ಆ ಸ್ಥಿತಿಗೆ ತಲಪಲು ಅನಾಸಕ್ತಿಯೊಂದೇ ಮಾರ್ಗ. ಅನಾಸಕ್ತರು ಒಂದು ಪರ್ವತವೇ ತಮ್ಮ ಮೇಲೆ ಬಿದ್ದು, ತಾವು ನಜ್ಜುಗುಜ್ಜಾಗುತ್ತಿದ್ದರೂ ತಮ್ಮ ಮನಸ್ಸನ್ನು ಕದಲಲು ಬಿಡುವುದಿಲ್ಲ. ಅವರಿಗೆ ಪ್ರಿಯವು ಪ್ರಾಪ್ತವಾಗಲಿ, ಅಥವಾ ಅಪ್ರಿಯವು ಪ್ರಾಪ್ತವಾಗಲಿ, ಯಾವುದೇ ಏಳುಬೀಳಿಲ್ಲದೆ ಅಚಲರಾಗಿ ಇರುತ್ತಾರೆ. ಹೀಗೆ ಹೇಳುತ್ತಾ ಸ್ವಾಮಿ ವಿವೇಕಾನಂದರು ಅದಕ್ಕೆ ನಿದರ್ಶನವಾಗಿ ಶುಕಮುನಿಗಳ ಕಥೆಯನ್ನು ನಿರೂಪಿಸಿದ್ದಾರೆ.

ವ್ಯಾಸಮುನಿಗಳು ವೇದಾಂತಸೂತ್ರಗಳನ್ನು ಬರೆದ ಶುದ್ಧಾತ್ಮರು. ಅವರ ತಂದೆ ಮತ್ತು ಅವರ ತಾತ– ಅವರಿಬ್ಬರೂ ಸಿದ್ಧಪುರುಷರಾಗಲು ಶ್ರಮಪಟ್ಟರು; ಆದರೆ ಅವರ ಪ್ರಯತ್ನಗಳು ಫಲಿಸಲಿಲ್ಲ. ವ್ಯಾಸರೂ ಪೂರ್ಣಸಿದ್ಧಿಯನ್ನು ಪಡೆಯಲಾಗಲಿಲ್ಲ. ಆದರೆ ಅವರ ಮಗ ಶುಕಮುನಿಗಳು ಮಾತ್ರ ಸಿದ್ಧಪುರುಷರಾಗಿಯೇ ಅವತರಿಸಿದರು– ಎಂದು ವಿವೇಕಾನಂದರು ಶುಕಮುನಿಗಳ ಕಥೆಗೊಂದು ಪೀಠಿಕೆ ರಚಿಸಿದ್ದಾರೆ.

ಶುಕಮುನಿಗಳು ಒಮ್ಮೆ ತಮ್ಮ ತಂದೆ ವ್ಯಾಸಮಹರ್ಷಿಗಳನ್ನು ಕುರಿತು "ತಂದೆ, ನನಗೆ ಮೋಕ್ಷಶಾಸ್ತ್ರದ ಉಪದೇಶ ಮಾಡು, ನಾನು ಈ ಭವಸಾಗರದಿಂದ ಮುಕ್ತನಾಗಲು ಬಯಸಿದ್ದೇನೆ" ಎಂದು ಪ್ರಾರ್ಥಿಸಿದರು. ಆಗ ವ್ಯಾಸರು ತಮಗೆ ತಿಳಿದಿದ್ದಷ್ಟು ತತ್ತ್ವಾರ್ಥಗಳನ್ನು ಉಪದೇಶಿಸಿ "ಕಂದಾ, ಈ ಮೋಕ್ಷಧರ್ಮದ ವಿಷಯದಲ್ಲಿ ಮಿಥಿಲಾ ಪಟ್ಟಣದ ದೊರೆಯಾದ, ರಾಜರ್ಷಿಯೆನಿಸಿದ, ಜನಕನು ಹೆಚ್ಚು ತಿಳಿದವನಾಗಿದ್ದಾನೆ. ಅವನು ವಿದೇಹನಾಗಿ ಈಗಾಗಲೇ ಜೀವನ್ಮುಕ್ತನಾಗಿದ್ದಾನೆ. ತಾನು ಮಹಾರಾಜನಾಗಿದ್ದರೂ ದೇಹಸ್ವರೂಪನಾಗಿದ್ದೇನೆಂಬುದನ್ನು ಸಂಪೂರ್ಣವಾಗಿ ಮರೆತು 'ನಾನು ನಿತ್ಯಾತ್ಮನಾಗಿದ್ದೇನೆ'

ಎಂಬ ಆತ್ಮಭಾವನೆಯಲ್ಲಿ ನೆಲೆಸಿದ್ದಾನೆ. ಗುರುಮುಖೇನ ಆತ್ಮವಿದ್ಯೆಯನ್ನು ಅರಿಯ ಬೇಕು. ಅವನು ನಿನಗೆ ಗುರುವಾಗಲು ಯೋಗ್ಯನಾಗಿದ್ದಾನೆ. ನೀನು ಅವನನ್ನು ಆಶ್ರಯಿಸಿ ತತ್ತ್ವೋಪದೇಶವನ್ನು ಪಡೆದುಕೊಂಡು ಬಾ" ಎಂದು ಹೇಳಿ ಕಳುಹಿಸಿಕೊಟ್ಟರು.

ಶುಕಮುನಿಗಳು ಪಾದಚಾರಿಗಳಾಗಿಯೇ ಸಾಗುತ್ತ ವಿದೇಹರಾಜ್ಯವನ್ನು ತಲಪಿದರು. ಅಲ್ಲಿಂದ ಜನಕರಾಜನ ಮಿಥಿಲಾಪುರಿಯನ್ನು ಮುಟ್ಟಿ, ಅವನ ಅರಮನೆಯ ಮಹಾದ್ವಾರ ವನ್ನು ಸಮೀಪಿಸಿದರು. ಶುಕದೇವರು ಜಿಜ್ಞಾಸುಗಳಾಗಿ ತಮ್ಮ ಬಳಿಗೆ ಬರುತ್ತಿದ್ದಾರೆಂಬು ದನ್ನು ಜನಕನು ತನ್ನ ಯೋಗಶಕ್ತಿಯಿಂದ ಪೂರ್ವಭಾವಿಯಾಗಿಯೇ ಅರಿತುಕೊಂಡಿದ್ದನು. ಶುಕರ ವೈರಾಗ್ಯದ ಆಳವನ್ನು ಪರೀಕ್ಷಿಸಬೇಕೆಂದು ಅವನು ಮುಂದಾಗಿಯೇ ಕೆಲವು ಏರ್ಪಾಡುಗಳನ್ನು ಮಾಡಿದ್ದನು. ಶುಕಮುನಿಗಳು ಮಹಾದ್ವಾರವನ್ನು ಪ್ರವೇಶಿಸುತ್ತಿರು ವಷ್ಟರಲ್ಲಿಯೇ ದ್ವಾರಪಾಲಕರು ಅವರನ್ನು ತಡೆದು ನಿಲ್ಲಿಸಿಬಿಟ್ಟರು. "ನೀವು ಯಾರು, ನಿಮ್ಮ ಹೆಸರೇನು, ನೀವು ಎಲ್ಲಿಂದ ಬಂದಿರಿ, ದೊರೆಯ ಕಡೆಯಿಂದ ನಿಮಗೇನಾಗಬೇಕು" ಎಂದು ಏನನ್ನೂ ವಿಚಾರಿಸದೆ ಅಸಡ್ಡೆಮಾಡಿಬಿಟ್ಟರು. ಶುಕರು ಕೂಡ "ನಾನು ಹಾಗೆ, ನಾನು ಹೀಗೆ" ಎಂದೇನೂ ಹೇಳದೆ ಮೌನವಾಗಿ ಆ ಬಿಸಿಲಿನಲ್ಲಿ ಬಡಪಾಯಿಯಂತೆ ನಿಂತುಬಿಟ್ಟರು. ಅದೆಷ್ಟೋ ಹೊತ್ತಾದಮೇಲೆ ಒಬ್ಬಾತನು ಕುಳಿತುಕೊಳ್ಳಲೆಂದು ಅವರಿಗೊಂದು ಮಣೆಯನ್ನು ತಂದುಹಾಕಿದನು. ಅದರ ಮೇಲೆ ಕುಳಿತ ಶುಕಮುನಿಗಳು ಬಿಸಿಲೆನ್ನದೆ, ಚಳಿಯೆನ್ನದೆ; ಹಸಿವೆನ್ನದೆ, ಬಾಯಾರಿಕೆಯೆನ್ನದೆ; ಆಸತ್ತೆನೆನ್ನದೆ, ಬೇಸತ್ತೆನೆನ್ನದೆ; ಹಗಲೆನ್ನದೆ, ಇರುಳೆನ್ನದೆ ಮೂರುದಿನಗಳಕಾಲ ಆತ್ಮಚಿಂತನೆಯಲ್ಲಿಯೇ ಮುಳುಗಿ, ಯಾವುದೇ ಹೊಯ್ದಾಟವಿಲ್ಲದೆ ಕುಳಿತಿದ್ದರು. ಅರಮನೆಯೊಳಕ್ಕೆ ಹೋಗಿಬರುತ್ತಿದ್ದ ದೊಡ್ಡಮನುಷ್ಯರಾಗಲಿ, ಅರಮನೆಯ ಅಧಿಕಾರವರ್ಗದವರಾಗಲಿ, ಶುಕಮುನಿಗಳನ್ನು ಮಾತನಾಡಿಸದೆ, ಅವರನ್ನು ಕಣ್ಣೆತ್ತಿಯೂ ನೋಡದೆ ತಮ್ಮಪಾಡಿಗೆತಾವು ಇದ್ದುಬಿಟ್ಟರು. "ಮಹರ್ಷಿಗಳೆಂದು ಲೋಕವೇ ಕೊಂಡಾಡುತ್ತಿರುವ ವ್ಯಾಸರ ಪುತ್ರ ನಾನು, ನಾನುಕೂಡ ವಿದ್ವಾಂಸನಾಗಿ ಲೋಕವಂದ್ಯನಾಗಿದ್ದೇನೆ. ನನ್ನ ಯೋಗಕ್ಷೇಮವನ್ನು ಇಲ್ಲಿ ಒಬ್ಬರಾದರೂ ವಿಚಾರಿಸಿಕೊಳ್ಳಬೇಡವೇ" ಎಂಬ ಅಸಮಾಧಾನವನ್ನಾಗಲಿ, ಜುಗುಪ್ಸೆಯನ್ನಾಗಲಿ ಶುಕಮುನಿಗಳು ತಾಳಲಿಲ್ಲ.

ಮೂರುದಿನಗಳು ಕಳೆದು ನಾಲ್ಕನೆಯದಿನ ಕಾಲಿಟ್ಟಾಗ ಅರಮನೆಯೊಳಗಿಂದ ಅಮಾತ್ಯರೂ ದೊಡ್ಡದೊಡ್ಡ ಅಧಿಕಾರಿಗಳೂ ಶುಕಮುನಿಗಳನ್ನು ಸಮೀಪಿಸಿ, ಭಕ್ತಿ ಗೌರವಗಳಿಂದ ಮಾತನಾಡಿಸಿದರು. "ರಾಜಾಜ್ಞೆಯಾಗಿದೆ, ತಾವು ಅರಮನೆಯೊಳಕ್ಕೆ ದಯಮಾಡಿಸಬೇಕು" ಎಂದು ಪಲ್ಲಕ್ಕಿಯಲ್ಲಿ ಕೂರಿಸಿಕೊಂಡು ರಾಜಮರ್ಯಾದೆಯಿಂದ ಬಿಜಯಂಗೈಸಿಕೊಂಡು ಹೋದರು. ಪ್ರಮದವನದ ನಡುವಣ ಶೋಭಾಯಮಾನವಾದ ಒಂದುಭವನದಲ್ಲಿ ಅವರನ್ನು ಬಿಡಾರಮಾಡಿಸಿದರು. ಒಡನೆಯೆ ಅಪ್ಸರೆಯರಂತೆ

ಕಂಗೊಳಿಸುತ್ತಿದ್ದ ಸುಂದರಿಯರು, ಅವರ ಸೇವೆಮಾಡಲು ಸುತ್ತುವರಿದರು. ಪರಿಮಳ ದ್ರವ್ಯಗಳನ್ನು ಬೆರೆಸಿದ ಹಿತಕರವಾದ ಬಿಸಿನೀರಿನಿಂದ ಅವರಿಗೆ ಸ್ನಾನಮಾಡಿಸಿದರು. ತರುವಾಯ ಅವರಿಗೆ ಆಶ್ಚರ್ಯಕರವಾದ ಉಡುಗೆಗಳನ್ನು ತೊಡಿಸಿದರು. ರುಚಿಕರವಾದ ಪಾನಕಾದಿಗಳನ್ನು ಅವರಿಗೆ ಕುಡಿಯಲು ಕೊಟ್ಟರು. ಆ ಬಳಿಕ ಪಂಚಭಕ್ಷ್ಯಪರಮಾನ್ನವನ್ನೇ ಅಣಿಗೊಳಿಸಿ ಊಟಮಾಡಿಸಿದರು. ಅಷ್ಟುಮಾತ್ರವಲ್ಲದೆ ಸಂಗೀತದಿಂದಲೂ, ನೃತ್ಯದಿಂದಲೂ ವಾದ್ಯಗೋಷ್ಠಿಯಿಂದಲೂ, ವಿನೋದದಿಂದಲೂ ಅವರ ಮನಸ್ಸನ್ನು ತಮ್ಮತ್ತ ಸೆಳೆದು ಕೊಳ್ಳುವ ಪ್ರಯತ್ನಮಾಡಿದರು. ಆದರೆ ಅದಾವುದರಿಂದಲೂ ವಿಚಲಿತರಾಗದೆ ಶುಕಮುನಿಗಳು ತಮ್ಮಷ್ಟಕ್ಕೆ ತಾವು ಆತ್ಮಸ್ಥರಾಗಿಬಿಟ್ಟರು. ಯಾವುದೇ ವಿಕಾರಗಳಿಗೆ ತುತ್ತಾಗದೆ, ಗಂಭೀರವೂ ಶಾಂತವೂ ಆದ ಮುಖಭಾವದಿಂದ ಇರುತ್ತ, ಎಲ್ಲವನ್ನೂ ಸ್ವೀಕರಿಸುತ್ತ, ಉಪಶಮಭಾವದಲ್ಲಿಯೇ ನೆಲೆಯೂರಿಬಿಟ್ಟರು. ಅರಮನೆಯ ಮಹಾ ದ್ವಾರದಲ್ಲಿ ಆದರಿಸುವವರಿಲ್ಲದೆ ಕುಳಿತಿದ್ದಾಗ ಹೇಗೋ ಹಾಗೆಯೇ, ಭೋಗವಿಲಾಸಗಳ ನಡುವೆಯೂ ಅವಿಚಲಿತರಾಗಿಯೇ ಇದ್ದುಬಿಟ್ಟರು. ಹೀಗೆಯೇ ಎಂಟುದಿನಗಳು ಉರುಳಿ ಹೋದುವು.

ಒಂಬತ್ತನೆಯದಿವಸವು ಕಾಲಿಟ್ಟಾಗ ಅಮಾತ್ಯರೂ ಪುರೋಹಿತರೂ ಬಂದು "ಮಹಾರಾಜರ ಆಜ್ಞೆಯಾಗಿದೆ" ಎಂದು ಹೇಳುತ್ತ, ಶುಕಮುನಿಗಳನ್ನು ರಾಜಸಭೆಗೆ ಗೌರವಪೂರ್ವಕವಾಗಿ ಕರೆದೊಯ್ದರು. ಅಲ್ಲಿ ಜನಕಮಹಾರಾಜನು ಸಿಂಹಾಸನಾರೂಢ ನಾಗಿದ್ದನು. ಆಗ ಅವನ ಸುತ್ತಲೂ ಮೊಳಗುತ್ತಿದ್ದ ಗೀತವಾದ್ಯಗಳೇನು, ನೃತ್ಯವಿನೋದ ಗಳೇನು, ಅಬ್ಬಬ್ಬಾ, ಒಂದೊಂದೂ ಕಣ್ಮನಗಳನ್ನು ಅಪಹರಿಸುವಂತಿದ್ದುವು. ಜನಕರಾಜನು ಒಡ್ಡಿದ್ದ ಪರೀಕ್ಷೆ ಆ ರಾಜಸಭೆಯಲ್ಲಿಯೂ ಮುಂದುವರಿಯಿತು. ಪೂರ್ಣವಾಗಿ ಹಾಲು ತುಂಬಿಸಿದ್ದ ಕುಂಭವೊಂದನ್ನು ಶುಕರಿಗೆ ಒಪ್ಪಿಸಿ, ಅದರಿಂದ ಒಂದು ತೊಟ್ಟೂ ಹಾಲು ಹೊರಕ್ಕೆ ಚೆಲ್ಲದಂತೆ, ಆ ಸಭಾಭವನವನ್ನು ಏಳುಬಾರಿ ಸುತ್ತುಹಾಕಬೇಕು ಎಂದು ಮಹಾರಾಜನು ಆಜ್ಞಾಪಿಸಿದನು. ಶುಕಮುನಿಗಳಾದರೋ ಆ ಹಾಲಿನ ಕುಂಭವನ್ನು ತಲೆಯಮೇಲೆ ಹೊತ್ತು, ಆ ಗೀತವಾದ್ಯಗಳ ಅಬ್ಬರದ ನಡುವೆ, ಆ ನೃತ್ಯವಿನೋದಗಳ ಕೋಲಾಹಲದ ನಡುವೆ, ಆ ದಿವ್ಯಸುಂದರಿಯರ ವದನಾರವಿಂದಗಳ ಆಕರ್ಷಣೆಯ ನಡುವೆ, ಏಳುಸುತ್ತು ಬಂದರು. ಹಾಲಿನ ಒಂದೇ ಒಂದು ಬಿಂದುವಾದರೂ ನೆಲಕ್ಕೆ ಚೆಲ್ಲಲಿಲ್ಲ. ಜಗತ್ತಿನ ಯಾವುದೇ ಕೋಲಾಹಲವೂ ಶುಕರ ಮನಸ್ಸನ್ನು ಚಂಚಲಗೊಳಿಸು ವುದು ಸಾಧ್ಯವಾಗಲಿಲ್ಲ. ಆ ಹಾಲಿನ ಕುಂಭವು ಹೇಗಿತ್ತೋ ಹಾಗೆಯೇ ಜನಕಮಹಾರಾಜನ ಕೈಗೆ ಒಪ್ಪಿಸಿಬಿಟ್ಟರು. ಅದನ್ನು ಕಂಡು ಜನಕದೊರೆಯು ಪರಮಾನಂದಭರಿತನಾದನು.

ತರುವಾಯ ಜನಕನು ಸಭೆಯನ್ನು ವಿಸರ್ಜಿಸಿ, ಶುಕಮುನಿಗಳನ್ನು ದಿವ್ಯವಾದ ಪೀಠದಮೇಲೆ ಕೂರಿಸಿ, ಅವರ ಪಾದಪೂಜೆ ಮಾಡಿದನು. ಅವರ ಅಪ್ಪಣೆಪಡೆದು, ತಾನು

ಅವರ ಕಾಲಬುಡದಲ್ಲಿ ಕುಳಿತನು. "ತಾವು ಬಂದ ವಿಚಾರವೇನೆಂಬುದನ್ನು ನನಗೆ ತಿಳಿಸಿಕೊಡಿ" ಎಂದು ಕೇಳಿಕೊಂಡನು. ಆಗ ಶುಕಮುನಿಗಳು "ಆತ್ಮವಿದ್ಯೆಯನ್ನು ಗುರುಮುಖೇನ ಅರಿಯಬೇಕಾಗಿದೆ; ನೀನು ಜನಕಮಹಾರಾಜನನ್ನು ಆಶ್ರಯಿಸು ಎಂದು ನಮ್ಮ ತಂದೆ ನಿನ್ನ ಬಳಿಗೆ ಕಳುಹಿಸಿಕೊಟ್ಟಿದ್ದಾರೆ. ನೀನು ಆ ವಿದ್ಯೆಯನ್ನು ನನಗೆ ಉಪದೇಶಿಸಬೇಕು" ಎಂದು ವಿನಂತಿಸಿಕೊಂಡರು.

ಆಗ ಜನಕಮಹಾರಾಜನು "ನಿಮ್ಮ ತಂದೆ ವ್ಯಾಸಮುನಿಗಳು ನಿಮಗೆ ಎಲ್ಲವನ್ನೂ ಬೋಧಿಸಿದ್ದಾರೆ. ನೀವಾಗಿಯೇ ಬೇಕಾದಷ್ಟು ತತ್ವವಿಚಾರಗಳನ್ನು ತಿಳಿದಿದ್ದೀರಿ. ಅದನ್ನೇ ನಾನೀಗ ನಿಮ್ಮ ಮುಂದೆ ಪುನರಾವರ್ತನಗೊಳಿಸುತ್ತೇನಷ್ಟೇ! ನಿಮ್ಮಹಾಗೆ ಜಿತೇಂದ್ರಿಯರೂ ವೈರಾಗ್ಯಶಿರೋಮಣಿಗಳೂ ಏಕಾಗ್ರಮನಸ್ಕರೂ ಯಾರಿದ್ದಾರೆ! ನೀವು ಆತ್ಮಜ್ಞಾನ ಸಂಪನ್ನರಾಗಿದ್ದೀರಿ, ಜೀವನ್ಮುಕ್ತರಾಗಿದ್ದೀರಿ. ಆದರೆ ಅದನ್ನು ಅರಿಯದವರಾಗಿದ್ದೀರಿ. ಅದನ್ನು ನೆನಪಿಸಿಕೊಡುವ ಕಾರ್ಯವನ್ನಷ್ಟೇ ನಾನೀಗ ಮಾಡಿದ್ದೇನೆ. ನೀವು ಸತ್ಯವೆಂಬುದನ್ನು ಅರಿತು, ಅದರಲ್ಲಿಯೇ ಪ್ರತಿಷ್ಠಿತರಾಗಿದ್ದೀರಿ" ಎಂದು ಹೇಳಿ, ಹೇಳಬೇಕಾದುದನ್ನೂ ಹೇಳಿ, ಅವರನ್ನು ಗೌರವಾದರಗಳಿಂದ ಬೀಳ್ಕೊಟ್ಟನು.

ಶುಕಮುನಿಗಳಂತೆ ಆತ್ಮಸಂಯಮರತರಾದವರನ್ನು, ಅನಾಸಕ್ತಿಯೆಂಬ ಯೋಗದಲ್ಲಿದ್ದವರನ್ನು ಜಗತ್ತಿನ ಯಾವ ಬಾಹ್ಯವಸ್ತುವೂ ಕದಲಿಸಲಾರದು. ಅವರ ಮನಸ್ಸು ಮುಕ್ತವಾಗಿರುವುದರಿಂದ ಎಂದಿಗೂ ಅವರಿಗೆ ದಾಸ್ಯವೆಂಬುದಿಲ್ಲ. ಅಂತಹವರು ಮಾತ್ರವೇ ಈ ಪ್ರಪಂಚದಲ್ಲಿ ಚೆನ್ನಾಗಿ ಬಾಳಲು ಅರ್ಹರಾಗುತ್ತಾರೆ. ಅವರು ಈ ಪ್ರಪಂಚವನ್ನೇನೂ ಭಯಂಕರವಾದುದು, ದುಃಖಮಯವಾದುದು, ನರಕಪ್ರಾಯವಾದುದು ಎಂದು ಹೇಳಿ ತಿರಸ್ಕಾರದಿಂದ ನೋಡುವುದಿಲ್ಲ. ಅವರು ಆಶಾವಾದಿಗಳಾಗಿ "ಆಹಾ, ಈ ಪ್ರಪಂಚವು ಎಷ್ಟು ಸೊಗಸಾಗಿದೆ, ಎಷ್ಟು ಆಶ್ಚರ್ಯಕರವಾಗಿದೆ, ಸ್ವರ್ಗವೇ ಇಳಿದುಬಂದಂತಿದೆಯಲ್ಲ" ಎಂದು ಮೆಚ್ಚಿಕೊಳ್ಳುತ್ತಾರೆ. ಆಗ ಪ್ರತಿಯೊಬ್ಬರ ಮುಖವೂ ಅವರಿಗೆ ದೇವತೆಗಳ ಮುಖದಂತೆ ತೋರತೊಡಗುತ್ತದೆ ಎಂದು ವಿವೇಕಾನಂದರು ಈ ಕಥಾಸನ್ನಿವೇಶವನ್ನು ಚೇತೋಹಾರಿಯಾಗುವಂತೆ ವ್ಯಾಖ್ಯಾನಿಸಿದ್ದಾರೆ.

ಶುಕಮುನಿಗಳೆಂದರೆ ಸ್ವಾಮಿ ವಿವೇಕಾನಂದರಿಗೆ ಪ್ರಾಣಕ್ಕಿಂತಲೂ ಹೆಚ್ಚು. "ಈ ಜಗತ್ತಿನ ವ್ಯವಹಾರವನ್ನೆಲ್ಲ ಮಕ್ಕಳಾಟದ ಹಾಗೆ ಕಾಣುವಷ್ಟು ಎತ್ತರಕ್ಕೆ ಅವರು ಏರಿದ್ದರು" ಎಂದು ಒಂದೆಡೆ ಹೇಳಿದ್ದಾರೆ. ಮತ್ತೊಂದೆಡೆ ಗೋಪಿಯರ ಪ್ರೇಮದ ನಿರ್ಮಲತೆಯನ್ನು ಬಣ್ಣಿಸುತ್ತಾ "ಯಾವನು ಗೋಪಿಯರ ಪ್ರೇಮಭಾವಗಳನ್ನು ಬಣ್ಣಿಸಿದನೋ ಅವನು ಶುಕದೇವನಲ್ಲದೆ ಮತ್ತಾರೂ ಅಲ್ಲವೆಂಬುದನ್ನು ಗಮನದಲ್ಲಿಡಿ. ಯಾವನು ರಾಸಲೀಲೆಯ ಮನೋಹರಚಿತ್ರಗಳನ್ನು ಪ್ರಸ್ತುತಪಡಿಸಿದನೋ ಅವನು ಆಜನ್ಮಪರಿಶುದ್ಧನಾದ ವ್ಯಾಸತನಯ ಶುಕದೇವನೆಂಬುದನ್ನು ನೆನಪಿನಲ್ಲಿಡಿ" ಎಂದು

ಸಾರಿಸಾರಿ ಹೇಳಿದ್ದಾರೆ. ಒಮ್ಮೆ ವಿವೇಕಾನಂದರು ಭಾವಭರಿತರಾಗಿ "ಭಗವದ್ಗೀತೆಯ ನಿಜವಾದ ಅಂತರಾರ್ಥ ನನಗೆ ಗೊತ್ತು, ಶುಕದೇವನಿಗೂ ಗೊತ್ತು, ವ್ಯಾಸನಿಗೆ ಬಹುಶಃ ಅಲ್ಪಸ್ವಲ್ಪ ಗೊತ್ತಿದ್ದರೂ ಗೊತ್ತಿರಬಹುದು" ಎಂದು ಹೇಳಿದ್ದರು. ಹಾಗೆ ಹೇಳುವಾಗ ಅವರ ಮುಖಾರವಿಂದವು ಅರಳಿತ್ತು. ಯಾವುದೋ ನಿಗೂಢವಾದ ಆನಂದದ ಆಳಕ್ಕೆ ಇಳಿದುಹೋಗುತ್ತಿರುವಂತೆ ಅವರ ಕಣ್ಣುಗಳು ಹೊಳೆಯುತ್ತಿದ್ದುವು. ಆ ಹೊತ್ತಿನಲ್ಲಿ ಯಾರಾದರೂ ವಿವೇಕಾನಂದರಲ್ಲಿಯೇ ಶುಕಮುನಿಗಳ ದರ್ಶನಮಾಡಬಹುದಾಗಿತ್ತು. ಅದೇನೂ ಸುಳ್ಳಾಗಿರಲಿಲ್ಲ. ಶ್ರೀರಾಮಕೃಷ್ಣಪರಮಹಂಸರು ಎಳೆಯವಯಸ್ಸಿನ ವಿವೇಕಾನಂದರಲ್ಲಿಯೇ ಶುಕಮುನಿಯನ್ನು ಕಾಣುತ್ತ "ನರೇಂದ್ರನು ನನ್ನ ಶುಕ" ಎಂದು ಒಮ್ಮೆ ಪರಮಾನಂದಭರಿತರಾಗಿ ಹೇಳಿದ್ದು, ಯಥಾರ್ಥವಾದ ಕಾಣ್ಕೆಯೇ ಆಗಿತ್ತು.

ಸ್ವಾಮಿ ವಿವೇಕಾನಂದರು ತಮಗಾಗಿ ಏನನ್ನೂ ಬಯಸಲಿಲ್ಲ. ಅನ್ನನೀರಿಲ್ಲದೆ ಅಭ್ಯಾಪಾರಿಯಂತೆ ಬೀದಿಬದಿಯಲ್ಲಿ ಬಿದ್ದಿರುವಾಗಲೂ ಒಂದೇ; ಖೇತ್ರಿ, ಅಲ್ವಾರ್ ಮುಂತಾದ ರಾಜಮಹಾರಾಜರ ಅರಮನೆಗಳಲ್ಲಿ ಸುಖದ ಸುಪ್ಪತ್ತಿಗೆಯಲ್ಲಿರುವಾಗಲೂ ಒಂದೇ ಎನ್ನುವಂತಹ ಬ್ರಾಹ್ಮೀಸ್ಥಿತಿಯನ್ನು ಅವರು ಸಾಧಿಸಿದ್ದರು.

ಶ್ರೀರಾಮಕೃಷ್ಣಪರಮಹಂಸರೂ ಶುಕಮುನಿಗಳನ್ನು ಹಲವಾರು ಬಾರಿ ಸ್ಮರಿಸಿಕೊಂಡಿದ್ದಾರೆ. ಪರಮಹಂಸಾವಸ್ಥೆಯಲ್ಲಿ ಶುಕಮುನಿಗಳಿಗೆ ಪೂಜೆ, ಜಪ, ತರ್ಪಣ, ಸಂಧ್ಯಾವಂದನೆ ಮುಂತಾದ ಕರ್ಮಗಳೆಲ್ಲ ಬಿಟ್ಟುಹೋಗಿದ್ದುವು. ಆದರೆ ಭಗವಂತನು ಅವರ 'ಅಹಂ'ಅನ್ನು ಪೂರ್ಣವಾಗಿ ನಾಶಮಾಡಲಿಲ್ಲ. ಅವರಲ್ಲಿ 'ವಿದ್ಯಾ ಅಹಂ' ಹಾಗೆಯೇ ಇಟ್ಟಿದ್ದ. ಅದರ ಬಲದಿಂದಲೇ ಅವರು ಬ್ರಹ್ಮಜ್ಞಾನ ದೊರೆತ ಬಳಿಕವೂ ದಯಾಪೂರಿತ ಹೃದಯರಾದುದರಿಂದ, ಲೋಕಶಿಕ್ಷಣಕ್ಕಾಗಿ, ಲೋಕಹಿತಕ್ಕಾಗಿ ಮಾತನಾಡಿದರು. ಅದಕ್ಕೆ ಬೇಕಾಗುವ ಸ್ಮರಣ-ಮನನಗಳು ಅವರಲ್ಲಿ ಉಳಿದುಕೊಂಡಿದ್ದುವು ಎಂದು ಪರಮಹಂಸರು ಹೇಳಿದ್ದಾರೆ.

ಶುಕಮುನಿಗಳು ನಿರ್ವಿಕಲ್ಪಸಮಾಧಿಯಲ್ಲಿದ್ದರು. ಆ ಹೊತ್ತಿನಲ್ಲಿ ಪರೀಕ್ಷಿದ್ರಾಜನಿಗೆ ಭಾಗವತಮಹಾಪುರಾಣದ ಶ್ರವಣಮಾಡಿಸಬೇಕಾಗಿತ್ತು. ಅದಕ್ಕಾಗಿ ಭಗವಂತನೇ ಅವರ ಬಳಿಗೆ ನಾರದರನ್ನು ಕಳುಹಿಸಿದನು, ನಾರದರು ತಮ್ಮ ಮಹತೀವೀಣೆಯನ್ನು ನುಡಿಸುತ್ತ ಶುಕಮುನಿಗಳ ಮುಂದೆನಿಂತು, ಶ್ರೀಹರಿಯ ಕೊಂಡಾಟದ ನಾಲ್ಕುಶ್ಲೋಕಗಳನ್ನು ಹಾಡಿದರು. ಅದನ್ನು ಕೇಳುತ್ತಿದ್ದಂತೆಯೇ, ಮೊದಲಶ್ಲೋಕದಲ್ಲಿಯೇ, ಶುಕದೇವರು ರೋಮಾಂಚಿತರಾಗಿ ಪ್ರೇಮಾಶ್ರುಗಳನ್ನು ಸುರಿಸತೊಡಗಿದರು. ತಮ್ಮ ಹೃದಯಮಧ್ಯದಲ್ಲಿ ಅವರು ಶ್ರೀಹರಿಯ ದರ್ಶನಮಾಡಿದರು. ಅಲ್ಲಿಂದೆದ್ದು ನೇರವಾಗಿ ಗಂಗಾತೀರಕ್ಕೆ ಹೋಗಿ ಪರೀಕ್ಷಿತನಿಗೆ ಭಾಗವತವನ್ನು ಶ್ರವಣಮಾಡಿಸಿದರು ಎಂದು ಮತ್ತೊಂದು ಸಂದರ್ಭದಲ್ಲಿ ಶುಕರ ಮಹಿಮೆಯನ್ನು ಬಿತ್ತರಿಸಿದ್ದಾರೆ.

ಶ್ರೀರಾಮಕೃಷ್ಣರು ಕೂಡ ಪರಮಹಂಸ ಅವಸ್ಥೆಯನ್ನು ತಲಪಿದ್ದರೂ ಲೋಕ

ಹಿತಾರ್ಥವಾಗಿ ಕೆಳಕ್ಕಿಳಿದು ಬಂದು ಆಡಿದರು, ಹಾಡಿದರು, ಕುಣಿದರು, ನಲಿದರು. ಅವರು ನುಡಿದುದೆಲ್ಲ ವೇದವಾಯಿತು; ಅಧ್ಯಾತ್ಮಪಿಪಾಸುಗಳಿಗೆ ಪೀಯೂಷವಾಯಿತು. ಅವರು ನಡೆದುದೆಲ್ಲ ಅಧ್ಯಾತ್ಮಸಾಧಕರಿಗೆ ರಾಜಮಾರ್ಗವಾಯಿತು.

ಶುಕಮುನಿಗಳ ಜೀವನವೃತ್ತಾಂತ ಬಹಳ ವಿಸ್ತಾರವೂ ವಿಚಿತ್ರವೂ ಆಗಿದೆ. ಅದರಲ್ಲಿ ಸ್ವಲ್ಪವನ್ನಾದರೂ ನಾವು ಈ ಸಂದರ್ಭಕ್ಕೆ ಸ್ಮರಿಸಬೇಕು. ವ್ಯಾಸಮುನಿಗಳಿಗೆ ಒಂಟಿತನವು ಬೇಸರವಾಗಿ ಮದುವೆಯಾಗಬೇಕೆಂಬ ಇಚ್ಛೆಯಾಯಿತು. ಆಗ ಅವರು ಜಾಬಾಲಿಗಳೆಂಬ ಮುನಿಗಳನ್ನು ಸಮೀಪಿಸಿ "ಪೂಜ್ಯರೆ, ನಿಮ್ಮ ಮಗಳನ್ನು ನನಗೆ ಕೊಟ್ಟು ಮದುವೆ ಮಾಡಿಕೊಡುತ್ತೀರಾ" ಎಂದು ಬೇಡಿಕೊಂಡರು. ಜಾಬಾಲಿಗಳು ಅದಕ್ಕೊಪ್ಪಿ ತಮ್ಮ ಮಗಳು ಪಿಂಗಳೆಯನ್ನು ವ್ಯಾಸರಿಗೆ ಕೊಟ್ಟು ವಿವಾಹವನ್ನು ನೆರವೇರಿಸಿದರು. ತರುವಾಯದಲ್ಲಿ ವ್ಯಾಸರು ಶಿವನನ್ನು ಕುರಿತು ತಪಸ್ಸುಮಾಡಿ ತಮಗೊಬ್ಬ ತೇಜಸ್ವಿಯಾದ ಮಗನು ಹುಟ್ಟಬೇಕೆಂಬ ವರವನ್ನು ಬೇಡಿಪಡೆದರು.

ಶ್ರೀಕೃಷ್ಣನು ರಾಧೆಯೊಡಗೂಡಿ ಗೋಲೋಕದಿಂದ ಭೂಲೋಕಕ್ಕೆ ಲೀಲಾಮಾನುಷ ವಿಗ್ರಹನಾಗಿ ಅವತರಿಸಿದಾಗ, ರಾಧೆಯೊಡನಿದ್ದ ಮುದ್ದಿನಗಿಳಿಯೂ ಹಿಮಾಲಯದ ಪರಿಸರದಲ್ಲಿತಾನೊಂದು ಹೆಣ್ಣುಗಿಳಿಯ ಹೊಟ್ಟೆಯನ್ನು ಸೇರಿಕೊಂಡಿತು. ಅಮರನಾಥದ ಏಕಾಂತದಲ್ಲಿ ಆ ಹೆಣ್ಣುಗಿಣಿಯು ಮೊಟ್ಟೆಯಿಟ್ಟಿತು. ಆ ಸಂದರ್ಭದಲ್ಲಿಯೇ ಪಾರ್ವತೀ ದೇವಿಯು ಶಿವನನ್ನು ಕುರಿತು "ಶ್ರೀಕೃಷ್ಣನ ದಿವ್ಯಕಥಾಮೃತವನ್ನು ನನಗೆ ಪಾನಮಾಡಿಸು ಸ್ವಾಮಿ" ಎಂದು ಬೇಡಿದಳು. ಶಿವನು ಅದಕ್ಕೊಪ್ಪಿ ಪಾರ್ವತಿಯನ್ನು ಅಮರನಾಥದ ಏಕಾಂತಕ್ಕೆ ಕರೆತಂದು, ಅಲ್ಲಿ ಕೃಷ್ಣಕಥೆಯನ್ನು ಬಣ್ಣಿಸತೊಡಗಿದನು. ಆ ಕಥೆಯನ್ನು ಎಡೆಬಿಡದೆ ಕೇಳುತ್ತ ಕೇಳುತ್ತ ಪಾರ್ವತಿಗೆ ತೂಕಡಿಕೆ ಬಂದು ನಿದ್ರೆಹೊದಳು. ಶಿವನು ಕಥೆಯನ್ನು ಹೇಳುತ್ತಲೇ ಇದ್ದನು. ಅಲ್ಲಿಯೇ ಮೊಟ್ಟೆಯೊಳಗಿದ್ದ ರಾಧೆಯ ಮುದ್ದಿನರಗಿಳಿಯು ಆ ಕಥೆಯನ್ನೆಲ್ಲ ಆಲಿಸುತ್ತಿತ್ತು. ಪಾರ್ವತಿಯು ನಿದ್ರೆಹೋಗಿ ಕಥೆಗೆ ಹೂಂಗುಟ್ಟುವುದನ್ನು ನಿಲ್ಲಿಸಿದಾಗ, ಆ ಗಿಳಿಯೇ ಹೂಂಗುಟ್ಟತೊಡಗಿತು. ಸ್ವಲ್ಪ ಹೊತ್ತಿನಲ್ಲಿಯೇ ಆದು ಶಿವನಿಗೆ ಗೊತ್ತಾಗಿಹೋಯಿತು. "ಪಕ್ಷಿಜಾತಿಗೆ ಈ ಕಥಾ ರಹಸ್ಯವನ್ನು ಕೇಳಿಸಿಕೊಳ್ಳುವ ಅಧಿಕಾರವಿಲ್ಲ" ಎಂದು ಕೋಪದಿಂದ, ತನ್ನ ತ್ರಿಶೂಲವನ್ನು ಕೈಗೆತ್ತಿಕೊಂಡು ಅದನ್ನು ಕೊಲ್ಲಲು ಮುನ್ನುಗ್ಗಿದನು. ಆಗಲೇ ಮೊಟ್ಟೆಯೊಡೆದು ಆ ಗಿಳಿಮರಿಯು ವೇಗವಾಗಿ ಹಾರಿಹೋಯಿತು.

ಶಿವನು ಸುಮ್ಮನಾಗದೆ ಆ ಶುಕದ ಮರಿಯನ್ನು ಬೆನ್ನಟ್ಟಿದನು. ಅದು ತನ್ನನ್ನು ರಕ್ಷಿಸಿಕೊಳ್ಳಲು ದಾರಿಕಾಣದೆ ವ್ಯಾಸಪತ್ನಿ ಪಿಂಗಳೆಯ ಮುಖಕಮಲವನ್ನು ಹೊಕ್ಕು ಗರ್ಭವನ್ನು ಸೇರಿಬಿಟ್ಟಿತು. ಬೆನ್ನಟ್ಟಿ ಬಂದ ಶಿವನನ್ನು ಕಂಡ ವ್ಯಾಸಮುನಿಗಳು ಕೈಮುಗಿದು "ಶಾಂತನಾಗು ಸ್ವಾಮಿ, ನನಗೊಂದು ಪುತ್ರರತ್ನವಾಗಲೆಂಬ ವರವನ್ನು ನೀನೇ ಕರುಣಿಸಿದ್ದೀ

ಯಲ್ಲವೆ" ಎಂದು ಬೇಡಿಕೊಂಡರು. ಶಿವನು ಶಾಂತನಾಗಿ ಹೊರಟುಹೋದನು.

ರಾಧೆಯ ಮುದ್ದಿನ ಶುಕವೇ ಪಿಂಗಳೆಯ ಗರ್ಭದಲ್ಲಿ ಶುಕಮುನಿಯಾಗಿ ಬೆಳೆಯಿತು. ಹನ್ನೆರಡುವರ್ಷಗಳೇ ಉರುಳಿಹೋದುವು. ಶುಕದೇವನು ಮಾತ್ರ ಮಾತೃಗರ್ಭದಿಂದ ಹೊರಬರಲೇ ಇಲ್ಲ. ವ್ಯಾಸರು ತಮ್ಮ ಶಿಷ್ಯರಿಗೆ ಬೋಧಿಸುತ್ತಿದ್ದ ವೇದಗಳು, ವೇದಾಂಗಗಳು, ಶಾಸ್ತ್ರಗಳು, ಪುರಾಣಗಳು, ಧರ್ಮಶಾಸ್ತ್ರ, ಮೋಕ್ಷಶಾಸ್ತ್ರಗಳು ಮುಂತಾದ ಎಲ್ಲವನ್ನೂ ತಾಯಗರ್ಭದಿಂದಲೇ ಕೇಳಿಸಿಕೊಂಡು ಕಲಿತುಬಿಟ್ಟರು. ವ್ಯಾಸಶಿಷ್ಯರು ಪಾಠದಲ್ಲಿ ಏನಾದರೂ ತಪ್ಪಿದರೆ, ಶುಕರು ತಾಯಹೊಟ್ಟೆಯಿಂದಲೇ ಅದನ್ನು ತಿದ್ದುತ್ತಿದ್ದರು.

ಒಂದುದಿನ ವ್ಯಾಸರು "ನೀನೇಕೆ ಮಾತೃಗರ್ಭದಿಂದ ಹೊರಬರಲೊಲ್ಲೆ ಕಂದಾ, ನಮಗೆಲ್ಲ ನಿನ್ನನ್ನು ಕಣ್ಣಾರೆ ನೋಡುವ ಆಸೆಯಾಗಿದೆ" ಎಂದು ಕೋರಿಕೊಂಡರು. ಆಗ ಶುಕದೇವರು "ನಾನು ನಿವೃತ್ತಿಧರ್ಮದಲ್ಲಿ ಸಾಗಬೇಕೆಂದಿದ್ದೇನೆ. ಪ್ರಪಂಚಕ್ಕೆ ಬಂದ ಬಳಿಕ ವಿಷ್ಣುಮಾಯೆಯು ನನ್ನನ್ನು ಕವುಚಿಕೊಳ್ಳುತ್ತದೆ. ಆಗ ಮೋಕ್ಷಮಾರ್ಗವನ್ನು ನಾನು ಮರೆತುಬಿಡುತ್ತೇನೆ. ಅದಕ್ಕೇ ಹೊರಬರಲು ನನಗೆ ಅಂಜಿಕೆಯಾಗಿದೆ" ಎಂದು ತಿಳಿಸಿದರು. ಕೊನೆಗೆ ಶ್ರೀಕೃಷ್ಣನೇ ಬಂದು "ನೀನು ಮಾಯೆಯ ಮೋಹಕ್ಕೆ ಸಿಲುಕದಂತೆ ನಾನು ರಕ್ಷಿಸುತ್ತೇನೆ, ಹೊರಕ್ಕೆ ಬಾ ವತ್ಸ" ಎಂದು ಆಶ್ವಾಸನೆ ನೀಡಿದನು. ಆಗ ಶುಕಮುನಿಗಳು ಮಾತೃಗರ್ಭದಿಂದ ಹೊರಬಂದು ತಾಯಿಯ ಭಾರವನ್ನು ಇಳುಕಿದರು.

ಹಾಗೆ ಹೊರಬಂದೊಡನೆ ಮನೆಯಲ್ಲಿ ನಿಲ್ಲದೆ ತಪಸ್ಸುಮಾಡಲೆಂದು ಅರಣ್ಯದ ಹಾದಿಯನ್ನು ಹಿಡಿದು ಹೊರಟೇಬಿಟ್ಟರು. ಪುತ್ರಮೋಹದಿಂದ ಕಾತರರಾದ ವ್ಯಾಸರು "ವತ್ಸ, ವತ್ಸ, ಮನೆಯಲ್ಲಿದ್ದೇ ಸಾಧನೆಮಾಡು" ಎಂದು ಬೆನ್ನಹಿಂದೆಯೇ ಓಡಿದರು. ಆದರೆ ಅದಾವುದನ್ನೂ ಕಿವಿಗೆ ಹಾಕಿಕೊಳ್ಳದೆ ಶುಕರು ನಡೆದೇಬಿಟ್ಟರು. ಆದರೆ ಅವರ ಹೃದಯಾಂತರಾಳದಲ್ಲಿದ್ದ ವಿಷ್ಣುಭಕ್ತಿಯೇ ಕಾರಣವಾಗಿ, ಅವರು ವ್ಯಾಸಮುನಿಗಳು ರಚಿಸಿದ್ದ ಭಾಗವತದ ಕೃಷ್ಣಕಥೆಯನ್ನು ಅಧ್ಯಯನಮಾಡಲು ತಾವಾಗಿಯೇ ಮರಳಿಬಂದರು.

ಶ್ರೀರಾಮಕೃಷ್ಣಪರಮಹಂಸರಿಗೆ ಶುಕಮುನಿಗಳ ಎಲ್ಲ ವೃತ್ತಾಂತವೂ ತಿಳಿದಿತ್ತು. ಒಮ್ಮೆ ಅವರು "ಸಂಸ್ಕಾರಾರ್ಥವಾಗಿ ಶುಕದೇವನಿಗೂ ಮದುವೆಯಾಗಿತ್ತು. ಆತನಿಗೆ ಒಬ್ಬ ಮಗಳೂ ಇದ್ದಳು" ಎಂದು ಹೇಳಿದಾಗ, ಅದನ್ನು ಕೇಳಿಸಿಕೊಳ್ಳುತ್ತಿದ್ದ ಭಕ್ತರು ನಕ್ಕುನಲಿದರು. ಅಂತಹ ಪರಮಭಾಗವತೋತ್ತಮನೂ ಸಂಸಾರದ ಬಲೆಗೆ ಸಿಲುಕಿದನೇ ಎಂಬ ಅಚ್ಚರಿಯ ಭಾವನೆಯಲ್ಲಿ ಅವರು ಹಾಗೆ ನಕ್ಕಿರಬಹುದು!

೩೮. ಅಶೋಕಚಕ್ರವರ್ತಿಯು ಬೌದ್ಧನಾದ ಕಥೆ

ಬೌದ್ಧಧರ್ಮವನ್ನು ಕುರಿತು ಮಾತನಾಡುವಾಗ ಸ್ವಾಮಿ ವಿವೇಕಾನಂದರು ಅಶೋಕ ಚಕ್ರವರ್ತಿಯನ್ನು ಬಹಳವಾಗಿ ಕೊಂಡಾಡಿದ್ದಾರೆ. ಅಶೋಕನೆಂದರೆ ಅವನು ಮೌರ್ಯ ಸಾಮ್ರಾಜ್ಯದ ಸ್ಥಾಪಕನಾದ ಚಂದ್ರಗುಪ್ತನ ಮೊಮ್ಮಗ, ಬಿಂದುಸಾರನ ಮಗ. ಅಶೋಕನು ಕ್ರಿ. ಪೂ. 272 -232ರ ಅವಧಿಯಲ್ಲಿ ರಾಜ್ಯವಾಳಿದನು. ಆಗಿನ ಕಾಲದ ಚಕ್ರವರ್ತಿಗಳಲ್ಲೆಲ್ಲ ಅವನು ಸರ್ವಶ್ರೇಷ್ಠನಾಗಿದ್ದನು. ಅವನು ದೈವೀಗುಣಸಂಪನ್ನನಾಗಿದ್ದನು. ಬುದ್ಧನ ವಿಚಾರ ಗಳಿಗೆ ಸಂಪೂರ್ಣವಾಗಿ ತನ್ನನ್ನು ಸಮರ್ಪಿಸಿಕೊಂಡಿದ್ದನು. ಆ ಕಾಲಕ್ಕೆ ಬೌದ್ಧಧರ್ಮವು ಪ್ರಪಂಚದ ಅಗ್ರಗಣ್ಯ ಮಿಷನರಿ ಧರ್ಮವಾಗಿತ್ತು. ಆ ಧರ್ಮದ ಪ್ರಚಾರಕ್ಕಾಗಿ ಅಶೋಕನು ಬೌದ್ಧಭಿಕ್ಷುಗಳನ್ನು ಹಲವು ಹೊರದೇಶಗಳಿಗೆ ಕಳುಹಿಸಿದನು. ಧರ್ಮಪ್ರಚಾರಕ್ಕಾಗಿ ಅವನೆಂದೂ ಖಡ್ಗವನ್ನು ಬಳಸಲಿಲ್ಲ. ಅಷ್ಟುಮಾತ್ರವಲ್ಲದೆ ಧರ್ಮಗಳ ಮೂಲವೆಲ್ಲ ಒಂದೇ, ಅವು ಯಾವುದೇ ದೇಶಕಾಲಗಳಿಗೆ ಸೇರಿದ್ದರೂ ಚಿಂತೆಯಿಲ್ಲ, ಯಾವುದನ್ನೂ ದೂರಬೇಡಿ. ಅವುಗಳನ್ನು ಬಯಸಿದವರಿಗೆ ನಿಮ್ಮ ಕೈಲಾದಮಟ್ಟಿಗೆ ಬೋಧಿಸಿ. ಆದರೆ 'ಈ ಧರ್ಮವನ್ನು ನೀವು ಸ್ವೀಕರಿಸಲೇಬೇಕು' ಎಂದು ಯಾರನ್ನೂ ಬಲವಂತಪಡಿಸಬೇಡಿ, ಅವರನ್ನು ಹಿಂಸಿಸಲು ಯತ್ನಿಸಬೇಡಿ ಎಂದು ಅಶೋಕನು ಕಟ್ಟಾಜ್ಞೆ ಮಾಡಿದನು ಎಂದು ಮುಂತಾಗಿ ವಿವೇಕಾನಂದರೇ ತಿಳಿಸಿಕೊಟ್ಟಿದ್ದಾರೆ. ದೇವಾನಾಂಪ್ರಿಯ– ದೇವತೆಗಳಿಗೂ ಪ್ರಿಯನಾದವನು, ಪ್ರಿಯದರ್ಶಿ– ಪ್ರೀತಿಯಿಂದ ನೋಡುವ ಸ್ವಭಾವದವನು ಎಂಬ ಬಿರುದುಗಳೂ ಅವನಿಗಿದ್ದುವು.

ಅಶೋಕಚಕ್ರಿಯು ತನ್ನ ಯೌವನಕಾಲದಲ್ಲಿ ಸತ್ಪುರುಷನೇನೂ ಆಗಿರಲಿಲ್ಲ. ಹಿಂಸಾರಭಸಮತಿಯಾಗಿದ್ದನು. ದ್ವೇಷ, ಅಸೂಯೆ, ರಾಜ್ಯದಾಹಗಳು ಅವನನ್ನು ಮೆಟ್ಟಿಕೊಂಡಿದ್ದುವು. ಮಾಂಸಾಹಾರ, ಮದಿರಾಪಾನಗಳಲ್ಲಿ ಆಸಕ್ತನಾಗಿದ್ದನು. ತಂದೆ ಬಿಂದುಸಾರನು ಮರಣಹೊಂದಿದಾಗ ಅಶೋಕನಿಗೆ ಕೇವಲ 21ವರ್ಷ ವಯಸ್ಸು. ಅವನಿಗೆ ನೂರುಜನ ಸೋದರರಿದ್ದರೆಂದು ಬೌದ್ಧಮೂಲಗಳು ಹೇಳುತ್ತವೆ. ತನ್ನ ಸಿಂಹಾಸನದಮೇಲೆ ಸೋದರರ ಕಣ್ಣುಬೀಳಬಾರದು, ಅವರಿಂದ ತನ್ನ ಸರ್ವಾಧಿಕಾರಕ್ಕೆ ಅಡ್ಡಿಯಾಗಬಾರದು, ತನ್ನ ರಾಜ್ಯವು ನಿಷ್ಕಂಟಕವಾಗಿರಬೇಕು ಎಂದು ಅವನು ಲೆಕ್ಕಾಚಾರ ಹಾಕಿದನು. ಅದರ ಫಲವಾಗಿ ಸೋದರರಮೇಲೆ ಯುದ್ಧಹೂಡಿ 99ಮಂದಿಯನ್ನು ಕೊಂದುಹಾಕಿದನು. ಕೊನೆಗೆ

ಸುಸೀಮನೆಂಬ ಒಬ್ಬ ಸೋದರನಿಂದ ಅಶೋಕನು ಪರಾಜಿತನಾಗಿಬಿಟ್ಟನು. ಅದರಿಂದ ಕೋಪಉಕ್ಕೇರಿತು. ಏನಾದರೂಮಾಡಿ ಸುಸೀಮನನ್ನು ಕೊಂದೇತೀರಬೇಕೆಂದು ಅಶೋಕನು ಪಣತೊಟ್ಟನು. ತನ್ನ ಸೇನಾಬಲವನ್ನು ಹೆಚ್ಚಿಸಿಕೊಂಡು ಮರುಯುದ್ಧಕ್ಕೆ ಅಣಿಯಾದನು. ಅದನ್ನರಿತ ಸುಸೀಮನು ತನಗೆ ಉಳಿಗಾಲವಿಲ್ಲವೆಂದು, ಒಂದಾನೊಂದು ಬೌದ್ಧವಿಹಾರವನ್ನು ಹೊಕ್ಕನು. "ನಾನು ಅಣ್ಣನಾದ ಅಶೋಕನಿಂದ ಪ್ರಾಣಭಯಕ್ಕೆ ತುತ್ತಾಗಿದ್ದೇನೆ, ನನ್ನನ್ನು ರಕ್ಷಿಸಿ ಭಂತೇ" ಎಂದು ಆ ವಿಹಾರದ ಮುಖ್ಯಭಿಕ್ಷುವನ್ನು ಬೇಡಿಕೊಂಡನು. ಆಗ ಆ ಭಿಕ್ಷುವು "ಭಯದಲ್ಲಿರುವವರಿಗೆ ಅಭಯನೀಡುವುದು ಅತ್ಯಂತ ಶ್ರೇಷ್ಠಧರ್ಮವಾಗಿದೆ; ನೀನಿಲ್ಲಿ ಮರೆಯಾಗಿ ಇದ್ದುಬಿಡಪ್ಪಾ" ಎಂದು ಆಶ್ರಯನೀಡಿದನು. ಮುಂದೇನಾಯಿತು ಎಂಬ ಈ ಅಪೂರ್ವವಾದ ಕಥೆಯನ್ನು ಸ್ವಾಮಿವಿವೇಕಾನಂದರು ಕೇಳುಗರ ಹೃದಯಕ್ಕೆ ತಟ್ಟುವಂತೆ ಬಣ್ಣಿಸಿದ್ದಾರೆ.

ಗೂಢಚಾರರ ಮೂಲಕ ಅಶೋಕನಿಗೆ ಸುಸೀಮನು ಎಲ್ಲಿದ್ದಾನೆಂಬುದು ತಿಳಿದು ಹೋಯಿತು. ಅತ್ಯಂತ ಪರಿಮಿತ ಅನುಚರರೊಡನೆ ಅಶೋಕನು ಆ ಬೌದ್ಧವಿಹಾರವನ್ನು ಹೊಕ್ಕನು. "ನನ್ನ ತಮ್ಮನಿಗೆ ನಿನ್ನ ವಿಹಾರದಲ್ಲಿ ಆಶ್ರಯ ಕೊಟ್ಟಿದ್ದೀಯಂತೆ. ಅವನನ್ನು ಈಗಿಂದೀಗಲೇ ನನಗೆ ಒಪ್ಪಿಸಬೇಕು, ಇದು ಸಾಮ್ರಾಟನ ಆಜ್ಞೆ ಭಂತೇ" ಎಂದು ಬಿರುಸಾಗಿ ನುಡಿದನು. ಆಗ ಭಿಕ್ಷುವು ಸಮಾಹಿತಚಿತ್ತನಾಗಿ ಅಶೋಕನನ್ನು ಕುರಿತು "ಸಾಮ್ರಾಟನೇ, ಕ್ರೋಧವು ಪ್ರತೀಕಾರಕ್ಕಾಗಿ ಬಾಯಿತೆರೆದು ಕುಳಿತಿರುತ್ತದೆ. ಆದರೆ ಪ್ರತೀಕಾರವು ಕೆಟ್ಟದ್ದು. ಕ್ರೋಧವನ್ನು ಪ್ರೀತಿಯಿಂದ ನಿಸ್ತೇಜಗೊಳಿಸಬೇಕು. ಕ್ರೋಧವೆಂದೂ ಕ್ರೋಧದಿಂದ ಶಮನವಾಗುವುದಿಲ್ಲ; ದ್ವೇಷದಿಂದ ದ್ವೇಷವೆಂದೂ ದೂರವಾಗುವುದಿಲ್ಲ. ನಿನ್ನ ಪ್ರೀತಿಯ ಬುಗ್ಗೆ ಉಕ್ಕಲಿ; ಅದರಲ್ಲಿ ನಿನ್ನ ಕ್ರೋಧವೆಲ್ಲ ಕರಗಿಹೋಗಲಿ; ಅದರಲ್ಲಿ ನಿನ್ನ ದ್ವೇಷವೆಲ್ಲ ಶಮವಾಗಲಿ. ಮಿತ್ರನೇ, ನಿನಗಾಗಿರುವ ಒಂದು ಕೇಡಿಗೆ ಪ್ರತಿಯಾಗಿ ನೀನು ಮತ್ತೊಂದು ಕೇಡನ್ನು ಬಗೆದರೆ, ಅದರಿಂದ ನಿನಗಾದ ಮೊದಲಕೇಡು ಪರಿಹಾರವಾಗು ವುದಿಲ್ಲ. ಅದಕ್ಕೆ ಪ್ರತಿಯಾಗಿ ಈ ಪ್ರಪಂಚದಲ್ಲಿರುವ ಕೇಡಿನರಾಶಿಗೆ ನೀನು ಹೊಸದೊಂದು ಕೇಡನ್ನು ಸೇರಿಸಿದಂತಾಗುತ್ತದೆಯಷ್ಟೇ, ಶಾಂತಮನಸ್ಕನಾಗಿ ಆಲೋಚಿಸು" ಎಂದು ಹಿತವಚನಗಳನ್ನು ಹೇಳಿದನು.

ಜಿದ್ದಿನಿಂದ ಉರಿಯುತ್ತಿದ್ದ ಅಶೋಕನಿಗೆ ಆ ಉಪದೇಶಾಮೃತವನ್ನು ಪಾನ ಮಾಡುವುದು ಸಾಧ್ಯವಾಗಲಿಲ್ಲ. ಭಿಕ್ಷುವನ್ನು ಕುರಿತು "ನೀನಾದರೋ ಕಾಲಾಚಾರವರಿಯದವ. ಒಬ್ಬ ಅವಿವೇಕಿಯಂತೆ ವರ್ತಿಸುತ್ತಿದ್ದೀಯೆ. ನನಗೆ ಎರಡುಬಗೆದಿರುವ ತಮ್ಮನಿಗೆ ನೀನು ಆಶ್ರಯಕೊಟ್ಟಿದ್ದೀಯಲ್ಲ, ಅವನ ಪ್ರಾಣವನ್ನು ಕಾಪಾಡಬೇಕೆಂದು ಹೊರಟಿದ್ದೀಯಲ್ಲ, ಆತನಿಗಾಗಿ ನಿನ್ನ ಪ್ರಾಣವನ್ನೇ ನೀನು ಬಲಿಕೊಡಲು ಸಿದ್ಧನಾಗಿದ್ದೀಯಾ" ಎಂದು ಉಗ್ರವಾಗಿ ಪ್ರಶ್ನಿಸಿದನು. ಭಿಕ್ಷುವೇನೂ ಅಂಜಲಿಲ್ಲ, ಅಳುಕಲಿಲ್ಲ. "ಅಭಯದಾನವು ಅತ್ಯಂತ

ಶ್ರೇಷ್ಠವಾದ ಧರ್ಮ, ಅವನಿಗಾಗಿ ನಾನು ನನ್ನ ಪ್ರಾಣವನ್ನು ಒಪ್ಪಿಸಲು ಸಿದ್ಧನಿದ್ದೇನೆ" ಎಂದು ಒಂದೇ ಮನಸ್ಸಿನಿಂದ ನುಡಿದನು. ಅದಕ್ಕೆ ಅಶೋಕನು "ಹಾಗಾದರೆ ವಿಹಾರವನ್ನು ಬಿಟ್ಟು ಹೊರಗಿನ ಬಯಲಿಗೆ ಬಂದುನಿಲ್ಲು" ಎಂದು ಆಜ್ಞಾಪಿಸಿದನು.

ಭಿಕ್ಷುವು ಸಾಮ್ರಾಟನ ಆಜ್ಞೆಯನ್ನು ಪಾಲಿಸಿದನು. ಆಗಲೇ ಅಶೋಕನು ತನ್ನ ಒರೆಯಿಂದ ಖಡ್ಗವನ್ನು ಸೆಳೆದು ಝಳುಪಿಸುತ್ತ "ಹರಿತವಾದ ಈ ನನ್ನ ಖಡ್ಗವು ನಿನ್ನ ರುಂಡವನ್ನು ಒಂದೇ ಏಟಿಗೆ ಚೆಂಡಾಡುತ್ತದೆ, ಸಿದ್ಧನಾಗು" ಎಂದು ಗುಡುಗಿದನು. "ಸಿದ್ಧನಾಗಿಯೇ ನಿಂತಿದ್ದೇನೆ ದೊರೆಯೆ" ಎಂದು ಭಿಕ್ಷುವು ಅಕಂಪಿತ ಸ್ವರದಲ್ಲಿ ನುಡಿದನು. ಆಗ ಅಶೋಕನು ಭಿಕ್ಷುವಿನ ಮುಖದಲ್ಲೇ ತನ್ನ ಕಣ್ಣುಗಳನ್ನು ಕೀಲಿಸಿ, ಅವನ ತಲೆಯನ್ನು ಉರುಳಿಸಿಯೇಬಿಟ್ಟನೇನೋ ಎಂಬಂತೆ ತನ್ನ ಖಡ್ಗವನ್ನು ವೇಗವಾಗಿ ಬೀಸಿ, ತನ್ನ ಕೈಚಳಕದಿಂದ ಹಿಂದಕ್ಕೆಳೆದುಕೊಂಡುಬಿಟ್ಟನು.

ಆ ಹೊತ್ತಿನಲ್ಲಿ ಅಶೋಕನು ಆ ಭಿಕ್ಷುವಿನ ಮುಖದಲ್ಲಿ ಅನಿರ್ವಚನೀಯವಾದ ಭಾವವಿಶೇಷಗಳನ್ನು ಕಂಡನು. "ನಾನೀಗ ಮರಣೋನ್ಮುಖನಾಗಿದ್ದೇನೆ" ಎಂಬ ಅಂಜಿಕೆ ಆ ಭಿಕ್ಷುವಿನ ಮೊಗದಲ್ಲಿ ಲವಲೇಶವೂ ಇರಲಿಲ್ಲ. ಅವನ ಕಣ್ಣುಗಳಲ್ಲಿ ಎವೆಯಿಕ್ಕದ ಸ್ಥಿರತೆಯಿತ್ತು. ಅವನ ಮುಖಮಂಡಲದಲ್ಲಿ ಮಂದಹಾಸವು ಮಿನುಗುತ್ತಿತ್ತು. ಭಿಕ್ಷುವಿನ ಆ ಸಮಚಿತ್ತತೆ ಅಶೋಕನನ್ನು ವಿಸ್ಮಯಕ್ಕೀಡುಮಾಡಿಬಿಟ್ಟಿತು. "ನೀನೊಬ್ಬ ತಿರಿದುಂಬ ತಿರುಕನಲ್ಲವೇ ಭಂತೇ, ತಲೆಯು ನೆಲಕ್ಕುರುಳಲಿದೆ ಎನಿಸುವಲ್ಲಿಯೂ ಕಣ್ಣರೆಪ್ಪೆಗಳನ್ನು ಕೂಡ ಮಿಟುಕಿಸದಂತಹ ಆತ್ಮಸ್ಥೈರ್ಯವನ್ನು ನೀನು ಹೇಗೆ ಸಂಪಾದಿಸಿದೆ ನನಗೆ ಹೇಳು" ಎಂದು ಜೋರಿನಿಂದಲೇ ಕೇಳಿದನು.

ಆಗ ಭಿಕ್ಷುವು ಅಶೋಕನನ್ನು ಉದ್ದೇಶಿಸಿ "ಅವನು ನನ್ನನ್ನು ಬೈದನು, ಅವನು ನನ್ನನ್ನು ಬಡಿದನು. ಅವನು ನನ್ನನ್ನು ಭಂಗಿಸಿದನು, ಅವನು ನನ್ನನ್ನು ಸೋಲಿಸಿದನು, ಅವನು ನನ್ನ ಸಂಪತ್ತನ್ನು ಕದ್ದನು ಎಂಬೀ ಪರಿಯಲ್ಲಿ ಕೋಪಭಾವನೆಗಳನ್ನೇ ಮೆಲುಕು ಹಾಕುತ್ತಿದ್ದರೆ, ನಮ್ಮ ಅಂತರಂಗದ ಹಗೆತನವು ಎಂದಿಗೂ ಶಮನವಾಗುವುದಿಲ್ಲ. ಅವರು ಬಿರುನುಡಿಗಳನ್ನಾಡಿದರು, ಅವರು ತಾವು ಮಾಡಬೇಕಾದ್ದನ್ನು ಮಾಡಲಿಲ್ಲ. ಅವರು ಮಾಡಬಾರದ್ದನ್ನೇ ಮಾಡಿಬಿಟ್ಟರು– ಎಂದೆಲ್ಲ ಆದರೂ ನಮಗೆ ಅದರ ಗೊಡವೆಬೇಡ. ನಾನೀಗ ಮಾಡಬೇಕಾದುದು ಯಾವುದು, ನಾನು ಮಾಡಬಾರದುದು ಯಾವುದು ಎಂಬುದನ್ನಷ್ಟೇ ಗಮನಿಸಬೇಕು. ಪಾಪಕೃತ್ಯವು ಆಗಿಂದಾಗಲೇ ಫಲಕೊಡುವುದಿಲ್ಲ. ಅದು ಬೂದಿಮುಚ್ಚಿದ ಕೆಂಡದಂತೆ, ನಿಧಾನವಾಗಿ ಪರಿಪಾಕಕ್ಕೆ ಬಂದು ಪಾಪಗೈದವನನ್ನು ನುಂಗಿಬಿಡುತ್ತದೆ. ಸಾವಿರಬಾರಿ ಸಾವಿರಜನರನ್ನು ರಣರಂಗದಲ್ಲಿ ಗೆದ್ದಾತನಿಗಿಂತ, ತನ್ನನ್ನು ತಾನು ಗೆದ್ದಿರುವ ಜೇತಾರನೇ ಮೇಲು! ದಂಡಕ್ಕೆ ಅಂಜದವರಾರು? ಜೀವದ ಆಸೆ ಯಾರಿಗಿಲ್ಲ? ಕೆಟ್ಟಕೆಲಸಗಳನ್ನು ಮಾಡುವುದು ಸುಲಭ, ಆದರೆ ಸತ್ಕಾರ್ಯಗಳನ್ನು

ಮಾಡುವುದು ಅತ್ಯಂತ ದುಷ್ಕರ. ಕಬ್ಬಿಣದಲ್ಲಿ ಹುಟ್ಟಿದ ತುಕ್ಕು, ಆ ಕಬ್ಬಿಣವನ್ನೇ ತಿನ್ನುವಂತೆ, ಅಶುದ್ಧಾತ್ಮನು ತನ್ನ ದುಷ್ಕರ್ಮಗಳಿಂದಲೇ ದುರ್ಗತಿಗೆ ಇಳಿಯುತ್ತಾನೆ. ಆದ್ದರಿಂದ ನಿನ್ನಂತೆಯೇ ಅನ್ಯರೆಂದು ಭಾವಿಸು, ಹಿಂಸಿಸಬೇಡ, ಕೊಲ್ಲಬೇಡ. ಇದೇ ಶಾಂತಿಗೆ ಮಾರ್ಗ, ಇದೇ ನಿರ್ವಾಣಕ್ಕೆ ಮಾರ್ಗ" ಎಂದು ಉಪದೇಶದ ಮಾತುಗಳನ್ನು ಹೇಳಿದನು.

ಆ ಮಾತುಗಳನ್ನು ಕೇಳುತ್ತಿದ್ದಂತೆ ಅಶೋಕನ ಸಿಟ್ಟು ಕುಸಿಯಿತು. ಪಟ್ಟು ಸಡಿಲ ವಾಯಿತು. ಮನಸ್ಸು ತಿಳಿಯಾಗಲು ಅನುವಾಯಿತು. ಅವನು ಆನಂದದಿಂದ "ಹೇಳು ಭಂತೆ ಹೇಳು, ನಿನ್ನ ನುಡಿಗಳು ಆಪ್ಯಾಯಮಾನವಾಗಿವೆ. ನಾನೆಂದೂ ಇಂತಹ ಮೃದು ವಚನಗಳನ್ನು ಆಲಿಸಿಲ್ಲ" ಎಂದು ಪ್ರೋತ್ಸಾಹಿಸಿದನು. ಆಗ ಭಿಕ್ಷುವು ತನ್ನ ಉಪದೇಶ ವಾಣಿಯನ್ನು ಮುಂದುವರಿಸುತ್ತ "ಶಾಂತಿಯ ಬಲದಿಂದ ಕೋಪವನ್ನು ಜಯಿಸು, ಸತ್ಕಾರ್ಯದ ಬಲದಿಂದ ಕೆಡುಕನ್ನು ಜಯಿಸು, ದಾನದ ಬಲದಿಂದ ಜಿಪುಣತನವನ್ನು ಜಯಿಸು, ಸತ್ಯದ ಬಲದಿಂದ ಅಸತ್ಯವನ್ನು ಜಯಿಸು. ನಿನ್ನ ಕುಂದುಕೊರತೆಗಳನ್ನು ತೋರಿಸಿಕೊಟ್ಟ ಪುರುಷನು ನಿನಗೊಂದು ನಿಧಿಯನ್ನೇ ತೋರಿಸಿದ ಎಂದು ಭಾವಿಸು. ಬೀಸುವ ಗಾಳಿಗೆ ಇದಿರಾಗಿ ಎರಚಿದ ಧೂಳು, ತನ್ನ ಕಣ್ಣಲ್ಲಿಯೇ ಬೀಳುವಂತೆ, ಸತ್ಪುರುಷರನ್ನು ಪೀಡಿಸಿದರೆ, ಆ ಪೀಡೆಯನ್ನು ಪೀಡಿಸಿದಾತನೇ ಅನುಭವಿಸಬೇಕಾಗುತ್ತದೆ. ಯಾರನ್ನೂ ಹಳಿಯಬೇಡ, ಯಾರನ್ನೂ ಅಲ್ಲಗಳೆಯಬೇಡ, ಯಾರನ್ನೂ ನೋಯಿಸಬೇಡ. ಅನವರತವೂ ಧರ್ಮದ ಹಾದಿಯಲ್ಲಿಯೇ ಹೆಜ್ಜೆಹಾಕುತ್ತಿರು. ಆಹಾರದಲ್ಲಿ ಸದಾ ಮಿತನಾಗಿರು. ನೀನು ಕುಳಿತುಕೊಳ್ಳುವಲ್ಲಿ, ಮಲಗುವಲ್ಲಿ ಏಕಾಂತವಾಗಿರು. ಅತ್ಯುತ್ತಮ ವಾದ ಆಲೋಚನೆಗಳೇ ನಿನ್ನ ಮನಸ್ಸಿನಲ್ಲಿ ನೆಲೆಸುವಂತೆ ನೋಡಿಕೋ. ಇದೇ ಬುದ್ಧರೆಲ್ಲರ ಉಪದೇಶವಾಗಿದೆ, ಇದೇ ಶಾಂತಿಗೆ ಮಾರ್ಗ, ಇದೇ ನಿರ್ವಾಣಕ್ಕೆ ಮಾರ್ಗ" ಎಂದು ಬೋಧಿಸಿದನು. ಅದನ್ನೆಲ್ಲ ಆಲಿಸಿದಬಳಿಕ ಅಶೋಕನು ಖಡ್ಗವನ್ನು ಒರೆಗೆ ಸೇರಿಸಿ, ಭಿಕ್ಷುವಿಗೆ ಅಡ್ಡಬಿದ್ದು, ಮೌನವಾಗಿ ಅಲ್ಲಿಂದ ಹೊರಟುಹೋದನು.

ಹೀಗೆಯೇ ಕಾಲವುರುಳಿತು. ಅಶೋಕನು ಕಳಿಂಗದೇಶವನ್ನು ಗೆಲ್ಲಬೇಕು, ಆ ದೊರೆಯು ತನಗೆ ಆಜ್ಞಾಧಾರಕನಾಗಬೇಕು ಎಂದು ಬಯಸಿ ಸಾಗರದಂತೆ ವಿಸ್ತಾರವಾದ ಸೇನಾಸಹಿತನಾಗಿ ದಂಡೆತ್ತಿಹೋದನು. ಕಳಿಂಗವೆಂದರೆ ಇಂದಿನ ಒರಿಸ್ಸಾರಾಜ್ಯಕ್ಕೆ ಸೇರಿದ ಭಾಗ. ಸ್ವಾಭಿಮಾನಿಯಾದ ಕಳಿಂಗರಾಜನು ಜೀವಕ್ಕೆಜೀವಕೊಟ್ಟು ಹೋರಾಡಿದನು. ಕಾಳಗವು ಘೋರಭೀಕರವಾಯಿತು. ಒಂದುಲಕ್ಷದಐವತ್ತುಸಾವಿರ ಯೋಧರು ಪ್ರಾಣತೆತ್ತರು. ಹೆಣಗಳ ಬೆಟ್ಟಗಳೇ ಎದ್ದುನಿಂತುವು. ರಕ್ತದ ಕಾಲುವೆಗಳೇ ಹರಿದುವು. ಸೈನಿಕರ ಬಂಧುಬಳಗದವರ ರೋದನ ಮುಗಿಲುಮುಟ್ಟಿತು. ಒಂದುಲಕ್ಷದಐವತ್ತುಸಾವಿರ ಜನ ದಿಕ್ಕಾಪಾಲಾಗಿ ಚೆಲ್ಲಿಹೋದರು. ಅಷ್ಟೇಸಂಖ್ಯೆಯ ಜನ ಅನ್ನನೀರಿಲ್ಲದೆ ಹಾಹಾಕಾರಕ್ಕೆ ತುತ್ತಾದರು. ಆ ರುದ್ರಭಯಂಕರ ಕಾಳಗದಲ್ಲಿ ಅಶೋಕನೇ ಜಯಗಳಿಸಿದನಾದರೂ

ಅದರಿಂದ ಅವನಿಗೆ ಸಂತೋಷವಾಗಲಿಲ್ಲ. ಚಿತ್ತವೆಲ್ಲ ಕದಡಿಹೋಯಿತು. "ಈ ಅಮಾನುಷ ಕಗ್ಗೊಲೆಗೆ ನಾನೇ ಕಾರಣನಾದೆನಲ್ಲ" ಎಂಬ ಜುಗುಪ್ಸೆ, ಗ್ಲಾನಿ, ಪಶ್ಚಾತ್ತಾಪಗಳಿಗೆ ಸಿಲುಕಿ ಬೆಂದುಹೋದನು. ಮನಸ್ಸು ಸಂಪೂರ್ಣವಾಗಿ ಅಹಿಂಸೆಯತ್ತ ಒಲಿಯಿತು. "ಈ ಕರಾಳಯುದ್ಧದ ನಂಟು ಇನ್ನುಸಾಕು" ಎಂದು ಖಡ್ಗವನ್ನು ಮೂಲೆಗೆಸೆದುಬಿಟ್ಟನು. ಉಪಗುಪ್ತನೆಂಬ ಬೌದ್ಧಗುರುವಿನ ಮಾರ್ಗದರ್ಶನದಲ್ಲಿ ಬೌದ್ಧಮತಾವಲಂಬಿಯಾಗಿಬಿಟ್ಟನು. ಆ ಧರ್ಮದ ಅಭ್ಯುದಯಕ್ಕಾಗಿಯೇ ತನ್ನ ಬದುಕನ್ನೆಲ್ಲ ಧಾರೆಯೆರೆದುಬಿಟ್ಟನು.

ಸನಾತನಧರ್ಮದಿಂದ ಅಶೋಕನು ಬೌದ್ಧಧರ್ಮಕ್ಕೆ ಹೋದಬಳಿಕ, ಅವನು ಮಾಡಿದ ಸುಧಾರಣಾಕಾರ್ಯಗಳಮೇಲೂ ವಿವೇಕಾನಂದರು ಬೆಳಕುಚೆಲ್ಲಿದ್ದಾರೆ. "ಇಲ್ಲಿಂದಾಚೆಗೆ ನನ್ನ ಸಂತತಿಯವರು ಯಾರೂ ಮತ್ತೊಂದು ಜನಾಂಗದವರನ್ನು ಯುದ್ಧದಲ್ಲಿ ಜಯಿಸಿ ಖ್ಯಾತಿಸಂಪಾದಿಸುವುದು ಬೇಡ. ಅವರಿಗೆ ಖ್ಯಾತಿಬೇಕಾಗಿದ್ದರೆ ಮತ್ತೊಂದು ಜನಾಂಗದವರಿಗೆ ಸಹಾಯಮಾಡಲಿ. ಧರ್ಮದ ಹಾಗೂ ವಿವಿಧ ಜ್ಞಾನ ವಿಜ್ಞಾನಗಳ ಬೋಧಕರನ್ನು ಅವರಲ್ಲಿಗೆ ಕಳುಹಿಸಲಿ. ಕತ್ತಿಯ ಝಳುಪಿನಿಂದ ಸಂಪಾದಿಸಿದ ಯಶಸ್ಸು ಯಶಸ್ಸೇ ಅಲ್ಲ" ಎಂದು ಅಶೋಕನು ಶಿಲಾಶಾಸನ ಬರೆಸಿದನು. ಇಲ್ಲಿಂದಾಚೆಗೆ ಯಾರು ಪ್ರಾಣಿಗಳನ್ನು ಕೊಲ್ಲುತ್ತಾರೋ ಅವರನ್ನು ಶಿಕ್ಷಿಸಲಾಗುತ್ತದೆ. ಸರ್ಕಾರ ತನ್ನ ಘನತೆಗೆ ತಕ್ಕಂತಿರಬೇಕು. ಪ್ರಾಣಿಗಳನ್ನು ಮುದಿಯಾಗಿದ್ದರೂ ಸರಿ, ರಕ್ಷಣೆಮಾಡಲೇಬೇಕು. ಒಂದು ಹಸುವನ್ನಾಗಲಿ, ಒಂದು ಮೇಕೆಯನ್ನೇ ಆಗಲಿ ಅಥವಾ ಯಾವುದೇ ಪ್ರಾಣಿಯನ್ನಾಗಲಿ ತನ್ನ ಆಹಾರಕ್ಕಾಗಿ ಕೊಲ್ಲಲು ಮನುಷ್ಯನಿಗೆ ಯಾವ ಅಧಿಕಾರವಿದೆ! ಮುದಿಯಾದ ಪ್ರಾಣಿಗಳನ್ನು ಸಾಕಲಾಗದಿದ್ದರೆ ಸರ್ಕಾರದ ವಶಕ್ಕೆ ಒಪ್ಪಿಸಿಬಿಡಿ– ಎಂದೆಲ್ಲ ಅಶೋಕನು ಆಜ್ಞೆಮಾಡಿದನು. ತಾನು ಮಾಂಸಾಹಾರ ಮದಿರಾಪಾನಗಳಿಂದ ಮುಕ್ತನಾಗಿ ಅರಮನೆಯಲ್ಲೂ ಪ್ರಾಣಿವಧೆಯನ್ನು ನಿಲ್ಲಿಸಿಬಿಟ್ಟನು. ನಾಲ್ಕುದಿಕ್ಕುಗಳಿಂದ ಬಗೆಬಗೆಯ ತರಕಾರಿಗಳನ್ನು ತರಿಸಿ, ಅವುಗಳೆಲ್ಲ ಭಾರತದಲ್ಲಿ ಬೆಳೆಯುವಂತೆ ಮಾಡಿದನು.

ಮುಕ್ತಾಯದಲ್ಲಿ ವಿವೇಕಾನಂದರು ಬೌದ್ಧಧರ್ಮವೊಂದನ್ನು ಬಿಟ್ಟರೆ ಇಡೀ ಜಗತ್ತಿನ ಧರ್ಮಗಳಲ್ಲೆಲ್ಲಾ ರಕ್ತಪಾತವಿಲ್ಲದೆ ಒಂದೇಒಂದು ಹೆಜ್ಜೆಯಷ್ಟೂ ಸಹ, ತಮ್ಮ ವ್ಯಾಪ್ತಿಯನ್ನು ವಿಸ್ತರಿಸುವಲ್ಲಿ, ಯಶಸ್ವಿಯಾದ ಧರ್ಮ ಯಾವುದೂ ಇಲ್ಲ. ಬರೀ ಬೌದ್ಧಿಕ ತೇಜಸ್ಸಿನಿಂದಷ್ಟೇ ಲಕ್ಷಾಂತರಜನರನ್ನು ಮತಾಂತರಗೊಳಿಸಿ ತನ್ನ ತೆಕ್ಕೆಗೆ ಹಾಕಿಕೊಳ್ಳುವುದರಲ್ಲಿ ಯಶಸ್ವಿಯಾದ ಧರ್ಮವೆಂದರೆ ಬೌದ್ಧಧರ್ಮವೊಂದೇ" ಎಂದು ಬೌದ್ಧಧರ್ಮಕ್ಕೆ ಅತ್ಯುನ್ನತ ಪ್ರಶಸ್ತಿಯ ಕಿರೀಟವನ್ನು ತೊಡಿಸಿದ್ದಾರೆ.

೩೯. ಭಿಕ್ಷುಕರ ಕಾಣಿಕೆ ನನಗೆ ಬೇಡ

ದೇವರನ್ನು ಕುರಿತ ಪ್ರೇಮವೆಂಬುದು ಅತ್ಯಂತ ಅಮೂಲ್ಯವಾದ ವಸ್ತು. ಅದು ದೇವರಿಂದ ಏನನ್ನೂ ಬೇಡುವುದಿಲ್ಲ. ಹಾಗೆ ಬೇಡದಿರುವುದೇ ಪ್ರೇಮದ ಪ್ರಧಾನಲಕ್ಷಣ. ಪ್ರೇಮಕ್ಕೆ ಪ್ರತಿಯಾಗಿ ಯಾರಾದರೂ ಏನನ್ನಾದರೂ ಬೇಡಿದರೆ ಅವರು ಭಿಕ್ಷುಕರೆನಿಸುತ್ತಾರೆ. ಭಿಕ್ಷುಕರ ಪ್ರೀತಿಯು ಪ್ರೀತಿಯೇ ಅಲ್ಲ. ಪ್ರೀತಿಯು ತನ್ನಲ್ಲಿರುವುದನ್ನೆಲ್ಲ ಕೊಟ್ಟುಬಿಡುತ್ತದೆ. ಪ್ರೀತಿಯ ಮೂಲಕ ದೇವರನ್ನು ಪೂಜಿಸುವುದೇ ನಿಜವಾದ ಆಧ್ಯಾತ್ಮಿಕಪೂಜೆ. ದೇವರು ಪ್ರೇಮಮೂರ್ತಿಯೂ ದಯಾಮಯನೂ ಸರ್ವಶಕ್ತನೂ ಸರ್ವೇಶ್ವರನೂ ಅನಂತನೂ ಆಗಿದ್ದಾನೆ. ಅವನಾಗಿಯೇ ಏನನ್ನಾದರೂ ಕೊಟ್ಟರೆ ಕೊಡಲಿ, ಬೇಡುವ ಪ್ರಶ್ನೆಮಾತ್ರ ಇರಬಾರದು. ಅವನು ಒಳ್ಳೆಯದನ್ನು ಕೊಟ್ಟರೂ ಸರಿ, ಕೆಟ್ಟದ್ದನ್ನು ಕೊಟ್ಟರೂ ಸರಿ ಮೌನವಾಗಿ ಸ್ವೀಕರಿಸಬೇಕು.

ಹಿಂದೆ ಕಳಿಂಗರಾಜ್ಯವನ್ನು ಪ್ರತಾಪಸಿಂಹನೆಂಬ ಚಕ್ರವರ್ತಿಯು ಆಳುತ್ತಿದ್ದನು. ಒಂದು ದಿನ ಅವನು ಬೇಟೆಯವಿನೋದಕ್ಕೆಂದು ಹೋಗಿದ್ದಾಗ, ಅರಣ್ಯದಲ್ಲಿ ದಾರಿತಪ್ಪಿ ತನ್ನ ಪರಿವಾರದವರಿಂದ ದೂರವಾಗಿಬಿಟ್ಟನು. ಬಿಸಿಲಬೇಗೆಯಿಂದ ಬಸವಳಿದ ಅಶ್ವಾರೋಹಿ ದೊರೆಯು, ನೀರಿಗಾಗಿ ಹಂಬಲಿಸುತ್ತ ಅರಣ್ಯದಲ್ಲೆಲ್ಲ ಅಡ್ಡಾಡಿದನು. ಆಗ ಅಲ್ಲೊಂದು ಮುನಿಗಳ ಆಶ್ರಮ ಕಣ್ಣಿಗೆ ಬಿತ್ತು. ಅಲ್ಲಿ ಹೊಕ್ಕಾಗ ಮುನಿಗಳು ಮಹಾರಾಜನನ್ನು ಸ್ವಾಗತಿಸಿ, ಕುಳ್ಳಿರಿಸಿ, ಅವನ ಬಾಯಾರಿಕೆಯನ್ನು ನೀಗಿಸಿದರು; ಮೃದುವಚನಗಳನ್ನಾಡುತ್ತ ಅವನನ್ನು ಹಣ್ಣುಹಂಪಲುಗಳಿಂದ ಸತ್ಕರಿಸಿದರು. ಬಾಯಾರಿದ್ದ ಕುದುರೆಗೂ ನೀರು ತೋರಿಸಿದರು. ಆ ಮಹಾತ್ಮರ ವ್ಯಕ್ತಿತ್ವದಿಂದ ದೊರೆಯು ತುಂಬಾ ಪ್ರಭಾವಿತನಾದನು. "ತಾವು ನನ್ನ ರಾಜಧಾನಿಗೆ ಪಾದಬೆಳೆಸಬೇಕು. ನನ್ನಿಂದ ಏನಾದರೂ ಕಾಣಿಕೆ ಸ್ವೀಕರಿಸಬೇಕು" ಎಂದು ದೊರೆಯು ಆ ಮಹಾತ್ಮರನ್ನು ಬೇಡಿಕೊಂಡನು. ಅದಕ್ಕೆ ಮಹಾತ್ಮರು "ಈ ಅರಣ್ಯದಲ್ಲಿ ಪರಮಾತ್ಮನ ಕೃಪೆಯಿಂದ ದೊರೆಯುತ್ತಿರುವ ಕಂದಮೂಲಫಲಾದಿ ಗಳಿಂದಲೇ ನಾವು ತೃಪ್ತರಾಗಿದ್ದೇವೆ. ನಮಗಾವ ಬಳುವಳಿಯೂ ಬೇಡ ದೊರೆಯೇ" ಎಂದುಬಿಟ್ಟರು. "ನಿಮಗಾಗಿ ಅಲ್ಲ, ನನಗಾಗಿಯಾದರೂ ತಾವು ದಯಮಾಡಿಸಬೇಕು, ತಮ್ಮ ಪಾದಧೂಳಿಯಿಂದ ನನ್ನ ಅರಮನೆಯು ಪವಿತ್ರವಾಗಬೇಕು" ಎಂದು ಮೇಲಿಂದ ಮೇಲೆ ಪ್ರಾರ್ಥಿಸಿದನು. ಅದಕ್ಕೆ ಮಹಾತ್ಮರು "ನಿನ್ನ ಸದ್ಗುಣಗಳು ಚಿರಾಯುವಾಗಲಿ,

ನಿನ್ನ ರಾಜಧಾನಿಯತ್ತ ಮನಸ್ಸು ಸೆಳೆದ ದಿನ ನಾನಲ್ಲಿ ಪ್ರತ್ಯಕ್ಷವಾಗುತ್ತೇನೆ" ಎಂದು ಆಶ್ವಾಸನೆಕೊಟ್ಟು ದೊರೆಯನ್ನು ಬೀಳ್ಕೊಟ್ಟರು. ಅಷ್ಟುಹೊತ್ತಿಗೆ ದೊರೆಯನ್ನು ಹುಡುಕುತ್ತ ಬಂದ ಪರಿವಾರದವರು ಸಂತೋಷದಿಂದ ಅವನನ್ನು ಜೊತೆಮಾಡಿಕೊಂಡು ಅರಮನೆಯನ್ನು ಸೇರಿದರು.

ಹೀಗೆ ಅದೆಷ್ಟೋ ದಿನಗಳು ಉರುಳಿಹೋದುವು. ಒಂದುದಿನ ಇದ್ದಕ್ಕಿದ್ದಂತೆ ಆ ಮಹಾತ್ಮರಿಗೆ 'ಈ ದಿನ ಪ್ರತಾಪಸಿಂಹನನ್ನು ಕಾಣಬೇಕು' ಎಂದೆನಿಸಿ ಅರಮನೆಗೆ ಪಾದ ಬೆಳೆಸಿಯೇಬಿಟ್ಟರು. ಆ ಹೊತ್ತಿನಲ್ಲಿ ಮಹಾರಾಜನು ಪೂಜಾಗೃಹದಲ್ಲಿದ್ದನು. ಮಂತ್ರಿಗಳು, ಪರಿವಾರದವರು ಮಹಾತ್ಮರನ್ನು ಸ್ವಾಗತಿಸಿ, ವಿಷಯವನ್ನು ತಿಳಿಸಿ, ಅರ್ಘ್ಯ ಪಾದ್ಯಾದಿಗಳಿಂದ ಸತ್ಕರಿಸಿ, ಉನ್ನತಾಸನದ ಮೇಲೆ ಕೂರಿಸಿದರು. ಅತ್ತ ಪೂಜಾಂತ್ಯದಲ್ಲಿ ದೊರೆಯು ದೇವರನ್ನು ಕುರಿತು "ಹೇ ಕರುಣಾಕರ, ಹೇ ಭಕ್ತವತ್ಸಲ, ಆಯುರಾರೋಗ್ಯ ಐಶ್ವರ್ಯಾದಿಗಳನ್ನಿತ್ತು ನನ್ನನ್ನು ನೂರುಕಾಲ ಕಾಪಾಡು; ಧನಕನಕವಸ್ತುವಾಹನಗಳನ್ನು ವಿಪುಲವಾಗಿ ಕರುಣಿಸು; ಆನೆಕುದುರೆರಥಕಾಲಾಳುಗಳೆಂಬ ನನ್ನ ಚತುರಂಗದಳವು ಇಮ್ಮಡಿಸುವಂತೆ ಮಾಡು; ನನ್ನ ರಾಜ್ಯವು ವಿಸ್ತಾರವಾಗುವಂತೆ ಮಾಡು; ನಾನು ರಣರಂಗವನ್ನು ಹೊಕ್ಕಾಗಲೆಲ್ಲ ವಿಜಯಲಕ್ಷ್ಮಿಯು ನನಗೆ ಒಲಿಯುವಂತೆ ಮಾಡು; ನನ್ನ ಪ್ರಜೆಗಳೂ ಪರಿವಾರದವರೂ ನನಗೆ ವಿಧೇಯರಾಗಿರುವಂತೆ ಕರುಣಿಸು; ನನ್ನ ಕೀರ್ತಿಯು ದಿಗಂತವಿಶ್ರಾಂತವಾಗುವಂತೆ ಮಾಡು" ಎಂದು ಪರಿಪರಿಯಾಗಿ ಪ್ರಾರ್ಥಿಸಿದನು. ಅರಣ್ಯದಿಂದ ಬಂದಿದ್ದ ಆ ಮಹಾತ್ಮರಾದರೋ ತಮ್ಮ ತಪೋಬಲದಿಂದ ಇತರರ ಮನಸ್ಸಿನಲ್ಲುಂಟಾಗುವ ಚಿಂತನೆ, ಭಾವನೆಗಳನ್ನು ಯಥಾವತ್ತಾಗಿ ಕೇಳಿಸಿಕೊಳ್ಳ ಬಲ್ಲವರಾಗಿದ್ದರು. ದೊರೆಯು ದೇವರಲ್ಲಿ ಮೊರೆಯಿಟ್ಟುದೆಲ್ಲವೂ ಅವರಿಗೆ ಸ್ಪಷ್ಟವಾಗಿ ಕೇಳಿಸಿತು.

ಪೂಜಾಗೃಹದಿಂದ ಹೊರಬಂದ ಪ್ರತಾಪಸಿಂಹದೊರೆಯು ಮಹಾತ್ಮರ ದರ್ಶನದಿಂದ ಆನಂದಭರಿತನಾದನು. ಅತ್ಯಂತ ಸಡಗರದಿಂದ ಅವರನ್ನು ಸತ್ಕರಿಸಿದನು. ಅವರನ್ನು ಬೀಳ್ಕೊಡುವ ಹೊತ್ತು ಬಂದಾಗ ಬೇಕಾದಹಾಗೆ ಅವರಿಗೆ ಫಲಪುಷ್ಪಗಳನ್ನೂ ಕಾಣಿಕೆಗಳನ್ನೂ ಸಮರ್ಪಿಸಿದನು. ಆಗ ಮಹಾತ್ಮರು "ಮಹಾರಾಜಾ, ಈ ಕಾಣಿಕೆಗಳಾವುವೂ ನನಗೆ ಬೇಡ. ನಾನು ಭಿಕ್ಷುಕರಿಂದ ಏನನ್ನೂ ಸ್ವೀಕರಿಸುವುದಿಲ್ಲ" ಎಂದು ಮೃದುವಾಗಿಯೇ ನುಡಿದರು. ತನ್ನನ್ನು 'ಭಿಕ್ಷುಕ' ಎಂದು ಹೇಳಿದ್ದರಿಂದ ಪ್ರತಾಪಸಿಂಹನಿಗೆ ಸಿಡಿಲುಬಡಿದಂತಾಯಿತು. ಆದರೂ ಆ ಮಹಾತ್ಮರ ಮೇಲೆ ಅವನು ಕೋಪಗೊಳ್ಳಲಿಲ್ಲ. "ಇಷ್ಟು ವಿಶಾಲವಾದ ಸಾಮ್ರಾಜ್ಯಕ್ಕೆ ಪ್ರಭುವಾಗಿರುವ, ಅಷ್ಟೈಶ್ವರ್ಯಸಂಪನ್ನನಾಗಿರುವ ನನ್ನನ್ನು ಭಿಕ್ಷುಕನೆಂದು ತಾವು ಭಾವಿಸಿದ ರಹಸ್ಯವಾದರೂ ಏನೆಂಬುದನ್ನು ನಾನು ತಿಳಿಯಬಯಸುತ್ತೇನೆ" ಎಂದು ಅರಿಕೆಮಾಡಿಕೊಂಡನು. ಆಗ ಆ ಮಹಾತ್ಮರು "ನೀನು ಸ್ವಲ್ಪಹೊತ್ತಿನ ಮುಂಚೆ ಪೂಜಾ

ಗೃಹದಲ್ಲಿ ಕುಳಿತು, ದೇವರನ್ನು ಕುರಿತು ಅದೆಷ್ಟು ಬಗೆಯ ಸಂಪತ್ತು ನಿನಗೆ ಬೇಕು, ಬೇಕು ಎಂದು ಬೇಡಿಕೊಂಡೆಯೋ– ಅದನ್ನೆಲ್ಲ ನೆನಪಿಸಿಕೊ. ಹಾಗೆಲ್ಲ ಪರಿಪರಿಯಾಗಿ ಬೇಡುವವರು ಭಿಕ್ಷುಕರಾಗುವುದಿಲ್ಲವೇ? ಭಿಕ್ಷುಕರಿಂದ ಯಾರಾದರೂ ಏನನ್ನಾದರೂ ಪಡೆದುಕೊಂಡು ಹೋಗುವುದುಂಟೆ? ಮೊದಲು ನಿನ್ನ ಬೇಡಿಕೆಗಳೆಲ್ಲ ಈಡೇರಲಿ, ಆ ಬಳಿಕ ನಾನೇಬಂದು ನಿನ್ನ ಕಾಣಿಕೆಗಳನ್ನು ಸ್ವೀಕರಿಸುತ್ತೇನೆ" ಎಂದರು.

ಮಹಾತ್ಮರ ಮಾತುಗಳಿಂದ ದೊರೆಯ ಮನಸ್ಸು ಅಲ್ಲೋಲಕಲ್ಲೋಲವಾಗಿಬಿಟ್ಟಿತು. "ನಾನು ಏಕಾಂತದಲ್ಲಿ ಬೇಡಿಕೊಂಡುದನ್ನು ಈ ಮಹಾತ್ಮರು ಹೇಗೆ ಅರಿತುಕೊಂಡರು" ಎಂಬುದೂ ಪ್ರತಾಪಸಿಂಹನನ್ನು ಅಚ್ಚರಿಯಲ್ಲಿ ಮುಳುಗಿಸಿಬಿಟ್ಟಿತು. ಅಶ್ರುಪೂರ್ಣ ಲೋಚನನಾಗಿ ಅವರ ಚರಣಕಮಲಗಳಮೇಲೆ ಹೊರಳಾಡುತ್ತ "ಈಗ ನನಗೇನು ಮಾರ್ಗವೋ ಅದನ್ನು ತೋರಿಸಿಕೊಡಿ" ಎಂದು ಪ್ರಾರ್ಥಿಸಿದನು.

ಆಗ ಮಹಾತ್ಮರು ಮಹಾರಾಜನನ್ನು ಕುರಿತು "ನನಗೆ ದ್ರವ್ಯಬೇಕಾಗಿಲ್ಲ, ಸ್ನೇಹಿತರು ಬೇಕಾಗಿಲ್ಲ, ಸುಂದರಿಯರು ಬೇಕಾಗಿಲ್ಲ, ಪದವಿ ಬೇಕಾಗಿಲ್ಲ, ಪಾಂಡಿತ್ಯ ಬೇಕಾಗಿಲ್ಲ. ಯುಕ್ತಿಯೂ ಬೇಕಾಗಿಲ್ಲ, ವಿಷಯವಸ್ತುಗಳ ಮೇಲಿರುವ ನನ್ನ ಪ್ರೀತಿ ನಿನ್ನ ಸೌಂದರ್ಯದ ಮೇಲೆ ಹರಿಯುವಂತೆ ಮಾಡು ಎಂದು ನಾವು ದೇವರನ್ನು ಬೇಡಿಕೊಳ್ಳಬೇಕು ದೊರೆಯೇ! ನಿನ್ನ ಇಚ್ಛೆಯಾದರೆ ಸಹಸ್ರಾರು ಬಾರಿ ನಾನು ಹುಟ್ಟಿ ಸಾಯುವಂತೆ ಮಾಡು; ಆದರೆ ಜನ್ಮಜನ್ಮಾಂತರಗಳಲ್ಲಿಯೂ ನಾನು ನಿನ್ನನ್ನು ಮಾತ್ರವೇ ಪ್ರೀತಿಸುವಂತೆ ಅನುಗ್ರಹಿಸು ಎಂದು ಬೇಡಿಕೊಳ್ಳಬೇಕಪ್ಪಾ! ಭಗವಂತನನ್ನು ಕೊಂಡಾಡು, ಭಗವಂತನ ಭಕ್ತರನ್ನು ಕೊಂಡಾಡು, ಅದೇ ದೇವಕಾರ್ಯವೆಂದು ತಿಳಿದುಕೊ. ಯೋಗಿಗಳು ಮಾಡುವ ಅದ್ಭುತಗಳಿಗಾಗಲಿ, ಮಂತ್ರವಾದಿಗಳ ಕೈಚಳಕಗಳಿಗಾಗಲಿ, ಈಗ ನಾನು ನಿನ್ನ ಮನಸ್ಸನ್ನರಿತ ಮಂತ್ರವಾದಿತ್ವಕ್ಕಾಗಲಿ ನೀನು ಮರುಳಾಗಬೇಡ. ಪರಮಾತ್ಮನಿಗಿಂತ ದೊಡ್ಡಮಂತ್ರವಾದಿ ಯಾರಿದ್ದಾರೆ! ಎಷ್ಟು ಲೋಕಗಳಿವೆಯೋ ಅದನ್ನು ಕಟ್ಟಿಕೊಂಡು ಏನಾಗಬೇಕು? ಅವುಗಳನ್ನು ಗೆದ್ದು ಏನಾಗಬೇಕು? ನನ್ನ ಸಂಬಂಧ ದೇವರೊಡನೆ ಮಾತ್ರವೇ ಇದೆ ಎಂದು ಭಾವಿಸುತ್ತಿರು. ನೀನು ಎಂದಿನಂತೆ ಸಿಂಹಾಸನದಲ್ಲಿರು, ಆದರೆ ನಾನು ಹೇಳಿರುವ ಮಾತುಗಳು ನಿನ್ನ ಹೃದಯದಲ್ಲಿ ಅಚ್ಚೊತ್ತಿ ನಿಲ್ಲಲಿ. ನಿನಗೆ ಮಂಗಳವಾಗಲಿ" ಎಂದು ಉಪದೇಶಿಸಿ ಆ ಮಹಾತ್ಮರು ಅರಮನೆಯಿಂದ ಗುರುಮನೆಯತ್ತ ಹೊರಟುಹೋದರು.

೪೦. ಕೂಪಮಂಡೂಕ

ಈ ಸುಂದರವಾದ ಜಗತ್ತನ್ನು ಬಹಳ ಹಿಂದಿನಿಂದಲೂ ಸ್ವಮತಾಭಿಮಾನ ಮತ್ತು ಪರಮತ ದ್ವೇಷಗಳು ಆವರಿಸಿಬಿಟ್ಟಿವೆ. ಅದರ ಫಲವಾಗಿ ಕ್ರೂರವಾದ ಧಾರ್ಮಿಕದುರಭಿಮಾನ ಹುಟ್ಟಿಕೊಂಡಿದೆ. ಆ ದುರಭಿಮಾನವಾದರೋ ಕಾಲದಿಂದಕಾಲಕ್ಕೆ ಜಗತ್ತನ್ನೆಲ್ಲ ಹಿಂಸೆಯಿಂದ ತುಂಬಿಸಿಬಿಟ್ಟಿದೆ; ನರರಕ್ತದಿಂದ ತೋಯಿಸಿಬಿಟ್ಟಿದೆ; ಹಲವು ದೇಶಗಳನ್ನು ನಿರಾಸೆಯ ಕೂಪಕ್ಕೆ ತಳ್ಳಿಬಿಟ್ಟಿದೆ; ಅಷ್ಟೇಏಕೆ, ಕೆಲವು ಸಂಸ್ಕೃತಿಗಳನ್ನೇ ನಾಶಮಾಡಿಬಿಟ್ಟಿದೆ. ಈ ಬಗೆಯ ಧರ್ಮಾಂಧತೆಯಿಂದ ಈ ಜಗತ್ತು ಮುಕ್ತವಾಗಿದ್ದಿದ್ದರೆ ಮಾನವಜನಾಂಗವು ಇಂದಿಗಿಂತಲೂ ಅದೆಷ್ಟು ಹೆಚ್ಚಿನ ಪ್ರಗತಿಯನ್ನು ಸಾಧಿಸಬಹುದಾಗಿತ್ತೋ! ಈಗಲೂ ಕಾಲಮೀರಿಲ್ಲ, ಜಗತ್ತಿನ ಮನುಜರು ತಮ್ಮ ನಡುವಣ ಭಿನ್ನಾಭಿಪ್ರಾಯಗಳನ್ನು ಕಿರಿದುಗೊಳಿಸಿಕೊಂಡರೆ, ಒಬ್ಬರನ್ನೊಬ್ಬರು ದೂರುವುದನ್ನು ನಿಲ್ಲಿಸಿದರೆ, ಶ್ರೇಯಸ್ಸಿನ ದ್ವಾರಗಳು ತಾವಾಗಿಯೇ ತೆರೆದುಕೊಳ್ಳುತ್ತವೆ.

ಒಂದುಬಾವಿಯಲ್ಲಿ ಅನೇಕ ಕಪ್ಪೆಗಳು ವಾಸವಾಗಿದ್ದುವು. ಅವೆಲ್ಲವೂ ಅಲ್ಲಿನ ಕ್ರಿಮಿಕೀಟಗಳನ್ನು ಆಹಾರವಾಗಿಸಿಕೊಂಡು ಬದುಕುಸಾಗಿಸುತ್ತಿದ್ದುವು. ಆ ಪೈಕಿ ಅಲ್ಲಿಯೇ ಹುಟ್ಟಿಬೆಳೆದು ದೊಡ್ಡದಾದ ಕಪ್ಪೆಯೊಂದು ಅವುಗಳಿಗೆ ನಾಯಕನಾಗಿತ್ತು. ತಮ್ಮ ಬಾವಿಯಿಂದ ಹೊರಗೆ ಬೇರೊಂದು ಜಗತ್ತಿದೆ, ಬೇರೆಬೇರೆ ಜಲಾಶಯಗಳಿವೆ ಎಂಬ ಪ್ರಜ್ಞೆ ಆ ನಾಯಕ ಕಪ್ಪೆಗಾಗಲಿ, ಮಿಕ್ಕ ಕಪ್ಪೆಗಳಿಗಾಗಲಿ ಇರಲಿಲ್ಲ. ಹೀಗಿರುವಾಗ ಒಂದು ದಿನ ಸಮುದ್ರದಲ್ಲಿ ವಾಸಿಸುತ್ತಿದ್ದ ಕಪ್ಪೆಯೊಂದು, ಹೇಗೋ ಆ ಬಾವಿಯೊಳಕ್ಕೆ ಬಂದು ಬಿದ್ದಿತು. ತನ್ನ ಜಾತಿಗೇ ಸೇರಿದಂತೆ ಕಂಡುದರಿಂದ, ಬಾವಿಯ ನಾಯಕಮಂಡೂಕವು ಸಮುದ್ರದ ಕಪ್ಪೆಯನ್ನು ಕುರಿತು "ನೀನು ಎಲ್ಲಿಂದ ಬಂದೆ" ಎಂದು ಕೇಳಿತು. ಸಾಗರ ಕಪ್ಪೆಯು "ನಾನು ಸಮುದ್ರವೆಂದು ಕರೆಯುವ ವಿಶಾಲವಾದೊಂದು ಜಲಾಶಯದಿಂದ ಇಲ್ಲಿಗೆ ಬಂದೆ" ಎಂದು ಉತ್ತರಿಸಿತು. ಆಗ ಬಾವಿಕಪ್ಪೆಗೆ "ನಾನು ವಾಸಿಸುತ್ತಿರುವ ಈ ಬಾವಿಗಿಂತ ಬೇರೆಯಾಗಿ ವಿಸ್ತಾರವಾದೊಂದು ಜಲಾಶಯ ಇರಲು ಸಾಧ್ಯವುಂಟೇ" ಎಂಬ ಭಾವನೆ ತಲೆಯನ್ನು ಹೊಕ್ಕಿತು. ಒಡನೆಯೇ ಆ ಬಾವಿಕಪ್ಪೆಯು "ವಿಶಾಲವಾದ ಸಮುದ್ರ ವೆಂಬ ಜಲಾಶಯದಿಂದ ಬಂದಿದ್ದೇವೆ ಎಂದು ನೀನು ಹೇಳುತ್ತಿದ್ದೀಯಲ್ಲಾ, ಆ ಜಲಾಶಯ ಇಷ್ಟು ದೊಡ್ಡದೋ" ಎನ್ನುತ್ತ ತನ್ನ ಬಾವಿಯಲ್ಲೇ ಒಂದು ಕಡೆಯಿಂದ ಇನ್ನೊಂದು

ಕಡೆಗೆ ಸ್ವಲ್ಪದೂರ ನೆಗೆದು ತೋರಿಸಿತು. ಅದಕ್ಕೆ ಸಮುದ್ರಕಪ್ಪೆಯು "ಅಯ್ಯಾ ಸ್ನೇಹಿತನೇ, ಸಮುದ್ರವೆಂದರೆ ನೀನು ಏನೆಂದು ತಿಳಿದೆ? ಅದು ಅತ್ಯಂತ ವಿಸ್ತಾರವಾದುದು. ಅದನ್ನು ನಿನ್ನ ಈ ಬಾವಿಯೊಂದಿಗೆ ಹೋಲಿಸಲೇಬೇಡ"ಎಂದಿತು.

ಅಷ್ಟಾದರೂ ಬಾವಿಕಪ್ಪೆ ಸುಮ್ಮನಾಗಲಿಲ್ಲ. ಮತ್ತೊಂದುಸಲ ಈ ಮೊದಲಿಗಿಂತಲೂ ಇನ್ನೂಸ್ವಲ್ಪ ಹೆಚ್ಚುದೂರಕ್ಕೆ ನೆಗೆದು "ಹೋಗಲಿ, ಇಷ್ಟು ದೊಡ್ಡದೋ ಹಾಗಾದರೆ ನೀನು ಹೇಳುವ ಸಮುದ್ರ" ಎಂದು ಬಿಂಕದಿಂದ ಕೇಳಿತು. ಆಗ ಸಾಗರಕಪ್ಪೆಯು "ನಿನಗೆ ಎಷ್ಟು ಹೇಳಿದರೂ ಅರ್ಥವಾಗುವುದಿಲ್ಲ. ಸಮುದ್ರವನ್ನು ಈ ನಿನ್ನ ಬಾವಿಯೊಂದಿಗೆ ಹೋಲಿಸುವ ಹುಚ್ಚುತನವನ್ನು ಬಿಟ್ಟುಬಿಡು" ಎಂದು ನಸುಗೋಪದಿಂದ ಝಂಕಿಸಿತು. ಆದರೆ ಬಾವಿಕಪ್ಪೆಗೆ ಅದೆಲ್ಲ ಮನಸ್ಸಿಗೆ ಮುಟ್ಟಲಿಲ್ಲ. "ನೀನು ಏನಾದರೂ ಹೇಳಿಕೋ, ನನ್ನ ಈ ಬಾವಿಗಿಂತ ದೊಡ್ಡಜಲಾಶಯ ಬೇರಾವುದೂ ಇರುವುದು ಸಾಧ್ಯವೇ ಇಲ್ಲ. ನೀನು ಹೇಳುತ್ತಿರುವುದೆಲ್ಲ ಸುಳ್ಳುಮಾತು" ಎಂದು ಹೀಯಾಳಿಸಿತು. ಆಮೇಲೆ ತನ್ನ ಜೊತೆಗಾರ ಕಪ್ಪೆಗಳನ್ನು ಕುರಿತು "ಈ ಸುಳ್ಳುಗಾರನನ್ನು ನಮ್ಮ ಬಾವಿಯಿಂದ ಹೊರಕ್ಕೆ ತಳ್ಳಿ" ಎಂದು ಕೋಪದಿಂದ ಹೇಳಿತು. ಆಗ ಸಮುದ್ರಕಪ್ಪೆಯು "ನಾನು ನಿಮ್ಮ ಕೈಯಿಂದ ತಳ್ಳಿಸಿಕೊಂಡು ಹೋಗಲು ಬಂದವನಲ್ಲ. ನಿಮ್ಮಂತಹ ಕೂಪಮಂಡೂಕಗಳ ಸಹವಾಸವೇ ನನಗೆ ಬೇಡ" ಎನ್ನುತ್ತ ತಾನೇ ಅಲ್ಲಿಂದ ಹೊರಟುಹೋಯಿತು.

"ನಾವು ಯಾವಾಗಲೂ ಆ ಬಾವಿಕಪ್ಪೆಯಂತೆಯೇ ಇರುತ್ತೇವೆ. ಹಿಂದೂವೆನಿಸಿದವನು ತನ್ನ ಸಣ್ಣಬಾವಿಯಲ್ಲಿ ಕುಳಿತು, ಜಗತ್ತೆಂದರೆ ಈ ನನ್ನ ಬಾವಿಯೊಂದೇ ಎಂದು ಆಲೋಚಿಸುತ್ತಿರುತ್ತಾನೆ. ಕ್ರೈಸ್ತನೆನಿಸಿದವನು ತನ್ನ ಸಣ್ಣಕೂಪದಲ್ಲಿ ಕುಳಿತು ಪ್ರಪಂಚವೆಲ್ಲಾ ಇಷ್ಟೇ ಎಂದು ತಿಳಿಯುತ್ತಾನೆ. ಮಿಕ್ಕ ಧರ್ಮದವರ ಹಣೇಬರಹವೂ ಇಷ್ಟೆ. ನಾವು ಅಪ್ಪಿಕೊಂಡಿರುವ ಈ ಸಣ್ಣಪ್ರಪಂಚದ ಮೇರೆಯನ್ನು ಒಡೆದುಹಾಕಲು ನಾವೆಲ್ಲರೂ ಪ್ರಯತ್ನಿಸಬೇಕು. ಹಾಗೆ ಪ್ರಯತ್ನಿಸುತ್ತ ಮುಂದೆ ಸಾಗುವವರಿಗೆ ಪ್ರಪಂಚಕ್ಕೆಲ್ಲ ಒಬ್ಬನೇ ಆಗಿರುವ ಪರಮಾತ್ಮನು ಖಂಡಿತ ಸಹಾಯಮಾಡುತ್ತಾನೆ" ಎಂದು ವಿವೇಕಾನಂದರು ಘೋಷಿಸಿದ್ದಾರೆ. ದೇವಾಲಯಗಳಲ್ಲಾಗಲಿ, ಚರ್ಚುಗಳಲ್ಲಾಗಲಿ ಮತ್ತಾವುದೇ ಪೂಜಾಸ್ಥಾನಗಳಲ್ಲಾಗಲಿ ಮೊಳಗುವ ಘಂಟಾನಾದವು ಒಂದೇ ಗುರಿಯತ್ತ ಸಾಗುತ್ತಿರುವ ಪಥಿಕರ ನಡುವೆ ಉಂಟಾಗಿರುವ ಮನಸ್ತಾಪದ ಭೂತಗಳ ಅಂತ್ಯಕ್ರಿಯೆಯನ್ನು ಜಗತ್ತಿಗೆ ಸೂಚಿಸುವ ಧ್ವನಿಯಾಗಿದೆಯೆಂದು ಚಿಂತನೆಮಾಡಬೇಕು ಎಂಬುದಾಗಿಯೂ ಅವರು ಆದೇಶಿಸಿದ್ದಾರೆ. ವಿವೇಕಾನಂದರ ಈ ಚಿಂತನೆಯಂತೂ ಪರಮಾದ್ಭುತವಾಗಿದೆ. ಸಂಸ್ಕೃತ ಭಾಷೆಯಲ್ಲಿ 'ಕೂಪಮಂಡೂಕ' ಎಂಬ ನುಡಿಗಟ್ಟೊಂದಿದೆ. 'ಬಾವಿಯೊಳಗಿನ ಕಪ್ಪೆ' ಎಂಬುದು ಅದಕ್ಕಿರುವ ಅರ್ಥ. ತನ್ನ ಸುತ್ತ ಇರುವಷ್ಟೇ ಇಡೀಪ್ರಪಂಚ ಎಂದು ತಿಳಿದ ವಿಚಾರಶೂನ್ಯನನ್ನು ಕೂಪಮಂಡೂಕ ಎಂದು ಕರೆಯಲಾಗುತ್ತದೆ.

ಬಾವಿಯಕಪ್ಪೆಯ ದೃಷ್ಟಾಂತವನ್ನು ನಾವು 'ಶ್ರೀರಾಮಕೃಷ್ಣ ವಚನವೇದ' ದಿಂದಲೂ ಆಯ್ದು ಆಸ್ವಾದಿಸಬಹುದಾಗಿದೆ. ಭಗವಂತನ ಭಾವನೆಯಿಂದ ಉದ್ದೀಪನಗೊಳ್ಳುವ ಆನಂದವನ್ನು ಭಗವದಾನಂದ ಎನ್ನಬಹುದು. ಕಾಮಕಾಂಚನಗಳ ಸಂಸರ್ಗದಿಂದಷ್ಟೇ ಆನಂದಿತರಾಗುವವರಿಗೆ ಭಗವದಾನಂದವೆಂಬುದೊಂದಿದೆ, ಅದು ಆಸ್ವಾದನೆಗೆ ಯೋಗ್ಯವಾಗಿದೆ, ಆ ಆನಂದವನ್ನು ಸವಿಯಲು ಸತ್ಪುರುಷರನ್ನು ಆಶ್ರಯಿಸಬೇಕು ಎಂಬ ಬುದ್ಧಿಯೇ ಹುಟ್ಟುವುದಿಲ್ಲ. ಅವರು ಅಂತಹ ಆನಂದವನ್ನು ನಂಬುವುದೂ ಇಲ್ಲ. ಪರಮಹಂಸರು ಅಂತಹ ಮನುಜರನ್ನು ಕೂಪಮಂಡೂಕಕ್ಕೆ ಹೋಲಿಸಿದ್ದಾರೆ. "ಇವರು ಯಾವ ರೀತಿಯ ಮನುಷ್ಯರು ಎಂಬುದು ಗೊತ್ತೆ? ಇವರನ್ನು ಎಂದೂ ನೆಲವನ್ನೇ ಕಾಣದ ಬಾವಿಕಪ್ಪೆಗೆ ಹೋಲಿಸಬಹುದು. ಬಾವಿಕಪ್ಪೆಗೆ ತನ್ನ ಬಾವಿ ಇರುವುದು ಮಾತ್ರವೇ ಗೊತ್ತಿದೆ. ಅದಕ್ಕಾಗಿ ಅದು ನೆಲ ಎಂಬುದೊಂದು ಇದೆ ಎಂಬುದನ್ನು ನಂಬುವುದೇ ಇಲ್ಲ. ಇದೇ ರೀತಿಯಾಗಿ ಇವರಿಗೆ ಭಗವದಾನಂದವನ್ನು ಸವಿಯುವ ಸೌಲಭ್ಯವೇ ದೊರೆಯದಿರುವುದರಿಂದ 'ಸಂಸಾರ' ಅಂತ ತಲೆಚಚ್ಚಿಕೊಳ್ಳುತ್ತಿದ್ದಾರೆ" ಎಂದು ನಿರೂಪಿಸಿದ್ದಾರೆ.

೪೧. ವಿವೇಕಾನಂದರು ಮಾಡಿದ ಭೂತೋಚ್ಚಾಟನೆ

ವ್ಯವಸ್ಥಿತವಾದ ಧ್ಯಾನಾಭ್ಯಾಸದಿಂದ ಮನಸ್ಸು ಏಕಾಗ್ರವಾಗುತ್ತದೆ. ಅದರ ಫಲವಾಗಿ ಕೆಲವು ವಿಶೇಷಶಕ್ತಿಗಳು ಸಾಧಕರ ಕೈವಶವಾಗುತ್ತವೆ. ಅದನ್ನೇ 'ಸಿದ್ಧಿ' ಎಂದು ಕರೆಯುತ್ತಾರೆ. ಅಂತಹ ಸಿದ್ಧಿಗಳಿಂದ ಬೇರೆಯವರ ಕಾಯಿಲೆಗಳನ್ನು ಗುಣಪಡಿಸಬಹುದು; ಬೇರೆಯವರ ಮನಸ್ಸಿನ ಮೇಲೆ ಪ್ರಭಾವಬೀರಬಹುದು. ಆದರೆ ಆ ಸಿದ್ಧಿಗಳನ್ನು ಸಂಗ್ರಹಿಸಿಟ್ಟುಕೊಳ್ಳುವ ತಾಳ್ಮೆಯಿರಬೇಕು. ಕೆಲವರು ತಾಳ್ಮೆಯಿಲ್ಲದೆ, ದೂರದೃಷ್ಟಿಯಿಲ್ಲದೆ, ಸಿದ್ಧಿಗಳನ್ನು ಸಂಗ್ರಹಿಸಿಕೊಳ್ಳುವುದಕ್ಕೆ ಮುನ್ನವೇ ಅವುಗಳನ್ನು ಹಂಚಲು, ಪ್ರದರ್ಶಿಸಲು ಪ್ರಾರಂಭಿಸಿಬಿಡುತ್ತಾರೆ. ಸಿದ್ಧಿಗಳನ್ನು ಸಂಗ್ರಹಿಸಲು ಬಹಳಕಾಲ ಹಿಡಿಸುತ್ತದೆ. ಆದರೆ ಕುಂಬಾರನಿಗೊಂದು ವರ್ಷ, ದೊಣ್ಣೆಗೊಂದು ನಿಮಿಷ ಎಂಬಂತೆ ಖರ್ಚುಮಾಡಲು ಮಾತ್ರ ಒಂದು ಕ್ಷಣಕಾಲ ಸಾಕು. ಕೆಲವರು ಯಾವ ಪೂರ್ವಸಿದ್ಧತೆಯೂ ಇಲ್ಲದೆ ಕೆಲವು ಸಿದ್ಧಿಗಳನ್ನು ಅಯಾಚಿತವಾಗಿ, ಅಕಸ್ಮಾತ್ತಾಗಿ ಪಡೆದುಕೊಂಡಿರುವ ಉದಾಹರಣೆಗಳೂ ಇವೆ.

ಒಂದುದಿನ ಸ್ವಾಮಿವಿವೇಕಾನಂದರು ತಮ್ಮ ಶಿಷ್ಯ ಬಾಬುಶರತ್‌ಚಂದ್ರಚಕ್ರವರ್ತಿ ಮತ್ತು ಇತರರೊಡನೆ ಕೂಡಿ ಕೋಲ್ಕೊತ್ತೆಯ ಬಲರಾಮಬಸು ಅವರ ಮನೆಯಲ್ಲಿ ಸದ್ವಿಚಾರಗಳನ್ನು ಮಥನಮಾಡುತ್ತಿದ್ದರು. ಆ ಹೊತ್ತಿನಲ್ಲಿ ವಿವೇಕಾನಂದರು "ಸಿದ್ಧಿ ಅಥವಾ ಅದ್ಭುತಕಾರ್ಯಗಳನ್ನು ಮಾಡುವ ಶಕ್ತಿಯನ್ನು ಅತಿಸಾಮಾನ್ಯವಾದ ಚಿತ್ತ ಸಂಯಮದಿಂದಲೇ ಪಡೆದುಕೊಳ್ಳಬಹುದು. ಮತ್ತೊಬ್ಬರ ಮನಸ್ಸಿನಲ್ಲಿರುವುದನ್ನು ತಿಳಿಯುವ ವಿದ್ಯೆಯನ್ನು ನಿನಗೆ ನಾಲ್ಕಾರು ದಿನಗಳಲ್ಲಿಯೇ ಬೇಕಾದರೆ ಕಲಿಸಿಕೊಡಬಲ್ಲೆ" ಎಂದು ಶರತ್‌ಚಂದ್ರರನ್ನು ಕುರಿತು ಹೇಳಿದರು. ಆಗ ಶರತ್‌ಚಂದ್ರರು "ಆ ವಿದ್ಯೆಯನ್ನು ಕಲಿಯುವುದರಿಂದ ಬ್ರಹ್ಮಜ್ಞಾನಕ್ಕೆ ಏನಾದರೂ ಸಹಾಯ ಒದಗಿಬರುತ್ತದೆಯೇ ಮಹಾರಾಜ್" ಎಂದು ಕೇಳಿದರು. ಸ್ವಾಮಿಗಳು "ಸ್ವಲ್ಪವೂ ಇಲ್ಲ" ಎಂದರು. ಆಗ ಶರತ್‌ಚಂದ್ರರು "ಹಾಗಾದರೆ ನನಗೇನೂ ಆ ವಿದ್ಯೆ ಬೇಡ. ಆದರೆ ಆ ಸಿದ್ಧಿಯ ಸಂಬಂಧವಾಗಿ ತಾವು ಯಾವುದನ್ನು ಪ್ರತ್ಯಕ್ಷಮಾಡಿಕೊಂಡಿದ್ದೀರಿ ಅಥವಾ ಯಾವುದನ್ನು ನೋಡಿದ್ದೀರಿ ಎಂಬುದನ್ನು ಹೇಳಿ, ಅದನ್ನು ಕೇಳುವ ಆಸೆ ನನ್ನಲ್ಲಿ ಕುಡಿಯೊಡೆದಿದೆ" ಎಂದು ಗಂಟುಬಿದ್ದರು. ಆಗ ವಿವೇಕಾನಂದರು ನಿರೂಪಿಸಿದ ವೃತ್ತಾಂತ ಪರಮಾಶ್ಚರ್ಯಕರವೂ ಪರಮಾದ್ಭುತವೂ ಆಗಿತ್ತು.

ಒಂದುಸಲ ಸ್ವಾಮಿವಿವೇಕಾನಂದರು ಹಿಮಾಚಲಪ್ರದೇಶದಲ್ಲಿ ಯಾತ್ರೆಮಾಡುತ್ತ ಒಂದು ರಾತ್ರಿಯಮಟ್ಟಿಗೆ ಒಂದು ಪರ್ವತಗ್ರಾಮದಲ್ಲಿ ತಂಗಿದ್ದರು. ಗೃಹಸ್ಥನೊಬ್ಬನು ಅವರಿಗೆ ಆಶ್ರಯನೀಡಿ ತನ್ನ ಗುಡಿಸಿಲಿನಲ್ಲಿ ಇರಿಸಿಕೊಂಡಿದ್ದನು. ರಾತ್ರಿಯಾಗು ತ್ತಿದ್ದಂತೆಯೇ ಆ ಗ್ರಾಮದಲ್ಲಿ ಮದ್ದಳೆಬಾರಿಸುವ ಸದ್ದು ಕೇಳಿಸಿತು. ಸ್ವಾಮಿಗಳು ಆ ಗೃಹಸ್ಥನನ್ನು "ಮದ್ದಳೆ ಬಾರಿಸುತ್ತಿರುವವರು ಯಾರು" ಎಂದು ಕೇಳಿದರು. ಆಗ ಗೃಹಸ್ಥನು "ನಮ್ಮೂರಿನಲ್ಲಿ ಬಹಳ ಕಾಲದಿಂದ ಒಬ್ಬನನ್ನು ದೆವ್ವ ಮೆಟ್ಟಿಕೊಂಡಿದೆ. ಅದು ಕೆರಳಿದಾಗ ಮದ್ದಳೆಬಡಿಯುವುದು ಮುಂತಾದ ಏನೇನೋ ನಡೆಯುತ್ತವೆ. ನಿಮ್ಮನ್ನು ಅಲ್ಲಿಗೆ ಕರೆದುಕೊಂಡು ಹೋಗುತ್ತೇನೆ, ನೋಡುತ್ತೀರಂತೆ ಬನ್ನಿ" ಎಂದು ಗೌರವದಿಂದ ಹೇಳಿದನು. ಗೃಹಸ್ಥನ ವಿನಂತಿಯನ್ನು ಪೋಷಿಸಿದಂತೆಯೂ ಆಯಿತು, ತಮ್ಮ ಮನಸ್ಸಿನ ಅದಮ್ಯ ಕುತೂಹಲವನ್ನು ತಣಿಸಿಕೊಂಡಂತೆಯೂ ಆಯಿತು ಎಂಬ ದ್ವಿವಿಧೋದ್ದೇಶದಿಂದ ವಿವೇಕಾನಂದರು ಆ ಗೃಹಸ್ಥನೊಡನೆ ಅಲ್ಲಿಗೆ ಹೋದರು.

ಅಲ್ಲಿ ಹೋಗಿ ನೋಡುವಾಗ ಆಗಲೇ ಗ್ರಾಮಸ್ಥರು ಗುಂಪುಕೂಡಿದ್ದರು. ಗುಂಗುರು ಕೂದಲು ತಲೆಯ, ಎತ್ತರವಾದ ನಿಲುವಿನ ಪರ್ವತವಾಸಿಯನ್ನು ಆ ಗೃಹಸ್ಥನು ತೋರಿಸುತ್ತ "ನೋಡಿ ಸ್ವಾಮಿ, ಅವನ ಮೇಲೆಯೇ ದೆವ್ವ ಬಂದಿರುವುದು" ಎಂದು ಹೇಳಿದನು. ವಿವೇಕಾನಂದರು ಎಲ್ಲವನ್ನೂ ಮಿಕಿಮಿಕಿ ನೋಡುತ್ತಿದ್ದರು. ದೆವ್ವ ಮೆಟ್ಟಿ ಕೊಂಡವನ ಸಮೀಪದಲ್ಲಿಯೇ ಕಬ್ಬಿಣದ ಕೊಡಲಿಯೊಂದನ್ನು ಬೆಂಕಿಯಲ್ಲಿಟ್ಟು ಕಾಯಿಸು ತ್ತಿದ್ದರು. ಅದು ಥಳಗುಟ್ಟುವಂತೆ ಕಾದು ಕೆಂಪಾದಮೇಲೆ, ಉಪಾಯವಾಗಿ ಮೇಲೆತ್ತಿ, ದೆವ್ವ ಬಡಿದವನ, ಮೈಗೆಲ್ಲಾ ಒತ್ತುತ್ತಿದ್ದರು; ತಲೆಗೂ ಆಗಾಗ ತಿವಿಯುತ್ತಿದ್ದರು. ಭೂತವನ್ನೋಡಿಸಲು ಅಂತಹ 'ರಣಚಿಕಿತ್ಸೆ'ಯನ್ನು ಅವರು ಕೈಗೊಂಡಿರಬೇಕು. ಹಾಗೆ ಮಾಡಿದರೂ ಆ ಗರಬಡಿದ ಪುರುಷನ ಶರೀರವೂ ಸುಡಲಿಲ್ಲ, ಅವನ ಒಂದು ಕೂದಲೂ ಕೊಂಕಲಿಲ್ಲ. ನೋವನ್ನು ತೋರಿಸುವ ಯಾವ ಚಿಹ್ನೆಯೂ ಅವನ ಮುಖದಲ್ಲಿ ಕಾಣಿಸು ತ್ತಿರಲಿಲ್ಲ. ಭೂತವೇ ಅದನ್ನೆಲ್ಲ ನುಂಗಿಕೊಳ್ಳುತ್ತಿತ್ತೋ ಏನೋ! ಅದನ್ನು ನೋಡುತ್ತ ನೋಡುತ್ತ ವಿವೇಕಾನಂದರು ಅವರ್ಣನೀಯವಾದ ಸೋಜಿಗದಲ್ಲಿ ಮುಳುಗಿಹೋದರು.

ಆ ಜನರ ಗುಂಪಿನಲ್ಲಿ ಗ್ರಾಮದ ಯಜಮಾನನೂ ಇದ್ದನು. ಅವನು ವಿವೇಕಾನಂದ ರನ್ನು ಸಮೀಪಿಸಿ ಅಡ್ಡಬಿದ್ದು "ಮಹಾರಾಜ್, ನೀವು ಮಹಾತ್ಮರು, ನಮ್ಮ ಪುಣ್ಯವಶದಿಂದ ನಮ್ಮ ಹಳ್ಳಿಗೆ ಬಂದಿದ್ದೀರಿ. ಈತನನ್ನು ಬಹಳ ಕಾಲದಿಂದ ಕಾಡುತ್ತಿರುವ ದೆವ್ವವನ್ನು ನೀವು ಬಿಡಿಸಿಕೊಡಬೇಕು" ಎಂದು ವಿನಯದಿಂದ ಬೇಡಿಕೊಂಡನು. ವಿವೇಕಾನಂದರು ಕ್ಷಣಕಾಲ ಗಲಿಬಿಲಿಗೊಂಡರು. ಏನೊಂದೂ ತೋಚದೆ ಮೌನವಾಗಿ, ಭಾವಮಯರಾಗಿ ನಿಂತರು. ಆಗ ಗ್ರಾಮದ ಮಿಕ್ಕವರೂ ಸ್ವಾಮಿಗಳಿಗೆ ಅಡ್ಡಬಿದ್ದು "ಬಿಡಿಸಿಕೊಡಿ ಮಹಾರಾಜ್" ಎಂದು ಅಂಗಲಾಚಿದರು.

ಅನ್ಯಮಾರ್ಗವಿಲ್ಲದೆ ವಿವೇಕಾನಂದರು ಮೆಲ್ಲಮೆಲ್ಲನೆ ಆ ಭೂತಬಡಿದವನ ಸಮೀಪಕ್ಕೆ ಹೋದರು. "ಇದೇನು ಸುಳ್ಳೋ ನಿಜವೋ, ಮೊದಲು ಕೊಡಲಿಯನ್ನು ಪರೀಕ್ಷಿಸೋಣ" ಎಂದು ಅದನ್ನು ಕೈಗೆತ್ತಿಕೊಂಡರು. ಅಷ್ಟುಹೊತ್ತಿಗೆ ಅದು ಕೆಂಪು ಬಣ್ಣದಿಂದ ತನಗೆ ಸಹಜವಾದ ಕಪ್ಪುಬಣ್ಣಕ್ಕೆ ತಿರುಗಿತ್ತು. ಆದರೂ ಅದರ ಉಗ್ರವಾದ ಬಿಸಿಯಿಂದ ವಿವೇಕಾನಂದರ ಕೈ ಸುಟ್ಟುಹೋಯಿತು. ಅದರಿಂದುಂಟಾದ ಉರಿಯಿಂದ ವಿವೇಕಾನಂದರು ತತ್ತರಿಸಿಹೋದರು. "ಅದು ಹಾಗಿರಬಹುದು, ಇದು ಹೀಗಿರಬಹುದು" ಎಂಬ ತರ್ಕವಿತರ್ಕಗಳೆಲ್ಲ ಹಾರಿಹೋದುವು. ತಮ್ಮ ಕೈ ಉರಿಯಿಂದ ಬೇಯುತ್ತಿದ್ದರೂ ಅದನ್ನು ತೋರಗೊಡದೆ, ಅದೇ ಕೈಯನ್ನು ಆ ದೆವ್ವಮೆಟ್ಟಿಕೊಂಡ ಮನುಷ್ಯನ ತಲೆಯ ಮೇಲಿಟ್ಟು ಸ್ವಲ್ಪಹೊತ್ತು ಏಕಾಗ್ರಚಿತ್ತರಾಗಿ ಜಪಮಾಡಿದರು. ಆಗ ವಿವೇಕಾನಂದರ ಏಕಾಗ್ರತೆ ಎಷ್ಟಿತ್ತೆಂದರೆ ಅವರ ಕೈಯುರಿ ಮರೆಯಾಗಿಬಿಟ್ಟಿತ್ತು. ಹತ್ತುನಿಮಿಷಗಳು ಕಳೆಯುವಷ್ಟರಲ್ಲಿಯೆ ಭೂತಬಾಧೆಗೆ ತುತ್ತಾಗಿದ್ದ ಆ ಮನುಷ್ಯನು, ಭೂತಮುಕ್ತನಾಗಿ ಎಲ್ಲರಂತೆ ಚೆನ್ನಾಗಿಬಿಟ್ಟನು. ಮೇಲೆದ್ದು ಬಂದು ಸ್ವಾಮಿಗಳ ಕಾಲಿಗೆರಗಿದನು.

ಆ ಹೊತ್ತಿನಲ್ಲಿ ಗ್ರಾಮಮುಖಂಡನೇ ಆದಿಯಾಗಿ ಅವರೆಲ್ಲರೂ ವಿವೇಕಾನಂದರ ವಿಷಯದಲ್ಲಿ ತೋರಿಸಿದ ಭಕ್ತಿಗೌರವಗಳು ಅಪೂರ್ವವಾಗಿದ್ದುವು. "ಭೂತೋಚ್ಚಾಟನೆ ಮಾಡಲೆಂದೇ ಭಗವಂತನು ಈ ಮಹಾಪುರುಷರನ್ನು ನಮ್ಮೂರಿಗೆ ಕಳುಹಿಸಿದ್ದಾನೆ" ಎಂದು ಕೊಂಡಾಡುತ್ತ ಎಲ್ಲರೂ ನಮಸ್ಕರಿಸಿದರು. ಅಷ್ಟೆಲ್ಲ ಆಗುವಹೊತ್ತಿಗೆ ನಡುರಾತ್ರಿಯಾಯಿತು. ವಿವೇಕಾನಂದರು ಆ ಗೃಹಸ್ಥನೊಡನೆ ಆತನ ಗುಡಿಸಿಲಿಗೆ ಬಂದು ಮಲಗಿದರು. ಕೈಯುರಿ ಒಂದುಕಡೆ, ಆ ಘಟನೆಯ ಒಳಹೊರಗುಗಳನ್ನು ಸ್ವಲ್ಪವೂ ಭೇದಿಸಲಾರದೆ ಹೋದೆನಲ್ಲಾ ಎಂಬ ತಳಮಳ ಮತ್ತೊಂದು ಕಡೆ– ಹೀಗಾಗಿ ಅವರಿಗೆ ಮಲಗಿದರೂ ಕಣ್ಣರೆಪ್ಪೆ ಕೂಡಲೇ ಇಲ್ಲ. ಗಣಗಣನೆ ಉರಿಯುತ್ತಿರುವ ಕೊಡಲಿಯಿಂದ ಮನುಷ್ಯದೇಹವನ್ನು ತಿವಿದರೂ ಅದು ಸುಟ್ಟುಹೋಗದಿರುವುದೆಂದರೇನು, ಅದು ಪ್ರಕೃತಿವಿರುದ್ಧವಲ್ಲವೇ ಎಂಬ ಪ್ರಶ್ನೆ ಕಾಡತೊಡಗಿತು. "ಇಂತಹ ವಿಚಿತ್ರಘಟನೆಗಳು ಭೂಲೋಕದಲ್ಲಾಗಲಿ, ಸ್ವರ್ಗಲೋಕದಲ್ಲಾಗಲಿ ಬೇಕಾದಷ್ಟಿರಬಹುದು. ಆದರೆ ನಮ್ಮ ದರ್ಶನಶಾಸ್ತ್ರಗ್ರಂಥಗಳು ತಮ್ಮ ಸ್ವಪ್ನದಲ್ಲಿಯೂ ಅಂಥವನ್ನು ಕಂಡಿರಲಾರವು" ಎಂಬ ಮಾತೊಂದು ವಿವೇಕಾನಂದರ ಮನದಲ್ಲಿ ಆಗ ಅನುರಣಿಸುತ್ತಿತ್ತು. ಈ ಘಟನೆಯ ರಹಸ್ಯವು ವಿವೇಕಾನಂದರಿಗೇ ಅರ್ಥವಾಗಲಿಲ್ಲವೆಂದಮೇಲೆ ನಾವು ಏನುತಾನೆ ಅರ್ಥಮಾಡಿಕೊಂಡೇವು!

ಈ ಘಟನೆಯನ್ನು ಆಲಿಸಿದ ಬಳಿಕ ಶರತ್‌ಚಂದ್ರರು "ಆಮೇಲಾದರೂ ಈ ವಿಷಯದಲ್ಲಿ ಏನಾದರೂ ಇತ್ಯರ್ಥ ಮಾಡುವುದಕ್ಕೆ ತಮಗೆ ಸಾಧ್ಯವಾಯಿತೇ ಮಹಾರಾಜ್" ಎಂದು ಕೇಳಿದರು. ಸ್ವಾಮಿಗಳು "ಇಲ್ಲ, ಸಾಧ್ಯವಾಗಲಿಲ್ಲ" ಎಂದು ಉತ್ತರಿಸಿದರು. ಈ ಸಂದರ್ಭದಲ್ಲಿ ಭೂತೋಚ್ಚಾಟನೆ ಮಾಡಿದ ವಿವೇಕಾನಂದರ ಸಿದ್ಧಿಯ ರಹಸ್ಯವನ್ನೂ

ಮನಗಾಣಬೇಕಾಗಿದೆ. ಆದರೆ ಅಂತಹ ಸಿದ್ಧಿಗಳಕಡೆಗೆ ಅವರು ಗಮನಕೊಡಲಿಲ್ಲ ಎಂಬುದನ್ನೂ ಮನವರಿಕೆ ಮಾಡಿಕೊಳ್ಳಬೇಕಾಗಿದೆ. "ಪರಮಹಂಸರು ಮಾತ್ರ ಸಿದ್ಧಿಗಳನ್ನು ತುಂಬ ಹಳಿಯುತ್ತಿದ್ದರು. ಇವೆಲ್ಲವೂ ಶಕ್ತಿಗಳನ್ನು ತೋರಿಸುವುದರ ಕಡೆಗೆ ಮನಸ್ಸನ್ನು ಸೆಳೆದು ಪರಮಾರ್ಥತತ್ತ್ವವನ್ನು ಪಡೆಯುವುದಕ್ಕೆ ಅವಕಾಶಕೊಡುವುದಿಲ್ಲ ಎಂದು ಹೇಳುತ್ತಿದ್ದರು. ಆದರೆ ಮನುಷ್ಯರ ಮನಸ್ಸು ಎಷ್ಟು ದುರ್ಬಲವಾದುದೆಂದರೆ, ಸಂಸಾರಿಗಳ ಮಾತಿರಲಿ, ಸಾಧುಗಳಲ್ಲಿಯೂ ಶೇಕಡಾ ತೊಂಬತ್ತರಷ್ಟು ಜನರು ಸಿದ್ಧಿಯ ಉಪಾಸಕರಾಗಿ ಪರಿಣಮಿಸುತ್ತಾರೆ. ಪಾಶ್ಚಾತ್ಯದೇಶಗಳಲ್ಲೂ ಈ ವಿಧವಾದ ಇಂದ್ರಜಾಲವನ್ನು ನೋಡಿದರೆ ಜನರು ಬೆರಗಾಗುತ್ತಾರೆ. ಸಿದ್ಧಿಗಳನ್ನು ಪಡೆಯುವುದು ಹೇಯವಾದುದು, ಧರ್ಮಮಾರ್ಗಕ್ಕೆ ವಿಘ್ನಕಾರಿ ಎಂಬೀ ವಿಷಯವನ್ನು ಪರಮಹಂಸರು ಕೃಪೆಮಾಡಿ ತಿಳಿಸಿಕೊಟ್ಟು ಹೋಗಿರುವುದರಿಂದ ಅದು ನನಗೆ ಗೊತ್ತಿದೆ. ಹೀಗಾಗಿ ಪರಮಹಂಸರ ಶಿಷ್ಯರಾರೂ ಈ ಸಿದ್ಧಿಯ ವಿಷಯದಲ್ಲಿ ಆಸೆಯಿಟ್ಟುಕೊಂಡಿಲ್ಲ" ಎಂದು ಈ ವೃತ್ತಾಂತದ ಕೊನೆಯಲ್ಲಿ ಬೋಧಿಸಿದ್ದಾರೆ. ಅಷ್ಟು ಮಾತ್ರವಲ್ಲದೆ ಇದೇ ಸಂದರ್ಭದಲ್ಲಿ "ಮನುಷ್ಯರಿಗೆ ಅದ್ಭುತ ಶಕ್ತಿಗಳು ದೊರಕುವುದೂ ಒಂದು ಅಪಾಯವೇ. ಸಿದ್ಧಿಗಳನ್ನು ಹೇಗೆ ಸದುಪಯೋಗಪಡಿಸಿ ಕೊಳ್ಳಬೇಕೆಂಬುದು ಅನೇಕರಿಗೆ ತಿಳಿದಿರುವುದಿಲ್ಲ. ಆ ಸಿದ್ಧಿ ತನಗೆ ಹೇಗೆ ಬಂತು ಎಂಬುದನ್ನು ಅರಿಯದ ಮನುಷ್ಯನಿಗೆ ಅದನ್ನು ರಕ್ಷಿಸಿಕೊಳ್ಳುವ ಸಿದ್ಧತೆಯೂ ಇರುವುದಿಲ್ಲ. ಕೆಲವರಿಗಂತೂ ಕೆಲವು ಸಿದ್ಧಿಗಳು ಜನನೇಂದ್ರಿಯವೇ ಕೇಂದ್ರವಾಗಿ ತೋರಿಕೊಳ್ಳುವುದುಂಟು. ಆಗ ಅಂತಹ ಸಿದ್ಧಿಗಳು ಅಜ್ಞರಾದ ಅವರಿಗೆ ಬೇಕಾದಷ್ಟು ಸಂಕಟಗಳನ್ನೇ ತಂದೊಡ್ಡುತ್ತವೆ" ಎಂಬುದಾಗಿಯೂ ಎಚ್ಚರಿಕೆ ನೀಡಿದ್ದಾರೆ.

೪೨. ಮನಸ್ಸಿನ ಮಹೇಂದ್ರಜಾಲ

ಮಾನವನ ಮನಸ್ಸಿನಲ್ಲಿ ಅದ್ಭುತವಾದ ಶಕ್ತಿಯಿದೆ. ಒಬ್ಬೊಬ್ಬನ ಮನಸ್ಸು ಕೂಡ ನಾನು 'ವಿಶ್ವಮನಸ್ಸು' ಎಂದು ಹೇಳುವ ಸಮಷ್ಟಿಮನಸ್ಸಿನ ಒಂದು ಅಂಶವೇ ಆಗಿದೆ. ಬಿಡಿಬಿಡಿಯಾದ ಒಂದೊಂದೂ ವ್ಯಷ್ಟಿಮನಸ್ಸು, ಸಮಷ್ಟಿಯೆಂಬ ವಿಶ್ವಮನಸ್ಸಿನೊಡನೆ ಸಂಪರ್ಕಬೆಳೆಸಿಕೊಂಡಿದೆ. ಇಲ್ಲಿ ಕುಳಿತಿರುವ ವ್ಯಕ್ತಿಯೊಬ್ಬನು, ತನಗಿಂತ ಎಲ್ಲೋ ದೂರದಲ್ಲಿ ಕುಳಿತಿರುವ ಮತ್ತೊಬ್ಬವ್ಯಕ್ತಿಗೆ ತನ್ನ ಆಲೋಚನೆಗಳನ್ನು ರವಾನಿಸುವ ಶಕ್ತಿಯನ್ನು ಪಡೆದುಕೊಳ್ಳಬಹುದು. ಹಾಗೆಯೇ ಯಾರಿಗೆ ಅದು ರವಾನಿಸಲ್ಪಟ್ಟಿತೋ ಆ ವ್ಯಕ್ತಿಯು ಅದನ್ನು ಯಥಾವತ್ತಾಗಿ ಸ್ವೀಕರಿಸಿ ತಾನು ಕಾರ್ಯಪ್ರವೃತ್ತನೂ ಆಗಬಹುದು. ಮನಸ್ಸು-ಮನಸ್ಸುಗಳ ನಡುವೆ ಸಂಪರ್ಕವಿಲ್ಲದಿದ್ದರೆ ಇಂತಹ ಸಂವಹನವು ಸಾಧ್ಯವಾಗುವುದಿಲ್ಲ.

ಆಂಧ್ರಪ್ರದೇಶದ ಹೈದರಾಬಾದಿನಲ್ಲಿ ವಿಷ್ಣುಶರ್ಮನೆಂಬ ಬ್ರಾಹ್ಮಣನೊಬ್ಬನಿದ್ದನು. ಅವನು ಯಾವುದೋ ಉದ್ಯೋಗಸ್ಥನಾಗಿದ್ದು, ತುಂಬಾ ಗೌರವವನ್ನು ಸಂಪಾದಿಸಿ ಕೊಂಡಿದ್ದನು. ಅವನು ಕೆಲವು ವಿಶೇಷಶಕ್ತಿಗಳನ್ನು ಪಡೆದಿದ್ದನು. ಅದರ ಬಲದಿಂದ ಯಾವವಸ್ತುಗಳನ್ನು ಬೇಕಾದರೂ ಅವುಗಳು ಇರುವ ಜಾಗದಿಂದ ತಾನಿರುವ ಜಾಗಕ್ಕೆ ತರಿಸಬಲ್ಲವನಾಗಿದ್ದನು. ಎಲ್ಲಿಂದ ತರಿಸುತ್ತಾನೆಂಬುದು ಮಾತ್ರ ತಿಳಿಯುವಂತಿರಲಿಲ್ಲ. ಈ ವಿಷಯ ಸ್ವಾಮಿವಿವೇಕಾನಂದರ ಕಿವಿಗೂ ಬಿತ್ತು. ಆ ಹೊತ್ತಿನಲ್ಲಿ ಅವರು ಹೈದರಾಬಾದಿನಲ್ಲಿಯೇ ಇದ್ದರು. "ವಿಷ್ಣುಶರ್ಮನನ್ನು ನೋಡಬೇಕು, ಅವನ ಚಮತ್ಕಾರ ವಿದ್ಯೆಯನ್ನು ಕಣ್ಣಾರೆಕಾಣಬೇಕು" ಎಂಬ ಅಭಿಲಾಷೆಯಿಂದ ಒಂದುದಿನ ತಾವೇ ವಿಷ್ಣುಶರ್ಮನ ಬಳಿಗೆ ಹೋದರು. "ಅಯ್ಯಾ, ನೀವು ಅದ್ಭುತ ಶಕ್ತಿಸಂಪನ್ನರೆಂದು ಕೇಳಿದ್ದೇನೆ. ಅದನ್ನು ಕಣ್ಣಾರೆ ನೋಡಬೇಕೆಂದು ಬಂದಿದ್ದೇನೆ. ದಯವಿಟ್ಟು ತೋರಿಸು ತ್ತೀರಾ" ಎಂದು ಕೇಳಿಕೊಂಡರು. ವಿಷ್ಣುಶರ್ಮನಿಗೆ ಸನ್ಯಾಸಿಗಳೆಂದರೆ ಎಲ್ಲಿಲ್ಲದ ಗೌರವ. ಆ ಹೊತ್ತಿನಲ್ಲಾದರೋ ಅವನು ಜ್ವರದ ಸಂಕಟದಿಂದ ನರಳುತ್ತಿದ್ದನು. ಅವನು ವಿವೇಕಾನಂದರಿಗೆ ನಮಸ್ಕರಿಸಿ "ಸ್ವಾಮಿ, ನೀವು ಸಾಧು ಸತ್ಪುರುಷರು, ನಾನೀಗ ಜ್ವರದಿಂದ ಸಂಕಟಪಡುತ್ತಿದ್ದೇನೆ. ನೀವು ನಿಮ್ಮ ಅಮೃತಹಸ್ತವನ್ನು ನನ್ನ ತಲೆಯ ಮೇಲಿಟ್ಟು 'ಜ್ವರವು ಬಿಟ್ಟುತೊಲಗಲಿ' ಎಂದು ಹೇಳಿಬಿಡಿ. ತರುವಾಯ ನಾನು ನಿಮಗೆ ನನ್ನ ಮಾಯಾ ಪ್ರಪಂಚವನ್ನು ತೋರಿಸುತ್ತೇನೆ" ಎಂದು ವಿನಂತಿಸಿಕೊಂಡನು.

ವಿಷ್ಣುಶರ್ಮನ ಪ್ರಾರ್ಥನೆಯಂತೆ ವಿವೇಕಾನಂದರು ಅವನ ತಲೆಯಮೇಲೆ ತಮ್ಮ ಅಮೃತಹಸ್ತವನ್ನಿಟ್ಟು ಜ್ವರವು ವಾಸಿಯಾಗಲೆಂದು ಸಂಕಲ್ಪಿಸಿ ಆಶೀರ್ವದಿಸಿದರು. ವಿಷ್ಣುಶರ್ಮನ ನಿರೀಕ್ಷೆ ಸುಳ್ಳಾಗಲಿಲ್ಲ. ಮರುಕ್ಷಣದಲ್ಲಿಯೇ ಅವನ ಜ್ವರವೆಲ್ಲ ಇಳಿದು ಹೋಯಿತು. ಒಡನೆಯೇ ಅವನು ಸಂತಸದಿಂದ ತನ್ನ ಚಮತ್ಕಾರವನ್ನು ತೋರಿಸಲು ಅಣಿಯಾಗಿಬಿಟ್ಟನು. ತಾನು ಸೊಂಟಕ್ಕೆ ಬಿಗಿದುಕೊಂಡಿದ್ದ ಒಂದು ಧಟ್ಟಿಯ ಹೊರತಾಗಿ ಎಲ್ಲ ವಸ್ತ್ರಗಳನ್ನೂ ಕಳಚಿಹಾಕಿದನು. ವಿವೇಕಾನಂದರ ಹೆಗಲಮೇಲಿದ್ದ ಕಂಬಳಿಯನ್ನು ಕೇಳಿಪಡೆದುಕೊಂಡು ಅದನ್ನು ಹೊದ್ದು ತಾನೊಂದು ಮೂಲೆಯಲ್ಲಿ ಕುಳಿತುಕೊಂಡನು. ಹತ್ತಾರು ಬೆರಗುಗಣ್ಣುಗಳು ಅವನನ್ನೇ ನೋಡುತ್ತಿದ್ದುವು. ಆ ಬಳಿಕ ಮಂತ್ರವಾದಿ ವಿಷ್ಣುಶರ್ಮನು "ಈಗ ನಿಮಗೆ ಯಾವವಸ್ತುಬೇಕೋ ಅದರ ಹೆಸರನ್ನು ಒಂದು ಚೀಟಿಯಲ್ಲಿ ಬರೆದುಕೊಡಿ"ಎಂದನು. ಆಗ ವಿವೇಕಾನಂದರು ದ್ರಾಕ್ಷಿಗೊಂಚಲು, ಕಿತ್ತಳೆಹಣ್ಣು ಎಂದು ಬರೆದುಕೊಟ್ಟರು. ಸ್ವಲ್ಪ ಹೊತ್ತಿನಲ್ಲಿಯೇ ವಿಷ್ಣುಶರ್ಮನು ತಾನು ಗುಡಾರದಂತೆ ಹೊತ್ತುಕೊಂಡಿದ್ದ ಕಂಬಳಿಯೊಳಗಿನಿಂದ ಎಲ್ಲರೂ ಕಾಣುತ್ತಿರುವಾಗಲೇ ರಾಶಿರಾಶಿ ದ್ರಾಕ್ಷಿಗೊಂಚಲುಗಳನ್ನು ಹೊರಕ್ಕೆ ತೆಗೆದು ಪೇರಿಸಿದನು. ಆಮೇಲೆ ಕಿತ್ತಳೆ ಹಣ್ಣುಗಳನ್ನು ತೆಗೆದು ಗುಡ್ಡೆಹಾಕಿದನು. ಅದನ್ನೇನಾದರೂ ತೂಕಕ್ಕೆ ಹಾಕಿದ್ದಾದರೆ ಅದು ಮಂತ್ರವಾದಿಯ ಶರೀರದ ತೂಕದ ಎರಡರಷ್ಟಾಗುವಷ್ಟಿತ್ತು.

ಎಲ್ಲರೂ ಮಂತ್ರಮುಗ್ಧರಾಗಿ ಆ ಹಣ್ಣುಗಳ ರಾಶಿಯನ್ನು ನೋಡುತ್ತಿದ್ದರು. ವಿಷ್ಣುಶರ್ಮನು "ಇದೇಕೆ ಸುಮ್ಮನೆ ನೋಡುತ್ತಿದ್ದೀರಿ, ನಿಮಗೆ ಬೇಕಾದಷ್ಟು ತಿಂದು ಸಂತೋಷಪಡಿ" ಎಂದು ಕೋರಿಕೊಂಡನು. "ಇವೆಲ್ಲ ಮಾಯಾಮಂತ್ರದ ಹಣ್ಣುಗಳು, ತಿಂದರೆ ಏನು ಹೆಚ್ಚುಕಮ್ಮಿಯಾಗುತ್ತದೆಯೋ" ಎಂಬ ಶಂಕೆಯಿಂದ ಯಾರೂ ತಿನ್ನಲು ಮುಂದಾಗಲಿಲ್ಲ. ಆಗ ವಿಷ್ಣುಶರ್ಮನು ತಾನೇ ಮುಂದಾಗಿ ಆ ಹಣ್ಣುಗಳನ್ನು ಚಪ್ಪರಿಸುತ್ತ "ಸಂಕೋಚವೇಕೆ ಬನ್ನಿ" ಎಂದು ಮತ್ತೆ ಕರೆದನು. ಆಗ ಎಲ್ಲರಿಗೂ ತಿನ್ನುವ ಧೈರ್ಯಬಂದು, ಆನಂದದಿಂದ ಆಸ್ವಾದಿಸಿದರು. ಎಲ್ಲಹಣ್ಣುಗಳೂ ಪರಿಪಕ್ವವಾಗಿದ್ದುವು. ರುಚಿಕರ ವಾಗಿದ್ದುವು. ಆಮೇಲೆ ಯಾರೋ ಒಂದು ಚೀಟಿಯಲ್ಲಿ ಗುಲಾಬಿಹೂವು ಎಂದು ಬರೆದುಕೊಟ್ಟರು. ಸ್ವಲ್ಪ ಹೊತ್ತಿನಲ್ಲಿಯೇ ಕಂಬಳಿಯೊಳಗಿನಿಂದ ರಾಶಿರಾಶಿ ಗುಲಾಬಿ ಹೂಗಳನ್ನು ತೆಗೆದು ಗುಡ್ಡೆಹಾಕಿ ತನ್ನ ಆಟವನ್ನು ಮುಕ್ತಾಯಗೊಳಿಸಿದನು. ಆ ಗುಲಾಬಿಹೂಗಳಾದರೋ ಆಗ ತಾನೆ ಕಿತ್ತಂತೆ ಹೊಚ್ಚಹೊಸದಾಗಿದ್ದುವು. ಅವುಗಳ ಪಕಳೆಗಳ ಮೇಲೆ ಹಿಮಮಣಿಗಳು ಹೊಳೆಯುತ್ತಿದ್ದುವು. "ಹೂಂ, ಎತ್ತಿಕೊಳ್ಳಿ" ಎಂದು ಮಂತ್ರವಾದಿ ಹೇಳಿದಾಗ ಎಲ್ಲರೂ ಒಂದೊಂದು ಬೊಗಸೆ ಕೈಗೆತ್ತಿಕೊಂಡರು.

ವಿವೇಕಾನಂದರು ಆಶ್ಚರ್ಯಭರಿತರಾಗಿ "ಇಂತಹ ಅದ್ಭುತವಿದ್ಯೆಯನ್ನು ನೀವು ಹೇಗೆ ಸಾಧಿಸಿಕೊಂಡಿರಿ" ಎಂದು ವಿಷ್ಣುಶರ್ಮನನ್ನು ಕೇಳಿದರು. ಅದಕ್ಕವನು "ಅದ್ಭುತವೇನಿಲ್ಲ,

ಎಲ್ಲವೂ ಕೈಚಳಕ" ಎಂದು ನಿರಾಳವಾಗಿ ಉತ್ತರಿಸಿದನು. "ಅದು ಏನಾದರೂ ಆಗಲಿ, ಕೇವಲ ಕೈಚಳಕವಾಗಿರುವುದು ಸಾಧ್ಯವಿಲ್ಲ. ಅದರ ಹಿಂದೆ ಬೇಕಾದಷ್ಟು ಸಾಧನೆಯಿದೆ. ಎಲ್ಲಿಯೋ ಇದ್ದ ವಸ್ತುವನ್ನು ಹೀಗೆ ಸಂಕಲ್ಪಮಾತ್ರದಿಂದ ಸ್ಥಳಾಂತರಿಸುವುದೇನು ಸುಮ್ಮನಾಯಿತೇ" ಎಂದು ವಿವೇಕಾನಂದರು ತಮಗೆತಾವೇ ಪ್ರಶ್ನಿಸಿಕೊಂಡು ಆಲೋಚನಾ ಪರವಶರಾಗಿಬಿಟ್ಟರು.

ಯೋಗಿಗಳು ಹೇಳುವಂತೆ ಮನಸ್ಸು ಅಖಂಡವಾದುದು ಎಂಬುದನ್ನು ಈ ಮೇಲಿನ ಘಟನೆ ತೋರಿಸಿಕೊಡುತ್ತದೆ. ಮನಸ್ಸು ವಿಶ್ವವ್ಯಾಪಿಯಾದುದು. ಒಬ್ಬೊಬ್ಬರ ಬಿಡಿಬಿಡಿ ಯಾದ ಕಿರುಮನಸ್ಸುಗಳೆಲ್ಲ ಆ ವಿಶ್ವಮನಸ್ಸಿನ ಅಂಶಗಳಾಗಿವೆ. ಅವೆಲ್ಲ ಸಾಗರದ ಅಲೆಗಳಂತೆ ಪರಸ್ಪರ ಸಂಬಂಧಿಸಿವೆ. ಹೀಗೆ ಸಂಬಂಧಿಸಿಕೊಂಡಿರುವುದರಿಂದಲೇ ಆಲೋಚನೆ ಗಳನ್ನು ಬೇರೊಬ್ಬರಿಗೆ ಪ್ರತ್ಯಕ್ಷವಾಗಿ ಕಳುಹಿಸಬಹುದು. ತಮ್ಮ ಮಂತ್ರಶಕ್ತಿಯನ್ನು ಮತ್ತೊಬ್ಬರ ಮೇಲೆ ಪ್ರಯೋಗಿಸಬಲ್ಲವರು ತಾವೇ ಒಂದು ಶಕ್ತಿಯ ಮಹಾಯಂತ್ರವಾಗಿ, ತಾವು ಇಚ್ಛಿಸಿದ್ದನ್ನೆಲ್ಲ ಮಾಡಬಲ್ಲವರಾಗುತ್ತಾರೆ. ಮನಸ್ಸಿನ ಮೇಲೆ ಪ್ರಭಾವಬೀರುವ ಈ ಬಗೆಯ ಶಕ್ತಿಸಾಮರ್ಥ್ಯಗಳನ್ನು ಚಮತ್ಕಾರಗಳಿಗೆ ಸೀಮಿತಗೊಳಿಸಿಕೊಳ್ಳದೆ, ಆತ್ಮಮುಖಿ ಯಾಗಿ ಸಾಗಲು ಬಳಸಿಕೊಳ್ಳಬೇಕು. ಆಗ ನಾವು ಈ ಜನ್ಮದಲ್ಲಿಯೇ ಪೂರ್ಣಾತ್ಮರಾಗ ಬಹುದು, ಮುಕ್ತಾತ್ಮರಾಗಿಬಿಡಬಹುದು.

ಈ ಸನ್ನಿವೇಶದಲ್ಲಿ ಸ್ವಾಮಿ ವಿವೇಕಾನಂದರು ತಮ್ಮ ತಪಸ್ಸಿನ ಬಲದಿಂದ ವಿಶೇಷ ಸಿದ್ಧಿಗಳನ್ನು ಸಂಪಾದಿಸಿಕೊಂಡಿದ್ದರು ಎಂಬುದನ್ನೂ ಅರಿಯಬಹುದಾಗಿದೆ. ಆದರೆ ಅದನ್ನೆಂದೂ ಅವರು ಪ್ರದರ್ಶನಕ್ಕಿಡಲಿಲ್ಲ. ಈ ಪ್ರಸಂಗದಲ್ಲಿ ಅದು ಅಯಾಚಿತವಾಗಿ ಬಹಿರಂಗವಾಗಿಬಿಟ್ಟಿತು ಎಂಬುದು ಸಂತಸವನ್ನುಂಟುಮಾಡುತ್ತದೆ. "ನನಗೆ ಈ ಯೋಗದ ವಿಷಯವಾಗಿ ತಿಳಿದಿರುವುದು ಎಲ್ಲೋ ಅಲ್ಪ. ಆದರೆ ಆ ಅಲ್ಪವನ್ನು ಕಲಿಯಲು ನಾನು ಮೂವತ್ತುವರ್ಷ ಕಠೋರವಾದ ಸಾಧನೆಮಾಡಿದ್ದೇನೆ. ಕೆಲವುವೇಳೆ ನಾನು ದಿನಕ್ಕೆ ಇಪ್ಪತ್ತು ಗಂಟೆ ಹೆಣಗಿದ್ದೇನೆ. ಕೆಲವು ರಾತ್ರಿಗಳಲ್ಲಿ ಕೇವಲ ಒಂದುಗಂಟೆ ನಿದ್ರೆಮಾಡಿದ್ದೇನೆ. ಕೆಲವು ವೇಳೆ ಗುಹೆಗಳಲ್ಲಿ ವಾಸಮಾಡಿದ್ದೇನೆ. ಇಷ್ಟಾದರೂ ಈ ಯೋಗಶಾಸ್ತ್ರದ ಹೊರ ವಲಯವನ್ನು ಕೂಡ ನಾನು ಮುಟ್ಟಿಲ್ಲ. ಆದರೆ ಅದು ಸತ್ಯ, ಅದ್ಭುತವಾಗಿದೆ, ವಿಶಾಲವಾಗಿದೆ ಎಂಬುದನ್ನು ಅರಿತಿದ್ದೇನೆ" ಎಂದು ವಿವೇಕಾನಂದರಾಡಿರುವ ಮಾತುಗಳನ್ನು ನೆನೆದರೆ ಅವರ ಸಾಧನೆಯ ಆಳಅಗಲಗಳ ಒಂದು ಸೀಳುನೋಟ ನಮಗೆ ಲಭ್ಯವಾಗುತ್ತದೆ.

೪೩. ದೊಡ್ಡವರು ಯಾರು

ಸನಾತನಧರ್ಮಪರಂಪರೆಯಲ್ಲಿ ಬ್ರಹ್ಮಚರ್ಯ, ಗೃಹಸ್ಥ, ವಾನಪ್ರಸ್ಥ, ಸನ್ಯಾಸ ಎಂಬ ನಾಲ್ಕು ಆಶ್ರಮಧರ್ಮಗಳಿವೆ. ಬ್ರಹ್ಮಚರ್ಯದಿಂದ ಜೀವನಯಾತ್ರೆ ಪ್ರಾರಂಭವಾದರೆ, ವಿವಾಹಿತನಾದಮೇಲೆ ಗೃಹಸ್ಥನೆನಿಸುತ್ತಾನೆ. ಈ ಪ್ರಸ್ತುತ ಪರಿಸ್ಥಿತಿಯಲ್ಲಿ ವಾನಪ್ರಸ್ಥ ಮತ್ತು ಸನ್ಯಾಸಗಳು ಕಳಚಿಹೋಗಿವೆ. ಆದರೆ ಬ್ರಹ್ಮಚರ್ಯದಿಂದಲೇ ನೇರವಾಗಿ ಸನ್ಯಾಸಿಗಳಾಗುವ ಒಂದು ವರ್ಗವು ಈಗಲೂ ಇದೆ. ಗೃಹಸ್ಥ ಮತ್ತು ಸನ್ಯಾಸಿಗಳ ನಡುವೆ ಯಾರೂ ಹೆಚ್ಚಲ್ಲ, ಯಾರು ಕಡಿಮೆಯೂ ಅಲ್ಲ. ಗೃಹಸ್ಥರು ಮದುವೆಮಾಡಿಕೊಂಡು ಪೌರರ ಕರ್ತವ್ಯಗಳನ್ನು ನಿರ್ವಹಿಸುತ್ತಾರೆ. ಸನ್ಯಾಸಿಗಳಾದರೋ, ಈಶ್ವರೋಪಾಸನೆಯನ್ನು ಮಾಡುತ್ತಾ, ಧರ್ಮಕಾರ್ಯಗಳಲ್ಲಿ ತಮ್ಮ ಸರ್ವಶಕ್ತಿಯನ್ನೂ ವಿನಿಯೋಗಿಸುತ್ತಾರೆ. ಗೃಹಸ್ಥನು ತನ್ನ ದೇಶಕ್ಕಾಗಿ ಅಥವಾ ತನ್ನ ಧರ್ಮಕ್ಕಾಗಿ ಮಡಿದರೆ, ಯೋಗಿಯಾದ ಸನ್ಯಾಸಿಯು ಧ್ಯಾನದಿಂದ ಪಡೆಯುವ ಪದವಿಯನ್ನೇ ಆ ಗೃಹಸ್ಥನೂ ಹೊಂದುತ್ತಾನೆ. ಕರ್ತವ್ಯಗಳಲ್ಲಿ ಮೇಲುಕೀಳುಗಳಿಲ್ಲ; ಒಬ್ಬನ ಕರ್ತವ್ಯ ಮತ್ತೊಬ್ಬನದಲ್ಲ; ಪ್ರತಿಯೊಂದು ಕರ್ತವ್ಯಕ್ಕೂ ತನ್ನದೇ ಆದ ಸ್ಥಾನವಿದೆ.

ಪುರಾತನಕಾಲದಲ್ಲಿ ಗಾಂಧಾರದೇಶದಲ್ಲಿ ಚಂದ್ರವರ್ಮನೆಂಬ ದೊರೆಯು ರಾಜ್ಯವಾಳುತ್ತಿದ್ದನು. ಸನ್ಯಾಸಿಯು ಶ್ರೇಷ್ಠನೋ ಗೃಹಸ್ಥನು ಶ್ರೇಷ್ಠನೋ ಎಂಬೊಂದು ಪ್ರಶ್ನೆ ಅವನನ್ನು ಭೂತದಂತೆ ಸದಾಕಾಲ ಕಾಡುತ್ತಿತ್ತು. ಯಾರು ಎಷ್ಟೇ ತಿಳಿಯಹೇಳಿದರೂ ಅವನಿಗೆ ಸಮಾಧಾನವಾಗುತ್ತಿರಲಿಲ್ಲ. ಚಂದ್ರವರ್ಮನು ತನ್ನ ರಾಜಧಾನಿಗೆ ಆಗಮಿಸುತ್ತಿದ್ದ ಸನ್ಯಾಸಿಗಳನ್ನೆಲ್ಲ ತನ್ನ ಅರಮನೆಗೂ ಬರಮಾಡಿಕೊಂಡು ಅವರನ್ನು ಸತ್ಕರಿಸುತ್ತಿದ್ದನು. ತರುವಾಯ ಅವರನ್ನು ಕುರಿತು "ಸನ್ಯಾಸಿಯು ಶ್ರೇಷ್ಠನೋ ಗೃಹಸ್ಥನು ಶ್ರೇಷ್ಠನೋ ಎಂಬೊಂದು ಪ್ರಶ್ನೆ ನನ್ನನ್ನು ಕೊರೆಯುತ್ತಿದೆ. ಇದಕ್ಕೆ ನೀವು ಉತ್ತರಿಸಬೇಕು" ಎನ್ನುತ್ತಿದ್ದನು. ಆಗ ಕೆಲವರು "ಗೃಹಸ್ಥರಿಗಿಂತ ಸನ್ಯಾಸಿಯೇ ಶ್ರೇಷ್ಠ" ಎಂದು ಉತ್ತರಿಸುತ್ತಿದ್ದರು. ಅದಕ್ಕೆ ದೊರೆಯು "ಹಾಗಾದರೆ ಸನ್ಯಾಸಿಯು ಶ್ರೇಷ್ಠನೆಂಬುದನ್ನು ಪ್ರಮಾಣಪೂರ್ವಕವಾಗಿ ಸಾಬೀತುಪಡಿಸಿ" ಎಂದು ಸವಾಲೊಡ್ಡುತ್ತಿದ್ದನು. ಆಗ ಅವರು "ಸನ್ಯಾಸಿಯು ಸರ್ವಸ್ವವನ್ನೂ ತ್ಯಾಗಮಾಡಿ ಮೋಕ್ಷಕ್ಕಾಗಿ, ಲೋಕಹಿತಕ್ಕಾಗಿ ತನ್ನನ್ನು ಸಮರ್ಪಿಸಿಕೊಳ್ಳುತ್ತಾನಾದ್ದರಿಂದ ಅವನೇ ಶ್ರೇಷ್ಠ ಎಂದು ನಮ್ಮ ಅಭಿಪ್ರಾಯವನ್ನು ತಿಳಿಸು

ತ್ತಿದ್ದೇವೆಯೇ ಹೊರತು, ಅದನ್ನು ಸಾಧಿಸಿ ತೋರಿಸುವುದು ನಮ್ಮಿಂದ ಸಾಧ್ಯವಿಲ್ಲ" ಎಂದು ತಮ್ಮ ಅಸಹಾಯಕತೆಯನ್ನು ತೋಡಿಕೊಳ್ಳುತ್ತಿದ್ದರು. ಅದಕ್ಕೆ ಪ್ರತಿಯಾಗಿ ಚಂದ್ರವರ್ಮನು "ಸನ್ಯಾಸಿಯು ಹೇಗೆ ಶ್ರೇಷ್ಠನೆಂಬುದನ್ನು ನೀವು ಸನ್ಯಾಸಿಗಳಾಗಿಯೂ ಸಾಧಿಸಿತೋರಿಸಲಾರದೆ ಹೋದಿರಿ, ಆದ್ದರಿಂದ ನೀವು ಸನ್ಯಾಸವನ್ನು ತೊರೆದು, ಮದುವೆಮಾಡಿಕೊಂಡು ಗೃಹಸ್ಥರಾಗಿ" ಎಂದು ಆಜ್ಞೆಮಾಡುತ್ತಿದ್ದನು. ಆ ಸನ್ಯಾಸಿಗಳ ಪೈಕಿ ಯಾರಾದರೂ 'ಸನ್ಯಾಸಿಗಿಂತ ಗೃಹಸ್ಥನೇ ಶ್ರೇಷ್ಠ' ಎಂದು ಉತ್ತರಹೇಳಿದರೆ ಅವರಿಗೂ ಕಷ್ಟತಪ್ಪುತ್ತಿರಲಿಲ್ಲ. "ಹಾಗಾದರೆ ಗೃಹಸ್ಥನೇ ಹೇಗೆ ದೊಡ್ಡವನೆಂಬುದನ್ನು ಪ್ರಮಾಣ ಪೂರ್ವಕವಾಗಿ ಸಿದ್ಧಪಡಿಸಿ" ಎಂದು ಗಂಟುಬೀಳುತ್ತಿದ್ದನು. "ಅನ್ನಾಹಾರಗಳಿಗಾಗಿ ಸನ್ಯಾಸಿಗಳು ಕೂಡ ಗೃಹಸ್ಥರನ್ನೇ ಆಶ್ರಯಿಸಬೇಕೆಂಬ ಹಿನ್ನೆಲೆಯಲ್ಲಿ, ಸನ್ಯಾಸಿಗಳಾಗುವವರು ಕೂಡ ಗೃಹಸ್ಥರ ಹೊಟ್ಟೆಯಿಂದಲೇ ಹುಟ್ಟಿಬರಬೇಕೆಂಬ ಹಿನ್ನೆಲೆಯಲ್ಲಿ ನಾವು ಗೃಹಸ್ಥರೇ ಶ್ರೇಷ್ಠ ಎಂಬ ನಮ್ಮ ಅಭಿಪ್ರಾಯವನ್ನು ಹೇಳಿದ್ದೇವೆಯೇ ಹೊರತು ಅದನ್ನು ಸಾಧಿಸಿ ತೋರಿಸುವುದು ನಮ್ಮಿಂದಾಗದು" ಎಂದು ಸೋಲೊಪ್ಪಿಕೊಳ್ಳುತ್ತಿದ್ದರು. ಅದಕ್ಕೆ ದೊರೆಯು "ನೀವು ವಿವಾಹಿತರಾಗಿ ಗೃಹಸ್ಥರಾಗಿ, ಆ ಅನುಭವವನ್ನು ಪಡೆದುಕೊಳ್ಳಿ" ಎಂದು ಆಜ್ಞಾಪಿಸುತ್ತಿದ್ದನು. ಯಾರ ಪರವಾಗಿ ಹೇಳಿದರೂ ಆ ಸನ್ಯಾಸಿಗಳು, ಗೃಹಸ್ಥರಾಗ ಬೇಕೆಂಬ ಪೀಕಲಾಟಕ್ಕೆ ತುತ್ತಾಗುತ್ತಿದ್ದರು. ಆ ಹೊತ್ತಿನಲ್ಲಿ ಅವರು "ಮಹಾರಾಜಾ, ನಾವು ಸನ್ಯಾಸಿಗಳು, ನಮಗ್ಯಾರು ಹೆಣ್ಣುಕೊಡುತ್ತಾರೆ, ನೀನೇ ಕನ್ಯೆಯರನ್ನು ಗೊತ್ತು ಮಾಡಬೇಕು, ನೀನೇ ಮುಹೂರ್ತ ನಿಶ್ಚಯಿಸಬೇಕು, ನಿನ್ನ ನಗರದಲ್ಲಿಯೇ ವಿವಾಹವು ನೆರವೇರಬೇಕು, ಈಗ ನಮ್ಮೂರಿಗೆ ಹೋಗಿ ಗೃಹಸ್ಥರಾಗುವ ವಿಷಯವನ್ನು ತಿಳಿಸಿ, ಅಪ್ಪಣೆ ಪಡೆದು ಬಂದುಬಿಡುತ್ತೇವೆ" ಎಂದು ಹೇಳಿ ಅಲ್ಲಿಂದ ಮೆಲ್ಲನೆ ಕಾಲ್ತೆಗೆಯುತ್ತಿದ್ದರು.

ಹೀಗೆಯೇ ದಿನಗಳು ಉರುಳುತ್ತಿರುವಾಗ ಸತ್ಯಾನಂದನೆಂಬ ಸನ್ಯಾಸಿಯು ಅದೇ ಇಕ್ಕಟ್ಟಿಗೆ ಸಿಕ್ಕಿಬಿದ್ದನು. ಅವನಾದರೋ "ಮಹಾರಾಜಾ, ಸನ್ಯಾಸಿಯು ಶ್ರೇಷ್ಠನೋ ಗೃಹಸ್ಥನು ಶ್ರೇಷ್ಠನೋ ಎಂಬ ನಿನ್ನ ಪ್ರಶ್ನೆಗೆ ಏಕಪಕ್ಷೀಯವಾದ ಉತ್ತರಕೊಡುವುದು ಸಾಧ್ಯವಿಲ್ಲ. ಅವರವರ ಸ್ಥಾನಮಾನಗಳಲ್ಲಿ ಅವರವರು ದೊಡ್ಡವರು, ಅದರಲ್ಲಿ ಹೆಚ್ಚುಕಡಿಮೆಯೆಂಬ ತಾರತಮ್ಯವೇನೂ ಇಲ್ಲ" ಎಂದು ತಿಳಿಯಹೇಳಿದನು. ಆ ಉತ್ತರದಿಂದಲೂ ತೃಪ್ತನಾಗದೆ ಚಂದ್ರವರ್ಮನು "ನಿಮ್ಮ ಅಭಿಪ್ರಾಯವನ್ನು ಪ್ರಮಾಣ ಪೂರ್ವಕವಾಗಿ ಸಾಬೀತುಪಡಿಸಿ" ಎಂದು ಎಂದಿನಂತೆ ಬಲವಂತಪಡಿಸಿದನು. ಅದಕ್ಕೆ ಸತ್ಯಾನಂದನು "ಸಾಧಿಸಿತೋರಿಸಬೇಕೆಂಬುದು ಕೂಡ ಈಗಿಂದೀಗಲೇ ಆಗಿಹೋಗುವ ಸಂಗತಿಯಲ್ಲ. ಅದು ಅನುಭವಕ್ಕೆ ಸಂಬಂಧಿಸಿದ ವಿಚಾರವಾಗಿದೆ. ಅದಕ್ಕೆ ತಕ್ಕಷ್ಟು ಕಾಲಾವಕಾಶ ಬೇಕು. ಅಷ್ಟುಮಾತ್ರವಲ್ಲದೆ ನೀನು ಸ್ವಲ್ಪಕಾಲ ಅರಮನೆಯನ್ನು ತೊರೆದು ನನ್ನ ಬೆನ್ನಹಿಂದೆ ಬರಬೇಕು" ಎಂದನು. ನಿಜವಾದ ಜಿಜ್ಞಾಸುವಾಗಿದ್ದ ಚಂದ್ರವರ್ಮನು

ಆಗಿಂದಾಗಲೇ ರಾಜ್ಯವನ್ನು ಮಂತ್ರಿಗಳಿಗೊಪ್ಪಿಸಿ, ತಾನೊಬ್ಬ ಸಾಮಾನ್ಯಪುರುಷನಂತೆ, ಸತ್ಯಾನಂದನ ಅನುಚರನಾಗಿ ಹೊರಟೇಬಿಟ್ಟನು.

ಸತ್ಯಾನಂದನು ತನ್ನ ಮನಸ್ಸಿಗೆಬಂದ ದಿಕ್ಕಿನತ್ತ ನಡೆದುಹೋಗುತ್ತಿದ್ದನು. ಚಂದ್ರವರ್ಮನು ಏನೊಂದೂ ಎದುರಾಡದೆ ಅವನ ಹಿಂಬಾಲಕನಾಗಿ ಸಾಗುತ್ತಿದ್ದನು. ಸನ್ಯಾಸಿಯು ಅನುಭವಿಸುವ ಕಷ್ಟಸುಖಗಳನ್ನೆಲ್ಲ ಮಹಾರಾಜನೂ ಅನುಭವಿಸ ಬೇಕಾಯಿತು. ಮಗಧ, ಕೋಸಲ, ಶೂರಸೇನಾದಿ ಹಲವು ರಾಜ್ಯಗಳನ್ನು ದಾಟಿದಬಳಿಕ ಅವರು ಕಾಶ್ಮೀರವೆಂಬ ನಯನಮನೋಹರವಾದ ರಾಜ್ಯವನ್ನು ತಲಪಿದರು. ಅಲ್ಲಿ ಮಿತ್ರವರ್ಮನೆಂಬ ವೃದ್ಧದೊರೆಯು ರಾಜ್ಯಭಾರ ಮಾಡುತ್ತಿದ್ದನು. ಅವನಿಗೆ ಇಂದುಮತಿಯೆಂಬ ಅತ್ಯಂತ ರೂಪಸಂಪನ್ನೆಯಾದ ಮಗಳಿದ್ದಳು; ಬೇರೆ ಸಂತಾನ ವಿರಲಿಲ್ಲ. ಅವಳು ಪ್ರಾಯಸಮರ್ಥೆಯಾಗಿ ಮದುವೆಗೆ ಸಿದ್ಧಳಾಗಿದ್ದಳು. ದೊರೆಯು ಅವಳಿಗಾಗಿ ಸ್ವಯಂವರವೊಂದನ್ನು ಏರ್ಪಡಿಸಿದ್ದನು. ಅದರ ಅಂಗವಾಗಿ ಪಟ್ಟಣವನ್ನೆಲ್ಲ ಬಹುಪ್ರಕಾರವಾಗಿ ಸಿಂಗರಿಸಿದ್ದರು. ಸ್ವಯಂವರಮಂಟಪವಂತೂ ನಯನಾಭಿರಾಮವಾಗಿ ಸಿಂಗಾರಗೊಂಡಿತ್ತು. ಹಲವು ದೇಶಗಳಿಂದ ಆಗಮಿಸಿದ್ದ ರಾಜಕುಮಾರರು ತಮತಮಗೆ ನಿಗದಿಯಾಗಿದ್ದ ಪೀಠಗಳಲ್ಲಿ ಕುಳಿತು, ರಾಜಕುಮಾರಿಯ ಆಗಮನವನ್ನೇ ನಿರೀಕ್ಷಿಸು ತ್ತಿದ್ದರು. ಸತ್ಯಾನಂದನೂ ಚಂದ್ರವರ್ಮನೂ ಆ ವೈಭವವನ್ನೆಲ್ಲ ಬೆರಗಾಗಿ ನೋಡುತ್ತ ಜನಸಮೂಹದ ನಡುವೆ ತಾವೂ ನಿಂತರು. ಆ ಮಂಟಪವಂತೂ ಭೇರಿನಾದದಿಂದಲೂ ಸಂಗೀತನೃತ್ಯಗಳ ಮೇಳದಿಂದಲೂ ಹೊಗಳುಭಟ್ಟರ ಘೋಷಣೆಗಳಿಂದಲೂ ತುಂಬಿಹೋಗಿತ್ತು.

ರಾಜಕುಮಾರಿ ಇಂದುಮತಿಯು ಆಯ್ಕೆಮಾಡಿಕೊಳ್ಳುವ ವರನು ವೃದ್ಧರಾಜನ ತರುವಾಯ ತಾನೇ ಸಿಂಹಾಸನವನ್ನೇರಿ ಆಳ್ವಿಕೆನಡೆಸುವ ಸಾಮರ್ಥ್ಯ ಪಡೆದಿರಬೇಕಾಗಿತ್ತು. ಅಷ್ಟು ಮಾತ್ರವಲ್ಲದೆ ಇಂದುಮತಿಯ ಮನಸ್ಸಿಗೊಪ್ಪುವಷ್ಟು ರೂಪಲಕ್ಷಣಸಂಪನ್ನನೂ ಆಗಿರಬೇಕಾಗಿತ್ತು. ಹೀಗಾಗಿ ಅವಳಿಗೆ ಅನುರೂಪನಾದ ವರನು ಲಭಿಸುವುದು ದುಸ್ತರವೇ ಆಗಿತ್ತು. ಇದೇನೂ ಅವಳಿಗೆ ಮೊದಲ ಸ್ವಯಂವರವಾಗಿರಲಿಲ್ಲ. ಈ ಮೊದಲೇ ನಾಲ್ಕಾರು ಸ್ವಯಂವರಗಳು ಏರ್ಪಾಡಾಗಿದ್ದರೂ ಅವಳ ನಿರೀಕ್ಷೆಗೆ ತಕ್ಕ ವರನು ದೊರೆತಿರಲಿಲ್ಲ. ಈ ಬಾರಿಯ ಸ್ವಯಂವರವಾದರೋ ಹೆಚ್ಚುಹೆಚ್ಚು ರಾಜಕುಮಾರರಿಂದ ತುಂಬಿದ್ದು, ಎಲ್ಲರಲ್ಲಿಯೂ ಹೊಸಭರವಸೆ ಮೂಡಿಸಿತ್ತು. ನಿಶ್ಚಿತಮುಹೂರ್ತಕ್ಕೆ ಸರಿಯಾಗಿ ಅರಮನೆಯ ಬೋಯಿಗಳು ಇಂದುಮತಿಯನ್ನು ಸಾಲಂಕೃತ ಪಲ್ಲಕ್ಕಿಯಲ್ಲಿ ಹೊತ್ತು, ರಾಜಕುಮಾರರು ಆಸೀನರಾಗಿದ್ದ ಪೀಠಗಳ ಸಾಲಿನಲ್ಲಿ ಮೆಲ್ಲಮೆಲ್ಲನೆ ಹೆಜ್ಜೆಯಿಡುತ್ತ ಸಾಗಿದರು. ರಾಜಕುಮಾರಿಯು ತನ್ನ ಕಣ್ಮನಗಳನ್ನು ಸೆಳೆದ ರಾಜಕುಮಾರನ ಕೊರಳಿಗೆ ತೊಡಿಸಲೆಂದು ತನ್ನ ಕೈಲೊಂದು ಸುಗಂಧಭರಿತ ಪುಷ್ಪಮಾಲಿಕೆಯನ್ನು ಹಿಡಿದಿದ್ದಳು. ರಾಜಕುಮಾರರ ಕಡೆಯ ವಂದಿಮಾಗಧರು ತಂತಮ್ಮ ಒಡೆಯರ ಶೌರ್ಯಸಾಹಸಗಳನ್ನೂ ಸಿರಿಸಂಪದ

ಗಳನ್ನೂ ಪ್ರತಿಭೆಪಾಂಡಿತ್ಯಗಳನ್ನೂ ಗುಣಗೌರವಗಳನ್ನೂ ಕೊಂಡಾಡುತ್ತಿದ್ದರು. ಆತನನ್ನು ವರಿಸುವುದರಿಂದುಂಟಾಗುವ ಸುಖಸಂತೋಷಗಳನ್ನೂ ಅನುಕೂಲ್ಯಗಳನ್ನೂ ಅದರೊಟ್ಟಿಗೇ ಹಾಡಿಹೊಗಳುತ್ತಿದ್ದರು. ಈ ಬಾರಿಯೂ ಇಂದುಮತಿಗೆ ಆ ರಾಜಕುಮಾರರ ಗುಂಪಿನಲ್ಲಿ ಯಾರೂ ಹಿಡಿಸಲಿಲ್ಲ. ಆಗ ಆ ರಾಜಕುಮಾರರ ಮುಖಗಳು ಕಳಾಹೀನವಾದುವು. ಅವರ ಆಸೆಗೆ ತಣ್ಣೀರು ಎರಚಿದಂತಾಯಿತು. "ಈ ರಾಜಕುಮಾರಿಯ ಹಣೆಬರಹವೇ ಇಷ್ಟು. ಅವಳು ಮೆಚ್ಚುವ ವರನು ಇಂದ್ರಲೋಕದಿಂದ ಇಳಿದುಬರಬೇಕಷ್ಟೇ" ಎಂದು ಕೆಲವರು ಗೊಣಗಾಡಿಕೊಳ್ಳುತ್ತಿದ್ದರು.

ಆ ಹೊತ್ತಿನಲ್ಲಿ ಆ ಸ್ವಯಂವರಮಂಟಪದಲ್ಲಿ ಸತ್ಯಾನಂದ-ಚಂದ್ರವರ್ಮರಂತೆಯೇ ಒಬ್ಬ ಯುವಸನ್ಯಾಸಿಯು ಕುತೂಹಲದ ಕಣ್ಣುಗಳಿಂದ ಅಲ್ಲಿನ ದೃಶ್ಯಾವಳಿಗಳನ್ನೆಲ್ಲ ವೀಕ್ಷಿಸುತ್ತಿದ್ದನು. ಆತನಾದರೋ ನವಮನ್ಮಥನಂತೆ ಸರ್ವಲಕ್ಷಣಭರಿತನಾಗಿ ಕಂಗೊಳಿಸುತ್ತಿದ್ದನು. ಸೂರ್ಯನೇ ಭೂಮಿಗಿಳಿದು ಬಂದನೋ, ಕಾಮದೇವನೇ ಸ್ವಯಂವರಮಂಟಪದಲ್ಲಿ ಪ್ರತ್ಯಕ್ಷನಾದನೋ ಎಂಬಂತೆ ಅವನು ಶೋಭಿಸುತ್ತಿದ್ದನು. ಜನಜಂಗುಳಿಯ ಯಾವುದೋ ಒಂದು ಮೂಲೆಯಲ್ಲಿ ಅವನು ನಿಂತಿದ್ದರೂ ಇಂದುಮತಿಯ ದೃಷ್ಟಿ ಅವನತ್ತ ಕೇಂದ್ರೀಕೃತವಾಯಿತು. ಮೊದಲನೋಟದಲ್ಲೇ ಅವಳು ಆ ಯುವಸನ್ಯಾಸಿಗೆ ತನ್ನನ್ನು ಪೂರ್ಣವಾಗಿ ಸಮರ್ಪಿಸಿಕೊಂಡುಬಿಟ್ಟಳು. ಬೋಯಿಗಳನ್ನು ಅತ್ತ ಸಾಗಲು ಹೇಳಿ, ಪಲ್ಲಕ್ಕಿಯಲ್ಲಿ ಕುಳಿತಿದ್ದಂತೆಯೇ ತನ್ನ ಕೈಲಿದ್ದ ಮಾಲೆಯನ್ನು ಅವನ ಕೊರಳಿಗೆ ಹಾಕಿಬಿಟ್ಟಳು. ಆಗಲೇ ಆತನು ಕಕ್ಕಾವಿಕ್ಕಿಯಾಗಿ "ಛೇ, ಇದೆಂತಹ ಅಕಾರ್ಯ, ಇಲ್ಲಿ ನೆರೆದಿರುವ ರಾಜಕುಮಾರರಲ್ಲಿ ಯಾರನ್ನಾದರೂ ಆಯ್ಕೆಮಾಡಿಕೊಳ್ಳುವುದನ್ನು ಬಿಟ್ಟು, ಸನ್ಯಾಸಿಯಾದ ನನ್ನ ಕೊರಳಿಗೆ ಮಾಲೆಹಾಕುವುದೇಕೆ" ಎಂದು ಸಿಡಿಮಿಡಿಗೊಂಡು ಆ ಹಾರವನ್ನು ತನ್ನ ಕೊರಳಿನಿಂದ ತೆಗೆದು ತೂರಿಎಸೆದನು; ಅದು ಪಲ್ಲಕ್ಕಿಯಲ್ಲಿದ್ದ ರಾಜಕುಮಾರಿಯ ಕೈಗೇ ಹೋಗಿ ಮುಟ್ಟಿತು. ಅದನ್ನು ನೋಡುತ್ತಿದ್ದ ವೃದ್ಧರಾಜನು "ಆ ಯುವಕನು ಬಡವನಾಗಿರಬಹುದು, ಆದ್ದರಿಂದ ರಾಜಕುಮಾರಿಯನ್ನು ವರಿಸಲು ಹಿಂಜರಿಯುತ್ತಿರಬಹುದು" ಎಂದು ತನಗೆ ತಾನೇ ಭಾವಿಸಿಕೊಂಡು, "ಅಯ್ಯಾ ಯುವಕನೇ, ನೀನು ರಾಜಕುಮಾರಿಯ ಕೈಹಿಡಿದರೆ ನಿನಗೆ ನನ್ನ ಅರ್ಧರಾಜ್ಯವನ್ನೇ ಧಾರೆಯೆರೆಯುತ್ತೇನೆ; ಅಷ್ಟು ಮಾತ್ರವಲ್ಲ, ನನ್ನ ತರುವಾಯ ನೀನೇ ಈ ವಿಸ್ತಾರವಾದ ರಾಜ್ಯಕ್ಕೆ ಮಹಾಪ್ರಭುವಾಗುತ್ತೀಯೆ" ಎಂದು ಕೂಗಿಹೇಳಿದನು. ಇಂದುಮತಿಯನ್ನು ಉದ್ದೇಶಿಸಿ "ಆ ಮಾಲೆಯನ್ನು ಆತನಿಗೇ ಮತ್ತೆ ತೊಡಿಸು ಮಗಳೇ" ಎಂಬುದಾಗಿಯೂ ಆದೇಶಿಸಿದನು. ಆಸೆತುಂಬಿದಕಣ್ಣುಗಳಿಂದ ಇಂದುಮತಿಯು ಆ ಮಾಲೆಯನ್ನು ಪುನಃ ಆ ಪ್ರಿಯತಮನಿಗೆ ತೊಡಿಸಿದಳು. ಈ ಬಾರಿಯಂತೂ ಆ ಯುವಸನ್ಯಾಸಿಯು ಕೋಪದಿಂದ "ಇದೇನು ಹುಚ್ಚುತನ, ನಾನೆಲ್ಲಿ ಈ ರಾಜಕುಮಾರಿಯೆಲ್ಲಿ, ನಾನು ಮದುವೆಯಾಗುವವನಲ್ಲ,

ಸನ್ಯಾಸವೇ ನನ್ನ ಜೀವನಮಾರ್ಗ" ಎಂದು ಹೇಳಿ ಆ ಪುಷ್ಪಮಾಲಿಕೆಯನ್ನು ಕಿತ್ತುಈಡಾಡಿ, ಆ ಸ್ವಯಂವರಮಂಟಪವನ್ನು ತೊರೆದು ಭರಭರನೆ ಎತ್ತಲೋ ಹೊರಟುಹೋದನು. ಸಭೆಯಲ್ಲಿದ್ದವರೆಲ್ಲ ಪ್ರತಿಮೆಗಳಂತಾಗಿ ಆ ದೃಶ್ಯವನ್ನೇ ನೆಟ್ಟಕಂಗಳಿಂದ ನೋಡುತ್ತಿದ್ದರು.

ರಾಜಕುಮಾರಿಯಾದರೋ ಆ ಕ್ಷಣದಲ್ಲಿ ಆ ಪುರುಷೋತ್ತಮನಿಗೆ ತನ್ನನ್ನು ಸಂಪೂರ್ಣವಾಗಿ ಅರ್ಪಿಸಿಕೊಂಡುಬಿಟ್ಟಿದ್ದಳು. "ಅವನನ್ನೇ ನಾನು ವಿವಾಹವಾಗಬೇಕು, ಅವನಿಲ್ಲದೆ ನಾನು ಬದುಕಲಾರೆ, ಅವನು ನನ್ನನ್ನು ನಿರಾಕರಿಸಿದರೆ ನಾನು ಪ್ರಾಣತ್ಯಾಗ ಮಾಡುತ್ತೇನೆ. ಅವನ ಮನವೊಲಿಸಿ ಹಿಂದಕ್ಕೆ ಕರೆತರುತ್ತೇನೆ" ಎಂದು ನಿಂತಪಟ್ಟೆಯಲ್ಲಿಯೇ ತಾನೂ ಸ್ವಯಂವರಮಂಟಪದಿಂದ ಹೊರನಡೆದಳು. ಆ ಹೊತ್ತಿನಲ್ಲಿ ಸತ್ಯಾನಂದನು ಚಂದ್ರವರ್ಮನನ್ನು ಕುರಿತು "ಮಹಾರಾಜಾ, ಮುಂದೇನಾಗುತ್ತದೋ ನೋಡೋಣ, ನಾವೂ ಆ ರಾಜಕುಮಾರಿಯನ್ನು ಗುಟ್ಟಾಗಿ ಹಿಂಬಾಲಿಸೋಣ" ಎಂದು ಸೂಚಿಸಿದನು. ರಾಜನು ತಥಾಸ್ತು ಎಂದನು. ಸನ್ಯಾಸಿಯ ಹಿಂದೆ ರಾಜಕುಮಾರಿ, ರಾಜಕುಮಾರಿಯ ಹಿಂದೆ ಸತ್ಯಾನಂದ, ಸತ್ಯಾನಂದನ ಹಿಂದೆ ಚಂದ್ರವರ್ಮ ಎಂಬಂತೆ ಆ ಪ್ರಯಾಣ ಪ್ರಾರಂಭವಾಯಿತು. ಅದೆಷ್ಟೋ ಮೈಲಿಗಳು ನಡೆದುಹೋಗುವ ವೇಳೆಗೆ ಗೊಂಡಾರಣ್ಯವೊಂದು ಎದುರಾಯಿತು. ಆ ಅರಣ್ಯದಲ್ಲಿ ಸಂಚರಿಸಿ, ಆ ಯುವಸನ್ಯಾಸಿಯು ಅದರ ಸೀಳು ದಾರಿಗಳನ್ನೆಲ್ಲ ಚೆನ್ನಾಗಿ ಅರಿತವನಾಗಿದ್ದನು. ಬೇರೆ ದಾರಿಕಾಣದೆ ರಾಜಕುಮಾರಿಯೂ ಆ ಕಾಡುದಾರಿಗೆ ಬಿದ್ದು ಅವನ ಬೆನ್ನುಹತ್ತಿದಳು. ಆದರೆ ಸನ್ಯಾಸಿಯು ಅತ್ಯಂತ ಸುಲಭವಾಗಿ ರಾಜಕುಮಾರಿಯನ್ನು ದಾರಿತಪ್ಪಿಸಿ, ತಾನು ಎತ್ತಲೋ ಮಾಯವಾಗಿಬಿಟ್ಟನು.

ಅಷ್ಟುಹೊತ್ತಿಗಾಗಲೇ ಕತ್ತಲೆ ಆವರಿಸತೊಡಗಿತ್ತು. ಇಂದುಮತಿಗೆ ಮುಂದಕ್ಕೆ ದಾರಿ ದುರ್ಗಮವಾಯಿತು. ಆಯಾಸದಿಂದಲೂ ನಿರಾಸೆಯಿಂದಲೂ ಯಾವುದೋ ಒಂದು ಮರದಬುಡದಲ್ಲಿ ಕುಸಿದು ಕುಳಿತುಬಿಟ್ಟಳು. "ಅಯ್ಯೋ, ಈ ಗೊಂಡಾರಣ್ಯದಲ್ಲಿ ನನಗಾರು ಗತಿ" ಎಂದು ರೋದಿಸತೊಡಗಿದಳು. ಆಕೆಯನ್ನು ಹಿಂಬಾಲಿಸಿ ಬಂದಿದ್ದ ಸತ್ಯಾನಂದನೂ ಚಂದ್ರವರ್ಮನೂ ಅಲ್ಲಿ ಕಾಣಿಸಿಕೊಂಡು ಧೈರ್ಯತುಂಬಿದರು. "ನಿನಗೆ ಸನ್ಯಾಸಿಯ ಸಹವಾಸ ಬೇಡ, ರಾಜಕುಮಾರರ ತಂಡದಲ್ಲಿಯೇ ಯಾರನ್ನಾದರೂ ಆಯ್ದುಕೊಂಡು ಮದುವೆಯಾಗಿ ಸುಖದಿಂದಿರು. ಈಗ ಕತ್ತಲಾಯಿತು. ಈ ರಾತ್ರಿಯನ್ನು ಈ ಮರದಬುಡದಲ್ಲಿಯೇ ಹೇಗೋ ಕಳೆಯೋಣ. ಬೆಳಕುಹರಿದಬಳಿಕ ನೀನು ಪಟ್ಟಣವನ್ನು ಸೇರುವ ದಾರಿಯನ್ನು ತೋರಿಸಿಕೊಡುತ್ತೇವೆ. ದುಃಖಗಳು ಹೇಳಿಕೇಳಿ ಬರುತ್ತವೆಯೇ? ಅಳಬೇಡ, ಸಮಾಧಾನತಂದುಕೋ" ಎಂದು ಸಂತೈಸಿದರು.

ಅವರೆಲ್ಲರೂ ಕುಳಿತಿದ್ದ ತಾಣದ ಆ ಮರದ ಮೇಲೆ ಜೋಡಿಹಕ್ಕಿಗಳು ಗೂಡು ಕಟ್ಟಿಕೊಂಡು ತಮ್ಮ ಮೂರು ಮರಿಗಳೊಡನೆ ನೆಮ್ಮದಿಯಿಂದ ಜೀವನಸಾಗಿಸುತ್ತಿದ್ದುವು. ಈ ಮೂವರನ್ನು ನೋಡಿದ ಗಂಡುಹಕ್ಕಿಯು ತನ್ನ ಹೆಂಡತಿಯನ್ನು ಕುರಿತು "ಯಾರೋ

ಅತಿಥಿಗಳು ನಮ್ಮಲ್ಲಿಗೆ ಬಂದು ತಂಗಿದ್ದಾರೆ. ಛಳಿಯಿಂದ ನಡುಗುತ್ತಿದ್ದಾರೆ. ಅವರಿಗೆ ನಾವು ನಮ್ಮ ಕೈಲಾದ ಉಪಚಾರಮಾಡಬೇಕು" ಎಂದು ಹೇಳುತ್ತ ಎತ್ತಲೋ ಆ ಕತ್ತಲೆಯಲ್ಲಿಯೇ ಹಾರಿಹೋಯಿತು. ಸ್ವಲ್ಪಹೊತ್ತಿನ ತರುವಾಯ ಮರಳಿಬಂದಾಗ ಅದರ ಕೊಕ್ಕಿನಲ್ಲಿ ಉರಿಯುವ ಪುಳ್ಳೆಯೊಂದಿತ್ತು. ಅದನ್ನು ಗಂಡುಹಕ್ಕಿಯು ಅತಿಥಿಗಳು ಕುಳಿತಿದ್ದ ತಾಣದಲ್ಲಿ ಬೀಳಿಸಿತು. ಒಡನೆಯೇ ಸತ್ಯಾನಂದನು ಆ ಕೊಳ್ಳಿಯ ಸಹಾಯ ದಿಂದ, ಕಟ್ಟಿಗೆಯನ್ನೊಟ್ಟಿಕೊಂಡು, ಬೆಂಕಿಹೊತ್ತಿಸಿದನು. ಅದರ ಸುತ್ತ ಕುಳಿತು ಆ ಮೂವರೂ ತಮ್ಮ ಮೈಕೈಗಳನ್ನು ಕಾಯಿಸಿಕೊಳ್ಳತೊಡಗಿದರು. ಗಂಡುಹಕ್ಕಿಗೆ ಅಷ್ಟರಿಂದಲೇ ಸಮಾಧಾನವಾಗಲಿಲ್ಲ. "ಈ ಅತಿಥಿಗಳೆಲ್ಲ ಹಸಿದಿದ್ದಾರೆ. ಅವರಿಗೆ ಏನಾದರೂ ಆಹಾರವನ್ನು ದೊರಕಿಸಿಕೊಡುವುದು ನಮ್ಮ ಕರ್ತವ್ಯ. ನಾನು ಕೆಳಗೆ ಉರಿಯುತ್ತಿರುವ ಬೆಂಕಿಗೆ ಬಿದ್ದು ಅವರಿಗೆ ಆಹಾರವಾಗುತ್ತೇನೆ" ಎಂದು ಹೆಂಡತಿಗೆ ಹೇಳಿ ಆ ಬೆಂಕಿಯೊಳಕ್ಕೆ ಹಾರಿ, ತನ್ನನ್ನು ಸುಟ್ಟಮಾಂಸವಾಗಿ ಮಾಡಿಕೊಂಡುಬಿಟ್ಟಿತು.

ಅದರಿಂದ ಹೆಣ್ಣುಹಕ್ಕಿಗೆ ಸಂಕಟವಾಯಿತಾದರೂ ಹೇಗೋ ಸಹಿಸಿಕೊಂಡಿತು. "ಇಲ್ಲಿ ಮೂವರು ಅತಿಥಿಗಳಿದ್ದಾರೆ. ಒಂದು ಹಕ್ಕಿಯಿಂದ ಅವರ ಹೊಟ್ಟೆತುಂಬುವುದಿಲ್ಲ. ನನ್ನ ಪತಿಯ ಪ್ರಯತ್ನ ವ್ಯರ್ಥವಾಗದಂತೆ ನೋಡಿಕೊಳ್ಳುವುದು ನನ್ನ ಕರ್ತವ್ಯ" ಎಂದು ಹೇಳಿಕೊಂಡು ತಾನೂ ಆ ಬೆಂಕಿಗೆ ಹಾರಿಕೊಂಡಿತು. ತಮ್ಮ ತಂದೆತಾಯಿಗಳು ಅತಿಥಿ ಸತ್ಕಾರಕ್ಕಾಗಿ ತಮ್ಮನ್ನು ಸಮರ್ಪಿಸಿಕೊಂಡ ದೃಶ್ಯವನ್ನು ಆ ಮೂರು ಪುಟ್ಟಮರಿಗಳು ನೋಡಿದುವು. ಅವುಗಳಿಗೆ ದುಃಖವಾದರೂ ಹೇಗೋ ತಡೆದುಕೊಂಡುವು. "ಇಲ್ಲಿ ಮೂವರು ಅತಿಥಿಗಳಿದ್ದಾರೆ. ಎರಡು ಹಕ್ಕಿಗಳಿಂದ ಅವರ ಹೊಟ್ಟೆತುಂಬುವುದಿಲ್ಲ. ನಾವೂ ಈ ಅತಿಥಿಗಳಿಗಾಗಿ ನಮ್ಮನ್ನು ಸಮರ್ಪಿಸಿಕೊಂಡು, ನಮ್ಮ ತಂದೆತಾಯಿಗಳ ಅಭಿಲಾಷೆಯು ಪರಿಪೂರ್ಣವಾಗುವಂತೆ ಮಾಡೋಣ" ಎಂದು ಮಾತಾಡಿಕೊಂಡು, ತಾವೂ ಆ ಉರಿಯೊಳಕ್ಕೆ ಬಿದ್ದು, ಮಾಂಸದ ಮುದ್ದೆಯಾಗಿಬಿಟ್ಟುವು.

ಪಕ್ಷಿಭಾಷೆಯನ್ನು ಅರಿತಿದ್ದ ಸತ್ಯಾನಂದನಿಗೆ ಆಗ ನಡೆದ ಘಟನೆಯ ಒಳಮರ್ಮ ವೆಲ್ಲವೂ ತಿಳಿದುಹೋಯಿತು. ಅದನ್ನೆಲ್ಲ ಅವನು ಚಂದ್ರವರ್ಮನಿಗೂ ರಾಜಕುಮಾರಿಗೂ ವಿವರಿಸಿ ಹೇಳಿದನು. ಪಕ್ಷಿಗಳು ಮಾಡಿದ ಬಲಿದಾನದಿಂದ ಎಲ್ಲರ ಹೃದಯವೂ ಕರಗಿ ಹೋಯಿತು. ಯಾರಿಗೂ ಅವುಗಳ ಮಾಂಸವನ್ನು ತಿನ್ನುವುದು ಇಷ್ಟವಾಗಲಿಲ್ಲ. ಈ ಪಕ್ಷಿಗಳ ಮುಂದೆ ನಾವು ಎಷ್ಟರವರು ಎಂಬ ಭಾವನೆಯಲ್ಲಿಯೇ ಅವರು ಉಪವಾಸ-ವನವಾಸದಲ್ಲಿಯೇ ಆ ರಾತ್ರಿಯನ್ನು ಕಳೆದರು. ಅರುಣೋದಯಾಗುತ್ತಿದ್ದಂತೆಯೇ ಎಲ್ಲರೂ ಎದ್ದು, ಸಮೀಪದಲ್ಲಿಯೇ ಇದ್ದ ತೊರೆಯಲ್ಲಿ ಮುಖಮಾರ್ಜನ ಮಾಡಿಕೊಂಡು ಕುಳಿತರು. ಸತ್ಯಾನಂದನು ತಾವು ಇಲ್ಲಿಯವರೆಗೆ ಬಂದುದೇಕೆ ಎಂಬ ಕಥೆಯನ್ನೆಲ್ಲ ಇಂದುಮತಿಗೆ ವಿವರಿಸಿ ಹೇಳಿದನು. ಆಮೇಲೆ ಚಂದ್ರವರ್ಮನನ್ನು ಕುರಿತು "ಮಹಾರಾಜಾ,

ಸನ್ಯಾಸಿಯು ಶ್ರೇಷ್ಠನೋ ಗೃಹಸ್ಥನು ಶ್ರೇಷ್ಠನೋ ಎಂಬ ನಿನ್ನ ಪ್ರಶ್ನೆಗೆ ಅವರವರ ಸ್ಥಾನಮಾನಗಳಲ್ಲಿ ಅವರವರು ದೊಡ್ಡವರು, ಹೆಚ್ಚುಕಡಿಮೆಯೆಂಬ ತಾರತಮ್ಯವೇನೂ ಇಲ್ಲ ಎಂದು ಹೇಳಿದ್ದೆನಲ್ಲವೇ, ಅದನ್ನೀಗ ನಾನು ಪ್ರಮಾಣಪೂರ್ವಕವಾಗಿ ನಿನಗೆ ತೋರಿಸಿಕೊಟ್ಟಿದ್ದೇನೆ" ಎಂದನು. ಆಗ ದೊರೆಯು "ನನಗೆ ಅದನ್ನು ಸ್ವಲ್ಪ ವಿವರಿಸಿ ಹೇಳಿ" ಎಂದು ಪ್ರಾರ್ಥಿಸಿದನು. ಅದಕ್ಕೆ ಸತ್ಯಾನಂದನು "ಶ್ರೇಷ್ಠನಾದ ಗೃಹಸ್ಥನಾಗಿರ ಬೇಕೆಂದಾದರೆ ಆ ಹಕ್ಕಿಗಳಂತೆ ಪರಹಿತಕ್ಕಾಗಿ ಯಾವ ಕ್ಷಣದಲ್ಲಾದರೂ ಪ್ರಾಣ ಸಮರ್ಪಣೆಯೂ ಸೇರಿದಂತೆ, ಯಾವುದೇ ತ್ಯಾಗಕ್ಕಾದರೂ ಸಿದ್ಧವಾಗಿರಬೇಕು. ಶ್ರೇಷ್ಠನಾದ ಸನ್ಯಾಸಿಯಾಗಿರಬೇಕೆಂದಾದರೆ, ಈ ಅರಣ್ಯಮಾರ್ಗದಲ್ಲಿ ಮರೆಯಾಗಿಹೋದ ಯುವ ಸನ್ಯಾಸಿಯಂತಿರಬೇಕು. ಅವನು ಕಾಶ್ಮೀರದ ಸಿಂಹಾಸನವನ್ನಾಗಲಿ, ಅಲ್ಲಿನ ಧನಕನಕ ವಸ್ತುವಾಹನಗಳನ್ನಾಗಲಿ, ಇಂತಹ ಪರಮಸುಂದರಿಯಾದ ರಾಜಕುಮಾರಿಯನ್ನಾಗಲಿ ಕಣ್ಣೆತ್ತಿಯೂ ನೋಡದೆ, ಹುಲ್ಲುಕಡ್ಡಿಗಿಂತ ಕಡೆಯಾಗಿ ಭಾವಿಸಿ ಎತ್ತಲೋ ಮರೆಯಾಗಿ ಬಿಟ್ಟನು. ಸನ್ಯಾಸಿಗೆ ಅಂತಹ ಪರಿಪೂರ್ಣವಾದ ತ್ಯಾಗಧರ್ಮವಿರಬೇಕು. ತ್ಯಾಗದಿಂದಲ್ಲದೆ ಅಮೃತತ್ತ್ವವು ಸಿದ್ಧಿಸುವುದಿಲ್ಲ. ಗೃಹಸ್ಥರಾಗಲಿ, ಸನ್ಯಾಸಿಗಳಾಗಲಿ ತಂತಮ್ಮ ಸ್ಥಾನಗಳಲ್ಲಿ ಅವರು ದೊಡ್ಡವರೇ ಆಗಿರುತ್ತಾರೆ. ಒಬ್ಬರ ಕರ್ತವ್ಯ ಮತ್ತೊಬ್ಬರಿಗಿಲ್ಲ ಎಂಬುದನ್ನು ಮನವರಿಕೆ ಮಾಡಿಕೋ. ಗೃಹಸ್ಥಧರ್ಮಕ್ಕೆ ಈ ಪಕ್ಷಿಗಳೂ ಸನ್ಯಾಸಧರ್ಮಕ್ಕೆ ಆ ಯುವ ಸನ್ಯಾಸಿಯೂ ನಿನಗೆ ಆದರ್ಶವಾಗಲಿ" ಎಂದು ವಿವರಿಸಿ ಹೇಳಿದನು.

ಗೊಂಡಾರಣ್ಯದಿಂದ ಹೊರಬಂದಬಳಿಕ ಸತ್ಯಾನಂದನು ರಾಜಕುಮಾರಿಗೆ ನಗರವನ್ನು ತಲಪುವ ದಾರಿಯನ್ನು ತೋರಿಸಿಕೊಟ್ಟನು. "ನಿಮ್ಮ ಸತ್ಸಂಗದಿಂದ ನಾನು ಬದುಕಿನ ಶ್ರೇಷ್ಠ ಪಾಠವೊಂದನ್ನು ಕಲಿತೆ. ನನ್ನ ಮನಸ್ಸಿನ ದುಃಖತಳಮಳಗಳು ದೂರವಾದುವು" ಎಂದು ಇಂದುಮತಿಯು ಸತ್ಯಾನಂದನಿಗೂ ಚಂದ್ರವರ್ಮನಿಗೂ ನಮಸ್ಕರಿಸಿ ಪಟ್ಟಣದ ಹಾದಿ ಯನ್ನು ಹಿಡಿದಳು. ಆಮೇಲೆ ಚಂದ್ರವರ್ಮನು "ನಿಮ್ಮ ಕೃಪೆಯಿಂದಾಗಿ ಬಹುದಿನಗಳಿಂದ ಕಾಡುತ್ತಿದ್ದ ಪ್ರಶ್ನೆಯೊಂದಕ್ಕೆ ಸೂಕ್ತವಾದ ಸಮಾಧಾನವನ್ನು ಕಂಡುಕೊಂಡಂತಾಯಿತು. ಪ್ರತಿಯೊಬ್ಬರೂ ತಾವು ಮಾಡುವ ಕರ್ತವ್ಯಗಳ ಬಲದಿಂದ ದೊಡ್ಡವರೆನಿಸುತ್ತಾರೆ ಎಂಬುದನ್ನು ಅರ್ಥಮಾಡಿಕೊಂಡಿದ್ದೇನೆ" ಎಂದು ಹೇಳುತ್ತ ಸತ್ಯಾನಂದನಿಗೆ ನಮಸ್ಕರಿಸಿ, ತನ್ನ ಗಾಂಧಾರದೇಶದ ಹಾದಿಯತ್ತ ಹೆಜ್ಜೆಹಾಕಿದನು. ಎಲ್ಲಿದ್ದರೇನು, ಎತ್ತಹೋದರೇನು ಎಂಬ ನಿರ್ಲಿಪ್ತಭಾವದಿಂದ ಸತ್ಯಾನಂದನು ಎತ್ತಲೋ ಕಣ್ಮರೆಯಾಗಿಬಿಟ್ಟನು.

ಸಿಂಹಾಸನಾರೂಢನಾದ ರಾಜನೆಷ್ಟು ದೊಡ್ಡವನೋ, ಅಷ್ಟೇ ದೊಡ್ಡವನು ಬೀದಿ ಗುಡಿಸುವವನು ಕೂಡ. ಪ್ರಪಂಚವನ್ನು ಬಿಟ್ಟ ಸನ್ಯಾಸಿಯು ಪ್ರಪಂಚದೊಳಗಿರುವ ಗೃಹಸ್ಥನಿಗಿಂತ ದೊಡ್ಡವನೆಂದು ಹೇಳುವುದು ನಿರರ್ಥಕ. ಪ್ರಪಂಚದಲ್ಲಿದ್ದು ಈಶ್ವರಭಜನೆ ಮಾಡುವುದು, ಪ್ರಪಂಚವನ್ನು ಬಿಟ್ಟು ಮನಬಂದಂತೆ ಸುಲಭಜೀವನವನ್ನು ನಡೆಸಿಕೊಂಡು

ಹೋಗುವುದಕ್ಕಿಂತಲೂ ಕಠಿಣತರವಾದುದು. ತಮ್ಮ ಹೆಂಡತಿಮಕ್ಕಳಿಗಾಗಿ ಪ್ರಪಂಚದಲ್ಲಿರುವವರು, ಪ್ರಪಂಚವನ್ನು ತ್ಯಾಗಮಾಡಿದ ಸನ್ಯಾಸಿಗಳನ್ನು "ಅವರು ಕೆಲಸಕ್ಕೆಬಾರದ ಖಾಲಿಪೋಲಿಗಳು" ಎಂದು ಎಣಿಸಬಾರದು. ಈ ಪ್ರಪಂಚದ ಅನಾದರ, ಅಪಹಾಸ್ಯಗಳನ್ನು ಮನಸ್ಸಿಗೆ ಹಾಕಿಕೊಳ್ಳದೆ ಎಲ್ಲರೂ ತಮ್ಮ ಪಾಲಿನ ಕರ್ತವ್ಯಗಳನ್ನು ಮಾಡುತ್ತಲೇ ಇರಬೇಕು ಎಂದು ಹೇಳಿದ್ದಾರೆ. ಹೀಗೆಲ್ಲ ಹೇಳಿದರೂ ಒಂದೆಡೆ ವಿವೇಕಾನಂದರು "ಒಂದು ಮಿಂಚುಹುಳುವಿಗೂ, ಚಂಡಕಾಂತಿಯ ಸೂರ್ಯನಿಗೂ ಯಾವ ವ್ಯತ್ಯಾಸವಿದೆಯೋ, ಒಂದು ಅನಂತಸಾಗರಕ್ಕೂ ಒಂದು ಸಣ್ಣಕೊಳಕ್ಕೂ ಯಾವ ವ್ಯತ್ಯಾಸವಿದೆಯೋ, ಒಂದು ಸಾಸುವೆಕಾಳಿಗೂ ಒಂದು ಮೇರುಪರ್ವತಕ್ಕೂ ಯಾವ ವ್ಯತ್ಯಾಸವಿದೆಯೋ ಅದೇ ವ್ಯತ್ಯಾಸವು ಒಂದು ಸನ್ಯಾಸಿಗೂ ಒಬ್ಬ ಗೃಹಸ್ಥನಿಗೂ ಇದೆ ಎಂಬುದನ್ನು ಮರೆಯಬಾರದು. ಕಪಟಸನ್ಯಾಸಿಗಳು ಮತ್ತು ಪತಿತರಾದವರು ಕೂಡ ಧನ್ಯರು. ಏಕೆಂದರೆ ಅವರೂ ಸನ್ಯಾಸವೆಂಬ ಆ ಪರಮಆದರ್ಶಕ್ಕೆ ಸಾಕ್ಷಿಯಾಗಿರುತ್ತಾರೆ. ಪರೋಕ್ಷವಾಗಿ ಇತರರ ಧ್ಯೇಯ ಸಾಧನೆಗೆ ಅವರು ಸಹಾಯಮಾಡುತ್ತಾರೆ" ಎಂದು ಸನ್ಯಾಸಿಗಳ ಅಗ್ಗಳಿಕೆಯನ್ನು ಪ್ರಶಂಸೆ ಮಾಡಿದ್ದಾರೆ.

ಉಪನ್ಯಾಸಗಳ ನಡುವೆ ವಿವೇಕಾನಂದರು ಹೇಳುತ್ತಿದ್ದ ಕಥೆಗಳು ಒಮ್ಮೊಮ್ಮೆ ಕೋಲಾಹಲವನ್ನೇ ಎಬ್ಬಿಸಿಬಿಡುತ್ತಿದ್ದುವು. ಲಂಡನ್ನಿನ ಸಭಾಂಗಣದಲ್ಲಿ ಈ 'ದೊಡ್ಡವರು ಯಾರು' ಎಂಬ ಕಥೆಯನ್ನು ಹೇಳಿದಾಗ, ಹಲವು ಸುಂದರಿಯರು ವಿವೇಕಾನಂದರನ್ನು ಮುತ್ತಿಕೊಂಡು ಪ್ರಶ್ನೆಗಳ ಮೇಲೆ ಪ್ರಶ್ನೆಯನ್ನು ಸುರಿದುಬಿಟ್ಟರು. "ಆ ಸನ್ಯಾಸಿಯು ರಾಜಕುಮಾರಿಯನ್ನು ಮದುವೆಯಾಗದೆ ಆಕೆಯ ಜೀವನವನ್ನು ದುಃಖಕ್ಕೀಡು ಮಾಡುವುದು ಸರಿಯೇ" ಎಂಬ ಪ್ರಶ್ನೆಯೇ ಅವುಗಳಲ್ಲಿ ಮುಖ್ಯವಾಗಿತ್ತು. ಅದಕ್ಕೆ ವಿವೇಕಾನಂದರು "ಆ ಸನ್ಯಾಸಿಯೇಕೆ ಭ್ರಷ್ಟನಾಗಬೇಕು" ಎಂದು ಕೋಪವನ್ನು ನಟಿಸುತ್ತ, ಚೀರುತ್ತ, ಹೇಗೋ ಬೇಗನೆ ಅಲ್ಲಿಂದ ತಪ್ಪಿಸಿಕೊಂಡರು.

೪೪. ಮಕ್ಕಳ ಸ್ವಭಾವ

ನಮ್ಮದು ಮಕ್ಕಳ ಸ್ವಭಾವ. ಈ ಜಗತ್ತು ತುಂಬಾ ಸುಂದರವಾಗಿದೆ. ಭೋಗರಾಶಿಯು ನಮಗಾಗಿ ಕಾದು ಕುಳಿತಿದೆ ಎಂದು ನಾವು ಹಿಗ್ಗುತ್ತೇವೆ. ಇದು ಕೇವಲ ಶಾಲೆಯಮಕ್ಕಳ ಕನಸು. ಅವರು ಪ್ರಬುದ್ಧರಾಗಿ ಪ್ರಪಂಚವನ್ನು ಪ್ರವೇಶಿಸಿದಾಗ ಆ ಕನಸೆಲ್ಲ ಕರಗಿಹೋಗುತ್ತದೆ. ಈ ಜಗತ್ತಿನ ಪ್ರತಿಯೊಂದು ನಗರವೂ ಒಂದೊಂದು ಭಗ್ನಾವಶೇಷದ ಮೇಲೆಯೇ ಕಟ್ಟಲ್ಪಟ್ಟಿದೆ. ಈಗಿನ ಪ್ರತಿಯೊಂದು ಕಾಡೂ ಹಿಂದೊಂದು ನಗರವೇ ಆಗಿತ್ತು. ಇಂದಿನ ನಗರ ಮುಂದಿನ ಕಾಲಕ್ಕೆ ಭಗ್ನಾವಶೇಷವಾಗುತ್ತದೆ, ಇಂದಿನ ಕಾಡು ಮುಂದಿನ ಕಾಲಕ್ಕೆ ಒಂದು ನಗರವಾಗುತ್ತದೆ ಎಂಬುದನ್ನು ಮನುಷ್ಯನು ನೆಟ್ಟನೆ ಅರಿತಾಗ "ಈ ಜಗತ್ತಿನಲ್ಲಿ ಎಲ್ಲವೂ ವ್ಯರ್ಥ" ಎಂಬ ತಿಳಿವಳಿಕೆ ಅವನನ್ನು ಆಶ್ರಯಿಸಿಕೊಂಡುಬಿಡುತ್ತದೆ. ಅಂತಹ ತಿಳಿವಳಿಕೆ ಪಡೆಯಲು ಸಾಕಷ್ಟು ಶ್ರಮಿಸಬೇಕು.

ಒಬ್ಬ ಮಹಿಳೆ ಆಗಾಗ ಸ್ವಾಮಿ ವಿವೇಕಾನಂದರ ಸತ್ಸಂಗಕ್ಕೆ ಬರುತ್ತಿದ್ದಳು. ಅವಳ ಸಾಂಸಾರಿಕ ಮೋಹವಾದರೋ ಹೇಳಿತೀರದಷ್ಟು ಪ್ರಮಾಣದಲ್ಲಿತ್ತು. ತನ್ನ ಮಕ್ಕಳು, ತನ್ನ ಬಂಗಲೆ, ತನ್ನ ನಗನಾಣ್ಯಗಳು ಎಂದರೆ ಅವಳಿಗೆ ಪಂಚಪ್ರಾಣ. ಅವುಗಳಿಂದ ದೂರವಾಗಿರುವುದು ಅವಳಿಂದ ಸಾಧ್ಯವೇ ಇರಲಿಲ್ಲ. ಹೀಗಿರುವಾಗ ಅವಳು ಒಂದು ದಿನ ಸ್ವಾಮಿ ವಿವೇಕಾನಂದರನ್ನು ಕುರಿತು "ಸ್ವಾಮಿ, ದೇವರನ್ನು ಪಡೆಯುವುದಕ್ಕೆ ಇರುವ ಮಾರ್ಗ ಯಾವುದು ಎಂಬುದನ್ನು ನನಗೆ ತಿಳಿಸಿಕೊಡಿ" ಎಂದು ಬೇಡಿಕೊಂಡಳು. ಆಗ ವಿವೇಕಾನಂದರು "ನೋಡು ತಾಯಿ, ಮಕ್ಕಳುಮರಿಗಳು, ಮನೆಮಠಗಳು, ನಗನಾಣ್ಯಗಳು ಮುಂತಾದುವುಗಳನ್ನು ತ್ಯಜಿಸುವುದೇ ದೇವರನ್ನು ಪಡೆಯಲು ಇರುವ ಏಕೈಕ ಮಾರ್ಗ" ಎಂದು ಉಪದೇಶಿಸಿದರು. ಆ ಬೋಧನೆಯನ್ನು ಕೇಳಿದ ಮರುದಿವಸದಿಂದಲೇ ಆ ಮಹಿಳೆಯು ಸತ್ಸಂಗಕ್ಕೆ ಬರುವುದನ್ನು ನಿಲ್ಲಿಸಿಬಿಟ್ಟಳು. ಮತ್ತೆ ಅದೆಷ್ಟೋ ದಿನಗಳ ಬಳಿಕ ಅವಳು ವಿವೇಕಾನಂದರ ದರ್ಶನ ಪಡೆದುಕೊಂಡಳು. ಆಗ ಅವಳು "ಸ್ವಾಮಿ, ನೀವು ಬೋಧಿಸಿದ ಧರ್ಮ ನನಗೆ ಅನುಕೂಲಕರವಾಗಿರಲಿಲ್ಲ. ಆದ್ದರಿಂದಲೇ ನಾನು ಸತ್ಸಂಗಕ್ಕೆ ಬರುವುದನ್ನು ನಿಲ್ಲಿಸಿಬಿಟ್ಟೆ. ಈಗ ನಮಗೆ ಅನುಕೂಲಕರವಾದ ಧರ್ಮವನ್ನು ಕೊಡಿ" ಎಂದು ಕೇಳಿಕೊಂಡಳು. ಆಗ ವಿವೇಕಾನಂದರು "ಅನುಕೂಲಕರವಾದ ಧರ್ಮ ಯಾವುದು ಎಂಬುದು ನನಗೆ ಇದುವರೆಗೂ ಅರ್ಥವಾಗಿಲ್ಲ. ನಮಗೆ ಅಂತಹ ಧರ್ಮವನ್ನು ಯಾರೂ

ಬೋಧಿಸಿಯೂ ಇಲ್ಲ. ನಾವು ಸತ್ಯವನ್ನೇ ಬಯಸುವುದಾದರೆ ಅದು ಅನುಕೂಲವೋ ಪ್ರತಿಕೂಲವೋ ಎಂಬುದನ್ನು ತರ್ಕಿಸುತ್ತ ಕುಳಿತುಕೊಳ್ಳುವಂತಿಲ್ಲ. ಸತ್ಯವು ಕೆಲವುವೇಳೆ ನಮಗೆ ಆಘಾತವನ್ನೇ ತಂದೊಡ್ಡುತ್ತದೆ. ಆ ಮಾತು ಹಾಗಿರಲಿ, 'ಅನುಕೂಲಕರವಾದ ಧರ್ಮ' ಎಂದು ಹೇಳುತ್ತಿದ್ದೀಯಲ್ಲ, ನಿನ್ನ ಅಭಿಪ್ರಾಯದಲ್ಲಿ ಅದು ಹೇಗಿರಬೇಕೆಂಬುದನ್ನು ನನಗೆ ಹೇಳು" ಎಂದು ಪ್ರಶ್ನಿಸಿದರು.

ಆಗ ಆ ಮಹಿಳೆಯು "ನಾನಾದರೋ ನನ್ನ ಮಕ್ಕಳಲ್ಲಿ, ನನ್ನ ಆಸ್ತಿಪಾಸ್ತಿಗಳಲ್ಲಿ, ನನ್ನ ವಜ್ರವೈಡೂರ್ಯಗಳಲ್ಲಿ ದೇವರನ್ನು ಕಾಣಲು ಆಸೆಪಡುತ್ತೇನೆ. ಅಂತಹ ಮಾರ್ಗವನ್ನು ನನಗೆ ತಿಳಿಸಿಕೊಡಿ" ಎಂದು ಕೇಳಿದಳು. ಆಗ ಸ್ವಾಮಿಗಳು "ನಿನ್ನ ಅಭಿಪ್ರಾಯ ಈಗ ನನಗೆ ಅರ್ಥವಾಯಿತು. ನೀನು ಯಾವುದರ ಮೂಲಕ ದೇವರನ್ನು ಕಾಣಬೇಕೆಂದಿರುವೆಯೋ, ಆ ಎಲ್ಲ ಸೌಭಾಗ್ಯಗಳೂ ಈಗ ನಿನ್ನ ಬಳಿ ಸಮೃದ್ಧವಾಗಿವೆ. ಇನ್ನು ಮುಂದೆಯೂ ಅವು ನಿನ್ನ ವಶದಲ್ಲಿರುತ್ತವೆ. ಮುಂದಿನ ನಿನ್ನ ಏಳೇಳು ಜನ್ಮಗಳಲ್ಲಿಯೂ ಸಾವಿರಾರು ವರ್ಷಗಳ ಪರ್ಯಂತವೂ ನೀನು ಅವುಗಳನ್ನು ನೋಡುತ್ತ, ಅವುಗಳ ಮಧ್ಯದಲ್ಲಿಯೇ ಇರುತ್ತೀಯೆ. ಆದರೆ ಅವುಗಳ ಸಂಪರ್ಕದಲ್ಲಿರುವವರೆಗೆ ಮಾತ್ರ ನೀನು ದೇವರನ್ನು ಕಾಣಲಾಗುವುದಿಲ್ಲ. ಅನಂತರ ಎಂದೋ ಒಂದುದಿನ, ನಿನ್ನ ಬದುಕಿನಲ್ಲಿ ಏನೋಒಂದು ಆಘಾತವುಂಟಾಗಿ ನಿನ್ನಲ್ಲಿ ವಿವೇಕೋದಯವಾಗುತ್ತದೆ. ಈ ಮಕ್ಕಳು, ಈ ಸಂಪತ್ತು, ಈ ವಜ್ರಗಳಿಂದ ನಾನು ದೇವರನ್ನು ಕಾಣಲಾಗುವುದಿಲ್ಲ ಎಂಬುದು ಆಗ ನಿನಗೇ ಮನವರಿಕೆಯಾಗಿಬಿಡುತ್ತದೆ. ಅಲ್ಲಿಯವರೆಗೆ ನೀನು ನಿನ್ನ ಮಕ್ಕಳಲ್ಲೇ, ನಿನ್ನ ಐಶ್ವರ್ಯದಲ್ಲೇ, ನಿನ್ನ ನೃತ್ಯಗೀತೆಗಳಲ್ಲೇ ದೇವರನ್ನು ಕಾಣುತ್ತಿರು" ಎಂದು ತಿಳಿಸಿಕೊಟ್ಟರು.

"ಈ ಜನರು ಒಂದು ರೂಢಿಗೆ ಬದ್ಧರಾಗಿದ್ದಾರೆ. ಅದರಿಂದ ಹೊರಬರುವ ಧೈರ್ಯ ಅವರಿಗಿಲ್ಲ. ಸತ್ಯವನ್ನು ಸೇರುವ ಹಂಬಲ ಅವರಿಗಿಲ್ಲ. ಸತ್ಯವೇ ತಮ್ಮೆಡೆಗೆ ಬರಬೇಕು, ಸತ್ಯವೇ ತಮ್ಮ ಭಾವನೆಗೆ ಅನುಗುಣವಾಗಿ ಹೊಂದಿಕೊಳ್ಳಬೇಕು ಎಂದು ಅವರು ಬಯಸುತ್ತಾರೆ. ಅಂತಹವರು ಮುಕ್ತಿಗೆ ಬಹಳ ದೂರದಲ್ಲಿರುತ್ತಾರೆ. ನಮ್ಮ ಆದರ್ಶವೇನೆಂಬುದನ್ನು ನಾವೇ ನಿರ್ಧರಿಸಿಕೊಂಡು, ಸಾಯುವವರೆಗೂ ಅದನ್ನೇ ಧೈರ್ಯದಿಂದ ಅನುಸರಿಸಬೇಕು. ಅದೇ ಮುಕ್ತಿಗೆ ಹಾದಿ. ಅರೆಮನಸ್ಸಿನಿಂದ ಏನನ್ನೂ ಸಾಧಿಸಲಾಗುವುದಿಲ್ಲ" ಎಂದು ವಿವೇಕಾನಂದರು ಮುಕ್ತಾಯದಲ್ಲಿ ಮನೋಜ್ಞವಾಗಿ ಉಪದೇಶ ಹೇಳಿದ್ದಾರೆ.

೪೫. ಕಂಬಳಿಹುಳು

ನಾವು ಈ ಜಗತ್ತಿಗೆ ತುಂಬಾ ಹಳಬರು. ನಾವು ಯಾವಾಗಲೂ ಇದ್ದೆವು. ಒಂದೊಂದು ಜನ್ಮದಲ್ಲಿಯೂ ನಮ್ಮ ಅದೃಷ್ಟವನ್ನು ನಾವೇ ರೂಪಿಸಿಕೊಂಡೆವು. ವಿಧಿಯೆಂಬುದು ಪ್ರತ್ಯೇಕವಾಗಿ ಇರುವಂಥದೇನಲ್ಲ. ಅದು ನಮ್ಮ ಪೂರ್ವಕರ್ಮಗಳ ಫಲವೇ ಆಗಿದೆ. ನಮ್ಮ ಕರ್ಮಗಳಿಗೆ ನಾವೇ ಜವಾಬ್ದಾರರು ಎಂಬುದು ನಿಶ್ಚಯವಾಗಿರುವುದರಿಂದ ಅದನ್ನು ನಿವಾರಿಸಿಕೊಳ್ಳುವುದೂ ನಮ್ಮ ಕೈಯಲ್ಲೇ ಇದೆ. ಅದಕ್ಕೊಂದು ಸುಂದರದೃಷ್ಟಾಂತವನ್ನು ಸ್ವಾಮಿ ವಿವೇಕಾನಂದರು ಕೊಟ್ಟಿದ್ದಾರೆ.

ಒಂದು ಕಂಬಳಿಹುಳು ತನ್ನ ದೇಹದ ದ್ರವ್ಯದಿಂದಲೇ ತನ್ನಸುತ್ತ ಒಂದುಗೂಡನ್ನು ಹೆಣೆದುಕೊಂಡುಬಿಟ್ಟಿತು. ಅದರ ಫಲವಾಗಿ ಅದು ತನ್ನ ಗೂಡಿನೊಳಗೇ ಬಂಧನಕ್ಕೆ ಒಳಗಾಗಿಬಿಟ್ಟಿತು. "ಅಯ್ಯೋ, ನಾನೇಕೆ ಹೀಗೆ ಮಾಡಿಕೊಂಡುಬಿಟ್ಟೆ" ಎಂದು ಅದು ಬೇಕಾದಷ್ಟು ಅತ್ತಿತು, ಕಿರುಚಾಡಿತು. "ಯಾರಾದರೂ ನನ್ನ ಸಹಾಯಕ್ಕೆ ಬನ್ನಿ" ಎಂದು ಗೋಳಿಟ್ಟಿತು. ಆದರೆ ಯಾರೂ ಅದರ ಸಹಾಯಕ್ಕೆ ಬರಲಿಲ್ಲ. ಆಗ ಅದು ತಾನೇ ಬಹಳ ಕಷ್ಟಪಟ್ಟು ತನ್ನ ಗೂಡನ್ನು ಸೀಳಿಕೊಂಡು ಹೊರಬಂದಿತು. ಅಷ್ಟುಹೊತ್ತಿಗೆ ಅದೊಂದು ಸುಂದರವಾದ ಚಿಟ್ಟೆಯಾಗಿಬಿಟ್ಟಿತ್ತು.

ಕಂಬಳಿಹುಳುವಿನ ಕಥೆಯೇ ನಮ್ಮ ಜನನಮರಣಗಳ ಬಂಧನಕ್ಕೂ ಅನ್ವಯ ವಾಗುತ್ತದೆ. ಈಗ ಉಂಟಾಗಿರುವ ಬಂಧನದಿಂದ ನಾವೂ ದುಃಖಪಡುತ್ತಿದ್ದೇವೆ. ಆದರೆ ಸುಮ್ಮನೆ ದುಃಖಿಸಿದರೆ, ರೋದಿಸಿದರೆ ಏನೂ ಪ್ರಯೋಜನವಾಗುವುದಿಲ್ಲ, ಯಾರೂ ನಮ್ಮ ಸಹಾಯಕ್ಕೆ ಬರುವುದಿಲ್ಲ. ಈ ಬಂಧನವನ್ನು ಕಡಿದುಹಾಕಲು ನಾವೇ ಪ್ರಯತ್ನಿಸಬೇಕು. ಮಾನವನು ಸ್ವಭಾವತಃ ದುಷ್ಟನಲ್ಲ. ಪವಿತ್ರತೆಯೇ ಅವನ ಸ್ವರೂಪ. ಆ ಸ್ವರೂಪವು ಅಜ್ಞಾನದಿಂದ ಮುಚ್ಚಿಹೋಗಿದೆ. ಆ ಅಜ್ಞಾನವನ್ನು, ಜ್ಞಾನವೆಂಬ ವಿಚಾರದ ಮೂಲಕ ನಿವಾರಿಸಿಕೊಳ್ಳಬೇಕು. ಸುಂದರವಾದ ಚಿಟ್ಟೆಯಾಗಿಬಿಡುವುದೇ ಹುಟ್ಟುಸಾವು ಗಳಿಲ್ಲದ ಮೋಕ್ಷದ ಸ್ಥಿತಿ.

೪೬. ಪ್ರೀತಿಯು ವ್ಯಾಪಾರದ ಸರಕಲ್ಲ

ಈ ಜಗತ್ತೆಂಬ ಪ್ರಕೃತಿಯು ಕೆಲವು ವಿಶಿಷ್ಟ ನಿಯಮಗಳಿಗೆ ಅನುಸಾರವಾಗಿ ನಡೆಯುತ್ತಿದೆ. ಆ ನಿಯಮಗಳು ಕಾರ್ಯಕಾರಣಸಂಬಂಧದಿಂದ ಕೂಡಿವೆ. ಆದರೆ ದೇವರು ಎಂಬ ಮಹಾಶಕ್ತಿಯೊಬ್ಬನು ಆ ನಿಯಮಗಳನ್ನೂ ಕಾರ್ಯಕಾರಣಸಂಬಂಧಗಳನ್ನೂ ಮೆಟ್ಟಿ ನಿಂತಿದ್ದಾನೆ. ಈ ಪ್ರಕೃತಿಯ ಕಣಕಣವನ್ನೂ ಅವನು ತುಂಬಿಕೊಂಡಿದ್ದಾನೆ. ಅವನ ಆಜ್ಞೆಯಿಂದಲೇ ಗಾಳಿಬೀಸುತ್ತಿದೆ, ಬೆಂಕಿಉರಿಯುತ್ತಿದೆ, ಮೋಡಗಳು ಮಳೆಸುರಿಸುತ್ತಿವೆ, ಮೃತ್ಯುವು ತನ್ನ ಕರ್ತವ್ಯವನ್ನು ನಿರ್ವಹಿಸುತ್ತಿದೆ. ಆ ದೇವರು ಸರ್ವಾಂತರ್ಯಾಮಿಯೂ ಪರಿಶುದ್ಧನೂ ನಿರಾಕಾರನೂ ಸರ್ವಶಕ್ತನೂ ದಯಾಸಾಗರನೂ ಆಗಿದ್ದಾನೆ. ಅವನೇ ನಮ್ಮ ತಾಯಿಯೂ ತಂದೆಯೂ ಸ್ನೇಹಿತನೂ ಆಗಿದ್ದಾನೆ. ಜಗತ್ತಿನ ಭಾರವನ್ನು ಹೊರುವ ಅವನು, ನಮ್ಮ ಬದುಕಿನ ಸಣ್ಣಭಾರಗಳನ್ನು ಹೊರಲು ನಮಗೆ ಸಹಾಯಮಾಡುತ್ತಾನೆ. ಇಂತಹ ದೇವರನ್ನು ಯಾವುದೇ ಸ್ವಾರ್ಥವಿಲ್ಲದೆ ಪೂಜಿಸುವುದು ಉತ್ತಮ ಪಕ್ಷವಾಗಿದೆ. ಈ ಜನ್ಮದಲ್ಲಾಗಲಿ, ಮುಂಬರುವ ಜನ್ಮದಲ್ಲಾಗಲಿ ದೇವರು ನಮಗೆ ಬೇಕುಬೇಕಾದ ಧನಕನಕ ವಸ್ತುವಾಹನಗಳನ್ನು ಬಹುಮಾನವಾಗಿ ಕರುಣಿಸುತ್ತಾನೆ ಎಂಬ ಸ್ವಾರ್ಥಬುದ್ಧಿಯಿಂದ ಅವನನ್ನು ಪೂಜಿಸುವುದು ತರವಲ್ಲ. "ಈ ಜೀವನದಲ್ಲಾಗಲಿ, ಮುಂದಿನ ಜೀವನದಲ್ಲಾಗಲಿ ಸಿಕ್ಕುವ ಎಲ್ಲ ವಸ್ತುಗಳಿಗಿಂತಲೂ ನೀನೇ ನನಗೆ ಪ್ರಿಯತಮನಾಗಿದ್ದೀಯೆ" ಎಂಬ ಕಾಮನಾರಹಿತ ಬುದ್ಧಿಯಿಂದ ಪೂಜಿಸುವುದೇ ಅತ್ಯಂತ ಶ್ರೇಯಸ್ಕರವಾದುದು. ಹೀಗೆ ಉಪದೇಶಿಸಿರುವ ಸ್ವಾಮಿವಿವೇಕಾನಂದರು ನಿಷ್ಕಾಮಭಕ್ತಿಗೆ ಸಂಕೇತವಾಗಿ ಮಹಾಭಾರತ ದಲ್ಲಿ ಬರುವ ಧರ್ಮರಾಯನನ್ನು ಎತ್ತಿಹಿಡಿದಿದ್ದಾರೆ.

ಕೌರವರೊಡನೆ ಜೂಜಾಡಿಸೋತ ಧರ್ಮರಾಯನು ತನ್ನ ತಮ್ಮಂದಿರು ಮತ್ತು ದ್ರೌಪದೀಸಹಿತನಾಗಿ ಹನ್ನೆರಡುವರ್ಷಗಳ ವನವಾಸಕ್ಕೆ ಹೋಗಬೇಕಾಯಿತು; ಪರಿಪರಿಯ ಕಷ್ಟಗಳಿಗೆ ಗುರಿಯಾಗಬೇಕಾಯಿತು. ಆ ಹೊತ್ತಿನಲ್ಲಿ ದ್ರೌಪದಿಯು ಧರ್ಮರಾಯನನ್ನು ಕುರಿತು "ಧರ್ಮವನ್ನು ನಾವು ಕಾಪಾಡಿದರೆ ನಮ್ಮನ್ನು ಅದು ಕಾಪಾಡುತ್ತದೆ ಎಂದು ನಾನು ಕೇಳಿದ್ದೇನೆ. ನೀನು ಅರಣ್ಯವಾಸಕ್ಕೆ ಬಂದರೂ ಧರ್ಮವನ್ನು ಬಿಡದೆ ಕಾಪಾಡು ತ್ತಿದ್ದೀಯೆ. ಆದರೆ ಅದಕ್ಕೆ ಪ್ರತಿಯಾಗಿ ಧರ್ಮವು ನಿನ್ನನ್ನು ಕಾಪಾಡುವಂತೆ ಕಾಣುತ್ತಿಲ್ಲ. ದೇವರು ನಮ್ಮ ಮೇಲೆ ಕರುಣೆದೋರದೆ, ನಮ್ಮನ್ನು ಪರರಂತೆ ಭಾವಿಸಿ, ನಮ್ಮ ಮೇಲೆ

ಕೋಪವನ್ನೇ ಬೀರುತ್ತಿದ್ದಾನೆ. ಹಾಗಲ್ಲದಿದ್ದರೆ ಒಳ್ಳೆಯವರು ದುಃಖದಲ್ಲಿ ನವೆಯುವುದು, ಕೆಟ್ಟವರು ಸುಖದಲ್ಲಿ ಮೆರೆಯುವುದು ಎಂಬುದು ನಡೆಯುತ್ತಿರಲಿಲ್ಲ. ಇದೆಲ್ಲವನ್ನೂ ನೋಡಿದರೆ ದೇವರನ್ನು ನಿಂದಿಸೋಣವೆನಿಸುತ್ತದೆ" ಎಂದು ಸಾಕಷ್ಟು ವಿಸ್ತಾರವಾಗಿ ತನ್ನ ಅಂತರಂಗದ ಅಳಲನ್ನು ತೋಡಿಕೊಂಡಳು.

ಆಗ ಧರ್ಮರಾಯನು ಶಾಂತಮನಸ್ಕನಾಗಿಯೇ ದ್ರೌಪದಿಯನ್ನು ಕುರಿತು "ನೀನು ನನ್ನ ರಾಣಿಯಲ್ಲವೇ, ಹೀಗೆಲ್ಲ ಕಳವಳಪಡುವುದು ನಿನಗೆ ತರವಲ್ಲ. ನಮ್ಮ ಕಣ್ಣೆದುರಿಗೆ ಹಬ್ಬಿ, ಬೆಳೆದಿರುವ ಹಿಮಾಲಯಾಪರ್ವತದ ಆ ಶಿಖರಗಳನ್ನು ಕಣ್ಣಿಟ್ಟುನೋಡು, ಅವು ಎಷ್ಟೊಂದು ಸುಂದರವಾಗಿವೆ, ಎಷ್ಟೊಂದು ಭವ್ಯವಾಗಿವೆ! ನಾನು ಅವುಗಳನ್ನು ಮನಸಾರೆ ಪ್ರೀತಿಸುತ್ತೇನೆ. ಹಾಗೆ ಪ್ರೀತಿಸುವುದಕ್ಕೆ ಪ್ರತಿಯಾಗಿ ಆ ಮನೋಹರ ಶಿಖರಗಳು ನನಗೆ ಏನನ್ನೂ ಕೊಡುವುದಿಲ್ಲ. ಕೊಡಬೇಕಾಗಿಯೂ ಇಲ್ಲ. ಆದರೆ ಸುಂದರವಾಗಿರುವುದನ್ನಾಗಲಿ, ಭವ್ಯವಾಗಿರುವುದನ್ನಾಗಲಿ ಪ್ರೀತಿಸುವುದು ನನ್ನ ಸ್ವಭಾವವಾಗಿದೆ. ಈ ಸ್ವಭಾವಕ್ಕೆ ಅನುಗುಣವಾಗಿಯೇ ನಾನು ದೇವರನ್ನೂ ಪ್ರೀತಿಸುತ್ತೇನೆ. ಈ ಎಲ್ಲ ಸೌಂದರ್ಯಕ್ಕೂ ಭವ್ಯತೆಗೂ ಅವನೇ ಆಶ್ರಯಸ್ಥಾನವಾಗಿದ್ದಾನೆ. ಈ ಜಗತ್ತಿನಲ್ಲಿ ಅವನೊಬ್ಬನೇ ಪ್ರೀತಿಸಲ್ಪಡ ಬೇಕಾದ ವಸ್ತುವಾಗಿದ್ದಾನೆ. ಅವನ ಹೊರತಾಗಿ ನಾನು ಮತ್ತಾವುದನ್ನೂ ಅಷ್ಟು ತೀವ್ರವಾಗಿ ಪ್ರೀತಿಸುವುದಿಲ್ಲ. ನನ್ನ ಪ್ರೀತಿಗೆ ಪ್ರತಿಯಾಗಿ ನಾನು ಅವನನ್ನು ಕುರಿತು "ನನಗೆ ಇಂತಹ ವಸ್ತುವನ್ನು ಕೊಡು. ಅಂತಹ ವಸ್ತುವನ್ನು ಕೊಡು" ಎಂದು ಬೇಡುವುದಿಲ್ಲ.

"ಅವನು ನನ್ನನ್ನು ತನ್ನ ಇಚ್ಛೆಯಿದ್ದಂತೆ ನಡೆಸಿಕೊಳ್ಳಲಿ, ಎಲ್ಲಿ ಬೇಕೋ ಅಲ್ಲಿ ಇಡಲಿ. ಅವನು ಇಟ್ಟಹಾಗೆ ನಾನು ಇರುತ್ತೇನೆ. ಪ್ರೇಮಕ್ಕೋಸ್ಕರವಾಗಿಯಷ್ಟೇ ನಾನು ಅವನನ್ನು ಪ್ರೀತಿಸುತ್ತೇನೆ. ಪ್ರೀತಿಯನ್ನು ಮುಂದಿಟ್ಟುಕೊಂಡು ನಾನು ವ್ಯಾಪಾರ ಮಾಡಲಾರೆ" ಎಂದು ತಿಳಿವಳಿಕೆ ಹೇಳಿದನು. ಅದರಿಂದ ದ್ರೌಪದಿಗೆ ಕೊಂಚ ಸಮಾಧಾನ ವಾಯಿತು. ಧರ್ಮರಾಯನ ಈ ಮಾತುಗಳನ್ನು ಕೇಳುವಾಗ 'ನಾರದ ಭಕ್ತಿಸೂತ್ರ'ದ "ಸಾ ತು ಅಸ್ಮಿನ್ ಪರಮಪ್ರೇಮರೂಪಾ"– ಪರಮಾತ್ಮನ ವಿಷಯದಲ್ಲಿಡುವ ಅತಿಶಯವಾದ ಪ್ರೇಮವೇ ಭಕ್ತಿಯೆನಿಸುತ್ತದೆ– ಎಂಬ ಮಾತು ನೆನಪಿಗೆ ಬರುತ್ತದೆ.

ಜೀವಾತ್ಮನು ತಾನು ಪವಿತ್ರಾತ್ಮನೇ ಆದರೂ ಪ್ರಕೃತಿಯ ಬಂಧನದಲ್ಲಿ ಸಿಲುಕಿ ಕೊಂಡಿದ್ದಾನೆ. ಆ ಬಂಧನದಿಂದ ಬಿಡುಗಡೆಗೊಳ್ಳುವುದೇ ಮೋಕ್ಷವೆನಿಸುತ್ತದೆ. ಮೋಕ್ಷ ವೆಂದರೆ ಅದು ಅಪೂರ್ಣತೆಯಿಂದ ಬಿಡುಗಡೆ; ಅದು ದುಃಖದಿಂದ ಬಿಡುಗಡೆ; ಅದು ಜನನಮರಣಗಳಿಂದ ಬಿಡುಗಡೆ. ಈ ಪರಿಯ ಬಿಡುಗಡೆಯ ಅನುಗ್ರಹಕ್ಕಾಗಿ ನಾವು ಅವನನ್ನು ಪ್ರೀತಿಸಬೇಕು, ಅವನನ್ನೇ ಪೂಜಿಸಬೇಕು ಎಂದು ವಿವೇಕಾನಂದರು ಈ ದೃಷ್ಟಾಂತದ ಕೊನೆಯಲ್ಲಿ ಉಪದೇಶಿಸಿದ್ದಾರೆ.

೪೭. ಸೇವಕಿಯ ನಿರ್ಲಿಪ್ತತೆ

ಈ ಲೋಕದಲ್ಲಿ ನಾವೆಲ್ಲರೂ ಅನೇಕ ವಿಷಯಗಳಲ್ಲಿ 'ನಾನು, ನನ್ನವು, ನನ್ನವರು' ಎಂಬ ಭಾವನೆಯನ್ನು ತಾಳಿ ಮೋಹಪರವಶರಾಗುತ್ತೇವೆ. ಅದು ದುಃಖಕ್ಕೆ ಹೇತುವಾಗುತ್ತದೆ. ನಿಜವಾಗಿಯೂ ಅವೆಲ್ಲವೂ ಪರಮಾತ್ಮನಿಗೇ ಸೇರಿದ ವಸ್ತುಗಳೆಂದು ದೃಢವಾಗಿ ನಂಬಿದರೆ ದುಃಖವಿರುವುದಿಲ್ಲ. ನಾನು, ನನ್ನದು ಎಂಬ ಭಾವನೆಯಿದೆಯಲ್ಲಾ, ಅದೊಂದು ದೌರ್ಬಲ್ಯವಲ್ಲದೆ ಬೇರೆಯಲ್ಲ. ಆ ದೌರ್ಬಲ್ಯವೇ ಅನೇಕ ವೇಳೆ ಮೇಲುಗೈಯಾಗಿ 'ನಾನು ನಿಮಗೆ ಕಲ್ಯಾಣವನ್ನುಂಟುಮಾಡುತ್ತೇನೆ, ನಿಮಗೆ ಬಲವನ್ನು ತುಂಬಿಸಿ ಕೊಡುತ್ತೇನೆ' ಎಂದು ನಮ್ಮ ಮನಸ್ಸಿನೊಳಕ್ಕೆ ಉಪಾಯವಾಗಿ ನುಸುಳಿಕೊಂಡುಬಿಡುತ್ತದೆ. ಲೋಕಾಸಕ್ತಿಯೆಂಬುದೇ ಎಲ್ಲ ವ್ಯಥೆಗೂ ತೌರುಮನೆ. 'ಇವರೆಲ್ಲ ನನ್ನನ್ನು ಆಶ್ರಯಿಸಿ ಕೊಂಡಿದ್ದಾರೆ, ನಾನು ಅನೇಕರಿಗೆ ಸಹಾಯಮಾಡಲು ಶಕ್ತನಾಗಿದ್ದೇನೆ' ಎಂದು ಭಾವಿಸುವುದುಕೂಡ ನಮ್ಮ ಬಲಹೀನತೆಯ ಕುರುಹಾಗಿದೆ.

ಒಬ್ಬ ಸಿರಿವಂತರ ಮನೆಯಲ್ಲಿ ಮಕ್ಕಳನ್ನು ನೋಡಿಕೊಳ್ಳುವುದಕ್ಕೆಂದು ಸೇವಕಿಯೊಬ್ಬಳನ್ನು ಗೊತ್ತುಮಾಡಿಕೊಂಡಿದ್ದರು. ಅವಳು ಮನೆಗೆಲಸಗಳ ಜೊತೆಗೆ ಆ ಮಕ್ಕಳಿಗೆ ಹಾಲುಕುಡಿಸುವುದು, ಊಟಮಾಡಿಸುವುದು, ಆಟವಾಡಿಸುವುದು, ನಿದ್ರೆಮಾಡಿಸುವುದು, ಮಲಮೂತ್ರಾದಿಗಳನ್ನು ಶುದ್ಧಪಡಿಸಿ ಸ್ನಾನಮಾಡಿಸುವುದು– ಮೊದಲಾದ ಎಲ್ಲ ಸೇವೆ ಶುಶ್ರೂಷೆಗಳನ್ನೂ ಅಚ್ಚುಕಟ್ಟಾಗಿ ಮಾಡುತ್ತಿದ್ದಳು. ಹಾಗೆ ಮಾಡುವಾಗಲೆಲ್ಲ ಅವಳು 'ನನ್ನ ಚಿನ್ನಾ ನನ್ನ ಕಂದಾ ನನ್ನ ಗೋವಿಂದಾ' ಎಂದು ಆ ಮಕ್ಕಳನ್ನು ಕರೆಯುತ್ತಾ, ಅವೆಲ್ಲವೂ ತನ್ನ ಹೊಟ್ಟೆಯಲ್ಲಿ ಹುಟ್ಟಿದ ಮಕ್ಕಳೇ ಹೌದು ಎಂಬಂತೆ ನಡೆದುಕೊಳ್ಳುತ್ತಿದ್ದಳು. ಹೊರಗಿನಿಂದ ನೋಡುವವರಿಗೂ ಹಾಗೆಯೇ ಭಾಸವಾಗುವಂತೆ ಮುದ್ದುಮಾಡುತ್ತಿದ್ದಳು. ಆದರೆ ಇವಾವುವೂ ತನ್ನ ಮಕ್ಕಳಲ್ಲ ಎಂಬುದು ಅವಳಿಗೆ ಗೊತ್ತಿಲ್ಲವೇ!

ಹೀಗಿರುವಲ್ಲಿ ಆ ಸಾಹುಕಾರರ ಮನೆಯಲ್ಲಿ ಏನೋ ಕಳ್ಳತನ ನಡೆದುಹೋಗಿ, ಆ ಸಂಬಂಧವಾಗಿ ಮನೆಯವರಿಗೆ ಸೇವಕಿಯ ಮೇಲೆ ಸಂಶಯ ಹುಟ್ಟಿಕೊಂಡಿತು. ಆ ವಿಚಾರವಾಗಿ ಅವರೇನೂ ಸೇವಕಿಯ ಮೇಲೆ ಅಪವಾದ ಹೊರಿಸದಿದ್ದರೂ "ಇನ್ನು ಮೇಲೆ ನೀನು ನಮ್ಮ ಮನೆಯ ಕೆಲಸಕ್ಕೆ ಬರುವುದು ಬೇಡ" ಎಂದು ಹೇಳಿಬಿಟ್ಟರು. ಆಗ ಸೇವಕಿಯು ಮನೆಯ ಯಜಮಾಂತಿಯೊಂದಿಗೆ 'ನನ್ನನ್ನೇಕೆ ಬಿಡಿಸುತ್ತಿದ್ದೀರಿ' ಎಂದು ಪ್ರಶ್ನಿಸಲಿಲ್ಲ. ಅದುವರೆಗೆ ತಾನು 'ನನ್ನ ರಾಮಾ ನನ್ನ ಕೃಷ್ಣಾ ನನ್ನ ಗೋವಿಂದಾ' ಎಂದು ಲಲ್ಲೆಗರೆಯುತ್ತಿದ್ದ ಆ ಮಕ್ಕಳನ್ನು ಕುರಿತ ಆಸಕ್ತಿಯನ್ನೆಲ್ಲ ಅಲ್ಲಿಂದಲ್ಲಿಗೇ ಗಂಟುಕಟ್ಟಿ

ಎಸೆದುಬಿಟ್ಟಳು. ತನ್ನ ಗಂಟನ್ನೆತ್ತಿಕೊಂಡು 'ನಾನಿನ್ನು ಬರುತ್ತೇನಪ್ಪಾ' ಎಂದು ನಿರಾಳವಾಗಿ ಹೇಳಿ ಅಲ್ಲಿಂದ ಹೊರಟೇಬಿಟ್ಟಳು. ಮುಂದಕ್ಕೆ ಈ ಮನೆಯ ಕೆಲಸಗಳನ್ನು ಮಾಡುವವರು ಯಾರು, ಇಂತಹ ದೊಡ್ಡಮನೆ ತಪ್ಪಿಹೋಯಿತಲ್ಲಾ, ನನಗೇನು ಗತಿ, ಎಂಬ ಯಾವುದೇ ವಿಚಾರಗಳಿಂದಲೂ ಅವಳು ವಿಚಲಿತಳಾಗಲಿಲ್ಲ. ಯಾವುದೇ ವ್ಯಥೆಯಿಲ್ಲದೆ ಬೇರೊಂದು ಮನೆಯನ್ನು ತನ್ನದಾಗಿಸಿಕೊಂಡು, ಆ ಮನೆಯ ಮಕ್ಕಳನ್ನು 'ನನ್ನ ಕೇಶವಾ ನನ್ನ ನಾರಾಯಣಾ' ಎಂದು ಮುದ್ದಿಸುತ್ತಾ ಶುಶ್ರೂಷೆಮಾಡತೊಡಗಿದಳು.

ಲೋಕವ್ಯಾಪಾರದ ವಿಷಯದಲ್ಲಿ ನಾವು ಆ ಸೇವಕಿಯಂತೆ ಇರಬೇಕು. ಈ ಜಗತ್ತಿನಲ್ಲಿ ನಿಜವಾಗಿ ಯಾರೂ ನಮ್ಮನ್ನೇ ನಂಬಿಕೊಂಡು ಬದುಕುತ್ತಿಲ್ಲ ಎಂಬುದನ್ನು ನಾವು ಮನಸ್ಸಿಗೆ ತಂದುಕೊಳ್ಳಬೇಕು. ನಮ್ಮಿಂದ ಯಾವ ಸಹಾಯವನ್ನೂ ಪ್ರಪಂಚವು ಬಯಸುವುದಿಲ್ಲ. ಇತರರಿಗೆ ಸಹಾಯಮಾಡಲು ಸಂದರ್ಭವು ಒದಗಿಬಂದಾಗ "ಒಂದು ಅವಕಾಶವನ್ನು ದೇವರು ನಮಗೆ ದೊರಕಿಸಿಕೊಟ್ಟನಲ್ಲಾ, ಅದು ನಮ್ಮ ಪುಣ್ಯವಲ್ಲವೇ" ಎಂದು ಆನಂದಿಸಬೇಕು. ನಮಗೆ ಹೆಂಡಿರುಗಂಡಂದಿರು ಇರಬಹುದು, ಮಕ್ಕಳುಮರಿಗಳು ಇರಬಹುದು; ಅಷ್ಟೇ ಏಕೆ, ಆಳುವುದಕ್ಕೆ ವಿಸ್ತಾರವಾದ ಸಾಮ್ರಾಜ್ಯವೇ ಇರಬಹುದು. ಆದರೂ ಈ ಪ್ರಪಂಚವು ನನಗಾಗಿ ಇಲ್ಲ, ಅದು ನನ್ನನ್ನು ನೆಚ್ಚಿಕೊಂಡೇನೂ ಕುಳಿತಿಲ್ಲ ಎಂಬ ತತ್ತ್ವವನ್ನು ಅರಿತು ನಡೆದರೆ ಸಾಕು, ಆಗ ಈ ಪ್ರಪಂಚದ ದೆಸೆಯಿಂದ ನಮಗೆ ಎಳ್ಳಷ್ಟೂ ದುಃಖವುಂಟಾಗುವುದಿಲ್ಲ; ಆನಂದದ ಭಂಡಾರವೇ ನಮ್ಮದಾಗುತ್ತದೆ.

ಈ ಮೇಲಿನ ದೃಷ್ಟಾಂತವು 'ಶ್ರೀರಾಮಕೃಷ್ಣವಚನವೇದ'ದಲ್ಲಿ ನಿರೂಪಿತವಾಗಿರುವುದೇ ಆಗಿದೆ. ಎಲ್ಲ ಕೆಲಸಕಾರ್ಯಗಳನ್ನೂ ಮಾಡುತ್ತಿರಬೇಕು, ಆದರೆ ಮನಸ್ಸು ಮಾತ್ರ ಭಗವಂತನ ಚರಣಕಮಲಗಳಲ್ಲಿ ನೆಟ್ಟಿರಬೇಕು. ಹೆಂಡತಿಮಕ್ಕಳು, ತಂದೆತಾಯಿಗಳು ಎಂಬಂತೆ ನಮ್ಮವರೊಡನೆ ಇರುತ್ತ, ಅವರ ಸೇವೆಮಾಡಬೇಕು, ಅವರನ್ನೆಲ್ಲ ನಮ್ಮ ಪರಮಾಪ್ತರೆಂದೇ ಕಾಣಬೇಕು. ಆದರೆ ಮಾತ್ರ ಇವರಾರೂ ನನಗೆ ಸೇರಿದವರಲ್ಲ ಎಂಬುದು ನಮ್ಮ ಹೃದಯಾಂತರಾಳದಲ್ಲಿ ನೆಲೆಸಿರಬೇಕು– ಎಂಬ ತತ್ತ್ವವನ್ನು ಸೇವಕಿಯ ದೃಷ್ಟಾಂತದ ಮೂಲಕ ಪರಮಹಂಸರು ಮನಗಾಣಿಸಿಕೊಟ್ಟಿದ್ದಾರೆ. ಶ್ರೀಮಂತರ ಮನೆಯ ಸೇವಕಿ ಎಲ್ಲ ಕೆಲಸ ಕಾರ್ಯಗಳನ್ನೂ ಮಾಡುತ್ತಾಳೆ. ಆದರೆ ಅವಳ ಮನಸ್ಸು ಮಾತ್ರ ಹಳ್ಳಿಯಲ್ಲಿರುವ ತನ್ನ ಮನೆಯ ಕಡೆಗೇ ಇರುತ್ತದೆ. ಯಜಮಾನರ ಮನೆಯ ಮಕ್ಕಳನ್ನು ತನ್ನವೆಂಬಂತೆಯೇ ಬೆಳೆಸುತ್ತಾಳೆ. ಅವುಗಳನ್ನು 'ನನ್ನ ರಾಮು, ನನ್ನ ಹರಿ' ಎಂದೇ ಕರೆಯುತ್ತಾಳೆ. ಆದರೆ ಆ ಮಕ್ಕಳಾವುವೂ ತನ್ನವಲ್ಲವೆಂಬುದು ಆಕೆಗೆ ಹೃದಯದಲ್ಲಿ ಚೆನ್ನಾಗಿ ಗೊತ್ತಿದೆ ಎಂದು ಪರಮಹಂಸರು ಹೇಳಿದ್ದಾರೆ. ಈ ದೃಷ್ಟಾಂತದಲ್ಲಿ ಪರಮಹಂಸರು ಭಕ್ತಿಯೋಗಕ್ಕೆ ಹೆಚ್ಚಿನ ಒತ್ತುಕೊಟ್ಟಿದ್ದರೆ, ವಿವೇಕಾನಂದರು ಕರ್ಮಯೋಗಕ್ಕೆ ಹೆಚ್ಚಿನ ಒತ್ತುಕೊಟ್ಟಿದ್ದಾರೆ. ಒಂದೇ ದೃಷ್ಟಾಂತವು ಹೇಗೆ ವಿಭಿನ್ನ ಆಯಾಮಗಳಲ್ಲಿ ಕ್ರಿಯಾಶೀಲವಾಗಬಲ್ಲದು ಎಂಬುದನ್ನು ಈ ಸಂದರ್ಭದಲ್ಲಿ ಮನನಮಾಡಬೇಕಾಗಿದೆ.

೪೮. ಪರಾಭಕ್ತಿಯ ಮಹಿಮೆ

ನಾವೆಲ್ಲರೂ ಒಬ್ಬನೇ ಆದ ಭಗವಂತನ ಸಂತಾನಕ್ಕೆ ಸೇರಿದವರಾಗಿದ್ದೇವೆ. ನಮ್ಮನ್ನು ಯಾವುದೇ ಮತವು ನಿರ್ಬಂಧಿಸಿ ಕಟ್ಟಿಹಾಕಲಾರದು. ಹಾಗೆ ನೋಡಿದರೆ ನಾವು ಅನುಸರಿಸಿಯೇ ತೀರಬೇಕೆಂಬ ಕ್ರಿಯಾವಿಧಿಗಳು ಕೂಡ ಯಾವುವೂ ಇಲ್ಲ. ನಾವು ಯಾರನ್ನು ಪೂಜಿಸುತ್ತೇವೆ, ಯಾರನ್ನು ಪ್ರಾರ್ಥಿಸುತ್ತೇವೆ ಎಂದು ಕೇಳಿದರೆ ನಮ್ಮೊಳಗೇ ವಾಸಮಾಡುತ್ತಿರುವ ಪರಮಾತ್ಮನನ್ನೇ ಪೂಜಿಸುತ್ತೇವೆ, ಅವನನ್ನೇ ಪ್ರಾರ್ಥಿಸುತ್ತೇವೆ. ಆ ಪರಮಾತ್ಮನೇ ನಮಗೆ ಬೋಧಕನೂ ಮಾರ್ಗದರ್ಶಕನೂ ಆಗಿದ್ದಾನೆ. ದೇವಾಲಯಗಳಲ್ಲೆಲ್ಲ ಅತ್ಯಂತ ಶ್ರೇಷ್ಠವಾದ ದೇವಾಲಯವಾದ ಮಾನವನ ಆತ್ಮದಲ್ಲಿಯೇ ಆ ಪರಮಾತ್ಮನು ವಾಸಮಾಡುತ್ತಾನೆ. ಆ ಪರಮಾತ್ಮನನ್ನು ಪೂಜಿಸುವುದಕ್ಕಾಗಲಿ, ಪ್ರಾರ್ಥಿಸುವುದಕ್ಕಾಗಲಿ ಅನನ್ಯವಾದ ಏಕಾಗ್ರತೆಬೇಕು, 'ನೀನೇ ನನಗೆ ಬೇಕು' ಎಂಬ ನಿಶ್ಚಯವು ಬೇಕು.

ಉದ್ಯಾನವನವೊಂದರಲ್ಲಿ ರಹೀಮನೆಂಬಾತನು ಆರಾಮವಾಗಿ ಕುಳಿತುಕೊಂಡಿದ್ದನು. ನಮಾಜುಮಾಡುವ ಹೊತ್ತು ಬಂದೊಡನೆ ತಾನು ಇದ್ದಲ್ಲಿಯೇ ನೆಲದಮೇಲೆ ವಸ್ತ್ರವೊಂದನ್ನು ಹಾಸಿಕೊಂಡು ಅವನು ಪ್ರಾರ್ಥನಾನಿರತನಾಗಿಬಿಟ್ಟನು. ನಮಾಜುಮಾಡುವುದೆಂದರೆ ಮಂಡಿಯೂರಿ ಕುಳಿತುಕೊಳ್ಳುವುದು, ಬಾಗುವುದು, ಮೇಲೇಳುವುದು, ಮುಖವಡಿಯಾಗಿ ಮಲಗುವುದು, ಮೇಲೇಳುವುದು ಮುಂತಾದ ಕ್ರಿಯಾಕಲಾಪಗಳಿರುತ್ತವೆ. ರಹೀಮನು ಅವುಗಳನ್ನೆಲ್ಲ ನಿಗದಿಯಾದಂತೆ ಮಾಡುತ್ತಿದ್ದನು. ಆ ಹೊತ್ತಿಗೆ ಸರಿಯಾಗಿ ಪ್ರೇಮವಿಹ್ವಲಳಾದ ಯುವತಿಯೊಬ್ಬಳು ಆ ಉದ್ಯಾನವನವನ್ನು ಪ್ರವೇಶಿಸಿದಳು. "ನಾನು ಸಂಜೆ ಆರುಗಂಟೆಯಹೊತ್ತಿಗೆ ಆ ಉದ್ಯಾನವನಕ್ಕೆ ಬಂದಿರುತ್ತೇನೆ, ನೀನೂ ಅಲ್ಲಿಗೆ ಬಾ" ಎಂದು ಅವಳ ಪ್ರಿಯತಮನು ಈ ಮೊದಲೇ ಅವಳಿಗೆ ತಿಳಿಸಿದ್ದನು. ಅವಳು ಬರುತ್ತಿದ್ದಂತೆಯೇ ಅಲ್ಲಿಯೇ ಸ್ವಲ್ಪ ದೂರದಲ್ಲಿ ತನ್ನ ಪ್ರಿಯತಮನು ಮೊದಲೇ ಬಂದು ತನಗಾಗಿ ಕಾಯುತ್ತಿರುವುದು ಕಾಣಿಸಿತು. ಆತುರದಿಂದ ಅವಳು ದಿಕ್ಕುದೆಸೆಗಳನ್ನು ನೋಡದೆ ಅವನತ್ತ ನುಗ್ಗಿನಡೆದಳು. ಆ ದಾರಿಯಲ್ಲಿಯೇ ರಹೀಮನು ತನ್ನ ನಮಾಜಿನ ಅಂಗವಾಗಿ ನೆಲದ ಮೆಲೆ ಉದ್ದಂಡ ಮಲಗಿಬಿಟ್ಟಿದ್ದನು. ಅವನ ಮೇಲೆಯೇ ಹೆಜ್ಜೆಯಿಟ್ಟು ಆ ಯುವತಿ ನಡೆದುಬಿಟ್ಟಳು. ಮತಾವೇಶಭರಿತನೂ ಮುಂಗೋಪಿಯೂ ಆಗಿದ್ದ

ರಹೀಮನಿಗೆ ಆ ಯುವತಿಯ ವರ್ತನೆಯಿಂದ ಅತ್ಯಂತ ಭಯಂಕರವಾದ ಸಿಟ್ಟು ಉಕ್ಕಿಬಂದಿತು. ಆಕೆಯನ್ನು ಕೊಂದೇಬಿಡುತ್ತಾನೇನೋ ಎನ್ನುವಷ್ಟು ಕ್ರೋಧದಿಂದ "ನಿಲ್ಲು ನಿಲ್ಲು ಅಯೋಗ್ಯಳೇ, ನಿನಗೇನು ಕಣ್ಣುಕಾಣುವುದಿಲ್ಲವೇ" ಎಂದು ಅಬ್ಬರಿಸುತ್ತ ಅವಳತ್ತ ರಭಸದಿಂದ ನುಗ್ಗಿದನು.

ಅತ್ಯಂತ ಚುರುಕುಸ್ವಭಾವದ ಆ ಯುವತಿಯು "ಸಾಕು ನಿಲ್ಲಿಸು, ದುಡುಕಬೇಡ, ನೀನೊಬ್ಬ ಮೂರ್ಖ, ಕಪಟಿ, ನಿನಗೊಂದು ಮಾತು ಹೇಳುವುದಿದೆ" ಎಂದು ಬಿರುಸಿನಿಂದ ನುಡಿದಳು. ಅದಕ್ಕೆ ರಹೀಮನು "ಏನೆಂದೆ ನೀಚಳೇ, ನಮಾಜುಮಾಡುತ್ತಿರುವ ನಾನೇ ಮೂರ್ಖನೇ, ನಾನೇ ಕಪಟಿಯೇ, ನನಗೇ ಉಪದೇಶಹೇಳಲು ಬರುತ್ತೀಯಾ" ಎಂದು ಗರ್ಜಿಸಿದನು. ಆಗ ಆ ಯುವತಿಯು "ನಾನು ಈ ಲೋಕದ ಪ್ರಿಯತಮನಿಗೆ ಮರುಳಾಗಿ ಅವನನ್ನು ಕಾಣಲು ಇಲ್ಲಿಗೆ ಬಂದಿದ್ದೇನೆ. ನನ್ನ ಆ ಪ್ರಣಯದ ಭರದಲ್ಲಿ ನೀನು ನನ್ನ ಕಣ್ಣಿಗೆ ಬೀಳಲೇ ಇಲ್ಲ. ನನಗೇ ಹೀಗಾದರೆ ನಿನಗೆ ಹೇಗಾಗಬೇಡ! ನೀನು ಸ್ವರ್ಗೀಯ ಪ್ರಿಯತಮನನ್ನು ಸಂಧಿಸಲೆಂದು ಅವನ ಪ್ರಾರ್ಥನೆಯಲ್ಲಿ ತೊಡಗಿದ್ದೀಯಲ್ಲವೇ! ಲೋಕದ ಪ್ರಿಯತಮನನ್ನು ಕಾಣಲು ಹೊರಟ ನನಗೆ ನೀನು ಹೇಗೆ ಕಾಣಿಸಲಿಲ್ಲವೋ ಹಾಗೆಯೇ ಸ್ವರ್ಗಲೋಕದ ಪ್ರಿಯತಮ ಪರಮಾತ್ಮನನ್ನು ಕಾಣಲು ಹಂಬಲಿಸುತ್ತಿರುವ ನಿನಗೆ, ನಾನು ನಿನ್ನಮೇಲೆ ನಡೆದುಬಂದುದು ತಿಳಿಯಲೇಬಾರದಿತ್ತು. ಆಗ ಮಾತ್ರವೇ ನಿನ್ನ ಪ್ರಾರ್ಥನೆಗೆ ಸಾರ್ಥಕತೆಯಿರುತ್ತಿತ್ತು" ಎಂದು ದಿಟ್ಟತನದಿಂದ ನುಡಿದಳು. ಆಕೆಯ ಮಾತುಗಳನ್ನು ಕೇಳುತ್ತಿದ್ದಂತೆಯೇ ರಹೀಮನ ಕೋಪ ಕೊಂಚ ತಣ್ಣಗಾಯಿತು. "ಹೌದು, ಈಕೆ ಹೇಳುವುದರಲ್ಲಿಯೂ ಸತ್ಯವಿದೆ" ಎಂದು ತನಗೆತಾನೇ ಹೇಳಿಕೊಳ್ಳುತ್ತ, ಅವಳ ಮೇಲೆ ಕೈಮಾಡದೆ ಹಿಂದಕ್ಕೆ ಸರಿದುಬಿಟ್ಟನು.

ಆ ಯುವತಿ ಹೇಳಿದ ಮಾತು ಪರಾಭಕ್ತಿಯ ಸ್ಥಿತಿ. ಅದೇ ನಾವೆಲ್ಲರೂ ಪಡೆಯಬೇಕಾದ ಸ್ಥಿತಿ. ಆಗ ಗ್ರಂಥಗಳು, ಮತಗಳು, ಕ್ರಿಯಾವಿಧಾನಗಳು– ಎಂಬಿವೆಲ್ಲವೂ ಅದೃಶ್ಯವಾಗಿ, ಅನಂತವಾದ ಆತ್ಮವುಮಾತ್ರ ತಾನೇತಾನಾಗಿ ಉಳಿದುಬಿಡುತ್ತದೆ. ಆ ಸ್ಥಿತಿಯಲ್ಲಿ ಇದು ನನ್ನ ತಂದೆಯ ಧರ್ಮ, ಇದು ನನ್ನ ದೇಶದ ಧರ್ಮ, ಇದು ನನ್ನ ಧರ್ಮದ ಗ್ರಂಥ ಎಂಬ ತಲತಲಾಂತರದಿಂದ ಬಂದ ಮೂಢನಂಬಿಕೆಗಳೆಲ್ಲ ಮಾಯವಾಗಿ ಬಿಡುತ್ತವೆ. ಆಗ ಒಂದು ಮುಳ್ಳಿನಿಂದ ಮತ್ತೊಂದು ಮುಳ್ಳನ್ನು ತೆಗೆದಂತೆ ಎಲ್ಲವೂ ಹಗುರವಾಗಿಬಿಡುತ್ತವೆ.

೪೯. ನ್ಯೂಟನ್ನನ ಸೇಬಿನಹಣ್ಣು

ಜ್ಞಾನವೆಂಬುದು ಹೊರಗಿನಿಂದ ಬರುವುದಿಲ್ಲ. ಅದು ಮನುಷ್ಯನ ಮನಸ್ಸಿನಲ್ಲಿಯೇ ಅಡಗಿರುತ್ತದೆ. ಪ್ರಪಂಚದಲ್ಲಿ ಇದುವರೆಗೆ ಗಳಿಕೆಯಾಗಿರುವ ಜ್ಞಾನವೆಲ್ಲವೂ ಮನಸ್ಸಿನಿಂದಲೇ ಬಂದಂಥದಾಗಿದೆ. ಬಾಹ್ಯಪ್ರಪಂಚವೆಂಬುದು ಸೂಚನೆಗಳನ್ನು ಮಾತ್ರವೇ ನೀಡುತ್ತ, ಮನಸ್ಸನ್ನು ವಿಚಾರಮಾಡುವಂತೆ ಪ್ರೇರೇಪಿಸುತ್ತದೆ. ಸಕಲವಿಧದ ಜ್ಞಾನವೂ, ಅದು ಲೌಕಿಕವಾಗಿರಲಿ ಅಥವಾ ಆಧ್ಯಾತ್ಮಿಕವಾಗಿರಲಿ, ಮನಸ್ಸಿನಲ್ಲಿಯೇ ಇರುತ್ತದೆ. ಅನೇಕ ಸಂದರ್ಭಗಳಲ್ಲಿ ಅದು ವ್ಯಕ್ತವಾಗದೆ ಮುಚ್ಚಿಹೋಗಿರುತ್ತದೆ. ಅದನ್ನು ಮುಚ್ಚಿಕೊಂಡಿರುವ ಮುಸುಕು ಮೆಲ್ಲನೆ ತೆರೆಯುತ್ತಿರುವಾಗ 'ನಾವು ಜ್ಞಾನವಂತರಾಗುತ್ತಿದ್ದೇವೆ' ಎಂದು ಹೇಳುತ್ತೇವೆ. ಯಾರ ಮನಸ್ಸಿನ ಮೇಲಣ ಮುಸುಕು ಸಂಪೂರ್ಣವಾಗಿ ಅನಾವರಣಗೊಂಡಿದೆಯೋ ಅವರು ಸರ್ವಜ್ಞರೆನಿಸುತ್ತಾರೆ.

ಸರ್ ಐಸ್ಯಾಕ್‌ನ್ಯೂಟನ್ ಎಂಬ ವಿಜ್ಞಾನಿಯು ಒಂದುಸಂಜೆ ವಾಯುವಿಹಾರಕ್ಕೆಂದು ಹೊರಟವನೆ, ಒಂದು ಸುಂದರಉದ್ಯಾನವನವನ್ನು ಹೊಕ್ಕುಕುಳಿತನು. "ಸೂರ್ಯನ ಸುತ್ತ ಗ್ರಹಗಳು ಸುತ್ತುತ್ತವೆ; ಭೂಮಿಯ ಸುತ್ತ ಚಂದ್ರನು ಸುತ್ತುತ್ತಾನೆ; ಹೀಗೆಲ್ಲ ಅವು ನಿಯತವಾಗಿ ಸುತ್ತುಹಾಕುತ್ತಿರುವುದಕ್ಕೆ ಏನು ಕಾರಣ" ಎಂಬ ಪ್ರಶ್ನೆ ಅವನನ್ನು ಹಲವು ದಿನಗಳಿಂದ ಕಾಡುತ್ತಿತ್ತು. ಉದ್ಯಾನವನದಲ್ಲಿ ಕುಳಿತು ಸುತ್ತಲಿನ ಪ್ರಕೃತಿಯ ಮೇಲೆ ಕಣ್ಣಾಡಿಸುತ್ತಿರುವಾಗಲೂ ಅವನ ಮನಸ್ಸು ಅದೇ ಪ್ರಶ್ನೆಯನ್ನು ಮೆಲುಕುಹಾಕುತ್ತಿತ್ತು. ಆ ಹೊತ್ತಿಗೆ ಸರಿಯಾಗಿ ಉದ್ಯಾನವನದ ಒಂದು ಸೇಬಿನಮರದಿಂದ ಒಂದು ಸೇಬಿನ ಹಣ್ಣು ತೊಟ್ಟುಕಳಚಿ ನೆಲಕ್ಕೆಬಿತ್ತು. ಅದನ್ನು ನೋಡುತ್ತಿದ್ದಂತೆಯೇ ಅವನ ಮನಸ್ಸಿಗೊಂದು ವಿಚಾರ ಮಿಂಚಿನಂತೆ ಹೊಳೆಯಿತು. "ಆಹಾ, ನನ್ನ ಪ್ರಶ್ನೆಗೆ ಉತ್ತರ ಸಿಕ್ಕಿತು" ಎಂದು ಅವನು ರೋಮಾಂಚನಗೊಂಡು ಆನಂದಪರವಶನಾದನು. "ಭೂಮಿಯು ಸೇಬನ್ನು ತನ್ನತ್ತ ಸೆಳೆಯುವುದರಿಂದ ಅದು ನೆಲಕ್ಕೆ ಬಿದ್ದಿತು. ಈ ಬಗೆಯ ಸೆಳೆತದಿಂದಲೇ ಸೂರ್ಯನು ಗ್ರಹಗಳನ್ನೂ ಭೂಮಿಯು ಚಂದ್ರನನ್ನೂ ತನ್ನತ್ತ ಸೆಳೆಯುತ್ತಿದ್ದು, ಅವು ತಮ್ಮ ಸುತ್ತ ಸುತ್ತುವಂತೆ ಮಾಡುತ್ತಿವೆ" ಎಂದು ನಿರ್ಧರಿಸಿಕೊಂಡನು. ಸೇಬಿನಹಣ್ಣು ಮರದಿಂದ ಬಿದ್ದ ಸೂಚನೆಯೇ ಕಾರಣವಾಗಿ, ನ್ಯೂಟನ್ನನು ತನ್ನ ಮನಸ್ಸನ್ನೇ ವಿಚಾರಕ್ಕೆ ಗುರಿಪಡಿಸಿದನು. ಹಿಂದೆ ಎದ್ದಿದ್ದ ಪ್ರಶ್ನೆಯನ್ನು ಹೊಸದಾದ ರೀತಿಯಲ್ಲಿ ಕ್ರಮಪಡಿಸಿ,

ಅವುಗಳಿಗಿರುವ ಪರಸ್ಪರ ಸಂಬಂಧವನ್ನು ಚಿಂತಿಸಿದನು. ಅದರ ಫಲವಾಗಿ ಅವುಗಳ ನಡುವೆ ಪರಸ್ಪರ ಸಂಬಂಧವನ್ನು ಕಲ್ಪಿಸಿಕೊಡುವ ಸೂತ್ರವೊಂದನ್ನು ಅವನ ಮನಸ್ಸು ಕಂಡುಕೊಂಡಿತು. ಅದೇ 'ಗುರುತ್ವಾಕರ್ಷಣೆ' ಎಂಬ ಹೆಸರಿನ ನಿಯಮವಾಗಿ ಕರೆಯಲ್ಪಟ್ಟು ಪ್ರಸಿದ್ಧವಾಯಿತು.

ಚಕಮುಕಿಕಲ್ಲಿನಲ್ಲಿ ಬೆಂಕಿ ಅಡಗಿರುತ್ತದೆ. ಅದನ್ನು ಒಂದು ಉಕ್ಕಿನ ತುಂಡಿನೊಡನೆ ರಭಸದಿಂದ ಉಜ್ಜಿದರೆ, ಆ ಸಂಘರ್ಷಣೆಯ ಫಲವಾಗಿ ಬೆಂಕಿ ಹೊರಕ್ಕೆ ಚಿಮ್ಮುತ್ತದೆ. ಹಾಗೆಯೇ ಜ್ಞಾನವೂ ಮನಸ್ಸಿನಲ್ಲಿ ಅಡಗಿದೆ. ಹೊರಗಿನಿಂದ ದೊರೆಯುವ ಸೂಚನೆಯೇ ಆ ಜ್ಞಾನವನ್ನು ಹೊರಗೆಡಹುವ ಘರ್ಷಣೆಯೆನ್ನಬಹುದು. "ಗುರುತ್ವಾಕರ್ಷಣೆಯೆಂಬುದು ಎಲ್ಲಿಯೋ ಒಂದು ಮೂಲೆಯಲ್ಲಿ ಕುಳಿತುಕೊಂಡು ನ್ಯೂಟನ್ನನು ತನ್ನನ್ನು ಕಂಡು ಹಿಡಿಯುವುದಕ್ಕೆ ಬರುವನೆಂದು ಜಪಮಾಡುತ್ತಿದ್ದಿತೇನು? ಅದು ಅವನ ಮನಸ್ಸಿನಲ್ಲಿಯೇ ಇದ್ದಿತು. ಸಮಯಬಂದಿತು. ಆಗ ಅದು ಬಯಲಾಯಿತು. ಹೀಗೆ ಮನಸ್ಸೆಂಬುದು ಜಗತ್ತಿನ ಅನಂತಜ್ಞಾನದ ಭಂಡಾರವೇ ಆಗಿದೆ" ಎಂದು ಬಣ್ಣಿಸುತ್ತ, ವಿವೇಕಾನಂದರು ಈ ದೃಷ್ಟಾಂತಕ್ಕೆ ವಿಶಿಷ್ಟವಾದ ಸ್ವಾರಸ್ಯವನ್ನು ತುಂಬಿಸಿಕೊಟ್ಟಿದ್ದಾರೆ.

೫೦. ಮೋಕ್ಷವೆಂಬುದು ದೂರವಿಲ್ಲ

ಮೋಕ್ಷಸಾಧಕನು ಯಾರನ್ನೂ ದ್ವೇಷಿಸದೆ, ಎಲ್ಲರನ್ನೂ ತನ್ನ ಗೆಳೆಯರಂತೆ ಭಾವಿಸಬೇಕು. ಅವನು ದಯಾಪರನೂ ನಿರಹಂಕಾರಿಯೂ ಕ್ಷಮಾಶೀಲನೂ ನಿತ್ಯತೃಪ್ತನೂ ಆಗಿರಬೇಕು. ಸುಖದುಃಖಗಳಲ್ಲಿ ಸಮಾನಭಾವದಿಂದಿರಬೇಕು. ಏಕಾಗ್ರಮನಸ್ಕನಾಗಿ ತನ್ನನ್ನು ತಾನು ಸಂಪೂರ್ಣವಾಗಿ ಪರಮಾತ್ಮನಿಗೆ ಸಮರ್ಪಿಸಿಕೊಂಡಿರಬೇಕು. ತಾನು ಮಾಡುವ ಸಾಧನೆಯಲ್ಲಿ ಗಟ್ಟಿಗನಾಗಿದ್ದು, ಜಗತ್ತನ್ನೇ ತನ್ನ ಮನೆಯನ್ನಾಗಿ ಮಾಡಿಕೊಂಡು ಜೀವಿಸುತ್ತಿರಬೇಕು. ಯಾರೇ ಹೊಗಳಿದರೂ ಬೈದರೂ ವಿಚಲಿತನಾಗದೆ ಬುದ್ಧಿಯನ್ನು ಸ್ಥಿರವಾಗಿಟ್ಟುಕೊಂಡಿರಬೇಕು. ಅಂತಹವನು ಪರಮಾತ್ಮನಿಗೂ ಪ್ರಿಯನಾಗಿ ಮೋಕ್ಷವನ್ನು ಸಾಧಿಸಿಕೊಳ್ಳುತ್ತಾನೆ.

ಒಂದಾನೊಂದು ಅರಣ್ಯದಲ್ಲಿ ಸಿದ್ಧ ಮತ್ತು ಆನಂದ ಎಂಬಿಬ್ಬರು ಸಾಧಕರು ತಪೋನಿರತರಾಗಿದ್ದರು. ಸಿದ್ಧನು ಅತ್ತಿತ್ತ ಅಲುಗದೆ, ನಿಶ್ಚಲನಾಗಿ ಪದ್ಮಾಸನದಲ್ಲಿ ಕುಳಿತು ತಪೋಮಗ್ನನಾಗಿದ್ದುದರಿಂದ ಅವನ ಕಾಲುಗಳಿಂದ ಪ್ರಾರಂಭಿಸಿ, ಗೆದ್ದಲುಹುಳುಗಳು ಅವನ ಮೇಲೆ ಹುತ್ತವನ್ನು ಕಟ್ಟಿಕೊಂಡು ಮೇಲೇರುತ್ತ, ಅವನ ಭುಜದವರೆಗೂ ಬಂದಿದ್ದುವು. ಅವನಿಗಿಂತ ಸ್ವಲ್ಪ ದೂರದಲ್ಲಿ ಆನಂದನಾದರೋ ಒಂದೇಕಡೆ ದೀರ್ಘಕಾಲ ಕುಳಿತುಕೊಳ್ಳದೆ, ಆಗಾಗ ಧ್ಯಾನದಿಂದ ಮೇಲೆದ್ದು, ಏಕತಾರಿಯನ್ನು ಮಿಡಿಯುತ್ತ, ತಾಳ ಕುಟ್ಟುತ್ತ, ಕುಣಿಯುತ್ತ, ಶ್ರೀಮನ್ನಾರಾಯಣನ ಲೀಲಾವಿಲಾಸಗಳನ್ನು ಗಾನಮಾಡುತ್ತ ಆನಂದಪರವಶನಾಗುತ್ತಿದ್ದನು.

ಒಂದುದಿನ ದೇವರ್ಷಿನಾರದರು ಮಹತಿಯೆಂಬ ತಮ್ಮ ಏಳುತಂತಿಯ ವೀಣೆಯನ್ನು ನುಡಿಸುತ್ತ, ಮಧುರಕಂಠದಿಂದ ಗಾನಮಾಡುತ್ತ, ಸಿದ್ಧ ಮತ್ತು ಆನಂದರು ತಪಸ್ಸುಮಾಡುತ್ತಿದ್ದ ಅರಣ್ಯಮಾರ್ಗವಾಗಿ ಸಾಗುತ್ತಿದ್ದರು. ಅವರು ಮೊದಲಿಗೆ ಹುತ್ತದಲ್ಲಿ ಮುಚ್ಚಿಹೋಗುತ್ತಿದ್ದ ಸಿದ್ಧನನ್ನು ಕಂಡು ಆಶ್ಚರ್ಯಚಕಿತರಾದರು. ನಾರದರ ಗಾನದಿಂದ ಸಿದ್ಧನೂ ಆ ಹೊತ್ತಿಗೆ ಎಚ್ಚರಗೊಂಡು ಕಣ್ಣುತೆರೆದನು. ನಾರದರೇ ಮುಂದಾಗಿ ಆತನನ್ನು ಮಾತನಾಡಿಸಿ "ನಿನ್ನ ತಪಸ್ಸು ಉಜ್ವಲವಾಗಿದೆ; ಯಾವ ಉದ್ದೇಶದಿಂದ ನೀನು ಇಂತಹ ಕಠಿಣತಪಸ್ಸಿನಲ್ಲಿ ಮುಳುಗಿದ್ದೀಯಪ್ಪಾ" ಎಂದು ಕೇಳಿದರು. ಆಗ ಸಿದ್ಧನು "ಧರ್ಮ ಅರ್ಥ ಕಾಮ ಮೋಕ್ಷಗಳೆಂಬ ಚತುರ್ವಿಧಪುರುಷಾರ್ಥಗಳಲ್ಲಿ ನಿಮ್ಮಂತಹ ಜ್ಞಾನಿಗಳು

ಮೋಕ್ಷವೇ ಪರಮಪುರುಷಾರ್ಥವೆಂದು ಉಪದೇಶಿಸಿದ್ದಾರೆ. ಹಾಗೆ ಶ್ರೇಯಸ್ಕರವಾದ ಮೋಕ್ಷವನ್ನು ಪಡೆಯಬೇಕೆಂಬುದೇ ನನ್ನ ಹಂಬಲ" ಎಂದು ಉತ್ತರಿಸಿದನು. ಆಗ ನಾರದರು ಸಂತೋಷಪಟ್ಟು "ನಿನ್ನ ಮನೋರಥ ಈಡೇರಲಪ್ಪಾ" ಎಂದು ಆಶೀರ್ವದಿಸಿದರು. ಆಗ ಸಿದ್ಧನು "ಸ್ವಾಮಿ, ತಾವು ಎತ್ತಕಡೆ ಹೊರಟಿದ್ದೀರಿ" ಎಂದು ಕೇಳಿದನು. "ಮಹಾವಿಷ್ಣುವಿನ ದರ್ಶನಭಾಗ್ಯಕ್ಕಾಗಿ ವೈಕುಂಠಕ್ಕೆ ಹೋಗುತ್ತಿದ್ದೇನೆ" ಎಂದರು. ಆಗ ಸಿದ್ಧನು "ಸ್ವಾಮಿ, ನಿಮ್ಮಿಂದ ನನಗೊಂದು ಉಪಕಾರವಾಗಬೇಕು, ಈ ಸಿದ್ಧನಿಗೆ ಮೋಕ್ಷವಾಗುವುದು ಯಾವಾಗ ಎಂದು ಮಹಾವಿಷ್ಣುವನ್ನು ಕೇಳಿ ತಿಳಿದುಕೊಂಡು ಬರಬೇಕು" ಎಂದು ಬೇಡಿಕೊಂಡನು. ನಾರದರು "ಹಾಗೆಯೇ ಆಗಲಿ" ಎಂದು ಒಪ್ಪಿಕೊಂಡರು.

ಹಾಗೆಯೇ ಮುಂದೆಸಾಗುವಾಗ ನಾರದರು ಅರಣ್ಯದ ಹುಣಿಸೇಮರವೊಂದರ ಬುಡದಲ್ಲಿ ಮೈಮರೆತು ನರ್ತಿಸುತ್ತಿದ್ದ ಆನಂದನನ್ನು ದೂರದಿಂದಲೇ ನೋಡಿದರು. ಆದರೆ ಆತನನ್ನೇನೂ ಮಾತನಾಡಿಸದೆ ಮುಂದಕ್ಕೆ ಹೋದರು. ಆಗ ಆನಂದನೇ ನಾರದರನ್ನು ಹುಚ್ಚುಹುಚ್ಚಾಗಿ ಕೂಗುತ್ತ "ಸ್ವಾಮಿ, ತಾವು ಎಲ್ಲಿಗೆ ಹೋಗುತ್ತಿದ್ದೀರಿ" ಎಂದು ಕೇಳಿದನು. ನಾರದರು ಸಿದ್ಧನಿಗೆ ಹೇಳಿದಂತೆಯೇ "ಮಹಾವಿಷ್ಣುವಿನ ದರ್ಶನಭಾಗ್ಯಕ್ಕಾಗಿ ವೈಕುಂಠಕ್ಕೆ ಹೋಗುತ್ತಿದ್ದೇನೆ" ಎಂದು ಉತ್ತರಿಸಿದರು. ಆಗ ಆನಂದನು "ಸ್ವಾಮಿ, ನಿಮ್ಮ ಪಾದ ಅಷ್ಟು ದೂರ ಬೆಳೆಯುವುದಾದರೆ, ಈ ಆನಂದನಿಗೆ ಮೋಕ್ಷವಾಗುವುದು ಯಾವಾಗ ಎಂದು ಆ ಭಗವಂತನನ್ನು ಕೇಳಿಕೊಂಡು ಬನ್ನಿ ಸ್ವಾಮಿ, ಇದೊಂದು ಉಪಕಾರ ನಿಮ್ಮಿಂದ ಆಗಲೇಬೇಕು" ಎಂದು ಪ್ರಾರ್ಥಿಸಿದನು. ನಾರದರು "ಹಾಗೆಯೇ, ಆಗಲಿ, ಕೇಳಿಕೊಂಡು ಬರುತ್ತೇನೆ" ಎನ್ನುತ್ತ ಮುಂದಕ್ಕೆ ಸಾಗಿದರು. ಆನಂದನು ಹಿಂದಿನಿಂದ ಓಡಿಹೋಗಿ ಅವರ ಚರಣಕಮಲಗಳ ಮೇಲೆ ಹೊರಳಾಡಿದನು. ಆಗ ನಾರದರು "ಮೇಲೇಳು ಆನಂದ, ನಿನಗೆ ಮಂಗಳವಾಗಲಿ, ಮೋಕ್ಷಸಿದ್ಧಿಸಲಿ" ಎಂದು ಆಶೀರ್ವದಿಸಿದರು.

ಅದೆಷ್ಟೋ ದಿನಗಳ ತರುವಾಯ ನಾರದರು ವಿಷ್ಣುಲೋಕದಿಂದ ಭೂಲೋಕಕ್ಕೆ ಮರಳಿಬಂದರು. ಸಿದ್ಧ ಮತ್ತು ಆನಂದರ ಮೋಕ್ಷವಿಚಾರವನ್ನು ಭಗವಂತನಿಂದ ಕೇಳಿ ತಿಳಿದುಕೊಂಡೇ ಬಂದಿದ್ದರು. ಮೊದಲಿಗೆ ಅವರು ಸಿದ್ಧನನ್ನೇ ಸಂಧಿಸಿದರು. "ಇನ್ನು ನಾಲ್ಕುಜನ್ಮಗಳ ತರುವಾಯ ನಿನಗೆ ಮೋಕ್ಷವಾಗುತ್ತದೆಯೆಂದು ಮಹಾವಿಷ್ಣುವು ಅಪ್ಪಣೆ ಕೊಡಿಸಿದ್ದಾನಪ್ಪಾ" ಎಂದು ತಿಳಿಸಿಕೊಟ್ಟರು. ಆ ಮಾತಿನಿಂದ ಸಿದ್ಧನಿಗೆ ಕಳವಳವೇ ಹೆಚ್ಚಿತು. ಅವನು ಸಂಕಟದಿಂದ ಕಣ್ಣೀರು ಹರಿಸುತ್ತ "ಅಯ್ಯೋ, ಮೈಮೇಲೆ ಹುತ್ತಬೆಳೆಯುವಷ್ಟು ತಪಸ್ಸುಮಾಡಿದ್ದೇನೆ. ಇದು ಸಾಲದಾಗಿ ನಾನು ಇನ್ನೂ ನಾಲ್ಕುಜನ್ಮಗಳನ್ನೆತ್ತಿ ತೊಳಲಬೇಕೆ" ಎನ್ನುತ್ತ ಕುಗ್ಗಿಕುಸಿದುಹೋದನು. ಆಮೇಲೆ ನಾರದರು ಆನಂದನನ್ನು ಸಮೀಪಿಸಿ "ಈ ಹುಣಿಸೇಮರದಲ್ಲಿ ಎಷ್ಟು ಎಲೆಗಳಿವೆಯೋ ಅಷ್ಟು ಜನ್ಮಗಳನ್ನು ಎತ್ತಿದಮೇಲೆ ನಿನಗೆ ಮುಕ್ತಿಲಭಿಸುತ್ತದೆ ಎಂದು ಮಹಾವಿಷ್ಣುವು ನುಡಿದಿದ್ದಾನೆ ಆನಂದ" ಎಂದು

ತಿಳಿಸಿದರು. ಆ ಮಾತುಗಳನ್ನು ಕೇಳಿ ಆನಂದನು "ನಾನು ಗೆದ್ದೆ, ನಾನು ಗೆದ್ದೆ" ಎನ್ನುತ್ತ ಪೂರ್ವಾಧಿಕ ಉತ್ಸಾಹದಿಂದ ಕುಣಿಯತೊಡಗಿದನು. ಒಂದು ಹುಣಿಸೆಯ ಮರದಲ್ಲಿ ಎಷ್ಟು ಎಲೆಗಳಿವೆಯೆಂದು ಯಾರಾದರೂ ಎಣಿಸಿ ಮುಗಿಸಲು ಸಾಧ್ಯವೇ! "ಮೋಕ್ಷ ಪಡೆಯಲು ನೀನು ಕೋಟಿಕೋಟಿ ಜನ್ಮಗಳನ್ನು ಎತ್ತಿ ಬರಬೇಕು" ಎಂದು ಹೇಳಿದಂತೆಯೇ ಆಯಿತು. ಆದರೂ ಆನಂದನು ಅದರಿಂದ ಧೃತಿಗೆಡದೆ ನರ್ತನಪರವಶನಾಗಿದ್ದುದನ್ನು ಕಂಡು ನಾರದರಿಗೇ ಅಚ್ಚರಿಯಾಯಿತು. ಸಿದ್ಧನಾದರೋ ನಾಲ್ಕುಜನ್ಮಗಳನ್ನೆತ್ತಬೇಕು ಎಂದು ಹೇಳಿದಷ್ಟಕ್ಕೇ ಕುಗ್ಗಿಕುಸಿದಿದ್ದಾನೆ, ಈ ಆನಂದನು ಕೋಟಿಕೋಟಿ ಜನ್ಮಗಳನ್ನು ನೀನು ಎತ್ತಬೇಕಾಗಿದೆಯೆಂದರೂ ಧೃತಿಗೆಡದೆ ಸಂಭ್ರಮಿಸುತ್ತಿದ್ದಾನಲ್ಲಾ ಎಂದು ಚಕಿತರಾಗಿ ಆನಂದನನ್ನು ಕುರಿತು "ನಿನ್ನ ಮೋಕ್ಷದ ಹಾದಿ ಇನ್ನೂ ಬಹಳ ದೂರವಿದೆಯೆಂದು ತಿಳಿದರೂ ನೀನು ಸಂಭ್ರಮದಿಂದ ಕುಣಿಯುತ್ತಿದ್ದೀಯಲ್ಲ ಆನಂದ, ಏನು ಕಾರಣ" ಎಂದು ಕೇಳಿಯೇಬಿಟ್ಟರು. ಆಗ ಆನಂದನು "ಎಷ್ಟು ಜನ್ಮಗಳನ್ನೆತ್ತಿದರೇನಂತೆ, ಮೋಕ್ಷವಂತೂ ಸಿದ್ಧಿಸುತ್ತದೆಯೆಂದು ಸ್ವಾಮಿಯ ಮುಖದಿಂದ ಬಂದಮೇಲೆ ಅಂಜುವ ಕಾರಣವೇನಿದೆ" ಎಂದು ದಿಟ್ಟತನದ ಉತ್ತರಕೊಟ್ಟನು. ಆ ಉತ್ತರದಿಂದ ನಾರದರಿಗೂ ಸಂತೋಷವಾಯಿತು. ಸರ್ವಾಂತರ್ಯಾಮಿಯಾದ ವೈಕುಂಠದಸ್ವಾಮಿಗೂ ಸಂತೋಷ ವಾಯಿತು. ಅಷ್ಟು ಮಾತ್ರವಲ್ಲ, ಆ ಕ್ಷಣವೇ "ಅಪ್ಪಾ ಮಗುವೇ ಆನಂದ, ನೀನು ಮುಕ್ತಿಗಾಗಿ ಮತ್ತೆ ಜನ್ಮಗಳನ್ನೆತ್ತಬೇಕಾಗಿಲ್ಲ. ಈ ಜನ್ಮದಲ್ಲಿಯೇ ಈ ಕ್ಷಣದಲ್ಲಿಯೇ ನಿನಗೆ ಮುಕ್ತಿಲಭಿಸಿದೆ ಹೋಗು" ಎಂದು ಅಶರೀರವಾಣಿಯಾಯಿತು.

ಸಾಧನೆಮಾಡಲು ಗಟ್ಟಿಯಾದ ಮನಸ್ಸುಬೇಕು, ಚಂಚಲತೆಯಿಲ್ಲದ ಪ್ರಯತ್ನವು ಬೇಕು. ಎಷ್ಟೇಜನ್ಮಗಳು ಬಂದರೂ ಕಡಿವಡೆಯದ ಸಾಧನೆಯಲ್ಲಿ ತೊಡಗುತ್ತೇನೆಂಬ ಛಲವುಬೇಕು. ಹಿಂಜರಿಕೆಯೆಂಬುದು ಎಳ್ಳುಮೊನೆಯಷ್ಟೂ ಇರಬಾರದು. ಆನಂದನ ವ್ಯಕ್ತಿತ್ವವು ಹಾಗಿತ್ತು. ಕಥೆಯ ಆರಂಭದಲ್ಲಿಯೇ ವಿವರಿಸಿದ ಸದ್ಗುಣಗಳಿಂದ ಅವನು ತುಂಬಿತುಳುಕುತ್ತಿದ್ದನು. ಹೀಗಾಗಿ ಅವನು ಭಗವಂತನ ಕೃಪೆಯೂ ಕೂಡಿಕೊಂಡು ಜೀವನ್ಮುಕ್ತನೇ ಆಗಿಬಿಟ್ಟನು. ಆದರೆ ಸಿದ್ಧನಿಗೆ ನಾಲ್ಕುಜನ್ಮಗಳೇ ಬಹಳವಾಗಿ ತೋರಿ ನಿರಾಸೆಗೆ ತನ್ನನ್ನೇತಾನು ತಳ್ಳಿಕೊಂಡನು. ಎಷ್ಟು ಯುಗಗಳಾದರೂ ನೋಡುವೆನೆಂಬ ಸ್ಥಿರಮನಸ್ಕತೆಯಿಂದ ಮಾತ್ರವೇ ಶ್ರೇಷ್ಠವಾದ ಫಲ ಲಭಿಸುತ್ತದೆಯೆಂಬುದನ್ನು ನೆನಪಿನಲ್ಲಿಡಬೇಕು.

೫೧. ಮಾನವಜನ್ಮದ ದೊಡ್ಡಸ್ತಿಕೆ

ವಿಶ್ವದ ಜೀವಕೋಟಿಗಳಲ್ಲಿ ಮಾನವನೇ ಅತ್ಯಂತ ಶ್ರೇಷ್ಠನೆನಿಸಿದ್ದಾನೆ. ಎಲ್ಲ ಪ್ರಾಣಿ ವರ್ಗಕ್ಕಿಂತಲೂ ಮನುಷ್ಯನೇ ಮಿಗಿಲಾದವನಾಗಿದ್ದು ಅವನು ದೇವತೆಗಳನ್ನೂ ಮೀರಿಸಿದ್ದಾನೆ. ದೇವಜನ್ಮದಲ್ಲಿ ಸಾಧನೆಮಾಡಿ, ಹುಟ್ಟುಸಾವುಗಳ ಬಂಧನವಿಲ್ಲದ ಮೋಕ್ಷವನ್ನು ಪಡೆಯುವುದು ಸಾಧ್ಯವಿಲ್ಲ. ಅದು ಕೇವಲ ಭೋಗಜನ್ಮ. ದೇವತೆಗಳು ತಮ್ಮ ಪುಣ್ಯಫಲವು ತೀರಿದಬಳಿಕ ಈ ಭೂಮಿಗೇ ಬಂದು ಜನ್ಮತಾಳಬೇಕು. ಮಾನವ ದೇಹಧಾರಿಗಳಾಗಿಯೇ ಸಾಧನೆಮಾಡಿ ಮೋಕ್ಷವನ್ನು ಸಂಪಾದಿಸಿಕೊಳ್ಳಬೇಕು. ಹೀಗಾಗಿ ಮನುಷ್ಯಜನ್ಮವು ಪರಿಪೂರ್ಣತೆಯ ಸಂಕೇತವಾಗಿದೆ.

ಸೃಷ್ಟಿಕಾಲದಲ್ಲಿ ಪರಮಾತ್ಮನು ಕ್ರಮವಾಗಿ ಪ್ರಾಣಿಪಕ್ಷಿಗಳನ್ನೂ ದೇವತೆಗಳನ್ನೂ ಸೃಷ್ಟಿಸಿ, ಕೊನೆಯಲ್ಲಿ ಮನುಷ್ಯರನ್ನು ಸೃಷ್ಟಿಸಿದನೆಂದು ಯಹೂದ್ಯರೂ ಮಹಮ್ಮದೀಯರೂ ನಂಬುತ್ತಾರೆ. ಹಾಗೆ ಸೃಷ್ಟಿಸಿದ ಬಳಿಕ ದೇವತೆಗಳನ್ನು ಕೂಗಿಕರೆದು ಪರಮಾತ್ಮನು "ಇಲ್ಲಿ ನೋಡಿ, ನಾನು ಮನುಷ್ಯರೆಂಬ ಪೂರ್ಣಪುರುಷರನ್ನು ಸೃಷ್ಟಿಸಿದ್ದೇನೆ. ನೀವೆಲ್ಲರೂ ಅವನಿಗೆ ನಮಸ್ಕಾರಮಾಡಿ" ಎಂದು ಆಜ್ಞಾಪಿಸಿದನು. ಆ ಹೊತ್ತಿನಲ್ಲಿ ಇಬ್ಲಿಸ್ ಎಂಬ ದೇವತೆಯ ಹೊರತಾಗಿ ಎಲ್ಲರೂ ದೇವರ ಆಜ್ಞೆಯನ್ನು ಪರಿಪಾಲಿಸಿದರು. ಆಗ ದೇವರು ಇಬ್ಲಿಸನನ್ನು ಕುರಿತು "ನೀನೇಕೆ ನಮಸ್ಕರಿಸುತ್ತಿಲ್ಲ" ಎಂದು ಕೇಳಿದನು. ಅದಕ್ಕೆ ಇಬ್ಲಿಸನು "ನಾನು ದೇವತೆ, ಅವರು ಮನುಷ್ಯರು, ಅವರಿಗಿಂತ ನಾನೇ ಮೇಲಲ್ಲವೇ, ನಾನೇಕೆ ಅವರಿಗೆ ಅಡ್ಡಬೀಳಬೇಕು" ಎಂದು ದೇವರಿಗೇ ಎದುರಾಡಿದನು. ಅದರಿಂದ ಕೋಪಗೊಂಡ ದೇವರು "ನೀನು ಸೈತಾನನಾಗು" ಎಂದು ಶಪಿಸಿಬಿಟ್ಟನು. ಹಾಗೆ ಸೈತಾನನಾದ ಇಬ್ಲಿಸನು "ತಾಳು, ನಿನ್ನ ನರಮನುಷ್ಯರಿಗೆ ತಕ್ಕದ್ದು ಮಾಡುತ್ತೇನೆ" ಎಂದು ಕುದಿಯುತ್ತ ಅವರನ್ನೆಲ್ಲ ಅನಾದಿಕಾಲದಿಂದಲೂ ಅಡ್ಡದಾರಿ ಹಿಡಿಸುತ್ತಿದ್ದಾನೆ, ಪತನಕ್ಕೆ ತಳ್ಳುತ್ತಿದ್ದಾನೆ.

"ನಾವು ಪಡೆಯಬಹುದಾದ ಜನ್ಮಗಳಲ್ಲಿ ಮಾನವಜನ್ಮವೇ ಅತ್ಯಂತ ಪವಿತ್ರವೂ ಶ್ರೇಷ್ಠವೂ ಆದುದು ಎಂಬ ಘನತರವಾದ ಸತ್ಯವೊಂದು ಈ ವೃತ್ತಾಂತದ ಹಿನ್ನೆಲೆಯಲ್ಲಿದೆ ಯೆಂಬುದನ್ನು ಪರಿಭಾವಿಸಬೇಕು" ಎಂದು ವಿವೇಕಾನಂದರು ಎಚ್ಚರಿಸಿದ್ದಾರೆ.

ದೇವತೆಗಳಿಗಿಂತ ಮನುಷ್ಯರೇ ಅಧಿಕ ಭಾಗ್ಯಸಂಪನ್ನರು ಎಂಬ ಸಂಗತಿಯು 'ವಿಷ್ಣು ಪುರಾಣ'ದಲ್ಲಿ ಕೂಡ ನಿರೂಪಿತವಾಗಿರುವುದನ್ನು ಈ ಸಂದರ್ಭದಲ್ಲಿ ಸ್ಮರಿಸಿಕೊಳ್ಳ

ಬಹುದು. ಬ್ರಹ್ಮದೇವನು ಬಹುಬಗೆಯ ಜೀವರಾಶಿಗಳನ್ನೂ ದೇವತೆಗಳನ್ನೂ ಸೃಷ್ಟಿಸಿದ ಬಳಿಕ ಮನುಷ್ಯರನ್ನು ಸೃಷ್ಟಿಸಿದನು. ದೇವತೆಗಳು ಕಾರ್ಯಸಾಧಕರಲ್ಲ ಎಂದು ಅವನಿಗೆ ಮನವರಿಕೆಯಾದಾಗ ಮನುಷ್ಯಕುಲವನ್ನು ಸೃಷ್ಟಿಸಿದನು. ಮನುಷ್ಯರೇ ಕಾರ್ಯಸಾಧಕರು, ಅತ್ಯಂತ ಕ್ರಿಯಾಶೀಲರು, ಬಾಹ್ಯ ಮತ್ತು ಆಂತರಿಕ ಜ್ಞಾನವುಳ್ಳವರು ಎಂದು ಬ್ರಹ್ಮನು ಹರ್ಷಪಟ್ಟನು. ದೇವತೆಗಳಾದರೂ ಅಷ್ಟೇ, ಮಾನವಕುಲದ ವಿಷಯದಲ್ಲಿ ಅಪಾರವಾದ ಗೌರವವುಳ್ಳವರಾಗಿದ್ದಾರೆಂದು 'ವಿಷ್ಣುಪುರಾಣ'ದಲ್ಲಿ ಹೇಳಿದೆ : "ಆಹಾ, ಭರತಖಂಡದಲ್ಲಿ ಹುಟ್ಟುವಂತಹ ಮಾನವರೇ ಧನ್ಯರು. ನಮಗಿಂತ ಅವರ ಜನ್ಮವೇ ಉತ್ತಮವಾದುದು. ಸ್ವರ್ಗವನ್ನಾಗಲಿ, ಮೋಕ್ಷವನ್ನಾಗಲಿ ಪಡೆದುಕೊಳ್ಳಲು ಅವಕಾಶವಿರುವ ಮಾರ್ಗವನ್ನು ತೋರಿಸುವಂತಹ ಕರ್ಮಭೂಮಿಯಲ್ಲಿ ಅವರೆಲ್ಲರೂ ಇದ್ದಾರೆ" ಎಂದು ತಮ್ಮತಮ್ಮಲ್ಲೇ ದೇವತೆಗಳು ಸದಾಕಾಲ ಹಾಡಿಕೊಳ್ಳುತ್ತಾರೆ:

ಗಾಯಂತಿ ದೇವಾಃ ಕಿಲ ಗೀತಕಾನಿ | ಧನ್ಯಾಸ್ತು ತೇ ಭಾರತ ಭೂಮಿಭಾಗೇ |
ಸ್ವರ್ಗಾಪವರ್ಗಾಸ್ಪದ ಮಾರ್ಗಭೂತೇ | ಭವಂತಿ ಭೂಯಃ ಪುರುಷಾಃ ಸುರತ್ವಾತ್ ||

೫೨. ಶ್ವಾನರಾಜನ ಆನಂದಲೋಕ

ಪ್ರತಿಯೊಬ್ಬ ಮನುಷ್ಯನ ಸುಖದ ಕಲ್ಪನೆಯೂ ಬೇರೆಬೇರೆಯೇ ಆಗಿರುತ್ತದೆ. ಅನೇಕರು ಇಂದ್ರಿಯವಿಷಯಗಳಲ್ಲಿಯೇ ಆನಂದವನ್ನು ಕಂಡರೆ, ಕೆಲವರು ಮಾತ್ರ ಅತೀಂದ್ರಿಯ ವಾದ ಆನಂದವನ್ನು ಅರಸುತ್ತಾರೆ. ಅವರು ಆತ್ಮಸಾಕ್ಷಾತ್ಕಾರದ ಸಾಧನೆಯ ಮೂಲಕ ಬ್ರಹ್ಮಾನಂದಪರಾಯಣರಾಗುತ್ತಾರೆ. ವಿಜ್ಞಾನಿಗಳಾದವರು ಪ್ರಕೃತಿಯ ರಹಸ್ಯಗಳನ್ನು ಉದ್ಘಾಟಿಸುವುದರಲ್ಲಿಯೇ ಪರಮಾನಂದಭರಿತರಾಗುತ್ತಾರೆ.

ಯಾವುದೋ ಪಟ್ಟಣವೊಂದರಲ್ಲಿ ಖಗೋಳವಿಜ್ಞಾನಿಯೊಬ್ಬನಿದ್ದನು. ಆಕಾಶಕಾಯ ಗಳ ಅಧ್ಯಯನದಲ್ಲಿಯೇ ಅವನು ಸಂತೋಷವನ್ನು ತುಂಬಿಕೊಳ್ಳುತ್ತಿದ್ದನು. ಬಡವ ನಾಗಿದ್ದುದರಿಂದ ಮದುವೆಯಾಗುವ ಗೋಜಿಗೂ ಹೋಗದೆ ಏಕಾಂಗಿಯಾಗಿ ಆತ್ಮಾರಾಮ ನಾಗಿದ್ದುಬಿಟ್ಟಿದ್ದನು. ಸರಳವಾದ ಜೀವನವನ್ನು ಅವನು ತನ್ನದಾಗಿಸಿಕೊಂಡಿದ್ದನು. ಒಂದು ದಿನ ಅವನು ಪಟ್ಟಣದ ಹೊರವಲಯದ ಬೆಟ್ಟವೊಂದರ ಮೇಲೆ ರಾತ್ರಿಯಲ್ಲಿ ಒಬ್ಬನೇ ಕುಳಿತು, ಆಕಾಶವನ್ನೇ ಏಕಾಗ್ರಮನಸ್ಕನಾಗಿ ನೋಡುತ್ತ, ನಕ್ಷತ್ರಗಳ ಗತಿಯನ್ನು ಪರಿವೀಕ್ಷಿಸುತ್ತಿದ್ದನು. ಬಾಹ್ಯಜಗತ್ತಿನ ಪ್ರಜ್ಞೆಯೇ ಇಲ್ಲದೆ ಅದರಲ್ಲಿಯೇ ಮೈಮರೆತಿದ್ದನು. ಆ ಹೊತ್ತಿಗೆ ಸರಿಯಾಗಿ ನಾಯಿಯೊಂದು ಬೆಟ್ಟವೇರಿ ಬಂದಿತು. ಎತ್ತರವಾದ ಬಂಡೆಯ ಮೇಲೆ ಕುಳಿತಿದ್ದ ವಿಜ್ಞಾನಿಯನ್ನು ಕಂಡು "ಏನಯ್ಯಾ ಇದು, ಹೀಗೆ ಒಬ್ಬನೇ ಕುಳಿತು ಆಕಾಶವನ್ನು ನೋಡುತ್ತಿದ್ದೀಯಲ್ಲಾ, ನಿನಗೇನಾದರೂ ಹುಚ್ಚುಹಿಡಿದಿದೆಯೋ ಹೇಗೆ" ಎಂದು ಝುಂಕಿಸಿತು.

ವಿಜ್ಞಾನಿಯು ಆ ಮಾತನ್ನು ಕೇಳಿಸಿಕೊಂಡರೂ ಏನೊಂದೂ ಉತ್ತರಕೊಡದೆ ಮೌನವಾಗಿಯೇ ಇದ್ದನು. ಆಗ ಮತ್ತೆ ಆ ಸೊಣಗನು ವಿಜ್ಞಾನಿಯನ್ನು ಕೆಣಕುತ್ತ "ಮದುವೆಯನ್ನೂ ಮಾಡಿಕೊಳ್ಳದೆ ಹೀಗೆ ಒಂಟಿಬಡುಕರಾಗಿರುತ್ತಾರೆಯೇ, ನನಗಾದರೋ ಹೆಂಡತಿಯಿದ್ದಾಳೆ, ಮಕ್ಕಳಿದ್ದಾರೆ, ಹೀಗಲ್ಲವೇ ಸಂತೋಷವಾಗಿರಬೇಕಾದ್ದು" ಎಂದು ಹಂಗಿಸಿತು. ಆಗ ವಿಜ್ಞಾನಿಯು ತನ್ನ ಮೌನವನ್ನು ಮುರಿಯುತ್ತ "ನನ್ನ ಪ್ರೀತಿಯ ಶ್ವಾನ ರಾಜನೇ, ನಿನ್ನ ಸುಖವೆಲ್ಲ ನಿನ್ನ ಇಂದ್ರಿಯಗಳಲ್ಲಿದೆ. ಅವುಗಳ ಮೂಲಕ ನೀನು ಆನಂದಿಸುತ್ತೀಯೆ. ಇಂದ್ರಿಯಗಳಿಗೆ ಮೀರಿದ ಆನಂದವೂ ಇದೆಯೆಂಬುದು ನಿನಗೆ ಗೊತ್ತಿಲ್ಲ. ಆದರೆ ನಾನಾದರೋ ನಕ್ಷತ್ರಗಳ ವೀಕ್ಷಣೆಯಿಂದ ಇಂದ್ರಿಯಗಳಿಗೂ ಮೀರಿದ

ಆನಂದವನ್ನು ಅನುಭವಿಸುತ್ತಿದ್ದೇನೆ. ನಿನ್ನ ದೃಷ್ಟಿಯಿಂದ ಯಾವುದು ಆನಂದವೋ ಅದನ್ನು ಹುಡುಕಿ ಪಡೆದುಕೊಳ್ಳಲು ನಿನಗೆ ಅಧಿಕಾರವಿದೆ. ಹಾಗೆಯೇ ನನ್ನ ದೃಷ್ಟಿಯಿಂದ ಯಾವುದು ಆನಂದವೋ ಅದನ್ನು ಹುಡುಕಿ ಪಡೆದುಕೊಳ್ಳಲು ನನಗೆ ಅಧಿಕಾರವಿದೆ. ಹಾಗಿರುವಾಗ ನನ್ನನ್ನೇಕೆ ಹೀಯಾಳಿಸುತ್ತೀಯೆ" ಎಂದು ದಬಾಯಿಸಿ ಮಾತನಾಡಿದನು. ಆ ಮಾತಿಗೇನೂ ಉತ್ತರಕೊಡಲಾರದೆ ನಾಯಿ ಬೆಟ್ಟದಿಂದ ಕೆಳಕ್ಕಿಳಿದು ಹೊರಟುಹೋಯಿತು.

ನಾಯಿಯು ಅನ್ನಾಹಾರಗಳನ್ನುಂಡು ಅದುವೇ ಪರಮಸುಖವೆನ್ನುವುದಾದರೆ, ವಿಜ್ಞಾನಿಯು ಆ ಮಟ್ಟಕ್ಕೆ ಇಳಿಯಲಾರನು. ವಿಜ್ಞಾನಿಯ ಆನಂದದ ಮಟ್ಟಕ್ಕೆ ನಾಯಿ ಏರಲಾರದು. ಪ್ರಯೋಜನದ ದೃಷ್ಟಿಯಿಂದಲೇ ಸುಖವನ್ನು ಅರಸುವವರಾದರೆ, ಅವರವರಿಗೆ ಪ್ರಿಯವಾದ ಮಾರ್ಗದಲ್ಲಿ ಸಾಗಬೇಕು. ಪ್ರಪಂಚವೆಲ್ಲ ನನ್ನ ಹಾಗೆಯೇ ಇರಲಿ ಎಂದು ನಿರೀಕ್ಷಿಸಬಾರದು. ಪ್ರಪಂಚವನ್ನೆಲ್ಲ ನಮ್ಮ ದೃಷ್ಟಿಯಿಂದಲೇ ಪರೀಕ್ಷಿಸಿ, ನಮ್ಮ ದೃಷ್ಟಿಗೇ ಸೆಳೆಯಲು ಹವಣಿಸಬಾರದು. ಹಾಗೆ ಮಾಡಿದರೆ ಅದು ಘರ್ಷಣೆಗೆ ಎಡೆಯಾಗಬಹುದು. "ನೀನೂ ಹೀಗೆಯೇ ಮಾಡಬೇಕು, ಇಲ್ಲದಿದ್ದರೆ ನೀನೊಬ್ಬ ಮೂರ್ಖ" ಎಂದು ಯಾರಾದರೂ ನನಗೆ ಹೇಳಿದರೆ ಆಗ ನಾನು "ಇಲ್ಲ, ನೀನು ತಪ್ಪುತಿಳಿದುಕೊಂಡಿದ್ದೀಯೆ, ನಿನಗೆ ಯಾವುದು ಸುಖದಾಯಕವೋ ಅದರ ಮೇಲೆ ನನಗೆ ಸ್ವಲ್ಪವೂ ಪ್ರೀತಿಯಿಲ್ಲ. ಸ್ವಲ್ಪಹಣಕ್ಕಾಗಿ ಜೀವನವನ್ನು ವ್ಯರ್ಥಮಾಡುವುದಾದರೆ ಅದಕ್ಕಿಂತ ಮರಣವೇ ಲೇಸು ಎಂದು ಹೇಳುತ್ತೇನೆ" ಎಂದು ಸ್ವಾಮಿ ವಿವೇಕಾನಂದರು ಈ ದೃಷ್ಟಾಂತದ ಮುಕ್ತಾಯದಲ್ಲಿ ಸಾರ್ಥಕವಾಗಿ ನುಡಿದಿದ್ದಾರೆ.

೫೩. ಬೆರಗುಗೊಳಿಸಿದ ಮಂತ್ರವಾದಿ

ಮನುಷ್ಯನು ಗಳಿಸಿಕೊಳ್ಳಬಹುದಾದ ಶಕ್ತಿಗೆ ಒಂದು ಮಿತಿಯೆಂಬುದೇ ಇಲ್ಲ, ಒಂದು ಅಂತ್ಯವೆಂಬುದೇ ಇಲ್ಲ. ಯಾವುದನ್ನಾದರೂ ಕೈವಶಮಾಡಿಕೊಳ್ಳಬೇಕೆಂಬ ಆಸಕ್ತಿ ಕೆರಳಿಬಿಟ್ಟರೆ ಸರಿ, ಅದರಲ್ಲಿಯೇ ಅವನು ತಲ್ಲೀನನಾಗಿ ಉಳಿದೆಲ್ಲವನ್ನೂ ಮರೆತು ಬಿಡುತ್ತಾನೆ. ಯಾರು ತಮ್ಮ ಮನಸ್ಸನ್ನು ನಿಯಂತ್ರಿಸಬಲ್ಲರೋ ಅಂತಹವರು ಇತರರ ಮನಸ್ಸನ್ನೂ ನಿಯಂತ್ರಿಸಬಲ್ಲವರಾಗುತ್ತಾರೆ. ಒಂದುಹಿಡಿ ಮಣ್ಣಿನ ಗುಣಲಕ್ಷಣಗಳನ್ನು ನಿಖರವಾಗಿ ಅರಿತವರು, ಜಗತ್ತಿನ ಮಣ್ಣನ್ನೆಲ್ಲ ಅರಿತವರಾಗುತ್ತಾರೆ. ತಮ್ಮ ಮನಸ್ಸನ್ನು ಅರಿತುಕೊಂಡವರಿಗೆ ಎಲ್ಲ ಮನಸ್ಸುಗಳ ರಹಸ್ಯವೂ ಗೊತ್ತಾಗುತ್ತದೆ, ಎಲ್ಲ ಮನಸ್ಸುಗಳ ಮೇಲೂ ಅವರಿಗೆ ಅಧಿಕಾರ ಪ್ರಾಪ್ತವಾಗುತ್ತದೆ.

ಕೋಲ್ಕೊತ್ತ ಮಹಾನಗರದಲ್ಲಿ ಅಪೂರ್ವಶಕ್ತಿಸಂಪನ್ನನಾದ ಸಖಾರಾಮನೆಂಬ ಮಂತ್ರವಾದಿಯೊಬ್ಬನಿದ್ದನು. ಯಾರಾದರೂ ವ್ಯಕ್ತಿಗಳು ತಮ್ಮ ಮನಸ್ಸಿನಲ್ಲಿಯೇ ಯಾವುದಾದರೂ ಪ್ರಶ್ನೆಗಳನ್ನಿಟ್ಟುಕೊಂಡುಹೋದರೆ ಸಖಾರಾಮನು "ನೀವು ಇಂತಹ ಪ್ರಶ್ನೆಗಳನ್ನು ಮನಸ್ಸಿನಲ್ಲಿಟ್ಟುಕೊಂಡು ಬಂದಿದ್ದೀರಲ್ಲವೆ, ಅವುಗಳಿಗೆ ನೋಡಿಕೊಳ್ಳಿ ಇದೇ ಉತ್ತರ" ಎಂದು ಪ್ರಶ್ನೆಗಳನ್ನೂ ಉತ್ತರಗಳನ್ನೂ ನಿರ್ದಿಷ್ಟವಾಗಿ ಹೇಳಿಬಿಡುತ್ತಿದ್ದನು. ಅವನು ವ್ಯಕ್ತಿಗಳ ಭವಿಷ್ಯವನ್ನು ಮುಖನೋಡಿಯೇ ಹೇಳಬಲ್ಲವನೂ ಆಗಿದ್ದನು. ಸ್ವಾಮಿ ವಿವೇಕಾನಂದರಿಗೆ ಅವನ ವಿಚಾರ ಒಮ್ಮೆ ಕಿವಿಯಮೇಲೆ ಬಿತ್ತು. ಕುತೂಹಲವನ್ನು ತಡೆಯಲಾರದೆ ಆತನನ್ನು ಪ್ರತ್ಯಕ್ಷವಾಗಿಯೇ ನೋಡಬೇಕು, ಅವನಲ್ಲಿರುವ ಅಪೂರ್ವವಾದ ವಿದ್ಯೆಗಳನ್ನು ತಿಳಿಯಬೇಕು ಎಂದು ಇಬ್ಬರು ಗೆಳೆಯರನ್ನು ಕೂಡಿಕೊಂಡು ಸಖಾರಾಮನ ಬಳಿಗೆ ಹೋದರು. ತಾವು ಕೇಳಬೇಕೆಂದಿರುವ ಪ್ರಶ್ನೆಗಳು ಗಲಿಬಿಲಿಯಾಗದಂತಿರಲಿ, ಮರೆತುಹೋಗದಂತಿರಲಿ ಎಂದು ಮೂವರೂ ತಂತಮ್ಮ ಪ್ರಶ್ನೆಗಳನ್ನು ಒಂದೊಂದು ಚೀಟಿಯಲ್ಲಿ ಬರೆದು, ಅದನ್ನು ತಮ್ಮ ಜೇಬಿನೊಳಗೆ ಇಟ್ಟುಕೊಂಡರು. ಎಲ್ಲರೂ ಮಂತ್ರವಾದಿ ಸಖಾರಾಮನ ಮನೆಯನ್ನು ಹೊಕ್ಕುಕುಳಿತರು.

ಮಂತ್ರವಾದಿಯು ವಿವೇಕಾನಂದರೇ ಆದಿಯಾಗಿ ಎಲ್ಲರ ಮುಖಗಳನ್ನೂ ನೋಡಿದನು. ಆಮೇಲೆ ಒಬ್ಬೊಬ್ಬರೂ ಕೇಳಬೇಕೆಂದು ಬರೆದುಕೊಂಡು ಬಂದಿದ್ದ ಪ್ರಶ್ನೆಯನ್ನೂ ತಾನೇ ಹೇಳಿ, ಅದಕ್ಕೆ ತಕ್ಕ ಉತ್ತರವನ್ನು ಕೊಟ್ಟು ಎಲ್ಲರನ್ನೂ ಬೆರಗುಗೊಳಿಸಿದನು. ಆಮೇಲೆ

ಸಖಾರಾಮನು ತಾನೇ ಒಂದು ಚೀಟಿಯಲ್ಲಿ ಏನನ್ನೋ ಬರೆದು, ಅದನ್ನು ನಾಲ್ಕುಮಡಿಕೆ ಮಾಡಿ, ಅದರ ಮೇಲೆ "ಇಲ್ಲಿ ನಿನ್ನ ಸಹಿಮಾಡು" ಎಂದು ವಿವೇಕಾನಂದರ ಸಹಿ ಹಾಕಿಸಿದನು. "ಇದನ್ನು ನಿನ್ನ ಜೇಬಿನಲ್ಲಿಟ್ಟುಕೊಂಡಿರು, ಬಿಚ್ಚಿನೋಡಬೇಡ, ನೀನು ಈಗಲೇ ಮುಂದಕ್ಕೆ ಕೇಳುವಪ್ರಶ್ನೆ ಮತ್ತು ಅದಕ್ಕೆ ಉತ್ತರವನ್ನು ನಾನು ಅದರಲ್ಲಿ ಬರೆದಿದ್ದೇನೆ" ಎಂದು ಹೇಳಿದನು. ವಿವೇಕಾನಂದರೊಡನಿದ್ದ ಇಬ್ಬರು ಗೆಳೆಯರಮೇಲೂ ಹಾಗೆಯೇ ಚೀಟಿಯ ಪ್ರಯೋಗವನ್ನು ಮಾಡಿದನು. ಆಮೇಲೆ ಮಂತ್ರವಾದಿಯು "ನಿಮ್ಮ ಜೀವ ಮಾನದಲ್ಲಿ ಮುಂದಕ್ಕೆ ಇಂತಿಂತಹ ಘಟನೆಗಳು ನಡೆಯುತ್ತವೆ" ಎಂದು ಸ್ವಲ್ಪಹೊತ್ತು ಆ ಮೂವರ ಮುಖಗಳನ್ನೂ ನೋಡುತ್ತ ಭವಿಷ್ಯವಾಣಿ ನುಡಿದನು.

ತರುವಾಯ ಸಖಾರಾಮನು ವಿವೇಕಾನಂದರನ್ನು ಕುರಿತು "ನಿನ್ನ ಮನಸ್ಸಿಗೆ ಬಂದ ಭಾಷೆಯಲ್ಲಿ ನೀನು ಯಾವುದಾದರೊಂದು ಪದವನ್ನೋ ವಾಕ್ಯವನ್ನೋ ನೆನಪಿಸಿಕೊ" ಎಂದು ಹೇಳಿದನು. ಆಗ ವಿವೇಕಾನಂದರು ಆ ಮಂತ್ರವಾದಿಗೆ ಪರಿಚಯವಿರದ ದೊಡ್ಡ ದೊಂದು ಸಂಸ್ಕೃತವಾಕ್ಯವನ್ನು ತಮ್ಮ ಮನಸ್ಸಿಗೆ ತಂದುಕೊಂಡು, "ಆಯಿತು" ಎಂದರು. ಆಮೇಲೆ ಸಖಾರಾಮನು ಈಗ ನಿನ್ನ ಜೇಬಿನಲ್ಲಿರುವ, ನಾನು ಬರೆದುಕೊಟ್ಟಿದ್ದ ಕಾಗದ ವನ್ನು ಬಿಚ್ಚಿನೋಡು" ಎಂದನು. ಅಷ್ಟುಹೊತ್ತಿಗೆ ಒಂದು ಗಂಟೆಯಷ್ಟೇ ಕಾಲವು ಕಳೆದಿತ್ತು. ವಿವೇಕಾನಂದರು ಕಾಗದವನ್ನು ಬಿಚ್ಚಿನೋಡಿದಾಗ ಅದರಲ್ಲಿ "ಈ ಮನುಷ್ಯನು ನಾನು ಇಲ್ಲಿ ಬರೆದಿರುವುದನ್ನು ಆಲೋಚಿಸಿರುತ್ತಾನೆ ಎಂದು ಬರೆದಿತ್ತಲ್ಲದೆ, ಅವರು ಸ್ಮರಣೆಗೆ ತಂದುಕೊಂಡ ಸಂಸ್ಕೃತದ ವಾಕ್ಯವೂ ಬರೆದಿತ್ತು. ಆಮೇಲೆ ವಿವೇಕಾನಂದರ ಗೆಳೆಯರಲ್ಲಿ ಒಬ್ಬನನ್ನು ಕುರಿತು "ಈಗ ನಿನ್ನ ಚೀಟಿಯನ್ನು ಬಿಚ್ಚಿನೋಡು" ಎಂದನು. ಅದರಲ್ಲಿ ಕಠಿಣವಾದ ಅರಬ್ಬಿಭಾಷೆಯ ಕೊರಾನಿನ ವಾಕ್ಯವೊಂದನ್ನು ಮಂತ್ರವಾದಿಯು ಬರೆದಿದ್ದನು. ಆ ವಾಕ್ಯವಾದರೋ ಆ ಗೆಳೆಯನು ತನ್ನ ಮನಸ್ಸಿನಲ್ಲಿ ಸ್ಮರಿಸಿಕೊಂಡುದೇ ಆಗಿತ್ತು. ಮೂರನೆಯ ಗೆಳೆಯನು ಜರ್ಮನ್‌ಭಾಷೆಯ ವೈದ್ಯಶಾಸ್ತ್ರದ ಗ್ರಂಥದಿಂದ ಒಂದು ವಾಕ್ಯವನ್ನು ಸ್ಮರಿಸಿಕೊಂಡಿದ್ದನು. ಅವನು ಚೀಟಿಯನ್ನು ಬಿಚ್ಚಿನೋಡಿದಾಗ ಅದರಲ್ಲಿ ಆ ಜರ್ಮನ್ ವೈದ್ಯಶಾಸ್ತ್ರದ ವಾಕ್ಯವೇ ಬರೆದಿತ್ತು. ಈ ಘಟನೆಯಿಂದ ವಿವೇಕಾನಂದರು ವಿಸ್ಮಯಾಭಿಭೂತರಾಗಿಬಿಟ್ಟರು.

ಆ ಮಂತ್ರವಾದಿಯ ಸಮಕ್ಷಮದಿಂದ ಮರಳಿಬಂದಮೇಲೆ "ನಾನೇನಾದರೂ ಆತನ ಸಾಮೀಪ್ಯದಲ್ಲಿ ಮೋಸಹೋದೆನೇ, ಏನಾದರೂ ಮಂಕುಬೂದಿ ಎರಚಿಸಿಕೊಂಡಿದ್ದೇನೇ" ಎಂಬ ಸಂಶಯ ವಿವೇಕಾನಂದರನ್ನು ಕಾಡತೊಡಗಿತು. "ಮತ್ತೆ ಆತನನ್ನು ಪರೀಕ್ಷಿಸಬೇಕು, ಆತನ ವಿಚಿತ್ರಶಕ್ತಿಯನ್ನು ದೃಢಪಡಿಸಿಕೊಳ್ಳಬೇಕು" ಎಂಬ ಜಿಜ್ಞಾಸೆಯಿಂದ ಪ್ರೇರಿತರಾಗಿ, ಹೊಸಗೆಳೆಯರನ್ನು ಕಟ್ಟಿಕೊಂಡು, ಸಖಾರಾಮನ ನಿವಾಸಕ್ಕೆ ಹೋದರು. ಆಗಲೂ ಆತನು ಎಂದಿನಂತೆಯೇ ಆಶ್ಚರ್ಯಕರವಾದ ಬಗೆಯಲ್ಲಿ ತನ್ನ ವಿದ್ಯೆಯನ್ನು ಪ್ರದರ್ಶಿಸಿ,

ಅದ್ಭುತವಾದ ವಿಜಯವನ್ನು ಸಾಧಿಸಿದನು.

ಈ ಬಗೆಯ ಯೋಗಶಕ್ತಿಯನ್ನು ತಿಳಿಯಬಯಸುವವರು ವ್ಯವಹಾರಜೀವನಕ್ಕೆ ಬೇಕಾಗುವ ಸಂಕಲ್ಪಕ್ಕಿಂತಲೂ ಹೆಚ್ಚಿನ ಸಂಕಲ್ಪದಿಂದ ಹೊರಡಬೇಕು. ನಮ್ಮ ದೈನಂದಿನ ವ್ಯವಹಾರಕ್ಕೇ ಎಷ್ಟೊಂದು ಏಕಾಗ್ರತೆ ಬೇಕು! ಮನೆಯಲ್ಲಿ ತಂದೆತಾಯಿ, ಬಂಧುಬಳಗ, ಮಡದಿಮಕ್ಕಳು ಯಾರು ಸತ್ತರೂ ದಿನನಿತ್ಯದ ವ್ಯವಹಾರವನ್ನು ಮಾತ್ರ ನಿಲ್ಲಿಸುವಂತಿಲ್ಲ. ನಮ್ಮ ಹೃದಯವೇ ಶಿಥಿಲವಾಗುತ್ತಿದ್ದರೂ ನಾವು ಯಮಯಾತನೆ ಅನುಭವಿಸುತ್ತಿದ್ದರೂ ಲೆಕ್ಕಿಸದೆ ನಮ್ಮ ನಿತ್ಯದ ಕಾರ್ಯಕ್ಷೇತ್ರವನ್ನು ಪ್ರವೇಶಿಸಲೇಬೇಕು. ಮನಸ್ಸನ್ನು ಕುರಿತ ಸಾಧನೆಯಾದರೋ ಇದಕ್ಕಿಂತ ಹೆಚ್ಚಿನ ಶ್ರಮವನ್ನು ಬಯಸುತ್ತದೆ. ಹಾಗೇನಾದರೂ ಅದರಲ್ಲಿಯೇ ತೊಡಗಿಕೊಂಡು ಸಾಧನೆಮಾಡಿಬಿಟ್ಟರೆ, ನಾವು ಪೂರ್ಣಾತ್ಮರೇ ಆಗಿ ಮುಕ್ತರಾಗಿಬಿಡಬಹುದು. ಒಂದುವೇಳೆ ಅದು ಸಾಧ್ಯವಾಗದಿದ್ದರೂ "ಈ ಯೋಗವು ಸತ್ಯವಾದುದು, ಅಲ್ಲಿನ ವಿಷಯಗಳನ್ನು ಸಾಕ್ಷಾತ್ಕಾರಮಾಡಿಕೊಂಡವರು ಇದ್ದಾರೆ" ಎಂಬುದನ್ನಾದರೂ ನಂಬಿ ಮನವರಿಕೆ ಮಾಡಿಕೊಳ್ಳಬಹುದು.

೫೪. ಎಲೆಗಳನ್ನು ಎಣಿಸಬೇಡಿ ಮಾವಿನಹಣ್ಣು ತಿನ್ನಿ

ನಾವು ಭಕ್ತಿಮಾರ್ಗದಲ್ಲಿ ಸಾಗಬೇಕೆಂದಿದ್ದೇವೆ, ಅದಕ್ಕಾಗಿ ನಮಗೊಬ್ಬ ಸದ್ಗುರುಬೇಕೆಂದು ಹಂಬಲಿಸುತ್ತಿದ್ದೇವೆ ಎಂದು ಭಾವಿಸಿಕೊಳ್ಳೋಣ. ಆದರೆ ನಮಗೆ ಯಾರಿಂದ ಉಪದೇಶ ದೊರಕಬೇಕು, ಯಾರಿಂದ ಮಾರ್ಗದರ್ಶನ ಲಭಿಸಬೇಕು ಎಂಬುದನ್ನು ತಿಳಿದು ಕೊಳ್ಳುವಷ್ಟು ಸಾಮರ್ಥ್ಯ ಕೂಡ ಇಲ್ಲ ಎಂಬುದಾಗಿಯೂ ಭಾವಿಸಿಕೊಳ್ಳೋಣ. ಅಂತಹ ಹೊತ್ತಿನಲ್ಲಿ ಗುರುವಿನ ಯೋಗ್ಯತೆಯನ್ನು ನಿಷ್ಕರ್ಷಿಸಬಲ್ಲ ಕೆಲವು ವಿಶಿಷ್ಟ ಗುಣಲಕ್ಷಣ ಗಳನ್ನು ಮನಸ್ಸಿಗೆ ತಂದುಕೊಳ್ಳಬೇಕು ಎಂದು ವಿವೇಕಾನಂದರು ಹೇಳಿದ್ದಾರೆ. ಹಾಗೆ ಹೇಳಿದ ಬಳಿಕ ಗುರುವಿಗೆ ಶಾಸ್ತ್ರಗಳ ಸಾರವು ಗೊತ್ತಿರಬೇಕು; ಅವನು ಪಾಪರಹಿತ ನಾಗಿರಬೇಕು; ಅವನು ಸಂಪತ್ತು, ಕೀರ್ತಿ ಮುಂತಾದುವುಗಳನ್ನು ಗಳಿಸುವ ಸ್ವಾರ್ಥದಿಂದ ಮುಕ್ತನಾಗಿರಬೇಕು– ಎಂಬ ಮೂರು ಮುಖ್ಯವಾದ ಲಕ್ಷಣಗಳನ್ನು ನಿರೂಪಿಸಿದ್ದಾರೆ. ಇಂತಹ ಲಕ್ಷಣಗಳೆಲ್ಲ ಕಂಡುಬಂದರೆ ಯಾವುದೇ ಅಂಜಿಕೆಯಿಲ್ಲದೆ ನೀವು ಅವನ ಉಪದೇಶವನ್ನು ಶ್ರವಣಮಾಡಬಹುದು; ಅವನ ಶಿಷ್ಯರಾಗಬಹುದು ಎಂದು ಸೂಚಿಸಿದ್ದಾರೆ. ಸದ್ಗುರುವಾದವನಿಗೆ ಶಾಸ್ತ್ರಗಳ ಸಾರವು ಗೊತ್ತಿರಬೇಕು ಎಂಬುದಕ್ಕೆ ವಿವೇಕಾನಂದರು ಹೇಳಿರುವ ಕಥೆ ಬೋಧಪ್ರದವಾಗಿದೆ.

ಪ್ರಪಂಚದಲ್ಲಿ ಬೋಧನೆಗೆ ತೊಡಗುವ ಗುರುಗಳೆಲ್ಲರೂ ವೇದಶಾಸ್ತ್ರಗಳನ್ನೋ ಬೈಬಲ್-ಕುರಾನುಗಳನ್ನೋ ತಾವು ಓದುತ್ತಾ, ತಮ್ಮ ಶಿಷ್ಯರಿಗೂ ಬೋಧಿಸುತ್ತಾರೆ. ಹಾಗೆ ಬೋಧಿಸುವ ಗುರುಗಳಿಗೆ ಆ ಗ್ರಂಥಗಳ ಸಾರವು ಅವರ ಅನುಭವದಲ್ಲಿ ನೆಲೆನಿಂತಿರಬೇಕು. ಹಾಗಲ್ಲದೆ ಅದು ಕೇವಲ ಶಬ್ದಜಾಲವಾದರೆ ನಿಷ್ಪ್ರಯೋಜಕವಾಗುತ್ತದೆ. ಆ ಶಬ್ದಜಾಲವು ನಿಜವಾಗಿಯೂ ಧರ್ಮದ ನೀರಸವಾದ ಭಾಗ. ಕೇವಲ ಶಬ್ದಜಾಲ, ವಾಕ್ಯಲಕ್ಷಣ, ಪದಗಳ ನಿಷ್ಪತ್ತಿ ಮುಂತಾದ ಹೊರವಿಚಾರಗಳಲ್ಲಿಯೇ ನಿರತನಾದ ಗುರುವು ತಾನು ಬೋಧಿಸುವ ಶಾಸ್ತ್ರಗಳ ಸಾರವನ್ನು ಶಿಷ್ಯರ ಅನುಭವಕ್ಕೆ ತಂದುಕೊಡುವಲ್ಲಿ ವಿಫಲನಾಗುತ್ತಾನೆ. ಶಾಸ್ತ್ರಗಳ ಪದಪುಂಜವೆಂಬುದು ಗೊಂಡಾರಣ್ಯದಂತೆ ಇರುತ್ತದೆ. ಅನೇಕ ವೇಳೆ ಅದು ನಮ್ಮನ್ನು ದಾರಿತಪ್ಪಿಸಿಬಿಡುತ್ತದೆ. ಅನುಭವಿಸಿ ಹೇಳಲಾರದ ಗುರುಗಳಾದರೋ ಒಂದು ಪದವನ್ನೇ ಕೈಗೆತ್ತಿಕೊಂಡು, ಆ ಪದ ಹೇಗೆ ಹುಟ್ಟಿತು, ಆ ಪದವನ್ನು ಮೊತ್ತಮೊದಲಬಾರಿಗೆ ಯಾರು ಬಳಸಿದರು, ಹಾಗೆ ಬಳಸಿದವರು ಏನು ತಿನ್ನುತ್ತಿದ್ದರು, ಅವರು ಎಷ್ಟು ಹೊತ್ತು ಮಲಗು

ತ್ತಿದ್ದರು- ಎಂಬಿವುಗಳ ಮೇಲೆಯೇ ಸಂಪುಟಗಟ್ಟಲೆ ವ್ಯಾಖ್ಯಾನವನ್ನು ಬರೆದುಬಿಡಬಹುದು. ಆದರೆ ಅದರಿಂದ ಯಾರಿಗೂ ಲಾಭವಿಲ್ಲ.

ಒಂದುದಿನ ಹತ್ತಾರುಮಂದಿ ಒಂದು ಗುಂಪುಮಾಡಿಕೊಂಡು ಒಂದು ಸುಂದರವೂ ವಿಶಾಲವೂ ಆದ ಮಾವಿನತೋಟವನ್ನು ಹೊಕ್ಕರು. ತೋಟದ ಒಡೆಯನು ಅವರನ್ನು ಆದರದಿಂದ ಸ್ವಾಗತಿಸಿದನು. ಅದು ಮಾವಿನಹಣ್ಣಿನ ಕಾಲವಾಗಿದ್ದುದರಿಂದ ಮರಗಳೆಲ್ಲವೂ ಫಲಭರಿತವಾಗಿದ್ದುವು. ಅವರ ಉದ್ದೇಶವೇನೋ ಮಾವಿನಹಣ್ಣು ತಿನ್ನುವುದೇ ಆಗಿತ್ತು. ಆದರೆ ತೋಟವನ್ನು ಹೊಕ್ಕ ಆ ಜನರು ಅಲ್ಲಿ ಎಷ್ಟು ಮಾವಿನಮರಗಳಿವೆ; ಒಂದೊಂದು ಮರದಲ್ಲೂ ಎಷ್ಟು ಕೊಂಬೆರೆಂಬೆಗಳಿವೆ, ಒಂದೊಂದು ಕೊಂಬೆರೆಂಬೆಗಳಲ್ಲೂ ಎಷ್ಟು ಹಣ್ಣುಗಳಿವೆ, ಎಷ್ಟು ಎಲೆಗಳಿವೆ ಎಂಬುದನ್ನೆಲ್ಲ ಎಣಿಕೆ ಮಾಡಿದರು. ತರುವಾಯ ಒಂದೊಂದು ಮರದ ಕಾಂಡದ ಗಾತ್ರವೇನು, ರೆಂಬೆಕೊಂಬೆಗಳ ಗಾತ್ರವೇನು, ಅವುಗಳ ತೊಗಟೆಯ ಬಣ್ಣದ ತಾರತಮ್ಯವೇನು- ಮುಂತಾದ ವಿಚಾರಗಳನ್ನು ಕೂಡ ಅಧ್ಯಯನ ಮಾಡಿ, ಆ ವಿವರಗಳನ್ನೆಲ್ಲ ಒಂದು ಪುಸ್ತಕದಲ್ಲಿ ಬರೆದಿಟ್ಟುಕೊಂಡರು. ಆಮೇಲೆ ಒಂದು ಸಭೆಯನ್ನೇ ಆಯೋಜಿಸಿ, ತಾವು ಪರೀಕ್ಷಿಸಿ ಬರೆದಿಟ್ಟುಕೊಂಡ ವಿಚಾರಗಳ ಮೇಲೆ ಚರ್ಚೆಮಾಡಲು ಪ್ರಾರಂಭಿಸಿದರು. ಚರ್ಚೆಯೇನೋ ಕುತೂಹಲಕಾರಿಯಾಗಿ, ಉತ್ಸಾಹಪೂರ್ಣವಾಗಿ, ವಿಸ್ತಾರವಾಗಿ ನಡೆಯಿತು. ಹೀಗೆ ಮಾಡುತ್ತ ಅವರು ತಮ್ಮ ಮೂಲಉದ್ದೇಶವಾಗಿದ್ದ ಮಾವಿನಹಣ್ಣು ತಿನ್ನುವುದನ್ನೇ ಮರೆತುಬಿಟ್ಟರು. ಆದರೆ ಆ ಗುಂಪಿನಲ್ಲಿ ವಿವೇಕಿಯೂ ಜ್ಞಾನಿಯೂ ಆದ ಒಬ್ಬನು ಮಾತ್ರ "ನಿಮ್ಮ ಚರ್ಚಾಗೋಷ್ಠಿ ಚೆನ್ನಾಗಿ ನಡೆಯಲಿ, ನನಗದರ ಗೊಡವೆಬೇಡ, ನಾನಷ್ಟು ಮಾವಿನಹಣ್ಣು ತಿಂದು ಸುಖಿಸುತ್ತೇನೆ" ಎಂದುಕೊಳ್ಳುತ್ತ ಹಣ್ಣುತಿಂದು ತೃಪ್ತನಾದನು. ಭಕ್ತಿಮಾರ್ಗದಲ್ಲಿ ಸಾಗಬೇಕೆಂದಿರುವ ಶ್ರದ್ಧಾವಂತರಿಗೆ ಹಣ್ಣುತಿಂದು ತೃಪ್ತನಾದ, ಅಂದರೆ ಶಾಸ್ತ್ರಗಳ ಮರ್ಮವನ್ನರಿತ, ಅವುಗಳ ಅನುಭವದ ನೆಲೆಯಲ್ಲಿ ನಿಂತ, ಸದ್ಗುರುವು ಬೇಕು ಎಂಬುದು ತಾತ್ಪರ್ಯ.

ಈ ಕಥೆಯ ಮುಕ್ತಾಯದಲ್ಲಿ ಸ್ವಾಮಿ ವಿವೇಕಾನಂದರು "ಮಾವಿನಮರದ ರೆಂಬೆಕೊಂಬೆಗಳನ್ನಾಗಲಿ, ಹಣ್ಣುಗಳನ್ನಾಗಲಿ, ಎಲೆಗಳನ್ನಾಗಲಿ ಎಣಿಕೆಮಾಡಬಾರದೆಂದಲ್ಲ, ಅಂತಹ ಕಾರ್ಯಕ್ಕೂ ಅನ್ಯತ್ರ ಯೋಗ್ಯವಾದ ಸ್ಥಾನವಿದೆ. ಆದರೆ ಅಧ್ಯಾತ್ಮದ ಕ್ಷೇತ್ರದಲ್ಲಿ ಆ ಬಗೆಯ ಶೋಧನೆಗೆ ಜಾಗವಿಲ್ಲ. ಎಲೆಗಳನ್ನು ಎಣಿಸುವವರ ಪೈಕಿ ನೀವು ಯಾವ ಆಧ್ಯಾತ್ಮಿಕ ವೀರನನ್ನೂ ಕಾಣಲಾರಿರಿ. ನೀವು ಭಕ್ತರಾಗಬೇಕಾದರೆ ಶ್ರೀಕೃಷ್ಣನು ಮಥುರೆಯಲ್ಲಿ ಹುಟ್ಟಿದನೋ, ವ್ರಜಭೂಮಿಯಲ್ಲಿ ಹುಟ್ಟಿದನೋ; ಅಲ್ಲಿ ಅವನೇನು ಮಾಡುತ್ತಿದ್ದನು; ಅವನು ಅರ್ಜುನನಿಗೆ ಗೀತೋಪದೇಶ ಮಾಡಿದನಲ್ಲಾ, ಅದು ಮಂಗಳವಾರವಾಗಿತ್ತೋ ಶುಕ್ರವಾರವಾಗಿತ್ತೋ ಎಂಬಿತ್ಯಾದಿ ವಿವರಗಳನ್ನು ಶೋಧಿಸಿ

ತಿಳಿಯಬೇಕಾದುದೇನೂ ಇಲ್ಲ. ಗೀತೆಯಲ್ಲಿ ಬರುವ ಕರ್ಮತತ್ಪರತೆ, ಭಗವತ್ಪ್ರೇಮಗಳ ವಿಷಯದಲ್ಲಿ ನಮಗೆ ಆಸಕ್ತಿಯಿದ್ದರೆ ಸಾಕು. ಸಂಶೋಧನೆಯಿಂದ ತುಂಬಿರುವ, ಪಂಡಿತರಂಜನೆಯ ವಾದಗಳಿಗೆಲ್ಲ ಓಂ ಶಾಂತಿಃ ಶಾಂತಿಃ ಶಾಂತಿಃ ಎಂದು ಹೇಳಿಬಿಡಿ, ಅಲ್ಲಿಂದೆದ್ದುಬಂದು ಬಾಯಲ್ಲಿ ನೀರೂರಿಸುವ ಮಾವಿನಹಣ್ಣು ತಿನ್ನಿ" ಎಂದು ಉಪದೇಶಿಸಿದ್ದಾರೆ. ಭಕ್ತರು ಮಾವಿನ ಹಣ್ಣನ್ನು ತಿನ್ನಲಾರದ, ತಿನ್ನಿಸಲಾರದ ಗುರುಗಳಿಂದ ದೂರವಿದ್ದುಬಿಡಬೇಕು. ಜಿಜ್ಞಾಸುಗಳ ಕಣ್ಣುತೆರೆಯುವಂತೆ ಮಾಡುವ ಸದ್ಗುರುವನ್ನು ಪಡೆದುಕೊಳ್ಳಬೇಕು.

ಗುರುವಿಗೆ ಕೆಲವು ಲಕ್ಷಣಗಳಿರುವಂತೆ, ಶಿಷ್ಯನಾಗಲು ಬಯಸುವವನಿಗೂ ಗುರುವಿನಲ್ಲಿ ಶ್ರದ್ಧೆ, ಭಕ್ತಿ, ಗೌರವ ಮುಂತಾದ ಸಲ್ಲಕ್ಷಣಗಳಿರಬೇಕು ಎಂಬುದರತ್ತಲೂ ಈ ಕಥಾಸಂದರ್ಭದಲ್ಲಿ ವಿವೇಕಾನಂದರು ಜಿಜ್ಞಾಸುಗಳ ಗಮನಸೆಳೆದಿದ್ದಾರೆ. ಇಲ್ಲದಿದ್ದರೆ ಯಾವುದೇ ಆಧ್ಯಾತ್ಮಿಕ ವಿಕಾಸವೂ ಆಗುವುದಿಲ್ಲ ಎಂದು ಎಚ್ಚರಿಸಿದ್ದಾರೆ. ಹಣ್ಣು ತಿನ್ನುವುದಕ್ಕೂ ಸಿದ್ಧತೆಬೇಕಲ್ಲ!

ಈ ದೃಷ್ಟಾಂತಕಥೆಗೆ ಪರಮಹಂಸರೇ ಮೂಲಪುರುಷರಾಗಿದ್ದಾರೆ. "ಭಗವಾನ್ ಶ್ರೀರಾಮಕೃಷ್ಣರು ಒಂದು ಕಥೆಯನ್ನು ಹೇಳುತ್ತಿದ್ದರು" ಎಂದು ಹೇಳಿಯೇ ವಿವೇಕಾನಂದರು ಈ ಮೇಲಿನ ಕಥೆಯನ್ನು ಪ್ರಾರಂಭಿಸಿದ್ದಾರೆ. ಪರಮಹಂಸರು ಮೂರುಬಾರಿ ಈ ದೃಷ್ಟಾಂತ ಕಥೆಯನ್ನು ನಿರೂಪಿಸಿರುವುದು ದಾಖಲಾಗಿದೆ.

ಪರಮಹಂಸರ ದೇಹಾರೋಗ್ಯವನ್ನು ವರದಿಮಾಡಲು ಮಾಸ್ಟರ್‌ಮಹಾಶಯರು ವೈದ್ಯನಾದ ಸರ್ಕಾರ್ ಅವನ ಮನೆಗೆ ಹೋದರು. ಆಗ ಸರ್ಕಾರನು ಮಾಸ್ಟರರನ್ನು ಕುರಿತು "ಗೋತೆ ಎಂಬಾತನು ತನ್ನ ಸ್ಥೂಲಶರೀರದಿಂದ ಸೂಕ್ಷ್ಮಶರೀರವು ಹೊರಕ್ಕೆ ಬಂದುದನ್ನು ತಾನೇ ಕಣ್ಣಾರೆ ಕಂಡಿದ್ದಾನಂತೆ. ಇದು ಆಶ್ಚರ್ಯಕರವಾದ ವಿಚಾರವಲ್ಲವೆ" ಎಂದು ಹೇಳಿದನು. ಅದನ್ನು ಮಾಸ್ಟರ್‌ಮಹಾಶಯರು ಅಚ್ಚರಿಪಟ್ಟು ಸ್ವೀಕರಿಸಲಿಲ್ಲ. ಅವರು ಆ ವೈದ್ಯನನ್ನು ಕುರಿತು "ಪರಮಹಂಸರು ಹೇಳುವ ಹಾಗೆ ಈ ವಿಧದ ಮಾತುಗಳಿಂದ ನಮಗಾವ ಪ್ರಯೋಜನವೂ ಆಗುವುದಿಲ್ಲ. ಭಗವಂತನ ಪಾದಕಮಲ ಗಳಲ್ಲಿ ಭಕ್ತಿಬೆಳೆಸಿಕೊಳ್ಳುವುದಕ್ಕೆಂದು ನಾವು ಈ ಜಗತ್ತಿಗೆ ಹುಟ್ಟಿಬಂದಿದ್ದೇವೆ. ಮಾವಿನ ಹಣ್ಣು ತಿನ್ನಬೇಕೆಂದು ತೋಟಕ್ಕೆ ಹೊಕ್ಕವನ ಕಥೆಯನ್ನು ಅವರು ಹೇಳುತ್ತಿರುತ್ತಾರೆ" ಎಂದು ಮಾಸ್ಟರ್ ಆ ಕಥೆಯನ್ನು ಹೀಗೆ ನಿರೂಪಿಸಿದ್ದಾರೆ.

ತೋಟವನ್ನು ಹೊಕ್ಕ ಮನುಷ್ಯನು ಹಣ್ಣುತಿನ್ನದೆ ಕಾಗದ-ಪೆನ್ಸಿಲ್ ತೆಗೆದುಕೊಂಡು ಈ ತೋಟದಲ್ಲಿ ಎಷ್ಟು ಮರಗಳಿವೆ, ಎಷ್ಟು ರೆಂಬೆಗಳಿವೆ, ಎಷ್ಟು ಎಲೆಗಳಿವೆ ಎಂಬು ದನ್ನೆಲ್ಲ ಎಣಿಸೆಣಿಸಿ ಬರೆದುಕೊಳ್ಳುತ್ತಿದ್ದನು. ಅದನ್ನು ಕಂಡ ಆ ತೋಟದ ಮಾಲಿಯು "ಇದೇನಿದು ಸ್ವಾಮಿ, ನೀವು ಮಾಡುತ್ತಿರುವ ಕೆಲಸ, ನೀವು ಇಲ್ಲಿಗೆ ಬಂದುದಾದರೂ

ಏಕೆ" ಎಂದು ಪ್ರಶ್ನಿಸಿದನು. ಆಗ ಆತನು "ನಾನು ಮಾವಿನಹಣ್ಣು ತಿನ್ನಲೆಂದೇ ಬಂದೆ, ಆದರೆ ಅದನ್ನು ಮರೆತು ಎಲೆಗಳನ್ನು ಎಣಿಸುವುದರಲ್ಲಿ ಮುಳುಗಿಬಿಟ್ಟೆ" ಎಂದನು. ಆಗ ಮಾಲಿಯು "ಮಾವಿನಹಣ್ಣು ತಿನ್ನುವುದೇ ನಿಮ್ಮ ಉದ್ದೇಶವಾದರೆ ತಿಂದು ಆನಂದಪಡಿ. ಮರ, ಕೊಂಬೆ, ಎಲೆ ಎಷ್ಟೆಷ್ಟಿವೆ ಎಂಬುದನ್ನು ಕಂಡುಹಿಡಿಯುವುದರಿಂದ ನಿಮಗೆ ಯಾವ ಫಲವೂ ದೊರಕುವುದಿಲ್ಲ" ಎಂದು ಹೇಳಿದನು.

ಈ ಕಥೆಯನ್ನು ಮಾಸ್ಟರ್‌ಮಹಾಶಯರಿಂದ ಕೇಳಿಸಿಕೊಂಡ ವೈದ್ಯನು "ಓಹೋ, ಪರಮಹಂಸರು ಸಾರವನ್ನೇ ಹಿಂಡಿಕೊಂಡಿದ್ದಾರೆ" ಎಂದು ಸಂಭ್ರಮದಿಂದ ಉದ್ಗರಿಸಿದನು.

ಇದೇ ಕಥಾವೃತ್ತಾಂತವು ಈಶ್ವರಚಂದ್ರವಿದ್ಯಾಸಾಗರರ ನೆಪದಲ್ಲಿಯೂ ಬಂದಿದೆ. ಒಮ್ಮೆ ವಿದ್ಯಾಸಾಗರರು ಮಾಸ್ಟರ್‌ಮಹಾಶಯರೊಡನೆ ಮಾತುಕತೆಯಾಡುತ್ತ "ಆ ಲೂಟಿಕೋರನಾದ ಚಂಗೇಸ್‌ಖಾನನು ಲಕ್ಷಮಂದಿ ನಿರಪರಾಧಿಗಳ ತಲೆಗಳನ್ನು ಕಚ್‌ಕಚ್ ಎಂದು ಕ್ರೌರ್ಯದಿಂದ ಕೊಚ್ಚಿಹಾಕಿದನು. ಆ ಕ್ರೂರಕೃತ್ಯವನ್ನು ತಡೆಯಲು ಭಗವಂತನು ಯಾವ ಪ್ರಯತ್ನವನ್ನೂ ಮಾಡಲೇಯಿಲ್ಲ" ಎಂದು ಸಿಟ್ಟಿನಿಂದಲೇ ದೇವರನ್ನು ದೂರಿದರು. ಅದನ್ನು ಮಾಸ್ಟರ್‌ಮಹಾಶಯರು ಯಾವಾಗಲೋ ಪರಮಹಂಸರ ಮುಂದೆಯೂ ಹೇಳಿದರು. ಪರಮಹಂಸರ ಪ್ರತಿಕ್ರಿಯೆ ಏನಿರುತ್ತದೆ ಎಂದು ಮಾಸ್ಟರ್ ಎದುರು ನೋಡುತ್ತಿದ್ದರು. ಪರಮಹಂಸರಾದರೋ "ಭಗವಂತನು ಸೃಷ್ಟಿಯ ಸಂರಕ್ಷಣೆಯ ಕಾರ್ಯವನ್ನು ಮಾಡುವುದಲ್ಲದೆ ಅದರ ಸಂಹಾರಕಾರ್ಯವನ್ನೂ ಮಾಡುತ್ತಾನೆ. ಅವನು ಯಾವ ಉದ್ದೇಶದಿಂದ ಏನೇನು ಮಾಡುತ್ತಾನೆ ಎಂಬುದನ್ನು ನಾವು ಅರಿತುಕೊಳ್ಳುವುದು ಸಾಧ್ಯವಿಲ್ಲ. ಅದನ್ನು ಅರಿತುಕೊಳ್ಳಬೇಕಾಗಿಯೂ ಇಲ್ಲ. ದಯಮಾಡಿ ನಿನ್ನ ಪಾದಪದ್ಮಗಳಲ್ಲಿ ನನಗೆ ಭಕ್ತಿನೀಡು ಎಂದು ನಾನು ಜಗನ್ಮಾತೆಯನ್ನು ಬೇಡುತ್ತೇನೆ. ನಾನು ಮಾವಿನ ಹಣ್ಣು ತಿನ್ನಲೆಂದೇ ತೋಟಕ್ಕೆ ಬಂದಿದ್ದೇನೆ. ಮರ, ಕೊಂಬೆ, ಎಲೆಗಳ ಲೆಕ್ಕಾಚಾರ ನನಗೆ ಬೇಕಾಗಿಲ್ಲ" ಎಂದು ಪ್ರತಿಕ್ರಿಯೆ ನೀಡಿದರು.

ಮತ್ತೊಮ್ಮೆ ಮಾಸ್ಟರ್‌ಮಹಾಶಯರು ತಮ್ಮ ಬಾಲ್ಯದ ಸಹಪಾಠಿಯಾದ ಶ್ರೀಶ ಎಂಬ ವಿದ್ವಾಂಸನಾದ ವಕೀಲನನ್ನು ಪರಮಹಂಸರಿಗೆ ಪರಿಚಯಿಸಿದರು. ಆಗ ಪರಮಹಂಸರು ಶ್ರೀಶನನ್ನು ಕುರಿತು– ಇವನೇನು ಹೇಳುತ್ತಾನೆ ನೋಡೋಣ ಎಂಬ ಭಾವನೆಯಿಂದಲೋ ಏನೋ– "ಭಗವಂತನ ವಿಷಯದಲ್ಲಿ ನಿನ್ನ ಅಭಿಪ್ರಾಯವೇನಪ್ಪಾ" ಎಂದು ಪ್ರಶ್ನಿಸಿದರು. ಅದಕ್ಕೆ ಶ್ರೀಶನು ತನ್ನ ವಿದ್ವತ್ತನ್ನು ಪ್ರದರ್ಶಿಸುವ ದನಿಯಲ್ಲಿ "ಭಗವಂತನಿದ್ದಾನೆ, ಅವನೇ ಎಲ್ಲವನ್ನೂ ಮಾಡುತ್ತಾನೆ. ಅವನು ಅನಂತನಾಗಿದ್ದಾನೆ. ಆದರೆ ನಾವು ಅವನಿಗೆ ಆರೋಪಿಸುವ ಗುಣಗಳು ಮಾತ್ರ ಸರಿಯಾದುವುಗಳಲ್ಲ" ಎಂದನು. ಆ ಉತ್ತರದಿಂದ ತೃಪ್ತರಾಗದೆ ಪರಮಹಂಸರು ಮಾವಿನಹಣ್ಣಿನ ದೃಷ್ಟಾಂತವನ್ನು ಕೊಟ್ಟರು; ಅದರೊಂದಿಗೆ ಮದ್ಯದ ದೃಷ್ಟಾಂತವನ್ನೂ ಜೋಡಿಸಿದರು.

"ತೋಟದಲ್ಲಿ ಎಷ್ಟು ಮರಗಳಿವೆ, ಎಷ್ಟು ಕೊಂಬೆಗಳಿವೆ ಎಂಬುದರ ಲೆಕ್ಕಾಚಾರ ನಿನಗೇಕೆ ಬೇಕು? ನೀನು ತೋಟಕ್ಕೆ ಬಂದಿರುವುದು ಮಾವಿನಹಣ್ಣು ತಿನ್ನುವುದಕ್ಕೆ. ತಿಂದು ಆನಂದಪಡು. ಭಗವಂತನಲ್ಲಿ ಭಕ್ತಿ, ಪ್ರೇಮಗಳನ್ನು ಗಳಿಸಿಕೊಳ್ಳುವುದೇ ಮಾನವಜನ್ಮದ ಉದ್ದೇಶ. ಅದನ್ನು ಪಡೆದುಕೊಂಡು ಆನಂದದಿಂದಿರು. ನೀನು ಬಂದುದು ಮದ್ಯ ಕುಡಿಯುವುದಕ್ಕೆ, ಮದ್ಯದ ಅಂಗಡಿಯಲ್ಲಿ ಎಷ್ಟು ಪೀಪಾಯಿ ಮದ್ಯ ಇದೆ ಎಂಬುದನ್ನು ತಿಳಿದುಕೊಳ್ಳುವುದರಿಂದ ನಿನಗೇನೂ ಪ್ರಯೋಜನವಾಗುವುದಿಲ್ಲ. ನಿನಗೆ ಒಂದು ಲೋಟವೇ ಸಾಕು. ಭಗವಂತನ ಅನಂತಗುಣಗಳ ಸಂಬಂಧವಾಗಿ ಅರಿತುಕೊಳ್ಳುವುದರ ಆವಶ್ಯಕತೆಯಾದರೂ ಏನಿದೆ? ಆತನ ಗುಣಗಳು ಏನೇನು, ಎಷ್ಟೆಷ್ಟಿವೆ ಎಂಬುದನ್ನು ಅರಿತುಕೊಳ್ಳಲು ಒಂದು ಕೋಟಿವರ್ಷ ಪ್ರಯತ್ನಪಟ್ಟರೂ ಒಂದು ಕಿಂಚಿತ್ತನ್ನೂ ನಾವು ಅರಿತುಕೊಳ್ಳಲಾರೆವು" ಎಂದು ಉಪದೇಶಿಸಿದರು.

ಒಂದೇ ದೃಷ್ಟಾಂತ ಕಥೆಯನ್ನು ಪರಮಹಂಸರು ಹೇಗೆ ವಿವಿಧತತ್ತ್ವಗಳ ಆಯಾಮ ಗಳಲ್ಲಿ ನಿರೂಪಿಸಿದ್ದಾರೆಂಬುದನ್ನು ನೋಡಿದರೆ ಸಂತೋಷವಾಗುತ್ತದೆ. ವಿವೇಕಾನಂದರು ಅವುಗಳನ್ನೆಲ್ಲ ಮೀರಿ, ಸದ್ಗುರುವಿನ ವಿಶಿಷ್ಟಲಕ್ಷಣವೊಂದನ್ನು ಸ್ಫುಟಗೊಳಿಸಲು ಆ ದೃಷ್ಟಾಂತಕಥೆಯನ್ನು ಮತ್ತಷ್ಟು ಸ್ವಾರಸ್ಯಭರಿತವಾಗುವಂತೆ ಬಳಸಿಕೊಂಡಿರುವುದು, ಬೆಳೆಸಿಕೊಂಡಿರುವುದು ಮೆಚ್ಚುವಂತಿದೆ.

೫೫. ಆತ್ಮಜ್ಞಾನಿ ಮದಾಲಸೆ

"ನಾನು ಅದ್ವೈತವನ್ನೇ ಬೋಧಿಸುತ್ತೇನೆಂದು ಕೆಲವರು ನನ್ನಮೇಲೆ ಬೇಸರಪಟ್ಟು ಕೊಳ್ಳುತ್ತಾರೆ. ಕೆಲವರಿಗೆ ಅದ್ವೈತ ಸರಿಯಾಗಿ ತಿಳಿಯುವುದಿಲ್ಲ ಅಂಥವರು ಸುಮ್ಮನೆ ಅದನ್ನು ಅಪಹಾಸ್ಯಕ್ಕೆ ಈಡುಮಾಡುತ್ತಾರೆ. ಮಕ್ಕಳಿಗೂ ಮನದಟ್ಟಾಗುವಂತೆ ನಾನು ಅದನ್ನು ತಿಳಿಸಬಲ್ಲೆ. ಆದರೆ ದ್ವೈತವನ್ನಾಗಲಿ, ಅದ್ವೈತವನ್ನಾಗಲಿ ಅಥವಾ ಮತ್ತಾವುದೇ ತತ್ತ್ವವನ್ನಾಗಲಿ ಬೋಧಿಸುವುದು ನನ್ನ ಗುರಿಯಲ್ಲ. ಆತ್ಮನಿಗೆ ಸಂಬಂಧಿಸಿದ ಮಹಾಭಾವನೆ ಇಂದು ನಮಗೆ ಬೇಕಾಗಿದೆ. ಆತ್ಮನ ಅನಂತಶಕ್ತಿ, ಪರಿಶುದ್ಧತೆ ಮತ್ತು ಪರಿಪೂರ್ಣತೆಗಳನ್ನು ನಾವಿಂದು ಪರಿಭಾವಿಸಬೇಕಾಗಿದೆ. ನನಗೇನಾದರೂ ಒಂದು ಮಗುವಿದ್ದರೆ, ಅದು ಹುಟ್ಟಿದಾಗಿನಿಂದಲೂ ನಾನು ಅದಕ್ಕೆ "ನೀನು ಪರಿಶುದ್ಧ ಆತ್ಮನಾಗಿದ್ದೀಯೆ" ಎಂದು ತಿಳಿಯಹೇಳುತ್ತಿದ್ದೆ. ಆತ್ಮಾನುಭವವೆಂಬ ನಮ್ಮದೇ ಗ್ರಂಥವು ತೆರೆದುಕೊಳ್ಳುವವರೆಗೆ, ಇತರ ಗ್ರಂಥಗಳಿಂದ ನಮಗೆ ಪ್ರಯೋಜನವಿಲ್ಲ. 'ನಾನೇ ಅವನು, ನಾನೇ ಅವನು'ಎಂಬುದೇ ಸಂಗೀತದ ಹಿಂದೆ ಇರುವ ಮುಖ್ಯವಾದ ಶ್ರುತಿ. ನಾವೆಲ್ಲರೂ ಜೀವಂತ ಪರಮಾತ್ಮನೇ ಆಗಿದ್ದೇವೆ. ಆದ್ದರಿಂದ ನಾವೆಲ್ಲರೂ ಆತ್ಮನ ಆಧಾರದ ಮೇಲೆಯೇ ನಿಲ್ಲಬೇಕಾಗಿದೆ" ಎಂದು ಉಪದೇಶಿಸುತ್ತ ವಿವೇಕಾನಂದರು ಪುರಾಣಗಳಲ್ಲಿ ಬರುವ ರಾಣಿಮದಾಲಸೆಯ ಕಥೆಯನ್ನು ಸಾರಪೂರ್ಣವಾಗಿ ತಿಳಿಸಿಕೊಟ್ಟಿದ್ದಾರೆ.

ಮದಾಲಸೆಯು ವಿಶ್ವಾವಸುವೆಂಬ ಗಂಧರ್ವರಾಜನ ಮಗಳು. ಅವಳು ಗೋಮತೀ ನದಿಯ ತೀರದ ರಾಜ್ಯವಾಳುತ್ತಿದ್ದ ಋತಧ್ವಜನ ಕೈಹಿಡಿದು ಮಹಾರಾಣಿಯಾದಳು. ಅವರ ಕೌಟುಂಬಿಕ ಜೀವನವು ಮಂಗಳಮಯವೂ ಆದರ್ಶಪೂರ್ಣವೂ ಆಗಿತ್ತು. ಮೊದಲಿಗೆ ಅವರಿಗೆ ಕ್ರಮವಾಗಿ ವಿಕ್ರಾಂತ, ಸುಬಾಹು, ಶತ್ರುಮರ್ದನ ಎಂಬ ಮೂವರು ಗಂಡುಮಕ್ಕಳಾದರು. ಆ ಮಕ್ಕಳನ್ನು ತೊಟ್ಟಿಲಲ್ಲಿ ಹಾಕಿ ಜೋಗುಳಹಾಡುವಾಗ, ಆತ್ಮಜ್ಞೆಯಾದ ಮದಾಲಸೆಯು ಆತ್ಮವಿದ್ಯೆಯ ವಿಚಾರಗಳನ್ನೇ ಜೋಗುಳ ಗೀತೆಯಾಗಿಸಿ ತೂಗಿಮಲಗಿಸುತ್ತಿದ್ದಳು. "ನನ್ನ ಕಣ್ಮಣಿಯೆ, ನೀನು ಪರಿಶುದ್ಧ ಆತ್ಮನಾಗಿದ್ದೀಯೆ, ನಿನಗೆ ಯಾವ ಹೆಸರೂ ಇಲ್ಲ. ಈಗ ನಿನಗಿರುವ ಹೆಸರು ಕೇವಲ ಕಲ್ಪಿತವಾದುದು. ಶುಭಾಶುಭಕರ್ಮಗಳ ಫಲವಾಗಿ ನಿನಗೆ ಈ ದೇಹ ಪ್ರಾಪ್ತವಾಗಿದೆ. ಅದನ್ನು ನೀನು "ಇದು ನನ್ನ ದೇಹ" ಎಂದು ನೆಚ್ಚಿಕೊಳ್ಳಬೇಡ. ಅದು ಪಂಚಭೂತಗಳಿಂದ ನಿರ್ಮಾಣ

ವಾಗಿದೆ. ಅದಕ್ಕೂ ನಿನಗೂ ಏನೇನೂ ಸಂಬಂಧವಿಲ್ಲ. ನೀನು ದೇಹಾತೀತನಾಗಿದ್ದೀಯೆ. ಅನ್ನಾಹಾರಗಳನ್ನು ಸೇವಿಸುವುದೇ ಕಾರಣವಾಗಿ ನಿನ್ನ ಪಂಚಭೌತಿಕ ದೇಹವು ಬೆಳೆಯುತ್ತ ಹೋಗುತ್ತದೆ. ಹಲವು ಪರಿವರ್ತನೆಗಳಿಗೆ ಗುರಿಯಾಗಿ ಕೊನೆಗೆ ಕಣ್ಮರೆಯಾಗುತ್ತದೆ. ಆದರೆ ಆತ್ಮಸ್ವರೂಪನಾದ ನಿನಗೆ ಇಂತಹ ಯಾವುದೇ ಹಾನಿವೃದ್ಧಿಗಳಿಲ್ಲ. ತಂದೆ, ತಾಯಿ, ಅಣ್ಣ, ತಮ್ಮ, ಹೆಂಡತಿ, ಮಕ್ಕಳು ಎಂಬುವೆಲ್ಲ ಬಂಧನಗಳು, ಅವರಾರೂ ನಿನ್ನವರಲ್ಲ ಎಂಬುದನ್ನು ಅರಿತುಕೊ. ವಿಷಯಸುಖಗಳು ಹಿತಕರವೆಂಬಂತೆ ತೋರಿದರೂ ಕೊನೆಗೆ ಅವು ದುಃಖವನ್ನೇ ತಂದೊಡ್ಡುತ್ತವೆ. ಜ್ಞಾನಿಗಳು ಅಂತಹ ಭೋಗಗಳಿಗೆ ಬಲಿಯಾಗುವುದಿಲ್ಲ" ಎಂದು ಮುಂತಾಗಿ ಅವಳು ಆಧ್ಯಾತ್ಮಗೀತೆಗಳನ್ನು ಹಾಡುತ್ತಿದ್ದಳು. ಅದರ ಫಲವಾಗಿ ಆ ಮಕ್ಕಳೆಲ್ಲರೂ ಬೆಳೆದು ದೊಡ್ಡವರಾದಮೇಲೆ ಗೃಹಸ್ಥಧರ್ಮವನ್ನು ಪ್ರವೇಶಿಸದೆ, ಸನ್ಯಾಸಿಗಳಾಗಿ ತಮ್ಮ ಬದುಕನ್ನು ಸಾರ್ಥಕಪಡಿಸಿಕೊಂಡರು.

ತರುವಾಯದ ಕಾಲದಲ್ಲಿ ಮದಾಲಸಾ-ಋತಧ್ವಜರಿಗೆ ನಾಲ್ಕನೆಯ ಮಗುವಾಗಿ ಅಲರ್ಕನು ಜನಿಸಿದನು. ಆಗ ಋತಧ್ವಜನು ಮದಾಲಸೆಯನ್ನು ಕುರಿತು "ಈ ಮಗುವಿಗೆ ಆತ್ಮವಿದ್ಯೆಯನ್ನು ಬೋಧಿಸಬೇಡ, ಇವನು ನಮ್ಮ ಸಿಂಹಾಸನಕ್ಕೆ ಉತ್ತರಾಧಿಕಾರಿಯಾಗಲಿ, ನಮ್ಮ ವಂಶದ ಕುಡಿಯನ್ನು ಚಿಗುರಿಸಲಿ" ಎಂದು ಕೋರಿಕೊಂಡನು. ಅದಕ್ಕೊಪ್ಪಿ ಮದಾಲಸೆಯು ಅಲರ್ಕನಿಗೆ ವ್ಯವಹಾರನೀತಿಯನ್ನೂ ರಾಜನೀತಿಯನ್ನೂ ಬೋಧಿಸಿದಳು. ಮುಂದಕ್ಕೆ ಅಲರ್ಕನು ದೊಡ್ಡವನಾಗಿ ಸಿಂಹಾಸನವೇರಿ ರಾಜ್ಯಭಾರದಲ್ಲಿ ತೊಡಗಿದನು.

ಅಷ್ಟಾದಬಳಿಕ ಮದಾಲಸೆಯೂ ಋತಧ್ವಜನೂ ವಾನಪ್ರಸ್ಥಾಶ್ರಮವನ್ನು ಸ್ವೀಕರಿಸಿ ತಪಸ್ಸಿಗೆಂದು ಅರಣ್ಯಕ್ಕೆ ಹೊರಟುನಿಂತರು. ಹಾಗೆ ಹೋಗುವಾಗ ಮದಾಲಸೆಯು ಅಲರ್ಕನಿಗೆ ಒಂದು ಉಂಗುರವನ್ನು ಕೊಟ್ಟು "ಮಗುವೇ, ಈ ಉಂಗುರದಲ್ಲಿರುವ ಅತ್ಯಂತ ಕಿರಿದಾದ ಸಂಪುಟದಲ್ಲಿ ಒಂದು ರಹಸ್ಯಪತ್ರವನ್ನು ನಾನು ಬರೆದಿಟ್ಟಿದ್ದೇನೆ. ಮುಂದೆ ನಿನಗೇನಾದರೂ ಕಷ್ಟಕೋಟಲೆಗಳು ಬಂದೆರಗಿದರೆ, ಈ ಪತ್ರವನ್ನು ಉಪಾಯವಾಗಿ ಹೊರತೆಗೆದು ಓದಿಕೋ. ನಿನಗೆ ಸೂಕ್ತವಾದ ಮಾರ್ಗದರ್ಶನ ಲಭ್ಯವಾಗುತ್ತದೆ" ಎಂದು ತಿಳಿಸಿಕೊಟ್ಟಳು.

ಹೀಗೆಯೇ ಕಾಲಉರುಳುತ್ತಿರುವಾಗ ಅಲರ್ಕನು ಗಂಗಾಯಮುನಾನದಿಗಳ ಸಂಗಮ ತಾಣದಲ್ಲಿ ಅಲರ್ಕಪುರಿಯೆಂಬ ರಾಜಧಾನಿಯನ್ನು ಸ್ಥಾಪಿಸಿ, ರಾಜ್ಯಭಾರಮಾಡುತ್ತ ಭೋಗವಿಲಾಸದಲ್ಲಿ ಮೈಮರೆತುಬಿಟ್ಟನು. ಅದನ್ನು ಕಂಡ ಅವನ ಹಿರಿಯ ಸನ್ಯಾಸಿ ಅಣ್ಣನಾದ ಸುಬಾಹುವು ಅವನನ್ನು ಸಂಸಾರವಿಮುಖನನ್ನಾಗಿ ಮಾಡಬೇಕೆಂದು ಇಚ್ಛಿಸಿದನು. ಅದಕ್ಕಾಗಿ ಅವನು ಕಾಶೀರಾಜನ ನೆರವನ್ನು ಪಡೆದು ಅಲರ್ಕಪುರಿಯ ಮೇಲೆ ದಂಡೆತ್ತಿಬಂದನು. ಅಲರ್ಕನು ಆ ಧಾಳಿಯನ್ನು ಎದುರಿಸಲಾರದೆ ಸಂಕಟಕ್ಕೆ ಸಿಲುಕಿದನು. ಆಗ ಅವನಿಗೆ ಮಾತೆಮದಾಲಸೆಯು ಹೇಳಿದ್ದ ಮಾತುಗಳು ನೆನಪಿಗೆ ಬಂದುವು.

ಒಡನೆಯ ತಾಯಿಕೊಟ್ಟಿದ್ದ ಉಂಗುರದ ಸಂಪುಟವನ್ನು ಭೇದಿಸಿ, ಪತ್ರವನ್ನು ಹೊರತೆಗೆದು ಶಾಂತನಾಗಿ ಓದಿಕೊಂಡನು. "ದೇವರೊಬ್ಬನೇ ಸತ್ಯ, ಉಳಿದುವುಗಳೆಲ್ಲ ಮಿಥ್ಯ. ಆತ್ಮವು ಯಾವುದನ್ನೂ ಕೊಲ್ಲುವುದಿಲ್ಲ, ಕೊಲ್ಲಿಸಿಕೊಳ್ಳುವುದೂ ಇಲ್ಲ. ಎಲ್ಲ ಮುಖಗಳಿಂದಲೂ 'ಸಂಗ'ವೆಂಬುದನ್ನು ತೊರೆಯಬೇಕು. ಹಾಗೊಂದು ವೇಳೆ ಸಂಗವನ್ನು ತೊರೆಯಲಾಗ ದಿದ್ದರೆ, ಸತ್ಪುರುಷರ ಸಂಗಮಾಡಬೇಕು. ಎಲ್ಲ ಮುಖಗಳಿಂದಲೂ 'ಬಯಕೆ'ಗಳನ್ನು ತೊರೆಯಬೇಕು. ಹಾಗೊಂದು ವೇಳೆ ಬಯಕೆಗಳನ್ನು ತೊರೆಯಲಾಗದಿದ್ದರೆ ಮೋಕ್ಷವನ್ನು ಪಡೆಯಬೇಕೆಂಬ ಬಯಕೆಯನ್ನು ತುಂಬಿಕೊಳ್ಳಬೇಕು" ಎಂದು ಆ ಪತ್ರದಲ್ಲಿ ಬರೆದಿತ್ತು. ಆ ಉಪದೇಶಾಮೃತವನ್ನು ಮನನಮಾಡಿದ ಅಲರ್ಕನು ರಾಜ್ಯತ್ಯಾಗಮಾಡಿ ಸನ್ಯಾಸಿ ಯಾಗಿಬಿಟ್ಟನು. ತ್ರಿಮೂರ್ತಿರೂಪನಾದ ದತ್ತಾತ್ರೇಯಗುರುವಿನ ಶಿಷ್ಯನಾಗಿ, ಆತ್ಮಜ್ಞಾನ ಸಂಪನ್ನನಾಗಿ, ಮೋಕ್ಷವನ್ನು ಸಾಧಿಸಿಕೊಂಡನು.

ರಾಣಿಮದಾಲಸೆಯ ಆದರ್ಶ ನಮ್ಮದಾಗಬೇಕಾಗಿದೆ. ನಮ್ಮ ಆತ್ಮಶ್ರದ್ಧೆಯನ್ನು ಬಲಪಡಿಸಿಕೊಳ್ಳಬೇಕಾಗಿದೆ. ಕಳೆದ ಸಾವಿರವರ್ಷಗಳಿಂದಲೂ ಜಾತಿಮತಗಳ ತಾರತಮ್ಯ, ರಾಜಮಹಾರಾಜರ ದಬ್ಬಾಳಿಕೆ, ಪರಕೀಯರ ದಬ್ಬಾಳಿಕೆ, ಸ್ವಜನರ ದಬ್ಬಾಳಿಕೆ ಮುಂತಾದುವು ಗಳಿಗೆ ತುತ್ತಾಗಿ ನಮ್ಮಸತ್ವವೆಲ್ಲ ನಾಶವಾಗಿಹೋಗಿದೆ. ನಮಗೆ ಬೆನ್ನೆಲುಬೇ ಇಲ್ಲ ದಂತಾಗಿದೆ. ನಾವು ಹರಿದಾಡುವ ಕ್ರಿಮಿಕೀಟಗಳಂತಾಗಿಬಿಟ್ಟಿದ್ದೇವೆ. ಈಗ ನಮಗೆ 'ಶಕ್ತಿ' ಎಂಬ ತತ್ತ್ವ ಬೇಕಾಗಿದೆ. ಆ ಶಕ್ತಿಯನ್ನು ಪಡೆಯಬೇಕಾದರೆ ಉಪನಿಷತ್ತುಗಳ ತಳಪಾಯದ ಮೇಲೆ ನಿಂತು "ನಾನು ಪರಿಶುದ್ಧಾತ್ಮ, ಕಳಂಕರಹಿತ, ಪಾಪದೂರ, ಶಕ್ತಿಶಾಲಿ, ಪರಮ ಶ್ರೇಷ್ಠ" ಎಂದು ನಂಬಿಕೆಯಿಂದ ದೃಢಪಡಿಸಿಕೊಳ್ಳಬೇಕು. ನಮ್ಮೆಲ್ಲರಲ್ಲಿಯೂ ಪರಂಜ್ಯೋತಿ ಯಾದ ಆತ್ಮನಿದ್ದಾನೆ, ಏನನ್ನು ಬೇಕಾದರೂ ನಾವು ಸಾಧಿಸಬಲ್ಲೆವು ಎಂಬ ನಿಷ್ಠೆಯನ್ನು ಬೆಳೆಸಿಕೊಳ್ಳಬೇಕು ಎಂದು ವಿವೇಕಾನಂದರು ಈ ಕಥೆಗೆ ಪೂರಕವಾಗಿ ಬೋಧಿಸಿದ್ದಾರೆ.

ಮದಾಲಸೆಯ ಕಥೆಯನ್ನು ಓದುವಾಗ ಕನ್ನಡನಾಡಿನ ಹಂಪೆಯ 1140ರ ಶಾಸನ ವೊಂದು ತಪ್ಪದೆ ನೆನಪಾಗುತ್ತದೆ. ಅಲ್ಲಿ ಲಕ್ಷ್ಮೀಧರನೆಂಬ ಶಿಶುವಿನ ತಾಯಿ ಅದಕ್ಕೆ ಎದೆಹಾಲು ಕುಡಿಸುವಾಗ ಅದರ ಕಿವಿಯಲ್ಲಿ "ಕಂದ, ನೀನು ಕೆರೆಯನ್ನು ಕಟ್ಟಿಸು, ಬಾವಿಯನ್ನು ತೋಡಿಸು, ದೇವಾಲಯಗಳನ್ನು ಎತ್ತಿಸು, ಕಠಿಣವಾದ ಸೆರೆಯಲ್ಲಿ ಸಿಕ್ಕಿದವರನ್ನು ಬಿಡಿಸು, ನಿನ್ನ ಗೆಳೆಯರಿಗೆ ಹಿತವನ್ನುಂಟುಮಾಡು, ನಿನ್ನನ್ನು ನಂಬಿಕೊಂಡವರಿಗೆ ಆಸರೆಯಾಗಿರು, ಸಜ್ಜನರನ್ನು ರಕ್ಷಿಸು" ಎಂಬ ಉಪದೇಶದ ಮಾತುಗಳನ್ನು ಆ ಹಾಲಿನೊಡನೆಯೇ ಎರೆಯುತ್ತಿದ್ದಳು. ಅದೇ ಕಾರಣವಾಗಿ ಆ ಶಿಶುವು ಬೆಳೆದು ದೊಡ್ಡವನಾದಮೇಲೆ ಅಮಾತ್ಯಪದವಿಯನ್ನು ಅಲಂಕರಿಸಿ ಲಕ್ಷ್ಮೀಧರಾಮಾತ್ಯ ಎಂದು ಪ್ರಸಿದ್ಧನಾದನು. ಇದು ಮದಾಲಸೆಯು ಅಲರ್ಕನಿಗೆ ಮಾಡಿದ ವ್ಯಾವಹಾರಿಕ ಉಪದೇಶಕ್ಕೆ ಸಮನೆಂದು ಭಾವಿಸಬಹುದು.

೫೬. ಗಾರ್ಗಿವಾಚಕ್ನವಿ

ವೇದಗಳು ಪ್ರಪಂಚದ ಅತ್ಯಂತ ಪುರಾತನವಾದ ಸಾಹಿತ್ಯ. ಅದರಲ್ಲಿ ಬರುವ ಸಂಹಿತಾ ಭಾಗಗಳಲ್ಲಿ ಅಂದಿನ ಆರ್ಯರು ಪೂಜಿಸುತ್ತಿದ್ದ ಅಗ್ನಿ, ಸೂರ್ಯ, ವರುಣ ಮೊದಲಾದ ದೇವತೆಗಳನ್ನು ಕುರಿತ ಸ್ತೋತ್ರಗಳಿವೆ. ಆ ಸ್ತೋತ್ರಸಮುದಾಯದಲ್ಲಿ ಬರುವ 'ದೇವೀಸೂಕ್ತ' ಎಂಬುದು ಒಬ್ಬ ತಪಸ್ವಿನಿಯಿಂದ ರಚಿತವಾಗಿದೆ ಎಂಬುದು ಗಮನಾರ್ಹವಾದ ಸಂಗತಿ. ಆ ಕಾಲದಲ್ಲಿ ಸ್ತ್ರೀಯರು ಕೂಡ ಪುರುಷರಷ್ಟೇ ಹಕ್ಕುಗಳನ್ನು ಪಡೆದುಕೊಂಡಿದ್ದರು. ಬಾಲಕಬಾಲಿಕೆಯರಿಗೆ ತಮಗಿಷ್ಟರಾದ ವಧೂವರರನ್ನು ಆರಿಸಿಕೊಳ್ಳುವ ಸ್ವಾತಂತ್ರ್ಯವಿತ್ತು. ಸ್ತ್ರೀಯರು ವೇದಮಂತ್ರಗಳನ್ನು ಕಲಿತು ಪೌರೋಹಿತ್ಯವನ್ನೂ ಮಾಡಿಸುತ್ತಿದ್ದರು. ಸ್ತ್ರೀಯರು ಪೌರೋಹಿತ್ಯಮಾಡಿಸಬಾರದು ಎಂದು ಪ್ರತ್ಯಕ್ಷವಾಗಿಯಾಗಲಿ, ಪರೋಕ್ಷವಾಗಿಯಾಗಲಿ ಸೂಚಿಸುವ ಒಂದೇ ಒಂದು ವಾಕ್ಯವಾದರೂ ಇಡೀ ವೇದಸಾಹಿತ್ಯದಲ್ಲಿ ಎಲ್ಲಿಯೂ ಇಲ್ಲ. ವೇದಗಳ ಅಂತ್ಯಭಾಗವಾದ ಉಪನಿಷತ್ತುಗಳ ಜ್ಞಾನದ ಉತ್ಕರ್ಷ ಅದೆಷ್ಟೆಂದರೆ, ಈಗಿನ ಶತಮಾನದಲ್ಲಿಕೂಡ ಅವುಗಳನ್ನು ಮೀರಲಾಗಿಲ್ಲ. ಆ ಉಪನಿಷತ್ತುಗಳ ಕೆಲವು ಮಂತ್ರಗಳು ಸ್ತ್ರೀಮುಖದಿಂದ ಬಂದವುಗಳಾಗಿವೆ– ಎಂದು ಮುಂತಾಗಿ ಸ್ವಾಮಿ ವಿವೇಕಾನಂದರು ವೇದಕಾಲೀನ ಸ್ತ್ರೀಸ್ವಾತಂತ್ರ್ಯದ ವಿಷಯವನ್ನು ಉತ್ಕಟವಾದ ಅಭಿಮಾನದಿಂದ ಬಣ್ಣಿಸಿದ್ದಾರೆ. ಅದೇ ಹೊತ್ತಿನಲ್ಲಿ ಬ್ರಹ್ಮವಾದಿನಿಯಾದ ಗಾರ್ಗಿಯ ವೈದುಷ್ಯವನ್ನು ಮನಸಾರೆ ಕೊಂಡಾಡಿದ್ದಾರೆ.

ಮಿಥಿಲಾಪಟ್ಟಣದ ದೊರೆಯಾದ ಜನಕಮಹಾರಾಜನು ಒಮ್ಮೆ ಜ್ಞಾನಸತ್ರವೊಂದನ್ನು ಏರ್ಪಡಿಸಿ, ಎಲ್ಲ ಮಹಾತ್ಮರನ್ನೂ ಅಲ್ಲಿಗೆ ಬರಮಾಡಿಕೊಂಡನು. ಸುಂದರವಾದ ಸಾವಿರಗೋವುಗಳನ್ನು ಸಿದ್ಧಪಡಿಸಿ "ಬ್ರಹ್ಮಜ್ಞಾನಿಗಳಾದವರು ಈ ಗೋವುಗಳನ್ನು ತೆಗೆದುಕೊಂಡು ಹೋಗಬಹುದು" ಎಂದು ಘೋಷಣೆ ಮಾಡಿಸಿದನು. ಆಗ ಯಾಜ್ಞವಲ್ಕ್ಯರೆಂಬ ಮುನಿಶ್ರೇಷ್ಠರು ತಮ್ಮ ಶಿಷ್ಯನಾದ ಸಾಮಶ್ರವ ಎಂಬಾತನನ್ನು ಕರೆದು "ವತ್ಸ, ಈ ಗೋಸಮೂಹವನ್ನು ನಮ್ಮ ಆಶ್ರಮದ ಗೋಶಾಲೆಗೆ ಅಟ್ಟಿಕೊಂಡು ಹೋಗಪ್ಪಾ" ಎಂದು ಆಜ್ಞಾಪಿಸಿದರು. ಆಗ ಆ ತುಂಬಿದ ಸಭೆಯಲ್ಲಿದ್ದ ಕೆಲವು ವಿದ್ವನ್ಮಣಿಗಳು, ಯಾಜ್ಞವಲ್ಕ್ಯರನ್ನು ಕುರಿತು "ಸ್ವಾಮಿ, ನೀವು ಈ ಸಾಲಂಕೃತ ಗೋವುಗಳನ್ನು ನಿಮ್ಮ ವಶಕ್ಕೆ ತೆಗೆದುಕೊಳ್ಳುವ ಮುನ್ನ, ನಾವು ಕೇಳುವ ಕೆಲವು ಪ್ರಶ್ನೆಗಳಿಗೆ ಉತ್ತರಕೊಡಬೇಕು"

ಎಂದರು. ಆಗ ಯಾಜ್ಞವಲ್ಕ್ಯರು ಸ್ವಲ್ಪವೂ ಹಿಂಜರಿಯದೆ "ಯಾರು ಏನುಬೇಕಾದರೂ ಕೇಳಬಹುದು" ಎಂದರು.

ಆಗ ಅಶ್ವಲ ಎಂಬ ರಾಜಪುರೋಹಿತರು "ಯಜ್ಞವನ್ನು ಮಾಡುವ ಯಜಮಾನನು ಮೃತ್ಯುವನ್ನು ಹೇಗೆ ದಾಟುತ್ತಾನೆ" ಎಂದು ಕೇಳಿದರು. ಆರ್ತಭಾಗರೆಂಬ ವಿದ್ವಾಂಸರು "ಮೃತ್ಯುವೆಂದರೇನು, ಮನುಷ್ಯರು ಅದನ್ನು ಗೆಲ್ಲುವುದು ಹೇಗೆ" ಎಂದು ಕೇಳಿದರು. ಭುಜ್ಯುಲಾಹ್ಯಾಯಿನಿಗಳು "ಅಶ್ವಮೇಧದಂತಹ ದೊಡ್ಡ ಪುಣ್ಯಕರ್ಮವನ್ನು ಮಾಡಿದವರು ಮರಣಾನಂತರ ಎಲ್ಲಿಗೆ ಹೋಗುತ್ತಾರೆ" ಎಂದು ಕೇಳಿದರು. ಹೀಗೆಯೇ ಉಷಸ್ತ, ಕಹೋಳ ಮೊದಲಾದವರುಕೂಡ ಪ್ರಶ್ನೆಗಳನ್ನು ಕೇಳಿದರು. ಎಲ್ಲರ ಪ್ರಶ್ನೆಗಳಿಗೂ ಯಾಜ್ಞವಲ್ಕ್ಯರು ಸಮರ್ಪಕವಾದ ಉತ್ತರಗಳನ್ನು ಕೊಟ್ಟರು.

ಅಷ್ಟೆಲ್ಲ ಆದಬಳಿಕ ಗರ್ಗಗೋತ್ರದ ವಚಕ್ನುಗಳ ಮಗಳಾದ ವಾಚಕ್ನವೀಗಾರ್ಗಿ ಎಂಬಾಕೆ ಎದ್ದುನಿಂತಳು. ಅವಳು ತನ್ನ ಶಾಸ್ತ್ರನಿಷ್ಠೆಯಿಂದಲೂ ಬ್ರಹ್ಮಜ್ಞಾನಸಂಪನ್ನತೆಯಿಂದಲೂ ಬಹಳ ತೇಜಸ್ವಿನಿಯಾಗಿ ಬೆಳಗುತ್ತಿದ್ದಳು. ಬ್ರಹ್ಮವಾದಿನಿಯೊಬ್ಬಳು ತುಂಬಿದ ಸಭೆಯಲ್ಲಿ ಯಾಜ್ಞವಲ್ಕ್ಯರಂತಹ ಬ್ರಹ್ಮಜ್ಞಾನಿಗಳನ್ನು ಪ್ರಶ್ನಿಸುವುದೇನೂ ಸಾಮಾನ್ಯ ಸಂಗತಿಯಾಗಿರಲಿಲ್ಲ. ಅವಳು ಯಾಜ್ಞವಲ್ಕ್ಯರನ್ನು ಕುರಿತು "ಇದುವರೆಗಿನವೆಲ್ಲ ಬಾಲಿಶ ಪ್ರಶ್ನೆಗಳು, ಈಗ ನೋಡುತ್ತಿರಿ, ಬಾಣಗಳಂತೆ ಹರಿತವಾದ ಎರಡು ಪ್ರಶ್ನೆಗಳನ್ನು ಕೇಳುತ್ತೇನೆ. ನಿಮಗೆ ಸಾಧ್ಯವಾದರೆ ಅವುಗಳಿಗೆ ಉತ್ತರಿಸಿ, ಆಗ ನಿಮ್ಮನ್ನು ಋಷಿಗಳೆಂದು ಪರಿಗಣಿಸುತ್ತೇವೆ" ಎಂದು ಸವಾಲೆಸೆದಳು. ಯಾಜ್ಞವಲ್ಕ್ಯರು ಈ ಮೊದಲಿನಂತೆಯೇ "ಯಾರು ಏನುಬೇಕಾದರೂ ಕೇಳಬಹುದು" ಎಂದರು.

"ಸ್ವಾಮಿ, ಈ ಭೂಮಂಡಲದಲ್ಲಿರುವ ಸಮಸ್ತವೂ ಜಲದಲ್ಲಿ ಸೇರಿಕೊಂಡಿದೆ ಎಂದು ಹೇಳುತ್ತಾರೆ, ಹಾಗಾದರೆ ಆ ಜಲವು ಯಾತರಲ್ಲಿ ಸೇರಿಕೊಂಡಿದೆ? ಇದು ನನ್ನ ಮೊದಲನೆಯ ಪ್ರಶ್ನೆ" ಎಂದಳು. ಅದಕ್ಕೆ ಯಾಜ್ಞವಲ್ಕ್ಯರು "ಆ ಜಲವು ಬ್ರಹ್ಮವಸ್ತುವಿನಲ್ಲಿ ಹಾಸುಹೊಕ್ಕಾಗಿ ಸೇರಿಕೊಂಡಿದೆ" ಎಂದು ಒಂದೇ ವಾಕ್ಯದಲ್ಲಿ ಉತ್ತರಹೇಳಿದರು. ಆಮೇಲೆ ಗಾರ್ಗಿಯು "ಸ್ವಾಮಿ, ಬ್ರಹ್ಮಾಂಡವು ಎರಡು ಹೋಳಾಗಿ ಒಂದು ಹೋಳು ಭೂಮಿಯಾಗಿದೆ, ಇನ್ನೊಂದು ಹೋಳು ಆಕಾಶವಾಗಿದೆ ಎಂದು ಹೇಳುತ್ತಾರೆ. ಈ ಭೂಮಿ ಆ ಆಕಾಶಗಳ ಒಳಹೊರಗುಗಳನ್ನೆಲ್ಲ ಮತ್ತೊಂದು ತತ್ತ್ವವು ಆವರಿಸಿಕೊಂಡಿದೆ ಎಂದು ಹೇಳುತ್ತಾರೆ. ಆ ಮತ್ತೊಂದು ತತ್ತ್ವವಾದರೋ ಯಾವುದೇ ದೇಶಕಾಲವಿಭಾಗಗಳಿಗೆ ಒಳಪಡದ ಸೂತ್ರವೆಂದೂ ಹೇಳುತ್ತಾರೆ. ಆ ಸೂತ್ರವು ಅವ್ಯಾಕೃತವಾದ ಆಕಾಶವನ್ನು ಆಶ್ರಯಿಸಿಕೊಂಡಿದೆಯಂತೆ. ಹಾಗಾದರೆ ಆ ಅವ್ಯಾಕೃತ ಆಕಾಶವು ಯಾವುದನ್ನು ಹಾಸುಹೊಕ್ಕಾಗಿ ಆಶ್ರಯಿಸಿಕೊಂಡಿದೆ ಎಂಬುದನ್ನು ಹೇಳುತ್ತೀರಾ? ಇದು ನನ್ನ ಎರಡನೆಯ ಪ್ರಶ್ನೆ" ಎಂದಳು. ಆಗ ಯಾಜ್ಞವಲ್ಕ್ಯರು "ಅದು 'ಅಕ್ಷರ'ದಲ್ಲಿ ಹಾಸುಹೊಕ್ಕಾಗಿ ಸೇರಿದೆ.

ಅದೇ ನಿರ್ಗುಣ. ಅದೇ ಸಮಸ್ತಬ್ರಹ್ಮಾಂಡವನ್ನೂ ನಿಯಂತ್ರಿಸುತ್ತದೆ" ಎಂದು ಉತ್ತರಿಸಿದರು. ಆ ಉತ್ತರಗಳಿಂದ ಗಾರ್ಗಿಯು ತೃಪ್ತಳಾದಳು.

"ಹೀಗೆ ಭಾರತದಲ್ಲಿ ಜೀವಾತ್ಮನ ಬಗೆಗಿನ, ದೇವರ ಬಗೆಗಿನ ಪ್ರಶ್ನೆಗಳು ಉದಿಸಿದುವು. ಈ ಪ್ರಶ್ನೆಗಳು ಓರ್ವಮಹಿಳೆಯ ಬಾಯಿಂದ ಬಂದಿರುವುದೊಂದು ವಿಶೇಷ. ಆ ಋಷಿಯು ಆಕೆಯ ಮುಂದೆ ಉತ್ತೀರ್ಣನಾಗಬೇಕಿತ್ತು. ಅವನು ಚೆನ್ನಾಗಿಯೇ ಉತ್ತೀರ್ಣನಾದನು" ಎಂದು ಕೊನೆಯಲ್ಲಿ ವಿವೇಕಾನಂದರು ಬರೆದಿದ್ದಾರೆ. "ವೇದಪಾರಂಗತರಾದ ಸಾವಿರಾರು ಜನರಿದ್ದ ಸಭೆಯೊಂದರಲ್ಲಿ ಬ್ರಹ್ಮನ ವಿಷಯವಾಗಿ ಚರ್ಚೆನಡೆಯುತ್ತಿದ್ದಾಗ ಗಾರ್ಗಿಯು, ಯಾಜ್ಞವಲ್ಕ್ಯರನ್ನು ಧೈರ್ಯದಿಂದ ಪ್ರತಿಭಟಿಸಿದಳು. ಅದೇ ಬಗೆಯ ಹಕ್ಕುಬಾಧ್ಯತೆಗಳನ್ನು ನಾವು ಆಧುನಿಕಯುಗದ ಮಹಿಳೆಯರಿಗೂ ಕೊಡಬೇಕು" ಎಂದು ವಿವೇಕಾನಂದರು ಅನ್ಯತ್ರ ಗಾರ್ಗಿಯ ನೆಪದಲ್ಲಿ ಸ್ತ್ರೀಸ್ವಾತಂತ್ರ್ಯಕ್ಕೆ ಪ್ರಾಶಸ್ತ್ಯನೀಡಿದ್ದಾರೆ.

೫೭. ಎಮ್ಮಾ ಕಾಲ್ವಿಯ ಪುನರ್ಜನ್ಮ

ಸ್ವಾಮಿ ವಿವೇಕಾನಂದರು ಚಿಕಾಗೋನಗರದಲ್ಲಿ ಹಲವಾರು ಶಿಷ್ಯರ, ಸ್ನೇಹಿತರ, ಸಿರಿವಂತರ ಅತಿಥಿಗಳಾಗಿರುತ್ತಿದ್ದರು. ಆ ಆತಿಥೇಯರಾದರೋ "ಸ್ವಾಮಿಗಳು ನಮ್ಮ ಮನೆಯಲ್ಲಿರುವುದು ನಮ್ಮ ಪುಣ್ಯವಿಶೇಷ" ಎಂದು ಭಾವಿಸಿಕೊಂಡು, ಹಿರಿಹಿರಿ ಹಿಗ್ಗುತ್ತಿದ್ದರು. ವಿವೇಕಾನಂದರು ವಿದ್ವತ್ತು, ತೇಜಸ್ಸು, ಬುದ್ಧಿಬಲ, ಗ್ರಹಣಶಕ್ತಿ, ಧಾರಣಸಾಮರ್ಥ್ಯ, ಮಂದಹಾಸ, ವಿನಯಪೂರ್ಣ ನಡೆವಳಿಕೆ, ಪಾರದರ್ಶಕ ಸಂಭಾಷಣೆ ಮುಂತಾದ ಅದೆಷ್ಟೋ ಸದ್ಗುಣಗಳ ಭಂಡಾರವಾಗಿ ಸರ್ವರನ್ನೂ ಸೂಜಿಗಲ್ಲಿನಂತೆ ತಮ್ಮೆಡೆಗೆ ಸೆಳೆದುಕೊಳ್ಳುತ್ತಿದ್ದರು. "ಇವರು ನನ್ನ ತಂದೆ, ಇವರು ನನ್ನ ಮಗ, ಇವರು ನನ್ನ ಸೋದರ, ಇವರು ನನ್ನ ಗೆಳೆಯ, ಇವರು ನನ್ನ ಗುರು" ಎಂಬಂತೆ ಒಬ್ಬೊಬ್ಬರೂ ಒಂದೊಂದು ದೃಷ್ಟಿಕೋನದಿಂದ ವಿವೇಕಾನಂದರನ್ನು ತಮ್ಮ ಅಂತರಂಗಕ್ಕೆ ತುಂಬಿಕೊಳ್ಳುತ್ತಿದ್ದರು. ಇದೇ ಹಿನ್ನೆಲೆಯಲ್ಲಿ ವಿವೇಕಾನಂದರ ಸಂಪರ್ಕಕ್ಕೆ ಬಂದ ಎಮ್ಮಾ ಕಾಲ್ವಿ ಎಂಬೊಬ್ಬ ಕಲಾವಿದೆಯು, ತನಗೆರಗಿದ ಗಂಡಾಂತರದಿಂದ ಪಾರಾದ ಬಗೆ, ಅತ್ಯಂತ ಹೃದಯಸ್ಪರ್ಶಿಯಾದ ಕಥಾಮೃತವಾಗಿದೆ. ಆಕೆಯ ವಿಚಾರವಾಗಿ ಹೇಳುವಾಗ ವಿವೇಕಾನಂದರು ಹೇಳಿರುವ "ದಾರಿದ್ರ್ಯ ಮತ್ತು ದುಃಖಗಳಿಗಿಂತ ಮಾನವನಿಗೆ ಬೇರೆ ಗುರುವಿಲ್ಲ" ಎಂಬ ಮಾತು ಚಿರಸ್ಮರಣೀಯವಾಗಿದೆ.

ಎಮ್ಮಾ ಕಾಲ್ವಿಯು ಅಪೇರಾ ಎಂದು ಕರೆಯುವ ಸಂಗೀತನಾಟಕದ ಸುಪ್ರಸಿದ್ಧ ಗಾಯಕಿಯಾಗಿದ್ದಳು. ರೂಪಸಂಪನ್ನೆಯೂ ಆಗಿದ್ದ ಅವಳು ಅಮೇರಿಕಾ, ಯೂರೋಪುಗಳಲ್ಲಿ ಕೋಟ್ಯಂತರಜನರ ಕಣ್ಮಣಿಯಾಗಿದ್ದಳು. ಕೀರ್ತಿಲಕ್ಷ್ಮಿ, ಧನಲಕ್ಷ್ಮಿಯರು ಅವಳ ಬಳಿ ಕಾಲುಮುರಿದು ಬಿದ್ದುಕೊಂಡಿದ್ದರು. ಕಾಲ್ವಿಗೊಬ್ಬ ಮಗಳಿದ್ದು, ಅವಳೇ ಕಾಲ್ವಿಗೆ ಪಂಚಪ್ರಾಣವಾಗಿದ್ದಳು, ಅವಳ ಬದುಕಿನ ಸರ್ವಸ್ವವೂ ಆಗಿದ್ದಳು. ಒಮ್ಮೆ ಯಾವುದೋ ಗೀತನಾಟಕದಲ್ಲಿ ಹಾಡುತ್ತಿದ್ದಾಗ, ಕಾಲ್ವಿಯು ಇದ್ದಕ್ಕಿದ್ದಂತೆ ಮಾನಸಿಕ ಉದ್ವಿಗ್ನತೆಗೆ ತುತ್ತಾಗಿಬಿಟ್ಟಳು. ತಾನು ಹಾಗೇಕೆ ಆದೆ ಎಂಬುದು ಅವಳಿಗೇ ತಿಳಿಯಲಿಲ್ಲ. "ಈ ಪ್ರದರ್ಶನವನ್ನು ರದ್ದುಗೊಳಿಸಿಬಿಡಿ, ನಾನಿನ್ನು ಹಾಡಲಾರೆ" ಎಂದು ಹೇಳಿದಳಾದರೂ ಸಂಯೋಜಕರ ಒತ್ತಾಯಕ್ಕೆ ಮಣಿದು ಮುಂದುವರಿಸಿದಳು. ಆ ಉದ್ವೇಗವೇ ಕಾರಣವಾಗಿ ಅವಳು, ಎಂದಿಗಿಂತ ಅದ್ಭುತವಾಗಿಯೇ ಹಾಡಿದಳು, ಪ್ರೇಕ್ಷಕರು ಹುಚ್ಚೆದ್ದು ಕುಣಿಯುವಂತೆ

ಮಾಡಿದಳು. ಆಟಮುಗಿಯುತ್ತಿದ್ದಂತೆ, ಹೇಳಕೇಳದೆ "ನನಗೆ ಏನೋ ಕೇಡು ಎರಗಿದೆ" ಎಂಬ ಅಶುಭಚಿಂತನೆಯಲ್ಲಿಯೇ ತನ್ನ ಮನೆಗೆ ಓಡೋಡಿ ಬಂದಳು. ಅಷ್ಟರಲ್ಲಿಯೇ ಅವಳ ಬದುಕಿನ ಸರ್ವಸ್ವವೂ ಆಗಿದ್ದ ಪ್ರೇಮದ ಪುತ್ರಿ, ಅಗ್ನಿದುರಂತಕ್ಕೆ ಸಿಲುಕಿ ಪ್ರಾಣ ನೀಗಿದ್ದಳು.

ಆ ವಜ್ರಾಘಾತದಿಂದ ಎಮ್ಮಾಕಾಲ್ವಿ ಶೋಕಸಾಗರದಲ್ಲಿ ಮುಳುಗಿಹೋದಳು. ಬದುಕುಭಾರವಾಯಿತು, ಅಸಹನೀಯವಾಯಿತು, ಹುಚ್ಚಿಯಂತಾಗಿಬಿಟ್ಟಳು. ಯಾರು ಎಷ್ಟೇ ಸಮಾಧಾನ ಹೇಳಿದರೂ ಅವಳು ಶಾಂತಳಾಗುವ ಸ್ಥಿತಿಯಲ್ಲಿರಲಿಲ್ಲ. ಆತ್ಮಹತ್ಯೆಯತ್ತ ಮನಸ್ಸು ಎರಗಿತು. "ನೀನಿರುವ ಮನೆಗೆ ಸಮೀಪದಲ್ಲಿಯೇ ಭಾರತದಿಂದ ಬಂದಿರುವ ಒಬ್ಬ ಶ್ರೇಷ್ಠಸನ್ಯಾಸಿ ವಾಸವಾಗಿದ್ದಾರೆ. ನೀನೊಮ್ಮೆ ಅವರ ದರ್ಶನ ಪಡೆದುಕೋ, ನೀನು ದುಃಖಮುಕ್ತಳಾಗುತ್ತೀಯೆ" ಎಂದು ಕಾಲ್ವಿಯ ಆತ್ಮೀಯ ಗೆಳತಿಯೊಬ್ಬಳು ತಿಳಿಯಹೇಳಿದಳು. ಆದರೆ ಅದಕ್ಕೆಲ್ಲ ಕಿವಿಗೊಡುವಷ್ಟು ತಾಳ್ಮೆ ಕಾಲ್ವಿಯಲ್ಲಿರಲಿಲ್ಲ. ತನ್ನಮನೆಗೆ ಸ್ವಲ್ಪದೂರದಲ್ಲಿದ್ದ ಕೆರೆಗೆಬಿದ್ದು ಸಾಯಬೇಕು ಎಂದು ಕಾಲ್ವಿ ಪದೇಪದೇ ಪ್ರಯತ್ನಿಸುತ್ತಿದ್ದಳು. ಪ್ರತಿಬಾರಿಯೂ ಓಡೋಡಿ ಹೋಗಿ, ವಿವೇಕಾನಂದರಿದ್ದ ಮನೆಯನ್ನು ಸಮೀಪಿಸುತ್ತಿದ್ದಂತೆಯೇ ಮುಂದಕ್ಕೆ ಹೋಗಲಾರದೆ ಗಕ್ಕನೆ ನಿಂತುಬಿಡುತ್ತಿದ್ದಳು. "ಓ, ನಾನೆಲ್ಲಿಗೆ ಹೋಗುತ್ತಿದ್ದೇನೆ" ಎಂದು ಕನಸೊಡೆದು ಎಚ್ಚರಗೊಂಡವಳಂತೆ ಮನೆಗೆ ಹಿಮ್ಮೆಟ್ಟಿ ಬರುತ್ತಿದ್ದಳು.

ಹೀಗೆಯೇ ದಿನಗಳು ಉರುಳುತ್ತಿರುವಾಗ ದೈವಯೋಗದಿಂದ ಕಾಲ್ವಿಗೆ ವಿವೇಕಾನಂದರ ದರ್ಶನಮಾಡುವ ಮನಸ್ಸಾಯಿತು. ಅವರಿದ್ದ ನಿವಾಸವನ್ನು ತಲಪಿದಾಗ, ಯಾವುದೇ ಅಡೆತಡೆಗಳಿಲ್ಲದೆ ಅವಳಿಗೆ ದರ್ಶನಭಾಗ್ಯ ಒದಗಿತು. ಆ ಹೊತ್ತಿನಲ್ಲಿ ವಿವೇಕಾನಂದರು ಧ್ಯಾನಭಂಗಿಯಲ್ಲಿ ಕುಳಿತಿದ್ದರು. ಅವರ ಕಣ್ಣುಗಳು ನೆಲವನ್ನೇ ನಿಟ್ಟಿಸುತ್ತಿದ್ದುವು. ಕರುಣಾಪೂರ್ಣವಾದ ಮಂದಹಾಸ ಅವರ ಮುಖದಮೇಲೆ ಮಿನುಗುತ್ತಿತ್ತು. ಎಮ್ಮಾಕಾಲ್ವಿ ಸ್ವಾಮಿಗಳಿಗೆ ನಮಸ್ಕರಿಸಿ, ಏನೊಂದೂ ಹೇಳದೆ ಮೌನವಾಗಿ ನಿಂತುಕೊಂಡಳು. ಸ್ವಲ್ಪ ಸಮಯದನಂತರ ಸ್ವಾಮಿಗಳು, ತನ್ನ ಎದುರಿಗೆ ಯಾರು ನಿಂತಿದ್ದಾರೆ ಎಂಬುದನ್ನು ದೃಷ್ಟಿನೆಟ್ಟು ನೋಡದೆಯೇ ಅವಳ ಬದುಕಿನ ಪೂರ್ವಾಪರಗಳನ್ನೆಲ್ಲ ಕಣ್ಣಾರೆ ಕಂಡವರಂತೆ, ಕಿವಿಯಾರೆ ಕೇಳಿದವರಂತೆ ಬಣ್ಣಿಸಿಬಿಟ್ಟರು. ಅವಳ ಬದುಕಿನ ಗೂಢಸಮಸ್ಯೆಗಳೇನು, ದುಃಖದುಮ್ಮಾನಗಳೇನು, ಚಿಂತೆಸಂತೆಗಳೇನು ಎಂಬುದನ್ನೆಲ್ಲ ಬಿಡಿಬಿಡಿಸಿ ಹೇಳಿಬಿಟ್ಟರು.

ಅದನ್ನೆಲ್ಲ ಕೇಳುತ್ತಿದ್ದಂತೆ ಎಮ್ಮಾಕಾಲ್ವಿ ದುಃಖದಕಡಲಿನಿಂದ ಮೇಲೆದ್ದು, ಅಚ್ಚರಿಯ ಕಡಲಿಗೆ ಬಿದ್ದಳು. "ಮಗು, ನೀನು, ನಿನ್ನ ಸುತ್ತ, ನೀನಾಗಿಯೇ, ಪ್ರಕ್ಷುಬ್ಧತೆಯ ಕೋಟೆಯನ್ನು ಕಟ್ಟಿಕೊಂಡಿದ್ದೀಯೆ, ಅದನ್ನೆಲ್ಲ ಹೊಡೆದುರುಳಿಸಿ ಹೊರಕ್ಕೆ ಬಾ, ಶಾಂತಳಾಗು. ಜೀವನವು ಅಮೂಲ್ಯವಾದುದು" ಎಂದು ಸಂತೈಕೆಯ ಮಾತುಹೇಳಿದರು.

ಎಮ್ಮಾ ಕಾಲ್ವಿಗೆ ತನಗಾದ ಅಚ್ಚರಿಯನ್ನೂ ಸಡಗರವನ್ನೂ ತಡೆದಿಟ್ಟುಕೊಳ್ಳುವುದು ಸಾಧ್ಯವಾಗಲಿಲ್ಲ "ನನ್ನ ಅಂತರಂಗದ ಗೆಳತಿಯರಿಗೂ ತಿಳಿಯದ ವಿಚಾರಗಳನ್ನು ನಿಮಗೆ ಯಾರು ಹೇಳಿದರು ಸ್ವಾಮಿ, ತಾವು ಕೃಪೆಮಾಡಿ ಅದನ್ನು ಹೇಳಲೇಬೇಕು" ಎಂದು ವಿನಯದಿಂದ ಬೇಡಿಕೊಂಡಳು. ಆಗ ವಿವೇಕಾನಂದರು "ನಿನ್ನ ವಿಚಾರವನ್ನು ಬೇರೆ ಯಾರೋ ನನಗೆ ಹೇಳಬೇಕಾಗಿಲ್ಲ ಮಗುವೆ, ನಿನ್ನ ಮನಸ್ಸನ್ನು ನಾನೀಗ ತೆರೆದ ಪುಸ್ತಕದಂತೆ ಓದುತ್ತಿದ್ದೇನೆ" ಎಂದು ಹೇಳಿದರು. ಅದು ಕಿವಿಯಮೇಲೆ ಬೀಳುತ್ತಿದ್ದಂತೆ ಎಮ್ಮಾ ಕಾಲ್ವಿಯ ಉದ್ವೇಗವೆಲ್ಲ ಜರ್ರನೆ ಜರಿದುಹೋಯಿತು.

ಸ್ವಾಮಿಗಳು ಕಾಲ್ವಿಯನ್ನು ಬೀಳ್ಕೊಡುವಾಗ "ವತ್ಸೆ, ನೀನು ಗತಿಸಿಹೋದ ಘಟನೆಗಳನ್ನೆಲ್ಲ ಮರೆತುಬಿಡು. ಲವಲವಿಕೆಯನ್ನೂ ಸಂತೋಷವನ್ನೂ ನಿನ್ನ ಬದುಕಿಗೆ ತುಂಬಿಕೋ. ನಿನ್ನ ಆರೋಗ್ಯವನ್ನು ಕಾಪಾಡಿಕೋ. ನಿನ್ನಲ್ಲಿ ಉಕ್ಕಿಬರುವ ಭಾವನೆಗಳ ಸದ್ವಿನಿಯೋಗಕ್ಕೆ ನೀನು ನಿನ್ನ ಸಂಗೀತಕಲೆಯನ್ನೇ ಆಶ್ರಯಿಸು" ಎಂದು ಉಪದೇಶಿಸಿದರು.

ಆ ಘಟನೆಯಿಂದ ಎಮ್ಮಾ ಕಾಲ್ವಿ ಮರುಹುಟ್ಟು ಪಡೆದವಳಂತಾದಳು. ಅವಳ ಚಿತ್ತದ ಉದ್ವೇಗಕಾರಿ ಭಾವನೆಗಳೆಲ್ಲ ನುಚ್ಚುನೂರಾಗಿಬಿಟ್ಟುವು. ಅವಳು ಮೊದಲಿನಂತೆ ಉಲ್ಲಾಸಭರಿತೆಯೂ ಉತ್ಸಾಹಶೀಲೆಯೂ ಆಗಿಬಿಟ್ಟಳು. ಯಾವುದೇ ವಶೀಕರಣ ತಂತ್ರವಿಲ್ಲದೆ ವಿವೇಕಾನಂದರು ಅವಳ 'ತಾಪತ್ರಯ'ವನ್ನೆಲ್ಲ ಶಮನಗೊಳಿಸಿ, ಬದುಕಿನಲ್ಲಿ ಭರವಸೆಯನ್ನು ಮೂಡಿಸಿಬಿಟ್ಟರು. ಅವಳಿಗೆ ಕೆರೆಯಹಾದಿ ಮರೆತುಹೋಯಿತು. ಮುಂದಕ್ಕೆ ಎಮ್ಮಾ ಕಾಲ್ವಿ ವಿವೇಕಾನಂದರ ಶ್ರದ್ಧಾವಂತ ಭಕ್ತೆಯಾಗಿಬಿಟ್ಟಳು. "ನನ್ನ ಆಧ್ಯಾತ್ಮಿಕ ಜೀವನದ ಮೇಲೆ ಅವರು ಅಳಿಸಲಾಗದ ಪ್ರಭಾವವನ್ನು ಬೀರಿದರು, ನನ್ನ ಕಣ್ಣಮುಂದೆ ಹೊಸದಿಗಂತವನ್ನೇ ತೆರೆದರು; ನಾನು ಸದಾಕಾಲ ಅವರನ್ನು ನನ್ನ ಹೃದಯ ಮಂದಿರದಲ್ಲಿ ಪ್ರತಿಷ್ಠಾಪಿಸಿಕೊಂಡಿರುತ್ತೇನೆ" ಎಂದು ಕಾಲ್ವಿಯೇ ವಿವೇಕಾನಂದರನ್ನು ಹಾಡಿಹೊಗಳಿದ್ದಾಳೆ.

ಎಮ್ಮಾ ಕಾಲ್ವಿಯನ್ನು ಕುರಿತು ವಿವೇಕಾನಂದರು ಬರೆದಿರುವ ಕೊಂಡಾಟದ ಮಾತುಗಳನ್ನು ಓದಲೇಬೇಕು. "ಫ್ರೆಂಚ್ ಅವಳ ಮಾತೃಭಾಷೆ, ಇಂಗ್ಲೀಷಿನ ಗಂಧವೇ ಇಲ್ಲ, ಅವಳಿಗೆ ಅದರ ಆವಶ್ಯಕತೆಯೂ ಇಲ್ಲ. ಅವಳು ಚಳಿಗಾಲದಲ್ಲಿ ಹಾಡದೆ, ವಿಶ್ರಾಂತಿಗಾಗಿ ಈಜಿಪ್ಟ್ ಮುಂತಾದ ದೇಶಗಳಿಗೆ ಹೋಗುತ್ತಾಳೆ. ಕಾಲ್ವಿಯ ಕಲೆಯಲ್ಲಿ ಒಂದು ಅಸದೃಶ ಪ್ರತಿಭೆಯಿದೆ. ಅದ್ವಿತೀಯ ಸೌಂದರ್ಯ, ಯೌವನ, ದೈವದತ್ತಶಾರೀರ– ಇವೆಲ್ಲ ಸೇರಿ ಸಂಗೀತಗಾರರಲ್ಲಿ ಆಕೆಯನ್ನು ಅದ್ವಿತೀಯಳನ್ನಾಗಿ ಮಾಡಿವೆ. ದಾರಿದ್ರ್ಯ ಮತ್ತು ದುಃಖಗಳಿಗಿಂತ ದೊಡ್ಡ ಗುರುವಿಲ್ಲ. ಬಾಲ್ಯಜೀವನದ ಅತಿದಾರಿದ್ರ್ಯ, ದುಃಖ ಗಳೊಂದಿಗೆ ನಡೆಸಿದ ಸತತಹೋರಾಟದಿಂದಲೇ ಅವಳು ಈ ಸ್ಥಿತಿಗೆ ಬಂದಿದ್ದಾಳೆ. ಅದೇ ಕಾರಣವಾಗಿ ಅವಳಿಗೆ ಅಸಾಧಾರಣ ಅನುಕಂಪ, ಜೀವನದಲ್ಲಿ ತೀವ್ರವಾದ ಗಂಭೀರ

ಭಾವಗಳು ಬಂದಿವೆ. ಕಾಲ್ವಿಗೆ ಕೇವಲ ಸಂಗೀತವೊಂದರ ಮೇಲಷ್ಟೇ ಅಭಿರುಚಿಯಲ್ಲ, ಅವಳು ದೊಡ್ಡ ವಿದ್ಯಾವಂತಳು, ತಾತ್ತ್ವಿಕ ಮತ್ತು ಧಾರ್ಮಿಕ ವಿಷಯಗಳ ಮೇಲೆ ಹೆಚ್ಚಿನ ಅಭಿಲಾಷೆಯುಳ್ಳವಳಾಗಿದ್ದಾಳೆ. ತನ್ನ ಪ್ರತಿಭೆಯ ಮೂಲಕ ಶ್ರಮಪಟ್ಟು ಐಶ್ವರ್ಯವನ್ನು ಗಳಿಸಿದ್ದಾಳೆ. ರಾಜಮಹಾರಾಜರ ಗೌರವಕ್ಕೂ ಅವಳು ಪಾತ್ರಳಾಗಿದ್ದಾಳೆ" ಎಂಬೆಲ್ಲ ಮಾತುಗಳು ಆಕೆಯ ವಿಷಯದಲ್ಲಿ ಪೂಜ್ಯಭಾವನೆ ಹುಟ್ಟಿಸುತ್ತವೆ. ರಾಜಮಹಾರಾಜರ ಮಾತು ಹಾಗಿರಲಿ, ವಿವೇಕಾನಂದರಂತಹ ಸನ್ಯಾಸಿಮಹಾರಾಜರ ಕೊಂಡಾಟಕ್ಕೂ ಅವಳು ಪಾತ್ರಳಾಗಿದ್ದಳು ಎಂಬುದೇ ಇಲ್ಲಿ ಮುಖ್ಯ. ವಿವೇಕಾನಂದರು ಬರೆದ ಪತ್ರವೊಂದರಲ್ಲಿ ಎಮ್ಮಾ ಕಾಲ್ವಿಯ ಬದುಕಿನ ಹೋರಾಟವನ್ನು ಕುರಿತು "ಒಂದು ಭೀಮಾಕಾರದ ಪೈನ್‌ಮರ ಬಿರುಗಾಳಿಯೊಂದಿಗೆ ಹೋರಾಡುತ್ತಿರುವುದನ್ನು ನೋಡುವುದು ಒಂದು ಸುಂದರ ದೃಶ್ಯವಲ್ಲವೆ" ಎಂದು ಬರೆದಿರುವುದೂ ಉಜ್ವಲವಾಗಿದೆ.

ಸ್ವಾಮಿವಿವೇಕಾನಂದರು ತಮ್ಮ ತಪೋಬಲದಿಂದ ಸಂಚಯಿಸಿಕೊಂಡಿದ್ದ ಶಕ್ತಿಯನ್ನು, ಅತ್ಯಂತ ಎಚ್ಚರದಿಂದ, ಕೆಲವು ಜಾಗೃತಚೇತನಗಳ ಉತ್ಥಾನಕ್ಕಾಗಿ, ನೊಂದಜೀವಿಗಳ ಉದ್ಧಾರಕ್ಕಾಗಿ ಬಳಸುತ್ತಿದ್ದರೆಂಬುದು ಅತ್ಯಂತ ಚಿರಸ್ಮರಣೀಯ ಸಂಗತಿಯಾಗಿದೆ.

೫೮. ಯಜ್ಞಕುಂಡವಾದ ಬುದ್ಧಶರೀರ

"ಬುದ್ಧನನ್ನು ಮೀರಿದಂತಹ ಸ್ವಾರ್ಥತ್ಯಾಗಿಯಾಗಲಿ, ದಣಿವರಿಯದ ಕರ್ಮಯೋಗಿಯಾಗಲಿ ನಮ್ಮ ಕಲ್ಪನೆಗೂ ದೊರಕಲಾರನು. ಅವನ ವಿಚಾರವಾಗಿ, ಅವನನ್ನು ಪ್ರೀತಿಸಿದವರೂ ಬರೆದಿದ್ದಾರೆ. ಅವನನ್ನು ದ್ವೇಷಿಸಿದವರೂ ಬರೆದಿದ್ದಾರೆ. ವೈರಿಗಳ ಬರೆವಣಿಗೆಯಲ್ಲಿಯೂ ಅವನನ್ನು ಮೆಚ್ಚಿಕೊಂಡ ಸಂಗತಿಗಳನ್ನೇ ಕಾಣಬಹುದು. ಒಬ್ಬ ವ್ಯಕ್ತಿಯ ಸುತ್ತ ಕಥಾನಕಗಳನ್ನು ಹೆಣೆಯುವಾಗ, ಆ ಕಥೆಗಳಿಗೆ ಆ ಮಹಾತ್ಮನ ಗುಣವಿಶೇಷಗಳ ಲೇಪವಿದ್ದೇ ತೀರುತ್ತದೆ. ಬುದ್ಧನಿಗೆ ಸಂಬಂಧಿಸಿದ ಯಾವುದೇ ಕಥೆಯಲ್ಲಿಯೂ ಆತನ ಮೇಲೆ ದೋಷಾರೋಪಣೆ ಮಾಡಿರುವುದು ಕಾಣಬರುವುದಿಲ್ಲ" ಎಂದು ಮುಂತಾಗಿ ಹೇಳಿರುವ ಸ್ವಾಮಿ ವಿವೇಕಾನಂದರು, ಬುದ್ಧದೇವನಿಗೆ ಆಗದವರು ಬರೆದಿರುವ ಸ್ವಾರಸ್ಯಕರವಾದ ಕಥೆಯೊಂದನ್ನು ಎತ್ತಿಹಿಡಿದಿದ್ದಾರೆ.

ಬುದ್ಧದೇವನು ತನ್ನ ಜೀವಿತಕಾಲದಲ್ಲಿಯೇ ಅತ್ಯಂತ ಪ್ರಭಾವಶಾಲಿಯಾದ ಮಹಾತ್ಮನಾಗಿದ್ದನು. ಅವನ ತೇಜಸ್ಸಿನ ಮುಂದೆ, ಅವನ ಪ್ರಭಾವಲಯದ ಮುಂದೆ ಎಲ್ಲರೂ ಮಣಿಯುತ್ತಿದ್ದರು. ಅವನ ಮುಖಮುದ್ರೆ ಮಂದಹಾಸಭರಿತವೂ ನಿರ್ಮಲವೂ ಆಗಿತ್ತು. ಅವನನ್ನು ದೂರದಿಂದ ನೋಡಿದವರೂ ಸಹ ತಮ್ಮ ಬಾಹ್ಯಾಚರಣೆಯ ಆಡಂಬರದಿಂದ ಕೂಡಿದ ಧರ್ಮವನ್ನು ತೊರೆದು, ಬುದ್ಧನಿಗೆ ಶರಣಾಗಿ, ಅವನ ಶಿಷ್ಯರಾಗಿಬಿಡುತ್ತಿದ್ದರು. ಇದು ಸ್ವರ್ಗಲೋಕದ ದೇವತೆಗಳಿಗೂ ಆತಂಕವನ್ನುಂಟು ಮಾಡಿತು. "ಎಲ್ಲರೂ ಹೀಗೆ ಬುದ್ಧನಿಗೆ ಶರಣಾಗುತ್ತಿದ್ದರೆ, ಅವನು ಯಜ್ಞಯಾಗಾದಿಗಳನ್ನು ಬಿಡಿಸಿಬಿಡುತ್ತಾನೆ. ಯಜ್ಞಯಾಗಾದಿಗಳಲ್ಲಿ ನಮ್ಮ ಭಕ್ತರು ಅರ್ಪಿಸುವ ಹವಿಸ್ಸುಗಳೇ ನಮಗೆ ಪ್ರಾಣ. ಅವು ತಪ್ಪಿಹೋದರೆ ನಾವು ಹಸಿವಿನಿಂದ ಕಂಗೆಟ್ಟು ಸಾಯಬೇಕಾಗುತ್ತದೆ. ಏನಾದರೂ ಸರಿಯೆ, ಆ ತಥಾಗತನೆಂಬಾತನ ಹುಟ್ಟಡಗಿಸಲೇಬೇಕು. ಅವನ ತಪೋಮಹಿಮೆಯ ತಾಪ, ನಮ್ಮ ಜೀವಕ್ಕೆ ಸಂಚಕಾರವಾಗಿದೆ. ಈಗಾಗಲೇ ನಾವು ಬಲಗುಂದಿ ನಿಃಶಕ್ತರಾಗಿದ್ದೇವೆ, ತಡಮಾಡಲಾಗದು" ಎಂದು ಪರಾಮರ್ಶೆ ನಡೆಸಿ, ಒಂದು ಕುಟಿಲೋಪಾಯವನ್ನು ಕಂಡುಕೊಂಡರು.

ತರುವಾಯ ಆ ದೇವತೆಗಳೆಲ್ಲ ಒಂದಾಗಿ ಬುದ್ಧದೇವನ ಬಳಿಸಾರಿದರು. "ಹೇ ಸೌಮ್ಯ, ನಿನ್ನಲ್ಲಿ ನಮ್ಮದೊಂದು ಕೋರಿಕೆಯಿದೆ. ಅದನ್ನು ನೀನು ದಯಮಾಡಿ

ನಡೆಸಿಕೊಡಬೇಕು" ಎಂದು ಆರಂಭದಲ್ಲಿಯೇ ಬೇಡಿಕೊಂಡರು. ಬುದ್ಧದೇವನು ಹಸನ್ಮುಖಿಯಾಗಿಯೇ "ಅದೇನು ನಿಮ್ಮ ಕೋರಿಕೆಯೋ ಅದನ್ನು ನನಗೆ ಹೇಳಿ" ಎಂದನು. ಆಗ ದೇವತೆಗಳು "ಹೇ ಮಂಗಳಾಂಗ, ನಾವೆಲ್ಲರೂ ಒಂದು ಮಹಾಯಾಗವನ್ನು ಮಾಡಲು ಹೊರಟಿದ್ದೇವೆ. ಅದಕ್ಕಾಗಿ ದೊಡ್ಡದೊಂದು ಅಗ್ನಿಕುಂಡವನ್ನು ರಚಿಸಬೇಕು. ಅದಕ್ಕೊಂದು ಪವಿತ್ರವಾದ ತಾಣವು ನಮಗೆ ಬೇಕಾಗಿದೆ. ಅಂತಹ ತಾಣವನ್ನು ಅರಸುತ್ತ ನಾವು ಭೂಮಂಡಲವನ್ನೆಲ್ಲ ಜಾಲಾಡಿದೆವು. ಎಲ್ಲಿಯೂ ಪುಣ್ಯಭೂಮಿ ನಮಗೆ ಸಿಗಲಿಲ್ಲ. ಕೊನೆಗೆ ನಿನ್ನ ಶರೀರವೇ ಅತ್ಯಂತ ಪಾವನವಾದ ಕ್ಷೇತ್ರವೆಂದು ನಮಗೆ ಮನವರಿಕೆಯಾಯಿತು. ಅಲ್ಲಿಯೇ ನೀನು ಜಾಗಮಾಡಿಕೊಡಬೇಕು. ನೀನು ಮುಖಮೇಲಾಗಿ ಮಲಗಿದರೆ, ನಿನ್ನ ಹೃದಯಪ್ರದೇಶದ ಮೇಲೆ ನಾವೊಂದು ಯಜ್ಞಕುಂಡವನ್ನು ರಚಿಸಿ, ಅದರಲ್ಲಿ ಅಗ್ನಿಯನ್ನು ಪ್ರಜ್ವಲಿಸಿ ಯಾಗಾರಂಭ ಮಾಡುತ್ತೇವೆ, ನೀನು ಉಪಕರಿಸಬೇಕು" ಎಂದು ಬೇಡಿಕೊಂಡರು. ಬುದ್ಧದೇವನು ಎರಡುಮಾತಿಲ್ಲದೆ "ಹಾಗೆಯೇ ಆಗಲಿ" ಎಂದನು.

ಬುದ್ಧದೇವನು ಅಂಗಾತಮಲಗಿದನು. ಅವನ ವಿಶಾಲವಾದ ವಕ್ಷಸ್ಥಲದಮೇಲೆ ದೇವತೆಗಳು ಯಜ್ಞವೇದಿಯನ್ನು ಸಿದ್ಧಪಡಿಸಿ, ಅಗ್ನಿಮಥನಮಾಡಿ ಬೆಳಗಿಸಿದರು. ಹವಿಸ್ಸು ಗಳನ್ನು ಸಮರ್ಪಿಸಿ, ಪೂರ್ಣಾಹುತಿಯೊಡನೆ ತಮ್ಮ ಯಾಗವನ್ನು ಸಮಾಪ್ತಿಗೊಳಿಸಿದರು. "ಇಲ್ಲಿಗೆ ನಮ್ಮ ಸಂಯೋಜನೆ ಯಶಸ್ವಿಯಾಯಿತು, ಬುದ್ಧನ ಕಥೆ ಮುಗಿಯಿತು" ಎಂದು ನಲಿದಾಡಿದರು. ಅಷ್ಟಾಗುತ್ತಿದ್ದಂತೆಯೇ ಬುದ್ಧದೇವನು ಎದ್ದುಕುಳಿತು "ನಿಮ್ಮ ಯಜ್ಞ ಕಾರ್ಯ ಸಂಪನ್ನವಾಯಿತಲ್ಲವೆ, ನಿಮ್ಮ ಬಯಕೆ ಈಡೇರಿತಲ್ಲವೆ" ಎಂದನು. ಅದನ್ನು ಕಂಡು ದೇವತೆಗಳು ದಂಗುಬಡಿದುಹೋದರು. "ಇದೇನಪ್ಪಾ, ಈ ಮನುಷ್ಯನ ಕಥೆ ಇಲ್ಲಿಗೆ ಮುಗಿಯಿತು ಎಂದು ನಾವು ಭಾವಿಸಿದರೆ, ಅವನು ನಮ್ಮ ಕಥೆಯನ್ನೇ ಮುಗಿಸಿ ಬಿಟ್ಟನಲ್ಲ" ಎಂದು ದಿಕ್ಕುತೋರದೆ ಕಂಗೆಟ್ಟು ಗೊಂದಲದಲ್ಲಿ ಮುಳುಗಿಹೋದರು.

ಹಾಗೆ ಬುದ್ಧಿಗೆಟ್ಟ ದೇವತೆಗಳು ಮುಂಗಾಣದೆ ಬುದ್ಧನಮೇಲೆ ಯುದ್ಧವನ್ನೇ ಸಾರಿದರೋ ಎಂಬಂತೆ, ಹೊಡಿ ಬಡಿ ಕಡಿ ಕೊಲ್ಲು ಎಂದು ಕಿರುಚಾಡುತ್ತ ಅವನ ಮೇಲೆ ಹೊಡೆತಗಳ ಮಳೆಯನ್ನೇ ಕರೆದುಬಿಟ್ಟರು. ಅದರಿಂದ ಕೂಡ ಏನೂ ಪ್ರಯೋಜನವಾಗ ಲಿಲ್ಲ. ಬುದ್ಧನ ಒಂದು ಕೂದಲನ್ನೂ ಅವರು ಕೊಂಕಿಸಲಾಗಲಿಲ್ಲ. ಆಗ ಯಜ್ಞಕುಂಡ ವಾಗಿದ್ದ ತಾಣದಿಂದ "ನೀವೆಲ್ಲ ಹೀಗೇಕೆ ವ್ಯರ್ಥವಾದ ಶ್ರಮದಲ್ಲಿ ಮುಳುಗಿದ್ದೀರಿ" ಎಂಬ ಧ್ವನಿಯೊಂದು ಪ್ರಶ್ನೆಮಾಡಿತು. ಆಗ ದೇವತೆಗಳು "ನಾವೇನು ಮಾಡುವುದು, ಈ ತಥಾಗತನ ಮುಖಮುದ್ರೆಯ ದರ್ಶನಮಾತ್ರದಿಂದಲೇ ಸರ್ವರೂ ತಮ್ಮ ಪಾಪಗಳನ್ನು ತೊಳೆದುಕೊಂಡು ಪೂತಾತ್ಮರಾಗಿ ಸ್ವರ್ಗವನ್ನು ಸೇರಿಬಿಡುತ್ತಿದ್ದಾರೆ. ನಮ್ಮನ್ನು ಈಗ ಯಾರೂ ಲೆಕ್ಕಿಸುತ್ತಿಲ್ಲ; ಯಜ್ಞಯಾಗಾದಿಗಳನ್ನು ಮಾಡಿ, ನಮಗೆ ಹವಿರ್ಭಾಗಗಳನ್ನು ಅರ್ಪಿಸುವವರೇ ಇಲ್ಲ, ನಾವು ಸಾಯಲುಬಿದ್ದಿದ್ದೇವೆ" ಎಂದು ತಮ್ಮ ಅಳಲನ್ನು

ತೋಡಿಕೊಂಡರು. ಆಗ ಪುನಃ ಯಜ್ಞಕುಂಡದತ್ತಣಿಂದ "ಹಾಗಾದರೆ ಕೊಲ್ಲುವ ನಿಮ್ಮ ಪ್ರಯತ್ನಗಳು ಕೈಗೂಡಲಾರವು. ಪವಿತ್ರತೆ ಎಂಬುದನ್ನು ಯಾರೂ ಎಂದೆಂದಿಗೂ ಕೊಲ್ಲುವುದು ಸಾಧ್ಯವಿಲ್ಲ" ಎಂಬ ವಾಣಿ ಕೇಳಿಬಂತು. ಆಗ ದೇವತೆಗಳು ತಮ್ಮ ಅಕಾರ್ಯಕ್ಕೆ ನಾಚಿ, ತಲೆತಗ್ಗಿಸಿಕೊಂಡು ಹೊರಟುಹೋದರು.

"ಬುದ್ಧದೇವನು ಎಲ್ಲ ಲೋಕಗುರುಗಳಿಗಿಂತಲೂ ಅತ್ಯಂತ ಧೀರನಾಗಿದ್ದನು, ನಿಸ್ಪೃಹನಾಗಿದ್ದನು. ಯಾವ ಜನಾಂಗದಲ್ಲಿಯೂ ಇಲ್ಲದ ಅತಿಶ್ರೇಷ್ಠ ನೈತಿಕಮೌಲ್ಯಗಳನ್ನು ಅವನು ಜಗತ್ತಿನಲ್ಲಿ ಜಾರಿಗೆತಂದನು. ಅವನ ಅಸೀಮ ಅನುಕಂಪದ ಮಹಾಸಾಗರದ ಒಂದು ಬಿಂದು ನಮ್ಮಲ್ಲಿದ್ದರೆ ಸಾಕು, ಧನ್ಯರಾಗಿಬಿಡುತ್ತೇವೆ. ದುಃಖಿಗಳನ್ನು ಕಂಡಾಗ ಬುದ್ಧನು ಸಹಾಯಹಸ್ತವನ್ನು ಚಾಚಿದನು. ಹಾಡಿನಲಿಯುತ್ತಿರುವವರನ್ನು ಕಂಡಾಗ ತಾನೂ ಅವರೊಡನೆ ಹಾಡಿನಲಿದನು. ಬಲಶಾಲಿಗಳನ್ನು ಕಂಡಾಗ ತಾನೂ ತನ್ನ ಅದ್ಭುತತೇಜಸ್ಸನ್ನು ಹೊರಸೂಸುತ್ತ ನಿಂತನು. ಎಲ್ಲ ಸಂದರ್ಭಗಳಲ್ಲಿಯೂ ಅವನು ತನ್ನ ಬುದ್ಧಿಯನ್ನು ತನ್ನ ಸ್ವಾಧೀನದಲ್ಲಿಟ್ಟುಕೊಂಡಿದ್ದ ದಕ್ಷಪುರುಷನಾಗಿದ್ದನು" ಎಂದು ವಿವೇಕಾನಂದರು ಈ ಸಂದರ್ಭದಲ್ಲಿ ಬುದ್ಧನ ವ್ಯಕ್ತಿತ್ವದ ಸಲ್ಲಕ್ಷಣಗಳನ್ನು ಕಾವ್ಯಮಯವಾಗಿ ಅನಾವರಣಗೊಳಿಸಿದ್ದಾರೆ.

೫೯. ಮಿನಾಂಡರ್‌ದೊರೆಯ ತತ್ತ್ವಜಿಜ್ಞಾಸೆ

ಬುದ್ಧದೇವನ ತರುವಾಯ ಬೌದ್ಧಧರ್ಮವು ಕೆಲವು ಶಾಖೆಗಳಾಗಿ ವಿಂಗಡಣೆಗೊಂಡುದರಿಂದ, ಅದರ ತತ್ತ್ವಗಳಲ್ಲಿ ಏಕರೂಪತೆ ಬಾರದೆ ಭಿನ್ನತೆಗಳು ಉಂಟಾಗಿಬಿಟ್ಟುವು. ಬುದ್ಧನ ವಿಚಾರಧಾರೆಯಲ್ಲಿಯೇ ಖಚಿತತೆಯನ್ನು ಗುರುತಿಸುವುದು ಕಷ್ಟವಾಯಿತು. ಬುದ್ಧನು ಈಶ್ವರನನ್ನಾಗಲಿ, ಆತ್ಮವನ್ನಾಗಲಿ ನಂಬಲಿಲ್ಲ. ಅಹಿಂಸೆಯು ಶ್ರೇಷ್ಠಧರ್ಮವೆಂದು ಎತ್ತಿಹಿಡಿದನಾದರೂ ತರುವಾಯದಲ್ಲಿ ಮಾಂಸಾಹಾರ ಕೂಡಿಕೊಂಡುಬಿಟ್ಟಿತು. ಸ್ವಾಮಿ ವಿವೇಕಾನಂದರು ಬೌದ್ಧಧರ್ಮದಲ್ಲಿ ಔತ್ತರೇಯ ಮತ್ತು ದಾಕ್ಷಿಣಾತ್ಯ ಎಂದು ತಮ್ಮದೇ ಬಗೆಯಲ್ಲಿ ವ್ಯತ್ಯಾಸಗಳನ್ನು ಗುರುತಿಸಿದ್ದಾರೆ. ಕ್ರಿ.ಪೂ.150ರ ವೇಳೆಯಲ್ಲಿಯೇ ಬೌದ್ಧ ಧರ್ಮ ಸಂಬಂಧಿಯಾದ ಸಂದೇಹಗಳು, ಜಿಜ್ಞಾಸುಗಳ ಚಿತ್ತದಲ್ಲಿ ಹುಟ್ಟಿಕೊಂಡಿದ್ದುವೆಂಬುದಕ್ಕೆ ವಿವೇಕಾನಂದರು ಮಿನಾಂಡರ್‌ದೊರೆಯ ಕಥೆಯನ್ನು ಹೇಳಿದ್ದಾರೆ.

ಮಿನಾಂಡರ್ ಎಂಬಾತನು ಕ್ರಿ.ಪೂ.150ರಲ್ಲಿ ಗ್ರೀಕ್ ಮತ್ತು ಬ್ಯಾಕ್ಟ್ರಿಯಾದೇಶಗಳ ದೊರೆಯಾಗಿ ರಾಜ್ಯವಾಳುತ್ತಿದ್ದನು. ಅವನು ಒಬ್ಬ ಯುವಬೌದ್ಧಭಿಕ್ಷುವಿನ ಸಂಪರ್ಕಕ್ಕೆ ಬಂದುದರ ಫಲವಾಗಿ, ತಾನೂ ಬೌದ್ಧಧರ್ಮದ ದೀಕ್ಷೆಯನ್ನು ಪಡೆದುಕೊಂಡುಬಿಟ್ಟನು. ಭಿಕ್ಷುವು ಅವನಿಗೆ ಮಿಲಿಂದ ಎಂದು ನಾಮಕರಣ ಮಾಡಿದನು. ಬುದ್ಧನು ಬೋಧಿಸಿದ ತತ್ತ್ವಗಳ ವಿಚಾರವಾಗಿ ಮಿಲಿಂದನು ಆ ಭಿಕ್ಷುವಿನಿಂದ ಸಾಕಷ್ಟು ವಿಚಾರಗಳನ್ನು ಚರ್ಚೆ ಮಾಡಿ ತಿಳಿದುಕೊಂಡನು. ಬುದ್ಧನ ವಿಚಾರಧಾರೆಯಲ್ಲಿ ಕೆಲಕೆಲವು ಅರೆಕೊರೆಗಳು ಅವನ ಗಮನಕ್ಕೆ ಬಂದಿದ್ದಿರಬಹುದು. ಆತ್ಮವಿಚಾರ, ರೋಗ ಮುಪ್ಪು ಮರಣಗಳ ವಿಚಾರ, ಎಲ್ಲವೂ ಕ್ಷಣಿಕ ಎಂಬ ವಿಚಾರ, ಮಿಲಿಂದನ ಮನಸ್ಸಿನಲ್ಲಿ ಸಂದೇಹಗಳನ್ನು ಹುಟ್ಟು ಹಾಕಿದ್ದಿರಬಹುದು.

ಒಂದುದಿನ ಮಿಲಿಂದನು ತನಗೆ ದೀಕ್ಷೆಕೊಟ್ಟ ಯುವಭಿಕ್ಷುವನ್ನು ಕುರಿತು "ಭಂತೇ, ಬುದ್ಧನಂತಹ ಮಹಾತ್ಮರೂ ತಪ್ಪುಮಾಡುತ್ತಾರೆಯೇ, ಯಾವುದಾದರೂ ವಿಚಾರವನ್ನು ಅವರು ತಪ್ಪಾಗಿ ತಿಳಿದುಕೊಳ್ಳುವ ಸಾಧ್ಯತೆಯೂ ಇದೆಯೆ" ಎಂದು ಕೇಳಿದನು. ಆಗ ಆ ಭಿಕ್ಷುವು ಬುದ್ಧನೆಂದರೆ ಅವನು ಸಿದ್ಧಪುರುಷ, ಅವನಿಗೆ ಕೆಲವು ಸಣ್ಣಪುಟ್ಟ ವಿಷಯಗಳು ತಿಳಿಯದೇ ಇರಬಹುದು, ಆದರೆ ಅವನ ಅನುಭವವು ಮಾತ್ರ ಎಂದಿಗೂ ತಪ್ಪಾಗಿರುವುದು

ಸಾಧ್ಯವಿಲ್ಲ. ಅವನ ಅಂತರಂಗದ ಜ್ಯೋತಿಯು ಎಂದಿಗೂ ಏನನ್ನಾದರೂ ತಪ್ಪಾಗಿ ತಿಳಿದುಕೊಳ್ಳಲಾರದು. ಅವನು ಸಿದ್ಧಪುರುಷನಾದುದರಿಂದ, ಅಂದರೆ ಅಪೂರ್ವವಾದ ಶಕ್ತಿಸಾಮರ್ಥ್ಯಗಳಿಂದ ತೊಳಗುತ್ತಿದ್ದನಾದ್ದರಿಂದ, ವಿಶ್ವದ ಸಾರವನ್ನೆಲ್ಲ, ವಿಶ್ವದ ರಹಸ್ಯವನ್ನೆಲ್ಲ ಅವನು ಬಲ್ಲವನಾಗಿದ್ದನು. ಆ ಸಾರವಸ್ತುವು ಕಾಲದೇಶಗಳ ಪರಿಮಿತಿಗೆ ಒಳಪಟ್ಟು ಪ್ರಪಂಚದಲ್ಲಿ ಹೇಗೆ ವ್ಯಕ್ತವಾಗಿದೆ ಎಂಬುದು ಬಿಡಿಬಿಡಿಯಾಗಿ ಅವನಿಗೆ ಗೊತ್ತಿಲ್ಲದೆ ಇರಬಹುದು.

"ಬುದ್ಧನಿಗೆ ಜೇಡಿಮಣ್ಣು ಎಂದರೇನು ಎಂಬುದು ಗೊತ್ತಿದೆ. ಆದರೆ ಆ ಜೇಡಿಮಣ್ಣಿನಿಂದ ಯಾವ ಯಾವ ಪದಾರ್ಥಗಳನ್ನು ಮಾಡಬಹುದು ಅಥವಾ ಮಾಡುತ್ತಾರೆ ಎಂಬುದು ಗೊತ್ತಿಲ್ಲದೆ ಇರಬಹುದು. ಬುದ್ಧನಿಗೆ ಆತ್ಮದ ಪರಿಚಯವಾಗಿದೆ. ಆದರೆ ಅದರ ಆವಿರ್ಭಾವದ ಬಿಡಿಬಿಡಿಯಾದ ರೂಪರೇಖೆಗಳು ಅವನಿಗೆ ಗೊತ್ತಿಲ್ಲದೆ ಇರಬಹುದು, ಆಗ ಅವನು ನಮ್ಮ ಹಾಗೆಯೇ ಸಾಪೇಕ್ಷಜ್ಞಾನವನ್ನು ಪಡೆಯಬೇಕಾಗುತ್ತದೆ. ಇಂಥದೊಂದನ್ನು ತಿಳಿಯಬೇಕಾದರೆ ಅದಕ್ಕೂ ಮೊದಲು ಬೇರೆ ಇನ್ನೇನೋ ಒಂದನ್ನು ತಿಳಿದುಕೊಳ್ಳಬೇಕಾಗುತ್ತದೆ ಎಂಬ ಪರಸ್ಪರ ಅವಲಂಬನೆಯ, ಪರಸ್ಪರ ಪೂರಕವಾದ, ತೌಲನಿಕವಾದ ಜ್ಞಾನಕ್ಕೆ ಸಾಪೇಕ್ಷಜ್ಞಾನ ಎಂದು ಹೆಸರು. ಆದರೆ ಬುದ್ಧನು ಸಿದ್ಧಪುರುಷನಾದ್ದರಿಂದ ತನ್ನಲ್ಲಿರುವ ಅದ್ಭುತಶಕ್ತಿಯಿಂದ ಬೇಗನೆ ಅದನ್ನು ಅರಿತುಕೊಂಡುಬಿಡಬಹುದು" ಎಂದು ಸಮಾಧಾನ ಹೇಳಿದನು.

ಮಿನಾಂಡರನ ವೃತ್ತಾಂತವನ್ನು ಹೇಳಿದ ಬಳಿಕ ವಿವೇಕಾನಂದರು, ಕೆಲವು ಮೌಲಿಕ ಚಿಂತನೆಗಳನ್ನು ನಮಗೆ ನೀಡಿದ್ದಾರೆ. "ಸಾಪೇಕ್ಷಜ್ಞಾನದ ಸಂಬಂಧದಲ್ಲಿ ಬುದ್ಧನು ಏನಾದರೂ ತಪ್ಪುತಿಳಿದುಕೊಂಡಿದ್ದಾನೆಯೇ ಎಂಬುದನ್ನು ಸಂಪೂರ್ಣ ನಿಗ್ರಹಕ್ಕೆ ಬಂದ ಮನಸ್ಸಿನ ಅದ್ಭುತಶಕ್ತಿಯ ಮೂಲಕ ವಿವರಿಸಬಹುದು. ಬುದ್ಧನು ತಿಳಿದುಕೊಂಡಿದ್ದು ಸರಿಯಾಗಿಯೇ ಇತ್ತು, ಆದರೆ ಅವನ ಶಿಷ್ಯರು ಆ ಸಂದೇಶವನ್ನು ತಪ್ಪಾಗಿಗ್ರಹಿಸಿ ಬರೆದಿಟ್ಟರು ಎಂದು ಹೇಳುವುದೂ ಸರಿಯಾಗುವುದಿಲ್ಲ. ಏಕೆಂದರೆ ಅವರು ಹೇಳಿದ್ದರಲ್ಲಿ ಒಂದು ಸರಿ, ಇನ್ನೊಂದು ತಪ್ಪು ಎಂದು ಹೇಳಿದರೆ ಅದು ಆತ್ಮವಂಚನೆಯಾಗುತ್ತದೆ. ಅವರು ಹೇಳಿದ್ದನ್ನೆಲ್ಲ ಸಾರಾಸಗಟಾಗಿ ಒಪ್ಪಿಕೊಳ್ಳಬೇಕು ಇಲ್ಲವೆ ತಿರಸ್ಕರಿಸಬೇಕು. ಅವರು ಹೇಳಿದುದರಲ್ಲಿ ಸರಿ ಯಾವುದು, ತಪ್ಪು ಯಾವುದು ಎಂಬುದನ್ನು ಹೇಗೆ ಕಂಡು ಹಿಡಿಯುವುದು?

"ಇಷ್ಟೆಲ್ಲದರ ನಡುವೆಯೂ ಬುದ್ಧದೇವನು ತಾನು ಮುಕ್ತನಾಗಿ, ಮುಕ್ತರಾಗ ಬಯಸುವವರಿಗೆ ಸಹಾಯಮಾಡಿದನು ಎಂಬುದನ್ನು ಮರೆಯಬಾರದು. ಎಲ್ಲ ದೃಷ್ಟಿಗಳಿಂದಲೂ ಬುದ್ಧನು ಪೂರ್ಣನಾಗಿದ್ದನು ಎಂದು ಸಾಧಿಸುವಂತಿಲ್ಲ. ಸಿದ್ಧಪುರುಷರನ್ನು ಅವರ ಲೋಪದಿಂದ ಅಳೆಯುವುದಲ್ಲ, ಅವರ ಗುಣದಿಂದ ಅಳೆಯಬೇಕು.

"ಕೆಲವು ಬದಲಾವಣೆಗಳಿಗೆ ಗುರಿಯಾಗುವ ಧಾತುಗಳ ಸಂಯೋಗಕ್ಕೆ ದೇಹ ಎಂದು ಹೆಸರು. ದೇಹವು ಅಶಾಶ್ವತ. ನಾವು ಬದಲಾಗದೆ ಇದ್ದರೆ ನಮಗೆ ದೇಹವೇ ಇರುತ್ತಿರಲಿಲ್ಲ. ಕಾಲದೇಶನಿಮಿತ್ತಗಳಿಂದ ಆಚೆಗೆ ಇರುವ ವಸ್ತುವು ವಸ್ತುವೇ ಅಲ್ಲ. ಆತ್ಮರೂಪಿಗಳಾಗಿ ನಾವು ಶಾಶ್ವತ; ಆಗ ದೇಶಕಾಲಗಳೆಲ್ಲ ನಮ್ಮೊಳಗೇ ಇವೆ. ರೂಪಗಳೆಲ್ಲ ಕ್ಷಣಿಕ.

"ಒಂದೇ ವಸ್ತುವಿಗೆ ಜನನಮರಣಗಳೆಂಬುವು ಬೇರೆಬೇರೆ ಹೆಸರುಗಳು. ಅವು ಒಂದು ನಾಣ್ಯದ ಎರಡುಮುಖಗಳು. ಎರಡೂ ಮಾಯೆಯೇ. ಒಂದುಕಡೆ ಬದುಕಲು ಹೋರಾಟ, ಮತ್ತೊಂದುಕಡೆ ಸಾಯಲು ಹೋರಾಟ. ಈ ಹೋರಾಟವನ್ನು ನಾವು ವಿವರಿಸಲಾರೆವು. ಆದರೆ ಅದರಾಚೆ ನಿಜಸ್ಥಿತಿ ಎಂಬುದಿದೆ, ಆತ್ಮ ತತ್ತ್ವವೆಂಬುದಿದೆ." ಹೀಗೆ ಮಿನಾಂಡರನ ಕಥೆ ತತ್ತ್ವಭರಿತವಾಗಿದೆ.

೭೦. ಮೂಗಿನ ಬೆಲೆ ಹತ್ತುಲಕ್ಷ

ಸ್ವಾಮಿ ವಿವೇಕಾನಂದರು ಶ್ರೀರಾಮಕೃಷ್ಣ ಮಹಾಸಂಘದ ಸ್ಥಾಪನೆಯನ್ನೂ, ಅದಕ್ಕೆ ಬೇಕಾಗುವ ಕಟ್ಟಡಗಳ ನಿರ್ಮಾಣದ ವಿಷಯವನ್ನೂ ಕುರಿತು ಚಿಂತನೆನಡೆಸುತ್ತಿದ್ದ ಕಾಲಕ್ಕೆ, ಅವರು ಬಹಳ ಸೋತುಹೋಗಿದ್ದರು. ತಮ್ಮ ಯೋಜನೆಗಳು ಸಾಕಾರಗೊಳ್ಳಲು ಬೇಕಾದ ದ್ರವ್ಯಬಲವಿಲ್ಲದೆ ಕುಸಿದುಹೋಗಿದ್ದರು. ಮಿಸ್‌ಮೇರಿಹೇಲ್ ಎಂಬಾಕೆಗೆ ಪತ್ರವೊಂದನ್ನು ಬರೆಯುತ್ತ ತಮ್ಮ ಕಷ್ಟವನ್ನೆಲ್ಲ ತೋಡಿಕೊಂಡಿದ್ದರು. "ನಾನು ಕೇವಲ ಒಂದು ವಿಷಯಕ್ಕಾಗಿ ವಿಷಾದಿಸುತ್ತೇನೆ, ಲಕ್ಷಾಧಿಪತಿಗಳು ಪ್ರತ್ಯಕ್ಷವಾಗುತ್ತಿಲ್ಲ. ಈಗ ನಾನು ಅವರನ್ನು ವಿಶೇಷವಾಗಿ ಬಯಸುತ್ತಿದ್ದೇನೆ. ಸಂಘಸ್ಥಾಪನೆ, ಕಟ್ಟಡನಿರ್ಮಾಣ ಈ ಕೆಲಸಗಳ ಮಧ್ಯೆ ನಾನು ಜರ್ಝರಿತನಾಗಿದ್ದೇನೆ, ಕುಗ್ಗಿಹೋಗಿದ್ದೇನೆ, ಉದ್ವೇಗಕ್ಕೆ ತುತ್ತಾಗಿದ್ದೇನೆ. ಹ್ಯಾರಿಯಟ್ ಅವಳಲ್ಲಿ ಲಕ್ಷಾಂತರ ಸದ್ಗುಣಗಳಿವೆ. ಅವುಗಳಿಗೆ ಬದಲಾಗಿ ಅವಳಲ್ಲಿ ಲಕ್ಷಗಟ್ಟಳೆ ಹಣವಿದ್ದಿದ್ದರೆ, ಅದರಿಂದ ಹೆಚ್ಚು ಉಪಯೋಗವಾಗುತ್ತಿತ್ತು ಎಂದು ನಾನು ನಂಬಿದ್ದೇನೆ. ನೀನೂ ಸದ್ಗುಣಗಳನ್ನೇ ಸಂಪಾದಿಸುವ ತಪ್ಪುಮಾಡಬೇಡ, ದ್ರವ್ಯ ಸಂಪಾದನೆಗೆ ಮನಸ್ಸು ಕೊಡು" ಎಂದು ಮುಂತಾಗಿ ಬರೆದರು. ಈ ಪತ್ರದಲ್ಲಿರುವ, ವಿವೇಕಾನಂದರ ವ್ಯಕ್ತಿತ್ವಕ್ಕೆ ಮೆರುಗುಕೊಟ್ಟಿದ್ದ, ತಿಳಿಹಾಸ್ಯವನ್ನು ಆಸ್ವಾದಿಸಬೇಕೇ ಹೊರತು, ಗುಣಕ್ಕಿಂತ ಹಣಕ್ಕೆ ಹೆಚ್ಚಿನ ಮಹತ್ವಕೊಟ್ಟಿದ್ದಾರೆ ಎಂದು ಅಕ್ಷರಾರ್ಥವನ್ನು ಪರಿಭಾವಿಸಬಾರದು. ನಮ್ಮ ಶಕ್ತಿಯೇ ನಮಗೆ ಸಂಪತ್ತು, ನಮ್ಮ ಶರೀರವೇ ನಿಜವಾದ ಸಂಪತ್ತು, ಅದನ್ನು ಬಳಸಿಕೊಂಡೇ ಕಾರ್ಯಸಾಧನೆ ಮಾಡಬೇಕು ಎಂಬ ಸಂದೇಶವನ್ನೊಳಗೊಂಡ ರಸಭರಿತವಾದ ಕಥೆಯೊಂದನ್ನು ಈ ಸನ್ನಿವೇಶಕ್ಕೆ ಹೊಂದಿಸಿಕೊಟ್ಟಿದ್ದಾರೆ. ಆ ಪತ್ರದಲ್ಲಿಯೇ ಈ ಕಥೆಯಿದೆ.

ಯುವಕನೊಬ್ಬನು ತನಗೆ ಮದುವೆಯ ವಯಸ್ಸುಬಂದಾಗ ಯುವತಿಯೊಬ್ಬಳ ಪರಿಚಯವಾಗಿ ಅವಳನ್ನು ಪ್ರೀತಿಸಿದನು. ಆ ಯುವತಿಯೂ ಈ ಯುವಕನಲ್ಲಿ ಅನುರಕ್ತಳಾದಳು. "ನಾವಿಬ್ಬರೂ ಮದುವೆಯಾಗಿ ಅನ್ಯೋನ್ಯವಾಗಿರೋಣ" ಎಂದು ಅವರು ಮಾತನಾಡಿಕೊಂಡರು. ಯುವಕನ ಮನೆಯವರ ಕಡೆಯಿಂದ ಒಪ್ಪಿಗೆ ಸಿಕ್ಕಿತು. ಯುವತಿಯ ತಂದೆ ಸಿರಿವಂತನಾಗಿದ್ದನು; ಮಗಳ ಮದುವೆಯ ವಿಚಾರ ಅವನ ಮನಸ್ಸಿಗೂ ಬಂದಿತ್ತು. ಒಂದುದಿನ ಯುವತಿಯು ತನ್ನ ತಂದೆಯನ್ನು ಕುರಿತು "ಅಪ್ಪಾ, ನಾನೊಬ್ಬ ಯುವಕನನ್ನು

ಪ್ರೀತಿಸಿದ್ದೇನೆ, ಅವನನ್ನೇ ಮದುವೆಯಾಗಬೇಕೆಂದಿದ್ದೇನೆ. ನೀನು ಒಪ್ಪುವೆಯಾದರೆ ಅವನನ್ನು ಮನೆಗೆ ಕರೆದುಕೊಂಡು ಬರುತ್ತೇನೆ, ನೀನೂ ನೋಡಿ ಮಾತಾಡಬಹುದು" ಎಂದಳು. ಆಗ ಆ ತಂದೆಯು "ನಿನ್ನ ಕೈಹಿಡಿಯುವವನು ಸಿರಿವಂತನಾಗಿರಬೇಕು ಮಗಳೆ, ಹತ್ತುಲಕ್ಷದಷ್ಟಾದರೂ ಆಸ್ತಿವಂತನಾಗಿರಬೇಕು, ಇಲ್ಲದಿದ್ದರೆ ನಾನು ಸುತರಾಂ ಒಪ್ಪುವವನಲ್ಲ" ಎಂದುಬಿಟ್ಟನು. ಯುವಕನಾದರೋ ಸ್ವತಂತ್ರವಾಗಿ ಜೀವನಸಾಗಿಸಲು ಶಕ್ತನಾಗಿದ್ದನೇ ಹೊರತು, ಸಿರಿವಂತನೇನೂ ಆಗಿರಲಿಲ್ಲ. "ಅವನು ಸಿರಿವಂತನೋ ಅಲ್ಲವೋ ಎಂಬುದು ನನಗೆ ತಿಳಿಯದಪ್ಪಾ, ಅವನ ಗುಣಕ್ಕಾಗಿ ನಾನು ಅವನನ್ನು ವರಿಸಿದ್ದೇನೆ" ಎಂದು ಹೇಳಿ ಸುಮ್ಮನಾಗಿಬಿಟ್ಟಳು. ಆ ಮಾತು ಅಲ್ಲಿಗೇ ನಿಂತುಹೋಯಿತು. ಹೀಗೆ ಆ ಪ್ರೇಮಿಗಳು ತಮಗುಂಟಾದ ಎಡರಿನಿಂದ "ಏನು ಮಾಡುವುದಪ್ಪಾ" ಎಂಬ ಬೇಗುದಿಗೆ ತುತ್ತಾದರು.

ವಧೂವರರನ್ನು ಹೊಂದಿಸಿಕೊಡುವ ದಳ್ಳಾಳಿಗಳು ತನಗೇನಾದರೂ ಸಹಾಯ ಮಾಡಬಹುದೇ ಎಂದು ಯೋಚಿಸುತ್ತ ಆ ಯುವಕನು, ಅಂತಹ ಒಬ್ಬ ದಳ್ಳಾಳಿಯನ್ನು ಹೋಗಿಕಂಡನು. ತನ್ನ ಕ್ಲೇಶದಕಥೆಯನ್ನೆಲ್ಲ ಹೇಳಿಕೊಂಡನು. ಆ ದಳ್ಳಾಳಿಗೆ ಯುವಕನ ಮೇಲೆ ಸಹಾನುಭೂತಿ ಉಕ್ಕಿತು. ಯುವಕನನ್ನು ಕುರಿತು "ನಿನಗೆ ಹತ್ತುಲಕ್ಷ ರೂಪಾಯಿ ಕೊಡುತ್ತೇನೆ, ನಿನ್ನ ಮೂಗನ್ನು ನೀನು ಕೊಯ್ದುಕೊಡಲು ಸಿದ್ಧನಾಗಿದ್ದೀಯಾ" ಎಂದು ದಳ್ಳಾಳಿಯು ಕೇಳಿದನು. "ಮದುವೆಮಾಡಿಸೆಂದರೆ ಮೂಗು ಕೊಯ್ದುಕೊಡುತ್ತೀಯಾ ಎಂದು ಕೇಳುತ್ತಿದ್ದಾನಲ್ಲ" ಎಂದು ಯುವಕನು ತಬ್ಬಿಬ್ಬಾದನು. "ಇಂತಹ ವಿಚಿತ್ರಪ್ರಶ್ನೆ ಏಕೆ ಕೇಳುತ್ತಿದ್ದೀರಿ" ಎಂದೇನೂ ಆಕ್ಷೇಪಿಸದೆ "ಹತ್ತುಲಕ್ಷ ಕೊಟ್ಟರೂ ಮೂಗು ಕೊಯ್ದು ಕೊಡಲಾರೆ" ಎಂದು ಹೇಳಿದನು. ಆಗ ದಳ್ಳಾಳಿಯು "ನೀನಿನ್ನು ಚಿಂತಿಸಬೇಡ ಸುಮ್ಮನಿರು, ನಿನ್ನ ಮದುವೆಗೆ ತಕ್ಕ ವ್ಯವಸ್ಥೆ ನಾನು ಮಾಡುತ್ತೇನೆ" ಎಂದು ಧೈರ್ಯಹೇಳಿ ಬೀಳ್ಕೊಟ್ಟನು.

ತರುವಾಯ ದಳ್ಳಾಳಿಯು ತಾನೇ ಖುದ್ದಾಗೆ ಯುವತಿಯ ಮನೆಗೆ ಹೋಗಿ, ಅವಳ ತಂದೆಯನ್ನು ಮಾತನಾಡಿಸಿದನು. "ನಿಮ್ಮ ಮಗಳು ಪ್ರೀತಿಸಿರುವ ಹುಡುಗ ಹತ್ತು ಲಕ್ಷವೇನು, ಕೋಟಿಆಸ್ತಿಗೆ ಒಡೆಯ, ಕಣ್ಣುಮುಚ್ಚಿಕೊಂಡು ನಿಮ್ಮ ಮಗಳನ್ನು ಅವನಿಗೆ ಕೊಟ್ಟು ಮದುವೆಮಾಡಬಹುದು" ಎಂದು ಹುರಿದುಂಬಿಸಿದನು. ಮದುವೆ ಸಂಭ್ರಮದಿಂದ ನಡೆದೇಹೋಯಿತು.

ಕೆಲವು ದಿನಗಳ ತರುವಾಯ ಆ ಸಿರಿವಂತನಿಗೆ ತನ್ನ ಅಳಿಯ ಬಡವನೆಂಬ ವಿಚಾರ ತಿಳಿದು ಬಹಳ ಬೇಸರವಾಯಿತು. ದಳ್ಳಾಳಿಯನ್ನು ಬರಮಾಡಿಕೊಂಡು "ಏನಯ್ಯಾ, ಆ ಹುಡುಗ ಕೋಟಿಗೆ ಒಡೆಯ ಎಂದು ಸುಳ್ಳುಹೇಳಿ ಮೋಸಮಾಡಿದೆಯಲ್ಲಾ" ಎಂದು ಆಕ್ಷೇಪಿಸಿದನು. ಆಗ ದಳ್ಳಾಳಿಯು "ಸ್ವಾಮಿ, ನನ್ನ ಮಾತುಗಳನ್ನು ನೀವು ಕೊಂಚ ಸಾವಧಾನವಾಗಿ ಕೇಳಿಸಿಕೊಳ್ಳಬೇಕು. ನಾನು ಈ ಮೊದಲು ನಿಮ್ಮ ಅಳಿಯನನ್ನು ಕುರಿತು

"ನಾನು ಹತ್ತುಲಕ್ಷ ಕೊಡುತ್ತೇನೆ ನಿನ್ನ ಮೂಗು ಕೊಯ್ದುಕೊಡುತ್ತೀಯಾ" ಎಂದು ಕೇಳಿದೆ. ಅದಕ್ಕವನು "ಒಲ್ಲೆ" ಎಂದನು. ಆಮೇಲೆ ನಾನು "ನಿನಗೆ ಇಪ್ಪತ್ತುಲಕ್ಷ ಕೊಡುತ್ತೇನೆ, ನಿನ್ನ ಕಿವಿಗಳನ್ನು ಕತ್ತರಿಸಿ ಕೊಡುತ್ತೀಯಾ" ಎಂದು ಕೇಳಿದೆ. ಅವನು "ಒಲ್ಲೆ" ಎಂದನು. ಆಮೇಲೆ ನಾನು "ನಿನಗೆ ಮೂವತ್ತುಲಕ್ಷ ಕೊಡುತ್ತೇನೆ, ನಿನ್ನ ತುಟಿಗಳನ್ನು ಹರಿದುಕೊಡುತ್ತೀಯಾ" ಎಂದು ಕೇಳಿದೆ. ಅವನು "ಒಲ್ಲೆ" ಎಂದನು. ಕೊನೆಗೆ ನಾನು "ನಿನಗೆ ನಲವತ್ತುಲಕ್ಷ ರೂಪಾಯಿ ಕೊಡುತ್ತೇನೆ, ನಿನ್ನ ಕಣ್ಣುಗಳನ್ನು ಕಿತ್ತುಕೊಡುತ್ತೀಯಾ" ಎಂದು ಕೇಳಿದೆ. ಅದಕ್ಕೂ ಅವನು "ಒಲ್ಲೆ" ಎಂದನು. ಅವನ ಮೂಗು ಕಿವಿ ತುಟಿ ಕಣ್ಣುಗಳ ಬೆಲೆಯೇ ಒಂದು ಕೋಟಿಯಾಯಿತಲ್ಲ, ಇನ್ನೇನು ಬೇಕು! ನಿಮ್ಮ ಅಳಿಯ ಗುಣವಂತ, ಆರೋಗದೃಢಕಾಯನಾಗಿದ್ದಾನೆ, ಸಂಪತ್ತಿಗೇಕೆ ಬಾಯಿ ಬಿಡುತ್ತೀರಿ" ಎಂದು ವಿವೇಕದ ಮಾತುಗಳನ್ನು ಹೇಳಿ ಸಮಾಧಾನಪಡಿಸಿದನು.

ಸ್ವಾಮಿ ವಿವೇಕಾನಂದರ 'ಪತ್ರಸಾಹಿತ್ಯ' ತುಂಬಾ ಸಮೃದ್ಧವಾಗಿದೆ. ದೂರಸಂಪರ್ಕಗಳ ಕೊರತೆಯಿದ್ದ ಕಾಲದಲ್ಲಿ ಅಂತಹ ಪತ್ರಸಾಹಿತ್ಯದ ಸೃಷ್ಟಿಯಾಗುತ್ತಿತ್ತು. ವಿವೇಕಾನಂದರ ಪತ್ರಸಾಹಿತ್ಯದಲ್ಲಿ ಇಂತಹ ಬೇಕಾದಷ್ಟು ಕುತೂಹಲಕಾರಿಯಾದ, ಪ್ರಯೋಜನಕಾರಿ ಯಾದ, ಬೋಧಪ್ರದವಾದ ವಿಚಾರಧಾರೆ ಮೈಗರೆದು ಕುಳಿತಿದೆ.

ಈ ಮೇಲಿನ ವೃತ್ತಾಂತಕ್ಕೆ ಪೂರಕವಾದ, ವಿವೇಕಾನಂದರ ಜೀವನಧಾರೆಗೇ ಸಂಬಂಧಿಸಿದ ಒಂದು ಪ್ರಸಂಗವನ್ನು ಇಲ್ಲಿ ತಪ್ಪದೆ ಉಲ್ಲೇಖಿಸಬೇಕು. ವಿವೇಕಾನಂದರ ತಂದೆ ವಿಶ್ವನಾಥದತ್ತರು ವಕೀಲರಾಗಿದ್ದು, ಸಾಕಷ್ಟು ಸಂಪಾದಿಸುತ್ತಿದ್ದರು. ಅತ್ಯಂತ ಧಾರಾಳಿಗಳಾಗಿದ್ದ ಅವರು, ಏನನ್ನೂ ಕೂಡಿಡದೆ, ಎಲ್ಲವನ್ನೂ ಬಂಧುಮಿತ್ರರ ನಡುವೆ ಖರ್ಚುಮಾಡಿಬಿಡುತ್ತಿದ್ದರು. ಅದನ್ನು ಗಮನಿಸಿದ ವಿವೇಕಾನಂದರು ಒಂದುದಿನ ತಂದೆ ಯವರನ್ನು ಕುರಿತು "ಅಪ್ಪ, ನೀವು ನನಗಾಗಿ ಏನು ಮಾಡಿಟ್ಟಿದ್ದೀರಿ" ಎಂದು ಕೇಳಿದರು. ಒಡನೆಯೆ ವಿಶ್ವನಾಥದತ್ತರು "ಹೋಗು, ಆ ನಿಲುಗನ್ನಡಿಯ ಮುಂದೆ ನಿಂತು ನೋಡಿಕೋ, ನಾನು ನಿನಗಾಗಿ ಏನು ಮಾಡಿಟ್ಟಿದ್ದೇನೆ ಎಂಬುದು ತಿಳಿಯುತ್ತದೆ" ಎಂದರು. ಅದರಂತೆ ವಿವೇಕಾನಂದರು ಕನ್ನಡಿಯ ಮುಂದೆ ನಿಂತಾಗ ಓಜಸ್ಸು, ತೇಜಸ್ಸು, ಶಕ್ತಿ, ಶೌರ್ಯಗಳಿಂದ ತುಂಬಿತುಳುಕುವ ತಮ್ಮ ಶರೀರವೇ ಅವರಿಗೆ ಕಾಣಿಸಿತು. ಆಗ ಅವರ ಸೂಕ್ಷ್ಮಮತಿಗೆ "ಓಹೋ, ಈ ಶರೀರವೇ ನಮ್ಮ ತಂದೆ ನನಗಾಗಿ ಮಾಡಿಟ್ಟಿರುವ ಸಂಪತ್ತು, ಇದೊಂದಿದ್ದರೆ ಮಿಕ್ಕೆಲ್ಲ ಸಂಪದಗಳನ್ನೂ ಗಳಿಸಿಕೊಳ್ಳಬಹುದು" ಎಂಬ ವಿಚಾರವು ಹೊಳೆದು, ಅವರು ಆನಂದತುಂದಿಲರಾಗಿಬಿಟ್ಟರು.

೬೧. ರಬ್ಬೈಯ ಮತ್ತು ಸಂತದ್ವಯರು

ಭಗವಂತನನ್ನು ಅಚಲವಾಗಿ ಪ್ರೀತಿಸುವುದರಿಂದ ಯಾವುದೇ ಕಷ್ಟವಿಲ್ಲದೆ ನಮಗೆ ಜ್ಞಾನಪ್ರಾಪ್ತಿಯಾಗುತ್ತದೆ. ಆ ಜ್ಞಾನವು ಮುಂದಕ್ಕೆ ಭಕ್ತಿಯಲ್ಲಿಯೇ ಐಕ್ಯವಾಗಿ ಪರಾಭಕ್ತಿಯೆನಿಸುತ್ತದೆ. ಜ್ಞಾನವೆಂಬುದು ವಿಮರ್ಶಾತ್ಮಕವಾದುದು. ಏನೇ ಸಿಕ್ಕಲಿ, ಅದನ್ನೇ ಹಿಡಿದು ಜಗ್ಗಾಡುತ್ತ, ಪೆಡಂಭೂತವನ್ನಾಗಿ ಮಾಡಿಕೂರಿಸಿಬಿಡುತ್ತದೆ. ಆದರೆ ನಿರ್ಮಲವಾದ ಪ್ರೇಮವು ಮಾತ್ರ "ದೇವರು ತನ್ನ ನೈಜಸ್ವರೂಪವನ್ನು ನನಗೆ ತೋರಿಸುತ್ತಾನೆ" ಎಂಬ ಶ್ರದ್ಧೆಯಿಂದ ಎಲ್ಲವನ್ನೂ ಸ್ವೀಕರಿಸುತ್ತದೆ. ಹಾಗೆ ನಂಬಿಕೊಂಡು ಪ್ರೇಮಮಯಳಾಗಿ ಭಗವಂತನನ್ನು ಕಂಡ ರಬ್ಬೈಯ ಎಂಬ ಸಂತಮಹಿಳೆಯ ಕಥೆಯನ್ನು ಸ್ವಾಮಿ ವಿವೇಕಾನಂದರು ಸಂದರ್ಭೋಚಿತವಾಗಿ ತಿಳಿಸಿಕೊಟ್ಟಿದ್ದಾರೆ.

ಪರ್ಷಿಯಾದೇಶದಲ್ಲಿ ರಬ್ಬೈಯ ಎಂಬ ಸಂತಮಾತೆಯೊಬ್ಬಳಿದ್ದಳು. ಅವಳು ಪರಿಪೂರ್ಣವಾಗಿ ತನ್ನನ್ನು ಪರಮಾತ್ಮನಿಗೆ ಸಮರ್ಪಿಸಿಕೊಂಡಿದ್ದಳು. ಅವಳು ಒಮ್ಮೆ ಕಠಿಣವಾದ ರೋಗಕ್ಕೆ ತುತ್ತಾಗಿ, ಹಾಸುಗೆಹಿಡಿದು ಮಲಗಿಬಿಟ್ಟಳು. ಆಗಲೂ ಅವಳು ಭಗವಂತನನ್ನೇ ಸ್ಮರಿಸುತ್ತ, ತನ್ನ ಹೃದಯಕಮಲದಲ್ಲಿ ಭಗವಂತನನ್ನೇ ಕಾಣುತ್ತ, ಸಮಾಹಿತಚಿತ್ತಳಾಗಿ ದಿನಗಳನ್ನು ದೂಡುತ್ತಿದ್ದಳು. "ಮೊದಲು ನಾನು ಅವನನ್ನು ನೋಡಿದೆ. ಆಮೇಲೆ ಅವನು ನನ್ನನ್ನು ನೋಡಿದನು. ನನ್ನ ಕಣ್ಣಿನಿಂದ ಒಂದು ಕುಡಿನೋಟ ಅವನ ಕಡೆಗೆ ಹರಿಯಿತು. ಆಮೇಲೆ ಅವನ ಕಣ್ಣಿನಿಂದ ಒಂದು ಕುಡಿನೋಟ ನನ್ನ ಕಡೆಗೆ ಹರಿಯಿತು" ಎಂದು ನೆನೆಯುತ್ತ, ರಬ್ಬೈಯ ಭಾವಪರವಶಳಾಗಿ ಮೈಮರೆತುಬಿಡುತ್ತಿದ್ದಳು.

ಹೀಗಿರುವಾಗ ರಬ್ಬೈಯಳ ಯೋಗಕ್ಷೇಮವನ್ನು ವಿಚಾರಿಸಿಕೊಂಡು ಹೋಗೋಣ ಎಂದು ಸಾಧುಹಸನ್ ಮತ್ತು ಸಾಧುಮಲ್ಲಿಕ್ ಎಂಬಿಬ್ಬರು ಗೌರವಾನ್ವಿತರಾದ ಸಾಧುಗಳು ಅವಳ ಮನೆಗೆ ಬಂದರು. ರಬ್ಬೈಯ ಹಾಸುಗೆಯಲ್ಲಿಯೇ ಎದ್ದುಕುಳಿತು, ನಗೆಮೊಗದಿಂದ ಸ್ವಾಗತಿಸಿದಳು. ರಬ್ಬೈಯಳ ಮನಸ್ಸಿಗೆ ಹಿತಕರವಾಗುವ ಮಾತುಗಳನ್ನು ಹೇಳಬೇಕು ಎಂಬ ಪ್ರೀತಿಯಿಂದ ಹಸನ್‌ಸಾಧುವು "ದೇವರನ್ನು ಕುರಿತು ಪರಿಶುದ್ಧವಾದ ಹೃದಯದಿಂದ ಪ್ರಾರ್ಥನೆ ಸಲ್ಲಿಸುವವರು, ದೇವರ ಕಡೆಯಿಂದ ತೂರಿಬರಬಹುದಾದ ಶಿಕ್ಷೆಗಳನ್ನೆಲ್ಲ ಅನುಭವಿಸಲು ಶಕ್ತರಾಗುತ್ತಾರೆ ತಾಯೆ, ನೀನು ಹರ್ಷಚಿತ್ತಳಾಗಿರುವುದೇ ಇದಕ್ಕೆ ಸಾಕ್ಷಿ" ಎಂದು ಹೇಳಿದನು. ರಬ್ಬೈಯ ಅದನ್ನು ಕೇಳಿಸಿಕೊಂಡು ಮುಗುಳ್ನಕ್ಕಳು.

ತರುವಾಯ ಸಾಧುಮಲ್ಲಿಕನು ತನ್ನ ಆಳವಾದ ಅನುಭವದಿಂದ "ಸುಖವಿರಲಿ, ದುಃಖವಿರಲಿ; ಒಳ್ಳೆಯದಿರಲಿ, ಕೆಟ್ಟದ್ದಿರಲಿ– ಯಾರು ಭಗವಂತನ ನಿರ್ಣಯವನ್ನು ಪ್ರೀತಿಸುತ್ತಾರೋ, ಅಂತಹವರು ಭಗವಂತನು ಕೊಡುವ ಶಿಕ್ಷೆಯಲ್ಲಿ ಕೂಡ ಆನಂದವನ್ನೇ ಅನುಭವಿಸುತ್ತಾರೆ. ನಿನ್ನ ಮೊಗದ ಮೇಲೆ ಮೆರೆದಾಡುತ್ತಿರುವ ಮಂದಹಾಸವೇ ಇದಕ್ಕೆ ಸಾಕ್ಷಿ ತಾಯೆ" ಎಂದು ಹೇಳಿದನು. ಆಗಲೂ ರಬೈಯ ಮಂದಹಾಸವನ್ನೇ ಸೂಸಿದಳು.

ಆ ಸಾಧುಗಳ ಮಾತುಗಳನ್ನು ಮನಸ್ಸಿಟ್ಟು ಆಲಿಸುತ್ತಿದ್ದ ರಬೈಯಳಿಗೆ, ಅವರ ನುಡಿಗಳಲ್ಲಿ ಇನ್ನೂ ಸ್ವಾರ್ಥದ ಛಾಯೆ ಇದೆ ಎಂದೆನಿಸಿತು. ಆಗ ಅವಳು "ಹೇ ಮಹಾತ್ಮರೇ, ನೀವು ಭಗವಂತನ ಕೃಪೆಗೆ ಪಾತ್ರರಾಗಿದ್ದೀರಿ, ಒಳ್ಳೆಯ ಮಾತುಗಳನ್ನೇ ಹೇಳಿದ್ದೀರಿ. ಆದರೆ ಯಾರು ಭಗವಂತನ ಮುಖದ ದರ್ಶನ ಮಾಡಿದ್ದಾರೋ, ಅವರಿಗೆ, ಪ್ರಾರ್ಥನೆಯ ಸಮಯದಲ್ಲಾಗಲಿ, ಮತ್ತಾವುದೇ ವೇಳೆಯಲ್ಲಾಗಲಿ "ದೇವರು ನನಗೆ ಶಿಕ್ಷೆ ಕೊಟ್ಟಿದ್ದಾನೆ, ಇದು ದೇವರ ನಿರ್ಣಯ, ನಾನು ಅದನ್ನು ಅನುಭವಿಸುತ್ತಿದ್ದೇನೆ" ಎಂಬ ಭಾವನೆಯೇ ಸುಳಿಯುವುದಿಲ್ಲ" ಎಂದು ಹೇಳಿದಳು. ಆ ಮಾತುಗಳನ್ನು ಕೇಳಿ, ಆ ಸಾಧುದ್ವಯರು ಅಪ್ರತಿಭರಾಗಿಬಿಟ್ಟರು. ರಬೈಯಳನ್ನು ಕುರಿತು "ತಾಯೆ, ನಾವು ಸಾಧನೆಯ ದಿಕ್ಕಿನಲ್ಲಿ ನಿನಗಿಂತ ಒಂದುಮೆಟ್ಟಿಲು ಕೆಳಗೇಇದ್ದೇವೆ ತಾಯೆ" ಎಂದು ಹೇಳುತ್ತ ನಮಸ್ಕರಿಸಿ ಹೊರಟುಹೋದರು. ಸಾಂತ್ವನ ಹೇಳಲು ಬಂದಿದ್ದವರು, ಸ್ವಾತ್ಮಾರಾಮರಾಗಿ ಮರಳಿದರು.

ಎಷ್ಟೇ ಭ್ರಮೆ ಇರಲಿ, ಅಜ್ಞಾನವಿರಲಿ, ಅದು ಎಂದಿಗೂ ದೇವರು ಮತ್ತು ಜೀವರ ಮಧ್ಯೆ ಆತಂಕವಾಗಿ ನಿಲ್ಲಲಾರದು. ದೇವರನ್ನು ಕಾಣಲಾಗದಿದ್ದರೇನಂತೆ, ಪ್ರೇಮವನ್ನು ಮಾತ್ರ ತ್ಯಜಿಸಲಾಗದು. ಹೆಣವನ್ನು ಹುಡುಕುತ್ತ ಸಾಯುವ ನಾಯಿಗಿಂತ, ದೇವರನ್ನು ಹುಡುಕುತ್ತ ಸಾಯುವ ಮನುಷ್ಯನು ಮೇಲಲ್ಲವೆ! ಶ್ರೇಷ್ಠತಮ ಆದರ್ಶವನ್ನು ಆರಿಸಿ ಕೊಂಡು, ಅದಕ್ಕೆ ನಮ್ಮ ಪ್ರಾಣವನ್ನು ಅರ್ಪಣೆಮಾಡಬೇಕು. ಮರಣವೆಂಬುದು ನಿಶ್ಚಯವಾಗಿರುವಾಗ, ಒಂದು ಉನ್ನತ ಉದ್ದೇಶಕ್ಕಾಗಿ ಬಾಳನ್ನು ಅರ್ಪಿಸುವುದು ಶ್ರೇಯಸ್ಕರವಾದುದು– ಎಂದು ವಿವೇಕಾನಂದರು ಉಪದೇಶಿಸಿದ್ದಾರೆ. ಈ ಮಾತಿಗೆ ಅವರ ಬದುಕೇ ಒಂದು ನಿದರ್ಶನವಾಗಿತ್ತೆಂಬುದನ್ನು ಜಗತ್ತೆಲ್ಲವೂ ಅರಿತುಕೊಂಡಿದೆ!

"ನಾವು ನಿಜವಾಗಿ ನೋವನ್ನಾಗಲಿ, ನಲಿವನ್ನಾಗಲಿ ಆರಾಧಿಸುವವರಲ್ಲ. ಇವೆರಡರ ಮೂಲಕವೂ ನಾವು ಅರಸುವುದು ಈ ಎರಡಕ್ಕೂ ಅತೀತವಾಗಿರುವುದನ್ನು" ಎಂದು ವಿವೇಕಾನಂದರು ಇನ್ನೊಂದೆಡೆ ಹೇಳಿರುವ ಮಾತುಗಳನ್ನು ರಬೈಯಾಳ ಸನ್ನಿವೇಶ ದಲ್ಲಿಟ್ಟುಕೊಂಡು ಪರಿಭಾವಿಸಬೇಕು.

೬೨. ಪಾದ್ರಿದಂಪತಿಗಳ ಸ್ಥಿತಪ್ರಜ್ಞತೆ

ವೇದಗಳಲ್ಲಿ ಸಾಕಾರದೇವರನ್ನು ಸಮರ್ಥಿಸುವ ಹಲವು ಮಂತ್ರಗಳಿವೆ. ಹಾಗೆ ದೇವರನ್ನು ತಮ್ಮ ಧ್ಯಾನಬಲದಿಂದ ಸಾಕಾರರೂಪದಲ್ಲಿ ಕಂಡ ಅನೇಕ ಋಷಿಮುನಿಗಳು ನಮ್ಮಲ್ಲಿ ಆಗಿಹೋಗಿದ್ದಾರೆ. ಆ ಋಷಿಮುನಿಗಳ ಬೋಧನೆಯನ್ನು ಕೇಳುತ್ತ, ಅವರಂತೆಯೇ ನಾವೂ ಶ್ರದ್ಧೆಯಿಂದ ಸಾಧನೆಮಾಡಿದರೆ ಅವರು ಕಂಡ ರೂಪವನ್ನೇ ನಾವೂ ಕಾಣಬಹುದು. ಆದರೆ ಅಂತಹ ಶ್ರದ್ಧೆಯಿಲ್ಲದ, ಸಾಧನೆಯ ಬಲವಿಲ್ಲದ, ಹುರುಳಿಲ್ಲದ ಮನುಷ್ಯರು ಮಾತ್ರ ಆ ಋಷಿಗಳನ್ನು ಜರಿಯುತ್ತಾರೆ. ನಮ್ಮ ಸಾಧನೆ ಸಾಕಾಗಲಿಲ್ಲ, ಭಗವಂತನನ್ನು ನಾವು ಸಾಕಾರರೂಪದಲ್ಲಿ ಕಾಣಲಾಗಲಿಲ್ಲ ಎಂದರೂ ಅದರಿಂದ ನಮಗೇನೂ ನಷ್ಟವಾಗುವುದಿಲ್ಲ. ದೇವರ ಮೇಲಿಟ್ಟ ಶ್ರದ್ಧಾಭಕ್ತಿಗಳ ಬಲದಿಂದ ಅಪೂರ್ವವಾದ ಸಮಾಧಾನವೊಂದು ನಮಗೆ ಸಿದ್ಧಿಸುತ್ತದೆ. ಹಾಗೆ ದೇವರನ್ನು ನಂಬಿ ಸ್ಥಿತಪ್ರಜ್ಞತೆಯನ್ನು ಸಾಧಿಸಿಕೊಂಡ ಪಾದ್ರಿದಂಪತಿಗಳ ವೃತ್ತಾಂತವನ್ನು ಸ್ವಾಮಿ ವಿವೇಕಾನಂದರು ಹೃದ್ಯವಾಗಿ ನಿರೂಪಿಸಿದ್ದಾರೆ.

ಪ್ರಾಟೆಸ್ಟೆಂಟ್ ಕ್ರೈಸ್ತಪಂಗಡಕ್ಕೆ ಸೇರಿದ, ದೈವಭಕ್ತರಾದ ಪಾದ್ರಿಯೊಬ್ಬರಿದ್ದರು. ಅವರು ಸತ್ಪುರುಷರಾಗಿದ್ದರು. ಅವರಿಗೆ ಮೂವರು ಮಕ್ಕಳಿದ್ದರು, ಮಡದಿಯಿದ್ದರು. ಮಡದಿ ಕೂಡ ದೈವಭಕ್ತೆ. ಎಲ್ಲವೂ ಚೆನ್ನಾಗಿತ್ತು. ಧರ್ಮಬೋಧೆಯ ನಿಮಿತ್ತ ಒಮ್ಮೆ ಪಾದ್ರಿಗುರುಗಳು ಪರಸ್ಥಳಕ್ಕೆ ಹೋಗಿದ್ದರು. ಇತ್ತ ಊರಿನಲ್ಲಿ ಕಾಲರಾಮಾರಿ ಅಪ್ಪಳಿಸಿ, ಪಾದ್ರಿದಂಪತಿಗಳ ಮೂರೂಮಕ್ಕಳನ್ನು ಒಂದೇದಿನ ಆಹುತಿತೆಗೆದುಕೊಂಡುಬಿಟ್ಟಿತು. ಪಾದ್ರಿಮಡದಿಯು ದೇವರಲ್ಲಿ ಅಚಲವಾದ ಭಕ್ತಿಯನ್ನಿಟ್ಟವರಾದ್ದರಿಂದ ಸುಖದುಃಖಗಳಲ್ಲಿ ವಿಚಲಿತರಾಗದ ಧೀರರಮಣಿಯಾಗಿದ್ದರು. ಇನ್ನು ಮಣ್ಣುಮಾಡುವುದೇ ಬಾಕಿ ಎಂದು ಆ ಶವಗಳ ಮೇಲೆ ಬಿಳಿಯ ಬಟ್ಟೆ ಹೊದಿಸಿ, ಗಂಡನ ಬರವಿಗಾಗಿ ಕಾಯುತ್ತ ಕುಳಿತರು.

ಆ ದಿನಕ್ಕೇ ಸರಿಯಾಗಿ ಪಾದ್ರಿಗುರುಗಳು ತಮ್ಮ ಕಾರ್ಯವನ್ನು ಮುಗಿಸಿ ಊರಿಗೆ ಮರಳಿಬಂದರು. ಅವರು ಬರುತ್ತಿರುವುದನ್ನು ದೂರದಿಂದಲೇ ನೋಡಿದ ಮಡದಿಯು, ಮನೆಯಿಂದ ಹೊರಗೆ ಬಂದು, ಬಾಗಿಲ ಬಳಿ ನಿಂತರು. ಯಜಮಾನರು ಬಂದಾಗ "ಸ್ವಲ್ಪ ನಿಲ್ಲಿ" ಎಂದು ಅವರನ್ನು ಹೊರಗಡೆಯೇ ತಡೆದರು. "ನನ್ನನ್ನೇಕೆ ತಡೆಯುತ್ತೀಯೆ, ಒಳಗೆ ಬರಲು ಬಿಡು ಎಂದೇನೂ ಆಕ್ಷೇಪಿಸದೆ "ಏನು ವಿಚಾರ" ಎಂದು ಕೇಳಿದರು. "ನಾನು ಕೇಳುವ ಒಂದು ಪ್ರಶ್ನೆಗೆ ನೀವು ಉತ್ತರಕೊಡಬೇಕು" ಎಂದು ಪಾದ್ರಿಮಡದಿ

ಕೇಳಿಕೊಂಡರು. ಏನೋ ವಿಚಿತ್ರವು ನಡೆದಿರಬಹುದು ಎಂದು ಪಾದ್ರಿಗಳು ಗಲಿಬಿಲಿಗೊಂಡರಾದರೂ "ಅದೇನು ಪ್ರಶ್ನೆಯೋ ಕೇಳು" ಎಂದರು.

"ಯಾರೋ ದೊಡ್ಡವರು ನಿಮ್ಮ ವಶಕ್ಕೆ ಅಮೂಲ್ಯವಾದ ವಸ್ತುವೊಂದನ್ನು ಒಪ್ಪಿಸಿ "ಇದನ್ನು ಜೋಪಾನವಾಗಿಟ್ಟುಕೊಂಡಿರಪ್ಪಾ" ಎಂದು ಹೇಳಿರುತ್ತಾರೆ. ನೀವು ಹಾಗೆಯೇ ಆಗಲೆಂದು ಅದನ್ನು ಕಾಪಾಡಿಕೊಂಡಿರುತ್ತೀರಿ. ಆದರೆ ಆ ದೊಡ್ಡವರು ಎಂದೋ ಒಂದು ದಿನ ನೀವಿಲ್ಲದಾಗ ಬಂದು, ಹೇಳದೆ ಕೇಳದೆ, ಆ ಅಮೂಲ್ಯವಾದ ವಸ್ತುವನ್ನು ನಿಮ್ಮ ಮನೆಯಿಂದ ಎತ್ತಿಕೊಂಡು ಹೋದರೆಂದರೆ ಅದಕ್ಕಾಗಿ ನೀವು ವ್ಯಥೆಪಡುತ್ತೀರಾ" ಎಂದು ಕೇಳಿದರು. ಆಗ ಪಾದ್ರಿಗಳು "ಕೊಟ್ಟವರೂ ಅವರೇ, ಕೊಂಡುಹೋದವರೂ ಅವರೇ ಎಂದ ಮೇಲೆ ವ್ಯಥೆಪಡುವುದೇನಿದೆ, ಆ ವಸ್ತುವಿನ ಮೇಲೆ ನಮಗೇನು ಅಧಿಕಾರವಿದೆ" ಎಂದು ಸಹಜಭಾವದಿಂದ ಉತ್ತರಿಸಿದರು. ಆ ಉತ್ತರದಿಂದ ಪಾದ್ರಿಮಡದಿಗೆ ಸಮಾಧಾನವಾಯಿತು. "ಈಗ ಒಳಕ್ಕೆ ಬನ್ನಿ" ಎಂದು ಕರೆದೊಯ್ದು ಸಾಲಾಗಿ ಮಲಗಿಸಿದ್ದ ಮಕ್ಕಳ ಶವಗಳನ್ನು ತೋರಿಸಿದರು. ಎಲ್ಲವನ್ನೂ ವಿವರಿಸಿದರು. ಪಾದ್ರಿದಂಪತಿಗಳಿಗೆ ಮಕ್ಕಳ ಸಾವಿನಿಂದ ದುಃಖವೇ ಆಗಲಿಲ್ಲ ಎಂದು ಯಾರುತಾನೆ ಹೇಳುತ್ತಾರೆ! ಆದರೆ ಆ ಸಂಕಟವನ್ನೆಲ್ಲ ಅವರು ಬಹಳ ಸ್ಥೈರ್ಯದಿಂದ ನುಂಗಿಕೊಂಡು ಮಕ್ಕಳ ಶವಸಂಸ್ಕಾರ ಮಾಡಿಬಂದರು. ಅಚಲವಾದ ದೈವಭಕ್ತಿಯು ಅವರಿಗೆ ಆ ಘೋರದುಃಖವನ್ನು ಸಹಿಸಿಕೊಳ್ಳುವ ಶಕ್ತಿಯನ್ನು ಕೊಟ್ಟಿತು.

"ದೇವರಮೇಲೆ ಇಟ್ಟ ಭರವಸೆಯಿಂದ ನಮಗೆ ಸಮಾಧಾನ ಸಿಕ್ಕದಿದ್ದರೆ ಈ ಪ್ರಪಂಚದಲ್ಲಿ ಆತ್ಮಹತ್ಯೆಯೇ ಮೇಲು" ಎಂಬ ವಿವೇಕಾನಂದರ ವಾಣಿಯಲ್ಲಿ ಅದೆಂತಹ ಶಕ್ತಿ, ಅದೆಂತಹ ಶ್ರದ್ಧೆ ನಿಹಿತವಾಗಿದೆ ಎಂಬುದನ್ನು ನಾವು ಊಹಿಸಲೂ ಆರೆವು.

"ಪ್ರಪಂಚದಲ್ಲಿ ಎಲ್ಲರೂ ಹುಚ್ಚರೆ, ಕೆಲವರಿಗೆ ಹೊನ್ನಿನ ಹುಚ್ಚು, ಕೆಲವರಿಗೆ ಹೆಣ್ಣಿನ ಹುಚ್ಚು, ಮತ್ತೆ ಕೆಲವರಿಗೆ ದೇವರ ಹುಚ್ಚು. ಹೇಗಿದ್ದರೂ ಮುಳುಗಿ ಸಾಯಬೇಕಾಗಿರುವಾಗ ಒಂದು ಗೊಬ್ಬರದ ಗುಂಡಿಯಲ್ಲಿ ಬಿದ್ದುಸಾಯುವುದಕ್ಕಿಂತ ಕ್ಷೀರಸಾಗರದಲ್ಲಿ ಮುಳುಗಿ ಸಾಯುವುದು ಮೇಲು ಎಂದು ದೈವೋನ್ಮಾದದಲ್ಲಿದ್ದ ಭಕ್ತರೊಬ್ಬರು ನನಗೆ ಹೇಳಿದರು. ದೇವರ ಹುಚ್ಚು ಹತ್ತಿದವರು, ದಯಾಮಯನಾದ ಭಗವಂತನೊಬ್ಬನು ಪ್ರಪಂಚದಲ್ಲಿ ಪ್ರತಿಯೊಂದನ್ನೂ ತನ್ನ ಇಚ್ಛಾನುಸಾರವಾಗಿ ಮಾಡುತ್ತಿರುತ್ತಾನೆ ಎಂದು ಶ್ರದ್ಧಾಪೂರ್ವಕವಾಗಿ ನಂಬಿದವರು, ಬದುಕಿನಲ್ಲಿ ಅನಿರೀಕ್ಷಿತವಾಗಿ ಅಪ್ಪಳಿಸಬಹುದಾದ ವಿಪತ್ತಿನ ಬಿರುಗಾಳಿಗೆ ಕುಸಿದು ಕಂಗೆಡದೆ, ಪುಟಿದು ಮೇಲೆದ್ದು ಬಂದುಬಿಡುತ್ತಾರೆ" ಎಂದು ಸ್ವಾಮಿವಿವೇಕಾನಂದರು ಈ ಪ್ರಸಂಗವನ್ನು ಸಮಾರೋಪಗೊಳಿಸಿದ್ದಾರೆ.

೬೩. ರಕ್ತಕೀವುಗಳ ರಸಪಾನ

ಶ್ರೀರಾಮಕೃಷ್ಣಪರಮಹಂಸರ ವಿಷಯದಲ್ಲಿ ವಿವೇಕಾನಂದರಿಗೆ ಮಾತುಗಳಿಂದ ವರ್ಣಿಸಲಾಗದಷ್ಟು ಗಾಢವಾದ ಗುರುಭಕ್ತಿಯಿತ್ತು. "ಪರಮಹಂಸರು ಅನಂತ ಭಾವಮಯತೆಯಿಂದ ತುಂಬಿತುಳುಕುತ್ತಿದ್ದಾರೆ. ಬ್ರಹ್ಮಜ್ಞಾನಕ್ಕಾದರೂ ಎಲ್ಲೆಯೆಂಬುದುಂಟು. ಆದರೆ ಪರಮಹಂಸರ ತಿಳಿಯಲಾಗದ, ಅಳೆಯಲಾಗದ ಭಾವಗಳಿಗೆ ಎಲ್ಲೆಯೆಂಬುದೇ ಇಲ್ಲ. ಅವರ ಕೃಪಾಕಟಾಕ್ಷದಿಂದ ಈಗ ಲಕ್ಷಾಂತರ ವಿವೇಕಾನಂದರು ತಯಾರಾಗಬಲ್ಲರು. ಆದರೆ ಅವರು ಹಾಗೆಮಾಡದೆ, ನನ್ನನ್ನು ಉಪಕರಣರೂಪವಾಗಿ ಮಾಡಿಕೊಂಡು ನನ್ನ ಮೂಲಕ ಎಲ್ಲ ಕೆಲಸಗಳನ್ನೂ ಮಾಡಿಸುತ್ತಿದ್ದಾರೆ. ನಾನು ಉನ್ಮತ್ತನಾಗಿಬಿಡುವಂತಹ ದೊಡ್ಡ ದೊಡ್ಡ ಸನ್ಮಾನಗಳಿಗೆ ಪಾತ್ರನಾದರೂ, ಪರಮಹಂಸರ ದಯದಿಂದ ಅವುಗಳನ್ನೆಲ್ಲ ಸುಲಭವಾಗಿ ಅರಗಿಸಿಕೊಂಡಿದ್ದೇನೆ" ಎಂದು ಹೇಳಿರುವ ವಿವೇಕಾನಂದರ ಮಾತುಗಳಲ್ಲಿ ಅವರ ಗುರುಭಕ್ತಿಯ ಸಾರಸರ್ವಸ್ವವೂ ಅಡಕವಾಗಿದೆ. ಪರಮಹಂಸರು ಮರಣಶಯ್ಯೆಯಲ್ಲಿ ಮಲಗಿದ್ದ ಸನ್ನಿವೇಶದ ಒಂದು ಘಟನೆಯು ವಿವೇಕಾನಂದರ ಅಪ್ರತಿಮ ಗುರುಭಕ್ತಿಗೊಂದು ಜ್ವಲಂತ ಉದಾಹರಣೆಯಾಗಿದೆ.

ಶ್ರೀರಾಮಕೃಷ್ಣಪರಮಹಂಸರು ತಮ್ಮ ಜೀವನಸಂಧ್ಯಾಕಾಲದಲ್ಲಿ ಗಂಟಲುಬೇನೆಗೆ ತುತ್ತಾಗಿ, ಅಸಹನೀಯವಾದ ವೇದನೆಯನ್ನು ಅನುಭವಿಸುತ್ತಿದ್ದರು. ಬ್ರಹ್ಮಜ್ಞಾನಿಗಳಾಗಿದ್ದ ಅವರು ಆತ್ಮಸ್ಥರಾಗಿರುತ್ತ "ಈ ನೋವು ಶರೀರಕ್ಕೆ ಮಾತ್ರ, ನಾನು ದೇಹಾತೀತನಾಗಿದ್ದೇನೆ" ಎಂಬ ಔನ್ನತ್ಯದಲ್ಲಿ ಇರುತ್ತಿದ್ದರು. ಮಹೇಂದ್ರಲಾಲ್‌ಸರ್ಕಾರ್ ಎಂಬ ವೈದ್ಯರು ಪರಮಹಂಸರಿಗೆ ಉಪಚಾರಮಾಡುತ್ತಿದ್ದರು. ಎಂದಿನಂತೆ ಒಮ್ಮೆ ಸರ್ಕಾರ್ ಅವರು ಪರಮಹಂಸರ ದೇಹಸ್ಥಿತಿಯನ್ನು ಪರೀಕ್ಷಿಸಲು ಬಂದಾಗ, ತಮ್ಮ ಸದ್ಗುರುಗಳ ಸೇವೆಯಲ್ಲಿ ತತ್ಪರರಾಗಿದ್ದ ಕೆಲವು ಶಿಷ್ಯರನ್ನು ಅವರು ಕಂಡರು. ವೈದ್ಯರು ಆ ಶಿಷ್ಯರನ್ನು ಕುರಿತು "ಇದು ಕ್ಯಾನ್ಸರ್ ಎಂಬ ಖಾಯಿಲೆ, ಅತ್ಯಂತ ಕ್ರೂರವಾದುದು, ಅದು ಸೋಂಕುರೋಗವೂ ಹೌದು. ಅವರ ಸೇವೆಮಾಡುತ್ತಿರುವ ನಿಮಗೂ ಅದು ಅಂಟಬಹುದು, ಸ್ವಲ್ಪ ಜಾಗ್ರತೆಯಿಂದಿರಿ" ಎಂದು ಎಚ್ಚರಿಸಿಹೋದರು.

ಅದಾದ ಸ್ವಲ್ಪಹೊತ್ತಿಗೇ ಸ್ವಾಮಿವಿವೇಕಾನಂದರು ಗುರುದರ್ಶನಕ್ಕೆಂದು ಅಲ್ಲಿಗೆ ಧಾವಿಸಿಬಂದರು. ಆ ಹೊತ್ತಿನಲ್ಲಿ ವಿವೇಕಾನಂದರ ಗುರುಭಾಯಿಗಳು ಮತ್ತು ಇನ್ನಿತರ

ಶಿಷ್ಯರು ಕ್ಯಾನ್ಸರ್‌ರೋಗದ ಭೀಕರತೆಯನ್ನೂ, ಅದು ಅಂಟುರೋಗವೆಂದು ಸರ್ಕಾರ್ ವೈದ್ಯರು ಹೇಳಿದ್ದನ್ನೂ ಕುರಿತು ತಮ್ಮತಮ್ಮಲ್ಲೇ ಮಾತನಾಡಿಕೊಳ್ಳುತ್ತಿದ್ದರು. ವಿವೇಕಾನಂದರು ಅದನ್ನೆಲ್ಲ ಕೇಳಿಸಿಕೊಂಡರು. ಹೀಗೆ ಸದ್ಗುರುಗಳ ಸೇವೆಯಲ್ಲಿ ನಿರತರಾಗಿರುವ ಶಿಷ್ಯರು ಅಂಜಿಕೆಗೆ ತುತ್ತಾಗಿ ಕಳವಳದಲ್ಲಿರುವುದನ್ನು ವಿವೇಕಾನಂದರಿಂದ ಸಹಿಸಿಕೊಳ್ಳಲಾಗಲಿಲ್ಲ. ಪರಮಹಂಸರು ಮಲಗಿದ್ದ ಮಂಚದ ಸುತ್ತುಮುತ್ತ ವಿವೇಕಾನಂದರು ತಮ್ಮ ಕಣ್ಣುಗಳನ್ನು ಹರಿದಾಡಿಸಿದರು. ಪರಮಹಂಸರ ಪಾದಗಳ ಬಳಿ ಗಂಜಿಯ ಪಾತ್ರೆಯಿತ್ತು. ಗಂಜಿಯನ್ನು ಕುಡಿಯುವುದೂ ಪರಮಹಂಸರಿಗೆ ಕಷ್ಟವಾಗುತ್ತಿತ್ತು. ಅನ್ನನಾಳಕ್ಕೆ ಹುಣ್ಣಾಗಿತ್ತು. ಗಂಜಿಯನ್ನು ನುಂಗುವಾಗ ಅದು ಒಳಕ್ಕಿಳಿಯಲಾರದೆ ಮತ್ತೆ ಮತ್ತೆ ಬಾಯಿಂದ ಹೊರಕ್ಕೆ ಉಕ್ಕಿಬಿಡುತ್ತಿತ್ತು. ಅದನ್ನು ಅವರು ಆ ಗಂಜಿಪಾತ್ರೆಗೇ ಕಕ್ಕಿಬಿಡುತ್ತಿದ್ದರು. ಹಾಗೆ ಕಕ್ಕುವಾಗ ಗಂಜಿಯ ಜೊತೆಗೆ ರಕ್ತ, ಕೀವು, ಕಫ ಮುಂತಾದುವೂ ಹೊರಬರುತ್ತಿದ್ದುವು. ಕ್ಯಾನ್ಸರ್ ಎಂಬುದು ಸೋಂಕು ರೋಗವೇನಲ್ಲ. ಶಿಷ್ಯರು ವೃಥಾ ಅಂಜಿದ್ದಾರೆ. ಇಲ್ಲಿಂದ ಮುಂದಕ್ಕೆ ಸದ್ಗುರುವನ್ನು ಉಪಚರಿಸುವಾಗಲೂ ಆ ಅಳುಕನ್ನು ಅವರು ತುಂಬಿಕೊಂಡೇ ಇರುತ್ತಾರೆ ಎಂದು ವಿವೇಕಾನಂದರಿಗೆ ಅನ್ನಿಸಿತು. ಆ ಶಿಷ್ಯರೆಲ್ಲರೂ ನೋಡನೋಡುತ್ತಿದ್ದಂತೆಯೇ ಆ ಗಂಜಿಯ ಪಾತ್ರೆಯನ್ನೆತ್ತಿಕೊಂಡು ರಕ್ತ ಕೀವು ಕಫ ಸಹಿತವಾಗಿದ್ದ ಗಂಜಿಯನ್ನು ಸ್ವಲ್ಪವೂ ಅಸಹ್ಯಪಟ್ಟುಕೊಳ್ಳದೆ ಗಟಗಟನೆ ಕುಡಿದುಬಿಟ್ಟರು. ಅದನ್ನು ಕಂಡ ಶಿಷ್ಯರೆಲ್ಲರೂ ಸ್ತಂಭೀಭೂತರಾಗಿಬಿಟ್ಟರು, ಭಯವಿಮುಕ್ತರೂ ಆಗಿಬಿಟ್ಟರು. ಕ್ಯಾನ್ಸರ್ ಕಾಯಿಲೆಯ ಭಯಾನಕತೆಯನ್ನು ಕುರಿತು ಅವರೆಂದೂ ಚಕಾರವೆತ್ತಲಿಲ್ಲ.

೭೪. ಆಸೆಗಳ ಗಂಟುಮೂಟೆ

ಪರಂಜ್ಯೋತಿ ಪರಮಾತ್ಮನ ಸನ್ನಿಧಾನಕ್ಕೆ ಹೋಗಬಯಸುವವರು ತಮ್ಮ ಆಸೆಗಳನ್ನೆಲ್ಲ ಗಂಟುಮೂಟೆಕಟ್ಟಿ ಎಸೆದು, ಅವನನ್ನು ಸಮೀಪಿಸಬೇಕು. ಏನನ್ನಾದರೂ ಬೇಡಿದರೆ ಅವನು ಕೊಡುವುದಿಲ್ಲ ಎಂದೇನಿಲ್ಲ; ಆದರೆ ಅದು ತಿರುಕರ ಮಾರ್ಗ. ಆರೋಗ್ಯ, ಐಶ್ವರ್ಯ ಮುಂತಾದ ಲೌಕಿಕವಸ್ತುಗಳನ್ನು ಬೇಡುವುದು ಭಕ್ತಿಮಾರ್ಗವಲ್ಲ. ಅದು ಭಕ್ತಿಯ ಬಹಳ ಕೆಳಗಿನ ಹಂತ. ಎಂದಾದರೂ ಒಂದುದಿನ ನಾಶವಾಗುವ ದೇಹಕ್ಕೆ ಪುನಃ ಪುನಃ ಆರೋಗ್ಯವನ್ನು ಕೊಡೆಂದು ಯಾಚಿಸಿ ಫಲವೇನು! ಬೇಡಿದರೆ ತಾನೆ ಜಗತ್ತಿನ ಎಲ್ಲ ಐಶ್ವರ್ಯವೂ ನಮ್ಮದಾಗುವುದು ಸಾಧ್ಯವೆ! ಅತಿದೊಡ್ಡ ಶ್ರೀಮಂತನಾದರೂ ತನ್ನ ಐಶ್ವರ್ಯದ ಎಲ್ಲೋ ಸ್ವಲ್ಪಭಾಗವನ್ನು ಮಾತ್ರವೇ ಅನುಭವಿಸಬಲ್ಲ. ಏನನ್ನಾದರೂ ಬೇಡುವುದಾದರೆ "ದೇವರೇ, ನನಗೆ ನೀನೇ ಬೇಕು" ಎಂದು ಬೇಡಬೇಕು. ಹಾಗೆ ಮಾಡದಿದ್ದರೆ ಗಂಗಾನದಿಯ ತೀರದಲ್ಲಿದ್ದರೂ ಬೇರೊಂದು ಬಾವಿಯನ್ನು ತೋಡಿದ, ವಜ್ರದಗಣಿಯಲ್ಲಿದ್ದರೂ ಗಾಜಿನಚೂರನ್ನು ಹುಡುಕಾಡುವ ಮೂರ್ಖಶಿಖಾಮಣಿ ಗಳಾಗುತ್ತೇವೆ. ರಾಜಾಧಿರಾಜನಾದ ಭಗವಂತನ ಬಳಿಗೆ ಭಕ್ತಿಯ ಉಡುಗೆತೊಡುಗೆಗಳಿಂದ ಅಲಂಕೃತರಾಗಿ ಹೋಗಬೇಕೇ ಹೊರತು ಭಿಕ್ಷಾಪಾತ್ರೆಹಿಡಿದು, ಚಿಂದಿಬಟ್ಟೆಯುಟ್ಟು ಹೋದರೆ ದ್ವಾರಪಾಲಕರು ಬಾಗಿಲ ಹತ್ತಿರದಿಂದಲೇ ಓಡಿಸಿಬಿಡುತ್ತಾರೆ. "ನಾನು ಇಷ್ಟು ಕೊಡುತ್ತೇನೆ, ನೀನು ಅಷ್ಟುಕೊಡು" ಎಂಬ ಚೌಕಾಸಿಯ ಹರಕೆವ್ಯಾಪಾರವೂ ಅವನ ಬಳಿ ನಡೆಯು ವುದಿಲ್ಲ. ಹೀಗೆಲ್ಲ ಮಾರ್ಗದರ್ಶನ ಮಾಡುತ್ತ ಸ್ವಾಮಿ ವಿವೇಕಾನಂದರು ಏಸುಕ್ರಿಸ್ತನು ಒಂದು ದೇವಾಲಯದಿಂದ ವ್ಯಾಪಾರಿಗಳನ್ನು ಹೊರಕ್ಕೆ ಹಾಕಿದ ವೃತ್ತಾಂತವನ್ನು ಉಲ್ಲೇಖಿಸಿದ್ದಾರೆ.

ಏಸುಕ್ರಿಸ್ತನು ಜರೂಸಲೇಮಿನ ದೊಡ್ಡದೊಂದು ದೇವಾಲಯಕ್ಕೆ ತನ್ನ ಶಿಷ್ಯರೊಡನೆ ಹೋದನು. ಅಲ್ಲಿ ಭಕ್ತಿಯ ವಾತಾವರಣವಿರಲಿಲ್ಲ. ಎಲ್ಲ ಲಾಭಕೋರರೇ ಸೇರಿಕೊಂಡು ದುಡ್ಡುಮಾಡಿಕೊಳ್ಳುವುದರಲ್ಲಿಯೇ ಮುಳುಗಿದ್ದರು. ಅದನ್ನು ಕಂಡು ಏಸುವಿಗೆ ಕೋಪ ಬಂತು. ಮಳಿಗೆ ಕಟ್ಟಿಕೊಂಡು, ಸಂತೆಹೂಡಿಕೊಂಡು ಮಾರುವ ಕೊಳ್ಳುವ ವ್ಯವಹಾರದಲ್ಲಿ ತೊಡಗಿದ್ದವರನ್ನು "ನಡೆಯಿರಿ ಇಲ್ಲಿಂದ ಹೊರಕ್ಕೆ" ಎಂದು ಎಬ್ಬಿಸಿ ಹೊರಗಟ್ಟಿದನು. ಪಾರಿವಾಳಗಳನ್ನು ಮಾರುತ್ತಿದ್ದವರ ಮಣೆಗಳನ್ನು ಉರುಳಿಸಿದನು. ಚಿಲ್ಲರೆ ನಾಣ್ಯಗಳನ್ನು

ವಿನಿಮಯಮಾಡಿಕೊಳ್ಳುತ್ತಿದ್ದ ವ್ಯಾಪಾರಿಗಳ ಮೇಜುಗಳನ್ನು ಕುಟ್ಟಿಕೆಡವಿದನು. ಹೊರೆ ಹೊತ್ತುಕೊಂಡು ದೇವಾಲಯದ ಮೂಲಕ ಹಾದುಹೋಗುತ್ತಿದ್ದವರನ್ನು "ಇದೇನು ಸಾರ್ವಜನಿಕ ರಸ್ತೆಯೆಂದು ತಿಳಿದಿರಾ" ಎಂದು ದಬಾಯಿಸಿ ತಳ್ಳಿದನು. "ಪವಿತ್ರವಾದ ಈ ದೇವಾಲಯವನ್ನು ಲಾಭಕೋರರ, ಕಳ್ಳಕಾಕರ ಬೀಡಾಗುವಂತೆ ಮಾಡುತ್ತಿದ್ದೀರಾ" ಎಂದು ಅವರನ್ನೆಲ್ಲ ಝುಂಕಿಸಿದನು. ಆಮೇಲೆ ಅಲ್ಲಿ ಕಷ್ಟದಿಂದ ಕಂಗೆಟ್ಟಿದ್ದ ಕುರುಡರಿಗೆ ಕಣ್ಣುಕೊಟ್ಟನು, ಕುಂಟರಿಗೆ ಕಾಲುಕೊಟ್ಟನು.

ಏಸುವಿನ ವರ್ಚಸ್ಸಿಗಾಗಲಿ ಉಪದೇಶಗಳಿಗಾಗಲಿ ಆಗಲೇ ಆ ಸುತ್ತಲಿನ ಜನ ಮಾರುಹೋಗಿದ್ದರಿಂದ, ಅವನನ್ನು ಪ್ರತಿಭಟಿಸುವ ಧೈರ್ಯ ಯಾರಿಗೂ ಇರಲಿಲ್ಲ. ಆದರೆ ದೇವಾಲಯದ ಪೂಜಾರಿಗಳು, ಪಾರುಪತ್ತೇಗಾರರು ತಮಗೆ ದಕ್ಕುವ ಲಾಭ ಕೈಬಿಟ್ಟು ಹೋಗುತ್ತದೆಯಲ್ಲಾ ಎಂಬ ಆತಂಕದಿಂದ ಏಸುವಿನ ಬಳಿಗೆ ಬಂದು "ಹೀಗೆಲ್ಲ ಮಾಡುವ ಅಧಿಕಾರವನ್ನು ನಿನಗೆ ಯಾರುಕೊಟ್ಟರು" ಎಂದು ಕೆರಳಿಕೇಳಿದರು. ಅದಕ್ಕೆ ಏಸುವು "ಸ್ನಾನದೀಕ್ಷೆಯನ್ನು ಕೊಡುವ ಅಧಿಕಾರ ಯೋವಾನ್ನನಿಗೆ ಎಲ್ಲಿಂದ ಬಂತು" ಎಂದು ತೊಡಕಾದ, ಇಕ್ಕಟ್ಟಿಗೆ ಸಿಲುಕಿಸುವ ಪ್ರಶ್ನೆಯೊಂದನ್ನು ಎಸೆದನು. ಅದಕ್ಕವರು "ನಮಗೆ ಗೊತ್ತಿಲ್ಲ" ಎಂದರು. "ನೀವು ನನ್ನ ಪ್ರಶ್ನೆಗೆ ಉತ್ತರಕೊಡದೆಹೋದುದರಿಂದ ಇದನ್ನೆಲ್ಲ ಮಾಡಲು ನನಗೆ ಯಾರು ಅಧಿಕಾರ ಕೊಟ್ಟರೆಂಬುದನ್ನೂ ನಾನು ನಿಮಗೆ ಹೇಳುವುದಿಲ್ಲ" ಎಂದುಬಿಟ್ಟನು. ಆಗಲೇ ಅವರೆಲ್ಲ "ಈತನನ್ನು ಕೊಲ್ಲಿಸಲೇಬೇಕು" ಎಂದು ಮಾತಾಡಿಕೊಂಡು ಹಗೆಗಳಾದರು.

ಹೀಗೆಲ್ಲ ಲೋಕವ್ಯವಹಾರದ ಸಂತೆಯಲ್ಲಿ ಮುಳುಗಿದ್ದರೆ ಭಕ್ತರಾಗುವುದು ಸಾಧ್ಯವಿಲ್ಲ. ನಮಗೆ ನಿಜವಾಗಿಯೂ ದೇವರು ಬೇಕೆಂದಾದರೆ ಭೋಗಲಾಲಸೆಯಿಂದ, ಸ್ವರ್ಗಾದಿಗಳ ಬಯಕೆಗಳಿಂದ ಹೊರಕ್ಕೆಬರಬೇಕು. ಭೋಗಾಸಕ್ತಿ ಇದ್ದಲ್ಲಿ ದೇವರು ಇರಲಾರನು. ಕೇವಲ ಶಾರೀರಕಸೌಖ್ಯವನ್ನು ನಾವು ಬಯಸಿದರೆ, ನಮಗೂ ಮೃಗಗಳಿಗೂ ವ್ಯತ್ಯಾಸವೇ ಉಳಿಯುವುದಿಲ್ಲ. ಸುಖದುಃಖಗಳ ತಾಕಲಾಟವನ್ನೂ ಲಾಭನಷ್ಟಗಳ ದ್ವಂದ್ವವನ್ನೂ ಚಿಂತೆಸಂತೆಗಳನ್ನೂ ಬದಿಗೊತ್ತಿ, ಹಗಲೆನ್ನದೆ ಇರುಳೆನ್ನದೆ, ಭಗವಂತನನ್ನು ಭಜಿಸಿದರೆ ಮಾತ್ರವೇ ಅವನು ಪ್ರತ್ಯಕ್ಷನಾಗುತ್ತಾನೆ ಎಂದು ಕೊನೆಯಲ್ಲಿ ವಿವೇಕಾನಂದರು ಉಪದೇಶಿಸಿದ್ದಾರೆ.

೬೫. ದಧೀಚಿಯ ಮಂತ್ರದೀಕ್ಷೆ

ಆತ್ಮತತ್ತ್ವವನ್ನು ತಿಳಿದುಕೊಳ್ಳುವುದು ಸಾಮಾನ್ಯದ ಮಾತಲ್ಲ. ಅದಕ್ಕೆ ಅಪೂರ್ವವಾದ ಶ್ರದ್ಧೆಯಿರಬೇಕು. ಯಮನಬಾಯಿಗೆ ಹೋಗಿಬಿದ್ದರೆ ಆ ತತ್ತ್ವವು ತಿಳಿದುಬರುವ ಹಾಗಿದ್ದರೆ, ಅಲ್ಲಿಗೇ ಹೋಗಿ ಬೀಳಬೇಕು. ಭಯವೆಂಬುದು ಮೃತ್ಯುವಿಗೆ ಸಮಾನ. ಭಯದ ಆಚೆಯ ದಡಕ್ಕೆ ಹೋಗಬೇಕು. ನಮ್ಮ ಮೋಕ್ಷಕ್ಕಾಗಲಿ, ಲೋಕಹಿತಕ್ಕಾಗಲಿ ನಮ್ಮನ್ನು ಸಮರ್ಪಿಸಿಕೊಳ್ಳುವುದಕ್ಕೂ ಹಿಂಜರಿಯಬಾರದು. ಮೂಳೆಮಾಂಸಗಳ ಮುದ್ದೆಯೆಂಬ ದೇಹವನ್ನು ಸುಮ್ಮನೆ ಹೊತ್ತುಕೊಂಡು ತಿರುಗಿದರೇನು ಬಂತು? ದಧೀಚಿಮುನಿಯ ತ್ಯಾಗ ನಮಗೆ ಆದರ್ಶವಾಗಬೇಕು ಎಂಬ ಸ್ವಾಮಿವಿವೇಕಾನಂದರ ವೀರವಾಣಿ ಸರ್ವತ್ರ ಅನುರಣಿಸುತ್ತಿದೆ. ದಧೀಚಿಯ ತ್ಯಾಗ ಮೈನವಿರೇಳಿಸುವಂಥದು, ಅದನ್ನು ಮನನ ಮಾಡಲೇಬೇಕು.

ದೇವತೆಗಳು ರಾಕ್ಷಸರ ಕಾಟದಿಂದ ಕಂಗೆಟ್ಟು, ಸ್ವರ್ಗಚ್ಯುತರಾಗಿ, ತಮ್ಮ ಆಯುಧಗಳನ್ನೆಲ್ಲ ಹೊತ್ತುಕೊಂಡು ಭೂಲೋಕದಲ್ಲಿ ಅಲೆಯತೊಡಗಿದರು. ಅವುಗಳನ್ನು ಹೊರುವ ಕಷ್ಟವನ್ನು ತಪ್ಪಿಸಿಕೊಳ್ಳಲು ದಧೀಚಿಯ ಆಶ್ರಮವನ್ನು ಹೊಕ್ಕು "ಇವುಗಳ ಮೇಲೆ ಸ್ವಲ್ಪ ನಿಗಾಇರಲಿ ಸ್ವಾಮಿ" ಎಂದು ಅಲ್ಲಿ ರಾಶಿಹಾಕಿ ಹೊರಟುಹೋದರು. ಮತ್ತೆ ಅವುಗಳತ್ತ ಅವರು ಗಮನಕೊಡಲೇ ಇಲ್ಲ. ಕಾಲಕ್ರಮದಲ್ಲಿ ಆ ಆಯುಧಗಳೆಲ್ಲ ತುಕ್ಕುಹಿಡಿಯಲಾರಂಭಿಸಿದುವು. ಆಗ ದಧೀಚಿಮುನಿಯು ಮಂತ್ರಬಲದಿಂದ ಅವುಗಳನ್ನೆಲ್ಲ ಕರಗಿಸಿ ಕುಡಿದುಬಿಟ್ಟನು. ಅದೆಲ್ಲಹೋಗಿ ದಧೀಚಿಯ ಬೆನ್ನುಮೂಳೆಗಳಲ್ಲಿ ಸೇರಿಕೊಂಡು ಆ ಮೂಳೆಯು ವಜ್ರದಂತೆ ಗಟ್ಟಿಮುಟ್ಟಾಗಿಬಿಟ್ಟಿತು.

ತರುವಾಯದ ಕಾಲದಲ್ಲಿ ಇಂದ್ರಾದಿದೇವತೆಗಳು ವೃತ್ರಾಸುರನೆಂಬ ರಕ್ಕಸನ ಬಾಧೆಗೆ ತುತ್ತಾದರು. ಅವನನ್ನು ಸಂಹರಿಸಲು ವಜ್ರಾಯುಧವೆಂಬ ಹೊಸಆಯುಧವನ್ನೇ ತಯಾರಿಸಬೇಕು, ಅದಕ್ಕೆ ದಧೀಚಿಮುನಿಯ ಬೆನ್ನುಮೂಳೆಯೇ ಬೇಕು ಎಂದು ಹಿರಿಯರು ಇಂದ್ರನಿಗೆ ಹೇಳಿದರು. ಅದರಂತೆ ದೇವೇಂದ್ರನು ದಧೀಚಿಮುನಿಯ ಬಳಿಗೆ ಬಂದು, ಇದ್ದ ವಿಷಯವನ್ನು ಅರಿಕೆಮಾಡಿಕೊಂಡು, ಬೆನ್ನುಮೂಳೆಗಾಗಿ ಪ್ರಾರ್ಥಿಸಿದನು. ದಧೀಚಿಯು ಹಿಂದುಮುಂದುನೋಡದೆ "ನಿಮಗೆ ಉಪಕಾರವಾಗುವುದಾದರೆ ನನ್ನ ದೇಹವನ್ನು ಸಿಗಿದು ತೆಗೆದುಕೊಳ್ಳಿರಪ್ಪಾ" ಎಂದು ಸಂತೋಷದಿಂದಲೇ ಹೇಳಿದನು. ದೇವತೆಗಳು ಹಾಗೆಯೇ

ಮಾಡಿದರು. ದೇವಶಿಲ್ಪಿ ವಿಶ್ವಕರ್ಮನು ಅವುಗಳ ಬಲದಿಂದ ವಜ್ರಾಯುಧವನ್ನು ನೂತನವಾಗಿ ಎರಕಹೊಯ್ದನು. ಅದನ್ನು ಹಿಡಿದು ದೇವೇಂದ್ರನು ವೃತ್ರಾಸುರನನ್ನು ಕೊಂದನು. ದೇವತೆಗಳಿಗೆ ಸುಖವಾಯಿತು. ದಧೀಚಿಯ ತ್ಯಾಗ ಲೋಕವಿಖ್ಯಾತವಾಯಿತು.

ದಧೀಚಿಮುನಿಯು ಸರ್ವಸ್ವತ್ಯಾಗರೂಪವಾದ ಮಂತ್ರದೀಕ್ಷೆಯನ್ನು ಪಡೆದು ಕೊಂಡಿದ್ದನು. ಕೇವಲ ದೇಶಾಚಾರ, ಲೋಕಾಚಾರ ಮತ್ತು ಹೆಂಗಸರ ಆಚಾರಗಳಲ್ಲಿ ಮುಳುಗದೆ, ಪ್ರಾಚೀನ ಮುನಿಮಹರ್ಷಿಗಳ ಮಾರ್ಗವನ್ನು ಅನುಸರಿಸಿ ಹೋಗಬೇಕು; ತ್ಯಾಗರೂಪವಾದ ಮಂತ್ರದೀಕ್ಷೆಯನ್ನು ಧರಿಸಿಕೊಳ್ಳಬೇಕು ಎಂದು ವಿವೇಕಾನಂದರು ಕರೆನೀಡಿದ್ದಾರೆ. ವಿವೇಕಾನಂದರು ಕೂಡ ಅಂತಹ ತ್ಯಾಗದೀಕ್ಷೆಯನ್ನೇ ಧರಿಸಿದ್ದರು. ತಮ್ಮ ಶಿಷ್ಯರಿಗೂ ಅಂಥದೇ ದೀಕ್ಷೆಯನ್ನಿತ್ತು ಹುರಿದುಂಬಿಸಿದರು ಎಂಬುದು ಇತಿಹಾಸದ ಪುಟಗಳಲ್ಲಿ ದಾಖಲಾಗಿಬಿಟ್ಟಿದೆ. "ಬಡವರ ಮೇಲೆ, ತುಳಿತಕ್ಕೊಳಗಾದವರಮೇಲೆ, ಅನುಕಂಪೆ ಅಪಾರವಾಗಿತ್ತು. ಹಸಿದವರಿಗೆ ತಮ್ಮ ರಕ್ತಮಾಂಸಗಳನ್ನೇ ಆಹಾರವಾಗಿ ನೀಡಲು ಅವರು ಸದಾ ಸಿದ್ಧರಿದ್ದರು ಎಂದು ಅವರನ್ನು ನೋಡಿದಾಗಲೇ ಯಾರಿಗಾದರೂ ಅನ್ನಿಸುತ್ತಿತ್ತು" ಎಂದು ಸಿಸ್ಟರ್‌ಕ್ರಿಸ್ಟೆನ್ ವಿವೇಕಾನಂದರನ್ನು ಕುರಿತಂತೆ ಹೇಳಿರುವ ಮಾತುಗಳನ್ನು ಈ ಸಂದರ್ಭದಲ್ಲಿ ಸ್ಮರಿಸಲೇಬೇಕು.

೬೬. ಐಶ್ವರ್ಯವು ಮೋಕ್ಷಕ್ಕೆ ಮಾರ್ಗವಲ್ಲ

ದಶೋಪನಿಷತ್ತುಗಳು ಎಂದು ಪ್ರಸಿದ್ಧವಾಗಿರುವ ಉಪನಿಷತ್ತುಗಳ ಗುಂಪಿನಲ್ಲಿ 'ಬೃಹದಾರಣ್ಯಕ' ಎಂಬುದೂ ಒಂದು. ಗಾತ್ರದ ದೃಷ್ಟಿಯಿಂದಲೂ ವಿಷಯವೈವಿಧ್ಯದ ದೃಷ್ಟಿಯಿಂದಲೂ ಅದು ಬಹಳ ದೊಡ್ಡದು. ಅದರಲ್ಲಿ ಯಾಜ್ಞವಲ್ಕ್ಯರೆಂಬ ಮಹಾಜ್ಞಾನಿಗಳಾದ ಋಷಿವರ್ಯರ ವಿಚಾರವೂ ಬಂದಿದೆ. ಅವರು ರಾಜರ್ಷಿಯಾದ ಜನಕ ಮಹಾರಾಜನ ಗೌರವಕ್ಕೂ ಪಾತ್ರರಾಗಿದ್ದರು. ಆ ಮಹಾತ್ಮರ ಗೃಹಸ್ಥಜೀವನವೂ ತೃಪ್ತಿಕರವಾಗಿತ್ತು. ಅವರಿಗೆ ಕಾತ್ಯಾಯಿನಿ ಮತ್ತು ಮೈತ್ರೇಯಿ ಎಂಬ ಇಬ್ಬರು ಪತ್ನಿಯರಿದ್ದರು. ಮೈತ್ರೇಯಿಯಾದರೋ ವಿದ್ಯಾವಿನಯಸಂಪನ್ನೆಯಾಗಿ ಮಹರ್ಷಿಗಳ ವಿಶೇಷ ಮೆಚ್ಚುಗೆಗೆ ಪಾತ್ರಳಾಗಿದ್ದಳು. ಈ ಯಾಜ್ಞವಲ್ಕ್ಯ– ಮೈತ್ರೇಯಿಯರ ಕಥಾನಕದ ಮೂಲಕ ಸ್ವಾಮಿ ವಿವೇಕಾನಂದರು ವೇದಾಂತದ ಕೆಲವು ಪ್ರೌಢವಿಚಾರಗಳ ಮೇಲೆ ತಮ್ಮದೇ ಆದ ಚಿಂತನೆಗಳ ಮೂಲಕ ಸ್ವತಂತ್ರವಾದ ಬೆಳಕುಚೆಲ್ಲಿದ್ದಾರೆ. ಸೂರ್ಯನು ಕಾಣದಂತೆ ಮೋಡಗಳಿಂದ ತುಂಬಿ, ಮಂಕುಕವಿದ ದಿನವನ್ನು ಸಂಸ್ಕೃತಭಾಷೆಯಲ್ಲಿ 'ದುರ್ದಿನ' ಎಂದು ಕರೆಯುತ್ತಾರೆ. ಅದು ಸರಿಯಲ್ಲ. ಭಗವಂತನ ನಾಮಸ್ಮರಣೆ ಮಾಡದೆ ನಾವು ಯಾವುದಾದರೊಂದು ದಿನವನ್ನು ಕಳೆದುಬಿಟ್ಟೆವೆಂದರೆ ನಿಜವಾಗಿ ಅದೇ ದುರ್ದಿನ ಎಂಬ ಮನೋಜ್ಞವಾದ ಮಾತಿನೊಂದಿಗೆ ಸ್ವಾಮಿ ವಿವೇಕಾನಂದರು ಯಾಜ್ಞವಲ್ಕ್ಯರ ಕಥೆಗೆ ನಮ್ಮನ್ನು ಪ್ರವೇಶಮಾಡಿಸಿದ್ದಾರೆ.

ವಯಸ್ಸಾದ ಮೇಲೆ ಮನುಷ್ಯನು ಪ್ರಪಂಚವನ್ನು ತ್ಯಜಿಸಬೇಕು ಎಂದು ಶಾಸ್ತ್ರಗಳು ಹೇಳಿವೆ. ಅದರಂತೆ ಯಾಜ್ಞವಲ್ಕ್ಯರು ತಮಗೆ ವಯಸ್ಸಾಗಿದ್ದುದರಿಂದ, ಗೃಹಸ್ಥಾಶ್ರಮದ ಸುಖಸಂಪತ್ತನ್ನೆಲ್ಲ ತೊರೆದು, ಉನ್ನತವಾದ ಸನ್ಯಾಸವನ್ನು ಸ್ವೀಕರಿಸಿ, ಸದಾಕಾಲ ಭಗವಂತನ ಚಿಂತನೆಯಲ್ಲಿಯೇ ಕಾಲಯಾಪನೆ ಮಾಡಬೇಕೆಂದು ಆಲೋಚಿಸಿದರು. ತಮ್ಮ ಆಸ್ತಿಯನ್ನು ಇಬ್ಬರು ಮಡದಿಯರಿಗೆ ಪಾಲುಮಾಡಿಕೊಟ್ಟು, ಅವರಿಂದ ಸನ್ಯಾಸಕ್ಕೆ ಅಪ್ಪಣೆ ಪಡೆದುಕೊಳ್ಳಬೇಕೆಂದು ನಿರ್ಧರಿಸಿದರು. ಆ ಹೊತ್ತಿನಲ್ಲಿ ಮೈತ್ರೇಯಿಯನ್ನು ಕರೆದು "ಪ್ರಿಯಳೆ, ನನ್ನ ದ್ರವ್ಯವನ್ನೂ ಆಸ್ತಿಯನ್ನೂ ನಿಮ್ಮಿಬ್ಬರಿಗೆ ಪಾಲುಮಾಡಿಕೊಟ್ಟು ಹೊರಡುತ್ತೇನೆ" ಎಂದು ಹೇಳಿದರು. ವೈರಾಗ್ಯಶೀಲೆಯಾಗಿದ್ದ ಮೈತ್ರೇಯಿಯು ಆಗ "ಸ್ವಾಮಿ, ನೀವು ಕೊಡುವ ಆಸ್ತಿಯಿಂದಲಾಗಲಿ, ಜಗತ್ತಿನ ಸಮಸ್ತ ಐಶ್ವರ್ಯವೂ ನನಗೇ ದೊರೆತ

ರಾಗಲಿ, ನಾನು ಮೋಕ್ಷವನ್ನು ಪಡೆದುಕೊಳ್ಳಬಹುದೇ, ಹುಟ್ಟುಸಾವುಗಳಿಂದ ಪಾರಾಗಬಹುದೇ" ಎಂದು ಕೇಳಿದಳು. ಅದಕ್ಕೆ ಯಾಜ್ಞವಲ್ಕ್ಯರು "ಇಲ್ಲ, ಐಶ್ವರ್ಯವು ನಮಗೆ ಮುಕ್ತಿಯನ್ನು ದೊರಕಿಸಿಕೊಡಲಾರದು. ಐಶ್ವರ್ಯದಿಂದ ನೀನು ಎಲ್ಲರಂತೆ ಶ್ರೀಮಂತಳಾಗಿರಬಹುದು, ಎಲ್ಲರಂತೆ ಸುಖವಾಗಿರಬಹುದು; ಅಷ್ಟೇ ನೋಡು" ಎಂದರು.

ಆಗ ಮೈತ್ರೇಯಿಯು "ಐಶ್ವರ್ಯದಿಂದ ಅಮೃತತತ್ತ್ವವು ಸಿದ್ಧಿಸುವುದಿಲ್ಲ ಎಂದಾದರೆ ಅಂತಹ ಐಶ್ವರ್ಯವನ್ನು ತೆಗೆದುಕೊಂಡು ನಾನೇನು ಮಾಡಲಿ? ಅಮೃತಸ್ವರೂಪವಾದ ಮೋಕ್ಷವನ್ನು ಪಡೆಯುವ ಬಗೆಹೇಗೆ ಎಂಬುದನ್ನೇ ನನಗೆ ಕೃಪೆಮಾಡಿ ತಿಳಿಸಿಕೊಡಿ" ಎಂದು ಬೇಡಿಕೊಂಡಳು. ಆಗ ಯಾಜ್ಞವಲ್ಕ್ಯರು "ನೀನು ಯಾವಾಗಲೂ ನನಗೆ ಪ್ರಿಯಳಾಗಿದ್ದೆ. ಈ ಪ್ರಶ್ನೆಯಿಂದ ಮತ್ತೂ ಪ್ರಿಯಳಾದೆ. ಬಾ ಕುಳಿತುಕೊ, ಹೇಳುತ್ತೇನೆ. ಚೆನ್ನಾಗಿ ಶ್ರವಣಮಾಡು, ಆಮೇಲೆ ಮನನಮಾಡು, ಕೊನೆಗೆ ಅದನ್ನು ಕುರಿತು ಧ್ಯಾನ ಮಾಡುವಿಯಂತೆ" ಎಂದು ಹೇಳಿದರು.

ಈಗ ನಮಗೆ ಪ್ರಪಂಚದಲ್ಲಿ ವ್ಯಕ್ತವಾಗುತ್ತಿರುವುದು ಸ್ವಾರ್ಥ. ಆದರೆ ಆ ಸ್ವಾರ್ಥದ ಹಿಂದೆ ಇರುವುದು ಕೂಡ ನಿಜವಾದ ಆತ್ಮನ ಛಾಯೆ ಮಾತ್ರವೇ ಆಗಿದೆ. ಅದು ಅಲ್ಪವಾಗಿರುವುದರಿಂದ, ಅಲ್ಪದ ಮೂಲಕ ವ್ಯಕ್ತವಾಗುತ್ತಿರುವುದರಿಂದ ಹಾಗೆ ಕಾಣುತ್ತಿದೆ. ಈ ಸ್ವಾರ್ಥವು ಅನಂತತೆಯ ಸ್ವಲ್ಪಭಾಗ ಮಾತ್ರವೇ ಆಗಿದೆ. ಹೆಂಡತಿಯು ತನ್ನ ಗಂಡನನ್ನು ಪ್ರೀತಿಸುವುದು, ಗಂಡನಿಗಾಗಿ ಅಲ್ಲ, ಅವಳು ಆತ್ಮನಿಗಾಗಿ ಗಂಡನನ್ನು ಪ್ರೀತಿಸುತ್ತಾಳೆ. ಯಾವ ಗಂಡನೂ ಹೆಂಡತಿಗಾಗಿ ಹೆಂಡತಿಯನ್ನು ಪ್ರೀತಿಸುವುದಿಲ್ಲ, ಅವನು ಆತ್ಮನನ್ನು ಪ್ರೀತಿಸುವುದರಿಂದ, ಅದಕ್ಕಾಗಿ ಹೆಂಡತಿಯನ್ನು ಪ್ರೀತಿಸುತ್ತಾನೆ. ಪ್ರಪಂಚಕ್ಕಾಗಿ ಯಾರೂ ಪ್ರಪಂಚವನ್ನು ಪ್ರೀತಿಸುವುದಿಲ್ಲ, ಆತ್ಮನಿಗಾಗಿ ಪ್ರಪಂಚವನ್ನು ಪ್ರೀತಿಸುತ್ತಾರೆ.

ಎಂದಾದರೂ ಒಬ್ಬನು ಇನ್ನೊಬ್ಬನನ್ನು ಪ್ರೀತಿಸಿದರೆ, ಅವನು ಆತ್ಮನ ಮೂಲಕ ಮಾತ್ರವೇ ಪ್ರೀತಿಸಲು ಸಾಧ್ಯ. ಈ ಆತ್ಮನನ್ನು ನಾವು ಅರಿಯಬೇಕು. ಆತ್ಮನ ಅರಿವಿಲ್ಲದೆ ಪ್ರೀತಿಸಿದರೆ, ಅದು ಸ್ವಾರ್ಥಮಯ ಪ್ರೀತಿಯೆನಿಸುತ್ತದೆ. ಆತ್ಮನನ್ನು ಅರಿತು ಪ್ರೀತಿಸಿದರೆ ಅದು ನಿಃಸ್ವಾರ್ಥ ಪ್ರೀತಿಯೆನಿಸುತ್ತದೆ. ಹಾಗೆ ನಿಃಸ್ವಾರ್ಥವಾಗಿ ಪ್ರೀತಿಸಿದವರು ಜ್ಞಾನಿಗಳೆನಿಸುತ್ತಾರೆ. ಎಲ್ಲವನ್ನೂ ಆತ್ಮನಲ್ಲಿಯೇ ನೋಡಬೇಕು. ಆತ್ಮನಲ್ಲಿ ಅಲ್ಲದೆ ಬೇರೆ ಕಡೆ ಪ್ರಪಂಚವನ್ನು ನೋಡುವವನನ್ನು ಪ್ರಪಂಚವೇ ತ್ಯಜಿಸಿಬಿಡುತ್ತದೆ. ಆತ್ಮನ ಮೂಲಕವಾಗಿ ಅಲ್ಲದೆ, ನಾವು ಯಾವುದನ್ನು ಪ್ರೀತಿಸಿದರೂ ದುಃಖಸಂಕಟಗಳೇ ನಮಗೆ ಸಿಕ್ಕುವ ಪ್ರತಿಫಲ. ಎಲ್ಲವನ್ನೂ ಆತ್ಮನ ಮೂಲಕವೇ ನೋಡಿದರೆ, ಅನುಭವಿಸಿದರೆ, ನಾವು 'ಪೂರ್ಣಾನಂದ'ವನ್ನೇ ಪಡೆಯುತ್ತೇವೆ.

ಭಗವಂತನೆಂದರೂ ಒಂದೇ, ವಿಶ್ವಾತ್ಮನೆಂದರೂ ಒಂದೇ. ವಿಶ್ವಾತ್ಮನೇ ಶಾಶ್ವತ ನಿತ್ಯವಾಗಿದ್ದಾನೆ. ಎಲ್ಲ ಜ್ಞಾನವೂ ಅವನಲ್ಲಿಯೇ ಇದೆ. ವಿಶ್ವವೆಲ್ಲವೂ ಅವನಿಂದಲೇ

ಮೂಡಿ, ಅವನಿಂದಲೇ ಮುಳುಗುತ್ತದೆ. ನಾವೆಲ್ಲ ಆ ವಿಶ್ವಾತ್ಮನೆಂಬ ಪುರುಷನಿಂದ ಸಿಡಿದ ಬಿಡಿಬಿಡಿಯಾದ ಕಿಡಿಗಳಂತೆ ತೋರುತ್ತಿದ್ದೇವೆ. ಆ ವಿಶ್ವಾತ್ಮನನ್ನು ಅರಿತ ಬಳಿಕ ನಾವೇ ವಿಶ್ವಾತ್ಮರಾಗಿಬಿಡುತ್ತೇವೆ. ಅದೇ ಮೋಕ್ಷವೆನಿಸುತ್ತದೆ ಎಂದು ಯಾಜ್ಞವಲ್ಕ್ಯರು ಮೈತ್ರೇಯಿಗೆ ಮೋಕ್ಷವಿಚಾರವನ್ನು ತಿಳಿಸಿಕೊಟ್ಟರು.

ಆಗ ಮೈತ್ರೇಯಿಯು "ಸ್ವಾಮಿ, ವಿಶ್ವಾತ್ಮನಲ್ಲಿ ಒಂದಾಗಿಬಿಡುವುದೆಂದರೆ ಆಮೇಲೆ ನಮಗೊಂದು ವ್ಯಕ್ತಿತ್ವವಿರುವುದಿಲ್ಲ, ದೇವತೆಗಳಿರುವುದಿಲ್ಲ, ನಮ್ಮ ಗುರುತು ಕಂಡು ಹಿಡಿಯುವುದಕ್ಕಾಗಲಿ, ನಮ್ಮನ್ನು ಪ್ರೀತಿಸುವುದಕ್ಕಾಗಲಿ ಅಥವಾ ನಮ್ಮನ್ನು ದ್ವೇಷಿಸುವುದಕ್ಕಾಗಲಿ ಯಾರೂ ಇರುವುದಿಲ್ಲವಲ್ಲ, ಆಗ ನಮ್ಮ ಗತಿ ಏನಾಗಬೇಕು. ಹೀಗೆ ನೀವು ನನಗೆ ದೊಡ್ಡದೊಂದು ಭ್ರಾಂತಿಯನ್ನು ಒಡ್ಡಿದಿರಲ್ಲಾ" ಎಂದು ಕಳವಳಪಟ್ಟು, ಭೀತಿಪಟ್ಟು ಕೇಳಿದಳು. ಎಲ್ಲ ಕಡೆಯಲ್ಲೂ ಜನರು ಈ ವಿಚಾರಕ್ಕೆ ಅಂಜುವಂತೆ ಮೈತ್ರೇಯಿಯೂ ಅಂಜಿದಳು.

ಆಗ ಯಾಜ್ಞವಲ್ಕ್ಯರು ನಾವೇ ವಿಶ್ವಾತ್ಮರಾಗಿರುವಾಗ, ನಾವೇ ಎಲ್ಲವೂ ಆಗಿರುವಾಗ ಬೇಡುವುದು ಯಾರನ್ನು, ಕಾಡುವುದು ಯಾರನ್ನು, ಗುರುತುಹಿಡಿಯುವುದು ಯಾರನ್ನು, ಪ್ರೀತಿಸುವುದು ಯಾರನ್ನು, ದ್ವೇಷಿಸುವುದು ಯಾರನ್ನು! ನಮಗಿಂತ ಬೇರೆಯಾಗಿ ಇನ್ನೊಬ್ಬರಿದ್ದಾರೆಂದರೆ ಬೇಡುವುದು, ಕಾಡುವುದು, ಗುರುತುಹಿಡಿಯುವುದು, ಪ್ರೀತಿಸುವುದು, ದ್ವೇಷಿಸುವುದು ಮುಂತಾದ ಎಲ್ಲವೂ ಹುಟ್ಟಿಕೊಳ್ಳುತ್ತವೆ ಎಂದು ಬೋಧಿಸಿದರು. ಈ ವಿಚಾರವನ್ನು ಮನನಮಾಡಬೇಕು, ಮನನಮಾಡಿದಬಳಿಕ ಅದನ್ನೇ ಕುರಿತು ಧ್ಯಾನಮಾಡಬೇಕು ಎಂದರು. ಧ್ಯಾನಮಾಡುವುದನ್ನೇ ವೇದಾಂತದ ಪರಿಭಾಷೆಯಲ್ಲಿ ಈ ಮೇಲಿನ ಸಂದರ್ಭಕ್ಕೆ 'ನಿದಿಧ್ಯಾಸನ' ಎಂದು ಕರೆದಿದ್ದಾರೆ.

ವಿಶ್ವಾತ್ಮನಾದ ಭಗವಂತನು ಸ್ವಯಂಪ್ರಕಾಶನಾಗಿದ್ದಾನೆ. ಅವನು ನಮ್ಮ ದೇಹದಲ್ಲಿಯೇ ಇದ್ದಾನೆ. ಅವನೇ ಆತ್ಮ. ಪ್ರಪಂಚವು ನಮಗೆ ಆನಂದದಾಯಕವಾಗಿರುವುದಕ್ಕಾಗಲಿ, ನಾವು ಪ್ರಪಂಚಕ್ಕೆ ಆನಂದದಾಯಕರಾಗಿರುವುದಕ್ಕಾಗಲಿ ಆ ಸ್ವಯಂಪ್ರಕಾಶನಾದ ಆತ್ಮನೇ ಕಾರಣನಾಗಿದ್ದಾನೆ. ಸರ್ವವೂ ಬ್ರಹ್ಮಮಯ. ಈ ಆತ್ಮನೇ ಸರ್ವಜೀವಿಗಳ ರಾಜ ಎಂದು ಧ್ಯಾನಮಾಡಬೇಕು. ಆತ್ಮನ ಮೂಲಕ ನಮಗೆಲ್ಲವೂ ತಿಳಿಯುತ್ತದೆ. ಈ ಆತ್ಮನು ಎಂದಿಗೂ ದೃಶ್ಯವಾಗಲಾರನು ಅಥವಾ ನಾವು ಎಂದಿಗೂ ಅರಿಯುವವನನ್ನು ಅರಿಯಲು ಆರೆವು. ಯಾರಿಗೆ ತಾನು ಆತ್ಮವೆಂದು ತಿಳಿದಿದೆಯೋ ಅವನಿಗೆ ಅವನೇ ನಿಯಮ, ತಾನೇ ವಿಶ್ವ ಮತ್ತು ಅದನ್ನು ಸೃಷ್ಟಿಸಿದವನು ತಾನೇ ಎಂಬುದು ಅವನಿಗೆ ಗೊತ್ತಾಗುತ್ತದೆ ಎಂದು ಯಾಜ್ಞವಲ್ಕ್ಯರು ತಿಳಿಸಿಕೊಟ್ಟರು.

ಈ ಕಥೆಯ ಕೊನೆಯಲ್ಲಿ ಸ್ವಾಮಿ ವಿವೇಕಾನಂದರು "ನಾನೇ ಆತ್ಮ. ನಾನೇ ವಿಶ್ವಾತ್ಮ. ಎಲ್ಲವೂ ನಾನೇ" ಎಂಬುದನ್ನು ಧ್ಯಾನಿಸುವುದು ಹೇಗೆ ಎಂಬುದನ್ನು ಅತ್ಯಂತ ಸರಸವಾಗಿ

ತಿಳಿಸಿಕೊಟ್ಟಿದ್ದಾರೆ. ಉದಾಹರಣೆಗೆ ಪೃಥ್ವಿಯನ್ನು ಕುರಿತು ಧ್ಯಾನಮಾಡುತ್ತಿದ್ದೇವೆ ಎಂದು ಭಾವಿಸೋಣ. ಆಗ ಈ ಪೃಥ್ವಿಯಲ್ಲಿ ಏನೇನು ವಸ್ತುಗಳಿವೆಯೋ ಯಾವಯಾವ ಜೀವರಾಶಿಗಳಿವೆಯೋ ಅವೆಲ್ಲವೂ ನನ್ನಲ್ಲಿಯೇ ಇವೆ, ಅವೆಲ್ಲವೂ ನಾನೇಆಗಿದ್ದೇನೆ ಎಂದು ಭಾವಿಸಬೇಕು. ನಮ್ಮ ದೇಹವನ್ನು ಪೃಥ್ವಿಯೊಂದಿಗೆ ಏಕೀಭವಿಸಿ, ಆಮೇಲೆ ಆತ್ಮನನ್ನು ಪೃಥ್ವಿಯಹಿಂದೆ ಇರುವ ಆತ್ಮನಲ್ಲಿ ಏಕೀಭವಿಸಬೇಕು. ಅವೆಲ್ಲವೂ ಒಂದೇ, ಹಲವು ನಾಮರೂಪಗಳಾಗಿ ಮಾರ್ಪಟ್ಟಿವೆ ಅಷ್ಟೆ ಎಂದು ತಿಳಿಯಬೇಕು. ಈ ಐಕ್ಯವನ್ನು ಸಾಕ್ಷಾತ್ಕರಿಸಿಕೊಳ್ಳುವುದೇ ಧ್ಯಾನದ ಗುರಿ ಎಂದು ತಿಳಿಸಿಕೊಟ್ಟಿದ್ದಾರೆ. ಯಾಜ್ಞವಲ್ಕ್ಯರು ಮೈತ್ರೇಯಿಗೆ ವಿವರಿಸಲು ಪ್ರಯತ್ನಿಸಿದ್ದುದೂ ಇದೇ ಆಗಿದೆ ಎಂಬುದಾಗಿಯೂ ಸ್ವಾಮಿಗಳು ಹೇಳಿದ್ದಾರೆ.

ಯಾಜ್ಞವಲ್ಕ್ಯರ ವಾಣಿಯನ್ನು ಆಲಿಸುತ್ತಿರುವಾಗಲೇ ಮೈತ್ರೇಯಿಯು ಅದನ್ನು ಅಂತರಂಗಕ್ಕೆ ಇಳಿಸಿಕೊಂಡವಳಾಗಿ, ಆತ್ಮಜ್ಞಾನದಿಂದ ದೀಪ್ತಳಾದಳು. "ಅನುಭವಿ ಯಾಗಿರುವ ಗುರುವು ಉಪದೇಶಿಸಿದರೆ ಕೇಳುವವರಿಗೆ ತಿಳಿಯದೇ ಇರುವುದು ಸಾಧ್ಯವೇ ಇಲ್ಲ" ಎಂಬ ಮಾತನ್ನು ಯಾಜ್ಞವಲ್ಕ್ಯರೊಡನೆ ವಿವೇಕಾನಂದರನ್ನೂ ಜೋಡಿಸಿಕೊಂಡೇ ಹೇಳಬೇಕು.

೬೭. ಗೂಳಿಕಾಳಗ

ನಮ್ಮಲ್ಲಿ ಪ್ರತಿಯೊಬ್ಬರೂ ಅತ್ಯಂತ ಕಿರಿದಾದ, ತಮ್ಮದೇ ಆದ ಮಾನಸಿಕಜಗತ್ತಿನಲ್ಲಿ ವಿಹಾರಮಾಡುತ್ತಿರುತ್ತಾರೆ. ನಮ್ಮ ನೀತಿಯೇ ಸರಿ, ನಮ್ಮ ನಡೆವಳಿಕೆಯೇ ಸರಿ, ನಮ್ಮ ಕರ್ತವ್ಯಭಾವನೆಯೇ ಸರಿ, ನಮಗೆ ಪ್ರಯೋಜನಕ್ಕೆ ಬರುವ ವಸ್ತುವೊಂದು ಎಲ್ಲರಿಗೂ ಪ್ರಯೋಜನಕಾರಿಯಾಗಿರಲೇಬೇಕು ಎಂದು ಮುಂತಾಗಿ ವಾದಮಾಡುತ್ತಾರೆ. ಇತರರನ್ನು ನಮ್ಮದೇ ಆದ ಮಾನದಂಡಗಳಲ್ಲಿ ಅಳೆಯುತ್ತ, ಏಕಪಕ್ಷೀಯವಾದ ತೀರ್ಪುಕೊಟ್ಟುಬಿಡುತ್ತಾರೆ. ಭಾರತದೇಶದಲ್ಲಿ ಯಾರಾದರೂ ಸಾಧಕನೊಬ್ಬನು "ಹನ್ನೆರಡು ವರ್ಷಗಳಕಾಲ ಒಂಟಿಕಾಲಿನಲ್ಲಿ ನಿಂತದ್ದೇ ಆದರೆ ಮುಕ್ತಿದೊರೆಯುತ್ತದೆ" ಎಂದು ಸಿದ್ಧಾಂತಮಾಡಿಬಿಟ್ಟರೆ ಸಾಕು, ಅವನನ್ನು ಹಿಂಬಾಲಿಸುವ ನೂರಾರುಮಂದಿ ದೊರಕಿಬಿಡುತ್ತಾರೆ. ಅದನ್ನು ಕಂಡ ನಾವು "ಹಾಗೆ ಸಿದ್ಧಾಂತ ಮಾಡಿದವನೊಬ್ಬ ಮೂರ್ಖ, ಅವನ ಹಿಂಬಾಲಕರು ಶತ ಮೂರ್ಖರು" ಎಂದೆಲ್ಲ ತೀರ್ಪುಕೊಟ್ಟುಬಿಡುವ ಸಂಭವವೇ ಹೆಚ್ಚು. ಆದರೆ ಹಾಗೆ ಮಾಡಬಾರದು. ಮೋಕ್ಷಸಾಧನೆಗೆ ಅದು ಅವರು ಆರಿಸಿಕೊಂಡಿರುವ ಮಾರ್ಗ ಎಂದು ಮಾತ್ರವೇ ತಿಳಿದುಕೊಳ್ಳಬೇಕು ಎಂದು ಉಪದೇಶಿಸುತ್ತ ಸ್ವಾಮಿ ವಿವೇಕಾನಂದರು ಗೂಳಿಕಾಳಗವನ್ನು ಟೀಕಿಸಿದ ಆಂಗ್ಲರ ವಿಚಾರವನ್ನು ಈ ಸಂದರ್ಭಕ್ಕೆ ನಿರೂಪಿಸಿದ್ದಾರೆ.

ಸ್ವಾಮಿ ವಿವೇಕಾನಂದರು ಯೂರೋಪಿಗೆ ಹಡಗಿನಲ್ಲಿ ಪ್ರಯಾಣಮಾಡುವಾಗ ಮಾರ್ಸೇಲ್ಸ್ ಎಂಬ ಬಂದರುನಗರವನ್ನು ಕಂಡರು. ಆ ಹೊತ್ತಿನಲ್ಲಿ ಆ ನಗರದಲ್ಲಿ ಪ್ರಸಿದ್ಧವಾದ ಗೂಳಿಕಾಳಗ ನಡೆಯುತ್ತಿತ್ತು. ಅದನ್ನು ನೋಡಲು ಜನರು ಮುಗಿಬೀಳುತ್ತಿದ್ದರು. ಗೂಳಿಗಳೊಡನೆ ಮನುಷ್ಯರು ಆಯುಧಪಾಣಿಗಳಾಗಿ ಹೋರಾಡುತ್ತ, ಕೊನೆಯಲ್ಲಿ ಕೊಂದುಉರುಳಿಸುವುದೇ ಗೂಳಿಕಾಳಗ. ಅದೊಂದು ಮೈನವಿರೇಳಿಸುವ, ಕ್ರೌರ್ಯಭರಿತವಾದ, ಮನೋರಂಜನೆಯ ಕ್ರೀಡೆ. ಸ್ಪೇನ್‌ದೇಶವು ಆ ಕ್ರೀಡೆಗೆ ತವರ್ಮನೆ.

ಆ ಹಡಗಿನಲ್ಲಿದ್ದ ಕೆಲವು ಆಂಗ್ಲರು ಆ ಕ್ರೀಡೆಯನ್ನು ಹೀನಾಮಾನ ಬಯ್ಯುತ್ತಿದ್ದರು. ಒಬ್ಬ ಆಂಗ್ಲನು "ಅದೆಂತಹ ಕ್ರೀಡೆಯಯ್ಯ, ಹಿಂಸೆಯ ಹೊರತು ಅಲ್ಲಿ ಮತ್ತೇನೂ ಇಲ್ಲ. ಒಂದು ಕೊಬ್ಬಿದ ಗೂಳಿಯನ್ನು ಅಖಾಡಾಕ್ಕೆ ಬಿಟ್ಟು, ಮೊದಲು ಅಶ್ವಾರೋಹಿಗಳಾದ ಕ್ರೀಡಾಪಟುಗಳು ಒಳಕ್ಕೆ ನುಗ್ಗುತ್ತಾರೆ. ಬಣ್ಣದ ಬೆದರುಬಾವುಟಗಳಿಂದ ಗೂಳಿಯನ್ನು ಬೆದರಿಸಿ, ಅತ್ತಿತ್ತ ಅಟ್ಟಾಡಿಸಿ, ಅದು ಸಾಯದಂತೆ ಅದರ ಬೆನ್ನಿಗೆ ಭರ್ಜಿಯಿಂದ

ಇರಿಯುತ್ತಾರೆ. ಅದು ನೋವನ್ನು ತಾಳಲಾರದೆ ಕೆರಳಿ ಬುಸುಗುಟ್ಟುತ್ತ, ಗರ್ಜಿಸುತ್ತ, ಪ್ರತೀಕಾರಮಾಡಲು ಮುನ್ನುಗ್ಗಿಬರುತ್ತದೆ. ಕುದುರೆಯೇರಿದ ಆಟಗಾರರು ಹೇಗೋ ತಪ್ಪಿಸಿಕೊಂಡು ಅಡ್ಡಾಡುತ್ತ, ಗೂಳಿಯನ್ನು ಮೇಲಿಂದಮೇಲೆ ಘಾಸಿಗೊಳಿಸುತ್ತಾರೆ. ಅಷ್ಟೇ ಸಾಲದೆಂಬಂತೆ ಕೈಲಿ ಹರಿತವಾದ ಬಾಣಗಳನ್ನು ಹಿಡಿದ ಕಾಲಾಳುಗಳಾದ ಕ್ರೀಡಾಪಟುಗಳು ಆಗಲೇ ಅಖಾಡಾದೊಳಕ್ಕೆ ನುಗ್ಗಿಬಂದು, ಬೆದರುಬಾವುಟಗಳನ್ನು ತೋರಿಸುತ್ತ, ಗೂಳಿಯ ಗಮನವನ್ನು ತಮ್ಮತ್ತ ಸೆಳೆದು, ಅದರ ಶರೀರಕ್ಕೆ ಬಾಣಗಳನ್ನು ನಾಟಿಸುತ್ತಾರೆ. ಆಗಲೂ ಅದು ನೋವಿನಿಂದ ಗುಟುರುಹಾಕುತ್ತ ಅವರನ್ನು ದೀಯಲು ನುಗ್ಗಿಬರುತ್ತದೆ. ಚಾಕಚಕ್ಯತೆಯಿಂದ ಹೇಗೋ ತಪ್ಪಿಸಿಕೊಂಡು ಅಡ್ಡಾಡುತ್ತಾರೆ. ಪಾಪ, ಆ ಗೂಳಿಯು ಮೈಯೆಲ್ಲ ರಕ್ತವಾಗಿ, ನೋವಿನಿಂದ ಕಂಗೆಟ್ಟು, ಸುತ್ತಾಡುತ್ತಿರುತ್ತದೆ. ಅದೇನು ನೋಡುವ ದೃಶ್ಯವೇ, ಮನೋರಂಜನೆಗೆ ಆ ಜನಕ್ಕೆ ಬೇರೇನೂ ಇಲ್ಲವೆ, ಬುದ್ಧಿಯಿಲ್ಲ ಈ ಜನಕ್ಕೆ" ಎಂದು ಆ ಕ್ರೀಡೆಯನ್ನು ನಿಂದಿಸಿದನು.

ಆಮೇಲೆ ಮತ್ತೊಬ್ಬ ಆಂಗ್ಲನು "ಅಯ್ಯೋ ಸುಮ್ಮನಿರು, ಆ ಆಟ ಅಷ್ಟಕ್ಕೇ ಮುಗಿಯುತ್ತದೆಯೆಂದು ತಿಳಿದುಕೊಂಡೆಯಾ! ಗೂಳಿಯು ಇರಿತದಿಂದ ಅರೆಜೀವವಾಗುವ ಹೊತ್ತಿಗೆ ಮುಖ್ಯ ಕಾಳಗವೀರನು ರಂಗವನ್ನು ಪ್ರವೇಶಿಸುತ್ತಾನೆ. ಅವನು ಬೆದರುಬಾವುಟ ತೋರಿಸುತ್ತ, ನೆಲದಮೇಲೆನಿಂತು, ಖಡ್ಗದಿಂದ ಆ ಗೂಳಿಯೊಡನೆ ಕಾದಾಡುತ್ತಾನೆ. ಪಾಪ, ಆ ಮೂಕಪ್ರಾಣಿಯೆಲ್ಲಿ, ಈ ಖಡ್ಗಪಾಣಿಯಾದ ಮನುಷ್ಯನೆಲ್ಲಿ! ಮಿಂಚಿನ ವೇಗದಲ್ಲಿ ಅಖಾಡಾದ ತುಂಬ ಓಡಾಡುತ್ತಾ, ಗೂಳಿಯ ಹೊಡೆತವನ್ನು ತಪ್ಪಿಸಿಕೊಳ್ಳುತ್ತ, ಖಡ್ಗದಿಂದ ಬೀಸುತ್ತ ತನ್ನ ಕ್ರೀಡಾಕೌಶಲವನ್ನೆಲ್ಲ ಪ್ರದರ್ಶಿಸುತ್ತಾನೆ. ಅದೇ ಆ ಕ್ರೀಡೆಯ ಪರಾಕಾಷ್ಠೆ. ಆ ಸನ್ನಿವೇಶವನ್ನು ನೋಡಲು ಜನರು ತುದಿಗಾಲಿನಲ್ಲಿ ನಿಂತಿರುತ್ತಾರೆ. ಆಗಾಗ ಖಡ್ಗದಿಂದ ಗೂಳಿಯನ್ನು ಗಾಸಿಗೊಳಿಸುತ್ತ, ತಾನು ತಪ್ಪಿಸಿಕೊಳ್ಳುತ್ತ, ಚೆನ್ನಾಗಿ ಆಟವಾಡಿಸುತ್ತಾನೆ. ಆಟ ಸಾಕೆನಿಸಿದಾಗ, ನೊಂದು ಬಸವಳಿದಿದ್ದ ಗೂಳಿಯನ್ನು ಕೊಂದು, ಏನೋ ಘನಂದಾರಿ ಕಾರ್ಯಸಾಧನೆ ಮಾಡಿದವನಂತೆ ಬೀಗುತ್ತಾನೆ. ಹೀಗೆಲ್ಲ ಹಿಂಸೆಕೊಟ್ಟು ಸಾಯಿಸುವುದರಲ್ಲಿ ಏನರ್ಥವಿದೆ! ಇದೆಲ್ಲ ಅಮಾನವೀಯ, ಅನಾಗರಿಕತೆಯ ಲಕ್ಷಣ" ಎಂದು ತನಗೆ ತೋಚಿದಂತೆ ಟೀಕಿಸಿದನು.

ಮೂರನೆಯ ಆಂಗ್ಲನು "ಇದಕ್ಕೆಲ್ಲ ಸಾವಿರಾರು ಡಾಲರುಗಳ ಬಹುಮಾನಗಳೂ ಉಂಟು ಕಾಣಪ್ಪಾ. ಕೆಲವು ಸಾರಿ ಗೂಳಿಯ ಇರಿತಕ್ಕೆ ಸಿಕ್ಕಿ ಕುದುರೆಗಳು ಸಾಯುತ್ತವೆ, ಆಟಗಾರರೂ ಸಾಯುತ್ತಾರೆ. ಈ ಪ್ರಾಣಘಾತುಕ ಕ್ರೀಡೆಯನ್ನು ಅದಾವ ಪುಣ್ಯಾತ್ಮನು ಹುಟ್ಟುಹಾಕಿದನೋ ನಾ ಬೇರೆ ಕಾಣೆ, ಪ್ರಾಣಕ್ಕೆ ಬೆಲೆಯೇ ಬೇಡವೇ" ಎಂದು ನಿಂದಿಸಿದನು. ವಿವೇಕಾನಂದರು ಎಲ್ಲವನ್ನು ಮೌನವಾಗಿ ಆಲಿಸುತ್ತಿದ್ದರು, ಮನಸ್ಸಿನಲ್ಲಿಟ್ಟುಕೊಂಡಿದ್ದರು.

ವಿವೇಕಾನಂದರು ಇಂಗ್ಲೆಂಡಿನಲ್ಲಿದ್ದಾಗ ಆಂಗ್ಲರ ಮುಷ್ಟಿಕಾಳಗದ ಪ್ರೇಮ ಅವರ

ಗಮನಕ್ಕೆ ಬಂದಿತು. ಬಹುದೊಡ್ಡ ಬಹುಮಾನಗಳನ್ನು ಘೋಷಿಸಿ ಅವರು ಜಗಜಟ್ಟಿಗಳನ್ನು ಗುದ್ದಾಡಿಸುತ್ತಾರೆ. ಮುಖಮೋರೆನೋಡದೆ ಜಟ್ಟಿಗಳು ಒಬ್ಬರಿಗೊಬ್ಬರು ಗುದ್ದುಕೊಡು ತ್ತಾರೆ. ಗಾಯವಾಗಬಹುದು, ಮೂಳೆಮುರಿತವಾಗಬಹುದು. ಒಂದು ಲೆಕ್ಕದಲ್ಲಿ ಅದೂ ಮಾನವನ ಕ್ರೌರ್ಯದ ಪ್ರತೀಕವೇ! "ಅಲ್ಲಿ ಗೂಳಿಕಾಳಗವನ್ನು ನಿಂದಿಸಿದ ಆಂಗ್ಲರು ತಮ್ಮ ನಾಡಿನಲ್ಲಿ ಮುಷ್ಟಿಕಾಳಗಕ್ಕೆ ಮಣೆಹಾಕುತ್ತಾರಲ್ಲಾ, ಏನರ್ಥ" ಎಂಬ ಪ್ರಶ್ನೆ ಆಗ ವಿವೇಕಾನಂದರ ಮನದಲ್ಲಿ ಹುಟ್ಟಿಕೊಂಡಿತು.

ಬಹುಮಾನಕ್ಕಾಗಿ ಮುಷ್ಟಿಕಾಳಗವಾಡುವ ಛಾಂಪಿಯನ್ನುಗಳು, ಒಮ್ಮೆ ಲಂಡನ್ನಿನಿಂದ ಪ್ಯಾರಿಸ್ಸಿಗೆ ಹೋಗಿದ್ದರು. "ನಮ್ಮೊಡನೆ ಗುದ್ದಾಡಬಲ್ಲ ಮುಷ್ಟಿಕಾಳಗದ ವೀರರು ನಿಮ್ಮಲ್ಲಿ ಯಾರಾದರೂ ಇದ್ದಾರೆಯೋ" ಎಂದು ಆಂಗ್ಲವೀರರು ಫ್ರೆಂಚರನ್ನು ಕೇಳಿದರು. ಆ ಮಾತಿನಿಂದ ಕೆರಳಿದ ಫ್ರೆಂಚರು "ಬಹುಮಾನಕ್ಕಾಗಿ ಗುದ್ದಾಡುವುದು ನಮ್ಮ ದೃಷ್ಟಿಯಿಂದ ಪಾಶವಿಕ, ಮೊದಲು ತೊಲಗಿ ಇಲ್ಲಿಂದ" ಎಂದು ದಯಾದಾಕ್ಷಿಣ್ಯವಿಲ್ಲದೆ, ಒದ್ದೋಡಿಸಿದರು. ಪರಿಸ್ಥಿತಿ ಹೀಗಿರುವಾಗ 'ಇದು ಸರಿ, ಇದು ತಪ್ಪು' ಎಂದು ತೀರ್ಪುಕೊಡಲು ನಾವಾರು!

"ಇತರರಮೇಲೆ ತೀರ್ಪುನೀಡಲು ಹೋಗಬೇಡ, ಹಾಗೆಮಾಡಿದರೆ ಇತರರು ನಿನ್ನ ಮೇಲೆ ತೀರ್ಪುನೀಡುತ್ತಾರೆ" ಎಂಬ ಕ್ರಿಸ್ತನ ಅದ್ಭುತವಾದ ವಾಣಿಯನ್ನು ನಾನು ಅರ್ಥ ಮಾಡಿಕೊಂಡಿದ್ದೇನೆ. ನಾವು ಹೆಚ್ಚುಹೆಚ್ಚು ತಿಳಿದಂತೆಲ್ಲ 'ನಮಗೇನೂ ತಿಳಿದಿಲ್ಲ' ಎಂಬುದರ ಅರಿವಾಗುತ್ತದೆ. ಮನುಷ್ಯನ ಮನಸ್ಸು ಅದೆಷ್ಟು ವೈವಿಧ್ಯದಿಂದ ತುಂಬಿತುಳುಕುತ್ತಿದೆಯೋ, ಆ ಮನಸ್ಸಿಗೆ ಅದೆಷ್ಟು ಮುಖಗಳಿವೆಯೋ ಯಾರುತಾನೆ ಬಲ್ಲರು! ದೇಹವನ್ನು ದಂಡಿಸಿ ಕೆಲವರು ಮಾಡುತ್ತಿದ್ದ ತಪಸ್ಸನ್ನು ನಾನು ಹುಡುಗನಾಗಿದ್ದಾಗ ಟೀಕಿಸುತ್ತಿದ್ದೆ. ಬುದ್ಧ ಭಗವಂತನೂ ಟೀಕಿಸಿದ್ದಾನೆ. ಆದರೆ ನನಗೆ ವಯಸ್ಸಾದಂತೆಲ್ಲ ಆ ದೇಹದಂಡನಾತ್ಮಕ ತಪಸ್ಸನ್ನು ಹಳಿಯಲು ನನಗೇನೂ ಅಧಿಕಾರವಿಲ್ಲ ಎಂಬುದು ಮನವರಿಕೆಯಾಗಿದೆ. ಅವರ ಹಾಗೆ ದೇಹದಂಡನೆ ಮಾಡುವ ಧೈರ್ಯಸ್ಥೈರ್ಯಗಳು ನನ್ನಲ್ಲಿ ಇಲ್ಲವಲ್ಲ ಎಂಬ ಕಾರಣಕ್ಕಾಗಿ ನಾನು ಅವರನ್ನು ಟೀಕಿಸಿದ್ದೇನೆ ಎಂದು ಹಲವು ಬಾರಿ ನನಗೆ ಅನ್ನಿಸಿದೆ" ಎಂದು ಕೊನೆಯಲ್ಲಿ ವಿವೇಕಾನಂದರು ಈ ಕಥೆಯ ತಿರುಳನ್ನು ಮನದಟ್ಟು ಮಾಡಿಕೊಟ್ಟಿದ್ದಾರೆ.

೬೮. ಜನನಮರಣಗಳ ರಹಸ್ಯ

ವೇದಾಂತವು ಕೇವಲ ಬುದ್ಧಿಯ ಕಸರತ್ತಾಗಬಾರದು. ಅದು ಜೀವನದ ಪ್ರತಿಯೊಂದು ಕಾರ್ಯಕ್ಷೇತ್ರದಲ್ಲಿಯೂ ಅನುಷ್ಠಾನಕ್ಕೆ ತರಲು ಸಾಧ್ಯವಾಗುವಂತಿರಬೇಕು. ಆಧ್ಯಾತ್ಮಿಕ ಜೀವನಕ್ಕೂ ವ್ಯಾವಹಾರಿಕಜೀವನಕ್ಕೂ ಇರುವ ಕಾಲ್ಪನಿಕ ಭೇದಭಾವ ಮಾಯವಾಗಬೇಕು. ವೇದಾಂತವು ಎಲ್ಲೆಡೆಯಲ್ಲಿಯೂ ಇರುವ ಏಕತ್ವವನ್ನೂ ಏಕಜೀವನವನ್ನೂ ಉಪದೇಶಿಸುತ್ತದೆ. ಧರ್ಮದ ಆದರ್ಶವು ನಮ್ಮ ಜೀವನದ ಎಲ್ಲ ಕಾರ್ಯಕ್ಷೇತ್ರಗಳನ್ನೂ ಆವರಿಸಿಕೊಳ್ಳಬೇಕು; ಅದು ನಮ್ಮ ಎಲ್ಲ ಆಲೋಚನೆಗಳನ್ನೂ ಪ್ರವೇಶಿಸಬೇಕು. ವೇದಾಂತದ ಅಮೂಲ್ಯ ಆಲೋಚನೆಗಳು ಕಾನನಾಂತರಗಳಲ್ಲಿ ವಿರಾಮದಿಂದ ಬಾಳುತ್ತಿದ್ದ ಮುನಿವರರಿಂದ ಮಾತ್ರವೇ ಬಂದವುಗಳಲ್ಲ. ಅವಿಶ್ರಾಂತವಾಗಿ ದುಡಿಯುತ್ತ, ಸಿಂಹಾಸನಾರೂಢರಾಗಿದ್ದ ರಾಜಮಹಾರಾಜರಿಂದಲೂ ಅವು ಬಂದಿವೆ ಎಂಬುದು ವಿಶೇಷ ಸಂಗತಿಯಾಗಿದೆ. ಈ ವಿಚಾರಕ್ಕೆ ಒಪ್ಪುವಂತೆ ಸ್ವಾಮಿ ವಿವೇಕಾನಂದರು ಬ್ರಹ್ಮಜ್ಞಾನಿಯಾದ ಜೈವಲಿಮಹಾರಾಜನ ಕಥೆಯನ್ನು ನಿರೂಪಿಸಿದ್ದಾರೆ.

ಪೂರ್ವಕಾಲದಲ್ಲಿ ಪಾಂಚಾಲದೇಶದಲ್ಲಿ ಪ್ರವಾಹಣಜೈವಲಿಯೆಂಬ ರಾಜನಿದ್ದನು. ಅವನು ಉತ್ತಮ ಆಡಳಿತಗಾರನೂ ಸತ್ಯವಾದಿಯೂ ಬ್ರಹ್ಮಜ್ಞಾನಿಯೂ ಆಗಿದ್ದನು. ಐಶ್ವರ್ಯವನ್ನೂ ಕೀರ್ತಿಯನ್ನೂ ಅರಸಿಕೊಂಡು ಅನೇಕ ವಿದ್ವಾಂಸರು ಜೈವಲಿಯ ಅರಮನೆಗೆ ಹೋಗುತ್ತಿದ್ದರು. ಒಮ್ಮೆ ಆರುಣಿಯ ಪುತ್ರನಾದ ಶ್ವೇತಕೇತುವೆಂಬ ಯುವ ವಿದ್ವಾಂಸನು ತನ್ನ ಪಾಂಡಿತ್ಯವನ್ನು ಪ್ರದರ್ಶಿಸಬೇಕೆಂದು ಜೈವಲಿಯ ಅರಮನೆಗೆ ಹೋದನು. ಶ್ವೇತಕೇತುವಿನಲ್ಲಿ ತಾನೊಬ್ಬ ಮಹಾವಿದ್ವಾಂಸನೆಂಬ ಅಹಂಕಾರ ಮನೆಮಾಡಿಕೊಂಡಿತ್ತು.

ಜೈವಲಿಯು ಶ್ವೇತಕೇತುವನ್ನು ಪ್ರೀತಿಯಿಂದ ಸ್ವಾಗತಿಸಿದನು. ತರುವಾಯ "ಮಗು, ನಿನಗೇನಾದರೂ ನಿನ್ನ ತಂದೆಯಿಂದ ಬ್ರಹ್ಮಜ್ಞಾನದ ಉಪದೇಶವಾಗಿದೆಯೆ" ಎಂದು ಕೇಳಿದನು. ಅದಕ್ಕೆ ಶ್ವೇತಕೇತುವು ನೇರವಾದ ಉತ್ತರವನ್ನು ಕೊಡದೆ "ಎಲೈ ದೊರೆಯೇ, ಏನಾದರೂ ಪ್ರಶ್ನೆಗಳಿದ್ದರೆ ನೀನು ನನ್ನನ್ನು ಕೇಳಬಹುದು" ಎಂದು ಗರ್ವದಿಂದಲೇ ನುಡಿದನು. ಆಗ ಜೈವಲಿಯು "ಮನುಷ್ಯರು ಮರಣಾನಂತರ ಎಲ್ಲಿಗೆ ಹೋಗುತ್ತಾರೆಂಬುದು ನಿನಗೆ ಗೊತ್ತೆ" ಎಂದು ಕೇಳಿದನು. ಅದಕ್ಕೆ ಶ್ವೇತಕೇತುವು "ಇಲ್ಲ ಮಹಾರಾಜ, ನನಗೆ

ತಿಳಿಯದು" ಎಂದನು. "ಸತ್ತುಹೋದ ಮನುಷ್ಯರು ಮತ್ತೆ ಹೇಗೆ ಹಿಂದಕ್ಕೆ ಬರುತ್ತಾರೆ ಎಂಬುದು ನಿನಗೆ ಗೊತ್ತೆ" ಎಂದು ಮತ್ತೊಂದು ಪ್ರಶ್ನೆಯನ್ನು ಜೈವಲಿಯು ಕೇಳಿದನು. ಆಗಲೂ ಶ್ವೇತಕೇತುವು "ಇಲ್ಲ ಮಹಾರಾಜ, ನನಗೆ ತಿಳಿಯದು" ಎಂದೇ ಹೇಳಿದನು. ಬಳಿಕ ಜೈವಲಿಯು "ಸತ್ತವರು ಹೋಗುವ ಲೋಕವು ಎಡೆಯಿಲ್ಲದಂತೆ ಏತಕ್ಕೆ ತುಂಬಿ ಹೋಗುವುದಿಲ್ಲ ಎಂಬುದು ನಿನಗೆ ಗೊತ್ತೆ" ಎಂದು ಮೂರನೆಯ ಪ್ರಶ್ನೆಯನ್ನು ಕೇಳಿದನು. ಆ ಪ್ರಶ್ನೆಗೂ ಶ್ವೇತಕೇತುವು "ಇಲ್ಲ ಮಹಾರಾಜ, ನನಗೆ ತಿಳಿಯದು" ಎಂಬುದಾಗಿಯೇ ಹೇಳಿದನು. ಕೊನೆಗೆ ಜೈವಲಿಯು "ದೇವಯಾನ, ಪಿತೃಯಾನವೆಂದರೇನು ಎಂಬುದು ನಿನಗೆ ಗೊತ್ತೆ" ಎಂದು ಕೇಳಿದನು. ಅದಕ್ಕೂ ಶ್ವೇತಕೇತುವು "ಇಲ್ಲ ಮಹಾರಾಜ, ನನಗೆ ಗೊತ್ತಿಲ್ಲ" ಎಂದು ಹೇಳಿಯೇ ತನ್ನ ಸೋಲನ್ನು ಒಪ್ಪಿಕೊಳ್ಳಬೇಕಾಯಿತು. ಅಷ್ಟರಿಂದಲೇ ಅವನ ಅಹಂಕಾರ ಸಾಕಷ್ಟು ಉಡುಗಿಹೋಯಿತು.

ಈ ಬಗೆಯ ತತ್ತ್ವವಿಚಾರಗಳು ಆ ಕಾಲಕ್ಕೆ 'ರಾಜಗುಹ್ಯ'ವೆಂಬ ರಹಸ್ಯವಿದ್ಯೆಯೆನಿಸಿ ಕ್ಷತ್ರಿಯರಿಗೆ ಮಾತ್ರವೇ ತಿಳಿದಿದ್ದುವು. ಅವುಗಳನ್ನು ರಾಜರುಗಳು ಇತರರಿಗೆ ಸುಲಭವಾಗಿ ಬಿಟ್ಟುಕೊಡದೆ, ಗೋಪ್ಯವಾಗಿ ಕಾಪಾಡಿಕೊಂಡು ಬಂದಿದ್ದರು. ಈ ಕಾರಣದಿಂದಾಗಿ ಜೈವಲಿಯು ಕೇಳಿದ ಪ್ರಶ್ನೆಗಳನ್ನು ಬ್ರಾಹ್ಮಣಕುಮಾರನಾದ ಶ್ವೇತಕೇತುವು ಉತ್ತರಿಸುವುದು ಸಾಧ್ಯವಾಗಲಿಲ್ಲ. ಆಗ ದೊರೆಯು "ಅಪ್ಪಾ ಶ್ವೇತಕೇತು, ಹಾಗಾದರೆ ನೀನು ನಿನ್ನ ತಂದೆಯಿಂದ ಯಾವ ಉಪದೇಶವನ್ನೂ ಪಡೆದುಕೊಳ್ಳಲೇ ಇಲ್ಲವೇ" ಎಂದು ಹಂಗಿಸುವ ದನಿಯಲ್ಲಿ ಕೇಳಿದನು. ಶ್ವೇತಕೇತುವು ಅದಕ್ಕೇನೂ ಉತ್ತರಕೊಡದೆ, ಮುಖಭಂಗವಾದಂತಾಗಿ, ಹೋದದಾರಿಗೆ ಸುಂಕವಿಲ್ಲದೆ, ಜೈವಲಿಯ ಅರಮನೆಯಿಂದ ತನ್ನ ಮನೆಗೆ ಮರಳಿಬಂದನು.

ಆಮೇಲೆ ಶ್ವೇತಕೇತುವು ತನ್ನ ತಂದೆಯಾದ ಆರುಣಿಗೆ ಜೈವಲಿಮಹಾರಾಜನ ಅರಮನೆಯಲ್ಲಿ ನಡೆದುದೆಲ್ಲವನ್ನೂ ವಿವರಿಸಿದನು. "ಅಪ್ಪಾ, ನೀನೇಕೆ ನನಗೆ ಆ ಪ್ರಶ್ನೆಗಳಿಗೆಲ್ಲ ಉತ್ತರ ಹೇಳಿಕೊಟ್ಟಿಲ್ಲ; ನಾನು ಆ ದೊರೆಯ ಮುಂದೆ "ಗೊತ್ತಿಲ್ಲ, ಗೊತ್ತಿಲ್ಲ" ಎನ್ನುತ್ತ ಮೂರ್ಖನಾಗಿ ನಿಲ್ಲಬೇಕಾಯಿತಲ್ಲ" ಎಂದು ಆಕ್ಷೇಪಿಸಿದನು. ಆಗ ವಿವೇಕಿಯಾದ ಆರುಣಿಯು "ಆ ಪ್ರಶ್ನೆಗಳಿಗೆ ತಕ್ಕ ಉತ್ತರಗಳು ನನಗೂ ಗೊತ್ತಿಲ್ಲ ಸೌಮ್ಯ, ಅವುಗಳನ್ನು ನಿನ್ನಿಂದ ಮುಚ್ಚಿಡುವ ಅಗತ್ಯವಾದರೂ ನನಗೇನಿದೆ? ಆ ಪ್ರಶ್ನೆಗಳಿಗೆ ಉತ್ತರಗಳನ್ನು ತಿಳಿದುಕೊಳ್ಳಲೇಬೇಕೆಂಬ ತೀವ್ರವಾದ ಆಕಾಂಕ್ಷೆ ನಿನಗೆ ಇರುವುದಾದರೆ, ನಾವಿಬ್ಬರೂ ಜೈವಲಿಯ ಪಟ್ಟಣಕ್ಕೆ ಹೋಗೋಣ, ಅವನನ್ನೇ ಕೇಳಿ ತಿಳಿದುಕೊಳ್ಳೋಣ. ನೀನು ಮಾತ್ರವಲ್ಲ, ನಾನೂ ಆ ಪ್ರಶ್ನೆಗಳಿಗೆ ಉತ್ತರಗಳನ್ನು ತಿಳಿದುಕೊಂಡಂತಾಗುತ್ತದೆ" ಎಂದನು.

ತಂದೆಮಕ್ಕಳಿಬ್ಬರೂ ಜೈವಲಿಯ ಪಟ್ಟಣವನ್ನು ಸೇರಿ, ಅರಮನೆಯನ್ನು ಹೊಕ್ಕರು. ದೊರೆಯು ಅವರನ್ನು ಗೌರವಾದರಗಳಿಂದ ಬರಮಾಡಿಕೊಂಡನು. ಹಿರಿಯನಾದ ಆರುಣಿಯೇ ಬಂದಿದ್ದಾನಲ್ಲಾ ಎಂದು ದೊರೆಯು ವಿಪುಲವಾಗಿ ಧನಕನಕವಸ್ತು

ವಾಹನಗಳನ್ನು ದಕ್ಷಿಣೆಯಾಗಿ ಕೊಟ್ಟನು. ಆಗ ಆರುಣಿಯು "ಹೇ ಮಹಾರಾಜ, ನಾನೀಗ ಈ ದಾನದಕ್ಷಿಣೆಗಳನ್ನು ಬಯಸಿಬಂದವನಲ್ಲ. ನೀನು ನನ್ನಮಗ ಶ್ವೇತಕೇತುವಿಗೆ ಹಾಕಿದ ಪ್ರಶ್ನೆಗಳಿಗೆ ನಿನ್ನಿಂದಲೇ ಉತ್ತರಗಳನ್ನು ಬಯಸಿಬಂದಿದ್ದೇನೆ. ದಯವಿಟ್ಟು ನಿರಾಕರಿಸ ಬೇಡ" ಎಂದು ಮನಃಪೂರ್ವಕವಾಗಿ ಕೇಳಿಕೊಂಡನು. ಆಗ ಜೈವಲಿಯು ಸಂತೋಷಪಟ್ಟು, ತಾನು ಅರಿತಿದ್ದ ಜನನಮರಣಗಳ ರಹಸ್ಯವನ್ನು, ಬ್ರಹ್ಮವಿದ್ಯಾ ಜಿಜ್ಞಾಸುಗಳಾದ ಆ ತಂದೆಮಕ್ಕಳಿಗೆ ಉಪದೇಶಿಸಿದನು. ತಾನು ಕೇಳಿದ್ದ ಪ್ರಶ್ನೆಗಳನ್ನು ದೊರೆಯು ತಾನೇ ಉತ್ತರಿಸಬೇಕಾಯಿತು.

ಮನುಷ್ಯರು ಮರಣಾನಂತರ ಎಲ್ಲಿಗೆ ಹೋಗುತ್ತಾರೆ ಎಂಬ ಪ್ರಶ್ನೆಗೆ ಉತ್ತರ ಕೊಡುತ್ತ ಜೈವಲಿಯು "ಫಲಾಪೇಕ್ಷೆಯಿಂದ ಪುಣ್ಯಕರ್ಮಗಳನ್ನು ಮಾಡಿದ ಮನುಷ್ಯರು ಮರಣಾನಂತರ ಸ್ವರ್ಗಲೋಕಕ್ಕೆ ಹೋಗುತ್ತಾರೆ. ಸ್ವರ್ಗದಲ್ಲಿ ದೇವತೆಗಳಿಗೆ ಮಕ್ಕಳಾಗಿ ಹುಟ್ಟಿ, ತಮ್ಮ ಪುಣ್ಯಕರ್ಮಗಳ ಫಲವು ಸವೆಯುವವರೆಗೂ ಅಲ್ಲಿಯೇ ಇರುತ್ತಾರೆ. ಸ್ವರ್ಗವಾಸಿಗಳಿಗೆಲ್ಲ ಸುಂದರವಾದ ದೇಹಗಳಿರುತ್ತವೆ. ಅಲ್ಲಿ ಅವರು ತಮ್ಮ ತಂದೆತಾಯಿ ಗಳನ್ನೂ ಮಕ್ಕಳುಮರಿಗಳನ್ನೂ ನೆಂಟರಿಷ್ಟರನ್ನೂ ನೋಡುತ್ತಾರೆ. ಅಲ್ಲಿ ಕಷ್ಟಗಳಾಗಲಿ, ಸುಖಕ್ಕೆ ಅಡ್ಡಿಆತಂಕಗಳಾಗಲಿ ಇಲ್ಲದಿರುವುದರಿಂದ ಭೂಲೋಕಕ್ಕಿಂತ ಹೆಚ್ಚು ಸುಖವಾಗಿರು ತ್ತಾರೆ. ಆದರೆ ಆ ಸ್ವರ್ಗವು ಶಾಶ್ವತವಾದುದಲ್ಲ. ಸದಾಕಾಲ ಅಲ್ಲಿಯೇ ಇರುವುದು ಸಾಧ್ಯವಿಲ್ಲ. ಪುಣ್ಯಕರ್ಮಗಳ ಫಲವು ತೀರಿದಬಳಿಕ, ಮತ್ತೆ ಈ ಪ್ರಪಂಚಕ್ಕೆ ಹಿಂತಿರುಗಿ ಬರಲೇಬೇಕು. ಸ್ವರ್ಗ ಎಂಬ ಹೆಸರು ಆ ಲೋಕಕ್ಕಿದೆ; ಅದೊಂದು ಸುಂದರವಾದ ಪಟ್ಟಣ ವೆಂಬ ರೂಪ ಅದಕ್ಕಿದೆ. ಹೀಗೆ ನಾಮರೂಪಗಳುಳ್ಳ ಪ್ರತಿಯೊಂದು ವಸ್ತುವೂ ಕಾಲದಲ್ಲಿ ಹುಟ್ಟಿ, ಕಾಲದಲ್ಲಿದ್ದು, ಕಾಲದಲ್ಲಿಯೇ ಲಯವಾಗಬೇಕು" ಎಂದು ವಿವರಿಸಿದನು.

ಸತ್ತುಹೋದ ಮನುಷ್ಯರು ಮತ್ತೆ ಹೇಗೆ ಹಿಂದಕ್ಕೆ ಬರುತ್ತಾರೆ ಎಂಬ ಎರಡನೆಯ ಪ್ರಶ್ನೆಗೆ ಉತ್ತರಕೊಡುತ್ತ ಜೈವಲಿಯು "ಮನುಷ್ಯರು ಮೊದಲು ಆಕಾಶ, ಅನಂತರ ಗಾಳಿ, ಅನಂತರ ಧೂಮ, ಅನಂತರ ಹಿಮ, ಅನಂತರ ಮೋಡ– ಇವುಗಳ ಮಾರ್ಗವಾಗಿ ಮಳೆಯ ಹನಿಗಳೊಳಗೆ ಸೂಕ್ಷ್ಮವಾಗಿ ಸೇರಿಕೊಂಡು ಭೂಮಿಗೆ ಬರುತ್ತಾರೆ. ಮನುಷ್ಯರು ತಿನ್ನುವ ಆಹಾರವನ್ನು ಪ್ರವೇಶಿಸಿ, ಅನಂತರ ಅವರ ಮಕ್ಕಳಾಗಿ ಹುಟ್ಟುತ್ತಾರೆ. ಯಾರು ಎಲ್ಲಿ ಹುಟ್ಟಬೇಕು ಎಂಬುದೆಲ್ಲ ಮನುಷ್ಯನ ಕರ್ಮಫಲಾನುಸಾರವಾಗಿಯೇ ನಿಶ್ಚಯ ವಾಗಿರುತ್ತದೆ. ಪುಣ್ಯಕರ್ಮಗಳ ಫಲವು ಸ್ವರ್ಗದಲ್ಲಿ ಪೂರ್ಣವಾಗಿ ಮುಗಿಯದೆ ಸ್ವಲ್ಪ ಉಳಿದುಕೊಂಡಿರುತ್ತದೆ. ಸುಕರ್ಮಿಗಳಾದವರು ಉತ್ತಮ ಪರಿಸರದಲ್ಲಿ ಜನಿಸುತ್ತಾರೆ, ಕುಕರ್ಮಿಗಳಾದವರು ಹೀನಪರಿಸರದಲ್ಲಿ, ಕೆಲವು ವೇಳೆ ಪ್ರಾಣಿಪಕ್ಷಿ ಕ್ರಿಮಿಕೀಟಗಳ ಹೊಟ್ಟೆಯಲ್ಲಿಕೂಡ ಜನಿಸುತ್ತಾರೆ. ಮತ್ತೆ ಭೂಲೋಕದ ಜೀವನ ಪ್ರಾರಂಭವಾಗುತ್ತದೆ" ಎಂದು ವಿವರಿಸಿದನು.

ಸತ್ತವರು ಹೋಗುವ ಲೋಕವು ಜಾಗವಿಲ್ಲದಂತೆ ಏತಕ್ಕೆ ತುಂಬಿಹೋಗುವುದಿಲ್ಲ ಎಂಬ ಪ್ರಶ್ನೆಗೆ ಉತ್ತರಕೊಡುತ್ತ ಜೈವಲಿಯು "ಈ ಭೂಮಿಯಿಂದ ಸ್ವರ್ಗಕ್ಕೆ ಹೋದವರು ಮತ್ತೆ ಹಿಂತಿರುಗಿ ಬರುತ್ತಾರಾದ್ದರಿಂದ, ಮತ್ತೆ ಇಲ್ಲಿಂದ ಹೊಸಬರಂತೆ ಅಲ್ಲಿಗೆ ಹೋಗುತ್ತಾರಾದ್ದರಿಂದ ಅದು ಯಾರಿಗೂ ಜಾಗವಿಲ್ಲದಂತೆ ತುಂಬಿಹೋಗುವುದೂ ಇಲ್ಲ, ಯಾರೂ ಇಲ್ಲದಂತೆ ಖಾಲಿಯಾಗುವುದೂ ಇಲ್ಲ" ಎಂದು ವಿವರಿಸಿದನು.

ಕೊನೆಗೆ ಜೈವಲಿಯು ದೇವಯಾನ, ಪಿತೃಯಾನಗಳನ್ನು ವರ್ಣಿಸಿದನು. ಆತ್ಮ ಸಾಕ್ಷಾತ್ಕಾರಮಾಡಿಕೊಂಡು ಬ್ರಹ್ಮಜ್ಞಾನಿಗಳಾದವರು, ಸತ್ತಮೇಲೆ ಮೊದಲು ಬೆಳಕಿಗೆ ಹೋಗುತ್ತಾರೆ. ಅನಂತರ ಬೆಳಕಿನಿಂದ ಹಗಲಿಗೆ, ಹಗಲಿನಿಂದ ಶುಕ್ಲಪಕ್ಷಕ್ಕೆ. ಅಲ್ಲಿಂದ ಉತ್ತರಾಯಣಕ್ಕೆ, ಅಲ್ಲಿಂದ ವರುಷಕ್ಕೆ, ವರುಷದಿಂದ ಸೂರ್ಯನಿಗೆ, ಸೂರ್ಯನಿಂದ ಚಂದ್ರನಿಗೆ, ಚಂದ್ರನಿಂದ ಮಿಂಚಿಗೆ ಹೋಗುತ್ತಾರೆ. ಮಿಂಚಿನ ಲೋಕಕ್ಕೆ ಹೋದಾಗ ಒಬ್ಬ ಮಾನವನಲ್ಲದ ಅಪೂರ್ವಪುರುಷನೊಬ್ಬನನ್ನು ಅವರು ಸಂದರ್ಶಿಸುತ್ತಾರೆ. ಅವನು ಇವರನ್ನು ಸಾಕ್ಷಾತ್ ಬ್ರಹ್ಮಲೋಕಕ್ಕೆ ಕರೆದೊಯ್ಯುತ್ತಾನೆ. ಅವರು ಬ್ರಹ್ಮನೊಂದಿಗೆ ಇರುತ್ತ, ಕಲ್ಪಾಂತದಲ್ಲಿ ಬ್ರಹ್ಮನೊಂದಿಗೆ ಮುಕ್ತರಾಗುತ್ತಾರೆ. ಅವರಿಗಿನ್ನು ಹುಟ್ಟು ಸಾವುಗಳಿಲ್ಲ. ಇದು ದೇವಯಾನದ ಮಾರ್ಗ.

ಬ್ರಹ್ಮಜ್ಞಾನಿಗಳಲ್ಲದವರು, ಆದರೆ ಜೀವನದಲ್ಲಿ ಒಳ್ಳೆಯ ಕರ್ಮಗಳನ್ನು ಮಾಡಿದವರು, ಮರಣಾನಂತರ ಮೊದಲು ಧೂಮಕ್ಕೆ ಹೋಗುತ್ತಾರೆ. ಧೂಮದಿಂದ ರಾತ್ರಿಗೆ, ಅಲ್ಲಿಂದ ಕೃಷ್ಣಪಕ್ಷಕ್ಕೆ, ಅಲ್ಲಿಂದ ದಕ್ಷಿಣಾಯಣಕ್ಕೆ, ಅಲ್ಲಿಂದ ಪಿತೃಲೋಕಕ್ಕೆ, ಅಲ್ಲಿಂದ ಆಕಾಶಕ್ಕೆ, ಅಲ್ಲಿಂದ ಸ್ವರ್ಗವೆಂದೂ ಹೇಳುವ ಚಂದ್ರಲೋಕಕ್ಕೆ ಹೋಗುತ್ತಾರೆ. ಭೂಮಿಗೆ ಮರಳಿ ಬರುವಾಗಲೂ ಅದೇ ದಾರಿಯಿಂದ ಬರುತ್ತಾರೆ. ಇದು ಪಿತೃಯಾನದ ಮಾರ್ಗ ಎಂದು ಜೈವಲಿಯು ವಿವರಿಸಿದನು. ಆಮೇಲೆ ಆ ತಂದೆಮಕ್ಕಳು ಆ ರಾಜರ್ಷಿಯನ್ನು ಕೊಂಡಾಡಿ, "ನಮೋ ಗುರುಭ್ಯೋ ನಮೋ ಗುರುಭ್ಯಃ" ಎಂದು ಭಕ್ತಿಯಿಂದ ನಮಸ್ಕರಿಸಿ ಪ್ರಯಾಣ ಬೆಳೆಸಿದರು. ಶ್ವೇತಕೇತುವು ಗರ್ವವನ್ನು ತೊರೆದು ವಿನಯವಂತನಾದನು.

ಈ ಕಥೆಗೆ ಸಂಬಂಧಿಸಿದಂತೆ ಸ್ವಾಮಿವಿವೇಕಾನಂದರು ಹಲವು ವಿಚಾರಗಳ ಮೇಲೆ ಬೆಳಕುಚೆಲ್ಲಿದ್ದಾರೆ. "ಈ ಮಾಸ, ವರುಷ ಮುಂತಾದುವುಗಳೆಲ್ಲ ಏನೆಂದು ಯಾರಿಗೂ ಚೆನ್ನಾಗಿ ಅರ್ಥವಾಗುವಂತಿಲ್ಲ. ಪ್ರತಿಯೊಬ್ಬರೂ ತಮ್ಮದೇ ಆದ ಅರ್ಥವನ್ನು ಅದಕ್ಕೆ ಕೊಡುತ್ತಾರೆ. ಮತ್ತೆ ಕೆಲವರು ಅದಕ್ಕೇನೂ ಅರ್ಥವೇ ಇಲ್ಲ ಎನ್ನುತ್ತಾರೆ. ಚಂದ್ರಲೋಕಕ್ಕೆ ಮತ್ತು ಸೂರ್ಯಲೋಕಕ್ಕೆ ಹೋಗುವುದೆಂದರೇನು? ಮಿಂಚಿನ ಲೋಕಕ್ಕೆ ಹೋದಮೇಲೆ ಜೀವಾತ್ಮನಿಗೆ ಸಹಾಯಮಾಡಲು ಬರುವ ಅಪೂರ್ವವ್ಯಕ್ತಿ ಎಂದರೆ ಏನೆಂದು ಯಾರಿಗೂ ಗೊತ್ತಿಲ್ಲ" ಎಂದು ಮುಂತಾಗಿ ಹೇಳುತ್ತ, ಇಲ್ಲಿನ ತತ್ತ್ವವಿಚಾರಗಳೇ ಅತೀಂದ್ರಿಯವಾದ್ದರಿಂದ ಅರ್ಥೈಸಿಕೊಳ್ಳುವುದು ಕಷ್ಟವಾಗಿದೆ ಎಂಬುದನ್ನು ಮೊದಲಿಗೆ ಸ್ಪಷ್ಟಪಡಿಸಿದ್ದಾರೆ.

ಮರಣಾನಂತರದ, ಅಗೋಚರವಾದ, ವಿಚಾರಗಳು ಇಷ್ಟರಮಟ್ಟಿಗಾದರೂ ಗೊತ್ತಾದುದು ಹೇಗೆ ಎಂಬುದಕ್ಕೆ ವಿವೇಕಾನಂದರು ಸೃಜನಶೀಲವಾದ ಉತ್ತರನೀಡಿದ್ದಾರೆ. "ಪೂರ್ವಕಾಲದ ಜಿಜ್ಞಾಸುಋಷಿಗಳೊಂದಿಗೆ ಪ್ರಪಂಚ ಮಾತನಾಡಿತು, ಹಕ್ಕಿಗಳು ಮಾತನಾಡಿದುವು, ಮೃಗಗಳು ಮಾತನಾಡಿದುವು, ಸೂರ್ಯಚಂದ್ರರು ಮಾತನಾಡಿದರು. ಸ್ವಲ್ಪಸ್ವಲ್ಪವಾಗಿ ವಿಷಯಗಳನ್ನು ತಿಳಿದು, ಪ್ರಕೃತಿಯ ಅಂತರಾಳಕ್ಕೆ ಅವರು ಪ್ರವೇಶಿಸಿದರು. ಸಾವಧಾನವಾದ ಪರೀಕ್ಷೆಯಿಂದಲೂ ಮತ್ತು ಅರಸುವಿಕೆಯಿಂದಲೂ ಅವರು ಸತ್ಯವನ್ನು ಕಂಡುಹಿಡಿದರು" ಎಂದು ಬರೆದಿದ್ದಾರೆ. "ನರಕದ ಭಾವನೆ ವೇದದಲ್ಲಿ ಎಲ್ಲಿಯೂ ಬರುವುದಿಲ್ಲವೆಂದು ನಾನು ಹೇಳುತ್ತೇನೆ. ಅದು ಬಹಳ ಕಾಲವಾದಮೇಲೆ ಪುರಾಣಗಳಲ್ಲಿ ಬಂದಿದೆ. ಈ ಪ್ರಪಂಚಕ್ಕೆ ಮತ್ತೊಮ್ಮೆ ಬರುವುದೇ ವೇದಗಳ ದೃಷ್ಟಿಯಿಂದ ನಮ್ಮ ಶಿಕ್ಷೆಯ ಪರಮಾವಧಿ. ಏಕೆ ಅನಂತವಾದ ಸ್ವರ್ಗವಿರಲಾರದೋ, ಅದೇ ಕಾರಣದಿಂದಲೇ ಅನಂತವಾದ ನರಕವೂ ಇರಲಾರದು" ಎಂಬುದಾಗಿಯೂ ತಿಳಿಸಿಕೊಟ್ಟಿದ್ದಾರೆ.

ಎಲ್ಲವೂ ಆತ್ಮನಿಂದ ಅಥವಾ ಪರಬ್ರಹ್ಮನಿಂದ ಬಂದಿರುವುದರಿಂದ ಪ್ರಪಂಚವೆಲ್ಲವೂ ಬ್ರಹ್ಮಮಯವಾಗಿದೆಯೆಂದು ತಿಳಿಯಬೇಕು. ಸ್ವರ್ಗದಲ್ಲಿ ಮತ್ತು ನರಕದಲ್ಲಿ; ಮರಣದಲ್ಲಿ ಮತ್ತು ಬದುಕಿನಲ್ಲಿ ನಾವು ದೇವರನ್ನೇ ನೋಡಬೇಕು. ಆಕಾಶವೂ ದೇವರು, ನಾವಿರುವ ಸ್ಥಳವೂ ದೇವರು. ಎಲ್ಲವೂ ಬ್ರಹ್ಮಮಯವಾಗಿರುವುದರಿಂದ ಅದನ್ನು ಸಾಕ್ಷಾತ್ಕಾರ ಮಾಡಿಕೊಳ್ಳಬೇಕು. ಹಾಗೆ ಸಾಕ್ಷಾತ್ಕಾರ ಮಾಡಿಕೊಂಡವರಿಗೆ ಎಲ್ಲ ವ್ಯಕ್ತಿಗಳಲ್ಲೂ ಅದೇ ಸತ್ಯವು ಗೋಚರಿಸುತ್ತದೆ. ಅವರು ಮಾತ್ರ "ನಾನು ಈ ಜೀವನದಲ್ಲಿ ಸುಖವಾಗಿದ್ದೇನೆ" ಎಂದು ಹೇಳಬಲ್ಲರು. ಪ್ರಪಂಚದಲ್ಲಿ ಕೆಟ್ಟದ್ದನ್ನೇ ನೋಡುವವರಿಗೆ, ಅಪಾಯವನ್ನೇ ನೋಡುವವರಿಗೆ, ಸಾವನ್ನೇ ನೋಡುವವರಿಗೆ ಈ ಜೀವನ ಒಂದು ದುಃಖದ ರಾಶಿ. ಇಂತಹ ಸತ್ಯಾನುಭವದ ಚಿಂತನೆಯನ್ನೇ ಅನುಷ್ಠಾನಕ್ಕೆ ತರಬೇಕು ಎಂದು ಮುಕ್ತಾಯದಲ್ಲಿ ಉಪದೇಶ ಮಾಡಿದ್ದಾರೆ. "ಸತ್ಯವೇ ಜಯಿಸುವುದು, ಅಸತ್ಯವಲ್ಲ. ಸತ್ಯದ ಮೂಲಕವಾಗಿಯೇ ದೇವಯಾನಕ್ಕೆ ಮಾರ್ಗ. ಜಗದ ಹಿತಕ್ಕೋಸುಗವಾಗಿ ತಮ್ಮ ಅಲ್ಪಜೀವನವನ್ನು ಯಾರು ದಾನಮಾಡುತ್ತಾರೋ ಅವರನ್ನು ಇಡೀ ವಿಶ್ವವೇ ಬಂದು ಸೇರಿಕೊಳ್ಳುತ್ತದೆ" ಎಂದು ವಿವೇಕಾನಂದರು ದೇವಯಾನಕ್ಕೆ ಕೊಟ್ಟಿರುವ ಅರ್ಥವನ್ನೂ ಈ ಸಂದರ್ಭದಲ್ಲಿ ಮೆಲುಕುಹಾಕಬೇಕು.

೬೯. ನಾಲ್ವರು ಯಾತ್ರಿಕರು

ಪರಮಾತ್ಮನು ಮಾಯಾಧೀಶನಾಗಿದ್ದಾನೆ. ಮಾಯೆ ಎಂಬುದು ಅವನ ವಶವರ್ತಿನಿಯಾಗಿದೆ. ಆ ಮಾಯೆಯ ಹಿಡಿತಕ್ಕೆ ಒಳಗಾದವರು ಜೀವಾತ್ಮರೆನಿಸಿಕೊಂಡ ದೇಹಧಾರಿಗಳಾಗಿದ್ದೇವೆ. ನಾಮರೂಪಗಳಿಂದ ಕೂಡಿದ ಜಗತ್ತಿನ ವಸ್ತುಗಳೆಲ್ಲವೂ ಮಾಯೆಯಿಂದಲೇ ಸೃಷ್ಟಿಗೊಂಡಿವೆ. ಮಾಯೆಯಿಂದ ಸೃಷ್ಟಿಗೊಂಡಿರುವುದೇ ಕಾರಣವಾಗಿ, ಒಂದಾನೊಂದು ದಿನಕ್ಕೆ, ಈ ಜಗತ್ತೆಲ್ಲವೂ ಸರ್ವನಾಶವಾಗಲೇಬೇಕು. ಈ ಜಗತ್ತಿಗೆ ಸ್ವತಂತ್ರವಾದ, ಶಾಶ್ವತವಾದ ಇರುವಿಕೆಯೆಂಬುದಿಲ್ಲ.

ನಾವೆಲ್ಲರೂ ಜಗತ್ತನ್ನು ಮಾಯೆಯ ಆವರಣದ ಮೂಲಕವೇ ನೋಡುತ್ತಿದ್ದೇವೆ. ಲೋಕದಲ್ಲಿ ನಡೆಯುವ ವಿಧವಿಧವಾದ ಘಟನೆಗಳನ್ನು ಅರ್ಥೈಸಿಕೊಳ್ಳಲಾರದೆ ನಾವು "ಈ ಘಟನೆ ಏತಕ್ಕೆ ನಡೆಯಿತು" ಎಂದು ಪ್ರಶ್ನಿಸಿದರೆ ಅದಕ್ಕೆ ಉತ್ತರ ಮಾಯೆಯಲ್ಲಿದೆ. ಮಾಯೆಯ ದೆಸೆಯಿಂದಾಗಿಯೇ ಚಿತ್ರವಿಚಿತ್ರವಾದ ಘಟನೆಗಳು ಘಟಿಸುತ್ತವೆ. "ಮಾಯೆ ಏತಕ್ಕೆ ಬಂತು" ಎಂಬ ಪ್ರಶ್ನೆಗೆ ಉತ್ತರ ಕೊಡುವುದು ಸಾಧ್ಯವಿಲ್ಲ. ಏಕೆಂದರೆ ನಾವು ಮಾಯೆಯ ಆವರಣದೊಳಗೇ ಇದ್ದುಕೊಂಡು ಆ ಪ್ರಶ್ನೆಯನ್ನು ಉತ್ತರಿಸಲಾರೆವು. ಮಾಯೆಯನ್ನು ದಾಟಿದವರಿಗೆ ಆ ಪ್ರಶ್ನೆಯೇ ಉದ್ಭವಿಸುವುದಿಲ್ಲ. ಅವರು ಆ ಪ್ರಶ್ನೆಯನ್ನು ಕೇಳುವುದೇ ಇಲ್ಲ.

ಪಾಪವನ್ನು ಕಂಡಬಳಿಕ "ಅದು ಏತಕ್ಕೆ ಹುಟ್ಟಿತು" ಎಂಬ ಪ್ರಶ್ನೆಯನ್ನು ಕೇಳುವಂತಿಲ್ಲ. "ಏತಕ್ಕೆ" ಎಂಬ ಪ್ರಶ್ನೆಯನ್ನು ಪಾಪವೇ ಹುಟ್ಟುಹಾಕುತ್ತದೆ. ಮಾಯೆ ಎಂಬುದು ಒಂದು ಭ್ರಾಂತಿ, ಅದು ಏತಕ್ಕೆ ಹುಟ್ಟಿತು ಎಂಬುದು ಇನ್ನೊಂದು ಭ್ರಾಂತಿ. ಇಲ್ಲಿ ಒಂದು ಭ್ರಾಂತಿಯಿಂದ ಇನ್ನೊಂದು ಭ್ರಾಂತಿಯು ನಾಶವಾಗಬೇಕಾಗಿದೆ. 'ಯುಕ್ತಿ' ಅಥವಾ 'ವಿಚಾರ' ಎಂಬುದೇ ಪರಸ್ಪರ ವಿರೋಧದ ಮೇಲೆ ನಿಂತಿರುವುದರಿಂದ, ಅದು ಉತ್ತರವಿಲ್ಲದೆ ವೃತ್ತದಂತೆ ಸುಮ್ಮನೆ ಸುತ್ತುತ್ತಲೇ ಇರುತ್ತದೆ. ನಾವು ಮಾಯಾವರಣವನ್ನು ದಾಟಿದೆವೆಂದರೆ, ಆ ಯುಕ್ತಿಯು ಆತ್ಮಹತ್ಯೆ ಮಾಡಿಕೊಳ್ಳುತ್ತದೆ. ಇಂದ್ರಿಯಗಳ ಮೂಲಕ ನಾವು ಏನೆಲ್ಲವನ್ನೂ ಗ್ರಹಿಸುತ್ತೇವೆಯೋ ಅದೆಲ್ಲ ಒಂದರ್ಥದಲ್ಲಿ ಕೇವಲ ಅನುಮಾನವೇ ಆಗಿದೆ; ಅಂದರೆ ಊಹೆಮಾತ್ರವೇ ಆಗಿದೆ; ಎಲ್ಲ ಅನುಮಾನವೂ ಇಂದ್ರಿಯಗಳ ಗ್ರಹಿಕೆಯಿಂದಲೇ ಬರುತ್ತದೆ.

ಆತ್ಮಜ್ಞಾನವಾಗದಿರುವ ಸ್ಥಿತಿಗೆ 'ಅಜ್ಞಾನ' ಎಂದು ಹೆಸರು. ಆ ಅಜ್ಞಾನವು ಕೂಡ ಭಗವಂತನ ಜ್ಯೋತಿಯು ಪ್ರತಿಬಿಂಬಿಸುತ್ತಿರುವಾಗಲೇ ಕಾಣುವಂಥದು. ಆದರೆ ಅದಕ್ಕೆ ಸ್ವತಂತ್ರವಾದ 'ಇರುವಿಕೆ' ಎಂಬುದಿಲ್ಲ. ಅದು ತನಗೆ ತಾನೇ ಸೊನ್ನೆ. ಸೂರ್ಯನ ಬೆಳಕಿನಲ್ಲಿ ಮಾತ್ರವೇ ಮೋಡಗಳು ಕಾಣುವಂತೆ, ಭಗವಂತನ ಬೆಳಕಿನಲ್ಲಿಯೇ ಆ ಅಜ್ಞಾನವೂ ತೋರಿಕೊಳ್ಳಬೇಕಾಗಿದೆ. ಹೀಗೆ ಸ್ವಾಮಿ ವಿವೇಕಾನಂದರು ಮಾಯೆಯ ಸ್ವರೂಪವನ್ನೆಲ್ಲ ಪ್ರೌಢವಾಗಿ ಬಣ್ಣಿಸಿದ ಬಳಿಕ, ಮಾಯೆಯ ಗೋಡೆಯನ್ನು ದಾಟಿದವನ ಸ್ಥಿತಿ ಹೇಗಿರುತ್ತದೆ ಎಂಬುದಕ್ಕೆ ನಾಲ್ವರು ಯಾತ್ರಿಕರ ಕಥೆಯನ್ನು ತಿಳಿಸಿಕೊಟ್ಟಿದ್ದಾರೆ.

ನಾಲ್ಕುಜನ ಯುವಗೆಳೆಯರು ಊರೂರು ಸುತ್ತುತ್ತ ಆನಂದ ಎಂಬ ಹೆಸರಿನ ಪಟ್ಟಣವನ್ನು ಪ್ರವೇಶಿಸಿದರು. ಅಲ್ಲಿ ಇಲ್ಲಿ ನೋಡುತ್ತ ಅವರುಗಳು ಯಾವುದೋ ಒಂದು ಎತ್ತರವಾದ ಗೋಡೆಯ ಮಗ್ಗುಲಲ್ಲಿ ಹಾದುಹೋಗುತ್ತಿದ್ದರು. ಒಳಗಡೆಯಿಂದ ಹೊಮ್ಮಿಬರುತ್ತಿದ್ದ ದಿವ್ಯಗಾನ ಅವರನ್ನು ಪರವಶರನ್ನಾಗಿ ಮಾಡಿತು. ಹಾಗಾಗಿ "ಆ ಗೋಡೆಯಿಂದ ಆಚೆಗೆ ಏನಿದೆ, ನೋಡಬೇಕಲ್ಲ" ಎಂಬ ಕುತೂಹಲ ಅವರ ಮನಸ್ಸಿನಲ್ಲಿ ಅರಳಿಕೊಂಡಿತು. ಆ ಗೋಡೆಯ ತುದಿಯನ್ನು ಮುಟ್ಟಿದ ಹೊರತು, ಅತ್ತಕಡೆಗೆ ಏನಿದೆ ಎಂಬುದನ್ನು ಕಾಣುವುದು ಸಾಧ್ಯವಿರಲಿಲ್ಲ. ಏಕೆಂದರೆ ಆ ಸುತ್ತುಗೋಡೆಗೆ ಎತ್ತಲೂ ಬಾಗಿಲಿರಲಿಲ್ಲ. "ಒಂದುಕೈ ನೋಡಿಯೇಬಿಡೋಣ" ಎಂದು ನಿರ್ಧರಿಸಿ, ಪರ್ವತಾರೋಹಣವೇ ಮೊದಲಾದ ಸಾಹಸಗಳಲ್ಲಿ ಪಳಗಿದ್ದ ಆ ಯುವಕರು ಒಬ್ಬೊಬ್ಬರಾಗಿ ಆ ಗೋಡೆಯನ್ನು ಏರಿದರು.

ಮೊದಲನೆಯವನು ಆ ಗೋಡೆಯನ್ನೇರಿ, ಅದರ ತುದಿಯಲ್ಲಿ ನಿಂತವನು, ಅದೇನು ವಿಚಿತ್ರವನ್ನು ಕಂಡನೋ, ಹಿಂತಿರುಗಿ ತನ್ನ ಗೆಳೆಯರತ್ತಲೂ ನೋಡದೆ, ಏನನ್ನೂ ಹೇಳದೆ, ಸಂಭ್ರಮಭರಿತನಾಗಿ ಹಾಹಾ ಎಂದು ಉದ್ಗರಿಸುತ್ತ, ಬಯಲಿನ ಕಡೆಗೆ ಧುಮ್ಮಿಕ್ಕಿಬಿಟ್ಟನು. "ಇವನೇಕೆ ಹೀಗೆ ಮಾಡಿದ" ಎಂದು ಎರಡನೆಯವನು ಆ ಗೋಡೆಯ ತುದಿಯನ್ನು ಹತ್ತಿನಿಂತನು. ಅವನಿಗೂ ಮೊದಲನೆಯವನ ಗತಿಯೇ ಆಯಿತು. ಗೆಳೆಯರತ್ತ ನೋಡದೆ ಬಯಲನ್ನೇ ನೋಡುತ್ತ, ಹರ್ಷಾತಿರೇಕದಿಂದ ಕೂಗುತ್ತ, ಅತ್ತಕಡೆಗೆ ಜಿಗಿದುಬಿಟ್ಟನು. ಮೂರನೆಯ ಯುವಕನ ಸರದಿಬಂದಾಗ, ಅವನ ಸ್ಥಿತಿ ಮೊದಲ ಇಬ್ಬರಿಗಿಂತ ಬೇರೆಯೇನೂ ಆಗಿರಲಿಲ್ಲ. ಗೋಡೆಯ ತುದಿಯನ್ನು ಹತ್ತಿನಿಂತವನೆ, ಈಗತಾನೇ ಧುಮ್ಮಿಕ್ಕಿದ್ದ ನನ್ನ ಗೆಳೆಯರೆಲ್ಲಿ ಎಂದು ಬಯಲಿನ ಕಡೆಗೆ ನೋಡುತ್ತ, ಆನಂದಪರವಶನಾಗುತ್ತ, ಕೇಕೆ ಹಾಕುತ್ತ ಅತ್ತಕಡೆಗೆ ಹಾರಿಕೊಂಡುಬಿಟ್ಟನು.

"ಒಮ್ಮೆ ಹಿಂತಿರುಗಿ ನೋಡಬಾರದೇ; ಏನು, ಎತ್ತ ಎಂದು ಒಂದುನುಡಿ ನುಡಿಯಬಾರದೇ" ಎಂದುಕೊಳ್ಳುತ್ತ ನಾಲ್ಕನೆಯ ಯುವಕನು ತಾನೂ ಆ ಗೋಡೆಯ ತುತ್ತತುದಿಗೇರಿ ನಿಂತು, ಬಯಲಿನತ್ತ ನೋಡಿದನು. ತನ್ನ ಮೂವರು ಗೆಳೆಯರನ್ನೂ

ಅಲ್ಲಿ ಅವನು ಕಂಡನು. ಅವರು ಪರಮಾನಂದಭರಿತರಾಗಿ ಕೇಕೆಹಾಕಿದುದೇಕೆ, ಹಿಂತಿರುಗಿ ನೋಡದೆ ಅತ್ತಕಡೆಗೆ ಹಾರಿಕೊಂಡುದೇಕೆ, ಏನೊಂದೂ ಮಾತನಾಡದೆಹೋದುದೇಕೆ ಎಂಬುದೆಲ್ಲವೂ ಅವನಿಗೆ ತಿಳಿದುಹೋಯಿತು. "ನನ್ನ ಗೆಳೆಯರು ಪಡೆದುಕೊಂಡ ಪರಮಾನಂದದ ಸ್ಥಿತಿ ಸಾಮಾನ್ಯವಾದುದಲ್ಲ; ಅದು ಎಲ್ಲರಿಗೂ ದಕ್ಕುವಂಥದಲ್ಲ. ನನಗೆ ದಕ್ಕಿರುವಷ್ಟರಿಂದ ನನಗೆ ತೃಪ್ತಿಯಿಲ್ಲ. ಅದನ್ನೆಲ್ಲ ನನ್ನೂರಿನ ಜನರಿಗೂ ತಿಳಿಸಿಕೊಡಬೇಕು; ಅವರನ್ನೂ ಆನಂದಭಾಗಿಗಳನ್ನಾಗಿ ಮಾಡಬೇಕು; ಇಲ್ಲದಿದ್ದರೆ, ನನ್ನ ಯಾತ್ರೆ ಸಾರ್ಥಕ ವಾಗುವುದಿಲ್ಲ" ಎಂದು ಭಾವಿಸಿಕೊಳ್ಳುತ್ತ, ಆ ಗೋಡೆಯ ತುದಿಯಿಂದ ಪ್ರಯತ್ನ ಪೂರ್ವಕವಾಗಿ ಮೆಲ್ಲಮೆಲ್ಲನೆ ಕೆಳಕ್ಕಿಳಿದು ಬಂದು ಮುನ್ನಡೆದನು.

ಮಾಯಾವರಣವನ್ನು ದಾಟಿದಬಳಿಕ ಉಂಟಾಗುವ ಸ್ಥಿತಿಯೇ ಬ್ರಹ್ಮಸಾಕ್ಷಾತ್ಕಾರ. ಅದನ್ನು ಪಡೆದನಂತರ ಅದರ ಸ್ವರೂಪವನ್ನು ಮಾತುಗಳಿಂದ ವರ್ಣಿಸುವುದು ಎಲ್ಲರಿಗೂ ಸಾಧ್ಯವಾಗುವುದಿಲ್ಲ. ಅಂತಹವರು ಮೌನವಾಂತು ಅದರಲ್ಲಿಯೇ ಮುಳುಗಿ ಇದ್ದುಬಿಡು ತ್ತಾರೆ. ಅವರು ಮತ್ತೆ ಜಗತ್ತಿನ ಸಂಪರ್ಕಕ್ಕೆ ಬರುವುದಿಲ್ಲ. ಆದರೆ ಕೆಲವರಿಗೆ ಬ್ರಹ್ಮ ಸಾಕ್ಷಾತ್ಕಾರವಾದಮೇಲೂ ಮಾತನಾಡುವ ಶಕ್ತಿ ಉಳಿದುಕೊಂಡಿರುತ್ತದೆ. ಈ ಪರಮಾನಂದ ವನ್ನು ಲೋಕದ ಜಿಜ್ಞಾಸುಗಳೊಡನೆ ಹಂಚಿಕೊಳ್ಳೋಣ ಎಂಬ ಲೋಕಸಂಗ್ರಹ ಬುದ್ಧಿಯಿಂದ, ಕರುಣಾಪೂರ್ಣದೃಷ್ಟಿಯಿಂದ ಸಾಮಾನ್ಯಸ್ತರಕ್ಕೆ ಇಳಿದುಬರುತ್ತಾರೆ. "ನಾಲ್ಕನೆಯವನು ತನ್ನ ಜೊತೆಗಾರರಿಗೆ ಏನಾಗಿದೆ ಎಂಬುದನ್ನು ತಿಳಿಸಲು ಹಿಂದಿರುಗಿ ಬಂದನು. ಮಾಯೆಯ ಗೋಡೆಯನ್ನುದಾಟಿ ನಕ್ಕುಹಾರಿದ, ಆ ಮೂವರ ಧ್ವನಿಯೇ ಅತ್ತಕಡೆ ಏನೋ ಇದೆ ಎಂಬುದಕ್ಕೆ ಸಂಜ್ಞೆ" ಎಂದು ವಿವೇಕಾನಂದರು ಈ ಕಥಾಂತ್ಯದಲ್ಲಿ ಬರೆದಿದ್ದಾರೆ.

ಶ್ರೀರಾಮಕೃಷ್ಣಪರಮಹಂಸರೂ ಈ ಕಥೆಯನ್ನು ಹೇಳಿದ್ದಾರೆ. "ದತ್ತಾತ್ರೇಯ, ಜಡಭರತ ಇವರುಗಳು ಬ್ರಹ್ಮಸಾಕ್ಷಾತ್ಕಾರವಾದನಂತರ ಜಗತ್ತಿಗೆ ಹಿಂತಿರುಗಿ ಬರಲಿಲ್ಲ ಎಂದು ಪ್ರತೀತಿ ಇದೆ. ಶುಕಮುನಿಗಳು ಆ ಬ್ರಹ್ಮಸಮುದ್ರದ ಒಂದು ತೊಟ್ಟು ರುಚಿ ನೋಡಿದ್ದೆಷ್ಟೋ ಅಷ್ಟೇ ಹೊರತು, ಅದರಲ್ಲಿ ಮುಳುಗುಹಾಕಲಿಲ್ಲ ಎಂದು ಕೆಲವರು ಅಭಿಪ್ರಾಯಪಡುತ್ತಾರೆ. ಬ್ರಹ್ಮಜ್ಞಾನ ದೊರೆತನಂತರ ಶರೀರ ಬದುಕಿರುವುದಿಲ್ಲ; ಅದಕ್ಕೆ ಇಪ್ಪತ್ತೊಂದುದಿನದೊಳಗೆ ಮರಣ ಬಂದುಬಿಡುತ್ತದೆ. ಆದರೆ ಶುಕಮುನಿಗಳಂತೆ ಕೆಲವರು ಮಾತ್ರ, ಬ್ರಹ್ಮಜ್ಞಾನ ದೊರೆತನಂತರವೂ ಲೋಕಶಿಕ್ಷಣಕ್ಕಾಗಿ ಶರೀರವನ್ನು ಉಳಿಸಿ ಕೊಂಡಿರುತ್ತಾರೆ" ಎಂದು ಮುಂತಾಗಿ ಪರಮಹಂಸರು ಆ ಕಥೆಯ ಹಿನ್ನೆಲೆಯಲ್ಲಿರುವ ತತ್ತ್ವವನ್ನೂ ವಿವರಿಸಿದ್ದಾರೆ.

ಸ್ವಾಮಿ ಶಾರದಾನಂದರು ತಮ್ಮ 'ಶ್ರೀರಾಮಕೃಷ್ಣ ಲೀಲಾಪ್ರಸಂಗ'ದಲ್ಲಿ ಈ ಕಥೆಯನ್ನು ಬಣ್ಣಿಸುತ್ತಾ "ಅವತಾರಪುರುಷರಲ್ಲಿ ಸ್ವಾರ್ಥದ ಗಂಧವೂ ಇರುವುದಿಲ್ಲ.

ಇಹಪರಲೋಕಗಳ ಭೋಗಸುಖದ ಆಸೆಯಂತೂ ದೂರದ ಮಾತು. ಅವರು ಈ ಜಗತ್ತನ್ನು ಸಾಧಾರಣದೃಷ್ಟಿಯಿಂದಲೂ ನೋಡಬಲ್ಲವರಾಗಿರುತ್ತಾರೆ, ದಿವ್ಯದೃಷ್ಟಿ ಯಿಂದಲೂ ನೋಡಬಲ್ಲವರಾಗಿರುತ್ತಾರೆ. ಅದರಿಂದಾಗಿ ಆ ಮಹಾತ್ಮರು ಪ್ರಪಂಚದ ಕ್ಷಣಿಕಸುಖದಿಂದ ಸಾಮಾನ್ಯಜನರಂತೆ ಮೋಹಕ್ಕೊಳಗಾಗುವುದಿಲ್ಲ. ನಿತ್ಯ ಪರಿವರ್ತನ ಶೀಲವಾದ ಈ ಪ್ರಪಂಚದ ದುಃಖವೈರಾಗ್ಯಾದಿ ವ್ಯತ್ಯಯಗಳಿಂದ ಅವರು ವಿಚಲಿತರಾಗು ವುದಿಲ್ಲ. ಅವರಲ್ಲಿ ಲೋಕಕಲ್ಯಾಣದ ಇಚ್ಛೆ ಶೈಶವದಿಂದಲೇ ಮನೆಮಾಡಿಕೊಂಡಿರುತ್ತದೆ. ಆ ಇಚ್ಛೆಗೆ ಏನು ಕಾರಣ ಎಂಬುದನ್ನು ವಿವರಿಸುವುದು ಸಾಧ್ಯವಿಲ್ಲ" ಎಂದು ಬರೆಯುತ್ತ ತತ್ತ್ವವಿಚಾರವನ್ನು ಮತ್ತಷ್ಟು ವಿಸ್ತಾರಗೊಳಿಸಿಕೊಟ್ಟಿದ್ದಾರೆ.

೭೦. ಪಾತಾಳದಲ್ಲಿ ಪಾಪಚ್ಚಿ

ಈ ಜಗತ್ತನ್ನೆಲ್ಲ ವ್ಯಾಪಿಸಿಕೊಂಡಿರುವುದು ಆತ್ಮತತ್ತ್ವವೊಂದೇ. ಆ ಆತ್ಮತತ್ತ್ವಕ್ಕೆ ಹೋಗುವುದು, ಬರುವುದು ಎಂಬುದೇನೂ ಇಲ್ಲ. ಮನುಷ್ಯನು ಅಜ್ಞಾನಿಯಾಗಿರುವಾಗ, ಸತ್ತಬಳಿಕ ಸ್ವರ್ಗಕ್ಕೋ ಅಥವಾ ಮತ್ತೆಲ್ಲಿಗೋ ಹೋಗಲು ಇಚ್ಛಿಸುತ್ತಾನೆ. ಅವನು ತನ್ನ ಬದುಕಿನ ಪರ್ಯಂತ ಅದನ್ನೇ ಆಲೋಚಿಸುತ್ತಿರುತ್ತಾನೆ. ಅದರ ಫಲವಾಗಿ, ಈ ಭೂಮಿಯ ಸ್ವಪ್ನ ಅವನ ಪಾಲಿಗೆ ಮಾಯವಾದ ಮೇಲೆ, ಅಂದರೆ ಸತ್ತಮೇಲೆ, ಇದನ್ನೇ ದೇವ ದೇವತೆಗಳು ಹಾರಾಡುತ್ತಿರುವ ಸ್ವರ್ಗವೆಂಬಂತೆ ಕಾಣತ್ತಾನೆ. ಆ ಮನುಷ್ಯನು ಇನ್ನೂ ಮೂಢನಾಗಿ, ನರಕವನ್ನೂ ಅಲ್ಲಿ ಕೊಡುವ ಚಿತ್ರವಿಚಿತ್ರವಾದ ಹಿಂಸೆಗಳನ್ನೂ ಕೇಳಿ ಭಯಭ್ರಾಂತನಾಗಿದ್ದರೆ, ಇದನ್ನೇ ಒಂದು ನರಕದಂತೆ ಕಾಣುತ್ತಾನೆ. ನಾವು ನೋಡುತ್ತಿರುವ ದೃಷ್ಟಿಯಲ್ಲುಂಟಾಗುವ ಬದಲಾವಣೆಯನ್ನೇ ಹುಟ್ಟುಸಾವುಗಳೆಂದು ಹೇಳಬಹುದು. ಆಕಾಶವು ಎಂದಿಗೂ ಚಲಿಸುವುದಿಲ್ಲ, ಅದರ ಕೆಳಗಿರುವ ಮೋಡಗಳು ಮಾತ್ರವೇ ಚಲಿಸುತ್ತವೆ. ಹಾಗೆಯೇ ನಮ್ಮ ಬದುಕಿನಲ್ಲಿ ಕನಸುಗಳೆಂಬ ಹಲವು ಮೋಡಗಳು ಚಲಿಸುತ್ತವೆ. ಯಾವುದೇ ಸಂಬಂಧವಿಲ್ಲದೆ ಒಂದು ಕನಸು ಮತ್ತೊಂದು ಕನಸಿಗೆ ಹಾರುತ್ತದೆ. ಈ ಪ್ರಪಂಚದಲ್ಲಿ ಒಂದು ನಿಯಮ, ಒಂದು ಸಂಬಂಧ ಎಂಬುದೇನೂ ಇಲ್ಲ. ಆದರೆ ನಾವಾದರೋ ಏನೋ ದೊಡ್ಡ ಸಂಬಂಧವಿದೆ ಎಂದು ಊಹಿಸುತ್ತೇವೆ.

ಹೀಗೆ ತತ್ತ್ವವಿಚಾರಗಳನ್ನು ತಿಳಿಸಿದ ಬಳಿಕ ಸ್ವಾಮಿ ವಿವೇಕಾನಂದರು ಅದಕ್ಕೆ ಹೊಂದುಗಡೆಯಾಗುವಂತೆ 'Alice's Adventures in wonderland' ಎಂಬ ಮಕ್ಕಳ ಕಾದಂಬರಿಯ ಕಥಾವಸ್ತುವನ್ನು ಉದಾಹರಿಸಿದ್ದಾರೆ. 1880ರ ಅವಧಿಯಲ್ಲಿದ್ದ, ಆಕ್ಸ್‌ಫರ್ಡ್ ವಿಶ್ವವಿದ್ಯಾನಿಲಯದ ಗಣಿತಶಾಸ್ತ್ರದ ಪ್ರಾಧ್ಯಾಪಕನಾಗಿದ್ದ, ಚಾರಲ್ಸ್ ಲುಟ್ವಿಗ್ ಡಾಡ್ಜಸನ್ ಆ ಕೃತಿಯ ಲೇಖಕನಾಗಿದ್ದಾನೆ. ಲೂಯಿಕರೋಲ್ ಎಂಬುದು ಅವನ ಕಾವ್ಯನಾಮವಾಗಿತ್ತು. ಆ ಕಾದಂಬರಿಯನ್ನು ನಾ. ಕಸ್ತೂರಿ ಎಂಬ ಲೇಖಕರು 'ಪಾತಾಳದಲ್ಲಿ ಪಾಪಚ್ಚಿ' ಎಂಬ ಹೆಸರಿನಲ್ಲಿ ಕನ್ನಡದ ವಾತಾವರಣಕ್ಕೆ ಅಳವಡಿಸಿ ಅನುವಾದಿಸಿದ್ದಾರೆ. Alice ಎಂಬ ಬಾಲೆಯನ್ನು ಪಾಪಚ್ಚಿಯೆಂದೂ Wonderland ಎಂಬುದನ್ನು ಪಾತಾಳವೆಂದೂ ಕಸ್ತೂರಿಯವರು ಕರೆದಿದ್ದಾರೆ. ಮೇಲೆ ವಿವರಿಸಿರುವ ತತ್ತ್ವಕ್ಕೆ ವಿವೇಕಾನಂದರು ಆ ಕೃತಿಯನ್ನು ಎತ್ತಿಹಿಡಿದಿದ್ದಾರಲ್ಲಾ, ಅದು ಏಕೆ ಎಂಬುದು

ಮನವರಿಕೆಯಾಗಬೇಕಾದರೆ, ಆ ಕಾದಂಬರಿಯ ಪ್ರಾರಂಭದ ಕಥಾವಸ್ತುವನ್ನಾದರೂ ಸ್ವಲ್ಪ ಅರಿಯಬೇಕು. ಅದಕ್ಕೆ ಕಸ್ತೂರಿಯವರನ್ನೇ ಆಶ್ರಯಿಸಿದ್ದೇನೆ.

ಪಾಪಚ್ಚಿ ಒಂದುದಿನ ಬೆಳಗ್ಗೆ ತನ್ನ ಅಕ್ಕನ ಸಮೀಪದಲ್ಲಿಯೇ ಹುಲ್ಲುಹಸಲೆಯ ಮೇಲೆ ಬಹಳಹೊತ್ತು ಕುಳಿತಿದ್ದಳು. ಅಕ್ಕನಾದರೋ ಚಿತ್ರಗಳೇ ಇಲ್ಲದ ಯಾವುದೋ ಒಂದು ಪುಸ್ತಕ ಓದುವುದರಲ್ಲಿ ಮೈಮರೆತಿದ್ದಳು. ಪಾಪಚ್ಚಿಗೆ ಬೇಸರವಾಯಿತು. ಬೆಳಗ್ಗೆ ತಾನೇ ಎಲ್ಲರಮುಂದೆ ಶಾಮುವಿನ ಸಂಗಬಿಟ್ಟಿದ್ದರಿಂದ ಅವನೊಡನೆ ಮಾತನಾಡು ವಂತಿರಲಿಲ್ಲ. ಆ ಹೊತ್ತಿಗೆ ಸರಿಯಾಗಿ ಕೆಂಪುಕಣ್ಣಿನ, ಮೋಟುಬಾಲದ, ಉದ್ದನೆಯ ಕಿವಿಗಳ, ಬಿಳಿಯ ಬಣ್ಣದ ಮೊಲವೊಂದು ಪಾಪಚ್ಚಿಯ ಮುಂದೆಯೇ ಓಡಿಹೋಯಿತು. ಪಾಪಚ್ಚಿಯ ಕುತೂಹಲವೂ ಕೆರಳಿ, ಅವಳು ಆ ಮೊಲವನ್ನು ಬೆನ್ನಟ್ಟಿ ಓಡಿದಳು. ಓಡುತ್ತೋಡುತ್ತ ಆ ಮೊಲವು ದೊಡ್ಡದೊಂದು ಬಿಲದೊಳಕ್ಕೆ ಧುಮ್ಮಿಕ್ಕಿಬಿಟ್ಟಿತು. ಪಾಪಚ್ಚಿಯು ಹಿಂದುಮುಂದುನೋಡದೆ ತಾನೂ ಆ ಬಿಲದೊಳಕ್ಕೆ ಹಾರಿಕೊಂಡುಬಿಟ್ಟಳು.

ಹಾಗೆ ಬಿದ್ದ ಪಾಪಚ್ಚಿಯು ಯಾರೂ ನಂಬಲಾಗದಷ್ಟು ಆಳಕ್ಕಾಳಕ್ಕೆ ಗಾಳಿಯಲ್ಲೇ ತೇಲುತ್ತ ಇಳಿದುಹೋಗುತ್ತಿದ್ದಳು. ಹಾಗೆ ಹೋಗುವಾಗ ಅವಳ ಎಡಬಲಗಳಲ್ಲಿ ಬೇಕಾದಷ್ಟು ಬೀರುಗಳಿರುವುದು ಕಾಣಿಸಿತು. ಹೆಚ್ಚು ವೇಗವಿಲ್ಲದೆ ಪಾಪಚ್ಚಿ ಕೆಳಕ್ಕೆ ಬೀಳುತ್ತಿದ್ದುದರಿಂದ 'ಅಪ್ಪಟ ಹಾಲುಖೋವ' ಎಂದು ಬರೆದಿದ್ದ ಡಬ್ಬಿಯೊಂದನ್ನು ಹಾಗೆಯೇ ಕೈಗೆತ್ತಿಕೊಂಡು ಆಸೆಗಣ್ಣುಗಳಿಂದ ತೆರೆದುನೋಡಿದಳು. ಆದರೆ ಅದರಲ್ಲಿ ಏನೂ ಇರಲಿಲ್ಲ. ಕೋಪದಿಂದ "ಕೆಳಕ್ಕೆ ಎಸೆಯಬೇಕು" ಎಂದುಕೊಂಡಾಗ "ಯಾರ ತಲೆಯಮೇಲಾದರೂ ಬಿದ್ದರೇನು ಗತಿ" ಎಂದು ಹೇಳಿಕೊಂಡು, ಅದನ್ನು ಇನ್ನಾವುದೋ ಬೀರುವಿನೊಳಕ್ಕೆ ಇರಿಸಿ ಸುಮ್ಮನಾದಳು.

'ನಾನು ಕೆಳಕ್ಕೆ ಬಿದ್ದಮೇಲೆ ಏನಾಗುತ್ತೇನೋ' ಎಂಬ ಭಯ ಪಾಪಚ್ಚಿಯನ್ನು ಮುತ್ತಿಕೊಂಡಿತು. ಆದರೂ ಧೈರ್ಯತಂದುಕೊಂಡಳು. "ನಾನು ಇನ್ನುಮುಂದೆ ಯಾವುದೇ ಅಂಜಿಕೆಯಿಲ್ಲದೆ, ನಮ್ಮ ಮನೆಯ ಮೇಲಿಂದ ಬಿದ್ದು ಎಲ್ಲರನ್ನೂ ಬೆರಗುಗೊಳಿಸಿ ಬಿಡುತ್ತೇನೆ" ಎಂದು ಹೆಮ್ಮೆಪಟ್ಟುಕೊಂಡಳು. "ನಾನು ಹೀಗೆಯೇ ಬೀಳುತ್ತ ಬೀಳುತ್ತ ಭೂಗೋಳದ ಆಚೆಗೆ ಬಿದ್ದರೇನು ಗತಿ" ಎಂದು ಒಂದುಕ್ಷಣ ಚಿಂತೆಗೀಡಾದಳು. "ಎಷ್ಟು ಹೊತ್ತಾದರೂ ಈ ಪಾತಾಳದ ತಳವೇ ಸಿಗಲೊಲ್ಲದಲ್ಲಾ, ನಿದ್ರೆಬೇರೆ ಬರುತ್ತಿದೆಯಲ್ಲ" ಎಂದು ಆಕಳಿಸುತ್ತ, ಹಾಗೆಯೇ ನಿದ್ರೆಹೋದಳು. ಆ ನಿದ್ರೆಯ ಹೊತ್ತಿನಲ್ಲಿ ಅವಳೊಂದು ಕನಸನ್ನೂ ಕಂಡಳು. ಆ ಕನಸಿನಲ್ಲಿ ಪಾಪಚ್ಚಿಯು ತನ್ನ ಪಿಲ್ಲಿಬೆಕ್ಕನ್ನು ಕೈಹಿಡಿದು ನಡೆಸಿಕೊಂಡು ಶಾಲೆಗೆ ಹೋಗುತ್ತಿದ್ದಳು. ಆ ಹೊತ್ತಿನಲ್ಲಿ ಅವಳು ಆ ಪಿಲ್ಲಿಬೆಕ್ಕನ್ನು ಕುರಿತು "ನಿಜವಾಗಿ ಹೇಳು, ನೀನು ಯಾವತ್ತೂ ಬಾವಲಿಹಕ್ಕಿಯನ್ನು ತಿಂದಿಲ್ಲವೇ" ಎಂದು ಕೇಳುತ್ತಿದ್ದಳು. ಅಷ್ಟರಲ್ಲಿಯೇ ಪಾಪಚ್ಚಿಯು ಧೊಪ್ ಎಂದು ಒಂದು ತರಗೆಲೆಯ ಗುಡ್ಡದಮೇಲೆ ಬಿದ್ದಳು, ಕಣ್ಣುಬಿಟ್ಟು ಎಚ್ಚರಗೊಂಡಳು. "ಸದ್ಯ, ತಳ ಸಿಕ್ಕಿತಲ್ಲ" ಎಂದು

ಅವಳಿಗೆ ಸಮಾಧಾನವಾಯಿತು. ಮೈಕೈ ಏನೂ ನೋವಾಗಲಿಲ್ಲ.

ಪಾಪಚ್ಚಿಯು ಕಣ್ಣುತಿಕ್ಕಿಕೊಂಡು ಸುತ್ತಲೂ ನೋಡಿದಾಗ, ಒಂದು ಉದ್ದವಾದ ಓಣಿಯ ಕೊನೆಯಲ್ಲಿ, ತಾನು ಬೆನ್ನಿಟ್ಟಿ ಬಂದಿದ್ದ ಬಿಳಿಯಮೊಲ ಓಡಿಹೋಗುತ್ತಿರುವುದು ಕಾಣಿಸಿತು. "ಆಹಾ, ಈಗ ಸಿಕ್ಕಿದೆಯಾ" ಎಂದುಕೊಳ್ಳುತ್ತ ಪಾಪಚ್ಚಿ ಅದನ್ನು ಅಟ್ಟಿಸಿಕೊಂಡು ಹೋದಳು. ಆದರೆ ಅದೆಲ್ಲಿಯೋ ಮಾಯವಾಗಿಬಿಟ್ಟಿತು. ಆಗ ಪಾಪಚ್ಚಿಯು ದೊಡ್ಡದೊಂದು ಕೊಠಡಿಯಲ್ಲಿ ಸಿಕ್ಕಿಬಿದ್ದಿದ್ದಳು. ಅದೊಂದು ವಿಚಿತ್ರವಾದ ಕೊಠಡಿಯಾಗಿತ್ತು. ಅದಕ್ಕೆ ಸುತ್ತಲೂ ಹತ್ತಾರು ಬಾಗಿಲುಗಳಿದ್ದುವು. "ಆ ಬಾಗಿಲುಗಳಲ್ಲಿ ಯಾವುದಾದರೊಂದನ್ನು ತೆರೆದು ಹೊರಕ್ಕೆ ಹೋಗೋಣ" ಎಂದು ಪಾಪಚ್ಚಿ ನೋಡಿದಳು. ಆದರೆ ಎಲ್ಲಕ್ಕೂ ಬೀಗಬಡಿದಿತ್ತು. "ಅಯ್ಯೋ ದೇವರೇ, ಇಲ್ಲಿಂದ ಹೇಗೆ ತಪ್ಪಿಸಿಕೊಳ್ಳಲಿ" ಎಂದು ಕಂಗಾಲಾಗಿರುವಾಗ, ಅಲ್ಲೊಂದು ಗುಂಡುಮೇಜಿನಮೇಲೆ ಬಂಗಾರದ ಬೀಗದ ಕೈ ಥಳಪಳನೆ ಹೊಳೆಯುತ್ತಿತ್ತು. ಆದರೇನು, ಆ ಬೀಗದ ಕೈ ಅಲ್ಲಿನ ಯಾವುದೇ ಬೀಗಕ್ಕೂ ಸರಿಹೊಂದಲಿಲ್ಲ. ಪಾಪಚ್ಚಿ ನಿರಾಸೆಯಿಂದ ಹಾಗೆಯೇ ಸುತ್ತಿಬಳಸುತ್ತಿರುವಾಗ ಒಂದು ತೆರೆಯ ಹಿಂದೆ ಚಿಕ್ಕದಾದ ಇನ್ನೊಂದು ಬಾಗಿಲು ಕಾಣಿಸಿತು. ಅದಕ್ಕೆ ಹಾಕಿದ್ದ ಬೀಗವನ್ನು ಈ ಚಿನ್ನದ ಬೀಗದ ಕೈಯಿಂದ ತೆರೆಯುವುದು ಸಾಧ್ಯವಾಯಿತು. ಆ ಬಾಗಿಲಿಂದಾಚೆಗೆ ಅತ್ಯಂತ ಸುಂದರವಾದ ಉದ್ಯಾನವನವೊಂದನ್ನು ಪಾಪಚ್ಚಿ ನೋಡಿ ಪರಮಾನಂದ ಭರಿತಳಾದಳು. ಆದರೆ ಆ ಬಾಗಿಲು ಅತ್ಯಂತ ಚಿಕ್ಕದಾಗಿದ್ದುದರಿಂದ ಅದರ ಮೂಲಕ ನುಸುಳಿಹೋಗುವುದು ಕೂಡ ಪಾಪಚ್ಚಿಗೆ ಸಾಧ್ಯವಿರಲಿಲ್ಲ. ಆಗ ಪಾಪಚ್ಚಿಯು "ಅಯ್ಯೋ, ಕೈಗೆಬಂದತುತ್ತು ಬಾಯಿಗೆಬರಲಿಲ್ಲವಲ್ಲಾ" ಎಂದು ಮರುಗಿದಳು.

ಅಷ್ಟುಹೊತ್ತಿಗೆ ಸರಿಯಾಗಿ ಅಲ್ಲೊಂದು ಮೇಜಿನಮೇಲೆ ಸಣ್ಣದೊಂದು ಸೀಸೆ ಪಾಪಚ್ಚಿಗೆ ಕಂಡಿತು. ಅದರಮೇಲೆ "ಕುಡಿಯಿರಿ" ಎಂದು ಬರೆದಿತ್ತು. ಪಾಪಚ್ಚಿಯು ಮೊದಲು ಕುಡಿಯಲು ಹಿಂದುಮುಂದು ನೋಡಿದಳಾದರೂ, ಸ್ವಲ್ಪ ರುಚಿನೋಡಿ, ಚೆನ್ನಾಗಿದ್ದುದರಿಂದ, ಪೂರ್ತಿ ಕುಡಿದೇಬಿಟ್ಟಳು. ಒಡನೆಯೇ ಅವಳು ಕುಗ್ಗಿಕುಗ್ಗಿ ಗೇಣುದ್ದದ ಹುಡುಗಿಯಾಗಿಬಿಟ್ಟಳು. "ಈಗ ನಾನು ಆ ಚಿಕ್ಕಬಾಗಿಲಿನಿಂದ ನುಸುಳಿ ಹೊರಗಿರುವ ತೋಟಕ್ಕೆ ಹೋಗುತ್ತೇನೆ" ಎಂದು ನಿಶ್ಚಯಿಸಿಕೊಂಡಳು. ಆದರೆ ತಾನೇ ಆ ಮೊದಲು ತಾನು ತೆರೆದಿದ್ದ, ಆ ಚಿಕ್ಕಬಾಗಿಲಿನ ಬೀಗಹಾಕಿ, ಆ ಬೀಗದ ಕೈ ಈ ಮೊದಲು ಎಲ್ಲಿತ್ತೋ, ಆ ಮೇಜಿನ ಮೇಲೆಯೇ ಇಟ್ಟುಬಿಟ್ಟಿದ್ದಳು. ತಾನೀಗ ಗೇಣುದ್ದದ ಹುಡುಗಿಯಾಗಿಬಿಟ್ಟಿದ್ದರಿಂದ ಆ ಬೀಗದಕೈ ಎಟುಕುವಂತಿರಲಿಲ್ಲ. ಅವಳಿಗೆ ಮತ್ತೆ ನಿರಾಸೆ ಕವಿದು ಆ ಕಡೆ ಈ ಕಡೆ ನೋಡತೊಡಗಿದಳು. ಆಗ ತಾನಿದ್ದ ಜಾಗದಲ್ಲೇ ಅವಳಿಗೊಂದು ಚಿಕ್ಕ ಗಾಜಿನಪೆಟ್ಟಿಗೆ ಕಾಣಿಸಿತು. ಅದನ್ನು ತೆರೆದಾಗ ಅದರೊಳಗೆ ಗಮಗಮಿಸುವ ಜಿಲೇಬಿ ಇತ್ತು. "ತಿನ್ನಿರಿ" ಎಂದು ಪೆಟ್ಟಿಗೆಯಲ್ಲಿ ಬರೆದಿತ್ತು. ಮರುಮಾತಿಲ್ಲದೆ ಅದನ್ನು ಪೂರ್ಣ

ವಾಗಿ ತಿಂದುಬಿಟ್ಟಳು. ಅದರ ದೆಸೆಯಿಂದ ಪಾಪಚ್ಚಿ ಛಾವಣಿಯನ್ನೇ ಮುಟ್ಟುವಷ್ಟು ಎತ್ತರಕ್ಕೆ ಬೆಳೆದುಬಿಟ್ಟಳು. ಚಿನ್ನದ ಬೀಗದಕ್ಕೆ ಏನೋ ಕೈಗೆಸಿಕ್ಕಿ ಬಾಗಿಲುತೆರೆದಳಾದರೂ ಅದರ ಮೂಲಕ ನುಸುಳಿ ತೋಟದೊಳಕ್ಕೆ ಹೋಗುವುದು ಸಾಧ್ಯವಿಲ್ಲವಲ್ಲಾ ಎಂದು ಜೋರಾಗಿ ಅಳುತ್ತ ಕಣ್ಣೀರು ಸುರಿಸತೊಡಗಿದಳು.

ಅದೆಷ್ಟೋ ಹೊತ್ತು ಒಂದೇಸಮನೆ ಅತ್ತಬಳಿಕ, ಅಲ್ಲಿಯೇ ಪಾಪಚ್ಚಿಗೆ ಒಂದು ಬಾದಾಮಿಕಾಯಿಗಾತ್ರದ ಬೆಳ್ಳಿಯ ಡಬ್ಬಿಯೊಂದು ಕಾಣಿಸಿತು. ಸುಮ್ಮನೆ ಅದನ್ನು ಕೈಗೆತ್ತಿಕೊಂಡಳು. ಅದರ ಚಮತ್ಕಾರದಿಂದ ಪಾಪಚ್ಚಿ ಕುಗ್ಗಿಕುಗ್ಗಿ ಚಿಕ್ಕವಳಾಗತೊಡಗಿ, ಆ ಬಾಗಿಲಿನಲ್ಲಿ ಹಿಡಿಸುವಂತಾದಳು. ಕುಗ್ಗಿಕುಗ್ಗಿ ಕರಗಿಯೇ ಹೋಗುತ್ತೇನೆ ಎಂದೆನಿಸಿದಾಗ, ಆ ಡಬ್ಬಿಯನ್ನು ಎಸೆದುಬಿಟ್ಟಳು. ಗೇಣುದ್ದದ ಆ ಬಾಗಿಲಿನ ಮೂಲಕ ಹಾಯ್ದು ಪಾಪಚ್ಚಿ ಉದ್ಯಾನವನವನ್ನು ಕಂಡಳು.

ಪಾಪಚ್ಚಿ ಈ ಮೊದಲು ಘೋರವಾಗಿ ಅತ್ತೂ ಅತ್ತೂ ಹರಿಸಿದ್ದ ಕಣ್ಣೀರು ಆ ಉದ್ಯಾನವನದಲ್ಲಿ ಮಡುಗಟ್ಟಿ ಒಂದು ಉಪ್ಪುನೀರಿನ ಕೆರೆಯೇ ಆಗಿಬಿಟ್ಟಿತ್ತು. ಪಾಪಚ್ಚಿ ಅದರಲ್ಲಿ ಜಾರಿಬಿದ್ದಳು. ಆ ಕಣ್ಣೀರಿನ ಕೆರೆಯಲ್ಲಿ ತನಗಿಂತ ಮುಂಚೆ ಹಾವುರಾಣಿ, ಹೆಂಟೇಗೊದ್ದ, ಗಿಳಿ, ಅಳಿಲು, ಗೂಬೆ, ಪಾರಿವಾಳ, ಕಾಡುಕೋಳಿ ಮುಂತಾದ ಪ್ರಾಣಿಗಳೆಲ್ಲ ಬಿದ್ದು, ಅವು ಮೆಲ್ಲಮೆಲ್ಲನೆ ಈಜುತ್ತ, ದಡದ ಮೇಲೆ ಬಂದು ಕುಳಿತುದನ್ನು ಪಾಪಚ್ಚಿ ನೋಡಿದಳು. ತಾನೂ ಹಾಗೆಯೇ ಈಜಿಬಂದು ದಡವನ್ನು ಸೇರಿಕೊಂಡಳು.

ಸುಮಾರು ನೂರುಪುಟಗಳ ವಿಸ್ತಾರಕ್ಕೆ, 15 ಅಧ್ಯಾಯಗಳಲ್ಲಿ ಈ ಕಥೆ ಹೀಗೆಯೇ "ಅಸಂಬದ್ಧ"ವಾಗಿ ಸಾಗುತ್ತದೆ.

"ಈ ಶತಮಾನದಲ್ಲಿ (19ನೆಯ ಶತಮಾನ) ಮಕ್ಕಳಿಗಾಗಿ ಬರೆದ ಅತಿ ಶ್ರೇಷ್ಠಗ್ರಂಥ ಅದು. ನಾನು ಅದನ್ನು ಓದಿದಾಗ ನನಗೆ ಅತ್ಯಾನಂದವಾಯಿತು. ಅಂತಹ ಪುಸ್ತಕವನ್ನು ಮಕ್ಕಳಿಗೆ ಬರೆಯಬೇಕೆಂದು ನಾನು ಯಾವಾಗಲೂ ಆಲೋಚಿಸುತ್ತಿದ್ದೆ. ನಾವು ಯಾವುದನ್ನು "ಅಸಂಬದ್ಧ" ಎನ್ನುತ್ತೇವೋ, ಅದು ನನ್ನನ್ನು ಆ ಗ್ರಂಥದಲ್ಲಿ ಆನಂದಪರವಶನನ್ನಾಗಿ ಮಾಡಿತು. ಅಲ್ಲಿನ ಕಥಾವಸ್ತುವಿನಲ್ಲಿ ಒಂದಕ್ಕೊಂದಕ್ಕೆ ಯಾವ ಸಂಬಂಧವೂ ಇಲ್ಲ. ಅಲ್ಲಿ ಒಂದು ಭಾವನೆ ಬರುತ್ತದೆ; ಮರುಕ್ಷಣವೇ ಆ ಭಾವನೆ ಯಾವುದೇ ಕಾರಣವಿಲ್ಲದೆ ಮತ್ತಾವುದೋ ಒಂದಕ್ಕೆ ನೆಗೆಯುತ್ತದೆ. ಈ ಪ್ರಪಂಚದಲ್ಲಿ ಕೂಡ ಯಾವುದೇ ಕಾರ್ಯ ಕಾರಣಸಂಬಂಧವೂ ಇಲ್ಲ. ಎಲ್ಲವೂ ಆ್ಯಲಿಸಳ ವಿಚಿತ್ರ ಲೋಕದಲ್ಲಿದ್ದಂತೆ" ಎಂದು ವಿವೇಕಾನಂದರು ಆ ಕಾದಂಬರಿಯನ್ನು ಕೊಂಡಾಡುತ್ತ, ಅದನ್ನು ಆತ್ಮತತ್ತ್ವವನ್ನು ಸ್ಫುಟಗೊಳಿಸಿಕೊಡಲು, ಜಗತ್ತಿನ ವಿಚಿತ್ರಸ್ವರೂಪವನ್ನು ವಿವರಿಸಲು ಬಳಸಿಕೊಂಡಿರುವುದು ಅತ್ಯಂತ ಮನೋಜ್ಞವಾಗಿದೆ. ಅದು ವಿವೇಕಾನಂದರ ಸೃಜನಶೀಲಪ್ರತಿಭೆಯ ದ್ಯೋತಕವೂ ಆಗಿದೆ.

"ಆ್ಯಲಿಸಳು ಮಕ್ಕಳಿಗೆ ಮಾತ್ರವೇ ಅಲ್ಲ, ಎಲ್ಲ ವಯೋಮಾನದವರಿಗೂ ಅಚ್ಚುಮೆಚ್ಚಾಗಿ ಪರಿಣಮಿಸಿದ್ದಾಳೆ. ಏಕೆಂದರೆ ನಾವೆಲ್ಲರೂ ಅವಳಂತೆಯೇ ಸ್ವಪ್ನ ಜೀವಿಗಳಾಗಿದ್ದೇವೆ. ಅಲ್ಲದೆ ಪ್ರಕೃತಿಯ ನಿಯಮಗಳೆಂಬ ವಜ್ರಶೃಂಖಲೆಗೊಳಗಾಗಿರುವ ನಮಗೆಲ್ಲರಿಗೂ 'ಬಿಡುಗಡೆಯ ಹಂಬಲ' ಬಾಧಿಸುತ್ತಿದೆ" ಎಂದು ನಾ.ಕಸ್ತೂರಿ ಅವರು ಈ ಕಾದಂಬರಿಗೆ ಪೀಠಿಕೆಯಾಗಿ ಬರೆದಿರುವ ಮಾತುಗಳನ್ನೂ ತತ್ತ್ವಾನುಸಂಧಾನದ ಹಿನ್ನೆಲೆಯಲ್ಲಿ ಮೆಲುಕುಹಾಕಬೇಕಾಗಿದೆ.

೭೧. ಸಿಂಹದ ತೊಗಲಿನಲ್ಲಿ ಕತ್ತೆ

ಸನಾತನ ಹಿಂದೂಪರಂಪರೆಗೆ ಸೇರಿದ ನಾವು ಪಾಶ್ಚಾತ್ಯರನ್ನು ಅನುಕರಿಸಬೇಕೆಂಬ ದುರ್ಮೋಹಕ್ಕೆ ಸಿಲುಕಿದ್ದೇವೆ. ಪಾಶ್ಚಾತ್ಯಸಂಸ್ಕೃತಿಯಲ್ಲಿ ಯಾವುದು ಒಳ್ಳೆಯದು, ಯಾವುದು ಕೆಟ್ಟದ್ದು ಎಂಬುದನ್ನು ನಾವು ವಿವೇಕದಿಂದಲಾಗಲಿ, ಶಾಸ್ತ್ರಸಮ್ಮತಿ ಯಿಂದಲಾಗಲಿ ನಿರ್ಧರಿಸುತ್ತಿಲ್ಲ. ಬಿಳಿಯಜನರು ಹೊಗಳುವುದನ್ನೆಲ್ಲ ನಾವೂ ಹೊಗಳ ಬೇಕು, ಬಿಳಿಯಜನರು ನಿಂದಿಸುವುದನ್ನೆಲ್ಲ ನಾವೂ ನಿಂದಿಸಬೇಕು ಎಂಬ ಮೂರ್ಖಭಾವನೆ ನಮ್ಮನ್ನು ಪ್ರಬಲವಾಗಿ ಮೆಟ್ಟಿಕೊಂಡುಬಿಟ್ಟಿದೆ. ಪಾಶ್ಚಾತ್ಯರು ಹಿಂದೂಗಳಾದ ನಮ್ಮ ಉಡಿಗೆತೊಡಿಗೆಗಳನ್ನಾಗಲಿ, ಆಚಾರವಿಚಾರಗಳನ್ನಾಗಲಿ, ನಂಬಿಕೆ ನಡೆವಳಿಕೆಗಳನ್ನಾಗಲಿ ಒಪ್ಪುತ್ತಿಲ್ಲವಾದ್ದರಿಂದ ಅವೆಲ್ಲವೂ ಹೀನವಾಗಿರಬೇಕು, ಲಜ್ಜಾಸ್ಪದ ವಾಗಿರಬೇಕು ಎಂದು ನಮಗೆನಾವೇ ಕಲ್ಪಿಸಿಕೊಂಡು ಕೀಳರಿಮೆಗೆ ತುತ್ತಾಗುತ್ತಿದ್ದೇವೆ. ನಮ್ಮದನ್ನೆಲ್ಲ ತೊರೆದು, ಅವರದನ್ನೆಲ್ಲ ಕಣ್ಣುಮುಚ್ಚಿಕೊಂಡು ಅನುಕರಿಸುತ್ತಿದ್ದೇವೆ. ಇಂತಹ ಅಂಧಾನುಸರಣೆ "ಒಂದು ಮಹೋತ್ಪಾತ" ಎಂದು ಖೇದಪಡುತ್ತ, ಸ್ವಾಮಿ ವಿವೇಕಾನಂದರು ಸಿಂಹದತೊಗಲನ್ನು ತೊಟ್ಟುತಿರುಗುತ್ತಿದ್ದ ಕತ್ತೆಯ ಕಥೆಯನ್ನು ನೆನಪು ಮಾಡಿಕೊಟ್ಟಿದ್ದಾರೆ.

ಒಂದಾನೊಂದು ಅರಣ್ಯದಲ್ಲಿ ಒಂದು ಸಿಂಹವು ಸತ್ತುಹೋಗಿ, ಅದರ ದೇಹದ ಮಾಂಸವನ್ನು ನಾಯಿನರಿಹದ್ದುಕಾಗೆಗಳು ತೋಡಿತಿಂದು, ಅದರ ಚರ್ಮದ ಚೀಲ ಮಾತ್ರವೇ ಉಳಿದಿತ್ತು. ಒಂದು ದಿನ ಕತ್ತೆಯೊಂದು ಆ ಚರ್ಮವನ್ನು ನೋಡಿ, ಕುತೂಹಲ ದಿಂದ ತೊಟ್ಟುಕೊಂಡಿತು. ಹಳ್ಳದ ನೀರಿನಲ್ಲಿ ತನ್ನ ಪ್ರತಿಬಿಂಬವನ್ನು ನೋಡಿಕೊಂಡು "ಓಹೋ, ನಾನು ಸಿಂಹದಂತೆಯೇ ಕಾಣಿಸುತ್ತಿದ್ದೇನೆ" ಎಂದು ಹೆಮ್ಮೆಪಟ್ಟುಕೊಂಡಿತು. ಅದನ್ನು ಕಳಚದೆ ತೊಟ್ಟುಕೊಂಡೇ ತಿರುಗುತ್ತಿತ್ತು. ಆ ಅರಣ್ಯಕ್ಕೆ ತಮ್ಮ ಮಂದೆಗಳನ್ನು ಮೇಯಿಸಲು ಅಟ್ಟಿಕೊಂಡು ಬರುತ್ತಿದ್ದ ಕುರಿಗಾಹಿ ಬಾಲಕರಿಗೆ ಕಾಣುವಂತೆ ಸುಳಿದಾಡಿ, ಅವರನ್ನು ಅಂಜಿಸುತ್ತಿತ್ತು. ಒಂದು ದಿನವಂತೂ ಅದು ಕುರಿಗಾಹಿಗಳಿಗೆ ಸಮೀಪದಲ್ಲಿಯೇ ಕಾಣಿಸಿಕೊಂಡು "ಇವರನ್ನೀಗ ಚೆನ್ನಾಗಿ ಭಯಬೀಳಿಸುತ್ತೇನೆ" ಎಂದುಕೊಂಡು ಜೋರಾಗಿ "ಗರ್ಜನೆ" ಮಾಡಿತು. ಆಗಲೇ ಅದರ ಬಣ್ಣಬಯಲಾಗಿಹೋಯಿತು. ತಕ್ಷಣವೇ ಆ ಬಾಲಕರು, ಆ ಕತ್ತೆಯನ್ನು ಬೆನ್ನಟ್ಟಿ, ಬಡಿಗೆಗಳಿಂದ ಬಲವಾಗಿ ತದುಕಿದರು. "ಇನ್ನೊಂದು ಸಾರಿ ಹೀಗೆಲ್ಲ ಮಾಡೀಯೆ ಜೋಕೆ" ಎಂದು ಎಚ್ಚರಿಕೆ ನೀಡಿದರು.

ಈ ದೃಷ್ಟಾಂತಕಥೆಯಲ್ಲಿ ಸಿಂಹ ಯಾರು, ಕತ್ತೆ ಯಾರು ಎಂಬುದು ಪ್ರಮುಖ ವಿಚಾರವಲ್ಲ. ನಮ್ಮನಮ್ಮ ಸಂಸ್ಕಾರ ಸಂಸ್ಕೃತಿಗಳನ್ನು ನಾವು ಸಂರಕ್ಷಿಸಿಕೊಳ್ಳಬೇಕು, ನಮ್ಮತನವನ್ನು ನಾವು ಕಾಯ್ದುಕೊಳ್ಳಬೇಕು ಎಂಬ ಉಪದೇಶವೇ ಇಲ್ಲಿ ಮುಖ್ಯ.

ಹಾಗಾದರೆ ನಾವು ಪಾಶ್ಚಾತ್ಯರಿಂದ ಏನನ್ನೂ ಕಲಿತುಕೊಳ್ಳಬೇಡವೆ, ಉತ್ತಮೋತ್ತಮ ವಾದ ವಸ್ತುಗಳನ್ನು ಪಡೆದುಕೊಳ್ಳಲು ಪ್ರಯತ್ನಿಸಬಾರದೆ ಎಂಬ ಪ್ರಶ್ನೆ ಏಳುವುದು ಸಹಜವೇ ಆಗಿದೆ. ನಾವು ಪಾಶ್ಚಾತ್ಯರಿಂದ ಕಲಿತುಕೊಳ್ಳಬೇಕಾದುದು ಬೇಕಾದಷ್ಟಿದೆ. ನಾವು ಮರಣಪರ್ಯಂತವೂ ಹೊಸಹೊಸ ಉತ್ತಮ ವಸ್ತುಗಳಿಗಾಗಿ ಹೋರಾಡಲೇಬೇಕು. ಹೋರಾಟವೇ ಮಾನವಜೀವಿತದ ಪರಮಗುರಿ. ಶ್ರೀರಾಮಕೃಷ್ಣ ಪರಮಹಂಸರು "ನಾನು ಎಲ್ಲಿಯವರೆಗೆ ಬದುಕಿರುತ್ತೇನೋ ಅಲ್ಲಿಯವರೆಗೂ ಹೊಸಹೊಸವನ್ನು ಕಲಿಯುತ್ತಲೇ ಇರುತ್ತೇನೆ" ಎಂದು ಒಂದೆಡೆ ಹೇಳಿದ್ದಾರೆ. "ಕಲಿಯುವುದಕ್ಕೆ ಏನೂ ಇಲ್ಲ" ಎಂದು ತಿಳಿದ ವ್ಯಕ್ತಿಯಾಗಲಿ, ಸಮಾಜವಾಗಲಿ, ಸಾವಿನ ದವಡೆಯಲ್ಲಿದೆ ಎಂದೇ ಅರ್ಥ. ಆದರೆ ಇಲ್ಲಿ ಯಾವುದು ಹಿತ, ಯಾವುದು ಅಹಿತ ಎಂಬ ವಿವೇಚನೆಯೇ ಮುಖ್ಯ. ನಮ್ಮ ಸಂಸ್ಕೃತಿಗೆ ಒಪ್ಪುವಂತಹ ವಿಚಾರಗಳನ್ನು ನಾವು ಎತ್ತಣಿಂದ ಬೇಕಾದರೂ ಸ್ವೀಕರಿಸ ಬಹುದು. "ಪ್ರಖ್ಯಾತರಾದವರಿಂದ ಎರವಲಾಗಿ ತಂದ ವಿಚಾರಗಳ ಬೆಳಕಿನಲ್ಲಿ ನಾವು ಕಾಣಿಸಿಕೊಳ್ಳಬೇಕು" ಎಂಬುದಿದೆಯಲ್ಲ, ಅದು ನಮ್ಮ ದೌರ್ಬಲ್ಯದ ಸಂಕೇತವಲ್ಲದೆ ಮತ್ತೇನೂ ಅಲ್ಲ. ಅಂಧಾನುಕರಣೆ ನಾಗರಿಕತೆಯಲ್ಲ. ಒಬ್ಬ ರಾಜನ ಉಡುಗೆಗಳನ್ನು ತೊಟ್ಟುಕೊಂಡ ಮಾತ್ರಕ್ಕೆ ನಾನು ಮಹಾರಾಜನಾಗುವುದು ಸಾಧ್ಯವಿಲ್ಲ. ಅಂಧಾನುಕರಣೆ ನಮ್ಮನ್ನು ಪತನಕ್ಕೆ ತಳ್ಳುತ್ತದೆ. ತನ್ನ ಪೂರ್ವಿಕರ ಸಂಸ್ಕೃತಿಯಿಂದ ತನಗೆ ಅಪಮಾನ ವಾಯಿತೆಂದು ಭಾವಿಸುವುದು ಮರಣಕ್ಕೆ ಸಮಾನ. ಐರೋಪ್ಯ ಉಡುಗೆತೊಡುಗೆಗಳಿಂದ ಅಲಂಕೃತರಾಗಿ, ನಮ್ಮವರೇ ಆದ ಬಡವರನ್ನೂ ದಲಿತರನ್ನೂ ವಿದ್ಯಾಹೀನರನ್ನೂ "ಇವರು ನಮ್ಮವರೇ ಹೌದು" ಎಂದು ಸ್ವೀಕಾರಮಾಡುವುದಕ್ಕೂ ನಮಗೆ ನಾಚಿಕೆಯಾಗುವುದಾದರೆ ಅದು ಗುಲಾಮಗಿರಿಯ ಸಂಕೇತವಲ್ಲದೆ ಬೇರೆಯಲ್ಲ; ತುಚ್ಛವಾದ ದೌರಾತ್ಮ್ಯವಲ್ಲದೆ ಬೇರೆಯಲ್ಲ ಎಂದು ವಿವೇಕಾನಂದರು ಈ ಸಂದರ್ಭದಲ್ಲಿ ನಮ್ಮನ್ನು ಎಚ್ಚರಿಸಿದ್ದಾರೆ. "ಸದ್ವಿಚಾರಗಳು ಎಲ್ಲ ದಿಕ್ಕುಗಳಿಂದಲೂ ನಮ್ಮತ್ತ ಹರಿದುಬರಲಿ" ಎಂಬ ಋಗ್ವೇದದ ವಾಣಿಯನ್ನು ಅಪ್ಪಿಕೊಂಡ ಆರ್ಯರಲ್ಲವೆ ನಾವು!

"ಕಾಮಕಾಂಚನವೇ ಮಾಯೆ, ಅದರ ಸ್ವರೂಪ ಏನು ಎಂಬುದನ್ನು ಅರಿತದ್ದೇ ಆದರೆ ಅದು ನಾಚಿಕೆಪಟ್ಟುಕೊಂಡು ತಾನೇ ಕಂಬಿಕೀಳುತ್ತದೆ" ಎಂದು ಶ್ರೀರಾಮಕೃಷ್ಣ ಪರಮಹಂಸರು ಬೋಧಿಸುತ್ತ ಇಂಥದೇ ರೂಪಕವನ್ನು ಕೊಟ್ಟಿರುವುದು ಈ ಸಂದರ್ಭದಲ್ಲಿ ಸ್ಮರಣೆಗೆ ಬರುತ್ತಿದೆ. ಹರಿ ಎಂಬ ಹುಡುಗನು ಕಾಡಿನಲ್ಲಿ ಅಕಸ್ಮಾತ್ ತನಗೆ ಸಿಕ್ಕಿದ ಹುಲಿಚರ್ಮವನ್ನು ಹೊದ್ದುಕೊಂಡು ಆ ಹೊತ್ತಿಗೆ ಸರಿಯಾಗಿ ಅಲ್ಲಿಗೆ ಬಂದ ತನ್ನ

ಗೆಳೆಯನನ್ನು ಅಂಜಿಸಿದನು. ಆದರೆ ಅದು ಹೆಚ್ಚುದಿನ ನಡೆಯಲಿಲ್ಲ. ವಿಷಯ ಗೊತ್ತಾಗಿಬಿಟ್ಟಿತು. ಆಗ ಗೆಳೆಯನು "ನೀನು ಯಾರು ಎಂಬುದು ನನಗೆ ಗೊತ್ತು. ನೀನು ನಮ್ಮ ಹರಿ ಅಲ್ಲವೇ" ಎಂದನು. ಆಗ ಹರಿಯು ತನ್ನ ಬಣ್ಣಬಯಲಾಯಿತೆಂದು ನಾಚಿ ಕೊಂಡು "ಇನ್ನಾರನ್ನಾದರೂ ಅಂಜಿಸೋಣ" ಎಂದುಕೊಂಡು ಹೊರಟುಹೋದನು.

೭೨. ರೌದ್ರವನ್ನು ಎದುರಿಸುವ ಬಗೆ

ದೇವರು ಸ್ವಭಾವತಃ ಅವಿಕಾರಿಯಾದ ತನ್ನ ಮಹಿಮೆಯ ಮೇಲೆ ಪ್ರತಿಷ್ಠಿತನಾಗಿದ್ದಾನೆ. ನಾವೆಲ್ಲರೂ ಅವನಲ್ಲಿಯೇ ಇರಬೇಕೆಂದು ಪ್ರಯತ್ನಿಸುತ್ತಿದ್ದೇವೆ. ಆದರೆ ನಾವು ದ್ರವ್ಯ, ಕೀರ್ತಿ ಮುಂತಾದ ಬಂಧನಕ್ಕೆ ಕಾರಣವಾದ ಅನಿತ್ಯವಸ್ತುಗಳನ್ನು ಆಶ್ರಯಿಸುತ್ತಿದ್ದೇವಾದ್ದರಿಂದ ಅದು ಸಾಧ್ಯವಾಗುತ್ತಿಲ್ಲ. ದೇವರು ಸ್ವತಃಸಿದ್ಧನೂ ಅವ್ಯಕ್ತನೂ ಸರ್ವಜ್ಞನೂ ಆಗಿದ್ದಾನೆ; ಅತಿ ಕ್ರೂರವಾದ ಮೃತ್ಯುವುಕೂಡ ಅವನ ಶಕ್ತಿಯೇ ಆಗಿದೆ. ನಾವಾದರೋ ರೌದ್ರವಾಗಿರುವುದಕ್ಕೆಲ್ಲ ಅಂಜಿ ನಡುಗುತ್ತಿದ್ದೇವೆ. ಬೇಟೆಗಾರರು ಅಟ್ಟಿಸಿಕೊಂಡು ಬಂದ ಮೊಲದಂತೆ ಹಿಂದುಮುಂದುನೋಡದೆ ಓಡಿಹೋಗುತ್ತಿದ್ದೇವೆ. ಮೊಲಗಳಂತೆ ನಮ್ಮ ತಲೆಯನ್ನು ಮರಳಿನೊಳಗೆ ಮುಚ್ಚಿಕೊಂಡು 'ನಾವು ಸುರಕ್ಷಿತರಾಗಿದ್ದೇವೆ' ಎಂದು ಭಾವಿಸುತ್ತಿದ್ದೇವೆ. ಇಡೀ ಪ್ರಪಂಚವೇ ಹೀಗೆ ಭಯಾನಕತೆಯನ್ನು ಎದುರಿಸಲಾರದೆ ಪಲಾಯನ ಮಾಡುತ್ತಿದೆ. ಆ ಪಲಾಯನವನ್ನು ತಡೆಗಟ್ಟುವ ಬಗೆ ಹೇಗೆ ಎಂಬುದನ್ನು ಮನದಟ್ಟು ಮಾಡಿಕೊಡಲು ಸ್ವಾಮಿ ವಿವೇಕಾನಂದರು ತಮ್ಮ ಬದುಕಿನ ಒಂದು ಘಟನೆಯನ್ನೇ ದೃಷ್ಟಾಂತವಾಗಿ ಕೊಟ್ಟಿದ್ದಾರೆ.

ಒಂದುಸಲ ವಿವೇಕಾನಂದರು ಬೆಳಗಿನಹೊತ್ತು ಕಾಶೀಪಟ್ಟಣದಲ್ಲಿ ದುರ್ಗಾದೇವಿಯ ದರ್ಶನಮಾಡಿಕೊಂಡು, ದೊಡ್ಡದೊಂದು ಕೆರೆಯ ಮಾರ್ಗವಾಗಿ ಸಾಗುತ್ತಿದ್ದರು. ಆ ಕೆರೆಯ ಮಗ್ಗುಲಲ್ಲಿ ಎತ್ತರವಾದ ಒಂದು ಗೋಡೆಯಿತ್ತು. ಅಲ್ಲಿ ಬೇಕಾದಷ್ಟು ಕೋತಿಗಳಿದ್ದುವು. ಕಾಶಿಯ ಕೋತಿಗಳೆಂದರೆ ಅವು ತಮ್ಮ ಭೀಮಾಕಾರದಿಂದಲೇ ಮನುಷ್ಯರನ್ನು ಅಂಜಿಸುತ್ತವೆ. ಉಗ್ರಸ್ವಭಾವವನ್ನು ತಾಳಿದರಂತೂ ನಮ್ಮ ಕಥೆ ಮುಗಿಯಿತು. ವಿವೇಕಾನಂದರು ಆ ಮಾರ್ಗದಲ್ಲಿ ಹೋಗದಂತೆ ಆ ಕೋತಿಗಳು ಕಿರಿಚಾಡುತ್ತ, ಅವರ ಕಾಲುಗಳನ್ನು ಹಿಡಿಯತೊಡಗಿದುವು. ಆಗ ಸ್ವಾಮಿಗಳು ಧಾಪುಗಾಲುಹಾಕುತ್ತ ಅವುಗಳಿಂದ ಬಿಡಿಸಿಕೊಳ್ಳಲು ಪ್ರಯತ್ನಿಸಿದರು. ಆದರೆ ಆ ಕೋತಿಗಳು ವಿಚಿತ್ರವಾಗಿ ಹಲ್ಲುಕಿರಿಯುತ್ತ ಸ್ವಾಮಿಗಳನ್ನು ಕಚ್ಚಲು ಮುನ್ನುಗ್ಗಿದಾಗ, ಆತ್ಮರಕ್ಷಣೆಗಾಗಿ ಓಟಕಿತ್ತರು. ಕಪಿಗಳಾದರೋ ಬಿಡದೆ ಬೆನ್ನಟ್ಟಿದುವು. ಮುಂದೆಮುಂದೆ ವಿವೇಕಾನಂದರು, ಹಿಂದೆಹಿಂದೆ ಕೋತಿಗಳು; ಅದೊಂದು ಓಟದ ಸ್ಪರ್ಧೆಯೋ ಎಂಬಂತಾಯಿತು.

ಆ ಓಟದ ದೃಶ್ಯವನ್ನು ಸಾಧುಗಳೊಬ್ಬರು ದೂರದಿಂದಲೇ ನೋಡಿದರು.

ವಿವೇಕಾನಂದರನ್ನು ಕುರಿತು "ಓಡಬೇಡ, ಆ ದುಷ್ಟಜಂತುಗಳನ್ನು ಎದುರಿಸು ಎದುರಿಸು" ಎಂದು ಗರ್ಜಿಸಿ ಹೇಳಿದರು. ಆ ಮಾತು ಮಿಂಚಿನಂತೆ ಕೆಲಸಮಾಡಿತು; ಏನು ಮಾಡಬೇಕೆಂಬುದು ಸ್ವಾಮಿಗಳಿಗೆ ವೇದ್ಯವಾಯಿತು. ಆ ಕೋತಿಗಳಿಗೆ ಬೆನ್ನುಮಾಡಿ ಓಡುತ್ತಿದ್ದವರು, ಅವುಗಳಿಗೆ ಅಭಿಮುಖವಾಗಿ ಧೈರ್ಯವಾಗಿ, ಎದುರಿಸಲು ಸಿದ್ಧರಾಗಿ ನಿಂತುಬಿಟ್ಟರು. ಕೈಗಳನ್ನು ಎದೆಯವರೆಗೆ ಮೇಲೆತ್ತಿ, ಮುಷ್ಟಿಗಳನ್ನು ಬಿಗಿಹಿಡಿದು, ಕಣ್ಣುಗಳನ್ನು ಕೆಕ್ಕರಿಸಿ, ಆ ಕೋತಿಗಳನ್ನೇ ದುರುಗುಟ್ಟಿಗೊಂಡು ನೋಡತೊಡಗಿದರು. ವಿವೇಕಾನಂದರ ಆ ಭಾವಭಂಗಿಗಳಿಗೆ ಕೋತಿಗಳೇ ಅಂಜಿ ಮುದುರಿಕೊಂಡು ಅಲ್ಲಿಂದ ಕಾಲುಕಿತ್ತುವು. ಸಕಾಲಕ್ಕೆ ಸಹಾಯಕ್ಕೆ ಬಂದ ಸಾಧುಗಳನ್ನು ಸ್ವಾಮಿಗಳು ಕೊಂಡಾಡಿ ನಮಸ್ಕರಿಸಿದರು. ವಿವೇಕಾನಂದರು ತೋರಿಸಿದ ಶೌರ್ಯವನ್ನು ಮೆಚ್ಚಿಕೊಂಡು ಸಾಧುಗಳೂ ಪ್ರತಿನಮಸ್ಕಾರ ಮಾಡಿದರು.

"ಆ ಘಟನೆಯು ನಮ್ಮೆಲ್ಲರ ಬದುಕಿಗೊಂದು ಪಾಠವೇ ಆಗಿದೆ" ಎನ್ನುತ್ತ ವಿವೇಕಾನಂದರು ಆ ಪಾಠವನ್ನು ವಿಶ್ಲೇಷಣೆ ಮಾಡಿದ್ದಾರೆ. ಭಯಾನಕವಾದುದನ್ನು ಧೈರ್ಯದಿಂದ ಎದುರಿಸಬೇಕು; ಹಾಗೆ ಎದುರಿಸಿದಾಗ ಅವು ಕಪಿಗಳಂತೆ ಪಲಾಯನ ಮಾಡುತ್ತವೆ. ಭಯದಲ್ಲಾಗಲಿ, ಸಾವಿನಲ್ಲಾಗಲಿ ನಾವು ಭಗವಂತನ ಮೊಗದಾವರೆಯನ್ನೇ ನೋಡಬೇಕು. ಪಾಪದಿಂದ, ಭಯದಿಂದ, ದುಃಖಗಳಿಂದ ಓಡಿಹೋಗಲು ಯತ್ನಿಸಿದಷ್ಟೂ ಅವು ನಮ್ಮನ್ನು ಅಂಜಿಸುತ್ತ ಬೆನ್ನಟ್ಟುತ್ತವೆ. ಜಗತ್ತೆಲ್ಲವೂ ಸುಖಗಳನ್ನೂ ಅನುಕೂಲ ಗಳನ್ನೂ ಆರಾಧಿಸುತ್ತಿದೆ. ರೌದ್ರವಾದುದನ್ನು ಆರಾಧಿಸುವವರು ತುಂಬಾ ವಿರಳ. ನಾವು ಮುಕ್ತಿಪಥದಲ್ಲಿ ಸಾಗಬೇಕಾದರೆ ಮಾನವಸಹಜವಾದ ಪ್ರಕೃತಿಯನ್ನು ಗೆಲ್ಲಬೇಕು; ಅಂಜಿಕೆ, ಕಷ್ಟ, ಅಜ್ಞಾನಗಳಿಗೆ ಬೆನ್ನುತೋರಿಸದೆ ಅವುಗಳೊಡನೆ ಸೆಣಸಾಡಬೇಕು. ದೌರ್ಬಲ್ಯ ಗಳೊಂದಿಗೆ ರಾಜಿಮಾಡಿಕೊಳ್ಳಬಾರದು. ಹೇಡಿಗಳಾದರೆ ಏನೂ ಕೈಹತ್ತುವುದಿಲ್ಲ ಎಂದು ವಿವೇಕಾನಂದರು ಮಾಡಿರುವ ಉಪದೇಶ ಮನೋಜ್ಞವಾಗಿದೆ. ಅನುಷ್ಠಾನವೇದಾಂತ ವೆಂದರೆ ಇದೇ ಅಲ್ಲವೇ!

೭೩. ಸಾಗರಸೇರಿದ ಉಪ್ಪಿನಬೊಂಬೆ

ಬ್ರಹ್ಮಜ್ಞಾನವನ್ನು ಪಡೆದುಕೊಂಡವರು 'ಬ್ರಹ್ಮವಿದ್ ಬ್ರಹ್ಮೈವ ಭವತಿ' ಎಂಬ ವಾಕ್ಯದಂತೆ ತಾವೂ ಬ್ರಹ್ಮವೇ ಆಗಿಬಿಡುತ್ತಾರೆ. 'ನಾನು-ನೀನು' ಎಂಬ ದ್ವೈತಭೂಮಿಕೆಯ ಆಚೆಗೆ ಒಂದು ಅವರ್ಣನೀಯವಾದ ಅವಸ್ಥೆಯಿದೆ. ಅಲ್ಲಿ ಕರ್ತ, ಕರ್ಮ, ಕರಣ ಎಂಬ ದ್ವೈತ ಭೇದಗಳಿರುವುದಿಲ್ಲ. ಮನಸ್ಸು ಸ್ತಬ್ಧವಾಗಿಬಿಟ್ಟರೆ ಅದು ಪ್ರತ್ಯಕ್ಷವಾಗುತ್ತದೆ. ಅಲ್ಲಿ ಬೇರೆಮಾತಿಲ್ಲವಾದ್ದರಿಂದ 'ಸಾಕ್ಷಾತ್ಕಾರ' ಎಂದು ಹೇಳಿದ್ದಾರೆ. ಆ ಅವಸ್ಥೆಯನ್ನೇ ಜ್ಞಾನಿಗಳು 'ಅಪರೋಕ್ಷಾನುಭೂತಿ' ಎಂಬುದಾಗಿಯೂ ಕರೆದಿದ್ದಾರೆ. ಅವತಾರಪುರುಷರಾದವರು ಲೋಕಹಿತಕ್ಕಾಗಿ, ಆ ಅಪರೋಕ್ಷಾನುಭೂತಿಯ ಎತ್ತರದ ವೇದಿಕೆಯಿಂದ ಕೆಳಕ್ಕೆ ಇಳಿದುಬಂದು, ದ್ವೈತಭೂಮಿಯಲ್ಲಿ ನಿಂತು, ಅದರ 'ಆಭಾಸ'ವನ್ನು ಮಾತುಗಳಿಂದ ತಿಳಿಸಿಕೊಡುತ್ತಾರೆ. ಮೌನಕ್ಕೆ ಮಾತಿನ ಅಲಂಕಾರ ಮಾಡುತ್ತಾರೆ. ಅವತಾರಪುರುಷರಲ್ಲದೆ ಸಾಮಾನ್ಯಜೀವರು ಬ್ರಹ್ಮಜ್ಞಾನಿಗಳಾದಾಗ ಅಂದರೆ ಅಪರೋಕ್ಷಾನುಭೂತಿಯಿಂದ ದೀಪ್ತರಾದಾಗ, ತಾವು ಕಂಡದ್ದೇನು, ಅನುಭವಿಸಿದ್ದೇನು ಎಂಬುದನ್ನು ಮಾತುಗಳಲ್ಲಿ ಬಣ್ಣಿಸಲಾರದೆ ಮೂಕರಂತಾಗಿಬಿಡುತ್ತಾರೆ. ಸಾಧಾರಣಜೀವರು ಪಡೆದ ಬ್ರಹ್ಮಾನುಭವದ ಅವಸ್ಥೆ ಹೇಗಿರುತ್ತದೆ ಎಂಬುದಕ್ಕೆ ಸ್ವಾಮಿ ವಿವೇಕಾನಂದರು ಉಪ್ಪಿನಬೊಂಬೆಯ ದೃಷ್ಟಾಂತ ವನ್ನು ಕೊಟ್ಟಿದ್ದಾರೆ.

ಸಮುದ್ರದ ಆಳವೆಷ್ಟು ಎಂದು ತಿಳಿಯಲು ಕೆಲವರು ಸಮುದ್ರಸಂಬಂಧಿಯೇ ಆದ ಉಪ್ಪಿನಿಂದ, ಒಂದು ಬೊಂಬೆಯನ್ನು ತಯಾರುಮಾಡಿದರು. ಆಮೇಲೆ ಆ ಬೊಂಬೆಯನ್ನು ಕುರಿತು "ನೀನು ಸಮುದ್ರದ ಆಳಕ್ಕೆ ಇಳಿದು, ಅದರ ಆಳವೆಷ್ಟು ಎಂಬುದನ್ನು ತಿಳಿದು ಬಂದು ನಮಗೆ ಹೇಳಬೇಕು ಬೊಂಬೆಯೇ! ನಿನ್ನ ಜನ್ಮಭೂಮಿ ಸಮುದ್ರವೇ ಆದ್ದರಿಂದ ನೀನು ಅದನ್ನು ಮಾಡಬಲ್ಲೆ" ಎಂದು ಹೇಳಿದರು. ಉಪ್ಪಿನ ಬೊಂಬೆಯು ಹರ್ಷದಿಂದ "ಹಾಗೆಯೇ ಆಗಲಿ" ಎಂದು ಒಪ್ಪಿಕೊಂಡಿತು. ಆಮೇಲೆ ಆ ಬೊಂಬೆಯನ್ನು ಸಮುದ್ರದಲ್ಲಿ ಆಳವಾದ ಜಾಗದಲ್ಲಿ ಇಳಿಸಿದರು. ಅದು ಇಳಿಯುತ್ತಿದ್ದಂತೆಯೇ ಸ್ವಲ್ಪಸ್ವಲ್ಪವಾಗಿ ಕರಗಿ, ಕೊನೆಗೆ ಪೂರ್ಣವಾಗಿ ಕರಗಿ, ಕಣ್ಮರೆಯಾಗಿಬಿಟ್ಟಿತು. ಹೀಗಾಗಿ ಸಮುದ್ರದ ಆಳವೆಷ್ಟು ಎಂದು ಹೇಳಲು ಅದರಿಂದ ಸಾಧ್ಯವಾಗಲಿಲ್ಲ.

ಅವತಾರಪುರುಷರಲ್ಲದ ಜೀವರು ಬ್ರಹ್ಮಸಾಕ್ಷಾತ್ಕಾರ ಮಾಡಿಕೊಂಡಿದ್ದರೂ

'ಏನಾದರೂ ಹೇಳಿ' ಎಂದು ದ್ವೈತಭೂಮಿಕೆಯಲ್ಲಿ ಕೇಳಿದರೆ, ಬ್ರಹ್ಮಭಾವದಲ್ಲಿಯೇ ತನ್ಮಯರಾಗಿ, ಏನನ್ನೂ ಹೇಳಲಾರದೆ, ಉಪ್ಪಿನಬೊಂಬೆಯಂತೆ ಅದರಲ್ಲಿಯೇ, ಕರಗಿಹೋಗುತ್ತಾರೆ.

'ಶ್ರೀರಾಮಕೃಷ್ಣ ವಚನವೇದ'ದಲ್ಲಿಯೇ ಈ ದೃಷ್ಟಾಂತವು ಹಲವುಬಾರಿ ಬಂದಿದೆ. ಪೂರ್ಣಜ್ಞಾನ ದೊರೆಯಿತೆಂದರೆ ಮನುಷ್ಯನು ಮೂಕನಾಗಿಬಿಡುತ್ತಾನೆ. ಆಗ 'ಅಹಂ' ರೂಪದ ಉಪ್ಪಿನಬೊಂಬೆಯು ಸಚ್ಚಿದಾನಂದರೂಪದ ಉಪ್ಪಿನಸಾಗರದಲ್ಲಿ ಕರಗಿ ಒಂದಾಗಿಬಿಡುತ್ತದೆ. ಬಳಿಕ ಕಿಂಚಿತ್ ಭೇದಬುದ್ಧಿಯೂ ಉಳಿದಿರುವುದಿಲ್ಲ. ವಿಚಾರ ಎಲ್ಲಿಗೆ ನಿಲ್ಲುತ್ತದೆಯೋ ಅದೇ ಬ್ರಹ್ಮ. ಈಗ ಸಮುದ್ರದ ಆಳವೆಷ್ಟು ಎಂಬುದನ್ನು ಹೇಳಲು ಯಾರು ಉಳಿದುಕೊಂಡಿದ್ದಾರೆ ಎಂದು ಪರಮಹಂಸರು ಬಿತ್ತರಿಸಿದ್ದಾರೆ. ಉಪ್ಪಿನಬೊಂಬೆಯ ಈ ಪರಿಸ್ಥಿತಿ ಅವತಾರಪುರುಷರಿಗಷ್ಟೇ ಅಲ್ಲ, ಸಾಮಾನ್ಯಜೀವರಿಗೆ ಕೂಡ ಎಂಬುದನ್ನು ವಿವೇಕಾನಂದರು ಈ ಸಂದರ್ಭದಲ್ಲಿ ಒತ್ತುಕೊಟ್ಟು ಹೇಳಿದ್ದಾರೆ.

೭೪. ಗೋಹತ್ಯೆಯ ಪಾಪ ದೇವೇಂದ್ರನಿಗೆ

ನಿರತಿಶಯಪ್ರೇಮದಿಂದ ತನ್ನನ್ನು ಭಗವಂತನಿಗೆ ಸಮರ್ಪಿಸಿಕೊಂಡ ಭಕ್ತನು ನೋವಾದರೂ ಆಗಲಿ, ಸಂತೋಷ ಎನ್ನುತ್ತಾನೆ. ದುಃಖಬಂದರೆ "ದುಃಖವೇ ಬಾ, ನೀನೂ ಭಗವಂತನಿಂದಲೇ ಬಂದಿದ್ದೀಯೆ" ಎನ್ನುತ್ತಾನೆ. ಸರ್ಪವೇನಾದರೂ ಕಚ್ಚಲು ಬಂದರೆ "ಬಾ ಸರ್ಪವೇ" ಎನ್ನುತ್ತಾನೆ. ಮೃತ್ಯುವೇ ಎದುರಿಗೆ ಬಂದುನಿಂತರೂ ಅವನು ಹಸನ್ಮುಖದಿಂದ ಸ್ವಾಗತಿಸುತ್ತಾನೆ. "ನಾನೇ ಧನ್ಯ, ಇವರೆಲ್ಲ ನನ್ನ ಬಳಿಗೆ ಬರುತ್ತಿದ್ದಾರೆ, ಎಲ್ಲರೂ ಬರಲಿ" ಎನ್ನುತ್ತಾನೆ. ಶರಣಾಗತಿಯ ಪ್ರಭಾವದಿಂದಾಗಿ ಸ್ವಲ್ಪವೂ ಗೊಣಗಾಡದೆ ಪ್ರೇಮಮಯನಾದ ಪರಮಾತ್ಮನ ಇಚ್ಛೆಗೆ ಬಾಗಿನಡೆಯುತ್ತಾನೆ. ಈ ಶರಣಾಗತಿ ಕೇವಲ ಬಾಯಿಮಾತಿನದಾದರೆ, ದುಃಖವು ಕಟ್ಟಿಟ್ಟ ಬುತ್ತಿ ಎಂಬುದಕ್ಕೆ ಸ್ವಾಮಿ ವಿವೇಕಾನಂದರು, ಹಸುವನ್ನು ಕೊಂದು, ಅದರ ಪಾಪವನ್ನು ದೇವೇಂದ್ರನ ತಲೆಗೆ ಕಟ್ಟಿದ ಸಮುದ್ರಯ್ಯನ ಕಥೆಯನ್ನು ಹೇಳಿದ್ದಾರೆ.

ಗೋಪಾಲಪುರದಲ್ಲಿ ಸಮುದ್ರಯ್ಯನೆಂಬ ತೋಟಗಾರನಿದ್ದನು. ಅವನು ಬಹಳ ಶ್ರಮಪಟ್ಟು ಸುಂದರವಾದ ತೋಟವೊಂದನ್ನು ಮಾಡಿದ್ದನು. ಅದರಲ್ಲಿ ಅವನು ಮಾವು ಹಲಸು ಬಾಳೆ ದಾಳಿಂಬೆಗಳನ್ನೂ ತೊಂಡೆ ಬೆಂಡೆ ಹೀರೆ ಸೋರೆಗಳನ್ನೂ ಸಂಪಿಗೆ ಮಲ್ಲಿಗೆ ಜಾಜಿ ಸೇವಂತಿಗೆಗಳನ್ನೂ ಬೇವು ಬಿಲ್ವ ನೆಲ್ಲಿ ಹುಣಿಸೆಗಳನ್ನೂ ಕೀರೆ ಎಳವಾರೆ ದಂಟು ಗಣಿಕೆಗಳನ್ನೂ ಬಹಳ ಪಾಂಗಿತವಾಗಿ ಬೆಳೆದಿದ್ದನು. ಒಂದುದಿನ ಅವನು ತೋಟದಲ್ಲಿ ಮಾವಿನಮರಗಳಿಗೆ ಪಾತಿಮಾಡುತ್ತಿದ್ದಾಗ, ತುಡುಗುದನವೊಂದು ಬೇಲಿಮುರಿದು ನುಗ್ಗಿ ಬಂದು, ಅವನ ಕಣ್ಣುತಪ್ಪಿಸಿ, ಮಾವಿನಸಸಿಗಳನ್ನು ಮೇದುಬಿಟ್ಟಿತು. ಹೂಗಿಡಗಳನ್ನು ತುಳಿದುಹಾಕಿತು. ಸಮುದ್ರಯ್ಯನ ಕಣ್ಣು ಅತ್ತಹರಿದಾಗ ಅವನಿಗೆ ಆಕಾಶವೇ ತಲೆಯ ಮೇಲೆ ಕಳಚಿಬಿದ್ದಂತಾಯಿತು. ಬಡಿಗೆಯೆತ್ತಿಕೊಂಡು ಹಲ್ಲುಕಡಿಯುತ್ತ ಓಡೋಡಿ ಬಂದು "ನೀನಗೇನು ಬಂದಿತ್ತು ಧಾಡಿ, ಈ ಮಾವಿನಸಸಿಗಳನ್ನೇ ನೀನು ಮೇಯಬೇಕಾಗಿತ್ತೇ" ಎಂದು ಬೈಯುತ್ತಾ ಚೆನ್ನಾಗಿ ತದುಕಿಬಿಟ್ಟನು. ಆ ಹೊಡೆತವನ್ನು ತಾಳಿಕೊಳ್ಳಲಾರದೆ ಹಸು ನೆರಕ್ಕುರುಳಿಬಿದ್ದು ಸತ್ತೇಹೋಯಿತು.

ಆ ಸುದ್ದಿ ಕಾಳ್ಗಿಚ್ಚಿನಂತೆ ಎಲ್ಲೆಡೆ ಹಬ್ಬಿತು. ಜನರು ಓಡೋಡಿ ಬಂದರು. "ಎಂಥಾ ಕೆಲಸ ಮಾಡಿಬಿಟ್ಟೆ ಸಮುದ್ರಯ್ಯ, ಪಾಪ, ಮೂಕಪ್ರಾಣಿ, ಅದಕ್ಕೇನು ತಿಳಿಯುತ್ತದೆ. ಗೋಹತ್ಯೆಯ ಪಾಪಕ್ಕೆ ಗುರಿಯಾಗಿಬಿಟ್ಟೆಯಲ್ಲ" ಎಂದು ಭಂಗಿಸಿಮಾತನಾಡಿದರು.

ಸಮುದ್ರಯ್ಯನು ಆಗಾಗ ವೇದಾಂತದ ಮಾತುಗಳನ್ನೂ ಆಡುತ್ತಿದ್ದನು. "ಗೋಹತ್ಯೆಗೆ ನಾನು ಕಾರಣನಲ್ಲ. ನನ್ನ ಕೈ ಅದನ್ನು ಮಾಡಿತು. ಕೈಗಳಿಗೆ ಇಂದ್ರನು ಅಭಿಮಾನಿದೇವತೆ. ಅವನ ಪ್ರೇರಣೆಯಿಂದಲೇ ಈ ಕೆಲಸ ನಡೆದಿದೆ. ಆದ್ದರಿಂದ ಈ ಪಾಪವೂ ಅವನಿಗೇ ಸೇರುತ್ತದೆ" ಎಂದು ಹೇಳಿ, ಹಸುವಿನ ಮಾಲೀಕನಿಗೆ ಒಂದಿಷ್ಟು ಪರಿಹಾರಕೊಟ್ಟು ಕೈತೊಳೆದುಕೊಂಡುಬಿಟ್ಟನು. ಊರಜನರೂ ಆಗಾಗ ಸಮುದ್ರಯ್ಯನನ್ನು ನಿಂದಿಸುತ್ತಲೇ ಇದ್ದರು. ಸಮುದ್ರಯ್ಯನು ಮಾತ್ರ "ಆ ಪಾಪವೆಲ್ಲ ಇಂದ್ರನಿಗೇ ಸೇರಬೇಕು" ಎಂಬ ಪಲ್ಲವಿಯನ್ನೇ ಹಾಡುತ್ತಿದ್ದನು. ಮುಗ್ಧರಾದ ಊರಿನಜನರು "ಸಮುದ್ರಯ್ಯನು ಹೇಳುವುದು ನಿಜವೇ ಇರಬಹುದು" ಎಂದುಕೊಂಡು ಸುಮ್ಮನಾದರು.

ಕ್ರಮಕ್ರಮವಾಗಿ ಸಮುದ್ರಯ್ಯನ ಈ ಸುದ್ದಿ ಇಂದ್ರಲೋಕವನ್ನೂ ಮುಟ್ಟಿತು. "ತಾನುಮಾಡಿದ ಪಾಪವನ್ನು ನನ್ನ ತಲೆಗೆ ಕಟ್ಟುತ್ತಿದ್ದಾನಲ್ಲಾ" ಎಂದು ದೇವೇಂದ್ರನಿಗೆ ಜುಗುಪ್ಸೆಯುಂಟಾಯಿತು. ಅದನ್ನು ನೀಗಿಕೊಳ್ಳಲು ದೇವೇಂದ್ರನು ಒಂದುದಿನ ಬ್ರಾಹ್ಮಣ ವೇಷವನ್ನು ತಾಳಿಕೊಂಡು ಸಮುದ್ರಯ್ಯನ ತೋಟಕ್ಕೆ ಇಳಿದುಬಂದನು. ಆ ಹೊತ್ತಿನಲ್ಲಿ ಸಮುದ್ರಯ್ಯನು ಹೂಗಿಡಗಳಿಗೆ ನೀರೆರೆಯುತ್ತಿದ್ದನು. "ಯಾರಿದ್ದೀರಿ ತೋಟದಲ್ಲಿ" ಎಂದು ದೇವೇಂದ್ರನು ದನಿದೋರಿದನು. "ನಾನಿದ್ದೇನೆ ಸ್ವಾಮಿ ಬನ್ನಿ" ಎಂದು ಸಮುದ್ರಯ್ಯನು ಸ್ವಾಗತಿಸಿದನು. "ಆಹಾ, ಇಂದ್ರನ ನಂದನವನವನ್ನೇ ನಾಚಿಸುವಂತಿದೆಯಲ್ಲಾ ಈ ತೋಟ, ಯಾರು ಇದಕ್ಕೆ ದಣಿಗಳು" ಎಂದು ದೇವೇಂದ್ರನು ಕೇಳಿದನು. ಸಮುದ್ರಯ್ಯನು ಆ ಹೊಗಳಿಕೆಯ ಮಾತಿನಿಂದ ಉಬ್ಬಿಹೋದನು. "ನಾನೇ ಸ್ವಾಮಿ ಈ ತೋಟದ ಮಾಲೀಕ, ಸಮುದ್ರಯ್ಯ ಎಂದು ನನ್ನ ಹೆಸರು" ಎಂದನು. "ತೋಟವೆಂದರೆ ಹೀಗಲ್ಲವೆ ಇರಬೇಕಾದ್ದು, ತೆಂಗು ಫಸಲಿಗೆ ಬಂದಿದೆ. ಯಾರು ನೆಟ್ಟವರು" ಎಂದು ದೇವೇಂದ್ರನು ಕೇಳಿದನು. "ನಾನೇ ಸ್ವಾಮಿ, ಒಳ್ಳೆಯ ತಳಿಗಳನ್ನು ಆಯ್ಕೆಮಾಡಿ ತಂದು ನಾನೇ ಕೈಯಾರೆ ನೆಟ್ಟಿದ್ದೇನೆ" ಎಂದನು. "ಏನು ಬಣ್ಣ, ಏನು ಪರಿಮಳ, ಈ ಹೂವಿನಗಿಡಗಳನ್ನೆಲ್ಲ ಹೀಗೆ ಅಣಿಯಾಗಿ ನೆಟ್ಟು ಬೆಳೆಸಿದವರು ಯಾರು" ಎಂದು ದೇವೇಂದ್ರನು ಕೇಳಿದನು. ಅದಕ್ಕೆ ಸಮುದ್ರಯ್ಯನು "ನಾನೇ ಸ್ವಾಮಿ, ಅವುಗಳಿಗೆಂದು ಪ್ರತ್ಯೇಕ ಗೊಬ್ಬರವನ್ನು ನಾನೇ ಕೈಯಾರೆ ತಯಾರಿಸಿದ್ದೇನೆ. ಎಂಟು ಜಾತಿಗಳಿವೆ, ಎಂಟು ಬಣ್ಣಗಳಿವೆ" ಎಂದನು. "ಕಳೆ ಕಸ ಹುಡುಕಿದರೂ ಸಿಗಲೊಲ್ಲದಲ್ಲ, ಇದು ಯಾರ ಕೆಲಸ" ಎಂದು ಮತ್ತೆಯೂ ದೇವೇಂದ್ರನು ಕೇಳಿದನು. "ನಾನೇ ಸ್ವಾಮಿ, ಹಗಲಿರುಳು ಈ ಕೈಗಳಿಂದ ತೋಟವನ್ನು ಚೊಕ್ಕವಾಗಿಡಲು ಹೆಣಗುತ್ತೇನೆ" ಎಂದು ಉತ್ತರಿಸಿದನು.

"ಕೊಳದ ನೀರು ಪನ್ನೀರಿನಂತಿದೆಯಲ್ಲ, ಅದನ್ನು ತೋಡಿದವರಾರು" ಎಂದು ಪುನಃ ಪ್ರಶ್ನಿಸಿದನು. ಅದಕ್ಕೆ ಸಮುದ್ರಯ್ಯನು "ಇಲ್ಲಿ ನನ್ನ ಕೈಗಳಲ್ಲದೆ ಬೇರೆ ಯಾವ ಕೈಗಳೂ ಕೆಲಸಮಾಡುವುದಿಲ್ಲ ಸ್ವಾಮಿ" ಎಂದು ಜಂಬದಿಂದ ಹೇಳಿದನು.

ಕೊನೆಗೆ ದೇವೇಂದ್ರನು ಸಮುದ್ರಯ್ಯನನ್ನು ಕುರಿತು "ಇಲ್ಲಿ ಆಗಿರುವ ಒಳ್ಳೆಯ ಕೆಲಸಗಳೆಲ್ಲ ನಿನ್ನ ಕೈಯಿಂದಲೇ ಆಗಿವೆ, ಬಹಳ ಸಂತೋಷ. ಆದರೆ ಕೆಲವು ದಿನಗಳ ಹಿಂದೆ ಇಲ್ಲೊಂದು ಗೋಹತ್ಯೆ ನಡೆದುಹೋಯಿತು ಎಂದು ಕೇಳಿದೆ. ಅದು ಯಾರ ಕೈಯಿಂದ ನಡೆಯಿತು" ಎಂದು ಅನಾಮತ್ತಾಗಿ ಕೇಳಿಬಿಟ್ಟನು. ಆ ಪ್ರಶ್ನೆ ಬಾಣದಂತೆ ಸಮುದ್ರಯ್ಯನ ಎದೆಗೆ ನಾಟಿಕೊಂಡಿತು. ಉತ್ತರ ಕೊಡಲಾಗದೆ ಕಣ್ಣು ಕತ್ತಲಿಟ್ಟಂತಾಗಿ ಕುಸಿದು ಕುಳಿತುಬಿಟ್ಟನು. ಆಗ ದೇವೇಂದ್ರನು "ಇಲ್ಲಿ ಒಳ್ಳೆಯದೆಲ್ಲ ನಿನ್ನ ಕೈಗಳಿಂದಾಗಿವೆ. ಕೆಟ್ಟದ್ದು ಮಾತ್ರ ದೇವೇಂದ್ರನಿಂದಾಯಿತೇ! ಮಾಡಿದ್ದುಣ್ಣೋ ಮಹರಾಯ, ಗೋಹತ್ಯೆ ಮಾಡಿದ್ದೂ ನೀನೇ, ಅದರ ಪಾಪವನ್ನು ಉಣ್ಣಬೇಕಾದವನೂ ನೀನೇ, ನಾನೇಕೆ ಅದನ್ನು ಹೊತ್ತುಕೊಳ್ಳಲಿ" ಎಂದು ಹೇಳಿ ಅಂತರ್ಧಾನನಾಗಿಬಿಟ್ಟನು.

ದೇವರನ್ನು ಎಲ್ಲೆಲ್ಲಿಯೂ ಕಂಡುಕೊಂಡು, ಅವನೇ ಸರ್ವಸ್ವ ಎಂದು ಭಾವಿಸಿ ಕೊಂಡು ಕೆಲಸಮಾಡಬೇಕು. ದೇವರನ್ನು ಅರಸಲು ಎಲ್ಲಿಗೋ ಹೋಗಬೇಕಾಗಿಲ್ಲ. ಅವನು ನಮ್ಮ ಪ್ರತಿಯೊಂದು ಕ್ರಿಯೆಯಲ್ಲಿಯೂ ಆಲೋಚನೆಯಲ್ಲಿಯೂ ಭಾವನೆ ಯಲ್ಲಿಯೂ ಇದ್ದಾನೆ ಎಂಬ ಶ್ರದ್ಧೆಯಿಂದ ಕೆಲಸಮಾಡಬೇಕು. ಅದೇ ನಿಜವಾದ ಶರಣಾಗತಿ. ಆಗ ಕರ್ಮಫಲಗಳು ನಮ್ಮನ್ನು ಬಂಧಿಸುವುದಿಲ್ಲ. ಪ್ರತಿಯೊಂದು ಕಾರ್ಯ ವನ್ನೂ ದೈವೀಸ್ವರೂಪಕ್ಕೆ ತಂದು, ಪರಿಶುದ್ಧವಾಗಿ ಮಾಡಿದರೆ ಯಾವದುಃಖವೂ ನಮಗೆ ಅಂಟುವುದಿಲ್ಲ. "ಎಲ್ಲವೂ ದೇವರಿಂದ ಆಯಿತು" ಎಂದು ಹೇಳುವಾಗ ಒಳ್ಳೆಯದು, ಕೆಟ್ಟದ್ದು ಏನೇ ಆದರೂ ಅವನಿಂದಲೇ ಆಯಿತು ಎಂಬ ನಂಬಿಕೆಯಿರಬೇಕು. ಆದರೆ ಒಳ್ಳೆಯದಾದಾಗ ನನ್ನಿಂದ ಎನ್ನುವುದು, ಕೆಟ್ಟದ್ದಾದಾಗ ದೇವರಮೇಲೆ ಹಾಕುವುದು ಕಪಟತನವಾಗುತ್ತದೆ. ಅದು ನಮ್ಮನ್ನು ಪಾಪಕೂಪಕ್ಕೆ ತಳ್ಳುತ್ತದೆ ಎಂದು ವಿವೇಕಾನಂದರು ಅಂತ್ಯದಲ್ಲಿ ಉಪದೇಶಿದ್ದಾರೆ. "ಅನಿಷ್ಟಕ್ಕೆಲ್ಲ ಶನೀಶ್ವರನೇ ಮೂಲ" ಎಂಬ ಗಾದೆಯೊಂದು ಕನ್ನಡದಲ್ಲಿದೆ. ಇಷ್ಟವಾದುದು ನೆರವೇರಿದಾಗ ಶನೀಶ್ವರನನ್ನು ಸ್ಮರಿಸಿಕೊಳ್ಳದೆ, ಅನಿಷ್ಟ ವಾದುದು ಆದಾಗ "ಇದು ಶನೀಶ್ವರನಿಂದಲೇ ಆಯಿತು" ಎಂದು ಹೇಳುವ ಪ್ರವೃತ್ತಿಯನ್ನು ಬಿಡಬೇಕು. "ಅಲಾ ಮಲಾ ಪಾಪಿ ತಲೇಮೇಲಿ" ಎಂಬ ಅದೇ ಭಾವವಿರುವ ಮತ್ತೊಂದು ಗಾದೆಯೂ ಇದೆ.

ಈ ಗೋಹತ್ಯೆಯ ಕಥೆಗೆ ಶ್ರೀರಾಮಕೃಷ್ಣಪರಮಹಂಸರೇ ಮೊದಲಿಗರಾಗಿದ್ದಾರೆ. ಪರಮಹಂಸರು ಯಾವ ತತ್ತ್ವನಿರೂಪಣೆಗಾಗಿ ಈ ಕಥೆಯ್ನು ಹೇಳಿದ್ದಾರೋ, ಅದೇ ಹಿನ್ನೆಲೆಯನ್ನು ವಿವೇಕಾನಂದರೂ ಉಳಿಸಿಕೊಂಡಿದ್ದಾರೆ. "ನನ್ನ ಯೋಗಕ್ಷೇಮ ನಿನ್ನದಯ್ಯ, ನನ್ನ ಹಾನಿವೃದ್ಧಿ ನಿನ್ನದಯ್ಯ" ಎಂದು ಎಲ್ಲವನ್ನೂ ಭಗವಂತನಿಗೇ ಒಪ್ಪಿಸಿದ ಬಳಿಕ, ಅವನ ಸ್ಮರಣೆಯಲ್ಲಿಯೇ ಇರುತ್ತ, ಆ ಸ್ಮರಣೆಯ ಫಲವಾಗಿ ಮಹದಾನಂದವನ್ನು ಅನುಭವಿಸುವಂತಾಗಬೇಕು. ಹಾಗೆ ಮಹದಾನಂದವು ನಮ್ಮ ಅಂತರ್ಯದಲ್ಲಿ ಉಕ್ಕಲಿಲ್ಲ

ವೆಂದರೆ, ನಾವು ನಮ್ಮ ರಕ್ಷಣೆಯ ಹೊಣೆಯನ್ನು ಭಗವಂತನಿಗೆ ಹೃತ್ಪೂರ್ವಕವಾಗಿ ಒಪ್ಪಿಸಿಲ್ಲ ಎಂದೇ ಅರ್ಥ. ಅಷ್ಟು ಮಾತ್ರವಲ್ಲ, ಭಗವಂತನು ನಮ್ಮ ರಕ್ಷಣೆಯ ಹೊಣೆಯನ್ನು ಸರಿಯಾಗಿ ಹೊತ್ತುಕೊಂಡೂ ಇಲ್ಲ ಎಂದೂ ಅರ್ಥ. ಅದನ್ನು ಅರ್ಥ ಮಾಡಿಕೊಳ್ಳದೆ ಭಗವಂತನೇಕೋ ನನ್ನ ರಕ್ಷಣೆಯ ಹೊಣೆಯನ್ನು ಹೊತ್ತುಕೊಳ್ಳಲಿಲ್ಲ, ನನಗೆ ವಂಚನೆಯಾಯಿತು ಎಂದು ನಮ್ಮ ತಪ್ಪನ್ನು ಭಗವಂತನ ಮೇಲೆ ಹೊರಿಸಬಾರದು" ಎಂದು ಪರಮಹಂಸರು ಈ ಕಥಾಸಂದರ್ಭದಲ್ಲಿ ಉಪದೇಶ ಮಾಡಿದ್ದಾರೆ.

೭೫. ಸೈತಾನನೇ ಇಲ್ಲಿಂದ ತೊಲಗು

ನಮ್ಮ ಪ್ರಜ್ಞೆಗೆ ಅತೀತವಾದುದನ್ನು ದೇವರು ಎಂದು ಕರೆಯುತ್ತೇವೆ. ಆ ದೇವರು ಮಾತಿನ ವರ್ಣನೆಗೆ ಮೀರಿದವನಾಗಿದ್ದಾನೆ; ನಮ್ಮ ಆಲೋಚನೆಗೆ ಅತೀತನಾಗಿದ್ದಾನೆ. ತಮಸ್ಸು ಎಂದರೆ ಪಶುತ್ವ; ರಜಸ್ಸು ಎಂದರೆ ಮನುಷ್ಯತ್ವ ಮತ್ತು ಸತ್ವ ಎಂದರೆ ದೇವತ್ವ ಎಂಬ ಮೂರು ಅವಸ್ಥೆಗಳು ನಮಗಿವೆ. ಅವುಗಳಲ್ಲಿ ಸತ್ವವೆಂಬುದು ಶ್ರೇಷ್ಠ ಅವಸ್ಥೆ. ಅದನ್ನು ತಲಪಿದವರು ಮೌನವಾಗಿರುತ್ತಾರೆ. ಅವರ ಕರ್ತವ್ಯಗಳೆಲ್ಲ ಬಿದ್ದುಹೋಗಿರುತ್ತವೆ. ಅವರು ಲೋಕವನ್ನು ಪೂರ್ಣವಾಗಿ ಪ್ರೀತಿಸುತ್ತಾರೆ. ಅವರು ಸೂಜಿಗಲ್ಲಿನಂತೆ ಇತರರನ್ನು ತಮ್ಮ ಬಳಿಗೆ ಸೆಳೆದುಕೊಳ್ಳುತ್ತಾರೆ. ಅವರು ಬ್ರಹ್ಮಜ್ಞರೆನಿಸುತ್ತಾರೆ. ಅವರು ಯಾವುದೇ ನೈತಿಕಕರ್ಮಗಳನ್ನು ಮಾಡುವುದಿಲ್ಲ, ಆದರೆ ಅವರು ಮಾಡಿದ್ದೆಲ್ಲ ನೈತಿಕವಾಗಿರುತ್ತದೆ. ಬ್ರಹ್ಮಜ್ಞರಾದವರು ಎಲ್ಲ ದೇವತೆಗಳಿಗಿಂತಲೂ ಮೇಲಿರುತ್ತಾರೆ. ಹೀಗೆ ಹೇಳುತ್ತಾ ಸ್ವಾಮಿವಿವೇಕಾನಂದರು ಏಸುಕ್ರಿಸ್ತನು ಸೈತಾನನನ್ನು ಗೆದ್ದ ಪ್ರಸಂಗವನ್ನು ಉಲ್ಲೇಖಿಸಿದ್ದಾರೆ.

ಏಸುಕ್ರಿಸ್ತನು ಒಂದು ಬೆಂಗಾಡಿನಲ್ಲಿ ನಲವತ್ತುದಿನ ಸತತವಾಗಿ ಉಪವಾಸ ಮಾಡಿದನು. ಉಪವಾಸವನ್ನು ಮುರಿಯಬೇಕು ಎಂದೆನಿಸಿದಾಗ ಸೈತಾನನೆಂಬ ಕೆಟ್ಟವನು ಕಾಣಿಸಿಕೊಂಡು "ಈ ಕಲ್ಲುಗಳನ್ನು ರೊಟ್ಟಿಗಳನ್ನಾಗಿ ಮಾಡು ನೋಡೋಣ" ಎಂದು ಸವಾಲೆಸೆದನು. ಅದಕ್ಕೆ ಏಸುವು "ಮನುಷ್ಯನು ಕೇವಲ ಆಹಾರದಿಂದ ಜೀವಿಸುವವನಲ್ಲ. ದೇವರು ಆಡುವ ಪ್ರತಿಯೊಂದು ನುಡಿಯೂ ಅವನಿಗೆ ಆಹಾರವಾಗುತ್ತದೆ" ಎಂದನು.

ಬಳಿಕ ಸೈತಾನನು ಏಸುವನ್ನು ಒಂದು ಮಹಾನಗರಕ್ಕೆ ಕರೆದೊಯ್ದನು. ಅಲ್ಲಿನ ದೊಡ್ಡದೊಂದು ದೇವಾಲಯದ ಗೋಪುರದ ತುದಿಗೇರಿಸಿ "ನೀನು ದೇವರ ಪುತ್ರನೆಂಬುದು ಸತ್ಯವಾದರೆ ಇಲ್ಲಿಂದ ಕೆಳಕ್ಕೆ ಧುಮುಕು" ಎಂದನು. ಅದಕ್ಕೆ ಏಸುವು "ದೇವರು ಸರ್ವೇಶ್ವರ, ಹೀಗೆಲ್ಲ ಅವನನ್ನು ಪರೀಕ್ಷಿಸಲು ಹೋಗಬಾರದು" ಎಂದನು.

ಕೊನೆಗೆ ಸೈತಾನನು ಏಸುವನ್ನು ಒಂದು ಪರ್ವತದ ಶಿಖರಕ್ಕೆ ಕರೆದೊಯ್ದು ಅಲ್ಲಿಂದ ಪ್ರಪಂಚದ ಸಮಸ್ತ ಸಾಮ್ರಾಜ್ಯಗಳ ಸಂಪದಭಿವೃದ್ಧಿಯನ್ನೆಲ್ಲ ವರ್ಣನೆಮಾಡಿ ತೋರಿಸಿದನು. "ನೀನು ನನ್ನನ್ನು ಆರಾಧಿಸುತ್ತೀಯಾದರೆ ಈ ಸಾಮ್ರಾಜ್ಯಕ್ಕೆಲ್ಲ ನಿನ್ನನ್ನೇ ಒಡೆಯನನ್ನಾಗಿ ಮಾಡುತ್ತೇನೆ" ಎಂದು ಆಮಿಷವನ್ನೊಡ್ಡಿದನು. ಅದಕ್ಕೆ ಏಸುವು "ನಾನು ಸರ್ವೇಶ್ವರನನ್ನು ಮಾತ್ರವೇ ಆರಾಧಿಸುತ್ತೇನೆ, ನಿನ್ನನ್ನು ಆರಾಧಿಸಲಾರೆ. ಹೇ ಸೈತಾನನೇ

ನನ್ನನ್ನು ಬಿಟ್ಟು ಇಲ್ಲಿಂದ ತೊಲಗು" ಎಂದು ಝಂಕಿಸಿ ನುಡಿದನು. ಬೇರೆದಾರಿಕಾಣದೆ ಸೈತಾನನು ಹೊರಟುಹೋದನು. ಹೀಗೆ ಸೈತಾನನನ್ನು ಗೆದ್ದ ಬಳಿಕ ದೇವದೂತರು ಬಂದು ಏಸುವನ್ನು ಪೂಜಿಸಿದರು.

ಬ್ರಹ್ಮಜ್ಞಾನಿಗೆ ಯಾರೂ ಸಹಾಯ ಮಾಡಲಾರರು. ಯಾರ ಸಹಾಯವೂ ಅವನಿಗೆ ಬೇಕಾಗುವುದಿಲ್ಲ. ಇಡೀ ವಿಶ್ವವೇ ಅವನ ಪಾದಗಳಿಗೆ ನಮಿಸುತ್ತದೆ. ಅವನ ಪ್ರತಿಯೊಂದು ಸಂಕಲ್ಪವೂ ಸಫಲವಾಗುತ್ತದೆ. ಅವನ ಆತ್ಮವು ಎಲ್ಲರನ್ನೂ ಪರಿಶುದ್ಧಗೊಳಿಸುತ್ತದೆ. ಆದ್ದರಿಂದ ನಾವು ಬದುಕಿನಲ್ಲಿ ಅತಿ ಶ್ರೇಷ್ಠವಾದುದನ್ನು ಪಡೆಯಬೇಕಾದರೆ ಬ್ರಹ್ಮಜ್ಞಾನಿಗಳನ್ನು ಪೂಜಿಸಬೇಕು ಎಂದು ವಿವೇಕಾನಂದರು ಉಪದೇಶಿಸಿದ್ದಾರೆ.

ದುರ್ಲಭವಾದ ನರಜನ್ಮ ನಮಗೆ ಬಂದಿದೆ. ಪರಮಹಂಸ-ವಿವೇಕಾನಂದರಂತಹ ಬ್ರಹ್ಮಜ್ಞಾನಿಗಳು ದಾರಿತೋರಿಸಿದ್ದಾರೆ. ಬದುಕಿನ ಬಂಧನಗಳಿಂದ ಪಾರಾಗಬೇಕೆಂಬ ಮೋಕ್ಷದ ಹಂಬಲವೂ ಹುಟ್ಟಿಕೊಂಡಿದೆ. ಆ ಮಹಾತ್ಮರನ್ನು ಆರಾಧಿಸುತ್ತ, ಅವರ ಬೋಧನೆಗಳನ್ನು ಬದುಕಿಗೆ ಜೋಡಿಸಿಕೊಳ್ಳುತ್ತ ಸಾಗಿದರೆ ಮುಕ್ತಿಯನ್ನು ಪಡೆಯುವುದರಲ್ಲಿ ಸಂದೇಹವೇ ಇಲ್ಲ.

ಮಾಯೆ ಎಂದು ನಾವು ಯಾವುದನ್ನು ಕರೆಯುತ್ತೇವೆಯೋ ಅದನ್ನು ಕ್ರೈಸ್ತರು ಎರಡುಭಾಗ ಮಾಡಿದ್ದಾರೆ. ಒಳ್ಳೆಯದನ್ನು ದೇವರೆಂದೂ ಕೆಟ್ಟದ್ದನ್ನು ಸೈತಾನ್ ಎಂದೂ ಕರೆದಿದ್ದಾರೆ ಎಂದು ವಿವೇಕಾನಂದರು ಸೂಚಿಸಿದ್ದಾರೆ.

ಅಂದು ಯೂರೋಪಿನಲ್ಲಿ ಜನರಿಗೆ ಚರ್ಚಿನ ಅಭಿಪ್ರಾಯವನ್ನು ವಿರೋಧಿಸಿ ಒಂದೇ ಒಂದು ಮಾತನ್ನು ಆಡುವುದಕ್ಕೂ ಅವಕಾಶವಿರಲಿಲ್ಲ. ಆದಕಾರಣ ಅವರು ಬೆಟ್ಟಗುಡ್ಡಗಳಲ್ಲಿ ಅಡಗಿ, ತಮ್ಮದೇ ಆದ ರೀತಿಯ ಪೂಜೆಯನ್ನು ಮಾಡುವುದಕ್ಕಾಗಿ ರಹಸ್ಯ ಸಂಘಗಳನ್ನು ಮಾಡಿಕೊಳ್ಳಬೇಕಾಯಿತು. ಅಂತಹ ರಹಸ್ಯಸಂಘಗಳು ಯಾವಾಗಲೂ ಘೋರ ಪಾಪಕೂಪಗಳಾಗಿ ಪರಿಣಮಿಸುತ್ತಿದ್ದುವು. "ಏನಾದರೂ ಸೈತಾನನಿದ್ದರೆ ಈ ರಹಸ್ಯಸಂಘಗಳಲ್ಲಿ ನಾನು ಅವನನ್ನು ಹುಡುಕುತ್ತೇನೆ. ಈ ರಹಸ್ಯಸಂಘಗಳೇ ಸೈತಾನನನ್ನು ಸೃಷ್ಟಿಸಿದುವು" ಎಂದು ವಿವೇಕಾನಂದರು ಸೈತಾನನಿಗೊಂದು ಹೊಸ ವ್ಯಾಖ್ಯಾನವನ್ನೇ ಕೊಟ್ಟಿದ್ದಾರೆ. ಭರತಖಂಡದಲ್ಲಿ ಮಾತ್ರ ರಹಸ್ಯಧಾರ್ಮಿಕಸಂಘಗಳು ಎಂದಿಗೂ ಇರಲಿಲ್ಲ ಎಂಬುದಾಗಿಯೂ ಹೇಳಿದ್ದಾರೆ.

೭೬. ಹಂದಿಯ ದೇಹದ ವ್ಯಕ್ತಿತ್ವ

ವೇದಾಂತವು ವಿಶ್ವದ ಏಕತೆಯನ್ನು ಸಾರುತ್ತದೆ. ಎಲ್ಲ ಕಡೆಗಳಲ್ಲೂ ಇರುವುದು ಒಂದೇ ದೇಹ, ಒಂದೇ ಮನಸ್ಸು, ಒಂದೇ ಆತ್ಮ ಎಂದು ಅದು ಹೇಳುತ್ತದೆ. ಆತ್ಮವು ಎಂದಿಗೂ ನಾಶವಾಗುವುದಿಲ್ಲ. ಅದಕ್ಕೆ ಎಲ್ಲಿಯೂ ಸಾವಿಲ್ಲ. ಅಂತೆಯೇ ದೇಹಕ್ಕೂ ಸಾವಿಲ್ಲ, ಮನಸ್ಸಿಗೂ ಸಾವಿಲ್ಲ. ದೇಹವು ಏಕೆ ಸಾಯುವುದಿಲ್ಲವೆಂದರೆ, ಮರದಿಂದ ಒಂದು ಎಲೆ ಉದುರಿಬಿದ್ದರೆ ಮರವೇ ಬಿತ್ತೇನು! ವಿಶ್ವವೇ ನನ್ನ ದೇಹವಾಗಿರುವಾಗ ಅದು ಮುಂದುವರಿಯುತ್ತಲೇ ಇರುತ್ತದೆ. ಎಲ್ಲ ಮನಸ್ಸುಗಳೂ ನನ್ನವೇ. ಎಲ್ಲಕಾಲುಗಳ ಮೂಲಕವೂ ನಾನು ನಡೆಯುತ್ತೇನೆ. ಎಲ್ಲ ಬಾಯಿಗಳ ಮೂಲಕವೂ ನಾನು ಮಾತನಾಡುತ್ತೇನೆ. ಎಲ್ಲ ದೇಹಗಳಲ್ಲೂ ನಾನೇ ಇರುತ್ತೇನೆ. ಆದರೆ ನಾವು ಸಂಕುಚಿತವಾದ ವ್ಯಕ್ತಿತ್ವಕ್ಕೆ ಅಂಟಿಕೊಂಡುಬಿಟ್ಟಿರುವುದರಿಂದ ಆ ದಿವ್ಯವಾದ ಏಕತೆಯ ಅನುಭವ ನಮಗೆ ಆಗುತ್ತಿಲ್ಲ. ನಾವು ನಮ್ಮ ಮನಸ್ಸಿಗೆ ಬದ್ಧರಾಗಿಬಿಟ್ಟಿದ್ದೇವೆ ಎಂದು ಮುಂತಾಗಿ ಹೇಳುತ್ತ ಆ ದೇಹ ಬುದ್ಧಿ ಎಷ್ಟು ಗಾಢವಾದುದು ಎಂಬುದಕ್ಕೆ ವಿವೇಕಾನಂದರು ವರಾಹಾವತಾರದ ಮುಂದುವರಿದ ಕಥಾವತಾರವನ್ನು ಜಿಜ್ಞಾಸುಗಳ ಮುಂದೆ ಮಂಡಿಸಿದ್ದಾರೆ.

ಮಹಾವಿಷ್ಣುವು ಲೋಕೋದ್ಧಾರಕ್ಕಾಗಿ, ದುಷ್ಟಶಿಕ್ಷಣ-ಶಿಷ್ಟಪರಿಪಾಲನಾರ್ಥವಾಗಿ ಅದೆಷ್ಟೋ ಅವತಾರಗಳನ್ನು ತಾಳಿದನು. ಅವುಗಳಲ್ಲಿ ಹತ್ತು ಅವತಾರಗಳಿಗೆ ಪ್ರಾಶಸ್ತ್ಯನೀಡಿ 'ದಶಾವತಾರಗಳು' ಎಂದು ಹೆಸರಿಡಲಾಗಿದೆ. ಆ ಸರಣಿಯಲ್ಲಿ ವರಾಹಾವತಾರ ಎಂಬುದು ಮೂರನೆಯದು. ಹಿರಣ್ಯಾಕ್ಷನೆಂಬ ರಾಕ್ಷಸನು ಭೂಮಿಯನ್ನೇ ಚಾಪೆಯಂತೆ ಸುತ್ತಿಕೊಂಡು ರಸಾತಳದ ಆಳದಲ್ಲಿ ಮುಳುಗಿಸಿ, ತಾನೂ ಅಲ್ಲಿಯೇ ಇದ್ದುಬಿಟ್ಟನು. ನೂತನವಾಗಿ ಸೃಷ್ಟಿಕ್ರಿಯೆಯಾಗಬೇಕು, ಭೂಮಿಯೇ ಇಲ್ಲದೆ ಸೃಷ್ಟಿಮಾಡುವುದೆಂತು ಎಂದು ಬ್ರಹ್ಮದೇವನು ಚಿಂತೆಗೀಡಾದನು. ಆಗ ದೇವತೆಗಳು ಮಹಾವಿಷ್ಣುವನ್ನು ಸಮೀಪಿಸಿ ಏನಾದರೂ ಮಾಡಬೇಕೆಂದು ಪ್ರಾರ್ಥಿಸಿದರು. ಆಗಲೇ ಮಹಾವಿಷ್ಣುವು ಹಂದಿಯ ರೂಪದ ವರಾಹಾವತಾರವನ್ನು ತಾಳಿ, ರಸಾತಳಕ್ಕಿಳಿದು, ಭೂಮಿಯನ್ನು ತನ್ನ ಕೋರೆದಾಡೆಗಳಮೇಲೆ ಇರಿಸಿಕೊಂಡು ಮೇಲೆಬಂದು, ಅದನ್ನು ಯಥಾಸ್ಥಾನದಲ್ಲಿ ನೆಲೆಗೊಳಿಸಿದನು. ಅದರಿಂದ ಕ್ರೋಧಗೊಂಡ ಹಿರಣ್ಯಾಕ್ಷನು ವರಾಹಸ್ವಾಮಿಯ ಮೇಲೆ ಯುದ್ಧವನ್ನು ಸಾರಿ, ಅವನ ಗದೆಯ ಸಂಘಟ್ಟನೆಯಿಂದ ಅಸುನೀಗಿದನು. ಇದು ವರಾಹಾವತಾರದ ಸಂಕ್ಷಿಪ್ತವಾದ,

ಭಾಗವತವೇ ಮುಂತಾದ ಪುರಾಣಗಳಲ್ಲಿರುವ ಕಥೆ.

ಇಲ್ಲಿಂದ ಮುಂದಕ್ಕೆ ತತ್ತ್ವನಿರೂಪಣೆಯ ಹಿನ್ನೆಲೆಯಲ್ಲಿ ಸ್ವಾಮಿ ವಿವೇಕಾನಂದರು ಹೇಳಿರುವ ಕಥೆಯಲ್ಲಿ ಹೆಚ್ಚಿನ ಸ್ವಾರಸ್ಯವಿದೆ. ಭೂಮಿಯನ್ನು ನೆಲೆಗೊಳಿಸಿ ಹಿರಣ್ಯಾಕ್ಷನನ್ನು ಕೊಂದಬಳಿಕ ತಾನು ಯಾರು, ತನ್ನ ಅವತಾರದ ಉದ್ದೇಶವೇನಿತ್ತು, ಮುಂದಕ್ಕೆ ಮಾಡಬೇಕಾದ್ದೇನು, ತನ್ನ ಮಾಹಾತ್ಮ್ಯವೇನು, ಈಶ್ವರತ್ವವೇನು ಎಂಬುದನ್ನೆಲ್ಲ ಮಹಾವಿಷ್ಣುವು ಮರೆತು ಸಾಮಾನ್ಯ ಹಂದಿಯಂತೆ ಆಗಿಬಿಟ್ಟನು. ಒಂದು ಹೆಣ್ಣುಹಂದಿಯನ್ನು ಪ್ರೀತಿಸಿ ಮದುವೆಯಾದನು. ಹಲವು ಮರಿಗಳು ಹುಟ್ಟಿ ಸಂಸಾರ ದೊಡ್ಡಾಗಿ ಬೆಳೆಯಿತು. ಮಲಿನಾಹಾರವನ್ನು ಸೇವಿಸುತ್ತ, ಕೆಸರುಗುಂಡಿಗಳಲ್ಲಿ ಈಜಾಡುತ್ತ, ಅದೇ ಸ್ವರ್ಗಸುಖವೆನಿಸಿ, ಹೆಂಡತಿಮಕ್ಕಳೊಡನೆ ಮೈಮರೆತು ಇದ್ದುಬಿಟ್ಟನು.

ಅತ್ತ ವಿಷ್ಣುಲೋಕವು ಒಡೆಯನಿಲ್ಲದೆ ಕಂಗೆಟ್ಟಿತು. ಆಗ ದೇವತೆಗಳೆಲ್ಲ "ಏನಪ್ಪಾ ಮಾಡುವುದು" ಎಂದು ತಲೆಯ ಮೇಲೆ ಕೈಹೊತ್ತು ಕುಳಿತರು. ಕೊನೆಗೆ ಎಲ್ಲರೂ ಕೂಡಿ ಭೂಲೋಕಕ್ಕೆ ಬಂದು ವರಾಹಸ್ವಾಮಿಯನ್ನು ಸಮೀಪಿಸಿ "ಸ್ವಾಮಿ, ನಿನ್ನ ಅವತಾರದ ಉದ್ದೇಶವು ಈಡೇರಿತಲ್ಲವೆ, ಇನ್ನೂ ಈ ವರಾಹಶರೀರದಲ್ಲಿಯೇ ಏಕೆ ಜೀವಿಸುತ್ತಿದ್ದೀಯೆ, ದಯಮಾಡಿ ನಿನ್ನ ವರಾಹರೂಪವನ್ನು ಮುಕ್ತಾಯಗೊಳಿಸಿ ನಿನ್ನ ದಿವ್ಯಧಾಮಕ್ಕೆ ಬಂದುಬಿಡು" ಎಂದು ಬೇಡಿಕೊಂಡರು. ಆದರೆ ವರಾಹಸ್ವಾಮಿಗೆ ಅದೊಂದೂ ಹಿಡಿಸಲಿಲ್ಲ. "ನಾನೀಗ ಆನಂದಮಯನಾಗಿದ್ದೇನೆ, ನನ್ನ ಸುಖಕ್ಕೆ ಭಂಗತರಬೇಡಿ; ನನ್ನ ಮುಂದೆ ನಿಲ್ಲಬೇಡಿ; ಸುಮ್ಮನೆ ಹೊರಟುಹೋಗಿ" ಎಂದು ಘೋರವಾಗಿ ಭೋರ್ಗರೆದು, ಅವರನ್ನೆಲ್ಲ ಓಡಿಸಿಬಿಟ್ಟನು. ಆಗ ದೇವತೆಗಳು ಬೇರೆದಾರಿಕಾಣದೆ, ಒಬ್ಬರಿಗೊಬ್ಬರು ಮಾತಾಡಿಕೊಂಡು, ಆಯುಧಗಳನ್ನು ತಂದು ವರಾಹಸ್ವಾಮಿಯ ಮೇಲೆಬಿದ್ದು, ಆ ದೇಹವನ್ನು ಸಂಹರಿಸಿದರು. ಒಡನೆಯೇ ಮಹಾವಿಷ್ಣುವಿಗೆ ತನ್ನ ಮಾಹಾತ್ಮ್ಯದ ಅರಿವಾಯಿತು. "ನಾನು ಹಂದಿಯ ಜನ್ಮದಲ್ಲಿದ್ದಾಗಲೂ ಸಂತೋಷವಾಗಿಯೇ ಇದ್ದೆನಲ್ಲ. ಅದು ಹೇಗೆ ಸಾಧ್ಯವಾಗಿತ್ತು" ಎಂದು ತನಗೆತಾನೆ ಪ್ರಶ್ನಿಸಿಕೊಂಡು ಅಚ್ಚರಿಪಟ್ಟನು. ತನ್ನ ದಿವ್ಯಲೋಕವನ್ನು ಸೇರಿಕೊಂಡು ಲೋಕಪರಿಪಾಲನ ಕಾರ್ಯವನ್ನು ಮುನ್ನಡೆಸಿದನು.

ನಾವು ಅಮೃತತ್ತ್ವವನ್ನು ಪಡೆಯಬೇಕಾಗಿದೆ. ನಮ್ಮಲ್ಲಿ ಪ್ರತಿಯೊಬ್ಬರಲ್ಲಿಯೂ ಅನಂತಾನಂದದ ಗಣಿಯೇ ಇದೆ ಎಂಬುದನ್ನು ಕುರಿತು ಆಲೋಚಿಸಬೇಕಾಗಿದೆ. ನಮ್ಮ ಜೀವನವೇ ಅಮೃತತ್ತ್ವಮಯವಾಗಿದೆ ಎಂದು ದೃಢವಾಗಿ ನಂಬಿಕೊಂಡರೆ ಸಾಕು, ಅದೇ ಅಮೃತತ್ತ್ವ. ಇದು ಮರ್ತ್ಯಲೋಕ, ಅಂದರೆ ಸಾವಿನ ಲೋಕ, ಸತ್ತು ಸ್ವರ್ಗವನ್ನು ಸೇರಿದಮೇಲೆ ಅಮೃತಸ್ವರೂಪರಾಗುತ್ತೇವೆ ಎಂದು ಕೆಲವರು ಭಾವಿಸುತ್ತಾರೆ. ಅದು ಸರಿಯಲ್ಲ. ಅಮೃತತ್ತ್ವವನ್ನು ಈಗಲೇ, ಇಲ್ಲಿಯೇ ಅನುಭವಿಸಲು ಸಾಧ್ಯವಿದೆ. ಅದಕ್ಕೆ ನಾವು ನಮ್ಮ "ಅಲ್ಪ ಹಂದಿಯ ವ್ಯಕ್ತಿತ್ವ"ವನ್ನು ತ್ಯಜಿಸಬೇಕು. ಈ ಒಂದು ದೇಹಕ್ಕೆ

ನಾವು ಬದ್ಧರಾಗಿಬಿಡಬಾರದು. ಎಲ್ಲ ದೇಹಗಳಲ್ಲೂ ನಾನೇ ವಾಸಮಾಡುತ್ತಿದ್ದೇನೆ ಎಂದು ಭಾವಿಸುವುದೇ ಅಮೃತತ್ತ್ವ. ಎಲ್ಲ ಮನಸ್ಸುಗಳ ಮೂಲಕವೂ ನಾನೇ ಅನುಭವಿಸುತ್ತಿದ್ದೇನೆ ಎಂದು ಭಾವಿಸುವುದೇ ಅಮೃತತತ್ತ್ವ. ದೇಹವನ್ನು ತ್ಯಜಿಸುವುದೇ ನಮಗೆ ಕಷ್ಟವಾಗಿರುವುದರಿಂದ, ಈ "ಅಲ್ಪ ಹಂದಿಯ ದೇಹಸುಖ"ವನ್ನು ಕಳೆದುಕೊಳ್ಳಲು ಕೂಡ ನಮಗೆ ತುಂಬಾ ದುಃಖವಾಗುತ್ತದೆ. ವೇದಾಂತವು ಸುಖವನ್ನು ತ್ಯಜಿಸು ಎನ್ನುವುದಿಲ್ಲ. ಅದನ್ನು ಮೀರಿಹೋಗು ಎನ್ನುತ್ತದೆ. ಹಾಗೆ ಅತಿಕ್ರಮಿಸಿ ಹೋಗಲು ದೇಹದಂಡನೆಯನ್ನೇನೂ ಮಾಡಬೇಕಾಗಿಲ್ಲ. ಒಂದು ದೇಹಕ್ಕಿಂತ ಎರಡು ದೇಹಗಳ ಮೂಲಕ ಪಡುವ ಆನಂದ ಹೆಚ್ಚು. ಅದಕ್ಕಿಂತ ಮೂರರ ಆನಂದ ಹೆಚ್ಚು. ಕೊನೆಗೆ ನಾನು ಇಡಿಯ ವಿಶ್ವದ ಮೂಲಕ ಅನುಭವಿಸಬಲ್ಲೆ ಎಂದಾದರೆ ಇಡೀ ವಿಶ್ವವೇ ನನ್ನ ದೇಹವಾಗಿಬಿಡುತ್ತದೆ. ಅದೇ ಅಮೃತತತ್ತ್ವ. ನಾವು ನಿಜವಾಗಿ ಏನಾಗಿದ್ದೇವೋ ಅದನ್ನು ತಿಳಿದಾಗ, ಅಂದರೆ ನಾವು ಆತ್ಮಸ್ವರೂಪರೆಂದು ತಿಳಿದಾಗ, ಈ ಪ್ರಪಂಚವನ್ನು ತೊರೆಯಲು ನಾವೇಕೆ ಇಷ್ಟು ಪರದಾಡುತ್ತಿದ್ದೇವೆ ಎಂಬುದರ ಅರಿವಾಗಿ ನಾವು ಆಶ್ಚರ್ಯಚಕಿತರಾಗುತ್ತೇವೆ. ಆ ಅರಿವು ಮಾಡಿಕೊಳ್ಳದಿದ್ದರೆ ನಾವು ಆ ಹಂದಿಗಿಂತ ಮೇಲಾಗುತ್ತೇವೇನು ಎಂದು ಮುಂತಾಗಿ ಸ್ವಾಮಿ ವಿವೇಕಾನಂದರು ಈ ಕಥಾಂತ್ಯದಲ್ಲಿ ಉನ್ನತವಾದ ತತ್ತ್ವವನ್ನು ಉಪದೇಶಿಸಿದ್ದಾರೆ.

ಸ್ವಾಮಿ ವಿವೇಕಾನಂದರು ಪರಿವ್ರಾಜಕರಾಗಿ ಕಾಶ್ಮೀರದಲ್ಲಿ ಕೆಲವು ಭಕ್ತರೊಡಗೂಡಿ ಸಂಚರಿಸುತ್ತಿದ್ದ ಕಾಲದಲ್ಲಿ, ಬಾರಾಮುಲ್ಲಾ ಎಂಬ ಪಟ್ಟಣದ ಸಮೀಪದಲ್ಲಿದ್ದ ಕಣಿವೆಯೊಂದನ್ನು ಸಂದರ್ಶಿಸಿದರು. ಪುರಾಣಕಾಲದಲ್ಲಿ ಆ ಕಣಿವೆಯೊಂದು ಸರೋವರವಾಗಿತ್ತಂತೆ. ಮಹಾವಿಷ್ಣುವು ವರಾಹಾವತಾರವನ್ನು ಎತ್ತಿದ ಕಾಲದಲ್ಲಿ ತನ್ನ ಪ್ರಮುಖ ಕಾರ್ಯವು ನೆರವೇರಿದ ಬಳಿಕ, ಅಲ್ಲೊಂದು ಪರ್ವತವನ್ನು ಮೇಲೆತ್ತಿದನಂತೆ. ಆಗ ಆ ಸರೋವರವೂ ಎತ್ತರಕ್ಕೇರಿ ಝೀಲಂ ಎಂಬ ಹೆಸರಿನ ನದಿಯಾಗಿ ಹರಿಯಿತೆಂದು ಸ್ಥಳಪುರಾಣವು ಹೇಳುತ್ತದೆ. ಇದೆಲ್ಲ 'ಸ್ವಾಮಿ ವಿವೇಕಾನಂದರ ಕೃತಿಶ್ರೇಣಿ'ಯಲ್ಲಿ ನಿರೂಪಿತವಾಗಿದೆ. ಮಹಾವಿಷ್ಣುವಿನ ವರಾಹಾವತಾರಕ್ಕೂ, ಕಾಶ್ಮೀರದ ಕಣಿವೆಗೂ ಸಂಬಂಧ ವೇರ್ಪಟ್ಟಿರುವ ಕುತೂಹಲದ ಸಂಗತಿಯನ್ನು ಈ ಕಥಾಸಂದರ್ಭದಲ್ಲಿಯೇ ಸವಿಯಬೇಕು.

ಶ್ರೀರಾಮಕೃಷ್ಣಪರಮಹಂಸರಲ್ಲಿಯೂ ಈ ಕಥಾವೃತ್ತಾಂತವು ಎರಡು ಬಾರಿ ನಿರೂಪಿತವಾಗಿದೆ. ಭಗವಂತನು ಅವತಾರಪುರುಷರಲ್ಲಿ ಹೆಚ್ಚಾಗಿ ವ್ಯಕ್ತವಾಗಿರುತ್ತಾನೆ. ಆದ್ದರಿಂದ ಅವತಾರಪುರುಷರ ಶರೀರವು ಇನ್ನೂ ಬದುಕಿರುವಾಗಲೇ ಅವರನ್ನು ಪೂಜಿಸಬೇಕು; ಅವರಿಗೆ ಸೇವೆಸಲ್ಲಿಸಬೇಕು. ಹಗಲು ಮೂಡಿದೊಡನೆಯೇ ಭಗವಂತನು ತನ್ನ ಅಂತಃಪುರಕ್ಕೆ ಹೊರಟುಹೋಗುತ್ತಾನೆ. ಆದರೆ ಅವತಾರಪುರುಷರನ್ನು ಎಲ್ಲರೂ ಗುರುತಿಸಲಾರರು. ಏಕೆಂದರೆ ಅವತಾರಿಗಳೂ ಮಾಯೆಯನ್ನು ಆಶ್ರಯಿಸಿಯೇ ತಮ್ಮ ಲೀಲೆಗಳನ್ನು ನಡೆಸುತ್ತಾರೆ. ದೇಹಧಾರಣೆಯ ದೆಸೆಯಿಂದ ಅವರೂ ನಮ್ಮ ಹಾಗೆಯೇ

ರೋಗ, ಶೋಕ, ಹಸಿವು, ಬಾಯಾರಿಕೆ ಮುಂತಾದುವುಗಳಿಗೆ ತುತ್ತಾಗುತ್ತಾರೆ. ಶ್ರೀರಾಮನು ಕೂಡ ಸೀತೆಯನ್ನು ಕಳೆದುಕೊಂಡು ಪ್ರಾಕೃತಪುರುಷರಂತೆ ಅಳಲಿಲ್ಲವೆ! ಪಂಚಭೂತಗಳ ಕೈಗೆ ಸಿಕ್ಕಿ ಬ್ರಹ್ಮನೂ ಅಳುತ್ತಾನೆ– ಎಂದು ಪರಮಹಂಸರು ತತ್ತ್ವನಿರೂಪಣೆ ಮಾಡುತ್ತ ವರಾಹಾವತಾರವನ್ನೆತ್ತಿದಾಗ ಮಹಾವಿಷ್ಣುವಿನ ಗತಿ ಏನಾಯಿತು ಎಂಬುದನ್ನು ಸ್ವಾರಸ್ಯಕರವಾಗಿ ಬಿತ್ತರಿಸಿದ್ದಾರೆ.

ಹಿರಣ್ಯಾಕ್ಷನನ್ನು ಕೊಂದಬಳಿಕ ವರಾಹಸ್ವಾಮಿಯು ತನ್ನ ಮಕ್ಕಳುಮರಿಗಳೊಡನೆ ಸುಖವಾಗಿ ಇದ್ದುಬಿಟ್ಟನು. ಅವನು ತನ್ನ ನಿಜಸ್ವರೂಪವನ್ನು ಮರೆತು, ತನ್ನ ಮರಿಗಳಿಗೆ ಹಾಲುಕೊಡುತ್ತ, ಆನಂದದ ಜೀವನ ನಡೆಸುತ್ತ ಇದ್ದುಬಿಟ್ಟನು. ದೇವತೆಗಳು ಚಿಂತೆಗೀಡಾಗಿ ವಿಷ್ಣುವನ್ನು ತನ್ನ ಈ ಅಸಹ್ಯಕರವಾದ ಮೃಗದ ಜೀವನವನ್ನು ಬಿಟ್ಟು ದೇವಲೋಕಕ್ಕೆ ಹಿಂತಿರುಗಬೇಕೆಂದು ಬೇಕಾದಷ್ಟು ಒತ್ತಾಯಪಡಿಸಿದರು. ವರಾಹಸ್ವಾಮಿಯು ಅದಾವುದಕ್ಕೂ ಕಿವಿಗೊಡಲೇ ಇಲ್ಲ. ಆಮೇಲೆ ದೇವತೆಗಳೆಲ್ಲ ಸಭೆಸೇರಿ ಒಂದು ನಿರ್ಧಾರಕ್ಕೆ ಬಂದು ಶಿವನನ್ನು ವರಾಹಸ್ವಾಮಿಯ ಹತ್ತಿರಕ್ಕೆ ಕಳುಹಿಸಿದರು.

ಶಿವನು ವರಾಹಸ್ವಾಮಿಯನ್ನು ಕಂಡು "ನೀನು ಮಹಾವಿಷ್ಣುವಲ್ಲವೆ, ಲೋಕಪಾಲಕನಲ್ಲವೇ, ನಿನ್ನ ನಿಜಸ್ವರೂಪವನ್ನೇ ಹೀಗೆ ಮರೆತುಬಿಡುವುದೇ, ಏಳು ನಿನ್ನ ದಿವ್ಯಧಾಮಕ್ಕೆ" ಎಂದು ಎಚ್ಚರಿಸಿದನು. ವರಾಹಸ್ವಾಮಿಯು ಎಚ್ಚರಗೊಳ್ಳದೆ "ಈಗ ನನಗೇನಾಗಿದೆ, ಇಲ್ಲೇ ಬಹಳ ಆನಂದವಾಗಿದ್ದೇನಲ್ಲಾ, ದಿವ್ಯಧಾಮಕ್ಕೆಹೋಗಿ ಮಾಡುವುದೇನು" ಎಂದುಬಿಟ್ಟನು. ಆಗ ಶಿವನು ಬೇರೆದಾರಿಕಾಣದೆ ತನ್ನ ತ್ರಿಶೂಲದಿಂದ ವರಾಹಶರೀರವನ್ನು ಇರಿದು ಚೂರುಚೂರು ಮಾಡಿದನು. ಆಸರೆಯೇ ತಪ್ಪಿಹೋದ ಬಳಿಕ ಮಹಾವಿಷ್ಣುವು ಹಂದಿಯ ದೇಹವನ್ನು ಬಿಟ್ಟು 'ಹಿ ಹಿ ಹಿ' ಎಂದು ನಗುತ್ತ ತನ್ನ ದಿವ್ಯಧಾಮಕ್ಕೆ ಹಿಂದಿರುಗಿದನು.

ಪರಮಹಂಸರ ಈ ಕಥಾನಿರೂಪಣೆಯಲ್ಲಿ ಕೊಂಚ ಕಥಾಂತರವೂ ಇದೆ, ತತ್ತ್ವಾಂತರವೂ ಇದೆ. ಪ್ರತಿಭಾವಂತರ ಕೈಗೆ ಸಿಕ್ಕಿದ ಕಥೆಗಳು ಹೇಗೆ ಪರಿಣಾಮಕಾರಿಯಾಗಿ ವಿಭಿನ್ನ ಆಯಾಮಗಳಲ್ಲಿ ಸಾಗುತ್ತವೆ ಎಂಬುದಕ್ಕೆ ಈ ಮೇಲಿನ ಕಥೆಯೊಂದು ಉತ್ತಮ ಉದಾಹರಣೆಯಾಗಿದೆ.

೭೭. ವಿಶ್ವಬಾಂಧವ್ಯಕ್ಕೆ ದಾರಿದೀಪ

ವಿಶ್ವದ ಪ್ರಜೆಗಳಾದ ನಾವೆಲ್ಲರೂ ಒಬ್ಬರಿಗೊಬ್ಬರು ಬಂಧುಗಳು ಎಂಬ ವಿಶ್ವಬಾಂಧವ್ಯದ ಮಾತನ್ನು ಎಲ್ಲ ಧರ್ಮದವರೂ ಸಾರಲು ಕಾತರಗೊಂಡಿದ್ದಾರೆ. ಆದರೆ ಅವರ ಪುರಾಣಗಳ ನಡುವೆ, ಆಚಾರ ವಿಚಾರ ನಂಬಿಕೆ ನಡೆವಳಿಕೆಗಳ ನಡುವೆ ಸಾಮ್ಯವೆಂಬುದಿಲ್ಲ. ಒಬ್ಬ ಮತಸ್ಥಾಪಕ ಮಾಡಿದ ಕೆಲಸಗಳನ್ನು ಕುರಿತು ಆ ಮತದ ಅನುಯಾಯಿಗಳು "ನಮ್ಮ ಗುರು ಅದ್ಭುತವಾದ ಕಾರ್ಯಗಳನ್ನು ಮಾಡಿದ್ದಾರೆ" ಎಂದು ಕೊಂಡಾಡಿದರೆ, ಬೇರೊಂದು ಮತದ ಅನುಯಾಯಿಗಳು "ಅಯ್ಯೋ ಬಿಡಿ, ಅದೆಲ್ಲ ಮೂಢನಂಬಿಕೆ" ಎಂದು ಹಳಿದುಬಿಡುತ್ತಾರೆ. ಶಿವಲಿಂಗವೆಂದರೆ ಹಿಂದೂಗಳಿಗೆ ಸೃಷ್ಟಿಕರ್ತನ ಪ್ರತೀಕ; ಆದರೆ ಕ್ರೈಸ್ತರಿಗೆ ಅದು ಲೈಂಗಿಕಚಿಹ್ನೆಯಲ್ಲದೆ ಮತ್ತೇನೂ ಅಲ್ಲ. ಕ್ರೈಸ್ತರಿಗೆ ಪ್ರಭುಭೋಜನ ಸಂಸ್ಕಾರವು ಅತ್ಯಂತ ಪವಿತ್ರವಾದ ಕಾರ್ಯ. ಆದರೆ ಆ ಕಾರ್ಯವು "ಒಬ್ಬ ವ್ಯಕ್ತಿಯ ಒಳ್ಳೆಯ ಗುಣಗಳನ್ನು ಪಡೆಯಲು ಅವನನ್ನು ಕೊಂದು, ಅವನ ರಕ್ತಮಾಂಸಗಳನ್ನು ಭಕ್ಷಿಸುವ ಪ್ರಾಚೀನಪದ್ಧತಿಯ ಪಳೆಯುಳಿಕೆ" ಎಂದು ಅನ್ಯಧರ್ಮದವರು ಮಾತ್ರವಲ್ಲದೆ, ಕ್ರೈಸ್ತರಲ್ಲಿಯೇ ಕೆಲವರು ಭಾವಿಸುತ್ತಾರೆ. ಪ್ರಾಚೀನ ಬುಡಕಟ್ಟು ಜನಾಂಗದವರು ತಮ್ಮ ನಾಯಕರನ್ನು ಕೊಂದು, ಅವರಲ್ಲಿರುವ ಪೌರುಷವನ್ನು ಪಡೆಯುವುದಕ್ಕಾಗಿ, ಅವರ ರಕ್ತಮಾಂಸಗಳನ್ನು ತಿನ್ನುತ್ತಿದ್ದರು. ಹಾಗೆ ಮಾಡಿದರೆ ನಾಯಕನಲ್ಲಿರುವ ಪೌರುಷ ಮತ್ತು ಬುದ್ಧಿಶಕ್ತಿಗಳು ಒಬ್ಬನೇ ವ್ಯಕ್ತಿಯಲ್ಲಿರುವುದಕ್ಕೆ ಬದಲಾಗಿ, ತಮ್ಮ ಪಂಗಡದ ಜನರಿಗೆಲ್ಲ ಇಳಿದುಬರುತ್ತದೆ ಎಂದು ಅವರು ಹಾಗೆ ಮಾಡುತ್ತಿದ್ದರು. ಪರಿಸ್ಥಿತಿ ಹೀಗಿರುವಾಗ ವಿಶ್ವಬಾಂಧವ್ಯದ ಘೋಷಣೆಗಳು ಕೇವಲ "ಘೋಷಣೆ"ಗಳಾಗಿ ಅರ್ಥಹೀನವಾಗುವುದಿಲ್ಲವೆ ಎಂದು ಪ್ರಶ್ನಿಸುತ್ತ ಸ್ವಾಮಿವಿವೇಕಾನಂದರು ಮದ್ಯಪಾಯಿ ಸೋದರರ ಕಥೆಯನ್ನು ಹೇಳಿದ್ದಾರೆ.

ಇಬ್ಬರು ಸಹೋದರರು ಒಂದುರಾತ್ರಿ ಯಾರಿಗೂ ತಿಳಿಯದಂತೆ ಗುಟ್ಟಾಗಿ ಮದ್ಯ ಸೇವನೆ ಮಾಡಬೇಕೆಂದು ಮಾತನಾಡಿಕೊಂಡರು. ಹಿಂದೂಗಳು ಮದ್ಯಪಾನವು ಅತಿ ಹೇಯವಾದುದೆಂದು ಪರಿಗಣಿಸಿರುವುದರಿಂದ, ಹಾಗೆ ರಹಸ್ಯವಾಗಿ ಕುಡಿಯಲು ಅವರು ಇಚ್ಛಿಸಿದರು. ಅವರು ತಮ್ಮ ಚಿಕ್ಕಪ್ಪನ ಆಶ್ರಯದಲ್ಲಿದ್ದರು. ಆ ಚಿಕ್ಕಪ್ಪನಾದರೋ ಅತ್ಯಂತ ಆಚಾರವಂತನಾಗಿದ್ದನು. ಮದ್ಯದ ಮಾತೆತ್ತಿದರೆ ಸಾಕು, ಸಿಡಿಮಿಡಿಗೊಳ್ಳುತ್ತಿದ್ದನು.

"ಮದ್ಯಪಾನ ನರಕಕ್ಕೆ ದಾರಿ, ಅದನ್ನು ಕಣ್ಣಿನಿಂದಲೂ ನೋಡಬಾರದು; ಕೈಯಿಂದಲೂ ಮುಟ್ಟಬಾರದು" ಎಂದು ಅವನು ಬಹಳವಾಗಿ ದೂಷಿಸುತ್ತಿದ್ದನು.

ಸಹೋದರರು ಮಲಗುತ್ತಿದ್ದ ಮಗ್ಗುಲಕೋಣೆಯಲ್ಲಿಯೇ ಅವರ ಚಿಕ್ಕಪ್ಪನೂ ಮಲಗುತ್ತಿದ್ದನು. ಅದರಿಂದಾಗಿ ಅವರು "ನಾವು ಕುಡಿಯುವುದಕ್ಕೆ ಮುನ್ನವಾಗಲಿ, ಕುಡಿಯುವಾಗಲಾಗಲಿ, ಕುಡಿದ ಮೇಲಾಗಲಿ ತುಟಿಪಿಟಕ್ಕೆನ್ನದೆ ಸುಮ್ಮನೆ ಮೌನವ್ರತವನ್ನು ಧರಿಸಿದವರಂತಿರಬೇಕು. ನಾವೇನಾದರೂ ಮಾತನಾಡಿಬಿಟ್ಟರೆ, ಚಿಕ್ಕಪ್ಪನಿಗೆ ಎಚ್ಚರವಾಗಿ ನಮ್ಮ ಬಣ್ಣಬಯಲಾಗಿಬಿಡುತ್ತದೆ" ಎಂದು ನಿರ್ಧರಿಸಿಕೊಂಡರು. ಮೊದಲೇ ತಂದಿಟ್ಟು ಕೊಂಡಿದ್ದ ಮದ್ಯವನ್ನು ಚಿಕ್ಕಪ್ಪನು ಮಲಗಿದಮೇಲೆ ಕುಡಿಯಲು ಅಣಿಗೊಳಿಸಿಕೊಂಡರು. ಹಾಗೆ ಅಣಿಗೊಳಿಸಿಕೊಳ್ಳುವಾಗ "ನಾವು ಸುಮ್ಮನಿರಬೇಕು, ಮಾತನಾಡಬಾರದು, ಚಿಕ್ಕಪ್ಪನಿಗೆ ಎಚ್ಚರವಾಗಿಬಿಡುತ್ತದೆ" ಎಂದು ಇಬ್ಬರೂ ಒಬ್ಬರಿಗೊಬ್ಬರು ಮೆಲುದನಿಯಲ್ಲಿ ಹೇಳಿಕೊಂಡರು. ಕುಡಿಯಲು ಪ್ರಾರಂಭಿಸಿದ ಬಳಿಕ "ಮಾತನಾಡಬಾರದು ಸುಮ್ಮನಿರು, ಚಿಕ್ಕಪ್ಪನಿಗೆ ಎಚ್ಚರವಾಗಿಬಿಡುತ್ತದೆ" ಎಂದು ಒಬ್ಬರಿಗೊಬ್ಬರು ಹೇಳಿಕೊಂಡರು. ಅಷ್ಟುಹೊತ್ತಿಗಾಗಲೆ ಅವರ ಧ್ವನಿ ಸ್ವಲ್ಪ ದೊಡ್ಡದಾಗಿ, ಚಿಕ್ಕಪ್ಪನಿಗೂ ಕೇಳಿಸುವ ಮಟ್ಟಕ್ಕೇರಿತು. ಕುಡಿದ ಮೇಲಂತೂ ಅಮಲೇರಿ "ಮಾತನಾಡಬಾರದು ಸುಮ್ಮನಿರು, ಚಿಕ್ಕಪ್ಪನಿಗೆ ಎಚ್ಚರವಾಗಿಬಿಡುತ್ತದೆ" ಎಂಬ ಮಾತನ್ನೇ ಇಬ್ಬರೂ ಒಬ್ಬರಿಗೊಬ್ಬರು ಕಿರುಚಾಡುವ ಧ್ವನಿಯಲ್ಲಿ ಹೇಳತೊಡಗಿದರು. ಇಷ್ಟೆಲ್ಲ ರಂಪರಾವಣಿಗೆಯಾಗುವಾಗ ಚಿಕ್ಕಪ್ಪನಿಗೆ ಎಚ್ಚರವಾಗದಿರುತ್ತದೆಯೇ! ಅವನು ಎದ್ದುಬಂದು ನೋಡುವಾಗ, ಅವರ ಗುಟ್ಟೆಲ್ಲಾ ರಟ್ಟಾಗಿ, ಚಿಕ್ಕಪ್ಪನಿಂದ ಚೆನ್ನಾಗಿ ಬಡಿಸಿಕೊಂಡರು!

ಈ ಕಥೆಯ ಅಂತ್ಯದಲ್ಲಿ ಸ್ವಾಮಿವಿವೇಕಾನಂದರು ನಾವೆಲ್ಲ ಆ ದಡ್ಡಶಿಖಾಮಣಿ ಹುಡುಗರಂತೆ ವಿಶ್ವಬಾಂಧವ್ಯಕ್ಕಾಗಿ ಕಿರುಚಾಡುತ್ತಿದ್ದೇವೆ. ವಿಶ್ವಬಾಂಧವ್ಯವನ್ನು ಘೋಷಣೆ ಮಾಡುವವರಲ್ಲಿ ಸ್ವಾರ್ಥವೇ ತುಂಬಿರುತ್ತದೆ. "ನಾವೆಲ್ಲ ಸಮಾನರು, ಆದಕಾರಣ ಒಂದು ಪಂಥವನ್ನು ಕಟ್ಟಿಕೊಳ್ಳೋಣ" ಎಂದು ಕೆಲವರು ಹೊರಡುತ್ತಾರೆ. ಒಂದು ಪಂಥವಾದೊಡನೆ "ಬೇರೆಯವರು ನಮಗೆ ಸಮಾನರಲ್ಲ" ಎಂದು ಮಿಕ್ಕವರನ್ನು ದೂರವಿಟ್ಟು ಬಿಡುತ್ತಾರೆ. ಘೋಷಣೆಯು ಮಾತ್ರ ಮೊಳಗುತ್ತಿರುತ್ತದೆ ಎಂದು ಖೇದಪಟ್ಟಿದ್ದಾರೆ.

ಹಾಗಾದರೆ ವಿಶ್ವಬಾಂಧವ್ಯವನ್ನು ಪ್ರಾಮಾಣಿಕವಾಗಿ ಚಿಂತಿಸುತ್ತಿರುವವರು ಯಾರೂ ಇಲ್ಲವೆ ಎಂಬ ಪ್ರಶ್ನೆಗೆ ಉತ್ತರವಾಗಿ ವಿವೇಕಾನಂದರು ಕೊಟ್ಟಿರುವ ಉಪದೃಷ್ಟಾಂತ ಅತ್ಯಂತ ಮನೋಜ್ಞವಾಗಿದೆ. ಚಳಿಗಾಲದಲ್ಲಿ ಕೆಲವೊಮ್ಮೆ ಆಗಸದಲ್ಲಿ ಮೋಡಗಳು ಹೆಪ್ಪುಗಟ್ಟುತ್ತವೆ. ಗುಡುಗುಮಿಂಚುಗಳ ಆರ್ಭಟವೂ ಕೇಳಿಸುತ್ತದೆ. ಆದರೆ ಒಂದು ಹನಿಯೂ ಉದುರುವುದಿಲ್ಲ. ಎಲ್ಲವೂ ಅಬ್ಬರದಲ್ಲಿಯೇ ಮುಕ್ತಾಯವಾಗುತ್ತದೆ. ಆದರೆ ಮಳೆಗಾಲದ ಮೋಡಗಳು ಹಾಗಲ್ಲ. ಅವು ವ್ಯರ್ಥವಾದ ಆರ್ಭಟವನ್ನೇನೂ ಮಾಡು

ವುದಿಲ್ಲ. ಆದರೆ ಮೌನವಾಗಿಯೇ ತಮ್ಮ ಜಲಧಾರೆಯಿಂದ ಪ್ರಪಂಚವನ್ನೆಲ್ಲ ತೋಯಿಸಿ ಬಿಡುತ್ತವೆ. ಹೀಗೆ ನಿಜವಾಗಿ ವಿಶ್ವಬಂಧುತ್ವವನ್ನು ಆಚರಣೆಗೆ ತರುವವರು ಘೋಷಣೆಗಳನ್ನು ಕೂಗುವುದಿಲ್ಲ. ಅವರು ಮೌನವಾಗಿರುತ್ತಾರೆ. ವಿಶ್ವಮಾನವ ಭಾವಗಳನ್ನು ಅವರು ತಮ್ಮ ಹೃದಯದಲ್ಲಿ ಅನುಭವಿಸುತ್ತಾರೆ. ಅವರು ಕಾರ್ಯಶೀಲರಾಗಿರುತ್ತಾರೆ. ವಿಶ್ವಬಾಂಧವ್ಯಕ್ಕಾಗಿ ಅವರೇನೂ ಸಣ್ಣಪಂಥಗಳನ್ನು ಕಟ್ಟುವುದಿಲ್ಲ. ಅವರ ನಡೆನುಡಿಗಳನ್ನು ಕಂಡರೆಸಾಕು, ಅವರ ಆಚಾರವಿಚಾರಗಳನ್ನು ಕಂಡರೆಸಾಕು, ಅವರು ಜೀವನ ನಡೆಸುತ್ತಿರುವ ವಿಧಾನವನ್ನು ಕಂಡರೆಸಾಕು, ಅವರ ಹೃದಯದಲ್ಲಿ ಪ್ರೇಮಕರುಣೆಗಳಿಂದ ತುಂಬಿದ ವಿಶ್ವಬಾಂಧವ್ಯವಿದೆ ಎಂಬುದು ತಾನೇತಾನಾಗಿ ವ್ಯಕ್ತವಾಗಿಬಿಡುತ್ತದೆ. ಅಂಥವರೇ "ವಿಶ್ವಬಾಂಧವ್ಯಕ್ಕೆ ದಾರಿದೀಪ" ಎಂದು ವಿವೇಕಾನಂದರು ಅದರ ಅಂತರಂಗವನ್ನು ಗುರುತಿಸಿಕೊಟ್ಟಿದ್ದಾರೆ.

೭೮. ಆಡುವುದು ಒಂದು ಮಾಡುವುದು ಮತ್ತೊಂದು

ಭಾರತದೇಶದಲ್ಲಿ ಬ್ರಾಹ್ಮಣರನ್ನು ಕುರಿತು ಯಾರಾದರೂ ನೀವು ವೇದಾಂತವನ್ನು ನಂಬುತ್ತೀರಾ ಎಂದು ಕೇಳಿದರೆ "ಹೌದು, ನಂಬುತ್ತೇವೆ, ಅದೇ ನಮ್ಮ ಧರ್ಮ" ಎಂದು ಹೇಳುತ್ತಾರೆ. ಹಾಗಾದರೆ ವೇದಾಂತವು ಮಾನವರೆಲ್ಲ ಪರಸ್ಪರ ಸಮಾನರು ಎಂದು ಹೇಳುತ್ತದೆಯಲ್ಲಾ, ಅದನ್ನೂ ನೀವು ಒಪ್ಪಿಕೊಳ್ಳುತ್ತೀರಾ ಎಂದು ಪ್ರಶ್ನಿಸಿದರೆ "ಹೌದು, ನಿಜವಾಗಿಯೂ ಒಪ್ಪಿಕೊಳ್ಳುತ್ತೇವೆ" ಎನ್ನುತ್ತಾರೆ. ಆ ಹೊತ್ತಿಗೆ ಯಾರೋ ದಲಿತನೊಬ್ಬ ಅವರ ಸಮೀಪಕ್ಕೆ ಬಂದರೆ ನೆಗೆದು ಓಡಿಬಿಡುತ್ತಾರೆ. ಏಕೆ ಹೀಗೆ ಓಡಿಹೋಗುತ್ತಿದ್ದೀರಿ ಐನೋರೆ ಎಂದು ಕೇಳಿದರೆ "ಅವನ ಸ್ಪರ್ಶದಿಂದ ನಾವು ಮೈಲಿಗೆಯಾಗುತ್ತೇವೆ" ಎಂದು ಉತ್ತರಿಸುತ್ತಾರೆ. ಮಾನವರೆಲ್ಲ ಪರಸ್ಪರ ಸಮಾನರು. ಒಬ್ಬರು ಹೆಚ್ಚು, ಒಬ್ಬರು ಕಡಿಮೆ ಎಂದೇನೂ ಇಲ್ಲ ಎಂದು ನೀವು ಈಗತಾನೆ ಹೇಳಿದಿರಲ್ಲ ಎಂದು ಕೇಳಿದರೆ. "ಗೃಹಸ್ಥರಿಗೆ ಅದೆಲ್ಲ ಬಾಯಿಮಾತು, ವಾನಪ್ರಸ್ಥರಾಗಿ ಅರಣ್ಯಕ್ಕೆ ಹೋದಬಳಿಕ ನೋಡೋಣ" ಎಂದು ಹೊರಳಿಬಿಡುತ್ತಾರೆ. ಅವರ ಮಾತಿಗೂ ಕೃತಿಗೂ ಹೊಂದಾಣಿಕೆ ತೋರುವುದಿಲ್ಲ. ಕ್ರೈಸ್ತರನ್ನು ಕುರಿತು ಕ್ರಿಸ್ತನು ಹೇಳಿದುದನ್ನೆಲ್ಲ ನೀವು ಒಪ್ಪುತ್ತೀರಾ ಎಂದು ಕೇಳಿದರೆ "ಹೌದು ಒಪ್ಪುತ್ತೇವೆ" ಎನ್ನುತ್ತಾರೆ. ನಿಮ್ಮಲ್ಲಿರುವುದನ್ನೆಲ್ಲ ಮಾರಿ ಬಡವರಿಗೆ ಕೊಡಿ ಎಂದು ಅವನು ಹೇಳಿದ್ದಾನಲ್ಲಾ, ಅನುಷ್ಠಾನಕ್ಕೆ ಯೋಗ್ಯವಾದ ಸಮತ್ವ ಅಲ್ಲಿದೆ, ಅದನ್ನು ನೀವು ಮಾಡಬಲ್ಲಿರಾ ಎಂದು ಕೇಳಿದರೆ "ಕ್ರಿಸ್ತನು ಅದನ್ನು ಎಲ್ಲೋ ಕೆಲವು ಯಹೂದಿಗಳಿಗೆ ಮಾತ್ರವೇ ಹೇಳಿದ್ದು" ಎಂದು ಜಾರಿಕೊಂಡುಬಿಡುತ್ತಾರೆ. ಅವರ ನಂಬಿಕೆಗೂ ಅನುಷ್ಠಾನಕ್ಕೂ ಹೊಂದಾಣಿಕೆ ತೋರುವುದಿಲ್ಲ. ಸತ್ಯ ಹೇಗಿದೆಯೋ ಹಾಗೆ ಅದನ್ನು ಸ್ವೀಕರಿಸುವ, ಎದುರಿಸುವ ಧೈರ್ಯವಿರಬೇಕು. ನುಡಿಗೊಳಗಾಗಿ ನಡೆಯಬೇಕು, ಅದು ಸಾಧ್ಯವಾಗದಿದ್ದರೆ ನಮ್ಮ ದೌರ್ಬಲ್ಯವನ್ನು ಒಪ್ಪಿಕೊಳ್ಳಬೇಕು ಎಂದು ವಿವೇಕಾನಂದರು ಹೇಳುತ್ತ, ಅದಕ್ಕೊಂದು ಬೋಧಪ್ರದವಾದ ಕಥೆಯನ್ನು ನಿರೂಪಿಸಿದ್ದಾರೆ.

ಪ್ರಾಚೀನಕಾಲದಲ್ಲಿ ಕಾಶ್ಮೀರದೇಶದ ಶ್ರೀನಗರವನ್ನು ಪ್ರತಾಪರುದ್ರನೆಂಬ ಮಹಾರಾಜನು ಆಳುತ್ತಿದ್ದನು. ಅವನು ಅತ್ಯಂತ ಪ್ರಜಾವತ್ಸಲನೂ ಧೀರೋದಾತ್ತನೂ ಆಗಿದ್ದನು. ತನ್ನ ರಾಜಸಭೆಯ ಆಸ್ಥಾನಿಕರನ್ನಂತೂ ತುಂಬಾ ಜೋಪಾನಮಾಡಿಕೊಂಡಿದ್ದನು. ಅವರಿಗೆ ಬೇಕುಬೇಕಾದ ಸವಲತ್ತುಗಳನ್ನು ಏರ್ಪಡಿಸಿಕೊಟ್ಟಿದ್ದನು. ಅದೇ ಕಾರಣವಾಗಿ

ಆ ಆಸ್ಥಾನಿಕರೆಲ್ಲ ತಮ್ಮ ದೊರೆಯನ್ನು ಇನ್ನಿಲ್ಲವೆಂಬಂತೆ ಹಾಡಿಹೊಗಳುತ್ತಿದ್ದರು. ಅವರೆಲ್ಲರೂ ಒಂದರ್ಥದಲ್ಲಿ ಹೊಗಳುಭಟ್ಟರೇ ಆಗಿದ್ದರು. "ಸ್ವಾಮಿ, ಯಾವುದೋ ಪೂರ್ವಪುಣ್ಯದ ಬಲದಿಂದ ನಾವು ನಿಮ್ಮಂತಹ ದೊರೆಗಳ ಆಸ್ಥಾನಿಕರಾಗಿದ್ದೇವೆ. ನಿಮಗಾಗಿ ನಾವು ಏನನ್ನು ಬೇಕಾದರೂ ಮಾಡಲು ಸಿದ್ಧರಾಗಿದ್ದೇವೆ. ನಿಮಗಾಗಿ ನಮ್ಮ ಪ್ರಾಣ ಗಳನ್ನಾದರೂ ಸಮಯಬಂದರೆ ಅರ್ಪಿಸುತ್ತೇವೆ. ನಮ್ಮ ಪ್ರಾಮಾಣಿಕತೆಯ ವಿಷಯದಲ್ಲಿ ತಾವು ಸಂಶಯಪಡುವುದೇ ಬೇಡ" ಎಂದು ಅವರೆಲ್ಲ ಹೇಳುತ್ತಿದ್ದರು. ಪ್ರತಾಪರುದ್ರ ಮಹಾರಾಜನೂ ಆಸ್ಥಾನಿಕರ ಆ ಮಾತುಗಳನ್ನು ಕೇಳಿ, ಸಂಭ್ರಮದಿಂದ ಹಿಗ್ಗಿ ಹೀರೇಕಾಯಾಗುತ್ತಿದ್ದನು.

ಹೀಗಿರುವಲ್ಲಿ ಒಮ್ಮೆ ಸತ್ಯಾನಂದರೆಂಬ ಸನ್ಯಾಸಿಗಳು ದೇಶಸಂಚಾರಮಾಡುತ್ತ ಶ್ರೀನಗರಕ್ಕೆ ಆಗಮಿಸಿದರು. ಪ್ರತಾಪರುದ್ರದೊರೆಯು ಅವರನ್ನು ಭಯಭಕ್ತಿಗಳಿಂದ ಅರಮನೆಗೆ ಬರಮಾಡಿಕೊಂಡು, ಗೌರವಾದರಗಳಿಂದ ಸತ್ಕರಿಸಿದನು. "ಪ್ರಜಾಪರಿಪಾಲನೆ ಚೆನ್ನಾಗಿ ನಡೆಯುತ್ತಿದೆಯಲ್ಲವೆ, ಶತ್ರುಬಾಧೆಯೇನೂ ನಿನ್ನನ್ನು ಕಾಡುತ್ತಿಲ್ಲ ತಾನೆ, ಆಸ್ಥಾನಿಕರೆಲ್ಲರೂ ನಿನಗೆ ಹಿತೈಷಿಗಳಾಗಿದ್ದಾರೆಯೆ ದೊರೆಯೆ" ಎಂದು ಮುಂತಾಗಿ ಸತ್ಯಾನಂದರು ದೊರೆಯ ಕುಶಲವಾರ್ತೆಯನ್ನು ಕೇಳಿದರು. ಆಗ ಪ್ರತಾಪರುದ್ರನು "ನನ್ನ ಶಕ್ತಿಮೀರಿ ಪ್ರಜೆಗಳ ಹಿತರಕ್ಷಣೆ ಮಾಡುತ್ತಿದ್ದೇನೆ ಸ್ವಾಮಿ, ಶತ್ರುಬಾಧೆಯೇನೂ ಇಲ್ಲ, ನನ್ನ ಆಸ್ಥಾನಿಕರಂತೂ ಅತ್ಯಂತ ಪ್ರಾಮಾಣಿಕರು. ಅವರು ನನಗಾಗಿ ಪ್ರಾಣಕೊಡಲೂ ಹಿಂಜರಿಯುವವರಲ್ಲ. ಈ ಜಗತ್ತಿನಲ್ಲಿ ಇನ್ನಾವ ದೊರೆಗೂ ನನಗಿರುವಂಥ ನಿಷ್ಠಾವಂತ ಆಸ್ಥಾನಿಕರು ಇರಲಾರರು. ನಾನೇ ಅತ್ಯಂತ ಪುಣ್ಯಶಾಲಿ" ಎಂದು ಸಂಭ್ರಮದಿಂದ ಅರಿಕೆ ಮಾಡಿಕೊಂಡನು.

ದೊರೆಯ ಮಾತನ್ನು ಕೇಳಿ ಸತ್ಯಾನಂದರು ಗಟ್ಟಿಯಾಗಿ ನಕ್ಕರು. ಅದನ್ನು ಕಂಡ ದೊರೆಯು "ಏತಕ್ಕೆ ನಗುತ್ತೀರಿ ಸ್ವಾಮಿ" ಎಂದು ಕೇಳಿದನು. "ಪ್ರಾಣಗಳನ್ನಾದರೂ ಕೊಡಲು ಸಿದ್ಧರಾಗಿದ್ದೇವೆ ಎಂದು ಹೇಳುವ ನಿನ್ನ ಆಸ್ಥಾನಿಕರ ವಿಚಾರ ನನ್ನನ್ನು ನಗುವಿಗೀಡು ಮಾಡಿತು. ಅವರ ಮಾತುಗಳನ್ನು ನಾನು ನಂಬಲಾರೆ" ಎಂದು ಸತ್ಯಾನಂದರು ಹೇಳಿದರು. ಪ್ರತಾಪರುದ್ರನಾದರೋ ಸುಮ್ಮನಾಗದೆ "ಸ್ವಾಮಿ, ನನ್ನ ಆಸ್ಥಾನಿಕರನ್ನು ಬೇಕಾದರೆ ನೀವು ಪರೀಕ್ಷೆಗೆ ಗುರಿಪಡಿಸಿ, ತರುವಾಯದಲ್ಲೇ ನನ್ನ ಮಾತನ್ನು ನಂಬಿರಿ" ಎಂದು ವಿನಂತಿಸಿ ಕೊಂಡನು. ಆಗ ಸತ್ಯಾನಂದರು "ಹಾಗಾದರೆ ನೋಡು ದೊರೆಯೆ, ನಿನ್ನ ರಾಜ್ಯಭಾರವು ನಿಷ್ಕಂಟಕವಾಗಿ ದೀರ್ಘಕಾಲ ಮುಂದುವರಿಯುವಂತಾಗಬೇಕೆಂಬುದು ನನ್ನ ಆಸೆ, ಅದಕ್ಕಾಗಿ ನಾನೊಂದು ಯಾಗವನ್ನು ನಾಳೆಯಿಂದಲೇ ಪ್ರಾರಂಭಿಸಬೇಕೆಂದಿದ್ದೇನೆ. ಅದಕ್ಕಾಗಿ ಈ ದಿನ ರಾತ್ರಿ, ನಿನ್ನ ಆಸ್ಥಾನಿಕರಲ್ಲಿ ಪ್ರತಿಯೊಬ್ಬರೂ ಒಂದೊಂದು ಚೊಂಬು ಪರಿಶುದ್ಧವಾದ ಹಾಲು ತಂದು ದೊಡ್ಡದೊಂದು ಹಂಡೆಗೆ ಹಾಕಲಿ, ಇದಕ್ಕೆ ತಕ್ಕ ಏರ್ಪಾಡುಮಾಡು" ಎಂದರು.

ಆಗ ಮಹಾರಾಜನು ಮಂದಹಾಸವನ್ನು ಸೂಸುತ್ತ "ಈ ಮೂಲಕ ನೀವು ನನ್ನ ಆಸ್ಥಾನಿಕರನ್ನು ಪರೀಕ್ಷಿಸುತ್ತೀರಿ ತಾನೆ, ಹಾಗೆಯೇ ಆಗಲಿ " ಎಂದನು. ಆಗಿಂದಾಗಲೇ ಆಸ್ಥಾನಿಕರನ್ನೆಲ್ಲ ಬರಮಾಡಿಕೊಂಡು "ಈ ಮಹಾತ್ಮರು ನಾಳೆಯಿಂದ ಯಾಗವೊಂದನ್ನು ಪ್ರಾರಂಭಿಸಲಿದ್ದಾರೆ. ಅದು ರಾಷ್ಟ್ರಕ್ಷೇಮಕ್ಕಾಗಿ ನಡೆಯುತ್ತದೆ. ಯಾಗಶಾಲೆಯಲ್ಲೊಂದು ಹಂಡೆ ಇರಿಸಲಾಗಿದೆ. ಅದರೊಳಕ್ಕೆ ನೀವು ಒಬ್ಬೊಬ್ಬರೂ ನಿಮ್ಮ ಕೈಮುಟ್ಟಿ ನಡುರಾತ್ರಿಗೆ ಒಂದೊಂದು ಚೊಂಬು ಶುದ್ಧವಾದ ಹಾಲುತಂದು ಸುರಿದುಬಿಡಿ" ಎಂದು ಆಜ್ಞಾಪಿಸಿದನು. "ಹಾಗೆಯೇ ಆಗಲಿ ಮಹಾಪ್ರಭು" ಎಂದೊಪ್ಪಿ ಆಸ್ಥಾನಿಕರೆಲ್ಲರೂ ಸಂತೋಷದಿಂದ ತಂತಮ್ಮ ಮನೆಗಳಿಗೆ ತೆರಳಿದರು.

ನಡುರಾತ್ರಿಗೆ ಸರಿಯಾಗಿ ಆಸ್ಥಾನಿಕರೆಲ್ಲರೂ ಒಂದೊಂದು ಚೊಂಬು ತಂದು ಯಾಗ ಶಾಲೆಯಲ್ಲಿ ಎತ್ತರದಲ್ಲಿಟ್ಟಿದ್ದ ಹಂಡೆಯೊಳಕ್ಕೆ ಸುರಿದರು. ಬೆಳಕು ಹರಿಯಿತು. ಸತ್ಯಾನಂದರು ದೊರೆಯನ್ನೂ ಜೊತೆಮಾಡಿಕೊಂಡು ಯಾಗಶಾಲೆಯನ್ನು ಹೊಕ್ಕು, ಅವನ ಸಮ್ಮುಖದಲ್ಲಿಯೇ ಹಂಡೆಯನ್ನು ಕೆಳಕ್ಕಿಳಿಸಿ ವೀಕ್ಷಿಸಿದರು. ಅದರಲ್ಲಿ ತುಂಬಿಸಿದ್ದುದೆಲ್ಲ ಕೇವಲ ನೀರಾಗಿತ್ತು. ದೊರೆಯು ದಂಗುಬಡಿದುಹೋದನು. "ಇದೇಕೆ ಹೀಗಾಯಿತೆಂದು ಸ್ವಲ್ಪ ವಿಚಾರಿಸುತ್ತೇನೆ ಸ್ವಾಮಿ" ಎನ್ನುತ್ತ ಪ್ರತಾಪರುದ್ರದೊರೆಯು ತನ್ನ ಆಸ್ಥಾನಿಕರನ್ನೆಲ್ಲ ಆಗಲೇ ಬರಮಾಡಿಕೊಂಡನು. "ನೆನ್ನೆ ರಾತ್ರಿ ನೀವು ಒಬ್ಬೊಬ್ಬರೂ ಯಜ್ಞಶಾಲೆಯ ಈ ಹಂಡೆಗೆ ಒಂದೊಂದು ಚೊಂಬು ಹಾಲು ಸುರಿದಿರಿ ತಾನೆ" ಎಂದು ಕೇಳಿದನು. ಅವರೆಲ್ಲ "ಹೌದು ಮಹಾಸ್ವಾಮಿ" ಎಂದು ಅಳುಕಿನಿಂದಲೇ ಹೇಳಿದರು. ದೊರೆಗೆ ತುಂಬಾ ಅಸಮಾಧಾನವಾಯಿತು. ಹಂಡೆಯ ಬಳಿಗೆ ಕರೆದೊಯ್ದು ತೋರಿಸುತ್ತ "ಈಗ ನಿಮ್ಮ ಪ್ರಾಮಾಣಿಕತೆಯ ಅಗ್ನಿಪರೀಕ್ಷೆಯಾಗುತ್ತಿದೆ; ಸುಳ್ಳುಹೇಳದೆ ಏಕೆ ಹೀಗಾಯಿತು ಹೇಳಿ" ಎಂದು ನೋವಿನಿಂದಲೇ ಕೇಳಿದನು.

ಆಗ ಅವರಿಂದ ಕಪಟವನ್ನು ಮುಚ್ಚಿಡುವುದು ಸಾಧ್ಯವಾಗಲಿಲ್ಲ. "ಆಸ್ಥಾನದ ಎಲ್ಲರೂ ಶುದ್ಧವಾದ ಹಾಲನ್ನೇ ತಂದು ಸುರಿಯುತ್ತಾರೆ. ನಾನೊಬ್ಬ ಮಾತ್ರ ನೀರು ಹಾಕಿದರೇನಂತೆ! ಅದು ಹಾಲಿನೊಡನೆ ಬೆರೆತುಹೋಗಿ ನಾನು ನೀರುಹಾಕಿದ್ದು ಮುಚ್ಚಿಹೋಗುತ್ತದೆ ಎಂದುಕೊಂಡೆ" ಎಂದು ಒಬ್ಬ ಆಸ್ಥಾನಿಕನು ಹೇಳಿದನು. ಆಮೇಲೆ ಮಿಕ್ಕವರೂ ಅದೇ ಮಾತನ್ನು ಹೇಳುತ್ತ, ಎಲ್ಲರೂ ಕ್ಷಮೆಯಾಚಿಸಿದರು. ಪ್ರತಾಪರುದ್ರ ರಾಜನು "ನಿಮ್ಮ ಮಾತು ಸತ್ಯವಾಯಿತು ಸ್ವಾಮಿ, ಒಂದುಚೊಂಬು ಹಾಲನ್ನು ಸಮರ್ಪಿಸ ಲಾಗದವರು, ಪ್ರಾಣಗಳನ್ನೇ ಸಮರ್ಪಿಸುತ್ತೇವೆ ಎಂದು ಹೇಳಿದರೆ ಅದು ನಿಜಕ್ಕೂ ನಂಬಲಾಗದ ಮಾತು. ತಾವು ನನ್ನ ಕಣ್ಣುತೆರೆಸಿದಿರಿ, ನನ್ನ ಅವಿವೇಕವನ್ನು ಕ್ಷಮಿಸಿ" ಎಂದು ಸತ್ಯಾನಂದರ ಚರಣಗಳಿಗೆರಗಿದನು. ಆಗ ಸತ್ಯಾನಂದರು "ನೀನೇನೂ ಕಳೆಗುಂದಬೇಡ ದೊರೆಯೆ, ಯಾರನ್ನೂ ಸುಖಾಸುಮ್ಮನೆ ನಂಬುವಂತಿಲ್ಲ ಎಂಬುದನ್ನು ನಿನಗೆ

ತೋರಿಸಿದೆನಷ್ಟೆ. ಮನುಷ್ಯರಾಡುವ ಮಾತಿಗೂ ಕೃತಿಗೂ ಐಕ್ಯವಿರುವುದಿಲ್ಲ. ನಾನು ಯಾವುದೇ ಯಾಗವನ್ನು ನಡೆಸದಿದ್ದರೂ ನಿನ್ನ ರಾಜ್ಯವು ಮಾತ್ರ ನಿಷ್ಕಳಂಕವಾಗಿ, ದೀರ್ಘಕಾಲ ಮುಂದುವರಿಯುತ್ತದೆ. ನಿನಗೆ ಶುಭವಾಗಲಿ" ಎಂದು ಆಶೀರ್ವದಿಸಿ ತಮ್ಮ ದಾರಿಹಿಡಿದು ಹೊರಟುಹೋದರು. ಪ್ರಾಣಗಳನ್ನಾದರೂ ಸಮರ್ಪಿಸುತ್ತೇವೆಂದು ಮುಖಸ್ತುತಿ ಮಾಡುತ್ತಿದ್ದ ಆಸ್ಥಾನಿಕರ ಮೋರೆಗಳೆಲ್ಲ ಆಗ ಪೆಚ್ಚುಮೋರೆಗಳಾಗಿಬಿಟ್ಟುವು. ಈ ಕಥೆಯ ಮುಕ್ತಾಯದಲ್ಲಿ ಸ್ವಾಮಿವಿವೇಕಾನಂದರು "ದುರದೃಷ್ಟವಶಾತ್ ನಮ್ಮಲ್ಲಿ ಹಲವರು ಹೀಗೆ ಇದ್ದೇವೆ; ನಮ್ಮ ಪಾಲಿಗೆ ಬಂದ ಕೆಲಸವನ್ನು ಆಸ್ಥಾನಿಕರಂತೆ ಮಾಡುತ್ತೇವೆ" ಎಂದು ನೊಂದುನುಡಿದಿದ್ದಾರೆ.

ನಾವೆಲ್ಲರೂ ಪರಸ್ಪರ ಸಮಾನರು ಎಂಬ ವೇದಾಂತದ ಅನುಷ್ಠಾನಪ್ರಧಾನವಾದ ನೈತಿಕತೆ, ಹಿಂದಿನಿಂದ ಈಗ ಹೆಚ್ಚು ಮುಖ್ಯವಾಗಿದೆ. ದೇವರಿಗೂ ಸೈತಾನನಿಗೂ ಇರುವ ವ್ಯತ್ಯಾಸವೇ ಸ್ವಾರ್ಥಹೀನತೆ ಮತ್ತು ಸ್ವಾರ್ಥಪರತೆಗಳ ನಡುವೆ ಎದ್ದುತೋರುತ್ತಿದೆ. ನಾವು ಮೊದಲು ಪರಿಶುದ್ಧರಾಗಬೇಕು; ತರುವಾಯ ಜಗತ್ತು ತನ್ನಿಂದತಾನೆ ಶುದ್ಧವಾಗು ತ್ತದೆ. ನಾವು ಇತರರನ್ನು ತಿದ್ದುವ ಕಾತರತೆಯನ್ನು ತೊರೆದು, ನಮ್ಮನ್ನು ನಾವು ತಿದ್ದಿಕೊಳ್ಳುವುದರತ್ತ ಗಮನಹರಿಸಬೇಕು. ಆಡುವುದು ಒಂದು ಮಾಡುವುದು ಮತ್ತೊಂದು ಎಂಬಂತಾಗಬಾರದು. ಮಾನವರನ್ನೆಲ್ಲ ಸಮತ್ವದ ಆದರ್ಶದೆಡೆಗೆ ಒಯ್ಯಲು ನಾವು ಪ್ರಯತ್ನಿಸಬೇಕಾಗಿದೆ. ನಾವು ಬದಲಾದರೆ ಜಗತ್ತು ಬದಲಾಗುತ್ತದೆ. ಸಮತ್ವ ಎಂಬು ದೊಂದು ಅದ್ಭುತವಾದ ಸ್ಥಿತಿ. ಸಮತ್ವದಲ್ಲಿ ಪ್ರತಿಷ್ಠಿತರಾಗುವುದನ್ನೇ ವೇದಾಂತದಲ್ಲಿ ಮುಕ್ತಿ ಎಂದು ಕರೆಯುತ್ತಾರೆ. ಮುಕ್ತಿಯನ್ನು ಸಮೀಪಿಸಿದಂತೆಲ್ಲ ಈ ಸಮದರ್ಶಿತ್ವ ಹೆಚ್ಚುಹೆಚ್ಚು ಪ್ರಕಟವಾಗುತ್ತದೆ.

೭೯. ಮಾಯವಾದ ಮೃಗಮರೀಚಿಕೆ

ಸ್ವರ್ಗದ ಭಾವನೆಯನ್ನೂ, ಹುಟ್ಟುತ್ತೇನೆ-ಸಾಯುತ್ತೇನೆ ಎಂಬ ಭಾವನೆಯನ್ನೂ ಬಿಟ್ಟು ಬಿಡಬೇಕೆಂದು ಉಪನಿಷತ್ತುಗಳು ತಿಳಿಸಿಕೊಟ್ಟಿವೆ. ಯಾವುದೂ ಹುಟ್ಟುವುದೂ ಇಲ್ಲ, ಯಾವುದೂ ಸಾಯುವುದೂ ಇಲ್ಲ; ಸ್ವರ್ಗಲೋಕವೆಂಬುದಾಗಲಿ, ಭೂಲೋಕವೆಂಬುದಾಗಲಿ, ಎಲ್ಲವೂ ಬರಿಯ ಕನಸು ಎಂದು ಅವು ಬೋಧಿಸಿವೆ. ಆದರೆ ನಾವು ಮಾತ್ರ ಭೂಮಿ, ಸ್ವರ್ಗ, ಸುಖಾನುಭವ ಮುಂತಾದುವುಗಳನ್ನೆಲ್ಲ ಸತ್ಯವೆಂದು ನಂಬಿಕುಳಿತಿದ್ದೇವಲ್ಲಾ ಎಂದರೆ, ನಮಗೆ ಒಂದು ಬಗೆಯ ಬಂಧನವಾಗಿದೆ. ಆ ಸಮ್ಮೋಹಿನಿಯನ್ನು ಕತ್ತರಿಸಿ, ಅದರ ವೃತ್ತದಿಂದ ಹೊರಕ್ಕೆ ಬರಲು ಸಾಧ್ಯವಾದರೆ ಅದೇ ಮುಕ್ತಿಯೆನಿಸುತ್ತದೆ. ಅಷ್ಟು ಮಾತ್ರವಲ್ಲ, ಬದುಕಿರುವಾಗಲೇ ಪಡೆದುಕೊಳ್ಳುವ ಜೀವನ್ಮುಕ್ತಿಯೆನಿಸುತ್ತದೆ. ಬಳಕೆ ಮಾತಿನಲ್ಲಿ ನಾವು "ದೇವರು" ಎಂದು ಕರೆಯುವ ವಿಶ್ವಾತ್ಮನ ಆಧಾರದ ಮೇಲೆಯೇ ಈ ಮಾಯೆಯ ಆಟಗಳೆಲ್ಲ ಹೊಳೆದು ತೋರಿಕೊಳ್ಳುತ್ತವೆ. ಆ ವಿಶ್ವಾತ್ಮನಲ್ಲಿ ನಾವು ಒಂದಾಗಿಬಿಟ್ಟರೆ, ಮಾಯೆಯ ಆಟಗಳೆಲ್ಲ ನಿಂತುಹೋಗುತ್ತವೆ. ನಾವು ಈಗಾಗಲೇ ಆ ವಿಶ್ವಾತ್ಮನಲ್ಲಿ ಒಂದಾಗಿದ್ದೇವೆಯಾದರೂ ಹೊಸದಾಗಿ ಆಗಬೇಕಾಗೇನೂ ಇಲ್ಲವಾದರೂ, ಅದನ್ನು ನಾವು ಸಾಕ್ಷಾತ್ಕಾರಮಾಡಿಕೊಂಡಿಲ್ಲ. ಆ ಸಾಕ್ಷಾತ್ಕಾರಕ್ಕೆ ಕೇವಲ ಬೌದ್ಧಿಕಜ್ಞಾನ ಸಾಕಾಗುವುದಿಲ್ಲ. ಅನುಷ್ಠಾನಬೇಕಾಗುತ್ತದೆ.

ಸಾಕ್ಷಾತ್ಕಾರವೆಂದರೆ ತೋರುತ್ತಿರುವ ಈ ಜಗತ್ತೆಂಬ ಕನಸು ಒಂದು ಕ್ಷಣವಾದರೂ ಮಾಯವಾಗಬೇಕು. ಹಾಗೆ ಆದಾಗ, ದೇಹಭಾವನೆಗಳೆಲ್ಲ ದೀಪಆರಿಹೋದಂತೆ ನಾಶವಾಗುತ್ತವೆ. ಪ್ರಾರಬ್ಧಕರ್ಮಫಲಗಳು ಇನ್ನೂ ಸ್ವಲ್ಪ ಉಳಿದಿದ್ದರೆ, ಈ ದೇಹವೂ ಇದ್ದುಕೊಂಡಿರುತ್ತದೆ. ಈ ಜಗತ್ತೂ ತನ್ನಷ್ಟಕ್ಕೆ ಮತ್ತೆ ತೋರಿಕೊಳ್ಳುತ್ತಿರುತ್ತದೆ. ಆದರೆ ಅದು ಈ ಹಿಂದೆ ತೋರಿಕೊಂಡಿದ್ದಂತೆ ಸಮ್ಮೋಹಿನಿಯಾಗಿ ನಮ್ಮನ್ನು ಮರುಳುಗೊಳಿಸುವ ಪರಿಯಲ್ಲಿ ತೋರಿಕೊಳ್ಳುವುದಿಲ್ಲ. ಕಣ್ಣುಗಳಿರುವವರೆಗೂ ನೋಡಬೇಕಲ್ಲ, ಹೀಗಾಗಿ ಜೀವನ್ಮುಕ್ತ ಸ್ಥಿತಿಯಲ್ಲಿ ನಾವು ಮಾಯಾಮುಕ್ತರಾಗಿ ಈ ಜಗತ್ತನ್ನು ನೋಡುತ್ತಿರುತ್ತೇವೆ. ಈ ತತ್ತ್ವರಾಶಿಯನ್ನು ಮನದಟ್ಟು ಮಾಡಿಕೊಡಲು ಸ್ವಾಮಿ ವಿವೇಕಾನಂದರು ಸ್ವಾನುಭವದ ಮೃಗಮರೀಚಿಕೆಯ ಘಟನೆಯನ್ನು ಪೂರಕವಾಗಿ ತಿಳಿಸಿಕೊಟ್ಟಿದ್ದಾರೆ.

ಮರಳುಗಾಡಿನ ಮಾರ್ಗದಲ್ಲಿ, ಉರಿಬೇಸಗೆಯ ದಿನಗಳಲ್ಲಿ, ನೀರಿಲ್ಲದ ತಾಣ

ದಲ್ಲಿಯೂ, ದೂರದಲ್ಲಿ ನೀರಿನ ಹರಿವು ಇರುವಂತೆ ಕಾಣುವ ಭ್ರಮೆಯ ನೋಟವೊಂದು ಸೃಷ್ಟಿಯಾಗುತ್ತದೆ. ಅದಕ್ಕೆ ಮೃಗಜಲ ಎಂದು ಹೆಸರು. ಅದನ್ನೇ ಮೃಗತೃಷ್ಣೆ, ಮೃಗಮರೀಚಿಕೆ, ಬಿಸಿಲ್ಗುದುರೆ ಎಂಬ ಹೆಸರುಗಳಿಂದಲೂ ಕರೆಯಲಾಗುತ್ತದೆ. ಅದು ಸೂರ್ಯನ ಪ್ರಖರಕಿರಣಗಳಿಂದ ಉಂಟಾಗುವ ನೀರಿನ ಭ್ರಾಂತಿ. ಮೃಗವೆಂದರೆ ಇಲ್ಲಿ ಜಿಂಕೆ ಎಂಬ ಅರ್ಥವನ್ನು ಜೋಡಿಸಿಕೊಳ್ಳಬೇಕು. ಈ ಜಿಂಕೆಗೂ ಭ್ರಾಂತಿಯಿಂದ ತೋರುವ ನೀರಿನ ವಿಸ್ತಾರಕ್ಕೂ ನಮ್ಮ ಹಿರಿಯರು ಸಂಬಂಧವನ್ನು ಕಲ್ಪಿಸಿದ್ದಾರೆ. ಬಾಯಾರಿದ ಜಿಂಕೆಯೇನಾದರೂ ಆ ನೀರಿನ ನೋಟದಿಂದ ಪ್ರೇರಿತವಾಗಿ, ನೀರಡಿಕೆಯನ್ನು ನೀಗಿಸಿ ಕೊಳ್ಳುತ್ತೇನೆಂದು ಧಾವಿಸಿದರೆ, ಅದು ಮೋಸಹೋಗುತ್ತದೆ. ಮುಂದುಮುಂದಕ್ಕೆ ನಾಗಾಲೋಟದಿಂದ ಓಡೋಡಿ ಹೋಗಿ, ಇಲ್ಲದ ನೀರಾದ್ದರಿಂದ, ಎಟುಕಿಸಿಕೊಳ್ಳಲಾರದೆ, ಆಯಾಸದಿಂದಲೂ, ದಾಹದಿಂದಲೂ ಸುಡುವ ಮರಳಿನಮೇಲೆ ಉರುಳಿಬಿದ್ದು ಪ್ರಾಣ ನೀಗುತ್ತದೆ. ಎಂತಹ ಕರುಣಾಜನಕ ದೃಶ್ಯವದು! ಮೃಗಮರೀಚಿಕೆಯ ಈ ವಿವರಗಳನ್ನೆಲ್ಲ ವಿವೇಕಾನಂದರು ಬೇರೆಬೇರೆ ಗ್ರಂಥಗಳನ್ನು ಓದಿ ತಿಳಿದುಕೊಂಡಿದ್ದರು. ಆದರೆ ಅದನ್ನು ನೋಡಿರಲಿಲ್ಲ; ಅನುಭವಿಸಿರಲಿಲ್ಲ.

ವಿವೇಕಾನಂದರು ತಮ್ಮ ದೇಶಸಂಚಾರಕಾಲದಲ್ಲಿ ಒಮ್ಮೆ ಪಶ್ಚಿಮಭಾರತದಲ್ಲಿ ಮರುಳುಗಾಡಿನ ಪ್ರದೇಶದಲ್ಲಿ ಪ್ರಯಾಣಮಾಡುತ್ತಿದ್ದರು. ಅದು ಬಿರುಬೇಸಗೆಯ ಕಾಲವಾಗಿತ್ತು. ನಿಧಾನವಾಗಿ ಹೆಜ್ಜೆಗಳನ್ನಿಡುತ್ತ ಸಾಗುತ್ತಿದ್ದರು. ರಾತ್ರಿಯಲ್ಲಿ ಹಳ್ಳಿಗಳಲ್ಲಿ ತಂಗುತ್ತಿದ್ದರು. ಆ ಪ್ರದೇಶವನ್ನು ದಾಟಿಹೋಗಲು ಅವರಿಗೆ ಸುಮಾರು ಒಂದು ತಿಂಗಳು ಹಿಡಿಸಿತು. ಹೀಗೆ ಸಾಗುತ್ತಿರುವಾಗ ಅವರು ಸಮೀಪದಲ್ಲಿಯೇ ಎಂಬಂತೆ ಪ್ರತಿದಿನವೂ ಸುಂದರವಾದ ಸರೋವರಗಳನ್ನು ಕಾಣುತ್ತಿದ್ದರು. ಅವುಗಳ ದಡದ ಮೇಲಿರುವ ಮರಗಳ ನೆರಳೂ ಕಾಣಿಸುತ್ತಿತ್ತು. ಗಾಳಿಯಿಂದ ಅವೆಲ್ಲವೂ ಮೃದುವಾಗಿ ಓಲಾಡುತ್ತಿದ್ದುವು. ಅಲ್ಲಿಯೇ ಪಶುಪಕ್ಷಿಗಳೂ ಓಡಾಡುತ್ತಿದ್ದುವು. "ಏನು ಸುಂದರವಾದ ಪ್ರದೇಶ, ಏನು ಮನಮೋಹಕ ದೃಶ್ಯಗಳು" ಎಂದು ವಿವೇಕಾನಂದರು ಪುಳಕಗೊಳ್ಳುತ್ತಿದ್ದರು.

ಹೀಗೆಯೇ ಆ ಯಾತ್ರಾಕಾಲದಲ್ಲಿ ಒಂದುದಿನ ವಿವೇಕಾನಂದರಿಗೆ ಬಿಸಿಲಿನ ಬೇಗೆಯಿಂದಾಗಿ ತುಂಬಾ ಬಾಯಾರಿಕೆಯಾಯಿತು. ತಾವು ನಿತ್ಯವೂ ಕಾಣುತ್ತಿರುವ ಆ ಸುಂದರಸರೋವರದಲ್ಲಿ ನೀರುಕುಡಿಯೋಣವೆಂದು ಅತ್ತ ಹೆಜ್ಜೆಹಾಕಿದರು. ಆದರೆ ಅವರು ಅದರ ಹತ್ತಿರ ಹೋದಂತೆಲ್ಲ ಆ ದೃಶ್ಯವೂ ಹಿಂದುಹಿಂದಕ್ಕೆ ಹೋದಂತಾಗಿ ಕೊನೆಗೆ ಮಾಯವಾಗಿಬಿಟ್ಟಿತು. ಒಡನೆಯೇ ವಿವೇಕಾನಂದರಿಗೆ "ಓಹೋ, ಇದೆಲ್ಲ ಮೃಗಮರೀಚಿಕೆ, ಇದೆಲ್ಲ ಮರಳು, ನಾನು ಈ ಹಿಂದೆ ಓದಿತಿಳಿದುಕೊಂಡಿದ್ದು ಈಗ ಅನುಭವಕ್ಕೆ ಬಂದಿತು" ಎಂದುಕೊಂಡರು. ತಮ್ಮ ಮೌಢ್ಯಕ್ಕೆ ತಾವೇ ನಕ್ಕರು. ಒಂದು ತಿಂಗಳು ಪ್ರಯಾಣ ಮಾಡಿದ್ದರೂ ಅದು ಮರೀಚಿಕೆಯೆಂಬುದು ಅವರಿಗೆ ವೇದ್ಯವಾಗಿರಲಿಲ್ಲ. ಈಗ ಒಂದೇ

ಕ್ಷಣದಲ್ಲಿ ಅದು ಮಿಂಚಿನಂತೆ ಮನಸ್ಸಿಗೆ ಹೊಳೆದುಬಿಟ್ಟಿತು. ಪುಸ್ತಕದ ಜ್ಞಾನ ಅನುಭವಕ್ಕೆ ಬಂದುದರಿಂದ ಅವರು ಸಂತೋಷಭರಿತರೂ ಆದರು. ಮರುದಿನ ಬೆಳಿಗ್ಗೆ ಪ್ರಯಾಣ ಪ್ರಾರಂಭಿಸಿದಾಗ ಆ ಸುಂದರ ದೃಶ್ಯಾವಳಿಗಳು ಮತ್ತೆ ಪ್ರತ್ಯಕ್ಷವಾದುವು. ಆದರೆ ವಿವೇಕಾನಂದರು ತಕ್ಷಣವೇ "ಓಹೋ ಇದು ಮರೀಚಿಕೆ" ಎಂದು ಗುರುತಿಸಿ ಸುಮ್ಮನಾದರು. ಅದರಿಂದ ಮೋಹಿತರಾಗಲಿಲ್ಲ.

ಜೀವನ್ಮುಕ್ತನಾದ ಮಹಾತ್ಮನಿಗೆ ಜಗತ್ತು ಹೇಗೆ ಕಾಣಿಸುತ್ತದೆ ಎಂಬುದಕ್ಕೆ ಸ್ವಾಮಿ ವಿವೇಕಾನಂದರು ಕೊಟ್ಟಿರುವ ಈ ದೃಷ್ಟಾಂತ ಅತ್ಯಂತ ಮನೋಜ್ಞವಾಗಿದೆ. ಮುಕ್ತಾಯ ದಲ್ಲಿ ಅವರು "ಅಂದಿನಿಂದ ಮರೀಚಿಕೆ ಕಂಡಾಕ್ಷಣ 'ಇದು ಮರೀಚಿಕೆ' ಎಂದು ನಾನು ಹೇಳುತ್ತೇನೆ. ಆದರೆ ಅದರ ಪ್ರಭಾವಕ್ಕೆ ತುತ್ತಾಗುವುದಿಲ್ಲ. ಇದರಂತೆಯೇ ಸಾಕ್ಷಾತ್ಕಾರವಾದಾಗ ಜಗತ್ತು ಒಮ್ಮೆ ಮಾಯವಾಗುತ್ತದೆ. ಅನಂತರ ಪೂರ್ವ ಕರ್ಮಕ್ಕನುಸಾರವಾಗಿ ಬದುಕಬೇಕಾಗಿ ಬಂದರೂ ಜೀವನ್ಮುಕ್ತರು ಈ ಜಗತ್ತಿನಿಂದ ಮೋಹಿತರಾಗುವುದಿಲ್ಲ. ಕುಂಬಾರನ ಚಕ್ರ ಮಡಕೆಯನ್ನು ಮಾಡಿ ಆದಮೇಲೂ ಹಿಂದಿನ ವೇಗದಿಂದ ಚಲಿಸುತ್ತಿರುವಂತೆ ಅವರ ದೇಹಕೂಡ ಭ್ರಾಂತಿ ಅಳಿದಮೇಲೂ ಕೆಲವು ಕಾಲ ಬದುಕಿರುತ್ತದೆ. ನೀರಿನಲ್ಲಿದ್ದರೂ ಕಮಲದಎಲೆ ಒದ್ದೆಯಾಗದಹಾಗೆ. ಅವರು ನಿಸ್ಸಂಗರಾಗಿ ಬಾಳುತ್ತಾರೆ. ಈ ಸೃಷ್ಟಿಯ ಎಲ್ಲ ಜೀವಿಗಳಿಗಿಂತಲೂ ಅವರು ವಿಶೇಷರಾಗಿರು ತ್ತಾರೆ. ಅವರು ಲೋಕೋಪಕಾರಿಯಾದ ಕಾರ್ಯಗಳನ್ನೇ ಮಾಡುತ್ತಾರೆ. ಅವರು ಕೆಟ್ಟದ್ದನ್ನು ಮಾಡಲು ಸಾಧ್ಯವಿಲ್ಲ. ನೀವು ಮುಕ್ತರಾದಾಗ ಇಡೀ ಸ್ವಪ್ನ ಮಾಯವಾಗು ತ್ತದೆ, ಸತ್ಯ ಮತ್ತು ಮರೀಚಿಕೆಗಳ ಭೇದ ನಿಮಗೆ ತಿಳಿದುಬರುತ್ತದೆ. ಮರೀಚಿಕೆ ನಿಮಗಿನ್ನು ಬಂಧನವಾಗುವುದಿಲ್ಲ. ಎಂತಹ ಭಯಂಕರ ವಿಷಯವೂ ನಿಮ್ಮನ್ನು ಸ್ತಂಭಿತಗೊಳಿಸು ವುದಿಲ್ಲ. ಪರ್ವತವೇ ನಿಮ್ಮ ಮೇಲೆ ಬೀಳಬಹುದು, ನೀವದನ್ನು ಲೆಕ್ಕಿಸುವುದಿಲ್ಲ. ಅದು ಮರೀಚಿಕೆಯೆಂಬುದು ನಿಮಗೆ ಗೊತ್ತಿರುತ್ತದೆ" ಎಂದು ಬರೆದಿದ್ದಾರೆ.

ಈ ಮರೀಚಿಕೆಯ ವಿಷಯವಾಗಿ ವಿವೇಕಾನಂದರು ಇನ್ನೊಂದು ಸಂದರ್ಭದಲ್ಲಿ ಹೇಳಿರುವ ಮಾತುಗಳು ಜೀವನ್ಮುಕ್ತನ ಸ್ವರೂಪವನ್ನು ಮನಗಾಣಿಸಿಕೊಡಲು ಅತ್ಯಂತ ಸಮರ್ಥವಾಗಿವೆ. "ಒಮ್ಮೆ ಅಜ್ಞಾನ ಹೋದರೆ ಅವನ ಇಂದ್ರಿಯಗಳು ಇರುವವರೆಗೂ ಅವನು ಭ್ರಾಂತಿಯನ್ನು ನೋಡುತ್ತಾನೆ. ಆದರೆ ಅದರ ಬಲೆಗೆ ಬೀಳುವುದಿಲ್ಲ. ಮರೀಚಿಕೆ ಯಾವುದು, ಮರುಳುಗಾಡು ಯಾವುದು ಎಂಬ ತಾರತಮ್ಯವನ್ನು ಅವನು ಚೆನ್ನಾಗಿ ಅರಿತಿರುತ್ತಾನೆ. ಮರೀಚಿಕೆ ಅವನನ್ನು ಪುನಃ ಭ್ರಾಂತಿಗೊಳಿಸಲಾರದು. ಬ್ರಹ್ಮಜ್ಞಾನಿಯು ತನ್ನ ಸ್ವಭಾವವನ್ನು ಅರಿತಮೇಲೆ, ಈ ಪ್ರಪಂಚವೇ ಅವನಿಗೆ ಮಾಯವಾಗುತ್ತದೆ. ಪ್ರಪಂಚವು ಅವನಿಗೆ ಪುನಃ ಕಂಡರೂ ಅದು ಹಿಂದಿನಂತೆ ದುಃಖಮಯವಾದ ಜಗತ್ತಾಗಿರುವುದಿಲ್ಲ. ದುಃಖಾಲಯವೆನಿಸಿದ ಸೆರೆಮನೆಯು ಅವನ ಪಾಲಿಗೆ

ಸಚ್ಚಿದಾನಂದವಾಗಿಬಿಡುತ್ತದೆ. ಅಂತಹ ಸ್ಥಿತಿಯನ್ನು ಪಡೆಯುವುದೇ ಅದ್ವೈತದರ್ಶನದ ಗುರಿಯಾಗಿದೆ.

"ಈ ಬಂಜೆಯ ಮಗನು ಮರಳ್ಗಾಡಿನ ಬಿಸಿಲ್ಗುದುರೆಯ ನೀರಿನಲ್ಲಿ ಸ್ನಾನಮಾಡಿ, ಗಗನಕುಸುಮದಿಂದ ಅಲಂಕೃತನಾಗಿ, ಮೊಲದಕೊಂಬಿನ ಬಿಲ್ಲುಬಾಣಗಳನ್ನು ಹಿಡಿದು ಬರುತ್ತಿದ್ದಾನೆ" ಎಂಬ ಅರ್ಥವಿರುವ ಶ್ಲೋಕವೊಂದು ಈ ಸಂದರ್ಭದಲ್ಲಿ ನೆನಪಿಗೆ ಬರುತ್ತಿದೆ. ಇದರಲ್ಲಿ ಎಲ್ಲವೂ ಕಾಲ್ಪನಿಕ ಪದಾರ್ಥಗಳು; ವಾಸ್ತವಿಕಗಳಲ್ಲ. ಬರಿಯ ತೋರಿಕೆಗಳು, ಗಟ್ಟಿ ತಿರುಳಲ್ಲ. ಜಗತ್ತೂ ಹಾಗೆ ಒಂದುಬಗೆಯ ತೋರಿಕೆ ಅಥವಾ ಭ್ರಾಂತಿಪರಂಪರೆಯೆಂಬ ಭಾವ ಅಲ್ಲಿದೆ.

೮೦. ಸ್ವರ್ಗವನ್ನು ಸೇರುವ ಜ್ಯೋತಿತಂತು

ಶ್ರದ್ಧೆಯೆಂಬುದು ಮನುಷ್ಯನ ಬದುಕನ್ನು ರೂಪಿಸುವ ಮಹಾಸತ್ವ. ಅದು ಮೌಢ್ಯದಿಂದ ಕೂಡಿದ್ದರೆ ಲಾಭವಿಲ್ಲ. ಬುದ್ಧಿಪೂರ್ವಕವಾದ, ವಿವೇಕಪೂರಿತವಾದ ಶ್ರದ್ಧೆ ಮಾತ್ರವೇ ನಮ್ಮನ್ನು ಉದ್ಧರಿಸುತ್ತದೆ. ನಂಬಿಕೆಯ ಗಾಢವಾದ ರೂಪವೇ ಶ್ರದ್ಧೆ. ನಮ್ಮ ನಂಬಿಕೆಗಳನ್ನೆಲ್ಲ, ನಮ್ಮ ಭಾವನೆಗಳನ್ನೆಲ್ಲ ಇನ್ನೊಬ್ಬರ ಮೇಲೂ ಹೇರುತ್ತ 'ನಂಬು, ನಂಬು' ಎಂದು ಬಲವಂತದಿಂದ ನಂಬಿಸುವುದು ತರವಲ್ಲ. ಹಾಗೆ ಬಲವಂತದಿಂದ ನಂಬಿದವನು ಶ್ರದ್ಧಾವಂತನಾಗುವ ಬದಲು ಹುಚ್ಚನಾಗಿಬಿಡುತ್ತಾನೆ ಎನ್ನುತ್ತ ಸ್ವಾಮಿವಿವೇಕಾನಂದರು ಚಿಕಾಗೊನಗರದಲ್ಲಿ ತಮಗಾದ ಅನುಭವವೊಂದನ್ನು ಈ ಸಂದರ್ಭಕ್ಕೆ ನಿರೂಪಿಸಿದ್ದಾರೆ.

ಒಬ್ಬ ಮಹಿಳೆ ಒಂದು ಪುಸ್ತಕವನ್ನು ಪ್ರಕಟಿಸಿ, ಅದರ ಒಂದು ಪ್ರತಿಯನ್ನು ಸ್ವಾಮಿ ವಿವೇಕಾನಂದರಿಗೂ ಕಳುಹಿಸಿದಳು. "ಈ ಪುಸ್ತಕದಲ್ಲಿರುವ ವಿಚಾರಗಳನ್ನೆಲ್ಲ ಎಲ್ಲರೂ ನಂಬಬೇಕು" ಎಂಬ ಸ್ಥಾಯಿಸೂಚನೆಕೂಡ ಅದರಲ್ಲಿ ಮುದ್ರಿತವಾಗಿತ್ತು. ಆಕೆ ಒಂದು ಪತ್ರವನ್ನೂ ಬರೆದು "ನೀವು ಈ ನನ್ನ ಪುಸ್ತಕದಲ್ಲಿರುವುದನ್ನೆಲ್ಲ ನಂಬಲೇಬೇಕು" ಎಂಬುದಾಗಿಯೂ ಆದೇಶಿಸಿದ್ದಳು. ವಿವೇಕಾನಂದರು ಆ ಪುಸ್ತಕವನ್ನೆಲ್ಲ ತಿರುವಿ ಹಾಕಿದರು.

ಆ ಪುಸ್ತಕದಲ್ಲಿ ಒಂದೆಡೆ "ಆತ್ಮ ಎಂಬುದು ಇಲ್ಲ" ಎಂದು ಬರೆದಿತ್ತು. ವಿವೇಕಾನಂದರು ಅದನ್ನು ಒಪ್ಪಬೇಕಾಗಿತ್ತು. ಇನ್ನೊಂದೆಡೆ "ಸ್ವರ್ಗದಲ್ಲಿ ದೇವತೆಗಳು ಇದ್ದಾರೆ" ಎಂದು ಬರೆದಿತ್ತು. ವಿವೇಕಾನಂದರು ಅದಕ್ಕೂ ಅಸ್ತು ಅನ್ನಬೇಕಾಗಿತ್ತು. ಮತ್ತೊಂದೆಡೆ "ನಾವು ಸತ್ತಾಗ, ನಮ್ಮ ತಲೆಯ ಮೂಲಕ ಜ್ಯೋತಿತಂತುವೊಂದು ಸ್ವರ್ಗಕ್ಕೆ ಹೋಗುತ್ತದೆ" ಎಂದು ಬರೆದಿತ್ತು. ವಿವೇಕಾನಂದರು ಅದಕ್ಕೂ ಹೂಂಗುಟ್ಟಬೇಕಾಗಿತ್ತು. ಅಲ್ಲಿ ಬಿಟ್ಟು ಇಲ್ಲಿ ಬಿಟ್ಟು ವಿವೇಕಾನಂದರನ್ನು ಹಾಗೆಲ್ಲ ನಂಬಿಸಲು ಸಾಧ್ಯವೆ! "ಈ ಪುಸ್ತಕ ಬರೆದವಳಿಗೆ ಅದೆಲ್ಲ ಹೇಗೆ ಗೊತ್ತಾಯಿತು? ಆಕೆಗೆಲ್ಲೋ ಒಂದು ಆವೇಶ ಬಂದಿರಬಹುದು" ಎಂದು ಸ್ವಾಮಿಗಳು ತಮಾಷೆಮಾಡಿದ್ದಾರೆ.

"ನೀವು ಇದನ್ನೆಲ್ಲ ನಂಬಿಕೊಂಡುದಕ್ಕೆ ಪ್ರತ್ಯುತ್ತರ ಬರೆಯಬೇಕು" ಎಂಬುದಾಗಿಯೂ ಆ ಲೇಖಕಿ 'ಆಜ್ಞಾಪಿಸಿ'ದ್ದಳು. ವಿವೇಕಾನಂದರಾದರೋ "ನೀನು ಬರೆದಿರುವುದನ್ನೆಲ್ಲ ನಾನು ನಂಬಲಾರೆ ತಾಯಿ" ಎಂದು ಉತ್ತರಿಸಿದರು. ಅದರಿಂದ ಅವಳಿಗೆ ಕೋಪವೇ ಬಂತು.

"ನೀನೊಬ್ಬ ಪಾಪಿ ಹೋಗು, ನಿನಗೆ ಭರವಸೆಯೆಂಬುದೇ ಇಲ್ಲ" ಎಂದು ಬೈದುಬರೆದು ತೃಪ್ತಳಾದಳು. ಒಟ್ಟಾರೆ ವಿವೇಕಾನಂದರಿಗೆ ಅದೆಲ್ಲ ಒಂದು ಮನೋರಂಜನೆಯಾಯಿತು!

ಇನ್ನೊಬ್ಬರು ನಂಬಿದ್ದು ಸರಿಯಿಲ್ಲ, ತಾನು ನಂಬಿದ್ದೇ ಸರಿ ಎಂದು ಮನುಷ್ಯನು ಗಟ್ಟಿಹಿಡಿಯುತ್ತಾನಲ್ಲ, ಅಂಥದು ಸಮಾಜಕ್ಕೆ ಕಂಟಕಪ್ರಾಯವಾದುದು ಎಂದು ವಿವೇಕಾನಂದರು ಎಚ್ಚರಿಸಿದ್ದಾರೆ.

೮೧. ದೇವಮಾನವ ದೇವಮಾನವ

ಶ್ರೀರಾಮಕೃಷ್ಣಪರಮಹಂಸರ ಜಯಂತಿಯ ಉತ್ಸವಕ್ಕೆ ಕೆಲವು ವೇಶ್ಯಾಂಗನೆಯರೂ ಬರುತ್ತಿದ್ದರು. ಆ ವಿಷಯದಲ್ಲಿ ಕೆಲವರು ಆಕ್ಷೇಪವೆತ್ತಿದ್ದಾರೆ ಎಂಬ ಸುದ್ದಿ ಆ ಹೊತ್ತಿನಲ್ಲಿ ಸ್ವಿಟ್ಜರ್ಲೆಂಡಿನಲ್ಲಿದ್ದ ಸ್ವಾಮಿ ವಿವೇಕಾನಂದರಿಗೆ ಪತ್ರಮುಖೇನ ಮುಟ್ಟಿತು. ವಾರಾಂಗನೆಯರನ್ನು ಕುರಿತ ವಿವೇಕಾನಂದರ ಮರುಕ ಅದೆಷ್ಟು ಗಾಢವಾಗಿತ್ತೆಂದರೆ, ಅವರು ಅಲ್ಲಿಂದಲೇ ಪತ್ರಬರೆದು, ಕಾರ್ಯಕರ್ತರನ್ನು ಎಚ್ಚರಿಸಿದರು. "ದಕ್ಷಿಣೇಶ್ವರದಂತಹ ದೊಡ್ಡ ಯಾತ್ರಾಸ್ಥಳಕ್ಕೆ ವೇಶ್ಯಾಂಗನೆಯರನ್ನು ಬಿಡದೆ ಇದ್ದರೆ ಅವರು ಇನ್ನೆಲ್ಲಿಗೆ ಹೋಗಬೇಕು? ದೇವರು ಹೆಚ್ಚಾಗಿ ಪಾಪಿಗಳನ್ನು ಉದ್ಧಾರಮಾಡಲು ಅವತಾರವೆತ್ತುತ್ತಾನೆಯೇ ಹೊರತು, ಪುಣ್ಯಾತ್ಮರ ಉದ್ಧಾರಕ್ಕೆ ಅಷ್ಟಾಗಿ ಅಲ್ಲ. ನೂರಾರು ವೇಶ್ಯಾಂಗನೆಯರೇ ಬೇಕಾದರೂ ಬರಲಿ, ಅವರು ಪರಮಹಂಸರ ಪಾದತಲದಲ್ಲಿ ಮಣಿಯಲೆಂದು ನಾನು ದೇವರನ್ನು ಬೇಡುತ್ತೇನೆ" ಎಂದು ತಮ್ಮ ಕಳಕಳಿಯನ್ನು ವ್ಯಕ್ತಪಡಿಸಿದರು. ವಾರಾಂಗನೆಯರನ್ನು ಕುರಿತ ಈ ಸಹಾನುಭೂತಿ ಸಾಮಾನ್ಯವಾದುದಲ್ಲ. ಅದು ಎಷ್ಟು ಗಾಢವಾದುದು ಎಂಬುದನ್ನು ಮೇಡಂಕಾಲ್ವೆ ನೈಜಘಟನೆಯೊಂದರ ಮೂಲಕ ಬಣ್ಣಿಸಿದ್ದಾಳೆ.

ಈಜಿಪ್ಟ್‌ದೇಶದ ರಾಜಧಾನಿಯಾದ ಕೈರೋನಗರದಲ್ಲಿ ಸ್ವಾಮಿ ವಿವೇಕಾನಂದರು ತಮ್ಮ ಕೆಲವು ಭಕ್ತರೊಡಗೂಡಿ ಗೊತ್ತುಗುರಿಯಿಲ್ಲದೆ ಸಾಗುವ ಸನ್ನಿವೇಶವೊಂದು ಒದಗಿಬಿಟ್ಟಿತು. ದಾರಿತಪ್ಪಿದ ಅವರು ವೇಶ್ಯೆಯರು ವಾಸವಾಗಿದ್ದ ಬೀದಿಯ ಮೂಲಕ ನಡೆದುಹೋಗುತ್ತಿದ್ದರು. ಅರ್ಧಂಬರ್ಧ ವಸ್ತ್ರಧರಿಸಿದ ಹೆಂಗಸರು ಕಿಟಕಿ ಬಾಗಿಲುಗಳಿಂದ ಕಾಣಿಸಿಕೊಳ್ಳುತ್ತಿದ್ದರು. ಗುಂಪಿನವರು "ಇದೆಲ್ಲಿಗೋ ಬಂದುಬಿಟ್ಟೆವಲ್ಲಾ" ಎಂದು ಕಸಿವಿಸಿಪಟ್ಟುಕೊಳ್ಳುತ್ತಿದ್ದರೂ ವಿವೇಕಾನಂದರು ಮಾತ್ರ ಸ್ಥಿತಪ್ರಜ್ಞರಂತೆ ಹೆಜ್ಜೆಯಿಡುತ್ತಿದ್ದರು. ಆಗ ಕೆಲವು ವೇಶ್ಯೆಯರು ಗಟ್ಟಿಯಾಗಿ ನಗುತ್ತ "ಇವರು ನಮ್ಮನ್ನು ಬಯಸುತ್ತಾರೇನೋ" ಎಂಬ ಭಾವದಲ್ಲಿ ಸ್ವಾಮಿಗಳನ್ನು ತಮ್ಮತ್ತ ಕರೆದರು. ತಂಡದವರು ಸ್ವಲ್ಪ ಮುಂದೆ ಹೋದರು. ಆಗ ವಿವೇಕಾನಂದರು ಸ್ವಲ್ಪವೂ ಸಂಕೋಚವಿಲ್ಲದೆ ಅವರ ಹತ್ತಿರ ಹೋಗಿ ನಿಂತರು. ವೇಶ್ಯೆಯರ ಕರೆ ಹುಸಿಯಾಗಲಿಲ್ಲ. ಆದರೆ ವಿವೇಕಾನಂದರು ಅವರ ದೇಹವನ್ನು ಬಿಟ್ಟು, ಮನಸ್ಸನ್ನು ಪ್ರೀತಿಸಿ ಅಲ್ಲಿಗೆ ಹೋದರು. ತಮಗಾದ ನೋವನ್ನು ತಡೆದುಕೊಳ್ಳ

ಲಾರದೆ "ಅಯ್ಯೋ ದುರ್ದೈವವೇ, ಈ ಮಗಳನ್ನು ನೋಡು, ತಾನು ಯಾರೆಂಬುದನ್ನೇ ಮರೆತುಬಿಟ್ಟಿದ್ದಾಳಲ್ಲಾ; ತನ್ನ ದೈವತ್ವವನ್ನು ತನ್ನ ದೇಹದೊಳಗೆ ಮರೆಮಾಚಿಕೊಂಡು ಬಿಟ್ಟಿದ್ದಾಳಲ್ಲಾ" ಎಂದು ಉದ್ಗರಿಸುತ್ತ ಕಣ್ಣೀರು ಸುರಿಸಿದರು.

ಆ ವೇಶ್ಯೆಯರು ಅದನ್ನು ಕಂಡು ಆಶ್ಚರ್ಯದಿಂದಲೂ ನಾಚಿಕೆಯಿಂದಲೂ ಸ್ತಬ್ಧರಾಗಿಬಿಟ್ಟರು. ಅವರಿಗೆ ವಿವೇಕಾನಂದರ ಮನಃಸ್ಥಿತಿ ಅರ್ಥವಾಗಿಬಿಟ್ಟಿತು. ಆಗ ವೇಶ್ಯೆಯೊಬ್ಬಳು ಒಡನೆಯೇ ಮುಂದೆಬಂದು ಭಕ್ತಿಯಿಂದಲೂ ಗೌರವದಿಂದಲೂ ವಿವೇಕಾನಂದರು ಉಟ್ಟಿದ್ದ ವಸ್ತ್ರದ ಅಂಚನ್ನು ಮುಟ್ಟಿ, ಮುತ್ತಿಡುತ್ತ, ಮುರುಕು ಸ್ಪ್ಯಾನಿಷ್‌ಭಾಷೆಯಲ್ಲಿ "ದೇವಮಾನವ, ದೇವಮಾನವ" ಎಂದು ಉಗ್ಗಡಿಸಿದಳು. ಮತ್ತೊಬ್ಬಳು ಸ್ವಾಮಿಗಳನ್ನು ಕಣ್ತುಂಬ ನೋಡಿ, ಆ ದಿವ್ಯಮಂಗಳವಿಗ್ರಹವನ್ನು ಹೃದಯಕ್ಕೆ ಇಳಿಸಿಕೊಳ್ಳಲೋ ಎಂಬಂತೆ ತನ್ನೆರಡೂ ಕೈಗಳಿಂದ ಮುಖವನ್ನು ಮುಚ್ಚಿಕೊಂಡುಬಿಟ್ಟಳು. ಆಮೇಲೆ ವಿವೇಕಾನಂದರು ತಮ್ಮ ತಂಡವನ್ನು ಕೂಡಿಕೊಂಡರು.

ಇನ್ನೊಮ್ಮೆ ನೈನಿತಾಲ್‌ಬೆಟ್ಟದ ಮೇಲಿನ ದೇವಾಲಯಗಳ ದರ್ಶನಕ್ಕೆಂದು ಸ್ವಾಮಿಗಳು ಕೆಲವು ಭಕ್ತೆಯರೊಡನೆ ಏರಿಹೋಗಿದ್ದರು. ಆ ಹೊತ್ತಿನಲ್ಲಿ ಇಬ್ಬರು ನರ್ತಕಿಯರು ತಮ್ಮ ನರ್ತನಸೇವೆಯನ್ನು ಮುಗಿಸಿ ಹೊರಡುವುದರಲ್ಲಿದ್ದರು. ಆಗ ತಂಡದ ಭಕ್ತೆಯರು ಅವರೊಡನೆ ಮಾತುಕತೆಯಾಡಲೆಂದು ತಡೆದು ನಿಲ್ಲಿಸಿದರು. ಆದರೆ ಆ ನರ್ತಕಿಯರು ವೇಶ್ಯೆಯರೆಂದು ತಿಳಿಯುತ್ತಿದ್ದಂತೆಯೇ ಅವರೊಡನೆ ಮಾತುನಿಲ್ಲಿಸಿ ಸಾಗಹಾಕುವುದರಲ್ಲಿದ್ದರು. ಅದು ವಿವೇಕಾನಂದರ ಗಮನಕ್ಕೆ ಬಂದಾಗ ತಮ್ಮ ಭಕ್ತೆಯರನ್ನು ಕುರಿತು "ಹಾಗೆಲ್ಲ ಅವರನ್ನು ತಿರಸ್ಕರಿಸಿ ಅಟ್ಟಬೇಡಿ. ಪಾಪ, ಎಷ್ಟು ನೊಂದುಕೊಂಡಾರೋ, ಪ್ರೀತಿಯಿಂದ ನಾಲ್ಕು ಮಾತನಾಡಿ" ಎಂದು ಪ್ರೋತ್ಸಾಹಿಸಿದರು. ತಾವೂ ಅವರನ್ನು ಆಶೀರ್ವದಿಸಿ ಬೀಳ್ಕೊಟ್ಟರು. ಆಗ ಅಲ್ಲಿ ನೆರೆದಿದ್ದವರ ಮನಸ್ಸಿನಲ್ಲಿ, ಮೇಲುಕೀಳೆಂಬ ಭಾವಗಳು ಮಾಯವಾಗಿ, ನಿಜವಾಗಿಯೂ ನಾವೆಲ್ಲರೂ ಒಂದೇ ಎಂಬ ಸದ್ಭಾವನೆ ಮೂಡಿತು.

"ಜಾರೆಯರೇ ಬನ್ನಿ, ಕುಡುಕರೇ ಬನ್ನಿ, ಕಳ್ಳರೇ ಬನ್ನಿ, ಎಲ್ಲರೂ ಬನ್ನಿ. ಭಗವಂತನ ದೇವಾಲಯ ಎಲ್ಲರಿಗೂ ತೆರೆದಿದೆ. ಪವಿತ್ರಸ್ಥಳಗಳಲ್ಲಿಯೂ ಭೇದಭಾವಗಳಿದ್ದರೆ ಅವುಗಳಿಗೂ ನರಕಕ್ಕೂ ಏನು ವ್ಯತ್ಯಾಸ ಉಳಿಯುತ್ತದೆ? ಶ್ರೀಮಂತನು ದೇವರಸನ್ನಿಧಿಗೆ ಹೋಗುವುದಕ್ಕಿಂತ, ಸೂಜಿಯ ಕಣ್ಣಿನಲ್ಲಿ ಒಂಟೆಯು ತೂರಿಹೋಗುವುದು ಸುಲಭ. ಎಂದಿಗೂ ಅಂತಹ ಕ್ರೂರ ರಾಕ್ಷಸೀಭಾವಗಳಿಗೆ ನಿಮ್ಮ ಮನಸ್ಸಿನಲ್ಲಿ ಎಡೆಕೊಡಬೇಡಿ" ಎಂದು ಬೋಧಿಸಿದ್ದಾರೆ.

೮೨. ನಾರದರು ಮತ್ತು ಸನತ್ಕುಮಾರರು

ಉಪನಿಷತ್ತುಗಳಲ್ಲಿ ಬರುವ ಕಥೆಗಳ ನಿರೂಪಣೆಯಲ್ಲಿ ಸ್ವಾಮಿವಿವೇಕಾನಂದರು ಸಿದ್ಧಹಸ್ತರೆಂದೇ ಹೇಳಬೇಕು. ಆ ಕಥೆಗಳ ಕೇಂದ್ರತತ್ತ್ವಬಿಂದು ಯಾವುದು ಎಂಬುದನ್ನು ಚೆನ್ನಾಗಿ ಗುರುತಿಸಿಕೊಟ್ಟು, ಅವುಗಳನ್ನು ಅನುಷ್ಠಾನಪರವಾಗಿ ವಿಶ್ಲೇಷಣೆ ಮಾಡಿದ್ದಾರೆ. ಹಾಗೆ ಅವರು ಕೈಗೆತ್ತಿಕೊಂಡು ಚಿಂತನೆ ನಡೆಸಿರುವ ಕಥೆಗಳಲ್ಲಿ "ಛಾಂದೋಗ್ಯ"ವೆಂಬ ಉಪನಿಷತ್ತಿನ ನಾರದ-ಸನತ್ಕುಮಾರರ ಕಥೆಯೂ ಒಂದು.

ಒಮ್ಮೆ ನಾರದರು ಬ್ರಹ್ಮಮಾನಸಪುತ್ರರಾದ ಸನತ್ಕುಮಾರರನ್ನು ಸಮೀಪಿಸಿ "ನನಗೆ ಬ್ರಹ್ಮವಿದ್ಯೆಯನ್ನು ತಿಳಿಸಿಕೊಡು ಸ್ವಾಮಿ" ಎಂದು ಕಳಕಳಿಯಿಂದ ಬೇಡಿಕೊಂಡರು. ಆಗ ಸನತ್ಕುಮಾರರು "ಹಾಗೆಯೇ ಆಗಲಪ್ಪಾ, ಅದಕ್ಕೂ ಮೊದಲು ನೀನು ಇದುವರೆಗೆ ಏನೇನು ವಿದ್ಯೆ ಕಲಿತಿದ್ದೀಯೋ ಅದನ್ನೆಲ್ಲ ನನಗೆ ಹೇಳು, ನಾನು ಅಲ್ಲಿಂದ ಮುಂದಕ್ಕೆ ಹೇಳಿಕೊಡಲು ಅನುಕೂಲವಾಗುತ್ತದೆ" ಎಂದರು. ಆಗ ನಾರದರು "ನಾನು ನಾಲ್ಕು ವೇದಗಳನ್ನು ಅರಿತಿದ್ದೇನೆ. ಶಿಕ್ಷಾ, ವ್ಯಾಕರಣ, ಛಂದಸ್ಸು, ನಿರುಕ್ತ, ಕಲ್ಪ, ಜ್ಯೋತಿಷ ಎಂಬ ವೇದಾಂಗಗಳನ್ನು ಬಲ್ಲವನಾಗಿದ್ದೇನೆ. ರಾಮಾಯಾಣ-ಮಹಾಭಾರತಗಳನ್ನು ಅರಿತಿದ್ದೇನೆ. ಅಷ್ಟಾದಶಪುರಾಣಗಳನ್ನು ಅಭ್ಯಾಸಮಾಡಿದ್ದೇನೆ. ಗಣಿತಶಾಸ್ತ್ರ, ತರ್ಕಶಾಸ್ತ್ರ, ಶ್ರಾದ್ಧಕಲ್ಪ, ನೀತಿಶಾಸ್ತ್ರ, ಸರ್ಪವಿದ್ಯೆ, ಧನುರ್ವೇದ, ನೃತ್ಯಗೀತವಾದ್ಯಶಿಲ್ಪಾದಿ ವಿಜ್ಞಾನಗಳು ಈ ಮುಂತಾದುವುಗಳನ್ನೆಲ್ಲ ತಿಳಿದಿದ್ದೇನೆ. ಇಷ್ಟೆಲ್ಲ ಆದರೂ ನನ್ನ ಮನಸ್ಸಿಗೇಕೋ ಸಮಾಧಾನವಿಲ್ಲ. ಆತ್ಮವಿದ್ಯೆಯನ್ನು ಅರಿತುಕೊಂಡವರು ಶೋಕದಿಂದ ಪಾರಾಗುತ್ತಾರೆಂದು ಹಿರಿಯರು ಹೇಳುವುದನ್ನು ಕೇಳಿದ್ದೇನೆ. ದಯಮಾಡಿ ನನಗೆ ಆ ವಿದ್ಯೆಯನ್ನು ತಿಳಿಸಿಕೊಡು ತಂದೆ" ಎಂದು ಬೇಡಿಕೊಂಡರು.

ಆಗ ಸನತ್ಕುಮಾರರು "ನೀನು ಇದುವರೆಗೆ ಕಲಿತಿರುವ ವಿದ್ಯೆಗಳ ಸಂಖ್ಯೆ ಬಹುದೊಡ್ಡದಾದರೂ ಅವುಗಳಿಗೆ ಶೋಕಮೋಹಗಳನ್ನು ಕಳೆದುಹಾಕುವ ಶಕ್ತಿಯಿಲ್ಲ" ಎನ್ನುತ್ತ ಆತ್ಮವಿದ್ಯೆಯನ್ನೇ ಬೋಧಿಸಲು ಉಪಕ್ರಮಿಸಿದರು. ಸನತ್ಕುಮಾರರು ನಾರದರನ್ನು ಕುರಿತು ಈ ಜಗತ್ತಿಗಿಂತ ಮೇಲಾದುದು ಇಂಥದೊಂದಿದೆ. ಅದಕ್ಕಿಂತಲೂ ಮೇಲಾದುದು ಮತ್ತೊಂದಿದೆ ಎಂದು ಹೇಳುತ್ತ ವಾಕ್ಕು ಎಂಬುದು ಬ್ರಹ್ಮವೆನಿಸಿದೆ ಎಂಬಲ್ಲಿಂದ ಪ್ರಾರಂಭಿಸಿಕೊಂಡು ಹದಿಮೂರು ತತ್ತ್ವಗಳನ್ನು ವಿವರಿಸುತ್ತ ಮೆಟ್ಟಿಲು

ಮೆಟ್ಟಿಲಾಗಿ ಮೇಲುಮೇಲಕ್ಕೆ ಕರೆದುಕೊಂಡು ಹೋದರು. ವಾಕ್ಕಿನ ತರುವಾಯ ಮನಸ್ಸು, ಸಂಕಲ್ಪ, ಚಿತ್ತ, ಧ್ಯಾನ, ವಿಜ್ಞಾನ, ಅನ್ನ, ಜಲ, ತೇಜಸ್ಸು ಎಂಬಲ್ಲಿಯವರೆಗೂ ಬಂದರು.

"ತೇಜಸ್ಸು ಎಂದರೆ ಅದೇ ಜ್ಯೋತಿ. ಆ ಜ್ಯೋತಿಗಿಂತ ಮೇಲಾದುದು ಆಕಾಶ" ಎನ್ನುತ್ತ ಮತ್ತೆ ಮುಂದುವರಿದರು. ಆಕಾಶವೇ ಏಕೆ ಮೇಲಾದುದು ಎಂದರೆ, ಸೂರ್ಯ ಚಂದ್ರ, ನಕ್ಷತ್ರಾವಳಿ, ಮಿಂಚು ಇವೆಲ್ಲ ಆಕಾಶದಲ್ಲಿ ಇವೆ. ನಮ್ಮ ಹುಟ್ಟು, ಇರುವಿಕೆ, ಸಾವು ಮೊದಲಾದ ಎಲ್ಲವೂ ಆಕಾಶದಲ್ಲಿಯೇ ಆಗುತ್ತವೆ. ಅಲ್ಲಿಂದ ಮುಂದಕ್ಕೆ ಸ್ಮರಣೆ ಮತ್ತು ಆಸೆ ಎಂಬುದು ದೊಡ್ಡತತ್ತ್ವಗಳು ಎಂದು ಬೋಧಿಸಿ, ಕೊನೆಗೆ ಪ್ರಾಣವೇ ಎಲ್ಲಕ್ಕಿಂತ ಮೇಲಾದುದು ಎಂದು ತಿಳಿಸಿಕೊಟ್ಟರು.

ವೇದಾಂತದ ದೃಷ್ಟಿಯಿಂದ ಪ್ರಾಣವೇ ಜೀವತತ್ತ್ವ. ಅದು ಆಕಾಶದಂತೆಯೇ ಸರ್ವವ್ಯಾಪಿಯಾದ ತತ್ತ್ವ. ದೇಹದಲ್ಲಿಯೇ ಆಗಲಿ ಅಥವಾ ಮತ್ತೆಲ್ಲಿಯಾದರೂ ಆಗಲಿ, ಎಲ್ಲ ಚಲನೆಯೂ ಪ್ರಾಣದ ಕೆಲಸವೇ ಆಗಿದೆ. ಅದು ಆಕಾಶಕ್ಕಿಂತ ಮೇಲಾದುದು. ಅದರ ಮೂಲಕ ಎಲ್ಲವೂ ಜೀವಿಸುತ್ತವೆ. ಪ್ರಾಣವು ತಾಯಿಯಲ್ಲಿದೆ, ತಂದೆಯಲ್ಲಿದೆ, ಅಕ್ಕತಂಗಿಯರಲ್ಲಿದೆ, ಗುರುಗಳಲ್ಲಿದೆ. ಪ್ರಾಣವೇ ಜ್ಞಾತೃ ಎಂದು ತಿಳಿಸಿಕೊಟ್ಟರು.

ಕೊನೆಗೆ ಆತ್ಮವೇ ಎಲ್ಲಕ್ಕಿಂತ ಮಿಗಿಲಾದುದು, ಅದೇ ಭೂಮ, ಅದೇ ಅಮೃತ ವಾದುದು. ಆ ಭೂಮವೇ ಎಲ್ಲೆಲ್ಲಿಯೂ ಇದ್ದುಕೊಂಡಿದೆ. ಎಲ್ಲಕ್ಕೂ ತಿರುಳಾಗಿರುವ ಪರಿಶುದ್ಧನಾದ ಪ್ರತ್ಯಗಾತ್ಮನೇ ಭೂಮವು ಎಂದು ಆತ್ಮವಿದ್ಯೆಯನ್ನೇ ಭೂಮವಿದ್ಯೆಯ ರೂಪದಲ್ಲಿ ಬೋಧಿಸಿದರು. "ಅಲ್ಪವಾದುದರಲ್ಲಿ ಸುಖವಿಲ್ಲ, ಯಾವುದು ಭೂಮವೋ ಅದೇ ಪರಮಾನಂದ" ಎಂದು ಸನತ್ಕುಮಾರರು ತಿಳಿಸಿಕೊಟ್ಟು, ನಾರದರ ಶೋಕವನ್ನು ಕಳೆದರು. ಈ ಹಿನ್ನೆಲೆಯಲ್ಲಿರುವ "ಯೋ ವೈ ಭೂಮಾ ತತ್ಸುಖಂ, ನಾಲ್ಪೇ ಸುಖಮಸ್ತಿ, ಭೂಮೈವ ಸುಖಂ" ಎಂಬ ಉಪನಿಷತ್ತಿನ ವಚನವು ಕೂಡ ಅತ್ಯಂತ ಪ್ರಸಿದ್ಧವಾಗಿದೆ. ಎಲ್ಲಿ ಮತ್ತೊಂದನ್ನು ಕಾಣುವುದಿಲ್ಲವೋ, ಮತ್ತೊಂದನ್ನು ಅರಿಯುವುದಿಲ್ಲವೋ ಅದೇ ಭೂಮ. ಭೂಮವೆಂದರೆ ವಿರಾಟ್ಪುರುಷ, ಪರಬ್ರಹ್ಮ, ಪರಮಾತ್ಮ ಎಂದೇ ಅರ್ಥ.

"ನಿಜವಾಗಿಯೂ ನಾವು ಅನಂತಬ್ರಹ್ಮ. ಅನಂತಶಕ್ತಿ, ಅನಂತಅಸ್ತಿತ್ವ, ಅನಂತ ಆನಂದಗಳು ನಮ್ಮವು. ಜಗತ್ತಿನ ಜ್ಞಾನವೆಲ್ಲ ನಮ್ಮೊಳಗೆ ಇದ್ದುದರಿಂದ ಅದು ಪ್ರಕಾಶಕ್ಕೆ ಬಂದಿದೆ. ಅನೇಕ ಎಕರೆಗಳ ವಿಸ್ತೀರ್ಣಕ್ಕೆ ಹಬ್ಬಿರುವ ಆಲದಮರ, ಬಹುಶಃ ಸಾಸುವೆ ಕಾಳಿನ ಎಂಟನೇ ಒಂದು ಭಾಗದಷ್ಟು ಕೂಡ ದೊಡ್ಡದಾಗಿಲ್ಲದ ಅದರ ಸಣ್ಣಬೀಜದಲ್ಲಿ ಅಡಗಿತ್ತಲ್ಲವೆ! ಅಂತೆಯೇ ಅನಂತಶಕ್ತಿ ನಮ್ಮೊಳಗೆ ಸುಪ್ತವಾಗಿ ಇತ್ತು. ಅದು ಜಾಗ್ರತವಾಗುತ್ತಲಿದ್ದಂತೆ ಅವನು ಮೇಲೆದ್ದುಬಿಡುತ್ತಾನೆ. ಆಗ ಅವನ ಬಂಧನಗಳೆಲ್ಲ ಸಡಿಲವಾಗಿ ಸರಪಳಿಗಳೆಲ್ಲ ಕಿತ್ತುಹೋಗಿ, ಅನಂತಶಕ್ತಿ ಅಸ್ತಿತ್ವ ಆನಂದಗಳ ಪರಿಚಯವಾಗಿ, ತನ್ನ ಕಾಲಮೇಲೆ ತಾನು ಧೈರ್ಯದಿಂದ ನಿಂತುಬಿಡುತ್ತಾನೆ. ಅಂತಹ ಪವಿತ್ರವಾದ

ಗುರಿಯೆಡೆಗೆ ನಾವುಗಳೆಲ್ಲರೂ ಬೇಗನೆ ಸಾಗೋಣ" ಎಂದು ಈ ಕಥೆಯ ಅಂತ್ಯದಲ್ಲಿ ವಿವೇಕಾನಂದರು ಹೇಳಿರುವ ಮಾತುಗಳು ಆಶಾವಾದದ ಪರಾಕಾಷ್ಠೆ, ಅನುಷ್ಠಾನ ವೇದಾಂತದ ಅತ್ಯುನ್ನತ ನಿಲುವು ಎಂದೇ ಹೇಳಬೇಕು.

"ಅನೇಕದ ಮಧ್ಯದಲ್ಲಿ ಯಾರು ಏಕವನ್ನು ನೋಡುತ್ತಾರೆಯೋ, ಯಾರು ಅನಂತಮೃತ್ಯುವಿನ ಮಧ್ಯದಲ್ಲಿ ಆ ಒಂದು ಅಮೃತಾತ್ಮನ್ನು ನೋಡುತ್ತಾರೆಯೋ, ಹಲವು ವಸ್ತುಗಳ ಮಧ್ಯದಲ್ಲಿ ಬದಲಾಯಿಸದೇ ಇರುವ ಒಂದನ್ನು ಯಾರು ತಮ್ಮ ಹೃದಯದಲ್ಲಿ ನೋಡುವರೋ ಅವರಿಗೆ ಮಾತ್ರ ಶಾಶ್ವತ ಶಾಂತಿ" ಎಂಬ ಉಪದೇಶವನ್ನೂ ಇದರೊಟ್ಟಿಗೇ ಪರಿಭಾವಿಸಬೇಕು.

೮೩. ಏಸುಕ್ರಿಸ್ತನ ಲೋಕಹಿತಚಿಂತನೆ

ಸಾಧಕನಿಗೆ ಸಹನೆಯಿರಬೇಕು. ಎಲ್ಲವೂ ಸರಿಯಾಗಿ ನಡೆಯುತ್ತಿದ್ದರೆ ಜೀವನವು ಸುಂದರ ವಾಗಿ ಸಾಗುತ್ತಿರುವಂತೆ ತೋರುತ್ತದೆ. ಆದರೆ ಅಕಸ್ಮಾತ್ತಾಗಿ ಏನಾದರೂ ಸಂಭವಿಸಿದರೆ ಮನಸ್ಸಿನ ಸ್ತಿಮಿತ ಕೆಡುತ್ತದೆ. ಆದರೆ ಹಾಗೆಲ್ಲ ಸ್ತಿಮಿತವನ್ನು ಕೆಡಿಸಿಕೊಳ್ಳುವುದು ಸರಿಯಲ್ಲ. ಎಲ್ಲ ದುಃಖವನ್ನೂ ಪಾಪವನ್ನೂ ಗೊಣಗಾಡದೆ ಅನುಭವಿಸಬೇಕು. ಮುಯ್ಯಿಗೆ ಮುಯ್ಯಿ ತೀರಿಸಬೇಕೆಂಬ ಸೇಡಿನ ಚಿಂತನೆ ಇರಬಾರದು. ದುಃಖವನ್ನು ಬೇಗನೆ ಪರಿಹರಿಸಿಕೊಂಡು ಬಿಡಬೇಕು ಎಂಬ ಉದ್ವೇಗಕ್ಕೆ ಬಲಿಯಾಗಬಾರದು. ನಾನು ಜಗತ್ತಿನ ಯಾವುದಾದರೂ ಸುಖವನ್ನು ಸವಿಯಲು ಬಯಸಿದೆವೆಂದರೆ, ನಾವು ಅನುಭವಿಸಬೇಕಾದ ಯಾವುದೋ ಇನ್ನೊಂದು ಕಷ್ಟದಿಂದ ಪಾರಾಗಲು ಹವಣಿಸುತ್ತಿದ್ದೇವೆ ಎಂದೇ ಅರ್ಥ. ಆಗ ಆ ಕಷ್ಟವನ್ನು ಮತ್ತೊಬ್ಬರ ಮೇಲೆ ತಳ್ಳಿಬಿಡಲು ಪ್ರಯತ್ನಮಾಡುತ್ತೇವೆ ಎಂದು ಮುಂತಾಗಿ ಸ್ವಾಮಿ ವಿವೇಕಾನಂದರು ಏಸುಕ್ರಿಸ್ತನ ಅದ್ಭುತ ವ್ಯಕ್ತಿತ್ವವನ್ನು ಅನಾವರಣಗೊಳಿಸುವ ಹಿನ್ನೆಲೆ ಯಲ್ಲಿ ನುಡಿದಿದ್ದಾರೆ. "ಪ್ರಪಂಚದ ದುಃಖವೆಲ್ಲ ನನ್ನ ಪಾಲಿಗೆ ಬರಲಿ, ನಾನು ಅದನ್ನೆಲ್ಲ ಅನುಭವಿಸುತ್ತೇನೆ, ಉಳಿದವರು ನಿರಾತಂಕವಾಗಿರಲಿ" ಎಂಬ ಏಸುವಾಣಿಯ ಹಿನ್ನೆಲೆಯಲ್ಲಿ ವಿವೇಕಾನಂದರು, ಅವನ ಅವತಾರದ ಹಿನ್ನೆಲೆ, ಶಿಲುಬೆಗೇರುವಾಗಲೂ ಅವನು ತೋರಿದ ಸ್ಥಿತಪ್ರಜ್ಞತೆ ಮೊದಲಾದ ವಿಚಾರಗಳ ಮೇಲೆ ಸ್ವತಂತ್ರವಾದ ಬೆಳಕುಚೆಲ್ಲಿದ್ದಾರೆ.

ಏಸುವು ಅವತರಿಸಿದ ಕಾಲದಲ್ಲಿ ಜೀವನದ ಮುಖ್ಯಸಮಸ್ಯೆಗಳನ್ನು ಗಣನೆಗೆ ತಾರದೆ, ಅನಾವಶ್ಯಕವಾದ ವಿಚಾರಗಳಮೇಲೆ ಮಾತ್ರ ಜನರ ಲಕ್ಷ್ಯವಿತ್ತು. ಜನಾಂಗವು ಮುಂದೆ ಹೋಗುವುದಕ್ಕಿಂತ ಇದ್ದ ಸ್ಥಳದಲ್ಲಿಯೇ ಇರಲು ಯತ್ನಿಸುತ್ತಿತ್ತು. ಒಂದು ಕೊನೆಯಲ್ಲಿ ದುರ್ಜನರೂ ಕಪಟಿಗಳೂ ಇದ್ದುದೇ ಕಾರಣವಾಗಿ ಮತ್ತೊಂದು ಕೊನೆಯಲ್ಲಿ ಮಹಾಮಹಿಮನಾದಂತಹ ಏಸುವು ಅವತರಿಸಲು ಕಾರಣವು ಕೂಡಿಬಂದಿತು. ಪೂರ್ಣ ನಿಃಸ್ವಾರ್ಥವೇ ಅವನ ಆದರ್ಶವಾಗಿತ್ತು. ಬಲಗೆನ್ನೆಗೆ ಹೊಡೆದರೆ ಎಡಗೆನ್ನೆ ತೋರಿಸಿ "ಇದಕ್ಕೂ ಒಂದೇಟು ಹೊಡೆಯಪ್ಪಾ" ಎನ್ನುವ ಸಹನೆ, ಮೇಲಂಗಿಯನ್ನು ಕಸಿದುಕೊಂಡರೆ, ಒಳಅಂಗಿಯನ್ನೂ ಕಳಚಿಕೊಡುವ ತ್ಯಾಗ ಅವನದಾಗಿತ್ತು. "ಹೇ ಏಸುಸ್ವಾಮಿಯೆ, ನಾನು ಭಗವಂತನನ್ನು ಕಾಣಬೇಕಾದರೆ ಏನು ಮಾಡಬೇಕು" ಎಂದು ಸಿರಿವಂತ ಯುವಕನೊಬ್ಬನು ಕೇಳಿದ್ದಕ್ಕೆ ಏಸುವು "ನಿನ್ನ ಆಸ್ತಿಪಾಸ್ತಿಯನ್ನೆಲ್ಲ ಮಾರಿ, ಆ ಹಣವನ್ನು ಬಡಬಗ್ಗರಿಗೆ

ಹಂಚಿಬಿಡು; ಶಿಲುಬೆಯೊಂದನ್ನು ಹೊತ್ತು ನನ್ನನ್ನು ಹಿಂಬಾಲಿಸು, ಆಗ ನೀನು ದೇವರನ್ನು ಕಾಣಬಲ್ಲೆ" ಎಂದು ಉತ್ತರಹೇಳಿದನು. ಹೀಗೆಲ್ಲ ವಿವೇಕಾನಂದರು ಏಸುವಿನ ಪರಮ ಕಾರುಣಿಕತನವನ್ನು ವಿಧವಿಧವಾಗಿ ಬಣ್ಣಿಸಿದ್ದಾರೆ. ವಿವೇಕಾನಂದರ ಬಣ್ಣನೆ ಮನಮುಟ್ಟ ಬೇಕಾದರೆ ಅವನು ಶಿಲುಬೆಗೇರಲು ಕೂಡಿ ಬಂದ ಕಾರಣಗಳನ್ನು ಸಂಕ್ಷಿಪ್ತವಾಗಿಯಾದರೂ ಅವಲೋಕಿಸಬೇಕು.

ಏಸುಕ್ರಿಸ್ತನು ತನ್ನ ಮೂವತ್ತನೆಯ ವಯಸ್ಸಿನಲ್ಲಿ ಪವಿತ್ರಸ್ನಾನದಿಂದ ದೀಕ್ಷಿತನಾಗಿ, ದೇಶಸಂಚಾರವನ್ನು ಕೈಗೊಂಡು, ತನ್ನ ಧರ್ಮೋಪದೇಶವನ್ನು ಪ್ರಾರಂಭಿಸಿದನು. ಕಷ್ಟದಲ್ಲಿರುವವರ ಕಣ್ಣೀರು ತೊಡೆಯುತ್ತ, ತನ್ನ ತಪೋಬಲದಿಂದ ಲೋಕಕ್ಕೆ ಉಪಕಾರ ವಾಗುವಂತಹ ಪವಾಡಗಳನ್ನು ಮೆರೆದನು. ಅವನು ಸಮಾಜದಲ್ಲಿ ಸೇವೆಮಾಡಿದ್ದು 18 ತಿಂಗಳು ಮಾತ್ರ. ಅದಕ್ಕಾಗಿ ಅವನು 32 ವರ್ಷ ಮೌನವಾಗಿ ಸಾಧನೆಮಾಡಿದ್ದನು.

ಏಸುವು ಸಂದರ್ಭಬಂದಾಗಲೆಲ್ಲ ಫರಿಸಾಯ, ಸದ್ದುಕಾಯ, ಶಾಸ್ತ್ರೀ, ಮಹಾಯಾಜಕ ಮೊದಲಾದ ಕೆಲವು ಯಹೂದ್ಯ ಪ್ರಭಾವಿವ್ಯಕ್ತಿಗಳ ಕಪಟಡಂಭಾಚಾರಗಳನ್ನು ಬಹಿರಂಗ ವಾಗಿ ಹೀಗಳೆಯುತ್ತಿದ್ದನು. ಅದೇ ಕಾರಣವಾಗಿ ಅವರೆಲ್ಲ ಏಸುವಿನ ವೈರಿಗಳಾಗಿ, ಅವನನ್ನು ಮುಗಿಸಿಬಿಡಬೇಕೆಂದು ನಿರ್ಧರಿಸಿದರು. "ನಾನು ದೇವಕುಮಾರ, ಮಾತ್ರವಲ್ಲ, ನಾನು ಮತ್ತು ನನ್ನ ತಂದೆ, ನಾವಿಬ್ಬರೂ ಒಂದೇ. ಲೋಕದ ಜನರ ಪಾಪಗಳನ್ನು ಕ್ಷಮಿಸುವ ಅಧಿಕಾರ ದೇವರಿಗೆ ಮಾತ್ರ ಮೀಸಲು. ಆದರೆ ತಂದೆಯ ಪರವಾಗಿ ಪಾಪಗಳನ್ನು ಕ್ಷಮಿಸುವ ಅಧಿಕಾರ ನನಗೂ ಇದೆ. ನೀವೆಲ್ಲರೂ ಭಗವಂತನ ಮಕ್ಕಳು, ಪರಂಧಾಮವೆಂಬುದು ನಿಮ್ಮೊಳಗೇ ಇದೆ" ಎಂದು ಅವನು ಹೇಳುತ್ತಿದ್ದನು.

ಯಹೂದ್ಯ ಧರ್ಮಾಧಿಕಾರಿಗಳಿಗೆ ಏಸುವಿನ ಈ ಮಾತುಗಳೇ ಸಾಕಾದುವು. ಆಗ ರೋಮನ್‌ಚಕ್ರವರ್ತಿಗಳ ರಾಜ್ಯಭಾರ ನಡೆಯುತ್ತಿತ್ತು. "ಏಸುವು ತಾನೇ ದೇವರೆಂದು ಹೇಳುತ್ತ ದೇವನಿಂದೆ ಮಾಡುತ್ತಿದ್ದಾನೆ; ತಾನೇ ಯಹೂದ್ಯರ ದೊರೆಯೆಂದು ಹೇಳುತ್ತ ಚಕ್ರವರ್ತಿಯ ವಿರುದ್ಧ ಬಂಡಾಯವೆಬ್ಬಿಸುತ್ತಿದ್ದಾನೆ" ಎಂದು ಇಲ್ಲಸಲ್ಲದ್ದನ್ನೆಲ್ಲ ಜೋಡಿಸಿಕೊಂಡು, ದೊರೆಗೆ ದೂರುಕೊಟ್ಟರು. ಆ ಹೊತ್ತಿನಲ್ಲಿ ದೇಶಸಂಚಾರದಲ್ಲಿದ್ದ ಏಸುವು ಎಲ್ಲಿದ್ದಾನೆ ಎಂಬುದನ್ನು ತಿಳಿಯುವುದು ಕಷ್ಟವಾಗಿತ್ತು. ಆ ಸಂದರ್ಭದಲ್ಲಿ ಏಸುವಿನ ಆತ್ಮೀಯರಾದ ಹನ್ನೆರಡುಮಂದಿ ಶಿಷ್ಯರಲ್ಲಿ ಜೂದ ಎಂಬಾತನು ಗುರುದ್ರೋಹವೆಸಗಿ ಬಿಟ್ಟನು. ಮೂವತ್ತು ಬೆಳ್ಳಿನಾಣ್ಯಗಳ ಆಸೆಗಾಗಿ ಏಸುವಿದ್ದ ಜಾಗವನ್ನು ತೋರಿಸಿಕೊಟ್ಟನು. ಅದರ ಫಲವಾಗಿ ಏಸುವಿನ ಬಂಧನವಾಯಿತು.

ನ್ಯಾಯಾಲಯದ ಮುಂದೆ ಏಸುವನ್ನು ನಿಲ್ಲಿಸಲಾಯಿತು. ವಿಚಾರಣೆಯ ನಾಟಕವೆಲ್ಲ ನಡೆಯಿತು. ಅವನನ್ನು ಶಿಲುಬೆಗೇರಿಸಿ ಕೊಲ್ಲುವುದು ಎಂಬ ಶಿಕ್ಷೆಯನ್ನು ವಿಧಿಸಲಾಯಿತು. ನಿಜವಾಗಿ ಯಾವುದೇ ಅಪರಾಧವಿಲ್ಲದೆ ಅವನು ಪ್ರಾಣತೆರಬೇಕಾಯಿತು. ಮುಳ್ಳಿನ

ಕಿರೀಟವನ್ನು ಹೆಣೆದು ಅವನ ತಲೆಗೆ ತೊಡಿಸಿದರು. ಅವನ ಕೈಗೊಂದು ಬೆತ್ತದಕೋಲು ಕೊಟ್ಟರು. ಅವನ ಮುಂದೆ ಮೊಣಕಾಲೂರಿ ಕುಳಿತು "ಯಹೂದ್ಯರ ಅರಸನಿಗೆ ಜಯವಾಗಲಿ" ಎಂದು ಅಣಕಿಸಿದರು. ಅವನ ಮೇಲೆ ಉಗುಳಿದರು. ಅವನ ಕೈಗೆ ಕೊಟ್ಟಿದ್ದ ಬೆತ್ತವನ್ನೇ ಸೆಳೆದುಕೊಂಡು, ಅದರಿಂದ ಅವನನ್ನು ಬಡಿದರು.

ಇಷ್ಟೆಲ್ಲ ಹಿಂಸಿಸಿದ ಬಳಿಕ, ಅವನಿಂದಲೇ ಶಿಲುಬೆಯನ್ನು ಹೊರಿಸಿಕೊಂಡು ಜರೂಸಲೇಮಿನ ಊರಹೊರಗಿನ ಗೊಲ್ಗಥಾಗುಡ್ಡದ ಮೇಲಕ್ಕೆ ಹೋದರು. ಶಿಲುಬೆ ಗೇರಿಸುವ ಹೊತ್ತಿನಲ್ಲಿ ಏಸುವು "ದೇವರೇ ಇವರನ್ನು ಕ್ಷಮಿಸು, ತಾವೇನು ಮಾಡು ತ್ತಿದ್ದೇವೆ ಎಂಬುದನ್ನು ಅವರು ಅರಿಯರು" ಎಂದನು. ತರುವಾಯ "ತಂದೆಯೇ, ನನ್ನ ಆತ್ಮವನ್ನು ನಿನ್ನ ಕೈಗೆ ಒಪ್ಪಿಸುತ್ತಿದ್ದೇನೆ" ಎಂದು ಕೂಗಿಹೇಳುತ್ತ ಪ್ರಾಣತೆತ್ತನು.

ಈ ಕಥೆಯ ಹಿನ್ನೆಲೆಯಲ್ಲಿ ಸ್ವಾಮಿ ವಿವೇಕಾನಂದರು ಏಸುವಿನ ಸಹನಶೀಲತೆಯನ್ನು ಅಪರಿಮಿತವಾಗಿ ಪ್ರಶಂಸೆಮಾಡಿದ್ದಾರೆ. ದುಃಖವನ್ನು ಅನುಭವಿಸಲೇಬೇಕು ಎಂಬುದನ್ನು ಅವನು ಮನಗಂಡಿದ್ದನು ಎಂಬ ವಿಷಯವನ್ನು ವಿಸ್ತರಿಸಿದ್ದಾರೆ. ಏಸುವು ತನ್ನನ್ನು ಶಿಲುಬೆಗೇರಿಸಿದವರನ್ನು ಎದುರಿಸಲಿಲ್ಲ. ಅವರ ವಿಷಯದಲ್ಲಿ ಕನಿಕರವನ್ನೇ ತೋರಿಸಿದನು. ಪ್ರತಿಯೊಂದು ಅವಮಾನವನ್ನೂ ಸಂಕಟವನ್ನೂ ತಾಳ್ಮೆಯಿಂದ ಅನುಭವಿಸಿದನು. "ಕಷ್ಟಪಡುವವರೆಲ್ಲ ಬನ್ನಿ, ಭಾರಹೊರುವವರೆಲ್ಲ ಬನ್ನಿ, ನಾನು ನಿಮಗೆ ವಿಶ್ರಾಂತಿಯನ್ನು ನೀಡುತ್ತೇನೆ" ಎಂದು ಎಲ್ಲರ ಜವಾಬ್ದಾರಿಯನ್ನೂ ಅವನು ಹೊತ್ತುಕೊಂಡನು. ಅದೇ ನಿಜವಾದ ಸಹನೆ. ನಮ್ಮ ಜೀವನಕ್ಕಿಂತ ಅವನು ಎಷ್ಟೋ ಮೇಲಿದ್ದನು. ಯಾರಾದರೂ ನಮಗೆ ಒಂದೇಟು ಬಿಗಿದರೆ ತಕ್ಷಣವೇ ಅವರಿಗೆ ನಾಲ್ಕೇಟು ಬಿಗಿಯಲು ನಮ್ಮ ಕೈ ಮೇಲೇಳುತ್ತದೆ. ಅಂತಿರುವಾಗ ನಾವು ಆ ಮಹಾತ್ಮನ ಮಹಿಮೆಯನ್ನೂ ಶಾಂತಿಯನ್ನೂ ಹೇಗೆತಾನೆ ಅರ್ಥಮಾಡಿಕೊಳ್ಳಲು ಸಾಧ್ಯವಿದೆ" ಎಂದು ವಿವೇಕಾನಂದರು ಬಣ್ಣಿಸಿದ್ದಾರೆ.

ಏಸುವನ್ನು ಶಿಲುಬೆಗೇರಿಸಿದ ಬಳಿಕ, ರೋಮನ್‌ಸೈನಿಕರು ಅವನ ಬಟ್ಟೆಗಳನ್ನು ತೆಗೆದುಕೊಂಡು ಒಬ್ಬೊಬ್ಬರು ಒಂದೊಂದು ಪಾಲಿನಂತೆ ನಾಲ್ಕುಪಾಲು ಮಾಡಿ ಹಂಚಿಕೊಂಡರು. ಅವನ ಒಳಅಂಗಿಯಾದರೋ ಯಾವುದೇ ಹೊಲಿಗೆಯಿಲ್ಲದೆ, ಮೇಲಿಂದ ಕೆಳಗಿನವರೆಗೆ ಹೆಣೆದುಮಾಡಿದ್ದಾಗಿತ್ತು. ಅದನ್ನು ಕೈಗೆತ್ತಿಕೊಂಡ ಸೈನಿಕರು "ಇದನ್ನು ಹರಿಯುವುದು ಬೇಡ. ಚೀಟುಹಾಕಿ ಯಾರಪಾಲಿಗೆ ಬರುವುದೋ ಅವರು ತೆಗೆದು ಕೊಳ್ಳೋಣ" ಎಂದು ಮಾತನಾಡಿಕೊಂಡು ಹಾಗೆಯೇ ಮಾಡಿದರು. "ನನ್ನ ಬಟ್ಟೆಗಳನ್ನು ತಮ್ಮಲ್ಲಿ ಹಂಚಿಕೊಂಡರು. ನನ್ನ ಅಂಗಿಗಾಗಿ ಚೀಟುಹಾಕಿದರು" ಎಂಬ ಮಾತು ಏಸುವಿನ ಬಾಯಿಂದಲೇ ಬಂದಿದೆ.

"ಶಿಲುಬೆಯ ಮೇಲಿನ ವ್ಯಕ್ತಿಯನ್ನು ಸ್ಮರಿಸಿಕೊಳ್ಳಿ. ಬೇಕಾದರೆ ಅವನು ದೇವತೆಗಳ ಸೈನ್ಯವನ್ನೇ ತನ್ನ ಸಹಾಯಕ್ಕಾಗಿ ಕರೆಸಿಕೊಳ್ಳಬಹುದಾಗಿತ್ತು. ಇಪ್ಪತ್ತುಸಾವಿರದೇವತೆಗಳ

ನೆರವಿನಿಂದ ಈ ದೇಹವನ್ನು ಎರಡುಮೂರು ದಿನಗಳು ಹೆಚ್ಚಾಗಿ ಬಾಳುವಂತೆ ಮಾಡುವಷ್ಟು ಶ್ರೇಷ್ಠವಾದುದೇ ಈ ದೇಹ ಎಂದೇ ಅವನು ಭಾವಿಸಿದನು.

"ಪ್ರಾಪಂಚಿಕ ದೃಷ್ಟಿಯಿಂದ ದೇಹವೇ ನಮಗೆ ಸರ್ವಸ್ವ. ಈ ದೇಹವೇ ನಮ್ಮ ಪ್ರಪಂಚ. ದೇಹವೇ ನನಗೆ ದೇವರು. ನಾನು ದೇಹವಾಗಿರುವುದರಿಂದ ನೀವೇನಾದರೂ ನನ್ನ ದೇಹವನ್ನು ಜಿಗುಟಿದರೆ ನನ್ನನ್ನೇ ಜಿಗುಟುತ್ತೀರಿ ಎಂದರ್ಥ. ನನಗೆ ಸ್ವಲ್ಪ ತಲೆನೋವು ಬಂದರೆ ಸಾಕು, ನಾನು ದೇವರನ್ನು ಮರೆಯುತ್ತೇನೆ. ಏಕೆಂದರೆ ನಾನು ದೇಹವಲ್ಲವೆ! ನನ್ನ ದೇಹರಕ್ಷಣೆಗಾಗಿ ದೇವತೆಗಳೂ ಬರಬೇಕು, ಇತರರೆಲ್ಲರೂ ಬರಬೇಕು. ಏಸುವು ದೇವತೆಗಳ ಸಹಾಯದಿಂದ ಶಿಲುಬೆಯಿಂದ ಪಾರಾಗಬಹುದಾಗಿತ್ತು. ಹಾಗೆ ಪಾರಾಗದೆ ಹೋದುದರಿಂದ ಅವನು ಜಾಣನಲ್ಲ ಎಂದು ಕೆಲವರು ಭಾವಿಸಬಹುದು. ಆದರೆ ಭಕ್ತನಾದ ಏಸುವಿನ ದೃಷ್ಟಿಯಿಂದ ಈ ದೇಹ ಕೆಲಸಕ್ಕೆಬಾರದುದು. ಈ ಅನಿಷ್ಟ ಇದ್ದರೆ ಎಷ್ಟು, ಹೋದರೆ ಎಷ್ಟು! ಬಂದುಹೋಗುವ ಈ ದೇಹವನ್ನು ಕುರಿತು ಯಾರುತಾನೆ ದುಃಖಿಸ ಬೇಕು ಎಂದೇ ಅವನು ಭಾವಿಸಿದನು. ರೋಮನ್‌ಸಿಪಾಯಿಗಳು ಲಾಟರಿಹಾಕಿ ಏಸುವಿನ ವಸ್ತ್ರವೊಂದನ್ನು ಬಯಸಿ ಗೆದ್ದುಕೊಂಡರಲ್ಲ, ಏಸುವಿನ ಲೆಕ್ಕದಲ್ಲಿ ತನ್ನ ಶರೀರವು ಆ ವಸ್ತ್ರಕ್ಕಿಂತ ಮೇಲೇನೂ ಅಲ್ಲ.

"ಪ್ರಾಪಂಚಿಕರ ದೃಷ್ಟಿಗೂ ಭಕ್ತನ ದೃಷ್ಟಿಗೂ ಉತ್ತರಧ್ರುವ-ದಕ್ಷಿಣಧ್ರುವಗಳಷ್ಟು ಅಂತರವಿದೆ. ಪ್ರೀತಿಸುತ್ತ ಹೋಗುವುದೇ ಭಕ್ತನ ಲಕ್ಷಣ. ಯಾರೋ ಕೋಪಗೊಂಡರೆ ನಾವೇಕೆ ಕೋಪಗೊಳ್ಳಬೇಕು. ಯಾರೋ ಅಧೋಗತಿಗೆ ಇಳಿದರೆ ನಾವೇಕೆ ಅಧೋಗತಿಗೆ ಇಳಿಯಬೇಕು. ಪ್ರಪಂಚ ಏನನ್ನಾದರೂ ಮಾಡಲಿ, ಎಲ್ಲಿಗಾದರೂ ಹೋಗಲಿ, ಅದು ನನ್ನ ಮೇಲೆ ಯಾವ ಪ್ರಭಾವವನ್ನೂ ಬೀರಲಾರದು ಎಂಬ ಸ್ಥಿತಪ್ರಜ್ಞಭಾವದಲ್ಲಿ ಏಸುವು ನೆಲೆಯಾಗಿದ್ದನು" ಎಂದು ಮುಂತಾಗಿ ವಿವೇಕಾನಂದರು ಏಸುವಿನ ಅಂತ್ಯಕಾಲವನ್ನು ಪರಾಮರ್ಶಿಸಿದ್ದಾರೆ.

ಶ್ರೀರಾಮಕೃಷ್ಣಪರಮಹಂಸರು ಕ್ರೈಸ್ತಸಾಧನೆಯ ಮೂಲಕ ಏಸುಕ್ರಿಸ್ತನನ್ನು ಸಾಕ್ಷಾತ್ಕರಿಸಿಕೊಂಡಿದ್ದರು. ಈ ಇಬ್ಬರೂ ಮಹಾತ್ಮರ ನಡುವಣ ಕೆಲವು ಸಾಮ್ಯಗಳನ್ನು ಏಸುವಿನ ಈ ಕಥಾಸಂದರ್ಭದಲ್ಲಿ ಮನನಮಾಡಬಹುದು. ಪರಮಹಂಸರು ಊಟೋಪಚಾರ ಗಳ ವಿಚಾರದಲ್ಲಿ ಭಕ್ತರಿಗೆ ಕಟ್ಟುನಿಟ್ಟಿನ ನಿಯಮಗಳನ್ನು ವಿಧಿಸುತ್ತಿರಲಿಲ್ಲ. ಏಸುವೂ ಹಾಗೆಯೇ. ಒಮ್ಮೆ ಏಸುವಿನ ಶಿಷ್ಯರು, ಶಾಸ್ತ್ರವನ್ನು ಮೀರಿ ಭಾನುವಾರದಂದು ಊಟ ಮಾಡಿದರು. ಆಗ ಕರ್ಮಕಾಂಡಿಗಳು ಅವರನ್ನು ತರಾಟೆಗೆ ತೆಗೆದುಕೊಂಡರು. ಆಗ ಏಸುವು "ಅವರು ಉಂಡು ತಿಂದು ಆನಂದವಾಗಿರಲಿ ಬಿಡಿರಯ್ಯ. ನಾನು ಎಲ್ಲಿಯವರೆಗೆ ಅವರ ಜೊತೆಯಲ್ಲಿರುತ್ತೇನೋ ಅಲ್ಲಿಯವರೆಗೆ ಅವರೆಲ್ಲ ಆನಂದಮಯರಾಗಿರಬೇಕು" ಎಂದು ಹೇಳುತ್ತಿದ್ದನು.

ಹುಡುಗರ ಹೃದಯವನ್ನು ಕಾಮಕಾಂಚನಗಳು ಹೊಕ್ಕಿರುವುದಿಲ್ಲ. ಆದ್ದರಿಂದ ಅವರು ಉಪದೇಶಗಳನ್ನು ಚೆನ್ನಾಗಿ ಗ್ರಹಿಸಬಲ್ಲರು. ಅದು ಹೊಸಮಡಕೆಯಲ್ಲಿ ಹಾಲು ಹಾಕಿಟ್ಟ ಹಾಗೆ; ಕೆಡುವುದಿಲ್ಲ. ಮೊಸರಿಡುವ ಮಡಕೆಯಲ್ಲಿ ಅದೇ ಹಾಲನ್ನು ಹಾಕಿಟ್ಟರೆ ಅದು ಕೆಟ್ಟುಹೋಗುವ ಸಂಭವವಿರುತ್ತದೆ ಎಂದು ಪರಮಹಂಸರು ಹೇಳುತ್ತಿದ್ದರು. ಇದೇ ಧಾಟಿಯಲ್ಲಿ ಏಸುವು ಹಳೆಯ ಸೀಸೆಯಲ್ಲಿ ಮದ್ಯವನ್ನು ಹಾಕಿಟ್ಟರೆ, ಅದು ಬಿರುಕುಬಿಡುವ ಸಂಭವವಿರುತ್ತದೆ. ಹಳೆಯಬಟ್ಟೆಗೆ ಹೊಸಬಟ್ಟೆ ತೇಪೆಹಾಕಿದರೆ, ಹಳೆಯದು ಬೇಗನೆ ಹರಿದುಹೋಗುತ್ತದೆ ಎಂದು ಏಸುವು ಹೇಳುತ್ತಿದ್ದನು.

ದೇವರನ್ನು ವ್ಯಾಕುಲರಾಗಿ ಕರೆದರೆ ಅವನು ಆಲಿಸಿಯೇ ತೀರುತ್ತಾನೆ ಎಂದು ಪರಮಹಂಸರು ಹೇಳಿದರೆ, ಏಸುವು, ವ್ಯಾಕುಲರಾಗಿ ಬಾಗಿಲನ್ನು ತಟ್ಟಿ, ಆಗ ಅದು ತೆರೆದುನಿಲ್ಲುತ್ತದೆ ಎಂದು ಹೇಳುತ್ತಿದ್ದನು. ನಾನು ಮತ್ತು ತಾಯಿ ಭಗವತಿ ಒಂದೇ ಎಂದು ಪರಮಹಂಸರು ಹೇಳಿದರೆ ಏಸುವು, ನಾನು ಮತ್ತು ನನ್ನ ತಂದೆ ಒಂದೇ ಎಂದು ಹೇಳುತ್ತಿದ್ದನು.

ಈ ಸಾಮ್ಯಗಳನ್ನೆಲ್ಲ ಮಾಸ್ಟರ್‌ಮಹಾಶಯರು ಪರಮಹಂಸರಮುಂದೆ ಜೋಡಿಸಿಟ್ಟಾಗ, ಅದನ್ನೆಲ್ಲ ಅವರು ಪ್ರೀತಿಯಿಂದಲೇ ಕೇಳಿಸಿಕೊಂಡರು.

೭೪. ಬಡ್ಡಿಬ್ರಾಹ್ಮಣನ ಕಥೆ

ಸ್ವಾಮಿವಿವೇಕಾನಂದರು ಕೆಲವು ಅಪೂರ್ವ ಶಕ್ತಿಗಳ ಭಂಡಾರವಾಗಿದ್ದರು. ತಮ್ಮ ಬಳಿಗೆ ಏನನ್ನಾದರೂ ಕೇಳಬೇಕೆಂದು ಬಂದವರ ಮನಸ್ಸಿನಲ್ಲಿರುತ್ತಿದ್ದ ಪ್ರಶ್ನೆಗಳನ್ನು ಅಪ್ರಯಾಸವಾಗಿ ಅರಿತು, ಅವರು ಪ್ರಶ್ನಿಸುವ ಮುನ್ನವೇ ಉತ್ತರಹೇಳಿ, ಆ ಜಿಜ್ಞಾಸುಗಳನ್ನು ಅಚ್ಚರಿಯ ಕಡಲಿನಲ್ಲಿ ಮುಳುಗಿಸಿಬಿಡುತ್ತಿದ್ದರು. ಪ್ರೇತಗಳ ಪೂರ್ವಾಪರಗಳನ್ನು ತಿಳಿಯುವುದನ್ನಾಗಲಿ, ಅವುಗಳಿಗೆ ಬಿಡುಗಡೆ ದೊರಕಿಸಿಕೊಡುವುದನ್ನಾಗಲಿ ಅವರು ತಮ್ಮ ತಪೋಬಲದಿಂದ ಸಾಧಿಸಿಕೊಂಡಿದ್ದರು. ಅದಕ್ಕೆ ಸಂಬಂಧಿಸಿದಂತೆ ಪ್ರೇತಜನ್ಮದಿಂದ ಸಂಕಟಪಡುತ್ತಿದ್ದ ಬ್ರಾಹ್ಮಣನೊಬ್ಬನ ಕಥೆಯನ್ನು ವಿವೇಕಾನಂದರೇ ನಿರೂಪಿಸಿದ್ದಾರೆ.

ಒಂದುದಿನ ಸ್ವಾಮಿವಿವೇಕಾನಂದರು ತಮ್ಮ ಗುರುಭಾಯಿ ಪ್ರೇಮನಂದರೊಡಗೂಡಿ, ಯಾವುದೋ ಉದ್ಯಾನಗೃಹವೊಂದರಲ್ಲಿ ಕುಳಿತು ಬೇರೆಬೇರೆ ವಿಚಾರಗಳಮೇಲೆ ಬೆಳಕು ಚೆಲ್ಲುತ್ತಿದ್ದರು. ಆ ಹೊತ್ತಿಗೆ ಸರಿಯಾಗಿ ರುಂಡವು ಕಡಿದುಹೋದ ರೂಪದಲ್ಲಿ ಪ್ರೇತವೊಂದು ವಿವೇಕಾನಂದರ ಎದುರಿಗೆ ಬಂದುನಿಂತಿತು. ಆಗ ವಿವೇಕಾನಂದರು ಮಾತು ನಿಲ್ಲಿಸಿ ಗಂಭೀರವದನರಾಗಿ ಅದನ್ನೇ ನೋಡತೊಡಗಿದರು. ಆಗ ಆ ಪ್ರೇತವು "ಸ್ವಾಮಿ, ನೀನು ಮಹಾತ್ಮ, ನಾನು ಈ ಪ್ರೇತಜನ್ಮಕ್ಕೆ ಬಿದ್ದು ತುಂಬಾ ಬಾಧೆಪಡುತ್ತಿದ್ದೇನೆ, ಕೃಪೆ ಮಾಡಿ ನನ್ನನ್ನು ಪಾರುಮಾಡು" ಎಂದು ಕರುಣಾಜನಕ ಭಾವದಿಂದ ಮೊರೆಯಿಟ್ಟಿತು.

ಆಗ ವಿವೇಕಾನಂದರು ಆ ಪ್ರೇತವನ್ನು ಕುರಿತು "ನೀನು ಯಾರು, ನಿನ್ನ ಈ ಕಷ್ಟ ಜನ್ಮಕ್ಕೆ ಏನು ಕಾರಣ" ಎಂದು ಕೇಳಿದರು. ಆಗ ಆ ಪ್ರೇತವು "ನಾನೊಬ್ಬ ಬ್ರಾಹ್ಮಣನಾಗಿದ್ದೆ. ಹಣದ ಲೇವಾದೇವಿ ಮಾಡುತ್ತಿದ್ದೆ. ಆದರೆ ಸಾಲಗಾರರಿಂದ ಚಾಲ್ತಿಯಲ್ಲಿದ್ದ ಬಡ್ಡಿಗಿಂತಲೂ ಹೆಚ್ಚುಬಡ್ಡಿ ವಸೂಲುಮಾಡುತ್ತಿದ್ದೆ. ಹೀಗೆಯೇ ಇರುವಾಗ ನನ್ನಿಂದ ಸಾಲತೆಗೆದುಕೊಂಡಿದ್ದ ಒಬ್ಬಾತ, ಅಸಲನ್ನು ತೀರಿಸಲಾರದೆ ಬಡ್ಡಿಯನ್ನೂ ಕೊಡಲಾರದೆ ಇಕ್ಕಟ್ಟಿಗೆ ಸಿಲುಕಿಬಿಟ್ಟ. ನಾನಾದರೋ ಅವನನ್ನು ಬಡ್ಡಿಗಾಗಿ ಪರಿಪರಿಯಾಗಿ ಕಾಡತೊಡಗಿದೆ. ಅವನು ನನ್ನ ಕಾಟವನ್ನು ತಡೆದುಕೊಳ್ಳಲಾರದೆ, ಕ್ರೋಧದಿಂದ ನನ್ನ ತಲೆಯನ್ನೇ ಕಡಿದು ಗಂಗಾನದಿಗೆ ಎಸೆದುಬಿಟ್ಟ. ನನ್ನ ದುರ್ಮರಣವೇ ಕಾರಣವಾಗಿ ನನಗೆ ಪ್ರೇತಜನ್ಮ ಬಂದಿತು ಸ್ವಾಮಿ, ನನ್ನ ಮೇಲೆ ಕೃಪೆದೋರು" ಎಂದು ಕಣ್ಣೀರಿಡುತ್ತ ಹೇಳಿತು.

ಕರುಣಾರ್ದ್ರಹೃದಯರಾದ ಸ್ವಾಮಿಗಳು ಅದರ ವಿಮೋಚನೆಗಾಗಿ ಭಗವಂತನನ್ನು

ಬೇಡಿಕೊಂಡರು; ತಮ್ಮ ತಪಸ್ಸಿನ ಫಲವನ್ನಷ್ಟು ಧಾರೆಯೆರೆದರು; ಪ್ರೇತಜನ್ಮಕ್ಕೆ ಬಿಡುಗಡೆ ದೊರಕಿಸಿಕೊಟ್ಟರು. ವಿವೇಕಾನಂದರು ತಾವು ಗಳಿಸಿಕೊಂಡಿದ್ದ ಈ ಬಗೆಯ ಪವಾಡ ಶಕ್ತಿಗಳನ್ನು ಗೌಪ್ಯವಾಗಿರಿಸಿಕೊಂಡಿದ್ದರು, ಪರಿಮಿತವಾಗಿ ಬಳಸುತ್ತಿದ್ದರು. ಧನಕ್ಕಾಗಲಿ, ಕೀರ್ತಿಗಾಗಲಿ ಎಂದೂ ಅವುಗಳನ್ನು ಪ್ರದರ್ಶಿಸಲಿಲ್ಲ.

ವಿವೇಕಾನಂದರಿಗೆ ತಮ್ಮ ಪೂರ್ವಜನ್ಮಗಳ ನೆನಪೂ ಇತ್ತು ಎಂಬುದು ಕೂಡ ಅಚ್ಚರಿಹುಟ್ಟಿಸುವ ವಿಚಾರವಾಗಿದೆ. ಒಮ್ಮೆ ಭಕ್ತವೃಂದದಲ್ಲೊಬ್ಬರು "ಮಹಾರಾಜ್, ನಿಮಗೆ ನಿಮ್ಮ ಪೂರ್ವಜನ್ಮಗಳ ನೆನಪಿದೆಯೆ" ಎಂದು ಕೇಳಿದರು. ಅದಕ್ಕೆ ವಿವೇಕಾನಂದರು "ಹೌದು, ನನಗೆ ನೆನಪಿದೆ" ಎಂದರು. "ನಮಗೂ ಅದನ್ನು ತಿಳಿಸಿಕೊಡಿ ಮಹಾರಾಜ್" ಎಂದು ಭಕ್ತರು ಒತ್ತಾಯಿಸತೊಡಗಿದರು. ಆಗ ವಿವೇಕಾನಂದರು "ನಾನು ಅವುಗಳ ಬಗ್ಗೆ ತಿಳಿದುಕೊಳ್ಳಬಲ್ಲೆ; ತಿಳಿದುಕೊಂಡೂ ಇದ್ದೇನೆ, ಆದರೆ ನಾನು ಆ ಬಗ್ಗೆ ಏನೂ ಮಾತನಾಡಬಾರದೆಂದು ಸಂಕಲ್ಪಮಾಡಿದ್ದೇನೆ" ಎಂದು ಹೇಳಿ ಮೌನಿಯಾಗಿಬಿಟ್ಟರು.

೮೫. ಸ್ವರ್ಗಸುಖವು ನಮಗೆ ಬೇಕು

ಇಂದ್ರಿಯಗಳಿಗೆ ಮೀರಿದುದನ್ನು ಅರಿಯಬೇಕೆಂಬ ಆಕಾಂಕ್ಷೆಗೆ ಧರ್ಮ ಎಂದು ಹೆಸರು. ಆ ಆಕಾಂಕ್ಷೆಯ ಫಲವಾಗಿಯೇ ಮನುಷ್ಯನು ಪ್ರಾಣಿಗಳಿಂದ ಬೇರ್ಪಟ್ಟಿದ್ದಾನೆ. ಪ್ರಾಣಿ ಪ್ರಪಂಚದಲ್ಲಿ ಸ್ವಭಾವತಃ ಮನುಷ್ಯನು ಮಾತ್ರವೇ ಮೇಲಕ್ಕೆ ನೋಡಬಲ್ಲವನಾಗಿದ್ದಾನೆ. ಮಿಕ್ಕೆಲ್ಲವೂ ಸ್ವಾಭಾವಿಕವಾಗಿ ಕೆಳಮುಖವಾಗಿಯೇ ನೋಡುತ್ತವೆ. ಪ್ರಾಣಿಗಳಿಗೆ ತಲೆ ಹೊಟ್ಟೆಗಳೆಲ್ಲ ಒಂದೇ ರೇಖೆಯಲ್ಲಿವೆ. ಮನುಷ್ಯನೆಂಬ ಪ್ರಾಣಿಗೆ ಮಾತ್ರ ಹೊಟ್ಟೆಯು ಕೆಳಗಿದ್ದು, ತಲೆಯು ಎತ್ತರದಲ್ಲಿದೆ. ಆದ್ದರಿಂದ ಮನುಷ್ಯನು ಮೇಲಕ್ಕೆ ನೋಡುತ್ತ, ಮೇಲೇರುತ್ತ, ಪೂರ್ಣತೆಯನ್ನು ಹುಡುಕಬೇಕು. ಆ ಪೂರ್ಣತೆಯನ್ನೇ 'ಮುಕ್ತಿ' ಎಂದು ಕರೆದಿದ್ದಾರೆ. ನಮ್ಮ ಜೇಬಿನಲ್ಲಿ ಎಷ್ಟು ಹಣವಿದೆ, ನಾವು ಎಂತಹ ಉಡುಗೆತೊಡುಗೆಗಳನ್ನು ಧರಿಸುತ್ತೇವೆ, ನಾವು ಎಂತಹ ಮನೆಯಲ್ಲಿ ವಾಸಮಾಡುತ್ತೇವೆ ಎಂಬ ವಿಚಾರಗಳೆಲ್ಲ ಮುಖ್ಯವಲ್ಲ. ನಮ್ಮ ಅಂತರಂಗದಲ್ಲಿರುವ ಅಧ್ಯಾತ್ಮಶ್ರೀಯೊಂದೇ ಗಣನೆಗೆ ಯೋಗ್ಯವಾಗಿರುವಂಥದು. ಮಾನವಜನಾಂಗವನ್ನು ಪ್ರಗತಿಪಥದಲ್ಲಿ ಮುನ್ನಡೆಸಲು ಇರುವ ಕ್ರಿಯೋತ್ತೇಜಕಶಕ್ತಿಯೇ ಅದು– ಎಂದು ಮುಂತಾಗಿ ಹೇಳುತ್ತ, ಸ್ವಾಮಿ ವಿವೇಕಾನಂದರು ಮನುಷ್ಯನ ಸ್ವರ್ಗಸುಖದ ಬಯಕೆಯ ಹಾಸುಬೀಸುಗಳನ್ನು ಚಿತ್ರಿಸುವ ಕಥೆಯೊಂದನ್ನು ನಿರೂಪಿಸಿದ್ದಾರೆ.

ಇಬ್ಬರು ಗೆಳೆಯರು ತಾವು ಯಾವ ಬಗೆಯ ಸುಖವನ್ನು ಸ್ವರ್ಗದಲ್ಲಿ ಅನುಭವಿಸಬಹುದು ಎಂಬ ವಿಚಾರವನ್ನು ಕುರಿತು ಮಾತನಾಡಿಕೊಳ್ಳುತ್ತಿದ್ದರು. "ಸ್ವರ್ಗವೆಂದರೆ ಅದೊಂದು ನಯನಾಭಿರಾಮವಾದ ಲೋಕವಯ್ಯಾ! ಅದನ್ನು ಒಬ್ಬ ಸರ್ವಶಕ್ತನಾದ ರಾಜನು ಆಳುತ್ತಾನೆ. ಅವನನ್ನು ದೇವೇಂದ್ರ ಎಂದು ಕರೆಯುತ್ತಾರೆ. ಅವನು ಎತ್ತರದಲ್ಲಿ ಸ್ವರ್ಣಸಿಂಹಾಸನದಮೇಲೆ ಕುಳಿತಿರುತ್ತಾನೆ. ನಮ್ಮ ಆಯುಷ್ಯ ಮುಗಿದು, ನಾವು ತೀರಿ ಹೋದಬಳಿಕ, ನಮ್ಮ ಪುಣ್ಯದ ಫಲವಾಗಿ, ನಾವು ಆ ಸ್ವರ್ಗದಲ್ಲಿ ದೇವತೆಗಳಾಗಿ ಹುಟ್ಟುತ್ತೇವೆ. ನಮಗೊಂದು ದಿವ್ಯಶರೀರವು ಅಲ್ಲಿ ಲಭಿಸುತ್ತದೆ. ನಾವು ಸದಾಸರ್ವದಾ ಆನಂದವಾಗಿರಬಹುದು. ಅಲ್ಲಿ ನಮಗೆಲ್ಲ ಉಡುಗೊರೆಯಾಗಿ ಒಂದೊಂದು ತುತ್ತೂರಿ ಕೊಡುತ್ತಾರೆ. ಇಂದ್ರಸಭೆಯಲ್ಲಿ ದೇವೇಂದ್ರನು ತನ್ನ ಚಿನ್ನದ ಸಿಂಹಾಸನದಮೇಲೆ ಕುಳಿತಾಗ, ನಾವೆಲ್ಲರೂ ಆ ತುತ್ತೂರಿಯನ್ನು ಮೊಳಗಿಸುತ್ತ, ಹಾಡುತ್ತ, ಕುಣಿಯುತ್ತ, ಅವನ

ಸುತ್ತಲೂ ತಿರುಗುತ್ತಿರುತ್ತೇವೆ. ಈ ವಿಚಾರವನ್ನು ನಾನು ಹಿರಿಯರ ಸಂಭಾಷಣೆಯಿಂದ ಕೇಳಿತಿಳಿದಿದ್ದೇನೆ" ಎಂದು ವಿವರಿಸಿದನು.

ಈ ವರ್ಣನೆಗೆ ಪ್ರತಿಯಾಗಿ ಮತ್ತೊಬ್ಬನು "ಸ್ವರ್ಗದಲ್ಲಿ ತುತ್ತೂರಿಯೂದುವುದಷ್ಟೇ ಅಲ್ಲ, ಇಲ್ಲಿ ಕೇಳು, ಇನ್ನೂ ಬೇಕಾದಷ್ಟು ಸುಖಗಳಿವೆ. ಅಲ್ಲಿ ಬೇಕಾದಷ್ಟುಮಂದಿ ಸುಂದರಯುವತಿಯರಿರುತ್ತಾರೆ. ಅಲ್ಲಿ ನಮಗಾಗಲಿ, ಆ ಸುಂದರಿಯರಿಗಾಗಲಿ ಮುಪ್ಪೆಂಬುದೇ ಮುಸುಕುವುದಿಲ್ಲ. ನಾವು ಪ್ರೀತಿಮಾಡಿ ಒಲಿಸಿಕೊಂಡ ಯುವತಿಯನ್ನು ದೇವೇಂದ್ರನೇ ನಿಂತು ಮದುವೆಮಾಡಿಸಿಕೊಡುತ್ತಾನೆ. ಮದುವೆಯಾದರೋ ಬಹಳ ವೈಭವದಿಂದ ನಡೆಯುತ್ತದೆ. ಆಗ ಎಲ್ಲರೂ ಆ ತುತ್ತೂರಿಯೂದುತ್ತ ನಮ್ಮ ಸುತ್ತ ಕುಣಿದಾಡುತ್ತಾರೆ. ಇದೆಲ್ಲ ನಾನೂ ಹಿರಿಯರಿಂದಲೇ ಕೇಳಿತಿಳಿದವಿಚಾರ" ಎಂದು ಬಿತ್ತರಿಸಿದನು.

ಮನುಷ್ಯನ ಹೃದಯದಲ್ಲಿ ಸುಪ್ತವಾಗಿರುವ ಸ್ವರ್ಗಸುಖದ ಬಯಕೆಯನ್ನು ವಿವೇಕಾನಂದರು ಈ ಕಥೆಯಲ್ಲಿ ಟೀಕಿಸಿದ್ದಾರೆ. "ತುತ್ತೂರಿಯೂದುವ ಕಾಲದ ಸ್ವರ್ಗ ಸುಖದ ವಿಚಾರವನ್ನು, ತರುವಾಯದ ಕಾಲದವರು, ದುರ್ಬಲವೆಂದು ಭಾವಿಸಿ, ಅದನ್ನು ಬಲಪಡಿಸಲು ಮಾಡಿರುವ ಪ್ರಯತ್ನದ ಫಲವೇ ಮದುವೆ. ಈ ಆದರ್ಶಗಳಲ್ಲಿ ಏನೋ ಬೆಳೆವಣಿಗೆ ಇದೆ ಎಂದು ಯಾರೂ ಭಾವಿಸಬಾರದು. ಎರಡನೆಯ ಆದರ್ಶವು ಮನುಷ್ಯನ ಮನಸ್ಸು ಸುಖಕ್ಕಾಗಿ ಬಾಯಿಬಿಡುತ್ತ ಇನ್ನಷ್ಟು ಅಧೋಗತಿಗೆ ಇಳಿದಿದೆ ಎಂಬುದಕ್ಕೆ ಸಾಕ್ಷಿನುಡಿಯುತ್ತಿದೆ. ಸ್ವರ್ಗಸುಖಕ್ಕೆ ಹೆಚ್ಚುಹೆಚ್ಚು ರಂಜನೀಯ ವಿವರಗಳು ಕೂಡಿ ಕೊಂಡಂತೆಲ್ಲ ಮನುಷ್ಯನ ಮನೋದೌರ್ಬಲ್ಯವೂ ಹೆಚ್ಚಾಗುತ್ತಿದೆ ಎಂದೇ ಅರ್ಥ. ಇಂದ್ರಿಯಸುಖವೇ ಜೀವನದ ಗುರಿ ಎಂದು ಭಾವಿಸುವುದೇ ಈ ಬಗೆಯ ದೌರ್ಬಲ್ಯಕ್ಕೆ ಕಾರಣವಾಗಿದೆ. ಆದ್ದರಿಂದ ಪಂಚೇಂದ್ರಿಯಗಳಿಗೆ ಅತೀತವಾದ ವಿಚಾರಗಳನ್ನು ತಿಳಿಯು ವುದೇ ನಿಜವಾದ ಆನಂದ ಎಂದು ಮನುಷ್ಯನು ಮನವರಿಕೆಮಾಡಿಕೊಂಡು, ಆ ದಿಕ್ಕಿನಲ್ಲಿ ಪ್ರಯತ್ನಶೀಲನಾಗಬೇಕಾಗಿದೆ" ಎಂದು ವಿವೇಕಾನಂದರು ಬೋಧಿಸಿದ್ದಾರೆ.

೮೬. ಪಾದ್ರಿ ಮತ್ತು ಯುವತಿ

ನಾವು ವಾಸಮಾಡುತ್ತಿರುವ ಜಗತ್ತು ಸುಖಮಯವೋ ಅಥವಾ ದುಃಖಮಯವೋ ಎಂಬುದೊಂದು ಪುರಾತನವಾದ ಪ್ರಶ್ನೆ. ಕೆಲವರು "ಸುಖಮಯ ಆಹಾ" ಎಂದು ಹಿಗ್ಗಿದರೆ, ಮತ್ತೆ ಕೆಲವರು "ಅಯ್ಯೋ, ದುಃಖಮಯ" ಎಂದು ಗೋಳುಗರೆಯುತ್ತಾರೆ. ಯಾವುದೇ ಅರೆಕೊರೆಯಿಲ್ಲದೆ ಉಂಡುಟ್ಟು ತಿರುಗುವ ಮನುಷ್ಯ "ಸ್ವರ್ಗವೆಂದರೆ ಇದೇ ನೋಡಿ" ಎಂದು ಆಶಾವಾದಿಯಾಗಿರುತ್ತಾನೆ. ಆದರೆ ಅದೇ ಮನುಷ್ಯ ಕಾಲಗತಿಯಲ್ಲಿ ಎಲ್ಲವನ್ನೂ ಕಳೆದುಕೊಂಡು ಬೀದಿಗೆಬಿದ್ದರೆ "ಸಾಕಪ್ಪಾ, ಈ ನರಕದ ಬಾಳು" ಎಂದು ನಿರಾಶಾವಾದಿಯಾಗಿಬಿಡುತ್ತಾನೆ. ಆದ್ದರಿಂದಲೇ ಈ ಜಗತ್ತು ಸುಖಕರವೂ ಅಲ್ಲ, ದುಃಖ ಕರವೂ ಅಲ್ಲ. ಇದು ಭಗವಂತನ ಜಗತ್ತು. ಒಳ್ಳೆಯದು, ಕೆಟ್ಟದ್ದು ಎಂಬುವುಗಳಿಗೆ ಅತೀತವಾಗಿದೆ. ತನ್ನಷ್ಟಕ್ಕೆ ತಾನು ಪರಿಪೂರ್ಣವೇ ಆಗಿದೆ. ಈ ಜಗತ್ತೊಂದು ದೊಡ್ಡ ಗರಡಿಮನೆ. ನಾವೆಲ್ಲರೂ ಇಲ್ಲಿಗೆ ಅಂಗಸಾಧನೆ ಮಾಡಲೆಂದೇ ಬಂದಿದ್ದೇವೆ. ಅಂಗಸಾಧನೆ ಮಾಡಿ ಪರಿಪೂರ್ಣರಾಗಬೇಕಾಗಿದೆ. ಅಲ್ಲಿಯವರೆಗೆ ಈ ಜಗತ್ತು ನಾವು ಕಲ್ಪಿಸಿ ಕೊಂಡಂತೆಯೇ ಕಾಣುತ್ತಿರುತ್ತದೆ. ಈ ಚಿಂತನೆಗೆ ಜೋಡಣೆಯಾಗುವಂತೆ ಸ್ವಾಮಿ ವಿವೇಕಾನಂದರು ಪಾದ್ರಿ ಮತ್ತು ಯುವತಿಯ ಕಥೆಯನ್ನು ಹೇಳಿದ್ದಾರೆ.

ಒಂದುರಾತ್ರಿಯ ಹೊತ್ತಿನಲ್ಲಿ ಚರ್ಚಿನ ಪಾದ್ರಿಯೊಬ್ಬರು, ಚರ್ಚಿನ ಹಿಂಬದಿಯ ಉದ್ಯಾನವನದಲ್ಲಿ ದೂರದರ್ಶಕಯಂತ್ರವನ್ನು ಜೋಡಿಸಿಕೊಂಡು ಚಂದ್ರಮಂಡಲವನ್ನು ವೀಕ್ಷಿಸುತ್ತಿದ್ದರು. ಅದು ಪೌರ್ಣಮಿಯ ದಿನವಾಗಿದ್ದುದರಿಂದ, ಆ ಪರಿವೀಕ್ಷಣೆ ಚೇತೋಹಾರಿಯಾಗಿತ್ತು. ಆ ಸಮಯಕ್ಕೆ ಸರಿಯಾಗಿ ಕ್ರಿಸ್‌ಮಸ್ ಗಾಯನವೃಂದಕ್ಕೆ ಸೇರಿದ ಯುವತಿಯೊಬ್ಬಳು, ಗೀತೆಗಳಿಗೆ ಸಂಬಂಧಿಸಿದಂತೆ ಏನೋ ಸಲಹೆಕೇಳಲು ಚರ್ಚಿಗೆ ಬಂದಳು. "ಗುರುಗಳು ಉದ್ಯಾನವನದಲ್ಲಿದ್ದಾರೆ" ಎಂದು ಪರಿಚಾರಕನು ತಿಳಿಸಿದನು.

ಯುವತಿಯು ತಾನೂ ಉದ್ಯಾನವನಕ್ಕೆ ಹೋದಳು. "ಇಲ್ಲೇನು ಮಾಡುತ್ತಿದ್ದೀರಿ ಫಾದರ್" ಎಂದು ಕೂಗಿಕೇಳಿದಳು. "ಚಂದ್ರಮಂಡಲವನ್ನು ನೋಡುತ್ತಿದ್ದೇನೆ ಬಾ, ತುಂಬಾ ಸೊಗಸಾಗಿದೆ. ಅದರಲ್ಲಿರುವ ಕಪ್ಪುಕಲೆಗಳು ಈಗ ಸ್ಫುಟವಾಗಿ ಕಾಣುತ್ತಿವೆ. ಚಂದ್ರ ಮಂಡಲದಲ್ಲಿ ಭಾರಿಭಾರಿಯಾದ ಹಳ್ಳಕೊಳ್ಳಗಳಿವೆಯೆಂದೂ, ಅವೇ ಹಾಗೆ ಭೂಮಿಗೆ ಕಪ್ಪುಕಲೆಗಳಂತೆ ತೋರುತ್ತವೆಯೆಂದೂ ವಿಜ್ಞಾನಿಗಳು ಹೇಳುತ್ತಾರೆ. ಹಿಂದೂ

ಸಂಪ್ರದಾಯದಲ್ಲಿ ಚಂದ್ರನನ್ನು ಶಶಾಂಕ ಎಂದೂ ಕರೆಯುತ್ತಾರೆ. ಶಶ ಎಂದರೆ ಮೊಲ, ಅಂಕ ಎಂದರೆ ತೊಡೆ. ಮೊಲವನ್ನು ತೊಡೆಯಮೇಲೆ ಏರಿಸಿಕೊಂಡಿದ್ದಾನೆ ಚಂದ್ರ; ಆ ಮೊಲವೇ ಕಪ್ಪುಕಲೆಯಾಗಿ ಕಾಣಿಸುತ್ತದೆ ಎಂದು ಅವರು ಹೇಳುತ್ತಾರೆ" ಎಂದು ಪಾದ್ರಿಗಳು ವಿವರಿಸಿದರು.

ಆಗ ಯುವತಿಯು "ಹಾಗಾದರೆ ಆ ಕಪ್ಪುಕಲೆ ನಿಮ್ಮ ಭಾವನೆಗೆ ಹೇಗೆ ಕಾಣಿಸುತ್ತಿದೆ ಫಾದರ್" ಎಂದು ಕೇಳಿದಳು. ಅದಕ್ಕೆ ಗುರುಗಳು "ನನಗೇನೋ ಅದು ನಮ್ಮ ಚರ್ಚಿನ ಶಿಖರದಂತೆ ಭಾಸವಾಗುತ್ತಿದೆ" ಎಂದರು. ಆಗ ಯುವತಿಯು "ನಾನೂ ಒಮ್ಮೆ ನೋಡಬಹುದೇ ಫಾದರ್" ಎಂದು ಕೇಳಿದಳು. "ಓಹೋ, ನೀನು ನೋಡಲೇಬೇಕು, ನೋಡುನೋಡು, ನಿನಗೆ ಆ ಕಪ್ಪುಕಲೆ ಹೇಗೆ ಕಾಣಿಸಿತೆಂಬುದನ್ನು ನನಗೆ ಹೇಳು" ಎಂದರು. ದೂರದರ್ಶಕದಲ್ಲಿ ಕಣ್ಣಿಟ್ಟ ಯುವತಿಯು ಸಂಭ್ರಮದಿಂದ ನಗುತ್ತ "ಇದೇನು ಫಾದರ್, ಚರ್ಚಿನಶಿಖರ ಅನ್ನುತ್ತೀರಲ್ಲ, ನೀವು ಹೇಳಿದ್ದು ಸರಿಯಲ್ಲ. ಇಬ್ಬರು ಪ್ರಣಯಿಗಳು ಒಬ್ಬರನ್ನೊಬ್ಬರು ಚುಂಬಿಸುತ್ತಿರುವಂತೆ ನನಗೆ ಕಾಣಿಸುತ್ತಿದೆ" ಎಂದು ಹೇಳಿದಳು. "ಓಹೋ, ಹಾಗೋ" ಎಂದು ಹೇಳಿ ಪಾದ್ರಿ ಸುಮ್ಮನಾಗಿಬಿಟ್ಟರು. ಕ್ರಿಸ್‌ಮಸ್ ಸ್ತೋತ್ರಗಾಯನಕ್ಕೆ ಸಂಬಂಧಿಸಿದಂತೆ ಯುವತಿಯು ತನಗೆ ಬೇಕಾದ ಸಲಹೆಪಡೆದುಕೊಂಡು ಹೊರಟು ಹೋದಳು.

ಸದಾಕಾಲ ಚರ್ಚಿನ ಪರಿಸರದಲ್ಲಿಯೇ ವಾಸಮಾಡುವ ಧರ್ಮಗುರುಗಳಿಗೆ ಆ ಕಪ್ಪು ಕಲೆಯು ಚರ್ಚಿನ ಗೋಪುರದಂತೆ ಕಂಡಿದ್ದು ಅವರ ಮನೋಧರ್ಮಕ್ಕೆ ತಕ್ಕಂತೆಯೇ ಇದೆ. ಪ್ರೇಮಲೋಕದ ಕನಸುಕಾಣುತ್ತಿದ್ದ ಯುವತಿಗೆ, ಪರಸ್ಪರ ಮುತ್ತಿಡುವ ಪ್ರೇಮಿಗಳಂತೆ ತೋರಿದುದು ಅವಳ ಭಾವನೆಗೆ ತಕ್ಕಂತೆಯೇ ಇದೆ. ಹಾಗೆ ನೋಡಿದರೆ ಅದು ಮೊಲವೂ ಅಲ್ಲ, ಚರ್ಚಿನ ಗೋಪುರವೂ ಅಲ್ಲ, ಮುತ್ತಿಡುವ ಪ್ರೇಮಿಗಳು ಮೊದಲೇ ಅಲ್ಲ. ಆ ಕಪ್ಪುಕಲೆ ಕಪ್ಪುಕಲೆಯೇ, ಚಂದ್ರನು ಚಂದ್ರನೇ!

ಈ ಕಥೆಯ ಮುಕ್ತಾಯದಲ್ಲಿ ವಿವೇಕಾನಂದರು "ನಮ್ಮ ಒಳಗೆ ಏನಿದೆಯೋ ಅದು ಹೊರಪ್ರಪಂಚದಲ್ಲೂ ಇದೆ ಎಂದು ಭಾವಿಸಿಕೊಂಡೇ ನಾವು ಈ ಜಗತ್ತನ್ನು ನೋಡುತ್ತಿದ್ದೇವೆ. ನಾವು ಯಾವ ಮಟ್ಟದಲ್ಲಿದ್ದೇವೋ ಆ ಮಟ್ಟದಲ್ಲಿಯೇ ಪ್ರಪಂಚ ವನ್ನೂ ನೋಡುತ್ತೇವೆ. ಬೆಂಕಿಯನ್ನು ಒಳ್ಳೆಯದು ಎನ್ನಬೇಕೋ, ಕೆಟ್ಟದ್ದು ಎನ್ನಬೇಕೋ? ಅಡಿಗೆ ಕೆಲಸ ಅದರಿಂದ ಆದಾಗ ಒಳ್ಳೆಯದು ಎನ್ನುತ್ತೇವೆ. ಆ ಹೊತ್ತಿನಲ್ಲಿ ಕೈಸುಟ್ಟುಕೊಂಡರೆ 'ಹಾಳು ಅನಿಷ್ಟ' ಎನ್ನುತ್ತೇವೆ. ಹೀಗಾಗಿ ಅದು ಒಳ್ಳೆಯದೂ ಅಲ್ಲ, ಕೆಟ್ಟದ್ದೂ ಅಲ್ಲ.

"ಆದ್ದರಿಂದ ಎಳೆಯಮಕ್ಕಳಂತೆ ನಿರ್ಮಲವಾದ ಮನಸ್ಸುಳ್ಳ ಮಹಾತ್ಮರು ಯಾರಿಗೂ ತೊಂದರೆಕೊಡದೆ ಆಶಾವಾದಿಗಳಾಗಿ, ಆನಂದದಿಂದ ಇದ್ದುಬಿಡುತ್ತಾರೆ. ಆಸೆಗಳನ್ನು

ಪೂರೈಸಿಕೊಳ್ಳಲಾರದೆ ಪ್ರಪಂಚದ ನೂಕುನುಗ್ಗಲಿಗೆ ಸಿಕ್ಕಿ ಜರ್ಜರಿತರಾದ ವೃದ್ಧರು ನಿರಾಶಾವಾದಿಗಳಾಗಿ ಇದ್ದುಬಿಡುತ್ತಾರೆ. ಆದ್ದರಿಂದ ಈ ಜಗತ್ತು ಒಳ್ಳೆಯದೂ ಅಲ್ಲ, ಕೆಟ್ಟದ್ದೂ ಅಲ್ಲ; ಜಗತ್ತು ತನ್ನಷ್ಟಕ್ಕೆ ಜಗತ್ತೇ. ಇಂದ್ರಿಯಾತೀತವಾದ ಆತ್ಮವಸ್ತುವನ್ನು ಅರಿಯದಿದ್ದರೆ ಈ ಜೀವನವೊಂದು ಮರಳುಗಾಡಿನಂತಾಗಿಬಿಡುತ್ತದೆ. ಆತ್ಮವಸ್ತುವನ್ನು ಅರಿತಾಗ ಈ ದ್ವಂದ್ವಗಳೆಲ್ಲ ಮಾಯವಾಗುತ್ತವೆ" ಎಂದು ಉಪದೇಶಿಸಿದ್ದಾರೆ.

೮೭. ಹಲ್‌ಹೌಸ್ ಮತ್ತು ವಿವೇಕಾನಂದರು

ಕೆಲವು ಸಾಮಾಜಿಕ ಕಾರ್ಯಕರ್ತರು ತಮ್ಮದೇಆದ ನಿರ್ಣಯಗಳನ್ನು ಮಾಡಿಕೊಂಡು, ಅದರಂತೆ ಎಲ್ಲರೂ ನಡೆದರೆ ಲೋಕೋದ್ಧಾರವಾಗುತ್ತದೆ ಎಂದು ಬಲವಾಗಿ ನಂಬಿಕೊಂಡು ಬಿಟ್ಟಿರುತ್ತಾರೆ. ಜನರು ಧೂಮಪಾನಬಿಟ್ಟರೆ ಲೋಕೋದ್ಧಾರವಾಗುತ್ತದೆ; ಮದ್ಯಪಾನ ಬಿಟ್ಟರೆ ಲೋಕೋದ್ಧಾರವಾಗುತ್ತದೆ; ವೇಶ್ಯಾವಾಟಿಕೆಗಳಿಲ್ಲದಿದ್ದರೆ ಲೋಕೋದ್ಧಾರವಾಗುತ್ತದೆ; ವಿಧವಾವಿವಾಹಕ್ಕೆ ಇಂಬುದೊರೆತರೆ ಲೋಕೋದ್ಧಾರವಾಗುತ್ತದೆ ಎಂದು ಮುಂತಾಗಿ ನೆಚ್ಚಿಕೊಂಡು, ತಮ್ಮ ಅಭಿಪ್ರಾಯಗಳಿಗೆ ಅಂಟಿಕೊಂಡುಬಿಟ್ಟಿರುತ್ತಾರೆ. ತಮ್ಮ ಅಭಿಪ್ರಾಯಗಳಿಗೆ ಪೂರಕವಾಗುವಂತೆಯೇ ಜಗತ್ತೆಲ್ಲವೂ ನಡೆದುಕೊಳ್ಳಬೇಕು ಎಂದು ಅವರು ನಿರೀಕ್ಷಿಸುತ್ತಿರುತ್ತಾರೆ. ಇದನ್ನೇ ಸ್ವಾಮಿ ವಿವೇಕಾನಂದರು 'ಮತಭ್ರಾಂತಿ' ಅಥವಾ 'ಅಭಿಪ್ರಾಯಭ್ರಾಂತಿ' ಎಂದು ಕರೆದಿದ್ದಾರೆ. ಹಾಗೆ ಮತಭ್ರಾಂತಳಾಗಿದ್ದ ಮಹಿಳೆಯೊಬ್ಬಳ ಕಥೆಯನ್ನು ಈ ಸಂದರ್ಭದಲ್ಲಿ ನಿರೂಪಿಸಿದ್ದಾರೆ.

ಒಂದುದಿನ ಹಲ್‌ಹೌಸ್ ಎಂಬ ಸಂಸ್ಥೆಯಿಂದ ಒಬ್ಬ ಮಹಿಳೆ ವಿವೇಕಾನಂದರ ಉಪನ್ಯಾಸಕೇಳಲು ಬಂದಿದ್ದಳು. ಉಪನ್ಯಾಸದ ತರುವಾಯ ಅವಳು ಸ್ವಾಮಿಗಳ ಸಂದರ್ಶನ ಪಡೆದುಕೊಂಡು ಮಾತುಕತೆ ನಡೆಸಿದಳು. ಜಗತ್ತಿನಲ್ಲಿ ನಡೆಯುತ್ತಿರುವ ಪಾಪಕೃತ್ಯಗಳನ್ನೆಲ್ಲ ಅವಳು ಸ್ವಾಮಿಗಳ ಮುಂದೆ ಬಹುಬಗೆಯಲ್ಲಿ ಬಣ್ಣಿಸಿದಳು. ಆಗ ಸ್ವಾಮಿಗಳು "ಇದಕ್ಕೆಲ್ಲ ಏನಾದರೂ ಪರಿಹಾರವಿದೆಯೆ ತಂಗಿ" ಎಂದು ಕೇಳಿದರು. ಅದಕ್ಕವಳು "ಓಹೋ, ಇದೆ ಸ್ವಾಮಿ, ಅದನ್ನು ಹೇಳಲೆಂದೇ ನಾನು ನಿಮ್ಮಬಳಿಗೆ ಬಂದೆ" ಎಂದಳು. ಅದಕ್ಕೆ ಸ್ವಾಮಿಗಳು "ಅದೇನು ಪರಿಹಾರ ಹೇಳು ತಂಗಿ" ಎಂದರು.

"ನಾವು ಚಿಕಾಗೋನಗರದಲ್ಲಿ ಹಲ್‌ಹೌಸ್ ಎಂಬ ಸಂಸ್ಥೆಯನ್ನು ಕಟ್ಟಿದ್ದೇವೆ. ಅದು ನಿರಾಶ್ರಿತರ, ಮಕ್ಕಳ, ಸ್ತ್ರೀಯರ ಪುನರ್ವಸತಿ ಕೇಂದ್ರವಾಗಿದೆ. ಅಲ್ಲಿ ಶಿಶುವಿಹಾರವಿದೆ, ಶಾಲೆಯಿದೆ. ಕ್ರೀಡೆ ಮತ್ತು ಮನೋರಂಜನೆಗಳಿಗೆ ತಕ್ಕಷ್ಟು ವ್ಯವಸ್ಥೆಮಾಡಿದ್ದೇವೆ. ಅಲ್ಲಿ ಅಂಗಸಾಧನೆಯ ಕೇಂದ್ರವಿದೆ. ಬೇಕಾದವರು ಸಂಗೀತಕಲಿಯಬಹುದು. ವಯಸ್ಕರ ಶಿಕ್ಷಣಕ್ಕೆ ಆದ್ಯತೆ ನೀಡುತ್ತಿದ್ದೇವೆ. ಸಾಮಾಜಿಕಸಮಸ್ಯೆಗಳಿಗೆ ಪರಿಹಾರ ಹುಡುಕುವ ದಿಕ್ಕಿನಲ್ಲಿ ಚಿಂತನಶಿಬಿರಗಳನ್ನು ನಡೆಸುತ್ತಿದ್ದೇವೆ. ಸ್ತ್ರೀಯರ ಸಮಸ್ಯೆಗಳು, ಬಾಲಕಾರ್ಮಿಕರ ಸಮಸ್ಯೆಗಳು ಮೊದಲಾದುವುಗಳನ್ನೂ ಕೈಗೆತ್ತಿಕೊಂಡಿದ್ದೇವೆ" ಎನ್ನುತ್ತ ಹಲ್‌ಹೌಸ್‌ನ

ಕಾರ್ಯವ್ಯಾಪ್ತಿಯನ್ನೆಲ್ಲ ವಿಸ್ತಾರವಾಗಿ ಬಣ್ಣಿಸಿದಳು. "ಎಲ್ಲ ಪಾತಕಗಳಿಗೂ ಹಲ್‌ಹೌಸ್ ಒಂದೇ ಪರಿಹಾರ" ಎಂದು ಘೋಷಿಸಿಬಿಟ್ಟಳು. "ಆಕೆಯ ದೃಷ್ಟಿಯಲ್ಲಿ ಮನುಷ್ಯನ ಪಾತಕಗಳಿಗೆಲ್ಲ ಒಂದು ರಾಮಬಾಣವಿದೆ. ಅದೇ ಹಲ್‌ಹೌಸ್. "ಇದೇ ಸರಿ" ಎಂಬ ಅಭಿಪ್ರಾಯ ಅವಳಲ್ಲಿ ಭದ್ರವಾಗಿ ಬೇರೂರಿಬಿಟ್ಟಿದೆ. ಇದೊಂದು ಬಗೆಯ ಭ್ರಾಂತಿ. ನಾನು ಅವಳಿಗಾಗಿ ವಿಷಾದಪಡಬೇಕಾಗಿದೆ" ಎಂದಿರುವ ವಿವೇಕಾನಂದರು, ಅವಳಿಗೆ ತಿಳಿವಳಿಕೆ ನೀಡಿದ ಪರಿ ಮನನೀಯವಾಗಿದೆ.

"ಸಿಗರೇಟು ಸೇದದ ಒಬ್ಬ ಹೆಂಗಸು, ಸಿಗರೇಟು ಸೇದುವವರನ್ನು ಕಂಡಾಗ ಕಟುವಾಗಿ ನಿಂದಿಸುತ್ತಾಳೆ. ಆದರೆ ಅದೇ ಹೆಂಗಸು ಕಳ್ಳತನದಿಂದ ಮತ್ತೊಬ್ಬರ ಪರ್ಸನ್ನು ತನ್ನ ಮನೆಗೆ ಒಯ್ಯಲು ಸ್ವಲ್ಪವೂ ಅಳುಕುವುದಿಲ್ಲ. ಮದ್ಯಪಾನಮಾಡದ ಒಬ್ಬ ಪುರುಷನು ಮದ್ಯಪಾನ ಮಾಡುವವರನ್ನು ಕಂಡಾಗ ಸಿಡಿಮಿಡಿಗೊಂಡು ಅವರಲ್ಲಿ ಯಾವುದೇ ಒಳ್ಳೆಯ ಗುಣವಿಲ್ಲ ಎಂದು ನಿಂದಿಸುತ್ತಾನೆ. ಆದರೆ ಅವನು ಎಲ್ಲರಿಗೂ ಮೋಸಮಾಡುತ್ತಾನೆ, ಯಾವ ಹೆಂಗಸೂ ಅವನ ಹತ್ತಿರ ಸುರಕ್ಷಿತವಾಗಿ ಇರಲಾರಳು. ಹೀಗೆ ಇತರರ ಪಾತಕಗಳನ್ನು ದೊಡ್ಡದು ಮಾಡಿಕೊಂಡವರು, ತಾವು ಮಾಡುವ ಪಾತಕಗಳನ್ನು ಗಣನೆಗೆ ತಂದುಕೊಳ್ಳುವುದೇ ಇಲ್ಲ. ಇದಕ್ಕೆಲ್ಲ ಏನು ಪರಿಹಾರ? ಹಿಂಸೆಯನ್ನು ತಾಳಿಕೊಳ್ಳಲಾರದೆ ಒಂದು ಪ್ರದೇಶದಿಂದ ಇನ್ನೊಂದು ಪ್ರದೇಶಕ್ಕೆ ಓಡಿಬಂದ ಜನರು, ತಮಗೆ ಅವಕಾಶ ಸಿಕ್ಕಿದರೆ, ತಮ್ಮ ಪಂಥಕ್ಕೆ ಸೇರದ ಇತರರನ್ನು ಹಿಂಸಿಸಲು ತೊಡಗಿದ್ದು ಇತಿಹಾಸದಲ್ಲಿ ಅನೇಕ ಕಡೆ ನಡೆದಿದೆ. ಇದಕ್ಕೆಲ್ಲ ಏನು ಪರಿಹಾರ? ನಾನು ಹುಡುಗನಾಗಿದ್ದಾಗ ಯಾವುದಾದರೊಂದು ಕೆಲಸಮಾಡಲು 'ಅಭಿಪ್ರಾಯಭ್ರಾಂತಿ' ಅಗತ್ಯವೆಂದು ಭಾವಿಸಿಕೊಂಡಿದ್ದೆ. ಆದರೆ ವಯಸ್ಸಾದ ಮೇಲೆ ಅದು ಸರಿಯಲ್ಲ ಎಂದು ನನಗೆ ಅನ್ನಿಸಿದೆ. ಮದ್ಯಪಾನವನ್ನು ನಿಷೇಧಿಸಬೇಕೆನ್ನುವವರು ಕುಡುಕರನ್ನು ಪ್ರೀತಿಸುತ್ತಾರೆ ಎಂದು ತಿಳಿಯಬೇಡ. ಅವರಿಗೇನೋ ಪ್ರತಿಫಲ ಬೇಕಾಗಿದೆ. ಅದು ದೊರೆತಮೇಲೆ ಅವರು ಮತ್ತೆಲ್ಲೋ ದರೋಡೆಗೆ ಧಾವಿಸುತ್ತಾರೆ. ಇದಕ್ಕೆಲ್ಲ ಏನು ಪರಿಹಾರ?

"ಜನರ ಲೋಪದೋಷಗಳನ್ನು ಕಂಡು ನಮಗೆ ಅವರಮೇಲೆ ಸಹಾನುಭೂತಿ ಹುಟ್ಟಬೇಕು. ಆಗ ಕುಡುಕರೂ ನಮ್ಮಂತೆಯೇ ಮನುಷ್ಯರು ಎಂದು ಗೊತ್ತಾಗುತ್ತದೆ. ಯಾವಯಾವ ಸನ್ನಿವೇಶಗಳು ಅವರನ್ನು ಕುಡುಕರನ್ನಾಗಿ ಮಾಡಿದುವು ಎಂಬುದನ್ನು ಅರಿತುಕೊಂಡಾಗ, ನೀವೇ ಅವರ ಸ್ಥಾನದಲ್ಲಿ ಇದ್ದಿದ್ದರೆ ಆತ್ಮಹತ್ಯೆ ಮಾಡಿಕೊಳ್ಳುತ್ತಿದ್ದಿರಿ ಎಂಬುದು ನಿಮಗೇ ಗೊತ್ತಾಗುತ್ತದೆ. ಭಗವಂತನೇ ಈ ಜಗತ್ತನ್ನೆಲ್ಲ ಆಳುತ್ತಿದ್ದಾನೆ; ಮನುಷ್ಯರ ದಯೆಗೆ ಪಾತ್ರವಾಗಿ ನಡೆಯಲಿ ಎಂದೇನೂ ಅದನ್ನು ಬಿಟ್ಟಿಲ್ಲ. ಪ್ರಪಂಚವು ನಿಧಾನವಾಗಿ ಸಾಗುತ್ತಿದೆ. ಅದು ಹಾಗೆಯೇ ಸಾಗಲಿ. ಆತುರಪಡದೆ ದೇವರಮೇಲೆ ಶ್ರದ್ಧೆಯಿಟ್ಟು ಕೆಲಸ ಮಾಡೋಣ, ಮತಭ್ರಾಂತಿಗೆ ತುತ್ತಾಗದಿರೋಣ"ಎಂದು ತಿಳಿವಳಿಕೆ

ಹೇಳಿ ಆ ಮಹಿಳೆಯನ್ನು ಬೀಳ್ಕೊಟ್ಟರು.

ಹಲ್‌ಹೌಸ್ ಎಂಬುದು ಸಮಾಜಸುಧಾರಣೆಯ ಕೇಂದ್ರವಾಗಿ ಜೇನ್ ಅಡ್ಡಾಮ್ಸ್ ಮತ್ತು ಎಲೆನ್ ಗೇಟ್ಸ್‌ಸ್ಟಾರ್ ಎಂಬುವವರಿಂದ 1889ರಲ್ಲಿ ಸ್ಥಾಪಿತವಾಯಿತು. ಹಲ್ ಎಂಬಾತನು ಕಟ್ಟಿಸಿಕೊಂಡಿದ್ದ ದೊಡ್ಡದೊಂದು ಸೌಧದಲ್ಲಿ ಅದು ಪ್ರಾರಂಭವಾದುದರಿಂದ ಸಂಸ್ಥೆಗೂ ಹಲ್‌ಹೌಸ್ ಎಂದೇ ಹೆಸರಾಯಿತು. ಅದು ತನ್ನ ಕಾರ್ಯಚಟುವಟಿಕೆಗಳಿಂದ ಅಂತಾರಾಷ್ಟ್ರೀಯ ಖ್ಯಾತಿಯನ್ನು ಗಳಿಸಿತ್ತು. ಈಗ ಆ ಸಂಸ್ಥೆಯಿಲ್ಲ. ಹಲ್‌ಹೌಸ್‌ನ ಹಲ್ಲುಗಳೆಲ್ಲ ಉದುರಿಹೋಗಿ, ಅದರ ನಿವೇಶನವನ್ನೆಲ್ಲ ಒಂದು ವಿಶ್ವವಿದ್ಯಾನಿಲಯದ ನಿರ್ಮಾಣಕ್ಕಾಗಿ ಕಿತ್ತುಕೊಂಡುಬಿಟ್ಟರು. ಆ ಸಂಸ್ಥೆಯ ಕೆಲವು ಕಟ್ಟಡಗಳು ಮ್ಯೂಸಿಯಂಗಳಾಗಿಬಿಟ್ಟಿವೆ. "ಮನುಷ್ಯನ ಪಾತಕಗಳಿಗೆಲ್ಲ ರಾಮಬಾಣವೆಂದರೆ ಹಲ್‌ಹೌಸ್" ಎಂದು ಆ ಮಹಿಳೆ ಹೇಳಿದ್ದ ಸಂಸ್ಥೆ, ಕಾಲಗರ್ಭವನ್ನು ಸೇರಿಹೋಯಿತು. "ಭಗವಂತನೇ ಈ ಜಗತ್ತನ್ನೆಲ್ಲ ಆಳುತ್ತಿದ್ದಾನೆ; ಮನುಷ್ಯನ ದಯೆಗೆ ಪಾತ್ರವಾಗಿ ನಡೆಯಲಿ ಎಂದೇನೂ ಅದನ್ನು ಬಿಟ್ಟಿಲ್ಲ" ಎಂಬ ವಿವೇಕಾನಂದರ ವಾಣಿಮಾತ್ರ ಅನುರಣಿಸುತ್ತ ಉಳಿದುಬಿಟ್ಟಿದೆ!

೮೮. ಮೋಚಿ ಮತ್ತು ಬ್ರಾಹ್ಮಣ

ನಾವು ಜೀವಾತ್ಮರು ಎಂದು ಭಾವಿಸಿಕೊಂಡಿರುವುದರಿಂದ, ನಮ್ಮ ಮನಸ್ಸಿನಲ್ಲಿ ಒಂದು ಮಾಯೆಯ ಪರದೆ ಇಳಿಬಿದ್ದಂತಾಗಿದೆ. ಅದು ಸರಿದುಹೋದರೆ, ನಾವು ಜೀವಾತ್ಮರು ಎಂಬ ಅಜ್ಞಾನವು ತೊಲಗಿ, ನಾವು ಬ್ರಹ್ಮಾತ್ಮರೇ ಆಗುತ್ತೇವೆ. ನಾವು ಜೀವಾತ್ಮರು ಎಂದು ಭಾವಿಸಿಕೊಂಡಿರುವ ಅಜ್ಞಾನವನ್ನು ಗುರುತಿಸಿ ತೊಲಗಿಸಬೇಕು. ವ್ಯಾವಹಾರಿಕ ಜಗತ್ತಿನಲ್ಲಿ ಇದು ಮನೆ, ಇದು ಮಠ, ಇದು ಗಡಿಗೆ, ಇದು ಮಡಿಕೆ, ಇವಳು ಹೆಂಡತಿ, ಇವನು ಮಗ– ಎಂಬ ನಾಮರೂಪಗಳನ್ನಿಟ್ಟುಕೊಂಡು ನೋಡುತ್ತಿರುವುದೆಲ್ಲ ಆ ಅಜ್ಞಾನದ ಫಲವೇ ಆಗಿದೆ. ಆ ಅಜ್ಞಾನವು ತೊಲಗಿದರೆ, 'ಎಲ್ಲವೂ ಬ್ರಹ್ಮವೆ' ಎಂಬ ಬ್ರಹ್ಮಸತ್ತೆಯ ಅನುಭವವಾಗುತ್ತದೆ. ಮಬ್ಬುಗತ್ತಲೆಯಲ್ಲಿ ಹಗ್ಗವನ್ನು ಕಂಡು, ಹಾವೆಂದು ಭ್ರಮಿಸಿ, ಭಯಪಟ್ಟು ಓಡಿಹೋಗುತ್ತೇವೆ. ಆಮೇಲೆ ಸರಿಯಾಗಿ ಗುರುತಿಸಿ, ಅದು ಹಗ್ಗವೆಂಬ ತಿಳಿವಳಿಕೆ ಬಂದುಬಿಟ್ಟರೆ ಸರಿ, ನಮ್ಮ ಅಜ್ಞಾನಕ್ಕೆ ನಾವೇ ನಗುತ್ತೇವೆ. ನಾಮರೂಪಗಳೆಲ್ಲ ಮಿಥ್ಯೆಯೆಂದು ಅರಿಯುತ್ತೇವೆ. ಅಜ್ಞಾನ ಅಥವಾ ಮಾಯೆಗೆ ಸ್ವತಂತ್ರವಾದ ಅಸ್ತಿತ್ವವಾಗಲಿ ರೂಪವಾಗಲಿ ಇಲ್ಲ. "ಇದು ಅಜ್ಞಾನ" ಎಂದು ಗುರುತಿಸಿಬಿಟ್ಟರೆ ಸಾಕು, ಅದು ಆಗಿಂದಾಗಲೇ ಓಡಿಬಿಡುತ್ತದೆ ಎಂದು ಸ್ವಾಮಿ ವಿವೇಕಾನಂದರು ಉಪದೇಶಿಸಿದ ಬಳಿಕ "ಪರಮಹಂಸರ ಮೋಚಿ ಮತ್ತು ಬ್ರಾಹ್ಮಣನ ಕಥೆಯನ್ನು ನೀವು ಕೇಳಿಲ್ಲವೆ" ಎಂದು ಅದರತ್ತ ಜಿಜ್ಞಾಸುಗಳ ಗಮನಸೆಳೆದಿದ್ದಾರೆ.

ಕಾಶೀಪಟ್ಟಣದಲ್ಲಿ ಅಪ್ಪಾಭಟ್ಟನೆಂಬ ಒಬ್ಬ ಪುರೋಹಿತನಿದ್ದನು. ಒಂದುದಿನ ಅವನು ಯಾವುದೋ ಪೂಜಾಕಾರ್ಯದ ನಿಮಿತ್ತವಾಗಿ ತನ್ನ ಗೃಹೀಶಿಷ್ಯನ ಮನೆಗೆ ಹೋಗಬೇಕಾಗಿತ್ತು. ಅದು ತಕ್ಕಷ್ಟು ದೂರದಲ್ಲಿತ್ತು. ಪೂಜಾಸಾಮಗ್ರಿಗಳನ್ನೊಳಗೊಂಡ ಸ್ವಲ್ಪ ಭಾರವಾದ ಗಂಟೊಂದನ್ನು ಅವನು ಒಯ್ಯಬೇಕಾಗಿತ್ತು. ಮನೆಯಿಂದ ಹೊರಟು, ಕೂಡುರಸ್ತೆಗೆ ಬಂದು, ಗಂಟುಹೊರಲು ಯಾರಾದರೂ ಕೂಲಿಕಾರರು ಸಿಕ್ಕುತ್ತಾರೆಯೋ ಎಂದು ಸುತ್ತಮುತ್ತ ನೋಡಿದನು. ಯಾರೂ ಕಣ್ಣಿಗೆ ಬೀಳಲಿಲ್ಲ. ಆ ಹೊತ್ತಿನಲ್ಲಿ ಅಲ್ಲೊಂದು ಮೂಲೆಯಲ್ಲಿ ಒಬ್ಬ ಮೋಚಿಯು ಮೌನವಾಗಿ ಪಾದರಕ್ಷೆಗಳನ್ನು ಹೊಲಿಯುತ್ತ ಕುಳಿತಿದ್ದನು. ಅಪ್ಪಾಭಟ್ಟನು ಆ ಮೋಚಿಯನ್ನು ಕುರಿತು "ಅಯ್ಯಾ, ನಾನು ಪುಂಡರೀಕನ ಮನೆಗೆ ಹೋಗಬೇಕು, ಈ ಗಂಟನ್ನು ಹೊರಲಾರೆ, ನೀನು

ಹೊತ್ತುಕೊಂಡು ನನ್ನ ಜೊತೆಗೆ ಬಾ" ಎಂದನು.

ಅದಕ್ಕೆ ಮೋಚಿಯು "ಸ್ವಾಮಿ, ನಾನು ನಿಮ್ಮನ್ನು ಮುಟ್ಟಿಸಿಕೊಳ್ಳಬಾರದು. ನಿಮ್ಮ ಗಂಟನ್ನು ಹೊತ್ತರೆ ನೀವು ಮೈಲಿಗೆಯಾಗಿಬಿಡುತ್ತೀರಿ. ಆದ್ದರಿಂದ ನಾನೊಲ್ಲೆ" ಎಂದು ಬಿಟ್ಟನು. ಆದರೆ ಅಪ್ಪಾಭಟ್ಟನು ಸುಮ್ಮನಾಗಲಿಲ್ಲ. "ಪರವಾಗಿಲ್ಲ ಬಾರಯ್ಯ. ನನ್ನ ಮಡಿ ಅಷ್ಟು ಸುಲಭಕ್ಕೆ ಜಾರಿಹೋಗುವಂಥದೇನೂ ಅಲ್ಲ. ಪುಂಡರೀಕನ ಮನೆಯಲ್ಲಿ ನಿನ್ನ ವಿಚಾರವಾಗಿ ನಾನು ಏನನ್ನೂ ಹೇಳುವುದಿಲ್ಲ. ನೀನೂ ಅಷ್ಟೆ, ಯಾರೊಡನೆಯೂ ಮಾತನಾಡಬೇಡ, ಯಾರೊಡನೆಯೂ ಸೇರಬೇಡ, ಮಾತನಾಡದೆ ನಿನ್ನಷ್ಟಕ್ಕೆ ಇದ್ದುಬಿಡು. ನಿನಗೆ ಒಳ್ಳೆಯ ಊಟ ತಿಂಡಿ ಕೊಡಿಸುತ್ತೇನೆ. ಒಳ್ಳೆಯ ಕೂಲಿಯನ್ನೂ ಕೊಡುತ್ತೇನೆ. ಸಂಜೆಗೆ ವಾಪಸ್ಸು ಬಂದುಬಿಡೋಣ" ಎಂದು ಪುಸಲಾಯಿಸಿದನು. ಮೋಚಿಯು ತಿರಸ್ಕರಿಸ ಲಾರದೆ, ತತ್ಕಾಲಕ್ಕೆ ತನ್ನ ಕೆಲಸವನ್ನು ಬದಿಗೊತ್ತಿ, ಹೊರೆಯನ್ನು ಹೊತ್ತು ಅಪ್ಪಾಭಟ್ಟನ ಅನುಚರನಾಗಿ ನಡೆದನು.

ಪುಂಡರೀಕನ ಮನೆಯನ್ನು ಮುಟ್ಟಿದ ಬಳಿಕ, ಮೋಚಿಗೆ ರುಚಿಕರವಾದ ಉಪಾಹಾರ ಪಾನೀಯಗಳು ದಕ್ಕಿದುವು. ಅವನು ಅಲ್ಲಿಯೇ ಒಂದೆಡೆ ಮೌನವಾಗಿ ನಿಂತುಬಿಟ್ಟನು. ಪುಂಡರೀಕನು ಪೂಜಾಕಾರ್ಯಗಳ ಗಡಿಬಿಡಿಯಲ್ಲಿದ್ದುದರಿಂದ ಕೂಲಿಯಾಳಿನ ವಿಚಾರ ವನ್ನೇನೂ ಕೇಳಲಿಲ್ಲ. ಪೂಜಾಕಾರ್ಯಗಳು ವಿಜೃಂಭಣೆಯಿಂದ ಪ್ರಾರಂಭವಾದುವು. ದೊಡ್ಡ ಪೂಜೆಯಾದ್ದರಿಂದ, ಸ್ವಲ್ಪಹೊತ್ತಿನಮೇಲೆ ತಿಪ್ಪಾಭಟ್ಟನೆಂಬ ಮತ್ತೊಬ್ಬ ಪುರೋಹಿತನು ಬಂದು, ಅಪ್ಪಾಭಟ್ಟನೊಡನೆ ಸೇರಿಕೊಂಡನು. ಪೂಜೆಗೆ ಮತ್ತಷ್ಟು ಕಳೆಯೇರಿತು.

ತಿಪ್ಪಾಭಟ್ಟನು ಪೂಜಾಸ್ಥಳದಲ್ಲಿ ಕುಳಿತಿದ್ದ ಜಾಗದಿಂದ ಹೊರಕ್ಕೆ ದೃಷ್ಟಿಹರಿಸಿ ದಾಗಲೆಲ್ಲ ಅವನಿಗೆ ತಾನು ಕಳಚಿಬಿಟ್ಟಿದ್ದ ತನ್ನ ಪಾದರಕ್ಷೆಗಳು ಕಾಣಿಸುತ್ತಿದ್ದುವು. "ಪೂಜಾ ಕಾಲದಲ್ಲಿ ಪಾದರಕ್ಷೆಯ ದರ್ಶನವೆ" ಎಂದು ಅವನಿಗೆ ಕಸಿವಿಸಿಯಾಯಿತು. ಅಲ್ಲೇ ಹೊರಗೆ ಕಿಂಕರನಂತೆ ನಿಂತಿದ್ದ ಮೋಚಿಯನ್ನು ಕುರಿತು ತಿಪ್ಪಾಭಟ್ಟನು "ಅಯ್ಯಾ, ನಿನ್ನ ಹೆಸರೇನೋ ನನಗೆ ತಿಳಿಯದು, ನನ್ನ ಪಾದರಕ್ಷೆಯನ್ನು ಸ್ವಲ್ಪ ಪಕ್ಕಕ್ಕೆ ಇಟ್ಟುಬಿಡು" ಎಂದು ಕೈಸನ್ನೆ ಸಹಿತವಾಗಿ ಕೂಗಿಹೇಳಿದನು. ಆದರೆ ಈ ಮೊದಲೇ ಅಪ್ಪಾಭಟ್ಟನು "ಯಾರೊಡನೆಯೂ ಮಾತನಾಡಬಾರದು, ಯಾರ ಮಾತನ್ನೂ ಕೇಳಬಾರದು" ಎಂದು ಮುಂತಾಗಿ ತಾಕೀತುಮಾಡಿದ್ದರಿಂದ ಮೋಚಿಯು, ತಿಪ್ಪಾಭಟ್ಟನ ಮಾತೇ ತನಗೆ ಕೇಳಿಸಲಿಲ್ಲ ಎಂಬಂತೆ ಸುಮ್ಮನೆ ನಿಂತೇ ಇದ್ದನು. ಆಗ ತಿಪ್ಪಾಭಟ್ಟನು "ನಾನು ಹೇಳುತ್ತಿರುವುದು ನಿನಗೆ ಕೇಳಿಸುತ್ತಿಲ್ಲವೇ, ನನ್ನ ಆ ಪಾದರಕ್ಷೆಯನ್ನು ಆ ಮೂಲೆಗೆ ಇಟ್ಟುಬಿಡು, ಪೂಜೆಯ ಹೊತ್ತಿನಲ್ಲಿ ಅದರ ದರ್ಶನವೇಕೆ" ಎಂದು ಮತ್ತಷ್ಟು ಜೋರಾಗಿ ಕೂಗಿಹೇಳಿದನು. ಆಗಲೂ ಮೋಚಿಯು ಮಿಸುಕಾಡಲಿಲ್ಲ, ಮಾತನಾಡಲಿಲ್ಲ, ಉಭ-ಶುಭ ಅನ್ನಲಿಲ್ಲ.

"ಇಷ್ಟು ಕೂಗಿಕೊಂಡರೂ ಮಾತನಾಡದೆ ನಿಂತಿದ್ದಾನಲ್ಲಾ" ಎಂದು ತಿಪ್ಪಾಭಟ್ಟನಿಗೆ

ಕೋಪವೇರಿತು. ಸಾಮಾನ್ಯವಾಗಿ ಮೋಚಿಗಳು ಹೆಚ್ಚು ಮಾತನಾಡುವುದಿಲ್ಲ. ತಾವಾಯಿತು ತಮ್ಮ ಕೆಲಸವಾಯಿತು. ಅದೇ ಕಾರಣವಾಗಿ ಎಷ್ಟು ಪರಿಯಾಗಿ ಹಳಿದರೂ ಉತ್ತರಕೊಡದೆ ಮೌನವಾಗಿರುವವರನ್ನು ಕುರಿತು "ಮಾತನಾಡದೆ ಮೌನವಾಗಿರಲು ನೀನು ಮೋಚಿ ಯೇನೋ" ಎಂದು ಝಂಕಿಸುವ ನುಡಿಗಟ್ಟೊಂದು ಆ ಸುತ್ತಿನಲ್ಲಿ ಬಳಕೆಯಲ್ಲಿತ್ತು. ಆ ಹಿನ್ನೆಲೆಯಲ್ಲಿ ತಿಪ್ಪಾಭಟ್ಟನು ಕೋಪದಿಂದ "ನಿನ್ನ ಹೆಸರೇನೋ, ಯಾರೋ ನೀನು, ಮಾತನಾಡದೆ ಮೌನವಾಗಿರಲು ನೀನೇನು ಮೋಚಿಯೇನೋ" ಎಂದು ಗರ್ಜಿಸಿದನು. ಮೋಚಿಗೆ ತಮ್ಮ ಸಮುದಾಯದ ವಿಚಾರವಾಗಿ ಪ್ರಚಾರದಲ್ಲಿರುವ ಆ ನುಡಿಗಟ್ಟಿನ ಪರಿಚಯವಿರಲಿಲ್ಲ. ಆದ್ದರಿಂದ ಅವನು "ಓಹೋ, ಇವರು ನನ್ನನ್ನು ಗುರುತಿಸಿಬಿಟ್ಟರು, ನಾನು ಮೋಚಿಯೆಂಬುದು ಇವರಿಗೆ ತಿಳಿದುಹೋಯಿತು" ಎಂದು ತನಗೆ ತಾನೇ ಭಾವಿಸಿಕೊಂಡುಬಿಟ್ಟನು. ತನಗೆ ಮುಂದೇನು ಕಾದಿದೆಯೋ ಎಂದು ಗಡಗಡನೆ ನಡುಗಿ ಹೋದನು. ತನ್ನನ್ನು ಕರೆತಂದಿದ್ದ ಅಪ್ಪಾಭಟ್ಟನನ್ನು ಕುರಿತು "ಸ್ವಾಮಿ, ನಾನು ಮೊದಲೇ ಬೇಡ ಎಂದು ಹೇಳಲಿಲ್ಲವೇ, ಈಗ ಗುರುತುಹಚ್ಚಿಬಿಟ್ಟರು ನೋಡಿ, ನಿಮ್ಮ ಮಡಿಯೂ ಹಾಳಾಯಿತು, ನನ್ನ ಮರ್ಯಾದೆಯೂ ಹಾಳಾಯಿತು" ಎಂದು ಕೂಗಿಕೊಳ್ಳುತ್ತ, ಅಲ್ಲಿಂದ ನಾಗಾಲೋಟದಲ್ಲಿ ಓಡಿಬಿಟ್ಟನು.

ಅಜ್ಞಾನ ಅಥವಾ ಮಾಯೆ ಎಂಬುದು ಎಲ್ಲಿಂದ ಬಂತು ಎಂಬ ಪ್ರಶ್ನೆಯನ್ನು ಯಾರಾದರೂ ಕೇಳಬಹುದು. ಯಾವ ಪದಾರ್ಥವು ಇಲ್ಲವೇ ಇಲ್ಲವೋ ಅದು ಬರುವುದಾದರೂ ಹೇಗೆ? ಇದ್ದರೆ ತಾನೆ ಬರುವುದು! ಬ್ರಹ್ಮಸತ್ತೆಯೊಂದೇ ಇರುವುದು; ಅದನ್ನೇ ನಾವು ಮಿಥ್ಯಾನಾಮರೂಪಗಳಿಂದ ಅಂದರೆ, ಬೇರೆ ಹೆಸರುಗಳಲ್ಲಿ, ಬೇರೆ ರೂಪಗಳಲ್ಲಿ ನೋಡುತ್ತಿದ್ದೇವೆ. ಈ ಬ್ರಹ್ಮಾಂಡವಾಗಲಿ, ಸೃಷ್ಟಿ ಸ್ಥಿತಿ ಲಯಗಳಾಗಲಿ ಪರಬ್ರಹ್ಮದಲ್ಲಿಯೇ ಅಧ್ಯಸ್ತವಾಗಿವೆ; ಇಂದ್ರಜಾಲದ ಹಾಗೆ ಕಾಣುತ್ತಿವೆ. ಅವುಗಳಿಗೆ ಯಾವುದೇ ವಿಧವಾದ ಸ್ವರೂಪಸತ್ತೆಯೂ ಇಲ್ಲ ಎಂದು ಸ್ವಾಮಿ ವಿವೇಕಾನಂದರು ಆ ಅಜ್ಞಾನದ ಪ್ರಸಕ್ತಿಯನ್ನು ಮತ್ತಷ್ಟು ಸ್ಫುಟಗೊಳಿಸಿ ತಿಳಿಸಿಕೊಟ್ಟಿದ್ದಾರೆ. ಹಗ್ಗವನ್ನು ಹಾವೆಂದು ತಿಳಿಯುವಂತೆ ಯಾವುದನ್ನು ತಪ್ಪಾಗಿ ಗ್ರಹಿಸುವೆವೋ ಅದು 'ಅಧಿಷ್ಠಾನ' ವೆನಿಸುತ್ತದೆ. ಯಾವುದೆಂದು ಗ್ರಹಿಸುವೆವೋ ಅದು 'ಅಧ್ಯಸ್ತ' ಅಥವಾ ಆರೋಪಿತ ಎಂದೆನಿಸುತ್ತದೆ.

೮೯. ನಿನ್ನನ್ನು ಸಮುದ್ರಕ್ಕೆ ಎಸೆಯುತ್ತೇನೆ

ಸ್ವಾಮಿ ವಿವೇಕಾನಂದರ ದೇಶಭಕ್ತಿ ಅಪರಿಮಿತವಾದುದು. ಹಿಂದೂಗಳನ್ನಾಗಲಿ, ಹಿಂದೂ ಸಂಸ್ಕೃತಿಯನ್ನಾಗಲಿ ಯಾರಾದರೂ ಅರ್ಥಹೀನವಾಗಿ ಖಂಡಿಸುತ್ತಿದ್ದರೆ, ನಿಂದಿಸುತ್ತಿದ್ದರೆ ಅವರು ತಿಲಮಾತ್ರವೂ ಸಹಿಸಿಕೊಳ್ಳುತ್ತಿರಲಿಲ್ಲ. ಹೀಗಳೆದವರು ಮುಟ್ಟಿನೋಡಿಕೊಳ್ಳು ವಂತಹ ಉತ್ತರಗಳನ್ನು ಕೊಡುತ್ತಿದ್ದರು. ವಿದೇಶಗಳಲ್ಲಿ ಭಾರತದ ಬಗ್ಗೆ ನಡೆದಿದ್ದ ಅಪಪ್ರಚಾರದಿಂದಾಗಿ, ಅಲ್ಲಿ ಅನೇಕರು ವಿವೇಕಾನಂದರನ್ನು ಕುರಿತು, ಚಿತ್ರವಿಚಿತ್ರವಾದ ಪ್ರಶ್ನೆಗಳನ್ನು ಕೇಳುತ್ತಿದ್ದರು. ಅಂತಹವರಿಗೆ ವಿವೇಕಾನಂದರು ಸೊಲ್ಲೆತ್ತಬಾರದಂತಹ ಉತ್ತರಗಳನ್ನು ಕೊಡುತ್ತಿದ್ದರು.

"ನಿಮ್ಮ ದೇಶದಲ್ಲಿ ಕೆಲವರು ಹುಟ್ಟಿದ ಗಂಡುಮಕ್ಕಳನ್ನು ಗಂಗಾನದಿಗೆ ಎಸೆದುಬಿಡು ತ್ತಾರಂತಲ್ಲಾ, ಏಕೆ ಮಹಾಶಯರೆ" ಎಂದು ಒಮ್ಮೆ ಮಹಿಳೆಯೊಬ್ಬಳು ವಿವೇಕಾನಂದರನ್ನು ಕೇಳಿದಳು. ಅದಕ್ಕೆ ವಿವೇಕಾನಂದರು "ಹೌದು ತಾಯಿ, ನಮ್ಮ ದೇಶದಲ್ಲಿ ಹುಟ್ಟಿದ ಗಂಡುಮಕ್ಕಳನ್ನು ಗಂಗಾನದಿಗೆ ಎಸೆದುಬಿಡುತ್ತಾರೆ; ನನ್ನನ್ನೂ ಎಸೆದಿದ್ದರು. ನಾನೊಬ್ಬ ಮಾತ್ರ ಹೇಗೋ ಈಜಿಕೊಂಡು ಪಾರಾಗಿಬಂದು, ಈಗ ನಿನ್ನ ಮುಂದೆ ನಿಂತಿದ್ದೇನೆ ನೋಡು" ಎಂದು ಉತ್ತರಿಸಿದರು. ಇನ್ನೊಬ್ಬಾಕೆ "ನಿಮ್ಮ ದೇಶದಲ್ಲಿ ಹೆಣ್ಣುಮಕ್ಕಳು ಹುಟ್ಟಿದರೆ ಕೆಲವರು ಅವುಗಳನ್ನು ಮೊಸಳೆಯ ಬಾಯಿಗೆ ಕೊಟ್ಟುಬಿಡುತ್ತಾರಂತಲ್ಲ. ಏಕೆ ಮಹಾಶಯರೆ" ಎಂದು ಕೇಳಿದರು. ಅದಕ್ಕೆ ವಿವೇಕಾನಂದರು "ಹೆಣ್ಣುಮಕ್ಕಳ ಶರೀರವು ಗಂಡುಮಕ್ಕಳ ಶರೀರಕ್ಕಿಂತ ಮೃದುವಾಗಿರುವ ಕಾರಣದಿಂದ, ಮೊಸಳೆಗಳಿಗೆ ತಿನ್ನಲು ಅನುಕೂಲವಾಗಲೆಂದು ಹೆಣ್ಣುಮಕ್ಕಳನ್ನು ಆ ಅನಾಗರಿಕದೇಶದ ಮೊಸಳೆಯ ಬಾಯಿಗೆ ಎಸೆಯುತ್ತಾರೆ" ಎಂದು ಹೇಳಿದರು.

ಮತ್ತೊಬ್ಬಾಕೆ "ನಿಮ್ಮ ದೇಶದಲ್ಲಿ ಯುವತಿಯರನ್ನು ಮುದುಕರಿಗೆ ಕೊಟ್ಟು ಮದುವೆ ಮಾಡುತ್ತಾರಂತಲ್ಲ, ಏಕೆ ಮಹಾಶಯರೆ" ಎಂದು ದಬಾಯಿಸಿದಳು. "ಹೌದು ತಂಗಿ, ಏಕೆಂದರೆ ನಮ್ಮ ದೇಶದಲ್ಲಿ ಯುವಕರೆಲ್ಲ ನನ್ನಹಾಗೆ ಸನ್ಯಾಸಿಗಳಾಗಿಬಿಡುತ್ತಾರೆ. ಇನ್ನು ಉಳಿಯುವವರು ಮುದುಕರೇ ತಾನೆ! ಇನ್ನು ಹೆಣ್ಣುಮಕ್ಕಳನ್ನು ಅವರಿಗಲ್ಲದೆ ಮತ್ತಾರಿಗೆ ಕೊಟ್ಟು ಮದುವೆಮಾಡುವುದು" ಎಂದು ಉತ್ತರಿಸಿದರು. ಇಂತಹ ವಿಡಂಬನ ಭರಿತ ಉತ್ತರಗಳನ್ನು ಪಡೆದುಕೊಂಡವರು ಮತ್ತೆ ಉಸುರೆತ್ತುತ್ತಿರಲಿಲ್ಲ. ಪರಕೀಯರು

ಮಾಡುತ್ತಿದ್ದ ನಿಂದೆ ಮೇರೆಮೀರಿದಾಗಲಂತೂ ವಿವೇಕಾನಂದರು ಕೆರಳಿದ ಸಿಂಹದಂತಾಗಿ ಬಿಡುತ್ತಿದ್ದರು. ಅದಕ್ಕೆ ಸಂಬಂಧಿಸಿದಂತೆ ಸಮುದ್ರಯಾನದ ಕಾಲದಲ್ಲಿ, ಹಡಗಿನಲ್ಲಿ ನಡೆದ ಘಟನೆಯೊಂದು ವೀರ್ಯವತ್ತಾಗಿದೆ.

ಸ್ವಾಮಿ ವಿವೇಕಾನಂದರು ಭಾರತಕ್ಕೆ ಮರಳಿಬರುತ್ತ ಏಡನ್ನಿನಿಂದ ಕೊಲಂಬೋದ ಹಾದಿಯಲ್ಲಿದ್ದರು. ಆ ಹಡಗಿನಲ್ಲಿದ್ದ ಪ್ರಯಾಣಿಕರಲ್ಲಿ ಇಬ್ಬರು ಪಾದ್ರಿಗಳೂ ಇದ್ದರು. ಕ್ರೈಸ್ತಧರ್ಮ ಪ್ರಚಾರಕ್ಕೆಂದು ಭಾರತಕ್ಕೆ ಬರುತ್ತಿದ್ದ ಅವರಿಗೆ ಹಿಂದೂಧರ್ಮದ ಪ್ರಬಲ ಸಮರ್ಥಕ ಸನ್ಯಾಸಿ, ವಿವೇಕಾನಂದರನ್ನು ಕಂಡು ಕಸಿವಿಸಿಯಾಯಿತು. ಕ್ರೈಸ್ತಧರ್ಮದ ಮುಂದೆ ಹಿಂದೂಧರ್ಮವನ್ನು ಕೀಳುಗಳೆಯುವ ಹುನ್ನಾರದಿಂದ ಅವರು ಸ್ವಾಮಿಗಳನ್ನು ಚರ್ಚೆಗೆ ಎಳೆದರು. ಪೂರ್ವಗ್ರಹಪೀಡಿತರಾಗಿರುವವರೊಡನೆ ಚರ್ಚಿಸಿದರೆ ಫಲವಿಲ್ಲ ಎಂಬ ಭಾವನೆ ಸ್ವಾಮೀಜಿಯವರ ಮನಸ್ಸಿನಲ್ಲಿತ್ತಾದರೂ ಸೌಜನ್ಯಕ್ಕಾಗಿ ಅವರೊಡನೆ ಚರ್ಚೆಗೆ ಕುಳಿತರು.

ಆ ಪಾದ್ರಿಗಳಾದರೋ ನಿಶ್ಚಿತವಾದ ವಿಚಾರದ ಚೌಕಟ್ಟಿಗೆ ಒಳಪಡದೆ ಮನಬಂದಂತೆ ಮಾತನಾಡುತ್ತಿದ್ದರು. ಜಿಜ್ಞಾಸೆಗಿಂತ ಖಂಡನೆಯೇ ಅವರ ಮಾತುಗಳಲ್ಲಿ ಮನೆಮಾಡಿ ಕೊಂಡಿತ್ತು. ಆದರೂ ವಿವೇಕಾನಂದರು ತಾಳ್ಮೆಗೆಡದೆ ಅವರ ರಧ್ವಾದಗಳಿಗೆಲ್ಲ ಸೂಕ್ತವಾದ ಉತ್ತರಗಳನ್ನು ಕೊಡುತ್ತಲೇ ಬಂದರು. ಕೊನೆಗೆ ಆ ಪಾದ್ರಿಗಳು ವೈಚಾರಿಕವಾಗಿ ವಿವೇಕಾನಂದರನ್ನು ಎದುರಿಸಲಾರದೆ, ಕೋಪದಿಂದ ಹಿಂದೂಧರ್ಮವನ್ನೂ ಹಿಂದೂ ಗಳನ್ನೂ ವಾಚಾಮಗೋಚರವಾಗಿ ಬೈಯತೊಡಗಿದರು. "ಹಾಗೆಲ್ಲ ವ್ಯರ್ಥನಿಂದೆಯಲ್ಲಿ ನಿರತರಾಗಬೇಡಿ" ಎಂದು ಸ್ವಾಮಿಗಳು ಎಚ್ಚರಿಸಿದರೂ ಕೇಳದೆ ಜರಿಯುತ್ತಲೇ ಇದ್ದರು.

ಆಗ ವಿವೇಕಾನಂದರ ಸಹನೆಯ ಕಟ್ಟೆ ಒಡೆದುಹೋಯಿತು. ಸಿಂಹದಂತೆ ಕೆರಳಿ ನಿಂತರು. ಆ ಪಾದ್ರಿಗಳಲ್ಲಿ ಒಬ್ಬಾತನ ಕೊರಳಪಟ್ಟಿಯನ್ನು ಬಲವಾಗಿ ಹಿಡಿದು ಜಗ್ಗಿಸುತ್ತ "ಇನ್ನು ನೀನು ಹಿಂದೂಧರ್ಮವನ್ನು ಬೈದುದೇ ಆದರೆ, ನಿನ್ನನ್ನು ಸಮುದ್ರಕ್ಕೆ ಎತ್ತಿ ಎಸೆಯುತ್ತೇನೆ, ಹುಷಾರ್" ಎಂದು ಗರ್ಜಿಸಿದರು. ಅದನ್ನು ಕಾರ್ಯರೂಪಕ್ಕೆ ತರುವ ಬಾಹುಬಲವೂ ಅವರಲ್ಲಿತ್ತು! ಇನ್ನೊಬ್ಬನನ್ನು ಆಗಲೇ ಕೆಂಗಣ್ಣುಗಳಿಂದ ನೋಡುತ್ತ "ನಿನಗೂ ಇದೇ ಗತಿಯಾಗುತ್ತದೆ ನೋಡಿಕೋ" ಎಂದರು. ವಿವೇಕಾನಂದರ ರುದ್ರಕೋಪ ವನ್ನು ಕಂಡು ಆ ಪಾದ್ರಿಗಳು ಗಡಗಡನೆ ನಡುಗಿಹೋದರು. ಅವರ ಗಂಟಲು ಒಣಗಿತು. "ನಮ್ಮನ್ನು ಕ್ಷಮಿಸಿ ಸ್ವಾಮಿ, ಇನ್ನುಮೇಲೆ ಹಾಗೆಲ್ಲ ಮಾತನಾಡುವುದಿಲ್ಲ" ಎಂದು ಹೇಳಿ ಮೆತ್ತಗಾದರು. ಅಷ್ಟುಮಾತ್ರವಲ್ಲದೆ, ಪ್ರಯಾಣದ ಮುಂದಿನ ದಿನಗಳಲ್ಲಿ ಅವರು ವಿವೇಕಾನಂದರೊಡನೆ ವಿನಯದಿಂದ ವರ್ತಿಸತೊಡಗಿದರು.

"ದುಷ್ಟರು ಕೆಣಕಿದರೆ ಬುಸುಗುಟ್ಟಬೇಕು ಎಂಬುದು ಶ್ರೀರಾಮಕೃಷ್ಣರ ಬೋಧನೆಯೂ ಆಗಿದೆ. ಇಲ್ಲಿ ವಿವೇಕಾನಂದರ ವರ್ತನೆ ಅದಕ್ಕೆ ಅನುಗುಣವಾಗಿಯೇ ಇದೆ. ಇದು

ಇತರರಿಗೆ ವಿವೇಕಾನಂದರ ಸಂದೇಶವೂ ಆಗಿದೆ. ಬಹುಶಃ ಒಬ್ಬ ಹಿಂದೂ, ಅದರಲ್ಲೂ ಒಬ್ಬ ಸನ್ಯಾಸಿ, ಈ ರೀತಿಯಾಗಿ ಪ್ರತಿಕ್ರಿಯಿಸಬಹುದೆಂದು ಆ ಮಿಷನರಿಗಳು ಎಂದೂ ಊಹಿಸಿರಲಾರರು. ಸಹಿಷ್ಣುತೆಯು ಅತಿಯಾದರೆ ಅದು ದೌರ್ಬಲ್ಯವೆನಿಸುತ್ತದೆ. ಹಿಂದೂ ಗಳಲ್ಲಿ ಕಂಡುಬರುವ ಸಹನೆಯು ಹೆಚ್ಚಾಗಿ ಈ ಬಗೆಯದು. ಆದ್ದರಿಂದಲೇ ವಿವೇಕಾನಂದರು ಕ್ಷಾತ್ರತೇಜಸ್ಸನ್ನು ಮೈಗೂಡಿಸಿಕೊಳ್ಳುವಂತೆ ಹಿಂದೂಗಳಿಗೆ ಮತ್ತೆಮತ್ತೆ ಕರೆ ನೀಡಿದ್ದಾರೆ. ರಾಷ್ಟ್ರಾಭಿಮಾನಕ್ಕೆ ಹಾಗೂ ಸ್ವಧರ್ಮಾಭಿಮಾನಕ್ಕೆ ತಾವೇ ಒಂದು ಜ್ವಲಂತ ಉದಾಹರಣೆ ಯಾಗಿದ್ದಾರೆ" ಎಂದು ಈ ಕಥಾಪ್ರಸಂಗವನ್ನು ಸ್ವಾಮಿ ಪುರುಷೋತ್ತಮಾನಂದಜೀ ಮಹಾರಾಜರು ಅವರು ಅವಲೋಕಿಸಿದ್ದಾರೆ.

೯೦. ನೋಡದಿರು ದೋಷವನು ಎನ್ನ ದೊರೆಯೆ

ಮಹಿಳೆಯರ ವಿಚಾರವಾಗಿ ಸ್ವಾಮಿ ವಿವೇಕಾನಂದರು ಪರಿಪರಿಯಾದ ಮೆಚ್ಚುಗೆಯ ಮಾತುಗಳನ್ನಾಡಿದ್ದಾರೆ. "ಬುದ್ಧದೇವನೂ ಸೇರಿದಂತೆ ಪ್ರಖ್ಯಾತರಾದ ಮಹಾತ್ಮರೆಲ್ಲ ಪುರುಷರಿಗೆ ಸರಿಸಮಾನವಾದ ಅಂತಸ್ತನ್ನೇ ಸ್ತ್ರೀಯರಿಗೂ ಕೊಟ್ಟಿದ್ದಾರೆ. ವೇದೋಪನಿಷತ್ತುಗಳಲ್ಲಿ ಸ್ತ್ರೀಯರು ಶ್ರೇಷ್ಠತಮಸತ್ಯಗಳನ್ನು ಸಾಕ್ಷಾತ್ಕಾರಮಾಡಿಕೊಂಡು ಬೋಧಿಸಿರುವುದು ಜನಜನಿತವಾಗಿದೆ. ಸನಾತನಹಿಂದೂಧರ್ಮದಲ್ಲಂತೂ ಪತ್ನಿಯಿಲ್ಲದೆ ಪುರುಷನು ಏಕಾಂಗಿಯಾಗಿ ಪೂಜೆವ್ರತಯಜ್ಞಯಾಗ ಯಾವುದನ್ನೂ ಮಾಡುವಂತಿಲ್ಲ. ಪರಮಹಂಸರು ಸ್ತ್ರೀಯರನ್ನು ಜಗನ್ಮಾತೆಯ ಪ್ರತಿನಿಧಿಗಳೆಂದು ಘೋಷಿಸಿದ್ದಾರೆ. ಸ್ತ್ರೀಯರ ಸ್ಥಿತಿಗತಿಗಳು ಉತ್ತಮವಾಗುವತನಕ ಪ್ರಪಂಚವು ಉತ್ತಮವಾಗಲಾರದು. ಹಕ್ಕಿಯು ಕೇವಲ ಒಂದು ರೆಕ್ಕೆಯ ಬಲದಿಂದ ಹಾರಲಾರದು" ಎಂದು ಮುಂತಾಗಿ ಅವರು ಸ್ತ್ರೀಯರ ತೇಜಸ್ಸನ್ನು ಸ್ಪಷ್ಟವಾಗಿ ಹೇಳಿದ್ದಾರೆ. ಅವರು ವಾರಾಂಗನೆಯರೇ ಆಗಿರಲಿ, ಅಂಥವರ ವಿಷಯದಲ್ಲಿಯೂ ಸ್ವಾಮಿ ವಿವೇಕಾನಂದರ ಕರುಣೆಅನುಕಂಪೆಗಳು ಹೇಗೆ ಹೊನಲಾಗಿ ಹರಿದುವು ಎಂಬುದಕ್ಕಿರುವ ಕಥೆಯೊಂದನ್ನು ನಾವೆಲ್ಲರೂ ತಪ್ಪದೆ ಮನನಮಾಡಬೇಕು.

ಸ್ವಾಮಿ ವಿವೇಕಾನಂದರು ಪರಮಹಂಸಪರಿವ್ರಾಜಕರಾಗಿ ದೇಶಾಟನೆ ಮಾಡುತ್ತಿದ್ದ ಕಾಲದಲ್ಲಿ ಸ್ವಲ್ಪ ದಿನಗಳು ಖೇತ್ರಿಮಹಾರಾಜ ಅಜಿತ್‌ಸಿಂಗನ ಅತಿಥಿಗಳಾಗಿದ್ದರು. ಆ ದಿನಗಳಲ್ಲಿ ಮಹಾರಾಜನಿಗೆ ಪುತ್ರೋತ್ಸವವಾಗಿ, ಆ ಸಂಭ್ರಮದ ಆಚರಣೆಯ ಅಂಗವಾಗಿ, ತನ್ನ ಆಸ್ಥಾನದ ನರ್ತಕಿಯ ಸಂಗೀತಕಛೇರಿಯನ್ನು ಏರ್ಪಡಿಸಿದ್ದನು. ಎಲ್ಲ ಸಿದ್ಧತೆಗಳೂ ಆಗಿ, ಗಾಯಕಿಯು ವೇದಿಕೆಯನ್ನೇರಿ ಕುಳಿತಾಗ, ದೊರೆಯು, ಸನಿಹದಲ್ಲಿಯೇ ಒಂದು ಕೊಠಡಿಯಲ್ಲಿ ಆಸೀನರಾಗಿದ್ದ ವಿವೇಕಾನಂದರನ್ನು ಬರಮಾಡಿಕೊಳ್ಳಲು ತನ್ನ ಆಪ್ತನೊಬ್ಬನನ್ನು ಕಳುಹಿಸಿದನು. ಸ್ವಾಮಿಗಳಾದರೋ "ನಾವು ಸನ್ಯಾಸಿಗಳಯ್ಯ, ಇಂತಹ ಲೌಕಿಕಸಂತಸಗಳಲ್ಲಿ ಪಾಲ್ಗೊಳ್ಳುವಂತಿಲ್ಲ" ಎಂದು ಹೇಳಿಕಳುಹಿಸಿದರು. ದೊರೆಯು ಸುಮ್ಮನಾದನು.

ಒಬ್ಬ ಮಹಾತ್ಮರು ಆಗಮಿಸಿದ್ದಾರೆಂಬ ವಿಚಾರ ಈ ನರ್ತಕಿಗೂ ತಿಳಿದಿತ್ತು. ಅವಳು ವೇಶ್ಯೆಯರ ಕುಲಕ್ಕೆ ಸೇರಿದವಳಾಗಿದ್ದಳು. ಮಹಾತ್ಮರೂ ಬಂದಾರೆಂದು ಅವಳ ಕಣ್ಣುಗಳು ಆ ಸಭೆಯಲ್ಲಿ ವಿವೇಕಾನಂದರನ್ನೇ ಹುಡುಕುತ್ತಿದ್ದುವು. ಸಂಗೀತವನ್ನು ಪ್ರಾರಂಭಿಸಬೇಕೆಂದು ಸೂಚನೆಯಾಯಿತು. ಸೂಕ್ಷ್ಮಮತಿಯಾದ ಅವಳು, ಆಗ ನಡೆದ ವಿದ್ಯಮಾನ

ಗಳನ್ನು ಅರಿತು, ಸ್ವಾಮಿಗಳು ಬರಲಾರರು ಎಂಬುದನ್ನು ಅರಿತು, ತೀವ್ರವಾದ ನಿರಾಸೆಗೆ, ದುಃಖಕ್ಕೆ ತುತ್ತಾದಳು. "ನಾನು ವೇಶ್ಯೆಯೆಂದು ಆ ಮಹಾತ್ಮರು ಉಪೇಕ್ಷೆಮಾಡಿಬಿಟ್ಟರೋ ಏನೋ" ಎಂದು ತನಗೆತಾನೇ ಭಾವಿಸಿಕೊಂಡು ಕುಗ್ಗಿಹೋದಳು. ಆದರೆ ಹಾಡಲೇಬೇಕಲ್ಲ!

ಆರಂಭದಲ್ಲಿಯೇ ಆ ನರ್ತಕಿಯು ಹಿಂದೀಭಾಷೆಯ ಪ್ರಾಚೀನ ಕೃಷ್ಣಭಕ್ತ ಕವಿಗಳಾದ ಸೂರದಾಸರ ಗೀತೆಯೊಂದನ್ನು ಹಾಡಿದಳು. "ನೋಡದಿರು ದೋಷವನು ಎನ್ನ ದೊರೆಯೇ, ಸಮದರ್ಶಿ ನಿನ್ನ ಹೆಸರಲ್ಲವೇ ಹರಿಯೆ" ಎಂದು ಅದು ಪ್ರಾರಂಭವಾಯಿತು. "ಹೇ ಸ್ವಾಮಿಯೇ, ನನ್ನಲ್ಲಿರುವ ದೋಷಗಳನ್ನು ನೀನು ಮನಸ್ಸಿಗೆ ತೆಗೆದುಕೊಳ್ಳಬೇಡ. ಸಮದರ್ಶಿ ಎಂಬ ಬಿರುದು ನಿನಗಿರುವುದರಿಂದ, ನನ್ನನ್ನು ಕೃಪೆಮಾಡಿ, ಈ ಸಂಸಾರ ಸಾಗರದಿಂದ ಪಾರುಮಾಡಿಬಿಡು. ಇದು ಕೊಳಚೆನೀರಿನ ಕಾಲುವೆಯೆಂದೇನೂ ತಿರಸ್ಕರಿಸದೆ ದೇವಗಂಗೆಯು, ಅದನ್ನೂ ತನ್ನೊಳಗೆ ಸೇರಿಸಿಕೊಂಡು ತನ್ನಂತೆಯೇ ಮಾಡಿಕೊಂಡು ಬಿಡುವುದಿಲ್ಲವೆ! ಕಟುಕನ ಮನೆಯ ಆಯುಧವನ್ನಾಗಲಿ, ದೇವರ ಮನೆಯ ವಿಗ್ರಹ ವನ್ನಾಗಲಿ ಒಂದೇ ಕಬ್ಬಿಣದಿಂದ ಮಾಡಿದ್ದರೂ ಸ್ಪರ್ಶಶಿಲೆಯು ಮಾತ್ರ ಯಾವ ಭೇದವೂ ಇಲ್ಲದೆ ಎರಡನ್ನೂ ಹೊಳೆಹೊಳೆವ ಹೊನ್ನಾಗಿ ಮಾಡಿಬಿಡುವುದಿಲ್ಲವೆ! ಜೀವ-ಬ್ರಹ್ಮರ ನಡುವೆ ಅಜ್ಞಾನದಿಂದ ಉಂಟಾದ ಭೇದವು, ನಿಜವನ್ನು ಅರಿತೊಡನೆಯೆ ಮಾಯವಾಗು ವುದಿಲ್ಲವೆ! ಈ ಸಂಸಾರವೊಂದು ಮಾಯೆ, ಭ್ರಮೆಯ ಜಾಲವೆಂದು ಹೇಳುತ್ತಾರಲ್ಲವೆ! ನಾನು ಮನುಷ್ಯಜನ್ಮಕ್ಕೆ ಬಂದಿರುವ ಈ ಪುಣ್ಯಪರ್ವದಲ್ಲಿ ನನ್ನನ್ನು ಕೈಬಿಡದೆ ದಾಟಿಸಿಬಿಡು ಸ್ವಾಮಿ! ಹಾಗೆ ಮಾಡದೆಹೋದರೆ ಸಮದರ್ಶಿಯೆಂಬ ನಿನ್ನ ಬಿರುದಿಗೆ ಭಂಗಉಂಟಾಗುವುದಿಲ್ಲವೆ ಸ್ವಾಮಿ" ಎಂಬ ತಾತ್ಪರ್ಯವನ್ನು ಆ ಗೀತೆ ಒಳಗೊಂಡಿತ್ತು.

ಆ ಕಂಠಮಾಧುರ್ಯ, ಆ ಅರ್ಥಮಾಧುರ್ಯಗಳಿಂದ ವಿವೇಕಾನಂದರ ಕರುಳು ಕರಗಿ ಹೋಯಿತು. "ನಾನು ಉಪೇಕ್ಷೆಮಾಡಿದುದಕ್ಕೆ ಉತ್ತರಕೊಡುತ್ತಿದ್ದಾಳೆ, ನನ್ನನ್ನು ಎಚ್ಚರಿಸು ತ್ತಿದ್ದಾಳೆ ಆ ನರ್ತಕಿ" ಎಂದು ಅವರ ಹೃದಯ ಕೂಗಿಹೇಳಿತು. "ಎಲ್ಲ ವಸ್ತುಗಳ ಹಿಂದೆಯೂ ಬೆಳಗುತ್ತಿರುವುದು ತಾನೊಂದೇ ಆಗಿರುವ ಬ್ರಹ್ಮಶಕ್ತಿಯೇ ಅಲ್ಲವೆ; ನಾನು ಪವಿತ್ರನಾದ ಸನ್ಯಾಸಿ, ಅವಳು ಪತಿತಳಾದ ವಾರಾಂಗನೆ ಎಂದಲ್ಲವೇ ನಾನು ಹಿಂದೇಟು ಹಾಕುತ್ತಿರುವುದು" ಎಂದು ಅವರು ಪಶ್ಚಾತ್ತಾಪದಿಂದ ಬೆಂದುಹೋದರು. ಆ ಗೀತೆ ಮುಗಿಯುತ್ತಿದ್ದಂತೆಯೇ ಮೇಲೆದ್ದು ಸಭೆಗೆಹೋಗಿ ಕುಳಿತರು. ಆ ನರ್ತಕಿಯಾದರೋ ತನ್ನ ಬದುಕು ಸಾರ್ಥಕವಾಯಿತೆಂಬಂತೆ ಪರಮಾನಂದಭರಿತಳಾದಳು. ದೊರೆಯೂ ಸಂತೋಷಪಟ್ಟುಕೊಂಡನು. ಸಭಾಸದರೂ ತೃಪ್ತರಾದರು. ತರುವಾಯದಲ್ಲಿ ಸ್ವಾಮಿಗಳು ಆ ನರ್ತಕಿಗೆ ಕೈಮುಗಿದು "ತಾಯಿ, ನೀನು ಅದೆಷ್ಟು ಚೆನ್ನಾಗಿ ಹಾಡಿದೆ" ಎಂದು ಕೊಂಡಾಡಿದರು. "ಈ ಘಟನೆ ನನ್ನ ಕಣ್ಣಿನ ಪೊರೆಯನ್ನು ಕಳಚಿತು. ಪ್ರತಿಯೊಬ್ಬರೂ ಪರಬ್ರಹ್ಮನ ಆವಿರ್ಭಾವವೆಂದು ಮನಗಂಡ ನಾನು, ಯಾರನ್ನೂ ತಿರಸ್ಕರಿಸಲಾರದವನಾದೆ"

ಎಂದು ಸ್ವಾಮಿಗಳೇ ಬರೆದಿದ್ದಾರೆ.

"ಜಾರೆಯರನ್ನು ನೋಡಿ ನಾನು ಟೀಕಿಸಬೇಕಾಗಿದೆ. ಏಕೆಂದರೆ ಸಮಾಜವೇ ಹಾಗೆ ಟೀಕಿಸಬೇಕೆಂದು ನನ್ನನ್ನು ಬಲಾತ್ಕರಿಸುತ್ತದೆ. ಆದರೆ ಆ ಜಾರೆಯೇ ನನ್ನ ಉದ್ಧಾರಕಳು. ಹೇಗೆಂದರೆ ಆಕೆಯ ಜಾರತನ ಇತರ ನಾರಿಯರ ಪಾತಿವ್ರತ್ಯಕ್ಕೆ ಕಾರಣವಾಗಿದೆ. ನಮ್ಮ ಸಮಾಜದಲ್ಲಿರುವ ಜಾರೆಯರು, ಸೆರೆಮನೆಗಳಲ್ಲಿ ಕೊಳೆಯುತ್ತಿರುವ ಚೋರರು ಮುಂತಾದವರು ನಾವು ಒಳ್ಳೆಯವರಾಗಲಿ ಎಂದು ನಮಗಾಗಿ ತ್ಯಾಗಮಾಡಿದ ಮಹಾ ಪುರುಷರು. ಹೆಚ್ಚು ಸ್ತ್ರೀಪುರುಷರನ್ನು ನೋಡಿದಂತೆಲ್ಲ ಈ ನಂಬಿಕೆ ನನ್ನಲ್ಲಿ ಹೆಚ್ಚು ದೃಢವಾಗುತ್ತಿದೆ. ನಾನು ಯಾರನ್ನು ನಿಂದಿಸುವುದು, ಯಾರನ್ನು ಹೊಗಳುವುದು? ಸಮಸ್ಯೆಯ ಎರಡೂ ಪಕ್ಷಗಳನ್ನು ನಾನು ತಿಳಿಯಬೇಕಾಗಿದೆ" ಎಂದು ವಿವೇಕಾನಂದರು ಇನ್ನೊಂದು ಸಂದರ್ಭದಲ್ಲಿ ಹೇಳಿರುವ ಮಾತುಗಳನ್ನು ಕೂಡ ಇಲ್ಲಿ ಮನನ ಮಾಡಬೇಕು.

ಈ ಸಂದರ್ಭದಲ್ಲಿ ಈ ಕಥೆಯಲ್ಲಿ ಬಂದಿರುವ ರಾಜಸ್ಥಾನದ ಖೇತ್ರಿಸಂಸ್ಥಾನದ ದೊರೆ ಅಜಿತ್‌ಸಿಂಗನ ವಿಚಾರವಾಗಿ ನಾಲ್ಕುಮಾತು ತಿಳಿದುಕೊಳ್ಳಲೇಬೇಕು. ಅವನು ಸ್ವಾಮಿ ವಿವೇಕಾನಂದರ ಶಿಷ್ಯವೃಂದದಲ್ಲಿ ಅಗ್ರಗಣ್ಯನಾಗಿದ್ದನು. ಅವನ ನಯವಿನಯ ಸಂಪನ್ನತೆ ಗಳಿಂದಾಗಿ, ಅವನ ಪ್ರಜಾವತ್ಸಲತೆಯಿಂದಾಗಿ, ಅವನ ಪ್ರಾಮಾಣಿಕತೆಯಿಂದಾಗಿ, ಅವನ ಜಿಜ್ಞಾಸುಗುಣದಿಂದಾಗಿ ವಿವೇಕಾನಂದರು ಅವನನ್ನು ತಮ್ಮ ಹೃದಯಕ್ಕೆ ತುಂಬಿಕೊಂಡಿದ್ದರು. ಅವನಿಗೆ ಮಂತ್ರದೀಕ್ಷೆನೀಡಿ ಅನುಗ್ರಹಿಸಿದ್ದರು. ದೊರೆಯು ತಾನೊಬ್ಬ ಸಾಮಾನ್ಯ ಸೇವಕನಂತೆ ವಿವೇಕಾನಂದರಿಗೆ ಗಾಳಿಬೀಸುವುದು, ಅವರು ಮಲಗಿದಾಗ ಬೇಡವೆಂದರೂ ಕಾಲೊತ್ತುವುದು ಮುಂತಾದ ಸೇವೆಗಳನ್ನು ಮಾಡುತ್ತಿದ್ದನು. ಅವನೊಡನೆ ಸ್ವಾಮಿಗಳು ಕುದುರೆಯಮೇಲೆ ಕುಳಿತು ಸಮೀಪದ ಪುಣ್ಯಕ್ಷೇತ್ರಗಳ ದರ್ಶನ ಮಾಡುತ್ತಿದ್ದರು. ಸ್ವಾಮಿಗಳು ಅಮೇರಿಕೆಗೆ ಹೋಗಲು ಆತನೂ ಸಹಾಯ ಮಾಡಿದನು. "ನಾನು ರಾಜಾ ಅಜಿತ್‌ಸಿಂಗನನ್ನು ಸಂಧಿಸದೆ ಹೋಗಿದ್ದರೆ, ಭಾರತದ ಏಳಿಗೆಗಾಗಿ ನಾನು ಏನು ಕಿಂಚಿತ್ ಕಾರ್ಯವನ್ನು ಮಾಡಿದೆನೋ, ಅದು ಸಾಧ್ಯವಾಗುತ್ತಿರಲಿಲ್ಲ. ನಾವಿಬ್ಬರೂ ಪರಸ್ಪರ ಪೂರಕ ಮತ್ತು ಪೋಷಕ" ಎಂದು ವಿವೇಕಾನಂದರು ಹೇಳಿರುವುದನ್ನು ನೋಡಿದರೆ, ದೊರೆಯ ಘನತೆ ಬಹುದೊಡ್ಡದು ಎಂಬುದರ ಅರಿವಾಗುತ್ತದೆ.

೯೧. ರಾಮಾಯಣದ ಉದಯದ ಕಥೆ

ವಾಲ್ಮೀಕಿಮುನಿಗಳು ರಾಮಾಯಣವನ್ನು ರಚಿಸಲು ಒದಗಿಬಂದ ಪ್ರೇರಣೆಯ ಕಥೆ ಅತ್ಯಂತ ಹೃದಯಸ್ಪರ್ಶಿಯಾಗಿದೆ. ಅದು ಶೋಕವೇ ಶ್ಲೋಕವಾಗಿ ಮೂಡಿಬಂದ ಕಥೆ. ವಾಲ್ಮೀಕಿರಾಮಾಯಣದ ಪ್ರಾರಂಭದಲ್ಲಿಯೇ ಆ ಕಥೆ ಇದೆಯಾದರೂ ಸ್ವಾಮಿ ವಿವೇಕಾನಂದರು ಆ ಕಥೆಗೊಂದು ಹೊಸಹುಟ್ಟನ್ನೇನೀಡಿ ನಿರೂಪಿಸಿದ್ದಾರೆ. "ಅವರು ಕವಿಯಾದುದು ಹೇಗೆ" ಎಂದು ಕಥಾರಂಭ ಮಾಡಿದ್ದಾರೆ.

ಒಂದುದಿನ ಉದಯಕಾಲದಲ್ಲಿ ವಾಲ್ಮೀಕಿಮುನಿಗಳು ಗಂಗಾನದಿಗೆ ಸ್ನಾನಕ್ಕೆಂದು ಹೋಗುತ್ತಿದ್ದಾಗ, ಒಂದುಜೋಡಿ ಪಾರಿವಾಳಗಳು ಸುತ್ತಲೂ ಹಾರಾಡಿ ಮುದ್ದಾಡುತ್ತಿದ್ದುವು. ಋಷಿಗಳು ತಲೆಯೆತ್ತಿ ನೋಡಿ ಸಂತುಷ್ಟರಾದರು. ಆದರೆ ಮರುಕ್ಷಣದಲ್ಲಿಯೇ ಬಾಣವೊಂದು ಅವರ ಹಿಂದುಗಡೆಯಿಂದ ಹಾರಿಬಂದು, ಗಂಡುಪಾರಿವಾಳವನ್ನು ಕೊಂದು ಹಾಕಿತು. ಅದು ಕೆಳಗುರುಳಿ ಬೀಳುತ್ತಿದ್ದಂತೆಯೇ ಹೆಣ್ಣುಹಕ್ಕಿಯು ತನ್ನ ಸಂಗಾತಿಯಾದ ಗಂಡುಹಕ್ಕಿಯ ಶವದ ಸುತ್ತಲೂ ದುಃಖಾತಿರೇಕದಿಂದ ಚೀರಾಡತೊಡಗಿತು. ವಾಲ್ಮೀಕಿಗಳು ಆ ದೃಶ್ಯವನ್ನು ಕಂಡು ಶೋಕಾಕುಲರಾಗಿ "ಇದಾರು ಕೊಂದವರು" ಎಂದು ಹಿಂದಿರುಗಿ ನೋಡಿದಾಗ, ಅಲ್ಲೊಬ್ಬ ಬೇಟೆಗಾರನು ನಿಂತಿದ್ದನು. ಆಗ ಮುನಿವರ್ಯರು "ನೀನೊಬ್ಬ ಕ್ರೂರಿ, ನಿನ್ನಲ್ಲಿ ಸ್ವಲ್ಪವೂ ಕರುಣೆಯಿಲ್ಲ. ಪ್ರೇಮದ ಎದುರಿಗೂ ನಿನ್ನ ಕೊಲೆಪಾತಕತನವು ಹಿಮ್ಮೆಟ್ಟಲಿಲ್ಲವಲ್ಲಾ" ಎಂದು ಕೋಪದಿಂದ ನುಡಿದರು.

ಆದರೆ ಮರುಕ್ಷಣದಲ್ಲಿಯೇ ವಾಲ್ಮೀಕಿಗಳು "ನಾನೇಕೆ ಈ ದಿನ ಹೀಗೆ ಹೇಳಿಬಿಟ್ಟೆ. ನಾನೆಂದೂ ಇಂತಹ ಮಾತು ಆಡಿರಲಿಲ್ಲವಲ್ಲಾ" ಎಂದು ಪರಿತಾಪಪಟ್ಟುಕೊಂಡರು. ಆಗಿಂದಾಗಲೇ ಒಂದು ಧ್ವನಿಯು "ನೀನು ಚಿಂತಿಸಬೇಡ, ನಿನ್ನ ಬಾಯಿಂದ ಕಾವ್ಯವೇ ಹೊಮ್ಮುತ್ತಿದೆ. ಜಗತ್ತಿನ ಹಿತಕ್ಕಾಗಿ ರಾಮಚರಿತೆಯನ್ನು ರಚಿಸು" ಎಂದು ಆಜ್ಞೆಮಾಡಿತು. ಇದೇ ಕಾವ್ಯದ ಆದಿ. ಆದಿಕವಿ ವಾಲ್ಮೀಕಿಗಳ ಬಾಯಿಂದ ಶೋಕವೇ ಮೊದಲ ಶ್ಲೋಕವಾಗಿ ಉದಿಸಿತು. ಅನಂತರವೇ ಅವರು ಅತಿಸುಂದರವಾದ ರಾಮಾಯಣವನ್ನು ರಚಿಸಿದರು. ಇದಿಷ್ಟು ಸ್ವಾಮಿ ವಿವೇಕಾನಂದರು ಹೇಳಿರುವ ಕಥೆಯ ವಿವರಗಳು.

ಪುರಾಣೇತಿಹಾಸಗಳ ಕಥೆಯನ್ನು ಸ್ವಾಮಿ ವಿವೇಕಾನಂದರು ತಮ್ಮ ಉಪದೇಶಾಮೃತಕ್ಕೆ ಪೂರಕವಾಗಿ ನಿರೂಪಿಸುವಾಗ, ಅವುಗಳನ್ನು ತಮ್ಮ ಮನೋಭೂಮಿಕೆಗೆ ತಕ್ಕಂತೆ ಹೇಗೆ

ಪುನರ್‌ನಿರೂಪಣೆ ಮಾಡಿಬಿಡುತ್ತಾರೆ ಎಂಬುದು ಅತ್ಯಂತ ಆಸಕ್ತಿದಾಯಕ ವಿಚಾರವಾಗಿದೆ. ಈ ಮೇಲಿನ ಕಥೆ ವಾಲ್ಮೀಕಿರಾಮಾಯಣದಲ್ಲಿ ಹೇಗೆ ಬಂದಿದೆ ಎಂಬುದನ್ನು ಅರಿತುಕೊಂಡರೆ ಸಾಕು, ವಿವೇಕಾನಂದರ ಪ್ರತಿಭಾಕೌಶಲ ನಮಗೆ ವೇದ್ಯವಾಗಿಬಿಡುತ್ತದೆ. ಅದು ಇಂತಿದೆ:

ನಾರದಮುನಿಗಳಿಂದ ಶ್ರೀರಾಮಚರಿತೆಯನ್ನು ಕೇಳಿತಿಳಿದಬಳಿಕ ವಾಲ್ಮೀಕಿಮುನಿಗಳು ಸ್ನಾನಮಾಡಲೆಂದು ಶಿಷ್ಯನಾದ ಭರದ್ವಾಜನೊಡನೆ ಗಂಗಾನದಿಯ ಸಮೀಪದ ತಮಸಾ ನದಿಗೆ ಹೋದರು. "ತಿಳಿನೀರಿನಿಂದ ತುಂಬಿದ ಈ ನದಿಯು ಸಜ್ಜನರ ಮನಸ್ಸಿನಂತೆ ಎಷ್ಟೊಂದು ನಿರ್ಮಲವಾಗಿದೆ" ಎಂದು ಆ ನದಿಯನ್ನು ಕೊಂಡಾಡಿದರು. ಅಲ್ಲಿ ಇಂಪಾಗಿ ಧ್ವನಿಗೈಯುತ್ತ, ಒಂದನ್ನೊಂದು ಬಿಡದೆ ಹಾರಾಡುತ್ತಿದ್ದ ಕಾಮಮೋಹಿತವಾದ ಕ್ರೌಂಚ ಪಕ್ಷಿಗಳ ಒಂದು ಜೋಡಿಯನ್ನು ಅವರು ಕಂಡರು. ಅವರು ನೋಡುತ್ತಿರುವಾಗಲೇ ಬೇಡನೊಬ್ಬನು ಆ ಜೋಡಿಯಲ್ಲಿ ಗಂಡುಹಕ್ಕಿಯನ್ನು ಬಾಣದಿಂದ ನೆಲಕ್ಕೆ ಹೊಡೆದುರುಳಿಸಿ ಬಿಟ್ಟನು. ಅದನ್ನು ಕಂಡು ಹೆಣ್ಣುಹಕ್ಕಿಯು ದೀನಸ್ವರದಿಂದ ಗೋಳಿಟ್ಟು ಕಿರುಚ ಲಾರಂಭಿಸಿತು. ಆ ಹೃದಯವಿದ್ರಾವಕ ದೃಶ್ಯವನ್ನು ಕಂಡ ವಾಲ್ಮೀಕಿಗಳ ಮನಸ್ಸು ಕರುಣೆಯಿಂದ ಕರಗಿಹೋಯಿತು. ಮೃಗಪಕ್ಷಿಗಳನ್ನು ಕೊಲ್ಲುವುದು ವ್ಯಾಧನ ಸ್ವಧರ್ಮ ವಾದರೂ ಅವುಗಳ ರತಿಭಂಗಮಾಡಿ ಕೊಲ್ಲುವುದು ಅಧರ್ಮ. ಕೂಡಲೇ ಅವರು "ಎಲೈ ಬೇಟೆಗಾರನೇ, ನೀನು ಈ ಕ್ರೌಂಚಪಕ್ಷಿಗಳ ಜೋಡಿಯಲ್ಲಿ ಕಾಮಮೋಹಿತವಾಗಿದ್ದ ಗಂಡುಹಕ್ಕಿಯನ್ನು ಕೊಂದುಬಿಟ್ಟೆಯಲ್ಲಾ, ನೀನು ಇನ್ನು ಹೆಚ್ಚುಕಾಲ ಬದುಕಬಾರದು" ಎಂಬ ಕೋಪವಾಕ್ಯವನ್ನು ಆಡಿಬಿಟ್ಟರು. ಆದರೆ ಮುಂದಿನ ಕ್ಷಣದಲ್ಲಿಯೇ "ಅಯ್ಯೋ, ನನ್ನ ಮುಖದಿಂದ ಅದೆಂತಹ ಕಠೋರವಾದ ನುಡಿ ಹೊರಹೊಮ್ಮಿಬಿಟ್ಟಿತು ಎಂದು ಚಿಂತಾಕ್ರಾಂತರಾಗಿಬಿಟ್ಟರು. ಆದರೆ ಆ ಕೋಪವಾಕ್ಯವು ಕೂಡ ಎಂಟೆಂಟು ಅಕ್ಷರಗಳುಳ್ಳ ನಾಲ್ಕುಪಾದಗಳಾಗಿ ಶ್ಲೋಕವೆಂಬ ಪದ್ಯಜಾತಿಯ ರೂಪತಾಳಿ ಹೊರಹೊಮ್ಮಿತ್ತು:

ಮಾ ನಿಷಾದ ಪ್ರತಿಷ್ಠಾಂ ತ್ವಮಗಮಃ ಶಾಶ್ವತೀಃ ಸಮಾಃ|
ಯತ್ ಕ್ರೌಂಚ ಮಿಥುನಾದೇಕಂ |ಅವಧೀಃ ಕಾಮಮೋಹಿತಂ ||

ಮತ್ತೆ ವಾಲ್ಮೀಕಿಗಳು ತಾವೇ ಸಮಾಧಾನ ತಂದುಕೊಂಡು, ಈ ಎಲ್ಲ ವಿದ್ಯಮಾನಗಳಿಗೂ ಸಾಕ್ಷಿಯಾಗಿದ್ದ ಭರದ್ವಾಜನನ್ನು ಕುರಿತು "ವತ್ಸ, ನಾನಾಡಿದ ನುಡಿಯು ಛಂದೋಬದ್ಧ ವಾಗಿದ್ದು ವೀಣಾಗಾನಕ್ಕೆ ಯೋಗ್ಯವಾದ ಶ್ಲೋಕವಾಗಿ ಉಳಿಯಲಿ" ಎಂದು ಹೇಳಿದರು. ಆಗ ಭರದ್ವಾಜನು "ಹಾಗೆಯೇ ಆಗಲಿ ಗುರುವೆ" ಎಂದು ಆಗಲೇ ಆ ಶ್ಲೋಕವನ್ನು ಕಂಠಪಾಠ ಮಾಡಿಕೊಂಡುಬಿಟ್ಟನು. ಮುಂದಕ್ಕೆ ವಾಲ್ಮೀಕಿಗಳು ಬ್ರಹ್ಮದೇವನ ಆಜ್ಞೆಯಂತೆ ರಾಮಾಯಣದ ಕಥೆಯನ್ನು ವಿಸ್ತರಿಸಿ ಬರೆದರು.

ವಾಲ್ಮೀಕಿಗಳ ಈ ಕಥೆಯನ್ನು ವಿವೇಕಾನಂದರು ಹೇಗೆ ಹೊಸತುಗೊಳಿಸಿದ್ದಾರೆ ಎಂಬುದು ಎರಡನ್ನೂ ಓದಿದಾಗ ತನ್ನಿಂದತಾನೆ ವೇದ್ಯವಾಗುತ್ತದೆ. ವಾಲ್ಮೀಕಿಗಳ ಬಾಯಿಂದ ಹೊಮ್ಮಿದ ಶ್ಲೋಕರೂಪದ ಮಾತನ್ನು ವಿವೇಕಾನಂದರು ಸೌಮ್ಯಗೊಳಿಸಿ ಅದಕ್ಕೊಂದು ಹೊಸಹೊಳಪು ನೀಡಿದ್ದಾರೆ. ರಾಮಾಯಣವನ್ನು ಬರೆಯುವ ಪ್ರೇರಣೆ ವಾಲ್ಮೀಕಿಗಳ ಅಂತರಂಗದಿಂದಲೇ ಮೂಡಿತು ಎಂಬುದಾಗಿಯೂ ಪರಿವರ್ತಿಸಿದ್ದಾರೆ. ಹೊರಗಿನಿಂದ ಬಂತೆಂದು ನಾವು ಭಾವಿಸುವ ಸಂದೇಶಗಳು, ಧ್ವನಿಗಳು, ನಮ್ಮೊಳಗಿನವೇ ಆಗಿರುತ್ತವೆ ಎಂಬೊಂದು ವಿಶಿಷ್ಟತತ್ತ್ವವು ವಿವೇಕಾನಂದರ ನಾಲ್ಕಾರು ಕಥೆಗಳಲ್ಲಿ ನಿರೂಪಿತವಾಗಿದೆ. "ನೀನು ಮಹರ್ಷಿಯಾದೆ, ಹುತ್ತದಿಂದ ಹೊರಕ್ಕೆ ಬಾ" ಎಂದು ನಾರದರು ಹೇಳಿದರೆಂದು "ರತ್ನಾಕರನು ವಾಲ್ಮೀಕಿಯಾದ ಕಥೆ"ಯಲ್ಲಿ 'ಅಧ್ಯಾತ್ಮ ರಾಮಾಯಣ'ದಲ್ಲಿ ಬಂದಿದೆ. ಆದರೆ ಅದುಕೂಡ ವಾಲ್ಮೀಕಿಗಳ ಅಂತರಂಗದಿಂದಲೇ ಹೊಮ್ಮಿದ ಧ್ವನಿ ಎಂದು ಬಣ್ಣಿಸಿರುವುದನ್ನು ಈ ಹೊತ್ತಿನಲ್ಲಿ ಸ್ಮರಿಸಬಹುದು. ಪಕ್ಷಿಗಳ ವರ್ತನೆಯನ್ನು ವಿವೇಕಾನಂದರು ಕಾಮವ್ಯಾಪಾರಕ್ಕಿಂತ ದೊಡ್ಡದಾದ ಪ್ರೇಮವ್ಯಾಪಾರ ವಾಗಿ ಪರಿವರ್ತಿಸಿದ್ದಾರೆ.

ವಿದೇಶಿಯರ ಮುಂದೆ ಭಾರತೀಯ ಕಥೆಗಳನ್ನು ಬಿತ್ತರಿಸುವಾಗ ಅವರ ಗ್ರಹಣೆಗೆ ಅನುಕೂಲವಾಗಲಿ ಎಂಬುದಕ್ಕಾಗಿಯೂ ವಿವೇಕಾನಂದರು ಕೆಲವು ಸಣ್ಣಪುಟ್ಟ ಪರಿವರ್ತನೆ ಗಳನ್ನು ಮಾಡಿಕೊಳ್ಳುವುದುಂಟು. ತಮಸಾನದಿ, ಕ್ರೌಂಚಪಕ್ಷಿಗಳಿಗೆ ಬದಲಾಗಿ ಅವರಿಗೆ ಪರಿಚಿತವಾಗಿರುವ ಗಂಗಾನದಿ, ಪಾರಿವಾಳಪಕ್ಷಿ ಎಂದು ಹೇಳಿರುವುದು ಅದಕ್ಕೆ ಉದಾಹರಣೆ ಯಾಗಿದೆ. ವಿವೇಕಾನಂದರ ಕಥೆಗಳ ಈ ಬಗೆಯ ತುಲನಾತ್ಮಕ ಪರಿಶೀಲನೆಯು ಕೂಡ ಕಥಾನಂದವನ್ನು ಹೆಚ್ಚಿಸುತ್ತದೆ.

೮೨. ಮೇಘನಾದನ ಸಂಹಾರ

ಆಧುನಿಕ ಬಂಗಾಳಿಸಾಹಿತ್ಯಚರಿತ್ರೆಯಲ್ಲಿ ಮೈಕೇಲ್ ಮಧುಸೂದನದತ್ತ (1824-1873) ಎಂಬ ಕವಿವರ್ಯನು ಹೆಚ್ಚಿನ ಕೀರ್ತಿಗೆ ಪಾತ್ರನಾಗಿದ್ದಾನೆ. ಅವನು ರಾಮಾಯಣ ಕಥೆಯನ್ನು ಆಧರಿಸಿ 'ಮೇಘನಾದವಧ' ಎಂಬ ಮಹಾಕಾವ್ಯವೊಂದನ್ನು 'ಸರಳರಗಳೆ' ಎಂದು ಕರೆಯಬಹುದಾದ ಮುಕ್ತಛಂದಸ್ಸಿನಲ್ಲಿ ರಚಿಸಿದ್ದಾನೆ. ರಾವಣನ ಮಕ್ಕಳಲ್ಲಿ ಅತ್ಯಂತ ಬಲಿಶಾಲಿಯಾದ ಮೇಘನಾದನು ರಣರಂಗದಲ್ಲಿ ಲಕ್ಷ್ಮಣನಿಂದ ಹತನಾದನೆಂಬುದೇ ಆ ಮಹಾಕಾವ್ಯದ ಮುಖ್ಯವಸ್ತು. ಹುಟ್ಟುತ್ತಿದ್ದಂತೆಯೇ ಮೇಘದಂತೆ ಗುಡುಗಿದನೆಂಬ ಕಾರಣಕ್ಕಾಗಿ ಅವನಿಗೆ 'ಮೇಘನಾದ' ಎಂದು ನಾಮಕರಣ ಮಾಡಿದ್ದರು. ಅವನು ಮುಂದಕ್ಕೆ ಪರಾಕ್ರಮಶಾಲಿಯಾಗಿ ಬೆಳೆದು, ಇಂದ್ರನನ್ನೇ ಯುದ್ಧದಲ್ಲಿ ಜಯಿಸಿ 'ಇಂದ್ರಜಿತು' ಎಂಬ ಹೆಸರನ್ನೂ ಪಡೆದುಕೊಂಡನು. ಆದರೇನು, 'ಇಂದ್ರಜಿತು'ವಾದರೂ 'ಇಂದ್ರಿಯಜಿತು'ವಾಗದೆ ಅಕಾಲಮರಣಕ್ಕೆ ತುತ್ತಾದನು.

ಶ್ರೀರಾಮನ ಸೈನ್ಯದೊಂದಿಗೆ ನಡೆದ ಲಂಕಾಯುದ್ಧದಲ್ಲಿ ಮೇಘನಾದನು ತನ್ನ ಬಲಪರಾಕ್ರಮಗಳನ್ನು ಬಹುಬಗೆಯಾಗಿ ತೋರ್ಪಡಿಸಿ, ರಾಮಲಕ್ಷ್ಮಣರಿಗೆ ಬೇಕಾದಷ್ಟು ಆತಂಕವನ್ನುಂಟುಮಾಡಿದನು. ಕೊನೆಗೆ ಲಕ್ಷ್ಮಣನಿಂದ ಹತನಾದ ಸನ್ನಿವೇಶವನ್ನು ಮಧುಸೂದನದತ್ತಕವಿಯು ತನ್ನದೇ ಆದ ಕಲ್ಪನೆಗಳ ಮೂಲಕ ಚಿತ್ರಿಸಿದ್ದಾನೆ. ತನ್ನ ವಿಜಯಕ್ಕಾಗಿ ಮೇಘನಾದನು ದೇವಾಲಯದಲ್ಲಿ ಪೂಜೆಪುರಸ್ಕಾರಗಳನ್ನು ಮಾಡುತ್ತಿದ್ದಾಗ ಲಕ್ಷ್ಮಣನು ಅವನ ಮೇಲೆರಗಿ ಕಂಗೆಡಿಸಿದನು. ಅವನು ನಿರಾಯುಧನಾಗಿದ್ದಾಗ, ಯುದ್ಧಕ್ಕೆ ತಕ್ಕ ಸಿದ್ಧತೆಗಳೇನನ್ನೂ ಮಾಡಿಕೊಳ್ಳದಿರುವಾಗ, ಸೇನಾರಹಿತನಾಗಿರುವಾಗ, ಲಕ್ಷ್ಮಣನು ಅವನನ್ನು ಕೊಂದುಹಾಕಿದನು ಎಂದು ಬಣ್ಣಿಸಿದ್ದಾನೆ. ಈ ಮೂಲಕ ಮೇಘನಾದನನ್ನು 'ದುರಂತನಾಯಕ' ಎಂಬಂತೆ ಬಿಂಬಿಸಿದ್ದಾನೆ.

ಈ 'ಮೇಘನಾದವಧ'ವು ಸಮಕಾಲೀನ ಬಂಗಾಳಿವಿಮರ್ಶಕರಿಂದ ಟೀಕೆಗೆ ಗುರಿಯಾಯಿತು. "ಮೈಕೇಲನಿಗೆ ಆಡಂಬರದ ಶೈಲಿ ಬಹಳ ಇಷ್ಟ" ಎಂಬ ಮಾತುಗಳೂ ಕೇಳಿಬಂದುವು. ಆದರೆ ಸ್ವಾಮಿ ವಿವೇಕಾನಂದರು ಆ ಮಹಾಕಾವ್ಯವನ್ನು ಪರಿಶೀಲಿಸಿದ್ದರಲ್ಲದೆ, ತಮ್ಮದೇ ಆದ ಅಳತೆಗೋಲಿನಿಂದ ಅದನ್ನು ವಿಮರ್ಶಿಸಿ ಮೆಚ್ಚಿಕೊಂಡಿದ್ದರು ಎಂಬುದು ನಾವು ಪ್ರಸ್ತುತಕ್ಕೆ ವಿಚಾರಿಸಬೇಕಾದ ಸಂಗತಿಯಾಗಿದೆ. ನೂರಾರು ಕಾರ್ಯಭಾರಗಳ ನಡುವೆ

ಅವರ ಈ ಕಾವ್ಯಾವಲೋಕನಪ್ರೀತಿ ನಮಗೆ ಅಚ್ಚರಿಯನ್ನುಂಟುಮಾಡುತ್ತದೆ.

ವಿವೇಕಾನಂದರು ತಮ್ಮ ಶಿಷ್ಯರಾದ ಶರಶ್ಚಂದ್ರಚಕ್ರವರ್ತಿಗಳೊಡನೆ ಸಲ್ಲಾಪ ನಡೆಸುತ್ತಿದ್ದ ಹೊತ್ತಿನಲ್ಲಿ 'ಮೇಘನಾದವಧ'ದ ಪ್ರಸ್ತಾಪವು ಬರಲಾಗಿ, ಸ್ವಾಮಿಗಳೇ ಅದರ ಮಹೋನ್ನತಿಯನ್ನು ಅನಾವರಣಗೊಳಿಸಿದರೆಂಬುದು ಗಮನಿಸಬೇಕಾದ ಅಂಶ ವಾಗಿದೆ. ವಿವೇಕಾನಂದರು ಮೈಕೇಲನ ಕಾವ್ಯವನ್ನು ಕೊಂಡಾಡುತ್ತ ಶರಶ್ಚಂದ್ರರಿಂದ ಆ ಕಾವ್ಯವನ್ನು ತರಿಸಿಕೊಂಡರು. "ಈ ಕಾವ್ಯದ ಅತ್ಯುತ್ತಮವಾದ ಭಾಗ ಯಾವುದೆಂದು ನಿನಗೆ ಗೊತ್ತೆ" ಎಂದು ಪ್ರಶ್ನಿಸಿದರು. ಶರಶ್ಚಂದ್ರರು "ನನಗೆ ತಿಳಿಯದು ಮಹಾರಾಜ್" ಎಂದರು. ಆಗ ಸ್ವಾಮಿಗಳೇ ಆ ಭಾಗವನ್ನು ಗುರುತಿಸಿ ತೆಗೆದರು. ಅದು ಮೇಘನಾದನ ಅವಸಾನದ ತರುವಾಯದ ಕಥಾಸಂದರ್ಭವಾಗಿತ್ತು.

ಮೇಘನಾದನ ಮರಣದಿಂದ ಮಂಡೋದರಿಯು ಮಹತ್ತರವಾದ ಪುತ್ರಶೋಕಕ್ಕೆ ತುತ್ತಾಗಿದ್ದಳು. ರಾವಣನೂ ಅಂತೆಯೇ ಶೋಕತಪ್ತನಾಗಿದ್ದನು. ಆದರೆ ಆ ಶೋಕವನ್ನು ಕ್ರೋಧವು ಮೆಟ್ಟಿ ವಿಜೃಂಭಿಸುತ್ತಿತ್ತು. ರಾಮಲಕ್ಷ್ಮಣರ ಮೇಲೆ ಸೇಡುತೀರಿಸಿಕೊಳ್ಳಲು ರಣಾಂಗಣಕ್ಕೆ ಹೊರಡಲು ಅನುವಾಗಿದ್ದನು. ಆದರೆ ಮಂಡೋದರಿಯು "ರಾಮಲಕ್ಷ್ಮಣರ ಮೇಲೆ ಯುದ್ಧಮಾಡುವುದು ಬೇಡ, ಅವರನ್ನು ಗೆಲ್ಲುವುದು ಅಸಾಧ್ಯ" ಎಂದು ಹೇಳುತ್ತ, ರಾವಣನನ್ನು ಯುದ್ಧವಿಮುಖನಾಗುವಂತೆ ಮಾಡಲು ಪ್ರಯತ್ನಿಸುತ್ತಿದ್ದಳು. ರಾವಣ ನಾದರೋ ತನ್ನ ಮನಸ್ಸಿನಿಂದ ಪುತ್ರಶೋಕವನ್ನು ಬಲವಂತವಾಗಿ ತಳ್ಳಿ, ಮಹಾವೀರನಾಗಿ ಯುದ್ಧಕ್ಕೆ ಹೋಗುವ ನಿರ್ಧಾರವನ್ನೇ ಪ್ರಕಟಿಸಿದನು. ತೀವ್ರಕೋಪ ಮತ್ತು ತೀವ್ರ ದ್ವೇಷಗಳಿಗೆ ತುತ್ತಾಗಿ, ತನ್ನ ಕ್ಷೇಮವನ್ನಾಗಲಿ, ತನ್ನವರ ಕ್ಷೇಮವನ್ನಾಗಲಿ ಲೆಕ್ಕಿಸದೆ ರಣಾಂಗಣಕ್ಕೆ ನುಗ್ಗಿಯೇಬಿಟ್ಟನು– ಎಂಬೀ ಭಾಗವು ಆ ಮಹಾಕಾವ್ಯದಲ್ಲಿ ವಿವೇಕಾನಂದರ ಮನಸ್ಸನ್ನು ಸೆರೆಹಿಡಿಯಿತು.

"ಈ ಕಾವ್ಯಭಾಗವನ್ನು ವಾಚನಮಾಡಪ್ಪ" ಎಂದು ವಿವೇಕಾನಂದರು ಶರಶ್ಚಂದ್ರರಿಗೆ ಹೇಳಿದರು. ಅವರು ತಮಗೆ ತೋಚಿದಂತೆ ಓದಿದರು. ವಿವೇಕಾನಂದರಿಗೆ ಅದು ಹಿಡಿಸಲಿಲ್ಲ. ಅದನ್ನು ತಾವೇ ಕೈಗೆತ್ತಿಕೊಂಡು ಭಾವಪೂರ್ಣವಾಗಿ, ರಸವತ್ತಾಗಿ ಓದಿ, "ಹೀಗೆ ಓದಬೇಕಪ್ಪಾ" ಎಂದು ತೋರಿಸಿಕೊಟ್ಟು, ಮತ್ತೆ ಅವರಿಂದ ಓದಿಸಿದರು. 'ಗಮಕ ವಾಚನ' ಎಂದು ಕನ್ನಡಿಗರಾದ ನಾವು ಕರೆಯುವ ಕಾವ್ಯವಾಚನಕಲೆಯಲ್ಲಿಯೂ ವಿವೇಕಾನಂದರು ನಿಪುಣರಾಗಿದ್ದರು ಎಂಬುದಕ್ಕೆ ಈ ಸಂದರ್ಭವೊಂದು ಸಾಕ್ಷಿಯಾಗಿದೆ.

"ಏನು ಬೇಕಾದರೂ ಬರಲಿ, ನನ್ನ ಕರ್ತವ್ಯವನ್ನು ಮರೆಯುವುದಿಲ್ಲ, ಈ ಪ್ರಪಂಚ ಇದ್ದರೆಷ್ಟು ಹೋದರೆಷ್ಟು– ಇದು ಒಬ್ಬ ರಾವಣನಂತಹ ಮಹಾವೀರನಾದವನ ಬಾಯಲ್ಲಿ ಬರುವಂಥದು. ಇಂತಹ ಭಾವನೆಗಳಿಂದ ಸ್ಫೂರ್ತಿಗೊಂಡು ಮೈಕೇಲನು ಆ ಕಥಾಭಾಗವನ್ನು ಬರೆದಿದ್ದಾನೆ" ಎಂದು ವಿವೇಕಾನಂದರು ಆ ಸನ್ನಿವೇಶವನ್ನು ವಿಮರ್ಶಿಸಿ ಮೆಚ್ಚಿಕೊಂಡಿ

ದ್ದಾರೆ. "ಏಳಿ ಎದ್ದೇಳಿ, ಗುರಿಮುಟ್ಟುವವರೆಗೆ ನಿಲ್ಲದಿರಿ" ಎಂದು ಬೋಧಿಸಿದ ವಿವೇಕಾನಂದರಿಗೆ ರಾವಣನು ಎತ್ತಿಹಿಡಿದ ಆ ಜೀವನಮೌಲ್ಯ ಪ್ರಿಯವಾಗಿರುವುದರಲ್ಲಿ ಅಚ್ಚರಿಯಿಲ್ಲ. ಎಲ್ಲ ಗಂಡಾಂತರಗಳನ್ನೂ ಎದುರಿಸಿ, ತಮ್ಮ ಕರ್ತವ್ಯಕರ್ಮವನ್ನು ಪೂರೈಸಿಯೇ ಮುಕ್ತರಾದವರಲ್ಲವೇ ವಿವೇಕಾನಂದರು!

ನಮ್ಮ ದೇಶದಲ್ಲಿ ಹೊಸದಾಗಿ ಯಾರು ಏನನ್ನು ಮಾಡಿದರೂ ಅದನ್ನು ಛೀಮಾರಿ ಮಾಡುವಚಾಳಿ ಬಂದುಬಿಟ್ಟಿದೆ. "ಅವನು ಏನು ಮಾಡುತ್ತಿದ್ದಾನೆ ಎಂಬುದನ್ನು ಮೊದಲು ಪರೀಕ್ಷಿಸಬೇಕು. ಅದನ್ನುಬಿಟ್ಟು ಯಾವುದು ಪುರಾತನವಲ್ಲವೋ ಅದನ್ನೆಲ್ಲ ಸುಮ್ಮನೆ ತುಚ್ಛೀಕರಿಸಿಬಿಡುವುದು ಸರಿಯಲ್ಲ ಎಂದು ಸ್ವಾಮಿಗಳು ಉಪದೇಶ ಮಾಡಿದ್ದಾರೆ. ಅವರೇ ಮುಂದುವರಿದು "ಬಂಗಾಳಿಸಾಹಿತ್ಯದ ಶಿರೋರತ್ನವಾದ ಈ "ಮೇಘನಾದವಧ" ಕಾವ್ಯವನ್ನು ಹಳಿಯುವುದಕ್ಕೋಸ್ಕರವೇ 'ಚುಚುಂದರಿವಧ' ಎಂಬ ವಿಡಂಬನ ಕಾವ್ಯವೊಂದು ಬರೆಯಲ್ಪಟ್ಟಿದೆ. ಅವರು ಎಷ್ಟೇ ವ್ಯಂಗ್ಯವಾಗಿ ಬರೆಯಲಿ, ಅದರಿಂದೇನೂ ಫಲವಿಲ್ಲ. ಆ ಮೇಘನಾದವಧ ಕಾವ್ಯವು ಹಿಮಾಲಯದಂತೆ ಆಚಂದ್ರಾರ್ಕವಾದ ಕೀರ್ತಿಗೆ ಪಾತ್ರವಾಗಿದೆ. ಈಗ ಟೀಕೆಮಾಡುತ್ತಿರುವ ವಿಮರ್ಶಕರ ಅಭಿಪ್ರಾಯಗಳೆಲ್ಲ ಮೂಲೆಗೆ ಬಿದ್ದಿವೆ. ಮೈಕೇಲನು ಸ್ವಂತಶೈಲಿಯಲ್ಲಿ ಎಂತಹ ವೀರ್ಯವತ್ತಾದ ಪದಪ್ರಯೋಗಮಾಡಿ ಈ ಮಹಾಕಾವ್ಯ ಬರೆದಿದ್ದಾನೆಂಬುದು ಜನಸಾಮಾನ್ಯರಿಗೆ ಹೇಗೆತಾನೆ ಗೊತ್ತಾಗುತ್ತದೆ" ಎಂದು ಹೇಳಿರುವ ಮಾತುಗಳು ಬಂಗಾಳಿಸಾಹಿತ್ಯಚರಿತ್ರೆಯಲ್ಲಿ ಈವರೆಗೆ ದಾಖಲಾಗದಿದ್ದರೆ, ಇನ್ನಾದರೂ ದಾಖಲಾಗಬೇಕಾಗಿದೆ.

ಮಧುಸೂದನದತ್ತನು ಕ್ರೈಸ್ತನಾಗಿ ಮತಾಂತರಗೊಂಡು ಮೈಕೇಲ್ ಎಂಬುದನ್ನು ತನ್ನ ಹೆಸರಿನ ಹಿಂದೆ ಸೇರಿಸಿಕೊಂಡಿದ್ದನು. ಅವನು ವಕೀಲನೂ ಆಗಿದ್ದನು. ರಾಣಿ ರಾಸಮಣಿಯ ಅಳಿಯ ಮಥುರಬಾಬುವು, ಮದ್ದಿನ ಕಾರ್ಖಾನೆಯ ಆಂಗ್ಲಅಧಿಕಾರಿಗಳ ಕಿರುಕುಳದ ವಿರುದ್ಧವಾಗಿ ನ್ಯಾಯಾಲಯದಲ್ಲಿ ಮೊಕದ್ದಮೆಯೊಂದನ್ನು ಹೂಡಬೇಕಾಗಿತ್ತು. ಆ ಸಂಬಂಧವಾಗಿ ಸಲಹೆಪಡೆಯಲು ಆತನನ್ನು ದಕ್ಷಿಣೇಶ್ವರಕ್ಕೆ ಕರೆಸಿಕೊಳ್ಳಲಾಗಿತ್ತು. ಆ ಹೊತ್ತಿನಲ್ಲಿ ಅವನು ಪರಮಹಂಸರ ದರ್ಶನವನ್ನೂ ಪಡೆದುಕೊಂಡನು. ಆಗ ತಮ್ಮೊಡನಿದ್ದ ನಾರಾಯಣಶಾಸ್ತ್ರಿಯೆಂಬ ವಿದ್ವಾಂಸನನ್ನು ಕುರಿತು ಪರಮಹಂಸರು, "ಮೈಕೇಲನೊಡನೆ ಏನಾದರೂ ಮಾತುಕತೆಯಾಡು" ಎಂದು ಸೂಚಿಸಿದರು. ಆಗ ನಾರಾಯಣಶಾಸ್ತ್ರಿಯು "ನೀನು ಸ್ವಧರ್ಮವನ್ನೇಕೆ ತೊರೆದೆ" ಎಂದು ಮೈಕೇಲನನ್ನು ಕೇಳಿದನು. ಅದಕ್ಕೆ ಮೈಕೇಲನು ಅಸಹಾಯಕತೆ ತುಂಬಿದ ಮೊಗದಿಂದ ತನ್ನ ಹೊಟ್ಟೆಯ ಮೇಲೆ ಕೈಯಿಟ್ಟು, ತೋರಿಸುತ್ತ "ಇದಕ್ಕಾಗಿ ಬಿಡಬೇಕಾಗಿ ಬಂತು" ಎಂದು ಹೇಳಿದನು. ಆಗ ಶಾಸ್ತ್ರಿಯು "ಹೊಟ್ಟೆಪಾಡಿಗಾಗಿ ಸ್ವಧರ್ಮವನ್ನೇ ತೊರೆದಿರುವ ಮನುಷ್ಯನೊಡನೆ ಏನುತಾನೆ ಮಾತನಾಡಲಿ" ಎಂದು ಸುಮ್ಮನಾಗಿಬಿಟ್ಟನು. ಆಗ ಮೈಕೇಲನು

ಪರಮಹಂಸರನ್ನು ಕುರಿತು "ನೀವಾದರೂ ನಾಲ್ಕುಮಾತು ಹೇಳಿ ಮಹಾರಾಜ್" ಎಂದು ಬೇಡಿಕೊಂಡನು. ಅದಕ್ಕೆ ಪರಮಹಂಸರು "ಈ ದಿನ ಏನನ್ನು ಮಾತನಾಡುವುದಕ್ಕೂ ಇಚ್ಛೆಯಾಗುತ್ತಿಲ್ಲವಪ್ಪ, ಯಾರೋ ನನ್ನ ಬಾಯನ್ನು ಅದುಮಿ ಹಿಡಿದಿರುವಂತಿದೆ. ಹಾಗೇಕೆ ಆಗಿದೆಯೋ ನನಗೆ ತಿಳಿಯದು" ಎಂದುಬಿಟ್ಟರು. ವಕೀಲನಾಗಿಯೂ ಮಹಾಕವಿಯಾಗಿಯೂ ಮಧುಸೂದನನು ಹೊಟ್ಟೆಪಾಡಿಗಾಗಿ ಕ್ರೈಸ್ತನಾದನೆಂಬುದು ದುಃಖಕರವಾದ ವಿಚಾರವೇ ಸರಿ. ಹಾಗೆ ಕ್ರೈಸ್ತರಾಗುವ ಪರಿ ಇಂದಿಗೂ ನಮ್ಮ ಮಧ್ಯೆ ನಡೆಯುತ್ತಿದೆ ಎನ್ನುವುದು ಅದಕ್ಕಿಂತ ಇನ್ನೂ ದುಃಖಜನಕವಾದ ಸಂಗತಿ.

೯೩. ಸಮುದ್ರದ ಉಬ್ಬರವಿಳಿತಗಳು

ವಿಶ್ವದಲ್ಲಿರುವುದು ಒಂದೇ ಆತ್ಮ. ಮಿಕ್ಕ ಕೆಳಗಿನ ಜೀವಗಳೆಲ್ಲ ಅದರ ಆವಿರ್ಭಾವಗಳು. ಆತ್ಮವು ಈ ಆವಿರ್ಭಾವಗಳನ್ನೆಲ್ಲ ಮೀರಿ ಅನಂತವಾಗಿದೆ. ಆದ್ದರಿಂದ ಪಾಪಿ, ಯತಿ, ವ್ಯಾಘ್ರ, ಕುರಿಮರಿ, ಕೊಲೆಪಾತಕಿ ಮುಂತಾದ ಸರ್ವವೂ ಬ್ರಹ್ಮಮಯವೆಂದೇ ತಿಳಿಯ ಬೇಕು. ಹಾಗೆ ತಿಳಿಯುವ ಜ್ಞಾನಕ್ಕಿಂತ ಮಿಗಿಲಾದುದು ಮತ್ತಾವುದೂ ಇಲ್ಲ. ಯಾರು ಯೋಗದಿಂದ ಮತ್ತು ಧ್ಯಾನದಿಂದ ಪರಿಶುದ್ಧರಾಗಿ ಅಣಿಗೊಂಡಿದ್ದಾರೋ ಅವರಿಗೆ ಈ ಸತ್ಯವು ಮಿಂಚಿನಂತೆ ಹೊಳೆದುಬಿಡುತ್ತದೆ, ಅವರಿಗೆ ಸಾಕ್ಷಾತ್ಕಾರವೆಂಬುದು ಹೆಚ್ಚು ಹೆಚ್ಚು ಸ್ಪಷ್ಟವಾಗುತ್ತ ಬರುತ್ತದೆ. ಆತ್ಮತತ್ತ್ವವೆಂಬುದು ಅತ್ಯಂತ ಸೂಕ್ಷ್ಮವಾದ ವಿಚಾರ. ಅನೇಕರಿಗೆ ಸೂಕ್ಷ್ಮಕ್ಕಿಂತ ಸ್ಥೂಲವೇ ಹೆಚ್ಚು ಪ್ರಧಾನ. ಅಂಥವರು ಸೂಕ್ಷ್ಮದ ತಿಳಿವಳಿಕೆ ಯನ್ನು ಪಡೆದುಕೊಳ್ಳುವುದು ಬಹಳ ಕಷ್ಟ. ಅವರು ತಮ್ಮ ಮನಸ್ಸಿನ ಪರಿಮಿತಿಯಿಂದಲೇ ಪ್ರಪಂಚವನ್ನೆಲ್ಲ ಅಳೆಯುತ್ತಾರೆ ಎಂದು ಹೇಳುತ್ತ ಸ್ವಾಮಿ ವಿವೇಕಾನಂದರು ಸ್ಥೂಲವೇ ಪ್ರಧಾನವೆಂಬ ಭೂಮಿಕೆಯ ಜನರ ನಡೆವಳಿಕೆ ಹೇಗಿರುತ್ತದೆಂಬುದನ್ನು ತೋರಿಸಲು ರೋಚಕವಾದ ಕಥೆಯೊಂದನ್ನು ಹೇಳಿದ್ದಾರೆ.

ಬೊಂಬಾಯಿಮಹಾನಗರದಲ್ಲಿ ಬಾಣಭಟ್ಟ, ಜೈನಾಚಾರ್ಯ ಮತ್ತು ಉಪಗುಪ್ತ ಎಂಬ ಮೂವರು ಗೆಳೆಯರಿದ್ದರು. ಉಪಗುಪ್ತನು ವರ್ತಕನಾಗಿದ್ದು ತುಂಬಾ ಸಿರಿವಂತ ನಾಗಿದ್ದನು. ಅವನ ಭವನವು ಅತ್ಯಂತ ಭವ್ಯವಾಗಿದ್ದು, ಅದು ಸಮುದ್ರತೀರದಲ್ಲಿತ್ತು; ಅತ್ಯಂತ ಸುಂದರವಾದ ಸನ್ನಿವೇಶದಲ್ಲಿತ್ತು. ಆ ಭವನದ ಮಹಡಿಯ ಬಿಸಿಲುಮಚ್ಚಿನಿಂದ ಸಮುದ್ರದ ಉಬ್ಬರವಿಳಿತಗಳನ್ನೆಲ್ಲ ಹತ್ತಿರದಿಂದ ನೋಡಿ ಆನಂದಿಸಬಹುದಾಗಿತ್ತು.

ಒಂದುದಿನ ಸಂಧ್ಯಾಕಾಲದಲ್ಲಿ ಬಾಣಭಟ್ಟ-ಜೈನಾಚಾರ್ಯರು, ಸುಖಸಂಕಥಾ ವಿನೋದದಲ್ಲಿ ಕಾಲಕಳೆಯಲೆಂದು ಉಪಗುಪ್ತನ ಮನೆಗೆ ಆಗಮಿಸಿದರು. ಆ ಹೊತ್ತಿನಲ್ಲಿ ಉಪಗುಪ್ತನು ಮನೆಯಲ್ಲಿರಲಿಲ್ಲ. ಆಗ ಬಾಣಭಟ್ಟ-ಜೈನಾಚಾರ್ಯರು ಉಪಗುಪ್ತನ ಮನೆಯ ಮಹಡಿಯನ್ನೇರಿ, ಅಲ್ಲಿನ ಬಿಸಿಲುಮಚ್ಚಿನಲ್ಲಿ ಚದುರಂಗವಾಡುತ್ತ ಕುಳಿತು ಕೊಂಡರು. ಆಟ ಬಹಳ ದೀರ್ಘವಾಗಿದ್ದು ನಡೆಯುತ್ತಲೇ ಇತ್ತು. ಶಾಲೆ ಮುಗಿಸಿಕೊಂಡು ಬಂದ ಉಪಗುಪ್ತನ ಮಗ ರಾಮಕುಮಾರನೂ ಅಲ್ಲಿಗೆ ಬಂದು, ಚದುರಂಗದಾಟವನ್ನು ವೀಕ್ಷಿಸುತ್ತ ಕುಳಿತನು.

ಆಟದ ನಡುವೆ ಬಾಣಭಟ್ಟ-ಜೈನಾಚಾರ್ಯರ ದೃಷ್ಟಿ ಎದುರಿಗೇ ಕಾಣಿಸುತ್ತಿದ್ದ ಸಮುದ್ರದತ್ತ ಹರಿಯಿತು. ಅದು ಪೌರ್ಣಮಿಯ ದಿನವಾಗಿದ್ದು, ಸಾಗರದ ಅಲೆಗಳು ಭೋರ್ಗರೆಯುತ್ತ ಬೆಟ್ಟದಂತೆ ಮೇಲೆದ್ದು ಬಂದು ದಡಕ್ಕೆ ಅಪ್ಪಳಿಸಿ ಹಿಮ್ಮೆಟ್ಟುತ್ತಿದ್ದುವು. "ನೋಡು ಬಾಣಭಟ್ಟ, ಅದೇನು ಅಲೆಗಳ ಆರ್ಭಟ, ಏನು ರುದ್ರರಮಣೀಯ ನೋಟ" ಎಂದು ಜೈನಾಚಾರ್ಯನು ಆ ವೈಭವವನ್ನು ಬಣ್ಣಿಸಿದನು. ಆಗ ಬಾಣಭಟ್ಟನು "ಇದೆಲ್ಲ ದೇವತೆಗಳ ಕ್ರೀಡಾವಿಲಾಸವಯ್ಯ, ಆ ಕಥೆ ನಿನಗೆ ಗೊತ್ತೆ" ಎಂದನು. ಅದಕ್ಕೆ ಜೈನಾಚಾರ್ಯನು "ಅದೇನು ಹೇಳು" ಎಂದನು. ಆಗ ಬಾಣಭಟ್ಟನು "ದೇವತೆಗಳು ಪರ್ವತಾಕಾರದ ಕಡಾಯಗಳಲ್ಲಿ ನೀರುತುಂಬಿಕೊಂಡು, ಪಾತಾಳದಂತಹ ಗುಂಡಿಯೊಳಕ್ಕೆ ರಪ್ಪರಪ್ಪನೆ ಬಗ್ಗಿಸುತ್ತಾರೆ. ಆಮೇಲೆ ಅದನ್ನೇ ಮೊಗೆಮೊಗೆದು ಹೊರಕ್ಕೆರಚುತ್ತಾರೆ. ಅವರ ಆ ಕ್ರೀಡಾವಿನೋದದ ಫಲವೇ ಸಮುದ್ರದ ಈ ಏರಿಳಿತಗಳ ಅಬ್ಬರ. ಆದರೆ ಆ ದೇವತೆಗಳು ಅಗೋಚರರು, ನಮ್ಮ ಕಣ್ಣಿಗೆ ಕಾಣುವವರಲ್ಲ" ಎಂದು ತಾನು ತಿಳಿದಿದ್ದ ಸಮುದ್ರ ಪುರಾಣವನ್ನು ಬಿಚ್ಚಿಟ್ಟನು.

ಅದನ್ನು ಕೇಳಿ ಜೈನಾಚಾರ್ಯನು ನಗುತ್ತ "ಅದು ಹಾಗಲ್ಲವಯ್ಯ, ಈ ಉಬ್ಬರ ವಿಳಿತಗಳಿಗೆ ಬೇರೆಯೇ ಕಥೆಯಿದೆ" ಎಂದನು. ಆಗ ಬಾಣಭಟ್ಟನು "ಅದೇನು ಕಥೆ ಹೇಳಪ್ಪಾ" ಎಂದನು. ಚದುರಂಗದಾಟವು ತತ್ಕಾಲಕ್ಕೆ ಸ್ಥಗಿತವಾಗಿತ್ತು. ಜೈನಾಚಾರ್ಯನು "ಇದೆಲ್ಲ ದೇವತೆಗಳ ಕ್ರೀಡೆ, ಅವರ ಲೀಲೆ, ಅವರು ಅಗೋಚರವಾಗಿದ್ದುಕೊಂಡು ಇದನ್ನೆಲ್ಲ ನಡೆಸುತ್ತಾರೆ ಎಂದು ನೀನು ಹೇಳುವುದೆಲ್ಲ ಸರಿ; ಆದರೆ ಆ ದೇವತೆಗಳ ಕ್ರೀಡೆಮಾತ್ರ ನೀನು ಹೇಳಿದ ಹಾಗಲ್ಲ" ಎಂದನು. ಅದಕ್ಕೆ ಬಾಣಭಟ್ಟನು "ಆಯಿತಲ್ಲಾ, ಅದೇನೆಂದು ನೀನೇಹೇಳು ಮಾರಾಯ" ಎಂದನು. "ದೇವತೆಗಳು ಭಾರಿಭಾರಿ ಕಡಾಯಗಳಲ್ಲಿ ನೀರು ತುಂಬಿಸಿಕೊಂಡು, ಆಕಾಶದೆತ್ತರದ ಪರ್ವತವೊಂದನ್ನು ಏರಿಹೋಗುತ್ತಾರೆ. ಆ ನೀರನ್ನೆಲ್ಲಾ ಅಲ್ಲಿ ಸುರಿದು ಶೇಖರಿಸಿ, ವಿಸ್ತಾರವಾದ ಸರೋವರವೊಂದನ್ನು ನಿರ್ಮಿಸಿಕೊಳ್ಳುತ್ತಾರೆ. ಆಮೇಲೆ ಅದರಲ್ಲಿ ಜಲಕ್ರೀಡೆಯಾಡುತ್ತಾರೆ; ಓಕುಳಿಯಾಡಿ ಒಬ್ಬರಿಗೊಬ್ಬರು ಎರಚಾಡಿ ಕೊಳ್ಳುತ್ತಾರೆ; ಕಾಲುವೆತೋಡಿ ಅಲ್ಲಿನ ಉದ್ಯಾನವನಕ್ಕೆಲ್ಲ ನೀರುಹಾಯಿಸುತ್ತಾರೆ; ಹೀಗೆಯೇ ಇನ್ನೂ ಏನೇನೋ ವಿನೋದಗಳನ್ನು ನಡೆಸುತ್ತಾರೆ. ಎಲ್ಲವೂ ಮುಗಿದ ಮೇಲೆ ಆ ನೀರನ್ನೆಲ್ಲ ಮತ್ತೆ ಕಡಾಯಗಳಲ್ಲಿ ಗೋರಿಗೋರಿ ವೇಗವಾಗಿ ಪರ್ವತದಿಂದ ಕೆಳಕ್ಕೆ ಎರಚಿಬಿಡುತ್ತಾರೆ. ಹಾಗೆ ಎರಚಿದ ರಭಸವೇ ಕಾರಣವಾಗಿ ಸಮುದ್ರದಲ್ಲಿ ಹೀಗೆಲ್ಲ ಅಲ್ಲೋಲಕಲ್ಲೋಲವಾಗುತ್ತದೆ. ನೀನು ಹೇಳಿದ್ದು ಸರಿಯಲ್ಲ, ನಾನು ಹೇಳಿದ್ದನ್ನು ಸರಿಯಾಗಿ ಕೇಳಿಸಿಕೊಂಡೆ ತಾನೆ" ಎಂದು ಜೈನಾಚಾರ್ಯನು ದಬಾಯಿಸಿ ಹೇಳಿದನು. "ನೀನುಹೇಳಿದ್ದು ಸರಿ ಎಂದೇನೂ ನನಗೆ ಅನ್ನಿಸುತ್ತಿಲ್ಲವಪ್ಪಾ" ಎಂದು ಬಾಣಭಟ್ಟನು ಆ ಕಥೆಯನ್ನು ತಿರಸ್ಕರಿಸಿಬಿಟ್ಟನು.

ಅವರಿಬ್ಬರ ಕಥೆಗಳನ್ನು ಆಲಿಸುತ್ತಿದ್ದ ಉಪಗುಪ್ತನ ಮಗ ರಾಮಕುಮಾರನು ಆನಂದವನ್ನು ತಡೆದುಕೊಳ್ಳಲಾರದೆ ಪಕಪಕನೆ ನಕ್ಕುಬಿಟ್ಟನು. ಆಗ ಬಾಣಭಟ್ಟ ಜೈನಾಚಾರ್ಯರು "ಏಕೆ ನಗುತ್ತೀಯೋ ಹುಡುಗ" ಎಂದರು. ಅದಕ್ಕೆ ರಾಮಕುಮಾರನು "ನೀವು ಹೇಳಿದ ಕಥೆಗಳನ್ನು ಕೇಳಿ ನಗುಬಂತು; ನೀವು ಹೇಳಿದ್ದಾವುದೂ ಸರಿಯಲ್ಲ" ಎಂದನು. "ಹಾಗಾದರೆ ಸರಿಯಾದುದು ನಿನಗೆ ತಿಳಿದಿದ್ದರೆ ಹೇಳಪ್ಪಾ" ಎಂದರು. ರಾಮಕುಮಾರನಾದರೋ ತಾನು ಶಾಲೆಯಲ್ಲಿ ವಿಜ್ಞಾನಪಾಠದಲ್ಲಿ ತಿಳಿದುಕೊಂಡಿದ್ದ ವಿಚಾರವನ್ನು ಹೇಳುತ್ತ "ಸಮುದ್ರಕ್ಕೂ ಚಂದ್ರನಿಗೂ ಗಾಢವಾದ ಸಂಬಂಧವಿದೆ. ಚಂದ್ರನ ಆಕರ್ಷಣೆಗೆ ತುತ್ತಾಗಿ ಸಮುದ್ರವು ಹಾಗೆ ಉಕ್ಕಿಸೊಕ್ಕಿ ಮೇಲೇರುತ್ತದೆ. ಪೌರ್ಣಮಿಯ ಹೊತ್ತಿನಲ್ಲಂತೂ ಅದು ತಾರಕಕ್ಕೇರುತ್ತದೆ. ಇದೆಲ್ಲ ವೈಜ್ಞಾನಿಕವಾದ ವಿಚಾರ" ಎಂದು ವಿವರಿಸಿದನು.

ಅದನ್ನು ಕೇಳಿಸಿಕೊಂಡ ಬಾಣಭಟ್ಟ-ಜೈನಾಚಾರ್ಯರು ಘೊಳ್ಳೆಂದು ನಕ್ಕುಬಿಟ್ಟರು. "ಅಲ್ಲವೋ ಹುಡುಗ, ಚಂದ್ರನು ಸಮುದ್ರವನ್ನು ತನ್ನತ್ತ ಸೆಳೆದುಕೊಳ್ಳಲು ಮೇಲಿನಿಂದ ಹಗ್ಗವನ್ನೇನಾದರೂ ಇಳಿಯಬಿಡುತ್ತಾನಾ? ಚಂದ್ರಲೋಕದಿಂದ ಇಲ್ಲಿಗೆ ಇಳಿದುಬರುವಷ್ಟು ಉದ್ದನೆಯ ಹಗ್ಗವು ಇರುವುದಾದರೂ ಉಂಟಾ? ಇದನ್ನೆಲ್ಲ ನಂಬಲು ನಮ್ಮನ್ನೇನು ಮೂರ್ಖರೆಂದು ತಿಳಿದೆಯಾ? ನಿನ್ನದೆಲ್ಲ ಮೂರ್ಖಬುದ್ಧಿಯ ವಿವರಣೆ" ಎಂದು ಗೇಲಿ ಮಾಡಿದರು. ರಾಮಕುಮಾರನಾದರೋ "ಏನಾದರೂ ತಿಳಿದುಕೊಳ್ಳಿ" ಎಂದು ಹೇಳಿ ಸುಮ್ಮನಾದನು.

ಅದೇ ಸಮಯಕ್ಕೆ ಸರಿಯಾಗಿ ಮನೆಯೊಡೆಯ ಉಪಗುಪ್ತನು ಮಹಡಿಯೇರಿ ಬಂದನು. "ಏನಯ್ಯಾ ಗೆಳೆಯರೆ, ತುಂಬಾ ನಗುತ್ತಿದ್ದೀರಲ್ಲಾ" ಎಂದು ಲೋಕಾಭಿರಾಮವಾಗಿ ಕೇಳಿದನು. ಆಗ ಬಾಣಭಟ್ಟ-ಜೈನಾಚಾರ್ಯರು ಅದುವರೆಗಿನ ಕಥೆಯನ್ನೆಲ್ಲ ಬಿತ್ತರಿಸುತ್ತ "ನಿನ್ನ ಮಗನ ಮಾತು ಕೇಳಿದಾಗಲಂತೂ ತುಂಬಾ ನಗು ಬಂತಯ್ಯ" ಎಂದರು. ಉಪಗುಪ್ತನು ವಿದ್ಯಾವಂತನಾಗಿದ್ದನು, ನಿಜವನರಿತವನಾಗಿದ್ದನು. ತನ್ನ ಮಗನು ಹೇಳಿರುವುದು ಸರಿಯಾಗಿದೆ, ಆದರೆ ತನ್ನ ಗೆಳೆಯರು ಅದನ್ನು ಒಪ್ಪುವ ಸ್ಥಿತಿಯಲ್ಲಿಲ್ಲ ಎಂಬುದು ಅವನಿಗೆ ಮನವರಿಕೆಯಾಯಿತು. ಅಷ್ಟು ಮಾತ್ರವಲ್ಲ, ಅವರು ತಮ್ಮತಮ್ಮಲ್ಲೇ ಒಬ್ಬರ ವಿಚಾರವನ್ನೊಬ್ಬರು ಒಪ್ಪಲು ಸಿದ್ಧರಿಲ್ಲ ಎಂಬುದೂ ತಿಳಿಯಿತು. ತನ್ನ ಮಗನಿಗೆ ಸುಮ್ಮನಿರುವಂತೆ ಸನ್ನೆಮಾಡಿ "ಸಮುದ್ರದ ಈ ವಿಲಾಸಕ್ಕೆ ನಿಜವಾದ ಕಾರಣವನ್ನು ನೀವಾರೂ ಅರಿತಿಲ್ಲ. ನಾನೀಗ ಹೇಳುತ್ತೇನೆ ಕೇಳಿಸಿಕೊಳ್ಳಿ" ಎಂದು ತನ್ನ ವ್ಯುತ್ಪನ್ನಮತಿತ್ವದಿಂದ ಹೊಸದಾದ ಕಥೆಯೊಂದನ್ನು ಹೊಸೆದು ಬಣ್ಣಿಸಿದನು. ಅವರಿಬ್ಬರೂ ಕಿವಿನಿಮಿರಿಸಿಕೊಂಡು ಕುಳಿತರು.

"ಸ್ಪಂಜು ಎಂಬ ವಸ್ತುವನ್ನು ನೀವು ನೋಡಿದ್ದೀರಲ್ಲವೆ" ಎಂದು ಮೊದಲಿಗೆ ಅವರನ್ನು ಕೇಳಿದನು. "ಓಹೋ, ನೋಡಿದ್ದೇವೆ. ನೀರನ್ನು ಹೀರಿಕೊಳ್ಳುತ್ತದೆ, ಹಿಂಡಿದರೆ ನೀರನ್ನೆಲ್ಲ ಕಕ್ಕಿ ಮೊದಲಿನಂತೆ ಆಗಿಬಿಡುತ್ತದೆ, ನೋಡಿದ್ದೇವೆ" ಎಂದರು. "ಹಾಗಾದರೆ

ಸರಿ, ಈ ಸಮುದ್ರದ ಮಧ್ಯದಲ್ಲಿ ಅಗಾಧವಾದ ಒಂದು ಸ್ಪಂಜಿನಿಂದ ಆದ ಪರ್ವತವಿದೆ. ಅದು ಸಾಕಷ್ಟು ನೀರನ್ನು ಸಮುದ್ರದಿಂದ ಹೀರಿಕೊಂಡುಬಿಡುತ್ತದೆ. ಆಗ ಸಮುದ್ದದ ಮಟ್ಟ ಸ್ವಲ್ಪ ಕುಸಿದುಬಿಡುತ್ತದೆ. ದೇವತೆಗಳು ಆಗಾಗ ಆಗಸದಿಂದ ಇಳಿದುಬಂದು ಆ ಸ್ಪಂಜಿನ ಪರ್ವತದ ಮೇಲೆ ತಾಂಡವನೃತ್ಯ ಮಾತುತ್ತಾರೆ. ಅದು ಅವರಿಗೊಂದು ವಿನೋದ. ಅವರ ನರ್ತನದ ರಭಸಕ್ಕೆ ಸ್ಪಂಜಿನಪರ್ವತ ಹೀರಿಕೊಂಡ ನೀರೆಲ್ಲ ಹೊರಕ್ಕೆ ಉಕ್ಕಿ ಬಿಡುತ್ತದೆ. ಆಗ ಸಮುದ್ರವು ಉಕ್ಕಿ ಮತ್ತೆ ಮೇಲೇರುತ್ತದೆ. ಸ್ಪಂಜಿನ ಪರ್ವತವು ನೀರನ್ನು ಹೀರಿಕೊಳ್ಳುವುದು, ದೇವತೆಗಳು ಅದರ ಮೇಲೆ ಕುಣಿದಾಡಿ ನೀರನ್ನು ಉಕ್ಕಿಸುವುದು, ಮತ್ತೆ ಆ ಪರ್ವತವು ನೀರನ್ನು ಹೀರಿಕೊಳ್ಳುವುದು, ಮತ್ತೆ ನರ್ತನ, ಮತ್ತೆ ಉಕ್ಕುವುದು– ಇದೇ ಕಾರಣವಾಗಿ ಸಮುದ್ರದಲ್ಲಿ ಉಬ್ಬರವಿಳಿತಗಳು ಜರುಗುತ್ತಲೇ ಇರುತ್ತವೆ" ಎಂದು ಕಣ್ಣಿಗೆ ಕಟ್ಟುವಂತೆ ಬಣ್ಣಿಸಿದನು. ಆ ಬಳಿಕ "ಇದು ಎಷ್ಟೊಂದು ವಿಚಾರಯುಕ್ತವಾಗಿದೆ. ಸುಲಭವಾಗಿದೆ ಅಲ್ಲವೆ! ಇದು ನಿಮಗೆ ಚೆನ್ನಾಗಿ ಅರ್ಥವಾಯಿತಲ್ಲವೆ" ಎಂದು ಉಪಗುಪ್ತನು ಕೇಳಿದನು. ಅದಕ್ಕವರು "ಓಹೋ, ನೀನು ಹೇಳಿದ್ದು ಸರಿಯಾಗಿದೆ, ನಮಗೆ ತುಂಬಾ ತೃಪ್ತಿಯಾಗಿದೆ. ಈ ವಿಚಾರವನ್ನು ನಾವು ಯಾರಬಾಯಿಂದಲೂ ಇದುವರೆಗೆ ಕೇಳಿರಲಿಲ್ಲ" ಎಂದರು.

"ಚಂದ್ರನ ಆಕರ್ಷಣೆಯಿಂದ ಸಮುದ್ರವು ಮೇಲೇಳುವುದೆಂಬುದನ್ನು ಅಲ್ಲಗಳೆ ದಿದ್ದವರಿಗೆ ಸ್ಪಂಜಿನಬೆಟ್ಟ ಮತ್ತು ಅದರಮೇಲೆ ಕುಣಿದಾಡುವ ದೇವತೆಗಳು, ಇದರಲ್ಲಿ ನಂಬಲು ಅಸಾಧ್ಯವಾಗಿರುವುದು ಏನೂ ಇರಲಿಲ್ಲ. ದೇವತೆಗಳು ಅವರಿಗೆ ನಿಜವಾಗಿದ್ದರು, ಅವರು ನಿಜವಾಗಿ ಸ್ಪಂಜನ್ನು ನೋಡಿದ್ದರು. ಇವೆರಡರಿಂದ ಸಮುದ್ರದಲ್ಲಿ ಉಂಟಾಗುವ ಬದಲಾವಣೆಗಳನ್ನು ಗ್ರಹಿಸುವುದು ಅವರಿಗೆ ಸುಲಭವಾಗಿತ್ತು" ಎಂದು ವಿವೇಕಾನಂದರೇ ಹೇಳಿದ್ದಾರೆ. ಸ್ವಾಮಿ ವಿವೇಕಾನಂದರು ಮಾನವಸ್ವಭಾವದ ಎಲ್ಲ ಸೂಕ್ಷ್ಮಗಳನ್ನೂ ಎಲ್ಲ ವರ್ತನೆಗಳನ್ನೂ ಮನಸಾರೆ ಅರಿತಿದ್ದರು, ಕಣ್ಣಾರೆ ನೋಡಿದ್ದರು ಎಂಬುದಕ್ಕೆ ಈ ಕಥೆಯೊಂದು ಉಜ್ವಲವಾದ ಉದಾಹರಣೆಯಾಗಿದೆ. ಅವರ ಹಾಸ್ಯಪ್ರಜ್ಞೆಯೂ ಇಲ್ಲಿ ಹೊನಲಾಗಿ ಹರಿದಿದೆ.

ಸೂಕ್ಷ್ಮವನ್ನು ಗ್ರಹಿಸಲು ಮನುಷ್ಯನು ಏನು ಮಾಡಬೇಕು ಎಂಬುದನ್ನೂ ವಿವೇಕಾನಂದರು ಈ ಕಥೆಯ ಆವರಣದಲ್ಲಿ ತಿಳಿಸಿಕೊಟ್ಟಿದ್ದಾರೆ. "ನಾನು ದೇಹವಲ್ಲ, ನಾನು ಮನಸ್ಸಲ್ಲ, ನಾನು ಆತ್ಮ, ನಾನು ಕೇವಲ ಸಾಕ್ಷಿ, ನಾನೇ ವಿಶ್ವ, ನಾನೇ ಬ್ರಹ್ಮ" ಎಂದು ಹೇಳಿಕೊಳ್ಳುತ್ತಿರಬೇಕು. ಆಗಮಾತ್ರ ಪರಮಸತ್ಯದ ಪರಂಜ್ಯೋತಿ ಅವನಲ್ಲಿ ಬೆಳಗುತ್ತದೆ. ಆಗ ಅವನು ಸ್ಥೂಲದ ಭ್ರಾಂತಿಗೆ ಬೀಳುವುದಿಲ್ಲ" ಎಂದು ಉಪದೇಶಿಸಿದ್ದಾರೆ.

೯೪. ಪರಮಹಂಸರು ಮತ್ತು ಗಂಟಲುಬೇನೆ

ಈ ಪ್ರಪಂಚದಲ್ಲಿ ಒಳ್ಳೆಯದು-ಕೆಟ್ಟದ್ದು ಎಂಬುದು ಎಲ್ಲ ಕಾಲದಿಂದಲೂ ಇದ್ದುಕೊಂಡೇ ಇದೆ. ಒಳ್ಳೆಯದರ ನೆರಳಿನಲ್ಲಿಯೇ ಜೀವಿಸುತ್ತಿರುವವರಿಗೆ ಕೆಟ್ಟದ್ದರ ಕಲ್ಪನೆಯೇ ಇರುವುದಿಲ್ಲ. ಕಾಲಮಹಿಮೆಯಿಂದ ಏನಾದರೂ ಅವರಿಗೆ ಕೆಟ್ಟದ್ದು ಅಪ್ಪಳಿಸಿದರೆ, ಸಹಿಸಿಕೊಳ್ಳಲಾರದೆ ನಲುಗಿಹೋಗುತ್ತಾರೆ; ಮನಸ್ಸನ್ನು ಕಹಿಮಾಡಿಕೊಂಡು ತಲೆಯಮೇಲೆ ಕೈಹೊತ್ತು ಮೂಲೆಹಿಡಿದುಬಿಡುತ್ತಾರೆ.

ಈ ಪ್ರಪಂಚದಲ್ಲಿ ಕೆಟ್ಟದ್ದು ಎಂಬುದೇ ಇಲ್ಲ, ಇರುವುದೆಲ್ಲವೂ ಒಳ್ಳೆಯದೇ ಎಂದು ಹೇಳುವವರೂ ಇದ್ದಾರೆ. ಒಂದರ್ಥದಲ್ಲಿ ಅದೂ ದುರ್ಬಲತೆಯ ಸಂಕೇತವೇ ಆಗಿದೆ. ಆ ಭಾವನೆಯೂ ಪಾಪಭೀತಿಯಿಂದಲೇ ಹುಟ್ಟಿಕೊಂಡುದಾಗಿದೆ. ಒಂದು ವಸ್ತುವು ಕೊಳೆತು ನಾರುತ್ತಿದ್ದರೆ, ಅದರ ಮೇಲೆ ಪನ್ನೀರನ್ನು ಚೆಲ್ಲಿ "ಇಲ್ಲ ಇಲ್ಲ, ಇಲ್ಲಿ ಕೊಳೆತು ನಾರುವ ವಸ್ತು ಯಾವುದೂ ಇಲ್ಲ, ಇರುವುದೆಲ್ಲ ಸುಗಂಧವೇ" ಎಂದೇಕೆ ಮರೆಮಾಚ ಬೇಕು. ಒಳ್ಳೆಯದು ಕೆಟ್ಟದ್ದು ಎಂಬೆರಡೂ ಇಲ್ಲಿದೆ; ಕೆಟ್ಟದ್ದನ್ನೂ ದೇವರೇ ಇಟ್ಟಿದ್ದಾನೆ ಎಂದು ಭಾವಿಸುವುದು ಹೆಚ್ಚು ಪ್ರಯೋಜನಕಾರಿಯಾಗುತ್ತದೆ. ಈ ಜಗತ್ತಿನಲ್ಲಿ ಕೆಟ್ಟದ್ದು ಏಕಿದೆ ಎಂದು ಪ್ರಶ್ನಿಸುವ ಅಧಿಕಾರ ನಮಗಿಲ್ಲ. ಎಲ್ಲವನ್ನೂ ದೇವರಿಗೊಪ್ಪಿಸಿ ತೆಪ್ಪಗಿರಬೇಕು ಎಂದು ವಿವೇಕಾನಂದರು ಆದೇಶಿಸಿದ್ದಾರೆ. ತರುವಾಯ ವಿವೇಕಾನಂದರು ತಮ್ಮ ಶರೀರಕ್ಕೆ ಕೆಟ್ಟದ್ದು ಎರಗಿದರೂ ಮಹಾಪುರುಷರಾದವರು ಅದನ್ನು ಹೇಗೆ ತಾಳಿಕೊಳ್ಳುತ್ತಾರೆ ಎಂಬುದಕ್ಕೆ ಶ್ರೀರಾಮಕೃಷ್ಣಪರಮಹಂಸರಿಗೆ ತಗುಲಿದ ಗಂಟಲುವ್ರಣದ ಎದೆಕರಗಿಸುವ ವೃತ್ತಾಂತವನ್ನೇ ಲೋಕದಮುಂದೆ ಇಟ್ಟಿದ್ದಾರೆ.

ಶ್ರೀರಾಮಕೃಷ್ಣರು ಸನ್ಯಾಸಿಶಿಷ್ಯರಿಗೆ, ಸಂಸಾರಿಶಿಷ್ಯರಿಗೆ, ಭಕ್ತಜನಕ್ಕೆ ಮಾರ್ಗದರ್ಶನ ನೀಡುವ ಸಲುವಾಗಿ, ಎಡೆಬಿಡದೆ ತಮ್ಮ ಕಂಠವನ್ನು ದುಡಿಸಿಕೊಂಡುಬಿಟ್ಟರು. ಅದರ ಫಲವಾಗಿ ಮತ್ತು ಅನೇಕ ಭಕ್ತರ ಪಾಪಗಳನ್ನು ತಾವೇ ಹೀರಿಕೊಂಡುದರ ಫಲವಾಗಿ, ಗಂಟಲುಬೇನೆಗೆ ಬಲಿಯಾಗಿಬಿಟ್ಟರು. ಅದನ್ನು ಪರೀಕ್ಷಿಸಿದ ವೈದ್ಯರು ಅದು ಗಂಟಲು ಕ್ಯಾನ್ಸರ್ ಎಂದು ಗುರುತಿಸುತ್ತ "ನೀವು ಮಾತನಾಡಬಾರದು, ಉದ್ವೇಗಕರವಾದ ಭಾವ ಗಳಿಗೆ ಎಡೆಕೊಡಬಾರದು" ಎಂದು ತಾಕೀತುಮಾಡಿದರು. ಅದಕ್ಕೂ ಮುನ್ನ 'ಕ್ಲರ್ಜಿಮನ್ ಥ್ರೋಟ್' ಅಂದರೆ ಹೆಚ್ಚು ಮಾತನಾಡಿದುದರ ಪರಿಣಾಮವಾಗಿ ಬಂದಿರುವ ಖಾಯಿಲೆ

ಎಂದು ಹೇಳಿದ್ದರು. ಆ ಕ್ರೂರವ್ಯಾಧಿಯ ದೆಸೆಯಿಂದ ಪರಮಹಂಸರು ಶಾರೀರಿಕವಾಗಿ ಯಮಯಾತನೆಯನ್ನು ಅನುಭವಿಸಿದರು. ಅನ್ನಾಹಾರಗಳು ಇಳಿಯ ದಂತಾಗಿಬಿಟ್ಟುವು. ಆಗಾಗ ಕೀವುರಕ್ತಗಳೂ ಸೋರುತ್ತಿದ್ದುವು.

ಆ ವಿಷಮಪರಿಸ್ಥಿತಿಯಲ್ಲಿ ಶಿಷ್ಯರೆಲ್ಲರೂಕೂಡಿ ದಕ್ಷಿಣೇಶ್ವರವನ್ನು ಬಿಟ್ಟು ಕೋಲ್ಕೊತ್ತೆಯ ಕಾಶೀಪುರವೆಂಬ ತಾಣದ ಒಂದು ತೋಟದ ನಡುವಣ ಮನೆಯಲ್ಲಿ ಅವರ ಚಿಕಿತ್ಸೆಗಾಗಿ ಏರ್ಪಾಟುಮಾಡಿದರು; ಪರಮಹಂಸರ ಶುಶ್ರೂಷೆಗೆಂದು ಅಹರ್ನಿಶಿ ಟೊಂಕಕಟ್ಟಿ ನಿಂತರು. ಶ್ರೀರಾಮಕೃಷ್ಣರ ದರ್ಶನಾರ್ಥಿಗಳಾಗಿ ಭಕ್ತರು ತಂಡೋಪತಂಡವಾಗಿ ಅಲ್ಲಿಗೆ ಬರುತ್ತಲೇ ಇದ್ದರು. ಪರಮಹಂಸರು ಎಷ್ಟೇ ನಿಯಂತ್ರಿಸಿಕೊಂಡರೂ ಮಾತ ನಾಡದೆ ಇರಲು ಸಾಧ್ಯವೇ ಆಗುತ್ತಿರಲಿಲ್ಲ.

ಒಂದುದಿನ ಪರಮಹಂಸರ ದರ್ಶನಕ್ಕೆಂದು ಶಶಧರತರ್ಕಚೂಡಾಮಣಿ ಎಂಬ ಗಣ್ಯ ವಿದ್ವಾಂಸರೊಬ್ಬರು ಆಗಮಿಸಿದರು. ಪರಮಹಂಸರು ಅನುಭವಿಸುತ್ತಿದ್ದ ಮಾರಣಾಂತಿಕ ವೇದನೆಯನ್ನು ಕಂಡು ಅವರ ಹೃದಯ ಕಲಕಿಹೋಯಿತು. ಪರಮಹಂಸರನ್ನು ಕುರಿತು "ಸ್ವಾಮಿ, ನಿಮ್ಮಂತಹ ಯೋಗಿಪುರುಷರು ಇಚ್ಛಾಮಾತ್ರದಿಂದ ರೋಗನಿವಾರಣೆ ಮಾಡಿ ಕೊಳ್ಳಬಲ್ಲರಿ; ಹಾಗೆಂದು ಶಾಸ್ತ್ರಗಳೂ ಹೇಳುತ್ತವೆ; ನೀವು ಗಂಟಲಿನಲ್ಲಾಗಿರುವ ಹುಣ್ಣಿನ ಮೇಲೆ, ಪ್ರಚಂಡಶಕ್ತಿಯುಳ್ಳ ನಿಮ್ಮ ಮನಸ್ಸನ್ನು ಕೇಂದ್ರೀಕರಿಸಿದರೆ, ಖಂಡಿತವಾಗಿಯೂ ಅದರಿಂದ ಪಾರಾಗಿಬಿಡಬಹುದು. ದಯವಿಟ್ಟು ಹಾಗೆ ಮಾಡಿ" ಎಂದು ಕೇಳಿಕೊಂಡರು. ಪರಮಹಂಸರಾದರೋ ಅದನ್ನು ಕೇಳಿಸಿಕೊಂಡರೂ ಮೌನವಾಗಿಯೇ ಇದ್ದರು. ತರ್ಕಚೂಡಾಮಣಿಗಳು ಎರಡನೆಯ ಬಾರಿ, ಮೂರನೆಯಬಾರಿ ಅದೇ ವಿನಂತಿ ಮಾಡಿ ಕೊಂಡಾಗ ಪರಮಹಂಸರು "ನೀನು ಪಂಡಿತನಪ್ಪಾ, ನಿನಗೆ ತಿಳಿಯದಿರುವುದು ಯಾವುದಿದೆ. ಈ ಮನಸ್ಸು ಸಂಪೂರ್ಣವಾಗಿ ಈಶ್ವರಾರ್ಪಿತವಾಗಿದೆ. ಯಾವ ಮನಸ್ಸನ್ನು ಸಂಪೂರ್ಣ ವಾಗಿ ಭಗವಂತನಿಗೆ ಅರ್ಪಿಸಿದ್ದೇನೋ, ಅದನ್ನು ಸಂಸಾರಕ್ಕೆ ಎಳೆದುತಂದು, ಈ ರಕ್ತ ಮಾಂಸಗಳ ಚೀಲದಮೇಲೆ ಇಡಲು ಸಾಧ್ಯವೇ ಹೇಳು" ಎಂದರು. ತರ್ಕಚೂಡಾಮಣಿಗಳು ಸುಮ್ಮನಾಗಿಬಿಟ್ಟರು.

ಆ ಹೊತ್ತಿನಲ್ಲಿ ಪರಮಹಂಸರ ಸರ್ವಸ್ವವೇ ಆಗಿದ್ದ ನೇರಶಿಷ್ಯರುಗಳೂ ಅಲ್ಲಿಯೇ ಇದ್ದರು. ಅವರುಗಳ ಪ್ರತಿನಿಧಿಯಾಗಿ ವಿವೇಕಾನಂದರು ಸುಮ್ಮನಿರದೆ "ನಮಗಾಗಿಯಾದರೂ ನೀವು ಈ ರೋಗವನ್ನು ಗುಣಪಡಿಸಿಕೊಳ್ಳಬೇಕು ಮಹಾರಾಜ್" ಎಂದು ವಿನಂತಿಸಿಕೊಂಡರು. ಅದಕ್ಕೆ ಪರಮಹಂಸರು "ನಾನೇನು ಬೇಕುಬೇಕೆಂದು ಬಯಸಿ ಈ ರೋಗವನ್ನು ಬರಮಾಡಿ ಕೊಂಡಿದ್ದೇನೆಯೆ! ವಾಸಿಯಾಗಬೇಕೆಂದು ನನಗೂ ಆಸೆಯಿದೆ. ಆದರೆ ಅದು ಹೇಗೆ ಸಾಧ್ಯ? ಎಲ್ಲವೂ ಜಗನ್ಮಾತೆಯ ಕೈಯಲ್ಲಿದೆ" ಎಂದರು. ಅದಕ್ಕೆ ವಿವೇಕಾನಂದರು "ಆದರೇನಂತೆ, ಜಗನ್ಮಾತೆಯನ್ನೇ ಪ್ರಾರ್ಥಿಸಿ ಮಹಾರಾಜ್, ಅವಳು ನಿಮ್ಮ ಮೊರೆಗೆ ಓಗೊಟ್ಟೇ ತೀರುತ್ತಾಳೆ"

ಎಂದರು. ಮತ್ತೆಮತ್ತೆ ಒತ್ತಾಯಪೂರ್ವಕವಾಗಿ ಕೇಳಿಕೊಂಡ ಬಳಿಕ ಪರಮಹಂಸರು "ಹಾಗೆಯೇ ಆಗಲಪ್ಪಾ" ಎಂದು ಸ್ವಲ್ಪಹೊತ್ತು ಧ್ಯಾನಮಗ್ನರಾಗಿ ಹಾಗೆಯೇ ಕಣ್ಮುಚ್ಚಿ ಮೌನತಾಳಿದರು.

ಮತ್ತೆ ಪರಮಹಂಸರು ಕಣ್ಣುತೆರೆದಾಗ ವಿವೇಕಾನಂದರು "ಜಗನ್ಮಾತೆ ಏನೆಂದು ಹೇಳಿದಳು ಮಹಾರಾಜ್" ಎಂದು ಪ್ರಶ್ನಿಸಿದರು. "ಊಟಮಾಡುವುದಕ್ಕೂ ಆಗುತ್ತಿಲ್ಲ, ಉಪವಾಸದಿಂದ ನಿತ್ರಾಣಗೊಂಡಿದ್ದೇನೆ. ಏನಾದರೂ ಸ್ವಲ್ಪ ಆಹಾರ ನನ್ನ ಹೊಟ್ಟೆಗಿಳಿಯುವಂತೆ ಮಾಡುತಾಯೆ" ಎಂದು ಬೇಡಿಕೊಂಡೆನಪ್ಪಾ. ಆಗ ಅವಳು ನಿಮ್ಮೆಲ್ಲರ ಕಡೆಗೆ ಕೈತೋರಿಸುತ್ತ "ಈ ಎಲ್ಲ ಬಾಯಿಗಳಿಂದಲೂ ಊಟಮಾಡುತ್ತಿರುವವನು ನೀನೇ ಅಲ್ಲವೆ" ಎಂದುಬಿಟ್ಟಳು. ನನಗೆ ನಾಚಿಕೆಯಾಗಿ ಉಸಿರೆತ್ತದೆ ಸುಮ್ಮನಾಗಿಬಿಟ್ಟೆ" ಎಂದು ವಿವರಿಸಿದರು. ಇದು ನಿಜಕ್ಕೂ ಬ್ರಹ್ಮಜ್ಞಾನಿಯಾದ ಜೀವನ್ಮುಕ್ತನ ಪರಮೋಚ್ಚಸ್ಥಿತಿ, ದೇಹಾತ್ಮಬುದ್ಧಿಯನ್ನು ಅಳಿಸಿಹಾಕಿ, ಬ್ರಹ್ಮಾತ್ಮಭಾವದಲ್ಲಿ ನೆಲೆಗೊಂಡಾತನ ಬ್ರಾಹ್ಮೀಸ್ಥಿತಿ.

ಜೀವನ್ಮುಕ್ತರ ಶರೀರವು ಲೋಕಶಿಕ್ಷಣಕ್ಕಾಗಿ ಕಷ್ಟಪಡುತ್ತದೆ. ಅವರದು ಆದರ್ಶಪ್ರಾಯವಾದ ಜೀವನ. ದೈಹಿಕಕಷ್ಟಗಳ ನಡುವೆ ಇದ್ದರೂ ಅವರ ಮನಸ್ಸುಮಾತ್ರ ನೂರಕ್ಕೆ ನೂರುಭಾಗ ಪರಮಾತ್ಮನಲ್ಲಿ ಐಕ್ಯವಾಗಿರುತ್ತದೆ. ತಾವು ಹೆಚ್ಚುಕಾಲ ಬದುಕಬೇಕು; ಶರೀರವನ್ನು ರಕ್ಷಣೆಮಾಡಿಕೊಳ್ಳಬೇಕು ಎಂದೇನೂ ಅವರು ಬಯಸುವುದಿಲ್ಲ.

ಪರಮಹಂಸರಂತಹ ಬ್ರಹ್ಮಜ್ಞಾನಿಗಳು ಪ್ರಾರಬ್ಧಕರ್ಮವನ್ನು ಅನುಭವಿಸಬೇಕೆಂದೇನೂ ಇಲ್ಲ. ಜ್ಞಾನಾಗ್ನಿಯಲ್ಲಿ ಆ ಪ್ರಾರಬ್ಧವೆಲ್ಲ ಸುಟ್ಟುಹೋಗುತ್ತದೆ. ಆದರೆ ಲೋಕೋಪಕಾರಕ್ಕಾಗಿ 'ನಾನು' ಎಂಬ ಭಾವನೆಯನ್ನು ಉಳಿಸಿಕೊಂಡರೆ ಮಾತ್ರ ಪ್ರಾರಬ್ಧವನ್ನು ಅನುಭವಿಸಬೇಕಾಗುತ್ತದೆ ಎಂದು ಸ್ವಾಮಿ ಶಾರದಾನಂದರು ಬರೆದಿದ್ದಾರೆ.

ಹುಟ್ಟುವಾಗ ಸಂತೋಷಪಡಬೇಕು, ಸಾಯುವಾಗಲೂ ಸಂತೋಷಪಡಬೇಕು. ಯಾವಾಗಲೂ ಭಗವಂತನ ಪ್ರೇಮದಲ್ಲಿ ಆನಂದಪಡಬೇಕು. ದೇಹವೆಂಬುದು ಬಂಧನ ಎಂದು ತಿಳಿದು, ದೇಹಬಂಧನದಿಂದ ಪಾರಾಗಬೇಕು. ಅದಕ್ಕೆ ಬದಲು ನಮ್ಮ ದೇಹಕ್ಕೆ ಗುಲಾಮರಾಗಿ, ನಮ್ಮನ್ನು ಬಿಗಿದ ಸರಪಳಿಯನ್ನೇ ಅಪ್ಪಿ, ನಮ್ಮ ಗುಲಾಮಗಿರಿಯನ್ನೇ ಪ್ರೀತಿಸುತ್ತಿರಬಾರದು. ಇಂದಿಗೂ ದೇಹ, ಮುಂದೆಯೂ ದೇಹ, ಎಂದೆಂದಿಗೂ ದೇಹ, ದೇಹ ದೇಹ ಎಂದು ಹಾತೊರೆಯುತ್ತಿರಬಾರದು. ದೇಹವನ್ನು ಮೀರಿಹೋಗುವುದಕ್ಕೆ ಕಲಿಯುವವರೆಗೆ ನಮಗೆ ದೇಹದ ಅಗತ್ಯವಿದೆ ಎಂದು ಭಾವಿಸುತ್ತಿರಬೇಕು. ದೇಹವೆಂಬುದು ನಾವು ಪರಿಪೂರ್ಣತೆಯನ್ನು ಪಡೆದುಕೊಳ್ಳುವುದಕ್ಕೆ ಇರುವ ಸಾಧನ ಎಂಬಂತೆ ನೋಡಬೇಕು– ಎಂದು ವಿವೇಕಾನಂದರು ಈ ಸಂದರ್ಭದಲ್ಲಿ ಉಪದೇಶಿಸಿದ್ದಾರೆ. ಮೇಲಿನ ಪ್ರಸಂಗದಲ್ಲಿ ಬಂದಿರುವ ಪರಮಹಂಸರ ವರ್ತನೆಯ ಪರಿ ಅದಕ್ಕೊಂದು ಉಜ್ವಲ ನಿದರ್ಶನ.

೯೫. ಭಯರಹಿತ ಪರಿವ್ರಾಜಕ

ಸ್ವಾಮಿ ವಿವೇಕಾನಂದರು ಪರಿವ್ರಾಜಕರಾಗಿ ಭರತಖಂಡದ ಮೂಲೆಮೂಲೆಗಳನ್ನು ಸುತ್ತಿದರು. ಆ ಹೊತ್ತಿನಲ್ಲಿ ಅವರಿಗೆ ವಿಚಿತ್ರವಾದ ಅನುಭವಗಳಾಗುತ್ತಿದ್ದುವು. ವಿಚಿತ್ರವಾದ ಸನ್ನಿವೇಶಗಳು ಎದುರಾಗುತ್ತಿದ್ದುವು. ಒಮ್ಮೆ ಅವರು ಬಿಹಾರಪ್ರಾಂತ್ಯದಲ್ಲಿ ಸಂಚರಿಸುವಾಗ ಪೊಲೀಸರನ್ನು ಎದುರಿಸಬೇಕಾಗಿಬಂತು. ಆಂಗ್ಲರ ಆಡಳಿತವಿದ್ದ ಆ ಕಾಲದಲ್ಲಿ ಸನ್ಯಾಸಿಗಳನ್ನು ಸಂಶಯದ ಕಣ್ಣುಗಳಿಂದ ನೋಡುತ್ತಿದ್ದರು. ಅವರೆಲ್ಲ ಸ್ವಾತಂತ್ರ್ಯಸಂಗ್ರಾಮಕ್ಕೆ ಕುಮ್ಮಕ್ಕುನೀಡುವ ಗೂಢಚಾರರು ಎಂದು ಊಹಿಸಿಕೊಳ್ಳು ತ್ತಿದ್ದರು. ಹಾಗೆ ವಿವೇಕಾನಂದರನ್ನು ಪೊಲೀಸರು ತಡೆಹಿಡಿದ ಒಂದು ಘಟನೆ ಕುತೂಹಲಕಾರಿಯಾಗಿದೆ.

ಒಂದುದಿನ ವಿವೇಕಾನಂದರು ಪಟ್ಟಣದ ಬೀದಿಯಲ್ಲಿ ನಡೆದುಹೋಗುತ್ತಿರುವಾಗ ಹಿಂದಿನಿಂದ ಯಾರೋ "ಏ ಬೈರಾಗಿ, ಸ್ವಲ್ಪ ನಿಲ್ಲು" ಎಂದು ಕೂಗಿಹೇಳಿದ್ದು ಕೇಳಿಸಿತು. ವಿವೇಕಾನಂದರು ಹಿಂತಿರುಗಿ ನೋಡಿ ಅಲ್ಲಿಯೇ ನಿಂತರು. ಪೊಲೀಸ್ ಅಧಿಕಾರಿಯೊಬ್ಬನು ತನ್ನ ಸಹಚರರೊಡನೆ ಕುದುರೆಯೇರಿ ಧಾವಿಸಿಬಂದನು. ವಿವೇಕಾನಂದರನ್ನು ಕುರಿತು "ಯಾರು ನೀನು" ಎಂದು ಗಡುಸಾಗಿ ಕೇಳಿದನು. ಅದಕ್ಕೆ ವಿವೇಕಾನಂದರು "ಗೊತ್ತಾಗುವು ದಿಲ್ಲವೇ ಖಾನ್‌ಸಾಹೇಬರೇ, ನಾನೊಬ್ಬ ಸಾಧು" ಎಂದು ಹೇಳಿದರು. "ಸಾಧುಗಳೆಲ್ಲ ಬದ್ಮಾಷರು" ಎಂದು ಅಧಿಕಾರಿಯು ಗರ್ಜಿಸಿದನು. ಅದಕ್ಕೆ ವಿವೇಕಾನಂದರು "ನಮ್ಮ ದೇಶದ ಪೊಲೀಸರೆಲ್ಲ ಸತ್ಯವಾದಿಗಳಾದುದರಿಂದ ನಿಮ್ಮ ಹೇಳಿಕೆಯನ್ನು ನಾನು ಅಲ್ಲಗಳೆಯುವುದಿಲ್ಲ" ಎಂದು ತಿರುಗೇಟುಕೊಟ್ಟರು.

"ನಿನ್ನನ್ನು ಜೈಲಿಗೆ ಹಾಕಬೇಕಾಗಿದೆ ನಡಿ" ಎಂದು ಅಧಿಕಾರಿ ಮತ್ತೆ ಗದರಿದನು. "ಅದೆಷ್ಟುದಿನ ಜೈಲುವಾಸ ನನಗೆ" ಎಂದು ವಿವೇಕಾನಂದರು ಕೇಳಿದರು. "ಒಂದು ತಿಂಗಳು ಬಿದ್ದಿರಬೇಕಾಗುತ್ತದೆ ನಡಿ" ಎಂದನು. ಅದಕ್ಕೆ ವಿವೇಕಾನಂದರು "ಅಯ್ಯೋ, ಒಂದೇ ತಿಂಗಳು ಜೈಲುವಾಸವೇ, ಆರುತಿಂಗಳಾದರೂ ನನ್ನನ್ನು ಸೆರೆಮನೆಯಲ್ಲಿಡುವ ಕೃಪೆ ಮಾಡಬಾರದೇ" ಎಂದು ಗೋಗರೆದರು. ಆ ಮಾತು ಕೇಳಿ ಅಧಿಕಾರಿಯು ಅಚ್ಚರಿ ಗೊಂಡನು. "ಅದೇಕೆ ನೀನು ಹೆಚ್ಚುಕಾಲ ಸೆರೆಮನೆಯಲ್ಲಿರಲು ಬಯಸುತ್ತೀಯೆ" ಎಂದು ಪ್ರಶ್ನಿಸಿದನು. ಅದಕ್ಕೆ ವಿವೇಕಾನಂದರು "ಇಂತಹ ಜೀವನಕ್ಕಿಂತ ಸೆರೆಮನೆಯ ವಾಸವೇ

ಮೇಲು. ಹಗಲುರಾತ್ರಿ ಸುತ್ತಿಸುತ್ತಿ ಸುಣ್ಣವಾಗಬೇಕು. ಊಟ ಸಿಕ್ಕಿದರೆ ಸಿಕ್ಕಿತು, ಇಲ್ಲದಿದ್ದರೆ ಇಲ್ಲ. ನಿಮ್ಮ ಜೈಲಿನಲ್ಲಿ ಎರಡು ಹೊತ್ತಿನ ಊಟವಾದರೂ ಗ್ಯಾರಂಟಿ. ಅಲ್ಲಿನ ಕೆಲಸವೇ ಮೇಲು. ಆರು ತಿಂಗಳಾದರೂ ಸೆರೆಮನೆಗೆ ತಳ್ಳಿ ಪುಣ್ಯಕಟ್ಟಿಕೊಳ್ಳಪ್ಪಾ ಮಹಾರಾಯ" ಎಂದು ನೇರವಾಗಿ ಉತ್ತರಿಸಿದರು. ಆ ಮಾತು ಕೇಳಿ ಅಧಿಕಾರಿಯ ಮುಖ ಸಪ್ಪಗಾಯಿತು. ವಿವೇಕಾನಂದರನ್ನು ಅವರಷ್ಟಕ್ಕೆ ಬಿಟ್ಟು ದೌಡಾಯಿಸಿದನು.

ಸ್ವಾಮಿ ವಿವೇಕಾನಂದರು ಕೋಲ್ಕೊತ್ತೆಯಲ್ಲೂ ಒಮ್ಮೆ ಪೊಲೀಸ್ ಅಧಿಕಾರಿಯೊಬ್ಬನನ್ನು ಎದುರಿಸಬೇಕಾಗಿ ಬಂತು. ಒಂದು ದಿನ ಒಬ್ಬ ಹಿರಿಯ ಪೊಲೀಸ್ ಅಧಿಕಾರಿ ವಿವೇಕಾನಂದರಲ್ಲಿಗೆ ಬಂದು "ನೀವು ಈ ದಿನ ರಾತ್ರಿ ನಮ್ಮ ಮನೆಗೆ ಊಟಕ್ಕೆ ಬರಬೇಕು" ಎಂದು ಆಹ್ವಾನಿಸಿದನು. ಅವನು ವಿವೇಕಾನಂದರ ಹಿಂದಿನ ಕೌಟುಂಬಿಕ ಮಿತ್ರನೂ ಆಗಿದ್ದನು. ವಿವೇಕಾನಂದರು ಒಪ್ಪಿ ರಾತ್ರಿಯಾದಾಗ ಅವನ ಮನೆಗೆ ಹೋದರು. ಆ ಹೊತ್ತಿನಲ್ಲಿ ಅವನು ತನ್ನ ಕೆಲವು ಗೆಳೆಯರೊಡನೆ ಕುಳಿತು ಹರಟೆಹೊಡೆಯುತ್ತಿದ್ದನು. ಅದೆಲ್ಲ ಮುಗಿದು ಗೆಳೆಯರೆಲ್ಲ ಬರ್ಖಾಸ್ತಾದರು. ಆಮೇಲೆ ಅವನು ವಿವೇಕಾನಂದರೊಡನೆ ಲೋಕಾಭಿರಾಮವಾಗಿ ಮಾತನಾಡತೊಡಗಿದನು. ಆದರೆ ಊಟದ ಸುಳಿವೇ ಕಾಣಲಿಲ್ಲ.

ಮಾತುಕತೆಯ ನಡುವೆ ಆ ಅಧಿಕಾರಿಯು ಕ್ರೂರವಾದ ಮುಖಮುದ್ರೆಯನ್ನು ತಾಳಿಕೊಂಡು "ನೀನೂ ನಿನ್ನ ಬಳಗದವರೂ ಸಾಧುಗಳ ವೇಷ ಹಾಕಿಕೊಂಡು ಸರ್ಕಾರದ ವಿರುದ್ಧ ಪಿತೂರಿನಡೆಸುತ್ತಿಲ್ಲವೇ? ಮುಚ್ಚುಮರೆಯಿಲ್ಲದೆ ಸತ್ಯವನ್ನು ಹೇಳು, ನಿನ್ನ ಬೂಟಾಟಿಕೆಯನ್ನೆಲ್ಲ ಅಲ್ಲಿ ಕಟ್ಟಿಡು. ನಿಮ್ಮ ಆಟವನ್ನೆಲ್ಲ ನಾನು ಬಲ್ಲೆ" ಎಂದು ಅನಾಮತ್ತಾಗಿ ಗರ್ಜಿಸಿದನು. ಅದರಿಂದ ವಿವೇಕಾನಂದರು ಧೈರ್ಯಗೆಡಲಿಲ್ಲ. "ಬಾಯಿಗೆ ಬಂದದ್ದು ಮಾತನಾಡಬೇಡ, ನಾಲಗೆಯಮೇಲೆ ಸ್ವಲ್ಪ ಹತೋಟಿ ಇರಲಿ. ಪಿತೂರಿಗೂ ನಮಗೂ ಏನು ಸಂಬಂಧ! ಏನಿದು ನಿನ್ನ ಅಸಂಬದ್ಧ ಪ್ರಲಾಪ" ಎಂದು ವಿವೇಕಾನಂದರೂ ಸಮಸಮನಾದ ಎದಿರೇಟುಕೊಟ್ಟರು. ಅದಕ್ಕೆ ಅಧಿಕಾರಿ "ನನಗೆ ಎಲ್ಲವೂ ಗೊತ್ತು. ಈ ಪಿತೂರಿಯ ಹಿಂದಿರುವ ನಾಯಕನು ನೀನೇ. ನನ್ನ ಬಳಿ ಏನನ್ನೂ ಮುಚ್ಚಿಡುವುದು ಸಾಧ್ಯವಿಲ್ಲ. ಎಲ್ಲವನ್ನೂ ಸರಿಯಾಗಿ ಹೇಳು" ಎಂದು ಮತ್ತೆ ಆಟೋಪವನ್ನೇ ತೋರಿಸಿದನು.

ಆಗ ವಿವೇಕಾನಂದರೂ ಸಿಡಿಮದ್ದಿನಂತಾಗಿಬಿಟ್ಟರು. "ನಿನಗೇ ಎಲ್ಲವೂ ಗೊತ್ತಿರುವಾಗ ನನ್ನನ್ನೇನು ಕೇಳುತ್ತೀಯೆ! ನೀನೇಕೆ ನಮ್ಮ ಮನೆಯನ್ನು ಜಪ್ತಿ ಮಾಡಬಾರದು? ನನ್ನನ್ನೇಕೆ ಸೆರೆಹಿಡಿಯಬಾರದು? ನಿನ್ನ ಗೊಡ್ಡುಬೆದರಿಕೆಗಳಿಗೆಲ್ಲ ನಾನು ಅಂಜುವವನಲ್ಲ" ಎಂದು ಗರ್ಜಿಸುತ್ತ, ಮೆಲ್ಲನೆ ಎದ್ದುಹೋಗಿ ಮುಖ್ಯದ್ವಾರವನ್ನು ಮುಚ್ಚಿದರು. "ಕುತಂತ್ರದಿಂದ ನನ್ನನ್ನು ನಿನ್ನ ಮನೆಗೆ ಬರಮಾಡಿಕೊಂಡೆಯಾ? ಸನ್ಯಾಸಿಗಳ ಮೇಲೆ ಸುಳ್ಳು ಆಪಾದನೆ ಹೊರಿಸುತ್ತಿದ್ದೀಯಾ? ನಿನ್ನ ವೃತ್ತಿಗೌರವವನ್ನು ಕಾಪಾಡಿಕೋ.

ಈಗಲೇ ನಿನ್ನ ಕತ್ತುತಿರುಚಿ ಬಿಸಾಕಬಲ್ಲೆ. ಆದರೆ ಸನ್ಯಾಸಿಯಾಗಿ ನಾನು ಅಪಮಾನವಾಯಿತೆಂದು ಪ್ರತೀಕಾರಕ್ಕೆ ಕೈಯಿಕ್ಕಬಾರದು. ಈ ಕ್ಷಣದಲ್ಲಿ ನಿನ್ನನ್ನು ಬಿಡಿಸಿಕೊಳ್ಳಬಲ್ಲವರು ಯಾರೂ ಇಲ್ಲ. ನಿನ್ನ ಪೊಳ್ಳುಪರಾಕ್ರಮ ನನ್ನ ಹತ್ತಿರ ನಡೆಯುವುದಿಲ್ಲ" ಎಂದು ಸಿಡಿಲಿನಂತೆ ಗರ್ಜಿಸಿದರು. ವಿವೇಕಾನಂದರ ವಜ್ರಕಾಯದ ಮುಂದೆ ಅವನ ಆಟವೇನೂ ನಡೆಯುವಂತಿರಲಿಲ್ಲ. ಉಸಿರಾಡದೆ ಬೆಪ್ಪುಬಡಿದು ನಿಂತುಬಿಟ್ಟನು. ವಿವೇಕಾನಂದರು ಬಾಗಿಲುತೆರೆದು ಹೊರಟುಹೋದರು. ಮತ್ತೆಂದೂ ಆ ಅಧಿಕಾರಿ ವಿವೇಕಾನಂದರ ತಂಟೆಗೆ ಹೋಗಲಿಲ್ಲ.

ವಿವೇಕಾನಂದರಾದರೋ ವೀರಸನ್ಯಾಸಿಯಾಗಿದ್ದರು. ಯಮಧರ್ಮನೇ ಬಂದು ಬಾಗಿಲು ಬಡಿದರೂ "ನೀನೇಕೆ ಬಂದೆ ತಂದೆ, ನಿನ್ನ ದೂತರನ್ನು ಕಳುಹಿಸಿದ್ದರೂ ಸಾಕಾಗಿತ್ತಲ್ಲ" ಎಂದು ಹೇಳುವ ಧೈರ್ಯಶಾಲಿ ಅವರಾಗಿದ್ದರು. "ದಂಡಿಗೆ ಹೆದರಲಿಲ್ಲ, ಧಾಳಿಗೆ ಹೆದರಲಿಲ್ಲ, ಕುಣಿಮಿಣಿಸಿದ್ದನಿಗೆ ಹೆದರಿಯೇನೇ" ಎಂಬೊಂದು ಗಾದೆ ಕನ್ನಡದಲ್ಲಿದೆ. ಅಂತಿರುವಲ್ಲಿ ಒಬ್ಬ ಪೊಲೀಸ್‌ಅಧಿಕಾರಿ ಅವರನ್ನು ಅಂಜಿಸಬಲ್ಲನೆ! ಯಾವುದರಿಂದಲೂ ಅವರು ಧೃತಿಗೆಡಲಿಲ್ಲ. ಅವಿವೇಕಿಗಳ ಪಾಲಿಗೆ ಅವರು ಸಿಂಹಸ್ವಪ್ನವಾಗಿದ್ದರು. ಅವರು ಎದುರಿಸಿದ ಗಂಡಾಂತರಗಳಿಗೆ ಲೆಕ್ಕವಿಲ್ಲ. ಆದರೆ ಯಾವುದರಿಂದಲೂ ವಿಚಲಿತರಾಗದೆ, ತಮ್ಮ ವ್ರತಪರಿಪಾಲನೆ ಮಾಡಿ ಯಶಸ್ವಿಯಾದರು.

೯೬. ಗೋಪಿಯರ ಪ್ರೇಮಜೀವನ

ಶ್ರೀಕೃಷ್ಣನು ಗೋಪೀಜನವಲ್ಲಭನೆನಿಸಿದ್ದಾನೆ. ಅವನ ಪ್ರೇಮಸ್ವರೂಪವು ಕಾವ್ಯವಾಗಿ ಬೃಂದಾವನದ ಮಧುರಲೀಲೆಯರೂಪಕದ ರೂಪದಲ್ಲಿ ವರ್ಣಿತವಾಗಿದೆ. ಗೋಪಿಯರು ಅವನ ಪ್ರೇಮರೂಪವಾದ ಮಧುಪಾನದಿಂದ ಉನ್ಮತ್ತರಾಗಿದ್ದರು. ಅವನ ವಿರಹದಿಂದ ಉತ್ಪನ್ನವಾದ ಯಾತನೆಯಿಂದ ತಳಮಳಗೊಳ್ಳುತ್ತಿದ್ದರು. ಅವರ ಪ್ರೇಮದಲ್ಲಿ ಯಾವುದೇ ಸ್ವರ್ಗದ ಆಕಾಂಕ್ಷೆಯೂ ಇರಲಿಲ್ಲ. ಇಹಲೋಕದ ಕಾಮವಾಸನೆಯೂ ಇರಲಿಲ್ಲ. ಶ್ರೀಕೃಷ್ಣನು ಸೃಷ್ಟಿಕರ್ತನೆಂದು ತಿಳಿಯಲು ಅವರು ಇಚ್ಛಿಸಲಿಲ್ಲ. ಅವನು ಸರ್ವೇಶ್ವರ, ಸರ್ವಶಕ್ತ ಮುಂತಾದ ಯಾವ ವಿಚಾರಗಳೂ ಅವರಿಗೆ ಬೇಕಾಗಿರಲಿಲ್ಲ. ಅಸಂಖ್ಯಾತ ಸೇನಾನಾಯಕನಾದ, ರಾಜಾಧಿರಾಜನಾದ ಶ್ರೀಕೃಷ್ಣನು ಗೋಪಿಯರ ಪಾಲಿಗೆ ಬೃಂದಾವನದ ಕೃಷ್ಣ, ತಮಗೆ ಹತ್ತಿರವಾಗಿರುವ ಗೋಪಾಲ ಎಂದಷ್ಟೇ ಆಗಿದ್ದನು. ಗೋಪಿಯರಿಗೆ ಪ್ರೀತಿ ಮತ್ತು ದೇವರು ಎರಡೂ ಒಂದೇ ಆಗಿದ್ದುವು. ಅವರು ಸಾಕ್ಷಾತ್ ಪ್ರೇಮವೇ ಶ್ರೀಕೃಷ್ಣ ಎಂದು ಮಾತ್ರವೇ ಅರಿತಿದ್ದರು. ವಿಷಯಸುಖಭೋಗಗಳಿಗೆ ಹೆಚ್ಚು ಮೋಹಗೊಂಡಿರುವ ಈ ಯುಗದಲ್ಲಿ ಗೋಪಿಯರ ಈ ಮಹತ್ತಾದ ಗುರಿಯನ್ನು ಅರಿಯ ತಕ್ಕವರು ಅತಿ ವಿರಳ ಎಂದು ಸ್ವಾಮಿ ವಿವೇಕಾನಂದರು ಹಲವು ಸಂದರ್ಭಗಳಲ್ಲಿ ಗೋಪಿಯರ ಪ್ರೇಮಾತಿಶಯತೆಯನ್ನು ಬಣ್ಣಿಸಿದ್ದಾರೆ. ಭಾಗವತದಲ್ಲಿ ಬರುವ ಶ್ರೀಕೃಷ್ಣ ಗೋಪಿಯರ ಪ್ರೇಮಪ್ರಸಂಗಗಳನ್ನು ಸಂಕ್ಷಿಪ್ತವಾಗಿ ಉಲ್ಲೇಖಿಸುತ್ತ ಆ ಗೋಪಿಯರು ಪ್ರೇಮಮೂರ್ತಿಗಳೆಂದು ಕೊಂಡಾಡಿದ್ದಾರೆ. ಆ ಪ್ರೇಮಪ್ರಸಂಗಗಳನ್ನು ಕೊಂಚ ಸ್ಫುಟಗೊಳಿಸಿಕೊಳ್ಳೋಣ.

ನಂದಗೋಪ-ಯಶೋದೆಯರ ಸಾಕುಮಗನಾಗಿ ನಂದಗೋಕುಲದಲ್ಲಿ ಶಿಶುವಾಗಿ ಬೆಳೆದ ಶ್ರೀಕೃಷ್ಣನು ಅವರೊಡನೆ ಸಮೀಪದ ಬೃಂದಾವನವೆಂಬ ಯಮುನಾತೀರದ ಅತಿ ರಮ್ಯವಾದ ಗ್ರಾಮಕ್ಕೆ ಬಂದನು. ನಂದಗೋಪನ ಬಳಿ ಬೇಕಾದಹಾಗೆ ಗೋವುಗಳ ಸಂಪತ್ತು ಇತ್ತು. ಶ್ರೀಕೃಷ್ಣನು ತನ್ನ ಓರಗೆಯ ಗೋಪಾಲಕರೊಡಗೂಡಿ ಗೋವುಗಳನ್ನು ಅಟ್ಟಿಕೊಂಡು ನಿತ್ಯವೂ ಯಮುನಾತೀರಕ್ಕೆ ಹೋಗುತ್ತಿದ್ದನು. ಅಲ್ಲಿ ಆನಂದದಿಂದ ಅವನು ಕೊಳಲೂದು ತ್ತಿದ್ದರೆ ಇಡೀ ಸೃಷ್ಟಿಯೇ ಅದನ್ನು ಆಲಿಸುತ್ತ ಸ್ತಬ್ಧವಾಗಿಬಿಡುತ್ತಿತ್ತು. ಕೃಷ್ಣನ ರೂಪುಲಾವಣ್ಯಗಳಿಂದಲೂ ಆ ಕೊಳಲಗಾನದಿಂದಲೂ ಬೃಂದಾವನದ ಗೋಪಿಕಾಸ್ತ್ರೀಯರು

ಅವನಲ್ಲಿ ಅನುರಕ್ತೆಯರಾಗಿಬಿಟ್ಟರು. ತಮ್ಮ ಗಂಡ, ಮಕ್ಕಳು, ಅತ್ತೆಮಾವಂದಿರು ಮುಂತಾದವರನ್ನೂ ಮರೆತು ಕೃಷ್ಣನ ಸನ್ನಿಧಾನದಲ್ಲಿರಲು ಹಂಬಲಿಸುತ್ತಿದ್ದರು.

ಒಮ್ಮೆ ಬೃಂದಾವನದ ಗೋಪಕನ್ಯೆಯರು ಕೃಷ್ಣನನ್ನೇ ತಮ್ಮ ಪತಿಯಾಗಿ ಪಡೆದುಕೊಳ್ಳಬೇಕೆಂದು ಕಾತ್ಯಾಯಿನೀ ಎಂಬ ಹೆಸರಿನ ವ್ರತವನ್ನು ಒಂದು ತಿಂಗಳು ಆಚರಿಸಿದರು. ಒಂದುದಿನ ಅವರೆಲ್ಲ ಆ ವ್ರತಾಚರಣೆಗಾಗಿ ಯಮುನಾನದಿಯಲ್ಲಿ ಸ್ನಾನಮಾಡುತ್ತಿರುವಾಗ, ಶ್ರೀಕೃಷ್ಣನು ಅವರ ವಸ್ತ್ರಗಳನ್ನೆಲ್ಲ ಎತ್ತಿಕೊಂಡು ಅಲ್ಲಿಯೇ ಒಂದು ಮರವೇರಿ ಕುಳಿತುಬಿಟ್ಟನು. ತರುವಾಯ ಗೋಪಕನ್ಯೆಯರು ಅಂಗಲಾಚಲಾಗಿ, ಅವರ ಸರ್ವ ಸಮರ್ಪಣೆಯ ಭಾವವನ್ನು ಪರೀಕ್ಷಿಸಿ ಅವರ ವಸ್ತ್ರಗಳನ್ನು ಹಿಂದಕ್ಕೆ ಕೊಟ್ಟನು. ಗೋಪಗೃಹಿಣಿಯರು ಮನೆಮಠಗಳನ್ನು ತೊರೆದು ಕೃಷ್ಣನನ್ನು ಹಿಂಬಾಲಿಸಿ ಬಂದಾಗ, ಕೃಷ್ಣನು ಅವರಿಗೆ ಗೃಹಿಣಿಯರು ಪತಿವ್ರತಾಧರ್ಮವನ್ನು ಹೇಗೆ ಪರಿಪಾಲಿಸಬೇಕು ಎಂಬುದನ್ನೆಲ್ಲ ಉಪದೇಶಿಸುತ್ತಿದ್ದನು. ಆದರೆ ಅದನ್ನವರು ಕಿವಿಗೆಹಾಕಿಕೊಳ್ಳುತ್ತಿರಲಿಲ್ಲ. ಅದು ಜೀವಾತ್ಮಪರಮಾತ್ಮರ ಸಮ್ಮಿಲನದ ಅಪೂರ್ವ ಪ್ರೇಮವಾಗಿತ್ತು.

ಒಂದು ಹುಣ್ಣಿಮೆಯ ರಾತ್ರಿಯಲ್ಲಿ ಶ್ರೀಕೃಷ್ಣನು ಆ ಗೋಪಿಕೆಯರೊಡಗೂಡಿ ರಾಸಲೀಲೆಯೆಂಬ ಆನಂದನರ್ತನದಲ್ಲಿ ಯಮುನಾತೀರದಲ್ಲಿ ಅವರೆಲ್ಲ ಮೈಮರೆಯುವಂತೆ ಮಾಡಿದನು. ಆಮೇಲೆ ಇದ್ದಕ್ಕಿದ್ದಂತೆ ಅವರ ಮಧ್ಯದಿಂದ ಮಾಯವಾಗಿ ಅವರ ವಿರಹವೇದನೆಯನ್ನು ಹೆಚ್ಚಿಸಿದನು. ಅವರೆಲ್ಲ ವ್ಯಥೆಪಡುತ್ತ ತಮಗೊಂದು ದೇಹವಿದೆ ಎಂಬುದನ್ನೇ ಮರೆತು, ತಾವೇ ಕೃಷ್ಣನೆಂದು ಭಾವಿಸಿ, ಅವನಂತೆ ಅಲಂಕಾರಮಾಡಿಕೊಂಡು, ಅವನಂತೆಯೇ ವರ್ತಿಸತೊಡಗಿದರು. ಅವರ ದಾರುಣವಾದ ವ್ಯಥೆಯನ್ನು ನೋಡಲಾರದೆ ಕೃಷ್ಣನು ಮತ್ತೆ ಪ್ರತ್ಯಕ್ಷನಾಗಿ ಅವರನ್ನೆಲ್ಲ ಸಂತೈಸಿ, ಅವರವರ ಮನೆಗಳಿಗೆ ಕಳುಹಿಸಿ ಕೊಟ್ಟನು. ಅಲ್ಲಿಂದ ಮುಂದಕ್ಕಂತೂ ಗೋಪಿಯರು ಹಗಲಿರುಳೆನ್ನದೆ ಕೃಷ್ಣನ ಲೀಲೆಗಳನ್ನೇ ಗಾನಮಾಡುತ್ತ, ಒಬ್ಬರಿಗೊಬ್ಬರು ಹೇಳಿಕೊಳ್ಳುತ್ತ ಕೃಷ್ಣಮಯರಾಗಿಬಿಟ್ಟರು.

ಇತ್ತ ಕಂಸನು ಶ್ರೀಕೃಷ್ಣನನ್ನು ಕೊಲ್ಲಿಸಬೇಕೆಂಬ ದುರುದ್ದೇಶದಿಂದ ಬಿಲ್ಲಿನ ಹಬ್ಬದ ನೆಪಮಾಡಿಕೊಂಡು ಶ್ರೀಕೃಷ್ಣಬಲರಾಮರನ್ನು ಮಥುರಾಪಟ್ಟಣಕ್ಕೆ ಕರೆತರಲು ಅಕ್ರೂರನನ್ನು ಬೃಂದಾವನಕ್ಕೆ ಕಳುಹಿಸಿದನು. ಕೃಷ್ಣನು ತಮ್ಮನ್ನು ತೊರೆದುಹೋಗುತ್ತಿದ್ದಾನೆ ಎಂಬುದು ತಿಳಿಯುತ್ತಿದ್ದಂತೆಯೇ ಗೋಪಿಯರ ಶೋಕವು ಮುಗಿಲುಮುಟ್ಟಿತು. "ಕಂಸನ ಕಡೆಯಿಂದ ಬಂದ ನೀನು ಕ್ರೂರನೇ ಹೊರತು ಅಕ್ರೂರನಲ್ಲ" ಎಂದು ಅವರು ಅಕ್ರೂರನನ್ನೂ ಬೈದರು. ನಾವು ಅನಾಥರಾದೆವು ಎಂದು ಗೋಳಾಡತೊಡಗಿದ ಗೋಪಿಯರನ್ನು ಕುರಿತು "ನಾನು ಬೇಗನೆ ಬಂದುಬಿಡುತ್ತೇನೆ" ಎಂದು ಸಮಾಧಾನಹೇಳಿ ಬೀಳ್ಕೊಂಡನು.

ಮಥುರೆಗೆ ಹೋದಮೇಲೆ ಅಲ್ಲಿನ ಕೆಲಸಕಾರ್ಯಗಳೇ ಹೆಚ್ಚಾಗಿ ಶ್ರೀಕೃಷ್ಣನು ಬೃಂದಾವನಕ್ಕೆ ಮರಳಿಬರುವುದು ಸಾಧ್ಯವಾಗಲಿಲ್ಲ. ಆಗ ಅವನು ತನ್ನ ಜೀವದ

ಗೆಳೆಯನಾದ ಉದ್ಧವನನ್ನು ಕುರಿತು "ನೀನು ಬೃಂದಾವನಕ್ಕೆ ಹೋಗಬೇಕು, ನನ್ನಲ್ಲೇ ಪ್ರಾಣವಿಟ್ಟುಕೊಂಡಿರುವ, ರಾಸಕ್ರೀಡೆಯಲ್ಲಿ ಕಳೆದ ರಸನಿಮಿಷಗಳನ್ನು ನೆನೆಯುತ್ತ ಪರಿತಪಿಸುತ್ತಿರುವ ಗೋಪಿಯರನ್ನು ನೀನು ಸಂತೈಸಿಬರಬೇಕು" ಎಂದು ಹೇಳಿಕಳುಹಿಸಿದನು. ಉದ್ಧವನಾದರೋ "ಆತ್ಮರೂಪನಾಗಿ ಶ್ರೀಕೃಷ್ಣನು ನಿಮ್ಮೊಳಗೇ ನೆಲೆಸಿದ್ದಾನೆ" ಎಂದು ನಿರ್ಗುಣ ಉಪಾಸನೆಯತ್ತ ಅವರ ಮನಸ್ಸನ್ನು ಸೆಳೆಯಲು ತಕ್ಕ ಉಪದೇಶ ನೀಡಿದನಾದರೂ ಅದು ಫಲಕಾರಿಯಾಗಲಿಲ್ಲ.

ಗೋಪಿಯರ ಈ ಪ್ರೇಮಜೀವನದ ಹಿನ್ನೆಲೆಯಲ್ಲಿ ವಿವೇಕಾನಂದರು ಆಡಿರುವ ಮಾತುಗಳನ್ನು ಮೇಲಿಂದಮೇಲೆ ಮೆಲುಕುಹಾಕುತ್ತಲೇ ಇರಬೇಕು: "ಗೋಪಿಯರ ಪ್ರೇಮದ ಸ್ವರೂಪವನ್ನು ತಿಳಿಯುವುದು ಅತ್ಯಂತ ಕಷ್ಟದ ಕೆಲಸ. ಕೆಲವು ಮೂರ್ಖರು ಗೋಪೀಪ್ರೇಮವನ್ನು ಕೇಳಿದೊಡನೆಯೆ, ಅದು ಅತ್ಯಂತ ಅಪವಿತ್ರವೆಂದು ಭಯದಿಂದ ದೂರಸರಿಯುತ್ತಾರೆ. ಗೋಪಿಯರ ಅದ್ಭುತ ಪ್ರೇಮವನ್ನು ವರ್ಣಿಸಿದವನು ಆಜನ್ಮ ಪರಿಶುದ್ಧನಾದ ವ್ಯಾಸತನಯ ಶುಕದೇವನೆಂಬುದನ್ನು ನೆನಪಿನಲ್ಲಿಡಬೇಕು. ನಮ್ಮ ಮನಸ್ಸಿನಲ್ಲಿ ಸ್ವಾರ್ಥಪರತೆಯಿರುವವರೆಗೆ ನಮಗೆ ಗೋಪಿಯರ ಪ್ರೇಮಜನಿತ ವಿರಹದ ಉನ್ಮತ್ತತೆ ಅರ್ಥವಾಗುವುದಿಲ್ಲ. "ದೇವರೇ, ನಾನು ನಿನಗೆ ಏನನ್ನಾದರೂ ಕೊಡುತ್ತೇನೆ, ಅದಕ್ಕೆ ಪ್ರತಿಯಾಗಿ ನೀನು ನನಗೆ ಏನನ್ನಾದರೂ ಕೊಡು" ಎಂದು ಹೇಳುವುದು ಕೇವಲ ವ್ಯಾಪಾರವಲ್ಲದೆ ಬೇರೆಯಲ್ಲ. ಇಡೀ ಜಗತ್ತು ನಮ್ಮ ದೃಷ್ಟಿಗೆ ಅಂತರ್ಧಾನವಾಗಬೇಕು, ನಮ್ಮ ಹೃದಯವು ಪೂರ್ಣವಾಗಿ ಶುದ್ಧವಾಗಬೇಕು. ಬೇರಾವುದೇ ಸತ್ಯದ ಅನುಸಂಧಾನದ ಲಕ್ಷ್ಯವಿರಬಾರದು. ಆಗಮಾತ್ರ ನಮಗೆ ಗೋಪಿಯರ ಪ್ರೇಮೋನ್ಮಾದವಾಗಲಿ, ಪ್ರೇಮಶಕ್ತಿಯಾಗಲಿ ಅರ್ಥವಾಗುವುದು ಸಾಧ್ಯವಾಗುತ್ತದೆ" ಎಂದು ವಿವೇಕಾನಂದರು ಗೋಪಿಯರ ನೆಲೆಯಲ್ಲಿ ಉಪದೇಶಿಸಿದ್ದಾರೆ.

ಒಂದುದಿನ ಶುಕಮುನಿಗಳು ಮನೆಯನ್ನು ತೊರೆದು ಬಹಳ ಮುಂದೆಮುಂದೆ, ಅವರನ್ನು ಮನೆಗೆ ಕರೆದೊಯ್ಯಲು ಕೂಗುಹಾಕುತ್ತಾ ವ್ಯಾಸರು ಹಿಂದೆಹಿಂದೆ ಸಾಗುತ್ತಿದ್ದರು. ಆ ದಾರಿಯಲ್ಲಿದ್ದ ಒಂದಾನೊಂದು ಸರೋವರದಲ್ಲಿ ದಿವ್ಯಸುಂದರಿಯರಾದ ಕೆಲವರು ಜಲಕ್ರೀಡೆಯಾಡುತ್ತಿದ್ದರು. ಶುಕರು ತಮ್ಮ ಕಣ್ಣಮುಂದೆಯೇ ಹಾದು ಹೋದರೂ ಆ ಸುಂದರಿಯರು ಅವರನ್ನು ಲೆಕ್ಕಿಸದೆ ನೀರಾಟದಲ್ಲಿಯೇ ತೊಡಗಿದ್ದರು. ಆದರೆ ಅವರ ಹಿಂದೆಯೇ ಬರುತ್ತಿದ್ದ ವ್ಯಾಸರನ್ನು ಕಂಡು ಒಡನೆಯೇ ಸರೋವರದಿಂದ ಮೇಲೆದ್ದುಬಂದು ತಮ್ಮ ವಸ್ತ್ರಗಳನ್ನುಟ್ಟುಕೊಂಡರು. ಸರೋವರವನ್ನು ಸಮೀಪಿಸಿದಾಗ ವ್ಯಾಸರು ಕುತೂಹಲವನ್ನು ತಡೆಯಲಾರದೆ "ನನ್ನ ಮಗ ಯುವಕ, ಅವನು ನಿಮ್ಮ ಮುಂದೆ ಹೋದಾಗ ನೀವು ಸುಮ್ಮನಿದ್ದಿರಿ. ನನ್ನ ಬರುವಿಕೆಯನ್ನು ಅರಿತಬಳಿಕ ವಸ್ತ್ರಗಳನ್ನುಟ್ಟಿರಿ, ಹೀಗೇಕೆ ಮಾಡಿದಿರಿ, ನಾನಾದರೋ ವೃದ್ಧ" ಎಂದು ವ್ಯಾಸರು ಕೇಳಿದರು.

ಅದಕ್ಕೆ ಆ ರೂಪಸಿಯರು "ನೀವು ವೃದ್ಧರೆಂಬುದೇನೋ ಸರಿ, ಆದರೆ ನಿಮಗೆ ಹೆಣ್ಣು ಎಂದರೆ ಯಾರು, ಗಂಡು ಎಂದರೆ ಯಾರು ಎಂಬ ಭೇದವು ತಿಳಿದಿದೆ. ಆದರೆ ನಿಮ್ಮ ಪುತ್ರ ಶುಕರಿಗೆ ಹೆಣ್ಣುಗಂಡುಗಳ ಭೇದವೇ ತಿಳಿಯದು. ಅದಕ್ಕೇ ಹಾಗೆ ಮಾಡಿದೆವು" ಎಂದು ಉತ್ತರಕೊಟ್ಟರು. ಗೋಪಿಯರ ಪ್ರೇಮಜೀವನದ ಆಧ್ಯಾತ್ಮಿಕಸ್ವರೂಪವನ್ನು ಅರಿಯಬೇಕಾದರೆ ಶುಕಮುನಿಗಳ ಮನಸ್ಸಿನ ಪರಿಪಾಕ ಎಂಥದು ಎಂಬುದನ್ನು ಅರ್ಥ ಮಾಡಿಕೊಳ್ಳಬೇಕಾದುದು ಅಗತ್ಯ. ವ್ಯಾವಹಾರಿಕ ಜಗತ್ತಿಗೆ ಅವರು ತಮ್ಮನ್ನೆಂದೂ ಒಡ್ಡಿಕೊಳ್ಳಲೇ ಇಲ್ಲ. ಆದ್ದರಿಂದ ನಾವು ಶ್ರೀಕೃಷ್ಣಗೋಪಿಯರ ಪ್ರೇಮಜೀವನವನ್ನು ಲೋಕವಾಸನೆಗಳಿಂದ ಮುಕ್ತವಾದ ನೆಲೆಯಲ್ಲಿಯೇ ಆಸ್ವಾದಿಸಬೇಕು.

೯೭. ಹುಲಿಯು ಮುಟ್ಟದ ವೀರಸನ್ಯಾಸಿ

ನಮ್ಮ ಪಾಲಿಗೆ ಬಂದ ಕರ್ತವ್ಯವನ್ನು ನಾವು ಚೆನ್ನಾಗಿ ಮಾಡಿ ಯೋಗ್ಯರೆನಿಸಬೇಕು. ಆಗ ನಾವು ಕರ್ತವ್ಯದ ಭಾವನೆಯಿಂದ ಪಾರಾಗುತ್ತೇವೆ. ಅಷ್ಟು ಮಾತ್ರವಲ್ಲ, ನಾವು ಮಾಡುವುದೇನೂ ಇಲ್ಲ, ದೇವರೇ ಎಲ್ಲವನ್ನೂ ಮಾಡಿಸುತ್ತಿದ್ದಾನೆ ಎಂಬುದು ಕೂಡ ಗೊತ್ತಾಗುತ್ತದೆ. ನಾವೆಲ್ಲ ದೇವರ ಕೈಯಲ್ಲಿರುವ ಯಂತ್ರ. ಭಗವಂತನ ಇಚ್ಛೆಗೆ ಶಾಂತರಾಗಿ ಶರಣಾಗುವುದನ್ನು ಕಲಿಯಬೇಕು. ಕರ್ತವ್ಯಮಾಡುವುದೇ ಅದಕ್ಕೆ ತಕ್ಕ ಶಿಕ್ಷಾಮಂದಿರ. ಅತ್ಯಂತ ದೀನನಿಗೂ ದರಿದ್ರನಿಗೂ ಮಾನವಕೋಟಿಯು ಇದುವರೆಗೆ ಹೊರಗೆಡಹಿರುವ ಭವ್ಯಭಾವನೆಗಳೆಲ್ಲ ಸಿಗುವಂತೆ ಮಾಡಬೇಕೆಂಬುದೇ ನನ್ನ ಆದರ್ಶ ಎಂಬಿತ್ಯಾದಿ ದಿವ್ಯಚಿಂತನೆಗಳಿಂದ ದೀಪ್ತರಾಗಿದ್ದ ಸ್ವಾಮಿ ವಿವೇಕಾನಂದರು ಯಾವುದೋ ಒಂದು ಕಳವಳದ ಕ್ಷಣದಲ್ಲಿ ಹುಲಿಯಬಾಯಿಗೆ ಆಹಾರವಾಗಲು ಹೇಗೆ ತಮ್ಮನ್ನು ಒಡ್ಡಿಕೊಂಡರು ಎಂಬ ಸತ್ಯಕಥೆ ಅತ್ಯಂತ ರೋಮಾಂಚಕಾರಿಯಾಗಿದೆ.

ಸ್ವಾಮಿವಿವೇಕಾನಂದರು ಪರಿವ್ರಾಜಕರಾಗಿ ದೇಶಾಟನೆಮಾಡುತ್ತ ಹಿಮಾಲಯದಲ್ಲಿ ತಿರುಗುತ್ತಿದ್ದ ಕಾಲವದು. ಮನೆಯಿಂದ ಮನೆಗೆ ಹೋಗಿ ಭಿಕ್ಷೆಬೇಡುತ್ತಿದ್ದರು. ಘೋರವಾದ ತಪಸ್ಸನ್ನೂ ಆಗಲೇ ಆಚರಿಸುತ್ತಿದ್ದರು. ಭಿಕ್ಷೆಯಲ್ಲಿ ಒಳ್ಳೆಯ ಆಹಾರವೂ ಸಿಗುತ್ತಿರಲಿಲ್ಲ. ಕೆಲವೊಮ್ಮೆ ಅವರ ಹಸಿವು ತಣಿಯುವಷ್ಟು ಕೂಡ ಲಭಿಸುತ್ತಿರಲಿಲ್ಲ. "ಈ ಪರ್ವತ ಪ್ರಾಂತ್ಯದ ಜನರು ತುಂಬಾ ಬಡವರು. ಅವರು ತಮ್ಮ ಹೊಟ್ಟೆತುಂಬಿಸಿಕೊಳ್ಳುವುದಕ್ಕೇ ಬೇಕಾದಷ್ಟು ಕಷ್ಟಪಡುತ್ತಾರೆ. ನಾನು ಬೇಡಿದಾಗ ಅವರು ತಮಗೆ ಅರೆಹೊಟ್ಟೆ ಮಾಡಿಕೊಂಡು ನನಗೆ ಕೊಡಬೇಕು. ಇಂತಹ ಜೀವನದಿಂದ ಏನು ಪ್ರಯೋಜನ? ಇದು ವ್ಯರ್ಥವಲ್ಲವೆ" ಎಂಬ ಚಿಂತೆ ಅವರ ಮನಸ್ಸನ್ನು ಹೊಕ್ಕು ಕುಳಿತಿತು.

ಅಷ್ಟಾದಬಳಿಕ ವಿವೇಕಾನಂದರು ಭಿಕ್ಷೆಗೆ ಹೋಗುವುದನ್ನೇ ನಿಲ್ಲಿಸಿಬಿಟ್ಟರು. ಎರಡು ದಿನ ಆಹಾರವಿಲ್ಲದೆ ಕಳೆದುಬಿಟ್ಟರು. ಕೈಬೊಗಸೆಯಲ್ಲಿ ತೊರೆಯ ನೀರುಕುಡಿದು ಹಸಿವುಬಾಯಾರಿಕೆಗಳನ್ನು ಉಪಶಮನಗೊಳಿಸಿಕೊಳ್ಳುತ್ತಿದ್ದರು. ಹೀಗೆಯೇ ಮುಂದಕ್ಕೆ ನಡೆಯುತ್ತ ಅವರು ದಟ್ಟವಾದ ಅರಣ್ಯವೊಂದನ್ನು ಹೊಕ್ಕರು. ಅಲ್ಲೊಂದು ಶಿಲಾತಲದ ಮೇಲೆ ಧ್ಯಾನಮಗ್ನರಾಗಿ ಕುಳಿತರು. ಅವರ ಕಣ್ಣುಗಳು ತೆರೆದೇ ಇದ್ದುವು. ಆ ಸಮಯದಲ್ಲಿ ಹೆಬ್ಬುಲಿಯೊಂದು ತಮ್ಮತ್ತ ಬರುತ್ತಿರುವುದನ್ನು ವಿವೇಕಾನಂದರು ನೋಡಿದರು. ಪಳಪಳನೆ

ಹೊಳೆಯುವ ಕಣ್ಣುಗಳಿಂದ ಅದು ವಿವೇಕಾನಂದರನ್ನೇ ನೋಡುತ್ತ ನಿಂತಿತು. "ನನಗೀಗ ಶಾಂತಿ ಸಿಕ್ಕಿತು, ಈ ಹುಲಿಗೆ ಆಹಾರವೂ ಸಿಕ್ಕಿತು, ಅಂತೂ ಈ ದೇಹ ವ್ಯರ್ಥವಾಗಲಿಲ್ಲ ವಲ್ಲಾ, ಅಷ್ಟೇ ಸಾಕು" ಎಂಬ ನಿರ್ಧಾರ ಮನದಲ್ಲಿ ಮೂಡಿತು. ತಾವು ಕಣ್ಣುಮುಚ್ಚಿ ಕೊಂಡು ಆ ಹುಲಿ ತಮ್ಮಮೇಲೆ ಎರಗುವುದನ್ನೇ ನಿರೀಕ್ಷಿಸುತ್ತ ಕುಳಿತರು. ಈಗ ಎರಗೀತೇನೋ ಆಗ ಎರಗೀತೇನೋ ಎಂದು ಮನಸ್ಸು ಕುಣಿಯತೊಡಗಿತು. 'ಇದೆಲ್ಲಿ ಹೋಯಿತು ಆ ಹುಲಿ' ಎಂದು ಕಣ್ಣುತೆರೆದಾಗ ಅದು ಬೆನ್ನುಹಾಕಿ ದೂರದಲ್ಲಿ ಹೋಗುತ್ತಿರುವುದು ಕಾಣಿಸಿತು. ವಿವೇಕಾನಂದರಿಗೆ ವ್ಯಥೆಯಾಯಿತು. ಆದರೆ ಮರುಕ್ಷಣ ದಲ್ಲಿಯೇ "ಸದ್ಗುರುವು ತನ್ನ ಕಾರ್ಯಕ್ಕಾಗಿ ನನ್ನನ್ನು ಇರಿಸಿಕೊಂಡಿದ್ದಾನೆ, ನಾನೇನು ಮಾಡುವಹಾಗಿದ್ದೇನೆ" ಎಂದು ಸಮಾಧಾನ ತಂದುಕೊಂಡರು.

"ಅವತಾರಪುರುಷರು ಮಾನವಕೋಟಿ ಎತ್ತ ಸಾಗುತ್ತಿದೆ ಎಂಬುದನ್ನು ನೋಡುತ್ತಾರೆ. ಅವರು ಮೇರುಸದೃಶ ವ್ಯಕ್ತಿಗಳು. ಅವರ ಛಾಯೆ ಭೂಮಂಡಲವನ್ನೆಲ್ಲ ವ್ಯಾಪಿಸಿರುತ್ತದೆ. ಅವರು ಸನಾತನರಾಗಿ ಕಾಲವನ್ನು ಭಂಗಿಸಿ ನಿಂತಿರುತ್ತಾರೆ" ಎಂದು ವಿವೇಕಾನಂದರೇ ಒಂದೆಡೆ ಹೇಳಿದ್ದಾರೆ. ವಿವೇಕಾನಂದರು ತಾನೆ ಇನ್ನೇನು? ಸಪ್ತರ್ಷಿಮಂಡಲದಿಂದ ಇಳಿದುಬಂದ ಅವತಾರಪುರುಷರಲ್ಲವೆ! ಮಾಡಬೇಕಾದುದನ್ನು ಮಾಡುವ ಮುನ್ನವೇ ಹುಲಿಯ ಬಾಯಿಗೆ ತುತ್ತಾದಾರೆಯೇ!

"ಸ್ವಾಮೀಜೀ, ನೀವು ಶಿವನ ಅವತಾರ. ಮನುಷ್ಯಕುಲದ ಉದ್ಧಾರಕ್ಕಾಗಿ ಅವತರಿಸಿರುವಿರಿ. ನಿಮ್ಮ ಅದ್ಭುತಶಕ್ತಿ ಯೂರೋಪ್, ಅಮೇರಿಕಾಗಳಲ್ಲಿ ಅಭಿವ್ಯಕ್ತ ವಾಗಿ ಒಂದು ಹೊಸಚರಿತ್ರೆಯನ್ನೇ ನಿರ್ಮಿಸಿದೆ. ನೀವು ಸನಾತನಧರ್ಮದ ಪತಾಕೆಯನ್ನು ಪಾಶ್ಚಾತ್ಯರಮುಂದೆ ಎತ್ತಿಹಿಡಿದು ಹಿಂದೂಧರ್ಮಕ್ಕೂ ಹಿಂದೂಜನಾಂಗಕ್ಕೂ ಅಪಾರವಾದ ಕೀರ್ತಿಯನ್ನು ತಂದಿದ್ದೀರಿ. ಇದಕ್ಕೆಲ್ಲ ನಾವು ಹಿಂದೂಗಳೂ ಸನ್ಯಾಸಿಗಳೂ ತಮಗೆ ಕೃತಜ್ಞರಾಗಿದ್ದೇವೆ" ಎಂದು ಕೊಂಡಾಡಿದ ಕೇದಾರನಾಥ ದೇವಾಲಯದ ವಯೋವೃದ್ಧ ಮಹಂತರ ಮಾತುಗಳನ್ನು ಈ ಹೊತ್ತಿನಲ್ಲಿ ಸ್ಮರಿಸಬೇಕು.

೯೮. ಉತ್ಸಾಹಿಗೆ ಮಾತ್ರ ಮಾರ್ಗದರ್ಶನ

ಅಳಸಿಂಗಪೆರುಮಾಳ್ ಎಂಬುವವರು ಸ್ವಾಮಿವಿವೇಕಾನಂದರ ಶ್ರದ್ಧಾವಂತ, ನಿಷ್ಠಾವಂತ ಶಿಷ್ಯರಾಗಿದ್ದರು. ವಿವೇಕಾನಂದರು ವಿದೇಶದಲ್ಲಿದ್ದಾಗ ಆಗಾಗ ಪೆರುಮಾಳರಿಗೆ ಪತ್ರಗಳನ್ನು ಬರೆಯುತ್ತಿದ್ದರು. ಆ ಕೆಲವು ಪತ್ರಗಳಲ್ಲಿ ಸತ್ತವರನ್ನಾದರೂ ಸರಿಯೆ, ಬಡಿದೆಬ್ಬಿಸು ವಂತಹ ಉತ್ಸಾಹಜನಕ ಉಪದೇಶದ ಮಾತುಗಳಿರುತ್ತಿದ್ದುವು. ಶ್ರಮಪಡದೆ ಯಾರೂ ಇದುವರೆಗೆ ಈ ಜಗತ್ತಿನಲ್ಲಿ ಯಾವುದೇ ಮಹತ್ಕಾರ್ಯವನ್ನೂ ಸಾಧಿಸಿಲ್ಲ. ಸಮಾಜದಲ್ಲಿ ಕಲೆತು ಕೆಲಸಮಾಡುವಾಗ, ನಾವು ಹೇಳುವುದನ್ನು ಜನರು ಕೇಳುವಂತೆ ಮಾಡುವುದು ಬಹಳ ಶ್ರಮಸಾಧ್ಯವಾದ ಕೆಲಸ. ಯಾರು ಕೊನೆಯವರೆಗೂ ಸತತ ಪ್ರಯತ್ನಶೀಲ ರಾಗಿರುತ್ತಾರೆಯೋ ಕೇವಲ ಅವರು ಮಾತ್ರವೇ ಜಯಶಾಲಿಗಳಾಗುತ್ತಾರೆ. ನಾವು ಜೀವಿಸುವುದು ಅಲ್ಪಕಾಲ ಮಾತ್ರ. ಒಂದು ಮಹತ್ಕಾರ್ಯಸಾಧನೆಗೆ ಅದನ್ನು ಸಮರ್ಪಿಸಬೇಕು ಎಂದು ಮುಂತಾಗಿ ವಿವಿಧ ಪತ್ರಗಳಲ್ಲಿ ಉಪದೇಶಿಸಿದ್ದಾರೆ. "ಕೆಲಸಮಾಡು ಹೋಗು, ಉಳಿದುದೆಲ್ಲ ಹಿಂದೆಯೇ ಬರುತ್ತದೆ. ಯಾರು ಮತ್ತಾವುದನ್ನೂ ನೆಚ್ಚದೆ ನನ್ನನ್ನೇ ನಂಬಿರುವರೋ ಅವರಿಗೆ ಬೇಕಾದುದನ್ನೆಲ್ಲ ನಾನೇ ಒದಗಿಸಿಕೊಡುತ್ತೇನೆ" ಎಂದು ಭಗವಂತನು ಗೀತೆಯಲ್ಲಿ ಹೇಳಿಲ್ಲವೇ! ಅದು ಸ್ವಪ್ನದ ಮಾತಲ್ಲ ಎನ್ನುತ್ತ ಉತ್ಸಾಹಶೀಲನಿಗೆ ಮಾತ್ರವೇ ಮಾರ್ಗದರ್ಶನ ಲಭ್ಯವಾಗುತ್ತದೆ ಎಂಬುದನ್ನು ತೋರಿಸಿ ಕೊಡಲು ಪೆರುಮಾಳರಿಗೊಂದು ಕಥೆಯನ್ನೇ ಹೇಳಿದ್ದಾರೆ.

ಒಂದೂರಿನಲ್ಲಿ ಒಬ್ಬ ಸೋಮಾರಿಯಿದ್ದನು. ಅವನಿಗೆ ಕುಳಿತ ಜಾಗದಲ್ಲೇ ಎಲ್ಲವೂ ಆಗಬೇಕಾಗಿತ್ತು. ಆದರೆ ಅವನೊಮ್ಮೆ ಅನಿವಾರ್ಯವಾಗಿ ಚಂದಕವಾಡಿ ಎಂಬ ಗ್ರಾಮಕ್ಕೆ ಹೋಗಬೇಕಾಯಿತು. ಮನಸ್ಸಿಲ್ಲದ ಮನಸ್ಸಿನಿಂದ ಎದ್ದು ಹೊರಟನು. ಅದೆಷ್ಟೋ ಮೈಲಿ ನಡೆದ ಬಳಿಕ ಬೆಂಡರವಾಡಿ ಎಂಬ ಗ್ರಾಮವನ್ನು ಅವನು ಸೇರಿದನು. ಕಾಲೆಳೆಯುತ್ತ ನಡೆಯುತ್ತ ಆ ಊರಿನ ಮುಖ್ಯಬೀದಿಯ ಮೂಲಕ ಹಾದುಹೋಗುತ್ತ ಒಂದು ಮನೆಯ ಮುಂದೆ ಒಬ್ಬ ಮುದುಕನು ಕುಳಿತಿರುವುದನ್ನು ನೋಡಿದನು. ಆ ಮುದುಕನೂ ಈ ಸೋಮಾರಿಯನ್ನೇ ನಿಟ್ಟಿಸುತ್ತಿದ್ದನು. ಆ ಮುದುಕನನ್ನು ಕುರಿತು ಸೋಮಾರಿಯು "ಚಂದಕ ವಾಡಿಗೆ ದಾರಿ ಯಾವುದು, ನಾನಲ್ಲಿಗೆ ಹೋಗಬೇಕು" ಎಂದು ಕೇಳಿದನು. ಮುದುಕನು ಏನೊಂದು ಉತ್ತರಕೊಡದೆ ಮಿಕಿಮಿಕಿ ನೋಡುತ್ತ ಸುಮ್ಮನೆ ಕುಳಿತಿದ್ದನು. ಆಗ ಆ

ಸೋಮಾರಿಯು "ಅಯ್ಯಾ, ನಾನು ನಿನ್ನನ್ನೇ ಕೇಳುತ್ತಿರುವುದು, ಚಂದಕವಾಡಿಗೆ ದಾರಿ ಯಾವುದು" ಎಂದು ಹಲವು ಬಾರಿ ಕೇಳಿದನು. ಆದರೆ ಮುದುಕನು ಮಾತ್ರ ತುಟಿಪಿಟಕ್ಕೆನ್ನಲಿಲ್ಲ. ಆಗ ಸೋಮಾರಿಯು "ಇವನು ಕಿವುಡನೋ ಮೂಗನೋ ಆಗಿರಬೇಕು, ಕೇಳಿ ಪ್ರಯೋಜನವಿಲ್ಲ" ಎಂದುಕೊಳ್ಳುತ್ತ ಕೊಂಚ ರಭಸದಿಂದ ಮುಂದಕ್ಕೆ ಅಡಿಯಿಟ್ಟನು.

ಸೋಮಾರಿಯು ಹತ್ತುಹೆಜ್ಜೆ ಮುಂದಕ್ಕೆ ಹೋಗಿದ್ದನೋ ಇಲ್ಲವೋ ತಕ್ಷಣವೇ ಮುದುಕನು ಕುಳಿತಿದ್ದವನು ಎದ್ದುನಿಂತು "ಅಯ್ಯಾ, ಚಂದಕವಾಡಿಗೆ ನೋಡು ಇದೇ ದಾರಿ, ನೀನಿನ್ನು ಎರಡುಮೈಲಿ ನಡೆದುಹೋದರೆ ಆ ಊರು ನಿನಗೆ ಸಿಕ್ಕುತ್ತದೆ" ಎಂದು ದಾರಿತೋರಿದನು. ಆಗ ಸೋಮಾರಿಗೆ ಬಹಳ ಅಚ್ಚರಿಯಾಯಿತು. "ನಾನು ಅಷ್ಟೊಂದು ಕಂಠಶೋಷಣೆ ಮಾಡಿಕೊಂಡರೂ ನೀನು ಬಾಯಿಹೊಲಿದುಕೊಂಡು ಕುಳಿತಿದ್ದೆ. ಈಗ ಇದ್ದಕ್ಕಿದ್ದಂತೆ ಉತ್ತರಕೊಟ್ಟೆ. ಏನಿದರ ರಹಸ್ಯ" ಎಂದು ಕೇಳಿದನು. ಅದಕ್ಕೆ ಮುದುಕನು "ನಾನು ಹೋಗಲೋ ಬೇಡವೋ ಅನ್ನುವ ಹಾಗೆ ನೀನು ತಾತ್ಸಾರದಿಂದ ಕಾಲುಗಳನ್ನು ಎಳೆದುಕೊಂಡು ಬಂದೆ. ನೀನು ಮುಂದಕ್ಕೆ ಹೋಗುವವನೋ ಅಲ್ಲವೋ ಎಂಬ ಸಂದೇಹ ನನಗೆ ಹುಟ್ಟಿಕೊಂಡಿತು. ದಾರಿ ಯಾವುದೆಂದು ಹೇಳಿತಾನೆ ಏನು ಪ್ರಯೋಜನ ಎಂದು ನಾನು ಸುಮ್ಮನಾದೆ. ಆದರೂ ನೀನು ಹೆಚ್ಚಿನ ಉತ್ಸಾಹದಿಂದ ಮುಂದಕ್ಕೆ ಹೆಜ್ಜೆಗಳನ್ನಿಟ್ಟಾಗ ನಿನಗೆ ನನ್ನಿಂದ ಉತ್ತರ ಪಡೆಯುವ ಹಕ್ಕಿಗೆ ಎಂದು ತಿಳಿದುಕೊಂಡೆ. ನಿನ್ನ ವರ್ತನೆಯನ್ನು ಪರೀಕ್ಷಿಸಿ ಉತ್ತರಿಸಿದೆ" ಎಂದನು. "ಭಲೇ ಮುದುಕಾ, ನನ್ನ ಸೋಮಾರಿತನಕ್ಕೆ ತಕ್ಕ ಮದ್ದುಕೊಟ್ಟೆ" ಎಂದು ಶ್ಲಾಘಿಸುತ್ತ ಸೋಮಾರಿಯು ಚಂದಕವಾಡಿಯ ದಾರಿಯಲ್ಲಿ ಬಿರಬಿರನೆ ಹೆಜ್ಜೆಯಿಟ್ಟನು.

ಈ ಕಥೆಯ ಬಳಿಕ ವಿವೇಕಾನಂದರು ಪೆರುಮಾಳರಿಗೆ ಬರೆದಿರುವ ಉಪದೇಶದ ಮಾತುಗಳು ಕೂಡ ಮನನಯೋಗ್ಯವಾಗಿವೆ : "ಕೆಲಸಕ್ಕೆ ತೊಡಗಿಕೊಂಡಾಗ ಸಮಬುದ್ಧಿ ಇರಬೇಕು. ಪ್ರತಿಯೊಂದು ಜನಾಂಗವೂ ತನ್ನನ್ನುತಾನೇ ಉದ್ಧಾರಮಾಡಿಕೊಳ್ಳಬೇಕು. ಎಲ್ಲ ದಿಕ್ಕುಗಳಲ್ಲೂ ಹರಡಬಲ್ಲ ಜೀವಂತಶಕ್ತಿಯನ್ನು ಉತ್ಪಾದಿಸಬೇಕು. ನಾಯಕನಾಗಲು ಪ್ರಯತ್ನಿಸಬಾರದು. ಯಾರು ಚೆನ್ನಾಗಿ ಸೇವೆಮಾಡಬಲ್ಲರೋ ಅವರು ಮಾತ್ರವೇ ನಾಯಕರಾಗಲು ಯೋಗ್ಯರಾಗುತ್ತಾರೆ. ಸಾಯುವವರೆಗೂ ಸತ್ಯವಂತರಾಗಿರಬೇಕು. ನಮ್ಮ ಮಕ್ಕಳುಕೂಡ ಕಾರ್ಯಸಾಧನೆಗಾಗಿ ಅಗ್ನಿಗೆ ಧುಮ್ಮಿಕ್ಕಲು ಕೂಡ ಸಿದ್ಧರಾಗಿರಬೇಕು. ಪ್ರಪಂಚವೆಲ್ಲ ಬೇಕಾದಷ್ಟು ಅಸಂಬದ್ಧತೆಯಿಂದ ತುಂಬಿದೆ. ಅದು ಹೇಗಾದರೂ ಇರಲಿ. ಈಗ ಮಾಡಬೇಕಾದ್ದು ಕೆಲಸ, ಕೆಲಸ, ಕೆಲಸ. ಸಹನೆ, ದೃಢತೆ, ಪಾವಿತ್ರ್ಯ ನಮ್ಮದಾಗಲಿ."

೯೯. ಅಳಸಿಂಗಪೆರುಮಾಳ್

ಸ್ವಾಮಿ ವಿವೇಕಾನಂದರ ಹೃದಯಸಿಂಹಾಸನವನ್ನು ಆಕ್ರಮಿಸಿಕೊಂಡ ಭಕ್ತವೃಂದದಲ್ಲಿ, ಶಿಷ್ಯವೃಂದದಲ್ಲಿ ಅಳಸಿಂಗಪೆರುಮಾಳರಿಗೆ (1865-1909) ಪ್ರಥಮಸ್ಥಾನ ಸಲ್ಲುತ್ತದೆ. ಅಳಸಿಂಗರು ಚೆನ್ನೈನಲ್ಲಿ ತಮ್ಮ ಜೀವನವನ್ನು ಕಳೆದರಾದರೂ ಅವರು ಹುಟ್ಟುಕನ್ನಡಿಗರು ಎಂಬುದು ಹೆಮ್ಮೆಯ ವಿಷಯ. ಚಿಕ್ಕಮಗಳೂರು ಅವರ ಜನ್ಮಸ್ಥಳ. ಅವರ ತಂದೆ ನರಸಿಂಹಾಚಾರ್ಯರು ಉದ್ಯೋಗವನ್ನು ಅರಸಿಕೊಂಡು ಚೆನ್ನೈಪಟ್ಟಣವನ್ನು ಸೇರಿದುದೇ ಕಾರಣವಾಗಿ ಅಳಸಿಂಗರ ವಿದ್ಯಾಭ್ಯಾಸವೆಲ್ಲ ಚೆನ್ನೈನಲ್ಲಿಯೇ ನಡೆಯಿತು. ಅವರು ಬಿ.ಎ. ಪದವೀಧರರಾಗಿ ಅಧ್ಯಾಪಕವೃತ್ತಿಯನ್ನು ಕೈಗೊಂಡು ಪ್ರೌಢಶಾಲಾ ಮುಖ್ಯೋಪಾಧ್ಯಾಯ ಹಂತದವರೆಗೆ ಏರಿದರು. ಆದರೆ ಬದುಕಿನಲ್ಲಿ ಕಷ್ಟಗಳ ಪರಂಪರೆಯನ್ನೇ ಎದುರಿಸಿದರು. ಮಕ್ಕಳು ಚಿಕ್ಕವರಾಗಿರುವಾಗಲೇ ಅಳಸಿಂಗರ ಪತ್ನಿ ಅಕಾಲಮರಣಕ್ಕೆ ತುತ್ತಾದಳು. ದೇಶಾಟನೆಮಾಡುತ್ತ ಸ್ವಾಮಿವಿವೇಕಾನಂದರು ಚೆನ್ನೈಗೆ ಬಂದಾಗ ಅವರ ವ್ಯಕ್ತಿತ್ವದಿಂದ ಪ್ರಭಾವಿತರಾಗಿ ಅಳಸಿಂಗರು ಅವರ ಶಿಷ್ಯರಾಗಿಬಿಟ್ಟರು. ವಿವೇಕಾನಂದರನ್ನು ಚಿಕಾಗೋ ಸರ್ವಧರ್ಮಸಮ್ಮೇಳನಕ್ಕೆ ಕಳುಹಿಸಬೇಕೆಂದು ಟೊಂಕಕಟ್ಟಿ ನಿಂತವರಲ್ಲಿ ಅಳಸಿಂಗರೇ ಪ್ರಮುಖರು. ದ್ರವ್ಯಸಂಗ್ರಹಕ್ಕಾಗಿ ಚೆನ್ನೈನ ಮನೆಮನೆಗಳಿಗೆ ಹೋಗಿ ಕಯ್ಯೊಡ್ಡಿದರು. ಪೆರುಮಾಳರು ವಿವೇಕಾನಂದರಿಗಿಂತ ಎರಡುವರ್ಷ ಕಿರಿಯರಾಗಿದ್ದರು. ವಿವೇಕಾನಂದರ ಆಜ್ಞೆಯಂತೆ ಚೆನ್ನೈನಲ್ಲಿ "ಬ್ರಹ್ಮವಾದಿನ್" ಎಂಬ ಆಂಗ್ಲಪತ್ರಿಕೆಯನ್ನು ಪ್ರಾರಂಭಿಸಿ, ಅದರ ಸಂಪಾದಕರಾಗಿ ದುಡಿದರು. ಇಂತಹ ಮಹಾನುಭಾವರು ತಮ್ಮ 44ನೆಯ ವಯಸ್ಸಿಗೇ ವೃದ್ಧಮಾತೆಯನ್ನೂ ಐವರು ಮಕ್ಕಳನ್ನೂ ಬಿಟ್ಟು ಇಹಲೋಕವನ್ನು ತೊರೆದುಬಿಟ್ಟರು. ಬಾ ಎಂದಾಗ ಬರುವುದು, ಇರು ಎಂದಷ್ಟು ಕಾಲ ಇರುವುದು, ಹೋಗು ಎನ್ನುತ್ತಿದ್ದಂತೆಯೇ ಹೊರಟುಹೋಗುವುದಲ್ಲದೆ ಇಲ್ಲಿ ನಮಗಾವ ಹಕ್ಕುದಾರಿಕೆಯಿದೆ!

ಸ್ವಾಮಿವಿವೇಕಾನಂದರು ಎರಡನೆಯಬಾರಿ ಅಮೇರಿಕಾಯಾತ್ರೆ ಹೊರಟಾಗ ಪೆರುಮಾಳರು ಅವರನ್ನು ಬೀಳ್ಕೊಟ್ಟುಬರಲು ಹಡಗಿನಲ್ಲಿ ಕೊಲಂಬೋವರೆಗೆ ಹೋದರು. ಆ ಹೊತ್ತಿನಲ್ಲಿ ವಿವೇಕಾನಂದರು ಅಳಸಿಂಗರನ್ನು ಕುರಿತಂತೆ ಬರೆದಿರುವ ಒಂದು ವ್ಯಕ್ತಿಚಿತ್ರ ಅತ್ಯಂತ ಮನೋಹಾರಿಯಾಗಿದೆ. ವಿವೇಕಾನಂದರ ಕಾವ್ಯರಚನಾಶಕ್ತಿಗೆ ಕೂಡ ಅದು ದ್ಯೋತಕವಾಗಿದೆ.

"ಅವಸರದಿಂದ ಟಿಕೀಟುಕೊಂಡು ಅಳಸಿಂಗ ಜಹಜನ್ನು ಬರಿಯಕಾಲಿನಲ್ಲಿ ಹತ್ತಿದನು. ಯಾವಾಗಲಾದರೂ ಒಮ್ಮೊಮ್ಮೆ ಅವನು ಬೂಟುಹಾಕಿಕೊಳ್ಳುತ್ತಿದ್ದನಂತೆ. ಆಚಾರವ್ಯವಹಾರಗಳು ಪ್ರತಿಯೊಂದು ದೇಶದಲ್ಲಿಯೂ ವ್ಯತ್ಯಾಸವಾಗುತ್ತವೆ. ಯೂರೋಪಿನಲ್ಲಿ ಹೆಂಗಸರು ತಮ್ಮ ಬರಿಯ ಕಾಲನ್ನು ತೋರಿಸಿದರೆ, ಅದು ನಾಚಿಕೆಗೇಡು ಎಂದು ಭಾವಿಸುತ್ತಾರೆ. ಆದರೆ ದೇಹದ ಮೇಲಿನ ಅರ್ಧಭಾಗವನ್ನು ಬೇಕಾದರೆ ತೋರಿಸಬಹುದು. ನಮ್ಮ ದೇಶದಲ್ಲಿ ತಲೆಯಮೇಲೆ ಏನಾದರೂ ಇರಲೇಬೇಕು, ದೇಹದ ಉಳಿದ ಭಾಗಕ್ಕೆ ಏನಾದರೂ ಇರಲಿ ಬಿಡಲಿ ಚಿಂತೆಯಿಲ್ಲ. ಅಳಸಿಂಗ "ಬ್ರಹ್ಮವಾದಿನ್" ಸಂಪಾದಕ. ಮೈಸೂರು ಕಡೆಯಿಂದ ಬಂದವನು, ರಾಮಾನುಜಸಂಪ್ರದಾಯಕ್ಕೆ ಸೇರಿದವನು. ಸಾರು ಎಂದರೆ ಅವನಿಗೆ ಪ್ರಾಣ. ಕ್ಷೌರಮಾಡಿಸಿಕೊಂಡು ತಲೆಯಮೇಲೆ ಜುಟ್ಟುಬಿಟ್ಟಿದ್ದನು. ಹಣೆಯತುಂಬ ತೆಂಗಲೆಯ ತಿರುನಾಮ. ತನ್ನ ಪ್ರಯಾಣದಲ್ಲಿ ತಿನ್ನುವುದಕ್ಕೆಂದು ಎರಡು ಸಣ್ಣಗಂಟುಗಳನ್ನು ತಂದಿದ್ದನು. ಒಂದರಲ್ಲಿ ಅವಲಕ್ಕಿಯಿತ್ತು, ಮತ್ತೊಂದರಲ್ಲಿ ಅರಳು ಮತ್ತು ಹುರಿದಬಟಾಣಿ ಇದ್ದುವು. ತನ್ನ ಜಾತಿ ಹೋಗದೆ ಇರಲಿ ಎಂದು ಅವನು ಈ ವ್ಯವಸ್ಥೆ ಮಾಡಿಕೊಂಡಿದ್ದನು. ದಕ್ಷಿಣದೇಶದವರಲ್ಲಿ ಆಚಾರಗಳು ಹೆಚ್ಚು. ಮೈಸೂರಿಗೆ ಮೊದಲು ರೈಲುಹಾಕಿದಾಗ ಅದನ್ನು ನೋಡುವುದಕ್ಕೆ ಬಹಳ ದೂರದಿಂದ ಹೋದ ಬ್ರಾಹ್ಮಣರಿಗೆ ಅವರ ಜಾತಿಯವರು ಬಹಿಷ್ಕಾರ ಹಾಕಿದರಂತೆ!

"ಚೆನ್ನೈನಿಂದ ಕೊಲಂಬೋ ಸೇರಲು ನಾಲ್ಕುದಿನ ಹಿಡಿಯಿತು. ಗಂಗಾಮುಖದಲ್ಲಿ ಅಲೆಗಳ ಪ್ರಚಂಡ ಏಳುಬೀಳುಗಳ ದೆಸೆಯಿಂದಾಗಿ 'ಸಮುದ್ರವಮನ' ಎಂದು ಹೇಳುವ ವಾಂತಿ ಕೆಲವರಿಗೆ ಶುರುವಾಯಿತು. ಇಬ್ಬರು ಬಂಗಾಳಿಯುವಕರಿಗೂ ಅದು ತಗುಲಿತು. ಒಬ್ಬನಂತೂ 'ನಾನು ಸತ್ತೇಹೋಗುತ್ತೇನೆ' ಎಂದು ತನಗೆ ತಾನೇ ಭಾವಿಸಿಬಿಟ್ಟನು. ಇಂತಹ ಅನುಭವವು ಸಾಮಾನ್ಯ, ಇದರಿಂದ ಯಾರೂ ಸಾಯುವುದಿಲ್ಲ, ಅಂಜಬೇಕಾಗಿಲ್ಲ ಎಂದು ನಾವು ಅವನಿಗೆ ಬಹಳ ಕಷ್ಟಪಟ್ಟು ಭರವಸೆಕೊಡಬೇಕಾಯಿತು. ಹಡಗಿನ ಭಯಂಕರ ಓಲಾಟದಿಂದ ಎರಡನೆಕ್ಲಾಸ್ ಪ್ರಯಾಣಿಕರು ಬೆಕ್ಕಿನಬಾಯಿಗೆ ಬಿದ್ದ ಇಲಿಯಂತೆ ನಡುಗುತ್ತಿದ್ದರು. ಅಳಸಿಂಗನು ಪಂಚೆಯುಡುತ್ತಿದ್ದನು. ಡೆಕ್ಕಿನ ಮೇಲೆ ಕೆಲವೊಮ್ಮೆ ಸಂಚಾರ ಮಾಡುತ್ತಿದ್ದ. ಹೊಟ್ಟೆಹಸಿದಾಗ ಅವಲಕ್ಕಿ, ಬಟಾಣಿ ಮೆಲ್ಲುತ್ತಿದ್ದ. ಅಳಸಿಂಗನಾದರೋ ಸಮುದ್ರವಮನಕ್ಕೆ ತುತ್ತಾಗಲಿಲ್ಲ. ನಾಲ್ಕುದಿನ ಮಾತುಕತೆಯ ವಿನೋದದಿಂದ ಕಾಲಕಳೆದೆವು. ನಿಮ್ಮ ಸಹವಾಸದಿಂದ ಅಳಸಿಂಗರ ಬ್ರಾಹ್ಮಣಜಾತಿಯ ಪಾವಿತ್ರ್ಯ ಮೈಲಿಗೆಯಾಗುತ್ತದೆ ಎಂಬುದಾಗಿ ಹಡಗಿನ ಪರಿಚಾರಕರು ನನಗೆ ಹೇಳುತ್ತಿದ್ದರು. ಅದು ನಿಜ. ನಮ್ಮ ಸಂಗದಿಂದ ದಕ್ಷಿಣದವರ ಎಷ್ಟೋ ಆಚಾರಗಳು ಸಡಿಲವಾಗುತ್ತವೆ.

"ಅಳಸಿಂಗನಂತಹ ಮನುಷ್ಯರು ಈ ಜಗತ್ತಿನಲ್ಲಿ ಬಹಳ ವಿರಳವಾಗಿ ಸಿಗುತ್ತಾರೆ. ಅವನು ನಿಃಸ್ವಾರ್ಥಿಯಾಗಿದ್ದಾನೆ, ಕಷ್ಟಪಟ್ಟು ಕೆಲಸಮಾಡುತ್ತಾನೆ, ಗುರುಭಕ್ತ. ಅವನಂತಹ

ಗುರುಭಕ್ತರು ಪ್ರಪಂಚದಲ್ಲಿ ಅಪರೂಪ" ಎಂದು ಮುಂತಾಗಿ ವಿವೇಕಾನಂದರು ಬರೆದಿದ್ದಾರೆ. ಇದನ್ನೆಲ್ಲ ನೋಡಿದಾಗ ಅಳಸಿಂಗರು ಎಷ್ಟು ದೊಡ್ಡಮನುಷ್ಯ ಎಂಬುದು ಅರಿವಾಗದಿರುವುದಿಲ್ಲ.

ವಿದೇಶದಲ್ಲಿದ್ದಾಗ ವಿವೇಕಾನಂದರು ಆಗಾಗ ಅಳಸಿಂಗರಿಗೆ ಪತ್ರಗಳನ್ನು ಬರೆಯುತ್ತಿದ್ದರು. ಅವರಿಂದ ಒಂದಿಷ್ಟು ಧನಸಹಾಯ ಪಡೆದುಕೊಳ್ಳುತ್ತ, ತಾವು ಅವರಿಗೆ ಒಪ್ಪಿಸಿದ್ದ ಕೆಲಸಗಳಿಗಾಗಿ ಧನಸಹಾಯ ಮಾಡುತ್ತಲೂ ಇದ್ದರು. ಅಳಸಿಂಗರನ್ನು ಚೆನ್ನಾಗಿ ನೋಡಿಕೊಳ್ಳಬೇಕೆಂದು ಸ್ವಾಮಿರಾಮಕೃಷ್ಣಾನಂದರಿಗೆ ವಿವೇಕಾನಂದರು ಬರೆದಿರುವ ಒಂದು ಪತ್ರದ ಮಾತು ಅತ್ಯಂತ ಹೃದಯಸ್ಪರ್ಶಿಯಾಗಿದೆ: "ಅಳಸಿಂಗನನ್ನು ಸ್ವಲ್ಪ ನೋಡಿಕೋ. ಅವನು ವಿಪರೀತ ಕೆಲಸದಿಂದ ಕುಸಿದುಹೋಗುತ್ತಿದ್ದಾನೆ. ನಡುನಡುವೆ ಸ್ವಲ್ಪ ವಿಶ್ರಾಂತಿ ತೆಗೆದುಕೊಂಡರೆ ಆಮೇಲೆ ಹೆಚ್ಚುಹೆಚ್ಚು ಕೆಲಸ ಮಾಡಬಹುದು ಎಂಬುದನ್ನು ಒತ್ತಿಹೇಳು. ಅವನಿಗೆ ನನ್ನ ಪ್ರೀತಿಯನ್ನೆಲ್ಲ ಕೊಡು. ಪಾಪ, ಅವನು ಯಾವಾಗಲೂ ನನ್ನ ಮನಸ್ಸಿನಲ್ಲಿಯೇ ಇರುತ್ತಾನೆ. ಅವನ ಭಕ್ತಿಯ ಋಣವನ್ನು ನಾನು ಎಂದಿಗೂ ತೀರಿಸಲಾರೆ." ಹೀಗೆ ಅಳಸಿಂಗಪೆರುಮಾಳರದು ಒಂದು ಗುಪ್ತಭಕ್ತಿಯ ಕಥೆ, ಸದ್ಗುರುವೇ ಆತನ ಋಣವನ್ನು ತೀರಿಸಲಾರೆನೆಂದು ಕೈಚೆಲ್ಲಿ ಕುಳಿತ ಕಥೆ.

ಇನ್ನೊಂದು ವೃತ್ತಾಂತವನ್ನು ಸ್ಮರಿಸಿ ಅಳಸಿಂಗರ ಕಥೆಗೆ ಮಂಗಳಹಾಡಬಹುದು. ವಿವೇಕಾನಂದರ ಪ್ರಭಾವಕ್ಕೆ ಒಳಗಾಗಿ ಭಾರತಕ್ಕೆ ಬಂದ ಪಾಶ್ಚಾತ್ಯಮಹಿಳೆಯರಲ್ಲಿ ಓಲೆಬುಲ್ ಎಂಬಾಕೆಯೂ ಒಬ್ಬಳು. ಅವಳು ವಿವೇಕಾನಂದರೊಡನೆ ಕಾಶ್ಮೀರಯಾತ್ರೆಗೆ ಹೊರಟ ಸಂದರ್ಭದಲ್ಲಿ ಅಳಸಿಂಗಪೆರುಮಾಳರು ಅಲ್ಲಿ ಕಾಣಿಸಿಕೊಂಡರು. ಅವರನ್ನು ನೋಡುತ್ತಿದ್ದಂತೆಯೇ ಆ ಮಹಿಳೆ "ಏನಿದು ಶೋಚನೀಯ ವಿಚಾರ, ಈ ಮನುಷ್ಯ ತಮ್ಮ ಹಣೆಯಮೇಲೆ ವೈಷ್ಣವರ ಚಿಹ್ನೆಯಾದ ಮೂರು ದೊಡ್ಡನಾಮಗಳನ್ನು ಹಾಕಿಕೊಂಡಿದ್ದಾರಲ್ಲಾ" ಎಂದು ಲೊಚಗುಟ್ಟಿದಳು. ಅದು ಅಳಸಿಂಗರಿಗೆ ಕೇಳಿಸಿತಾದರೂ ಅವರೇನೂ ಉಭ-ಶುಭ ಅನ್ನಲಿಲ್ಲ. ಆದರೆ ಆಗಿಂದಾಗಲೇ ವಿವೇಕಾನಂದರು ಕೋಪದಿಂದ "ಸಾಕು ನಿಲ್ಲಿಸು, ನೀನು ಸಾಧಿಸಿರುವುದು ಅಷ್ಟರಲ್ಲಿಯೇ ಇದೆ" ಎಂದು ಗರ್ಜಿಸಿದರು. ಓಲೆಬುಲ್ ಆ ಗರ್ಜನೆಯಿಂದ ಕಂಗೆಟ್ಟು, ಮಂಕುಬಡಿದವಳಂತಾಗಿ ಕಣ್ಣೀರು ಹರಿಸುತ್ತ ಸುಮ್ಮನಾಗಿಬಿಟ್ಟಳು. "ವಿವೇಕಾನಂದರು ಅಷ್ಟೊಂದು ಪ್ರೀತಿಸುವ ಆ ಮಹಾಪುರುಷನ ಮಹಿಮೆ ಏನಿರಬಹುದು" ಎಂಬ ಕುತೂಹಲದಿಂದ ಆಮೇಲೆ ಆ ಮಹಿಳೆ ಪೆರುಮಾಳರ ಪುಣ್ಯಕಥೆಯನ್ನೆಲ್ಲ ಕೇಳಿತಿಳಿದುಕೊಂಡು ಧನ್ಯಳಾದಳು.

೧೦೦. ರಾಕ್ಷಸನ ಪ್ರಾಣ ಪಕ್ಷಿಯಲ್ಲಿ

ಪ್ರತಿಯೊಂದು ಧರ್ಮದಲ್ಲಿಯೂ ತನ್ನದೇ ಆದ ಒಂದು ವೈಶಿಷ್ಟ್ಯವಿದೆ, ಪ್ರತಿಯೊಂದು ಧರ್ಮವೂ ಒಂದು ಮಹಾಸತ್ಯಕ್ಕೆ ಪ್ರತಿನಿಧಿಯಾಗಿದೆ. ಪ್ರತಿಯೊಂದು ಧರ್ಮಕ್ಕೂ ಒಂದು ಆದರ್ಶವಿದೆ, ಒಂದು ಚರಮಉದ್ದೇಶವಿದೆ. ಎಲ್ಲಿಯವರೆಗೆ ಆ ಆದರ್ಶ ಮಾಯವಾಗುವುದಿಲ್ಲವೋ, ಎಲ್ಲಿಯವರೆಗೆ ಆ ಉದ್ದೇಶ ಮಾಯವಾಗುವುದಿಲ್ಲವೋ, ಅಲ್ಲಿಯವರೆಗೆ ಯಾವುದೂ ಆ ಧರ್ಮವನ್ನು ನಾಶಮಾಡಲಾರದು. ಆ ಆದರ್ಶಕ್ಕೆ ಧಕ್ಕೆಬಂದರೆ, ಆ ಉದ್ದೇಶವೇ ಮಾಯವಾದರೆ, ಆ ಧರ್ಮವನ್ನು ಯಾರೂ ರಕ್ಷಿಸಲಾರರು. ಪ್ರಪಂಚದ ಐಶ್ವರ್ಯವಾಗಲಿ, ಅಧಿಕಾರವಾಗಲಿ ಯಾವುದೂ ಉದ್ಧಾರಮಾಡಲಾರದು. ಆ ಧರ್ಮವನ್ನು ಪರಿಪಾಲಿಸುವ ಜನಾಂಗವು ತನ್ನ ಉದ್ದೇಶವನ್ನು ತೊರೆದು ಅನ್ಯರನ್ನು ಅನುಸರಿಸಿಕೊಂಡು ಹೋದರೆ ಅದರ ಆಯಸ್ಸು ಕ್ಷೀಣವಾಗಿ ಅದು ನಿರ್ನಾಮವಾಗುತ್ತದೆ. ಈ ತತ್ವವನ್ನು ಸ್ಪಷ್ಟಪಡಿಸಲು "ಹಳೆಯ ಕಥೆಯೊಂದು ನನಗೆ ನೆನಪಿಗೆ ಬರುತ್ತಿದೆ" ಎಂದು ಹೇಳುತ್ತ ಸ್ವಾಮಿ ವಿವೇಕಾನಂದರು ಜನಪದಕಥೆಯೊಂದನ್ನು ಉದಾಹರಿಸಿದ್ದಾರೆ. ಅದರ ವಿವರಗಳನ್ನು ಕೊಂಚ ಸ್ಫುಟಗೊಳಿಸಿಕೊಂಡು ಮುಂದೆಸಾಗೋಣ.

ಒಂದಾನೊಂದು ಪಟ್ಟಣದಲ್ಲಿ ಒಬ್ಬ ರಾಜನಿದ್ದನು. ಅವನಿಗೆ ಅತ್ಯಂತ ಸುಂದರಿಯಾದ ಒಬ್ಬ ಮಗಳಿದ್ದಳು. ಒಂದುದಿನ ಆ ರಾಜಕುಮಾರಿಯು ತನ್ನ ಸಖಿಯರೊಡನೆ ರಾಜೋದ್ಯಾನದಲ್ಲಿ ವಿಹಾರಮಾಡುತ್ತಿರುವಾಗ ಆಕಾಶಮಾರ್ಗದಿಂದ ಇಳಿದುಬಂದ ರಾಕ್ಷಸನೊಬ್ಬನು ಆ ರಾಜಕುಮಾರಿಯನ್ನು ಅಪಹರಿಸಿಕೊಂಡು ಪಲಾಯನ ಮಾಡಿದನು. ಪಟ್ಟಣವೆಲ್ಲ ದುಃಖದಲ್ಲಿ ಮುಳುಗಿಹೋಯಿತು. ಆ ರಾಜಕುಮಾರಿಗೆ ಒಬ್ಬ ಅಣ್ಣನಿದ್ದನು. ಅವನು ಸಾಹಸಿಯೂ ಬುದ್ಧಿವಂತನೂ ಆಗಿದ್ದನು. ಏಳು ಸಮುದ್ರಗಳಾಚೆ ಆ ರಾಕ್ಷಸನು ತನ್ನ ತಂಗಿಯನ್ನು ಒಂದು ಕೋಟೆಯಲ್ಲಿ ಅಡಗಿಸಿಟ್ಟಿದ್ದಾನೆ ಎಂಬ ವಿಷಯವನ್ನು ಅವನು ಪತ್ತೆಮಾಡಿಕೊಂಡನು.

ತರುವಾಯ ಆ ರಾಜಕುಮಾರನು ಬಡಗಿಗಳಿಂದ ಒಂದು ಕೀಲುಕುದುರೆಯನ್ನು ಮಾಡಿಸಿ, ಅದಕ್ಕೆ ಮಂತ್ರವಾದಿಗಳಿಂದ ಜೀವತುಂಬಿಸಿ, ರಾಜಕುಮಾರಿಯನ್ನು ಮರಳಿತರಲು ಪ್ರಯಾಣಬೆಳೆಸಿದನು. ಏಳುಸಾಗರದಾಚೆಯ ಕೋಟೆಯನ್ನು ತಲುಪಿದನು. ಆ ಹೊತ್ತಿನಲ್ಲಿ ರಾಕ್ಷಸನು ಪ್ರಾಣಿಗಳನ್ನು ಬೇಟೆಯಾಡಿ ತಿನ್ನಲು ಅರಣ್ಯಕ್ಕೆ ಹೋಗಿದ್ದನು.

ರಾಜಕುಮಾರಿಗೆ ಅಣ್ಣನನ್ನು ಕಂಡು ಹೋದಜೀವ ಬಂದಂತಾಯಿತು. ರಾಕ್ಷಸನು ನಿತ್ಯವೂ ತನ್ನನ್ನು ಮದುವೆಯಾಗಬೇಕೆಂದು ಆಕೆಯನ್ನು ಬಲವಂತಪಡಿಸುತ್ತಿದ್ದನು. ಆ ರಾಕ್ಷಸನನ್ನು ಹೊಡೆದು ಬಡಿದು ಕೊಲ್ಲುವುದು ಯಾರಿಂದಲೂ ಸಾಧ್ಯವಿರಲಿಲ್ಲ. ಏಕೆಂದರೆ ಅವನ ಪ್ರಾಣವೆಲ್ಲ ಒಂದು ಪಕ್ಷಿಯಲ್ಲಿತ್ತು. ಆ ಪಕ್ಷಿಯನ್ನು ರಾಕ್ಷಸನು ಪಂಜರದಲ್ಲಿಟ್ಟು ಗೋಪುರದ ತುದಿಯಲ್ಲಿಟ್ಟು ಕಾಪಾಡುತ್ತಿದ್ದನು. ಆ ಪಕ್ಷಿಯನ್ನು ಕೊಂದರೆ ಮಾತ್ರವೇ ರಾಕ್ಷಸನನ್ನು ಕೊಲ್ಲುವುದು ಸಾಧ್ಯವಿತ್ತು. ಆ ವಿಷಯವನ್ನು ರಾಜಕುಮಾರಿಯು ಹೇಗೋ ಆ ರಾಕ್ಷಸನಿಂದಲೇ ಸಂಗ್ರಹಿಸಿಕೊಂಡಿದ್ದಳು. ಅದನ್ನೆಲ್ಲ ಅಣ್ಣನಿಗೆ ಹೇಳಿದಳು. ಒಡನೆಯೇ ರಾಜಕುಮಾರನು ಗೋಪುರದ ತುದಿಯನ್ನೇರಿ, ಪಂಜರದಿಂದ ಪಕ್ಷಿಯನ್ನು ಹೊರಕ್ಕೆ ತೆಗೆದು ಅದರ ಅಂಗಾಂಗಗಳನ್ನು ಮುರಿಯುತ್ತ ಕೊನೆಗೆ ಕತ್ತುತಿರುಚಿ ಕೊಂದುಹಾಕಿದನು. ರಾಕ್ಷಸನು ಘೋರಗರ್ಜನೆಮಾಡುತ್ತ ತನ್ನ ಕೋಟೆಯ ಬಾಗಿಲಿಗೆ ಬಂದು ಬೆಟ್ಟದಂತೆ ಉರುಳಿಕೊಂಡು ಪ್ರಾಣಬಿಟ್ಟನು. ರಾಜಕುಮಾರನು ತನ್ನ ತಂಗಿಯನ್ನು ಕೀಲುಕುದುರೆ ಯನ್ನೇರಿಸಿಕೊಂಡು ಸಂಭ್ರಮದಿಂದ ತನ್ನ ಪಟ್ಟಣವನ್ನು ಸೇರಿಕೊಂಡನು. ಆಮೇಲೆ ಎಲ್ಲರೂ ಸುಖಾನುಸುಖದಲ್ಲಿದ್ದರು.

ರಾಕ್ಷಸನ ಪ್ರಾಣವೆಲ್ಲ ಪಕ್ಷಿಯಲ್ಲಿರುವಂತೆ, ಧರ್ಮಗಳ ಪ್ರಾಣವೆಲ್ಲ ಧ್ಯೇಯಾದರ್ಶ ಗಳೆಂಬ ಪಕ್ಷಿಯಲ್ಲಿದೆ. ಆ ಪಕ್ಷಿಯು ಬದುಕಿರುವವರೆಗೆ ನಮ್ಮ ಧರ್ಮಗಳಿಗೆ ಸಾವಿಲ್ಲ. ನಕಾರಾತ್ಮಕವೆಂಬಂತೆ ತೋರುವ ಕಥೆಯೊಂದನ್ನು ವಿವೇಕಾನಂದರು ಸಕಾರಾತ್ಮಕ ಚಿಂತನೆಗೆ ಪೋಷಕವಾಗುವಂತೆ ಬಳಸಿಕೊಂಡಿರುವುದು ಮನೋಜ್ಞವಾಗಿದೆ. ದೃಷ್ಟಾಂತದ ಸ್ವಲ್ಪ ಭಾಗವನ್ನು ಮಾತ್ರವೇ ಪೂರಕವಾಗಿ ತೆಗೆದುಕೊಳ್ಳಬೇಕು. ಪಕ್ಷಿಯು ಅಳಿದೊಡನೆಯೇ ರಾಕ್ಷಸನಿಗೆ ಸಾವು ಬರುವಂತೆ, ಆದರ್ಶವು ಅಳಿದೊಡನೆಯೆ ಧರ್ಮಕ್ಕೂ ಸಾವು ಬರುತ್ತದೆ ಎಂಬಷ್ಟನ್ನು ಮಾತ್ರವೇ ಈ ಸನ್ನಿವೇಶಕ್ಕೆ ಹೊಂದಿಸಿಕೊಳ್ಳಬೇಕು.

ಈ ಸಂದರ್ಭದಲ್ಲಿ ಸ್ವಾಮಿವಿವೇಕಾನಂದರು ಇಸ್ಲಾಂ ಮತ್ತು ಹಿಂದೂಧರ್ಮಗಳನ್ನು ಕೈಗೆತ್ತಿಕೊಂಡು, ಅವು ಯಾವ ಆದರ್ಶದ ಬಲದಿಂದ ಬದುಕಿವೆ ಎಂಬುದರತ್ತ ಜಿಜ್ಞಾಸುಗಳ ಗಮನಸೆಳೆದಿದ್ದಾರೆ. ಮಹಮ್ಮದೀಯರು ಒಂದು ಕೈಯಲ್ಲಿ ಖುರಾನ್, ಇನ್ನೊಂದು ಕೈಯಲ್ಲಿ ಕತ್ತಿಹಿಡಿದು "ಖುರಾನನ್ನು ಸ್ವೀಕರಿಸಬೇಕು, ಇಲ್ಲವೆ ಮೃತ್ಯುವಶರಾಗಬೇಕು" ಎಂಬ ಮಾರ್ಗದಲ್ಲಿ ತಮ್ಮ ಧರ್ಮವನ್ನು ಹರಡಿದರು. ಹಲವು ಕಡೆ ಖುರಾನಿನಲ್ಲಿ ಕೇವಲ ಇಂದ್ರಿಯಸುಖದ ಆದರ್ಶವಿದೆ. ಇದಾವುದನ್ನೂ ಲೆಕ್ಕಿಸಬೇಕಾಗಿಲ್ಲ. ಯಾವನಾದ ರೊಬ್ಬನು ಮಹಮ್ಮದೀಯನಾಗಿ ಮತಾಂತರಗೊಂಡನೆಂದರೆ, ಅವನು ತುರ್ಕಿದೇಶದ ಸುಲ್ತಾನನೊಡನೆ ಸಹಪಂಕ್ತಿಭೋಜನಮಾಡಲು ಅರ್ಹನಾಗುತ್ತಾನೆ. ಮಹಮ್ಮದೀಯ ಧರ್ಮ ಬಂದುದು ತನ್ನ ಮತಾನುಯಾಯಿಗಳಲ್ಲಿ ಅನುಷ್ಠಾನಸಾಧ್ಯವಾದ ಒಂದು ಸಹೋದರಭಾವನೆಯನ್ನು ಸಾರುವುದಕ್ಕೆ. ಅದೇ ಆ ಧರ್ಮದ ತಿರುಳು, ಅದೇ ಆ

ಧರ್ಮದ ಪ್ರಾಣಪಕ್ಷಿ. ಅದೇ ಕಾರಣವಾಗಿ ಅದು ನಶಿಸದೆ ಉಳಿದುಕೊಂಡಿದೆ.

ಹಿಂದೂಧರ್ಮದಲ್ಲಿ ಒಂದು ರಾಷ್ಟ್ರೀಯ ಭಾವನೆಯಿದೆ. ಅದೇ ಆಧ್ಯಾತ್ಮಿಕತೆ. ಪ್ರಪಂಚದ ಮತ್ತಾವ ಧರ್ಮದಲ್ಲಿಯೂ, ಪ್ರಪಂಚದ ಮತ್ತಾವ ಶಾಸ್ತ್ರದಲ್ಲಿಯೂ ಭಗವಂತನನ್ನು ವಿವರಿಸುವುದಕ್ಕೆ ಅಷ್ಟೊಂದು ಶಕ್ತಿಯ ವ್ಯಯವಾಗಿಲ್ಲ. ಪ್ರಾಪಂಚಿಕತೆಯ ಸ್ಪರ್ಶದಿಂದ ಮಲಿನವಾಗದಂತೆ ಆತ್ಮವನ್ನು ವಿವರಿಸಲು ಮಾಡಿರುವ ಯತ್ನ ಇಲ್ಲಿ ಅಮೋಘವಾದುದು. ನೀವು ದೇವರನ್ನು ಬಲವಾಗಿ ನಂಬಿದರೆ ಈಗಲೂ ಅವನನ್ನು ನೋಡಬಹುದು ಎಂದು ಅದು ಹೇಳುತ್ತದೆ. ತ್ಯಾಗ ಮತ್ತು ಆಧ್ಯಾತ್ಮಿಕತೆ ಎಂಬುವು ಹಿಂದೂಧರ್ಮದ ಎರಡು ಮಹಾನ್ ಆದರ್ಶಗಳು. ಆ ಧರ್ಮವು ಈ ಆದರ್ಶಗಳನ್ನು ತ್ಯಜಿಸದೆ ಇಂದಿಗೂ ಪರಿಪಾಲಿಸುತ್ತಿರುವುದರಿಂದ ಅದು ಕ್ಷೀಣವಾಗದೆ ಉಳಿದುಕೊಂಡಿದೆ. ಮೂಢನಂಬಿಕೆಯೇ ಮೊದಲಾದ ಕೆಲವು ದೋಷಗಳಿದ್ದರೂ ಅವು ಗಣನೆಗೆ ಬಂದಿಲ್ಲ. ಜನಪದಕಥೆಯೊಂದರ ನೆಪದಲ್ಲಿ ವಿವೇಕಾನಂದರು ನೀಡಿರುವ ಧರ್ಮಸಂಬಂಧಿಯಾದ ಈ ಚಿಂತನೆಗಳು ಅಮೃತಬಿಂದುಗಳಂತಿವೆ.

೧೦೧. ಹಿಂದೂಭಕ್ತೆಯ ಕಥೆ

ದೇವರು ನಮಗೆ ನಿಜವಾಗಿಯೂ ಬೇಕಾಗಿದ್ದಾನೆ ಎಂದೇನೂ ನಾವು ಅವನನ್ನು ಸ್ವೀಕರಿಸುವುದಿಲ್ಲ, ನಮ್ಮ ಸ್ವಾರ್ಥಕ್ಕೆ ಅವನಿಂದ ಸಹಾಯವಾಗುತ್ತದೋ ಏನೋ ಎಂದು ನಾವು ಅವನನ್ನು ಸ್ವೀಕರಿಸುತ್ತೇವೆ. ಆದರೆ ಪ್ರೀತಿಯೆಂಬುದು ನಿಃಸ್ವಾರ್ಥಪೂರ್ಣವಾದುದು. ನಾವು ಪ್ರೀತಿಸುವ ವಸ್ತುವನ್ನು ಗೌರವಿಸುವುದಲ್ಲದೆ, ಕೊಂಡಾಡುವುದಲ್ಲದೆ ಬೇರೆ ಯಾವ ಭಾವನೆಯೂ ಅಲ್ಲಿ ಬರಬಾರದು. ಭಕ್ತನಾದವನು ಸುಮ್ಮನೆ ತಲೆಬಾಗಿ ಪೂಜಿಸಬೇಕೇ ಹೊರತು, ಮತ್ತೇನನ್ನೂ ಅವನಿಂದ ಬೇಡಬಾರದು. "ಹೇ ಭಗವಂತ, ನಾನು ನಿನ್ನನ್ನು ಮಾತ್ರವೇ ಪ್ರೀತಿಸುವಂತೆ ಮಾಡು" ಎಂದು ಬೇಡಿಕೊಳ್ಳಬೇಕು. ಈ ತತ್ವವನ್ನು ಸ್ಪಷ್ಟಪಡಿಸಲು ಸ್ವಾಮಿವಿವೇಕಾನಂದರು ಹಿಂದೂಭಕ್ತೆಯೊಬ್ಬಳ ಕಥೆಯನ್ನು ಸಂಗ್ರಹವಾಗಿ ಹೇಳಿದ್ದಾರೆ. ಡೆಟ್ರಾಯಿಟ್‌ನಗರದ ಯೂನಿಟೇರಿಯನ್‌ಚರ್ಚ್‌ನಲ್ಲಿ ಮಾಡಿದ ಉಪನ್ಯಾಸದಲ್ಲಿ ಆ ಕಥೆಯಿದೆ, ಭಕ್ತೆಯ ಹೆಸರನ್ನು ಹೇಳಿಲ್ಲ.

ಹಿಂದೂಭಕ್ತೆಯೊಬ್ಬಳಿಗೆ ಅವಳ ತಂದೆತಾಯಿಗಳು ಒತ್ತಾಯದಿಂದ ಮದುವೆಮಾಡಿಕೊಟ್ಟರು. ಅವಳ ಪತಿ ದೊರೆಯಾಗಿದ್ದನು, ಅರಮನೆಗೆ ಬಂದಳು. ದೊರೆಯೊಡನೆ ಮಾತನಾಡುತ್ತ "ನನಗೆ ಈಗಾಗಲೇ ಮದುವೆಯಾಗಿದೆ" ಎಂದಳು. ದೊರೆಯು ಅಚ್ಚರಿಗೊಂಡು "ಅದಾರು ನಿನ್ನ ಮೊದಲನೆಯ ಗಂಡ" ಎಂದು ಕೇಳಿದನು. "ದೇವರೊಡನೆ ನನಗೆ ಮದುವೆಯಾಗಿದೆ, ಅವನೇ ನನ್ನ ಗಂಡ, ಅವನೇ ನನ್ನ ಸರ್ವಸ್ವ" ಎಂದಳು. ದೊರೆಯು ಆ ವಿಚಾರವನ್ನು ತೀವ್ರವಾಗಿ ಹಚ್ಚಿಕೊಳ್ಳದೆ ಅವಳಷ್ಟಕ್ಕೆ ಅವಳನ್ನು ಬಿಟ್ಟುಬಿಟ್ಟನು.

ಆ ಭಕ್ತೆಯು ಭಕ್ತಿಪರವಶೆಯಾಗಿ ಅರಮನೆಯಿಂದ ಹೊರಕ್ಕೆ ಬಂದಳು. ದೀನರ, ದರಿದ್ರರ ನಡುವೆ ಹೋಗಿ ಅವರಿಗೆ ಪರಮಭಕ್ತಿಯ ರಹಸ್ಯವನ್ನು ಬೋಧಿಸಿದಳು. ಸುಂದರವಾದ ಭಕ್ತಿಗೀತೆಗಳನ್ನು ಅವಳು ತಾನೇ ರಚಿಸಿ ಹಾಡುತ್ತಿದ್ದಳು. "ನನಗೆ ಐಶ್ವರ್ಯವು ಬೇಡ, ಅಧಿಕಾರವು ಬೇಡ, ಮುಕ್ತಿಯೂ ಬೇಡ. ನಿನಗೆ ಇಚ್ಛೆಯಾದರೆ ನೂರುನರಕಗಳಿಗೆ ಬೇಕಾದರೂ ನನ್ನನ್ನು ತಳ್ಳು. ಆದರೆ ನೀನು ನನ್ನ ಪ್ರಿಯತಮನೆಂಬುದನ್ನು ಮಾತ್ರ ನಾನು ಎಂದಿಗೂ ಮರೆಯದಂತೆ ಮಾಡು" ಎಂಬ ಅವಳ ಒಂದು ಪ್ರಾರ್ಥನಾಗೀತೆ ಅತ್ಯಂತ ಮಾರ್ಮಿಕವಾಗಿದೆ. ನಮ್ಮ ಪುರಾತನಭಾಷೆಯಲ್ಲಿ ಅವಳು ರಚಿಸಿರುವ ಹಲವು ಸುಂದರವಾದ ಸ್ತೋತ್ರಗಳಿವೆ. ಆ ಭಕ್ತೆಯು ತನ್ನ ಕೊನೆಗಾಲದಲ್ಲಿ

ಒಂದು ನದಿಯ ತೀರದಲ್ಲಿ ಸಮಾಧಿಸ್ಥಳಾದಳು. ಆ ಹೊತ್ತಿನಲ್ಲಿ ಅವಳು "ನಾನು ನನ್ನ ಪ್ರಿಯತಮನ ದರ್ಶನಕ್ಕಾಗಿ ಹೋಗುತ್ತಿದ್ದೇನೆ" ಎಂಬ ತಾತ್ಪರ್ಯವಿರುವ ಸುಂದರವಾದ ಹಾಡೊಂದನ್ನು ಹಾಡುತ್ತಾ ಬ್ರಹ್ಮೀಭೂತಳಾಗಿಬಿಟ್ಟಳು.

ಈ ಕಥೆಯ ಮುಕ್ತಾಯದಲ್ಲಿ ಸ್ವಾಮಿ ವಿವೇಕಾನಂದರು "ಪುರುಷರು ಬೇಕಾದರೆ ತಾತ್ವಿಕವಿಷಯಗಳನ್ನು ಅರ್ಥಮಾಡಿಕೊಳ್ಳಬಲ್ಲರು. ಆದರೆ ಸ್ತ್ರೀ ಸ್ವಭಾವತಃ ಭಕ್ತಳು. ಅವಳು ದೇವರನ್ನು ಹೃದಯದ ಮೂಲಕ ಪ್ರೀತಿಸುತ್ತಾಳೆಯೇ ಹೊರತು ಬುದ್ಧಿಯ ಮೂಲಕ ಅಲ್ಲ. ಯಾವುದೇ ವಿಧವಾದ ಸ್ವಾರ್ಥದ ಚಿಹ್ನೆಯೂ ಇಲ್ಲದಿರುವುದೇ ನಿಜವಾದ ಭಕ್ತಿಯ ಲಕ್ಷಣ. ದೇವರು ನಮಗೆ ಬೇಕಾಗಿದ್ದಾನೆ ಎಂದು ನಾವು ಅವನನ್ನು ಅಪ್ಪಬೇಕು" ಎಂಬ ಉಪದೇಶದ ನುಡಿಗಳನ್ನಾಡಿದ್ದಾರೆ.

೧೦೨. ಡಾಕ್ಕಾದಲ್ಲಿ ಅವತಾರಗಳು

ಭಗವಂತನು ನಿರ್ಗುಣಸ್ವಭಾವದವನಾಗಿರುವುದರಿಂದ ನಾವು ಅವನನ್ನು ಪ್ರತ್ಯಕ್ಷವಾಗಿ ಪೂಜಿಸುವುದಕ್ಕೆ ಆಗುವುದಿಲ್ಲ. ಅವನು ವಿಶ್ವದ ಅಂತಸ್ಥಚೇತನ. ಮಾನವನಂತೆ ಇರುವ ದೇವರ ಆವಿರ್ಭಾವವನ್ನು ಮಾತ್ರವೇ ನಾವು ಪೂಜಿಸಬಹುದು. ದೇವರಿಗೆ ಮಾನವನ ಈ ದುರ್ಬಲತೆ ಗೊತ್ತಿದೆ. ಆದಕಾರಣವೆ ಅವನು ಜಗದ ಕಲ್ಯಾಣಕ್ಕಾಗಿ ಮಾನವನಾಗುತ್ತಾನೆ. "ಸಾಗರದಿಂದ ಪ್ರಚಂಡ ಅಲೆಯೊಂದು ಬಂತೆಂದರೆ ಹತ್ತಿರವಿರುವ ಸಣ್ಣಪುಟ್ಟ ಹಳ್ಳಕೊಳ್ಳಗಳೆಲ್ಲ ತಾವು ಪ್ರಯತ್ನಿಸದೆ ಇದ್ದರೂ ತುಂಬಿತುಳುಕಾಡಿಬಿಡುತ್ತವೆ. ಇದರಂತೆಯೇ ಒಂದು ಅವತಾರ ಜನ್ಮವೆತ್ತಿದಾಗ ಪ್ರಚಂಡ ಆಧ್ಯಾತ್ಮಿಕ ತರಂಗವು ಬಂದು ಜಗದ ಮೇಲೆ ಅಪ್ಪಳಿಸುತ್ತದೆ. ಅದರ ಪರಿಣಾಮವಾಗಿ ಸುತ್ತಮುತ್ತಲೂ ಆಧ್ಯಾತ್ಮಿಕತೆ ತುಂಬಿತುಳುಕಾಡುವುದನ್ನು ಜನರು ಕಾಣುವಂತಾಗುತ್ತದೆ" ಎಂದು ಅವತಾರವನ್ನು ಕುರಿತಂತೆ ಪರಮಹಂಸರು ಹೇಳಿರುವ ಮಾತನ್ನು ವಿವೇಕಾನಂದರೂ ಎತ್ತಿಹಿಡಿದಿದ್ದಾರೆ. ಯಾರಾದರೂ ಸರಿಯೆ, ಅವರು ಅವತಾರಿಗಳೋ ಅಲ್ಲವೋ ಎಂಬುದನ್ನು ಅರಿಯುವುದು ಹೇಗೆ ಎಂಬುದನ್ನು ವಿವೇಕಾನಂದರು ಹಲವು ಹತ್ತು ಸಂದರ್ಭಗಳಲ್ಲಿ ವಿವೇಚಿಸಿದ್ದಾರೆ. ಆ ಸಂಬಂಧವಾಗಿ ಡಾಕ್ಕಾಪಟ್ಟಣದಲ್ಲಿ ನಡೆದ ಘಟನೆ ಸ್ವಾರಸ್ಯಕರವಾಗಿದೆ.

ಸ್ವಾಮಿ ವಿವೇಕಾನಂದರು ಡಾಕ್ಕಾದಲ್ಲಿದ್ದಾಗ ಮೋಹಿನಿಬಾಬುಗಳೆಂಬ ಭಕ್ತರ ಮನೆಯಲ್ಲಿ ಬಿಡಾರಮಾಡಿದ್ದರು. ಒಂದುದಿನ ತರುಣನೊಬ್ಬನು ವಿವೇಕಾನಂದರನ್ನು ಸಮೀಪಿಸಿ, ಒಂದು ಭಾವಚಿತ್ರವನ್ನು ಅವರಿಗೆ ತೋರಿಸುತ್ತ "ಸ್ವಾಮಿ, ಈ ಚಿತ್ರದಲ್ಲಿರುವವರು ಯಾರು? ಅವರು ಅವತಾರಪುರುಷರೆ? ದಯವಿಟ್ಟು ಹೇಳಿ" ಎಂದು ಉದ್ವೇಗದಿಂದ ಕೇಳಿದನು. ಆಗ ವಿವೇಕಾನಂದರು ಆ ಚಿತ್ರವನ್ನು ನೋಡಿದ ಬಳಿಕ ಬಹಳ ನಯವಾಗಿ "ನೀನು ತೋರಿಸುತ್ತಿರುವ ಈ ಸತ್ಪುರುಷರ ವಿಚಾರವಾಗಿ ಯಾರು, ಏನು ಎಂಬುದು ನನಗೇನೂ ತಿಳಿಯದು" ಎಂದು ಹೇಳಿದರು. ಆದರೆ ಆ ತರುಣನು ಬಡಪೆಟ್ಟಿಗೆ ಬಿಡಲಿಲ್ಲ. "ಇಲ್ಲ ಇಲ್ಲ, ನೀವು ಬಲ್ಲವರು, ಹೇಳಲೇಬೇಕು" ಎಂದು ಮೂರುನಾಲ್ಕುಬಾರಿ ಒತ್ತಾಯಪೂರ್ವಕವಾಗಿ ಕೇಳಿದನು. ಆಗಲೂ ವಿವೇಕಾನಂದರು ಶಾಂತರಾಗಿಯೇ "ಖಂಡಿತವಾಗಿಯೂ ನನಗೇನೂ ತಿಳಿಯದಪ್ಪಾ" ಎಂದರು.

ಅಷ್ಟು ಹೇಳಿದರೂ ಬಿಡದೆ ಆ ಯುವಕನು ಮೇಲಿಂದಮೇಲೆ ಬಲವಂತ

ಪಡಿಸತೊಡಗಿದನು. "ಈತನಿಗೆ ಒಳ್ಳೆಯ ಮಾತಿನಲ್ಲಿ ಹೇಳಿದರೆ ಅರ್ಥವಾಗುವುದಿಲ್ಲ" ಎಂದೆನಿಸಿ ವಿವೇಕಾನಂದರು ತಮ್ಮ ತಾಳ್ಮೆಯನ್ನು ಮೀರಿದರು. "ಅಯ್ಯಾ ಹುಡುಗ, ಪುಷ್ಟಿಕರವಾದ ಆಹಾರದ ಅಭಾವದಿಂದ ನಿನ್ನ ಮೆದುಳು ಬತ್ತಿಹೋಗಿದೆ. ಇನ್ನು ಮುಂದೆ ಕೊಂಚ ಪುಷ್ಟಿಕರವಾದ ಆಹಾರವನ್ನು ಸೇವಿಸು, ಆಗ ನಿನ್ನ ಮೆದುಳು ಬಲಿಷ್ಠವಾಗುತ್ತದೆ" ಎಂದು ದಬಾಯಿಸಿದರು. ಮೆದುಳು ಬಲಿಷ್ಠವಾದರೆ ಸ್ವತಂತ್ರವಾಗಿ ವಿಚಾರಮಾಡುವಶಕ್ತಿ ಉದಿಸುತ್ತದೆ ಎಂಬುದು ವಿವೇಕಾನಂದರ ಅಭಿಪ್ರಾಯವೆಂದು ಭಾವಿಸಬಹುದು. ಅಷ್ಟು ಹೇಳಿದ ಬಳಿಕ ಆ ಯುವಕನು ಮುಂದಕ್ಕೆ ಮಾತನಾಡಲಾಗದೆ ಸುಮ್ಮನಾಗಿಬಿಟ್ಟನು.

ಈ ಸಂದರ್ಭದಲ್ಲಿ ವಿವೇಕಾನಂದರು "ಜನರು ತಮ್ಮ ತಮ್ಮ ಗುರುವನ್ನು ಅವತಾರ ಪುರುಷರೆಂದು ಕರೆಯಬಹುದು. ಅವರ ವಿಷಯದಲ್ಲಿ ಅವರಿಷ್ಟಬಂದ ಭಾವನೆ ಹೊಂದ ಬಹುದು. ಆದರೆ ಎಲ್ಲೆಂದರಲ್ಲಿ, ಹೊತ್ತುಗೊತ್ತಿಲ್ಲದೆ ಭಗವಂತನ ಅವತಾರ ಆಗುವುದಿಲ್ಲ. ಈಚೀಚೆಗೆ ನಮ್ಮ ಪೂರ್ವಬಂಗಾಳದಲ್ಲಿ ಅನೇಕ ಅವತಾರಗಳು ತಲೆಯೆತ್ತಿಕೊಂಡಿವೆ. ಡಾಕ್ಕಾದಲ್ಲೇ ಮೂರುನಾಲ್ಕು ಅವತಾರಗಳಿವೆ ಎಂದು ಕೇಳಿದೆ" ಎಂದು ಹೇಳಿರುವ ಮಾತನ್ನೂ ಮನನಮಾಡಬೇಕು. "ನನ್ನ ಮಾತುಗಳಿಂದ ಆ ತರುಣನು ಅಸಂತುಷ್ಟನಾಗಿರ ಬಹುದು. ಆದರೆ ನಾನೇನು ಮಾಡಲಿ? ನಾನು ಆ ರೀತಿ ಯುವಕರಿಗೆ ಹೇಳದಿದ್ದರೆ ಅವರು ಸ್ವಲ್ಪದರಲ್ಲೇ ಹುಚ್ಚರಾಗಿಬಿಡುತ್ತಾರೆ" ಎಂದು ಹೇಳಿರುವ ಮಾತು ಕೂಡ ಗಮನಾರ್ಹ.

ಅವತಾರಪುರುಷರನ್ನು ಗುರುತಿಸುವುದು ಹೇಗೆ ಎಂಬುದಕ್ಕೆ ವಿವೇಕಾನಂದರ ಚಿಂತನೆಗಳನ್ನು ಸಾವಧಾನವಾಗಿ ಅಧ್ಯಯನಮಾಡಬೇಕು. "ಯಾರು ಬ್ರಹ್ಮತ್ವವನ್ನು ಪಡೆದಿರುವರೋ, ಯಾರೂ ಜೀವನ್ಮುಕ್ತರೋ ಅವರು ಅವತಾರಿಗಳು. ಅವತಾರಿಗಳೆಂದರೆ ಅವರು ಮೊತ್ತಮೊದಲನೆಯ ದೀಪದಂತೆ ಇರುತ್ತಾರೆ. ಅವರು ಮಿಕ್ಕ ದೀಪಗಳ ರಾಶಿಗೆ ಬೆಳಕನ್ನು ದಾನಮಾಡುತ್ತಾರೆ. ಅವತಾರಗಳೆನ್ನುವ ಮಹಾವ್ಯಕ್ತಿಗಳು ಅದ್ಭುತವಾದ ಆಧ್ಯಾತ್ಮಿಕಶಿಖರಗಳು. ಅವರು ಜಗತ್ತಿಗೆ ಬಂದು, ತಮ್ಮ ಪ್ರಥಮಶಿಷ್ಯರಿಗೆ ತಮ್ಮ ತಪಸ್ಸಿನ ಫಲವನ್ನು ಧಾರೆಯೆರೆದು ಒಂದು ಮಹಾ ಆಧ್ಯಾತ್ಮಿಕ ತರಂಗವನ್ನೇ ಎಬ್ಬಿಸುತ್ತಾರೆ. ಆ ಶಿಷ್ಯರ ಮೂಲಕ ತಲೆತಲಾಂತರದವರೆಗೆ ಆ ಆಧ್ಯಾತ್ಮಿಕಶಕ್ತಿಯು ಹರಿದುಹೋಗು ವಂತೆ ಮಾಡುತ್ತಾರೆ. ಈ ಅವತಾರಿಗಳು ಸನಾತನವಾಗಿರುವ ಆತ್ಮನ ಪರಿಪೂರ್ಣ ಆವಿರ್ಭಾವಗಳು. ರಾಮ, ಕೃಷ್ಣ, ಬುದ್ಧ, ಚೈತನ್ಯ, ನಾನಕ, ಕಬೀರ ಮೊದಲಾದವರೆಲ್ಲ ಅವತಾರಪುರುಷರು. ಅವರ ಹೃದಯವು ಆಕಾಶದಷ್ಟು ವಿಶಾಲವಾಗಿತ್ತು. ಇವರೆಲ್ಲರಿಗಿಂತ ಹೆಚ್ಚು ಶ್ರೀರಾಮಕೃಷ್ಣರು" ಎಂದು ವಿವೇಕಾನಂದರು ಅವತಾರಸ್ವರೂಪವನ್ನು ಅನಾವರಣಗೊಳಿಸಿದ್ದಾರೆ. ಈ ವಿವರಣೆಯ ಮೂಲಕ ನಾವು ವಿವೇಕಾನಂದರು ಕೂಡ ಅವತಾರಿಗಳೆಂಬುದನ್ನು ಮನಗಾಣಬಹುದಾಗಿದೆ.

೧೦೨. ರಾಜರ್ಷಿಜನಕ

"ಜನಕಮಹಾರಾಜನಂತೆ ಆಗುವುದು ಅಷ್ಟೊಂದು ಸುಲಭವೇ? ನಿರ್ಲಿಪ್ತನಾಗಿ ಸಾಮ್ರಾಟನ ಸಿಂಹಾಸನದ ಮೇಲೆ ಕುಳಿತುಕೊಳ್ಳುವುದು? ಕೀರ್ತಿಗಾಗಲಿ, ಸಿರಿಸಂಪತ್ತುಗಳಿಗಾಗಲಿ ಹೆಂಡತಿಮಕ್ಕಳುಗಳಿಗಾಗಲಿ ಎಳ್ಳಷ್ಟೂ ಮನಸ್ಸು ಕೊಡದಿರುವುದು" ಎಂದು ಸ್ವಾಮಿ ವಿವೇಕಾನಂದರು ಜನಕನನ್ನು ಹಲವು ಬಾರಿ ಕೊಂಡಾಡಿದ್ದಾರೆ. ಹಲವು ಸದ್ಗುಣಗಳ ಹಿನ್ನೆಲೆಯಲ್ಲಿ ಅವನನ್ನು ಎತ್ತಿಹಿಡಿದಿದ್ದಾರೆ. ಅವನ ಕಥೆಯ ಮುಖ್ಯಾಂಶಗಳನ್ನು ಮಾತ್ರವೇ ಅವರು ಉಲ್ಲೇಖಿಸಿದ್ದಾರೆ. ಆ ವಿವರಗಳನ್ನು ಸ್ಫುಟಗೊಳಿಸಿಕೊಂಡು ಮುಂದೆ ಸಾಗೋಣ.

ಒಮ್ಮೆ ಮಹಾವಿಷ್ಣುವು ಜನಕರಾಜನ ಮನಸ್ಸನ್ನು ಪರೀಕ್ಷಿಸಬೇಕೆಂದು ಬ್ರಾಹ್ಮಣ ವೇಷದಲ್ಲಿ ಮಿಥಿಲಾನಗರಿಯಲ್ಲಿ ಕಾಣಿಸಿಕೊಂಡನು. ಮದಿರಾಮತ್ತನಂತೆ ಬಾಯಿಗೆ ಬಂದುದನ್ನು ಹರಟುತ್ತ ಬ್ರಾಹ್ಮಣರಬೀದಿಯಲ್ಲಿ ಅಲೆದಾಡುತ್ತಿದ್ದನು. ಆ ವರ್ತನೆಯಿಂದ ಕಳವಳಗೊಂಡ ಬ್ರಾಹ್ಮಣರು ಆತನನ್ನು ಹಿಡಿದುತಂದು ಜನಕರಾಜನ ಆಸ್ಥಾನದಲ್ಲಿ ಹಾಜರುಪಡಿಸಿದರು. ವಿಷಯತಿಳಿದ ಬಳಿಕ ದೊರೆಯು "ಅಯ್ಯಾ ಬ್ರಾಹ್ಮಣನೆ, ನಾನು ನಿನ್ನನ್ನು ಯಾವ ಪರಿಯಲ್ಲೂ ದಂಡಿಸಲಾರೆ. ನನ್ನ ರಾಜ್ಯದಲ್ಲಿರಲು ನೀನು ಯೋಗ್ಯನಲ್ಲ. ನಿನ್ನನ್ನು ಗಡೀಪಾರು ಮಾಡಿದ್ದೇನೆ. ಇಲ್ಲಿಂದ ಹೊರಟುಹೋಗು" ಎಂದು ಆಜ್ಞಾಪಿಸಿದನು.

ಆಗ ಬ್ರಾಹ್ಮಣನು "ನೀನು ಮಹಾವಿಷ್ಣುವಿನ ಪರಮಭಕ್ತ. ನಿನ್ನ ಆಜ್ಞೆಯನ್ನು ಪರಿಪಾಲಿಸುತ್ತೇನೆ. ನಾನೀಗಲೇ ಹೊರಟೆ, ನಿನಗೆ ಮಂಗಳವಾಗಲಿ" ಎಂದು ಹೇಳಿ ಹೊರ ನಡೆದನು. ಅದೇ ಕ್ಷಣದಲ್ಲಿ ಕೆಲವು ಪ್ರಜೆಗಳು ಧಾವಂತದಿಂದ ಓಡಿಬಂದು "ಮಹಾರಾಜ, ಅದೋ ನೋಡು. ಮಿಥಿಲಾನಗರಿಗೆ ಬೆಂಕಿಬಿದ್ದಿದೆ. ಅದು ಸ್ವಲ್ಪ ಹೊತ್ತಿನಲ್ಲಿಯೇ ಅರಮನೆ ಯತ್ತ ನುಗ್ಗಿಬರುವಂತಿದೆ" ಎಂದು ಕೂಗಿಕೊಂಡರು. ದೊರೆಯು ಹೊರಬಂದು ನೋಡಿದನು. ಆ ದೃಶ್ಯದಿಂದ ಅವನು ವಿಚಲಿತನಾಗಲಿಲ್ಲ. "ನನ್ನ ಬಳಿ ಆತ್ಮಜ್ಞಾನವೆಂಬ ಅನಂತವಾದ ಸಂಪತ್ತು ಇದೆ. ನಾನು ಮತ್ತೇನನ್ನೂ ಗಳಿಸಿಕೊಳ್ಳಬೇಕಾಗಿಲ್ಲ. ಮಿಥಿಲಾನಗರಿಯೆಲ್ಲವೂ ಸುಟ್ಟುಹೋದರೂ ನನ್ನ ಆತ್ಮಜ್ಞಾನವೆಂಬ ಸಂಪದವೇನೂ ಸುಟ್ಟುಹೋಗುವುದಿಲ್ಲವಲ್ಲ! ಆರಿಸುವ ಪ್ರಯತ್ನಮಾಡೋಣ" ಎಂದು ಶಾಂತನಾಗಿಯೇ ಹೇಳಿದನು.

ಆ ಮಾತುಗಳನ್ನು ಅಲ್ಲಿಯೇ ಇದ್ದ ಬ್ರಾಹ್ಮಣರೂಪದ ಮಹಾವಿಷ್ಣುವೂ ಕೇಳಿಸಿಕೊಂಡನು. "ನಾನು ಒಡ್ಡಿದ ಪರೀಕ್ಷೆಯಲ್ಲಿ ಜನಕನು ಉತ್ತೀರ್ಣನಾದನು" ಎಂದು

ಹಿಗ್ಗಿದನು. ತಾನೇ ಸೃಷ್ಟಿಸಿದ್ದ ಅಗ್ನಿಜ್ವಾಲೆಯ ಮಾಯಾದೃಶ್ಯವನ್ನು ಹಿಂತೆಗೆದುಕೊಂಡನು. ಜನಕರಾಜನಿಗೆ ತನ್ನ ದಿವ್ಯರೂಪವನ್ನು ತೋರಿಸಿ, ಅವನ ಸತ್ಯನಿಷ್ಠೆಯನ್ನು ಕೊಂಡಾಡಿ, ಅಂತರ್ಧಾನನಾದನು. ಮಹಾಭಾರತದ ಶಾಂತಿಪರ್ವದಲ್ಲಿರುವ ಈ ಕಥೆಯಲ್ಲಿ ಬಂದಿರುವ ಒಂದು ಶ್ಲೋಕವು ಕೂಡ ಅತ್ಯಂತ ಪ್ರಸಿದ್ಧವಾಗಿದೆ:

ಅನಂತಂ ಬತ ಮೇ ವಿತ್ತಂ | ಭಾವ್ಯಂ ಮೇ ನಾಸ್ತಿ ಕಿಂಚನ |
ಮಿಥಿಲಾಯಾಂ ಪ್ರದೀಪ್ತಾಯಾಂ | ನ ಮೇ ಕಿಂಚನ ದಹ್ಯತೇ ||

ವ್ಯಾಸಮಹರ್ಷಿಗಳು ತಮ್ಮ ಸುಪುತ್ರರಾದ ಶುಕಮುನಿಗಳನ್ನು ಕುರಿತು ಒಂದುದಿನ "ವತ್ಸ, ನೀನು ಮಿಥಿಲಾನಗರಿಗೆ ಹೋಗಬೇಕಪ್ಪಾ, ರಾಜರ್ಷಿಯಾದ ಜನಕನಿಂದ ಆತ್ಮವಿದ್ಯೆಯ ಉಪದೇಶ ಪಡೆದುಕೊಂಡು ಬರಬೇಕು" ಎಂದು ಆಜ್ಞಾಪಿಸಿದರು. ತಂದೆಯ ಆಜ್ಞೆಯಂತೆ ಶುಕಮುನಿಗಳು ಮಿಥಿಲೆಗೆ ಹೋಗಿ ಜನಕನೊಡ್ಡಿದ ಪರೀಕ್ಷೆಗಳನ್ನು ಜಯಿಸಿ, ಅವನ ಅನುಗ್ರಹಕ್ಕೆ ಪಾತ್ರರಾಗಿ ಮರಳಿಬಂದರು. ಈ ಕಥಾವೃತ್ತಾಂತದ ಹಿನ್ನೆಲೆಯಲ್ಲಿ ಸ್ವಾಮಿವಿವೇಕಾನಂದರು "ಪ್ರಪಂಚದಲ್ಲಿ ಎಲ್ಲೋ ಕೆಲವುಮಂದಿಮಾತ್ರ ನಾವೂ ಬದುಕೋಣ, ಇತರರೂ ಬದುಕಲಿ ಎಂದು ಅನುಷ್ಠಾನ ಮಾಡುತ್ತಾರೆ. ಅಂತಹವರಲ್ಲಿ ಜನಕರಾಜನೂ ಒಬ್ಬ. ಅವನು ಸನ್ಯಾಸಿಗಳಿಗಿಂತಲೂ ಮೇಲಾಗಿದ್ದನು. ತ್ಯಾಗದ ಮತ್ತು ಪವಿತ್ರತೆಯ ಸಾಕಾರಮೂರ್ತಿಯಾಗಿದ್ದ ಶುಕದೇವ, ಆ ಜನಕನನ್ನು ತನ್ನ ಗುರುವಾಗಿ ಆರಿಸಿಕೊಂಡನಲ್ಲವೆ! ಜನಕನಾದರೋ ಅವನಿಗೆ "ನೀನು ಆಜನ್ಮಸಿದ್ಧ. ನಿನಗೆ ಏನೇನು ಗೊತ್ತಿದೆಯೋ, ನಿನ್ನ ತಂದೆ ನಿನಗೆ ಏನೇನು ಉಪದೇಶಿಸಿದ್ದಾನೋ ಅದೆಲ್ಲಾ ಸತ್ಯ ಎಂದು ನಾನು ಹೇಳುತ್ತೇನೆ" ಎಂದು ಬಿನ್ನವಿಸಿ ಬೀಳ್ಕೊಟ್ಟನು" ಎಂದು ಹೇಳಿದ್ದಾರೆ.

ನಮ್ಮ ಜೀವನದ ಆದರ್ಶದ ಮೇಲೆ ನಮಗೆ ಶ್ರದ್ಧೆಯಿರಬೇಕು. ಅದು ಕ್ಷಣಿಕಶ್ರದ್ಧೆಯಾಗಬಾರದು. ಉದ್ವೇಗವಿಲ್ಲದ, ಎಂದಿಗೂ ಬಿಡದ, ಒಂದೇಸಮನಾಗಿರುವ ಶ್ರದ್ಧೆ ಇರಬೇಕು. ಚಾತಕಪಕ್ಷಿ ಮಳೆಯ ನೀರಿಗೆ ಬಾಯೊಡ್ಡಿ ಮೇಘಜಲವನ್ನು ನೇರವಾಗಿ ಕುಡಿಯುತ್ತದೆಯೇ ಹೊರತು, ನೆಲದ ಮೇಲೆ ಬಿದ್ದ ಬೇರೆ ನೀರನ್ನು ಕುಡಿಯುವುದಿಲ್ಲ. ಪವಿತ್ರಾತ್ಮನು ಹಾಗೆ ಸಾಧನೆಮಾಡುತ್ತ ತಾನು ನಾಶವಾದರೂ ಚಿಂತಿಸುವುದಿಲ್ಲ. ಸಾವಿರಾರು ಬಾರಿ ಮೃತ್ಯುವನ್ನು ಬೇಕಾದರೂ ಆಲಿಂಗಿಸುತ್ತಾನೆ. ಆದರೆ ಅವನು ಎಂದಿಗೂ ನಿರಾಶನಾಗುವುದಿಲ್ಲ. ಅಮೃತವು ಸಿಕ್ಕಲಿಲ್ಲವೆಂದು ಅವರು ವಿಷಪಾನ ಮಾಡುವುದಿಲ್ಲ. ಈ ಲೋಕವೆಂಬುದು ಆ ಲೋಕದಷ್ಟೇ ಅನಿಶ್ಚಿತ ಎಂಬುದಾಗಿಯೂ ವಿವೇಕಾನಂದರು ಜನಕರಾಜನ ಸಂದರ್ಭದಲ್ಲಿ ಉಪದೇಶನೀಡಿದ್ದಾರೆ.

ಪುರಂದರದಾಸರು ತಮ್ಮೊಂದು ಕಿರಿದಾದ ಕೀರ್ತನೆಯಲ್ಲಿ ಜನಕಮಹಾರಾಜನಂತೆ

ಈ ಸಂಸಾರದಲ್ಲಿ ಇದ್ದೂ ಇಲ್ಲದಂತೆ ಇರಬೇಕು ಎಂದು ಉಪದೇಶಿಸಿದ್ದಾರೆ. ಜನಕನೊಂದಿಗೆ ದಧೀಚಿಮುನಿಗಳನ್ನೂ ಸೇರಿಸಿದ್ದಾರೆ :

ಇರಬೇಕು ಇರದಿರಬೇಕು | ಸಂಸಾರದಿ ಜನಕಾದಿ ಋಷಿಗಳಂತೆ ||ಪ||

ಮಿಥಿಲಾಪಟ್ಟಣವು ದಹಿಸಿತೆಂಬುದ ಕೇಳಿ
ಮಿಥಿಲೇಶ ಮಮ ಕಿಂಚಿನ್ನ ದಹ್ಯತೇ ಎಂಬಂತೆ ಇರಬೇಕು ||೧||

ದಧೀಚಿ ಋಷಿ ತನ್ನ ಅಸ್ಥಿ ಸುರರಿಗಿತ್ತು
ಮಧುವೈರಿ ವೈಕುಂಠಪುರವಿತ್ತ ತೆರದಂತೆ ಇರಬೇಕು ||೨||

ಪುರಂದರವಿಠಲನ್ನ ದಾಸರಸಂಗಡ
ಪುತ್ರಮಿತ್ರಕಳತ್ರ ಬಂಧುಗಳಂತೆ ಇರಬೇಕು ||೩||

೧೦೪. ಮೀರಾಬಾಯಿ

ಮೀರಾಬಾಯಿಯೆಂದರೆ (1547-1614) ಅವಳು ಉತ್ತರಭಾರತದ ಕೃಷ್ಣಭಕ್ತಿಪರಂಪರೆಯ ಉಜ್ವಲ ಧ್ರುವತಾರೆ. ಅವಳು ಬಾಲ್ಯದಿಂದಲೇ ಶ್ರೀಕೃಷ್ಣನ ಅನನ್ಯಭಕ್ತೆಯಾಗಿದ್ದಳು. ಅವನೇ ತನಗೆ ಗಂಡನೆಂದು ತಿಳಿದು ಆರಾಧಿಸುತ್ತಿದ್ದಳು. ಹಿರಿಯರು ಒತ್ತಾಯದಿಂದ ಅವಳ ವಿವಾಹವನ್ನು ರಾಜಸ್ತಾನದ ಚಿತ್ತೂರಿನ ರಾಜಕುಮಾರನಾದ ಭೋಜರಾಜನೊಡನೆ ನೆರವೇರಿಸಿದ್ದರು. ಅರಮನೆಯಲ್ಲಿಯೂ ಅವಳು ಸಾಂಸಾರಿಕ ವಿಷಯಗಳಿಗೆ ಮನಗೊಡದೆ ಕೃಷ್ಣನ ಆರಾಧನೆಯಲ್ಲಿಯೇ ಮುಳುಗಿಹೋದಳು. ಸತ್ಪುರುಷನಾಗಿದ್ದ ಭೋಜರಾಜನು ಅವಳ ಭಕ್ತಿಮಾರ್ಗಕ್ಕೆ ಅಡ್ಡಿಮಾಡದೆ ಅರಮನೆಯಲ್ಲಿಯೇ ಅವಳಿಗೆ ಬೇಕಾದ ಸೌಕರ್ಯಗಳನ್ನು ಮಾಡಿಕೊಟ್ಟನು. ಆದರೆ ಅವನು ವಿವಾಹವಾದ ಐದೇ ವರ್ಷಗಳಲ್ಲಿ ಯುದ್ಧವೊಂದರಲ್ಲಿ ಮರಣವನ್ನಪ್ಪಿದನು. ಆಮೇಲೆ ಮೀರಾಬಾಯಿ ಅರಮನೆಯ ತನ್ನ ಬಂಧುಬಳಗದವರ ಕಿರುಕುಳವನ್ನು ತಾಳಲಾರದೆ ಅರಮನೆಯನ್ನು ತೊರೆದುಬಿಟ್ಟಳು. ಭಿಕ್ಷುಕಿಯಂತೆ ಊರೂರು ಅಲೆಯುತ್ತ, ಸಾಧುಸಜ್ಜನರ ಸಂಗದಲ್ಲಿರುತ್ತ, ಭಕ್ತಿಗೀತೆಗಳನ್ನು ತಾನೇ ರಚಿಸಿಹಾಡುತ್ತ, ಕುಣಿಯುತ್ತ ಶ್ರೀಕೃಷ್ಣನನ್ನು ಸಾಕ್ಷಾತ್ಕಾರಮಾಡಿಕೊಂಡಳು. ಶ್ರೀಕೃಷ್ಣನ ಲೀಲಾಭೂಮಿಯಾದ ಬೃಂದಾವನವು ಅವಳಿಗೆ ಅತ್ಯಂತ ಪ್ರಿಯವಾದ ತಾಣ ವಾಗಿತ್ತು. ಅರಮನೆಯ ಕಡೆಯಿಂದ ಅವಳನ್ನು ಕೊಲ್ಲಿಸುವ ಅಕೃತ್ಯಗಳು ನಡೆದು ಭಕ್ತಪ್ರಹ್ಲಾದನಂತೆ ಅವಳು ಎಲ್ಲವನ್ನೂ ಗೆದ್ದಳು. ತನ್ನ ಬದುಕಿನ ಅಂತ್ಯಕಾಲದಲ್ಲಿ ಮೀರಾಬಾಯಿ ದ್ವಾರಕೆಗೆ ಬಂದಳು. ಅಲ್ಲಿನ ಕೃಷ್ಣಮಂದಿರವೊಂದರಲ್ಲಿ ಹಾಡುತ್ತ, ನರ್ತಿಸುತ್ತ ಅಲ್ಲಿನ ಕೃಷ್ಣನ ವಿಗ್ರಹದಲ್ಲಿಯೇ ಐಕ್ಯಳಾಗಿಬಿಟ್ಟಳು.

ಟಾಡ್ ಎಂಬ ಲೇಖಕನ 'ರಾಜಸ್ತಾನದ ಚರಿತ್ರೆ'ಯೆಂಬ ಆಂಗ್ಲಕೃತಿ ವಿವೇಕಾನಂದರಿಗೆ ಬಹಳ ಪ್ರಿಯವಾದ ಗ್ರಂಥಗಳಲ್ಲೊಂದಾಗಿತ್ತು. ಅದರಲ್ಲಿ ತಾವು ಓದಿದ ರೋಮಾಂಚಕಾರಿ ಯಾದ ಹಲವು ಕಥೆಗಳನ್ನು ಅವರು ಪಾಶ್ಚಾತ್ಯಭಕ್ತವೃಂದಕ್ಕೆ ಸಂದರ್ಭೋಚಿತವಾಗಿ ಬಣ್ಣಿಸುತ್ತಿದ್ದರು. ಆ ಕಥಾವಳಿಯಲ್ಲಿ ವಿವೇಕಾನಂದರಿಗೆ "ರಾಣಿಯಲ್ಲದ ರಾಣಿಯ ಕಥೆ, ಕೃಷ್ಣಪ್ರೇಮಿಗಳ ಜೊತೆಗೆ ಪ್ರಪಂಚವನ್ನೆಲ್ಲ ಸುತ್ತಲುಬಯಸಿದ ರಾಣಿ ಮೀರಾ ಬಾಯಿಯ ಕಥೆ" ಅತ್ಯಂತ ಪ್ರಿಯವಾಗಿತ್ತು. ಭಗವಂತನ ಪ್ರೇಮ, ಸಮರ್ಪಣೆ, ಪ್ರಾರ್ಥನೆ ಗಳನ್ನು ಪ್ರತಿಪಾದಿಸಿದ ಚೈತನ್ಯಮಹಾಪ್ರಭುಗಳೊಡನೆ ವಿವೇಕಾನಂದರು ಮೀರಾಬಾಯಿ

ಯನ್ನು ಹೋಲಿಸಿ ಮಾತನಾಡುತ್ತಿದ್ದರು.

ಭಗವಂತನನ್ನು ಕುರಿತಾದ ಪ್ರೇಮವೆಂದರೆ ಅದು ಆದಿಅಂತ್ಯಗಳಿಲ್ಲದ ಒಂದು ಯೋಗ, ಅದುವೆ ಪ್ರೇಮಯೋಗ. ಭಕ್ತನು ಅದಕ್ಕಾಗಿ ಎಲ್ಲವನ್ನೂ ತೊರೆಯುತ್ತಾನೆ. ಭಗವಂತನ ಪ್ರೇಮವು ದೊರೆತಬಳಿಕ ಆ ಭಕ್ತನಿಗೆ ಮತ್ತಾವುದೂ ಬೇಕಾಗುವುದಿಲ್ಲ. "ದೇವರೇ, ನೀನು ಮಾತ್ರ ಎಂದೆಂದೂ ನನ್ನ ಪ್ರೇಮೇಶ್ವರನಾಗು" ಎಂದು ಆ ಭಕ್ತ ಹೃದಯವು ಬೇಡುತ್ತದೆ. ಓ ಪ್ರೇಮವೇ, ನಿನ್ನ ತುಟಿಗಳಿಂದ ನನಗೊಂದು ಮುತ್ತುಕೊಡು. ನೀನು ಒಮ್ಮೆ ಮುತ್ತಿಟ್ಟೆಯೆಂದರೆ ನಾನು ಎಲ್ಲ ದುಃಖಗಳಿಂದಲೂ ಪಾರಾಗಿಬಿಡುತ್ತೇನೆ. ನಿನ್ನಿಂದ ಚುಂಬಿಸಿಕೊಂಡ ಮನುಷ್ಯನು ಎಂದೆಂದಿಗೂ ಧನ್ಯನಾಗಿರುತ್ತಾನೆ. ಉಳಿದ ವಸ್ತುಗಳ ಮೇಲಿನ ಪ್ರೀತಿಯೆಲ್ಲ ಮಾಯವಾಗಿ ಬಿಡುತ್ತದೆ. ಓ ಪ್ರೇಮವೇ, ಅವನು ನಿನ್ನನ್ನು ಮಾತ್ರ ಕೊಂಡಾಡುತ್ತಾನೆ. ನಿನ್ನನ್ನು ಮಾತ್ರ ನೋಡುತ್ತಾನೆ. ಭಗವಂತನ ಪ್ರೇಮಕ್ಕೆ ಸಮರ್ಪಿಸಿಕೊಂಡ ಬಳಿಕ ಇಡೀ ವಿಶ್ವವೇ ಭಕ್ತನ ಹೃದಯದ ಸ್ಪಂದನಕ್ಕೆ ಹೊಂದಿಕೊಂಡಂತೆ ತೋರುತ್ತದೆ. ಪ್ರಪಂಚದ ಹಕ್ಕಿಗಳೆಲ್ಲವೂ ಅವನ ಪ್ರೇಮವನ್ನೇ ಕುರಿತು ಗಾನಮಾಡುತ್ತವೆ. ಪ್ರಪಂಚದ ಹೂವುಗಳೆಲ್ಲವೂ ಅವನ ಪ್ರೇಮಕ್ಕಾಗಿಯೇ ಅರಳುತ್ತವೆ. ತನ್ನ ದೇಹ ಮನಸ್ಸು ಆತ್ಮಗಳನ್ನು ಪ್ರೇಮೇಶ್ವರನಿಗೆ ಸಮರ್ಪಿಸಿಕೊಂಡ ಆ ಭಕ್ತನು ಯಾವುದಕ್ಕೂ ಅಂಜುವುದಿಲ್ಲ. ತನ್ನ ಪ್ರಾಣಕ್ಕಾದರೂ ಅವನು ಅಂಜುವುದಿಲ್ಲ. ಭಗವಂತನೇ ಅವನ ಪ್ರೇಮದ ಸಾರ, ಅವನ ಜೀವನಸಾರ, ಅದೇ ಅವನ ಹೃದಯದ ಕ್ರಂದನ! ಹೀಗೆ ಸ್ವಾಮಿ ವಿವೇಕಾನಂದರು ಮಾಡಿರುವ ಪ್ರಭಾವಶಾಲಿಯಾದ ಪ್ರೇಮಯೋಗದ ಮೀರಾಬಾಯಿಯ ಕಥಾನಕವನ್ನು ಅವರ ಧಾಟಿಯಲ್ಲಿಯೇ ಮನನಮಾಡೋಣ. ಅವಳ ಜೀವನಗಾಥೆಗೆ ವಿವೇಕಾನಂದರು ಅನೇಕ ಕೊಂಡಿಗಳನ್ನು ಜೋಡಿಸುತ್ತಿದ್ದರು.

ಅಂಕಾ ಮತ್ತು ಬಂಕಾ ಎಂಬ ಹೆಸರಿನ ಇಬ್ಬರು ಸೋದರರು ಚೋರವೃತ್ತಿಯನ್ನು ಅವಲಂಬಿಸಿದ್ದರು. ಸುಜಾನ ಎಂಬಾತ ನಿರ್ದಯವೆನಿಸುವ ಕಟುಕವೃತ್ತಿಯನ್ನು ಕೈಗೊಂಡಿದ್ದನು. ರಾಜನರ್ತಕಿಯೊಬ್ಬಳು ವೇಶ್ಯೆಯಾಗಿದ್ದರೂ ತನ್ನ ಗಿಳಿಗೆ ಕೃಷ್ಣಾ ಕೃಷ್ಣಾ ಎಂಬ ನಾಮವನ್ನು ಉಚ್ಚರಿಸಲು ಕಲಿಸಿಕೊಡುತ್ತಿದ್ದಳು. ಅಂಕಾ ಬಂಕಾ ಸೋದರರಾಗಲಿ, ಸುಜಾನನಾಗಲಿ ಯಾವಾಗಲೋ ಒಮ್ಮೆ, ಅವರು ಉದ್ದೇಶಪಡದೆ, ಪರೋಕ್ಷವಾಗಿ ಕೃಷ್ಣನಾಮವನ್ನು ಉಚ್ಚರಿಸಿದರು. ವೇಶ್ಯೆಯಾದರೋ ಗಿಳಿಗೆ ಕಲಿಸುವ ನೆಪದಲ್ಲಿ ಕೃಷ್ಣನಾಮವನ್ನು ಉಚ್ಚರಿಸಿದಳು. ಇದಿಷ್ಟೇ ಕಾರಣವಾಗಿ ಅವರೆಲ್ಲ ಉದ್ಧಾರವಾಗಿ ಬಿಟ್ಟರು. ಅಂಟಿಕೋ ಸೋದರನೇ, ಅದಕಂಟಿಕೋ, ಕೃಷ್ಣನಾಮಕ್ಕೆ ಅಂಟಿಕೋ, ಉದ್ಧಾರದ ಭರವಸೆ ಎಲ್ಲರಿಗೂ ಇದ್ದೇ ಇದೆ ಎಂಬ ತಾತ್ಪರ್ಯದಿಂದ ಕೂಡಿದ ಮೀರಾಬಾಯಿಯ ಹಾಡನ್ನು ವಿವೇಕಾನಂದರು ಹಾಡುತ್ತ ಮೀರಾಳ ಕಥೆಯನ್ನು ಬಿತ್ತರಿಸುತ್ತಿದ್ದರು.

ಮೀರಾಬಾಯಿಯು ಅರಮನೆಯನ್ನು ತೊರೆದು ಓಡಿಹೋದಳಲ್ಲ, ನಮ್ಮ

ರಾಜಕುಲಕ್ಕೇ ಕಂಟಕಪ್ರಾಯಳಾದಳಲ್ಲ ಎಂದು ಅವಳ ಅರಮನೆಯ ಬಂಧುಗಳು ಕುದಿಯುತ್ತಿದ್ದರು. ಶ್ರೀಕೃಷ್ಣನ ಚರಣಾಮೃತವೆಂದು ಕಳುಹಿಸಿಕೊಟ್ಟ ವಿಷವನ್ನು ಮೀರಾಬಾಯಿ ನಗುನಗುತ್ತಲೇ ಕುಡಿದು ದಿವ್ಯಾಮೃತವನ್ನಾಗಿ ಮಾಡಿಕೊಂಡುಬಿಟ್ಟಳು. ಕೃಷ್ಣನಿಗೆ ಮುಡಿಸಿದ ಹೂಮಾಲೆಯೆಂದು ಕೃಷ್ಣಸರ್ಪವನ್ನೇ ಬುಟ್ಟಿಯಲ್ಲಿಟ್ಟು ಕಳುಹಿಸಿದರೂ ಅವಳ ಭಕ್ತಿಯ ಬಲದಿಂದ ಅದು ಹೂಮಾಲೆಯೇ ಆಗಿ ರಂಜಿಸಿತು. ಈ ಘಟನೆಗಳನ್ನು ಕೂಡ ಮೀರಾಬಾಯಿ ತನ್ನ ಹಾಡುಗಳಲ್ಲಿ ಬಣ್ಣಿಸಿದ್ದಾಳೆ.

ನವಿಲುಗರಿಯ ಕಿರೀಟವನ್ನು ಧರಿಸಿ ಮೆರೆಯುತ್ತಿರುವ ಗಿರಿಧಾರಿಯಾದ ಗೋಪಾಲನೇ ನನಗೆ ಗಂಡ, ಬೇರೆ ನನಗಾರೂ ಇಲ್ಲ. ಯಾರು ಏನಾದರೂ ಹೇಳಿಕೊಳ್ಳಲಿ, ನಾನು ಬಂಧುಬಳಗಕುಲಗೋತ್ರಗಳನ್ನೆಲ್ಲ ತೊರೆದುಬಂದಿದ್ದೇನೆ. ಸಾಧುಸಂತರ ಸಂಗದಲ್ಲಿರುತ್ತ ನಾಚಿಕೆಹೇಸಿಕೆಯನ್ನೆಲ್ಲ ಒಗೆದುಬಿಟ್ಟಿದ್ದೇನೆ. ಕಂಬನಿಯ ಜಲವನ್ನೇ ಎರೆದೆರೆದು ಕೃಷ್ಣಪ್ರೇಮದ ಬಳ್ಳಿಯನ್ನು ಆರೈಕೆಮಾಡಿ ಹಬ್ಬಿಸಿದ್ದೇನೆ. ಇದೆಲ್ಲವನ್ನೂ ನೋಡಿದ ಭಕ್ತರು ನನ್ನನ್ನು ಒಪ್ಪಿ ಅನುಮೋದಿಸಿದ್ದಾರೆ. ಲೋಕಸಾಮಾನ್ಯರಾದರೋ ಅಯ್ಯೋ, ರಾಣಿಯಾಗಿ ಅರಮನೆಯಲ್ಲಿರಬೇಕಾದ ಮೀರಾ, ಹುಚ್ಚಿಯಂತೆ ಅಲೆಯುತ್ತಿದ್ದಾಳಲ್ಲಾ ಎಂದು ಕಣ್ಣೀರು ಸುರಿಸಿದ್ದಾರೆ ಎಂದು ಮೀರಾಬಾಯಿ ತನ್ನ ಹಾದಿಯ ಹೂಗಳೆಲ್ಲ ಮುಳ್ಳಾದ ಪರಿಯನ್ನೂ ಗಾನಮಾಡಿದ್ದಾಳೆ.

ಮೀರಾಬಾಯಿ ತೀರ್ಥಾಟನೆಮಾಡುತ್ತ, ಶ್ರೀಕೃಷ್ಣಲೀಲಾವಿಲಾಸದ ಪುಣ್ಯಭೂಮಿಯಾದ ಬೃಂದಾವನವನ್ನು ಹೊಕ್ಕಾಗ ಮೈಮರೆತಳು. ಆ ಹೊತ್ತಿನಲ್ಲಿ ಅಲ್ಲಿ ಸನಾತನ ಎಂಬ ಹೆಸರಿನ ಸಾಧುವೊಬ್ಬನು ಹೆಚ್ಚು ಕೀರ್ತಿತನಾಗಿದ್ದನು. ಅವನು ಬಂಗಾಳದ ಚೈತನ್ಯಮಹಾಪ್ರಭುವಿನ ಸನ್ಯಾಸಿಶಿಷ್ಯನಾಗಿ ಸಾಧನೆಮಾಡುತ್ತಿದ್ದನು. ಅವನು ತನ್ನ ಪೂರ್ವಾಶ್ರಮದಲ್ಲಿ ಬಂಗಾಳದ ನವಾಬನ ಆಸ್ಥಾನದ ಸಚಿವನಾಗಿದ್ದನು. ಚೈತನ್ಯರ ಶಿಷ್ಯನಾಗಿ, ಕೃಷ್ಣಭಕ್ತಿಯಲ್ಲಿ ನಿಮಗ್ನನಾಗಿ ಸಚಿವಪದವಿಯನ್ನೇ ತೊರೆದ ಪುಣ್ಯಜೀವಿಯಾಗಿದ್ದನು. ಅವನನ್ನು ಕಾಣಬೇಕೆಂದು ಮೀರಾಬಾಯಿಯು "ಅಯ್ಯಾ ಸನಾತನ ಮಹಾಶಯನೆ, ನಾನು ನಿನ್ನ ದರ್ಶನಾಕಾಂಕ್ಷಿಯಾಗಿದ್ದೇನೆ, ದಯಮಾಡಿ ಬಂದು ದರ್ಶನನೀಡು" ಎಂದು ಒಬ್ಬ ಭಕ್ತನ ಕೈಲಿ ಹೇಳಿಕಳುಹಿಸಿದಳು. 'ವೃಂದಾವನದಲ್ಲಿ ಸ್ತ್ರೀಯರು ಪುರುಷರನ್ನು ಸಂದರ್ಶಿಸತಕ್ಕದ್ದಲ್ಲ' ಎಂಬ ನಿಲುವಿನ ಮೇರೆಗೆ ಸನಾತನನು ಮೀರಾಬಾಯಿಯ ಕರೆಯನ್ನು ನಿರಾಕರಿಸಿದನು. ಮೀರಾಬಾಯಿ ಅಷ್ಟಕ್ಕೇ ಕೈಬಿಡದೆ ಎರಡನೆಯ ಬಾರಿ, ಮೂರನೆಯಬಾರಿ ಹೇಳಿಕಳುಹಿಸಿದಳು. ಆಗಲೂ ಸನಾತನನು ಮೀರಾಳ ಕರೆಯನ್ನು ಬದಿಗೊತ್ತಿಬಿಟ್ಟನು. ಕೊನೆಗೆ ಮೀರಾಬಾಯಿಯೇ ಅವನ ನಿವಾಸಕ್ಕೆ ಹೋದಳು.

ಸ್ತ್ರೀಯರನ್ನು ನೋಡಲೊಲ್ಲೆ ಎಂದು ಸನಾತನನು ಹೇಳಿದ್ದೇ ಕಾರಣವಾಗಿ ಅವನ ಶಿಷ್ಯನು ಮೀರಾಳನ್ನು ಒಳಕ್ಕೆ ಬಿಡಲಿಲ್ಲ. ಆಗ ಮೀರಾಬಾಯಿ "ಬೃಂದಾವನದಲ್ಲಿ

ಕೃಷ್ಣನೊಬ್ಬನೇ ಪುರುಷ, ಅವನು ಪರಮಪುರುಷ. ಮಿಕ್ಕವರೆಲ್ಲರೂ ಸ್ತ್ರೀಯರು, ಅವನಿಗೆ ಸತಿಯರು. ಆದರೆ ನೀನು ಹೇಳುತ್ತಿರುವುದನ್ನು ನೋಡಿದರೆ ಬೃಂದಾವನದಲ್ಲಿ ಪುರುಷರೂ ಇದ್ದಾರೆ ಎಂಬುದನ್ನು ಅರಿತಂತಾಯಿತು. ಸನಾತನ, ನಿನ್ನನ್ನು ನೀನು ಪುರುಷನೆಂದು ಕರೆದುಕೊಳ್ಳುತ್ತೀಯಾ" ಎಂಬ ಸಂದೇಶವೊಂದನ್ನು ಆ ಶಿಷ್ಯನ ಮೂಲಕ ಸನಾತನನಿಗೆ ಮುಟ್ಟಿಸಿದಳು. ಅದನ್ನು ಕೇಳುತ್ತಿದ್ದಂತೆಯೇ ಸನಾತನನ ಕಣ್ಣುಗಳು ತೆರೆದುವು. ಮೀರಾಳಿಗೆ ಪ್ರವೇಶ ದೊರಕಿತು. ಮುಂದೆ ಇನ್ನೂ ಅಚ್ಚರಿ ಕಾದಿತ್ತು. ಮೀರಾಬಾಯಿಯಲ್ಲೇ ಕೃಷ್ಣಸ್ವರೂಪವನ್ನು ಕಂಡು ಸನಾತನನು ಭಯವಿಸ್ಮಿತನಾಗಿಬಿಟ್ಟನು. ಅವಳ ಚರಣಕಮಲ ಗಳಿಗೆರಗುತ್ತ "ನನ್ನ ಅವಿವೇಕವನ್ನು ಮನ್ನಿಸು ತಾಯೇ" ಎಂದು ಕಂಬನಿದುಂಬಿ ಯಾಚಿಸಿದನು. ಆಗ ಮೀರಾಬಾಯಿ ತಾಯಿಯೊಬ್ಬಳು ತನ್ನ ಮಗುವನ್ನು ಹೇಗೋ ಹಾಗೆ ಸನಾತನನನ್ನು ಪ್ರೇಮದಿಂದ ಸಂತೈಸಿದಳು.

ಒಂದಾನೊಂದು ಸಭೆಯಲ್ಲಿ ವಿವೇಕಾನಂದರು ಮೀರಾಬಾಯಿಯ ಕಥೆಯನ್ನು ಹೇಳುವಾಗ "ಅವಳು ಬಯಸಿದ್ದರೆ ಅರಮನೆಯಲ್ಲೇ ಇರಬಹುದಾಗಿತ್ತು. ಎಲ್ಲ ಸ್ವಾತಂತ್ರ್ಯವೂ ಅವಳಿಗೆ ಸಿಗುತ್ತಿತ್ತು" ಎಂದು ನಿರೂಪಿಸುತ್ತ ಮುಂದೆಸಾಗಿದ್ದರು. ಉಪನ್ಯಾಸವು ಮುಗಿದು ಪ್ರಶ್ನೋತ್ತರಕಾಲದಲ್ಲಿ ಮಹಿಳೆಯೊಬ್ಬಳು "ಮೀರಾಬಾಯಿ ಅರಮನೆಯಲ್ಲಿಯೇ ಇರಲು ಒಪ್ಪಬಹುದಾಗಿತ್ತಲ್ಲಾ, ಅವಳೇಕೆ ತೊರೆಯಬೇಕಾಗಿತ್ತು" ಎಂದು ಕೇಳಿದಳು. ಅದಕ್ಕೆ ವಿವೇಕಾನಂದರು "ಅವಳೇಕೆ ಒಪ್ಪಬೇಕು, ಆ ಕೊಳಚೆಯ ಕೂಪದಲ್ಲೇ ಅವಳು ಬದುಕಬೇಕಾಗಿತ್ತೇನು" ಎಂದು ಪ್ರಶ್ನೆಯೊಂದನ್ನೆಸೆದು ಉತ್ತರಿಸಿದರು. ಮೀರಾಬಾಯಿಯ ವೈರಾಗ್ಯಶೀಲತೆಯನ್ನು ಅವರು ಸಮರ್ಥಿಸಿದರು. "ದಿವ್ಯಾಮೃತವನು ಕುಡಿಯಲು ಬಯಸುವರೆಲ್ಲರು ಏಳಿರಿ ಎದ್ದೇಳಿ" ಎಂದು ರಾಮಕೃಷ್ಣಮಠದಲ್ಲಿ ಬೆಳಗಿನ ಜಾವದಲ್ಲಿ ತಮ್ಮ ಸಹಚರರನ್ನು ಎಬ್ಬಿಸಲು ವಿವೇಕಾನಂದರು ಹಾಡುತ್ತಿದ್ದರು. ಆ ದಿವ್ಯಾಮೃತವನ್ನು ಕುಡಿಯಲು ಎಷ್ಟು ತೀವ್ರವಾದ ವೈರಾಗ್ಯವಿರಬೇಕೆಂಬುದನ್ನು ನಾವು ಮೀರಾಬಾಯಿಯನ್ನಾಗಲಿ, ವಿವೇಕಾನಂದರನ್ನಾಗಲಿ ನೋಡಿ ತಿಳಿಯಬಹುದು.

ಒಬ್ಬ ಹೆಂಗಸು ತನ್ನ ತಂದೆಯನ್ನು ಪ್ರೀತಿಸುತ್ತಾಳೆ, ಅವಳು ತನ್ನ ತಾಯಿಯನ್ನು ಪ್ರೀತಿಸುತ್ತಾಳೆ, ಅವಳು ತನ್ನ ಮಗುವನ್ನು ಪ್ರೀತಿಸುತ್ತಾಳೆ, ಅವಳು ತನ್ನ ಗೆಳತಿಯನ್ನು ಪ್ರೀತಿಸುತ್ತಾಳೆ. ಆದರೆ ಅವಳು ತನ್ನ ಮನದಾಳದ ಭಾವನೆಗಳನ್ನೆಲ್ಲ ತನ್ನ ತಂದೆತಾಯಿ ಗಳೊಡನೆಯಾಗಲಿ, ತನ್ನ ಮಕ್ಕಳೊಡನೆಯಾಗಲಿ, ತನ್ನ ಗೆಳತಿಯರೊಡನೆಯಾಗಲಿ ಹೇಳಿಕೊಳ್ಳುವುದಿಲ್ಲ. ಆದರೆ ಆ ಮಹಿಳೆಯು ತನ್ನ ಗಂಡನೊಡನೆಮಾತ್ರ ತನ್ನ ಮನದಾಳದ ಭಾವನೆಗಳನ್ನೆಲ್ಲ, ಅವನೊಡನೆ ಯಾವುದೇ ರಕ್ತಸಂಬಂಧವಿಲ್ಲದಿದ್ದರೂ ನಿರ್ಭಯವಾಗಿ, ಯಾವುದೇ ನಾಚಿಕೆಯಿಲ್ಲದೆ ಹೇಳಿಕೊಳ್ಳುತ್ತಾಳೆ. ಅವಳು ತನ್ನ ಗಂಡನಲ್ಲಿಯೇ ತನ್ನ ತಂದೆಯನ್ನು ಕಾಣುತ್ತಾಳೆ, ತನ್ನ ತಾಯಿಯನ್ನು ಕಾಣುತ್ತಾಳೆ, ತನ್ನ ಮಕ್ಕಳನ್ನು ಕಾಣುತ್ತಾಳೆ,

ತನ್ನ ಗೆಳತಿಯರನ್ನು ಕಾಣುತ್ತಾಳೆ. ಒಂದು ದೃಷ್ಟಿಯಲ್ಲಿ ತಾಯಿಯ ಪ್ರೇಮವೇ ಎಲ್ಲಕ್ಕಿಂತ ಮೇಲಾದರೂ ಜನರು ಸ್ತ್ರೀಪುರುಷರ ಪ್ರೇಮವನ್ನೇ ಭಗವಂತನ ಪ್ರೇಮಕ್ಕೆ ಆದರ್ಶವಾಗಿ ತೆಗೆದುಕೊಳ್ಳುತ್ತಾರೆ. ಸತಿಪತಿಗಳ ಹೊರತಾಗಿ ಮತ್ತಾವ ಸಂಬಂಧಗಳಲ್ಲಿಯೂ ಇಷ್ಟು ಅದ್ಭುತವಾದ ಉದ್ವೇಗಪರವಶತೆ ಇರುವುದಿಲ್ಲ. ಗಂಡನೂ ಹಾಗೆಯೇ ತನ್ನ ಹೆಂಡತಿಯೊಡನೆ ತನ್ನ ಮನಸ್ಸಿನ ಭಾವನೆಗಳಲ್ಲಿ ಏನನ್ನೂ ಬಚ್ಚಿಡದೆ ಎಲ್ಲವನ್ನೂ ಹೇಳಿಕೊಳ್ಳುತ್ತಾನೆ. ಇಂತಹ ತೀವ್ರವಾದ ಪ್ರೇಮಾಕರ್ಷಣೆ ದೇವರಕಡೆಗೆ ಹರಿಯಬೇಕು. ಈ ಜೀವನವು ಸತ್ಯವಲ್ಲ, ಶಾಶ್ವತವಲ್ಲ, ಪರಮಾತ್ಮನೊಬ್ಬನೇ ಸತ್ಯ ಮತ್ತು ಶಾಶ್ವತ. ನದಿಯತೀರದ ಮರಳುದಿಣ್ಣೆಯಮೇಲೆ ಬೇಸಗೆಯಕಾಲದಲ್ಲಿ ಒಂದು ಹನಿ ನೀರುಬಿದ್ದರೆ ಅದು ಏನಾಗುತ್ತದೆ, ಆಗಿಂದಾಗಲೇ ಮಾಯವಾಗುತ್ತದೆ. ಮನುಷ್ಯಜೀವನವಾಗಲಿ, ಆ ಜೀವನಕ್ಕೆ ಅಂಟಿಕೊಂಡ ಸಂಬಂಧಗಳಾಗಲಿ, ಆ ನೀರಿನ ಹನಿಯಂತೆ ಎಂದು ತಿಳಿಯಬೇಕು ಎಂದು ಸ್ವಾಮಿವಿವೇಕಾನಂದರು ಮೀರಾಬಾಯಿಯ ಕಥೆಯನ್ನು ಬಿತ್ತರಿಸುತ್ತ ಉಪದೇಶ ಮಾಡಿದ್ದಾರೆ.

೧೦೫. ಮಂಗಳಸಿಂಗನಿಗೆ ಶುಭಮಂಗಳ

ವಿಗ್ರಹಾರಾಧನೆಯು ಕೆಟ್ಟದ್ದೆಂದು, ಕೀಳೆಂದು ಹೇಳುವುದು ಈಗ ರೂಢಿಯಾಗಿಬಿಟ್ಟಿದೆ. ಯಾವುದೇ ವಿಮರ್ಶೆಯಿಲ್ಲದೆ ಅಂತಹ ವಿಚಾರಕ್ಕೆ ಕೆಲವರು ಅಂಟಿಕೊಂಡಿದ್ದಾರೆ. ಮೂರ್ತಿಪೂಜಕರನ್ನು ಕಂಡರೆ ಮೂಗುಮುರಿಯುತ್ತಾರೆ. ವಿಗ್ರಹಾರಾಧನೆಯು ಸಲ್ಲದೆಂದು ನಾನೂ ಈ ಹಿಂದೆ ಭಾವಿಸಿಕೊಂಡಿದ್ದೆ. ಅದಕ್ಕೆ ಪ್ರಾಯಶ್ಚಿತ್ತರೂಪವಾಗಿ, ಎಲ್ಲವನ್ನೂ ವಿಗ್ರಹಾರಾಧನೆಯ ಮೂಲಕವೇ ಕಲಿತ ಪರಮಹಂಸರ ಪದತಲದಲ್ಲಿ ಕುಳಿತು ತಕ್ಕ ಪಾಠವನ್ನು ಕಲಿತುಕೊಳ್ಳಬೇಕಾಯಿತು. ಮೂರ್ತಿಪೂಜೆಯು ಕೆಳಮಟ್ಟದ ಆಚರಣೆ ಯೆಂದು ಶಾಸ್ತ್ರಗಳು ಹೇಳಿವೆ. ಆದರೂ ವಿಗ್ರಹಾರಾಧಕರನ್ನು ನಿಂದಿಸದೆ, ಬುದ್ಧಿವಂತ ರಾದವರು, ಅಂತಹವರಿಗೆ ಸಹಾಯಮಾಡಿ, ಉತ್ತಮ ಆದರ್ಶದೆಡೆಗೆ ಒಯ್ಯಬೇಕು. ದೇವಾಲಯಗಳು ಮಾನವರಿಗೆ ಭಗವಂತನನ್ನು ಪ್ರೀತಿಸಲು ಸಹಾಯಕವಾಗುವುದಾದರೆ ಅವುಗಳನ್ನು ಕಟ್ಟಿಸಬೇಕು. ಎಲ್ಲಿಯವರೆಗೆ ನಾವು ನಾಮರೂಪಗಳಿಂದ ಕೂಡಿದ ಜಗತ್ತನ್ನು ನೋಡುತ್ತಿರುತ್ತೇವೋ, ಅಲ್ಲಿಯವರೆಗೂ ನಾವು ವಿಗ್ರಹಾರಾಧಕರೇ ಹೌದು ಎಂದು ಮುಂತಾಗಿ ಸ್ವಾಮಿವಿವೇಕಾನಂದರು ಅತ್ಯಂತ ಹಿತಕಾರಿಯಾದ ಉಪದೇಶಮಾಡಿದ್ದಾರೆ. ಈ ಹಿನ್ನೆಲೆಯಲ್ಲಿ ವಿಗ್ರಹಾರಾಧನೆಯನ್ನು ಹಗುರವಾಗಿ ಕಾಣುತ್ತಿದ್ದ ಒಬ್ಬ ಮಹಾರಾಜನ ಮನಸ್ಸನ್ನು ಪರಿವರ್ತಿಸಿದ ಕಥೆ ಅತ್ಯಂತ ರೋಮಾಂಚನಕಾರಿಯೂ ನಾಟಕೀಯವೂ ಆಗಿದೆ.

ಸ್ವಾಮಿ ವಿವೇಕಾನಂದರು ತಮ್ಮ ದೇಶಪರ್ಯಟನೆಯ ಕಾಲದಲ್ಲಿ ಸ್ವಲ್ಪಕಾಲ ರಾಜಸ್ತಾನದ ಅಲ್ವಾರ್ ಎಂಬ ಸಂಸ್ಥಾನದಲ್ಲಿದ್ದರು. ಮಂಗಳಸಿಂಗ್ ಎಂಬಾತನು ಆ ಕಾಲಕ್ಕೆ ಅಲ್ಲಿಗೆ ರಾಜನಾಗಿದ್ದನು. ಅವನಿಗೆ ರಾಮಚಂದ್ರನೆಂಬ ಬಹಳ ವಿವೇಕಿಯಾದ ದಿವಾನನೊಬ್ಬನಿದ್ದನು. ಸ್ವಾಮಿಗಳ ಭವ್ಯನಿಲುವಿನಿಂದಲೂ ಅಮೋಘವಾದ ವಿದ್ವತ್ತಿ ನಿಂದಲೂ ಪ್ರಭಾವಿತನಾದ ರಾಮಚಂದ್ರನು ಅವರನ್ನು ತನ್ನ ಮನೆಗೆ ಆಹ್ವಾನಿಸಿ ಸತ್ಕರಿಸಿದನು. ತನ್ನ ದೊರೆ ಮಂಗಳಸಿಂಗನನ್ನು ವಿವೇಕಾನಂದರೊಡನೆ ಭೇಟಿಮಾಡಿಸ ಬೇಕೆಂದೂ ಹಂಬಲಿಸಿದನು. ಆಂಗ್ಲರ ರೀತಿನೀತಿಗಳ ಪ್ರಭಾವಕ್ಕೆ ಅತಿಯಾಗಿ ಸಿಲುಕಿರುವ ದೊರೆಯನ್ನು ಅದರಿಂದ ಹೇಗಾದರೂ ಬಿಡಿಸಬೇಕು, ವಿವೇಕಾನಂದರೊಡನೆ ಸಂಪರ್ಕ ವೇರ್ಪಡುವಂತೆ ಮಾಡುವುದೇ ಅದಕ್ಕಿರುವ ಮದ್ದು ಎಂಬುದಾಗಿಯೂ ಅವನು ತೀರ್ಮಾನಿಸಿದನು. "ಪ್ರಕಾಂಡ ಇಂಗ್ಲಿಷ್‌ಪಾಂಡಿತ್ಯವಿರುವ ಮಹಾಸಾಧುವೊಬ್ಬರು ನನ್ನ

ಮನೆಗೆ ಆಗಮಿಸಿದ್ದಾರೆ, ತಾವು ದಯಮಾಡಿ ನನ್ನ ಮನೆಗೆ ಬಂದು ಅವರನ್ನು ಭೇಟಿಯಾಗಲೇಬೇಕು" ಎಂದು ಅರಮನೆಗೆ ಸುದ್ದಿಮುಟ್ಟಿಸಿದನು.

ಇಂಗ್ಲಿಷ್‌ಪಾಂಡಿತ್ಯವಿರುವ ಸನ್ಯಾಸಿಯಾದರೆ ಅವರನ್ನು ನೋಡಲೇಬೇಕು ಎಂದು ಮಂಗಳಸಿಂಗನು ಮರುದಿನವೇ ದಿವಾನನ ಮನೆಗೆ ಆಗಮಿಸಿದನು. ಕ್ಷೇಮಸಮಾಚಾರದ ಮಾತುಗಳೆಲ್ಲ ಆದುವು. ಸಂಭಾಷಣೆಯನ್ನು ಮುಂದುವರಿಸುತ್ತ ದೊರೆಯು "ಮಹಾರಾಜ್, ನೀವೊಬ್ಬ ಗಣ್ಯವಿದ್ವನ್ಮಣಿಯೆಂದು ನಾನು ಕೇಳಿದ್ದೇನೆ. ನೀವು ಮನಸ್ಸು ಮಾಡಿದರೆ ಪ್ರತಿತಿಂಗಳೂ ಕೈತುಂಬ ಹಣಸಂಪಾದಿಸಬಹುದು. ಆದರೆ ಅಲೆದಾಟದ ಈ ಭಿಕ್ಷಾವೃತ್ತಿಯನ್ನು ಅವಲಂಬಿಸಿದ್ದೀರಲ್ಲಾ, ಇದಕ್ಕೇನು ಕಾರಣ" ಎಂದು ಸನ್ಯಾಸಧರ್ಮದ ಮಹತ್ತ್ವವನ್ನರಿಯದೆ ಪ್ರಶ್ನಿಸಿದನು. ಒಡನೆಯೇ ವಿವೇಕಾನಂದರು "ನೀನು ಯಾವಾಗಲೂ ನಿನ್ನ ಆಂಗ್ಲಸ್ನೇಹಿತರ ಜೊತೆಯಲ್ಲಿಯೇ ಕಾಲಕಳೆಯುತ್ತ, ಅವರ ಒಡನಾಟದಲ್ಲಿ ಪ್ರಾಣಿಬೇಟೆಯೇ ಮುಂತಾದ ವಿನೋದಗಳಲ್ಲಿ ಮುಳುಗುತ್ತ, ಪ್ರಜಾಹಿತವನ್ನು ಕಡೆಗಣಿಸಿದ್ದೀಯಲ್ಲಾ, ಇದಕ್ಕೇನು ಕಾರಣ" ಎಂದು ಮುಟ್ಟಿನೋಡಿಕೊಳ್ಳುವಂತಹ ಮರುಪ್ರಶ್ನೆಯನ್ನು ದೊರೆಯತ್ತ ಎಸೆದರು. "ನನ್ನ ಒಳವಿಚಾರಗಳನ್ನೆಲ್ಲ ಇವರು ಕಂಡವರಿಗಿಂತ ಹೆಚ್ಚಾಗಿ ಹೇಳುತ್ತಿದ್ದಾರಲ್ಲಾ" ಎಂದು ದೊರೆಯು ಅಪ್ರತಿಭನಾದನು, ಕೊಂಚ ಮೆತ್ತಗೂ ಆದನು. ಸ್ವಾಮಿಗಳ ಪ್ರಶ್ನೆಗೆ ಉತ್ತರಿಸುತ್ತ "ನನ್ನ ವರ್ತನೆ ಏಕೆ ಹಾಗಿದೆ ಎಂದು ನನಗೆ ಗೊತ್ತಿಲ್ಲ. ಆದರೆ ಅದು ನನಗೆ ಇಷ್ಟ, ಆದ್ದರಿಂದ ಹಾಗೆ ಮಾಡುತ್ತಿದ್ದೇನೆ" ಎಂದು ಹೇಳಿದನು. ಆಗ ವಿವೇಕಾನಂದರು "ನೋಡಿದೆಯಾ, ನನಗೂ ಅದೇ ಇಷ್ಟ, ಆದ್ದರಿಂದಲೇ ಭಿಕ್ಷೆಬೇಡುತ್ತ ಅಲೆದಾಡುತ್ತಿದ್ದೇನೆ" ಎಂದು ಸಮಜಾಯಿಷಿ ನೀಡಿದರು.

ಆಮೇಲೆ ಮಹಾರಾಜನು ತಾನು ಬಹಳ ವಿಚಾರವಂತನೆಂಬುದನ್ನು ತೋರಿಸಿಕೊಳ್ಳುವವನಂತೆ ವಿವೇಕಾನಂದರನ್ನು ಕುರಿತು "ಮಹಾರಾಜ್, ನನಗೆ ಮೂರ್ತಿಪೂಜೆಯಲ್ಲಿ ನಂಬಿಕೆಯಿಲ್ಲ. ಮರ, ಮಣ್ಣು, ಕಲ್ಲು, ಲೋಹಗಳನ್ನು ಪೂಜಿಸುವುದು ನನ್ನಿಂದ ಸಾಧ್ಯವಿಲ್ಲ. ಇದರಿಂದಾಗಿ ನಾನು ಮುಂದೆ ದುರ್ಗತಿಗೆ ತುತ್ತಾಗುತ್ತೇನೆಯೇ? ನೀವೇ ಇದಕ್ಕೆ ತಕ್ಕ ಉತ್ತರವನ್ನು ಹೇಳಿ" ಎಂದು ಮತ್ತೊಂದು ಪ್ರಶ್ನೆಯನ್ನು ಮುಂದಿಟ್ಟನು. ಆ ಪ್ರಶ್ನೆಯನ್ನು ಮುಂದಿಡುವಾಗ ದೊರೆಯ ಮುಖದಮೇಲೆ ಕೊಂಚ ಕುಚೇಷ್ಟೆಯ ನಗುವೂ ಇತ್ತು. ಆಗ ವಿವೇಕಾನಂದರು "ನಿನ್ನ ನಂಬಿಕೆಗೆ ಅನುಸಾರವಾಗಿ ನಿನಗೆ ಯಾವುದು ಸರಿಕಾಣುತ್ತದೋ ಅದನ್ನು ನೀನು ಅನುಸರಿಸಬಹುದು. ಆದರೆ ನೋಡು" ಎನ್ನುತ್ತ ಮಾತನ್ನು ಅಷ್ಟಕ್ಕೇ ನಿಲ್ಲಿಸಿದರು. ರಾಮಚಂದ್ರದಿವಾನನ ಮನೆಯ ಗೋಡೆಗೆ ತೂಗು ಹಾಕಿದ್ದ ಮಂಗಳ್‌ಸಿಂಗ್ ದೊರೆಯ ಭಾವಚಿತ್ರವೊಂದು ಆಗ ಅವರ ಕಣ್ಣಿಗೆ ಬಿತ್ತು. ಅದರತ್ತ ಕೈತೋರಿಸುತ್ತ "ದೊರೆಯ ಆ ಚಿತ್ರಪಟವನ್ನು ನನ್ನ ಕೈಗೆ ತಂದುಕೊಡಿ" ಎಂದು ಆಜ್ಞಾಪಿಸಿದರು. ದಿವಾನನು ಹಾಗೆಯೇ ಮಾಡಿದನು.

ಮರುಕ್ಷಣದಲ್ಲಿಯೇ ವಿವೇಕಾನಂದರು ದಿವಾನನನ್ನು ಕುರಿತು "ಈ ಚಿತ್ರದ ಮೇಲೆ ಉಗುಳು ರಾಮಚಂದ್ರ" ಎಂದರು. ದಿವಾನನು ಬೆಪ್ಪುಬಡಿದು ನಿಂತುಬಿಟ್ಟನು. ಆಗ ವಿವೇಕಾನಂದರು ಮತ್ತಷ್ಟು ಜೋರಾಗಿ "ಇಲ್ಲಿ ನೆರೆದಿರುವ ಯಾರಾದರೂ ಸರಿಯೆ, ದೊರೆಯ ಈ ಚಿತ್ರದಮೇಲೆ ಉಗುಳಬಹುದು. ಇದೊಂದು ಚಿತ್ರಸಹಿತವಾದ ಕಾಗದ ವಲ್ಲವೇ, ಉಗುಳಲು ಅಭ್ಯಂತರವೇನಿದೆ" ಎಂದು ಗುಡುಗಿದರು. ಆಗ ದಿವಾನನು ಧೈರ್ಯತಂದುಕೊಂಡು "ಇದೇನು ಹೀಗೆ ಹೇಳುತ್ತಿದ್ದೀರಿ ಮಹಾರಾಜ್, ಇದು ನಮ್ಮ ಮಹಾರಾಜರ ಭಾವಚಿತ್ರವಲ್ಲವೆ, ಉಗುಳಿದರೆ ಅವರಿಗೆ ಅಪಮಾನಮಾಡಿದಂತಾಗುವು ದಿಲ್ಲವೇ" ಎಂದು ಅಲವತ್ತುಕೊಳ್ಳುವ ದನಿಯಲ್ಲಿ ಹೇಳಿದನು.

ವಿವೇಕಾನಂದರು ಅಷ್ಟಕ್ಕೇ ಬಿಡಲಿಲ್ಲ. "ಈ ಚಿತ್ರದೊಳಗೆ ನಿಮ್ಮ ಮಹಾರಾಜರೇನೂ ಶರೀರಸಹಿತರಾಗಿ ಕುಳಿತಿಲ್ಲವಲ್ಲ! ಇದೊಂದು ಕಾಗದದ ದೊಡ್ಡದೊಂದು ಚೂರು ಮಾತ್ರವೇ ಆಗಿದೆ. ಮೂಳೆರಕ್ತಮಾಂಸಸಹಿತರಾದ, ಪ್ರಾಣಸಹಿತರಾದ ನಿಮ್ಮ ದೊರೆಗಳು ಅಲ್ಲಿ ಪ್ರತ್ಯೇಕಪೀಠದಮೇಲೆ ಕುಳಿತಿದ್ದಾರೆ. ಅವರು ಮಾತನಾಡುತ್ತಾರೆ, ಓಡಾಡುತ್ತಾರೆ, ಅವರಮೇಲೆ ಉಗುಳಿರೆಂದು ನಾನೇನೂ ಹೇಳಿಲ್ಲ. ಈ ಭಾವಚಿತ್ರವೆಂಬ ಕಾಗದದ ಮೇಲೆ ಉಗುಳಲು ನೀವೇಕೆ ಹಿಂಜರಿಯುತ್ತಿದ್ದೀರಿ" ಎಂದು ದಬಾಯಿಸಿದರು.

ಆಗ ದಿವಾನನು "ಸ್ವಾಮಿ , ನಿಮ್ಮ ಪ್ರಶ್ನೆಗೆ ಉತ್ತರಿಸಲು ನಾವು ಶಕ್ತರಲ್ಲ. ಆದರೆ ನಮ್ಮ ದೊರೆಗಳ ಭಾವಚಿತ್ರದಮೇಲೆ ನಾವು ಉಗುಳಲಾರೆವು ಎಂದಷ್ಟೇ ನಾವು ಹೇಳಬಲ್ಲೆವು. ಮುಂದಕ್ಕೆ ನೀವೇ ನಮ್ಮ ಕಣ್ಣುತೆರೆಸಬೇಕು" ಎಂದು ಬೇಡಿಕೊಂಡನು. ಆಗ ವಿವೇಕಾನಂದರು ಮಹಾರಾಜನ ಕಡೆಗೆ ತಿರುಗಿ "ನೋಡು ಮಹಾರಾಜ, ಈ ಭಾವಚಿತ್ರದ ಮೇಲೆ ಉಗುಳಿದರೆ ನಿನ್ನಮೇಲೆಯೇ ಉಗುಳಿದಂತಾಗುತ್ತದೆ ಎಂಬ ಪೂಜ್ಯಭಾವನೆಯಿಂದ ಎಲ್ಲರೂ ಉಗುಳಲು ತಿರಸ್ಕರಿಸಿದರಲ್ಲವೇ? ಒಂದು ದೃಷ್ಟಿಯಿಂದ ಈ ಭಾವಚಿತ್ರವೇ ನೀನಲ್ಲದಿದ್ದರೂ ಇನ್ನೊಂದು ಅರ್ಥದಲ್ಲಿ ಈ ಭಾವಚಿತ್ರವೂ ನೀನೇ ಆಗಿದ್ದೀಯೆ. ಇದು ನಿನ್ನ ಛಾಯೆಮಾತ್ರವೇ ಆಗಿದೆ. ಆದರೂ ಇದನ್ನು ನೋಡಿದಾಗಲೆಲ್ಲ ನಿನ್ನ ಪ್ರಜೆಗಳಿಗೆ ನೀನೇ ಕಣ್ಮುಂದೆ ಬರುತ್ತೀಯೆ. ಹೀಗಾಗಿ ಅವರು ನಿನ್ನನ್ನು ಎಷ್ಟು ಗೌರವದಿಂದ ಕಾಣುತ್ತಾರೋ, ನಿನ್ನ ಭಾವಚಿತ್ರವನ್ನೂ ಅಷ್ಟೇ ಗೌರವದಿಂದ ಕಾಣುತ್ತಾರೆ.

"ಹೀಗೆಯೇ ವಿಗ್ರಹವೆಂಬುದು ಭಗವಂತನ ಪ್ರತೀಕವಾಗಿದೆ. ಭಕ್ತರು ತಮ್ಮ ಇಷ್ಟದೇವತೆಗಳ ವಿಗ್ರಹಗಳನ್ನು ಪೂಜಿಸುವಾಗ ಭಗವಂತನ ದಿವ್ಯಗುಣಗಳನ್ನೂ ಮತ್ತು ದಿವ್ಯರೂಪಗಳನ್ನೂ ಅದರಲ್ಲಿ ಕಾಣುತ್ತಾರೆ. ಎಲ್ಲೆಲ್ಲಿಯೂ ಇರುವ ಭಗವಂತನು ಆ ಮೂರ್ತಿಯಲ್ಲೇಕೆ ಇರಲಾರನು! ಮೂರ್ತಿಗಳನ್ನು ಪೂಜಿಸುವಾಗ ಭಕ್ತರು ಅದರಲ್ಲಿ ಕಲ್ಲನ್ನೋ ಮರವನ್ನೋ ಮಣ್ಣನ್ನೋ ಲೋಹವನ್ನೋ ನೋಡುವುದಿಲ್ಲ. 'ಓ ಕಲ್ಲೇ, ನಾನು ನಿನ್ನನ್ನು ಪೂಜಿಸುತ್ತಿದ್ದೇನೆ, ಓ ಮಣ್ಣೇ, ನಾನು ನಿನ್ನನ್ನು ಪೂಜಿಸುತ್ತಿದ್ದೇನೆ, ನನ್ನ

ಮೇಲೆ ಕೃಪೆಮಾಡು' ಎಂದು ಭಕ್ತರು ಮೊರೆಯಿಡುತ್ತಾರೆಯೆ? ಭಗವಂತನು ಅವರವರ ತಿಳಿವಳಿಕೆ ಮತ್ತು ಭಾವನೆಗಳಿಗೆ ಅನುಗುಣವಾಗಿ ಕಾಣಿಸಿಕೊಳ್ಳುತ್ತಾನೆ" ಎಂದು ಸ್ಫುಟವಾದ ಮಾತುಗಳಿಂದ ತಿಳಿವಳಿಕೆ ನೀಡಿದರು. ವಿವೇಕಾನಂದರ ಮಾತುಗಳನ್ನು ಆಲಿಸುತ್ತಿದ್ದಂತೆಯೇ ಅಲ್ಲಿ ನೆರೆದಿದ್ದ ಎಲ್ಲರಿಗೂ ಮೂರ್ತಿಪೂಜೆ ಏಕೆ ತಿರಸ್ಕರಣೀಯವಲ್ಲ, ಏಕೆ ಅದು ಮಹಿಮಾಸ್ಪದ ಎಂಬುದು ಮನವರಿಕೆಯಾಯಿತು.

ಎಷ್ಟಾದರೂ ಮಹಾರಾಜನಲ್ಲವೇ, ವಿವೇಕಾನಂದರ ವಿದ್ಯುತ್‌ವಾಣಿಯಿಂದ ಮಂಗಳಸಿಂಗನು ಸರಿದಾರಿಗೆ ಬಂದುಬಿಟ್ಟನು. ಕೈಜೋಡಿಸಿ ನಿಂತುಕೊಂಡು "ಮಹಾರಾಜ್, ನೀವು ಈದಿನ ಮೂರ್ತಿಪೂಜೆಯ ಅಂತರಾರ್ಥವೇನೆಂಬುದನ್ನು ಸರಿಯಾಗಿ ಮನವರಿಕೆ ಮಾಡಿಕೊಟ್ಟಿರಿ. ಇಂದಿಗೆ ನಾನು ಧನ್ಯನಾದೆ. ಇದುವರೆಗೆ ನನ್ನ ಜೀವನ ಹೀಗೆ ಕಳೆದುಹೋಯಿತಲ್ಲ, ಮುಂದೆ ನನ್ನ ಗತಿಯೇನು? ದಯಮಾಡಿ ತಾವು ನನ್ನಮೇಲೆ ಕರುಣೆದೋರಬೇಕು" ಎಂದು ವಿನಯದಿಂದ ಯಾಚಿಸಿದನು. ಅದಕ್ಕೆ ವಿವೇಕಾನಂದರು "ಚಿಂತಿಸಬೇಡ ದೊರೆಯೆ, ಭಗವಂತನು ಕೃಪಾಸಾಗರನಾಗಿದ್ದಾನೆ. ನೀನು ಅವನನ್ನು ಶ್ರದ್ಧೆಯಿಂದ ಪ್ರಾರ್ಥಿಸಿದರೆ ಸಾಕು, ನಿನ್ನ ಮೇಲೆ ದಯೆತೋರುತ್ತಾನೆ, ನಿನ್ನ ಬದುಕನ್ನು ಮಂಗಳಮಯವಾಗಿಸುತ್ತಾನೆ" ಎಂದು ಆಶೀರ್ವದಿಸಿ ಬೀಳ್ಕೊಟ್ಟರು.

ವಿಗ್ರಹಗಳನ್ನು ಪೂಜಿಸುವಾಗ ಮನಸ್ಸು ಏಕಾಗ್ರವಾಗುತ್ತದೆ. ನಿರ್ದಿಷ್ಟವಾದ ಒಂದು ವಸ್ತುವಿನಲ್ಲಿ ಭಗವಂತನನ್ನು ನೋಡುವುದಕ್ಕೆ ನಮ್ಮ ಮನಸ್ಸು ಅಣಿಯಾಗಿಬಿಡುತ್ತದೆ. ವಿಗ್ರಹಾರಾಧನೆಯೆಂಬುದು ಮನುಷ್ಯನ ಸ್ವಭಾವದಲ್ಲಿಯೇ ಇದೆ. ಹೀಗಾಗಿ ನಾವೆಲ್ಲರೂ ವಿಗ್ರಹಾರಾಧಕರೇ ಆಗಿದ್ದೇವೆ. ಸಿದ್ಧಪುರುಷರ ಹೊರತಾಗಿ ಮತ್ತಾರೂ ವಿಗ್ರಹಾರಾಧನೆಯನ್ನು ಮೀರಿ ಹೋಗಲಾರರು. ಹಡಗೊಂದು ಹೇಗಿರುತ್ತದೆ ಎಂದು ನೀವು ತಿಳಿಯಬೇಕಾದರೆ ಹಡಗು ಇರುವ ಹಾಗೆಯೇ ಅದರ ವೈಶಿಷ್ಟ್ಯಗಳನ್ನು ಅರಿತುಕೊಳ್ಳಬೇಕು. ಅದರ ಉದ್ದ, ಅಗಲ, ಆಕಾರ, ಯಾವ ವಸ್ತುವಿನಿಂದ ಕಟ್ಟಲ್ಪಟ್ಟಿದೆ ಎಂಬುದನ್ನೆಲ್ಲ ಪರಿಶೀಲಿಸಬೇಕು. ಒಂದು ರಾಷ್ಟ್ರವನ್ನು ಅರ್ಥಮಾಡಿಕೊಳ್ಳುವುದಕ್ಕೂ ನಾವು ಅದನ್ನೇ ಮಾಡಬೇಕು. ಭಾರತವು ವಿಗ್ರಹಾರಾಧಕರ ದೇಶವಾಗಿದೆ. ಅದಕ್ಕೆ ನೀವು ಅದು ಇರುವ ಹಾಗೆಯೇ ಸಹಾಯಮಾಡಬೇಕು. ಅದನ್ನು ಬಿಟ್ಟುಹೋದವರು ಅದಕ್ಕೆ ಏನನ್ನೂ ಮಾಡಲಾರರು– ಎಂಬ ವಿವೇಕಾನಂದರ ವಿಗ್ರಹಾರಾಧನೆಗೆ ಸಂಬಂಧಿಸಿದ ನುಡಿಗಳನ್ನು ಕೂಡ ಮಂಗಳಸಿಂಗನ ಕಥೆಗೆ ಜೋಡಿಸಿಕೊಂಡು ಮನನಮಾಡಬೇಕು.

೧೦೬. ಯಕ್ಷಪ್ರಶ್ನೆ

"ಪ್ರಪಂಚದಲ್ಲಿ ವ್ಯಾಸಮಹಾಭಾರತವು ಅತಿದೊಡ್ಡಗ್ರಂಥ. ಹದಿನೆಂಟುಪರ್ವಗಳಿಂದೊಡಗೂಡಿದ ಆ ಗ್ರಂಥದಲ್ಲಿ ಸುಮಾರು ಒಂದುಲಕ್ಷಶ್ಲೋಕಗಳಿವೆ. ಅದರಲ್ಲಿ ಅನೇಕ ಸುಂದರಕಥೆಗಳಿವೆ. ಅಂತಹ ಕಥೆಗಳಲ್ಲಿ ಪಾಂಡವರ ವನವಾಸದ ಕಾಲದ ಒಂದು ಕಥೆಯನ್ನು ನಿಮಗೆ ಹೇಳುತ್ತೇನೆ" ಎಂಬ ಪೀಠಿಕೆಯೊಂದಿಗೆ ಸ್ವಾಮಿ ವಿವೇಕಾನಂದರು ಯಕ್ಷಪ್ರಶ್ನೆಯ ಕಥೆಯನ್ನು ಅತ್ಯಂತ ರೋಚಕವಾಗಿ ನಿರೂಪಿಸಿದ್ದಾರೆ.

ಪಾಂಡವರು ದ್ವೈತವನದಲ್ಲಿದ್ದಾಗ ಒಂದುದಿನ ಜಿಂಕೆಯೊಂದು ಮರಕ್ಕೆ ತನ್ನ ಶರೀರವನ್ನು ಉಜ್ಜುವಾಗ, ಆ ಮರಕ್ಕೆ ಬ್ರಾಹ್ಮಣನೊಬ್ಬನು ತಗಲುಹಾಕಿದ್ದ ಅರಣಿಯೆಂಬ ವಸ್ತುವು ಅದರ ಕೊಂಬಿಗೆ ಸಿಕ್ಕಿಕೊಂಡಿತು. ಬ್ರಾಹ್ಮಣನು ಅದರತ್ತ ಗಮನಹರಿಸುತ್ತಿರುವಾಗಲೇ ಜಿಂಕೆಯು ಪಲಾಯನಮಾಡಿತು. ಅರಣಿ ಎಂಬುದು ಅಗ್ನಿಹೋತ್ರ ಎಂದು ಕರೆಯುವ ಯಜ್ಞಕಾರ್ಯಕ್ಕೆ ಸಹಾಯಕವಾಗುವ ವಸ್ತು. ಒಡನೆಯೇ ಬ್ರಾಹ್ಮಣನು ಪಾಂಡವರಲ್ಲಿಗೆ ಓಡಿಬಂದು "ಪಾಂಡವರೇ, ಬೇಗಹೋಗಿ ನೀವು ಅದನ್ನು ನನಗೆ ತಂದುಕೊಡಬೇಕು" ಎಂದು ಕೇಳಿಕೊಂಡನು. ಅದಕ್ಕೆ ಓಗೊಟ್ಟ ಪಾಂಡವರು ಬಿಲ್ಲುಬಾಣಗಳನ್ನು ಧರಿಸಿಕೊಂಡು, ಆ ಜಿಂಕೆಯನ್ನು ಬೆನ್ನಟ್ಟಿದರು. ಹತ್ತಿರದಲ್ಲಿಯೇ ಎಂಬಂತೆ ಕಾಣಿಸಿಕೊಂಡಾಗ, ಅದಕ್ಕೆ ಪಾಂಡವರು ಬಾಣಬಿಟ್ಟರು. ಆದರೆ ಅದಕ್ಕೆ ಬಾಣಗಳು ನಾಟದೆ ಕೊನೆಗೆ ಎಲ್ಲೋ ಅದು ಮರೆಯಾಗಿಬಿಟ್ಟಿತು.

ಜಿಂಕೆಯ ಬೆನ್ನಹಿಂದೆ ಓಡಿದುದೇ ಕಾರಣವಾಗಿ ಪಾಂಡವರು ಹಸಿವು ಬಾಯಾರಿಕೆಗಳಿಂದ ಕಂಗೆಟ್ಟು, ಒಂದು ಆಲದಮರದ ನೆರಳಿನಲ್ಲಿ ಕುಸಿದು ಕುಳಿತರು. ಇಲ್ಲಿಂದ ಮುಂದಿನ ಕಥೆಯನ್ನು ವಿವೇಕಾನಂದರ ಮಾತುಗಳಲ್ಲಿಯೇ ಕೇಳೋಣ: ಯುಧಿಷ್ಠಿರನು ನಕುಲನನ್ನು ನೀರುತರಲು ಕಳುಹಿಸಿದನು. ಅಷ್ಟುದೂರ ಹೋದಬಳಿಕ ಸ್ವಚ್ಛವಾದ ನೀರಿನಿಂದ ತುಂಬಿದ ಸರೋವರವೊಂದು ಅವನಿಗೆ ಕಾಣಿಸಿತು. ತಾನು ಮೊದಲು ನೀರುಕುಡಿದು ತರುವಾಯ ಅಣ್ಣಂದಿರಿಗೆ ಒಯ್ಯಲು ಹವಣಿಸಿದನು. ಆಗ ಒಂದು ಧ್ವನಿಯು "ಮಗು, ಸ್ವಲ್ಪ ತಾಳು, ನಾನು ಕೇಳುವ ಪ್ರಶ್ನೆಗಳಿಗೆ ಉತ್ತರಕೊಟ್ಟು ಆಮೇಲೆ ನೀರುಕುಡಿ" ಎಂದಿತು. ಆದರೆ ನಕುಲನಿಗೆ ಬಹಳ ಬಾಯಾರಿಕೆಯಾಗಿದ್ದುದರಿಂದ ಆ ಧ್ವನಿಯನ್ನು ಲೆಕ್ಕಿಸದೆ ನೀರುಕುಡಿದನು. ಅದರ ಪರಿಣಾಮವಾಗಿ ಸತ್ತುಬಿದ್ದನು. ಸಾಕಷ್ಟು ಹೊತ್ತಾದರೂ ನಕುಲನು ಬಾರದಿರುವುದನ್ನು ನೋಡಿ ಧರ್ಮರಾಯನು "ನಕುಲನೇನಾದ

ನೋಡಪ್ಪಾ, ನೀರು ತಾರಪ್ಪಾ" ಎಂದು ಸಹದೇವನನ್ನು ಕಳುಹಿಸಿದನು.

ಸಹದೇವನು ಸರೋವರದ ಸಮೀಪಕ್ಕೆ ಹೋದಾಗ ನಕುಲನು ಸತ್ತುಬಿದ್ದಿರುವುದನ್ನು ಕಂಡನು. ತಮ್ಮನ ಮರಣದಿಂದ ದುಃಖಿತನಾದನು. ತುಂಬಾ ಬಾಯಾರಿದ್ದರಿಂದ ಮೊದಲು ನೀರುಕುಡಿದು ಆಮೇಲೆ ನೋಡೋಣ ಎಂದುಕೊಂಡು ಸರೋವರಕ್ಕಿಳಿದನು. ಆಗ ಪುನಃ ಅದೇ ಧ್ವನಿಯು "ಮಗು, ಮೊದಲು ನಾನು ಕೇಳುವ ಪ್ರಶ್ನೆಗೆ ಉತ್ತರಕೊಟ್ಟು ಅನಂತರ ಜಲಪಾನ ಮಾಡು" ಎಂದು ಎಚ್ಚರಿಸಿತು. ಸಹದೇವನು ಕೂಡ ನಕುಲನಂತೆಯೇ ಆ ಧ್ವನಿಯನ್ನು ಲಕ್ಷ್ಯಮಾಡದೆ ನೀರುಕುಡಿದು ಸತ್ತು ಉರುಳಿಕೊಂಡನು. ತರುವಾಯ ಧರ್ಮರಾಯನಿಂದ ಕಳುಹಿಸಲ್ಪಟ್ಟ ಅರ್ಜುನ ಮತ್ತು ಭೀಮಸೇನರೂ ಧ್ವನಿಯನ್ನು ಪುರಸ್ಕರಿಸದೆ ನೀರುಕುಡಿದು ಸರೋವರತೀರದಲ್ಲಿಯೇ ಮೃತ್ಯುವಿಗೆ ತುತ್ತಾಗಿ ಮಲಗಿ ಬಿಟ್ಟರು.

ನೀರುತರಲು ಹೋದವರಲ್ಲಿ ಯಾರೊಬ್ಬರೂ ಹಿಂತಿರುಗಿ ಬರಲಿಲ್ಲವಲ್ಲಾ ಎಂದು ಕೊನೆಗೆ ಧರ್ಮರಾಯನೇ ಆ ರಮ್ಯವಾದ ಸರೋವರದ ತೀರಕ್ಕೆ ಬಂದನು. ಅಲ್ಲಿ ತನ್ನ ತಮ್ಮಂದಿರೆಲ್ಲ ಸತ್ತುಬಿದ್ದಿರುವುದನ್ನು ಕಂಡನು. ಅತಿಯಾದ ದುಃಖಕ್ಕೆ ತುತ್ತಾಗಿ ರೋದಿಸಲು ಪ್ರಾರಂಭಿಸಿದನು. "ಮೊದಲು ನೀರುಕುಡಿಯುತ್ತೇನೆ, ಆಮೇಲೆ ಯೋಚಿಸುತ್ತೇನೆ, ಯಮನಲ್ಲದೆ ಮತ್ತಾರೂ ನನ್ನ ಸೋದರರನ್ನು ಕೊಲ್ಲುವುದು ಸಾಧ್ಯವಿಲ್ಲ" ಎಂದು ಸಮಾಧಾನ ತಂದುಕೊಂಡು ನೀರಿಗಿಳಿದನು. ಆಗ ಅದೇ ಧ್ವನಿ "ಮಗು, ಈ ಕೊಳ ನನ್ನದು, ಆತುರಪಡಬೇಡ. ನಾನು ಇಲ್ಲಿನ ಸಣ್ಣಮೀನುಗಳನ್ನು ತಿಂದು ಜೀವಿಸಿಕೊಂಡಿರುವ ಒಂದು ಬಕಪಕ್ಷಿಯಂತಿರುವ ಯಕ್ಷ. ನಿನ್ನ ತಮ್ಮಂದಿರನ್ನೆಲ್ಲ ಸಾಯಿಸಿದವನು ನಾನೇ. ನನ್ನ ಪ್ರಶ್ನೆಗಳಿಗೆ ಉತ್ತರಕೊಟ್ಟು ಆಮೇಲೆ ನೀರನ್ನು ಕುಡಿ, ಬೇಕಾದಷ್ಟು ತೆಗೆದುಕೊಂಡುಹೋಗು. ಉತ್ತರಕೊಡದೆ ತಿರಸ್ಕಾರಮಾಡಿದರೆ ಅವರ ಜೊತೆಗೆ ನೀನು ಐದನೆಯವನಾಗುತ್ತೀಯೆ, ಸಾಹಸಮಾಡಬೇಡಪ್ಪ" ಎಂದು ಯಥಾಪ್ರಕಾರ ಎಚ್ಚರಿಕೆ ನೀಡಿತು.

ಧರ್ಮರಾಯನು ದುಡುಕಲಿಲ್ಲ. "ನಿನ್ನ ಪ್ರಶ್ನೆಗೆ ನನ್ನ ಬುದ್ಧಿಗೆ ತೋರಿದಂತೆ ಉತ್ತರಕೊಡುತ್ತೇನೆ. ಪ್ರಶ್ನೆಕೇಳು" ಎಂದನು. ಆಗ ಆ ಯಕ್ಷಧ್ವನಿಯು "ಈ ಪ್ರಪಂಚದಲ್ಲಿ ಅತ್ಯಂತ ವಿಚಿತ್ರವಾದ ಸಂಗತಿ ಯಾವುದು" ಎಂದು ಕೇಳಿತು. "ನಮ್ಮ ಸುತ್ತಲೂ ಜನರು ಪ್ರತಿದಿನವೂ ಸಾಯುತ್ತಿರುವುದನ್ನು ನಾವು ನೋಡುತ್ತಿದ್ದೇವೆ. ಹಾಗೆ ನೋಡುತ್ತಿದ್ದರೂ ನಾವೂ ಅವರ ಹಾಗೆಯೇ ಸಾಯುವವರೇ ಆಗಿದ್ದೇವೆ" ಎಂದು ಭಾವಿಸುವುದಿಲ್ಲ. "ಅವರು ಮಾತ್ರ ಸತ್ತರು, ನಾವಾದರೋ ಶಾಶ್ವತವಾಗಿ ಇರುವವರು ಎಂಬ ಭಾವನೆಯಲ್ಲೇ ಕಾಲಹಾಕುತ್ತೇವೆ– ಎಂಬುದೇ ಈ ಪ್ರಪಂಚದಲ್ಲಿ ಅತಿವಿಚಿತ್ರವಾದ ಸಂಗತಿ" ಎಂದು ಧರ್ಮಜನು ಉತ್ತರಿಸಿದನು. ಯಕ್ಷನಿಗೆ ಆ ಉತ್ತರದಿಂದ ಸಮಾಧಾನವಾಯಿತು.

ತರುವಾಯ ಯಕ್ಷನು "ಧರ್ಮದ ರಹಸ್ಯವನ್ನು ಅರಿಯುವುದು ಹೇಗೆ" ಎಂದು ಪ್ರಶ್ನಿಸಿದನು. "ವಾದಮಾಡಿ ಯಾವುದನ್ನೂ ನಿರ್ಧರಿಸುವುದು ಸಾಧ್ಯವಿಲ್ಲ. ಎಷ್ಟೋ

ಸಿದ್ಧಾಂತಗಳಿವೆ, ಎಷ್ಟೋ ಶಾಸ್ತ್ರಗಳಿವೆ, ಅವುಗಳಲ್ಲೇ ಪರಸ್ಪರ ವಿರೋಧವಿದೆ. ಏಕಾಭಿಪ್ರಾಯವಿರುವ ಇಬ್ಬರು ಸಿಗುವುದು ಕೂಡ ಕಷ್ಟ. ಧರ್ಮದ ರಹಸ್ಯವು ಎಲ್ಲೋ ಗಾಢಾಂಧಕಾರ ಗುಹೆಯಲ್ಲಿ ಅಡಗಿರುವಂತೆ ತೋರುತ್ತದೆ. ಆದಕಾರಣ ಹಿಂದಿನ ಮಹಾಪುರುಷರು ಯಾವ ಮಾರ್ಗದಲ್ಲಿ ನಡೆದುಹೋದರೋ ಅದನ್ನು ಅನುಸರಿಸುವುದೇ ಸರಿಯಾದ ಮಾರ್ಗ. ಅದೇ ಧರ್ಮದ ರಹಸ್ಯವನ್ನು ಅರಿಯಲಿರುವ ಮಾರ್ಗ" ಎಂದು ಧರ್ಮಜನು ಉತ್ತರ ಹೇಳಿದನು.

ಆ ಉತ್ತರದಿಂದ ಯಕ್ಷನು ಸಂತೋಷಗೊಂಡನು. "ನಾನು ಸಂತುಷ್ಟನಾದೆ. ಬಕನಂತೆ ಇರುವ ಧರ್ಮವೇ ನಾನು. ನಿನ್ನನ್ನು ಪರೀಕ್ಷಿಸುವುದಕ್ಕೇ ಬಂದೆ. ಸ್ವಂತ ಸುಖಕ್ಕಿಂತ, ಸ್ವಂತ ಲಾಭಕ್ಕಿಂತ ಅಹಿಂಸೆಯೇ ಪರಮಧರ್ಮವೆಂದು ನೀನು ಸಾರಿದ್ದೀಯೆ. ಈಗ ನೋಡು, ನಿನ್ನ ತಮ್ಮಂದಿರಾರೂ ಸತ್ತಿಲ್ಲ. ಇದೆಲ್ಲ ನನ್ನ ಮಾಯೆ. ಹೇ ಭರತರ್ಷಭಾ, ನಿನ್ನ ತಮ್ಮಂದಿರೆಲ್ಲ ಬದುಕಲಿ" ಎಂದು ಯಕ್ಷನು ಘೋಷಿಸಿದನು. ಹೀಗೆ ಹೇಳಿದಮೇಲೆ ಸತ್ತುಬಿದ್ದಿದ್ದ ನಾಲ್ವರೂ ಸೋದರರು ಎಚ್ಚೆತ್ತರು.

ಈ ಕಥೆಯ ಮುಕ್ತಾಯದಲ್ಲಿ ಸ್ವಾಮಿವಿವೇಕಾನಂದರು "ಯುಧಿಷ್ಠಿರನ ಸ್ವಭಾವದ ಒಂದು ಉದಾಹರಣೆ ಇದು. ಅವನು ಯಕ್ಷನಿಗೆ ನೀಡಿದ ಉತ್ತರಗಳಿಂದ ಅವನೊಬ್ಬ ಮಹಾರಾಜನಾಗಿದ್ದ ಎಂಬುದಕ್ಕಿಂತ ಮಿಗಿಲಾಗಿ ಅವನೊಬ್ಬ ಜ್ಞಾನಿಯಾಗಿದ್ದ, ಯೋಗಿಯಾಗಿದ್ದ ಎಂಬುದು ಮನದಟ್ಟಾಗುತ್ತದೆ" ಎಂದು ತಿಳಿಸಿಕೊಟ್ಟಿದ್ದಾರೆ.

ಮಹಾಭಾರತದಲ್ಲಿ ಈ ಯಕ್ಷಪ್ರಶ್ನೆಯ ಕಥೆ ಅತ್ಯಂತ ಜನಪ್ರಿಯವೂ ರೋಚಕವೂ ಆಗಿದೆ. ಸ್ವಾಮಿ ವಿವೇಕಾನಂದರು ಯಕ್ಷನ ಬಾಯಿಂದ ಎರಡು ಪ್ರಶ್ನೆಗಳನ್ನು ಮಾತ್ರ ಕೇಳಿಸಿದ್ದಾರೆ. ಆದರೆ ಮೂಲಕಥೆಯಲ್ಲಿ ನೂರಾರು ಪ್ರಶ್ನೋತ್ತರಗಳಿವೆ. ಮನೋಜ್ಞವಾದ ಕೆಲವನ್ನು ಇಲ್ಲಿ ಬರೆಯುತ್ತೇನೆ: ಪ್ರಶ್ನೆ: ಮನುಷ್ಯನು ಬುದ್ಧಿವಂತನಾಗುವುದು ಹೇಗೆ? ಉತ್ತರ: ಹಿರಿಯರ ಸೇವೆಮಾಡುವುದರಿಂದ ಮನುಷ್ಯನು ಬುದ್ಧಿವಂತನಾಗಬಹುದು. ಪ್ರಶ್ನೆ: ಭೂಮಿಗಿಂತಲೂ ದೊಡ್ಡವಸ್ತು ಯಾವುದು? ಉತ್ತರ: ಭೂಮಿಗಿಂತ ದೊಡ್ಡ ವಸ್ತು ತಾಯಿ. ಪ್ರಶ್ನೆ: ಅಂತರಿಕ್ಷಕ್ಕಿಂತ ಎತ್ತರವಾದುದು ಯಾವುದು? ಉತ್ತರ: ಅಂತರಿಕ್ಷಕ್ಕಿಂತ ಎತ್ತರವಾದ ವಸ್ತು ತಂದೆ. ಪ್ರಶ್ನೆ: ಗಾಳಿಗಿಂತ ವೇಗವಾದುದು ಯಾವುದು? ಉತ್ತರ: ಗಾಳಿಗಿಂತ ವೇಗವಾದುದು ಮನಸ್ಸು. ಪ್ರಶ್ನೆ: ಮನುಷ್ಯರಿಗೆ ಬಹಳವಾಗಿರುವುದು ಯಾವುದು? ಉತ್ತರ: ಮನುಷ್ಯರಿಗೆ ಬಹಳವಾಗಿರುವುದು ಚಿಂತೆ. ಪ್ರಶ್ನೆ: ಲಾಭಗಳಲ್ಲಿ ಉತ್ತಮವಾದುದು ಯಾವುದು? ಉತ್ತರ: ಲಾಭಗಳಲ್ಲಿ ಉತ್ತಮವಾದುದು ಆರೋಗ್ಯ ಲಾಭ. ಪ್ರಶ್ನೆ: ಸುಖಗಳಲ್ಲಿ ಉತ್ತಮವಾದುದು ಯಾವುದು? ಉತ್ತರ: ತೃಪ್ತಿಯೆಂಬುದು ಸುಖಗಳಲ್ಲೆಲ್ಲ ಉತ್ತಮವಾದುದು. ಪ್ರಶ್ನೆ: ಮನುಷ್ಯನು ಯಾವುದನ್ನು ಬಿಟ್ಟರೆ ಎಲ್ಲರಿಗೂ ಪ್ರಿಯನಾಗುತ್ತಾನೆ? ಉತ್ತರ: ಮನುಷ್ಯನು ಗರ್ವವನ್ನು ಬಿಟ್ಟರೆ ಎಲ್ಲರಿಗೂ ಪ್ರಿಯನಾಗುತ್ತಾನೆ.

೧೦೭. ಪಾಂಡವರ ಸ್ವರ್ಗಾರೋಹಣ

ಸ್ವಾಮಿ ವಿವೇಕಾನಂದರು ಪಾಶ್ಚಾತ್ಯಜಗತ್ತಿಗೆ ವ್ಯಾಸಮಹಾಭಾರತದ ಕಥೆಯನ್ನು ಹೇಗೆ ಹೇಳಬೇಕೋ, ಎಷ್ಟು ಹೇಳಬೇಕೋ ಅದೆಲ್ಲವನ್ನೂ ಚೆನ್ನಾಗಿ ಮಥಿಸಿ ಹೇಳುತ್ತ ಆ ಗ್ರಂಥದ ಗೌರವವನ್ನು ಅವರ ಹೃದಯದಲ್ಲಿ ಶಾಶ್ವತವಾಗಿ ಪ್ರತಿಷ್ಠಾಪಿಸಿದ್ದಾರೆ. ಅದರ ಅಂಗವಾಗಿ ನಿರೂಪಿತವಾಗಿರುವ ಪಾಂಡವರ ಸ್ವರ್ಗಾರೋಹಣದ ಕಥೆಯನ್ನು ವಿವೇಕಾನಂದರು ಹೃದಯಸ್ಪರ್ಶಿಯಾಗಿ ಚಿತ್ತರಿಸಿದ್ದಾರೆ. ಅದರಲ್ಲಿ ಒಡಮೂಡಿರುವ ಧರ್ಮರಾಯನ ಗುಣವಿಶೇಷಗಳಂತೂ ಮನನಯೋಗ್ಯವಾಗಿವೆ.

ಪ್ರಪಂಚವನ್ನು ತೊರೆಯುವುದಕ್ಕೆ ತಮಗೂ ಕಾಲವು ತುಂಬಿಬಂದಿದೆ ಎಂಬುದನ್ನು ಪಾಂಡವರು, ಕೃಷ್ಣನ ಅವತಾರಸಮಾಪ್ತಿಯಾಗುತ್ತಿದ್ದಂತೆಯೇ ಮನವರಿಕೆ ಮಾಡಿಕೊಂಡರು. ಅರ್ಜುನನ ಮೊಮ್ಮಗನಾದ ಪರೀಕ್ಷಿತರಾಜನನ್ನು ಸಿಂಹಾಸನದ ಮೇಲೆ ಕುಳ್ಳಿರಿಸಿ, ತಾವು ಮಹಾಪ್ರಸ್ಥಾನಕ್ಕಾಗಿ ಹಿಮಾಲಯಕ್ಕೆ ಹೋದರು. ಹಿಂದಿನ ಕಾಲದಲ್ಲಿ ವಯಸ್ಸಾದಮೇಲೆ ರಾಜರು ಎಲ್ಲವನ್ನೂ ತ್ಯಜಿಸುತ್ತಿದ್ದರು. ಅವರು ಅರಣ್ಯವನ್ನು ಹೊಕ್ಕು ವಾನಪ್ರಸ್ಥಿಗಳಾಗಿಬಿಡುತ್ತಿದ್ದರು. ಅದೊಂದು ವಿಚಿತ್ರಬಗೆಯ ಸನ್ಯಾಸಪದ್ಧತಿಯಾಗಿತ್ತು ಎಂದು ಹೇಳಬಹುದು. ಆಗಿನ ಕಾಲದ ಕೆಲವು ಮನುಷ್ಯರು ಇನ್ನು ಹೆಚ್ಚುಕಾಲ ಬದುಕಿರಬೇಕೆಂಬ ಇಚ್ಛೆ ಇಲ್ಲದಿದ್ದರೆ, ಅನ್ನಾಹಾರಗಳನ್ನು ಸೇವಿಸದೆ ಹಿಮಾಲಯಪರ್ವತ ಪ್ರಾಂತದಲ್ಲಿ ತಮ್ಮ ದೇಹಬೀಳುವವರೆಗೂ ಒಂದೇಸಮನೆ ನಡೆದುಕೊಂಡು ಹೋಗುತ್ತಿದ್ದರು. ಹಾಗೆ ಸಾಗುವಾಗ ದೇವರ ಚಿಂತನೆಯಲ್ಲಿಯೇ ಮುಳುಗಿರುತ್ತಿದ್ದರು. ಪ್ರಾಣವಿರುವ ಪರಿಯಂತರ ಹಾಗೆ ನಡೆದುಕೊಂಡು ಹೋಗುತ್ತಿದ್ದರು.

ಒಂದುದಿನ ಋಷಿಗಳೂ ದೇವತೆಗಳೂ ಬಂದು ಧರ್ಮರಾಯನ ಮನಸ್ಸಿನಲ್ಲಿರುವುದನ್ನೇ ಬಹಿರಂಗಪಡಿಸುತ್ತಿದ್ದಾರೋ ಎಂಬಂತೆ "ಅಯ್ಯಾ ದೊರೆಯೇ, ಭೂಲೋಕದ ವ್ಯವಹಾರ ಸಾಕು, ನೀನಿನ್ನು ಸ್ವರ್ಗಕ್ಕೆ ಹೋಗಬೇಕು" ಎಂದರು. ಸ್ವರ್ಗಕ್ಕೆ ಹೋಗಬೇಕಾದರೆ ಹಿಮಾಲಯದ ಸಮುನ್ನತ ಶಿಖರಗಳನ್ನು ದಾಟಬೇಕು. ಅದರಾಚೆಗೆ ಮೇರುಪರ್ವತವಿದೆ. ಅದನ್ನು ಏರಬೇಕು. ಮೇರುಪರ್ವತದ ಮೇಲೆ ಸ್ವರ್ಗವಿದೆ. ಅಲ್ಲಿ ದೇವತೆಗಳು ವಾಸಮಾಡುತ್ತಾರೆ. ಈ ದೇಹದೊಂದಿಗೆ ಯಾರೂ ಅಲ್ಲಿಗೆ ಹೋಗಿಲ್ಲ.

ಋಷಿಮುನಿಗಳ ಆಜ್ಞೆಯಾಗುತ್ತಿದ್ದಂತೆಯೇ ಧರ್ಮರಾಯನು ತನ್ನ ಸೋದರರನ್ನೂ

ಮಡದಿ ದ್ರೌಪದಿಯನ್ನೂ ಜೊತೆಮಾಡಿಕೊಂಡು, ನಾರುಮಡಿಗಳನ್ನುಟ್ಟು ಪಯಣವನ್ನು ಪ್ರಾರಂಭಿಸಿದರು. ದಾರಿಯಲ್ಲಿ ಒಂದು ನಾಯಿ ಅವರನ್ನು ಹಿಂಬಾಲಿಸಿತು. ಹಿಮಾಲಯದ ಭವ್ಯಶಿಖರಗಳನ್ನು ಏರುತ್ತಿದ್ದಂತೆ ಅವರ ಕಾಲುಗಳು ಸೋತುಹೋದುವು. ಉತ್ತರ ದಿಕ್ಕಿನಲ್ಲಿ ಏರಿಏರಿ ಕೊನೆಗೆ ಅಗಾಧವಾದ ಮೇರುಪರ್ವತವನ್ನು ಮುಂದೆ ನೋಡಿದರು. ಧರ್ಮರಾಯನು ಮುಂಚೂಣಿಯಲ್ಲಿದ್ದನು. ಮೌನಧಾರಿಗಳಾಗಿ ಸಾಗುತ್ತಿರುವಾಗ ರಾಣಿ ದ್ರೌಪದಿಯು ಅತಿಯಾದ ಬಳಲಿಕೆಯಿಂದ ಮುಂದಕ್ಕೆ ಹೆಜ್ಜೆಯಿಡಲಾರದೆ ನೆಲಕ್ಕೆ ಕುಸಿದುಬಿದ್ದಳು. ಆಗ ಭೀಮಸೇನನು "ನೋಡು ಅಣ್ಣಾ, ದ್ರೌಪದಿಯು ಕುಸಿದುಬಿದ್ದಳು, ಇನ್ನು ಮೇಲೇಳಲಾರಳು" ಎಂದು ಕಂಬನಿದುಂಬಿ ಹೇಳಿದನು. ಆಗ ಮಿಕ್ಕವರಂತೆ ಧರ್ಮರಾಯನೂ ಕಂಬನಿದುಂಬಿದನು. ಆದರೆ ಹಿಂತಿರುಗಿ ನೋಡಲಿಲ್ಲ. "ನಾವು ಕೃಷ್ಣಪರಮಾತ್ಮನ ದರ್ಶನಕ್ಕಾಗಿ ಹೋಗುತ್ತಿದ್ದೇವೆ. ಹಿಂತಿರುಗಿ ನೋಡುವುದಕ್ಕೆ ಸಮಯವಿಲ್ಲ. ನಡೆಯಿರಿ, ಮುಂದೆ ಸಾಗೋಣ" ಎಂದನು.

ಅಂತೆಯೇ ಮುಂದುಮುಂದಕ್ಕೆ ಸಾಗುತ್ತಿರುವಾಗ ಭೀಮನು "ಅಣ್ಣಾ ನೋಡು, ನಮ್ಮ ತಮ್ಮ ಸಹದೇವನು ನೆಲಕ್ಕೆ ಬಿದ್ದನು, ಇನ್ನು ಮೇಲೇಳಲಾರನು" ಎಂದನು. ಆಗ ಮಿಕ್ಕವರಂತೆ ಧರ್ಮರಾಯನೂ ದುಃಖಾಶ್ರುಗಳನ್ನು ಸುರಿಸಿದನು. ಆದರೆ ಹಿಂತಿರುಗಿ ನೋಡಲಿಲ್ಲ. "ನಾವು ಕೃಷ್ಣಪರಮಾತ್ಮನ ದರ್ಶನಕ್ಕಾಗಿ ಹೋಗುತ್ತಿದ್ದೇವೆ. ಹಿಂತಿರುಗಿ ನೋಡುವುದಕ್ಕೆ ಸಮಯವಿಲ್ಲ. ಮುಂದುಮುಂದಕ್ಕೆ ನಡೆಯಿರಿ" ಎಂದನು. ಹೀಗೆ ಒಬ್ಬೊಬ್ಬರಾಗಿ ಆ ಹಿಮದಲ್ಲಿ, ಆ ಚಳಿಯಲ್ಲಿ ನಾಲ್ಕುಜನ ಸಹೋದರರೂ ಸತ್ತುಬಿದ್ದರು. ಧರ್ಮರಾಯನು ಕಣ್ಣೀರ್ಗರೆದನೇ ಹೊರತು, ವಿಚಲಿತನಾಗದೆ ಮುಂದೆಸಾಗಿದನು. ಧರ್ಮಜ ಮತ್ತು ನಾಯಿ ಇಬ್ಬರೂ ಹಿಮದಲ್ಲಿ ಮಂಜಿನ ಕಣಿವೆಯ ಏರನೇರಿ ಮೇರು ಪರ್ವತ ಸಿಕ್ಕುವವರೆಗೂ ಮುನ್ನಡೆದರು. ಆಗೊಮ್ಮೆ ಧರ್ಮಜನು ಹಿಂತಿರುಗಿ ನೋಡಿದನು. ನಾಯೊಂದು ವಿಧೇಯವಾಗಿ ತನ್ನನ್ನು ಹಿಂಬಾಲಿಸಿ ಬಂದಿರುವುದನ್ನು ಅವನು ಕಂಡನು.

ಮೇರುಪರ್ವತವು ಸಿಕ್ಕುತ್ತಿದ್ದಂತೆಯೇ ದೇವತೆಗಳು ಮಂಗಳಧ್ವನಿಯನ್ನು ಮೊಳಗಿಸಿದರು. ಧರ್ಮಜನಮೇಲೆ ಹೂವಿನಮಳೆಯನ್ನು ಕರೆದರು. ವಿಮಾನವೇರಿ ಇಂದ್ರನೇ ಅಲ್ಲಿಗೆ ಬಂದನು, ವಿಮಾನವು ಕೆಳಗಿಳಿಯಿತು. ಆಗ ಇಂದ್ರನು "ಹೇ ನರೋತ್ತಮನೇ, ವಿಮಾನವನ್ನೇರು. ಮಾನವದೇಹವನ್ನು ಧರಿಸಿಕೊಂಡೇ ಸ್ವರ್ಗಕ್ಕೆ ಬರಲು ನಿನಗೊಬ್ಬನಿಗೆ ಸಾಧ್ಯವಾಯಿತು. ಬಾಬಾ, ಬೇಗನೆ ಏರು" ಎಂದು ಆಹ್ವಾನಿಸಿದನು. "ಅಯ್ಯೋ, ನನ್ನ ಸಹೋದರರಿಲ್ಲ, ದ್ರೌಪದಿಯಿಲ್ಲ, ನಾನೊಬ್ಬನೇ ನಿನ್ನ ವಿಮಾನವನ್ನೇರಲು ಮನಸ್ಸಾಗುತ್ತಿಲ್ಲ" ಎಂದು ಧರ್ಮರಾಯನು ಕಂಬನಿದುಂಬಿದನು. ಆಗ ಇಂದ್ರನು "ದುಃಖಿಸಬೇಡ, ಅವರೆಲ್ಲ ಈಗಾಗಲೇ ಸ್ವರ್ಗದಲ್ಲಿದ್ದಾರೆ" ಎಂದು ಸಂತೈಸಿದನು.

ಧರ್ಮರಾಯನು ಹರ್ಷಚಿತ್ತನಾಗಿ ತನ್ನೊಡನೆ ಬಂದಿದ್ದ ನಾಯನ್ನು ಕುರಿತು "ವತ್ಸ,

ನೀನೂ ನನ್ನೊಡನೆ ವಿಮಾನವನ್ನೇರು" ಎಂದನು. ಆ ಮಾತನ್ನು ಕೇಳಿ ಇಂದ್ರನಿಗೆ ಅಚ್ಚರಿಯಾಯಿತು. ಒಡನೆಯೇ ಅವನು "ಆಗದಾಗದು, ನಿನಗೇನು ಹುಚ್ಚುಹಿಡಿದಿದೆಯೆ? ಅದನ್ನು ಆಚೆಗೆ ಓಡಿಸು, ಮಾನವಕೋಟಿಯಲ್ಲಿ ಕಾಯಸಹಿತನಾಗಿ ಸ್ವರ್ಗವನ್ನೇರುವವನು ನೀನೊಬ್ಬ ಮಾತ್ರವೇ" ಎಂದನು. ಆಗ ಧರ್ಮರಾಯನು "ಈ ನಾಯಿ ದುರ್ಗಮವಾದ ಹಿಮದಹಾದಿಯಲ್ಲಿ ನನ್ನ ಆಪ್ತಮಿತ್ರನಾಗಿತ್ತು. ನನ್ನ ರಾಣಿ, ನನ್ನ ಸಹೋದರರು ನನ್ನನ್ನು ಅಗಲಿದರೂ ಈ ನಾಯಿಮಾತ್ರ ನನ್ನನ್ನು ಅಗಲಲಿಲ್ಲ. ಈಗ ನಾನು ಅದನ್ನು ಹೇಗೆ ತೊರೆಯಲಿ" ಎಂದು ಅನುನಯದಿಂದ ಹೇಳಿದನು. ಅದಕ್ಕೆ ಇಂದ್ರನು "ನಾಯಿಯೊಂದಿಗೆ ಬರುವವರಿಗೆ ಸ್ವರ್ಗಕ್ಕೆ ಪ್ರವೇಶವಿಲ್ಲ. ಅದನ್ನು ಹಿಂದೆಯೇ ಬಿಡಬೇಕು. ಇದರಲ್ಲಿ ಅಧರ್ಮವೇನೂ ಇಲ್ಲ" ಎಂದು ನಿಷ್ಠುರವಾಗಿ ಹೇಳಿಬಿಟ್ಟನು.

ಆಗ ಧರ್ಮರಾಯನು ಕೂಡ "ನಾಯಿ ಇಲ್ಲದ ನಿನ್ನ ಸ್ವರ್ಗವು ನನಗೆ ಬೇಡ, ನನ್ನಲ್ಲಿ ಆಶ್ರಯಪಡೆದವರನ್ನು ನಾನು ಪ್ರಾಣವಿರುವ ಪರ್ಯಂತ ತ್ಯಜಿಸಲಾರೆ. ನಾನೆಂದಿಗೂ ಧರ್ಮವಿಮುಖನಾಗಲಾರೆ. ದೇವತೆಗಳ ಆಜ್ಞೆಯನ್ನೂ ಮೀರುತ್ತೇನೆ, ಸ್ವರ್ಗಸುಖವನ್ನೂ ತೊರೆಯುತ್ತೇನೆ" ಎಂದು ಖಡಾಖಂಡಿತವಾಗಿ ಹೇಳಿಬಿಟ್ಟನು. ಅದನ್ನು ಕೇಳಿ ದೇವೇಂದ್ರನೂ ಅವಾಕ್ಕಾಗಿಬಿಟ್ಟನು. "ಒಂದು ನಾಯಿಗಾಗಿ ಸ್ವರ್ಗವನ್ನೇ ತೊರೆಯುತ್ತೀಯಾ, ಹಾಗಾದರೆ ನೋಡು, ಈ ನಾಯಿ ಪಾಪಿ, ಏಕೆಂದರೆ ಅದು ತನ್ನ ಆಹಾರಕ್ಕಾಗಿ ಹಲವು ಪ್ರಾಣಿಗಳನ್ನು ಬೇಟೆಯಾಡಿ ಕೊಂದುತಿಂದಿದೆ. ನೀನು ಧರ್ಮಶ್ರೇಷ್ಠ. ನಿನ್ನ ಪುಣ್ಯದ ಬಲದಿಂದ ಈ ನಾಯಿಗೆ ನೀನು ಸ್ವರ್ಗವನ್ನು ಕೊಡಬಹುದು. ಆದರೆ ನೀನು ಮಾತ್ರ ಸ್ವರ್ಗವನ್ನು ಕಾಯಸಮೇತ ಏರಲಾರೆ" ಎಂದು ದೇವೇಂದ್ರನು ಪರ್ಯಾಯವೊಂದನ್ನು ಸೂಚಿಸಿದನು. ಧರ್ಮಜನು ಆಗಲೂ ಹಿಂಜರಿಯಲಿಲ್ಲ. "ನನಗೇನೂ ಸ್ವರ್ಗವು ಬೇಡ. ಈ ನಾಯಿಯೇ ಸ್ವರ್ಗಸೇರಲಿ, ಕರೆದುಕೊಂಡುಹೋಗು ನಿನ್ನವಿಮಾನದಲ್ಲಿ" ಎಂದನು.

ಆಗಿಂದಾಗಲೇ ದೃಶ್ಯವು ಬದಲಾಯಿಸಿತು. ಧರ್ಮಜನ ವಾಕ್ಯವನ್ನು ಕೇಳಿ ನಾಯಿ ಧರ್ಮದ ಆಕಾರವನ್ನು ತಾಳಿಕೊಂಡಿತು. ಅದೇ ಮೃತ್ಯುವಿನ ಮತ್ತು ನ್ಯಾಯದ ಅಧಿಪತಿಯಾದ ಯಮಧರ್ಮರಾಯ. "ನೋಡು ಧರ್ಮರಾಜ, ನಿನ್ನಂತಹ ನಿಃಸ್ವಾರ್ಥಿಗಳು ಬೇರೊಬ್ಬರಿಲ್ಲ. ಒಂದು ಯಃಕಶ್ಚಿತ್ ನಾಯಿಗಾಗಿ ನಿನ್ನ ಸ್ವರ್ಗಸುಖವನ್ನೇ ಬಲಿಯಿತ್ತೆ. ನೀನೆಂದರೇನು, ನರಕವೆಂದರೇನು! ನಾಯಿಗಾಗಿ ನರಕಕ್ಕೂ ಹೋಗಲು ಸಿದ್ಧನಾದೆ. ನಿನ್ನ ಬಾಳು ಧನ್ಯವಾಯಿತು. ಎಲ್ಲ ಜೀವಕೋಟಿಗಳ ಮೇಲೂ ನಿನಗೆ ಕರುಣೆಯಿದೆ. ಅದಕ್ಕೆ ಇದೊಂದು ಉದಾಹರಣೆ. ಅಮರವಾದ ಲೋಕವೊಂದನ್ನು ನೀನು ಸಂಪಾದಿಸಿಕೊಂಡಿದ್ದೀಯೆ ದೊರೆಯೆ! ಅಮೃತಸ್ವರೂಪವೂ ದಿವ್ಯವೂ ಆದ ಗುರಿ ನಿನ್ನದಾಗಿದೆ" ಎಂದು ಯಮಧರ್ಮನು ಧರ್ಮಜನನ್ನು ಹಾಡಿಹೊಗಳಿದನು.

ಅನಂತರ ಧರ್ಮರಾಜ, ಯಮಧರ್ಮರಾಜ, ದೇವೇಂದ್ರ ಮತ್ತು ಇನ್ನಿತರ

ದೇವತೆಗಳೆಲ್ಲ ಪುಷ್ಪಕವಿಮಾನದಲ್ಲಿ ಕುಳಿತು ಸ್ವರ್ಗವನ್ನು ಸೇರಿದರು. ಧರ್ಮಜನು ದಾರಿಯಲ್ಲಿ ನರಕದರ್ಶನದ ಕಷ್ಟವನ್ನು ಅನುಭವಿಸಿದನು. ಅನಂತರ ಅಮರನದಿಯಲ್ಲಿ ಮಿಂದು ಹೊಸದೇಹವನ್ನು ಧರಿಸಿದನು. ಅಮರರಾದ ತನ್ನ ಸಹೋದರರನ್ನು ಸಂಧಿಸಿದನು.

ಕುರುಕ್ಷೇತ್ರದ ರಣರಂಗದಲ್ಲಿ ದ್ರೋಣಾಚಾರ್ಯರನ್ನು ಕೊಲ್ಲಲು ಶ್ರೀಕೃಷ್ಣನು ಧರ್ಮರಾಯನ ಬಾಯಿಂದ "ಅಶ್ವತ್ಥಾಮೋ ಹತಃ ಕುಂಜರಃ" ಎಂದು ಘೋಷಣೆ ಮಾಡಿಸಿದನು. ದ್ರೋಣರಿಗೆ ಆ ಮಾತಿನಿಂದ ತಮ್ಮ ಮಗ ಅಶ್ವತ್ಥಾಮ ಸತ್ತ ಎಂಬ ಭ್ರಾಂತಿಯುಂಟಾಗಿ, ಅದು ಅವರ ಸಾವಿಗೆ ಕಾರಣವಾಯಿತು. ಇದಿಷ್ಟೇ ಕಾರಣವಾಗಿ ಧರ್ಮರಾಯನು ನರಕದರ್ಶನ ಮಾಡಬೇಕಾಯಿತು ಎಂಬ ಕಥಾವೃತ್ತಾಂತವಿದೆ.

೧೦೮. ಚಾರುಮತಿ ಮತ್ತು ರಕ್ಷಾಬಂಧನ

ದುಷ್ಟಶಕ್ತಿಗಳ ಬಾಧೆಯು ತಟ್ಟದಂತಿರಲು ಧರಿಸುವ, ಸಂರಕ್ಷಣೆನೀಡುವ, ಅಲಂಕೃತ ಮಂತ್ರಪೂತವಾದ ದಾರಕ್ಕೆ ರಕ್ಷೆ ಅಥವಾ ರಾಖಿ ಎಂದು ಹೆಸರು. ಅದನ್ನು ಅಕ್ಕತಂಗಿಯರು ತಮ್ಮ ಅಣ್ಣತಮ್ಮಂದಿರ ಬಲಗೈ ಮಣಿಕಟ್ಟಿಗೆ, ಶುಭವನ್ನು ಹಾರೈಸುತ್ತ ಕಟ್ಟುತ್ತಾರೆ. ಅದೇ ಒಂದು ಹಬ್ಬವಾಗಿ ರಕ್ಷಾಬಂಧನ ಎನಿಸಿಕೊಂಡಿದೆ. ಶ್ರಾವಣಮಾಸದ ಪೂರ್ಣಿಮೆಯಂದು ಆ ಹಬ್ಬವು ನೆರವೇರುತ್ತದೆ. "ನಾವೆಲ್ಲ ಒಡಹುಟ್ಟಿದವರು, ನಾವು ಸ್ತ್ರೀಯರು, ನೀವು ಪುರುಷರು, ನಮಗಿಂತ ನೀವು ಹೆಚ್ಚು ಶಕ್ತಿಸಂಪನ್ನರು. ನಮ್ಮ ಕಷ್ಟಕಾಲದಲ್ಲಿ ನೀವು ನಮ್ಮಬೆನ್ನಹಿಂದೆ ಇದ್ದು ನಮ್ಮನ್ನು ರಕ್ಷಿಸಬೇಕು. ಹಾಗೆ ರಕ್ಷಿಸಲು ಬೇಕಾಗುವ ಶಕ್ತಿಸಾಮರ್ಥ್ಯಗಳನ್ನು ದೇವರು ನಿಮಗೆ ಕೊಡಲಿ" ಎಂಬ ಹಾರೈಕೆ ಆ ರಕ್ಷಾಬಂಧನದ ಹಿನ್ನೆಲೆಯಲ್ಲಿದೆ. ತನಗೆ ನೇರವಾಗಿ ಅಣ್ಣತಮ್ಮನಲ್ಲದಿದ್ದರೂ ಸರಿಯೆ, ರಾಖಿಯನ್ನು ಕಟ್ಟಿಸಿಕೊಂಡ ಪುರುಷನು ಸೋದರನೆಂದೇ ಭಾವಿಸಲಾಗುತ್ತದೆ. ಆ ಪುರುಷನು ಕೂಡ ಆಕೆಯನ್ನು ಸೋದರಿಯೆಂದೇ ತಿಳಿಯುತ್ತಾನೆ. ಅಂತಹ ಶಕ್ತಿ ಆ ಪವಿತ್ರಬಂಧನಕ್ಕಿದೆ. ದೇವೇಂದ್ರನು ದೈತ್ಯರ ಬಾಧೆಗೆ ತುತ್ತಾಗಿ ಅನವರತವೂ ಅವರಿಂದ ಸೋಲು ಅನುಭವಿಸುತ್ತಿದ್ದನಂತೆ. ಸೋದರಿಯರಾರೂ ಸಿಗದೆ ತನ್ನ ಮಡದಿ ಶಚೀದೇವಿಯಿಂದಲೇ ರಕ್ಷಾಬಂಧನ ಮಾಡಿಸಿಕೊಂಡು ರಣಾಂಗಣವನ್ನು ಹೊಕ್ಕು ದೈತ್ಯರನ್ನು ಮೆಟ್ಟಿ ಬಂದನೆಂದು ಪುರಾಣಗಳಲ್ಲಿ ಹೇಳಿದೆ. ಅದೇ ರಕ್ಷಾಬಂಧನಪರ್ವದ ಮೂಲವೆಂದು ಕೂಡ ತಿಳಿಯಲಾಗಿದೆ. ರಕ್ಷಾದಾರ ಕಟ್ಟಿಸಿಕೊಂಡವರು ಆ ಸೋದರಿಯರಿಗೆ ಯಥಾಶಕ್ತಿ ಕಾಣಿಕೆಗಳನ್ನು ಕೂಡ ನೀಡುತ್ತಾರೆ. ರಕ್ಷಾಬಂಧನದ ಈ ಹಿನ್ನೆಲೆಯಲ್ಲಿ ರಾಜಸ್ತಾನದ ರಾಜಕುಮಾರಿಯೊಬ್ಬಳು ತನ್ನ ಸಾಮ್ರಾಜ್ಯವನ್ನು ಮೊಗಲರಿಂದ ಸಂರಕ್ಷಿಸಿಕೊಂಡ ಪರಿಯನ್ನು ಸ್ವಾಮಿ ವಿವೇಕಾನಂದರು ಬಿತ್ತರಿಸಿದ್ದಾರೆ. ಸ್ತ್ರೀಯರಿಗೆ ವಿಶೇಷವಾದ ಕಾರ್ಯಸಾಧನೆಯ ಕೌಶಲಗಳಿರುತ್ತವೆ. ಅವುಗಳ ವಿಕಾಸಕ್ಕೆ ಸಮಾಜವು ಪ್ರೇರಣೆನೀಡಿದ್ದೇ ಆದರೆ, ಅವರು ಮಹತ್ಕಾರ್ಯಗಳನ್ನು ಸಾಧಿಸುತ್ತಾರೆ ಎಂಬ ವಿಚಾರದ ಹಿನ್ನೆಲೆಯಲ್ಲಿ ಸ್ವಾಮಿಗಳು ಈ ಕಥೆಯನ್ನು ಬಣ್ಣಿಸಿದ್ದಾರೆ.

ರಾಜಸ್ತಾನದಲ್ಲಿ ಕೃಷ್ಣಘಡ ಎಂಬೊಂದು ಪ್ರಾಂತ್ಯವಿದೆ, ಮೊಗಲರ ಆಳ್ವಿಕೆಯು ದೆಹಲಿಯಲ್ಲಿ ವಿಜೃಂಭಿಸುತ್ತಿದ್ದ ಕಾಲದಲ್ಲಿ ಕೃಷ್ಣಘಡದಲ್ಲಿ ವಿಕ್ರಮಸಿಂಹನೆಂಬ ದೊರೆಯು ರಾಜ್ಯವಾಳುತ್ತಿದ್ದನು. ಅವನಿಗೆ ಚಾರುಮತಿಯೆಂಬ ಸುಪುತ್ರಿಯೊಬ್ಬಳಿದ್ದಳು. ಅಪೂರ್ವ ಸುಂದರಿಯಾಗಿದ್ದ ಅವಳನ್ನು ರೂಪಮತಿ ಎಂದೂ ಕರೆಯುತ್ತಿದ್ದರು. ಅವಳು ಸ್ವಲ್ಪಕಾಲ

ಕೃಷ್ಣಘಡದ ರಾಜ್ಯಸೂತ್ರಗಳನ್ನು ಹಿಡಿದು ಆಳ್ವಿಕೆನಡೆಸಬೇಕಾದ ಸನ್ನಿವೇಶವು ಕೂಡ ಒದಗಿಬಂದಿತ್ತು, "ರಜಪುತಾನದಲ್ಲಿ ಯಾವುದೇ ಸಾಮ್ರಾಜ್ಯವು ಮಹಿಳೆಯಿಂದ ಆಳಲ್ಪಟ್ಟಾಗಲೆಲ್ಲ ಅವಳು ಅತ್ಯಂತ ದಕ್ಷತೆಯಿಂದ ರಾಜ್ಯಭಾರಮಾಡಿದ್ದಾಳೆ" ಎಂದು ವಿವೇಕಾನಂದರು ತಮ್ಮ ನಿರ್ಣಯವನ್ನು ಪ್ರಕಟಿಸಿಬಿಟ್ಟಿದ್ದಾರೆ.

ಚಾರುಮತಿಯ ರೂಪುಲಾವಣ್ಯಗಳನ್ನು ಕರ್ಣಾಕರ್ಣಿಯಾಗಿ ಆಲಿಸಿದ ದೆಹಲಿಯ ಬಾದಷಹನು ಅವಳನ್ನು ತನ್ನ ಅಂತಃಪುರಕ್ಕೆ ಸೇರಿಸಿಕೊಳ್ಳುವ ಹೀಳುಹಂಬಲಕ್ಕೆ ಬಲಿಯಾದನು. "ನಾನು ನವಮನ್ಮಥನಾಗಿದ್ದೇನೆ. ನೀನು ನನ್ನನ್ನು ವರಿಸಬೇಕು" ಎಂಬ ಹುಚ್ಚುಸಂದೇಶ ದೊಡನೆ ಆ ಸುಲ್ತಾನನು ತನ್ನ ದೂತನೊಬ್ಬನನ್ನು ಚಾರುಮತಿಯ ಅರಮನೆಗೆ ಅಟ್ಟಿದನು. ದೂತನು ಕೃಷ್ಣಘಡದ ಅರಮನೆಗೆ ಬಂದು, ಚಾರುಮತಿಯನ್ನು ಕಂಡು ತನ್ನ ದೊರೆಯ ಭಾವಚಿತ್ರವನ್ನು ಅವಳ ಕೈಗಿತ್ತು, ಸಂದೇಶವನ್ನೂ ತಿಳಿಯಪಡಿಸಿದನು. ಆದರಿಂದ ಚಾರುಮತಿಯು ಕೆಣಕಿದ ಸಿಂಹಿಣಿಯಂತಾದಳು. ಸುಲ್ತಾನನ ಆ ಚಿತ್ರವನ್ನು ನೆಲಕ್ಕೆಸೆದು ತನ್ನ ಕಾಲಿನಿಂದ ಹೊಸಕುತ್ತ "ನಿಮ್ಮ ಮೊಗಲರಾಜನನ್ನು ರಜಪೂತಯುವತಿಯು ಆದರಿಸುವ ಪರಿ ಇದೇ ನೋಡಿಕೋ" ಎಂದು ಗರ್ಜಿಸಿದಳು. ದೂತನು ಬಾಯಿಮುಚ್ಚಿ ಕೊಂಡು ಹೊರಟುಹೋದನು.

ತನಗೆ ಅಪಮಾನಮಾಡಿದ ಆ ಯುವತಿಯನ್ನು ಸುಮ್ಮನೆ ಬಿಡಬಾರದು, ಅವಳನ್ನು ವಶಪಡಿಸಿಕೊಂಡು ತಕ್ಕಪಾಠ ಕಲಿಸಲೇಬೇಕು ಎಂದು ಪ್ರತಿಜ್ಞಾರೂಢನಾದ ಸುಲ್ತಾನನು ದೊಡ್ಡ ಸೈನ್ಯವೊಂದನ್ನು ಒಗ್ಗೂಡಿಸಿಕೊಂಡು ಕೃಷ್ಣಘಡದ ಮೇಲೆ ದಂಡೆತ್ತಿಬಂದನು. ಚುರುಕುಬುದ್ಧಿಯ ಚಾರುಮತಿಯು ಆಗಿಂದಾಗಲೇ ಒಂದು ಉಪಾಯವನ್ನು ಕೈಗೊಂಡಳು. ತನ್ನ ಸುತ್ತಮುತ್ತಲಿನ ರಜಪೂತ ರಾಜಮಹಾರಾಜರಿಗೆ ದೂತರ ಮೂಲಕ ರಾಖಿಯನ್ನು ಕಳುಹಿಸಿಕೊಟ್ಟಳು. "ನೀವು ನನಗೆ ಅಣ್ಣತಮ್ಮಂದಿರಂತಿದ್ದೀರಿ. ನಾನು ನಿಮಗೆ ಸೋದರಿ ಯಾಗಿದ್ದೇನೆ. ಇದೋ, ಈ ಮೂಲಕ ನಾನು ನಿಮಗೆ ರಾಖಿ ಕಟ್ಟುತ್ತಿದ್ದೇನೆ. ನೀವು ಸೈನ್ಯಸಮೇತರಾಗಿ ಬಂದು ಕ್ರೂರಿಯಾದ ಸುಲ್ತಾನನನ್ನು ಹಿಮ್ಮೆಟ್ಟಿಸಿ, ನಿಮ್ಮ ಸೋದರಿಯ ಮಾನಸಂರಕ್ಷಣೆ ಮಾಡಬೇಕು" ಎಂಬ ಸಂದೇಶವನ್ನು ಆ ರಾಖಿಯೊಡನೆ ಮುಟ್ಟಿಸಿದಳು.

ಚಾರುಮತಿಯ ಸಂದೇಶದಿಂದ, ರಾಖಿಯಿಂದ, ಆ ದೊರೆಗಳೆಲ್ಲರೂ ಪ್ರಭಾವಿತ ರಾದರು. "ನಮ್ಮ ಸೋದರಿಯ ಮಾನಕಾಪಾಡುವುದು ನಮ್ಮ ಕರ್ತವ್ಯ" ಎಂದು ಭಾವಿಸಿ ಸೇನಾಸಹಿತರಾಗಿ ಕೃಷ್ಣಘಡಕ್ಕೆ ಬಂದಿಳಿದರು. ಚಾರುಮತಿಯ ಸೈನ್ಯವೂ ಸೇರಿದಂತೆ ಎಲ್ಲರೂ ಒಂದಾಗಿ ಸುಲ್ತಾನನ ಸೇನೆಯಮೇಲೆ ಬಿದ್ದರು. ಒಗ್ಗಟ್ಟಾಗಿ ಮೇಲೆಬಿದ್ದ ರಾಜಪುತ್ರರನ್ನು ಸುಲ್ತಾನನು ಎದುರಿಸಲಾರದೆ ಸೋತು ಪಲಾಯನಮಾಡಿದನು. ಚಾರುಮತಿಯು ತನ್ನ ಕಾರ್ಯಯೋಜನೆಯಲ್ಲಿ ಸಫಲಳಾದಳು. ತನ್ನ ಸಹಾಯಕ್ಕೆ ಬಂದಿದ್ದ ದೊರೆಗಳಿಗೆಲ್ಲ ಸಾಕ್ಷಾತ್ತಾಗಿ ರಾಖಿಯನ್ನು ಕಟ್ಟಿ, ಸತ್ಕರಿಸಿ ಬೀಳ್ಕೊಟ್ಟಳು.

೧೭೯. ಪ್ರೇಮವು ಸ್ವರ್ಗಕ್ಕೆ ಒಯ್ಯುತ್ತದೆ

"ಕಾಮಕ್ಕೆ ಕಣ್ಣಿಲ್ಲ, ಅದು ನರಕಕ್ಕೆ ಒಯ್ಯುತ್ತದೆ. ಪ್ರೇಮವೇ ವಿಶ್ವಾಸ, ಅದು ಸ್ವರ್ಗಕ್ಕೆ ಒಯ್ಯುತ್ತದೆ. ರಾಧಾಕೃಷ್ಣರ ಪ್ರೇಮದಲ್ಲಿ ಕಾಮವಿಲ್ಲ. ರಾಧೆಯು ಶ್ರೀಕೃಷ್ಣನನ್ನು ಕುರಿತು "ನೀನು ನಿನ್ನ ಪಾದಕಮಲಗಳನ್ನು ನನ್ನ ಹೃದಯದ ಮೇಲಿಟ್ಟರೆ, ನನ್ನ ಕಾಮವೆಲ್ಲ ನಾಶವಾಗುತ್ತದೆ, ಹಾಗೆಮಾಡು" ಎಂದು ಕೋರಿಕೊಳ್ಳುತ್ತಾಳೆ. ನಾವು ಆಕಾರವನ್ನು ಮೀರಿ ಆತ್ಮಭಾವನೆಗೆ ತಲಪಿದಾಗ, ಕಾಮವು ನಾಶವಾಗುತ್ತದೆ, ಪ್ರೇಮವೊಂದೇ ಉಳಿಯುತ್ತದೆ" ಎಂದು ಹೇಳುತ್ತ ಸ್ವಾಮಿ ವಿವೇಕಾನಂದರು ಈ ಚಿಂತನೆಗೆ ಪೋಷಕವಾಗಿ ಪ್ರೇಮಕವಿಯೊಬ್ಬನ ದೃಷ್ಟಾಂತವನ್ನು ಕೊಟ್ಟಿದ್ದಾರೆ.

ಒಬ್ಬ ಯುವಕನಾದ ಪ್ರೇಮಕವಿಯಿದ್ದನು. ಅವನು ತಾನೇ ಭಾವಪೂರ್ಣವಾದ ಪ್ರೇಮಗೀತೆಗಳನ್ನು ರಚಿಸಿ ಸುಶ್ರಾವ್ಯವಾಗಿ ಹಾಡುತ್ತಿದ್ದನು. ಅವೆಲ್ಲವೂ ಅಲೌಕಿಕ ಪ್ರೇಮಗೀತೆಗಳಾಗಿದ್ದು ಅವನು ಹಾಡುವಾಗ ಮೈಮರೆತುಬಿಡುತ್ತಿದ್ದನು. ಅವನ ಮನೆಗೆಲಸಗಳನ್ನು ಮಾಡಲು ಯುವತಿಯಾದ ಅಗಸಗಿತ್ತಿಯೊಬ್ಬಳು ಬರುತ್ತಿದ್ದಳು. ಅವಳಾದರೋ ಕವಿಹೃದಯಸಂಪನ್ನೆಯಾಗಿದ್ದು, ಕವಿಯು ಹಾಡುವಾಗ ತನ್ಮಯಳಾಗಿ ಆಲಿಸುತ್ತಿದ್ದಳು. ಹೀಗೆಯೇ ಕಾಲಕಳೆಯುತ್ತಿರುವಲ್ಲಿ ಕವಿಗೂ ಅಗಸಗಿತ್ತಿಗೂ ಪ್ರೇಮವಾಗಿ ಅವರು ಒಂದಾದರು. ಅಗಸಗಿತ್ತಿಯೇ ಮನೆಯೊಡತಿಯಾದಳು. ಅವರ ಪ್ರೇಮಜೀವನ ಹಸನಾಗಿ ಮುಂದುವರಿಯಿತು.

ಒಂದುದಿನ ಅಗಸಗಿತ್ತಿಯು ಅಡಿಗೆಮಾಡುತ್ತಿದ್ದಾಗ, ಕೈತಪ್ಪಿ ಕುದಿಯುವ ಸಾರು ಅವಳ ಕಾಲಮೇಲೆ ಸುರಿಯಿತು. ಕವಿಯು ಅವಳನ್ನು ಅದೆಷ್ಟು ಪ್ರೀತಿಸುತ್ತಿದ್ದನೆಂದರೆ, ಅದರ ಪ್ರಭಾವದಿಂದಾಗಿ ಕವಿಯಕಾಲು ಸುಟ್ಟುಹೋಯಿತು. ಅದು ಅದ್ವೈತದ ಪರಾಕಾಷ್ಠೆ!

"ದೇವರು ಪ್ರೇಮಸ್ವರೂಪನಾಗಿದ್ದಾನೆ. ಅವನು ಎಲ್ಲರಲ್ಲಿಯೂ ಇರುವವನಾಗಿದ್ದಾನೆ. ಗೊತ್ತಾಗಲಿ ಅಥವಾ ಗೊತ್ತಾಗದಿರಲಿ, ಪ್ರತಿಯೊಬ್ಬರೂ ದೇವರೆಡೆಗೆ ಆಕರ್ಷಿತರಾಗುತ್ತಾರೆ. ವಿಕಾಸವೇ ಜೀವನ, ಸಂಕೋಚವೇ ಮರಣ. ಪ್ರೇಮವೇ ಬದುಕು, ದ್ವೇಷವೇ ಮರಣ. ಪ್ರೇಮವೆಂದರೆ ಅದು ಆನಂದದ ಆವಿರ್ಭಾವ. ಇತರರನ್ನು 'ನಾನೇ ಅವರು' ಎಂದು ಪ್ರೀತಿಸಬೇಕು, ಅವರಲ್ಲಿ ನಮ್ಮನ್ನೇ ಕಾಣಬೇಕು" ಎಂದು ಮುಂತಾಗಿ ವಿವೇಕಾನಂದರು ಮಾಡಿರುವ ಉಪದೇಶಗಳನ್ನು ಈ ಮೇಲಿನ ದೃಷ್ಟಾಂತಕ್ಕೆ ಅನ್ವಯಿಸಿ

ಕೊಂಡು ಪರಿಭಾವಿಸಬೇಕು. ಕವಿಯು ಆ ಅಗಸಗಿತ್ತಿಯಲ್ಲಿ ತನ್ನನ್ನೇ ಕಾಣುತ್ತಿದ್ದನು, ತನಗಿಂತ ಅವಳು ಬೇರೆಯೆಂಬ ಭಾವ ಅವನಿಗಿರಲಿಲ್ಲ ಎಂಬ ಚಿಂತನೆಗೆ ನಾವಿಲ್ಲಿ ನಮ್ಮ ಮನಸ್ಸನ್ನು ಒಡ್ಡಿಕೊಳ್ಳಬೇಕಾಗಿದೆ.

ಬದುಕಿರುವುದು ಪ್ರೀತಿಗಾಗಿಯೇ ಎಂಬ ಹಂತವನ್ನು ಮುಟ್ಟಿದಾಗ ಪ್ರೇಮವು ಮತ್ತಷ್ಟು ಉತ್ಕೃಷ್ಟ ಸ್ಥಿತಿಗೆ ಏರುತ್ತದೆ. ಅಂತಹ ಪ್ರೇಮದಲ್ಲಿ ಬಾಳುವುದು ಮನೋಹರವೂ ಯೋಗ್ಯವೂ ಆಗಿರುತ್ತದೆ. ಅದಿಲ್ಲದೆ ಜೀವನವು ಒಂದು ಕ್ಷಣಕಾಲವೂ ಇರಲಾರದು. ಪ್ರಿಯತಮಳಿಗೆ ಸೇರಿರುವುದೆಲ್ಲ ಪವಿತ್ರವಾಗಿ, ಪರಮಪ್ರಿಯವಾಗಿ ಕಾಣುತ್ತದೆ. ತನ್ನ ಹೃದಯೇಶ್ವರಿಗೆ ಸೇರಿದ ಒಂದುತುಂಡು ಬಟ್ಟೆಯನ್ನು ಕೂಡ ಅವನು ಪ್ರೀತಿಸುತ್ತಾನೆ. ಈ ಪರಿಯಲ್ಲಿಯೇ ಭಕ್ತನು ಭಗವಂತನನ್ನು ಪ್ರೀತಿಸಿದಾಗ ಇಡೀ ಬ್ರಹ್ಮಾಂಡವೇ ಅವನಿಗೆ ಪ್ರಿಯವಾಗುತ್ತದೆ– ಎಂಬ ವಿವೇಕಾನಂದರ ಪ್ರೇಮಚಿಂತನೆಗಳೆಲ್ಲ ಈ ಸಂದರ್ಭಕ್ಕೆ ಮೆಲುಕುಹಾಕುವಂತಿವೆ.

೧೧೦. ರಾಜನನ್ನು ಹುಡುಕಿದ ರಾಜನ ಕಥೆ

ಅದ್ವೈತಸಿದ್ಧಾಂತವು "ತತ್ತ್ವಮಸಿ"– ಆ ಪರಬ್ರಹ್ಮವಸ್ತುವು ನೀನೇ ಆಗಿದ್ದೀಯೆ– ಎಂದು ಹೇಳುತ್ತದೆ. ಆದರೆ ನಮಗೆ ಅದರ ಅರಿವಿಲ್ಲ. ಹೊರಗೆ ದೇವರಿದ್ದಾನೆ ಎಂಬ ಭಾವನೆಯಿಂದ ಹುಚ್ಚುಹುಡುಕಾಟ ಮಾಡುತ್ತಿದ್ದೇವೆ. ಹೊರಗಿಲ್ಲವೆಂದಲ್ಲ, ಆದರೆ ಎಲ್ಲೆಲ್ಲಿಯೂ ಇರುವ ಅವನು ನಮ್ಮ ಒಳಗೂ ಇದ್ದಾನೆ, ಅಷ್ಟೇ ಏಕೆ, ಆ ಪರಬ್ರಹ್ಮವಸ್ತುವೇ ನಾವಾಗಿದ್ದೇವೆ. ಅದರ ಅರಿವಾಗಿಬಿಟ್ಟರೆ ಸಾಕು, ಹುಚ್ಚುಹುಡುಕಾಟವನ್ನು ತೊರೆದು ಸಂತೋಷದಲ್ಲಿ ಮುಳುಗುತ್ತೇವೆ, ಆತ್ಮಾರಾಮರಾಗಿ ತೃಪ್ತರಾಗುತ್ತೇವೆ. ಅದು ಉನ್ನತ ಮಟ್ಟದ ತತ್ತ್ವವಿಚಾರ. ಅದನ್ನು ಮನವರಿಕೆ ಮಾಡಿಕೊಡಲು ಒಬ್ಬ ಸದ್ಗುರುವು ಬೇಕು. ಆ ವಿಚಾರವನ್ನು ಸ್ಫುಟಗೊಳಿಸಿಕೊಡಲು ಸ್ವಾಮಿ ವಿವೇಕಾನಂದರು ಸೃಷ್ಟಿಸಿರುವ ದೃಷ್ಟಾಂತವು ಬಹು ಮನೋಜ್ಞವಾಗಿದೆ.

ಆದಿತ್ಯಪುರವೆಂಬ ರಾಜ್ಯದಲ್ಲಿ ಒಬ್ಬ ಮತಿವಿಕಲನಿದ್ದನು. ಅವನು ತನ್ನ ರಾಜ್ಯದ ಮಹಾರಾಜನನ್ನು ಕಾಣಬೇಕು ಎಂದು ಹಂಬಲಿಸುತ್ತ, ಅಳುತ್ತ, ಊರೂರು ಅಲೆಯುತ್ತಿದ್ದನು. ಹೋದೆಡೆಗಳಲ್ಲೆಲ್ಲ "ನಮ್ಮದೇಶದ ರಾಜನು ನಿಮ್ಮೂರಿಗೇನಾದರೂ ಬಂದಿದ್ದಾನೆಯೇ, ಅವನನ್ನು ನಾನು ನೋಡಲೇಬೇಕು" ಎಂದು ಗೋಳಾಡುತ್ತ ಕೇಳುತ್ತಿದ್ದನು. ಆಗ ಆ ಜನರು ಕರುಣೆಯಿಂದ "ದುಃಖಿಸಬೇಡವಪ್ಪಾ, ರಾಜನು ನಮ್ಮೂರಿಗೆ ಬಂದಿಲ್ಲ, ಅವನು ರಾಜಧಾನಿಯಲ್ಲಿಯೇ ಇರಬಹುದು" ಎಂದು ಸಮಾಧಾನ ಹೇಳುತ್ತಿದ್ದರು. "ರಾಜಧಾನಿಯಲ್ಲಿ ಅವನಿಲ್ಲ, ಅದಕ್ಕೇ ಹುಡುಕುತ್ತಿದ್ದೇನೆ" ಎಂದು ಆ ಮತಿವಿಕಲನು ಹೇಳುತ್ತಿದ್ದನು. ಅಳುತ್ತಳುತ್ತಲೇ ಅವನು ಕೆಲವು ಮನೆಗಳಿಗೂ ಹೋಗುತ್ತಿದ್ದನು. "ನಮ್ಮ ರಾಜ್ಯದ ದೊರೆಯು ನಿಮ್ಮ ಮನೆಗೇನಾದರೂ ಬಂದಿದ್ದಾನೆಯೇ, ನಾನೀಗಲೇ ಅವನನ್ನು ನೋಡಬೇಕು" ಎಂದು ಗೋಗರೆಯುತ್ತಿದ್ದನು. ಆಗ ಅವರು ವಿಸ್ಮಿತರಾಗುತ್ತಿದ್ದರು. "ಇಲ್ಲವಲ್ಲಾ, ರಾಜನು ನಮ್ಮೂರಿಗೂ ಬಂದಿಲ್ಲ, ನಮ್ಮ ಮನೆಗೂ ಬಂದಿಲ್ಲ. ಹಾಗೆಲ್ಲ ರಾಜನು ಮನೆಮನೆಗೂ ಬರುತ್ತಾನೆಯೇ" ಎಂದು ತಿಳಿಯ ಹೇಳುತ್ತಿದ್ದರು.

ಆ ಮತಿಭ್ರಾಂತನು ಹಾಗೆಯೇ ಅಲೆದಾಡುತ್ತ ಆದಿತ್ಯಪುರಕ್ಕೆ ಮರಳಿಬಂದನು. ಅಲ್ಲಿನ ಪ್ರಜೆಗಳನ್ನು ಕುರಿತು ಗೋಳಾಡುತ್ತ "ನಾನು ಮಹಾರಾಜನನ್ನು ನೋಡಬೇಕು.

ಊರೂರು ಅಲೆದಾಡಿ ಹುಡುಕಾಡಿ ಇಲ್ಲಿಗೆ ಬಂದಿದ್ದೇನೆ. ಅವನನ್ನು ನನಗೆ ತೋರಿಸಿ ಕೊಡಿರಯ್ಯ" ಎಂದು ಬೇಡಿಕೊಂಡನು. ಆಗ ಆ ಜನರು "ಅಯ್ಯೋ, ನಮ್ಮ ರಾಜನು ಇದ್ದಕ್ಕಿದ್ದಂತೆ ರಾಜಧಾನಿಯನ್ನು ತೊರೆದು ಎತ್ತಲೋ ಹೊರಟುಹೋಗಿದ್ದಾನೆ. ಮಂತ್ರಿಮುಖ್ಯರೆಲ್ಲರೂ ಸಂಕಟಪಡುತ್ತಿದ್ದಾರೆ" ಎಂದು ಹೇಳಿದರು.

ಆ ಹೊತ್ತಿಗೆ ಸರಿಯಾಗಿ ನಗರಸಂಚಾರದಲ್ಲಿದ್ದ ಮಂತ್ರಿಯು ಅಲ್ಲಿಗೆ ಬಂದನು. ವಿಚಿತ್ರವೆಂದರೆ 'ನಾನು ರಾಜನನ್ನು ಕಾಣಬೇಕು' ಎಂದು ಸುತ್ತಾಡುತ್ತಿದ್ದವನೇ ಆದಿತ್ಯಪುರಕ್ಕೆ ರಾಜನಾಗಿದ್ದನು. ಯಾವುದೋ ಚಿತ್ತವಿಸ್ಮೃತಿಗೆ ತುತ್ತಾಗಿ, ತನ್ನನ್ನು ತಾನೇ ಮರೆತು ಹುಡುಕಾಡುತ್ತಿದ್ದನು. ಮಂತ್ರಿಯಾದರೋ 'ಇವನೇ ನಮ್ಮ ರಾಜ' ಎಂದು ಗುರುತಿಸಿಬಿಟ್ಟನು. ದೊರೆಯು ಮತಿವಿಸ್ಮೃತಿಗೆ ತುತ್ತಾಗಿದ್ದಾನೆ ಎಂಬುದೂ ಅವನಿಗೆ ತಿಳಿದುಹೋಯಿತು. ಬೇಗನೆ ಮುಂದೆ ಬಂದು "ಬಾರಪ್ಪಾ ಹೋಗೋಣ, ನಾನು ಮಹಾರಾಜನನ್ನು ಭೇಟಿ ಮಾಡಿಸುತ್ತೇನೆ" ಎಂದು ಅನುನಯಿಸಿ ಅರಮನೆಗೆ ಕರೆದೊಯ್ದನು. "ಸ್ನಾನಮಾಡಬೇಕು, ಒಳ್ಳೆಯ ಉಡುಪುಗಳಿಂದ ಅಲಂಕಾರಮಾಡಿಕೊಳ್ಳಬೇಕು, ಆಮೇಲೆ ದೊರೆಯ ದರ್ಶನ ಮಾಡಿಸುತ್ತೇನೆ" ಎಂದು ಹೇಳಿ ತಾನೇ ನಿಂತು ಎಲ್ಲವನ್ನೂ ಮಾಡಿಸಿದನು. ಆಮೇಲೆ ಕೈಹಿಡಿದು ಕರೆತಂದು ಉಪಾಯವಾಗಿ ಸಿಂಹಾಸನದ ಮೇಲೆ ಕೂರಿಸಿದನು. "ನೀವೇ ನಮ್ಮ ಪಟ್ಟಣದ ಮಹಾರಾಜರು, ನೀವೇ ಮಹಾರಾಜರಾಗಿ ಹೊರಗೆ ಹುಡುಕಿದರೆ ಅವರು ಸಿಗುತ್ತಾರೆಯೇ? ನೀವೇ ಮಹಾರಾಜರು, ನೀವೇ ಮಹಾರಾಜರು" ಎಂದು ಮೇಲಿಂದ ಮೇಲೆ ಹೇಳಿದನು. ಮಿಕ್ಕವರಿಂದಲೂ ಹಾಗೆಯೇ ಹೇಳಿಸಿದನು. ದೈವಾನುಗ್ರಹದಿಂದ ಆ ಕ್ಷಣಕ್ಕೆ ದೊರೆಗೆ ನೆನಪು ಮರುಕೊಳಿಸಿತು. "ನಾನೇ ಮಹಾರಾಜ " ಎಂಬುದು ಸ್ಪಷ್ಟವಾಗಿ, ಸ್ವಸ್ಥಮಾನಸನಾದನು.

ಒಬ್ಬಾತನು ಒಂದು ನಾಟಕದಲ್ಲಿ ಭಿಕ್ಷುಕನ ಪಾತ್ರವನ್ನು ವಹಿಸಿದ್ದನು. ಮತ್ತೊಬ್ಬನು ನಿಜವಾಗಿಯೂ ಭಿಕ್ಷೆಬೇಡುತ್ತ ಹಾದಿಬೀದಿಗಳಲ್ಲಿ ಅಲೆದಾಡುತ್ತಿದ್ದನು. ಈ ಇಬ್ಬರನ್ನೂ ಹೋಲಿಸಿದಾಗ ಹೊರನೋಟಕ್ಕೆ ಇಬ್ಬರೂ ಸಮಾನರಾಗಿ ಕಾಣುತ್ತಾರೆ. ದೃಶ್ಯವೊಂದೇ, ಮಾತುಕತೆಯೊಂದೇ. ಆದರೆ ನಾಟಕದ ಭಿಕ್ಷುಕನು ತನ್ನ ಪಾತ್ರದಿಂದ ಆನಂದಪಟ್ಟು ಕೊಳ್ಳುತ್ತಾನೆ, ಮತ್ತೊಬ್ಬನು ದುಃಖಿಸುತ್ತಾನೆ. ನಾಟಕದ ಭಿಕ್ಷುಕನಿಗೆ ತನ್ನ ಭಿಕ್ಷಾವೃತ್ತಿ ನಿಜವಲ್ಲವೆಂದೂ ಅದು ಕೇವಲ ನಟನೆಯೆಂದೂ ಗೊತ್ತಿದೆ. ಆದ್ದರಿಂದ ಅವನಿಗೆ ದುಃಖ ವಿಲ್ಲ. ಆದರೆ ಬೀದಿಯ ಭಿಕ್ಷುಕನಾದರೋ ಅದೇ ತನ್ನ ನಿಜಸ್ವರೂಪವೆಂದೂ ಅದರಿಂದ ತಾನು ಬಿಡಿಸಿಕೊಳ್ಳಲಾರೆನೆಂದೂ ತಿಳಿದಿದ್ದಾನೆ. ಹೀಗಾಗಿ ಅವನು ದುಃಖಿಯಾಗಿದ್ದಾನೆ. ಎಲ್ಲಿಯವರೆಗೆ ನಮಗೆ ನಮ್ಮ ಸಹಜಸ್ಥಿತಿಯ ಜ್ಞಾನ ಇರುವುದಿಲ್ಲವೋ ಅಲ್ಲಿಯವರೆಗೆ ನಾವು ಭಿಕ್ಷುಕರು ಎಂದು ಮುಂತಾಗಿ ತಿಳಿಸಿಕೊಟ್ಟಿರುವ ವಿವೇಕಾನಂದರು ಆತ್ಮಜ್ಞಾನದಿಂದ ನಾವು ಸುಖಿಗಳಾಗುತ್ತೇವೆ, ಯಾರಿಂದಲೂ ಏನನ್ನೂ ನಾವು ಅಪೇಕ್ಷಿಸುವುದಿಲ್ಲ, ಎಲ್ಲವೂ

ನಮ್ಮೊಳಗೇ ಇದೆ ಎಂದು ತೃಪ್ತರಾಗಿಬಿಡುತ್ತೇವೆ, ಆ ದಿಕ್ಕಿಗೆ ಮನಸ್ಸನ್ನು ಒಲಿಸಬೇಕು ಎಂದು ಉಪದೇಶಿಸಿದ್ದಾರೆ. "ಅಹಂ ಬ್ರಹ್ಮಾಸ್ಮಿ"– ನಾನು ಪರಬ್ರಹ್ಮವಸ್ತುವೇ ಆಗಿದ್ದೇನೆ– ಎಂಬ ಉಪನಿಷತ್ತಿನ ಸಾರವೂ ಅದೇ ಆಗಿದೆ.

ಅದ್ವೈತದ ಬೋಧನೆ ಕಷ್ಟವೆಂದು ಕೆಲವರು ಭಾವಿಸುತ್ತಾರೆ. ಆ ಅಭಿಪ್ರಾಯವು ಸರಿಯಲ್ಲ. ಒಂದು ಮಗುವಿಗಾದರೂ ಸರಿಯೆ, ನಾನು ಅದಕ್ಕೆ ತಿಳಿಯುವಂತೆ ಅದ್ವೈತವನ್ನು ಬೋಧಿಸುತ್ತೇನೆ ಎಂದು ವಿವೇಕಾನಂದರು ಒಂದೆಡೆ ಘೋಷಿಸಿದ್ದಾರೆ. ತಾನೇ ರಾಜನಾಗಿ ರಾಜನಿಗಾಗಿ ಹುಡುಕುತ್ತಿದ್ದವನ ದೃಷ್ಟಾಂತವಾದರೋ ಒಂದು ಮಗುವಿನ ಮನಸ್ಸಿಗೂ ಮುಟ್ಟುವಂತಿದೆ.

೧೧೧. ಸೇದುಕೊಳವೆಯ ಸುಂದರಕಥೆ

ಸ್ವಾಮಿ ವಿವೇಕಾನಂದರು ದಕ್ಷಿಣಕ್ಯಾಲಿಫೋರ್ನಿಯಾದ ಪಸಾಡೆನ ಎಂಬ ಪಟ್ಟಣದಲ್ಲಿ ಮೀಡ್‌ಸಹೋದರಿಯರು ಎಂದು ಕರೆಯಲಾಗುತ್ತಿದ್ದ ಭಕ್ತೆಯರ ಕೋರಿಕೆಯಂತೆ, ಹಲವು ಅಪೂರ್ವವಾದ ಉಪನ್ಯಾಸಗಳನ್ನು ಅಲ್ಲಿ ನಡೆಸಿದರು. ಆ ಸಹೋದರಿಯರಿಗೆ ಕ್ರಮವಾಗಿ ಕ್ಯಾರಿಮೀಡ್‌ವೈಕಾಫ್, ಆಲಿಸ್‌ಮೀಡ್ ಹ್ಯಾನ್ಸ್‌ಬ್ರೋ ಮತ್ತು ಹೆಲೆನ್‌ಮೀಡ್ ಎಂಬ ಹೆಸರುಗಳಿದ್ದುವು. ವಿವೇಕಾನಂದರ ಪುರೋಗಾಮಿ ಚಿಂತನೆಗಳನ್ನು ಆ ಪಟ್ಟಣದಲ್ಲಿ ಕೆಲವರಿಗೆ ಜೀರ್ಣಿಸಿಕೊಳ್ಳುವುದು ಸಾಧ್ಯವಾಗುತ್ತಿರಲಿಲ್ಲ. ಆದರೆ ಮೀಡ್‌ಸೋದರಿಯರು ಮಾತ್ರ, ಆ ವಿನೂತನ ವಿಚಾರಧಾರೆಯಲ್ಲಿ ಮಿಂದು ಪುನೀತರಾಗುತ್ತಿದ್ದರು. ಪಸಾಡೆನ ಪಟ್ಟಣದ ಮೀಡ್‌ಸಹೋದರಿಯರ ಮನೆಗೆ ಸಮೀಪದಲ್ಲೊಂದು ಗುಡ್ಡವಿತ್ತು. ವಿವೇಕಾನಂದರು ಕೆಲವು ಹೊರಾಂಗಣ ಉಪನ್ಯಾಸಗಳನ್ನು ಆ ಗುಡ್ಡದ ಮೇಲೆ ಅತ್ಯಂತ ಯಶಸ್ವಿಯಾಗಿ ನಡೆಸುತ್ತಿದ್ದರು. ಮೀಡ್‌ಕುಟುಂಬದ ಎಲ್ಲ ಸದಸ್ಯರಿಗೂ ವಿವೇಕಾನಂದರು ಪಂಚಪ್ರಾಣವಾಗಿಬಿಟ್ಟಿದ್ದರು. ಸ್ವತಃ ಕ್ರಿಸ್ತಭಗವಂತನೇ ವಿವೇಕಾನಂದರ ವೇಷದಲ್ಲಿ ನಮ್ಮ ನಡುವೆ ನೆಲೆಸಿದ್ದಾನೆ ಎಂಬ ದಿವ್ಯಭಾವವೊಂದು ಆ ದಿನಗಳಲ್ಲಿ ಅವರೆಲ್ಲರ ಅಂತರಂಗ ದಿಂದ ಚಿಮ್ಮುತ್ತಿತ್ತು.

ವಿವೇಕಾನಂದರ ಪಸಾಡೆನ ಪಟ್ಟಣದ ವಾಸ ಮುಗಿಯಿತು. ಅಲ್ಲಿಂದ ಹೊರಡುವ ಮುನ್ನ ಮೀಡ್‌ಸಹೋದರಿಯರನ್ನು ಕುರಿತು "ನಾನೀಗ ಸ್ಯಾನ್‌ಫ್ರಾನ್ಸಿಸ್‌ಕೋಗೆ ಹೊರಟಿದ್ದೇನೆ. ನಾನು ಯಾವುದಾದರೊಂದು ಸ್ಥಳದಿಂದ ನಿರ್ಗಮಿಸುವ ಮುನ್ನ, ನನ್ನ ನೆನಪಿಗಾಗಿ ಯಾವುದಾದರೊಂದು ವಸ್ತುವನ್ನು ಬಿಟ್ಟುಹೋಗುವುದು ನನ್ನ ಕ್ರಮ. ಈಗ ನಾನು ನನ್ನ ಚುಟ್ಟಾಕೊಳವೆಯನ್ನು ನಿಮ್ಮ ಮನೆಯಲ್ಲಿ ಬಿಟ್ಟುಹೋಗುತ್ತೇನೆ" ಎಂದು ಹೇಳಿ, ಅದನ್ನು ಅಲ್ಲಿಯೇ ಬಿಟ್ಟು, ಪ್ರಯಾಣಬೆಳೆಸಿದರು. ಮೀಡ್‌ಸೋದರಿಯರಾದರೋ ಆ ಸೇದುಕೊಳವೆಯನ್ನು ಸಂಗ್ರಹಯೋಗ್ಯವಾದ ಒಂದು ಪವಿತ್ರವಸ್ತುವೆಂಬಂತೆ ಬಹಳ ಆಸ್ಥೆಯಿಂದ ಷೋಕೇಸಿನಲ್ಲಿಟ್ಟು ಕಾಪಾಡುತ್ತಿದ್ದರು.

ಹೀಗೆಯೇ ಹಲವು ವರ್ಷಗಳು ಉರುಳಿಹೋದುವು. ಮೀಡ್‌ಸಹೋದರಿಯರಲ್ಲಿ ಹಿರಿಯಳಾದ ವೈಕಾಫ್ ಕಾಯಿಲೆಗೆ ತುತ್ತಾಗಿಬಿಟ್ಟಳು. ಅದು ನರಮಂಡಲಕ್ಕೆ ಸಂಬಂಧಿಸಿದ ರೋಗವೆಂದು ವೈದ್ಯರು ಗುರುತಿಸಿದರು. ಅದರ ಜೊತೆಗೇ ವೈಕಾಫಳು ಕೆಲವು ವ್ಯಾವಹಾರಿಕ

ತೊಂದರೆಗಳಿಗೂ ಸಿಲುಕಿಕೊಂಡು, ಅವುಗಳಿಂದ ಬಿಡಿಸಿಕೊಳ್ಳಲಾರದೆ ಹಣ್ಣಾಗಿಬಿಟ್ಟಳು. "ಈ ರೋಗಕ್ಕೆ ಅಳುವುದೋ, ಆ ಸಮಸ್ಯೆಗಳಿಗೆ ಅಳುವುದೋ, ಏನು ಮಾಡುವುದಪ್ಪಾ ದೇವರೇ" ಎಂದು ತಲೆಯಮೇಲೆ ಕೈಹೊತ್ತು ಕೊರಗುತ್ತ ಕುಳಿತಿದ್ದಳು. ಧರ್ಮಕರ್ಮ ಸಂಯೋಗವೋ ಎಂಬಂತೆ ಒಂದುದಿನ ವೈಕಾಫಳು ಷೋಕೇಸಿನಮೇಲೆ ಕಣ್ಣಾಡಿಸುತ್ತ, ವಿವೇಕಾನಂದರ ಚುಟ್ಟಾಕೊಳವೆಯನ್ನು ನೋಡುತ್ತ "ಇದು ಆ ಮಹಾತ್ಮರು ತಮ್ಮ ನೆನಪಾಗಿ ಬಿಟ್ಟುಹೋಗಿರುವ ಪವಿತ್ರವಾದ ವಸ್ತು" ಎಂದು ತನಗೆ ತಾನೇ ಹೇಳಿಕೊಳ್ಳುತ್ತ, ಅದನ್ನೊಮ್ಮೆ ಕಣ್ಣಿಗೊತ್ತಿಕೊಳ್ಳಲೆಂದು ಕೈಗೆತ್ತಿಕೊಂಡಳು. ಹಾಗೆ ಕೈಗೆತ್ತಿಕೊಳ್ಳುತ್ತಿದ್ದಂತೆ "ಏನು ತಾಯಿ, ಬಹಳ ಕಷ್ಟದಲ್ಲಿದ್ದೀಯಾ, ರೋಗಬಾಧೆಗೆ ತುತ್ತಾಗಿದ್ದೀಯಾ, ಅಸಹಾಯಕಳಾಗಿದ್ದೀಯಾ, ದುಃಖಿಸಬೇಡ, ಎಲ್ಲವೂ ಸರಿಹೋಗುತ್ತದೆ" ಎಂದು ವಿವೇಕಾನಂದರೇ ಮಾತನಾಡಿದಂತೆ ಸ್ಪಷ್ಟವಾದ ದನಿ ಆ ಕೊಳವೆಯ ಕಡೆಯಿಂದ ಕೇಳಿಸಿತು. ವೈಕಾಫಳಾದರೋ ಎಲ್ಲೆಮೀರಿದ ಆನಂದ ಮತ್ತು ಆಶ್ಚರ್ಯಗಳಿಂದ ತತ್ತರಿಸಿಹೋದಳು. ಕಂಗಳಿಂದ ಆನಂದಾಶ್ರುಗಳು ಬಳಬಳನೆ ಸುರಿದುವು. ಒಡನೆಯೆ "ಹೌದು ಸ್ವಾಮಿ, ನನ್ನ ಈ ದುಃಸ್ಥಿತಿಯಲ್ಲಿ ನೀನೇ ನನ್ನನ್ನು ಕಾಪಾಡಬೇಕು" ಎಂದು ದೈನ್ಯದಿಂದ ಮೊರೆ ಯಿಟ್ಟಳು. ಅತ್ಯಂತ ಭಕ್ತಿಭರಿತಳಾಗಿ ಆ ಸೇದುಕೊಳವೆಯನ್ನು ಕಣ್ಣುಗಳಿಗೊತ್ತಿಕೊಂಡು ಅದನ್ನು ಯಥಾಸ್ಥಾನದಲ್ಲಿರಿಸಿದಳು.

ಅಷ್ಟಾಗುತ್ತಿದ್ದಂತೆಯೇ ಪವಾಡವೋ ಎಂಬಂತೆ ವೈಕಾಫಳ ಆರೋಗ್ಯವು ದಿನದಿಂದ ದಿನಕ್ಕೆ ಸುಧಾರಿಸಿತು. ಅವಳ ವೈಯಕ್ತಿಕ ಸಮಸ್ಯೆಗಳೂ ಒಂದೊಂದಾಗಿ ಪರಿಹಾರಗೊಂಡುವು. ಅವಳ ಬದುಕಿನಲ್ಲಿ ಅಪೂರ್ವವಾದ ಶಾಂತಿಸಮಾಧಾನಗಳು ಮನೆಮಾಡಿಕೊಂಡುವು. ವಿವೇಕಾನಂದರ ಒಂದು ಸೇದುಕೊಳವೆಯಲ್ಲಿ ಇಷ್ಟೆಲ್ಲ ಕಷ್ಟಪರಿಹಾರಶಕ್ತಿಗಳು ನೆಲೆಸಿದ್ದುವೇ ಎಂದು ನಮಗೆ ನಾವೇ ಪ್ರಶ್ನೆಮಾಡಿಕೊಳ್ಳಬಹುದು. ವಿವೇಕಾನಂದರೆಂದೂ ಪವಾಡಪ್ರಿಯರಾಗಿರಲಿಲ್ಲ. ಪವಾಡಗಳನ್ನು ತೋರಿಸಿ ಕೀರ್ತಿಪೂಜೆಲಾಭಗಳಿಗೆ ಪಾತ್ರರಾಗಬೇಕೆಂದು ಅವರೆಂದೂ ಬಯಸಿದವರೇ ಅಲ್ಲ. ತಮ್ಮ ವಿಷಯದಲ್ಲಿ ಶ್ರದ್ಧಾಭಕ್ತಿಗಳನ್ನಿಟ್ಟು, ತಮ್ಮ ಸದ್ವಿಚಾರಗಳನ್ನು ಪ್ರಚುರಪಡಿಸಲು ಟೊಂಕಕಟ್ಟಿನಿಂತ ಭಕ್ತರಿಗೆ ಒಳ್ಳೆಯದಾಗಲಿ ಎಂಬ ಹಾರೈಕೆಯ ಜೊತೆಗೆ, ತಮ್ಮ ತಪಸ್ಸಿನ ಫಲವನ್ನು ಧಾರೆಯೆರೆದು 'ರಕ್ಷಾಯಂತ್ರ'ದೋಪಾದಿಯಲ್ಲಿ, ಆ ಸೇದುಕೊಳವೆಯನ್ನು ಮೀಡ್ ಸಹೋದರಿಯರ ಮನೆಯಲ್ಲಿ ಪ್ರತಿಷ್ಠಾಪಿಸಿದ್ದರು ಎಂದು ಹೇಳಿದರೆ ತಪ್ಪಾಗುವುದಿಲ್ಲ. "ಈಗ ಆ ಕೊಳವೆಯು ದಕ್ಷಿಣಕ್ಯಾಲಿಫೋರ್ನಿಯಾದ ವೇದಾಂತ ಸೊಸೈಟಿಯ ಆಶ್ರಯ ದಲ್ಲಿದೆ" ಎಂದು ಸ್ವಾಮಿಪುರುಷೋತ್ತಮಾನಂದಜೀಮಹಾರಾಜರು ಬರೆದಿದ್ದಾರೆ.

೧೧೨. ಫಕೀರನ ಸೌತೇಕಾಯಿ ಉಪಚಾರ

"ವೇದಾಂತ ಅಥವಾ ಮತ್ತಾವ ಹೆಸರಿನಿಂದಲಾದರೂ ನೀವು ಕರೆಯಿರಿ, ಅದ್ವೈತದ ದೃಷ್ಟಿಯಿಂದ ಮಾತ್ರವೇ ಎಲ್ಲ ಧರ್ಮ ಮತ್ತು ಎಲ್ಲ ಜಾತಿಗಳನ್ನೂ ಪ್ರೀತಿಯಿಂದ ನೋಡುವುದು ಸಾಧ್ಯ. ಇದೇ ಮುಂದಿನ ಜನಾಂಗದ ಮುಂದುವರಿದ ಧರ್ಮವಾಗುತ್ತದೆ ಎಂದು ನಾನು ನಂಬುತ್ತೇನೆ. ವೇದಾಂತಧರ್ಮದ ಉದಾರಸ್ವಭಾವವು ಮಹಮ್ಮದೀಯರ ಮೇಲೆ ಬಹಳವಾಗಿ ತನ್ನ ಪ್ರಭಾವವನ್ನು ಬೀರಿದೆ. ಭಾರತದಲ್ಲಿರುವ ಮಹಮ್ಮದೀಯರ ಧರ್ಮವು ಇತರ ಕಡೆಗಳಂತೆ ಅಲ್ಲ. ಅವುಗಳಿಗಿಂತ ಸಂಪೂರ್ಣವಾಗಿ ಬೇರೆಯಾಗಿದೆ" ಎಂದು ವಿವೇಕಾನಂದರು ನುಡಿದಿದ್ದಾರೆ. ಈ ವಿಚಾರವನ್ನು ಪುಷ್ಟೀಕರಿಸುವಂತಿರುವ ಘಟನೆಯೊಂದನ್ನು ಇಲ್ಲಿ ನಿರೂಪಿಸುತ್ತೇನೆ.

ಸ್ವಾಮಿ ವಿವೇಕಾನಂದರ ದೇಶಸಂಚಾರದ ಕಾಲದಲ್ಲಿ, ಗುರುಭಾಯಿ ಸ್ವಾಮಿ ಅಖಂಡಾನಂದರು ಸ್ವಲ್ಪಕಾಲ ಅವರೊಡನಿದ್ದರು. ಕೋಲ್ಕೊತ್ತೆಯಿಂದ ಭಾಗಲ್ಪುರ, ವೈದ್ಯನಾಥ, ಘಾಜೀಪುರ, ವಾರಾಣಸಿ, ಅಯೋಧ್ಯೆ, ನೈನಿತಾಲ್‌ಗಳ ಮುಖಾಂತರ ಮುಂದೆ ಮುಂದೆ ಸಾಗಿದರು. ಅಲ್ಮೋರಾವನ್ನು ಮುಟ್ಟಬೇಕೆಂಬ ಗುರಿಯಿಟ್ಟುಕೊಂಡು ತಮ್ಮ ಪಾದಯಾತ್ರೆಯನ್ನು ಮುಂದುವರಿಸಿದರು. ಅವರ ಕೈಲಿ ಒಂದು ಬಿಡಿಗಾಸೂ ಇರಲಿಲ್ಲ. ಭಗವಂತನು ನಡೆಸಿದಂತಾಗಲಿ ಎಂಬ ನಿಷ್ಠೆಯನ್ನೇ ಮುಂದಿಟ್ಟುಕೊಂಡು ಕಾಕ್ರಿಘಾಟ್ ಎಂಬ ಸ್ಥಳವನ್ನು ತಲಪಿದರು. ಅದು ಕೋಶಿ ಮತ್ತು ಸುಯಲ್‌ನದಿಗಳ ಸಂಗಮದ ರಮಣೀಯ ತಾಣವಾಗಿದ್ದು, ಒಂದು ರಾತ್ರಿಯನ್ನು ಅಲ್ಲಿಯೇ ಕಳೆದರು. ಸಂಗಮದಲ್ಲಿ ಮಿಂದು, ಅಶ್ವತ್ಥವೃಕ್ಷದ ಬುಡದಲ್ಲಿ ಧ್ಯಾನಮಗ್ನರಾಗಿ ಕುಳಿತ ವಿವೇಕಾನಂದರು ಆ ಹೊತ್ತಿನಲ್ಲಿ ಅಪೂರ್ವವಾದ ಅನುಭವಗಳನ್ನು ತಮ್ಮದಾಗಿಸಿಕೊಂಡರು. "ನಾನು ಈ ದಿನ ಬ್ರಹ್ಮಾಂಡ ಮತ್ತು ಪಿಂಡಾಂಡಗಳ ನಡುವಣ ಏಕತೆಯನ್ನು ಕಂಡುಕೊಂಡೆ. ಸಮಸ್ತ ಬ್ರಹ್ಮಾಂಡದಲ್ಲಿ ಏನೇನಿದೆಯೋ ಅದೆಲ್ಲವೂ ಪಿಂಡಾಂಡವೆನಿಸಿದ ಈ ಶರೀರದಲ್ಲಿಯೂ ಇದೆ ಎಂಬುದನ್ನು ಅರಿತುಕೊಂಡೆ. ಒಂದು ಪರಮಾಣುವಿನಲ್ಲಿ ಕೂಡ ಸಕಲಬ್ರಹ್ಮಾಂಡವೇ ಅಡಗಿರುವುದನ್ನು ನಾನು ಕಂಡೆ" ಎಂದು ಧ್ಯಾನದಿಂದ ಮೇಲೆದ್ದ ಬಳಿಕ ಅವರು ಅಖಂಡಾನಂದರೊಡನೆ ಉದ್ಗರಿಸಿದರು.

ಅಲ್ಲಿಂದಮೇಲೆ ತಮ್ಮ ಯಾತ್ರೆಯನ್ನು ಮುಂದುವರಿಸಿ, ಅಲ್ಮೋರಪಟ್ಟಣವು

ಇನ್ನೇನು ಎರಡುಮೈಲಿಗಳಷ್ಟು ದೂರವಿದೆ ಎನ್ನುವ ಜಾಗಕ್ಕೆ ಬಂದರು. ಆದರೆ ಮೂರು ದಿನಗಳಿಂದ ಅನ್ನಾಹಾರಗಳಿಲ್ಲದೆ ಒಂದೇಸಮನೆ ನಡೆನಡೆದು ಅವರಿಬ್ಬರೂ ತುಂಬಾ ಬಳಲಿದ್ದರು. ವಿವೇಕಾನಂದರಂತೂ "ಇನ್ನೊಂದು ಹೆಜ್ಜೆ ಮುಂದಿಡುವುದು ನನ್ನಿಂದ ಸಾಧ್ಯವಿಲ್ಲ" ಎನ್ನುವ ಸ್ಥಿತಿಯನ್ನು ತಲಪಿ, ದಾರಿಯ ಮಗ್ಗುಲಲ್ಲೇ ಕುಸಿದು ಮಲಗಿಬಿಟ್ಟರು. ಅದನ್ನು ಕಂಡ ಅಖಂಡಾನಂದರು "ಇಲ್ಲಿ ಎಲ್ಲಿಯಾದರೂ ಒಂದಿಷ್ಟು ಕುಡಿಯುವ ನೀರು ಸಿಕ್ಕಿದರೆ ತರುತ್ತೇನೆ" ಎಂದು ಯಾವುದೋ ಸೀಳುದಾರಿಯಲ್ಲಿ ನಡೆದುಹೋದರು.

ವಿವೇಕಾನಂದರು ನೆಲದಮೇಲೆ ಉರುಳಿಕೊಂಡಿದ್ದ ಮಾರ್ಗದ ಮಗ್ಗುಲಲ್ಲಿ ಮುಸಲ್ಮಾನರ ಶ್ಮಶಾನವೊಂದಿತ್ತು. ಜುಲ್ಫಿಕರ್ ಅಲಿ ಎಂಬ ಫಕೀರನೊಬ್ಬನು ಅದರ ಉಸ್ತುವಾರಿ ನೋಡಿಕೊಳ್ಳುತ್ತಿದ್ದನು. ಅಲ್ಲಿಯೇ ಒಂದು ಗುಡಿಸಿಲಿನಲ್ಲಿ ಅವನು ವಾಸವಾಗಿದ್ದನು. ರಸ್ತೆಯ ಅಂಚಿನಲ್ಲಿ ಉರುಳಿಕೊಂಡಿದ್ದ ಸ್ವಾಮಿಗಳನ್ನು ಅವನು ನೋಡಿದನು. ಅವನಿಗೆ ಎಲ್ಲವೂ ಅರ್ಥವಾಯಿತು. ಒಂದು ಸೌತೇಕಾಯಿ ಹೊರತಾಗಿ, ಸನ್ಯಾಸಿಗಳಿಗೆ ಕೊಡಬಹುದಾದ ಯಾವ ವಸ್ತುವೂ ಅವನ ಗುಡಿಸಿಲಿನಲ್ಲಿರಲಿಲ್ಲ. ಅದನ್ನೇ ಅವರಿಗೆ ಸಮರ್ಪಿಸಲೆಂದು ನಿರ್ಧರಿಸಿ, ಫಕೀರನು ಓಡೋಡಿ ಬಂದು "ಬಾಬಾ, ನೀವು ತುಂಬಾ ನಿತ್ರಾಣಗೊಂಡು ಮಲಗಿಬಿಟ್ಟಿದ್ದೀರೆಂದು ಕಾಣುತ್ತದೆ. ಈ ಸೌತೇಕಾಯಿ ತಿಂದು ಕೊಂಚ ಚೇತರಿಸಿಕೊಳ್ಳಿ" ಎಂದು ವಿನಂತಿಸಿಕೊಂಡನು. ಆಗ ವಿವೇಕಾನಂದರು "ಅದನ್ನು ಕತ್ತರಿಸಿ ತಿನ್ನುವಷ್ಟು ಶಕ್ತಿಯೂ ನನಗೀಗ ಉಳಿದಿಲ್ಲ, ನೀನೇ ಅದನ್ನು ತುಂಡುಮಾಡಿ ಬಾಯಿಗೆ ಹಾಕಿ ತಿನ್ನಿಸಬೇಕು" ಎಂದರು. ಅದಕ್ಕೆ ಫಕೀರನು "ಬಾಬಾ, ನಾನು ಮುಸಲ್ಮಾನ, ನಿಮ್ಮನ್ನು ಮುಟ್ಟಿ ತಿನ್ನಿಸುವುದು ಅದು ಹೇಗೆ ಸಾಧ್ಯ" ಎಂದನು. ಆಗ ವಿವೇಕಾನಂದರು "ಅದಕ್ಕಾಗಿ ಚಿಂತಿಸಬೇಡ, ಹಿಂದೂಗಳು-ಮುಸಲ್ಮಾನರು ನಾವೆಲ್ಲರೂ ಅಣ್ಣತಮ್ಮಂದಿರೇ ಅಲ್ಲವೆ" ಎಂದು ಒತ್ತಾಯಪಡಿಸಿದರು. ಆಗ ಫಕೀರನು ಆ ಸೌತೇಕಾಯನ್ನು ಹೋಳುಮಾಡಿ, ಮೆಲ್ಲಮೆಲ್ಲನೆ ವಿವೇಕಾನಂದರಿಗೆ ತಿನ್ನಿಸಿದನು. ಅಷ್ಟಕ್ಕೆ ಸರಿಯಾಗಿ ಅಖಂಡಾನಂದರೂ ಕುಡಿಯುವ ನೀರು ತಂದರು. ಅದನ್ನು ವಿವೇಕಾನಂದರು ಕುಡಿದು, ಚೇತರಿಸಿಕೊಂಡು ಮೇಲೆದ್ದರು. ಫಕೀರನು ಆ ಸೌತೇಕಾಯಿಯಲ್ಲಿ ಸ್ವಲ್ಪವನ್ನು ಅಖಂಡಾನಂದರಿಗೂ ಕೊಟ್ಟನು. "ಇಷ್ಟೊಂದು ನಿಶ್ಯಕ್ತಿ ಯಾವಾಗಲೂ ಆಗಿರಲಿಲ್ಲ. ಸೌತೇಕಾಯಿ ತಿನ್ನಿಸಿ ನಿಜಕ್ಕೂ ನೀನು ನನಗೆ ಜೀವದಾನಮಾಡಿದೆ" ಎಂದು ವಿವೇಕಾನಂದರು ಫಕೀರನಿಗೆ ಧನ್ಯವಾದ ಸಮರ್ಪಿಸಿ ಮುಂದುವರಿದರು.

ಒಂದು ಪರಮಾಣುವಿನಲ್ಲಿ ಸಕಲಬ್ರಹ್ಮಾಂಡವೇ ಅಡಗಿರುವ ದಿವ್ಯದರ್ಶನವನ್ನು ನದೀಸಂಗಮದ ಅಶ್ವತ್ಥವೃಕ್ಷದ ಬುಡದಲ್ಲಿ ಧ್ಯಾನಸ್ಥರಾಗಿ ಕುಳಿತಿದ್ದಾಗ ಕಂಡ ವಿವೇಕಾನಂದರು, ಅದನ್ನು ಅಷ್ಟುಬೇಗ ಮರೆತುಬಿಡುತ್ತಾರೆಯೇ? ಆ ಫಕೀರನು ಕೂಡ

ವಿವೇಕಾನಂದರು ತಮ್ಮೊಳಗೇ ಕಂಡ ಏಕತೆಯ ಘನಸತ್ಯದಿಂದ ಬೇರೆಯಾಗಿರುವುದು ಹೇಗೆತಾನೆ ಸಾಧ್ಯ? ವಿವೇಕಾನಂದರು ಹಿಂದೂವನ್ನಾಗಲಿ, ಮುಸಲ್ಮಾನನನ್ನಾಗಲಿ, ಕ್ರೈಸ್ತನನ್ನಾಗಲಿ ಕಾಣಲಿಲ್ಲ. ಅವರು ಮನುಷ್ಯನನ್ನು ಮಾತ್ರವೇ ಕಂಡ ಮಹಾತ್ಮರು. ಅಂತಹ ಮಹಾತ್ಮರು ಮುಸಲ್ಮಾನನ ಕೈಯಿಂದ ಆಹಾರಸ್ವೀಕರಿಸಲು ಹಿಂಜರಿಯುತ್ತಾರೆಯೇ! ರಾಜಸ್ತಾನದ ಅಲ್ವಾರ್‌ಪಟ್ಟಣದಲ್ಲಿ ವಿವೇಕಾನಂದರು ಒಬ್ಬ ಮೌಲ್ವೀ ಸಾಹೇಬನ ಮನೆಯಲ್ಲಿ ಮತ್ತು ಹಲವು ಮುಸ್ಲಿಂಭಕ್ತರ ಮನೆಗಳಲ್ಲಿ ಊಟಮಾಡಿಕೊಂಡು ಬಂದರೆಂಬುದನ್ನು ಕೂಡ ಈ ಹೊತ್ತಿನಲ್ಲೇ ಸ್ಮರಿಸಬೇಕು.

"ಯಾವುದಾದರೂ ಧರ್ಮ, ಅನುಷ್ಠಾನಜೀವನದಲ್ಲಿ ಸರ್ವಸಮಾನತೆಯ ಆದರ್ಶಕ್ಕೆ ಬಹಳ ಸಮೀಪಕ್ಕೆ ಬಂದಿದ್ದರೆ ಅದೇ ಇಸ್ಲಾಂಮತ. ಈ ಆದರ್ಶದ ಹಿಂದೆ ಇರುವ ತತ್ತ್ವ ಮತ್ತು ಅಂತರಾರ್ಥ ಅವರಿಗೆ ಅಷ್ಟು ಗೋಚರವಿಲ್ಲದೇ ಇರಬಹುದು. ಆದರೆ ಹಿಂದೂಗಳಲ್ಲಾದರೋ ಇದು ಸ್ಪಷ್ಟವಾಗಿ ಕಾಣುತ್ತದೆ. ವ್ಯಾವಹಾರಿಕ ಇಸ್ಲಾಮಿನ ಸಹಾಯವಿಲ್ಲದೆ ವೇದಾಂತಸಿದ್ಧಾಂತಗಳು ಎಷ್ಟೇ ಅದ್ಭುತವಾಗಿದ್ದರೂ ಮಾನವಕೋಟಿಯ ಜನಸಾಧಾರಣರಿಗೆ, ಅದರಿಂದ ಏನೂ ಪ್ರಯೋಜನವಿಲ್ಲವೆಂಬುದೇ ನನ್ನ ಮತ" ಎಂದು ವಿವೇಕಾನಂದರು ಎಚ್ಚರಿಕೆ ನೀಡಿದ್ದಾರೆ. ಅವರೇ ಮುಂದುವರಿದು "ನಮ್ಮ ಭಾರತದೇಶವು ಹಿಂದೂ ಮತ್ತು ಇಸ್ಲಾಂಧರ್ಮಗಳ ಒಂದು ಸಂಗಮಸ್ಥಳವಾಗಬೇಕು. ವೇದಾಂತದ ಮೆದುಳು, ಇಸ್ಲಾಮಿನ ದೇಹ– ಇದೊಂದೇ ನಮಗೆ ಭರವಸೆಯನ್ನು ನೀಡಬಲ್ಲದು. ನನ್ನ ಅಂತರ್‌ದೃಷ್ಟಿಗೆ ಭರತಖಂಡ ಈಗಿನ ಗೊಂದಲದಿಂದ ಸರ್ವಾಂಗಸುಂದರವಾಗಿ, ಅಜೇಯವಾಗಿ ವೇದಾಂತದ ಮೆದುಳು ಮತ್ತು ಇಸ್ಲಾಂದೇಹದಿಂದೊಡಗೂಡಿ ಉದಿಸುತ್ತಿರುವುದು ಕಾಣಿಸುತ್ತಿದೆ" ಎಂಬ ಆಶಾವಾದವನ್ನೂ ಪ್ರಕಟಿಸಿದ್ದಾರೆ.

ಸೌತೇಕಾಯಿ ತಿನ್ನಿಸಿದ ಫಕೀರನ ವೃತ್ತಾಂತಕ್ಕೆ ಸಂಬಂಧಿಸಿದಂತೆ ಮುಂದಕ್ಕೂ ಸ್ವಲ್ಪ ಸ್ವಾರಸ್ಯವಿದೆ. ಆ ಘಟನೆನಡೆದು ಏಳುವರ್ಷಗಳೇ ಉರುಳಿಹೋದುವು. ವಿವೇಕಾನಂದರು ವಿದೇಶಗಳಲ್ಲಿ ಭರತಖಂಡದ ಕೀರ್ತಿಪತಾಕೆಯನ್ನು ಎತ್ತಿಹಿಡಿದು ಭಾರತಕ್ಕೆ ಮರಳಿ ಬಂದರು. ಹಾಗೆ ಬಂದಬಳಿಕ ಒಮ್ಮೆ ಅಲ್ಮೋರಾಕ್ಕೂ ಭೇಟಿಕೊಟ್ಟರು. ಆಗ ಅಲ್ಲಿನ ನಾಗರಿಕರು ವಿವೇಕಾನಂದರಿಗೆ ಭವ್ಯವಾದ ಸ್ವಾಗತನೀಡಿ, ಪಟ್ಟಣದ ಬೀದಿಗಳಲ್ಲಿ ಅವರ ಮೆರವಣಿಗೆ ಮಾಡಿ ಸಂಭ್ರಮಿಸಿದರು. ರಸ್ತೆಯಂಚಿನಲ್ಲಿ ನಿಂತು ಆ ಮೆರವಣಿಗೆಯನ್ನು ಕುತೂಹಲದಿಂದ ನೋಡುತ್ತಿದ್ದ ಜನರ ಗುಂಪಿನಲ್ಲಿ ಆ ಜುಲ್ಫಿಕರ್ ಅಲಿ ಫಕೀರನೂ ನಿಂತಿದ್ದುದನ್ನು ವಿವೇಕಾನಂದರು ಗುರುತಿಸಿದರು. ಅಂತಹ ಅದ್ಭುತಸ್ಮರಣಶಕ್ತಿ ಅವರ ಕೈವಶವಾಗಿತ್ತು. ಸೌತೇಕಾಯಿಘಟನೆಯೆಲ್ಲ ಅವರ ಸ್ಮೃತಿಪಥದಲ್ಲಿ ಸುಳಿದುಹೋಯಿತು. ಆದರೆ ಆ ಫಕೀರನಿಗೆ ಮಾತ್ರ ತಾನು ಈ ಹಿಂದೆ ಉಪಚರಿಸಿದ ಸನ್ಯಾಸಿ ಇವರೇ ಎಂದು ವಿವೇಕಾನಂದರನ್ನು ಗುರುತಿಸುವುದು ಸಾಧ್ಯವಾಗಲಿಲ್ಲ. ಒಡನೆಯೇ ವಿವೇಕಾನಂದರು

ಆ ಫಕೀರನನ್ನು ತಮ್ಮ ಬಳಿಗೆ ಬರಮಾಡಿಕೊಂಡರು. ತಮ್ಮ ಸುತ್ತಲಿದ್ದವರಿಗೆ ಆ ಸೌತೇಕಾಯಿಘಟನೆಯನ್ನು ವಿವರಿಸಿ ಹೇಳುತ್ತ "ಆಗ ಈತನೇ ನನ್ನ ಜೀವವನ್ನು ಉಳಿಸಿದ ಮಹಾನುಭಾವ" ಎಂದು ಕೊಂಡಾಡಿದರು. ಅಷ್ಟಕ್ಕೇ ಕೈಬಿಡದೆ ಕೃತಜ್ಞತೆಯ ಕುರುಹಾಗಿ, ಆ ಫಕೀರನಿಗೆ ಒಂದಿಷ್ಟು ಸಂಭಾವನೆಯನ್ನೂ ಕೊಟ್ಟು ಗೌರವಿಸಿ ಬೀಳ್ಕೊಟ್ಟರು.

ಪರರು ಮಾಡಿದ ಹುಲ್ಲುಕಡ್ಡಿಯಷ್ಟು ಸಣ್ಣ ಉಪಕಾರವನ್ನಾದರೂ ಸರಿಯೆ, ಮಹಾತ್ಮರು ಮರೆಯದೆ, ಅದನ್ನೇ ಪರ್ವತೋಪಮವೆಂದು ಭಾವಿಸುತ್ತಾರೆ ಎಂಬುದಕ್ಕೆ ಕೂಡ ಇದೊಂದು ಉಜ್ವಲವಾದ ಉದಾಹರಣೆಯಾಗಿದೆ. ಫಕೀರನು ವಿವೇಕಾನಂದರಿಗೆ ಸೌತೇಕಾಯಿ ತಿನ್ನಿಸಿದ ಜಾಗದಲ್ಲಿ 1971ರಲ್ಲಿ ಭಕ್ತಜನರು ವಿವೇಕಾನಂದರ ಹೆಸರಿನಲ್ಲಿ ಅನ್ನಛತ್ರವೊಂದನ್ನು ಕಟ್ಟಿಸಿ, ಆ ಘಟನೆಗೆ ಪ್ರಾಣಪ್ರತಿಷ್ಠೆಮಾಡಿದ್ದಾರೆಂಬ ವಿಚಾರ ವೊಂದನ್ನು ಸ್ವಾಮಿಪುರುಷೋತ್ತಮಾನಂದಜೀಮಹಾರಾಜರು ಉಲ್ಲೇಖಿಸಿದ್ದಾರೆ.

೧೧೩. ನಡೆದಾಡುವ ವಿಶ್ವಕೋಶ

ಸ್ವಾಮಿವಿವೇಕಾನಂದರ ಜೀವನವೆಂದರೆ ಅದೊಂದು ಬೃಹನ್ನಾಟಕವೇ ಸರಿ. ಒಂದೊಂದು ಅಂಕದಲ್ಲೂ ಅನೇಕ ದೃಶ್ಯಗಳಿವೆ. ಆ ಒಂದೊಂದು ದೃಶ್ಯದಲ್ಲೂ ರಸಾತ್ಮಕವಾದ ಕಥಾವೃತ್ತಾಂತಗಳು ಹಾಸುಹೊಕ್ಕಾಗಿವೆ. ಅವುಗಳಲ್ಲಿ ಒಂದೊಂದರಲ್ಲೂ ಸಾಹಸಮಯ ಸನ್ನಿವೇಶಗಳಿವೆ, ಮನುಷ್ಯನ ಬುದ್ಧಿಗೆ ನಿಲುಕದ ಅದ್ಭುತಗಳಿವೆ, ದೈವಕೃಪೆಯ ಲೀಲೆಗಳಿವೆ, ಸಮಾಜದ ಕಣ್ತೆರೆಸುವ ಘಟನಾವಳಿಗಳಿವೆ, ಕಠಿಣಸಾಧನೆಯ ಸ್ವಭಾವೋಕ್ತಿಗಳಿವೆ, ವ್ಯಕ್ತಿಚಿತ್ರಗಳ ಶಬ್ದಚಿತ್ರಗಳಿವೆ, ಕರುಳುಕೊರೆಯುವ ಆರ್ದ್ರಸನ್ನಿವೇಶಗಳಿವೆ. ಇವೆಲ್ಲದರ ಪರಿಪಾಕವಾಗಿ ವಿವೇಕಾನಂದರ ಜೀವನವೊಂದು ಮಹಾಪ್ರಬಂಧವಾಗಿದೆ. ಅವರ ವಿಸ್ಮಯಕಾರಕ ಮೇಧಾಶಕ್ತಿಯ ಕೆಲವು ದೃಷ್ಟಾಂತಗಳನ್ನು ಈಗ ಆಸ್ವಾದಿಸೋಣ.

ವಿವೇಕಾನಂದರು ದೇಶಸಂಚಾರಕಾಲದಲ್ಲಿ ಮೀರತ್‌ನಗರಕ್ಕೆ ಪಾದಬೆಳೆಸಿದರು. ದೈವಯೋಗದಿಂದ ಆ ಹೊತ್ತಿಗೆ ಅಲ್ಲಿಗೆ ಸ್ವಾಮಿಗಳ ಸೋದರಸನ್ಯಾಸಿಗಳಾದ ಬ್ರಹ್ಮಾನಂದ, ಶಾರದಾನಂದ, ತುರೀಯಾನಂದ, ಅಖಂಡಾನಂದ, ಅದ್ವೈತಾನಂದರುಗಳೂ ಆಗಮಿಸಿದರು. ಅವರೊಡನೆ ಕೃಪಾನಂದ ಎಂಬುವವರೂ ಕೂಡಿಕೊಂಡು, ಅಲ್ಲೊಂದು ಸಪ್ತರ್ಷಿಗಳ ಸತ್ರವೇನೆರೆದು, ಧ್ಯಾನಜಪ ಪ್ರಾರ್ಥನೆ ಕೀರ್ತನೆ ಶಾಸ್ತ್ರಾಧ್ಯಯನ ಮುಂತಾದುವುಗಳಲ್ಲೇ ದಿನಗಳು ಉರುಳುತ್ತ, ಅದ್ಭುತ ಆಧ್ಯಾತ್ಮಿಕ ವಾತಾವರಣವು ಏರ್ಪಟ್ಟಿತು.

ವಿವೇಕಾನಂದರ ಈ ಸತ್ಸಂಗದ ಮನೆಗೆ ಸಮೀಪದಲ್ಲೊಂದು ಸಾರ್ವಜನಿಕ ಗ್ರಂಥಾಲಯವಿತ್ತು. ಅಲ್ಲಿಂದ ವಿವೇಕಾನಂದರು ಪ್ರತಿದಿನವೂ ಸರ್‌ಜಾನ್‌ಲುಬ್ಬಾಕ್ ಎಂಬ ಆಂಗ್ಲಲೇಖಕನೊಬ್ಬನ ಕೃತಿಸಂಪುಟಗಳನ್ನು ಅಖಂಡಾನಂದರ ಮೂಲಕ ತರಿಸಿಕೊಳ್ಳುತ್ತಿದ್ದರು. ಆ ಸಂಪುಟಗಳು ಗಾತ್ರದಲ್ಲಾಗಲಿ, ಸೂತ್ರದಲ್ಲಾಗಲಿ ವಿಶಾಲಕಾಯ ಗ್ರಂಥಗಳಾಗಿದ್ದುವು. ಅವುಗಳನ್ನು ವಿವೇಕಾನಂದರು ದಿನಕ್ಕೊಂದರಂತೆ "ತಿರುವಿಹಾಕಿ", ಮರುದಿನಕ್ಕೆ ಹೊಸದನ್ನು ತರಿಸಿಕೊಳ್ಳುತ್ತಿದ್ದರು. ಅದನ್ನು ಕಂಡ ಗ್ರಂಥಪಾಲಕನು, ಅಖಂಡಾನಂದರನ್ನು ಕುರಿತು "ಅದಾರಯ್ಯ, ಈ ಗ್ರಂಥಗಳನ್ನು ಓದುತ್ತಿರುವ ಮಹಾಶಯ, ದಿನಕ್ಕೊಂದು ಸಂಪುಟವನ್ನು ನುಂಗಿಬಿಡುತ್ತಿದ್ದಾನಲ್ಲಾ, ಓದುವೆನೆಂಬ ನಟನೆಯೋ ಅಥವಾ ಹೊಳೆಯುವ ಹೊರಕವಚಗಳನ್ನು ನೋಡಿ ಹಿಗ್ಗುವ ಮಕ್ಕಳಾಟಿಕೆಯೋ" ಎಂದು ಕಟಕಿಯಾಡಿದನು.

ಆಗ ಅಖಂಡಾನಂದರು "ನಿನ್ನ ಪ್ರಶ್ನೆಗೆ ಉತ್ತರಿಸುವುದು ನನ್ನಿಂದಾಗದು. ಈ ಸಂಪುಟಗಳನ್ನು ಓದುತ್ತಿರುವಾತನನ್ನೇ ನಾಳೆ ನಿನ್ನ ಬಳಿಗೆ ಕಳುಹಿಸುತ್ತೇನೆ, ವಿಚಾರಿಸಿಕೋ" ಎಂದು ಹೇಳಿ ಮರಳಿದರು. ಗ್ರಂಥಾಲಯದಲ್ಲಿ ನಡೆದುದನ್ನೆಲ್ಲ ಅವರು ವಿವೇಕಾನಂದರಿಗೆ ವಿವರವಾಗಿ ಹೇಳಿದರು. ಅದಕ್ಕೆ ವಿವೇಕಾನಂದರು "ಇರಲಿ ಬಿಡಯ್ಯ, ನಾಳೆ ನಾನೇ ಅವನನ್ನು ನೋಡಿಕೊಳ್ಳುತ್ತೇನೆ" ಎಂದರು.

ಮರುದಿವಸಕ್ಕೆ ವಿವೇಕಾನಂದರು ಸಂಪುಟಸಹಿತವಾಗಿ, ಅಖಂಡಾನಂದರನ್ನೂ ಜೊತೆಮಾಡಿಕೊಂಡು, ಗ್ರಂಥಾಲಯಕ್ಕೆ ಹೋದರು. ಗ್ರಂಥಪಾಲಕನನ್ನು ಮಾತನಾಡಿಸಿ "ಮಹಾಶಯರೇ, ನೀವು ಕೃಪೆಯಿಟ್ಟು ಒದಗಿಸಿಕೊಡುತ್ತಿರುವ ಗ್ರಂಥಸಂಪುಟಗಳನ್ನು ಓದುತ್ತಿರುವವನು ನಾನೇ. ಅವುಗಳಲ್ಲಿರುವ ವಸ್ತುಸಂಪದವನ್ನು ಕುರಿತಂತೆ ನೀವು ಯಾವುದೇ ಪ್ರಶ್ನೆಗಳನ್ನಾದರೂ ಕೇಳಬಹುದು. ನೀವೇನಾದರೂ ಆ ಸಂಪುಟಗಳನ್ನು ಅಧ್ಯಯನಮಾಡಿದ್ದ ಪಕ್ಷದಲ್ಲಿ, ನಿಮಗೇನಾದರೂ ಸಂದೇಹಗಳಿದ್ದ ಪಕ್ಷದಲ್ಲಿ, ಕೇಳಿ ಪರಿಹರಿಸಿಕೊಳ್ಳಬಹುದು" ಎಂದು ಹೇಳಿದರು. ಆಗ ಗ್ರಂಥಪಾಲಕನು "ನೋಡಿಯೇ ಬಿಡೋಣ" ಎಂದುಕೊಂಡು ಹಲವಾರು ಪ್ರಶ್ನೆಗಳನ್ನೆಸೆದನು. ವಿವೇಕಾನಂದರು ಅವುಗಳಿಗೆಲ್ಲ ತೃಪ್ತಿಕರವಾದ ಉತ್ತರಗಳನ್ನು ಕೊಟ್ಟರು. ಅದನ್ನು ಕಂಡ ಗ್ರಂಥಪಾಲಕನು ಅಪ್ರತಿಭನಾಗಿಬಿಟ್ಟನು. ವಿವೇಕಾನಂದರ ಮೇಧಾಶಕ್ತಿಗೆ ಶರಣಾಗತನಾಗಿಬಿಟ್ಟನು.

ಮತ್ತೊಮ್ಮೆ ಶರಶ್ಚಂದ್ರಚಕ್ರವರ್ತಿಯೆಂಬ ಶಿಷ್ಯನು ಬೇಲೂರುಮಠದ ಗ್ರಂಥಾಲಯಕ್ಕೆ ಹೊಚ್ಚಹೊಸದಾಗಿ ಬಂದ 'ಎನ್‌ಸೈಕ್ಲೊಪೀಡಿಯಾ ಬ್ರಿಟಾನಿಕಾ' ಎಂಬ ಹೆಸರುಳ್ಳ ವಿಶ್ವಕೋಶದ ಸಂಪುಟಗಳನ್ನು ನೋಡಿ ಆಶ್ಚರ್ಯಪಟ್ಟು "ಅಬ್ಬಾ, ಈ ಸಂಪುಟಗಳನ್ನು ಓದಿಮುಗಿಸಲು ಒಂದು ಜೀವಮಾನವಾದರೂ ಸಾಕಾಗುವುದಿಲ್ಲ" ಎಂದು ಉದ್ಗರಿಸಿದನು. ಅದು ನಿಜವೂ ಹೌದು. ಆಗ ಅಲ್ಲಿಯೇ ಇದ್ದ ವಿವೇಕಾನಂದರು "ಅದಕ್ಕೆ ಜೀವಮಾನವೆಲ್ಲ ಏಕೆ ಬೇಕಯ್ಯ, ನೀನೀಗ ಆ ಗ್ರಂಥದ ಮೊದಲ ಹತ್ತುಸಂಪುಟಗಳಲ್ಲಿ ಯಾವ ವಿಷಯದ ಬಗ್ಗೆಯಾದರೂ ನನ್ನನ್ನು ಪ್ರಶ್ನಿಸಬಹುದು" ಎಂದು ಸವಾಲೆಸೆದರು. ಆ ಹೊತ್ತಿಗಾಗಲೇ ವಿವೇಕಾನಂದರು ಆ ಹತ್ತುಸಂಪುಟಗಳನ್ನು ಅನ್ಯತ್ರ ಅವಲೋಕಿಸಿ ಮುಗಿಸಿದ್ದರು. ಆಗ ಶಿಷ್ಯನು ಹತ್ತುಸಂಪುಟಗಳಲ್ಲಿನ ಕೆಲವು ಕ್ಲಿಷ್ಟಕರವಾದ ವಿಷಯಗಳನ್ನು ನಡುನಡುವೆ ಆಯ್ದು 'ಅದೇನು, ಇದೇನು' ಎಂದು ಪ್ರಶ್ನೆಕೇಳಿದನು. ವಿವೇಕಾನಂದರು ಆ ಪ್ರಶ್ನೆಗಳಿಗೆಲ್ಲ ಕರಾರುವಾಕ್ಕಾದ ಉತ್ತರಗಳನ್ನು ಕೊಟ್ಟರು. ಅಷ್ಟುಮಾತ್ರವಲ್ಲದೆ ಕೆಲವೆಡೆಗಳಲ್ಲಿ, ಆ ಸಂಪುಟಗಳಲ್ಲಿ ಮುದ್ರಿತವಾಗಿದ್ದ ಪ್ಯಾರಾ ಪ್ಯಾರಾಗಳನ್ನೇ ಪುಟಪುಟಗಳನ್ನೇ ಉರುಹೊಡೆದವರ ಹಾಗೆ ಒಪ್ಪಿಸಿಬಿಟ್ಟರು. ಶಿಷ್ಯನು ಆ ಅತಿಮಾನುಷ ಸ್ಮರಣಶಕ್ತಿಯನ್ನು ಕಂಡು ಮೂಕವಿಸ್ಮಿತನಾಗಿಬಿಟ್ಟನು.

"ನಾನು ಪುಸ್ತಕಗಳನ್ನು ಓದುವಾಗ ಒಂದೊಂದೇ ಪದವನ್ನು ಓದುವುದಿಲ್ಲ.

ವಾಕ್ಯವಾಕ್ಯಗಳನ್ನೇ ಓದುತ್ತೇನೆ. ಕೆಲವೊಮ್ಮೆ ಪ್ಯಾರಾಪ್ಯಾರಾಗಳನ್ನೇ ಓದಿಮುಗಿಸುತ್ತೇನೆ. ಕಟ್ಟುನಿಟ್ಟಿನ ಬ್ರಹ್ಮಚರ್ಯ ಮತ್ತು ಅಭ್ಯಾಸದಿಂದ ಅದನ್ನು ಸಾಧಿಸಬಹುದು" ಎಂದು ಅದರ ರಹಸ್ಯವನ್ನು ತಿಳಿಸಿದರು. ಆಗ ಶಿಷ್ಯನು "ಈ ಅತಿಮಾನುಷ ಸ್ಮರಣಶಕ್ತಿ, ಗ್ರಹಣಶಕ್ತಿ, ಮೇಧಾಶಕ್ತಿಗಳು ನೀವು ಹೇಳಿದ ಸಾಧನಗಳಷ್ಟರಿಂದಲೇ ಸಿದ್ಧಿಸುವುದಿಲ್ಲ. ಅದಕ್ಕೆ ಮತ್ತೂ ಇನ್ನೇನೋ ವಿಶೇಷವಿರಲೇಬೇಕು" ಎಂದು ಉದ್ಗರಿಸಿದನು. ವಿವೇಕಾನಂದರು ಮಂದಹಾಸಬೀರಿ ಸುಮ್ಮನಾದರು.

ಬೆಳಗಾವಿಯಲ್ಲಿ ವಿವೇಕಾನಂದರು ಹರಿಪದಮಿತ್ರ ಅವರ ಅತಿಥಿಯಾಗಿದ್ದಾಗ ಒಂದುದಿನ ಮಾತಿನ ನಡುವೆ ವಿವೇಕಾನಂದರು 'ಪಿಕ್ವಿಕ್ ಪೇಪರ್ಸ್' ಎಂಬೊಂದು ಜನಪ್ರಿಯ ಗ್ರಂಥದಿಂದ ಎರಡು ಮೂರು ಪುಟಗಳನ್ನು ಪದಶಃ ಉದ್ಧರಿಸಿದರು. ಅದನ್ನು ಕಂಡು ಹರಿಪದಮಿತ್ರರು "ಸನ್ಯಾಸಿಯೊಬ್ಬರು ಒಂದು ಲೌಕಿಕಪುಸ್ತಕದಿಂದ ಇಷ್ಟೊಂದು ಕಂಠಪಾಠ ಮಾಡಿಕೊಂಡಿದ್ದಾರಲ್ಲ" ಎಂದು ಆಶ್ಚರ್ಯಭರಿತರಾದರು. ಅದನ್ನು ತಡೆದುಕೊಳ್ಳಲಾರದೆ ಸ್ವಾಮಿಗಳನ್ನು ಕುರಿತು "ನೀವು ಈ ಪುಸ್ತಕವನ್ನೇನಾದರೂ ಸನ್ಯಾಸಸ್ವೀಕರಿಸುವುದಕ್ಕೆ ಮುಂಚೆ ಹಲವುಬಾರಿ ಓದಿದ್ದಿರಾ" ಎಂದು ಕೇಳಿದರು. ಅದಕ್ಕೆ ಸ್ವಾಮಿಗಳು "ನಾನು ಆ ಪುಸ್ತಕವನ್ನು ನನ್ನ ಶಾಲಾವಿದ್ಯಾರ್ಥಿದೆಶೆಯಲ್ಲಿ ಒಮ್ಮೆ ಓದಿದ್ದೆ. ಈಗ ಐದಾರು ತಿಂಗಳ ಹಿಂದೆ ಏನೋ ಕುತೂಹಲವಾಗಿ ಮತ್ತೊಮ್ಮೆ ಓದಿದೆ" ಎಂದು ತಾವು ಆ ಗ್ರಂಥವನ್ನು ಎರಡುಬಾರಿ ಓದಿದ್ದೇನೆಂಬುದನ್ನು ಹೇಳಿದರು. "ಎರಡುಬಾರಿ ಓದುವಷ್ಟರಿಂದಲೇ ಹೀಗೆ ಪುಟಗಟ್ಟಳೆ ನೆನಪಿನಲ್ಲಿಟ್ಟುಕೊಳ್ಳುವುದು ಸಾಧ್ಯವೆ" ಎಂದು ಮಿತ್ರರು ಪುನಃ ಪ್ರಶ್ನಿಸಿದರು. ಅದಕ್ಕೆ ವಿವೇಕಾನಂದರು "ಏಕೆ ಸಾಧ್ಯವಿಲ್ಲ, ಓದುವಾಗ ಪೂರ್ಣಗಮನವನ್ನು ಅದರಲ್ಲಿ ಹರಿಸಬೇಕು. ಆಹಾರದಿಂದ ನಾವು ಪಡೆದ ಶಕ್ತಿ ಪೋಲಾಗದಂತೆ ನೋಡಿಕೊಳ್ಳಬೇಕು. ನಾವು ಏನೇ ಮಾಡುವುದಿರಲಿ, ಅದನ್ನು ಮಾಡುವಾಗ ನಮ್ಮ ಸಂಪೂರ್ಣಗಮನವನ್ನು ಅದರ ಮೇಲಿಡಬೇಕು. ಪವಹಾರಿಬಾಬಾ ತಮ್ಮ ಹಿತ್ತಾಳೆಪಾತ್ರೆ ತೊಳೆಯುವ ಕಾರ್ಯವನ್ನು ಕೂಡ ಧ್ಯಾನಜಪಅಧ್ಯಯನಗಳಷ್ಟೇ ಏಕಾಗ್ರತೆಯಿಂದ ಮಾಡುತ್ತಿದ್ದರು. ಅದು ಚಿನ್ನದಂತೆ ಹೊಳೆಯುವಹಾಗೆ ಬೆಳಗುತ್ತಿದ್ದರು" ಎಂದು ಹೇಳಿದರು.

ವಿವೇಕಾನಂದರ ಆ ಪರಿಯ ಸ್ಮರಣಶಕ್ತಿಯನ್ನು ಪರಮಾತ್ಮನ ಪ್ರಸಾದವೆಂದೇ ಹೇಳಬೇಕು. ಅವರು ಸಪ್ತರ್ಷಿಮಂಡಲದಿಂದ ಧರೆಗೆ ಇಳಿದುಬಂದ ಅವತಾರ ಪುರುಷರಲ್ಲವೆ!

೧೧೪. ವಿರೋಚನನ ಆತ್ಮವಿಜ್ಞಾನ

"ಪಾಶ್ಚಾತ್ಯದೇಶಗಳಲ್ಲಿ ವೇದಾಂತವಿದ್ಯೆಯ ಪ್ರಚಾರಮಾಡುವುದರಿಂದ ಹಿಂದೂಗಳಾದ ನಮಗೇನು ಲಾಭ" ಎಂದು ಕೆಲವರು ವಿವೇಕಾನಂದರನ್ನು ಆಗಾಗ ಪ್ರಶ್ನಿಸುತ್ತಿದ್ದರು. ಆಗ ವಿವೇಕಾನಂದರು ದೈತ್ಯರಾಜನಾದ ವಿರೋಚನನ ದೃಷ್ಟಾಂತದ ಮೂಲಕ ಭಾರತಕ್ಕಾಗುವ ಉಪಕಾರವನ್ನು ಬಿಡಿಸಿಹೇಳುತ್ತಿದ್ದರು. ಈ ಹಿನ್ನೆಲೆಯಲ್ಲಿ ವಿರೋಚನನ ವಿವರಗಳನ್ನು ತಿಳಿಯಬೇಕು.

ಪ್ರಜಾಪತಿಬ್ರಹ್ಮನು ಒಂದುಸಾರಿ "ಆತ್ಮನು ಹುಟ್ಟುಸಾವುಗಳಿಲ್ಲದವನು, ಶೋಕ ಮೋಹಗಳಿಲ್ಲದವನು,ಹಸಿವುಬಾಯಾರಿಕೆಗಳಿಲ್ಲದವನು. ಅವನು ಸತ್ಯಕಾಮನೂ ಸತ್ಯ ಸಂಕಲ್ಪನೂ ಆಗಿದ್ದಾನೆ. ಅವನನ್ನೇ ಹುಡುಕಿ ಅರಿತುಕೊಳ್ಳಬೇಕು. ಹಾಗೆ ಅರಿತುಕೊಂಡುದೇ ಆದರೆ, ನಮ್ಮ ಇಷ್ಟಾರ್ಥಗಳೆಲ್ಲ ಸಿದ್ಧಿಸುತ್ತವೆ" ಎಂದು ಪ್ರಚುರಪಡಿಸಿದನು. ಆ ವಿಚಾರವು ದೈತ್ಯರಾಜನಾದ ವಿರೋಚನನ ಕಿವಿಗೂ ಬಿತ್ತು. "ಸಕಲ ಇಷ್ಟಾರ್ಥಗಳೂ ಸಿದ್ಧಿಸುತ್ತವೆ ಎಂದಮೇಲೆ ಆ ಆತ್ಮನನ್ನು ತಿಳಿಯಲೇಬೇಕು" ಎಂದು ನಿರ್ಧರಿಸಿ, ಪ್ರಜಾಪತಿಬ್ರಹ್ಮನಲ್ಲಿಗೆ ಹೋದನು. "ಏನು ಬಂದೆಯಪ್ಪಾ ವಿರೋಚನ, ನನ್ನಿಂದೇನಾಗಬೇಕು" ಎಂದು ಪ್ರಜಾಪತಿಯು ಪ್ರಶ್ನಿಸಿದನು. ಅದಕ್ಕೆ ವಿರೋಚನನು "ಆತ್ಮನನ್ನೇ ಹುಡುಕಿ ಅರಿತುಕೊಳ್ಳಬೇಕು ಎಂದು ನೀನೇ ಅಪ್ಪಣೆಕೊಡಿಸಿದೆಯಲ್ಲ ತಂದೆ, ಆ ತತ್ತ್ವವನ್ನು ನಿನ್ನಿಂದಲೇ ತಿಳಿದುಕೊಂಡು ಹೋಗಲೆಂದು ಬಂದಿದ್ದೇನೆ" ಎಂದನು.

ಆಗ ಪ್ರಜಾಪತಿಯು ಒಂದು ವಿಶಾಲವಾದ ಪಾತ್ರೆಯಲ್ಲಿದ್ದ ನೀರನ್ನು ತೋರಿಸುತ್ತ "ವಿರೋಚನ, ಆ ಪಾತ್ರೆಯಲ್ಲಿರುವ ನೀರಿನಲ್ಲಿ ನಿನ್ನ ಮುಖವನ್ನು ಒಮ್ಮೆ ನೋಡಿಕೋ, ನಿನಗೆ ಏನು ತಿಳಿಯುತ್ತದೆಯೋ ಅದನ್ನು ನನಗೆ ಹೇಳು. ಆಮೇಲೆ ನಾನು ನಿನಗೆ ಆತ್ಮವಿಚಾರವನ್ನು ತಿಳಿಸಿಕೊಡುತ್ತೇನೆ" ಎಂದು ಸೂಚಿಸಿದನು. ವಿರೋಚನನು ಹಾಗೆಯೇ ಮಾಡಿದನು. ಆಮೇಲೆ ಪ್ರಜಾಪತಿಯನ್ನು ಕುರಿತು "ನನ್ನ ಪೂರ್ಣವಾದ ಪ್ರತಿಬಿಂಬವನ್ನು ಆ ಪಾತ್ರೆಯ ನೀರಿನಲ್ಲಿ ನಾನು ನೋಡಿದೆ. ಅಷ್ಟು ನನಗೆ ತಿಳಿಯಿತು" ಎಂದು ಹೇಳಿದನು. ತರುವಾಯ ಪ್ರಜಾಪತಿಯು "ನಿನ್ನನ್ನು ನೀನು ಚೆನ್ನಾಗಿ ಅಲಂಕಾರಮಾಡಿಕೊಂಡು, ಇನ್ನೊಂದು ಸಾರಿ ಆ ಪಾತ್ರೆಯ ನೀರಿನಲ್ಲಿ ನಿನ್ನನ್ನು ನೋಡಿಕೋ, ನಿನಗೆ ಏನು ತಿಳಿಯು ತ್ತದೆಯೋ ಅದನ್ನು ನನಗೆ ಹೇಳು. ಆಮೇಲೆ ನಿನಗೆ ಆತ್ಮವಿಚಾರವನ್ನು ತಿಳಿಸಿಕೊಡುತ್ತೇನೆ"

ಎಂದನು. ವಿರೋಚನನು ಹಾಗೆಯೇ ಮಾಡಿದನು. ಬಳಿಕ ಪ್ರಜಾಪತಿಯನ್ನು ಕುರಿತು "ಚೆನ್ನಾಗಿ ಅಲಂಕಾರಮಾಡಿಕೊಂಡಿದ್ದ ನನ್ನ ಸುಂದರವಾದ ರೂಪವನ್ನೇ ನಾನು ಆ ಪಾತ್ರೆಯ ನೀರಿನಲ್ಲಿ ನೋಡಿದೆ" ಎಂದು ಉಸುರಿದನು. ಆಗ ಪ್ರಜಾಪತಿಯು "ಹಾಗಾದರೆ ಅದೇ ಆತ್ಮನು, ಅದೇ ನಾಶವಿಲ್ಲದ, ಅಂಜಿಕೆಯಿಲ್ಲದ ಬ್ರಹ್ಮನು" ಎಂಬುದಾಗಿ ಹೇಳಿದನು.

ಆಗ ವಿರೋಚನನು ಹರ್ಷಚಿತ್ತನಾಗಿ "ಹಾಗಾದರೆ ಸರಿ, ನಾನು ಆತ್ಮತತ್ತ್ವವನ್ನು ಅರಿತುಕೊಂಡೆ" ಎಂದು ತನಗೆತಾನೇ ಭಾವಿಸಿಕೊಂಡು, ಪ್ರಜಾಪತಿಗೆ ನಮಸ್ಕರಿಸಿ ನಿರ್ಗಮಿಸಿಬಿಟ್ಟನು. ಪ್ರಜಾಪತಿಯು ಇನ್ನೂ ಹೇಳುವವನಿದ್ದನು. ಆದರೆ ವಿರೋಚನನು ಚಂಚಲಮನಸ್ಕನಾಗಿ, ಉಪದೇಶವು ಮುಗಿದೇಹೋಯಿತೆಂದು ಭಾವಿಸಿ ಹಿಂದಕ್ಕೆ ಬಂದುಬಿಟ್ಟನು. ಆಮೇಲೆ ಪ್ರಜಾಪತಿಯು "ಹೀಗೇಕೆ ವಿರೋಚನನು ಆತುರಪಟ್ಟುಕೊಂಡು ಓಡಿಬಿಟ್ಟ? ಆತ್ಮತತ್ತ್ವವನ್ನು ಅವನು ತಿಳಿದುಕೊಳ್ಳಲೇ ಇಲ್ಲವಲ್ಲ, ಶರೀರವನ್ನೇ ಆತ್ಮವೆಂದು ಎಲ್ಲಿ ಸಾರಿಬಿಡುತ್ತಾನೋ ಕಾಣೆನಲ್ಲಾ" ಎಂದು ಆತಂಕಪಟ್ಟುಕೊಂಡನು.

ಮುಂದಕ್ಕೆ ಪ್ರಜಾಪತಿಬ್ರಹ್ಮನು ಊಹಿಸಿದಂತೆಯೇ ಆಯಿತು. ತನ್ನ ಕುಲದವರಾದ ಅಸುರರನ್ನು ಸಮೀಪಿಸಿದ ವಿರೋಚನನು "ನಾನು ತಂದೆಯಾದ ಪ್ರಜಾಪತಿಬ್ರಹ್ಮನಿಂದ ಸಕಲಇಷ್ಟಾರ್ಥಸಾಧಕವಾದ ಆತ್ಮತತ್ತ್ವವನ್ನು ಅರಿತುಕೊಂಡು ಬಂದಿದ್ದೇನೆ. ನಿಮಗೂ ಹೇಳುತ್ತೇನೆ ಕೇಳಿಸಿಕೊಳ್ಳಿ. ನಿಮ್ಮನಿಮ್ಮ ಶರೀರವನ್ನೇ ಆತ್ಮವೆಂದು ತಿಳಿಯಿರಿ. ಆ ಶರೀರವೇ ಪೂಜೆಗೆ ಯೋಗ್ಯವಾದುದು. ಅದನ್ನೇ ಪೂಜಿಸಬೇಕು, ಅದನ್ನೇ ಮೆರೆಸಬೇಕು. ಶರೀರಸುಖವೇ ಇಹಪರಗಳ ಸುಖವೆಂದು ತಿಳಿಯಬೇಕು. ಆಗ ಎಲ್ಲವನ್ನೂ ಪಡೆದು ಕೊಂಡಂತಾಗುತ್ತದೆ" ಎಂದು ಬೋಧಿಸಿದನು. ಅದೇ ಅಸುರರಿಗೆಲ್ಲ ಜೀವನದ ಸೂತ್ರ ವಾಯಿತು. ವಿರೋಚನನೊಡನೆ ಈ ಹಿಂದೆ ದೇವರಾಜನಾದ ಇಂದ್ರನೂ ಹೋಗಿದ್ದನು. ಅವನಾದರೋ "ಈ ಶರೀರವೇ ಆತ್ಮವಾಗಲಾರದಲ್ಲಾ" ಎಂದು ವಿವೇಕದಿಂದ ಸಾವಧಾನ ವಾಗಿ ವಿಚಾರಮಾಡಿ, ಬ್ರಹ್ಮದೇವನನ್ನು ಪ್ರಶ್ನೆಮಾಡಿ, ಆತ್ಮತತ್ತ್ವವನ್ನು ಸರಿಯಾಗಿ ತಿಳಿದು ಕೊಂಡನು. ಇದಿಷ್ಟೂ ವಿರೋಚನನ ಕಥೆಯಾಯಿತು.

ಇಲ್ಲಿಂದ ಮುಂದಕ್ಕೆ ವಿವೇಕಾನಂದರು ಪಾಶ್ಚಾತ್ಯರನ್ನು ವಿರೋಚನನಿಗೆ ಹೋಲಿಸುತ್ತ ತಮ್ಮ ಚಿಂತನೆಯನ್ನು ಮುಂದುವರಿಸಿದ್ದಾರೆ. ಪಾಶ್ಚಾತ್ಯರು ಮಹಾಪರಾಕ್ರಮಶಾಲಿಯಾದ ವಿರೋಚನನ ಸಂತಾನದವರು. ಅವರಾದರೋ ತಮ್ಮ ಶಕ್ತಿಸಾಮರ್ಥ್ಯಗಳಿಂದ ಪಂಚಭೂತ ಗಳನ್ನೇ ಆಟದ ಬೊಂಬೆಗಳಂತೆ ಕುಣಿಸುತ್ತಾರೆ. ಹಿಂದೂಗಳಾದ ನಾವಾದರೋ ಅವರನ್ನು ಆ ವಿಚಾರದಲ್ಲಿ ಗೆಲ್ಲುತ್ತೇವೆಂದು ಹೊರಟರೆ, ಹಿಮಾಲಯದ ಮುಂದೆ, ಒಂದು ಕಲ್ಲಿನಚೂರು ಸ್ಪರ್ಧಿಸಲು ಹೊರಟಂತೆ ನಿಷ್ಫಲವಾಗುತ್ತದೆ. ಆದ್ದರಿಂದ ನಾವು ಒಂದು ಕಡೆ ಅವರಿಂದ ಐಹಿಕಜೀವನಕ್ಕೆ ಬೇಕಾದ ವಿಜ್ಞಾನಶಾಸ್ತ್ರಗಳನ್ನು ಕಲಿತುಕೊಂಡು, ಜೀವನಸಂಗ್ರಾಮದಲ್ಲಿ ಹೆಚ್ಚು ಚುರುಕಿನಿಂದ ಕೆಲಸಮಾಡಲು ಅಣಿಯಾಗಬೇಕು.

ಮತ್ತೊಂದುಕಡೆ ನಾವು ಅವರಿಗೆ ವಿರೋಚನನು ತಿಳಿಯಲಾರದೆ ಹೋದ ಆತ್ಮವಿದ್ಯೆಯನ್ನು ತಿಳಿಸಿಕೊಟ್ಟು, ಪಾರಮಾರ್ಥಿಕವಾದ ಕಲ್ಯಾಣವನ್ನು ಅವರು ಪಡೆಯುವಂತೆ ಮಾಡಬೇಕು. ತನ್ಮೂಲಕ ಅವರ ವಿಶ್ವಾಸಕ್ಕೂ ಸಹಾನುಭೂತಿಗೂ ಪಾತ್ರರಾಗಿ ಗುರುಸ್ಥಾನವನ್ನು ನಾವು ಅಲಂಕರಿಸುವಂತಾಗಬೇಕು ಎಂದು ಜಿಜ್ಞಾಸುಗಳ ಪ್ರಶ್ನೆಗೆ ಸಮಂಜಸವಾದ ಉತ್ತರವನ್ನು ನೀಡಿದ್ದಾರೆ. "ನಾನು ಈ ನಂಬುಗೆಯನ್ನು ಕಾರ್ಯರೂಪಕ್ಕೆ ತರುವುದಕ್ಕಾಗಿಯೇ ನನ್ನ ಜೀವನವನ್ನು ಸಮರ್ಪಿಸುತ್ತೇನೆ" ಎಂದು ಪ್ರತಿಜ್ಞಾರೂಢರಾಗಿ ಹೇಳಿದ್ದಾರೆ. "ಅಲ್ಲಿಯ ಜನರಿಗೆ ಧರ್ಮದ ತೃಷ್ಣೆ ಅದೆಷ್ಟು ಉತ್ಕಟವಾಗಿದೆಯೆಂದರೆ, ನನ್ನಂತಹ ಸಾವಿರಾರುಮಂದಿ ಅಲ್ಲಿಗೆ ಹೋದರೂ ಅವರಿಗೆ ಸಾಕಷ್ಟು ಸ್ಥಳವಿದೆ. ನಮ್ಮ ಅಮೂಲ್ಯರತ್ನಗಳನ್ನು ನೀಡಲು ಇದೇ ಸಕಾಲ" ಎಂಬುದಾಗಿಯೂ ತಿಳಿಯಹೇಳಿದ್ದಾರೆ.

ತಾವು ಪ್ರತಿಜ್ಞೆಮಾಡಿದಂತೆ ವಿವೇಕಾನಂದರು ಪಾಶ್ಚಾತ್ಯದೇಶಗಳಲ್ಲಿ ವೇದಾಂತದ ಬಹುಮೂಲ್ಯ ತತ್ತ್ವಗಳನ್ನು ತಿಳಿಸಿಕೊಟ್ಟು, ಅವರ ಮನವನ್ನು ಗೆದ್ದು, ಅವರಿಗೆ ಗುರು ಸ್ಥಾನದಲ್ಲಿ ನಿಂತರು. ತಮ್ಮ ಬದುಕನ್ನು ಈ ಬಗೆಯ ಅರ್ಥಪೂರ್ಣವಾದ ಕೊಳುಕೊಡೆಯ ಕಾರ್ಯಕ್ಕಾಗಿಯೂ ವಿನಿಯೋಗಿಸಿದರು ಎಂಬುದನ್ನು ಕೂಡ ಈ ಸಂದರ್ಭದಲ್ಲಿ ನೆನೆಯಬೇಕಾಗಿದೆ.

೧೧೫. ಕೋತಿ ಮತ್ತು ಕೌಪೀನ

"ಯಾರು ಒಂದೇ ಮನಸ್ಸಿನಿಂದ ನನ್ನನ್ನು ಧ್ಯಾನಮಾಡುತ್ತಾರೆಯೋ, ಎಲ್ಲೆಡೆ ನನ್ನನ್ನೇ ಪೂಜಿಸುತ್ತಾರೆಯೋ, ಯಾವಾಗಲೂ ನನ್ನನ್ನೇ ನೆಮ್ಮಿಕೊಂಡಿರುತ್ತಾರೆಯೋ- ಅಂತಹ ಭಕ್ತರ ಯೋಗಕ್ಷೇಮವನ್ನು ನಾನು ಹೊತ್ತುಕೊಳ್ಳುತ್ತೇನೆ" ಎಂದು ಭಗವಂತನು ಗೀತೆಯಲ್ಲಿ ಆಶ್ವಾಸನೆ ನೀಡಿದ್ದಾನೆ. ಭಗವಂತನಿಗೆ ಸಂಪೂರ್ಣವಾಗಿ ತಮ್ಮನ್ನು ಸಮರ್ಪಿಸಿಕೊಂಡ ಭಕ್ತರನ್ನು ಅವರು ಪರ್ವತಾಗ್ರದಲ್ಲೇ ಇರಲಿ, ಪಾತಾಳದ ಗರ್ಭದಲ್ಲಿಯೇ ಇರಲಿ, ಅವರನ್ನು ರಕ್ಷಿಸುತ್ತಾನೆ. ಅವರಿಗೆ ಸಲ್ಲಬೇಕಾದುದನ್ನು ದೊರಕಿಸಿಕೊಡುತ್ತಾನೆ. ಆದರೆ ಕೆಲವೊಮ್ಮೆ ಅವನು ತನ್ನ ಆಪ್ತಭಕ್ತರನ್ನು ಕಠಿಣವಾದ ಪರೀಕ್ಷೆಗಳಿಗೂ ಗುರಿಪಡಿಸುತ್ತಾನೆ. ಅದು ಅವನಿಗೊಂದು ಲೀಲೆಯಲ್ಲದೆ ಬೇರೆಯಲ್ಲ. ಆ ಲೀಲೆಗಳು ಕೂಡ ಬಹಳ ರಮ್ಯವಾಗಿರುತ್ತವೆ, ವಿಚಿತ್ರವೂ ಆಗಿರುತ್ತವೆ. ಈ ಸಂಗತಿಯನ್ನು ಪುಷ್ಟೀಕರಿಸುವಂತಹ ಹಲವು ಘಟನೆಗಳು ಸ್ವಾಮಿ ವಿವೇಕಾನಂದರ ಬದುಕಿನಲ್ಲಿಯೂ ನಡೆದುಹೋಗಿವೆ. ಬೃಂದಾವನ ಯಾತ್ರಾಕಾಲದ ಒಂದು ಘಟನೆಯನ್ನು ಇಲ್ಲಿ ನೋಡಬಹುದು.

ಸ್ವಾಮಿ ವಿವೇಕಾನಂದರು ತಮ್ಮ ದೇಶಾಟನೆಯ ಕಾಲದಲ್ಲಿ ಶ್ರೀಕೃಷ್ಣನ ಲೀಲಾಭೂಮಿಯಾದ ಬೃಂದಾವನವನ್ನು ಹೊಕ್ಕರು. ಗೋವರ್ಧನಗಿರಿಯನ್ನು ಪ್ರದಕ್ಷಿಣೆಮಾಡುವ ಭಕ್ತಿಮಯ ಆಚರಣೆಯೊಂದನ್ನು ಅವರು ಯಶಸ್ವಿಯಾಗಿ ಪೂರೈಸಿದರು. ತರುವಾಯದಲ್ಲಿ ಒಂದುದಿನ ಶ್ರೀಕೃಷ್ಣನ ಪ್ರೇಮಮೂರ್ತಿಯಾದ ರಾಧೆಯ ಹೆಸರಿನಿಂದ ಪ್ರಸಿದ್ಧವಾಗಿರುವ 'ರಾಧಾಕುಂಡ' ಎಂಬ ಸರೋವರದಲ್ಲಿ ಸ್ನಾನಮಾಡಬೇಕೆಂದು ಇಚ್ಛೆಪಟ್ಟರು. ವಿವೇಕಾನಂದರು ರಾಧಾಕುಂಡವನ್ನು ಸಮೀಪಿಸಿದಾಗ ಅಲ್ಲಿ ಯಾರೂ ಇರಲಿಲ್ಲ. ವಿವೇಕಾನಂದರ ಮೈಮೇಲಾದರೋ ಆ ಹೊತ್ತಿನಲ್ಲಿ ಒಂದು ಕೌಪೀನವಲ್ಲದೆ ಮತ್ತಾವ ವಸ್ತ್ರವೂ ಇರಲಿಲ್ಲ. ಅದನ್ನು ಒಗೆದು, ದಡದಮೇಲೆ ಒಣಗಲು ಹಾಕಿ, ತಾವು ಸರೋವರಕ್ಕಿಳಿದರು. ಸ್ನಾನಮಾಡುತ್ತ, ಮುಳುಗುಹಾಕುತ್ತ ಮೈಮರೆತುಬಿಟ್ಟರು.

ಸ್ನಾನಮುಗಿಸಿ ಮೇಲೆದ್ದುಬಂದಾಗ ಸ್ವಾಮಿಗಳು ಒಣಗಲುಹಾಕಿದ್ದ ಕೌಪೀನವು ಅಲ್ಲಿರಲಿಲ್ಲ. "ಕೌಪೀನವನ್ನು ಕದಿಯುವ ಕಳ್ಳರಾರೂ ಇಲ್ಲಿಲ್ಲವಲ್ಲಾ" ಎಂದುಕೊಳ್ಳುತ್ತ, ಸುತ್ತಮುತ್ತ ನೋಡಿದರು. ಎಲ್ಲೂ ಕಾಣಿಸಲಿಲ್ಲ. ಕೊನೆಗೆ ತಲೆಯೆತ್ತಿ ನೋಡಿದಾಗ ಮರದ ಮೇಲೆ ಒಂದು ಕೋತಿಯು ಆ ಕೌಪೀನವನ್ನು ತನ್ನ ಕೈಗಳಲ್ಲಿ ಇಟ್ಟುಕೊಂಡಿರುವುದು ಗೋಚರಿಸಿತು. "ಅದಾವ ಮಾಯದಲ್ಲಿ ಈ ಕೋತಿ ನನ್ನ ಕೌಪೀನವನ್ನು ಎತ್ತಿ

ಕೊಂಡು ಹೋಯಿತಪ್ಪ, ಏನು ಮಾಡುವುದೀಗ" ಎಂದು ಚಿಂತಿತರಾದರು. ಕೋತಿಗಳಿಗೆ ಅನುಕರಿಸುವ ಗುಣವಿರುತ್ತದೆ. ಅದನ್ನರಿತಿದ್ದ ಸ್ವಾಮಿಗಳು ಎಸೆಯುವ, ಬೀಸುವ ಚೇಷ್ಟೆಗಳನ್ನು ಮಾಡಿ, ತನ್ಮೂಲಕ ಆ ಕೋತಿಯು ಕೌಪೀನವನ್ನು ಕೆಳಕ್ಕೆ ಎಸೆಯುವಂತೆ ಪ್ರಚೋದಿಸಿದರು. ಅದಕ್ಕೆಲ್ಲ ಆ 'ಆಂಜನೇಯ'ನು ಬಗ್ಗಲಿಲ್ಲ.

ಆಗ ವಿವೇಕಾನಂದರು ವೃಂದಾವನದ ಅಧಿಷ್ಠಾತ್ರಿಯಾದ ರಾಧಾದೇವಿಯ ಮೇಲೆಯೇ ಮುನಿಸಿಕೊಂಡರು. "ಏನು ತಾಯೆ, ನಾನೊಂದು ಕೌಪೀನಧರಿಸಿಕೊಳ್ಳುವುದೂ ನಿನಗೆ ಸಹನೆಯಿಲ್ಲವೇ, ನಿನ್ನ ಹೆಸರಿನಿಂದ ಪವಿತ್ರವಾಗಿರುವ ಕುಂಡದಲ್ಲಿ ಮಿಂದುದಕ್ಕೆ ನನಗೆ ಈ ಶಿಕ್ಷೆಯೇ? ನಾನು ಈ ಸ್ಥಿತಿಯಲ್ಲಿ ಪಟ್ಟಣದೊಳಕ್ಕೆ ಬರುವುದಾದರೂ ಹೇಗೆ? ನೀನು ಈ 'ವಸ್ತ್ರಾಪಹರಣಲೀಲೆ'ಯನ್ನು ಸಮಾಪ್ತಗೊಳಿಸದಿದ್ದರೆ, ಕಾಡಿನಹಾದಿಯಲ್ಲಿ ಹೊರಟುಹೋಗುತ್ತೇನೆ. ಉಪವಾಸದಿಂದ ಅಲ್ಲಿಯೇ ಪ್ರಾಣನೀಗುತ್ತೇನೆ" ಎಂದು ಪ್ರತಿಜ್ಞಾರೂಢರಾಗಿ ಅರಣ್ಯವನ್ನು ಹೊಕ್ಕರು. ಅದೆಷ್ಟೋದೂರ ಹೋದಬಳಿಕ ಯಾರೋ ಪುರುಷನೊಬ್ಬನು ವಿವೇಕಾನಂದರಿಗೆ ಎದುರಾಗಿ ಬಂದನು. ಅವನ ಕೈಲೊಂದು ಚಿಕ್ಕದಾದ ಕಾವಿಯ ವಸ್ತ್ರವಿತ್ತು, ತಿಂಡಿತಿನಿಸುಗಳ ಒಂದು ಪೊಟ್ಟಣವೂ ಇತ್ತು. ವಿವೇಕಾನಂದರಿಗೇ ತರುತ್ತಿದ್ದಾನೋ ಎಂಬಂತೆ ಆ ಪುರುಷನು ಆ ಎರಡೂ ವಸ್ತುಗಳನ್ನು "ಇವುಗಳನ್ನು ಸ್ವೀಕರಿಸಿ ಮಹಾರಾಜ್" ಎಂದು ವಿನಯದಿಂದ ಕೈಗಿತ್ತು, ಕಾಲಿಗೆರಗಿ, ಎತ್ತಲೋ ಹೊರಟುಹೋದನು.

ಆ ಘಟನೆಯಿಂದ ವಿವೇಕಾನಂದರು ಆಶ್ಚರ್ಯಭರಿತರಾದರು. "ರಾಧಾಮಾತೆಯು ನನ್ನನ್ನು ಸಾಯಲು ಬಿಡುವವಳಲ್ಲ. ತನ್ನ ಸೇವೆಗೇ ನನ್ನನ್ನು ನಿಯೋಜಿಸಿಕೊಂಡಿದ್ದಾಳೆ. ಅವಳ ಇಚ್ಛಾನುಸಾರವಾಗಿಯೇ ನಡೆಯುತ್ತೇನೆ" ಎಂದು ಭಾವಿಸುತ್ತ ಕಾವಿಯ ವಸ್ತ್ರವನ್ನು ಕೌಪೀನವಾಗಿ ತೊಟ್ಟುಕೊಂಡರು. "ತಿಂಡಿತಿನಿಸನ್ನು ರಾಧಾಕುಂಡದ ಬಳಿ ಮೆಲ್ಲೋಣ" ಎಂದು ನಿಶ್ಚಯಿಸಿಕೊಂಡು, ಅಲ್ಲಿಗೆ ಮರಳಿಬಂದರು. ಏನಾಶ್ಚರ್ಯ, ವಿವೇಕಾನಂದರ ಕೌಪೀನವು ಅವರು ಒಣಗಲುಹಾಕಿದ ತಾಣದಲ್ಲಿಯೇ ಬಿದ್ದಿತ್ತು. ಆದರೆ ಆಂಜನೇಯ ಸ್ವಾಮಿಯು ಮಾತ್ರ ಅಲ್ಲಿಂದ ಮರೆಯಾಗಿದ್ದನು. ತಿಂಡಿತಿನಿಸುಗಳನ್ನು ಸಾವಧಾನವಾಗಿ ತಿಂದು, ಪಟ್ಟಣದೊಳಕ್ಕೆ ಮರಳಿಬಂದರು.

ನಂಬಿದ ಭಕ್ತರಪಾಲಿಗೆ ಭಗವಂತನು ಕಲ್ಪತರುವಾಗಿರುತ್ತಾನೆ ಎಂಬುದರಲ್ಲಿ ಎರಡುಮಾತಿಲ್ಲ. ಎರಡುಹೆಜ್ಜೆ ಅವನ ದಿಕ್ಕಿನಲ್ಲಿ ಸಾಗಿದರೆ, ಅದಕ್ಕೆ ಪ್ರತಿಯಾಗಿ ಹನ್ನೆರಡುಹೆಜ್ಜೆ ಅವನು ನಮ್ಮತ್ತ ನಡೆದುಬರುತ್ತಾನೆ. ತನ್ನ ಭಕ್ತರು ನದಿಯೇ ಮುಂತಾದ ಜಲಾಶಯಗಳಲ್ಲಿ ಮೀಯುವಾಗ, ಅವುಗಳನ್ನು ದಾಟುವಾಗ, ಭಗವಂತನು ವಾರಾಹಿಯಾಗಿ ಕಾಪಾಡುತ್ತಾನೆ. ಜನಜಂಗುಳಿಯಿಂದ ಗಿಜಿಗುಟ್ಟುವ ನೆಲದಮೇಲೆ ನಡೆಯುವಾಗ ಅವನು ವಾಮನಮೂರ್ತಿತ್ರಿವಿಕ್ರಮನಾಗಿ ಕಾಪಾಡುತ್ತಾನೆ. ಗೊಂಡಾರಣ್ಯದ ನಡುವೆ ಇರುವಾಗ ನರಸಿಂಹನಾಗಿ ರಕ್ಷಿಸುತ್ತಾನೆ. ನಿದ್ರಾವಶರಾದಾಗ ಮಾಧವನಾಗಿ ನೋಡಿಕೊಳ್ಳುತ್ತಾನೆ ಎಂದು ಮಹಾತ್ಮರು ತಿಳಿಸಿಕೊಟ್ಟಿದ್ದಾರೆ. ನಂಬಿನಡೆಯುವುದಷ್ಟೇ ನಮ್ಮ ಕರ್ತವ್ಯವಾಗಿದೆ.

೧೧೬. ರಾಷ್ಟ್ರನಿರ್ಮಾಪಕ ರಾಜಾರಾಮಮೋಹನರಾಯ್

ಸ್ವಾಮಿ ವಿವೇಕಾನಂದರಾದರೋ ರಾಜಾರಾಮಮೋಹನರಾಯ್ ಅವರನ್ನು ಪರಿಪರಿಯಾಗಿ ಕೊಂಡಾಡಿದ್ದಾರೆ. "ಅವರು ನಿಸ್ವಾರ್ಥಕರ್ಮಕ್ಕೆ ಒಂದು ಒಳ್ಳೆಯ ಉದಾಹರಣೆ. ಭರತಖಂಡದ ಏಳ್ಗೆಗೆ ಅವರು ತಮ್ಮ ಬಾಳನ್ನೇ ಅರ್ಪಣೆ ಮಾಡಿದರು. ವಿಧವೆಯರನ್ನು ಜೀವಸಹಿತ ಸುಡುವುದನ್ನು ನಿಲ್ಲಿಸಿದವರು ಅವರು. ಈ ಸುಧಾರಣೆ ನಡೆದದ್ದು ಸಂಪೂರ್ಣವಾಗಿ ಇಂಗ್ಲಿಷರ ಪ್ರಯತ್ನದಿಂದ ಎಂಬುದು ಜನರ ಭಾವನೆ. ಆದರೆ ಆ ಪದ್ಧತಿಗೆ ವಿರುದ್ಧವಾಗಿ ಚಳುವಳಿಯನ್ನು ಹೂಡಿದವರು ರಾಜಾರಾಮಮೋಹನರು. ಅದನ್ನು ತಡೆಗಟ್ಟಲು ಅವರು ಸರ್ಕಾರದ ಸಹಾಯವನ್ನು ಪಡೆದುಕೊಂಡರಷ್ಟೆ! ರಾಮಮೋಹನರು ಆ ಸಂಬಂಧವಾದ ಚಳುವಳಿಯನ್ನು ಪ್ರಾರಂಭಿಸುವುದಕ್ಕೆ ಮುಂಚೆ ಬ್ರಿಟಿಷರು ಅದಕ್ಕೆ ಕೈಹಾಕಿರಲೇ ಇಲ್ಲ. ಬ್ರಹ್ಮಸಮಾಜವೆಂಬ ಸಂಘವನ್ನು ಸ್ಥಾಪನೆ ಮಾಡಿದವರೂ ಅವರೇ. ಒಂದು ವಿಶ್ವವಿದ್ಯಾನಿಲಯದ ಸ್ಥಾಪನೆಗೆಂದು ಒಂದುಲಕ್ಷ ಡಾಲರುಗಳನ್ನು ದಾನಮಾಡಿದ ಉದಾರಚೇತನರವರು. ಅನಂತರ ಅದರಿಂದ ಕೈತೊಳೆದು ಕೊಂಡು "ನೀವು ಕೆಲಸಮಾಡಿ, ಮುನ್ನಡೆಯಿರಿ" ಎಂದು ತಾವು ಹಿನ್ನೆಲೆಗೆ ಸರಿದುಬಿಟ್ಟರು. ಅವರು ತಮಗಾಗಿ ಯಾವ ಕೀರ್ತಿಯನ್ನೂ ಆಶಿಸಲಿಲ್ಲ, ಯಾವುದೇ ಪ್ರತಿಫಲವನ್ನೂ ಬಯಸಲಿಲ್ಲ" ಎಂಬಿತ್ಯಾದಿ ಪ್ರಶಂಸೆಗೆ ಪಾತ್ರರಾಗಿರುವ ಅವರ ಜೀವನಗಾಥೆಯ ಒಂದೆರಡು ಮನತಟ್ಟುವ ಘಟನೆಗಳನ್ನಾದರೂ ನಾವು ಮನದಂದುಕೊಳ್ಳಲೇಬೇಕು.

ರಾಜಾರಾಮಮೋಹನರಾಯರು ೧೭೭೨ರಲ್ಲಿ ಜನಿಸಿದರು. ಕೋಲ್ಕೊತ್ತಾನಗರವೇ ಅವರ ಪ್ರಮುಖ ಕಾರ್ಯಕ್ಷೇತ್ರವಾಗಿತ್ತು. ಬಾಲ್ಯದಿಂದಲೇ ಸ್ವತಂತ್ರವಾಗಿ ಆಲೋಚಿಸುವ ಶಕ್ತಿಸಾಮರ್ಥ್ಯಗಳು ಅವರಿಗೆ ಮೈಗೂಡಿದ್ದುವು. ಆ ವಿಚಾರಪ್ರಿಯತೆಯೇ ಕಾರಣವಾಗಿ ಅವರು ಸಾಧುಗಳ ಬೆನ್ನುಹತ್ತಿ ಬಾಲ್ಯದಲ್ಲಿಯೇ ಟಿಬೆಟ್‌ನ ಬೌದ್ಧವಿಹಾರಕ್ಕೆ ಓಡಿಹೋಗಿದ್ದರು. ಅಲ್ಲಿ ಭಿಕ್ಷುಗಳೊಡನೆ, ವಾಗ್ವಾದಮಾಡಿ, ಅದರ ಫಲವಾಗಿ ಪ್ರಾಣಕ್ಕೇ ಸಂಚಕಾರ ಬಂದು, ಹೇಗೋ ತಪ್ಪಿಸಿಕೊಂಡು ಬಂದರು. ಸನ್ಯಾಸಿಯಾಗಬೇಕಾಗಿದ್ದವರು, ಅದು ತಪ್ಪಿ, ಗೃಹಸ್ಥರಾದರು.

ರಾಮಮೋಹನರಿಗೆ ಜಗನ್ಮೋಹನ ಎಂಬ ಅಣ್ಣನಿದ್ದನು. ಅವನ ಮಡದಿ ತಿಲಕಮಂಜರಿ. ಜಗನ್ಮೋಹನನು ಅಕಾಲಮರಣಕ್ಕೆ ತುತ್ತಾದಾಗ ಅಂದಿನ ಪದ್ಧತಿಯಂತೆ ಆಕೆ ಅಗ್ನಿಪ್ರವೇಶಮಾಡಿ ಸಹಗಮನವನ್ನು ಆಚರಿಸಬೇಕಾಗಿಬಂದಿತು. ಭೋರ್ಗರೆಯುವ

ವಾದ್ಯಘೋಷದೊಂದಿಗೆ ತಿಲಕಮಂಜರಿಗೆ ಅಲಂಕಾರಮಾಡಿಕೊಂಡು, ಶವದೊಂದಿಗೆ ಎಲ್ಲರೂ ಮೆರವಣಿಗೆಯಲ್ಲಿ ರುದ್ರಭೂಮಿಗೆ ಹೋದರು. ಆ ಹೊತ್ತಿನಲ್ಲಿ ತಿಲಕಮಂಜರಿಗೆ ಜರತಾರಿಸೀರೆ ಉಡಿಸಿದ್ದರು. ಹಣೆಯತುಂಬ ಕುಂಕುಮವನ್ನು ಬಳಿದಿದ್ದರು. ಮುಖದ ತುಂಬ ಅರಿಶಿನವನ್ನು ಲೇಪಿಸಿದ್ದರು. ಕೆಂಪುಹೂಮಾಲೆಯನ್ನು ಕೊರಳಿಗೆ ತೊಡಿಸಿದ್ದರು. ಮುಡಿಯನ್ನು ಹಾಗೆಯೇ ಬೆನ್ನಮೇಲೆ ಇಳಿಯಬಿಟ್ಟಿದ್ದರು. ಆಕೆಯ ಮುಖದಲ್ಲಿ ಭಯವೆಂಬುದು ರುದ್ರನರ್ತನ ಮಾಡುತ್ತಿತ್ತು.

ಆ ದೃಶ್ಯವನ್ನು ಕಂಡ ರಾಮಮೋಹನರಿಗಾದ ಪರಿತಾಪ ಅಷ್ಟಿಷ್ಟಲ್ಲ. ಅವರು ತಿಲಕಮಂಜರಿಯನ್ನು ಸಮೀಪಿಸಿ "ನೀವು ದಯಮಾಡಿ ಸತಿಯಾಗಬೇಡಿ ಅತ್ತಿಗೆ" ಎಂದು ಬೇಡಿಕೊಂಡರು. ಆದರೆ ನೆರೆದಿದ್ದ ಜನರು "ಏ ಸುಮ್ಮನಿರು, ಹಾಗೆಲ್ಲ ಹೇಳಬಾರದು" ಎಂದು ರಾಮಮೋಹನರನ್ನು ವಿರೋಧಿಸಿದರು. ತಿಲಕಮಂಜರಿಯಾದರೋ "ನಾನೇನು ಮಾಡಬಲ್ಲೆ; ನೆಂಟರಿಷ್ಟರೆಲ್ಲ ನನ್ನನ್ನು ಚಿತೆಗೇರಿಸಲೆಂದೇ ಎಳೆದುತಂದಿದ್ದಾರಲ್ಲಾ" ಎಂದು ಹೇಳುತ್ತಿದ್ದಾಳೋ ಎನ್ನುವಂತೆ ಗಟ್ಟಿಯಾಗಿ ರೋದಿಸತೊಡಗಿದಳು. ಅವಳ ರೋದನಕ್ಕಾಗಲಿ ಸಂಕಟಕ್ಕಾಗಲಿ ಯಾರೂ ಕಿವಿಗೊಡಲಿಲ್ಲ. ಎಲ್ಲರೂ ಸೇರಿ ಆಕೆಯನ್ನು ಬಲವಂತವಾಗಿ ಶವಕ್ಕೆ ಕಟ್ಟಿಬಿಗಿದು, ಚಿತೆಗೇರಿಸಿ ಬೂದಿಮಾಡಿಬಿಟ್ಟರು. ಆ ಘೋರಭೀಕರ ದೃಶ್ಯವು ರಾಮಮೋಹನರ ಬದುಕನ್ನೇ ಅಲ್ಲಾಡಿಸಿಬಿಟ್ಟಿತು. ಅವರು ಕರುಣೆಯಿಂದ ಬೆಂದು ಹೋದರು. ಆ ಮುಹೂರ್ತದಲ್ಲಿಯೇ ಅವರು "ಈ ಕ್ರೂರಪದ್ಧತಿಯನ್ನು ಅಳಿಸಿಹಾಕಲೇ ಬೇಕು" ಎಂದು ವೀರಪ್ರತಿಜ್ಞೆ ಮಾಡಿದರು.

"ಸಹಗಮನಪದ್ಧತಿಯು ಶಾಸ್ತ್ರದಲ್ಲಿಯೇ ಬರೆದಿದೆ; ಅದನ್ನು ತಪ್ಪಿಸುವುದೆಂದರೇನು" ಎಂದು ಕೆಲವರು ವಾದಮಾಡುತ್ತಿದ್ದರು. ಆಗ ರಾಮಮೋಹನರು ತಾವೇ ವೇದಶಾಸ್ತ್ರ ಉಪನಿಷತ್ತುಗಳ ಪ್ರಕಾಂಡ ಪಂಡಿತರಾಗಿದ್ದುದರ ಕಾರಣದಿಂದ, ಶಾಸ್ತ್ರಗಳನ್ನೆಲ್ಲ ಜಾಲಾಡಿ, ಆ ಅಮಾನುಷ ಆಚರಣೆಗೆ ಯಾವುದೇ ಬುನಾದಿಯಿಲ್ಲವೆಂಬುದನ್ನು ತೋರಿಸಿಕೊಟ್ಟರು. ಮೂಢನಂಬಿಕೆಗಳಿಗೇ ಜೋತುಬಿದ್ದಿದ್ದವರಿಂದ ರಾಮಮೋಹನರಿಗೆ ಪ್ರಾಣಾಪಾಯದ ಬೆದರಿಕೆಗಳೂ ಬಂದುವು. ಆಂಗ್ಲಸರ್ಕಾರವೂ ಆ ದುಷ್ಟಪದ್ಧತಿಯನ್ನು ನಿಷೇಧಿಸಲು ಧೈರ್ಯಸಾಲದೆ ಮೀನವೇಷವಣಿಸುತ್ತಿತ್ತು. ಆದರೆ ರಾಮಮೋಹನರು ತಮ್ಮ ಪ್ರಾಣವನ್ನೇ ಪಣವಾಗಿಟ್ಟು ಹೋರಾಟಮಾಡಿದುದರ ಫಲವಾಗಿ ಸರ್ಕಾರವೇ ಕಾನೂನು ಮಾಡಿ ಆ ಬೀಭತ್ಸಪದ್ಧತಿಯನ್ನು ರದ್ದುಮಾಡಿತು.

ರಾಜಾರಾಮಮೋಹನರಾಯರು ನೆರವೇರಿಸಿದ ಸಮಾಜಸುಧಾರಣಾಕಾರ್ಯಗಳು ಒಂದೆರಡಲ್ಲ, ಮೂರುನಾಲ್ಕಲ್ಲ. ಸ್ತ್ರೀಶಿಕ್ಷಣಕ್ಕೆ ಪ್ರೋತ್ಸಾಹವಿತ್ತು, ಅವರ ಸಮಾನತೆಯನ್ನು ಎತ್ತಿಹಿಡಿದರು. ಆಧುನಿಕ ಜ್ಞಾನವಿಜ್ಞಾನಗಳ ಬೋಧನೆಗಾಗಿ ಕಾಲೇಜನ್ನೇ ತೆರೆದರು. ಜನರನ್ನು ವಿಚಾರವಂತರನ್ನಾಗಿ ಮಾಡಲು ತಾವೇ ಪತ್ರಿಕೆಗಳನ್ನು ಹೊರಡಿಸಿದರು. ಪತ್ರಿಕೆಗಳ ಸುದ್ದಿಸ್ವಾತಂತ್ರ್ಯಕ್ಕಾಗಿ ಹೋರಾಟನಡೆಸಿ ಗೆದ್ದರು. "ನಾವು ಶಾಸ್ತ್ರಗಳಲ್ಲಿ ಹೇಳಿರುವುದನ್ನು

ಸರಿಯಾಗಿ ಅರ್ಥಮಾಡಿಕೊಳ್ಳಬೇಕು; ಅಷ್ಟು ಮಾತ್ರವಲ್ಲದೆ ಅಲ್ಲಿ ಹೇಳಿರುವ ವಿಚಾರಗಳು ನಮ್ಮ ಕಾಲಕ್ಕೆ ಹೊಂದುತ್ತವೆಯೇ ಎಂದು ಆಲೋಚಿಸಬೇಕು" ಎಂದು ಜನರನ್ನು ಎಚ್ಚರಿಸಿದರು. ಹೊಸಹೊಸ ಚಿಂತನೆಗಳನ್ನು ಬಿತ್ತುವ ಸಲುವಾಗಿ 'ಆತ್ಮೀಯಸಭಾ' ಎಂಬ ಗೆಳೆಯರ ಗುಂಪೊಂದನ್ನು ಕಟ್ಟಿದರು. 'ಬ್ರಹ್ಮಸಭಾ' ಎಂಬ ಹೆಸರಿನಲ್ಲಿ ಪ್ರಾರ್ಥನಾ ಮಂದಿರವೊಂದನ್ನು ಸ್ಥಾಪಿಸಿದರು, ಅದೇ ಮುಂದಕ್ಕೆ 'ಬ್ರಹ್ಮಸಮಾಜ' ಎಂದು ಹೆಸರು ಪಡೆಯಿತು. ಬಡರೈತರ ಶೋಷಣೆಗೆ ಮರುಗಿ "ಉಳುವವನಿಗೇ ಜಮೀನಾಗಬೇಕು" ಎಂದು ಆಗಲೇ ಘೋಷಿಸಿದ್ದರು. ಸಮುದ್ರವನ್ನು ದಾಟಿಹೋಗಬಾರದೆಂಬ ಕಟ್ಟಳೆಯನ್ನು ಮುರಿದು ಇಂಗ್ಲೆಂಡಿಗೆ ಹೋದರು.

ಹೀಗೆಲ್ಲ ಹಲವು ಮುಖಗಳಲ್ಲಿ ಲೋಕಸೇವಾನಿರತರಾಗಿದ್ದ ರಾಜಾರಾಮ ಮೋಹನರಾಯರ ಬದುಕಿನ ಕೊನೆಯ ವರ್ಷಗಳು ದುಃಖಮಯವಾಗಿಬಿಟ್ಟವು. ಯಾವುದೋ ಹಣದ ದುರುಪಯೋಗ ಮಾಡಿದ್ದಾರೆ ಎಂದು ಕೋರ್ಟಿನಲ್ಲಿ ಅಸೂಯಾ ಪರರು ಅವರ ವಿರುದ್ಧ ಸುಳ್ಳುದಾವೆಹೂಡಿ ತಾವು ಸೋತರೂ. ರಾಮಮೋಹನರ ಕೈ ಬರಿದಾಗುವಂತೆ ಮಾಡಿಬಿಟ್ಟರು. ಇಂಗ್ಲೆಂಡಿಗೆ ಹೋಗಿ ಅಲ್ಲಿಯೂ ಅವರು ಕಷ್ಟನಷ್ಟ ಗಳನ್ನೇ ಅನುಭವಿಸಿದರು, ಹಣಕಾಸಿನ ವಿಷಯದಲ್ಲಿ ಕೆಲವರು ಅವರಿಗೆ ಮೋಸ ಮಾಡಿದರು. ಅವರು ಬಂಡವಾಳ ಹೂಡಿದ್ದ ಕಂಪನಿಯೊಂದು ದಿವಾಳಿಯಾಗಿ ಮುಳುಗಿ ಹೋಯಿತು. ಅದರ ಫಲವಾಗಿ ಮೋಹನರಾಯರು ನಿರ್ಗತಿಕರಾಗಿಬಿಟ್ಟರು. ಲಕ್ಷಾಂತರ ರೂಪಾಯಿಗಳನ್ನು ದಾನಮಾಡಿದ್ದ ಮಹಾಪುರುಷರು, ಒಂದು ಹೊತ್ತಿನ ಊಟಕ್ಕೂ ಪರದಾಡುವ ಸ್ಥಿತಿ ಬಂದುಬಿಟ್ಟಿತು. ಆ ನೋವಿನಲ್ಲಿಯೇ ಅನಾರೋಗ್ಯ ಪೀಡಿತರಾಗಿ ಅವರು ಹಾಸುಗೆಹಿಡಿದು ಮಲಗಿಬಿಟ್ಟರು. ಶುಶ್ರೂಷೆ ಚಿಕಿತ್ಸೆಗಳು ಫಲಕಾರಿಯಾಗದೆ ೧೮೩೩ರಲ್ಲಿ ಇಂಗ್ಲೆಂಡಿನಲ್ಲಿಯೇ ಕೊನೆಯುಸಿರೆಳೆದುಬಿಟ್ಟರು. ಅರ್ನೋಸ್‌ವೇಲ್ ಎಂಬ ಪಟ್ಟಣದಲ್ಲಿ ಭಾರತೀಯರೇ ಅವರ ಸಮಾಧಿಯೊಂದನ್ನು ರಚಿಸಿ, ಅದರ ಮೇಲೊಂದು ಸ್ಮಾರಕಮಂಟಪವನ್ನು ನಿರ್ಮಿಸಿದ್ದಾರೆ.

ಸ್ವಾಮಿ ವಿವೇಕಾನಂದರು ರಾಜಾರಾಮಮೋಹನರಾಯರಲ್ಲಿ ಮೂರು ವಿಶೇಷಗಳನ್ನು ಗುರುತಿಸಿದ್ದಾರೆ. ಅವರು ಉಪನಿಷತ್ತುಗಳನ್ನು ಚೆನ್ನಾಗಿ ಅಧ್ಯಯನಮಾಡಿ ವೇದಾಂತವನ್ನು ಅಪ್ಪಿಕೊಂಡಿದ್ದರು. ದೇಶಭಕ್ತರಾಗಬೇಕೆಂದು ಬೋಧಿಸಿ ಆಗಲೇ ಜನಮನದಲ್ಲಿ ಸ್ವಾತಂತ್ರ್ಯದ ದೀವಿಗೆಯನ್ನು ಬೆಳಗಿಸಿದ್ದರು. ಹಿಂದೂಧರ್ಮವನ್ನು ಅತಿಶಯವಾಗಿ ಪ್ರೀತಿಸುತ್ತಿದ್ದ ರಾದರೂ ಮುಸಲ್ಮಾನರನ್ನೂ ಸರಿಸಮನಾಗಿಯೇ ಪ್ರೀತಿಸುತ್ತಿದ್ದರು. ಆಧುನಿಕರಲ್ಲಿ ನಿರ್ಮಾಣಪಂಥದ ಹೆಚ್ಚಿನ ಸುಧಾರಕರೆಂದರೆ ರಾಜಾರಾಮಮೋಹನರಾಯರೇ ಆಗಿದ್ದಾರೆ. "ಅವರ ವಿಸ್ತೃತ ಭವಿಷ್ಯದೃಷ್ಟಿಯ ಕಾರ್ಯಕ್ರಮಗಳನ್ನು ನಾನೂ ಕೈಗೆತ್ತಿಕೊಂಡಿದ್ದೇನೆ" ಎಂದು ವಿವೇಕಾನಂದರು ಸಾರಿಯೇಬಿಟ್ಟಿದ್ದಾರೆ. ವಿವೇಕಾನಂದರೇ ಹಾಡಿ ಕೊಂಡಾಡಿರುವ ಅಂತಹ ಭವ್ಯಾತ್ಮರಿಗೆ ನಾವೂ ಸಾವಿರನಮನಗಳನ್ನು ಸಲ್ಲಿಸೋಣ!

೧೧೭. ಕಳ್ಳನ ಸ್ವಾತಂತ್ರ್ಯ

ನಾವು ಮಾಡುವ ಆಲೋಚನೆಗೂ ಮತ್ತು ನಾವು ಮಾಡುವ ಕರ್ಮಕ್ಕೂ ಅವಿನಾಭಾವ ಸಂಬಂಧವಿದೆ. ಯಾವುದಾದರೊಂದು ಕಾರ್ಯಾರಂಭದ ಆದಿಯಲ್ಲಿ ಆಲೋಚನೆಯು ಕೆಲಸಮಾಡಲು ತೊಡಗುತ್ತದೆ. ಆ ಕಾರ್ಯವು ಮುಂದುವರಿದಮೇಲೂ "ಇದುವರೆಗೆ ಏನಾಯಿತು ಎಷ್ಟಾಯಿತು" ಎಂದು ಪುನಃ ಆಲೋಚನೆಯು ಕಾರ್ಯಪ್ರವೃತ್ತವಾಗುತ್ತದೆ. ಕಾರ್ಯದ ಅಂತ್ಯದಲ್ಲಿಯೂ ಆಲೋಚನೆಯು ಕಾರ್ಯದ ಫಲಿತಾಂಶವನ್ನು ಪರಾಮರ್ಶಿಸುತ್ತದೆ. ಹೀಗೆ ನಾವು ನಡೆಸುವ ಆಲೋಚನೆಯನ್ನು 'ಸ್ವಾತಂತ್ರ್ಯ' ಎಂಬ ಹೆಸರಿನಿಂದ ಕರೆಯುತ್ತೇವೆ. ಆಲೋಚನೆಯೆಂಬುದು ಎಲ್ಲವನ್ನೂ ಸ್ಫುಟವಾಗಿ ತೋರಿಸಿಕೊಡುತ್ತದೆ. ಅದು ಒಂದು ಹಕ್ಕಿಯು ಒಂದು ಬೆಳಕಿನ ಕೋಣೆಯ ಮೂಲಕ ಹಾರಿಹೋದರೆ ಹೇಗೋ ಹಾಗೆ ಪಾರದರ್ಶಕವಾಗಿರುತ್ತದೆ.

ಆದರೆ ನಾವು ಆಲೋಚಿಸಿದ್ದನ್ನೆಲ್ಲ ಮಾಡುವ ಸ್ವಾತಂತ್ರ್ಯ ನಮಗಿಲ್ಲ. ದೇವರೊಬ್ಬನು ಮಾತ್ರವೇ ಅಂತಹ ಸ್ವಾತಂತ್ರ್ಯವನ್ನು ಅನುಭವಿಸಬಲ್ಲವನಾಗಿದ್ದಾನೆ. ಅವತಾರಪುರುಷರು ಕೂಡ ದೇವರಲ್ಲಿ ಏಕತಾಭಾವನೆಯನ್ನು ಪಡೆದಿರುವುದರಿಂದ ಅವರು ಕೂಡ ಅಂತಹ ಸ್ವಾತಂತ್ರ್ಯವನ್ನು ಅನುಭವಿಸುತ್ತಾರೆ. ಈ ಸಂದರ್ಭಕ್ಕೆ ಸ್ವಾತಂತ್ರ್ಯವನ್ನು ಕುರಿತಂತೆ ವಿವೇಕಾನಂದರು ಕೊಟ್ಟಿರುವ ದೃಷ್ಟಾಂತ ಮನೋಜ್ಞವಾಗಿದೆ.

ಒಬ್ಬಾತನು ಕಳ್ಳತನ ಮಾಡುತ್ತಿರುವಾಗ ಪೊಲೀಸರ ಕೈಗೆ ಸಿಕ್ಕಿಬಿದ್ದನು. ಅವನನ್ನು ನ್ಯಾಯಾಲಯಕ್ಕೆ ಹಾಜರುಪಡಿಸಲಾಯಿತು. "ಸ್ವಾಮಿ, ನಾನು ಅಸಹಾಯಕ, ಕಳ್ಳತನ ಮಾಡುವುದಲ್ಲದೆ ನನಗೆ ಅನ್ಯಮಾರ್ಗವಿರಲಿಲ್ಲ" ಎಂದು ಅವನು ನ್ಯಾಯಮೂರ್ತಿಗಳ ಮುಂದೆ ಬಿನ್ನೈಸಿಕೊಂಡನು. "ನನಗೆ ಹೊಟ್ಟೆಪಾಡಿಗೆ ಅನ್ಯಮಾರ್ಗವಿಲ್ಲದಿರುವುದರಿಂದ ಕದಿಯುವ ಸ್ವಾತಂತ್ರ್ಯ ನನಗುಂಟು" ಎಂದು ಕಳ್ಳನು ಭಾವಿಸಿಕೊಂಡಿರಬಹುದು. ಆದರೆ ಅಂತಹ ಸ್ವಾತಂತ್ರ್ಯ ಅವನಿಗಿಲ್ಲ.

ಕಳ್ಳನ ಮಾತನ್ನು ಆಲಿಸಿದ ನ್ಯಾಯಾಧೀಶರು "ನೀನು ಬೇರೆ ಮಾರ್ಗವಿಲ್ಲದೆ ಕದ್ದೆ. ಅದರಂತೆಯೇ ಈಗ ನೀನು ಮಾಡಿದ ಅಪರಾಧಕ್ಕೆ ತಕ್ಕ ಶಿಕ್ಷೆಯನ್ನು ವಿಧಿಸುವುದಲ್ಲದೆ ನನಗೂ ಬೇರೆ ಮಾರ್ಗವಿಲ್ಲ. ನೀನು ಮೂರುತಿಂಗಳು ಸೆರೆಮನೆವಾಸವನ್ನು ಅನುಭವಿಸು" ಎಂದು ಪ್ರಕಟಿಸಿದರು. ಕಳ್ಳನಿಗೆ ಕದಿಯುವ ಸ್ವಾತಂತ್ರ್ಯವೂ ಇಲ್ಲ. ನ್ಯಾಯಾಧೀಶರಿಗೆ

ಕದ್ದವನನ್ನು ಶಿಕ್ಷಿಸದೆ ಖುಲಾಸೆಮಾಡುವ ಸ್ವಾತಂತ್ರ್ಯವೂ ಇಲ್ಲ.

"ಒಂದು ಕೊಳದಿಂದ ಹೊರಗೆ ಹರಿಯುವ ನೀರನ್ನು ತಡೆದು, ಅದು ಹೊರಗೆ ಹರಿಯದಂತೆ ನೀವು ಮಾಡಬಹುದು. ಇದಕ್ಕಿಂತ ಹೆಚ್ಚಿನ ಸ್ವಾತಂತ್ರ್ಯ ನಿಮಗೆ ಇಲ್ಲ. ಅದರ ಮೂಲ ಹಾಗೆಯೇ ಇರುತ್ತದೆ. ಎಲ್ಲವೂ ಪೂರ್ವನಿಶ್ಚಿತವಾಗಿದೆ. ಆ ಪೂರ್ವ ನಿಶ್ಚಿತವಾದುದರಲ್ಲಿಯೇ "ನನಗೆ ಸ್ವಾತಂತ್ರ್ಯವಿದೆ" ಎಂದು ಭಾವಿಸುವುದು ಕೂಡ ಆ ಪೂರ್ವನಿಶ್ಚಿತವಾದುದರ ಸ್ವಲ್ಪಭಾಗವೇ ಆಗುತ್ತದೆ" ಎಂದು ಸ್ವಾಮಿ ವಿವೇಕಾನಂದರು ಕೊನೆಯಲ್ಲಿ ತಿಳಿಸಿಕೊಟ್ಟಿದ್ದಾರೆ. "ಪೂರ್ಣಸ್ವಾತಂತ್ರ್ಯದಿಂದ ಹೊರಹೊಮ್ಮುವ ಧನ್ಯತೆ ಮತ್ತು ನಿತ್ಯಶಾಂತಿ– ಇದೇ ವೇದಾಂತದ ಭಗವದ್ಭಾವನೆಯ ಹಿಂದಿರುವ ಅತ್ಯುನ್ನತ ಧಾರ್ಮಿಕಕಲ್ಪನೆ. ಈ ಸ್ಥಿತಿಯೇ ಯಾವುದರಿಂದಲೂ ಬದ್ಧವಾಗದ ಕೇವಲಸ್ವಾತಂತ್ರ್ಯ. ಇಲ್ಲಿ ಯಾವ ಬದಲಾವಣೆಯೂ ಇರುವುದಿಲ್ಲ. ಈ ಸ್ವಾತಂತ್ರ್ಯವನ್ನು ಅನುಭವಿಸು ವವನನ್ನು ಯಾವುದೇ ವಿಕಾರಗಳೂ ಮುಟ್ಟಲಾರವು. ಇದೇ ಸ್ವಾತಂತ್ರ್ಯವು ನನ್ನಲ್ಲಿ ನಿಮ್ಮಲ್ಲಿ ಮತ್ತು ಎಲ್ಲರಲ್ಲಿಯೂ ಇದೆ. ಇದೊಂದೇ ನಿಜವಾದ ಸ್ವಾತಂತ್ರ್ಯ" ಎಂಬುದಾಗಿಯೂ ಈ ಸಂದರ್ಭಕ್ಕೆ ಹೊಂದುವಂತೆ ತಿಳಿಯಹೇಳಿದ್ದಾರೆ.

೧೧೮. ವೀರಕೇಸರಿ ಗುರುಗೋವಿಂದಸಿಂಹ

ಸನಾತನ ಹಿಂದೂಸಂಸ್ಕೃತಿಯನ್ನು ಸಂರಕ್ಷಿಸುವ ಸಲುವಾಗಿ ಪ್ರಾಣತೆತ್ತ ವೀರಪುರುಷರ ಕಥೆಗಳೆಂದರೆ ಸ್ವಾಮಿ ವಿವೇಕಾನಂದರಿಗೆ ಪಂಚಪ್ರಾಣ. ಶ್ರೋತೃವೃಂದಕ್ಕೆ ಆ ಪುರುಷೋತ್ತಮರ ಕಥೆಗಳನ್ನು ಹೇಳುವಾಗ ಅವರು ಸಹಸ್ರಕಂಠರಾಗಿಬಿಡುತ್ತಿದ್ದರು. ಅವರ ಉತ್ಸಾಹವೂ ಶಕ್ತಿಯೂ ನೂರ್ಮಡಿಸುತ್ತಿತ್ತು. ಗುರುಗೋವಿಂದಸಿಂಹರ ಬಲಿದಾನದ ಕಥೆಯ ಆ ನಿರೂಪಣವೈಭವವನ್ನು ಕುರಿತು ಶಿಷ್ಯರಾದ ಶರಚ್ಚಂದ್ರ ಚಕ್ರವರ್ತಿಗಳು "ಆ ಹೊತ್ತಿನಲ್ಲಿ ಅವರ ಕಣ್ಣುಗಳು ಉತ್ಸಾಹದಿಂದ ಅರಳಿದುವು. ಆ ಕಣ್ಣುಗಳನ್ನು ಒಡೆದುಕೊಂಡು ತೇಜಸ್ಸು ಹೊರಕ್ಕೆ ಚಿಮ್ಮುತ್ತಿದೆಯೋ ಎಂಬಂತೆ ತೋರುತ್ತಿತ್ತು. ಕೇಳುಗರು ಬೆರಗಾಗಿ ಅವರ ಮುಖದ ಕಡೆಗೇ ದೃಷ್ಟಿಯಿಟ್ಟು ನೋಡು ತ್ತಿದ್ದರು. ಸ್ವಾಮಿಗಳು ಈಗ ಹೇಳುತ್ತಿರುವ ವಿಷಯವನ್ನೇ ಜಗತ್ತಿನಲ್ಲಿ ಎಲ್ಲಕ್ಕಿಂತಲೂ ಶ್ರೇಷ್ಠವೆಂಬುದಾಗಿ ಭಾವಿಸಿಕೊಂಡಿದ್ದಾರೆ; ಅದನ್ನು ಪಡೆಯುವುದೇ ಮನುಷ್ಯ ಜೀವನದ ಪರಮಗುರಿಯೆಂದು ನಿರ್ಧರಿಸಿಕೊಂಡಿದ್ದಾರೆ ಎನ್ನುವಂತಹ ತನ್ಮಯತೆ ಆಗ ಅವರ ಮುಖಮಂಡಲದಲ್ಲಿ ಎದ್ದುತೋರುತ್ತಿತ್ತು" ಎಂದು ಬರೆದಿದ್ದಾರೆ.

ಮಹಮ್ಮದೀಯರ ಆಳ್ವಿಕೆಯ ಕಾಲದಲ್ಲಿ ಉತ್ತರಭಾರತದಲ್ಲಿ ರಮಾನಂದ, ಕಬೀರದಾಸ್, ದಾದುದಯಾಲ್, ಚೈತನ್ಯಮಹಾಪ್ರಭು ಮೊದಲಾದ ಮಹಾತ್ಮರ ಶಕ್ತಿಯೆಲ್ಲ ಜನಸಾಮಾನ್ಯರು ಇಸ್ಲಾಂಧರ್ಮಕ್ಕೆ ಬೀಳದಂತೆ ನೋಡಿಕೊಳ್ಳುವುದರಲ್ಲಿಯೇ ವ್ಯಯವಾಯಿತು. ಅದರಿಂದ ಮೊಗಲರ ಮತಭ್ರಾಂತಿ ಸ್ವಲ್ಪ ತಗ್ಗಿತಾದರೂ ಹಿಂದೂಗಳು "ನಮ್ಮನ್ನು ನಮ್ಮ ಪಾಡಿಗೆ ಬದುಕಲು ಬಿಟ್ಟರೆ ಸಾಕು" ಎನ್ನುವಷ್ಟು ದುರ್ಬಲಸ್ಥಿತಿಗೆ ಇಳಿದುಬಿಟ್ಟಿದ್ದರು. ಅಂತಹ ವಿಷಮಪರಿಸ್ಥಿತಿಯಲ್ಲಿ ಗುರುಗೋವಿಂದಸಿಂಹರೆಂಬ ದೊಡ್ಡಮಹಾತ್ಮರು ಕಾಣಿಸಿಕೊಂಡರು. ಹಿಂದೂಧರ್ಮದ ಸಂರಕ್ಷಣೆಗಾಗಿ ಅವರು ತಮ್ಮ ಜೀವವನ್ನೂ ತೆತ್ತು ಶ್ರಮಪಟ್ಟರು. ಅವರು ತ್ಯಾಗರಾಜರೂ ತಪಸ್ವಿಗಳೂ ಕ್ಷಮಾಶೀಲರೂ ಆಗಿದ್ದು ಅವರ ಬಲಿದಾನದ ಫಲವಾಗಿ ಸಿಕ್ಖರ ಜಾತಿಗೆ ಪುನಃ ಅಭ್ಯುತ್ಥಾನ ಉಂಟಾಯಿತು. ಈ ಮೊದಲು ಹಿಂಸೆಗೆ ಮಣಿದು ಮುಸಲ್ಮಾನಧರ್ಮವನ್ನು ಸೇರಿಕೊಂಡಿದ್ದ ಜನರಿಗೂ ದೀಕ್ಷೆಯನ್ನು ಕೊಟ್ಟು ಮತ್ತೆ ಅವರನ್ನು ಹಿಂದೂಗಳನ್ನಾಗಿ ಮಾಡಿ ಸಿಕ್ಖರಜಾತಿಗೆ ಸೇರಿಸಿಕೊಂಡರು. ಕೊನೆಗೂ ಶತ್ರುಗಳ ಮೋಸಕ್ಕೆ ಬಲಿಯಾಗಿ ನರ್ಮದಾನದಿಯ ತೀರದಲ್ಲಿ

ಮಾನವದೇಹವನ್ನು ಬಿಟ್ಟರು– ಎಂದು ಅಂದಿನ ಸ್ಥಿತಿಗತಿಗಳನ್ನು ವಿಮರ್ಶಿಸುತ್ತ ವಿವೇಕಾನಂದರು ಗುರುಗೋವಿಂದಸಿಂಹರ ಕಥೆಗೆ ಸೂಕ್ತವಾದ ಪೀಠಿಕೆಯನ್ನು ರಚಿಸಿದ್ದಾರೆ. ರೇಖಾಕೃತಿರೂಪದಲ್ಲಿ ಹೇಳಿರುವ ಆ ಕಥೆಗೆ ಇತಿಹಾಸದಿಂದ ಒಂದಿಷ್ಟು ವಿವರಗಳನ್ನು ತುಂಬಿಕೊಂಡು ಮುಂದುವರಿಯೋಣ.

ಗುರುಗೋವಿಂದಸಿಂಹರೆಂದರೆ ಅವರು ಗುರುನಾನಕರಿಂದ ಸ್ಥಾಪನೆಗೊಂಡ ಸಿಕ್ಖರ ಗುರುಪರಂಪರೆಯಲ್ಲಿ ಹತ್ತನೆಯವರು ಮತ್ತು ಕೊನೆಯವರು. ಅವರಿಗೆ ನಾಲ್ಕುಜನ ವೀರಪುತ್ರರಿದ್ದರು. ಆ ಕಾಲಕ್ಕೆ ಭಾರತವನ್ನಾಳುತ್ತಿದ್ದ ದೆಹಲಿಯ ಬಾದಷಹರು ಇಸ್ಲಾಂ ಧರ್ಮದ ಹೊರತಾಗಿ ಬೇರಾವುದೇ ಧರ್ಮದ ಬೆಳೆವಣಿಗೆಯನ್ನೂ ಸಹಿಸುತ್ತಿರಲಿಲ್ಲ. ಹೀಗಾಗಿ ಸಿಖ್‌ಧರ್ಮವು ಉನ್ನತಸ್ಥಿತಿಗೆ ಬರುತ್ತಿರುವುದನ್ನು ಕಂಡು, ಅದನ್ನು ಮುಗಿಸಿ ಬಿಡುವ ಆಲೋಚನೆ ಮಾಡಿದರು. ಆ ಪಂಥದ ಗುರುಗಳನ್ನೇ ಹೇಗಾದರೂ ಮಾಡಿ ಇಸ್ಲಾಮಿಗೆ ಎಳೆದುಕೊಂಡುಬಿಟ್ಟರೆ, ಆ ಇಡೀ ಸಮುದಾಯವೇ ಇಸ್ಲಾಮನ್ನು ವರಿಸುತ್ತದೆ ಎಂದು ಎಣಿಕೆಮಾಡಿದರು. ಆ ಗುರುಗಳಾದರೋ "ಪ್ರಾಣವನ್ನಾದರೂ ಕೊಟ್ಟೇವು, ಧರ್ಮವನ್ನು ಮಾತ್ರ ಬಿಟ್ಟುಕೊಡೆವು" ಎಂದು ಪ್ರತಿಜ್ಞಾರೂಢರಾಗಿದ್ದರು. ಅದೇ ಕಾರಣವಾಗಿ ಗುರುಗೋವಿಂದಸಿಂಹರ ಮುತ್ತಾತ ಗುರುಅರ್ಜುನದೇವರು ದೆಹಲಿಯ ಜಹಂಗೀರನ ಕೈಲಿ ನಾನಾಬಗೆಯ ಚಿತ್ರಹಿಂಸೆಗಳಿಗೆ ತುತ್ತಾಗಿ ಪ್ರಾಣನೀಗಿದ್ದರು. ತರುವಾಯ ಗುರುಗೋವಿಂದರ ತಂದೆ ಗುರುತೇಜಬಹದ್ದೂರರು ಕೂಡ ದೆಹಲಿಯ ಔರಂಗಜೇಬನ ಕೈಗೆ ಸಿಲುಕಿ ಪ್ರಾಣನೀಗಬೇಕಾಯಿತು. ದೆಹಲಿಯ ಚಾಂದನಿಚೌಕದಲ್ಲಿ ನಿಲ್ಲಿಸಿ ಅವರ ತಲೆಯನ್ನು ಕಡಿಸಿಹಾಕಿದನು. ನಗುನಗುತ್ತಲೇ ಅವರು ಧರ್ಮಕ್ಕಾಗಿ ಪ್ರಾಣತೆತ್ತರು. ಆ ಹೊತ್ತಿನಲ್ಲಿ ಸಿಖ್ಖರ ಗುರುಪೀಠವು ಪಂಜಾಬಿನ ಆನಂದಪುರ ಎಂಬಲ್ಲಿತ್ತು. ೧೬೬೬ರಲ್ಲಿ ಪಾಟ್ನಾದಲ್ಲಿ ಗುರುಗೋವಿಂದಸಿಂಹರ ಜನನವಾಗಿತ್ತು.

ದೆಹಲಿಯ ಬಾದಷಹರ ಕ್ರೌರ್ಯಕ್ಕೆ ಸಿಲುಕಿ ಅಸಹಾಯಕರಾಗಿ ಸಾಯಬಾರದು, ಅವರನ್ನು ಪ್ರತಿಭಟಿಸಿ ನಿಲ್ಲುವ ಶಕ್ತಿಯನ್ನು ಸಂಪಾದಿಸಿಕೊಳ್ಳಬೇಕು ಎಂದು ಗುರುಗೋವಿಂದಸಿಂಹರು ಸಂಕಲ್ಪಿಸಿದರು. ಅದರ ಫಲವಾಗಿ ದೇಶಕ್ಕಾಗಿ ಪ್ರಾಣವನ್ನೇ ಸಮರ್ಪಿಸಬಲ್ಲ ವೀರಸೈನ್ಯವೊಂದನ್ನು ಕಟ್ಟಿದರು. ಇಡೀ ಸಿಖ್‌ಸಮುದಾಯಕ್ಕೆ ಸಿಂಗ್ ಎಂದರೆ ಸಿಂಹ ಎಂಬ ಉಪನಾಮವನ್ನು ಜೋಡಿಸಿಕೊಟ್ಟರು.

ಹೀಗೆ ಸಿಖ್‌ಸಮುದಾಯವು ಬಲಶಾಲಿಯಾಗಿ ಮೇಲೆಬರುತ್ತಿರುವುದನ್ನು ಕಂಡು ಔರಂಗಜೇಬನ ಕಣ್ಣುಗಳು ಕೆಂಪಾದುವು. ಗುರುಗೋವಿಂದಸಿಂಹರ ತೇಜಸ್ಸನ್ನು ಸಹಿಸಿಕೊಳ್ಳಲಾರದ, ಅಸೂಯಾಪರರಾದ ಕೆಲವು ಹಿಂದೂರಾಜರೂ ಅವರ ವಿರುದ್ಧ ವಿನಾಕಾರಣ ಕತ್ತಿಮಸೆಯತೊಡಗಿದರು. ಅಂಜುಬುರುಕರೂ ಬಲಹೀನರೂ ಆಗಿದ್ದ ಅವರೆಲ್ಲ ಹೋಗಿ ಔರಂಗಜೇಬನ ಪಕ್ಷವನ್ನು ಸೇರಿಕೊಂಡರು. "ಕುಲಕ್ಕೆ ಹುಟ್ಟಿದೆಯಾ

ಕೊಡಲಿಕಾವೇ" ಎಂಬ ಗಾದೆಯಂತೆ ತಮ್ಮ ಕುಲವನ್ನೇ ಕಡಿಯುವ ಕೊಡಲಿಗೆ ಅವರೆಲ್ಲ ಕಾವಾಗಿಬಿಟ್ಟರು. ಅದೇ ಸುಸಂದರ್ಭವೆಂದು ಔರಂಗಜೇಬನು ದೊಡ್ಡ ಸೈನ್ಯದೊಡನೆ ಆನಂದಪುರದ ಕೋಟೆಯನ್ನು ಮುತ್ತಿದನು.

ಕೋಟೆಯೊಳಗೇ ಸಿಕ್ಕಿಬಿದ್ದ ಸಿಕ್ಖರ ಸೈನ್ಯವು ಬರಬರುತ್ತ ಅನ್ನನೀರಿಲ್ಲದೆ ಸಾಯುವ ಬಿಕ್ಕಟ್ಟಿನ ಪರಿಸ್ಥಿತಿ ಒದಗಿಬಿಟ್ಟಿತು. "ಈಗ ಪ್ರಾಣರಕ್ಷಣೆ ಮಾಡಿಕೊಳ್ಳಬೇಕು; ಮತ್ತಷ್ಟು ಬಲವನ್ನು ಮೈಗೂಡಿಸಿಕೊಂಡು ಶತ್ರುವನ್ನು ಎದುರಿಸಬೇಕು" ಎಂದು ಗುರುಗೋವಿಂದ ಸಿಂಹರು ಆಲೋಚಿಸಿದರು. ತಮ್ಮಿಬ್ಬರು ಕಿರಿಯಮಕ್ಕಳನ್ನೂ ತಮ್ಮ ತಾಯಿ ಗುಜರಿದೇವಿಯನ್ನೂ ಜೊತೆಮಾಡಿ, ಸಿರ್ಸಾ ಎಂಬ ಊರಿನತ್ತ ಗುಟ್ಟಾಗಿ ಕಳುಹಿಸಿಬಿಟ್ಟರು. ಇನ್ನಿಬ್ಬರು ಹಿರಿಯಮಕ್ಕಳೊಡನೆ, ಕೆಲವು ಆಪ್ತಭಟರೊಡನೆ ತಾವು ಕೋಟೆಯಿಂದ ತಪ್ಪಿಸಿಕೊಂಡು ಮುಂದಕ್ಕೆ ದಕ್ಷಿಣಭಾರತದತ್ತ ಹೆಜ್ಜೆಯಿಟ್ಟರು.

ಆದರೆ ಆ ವಿಷಯ ಮೊಗಲ್‌ಸೈನಿಕರಿಗೆ ಹೇಗೋ ತಿಳಿದು ಅವರು ಗುರುಗೋವಿಂದ ಸಿಂಹರನ್ನು ಬೆನ್ನಟ್ಟಿ ತಡೆದು ನಿಲ್ಲಿಸಿದರು. ಆಗೊಂದು ಯುದ್ಧವೇ ನಡೆದುಹೋಯಿತು. ಆ ಯುದ್ಧದಲ್ಲಿ ಗುರುಪುತ್ರರಿಬ್ಬರೂ ಹೋರಾಡಿ ವೀರಮರಣವನ್ನು ಪಡೆದುಕೊಂಡರು. ತಮ್ಮ ಕಣ್ಣಮುಂದೆಯೇ ತಮ್ಮಿಬ್ಬರು ಮಕ್ಕಳು ಮಡಿದುಬೀಳುವುದನ್ನು ಅವರು ನೋಡಬೇಕಾಯಿತು. "ನೀನು ಕೊಟ್ಟ ಫಲಗಳನ್ನು ನಿನಗೇ ಅರ್ಪಿಸುತ್ತಿದ್ದೇನೆ ತಂದೆ" ಎಂದು ದೇವರಿಗೆ ಅಡ್ಡಬಿದ್ದು, ಅಲ್ಲಿಂದ ಹೇಗೋ ಪಾರಾಗಿ, ಇಂದಿನ ಆಂಧ್ರಪ್ರದೇಶದ ನಾಂದೇಡ್ ಎಂಬಲ್ಲಿಗೆ ಬಂದರು. ದೇಶಭಕ್ತರಾದ ಕೆಲವು ಹಿಂದೂರಾಜರು ದಕ್ಷಿಣಭಾರತದಲ್ಲಿದ್ದಾರೆ, ಅವರನ್ನೆಲ್ಲ ಸಂಘಟಿಸಿ ಯುದ್ಧಕ್ಕೆ ಅಣಿಗೊಳಿಸಬೇಕು, ಮೊಗಲರನ್ನು ಮಣಿಸಬೇಕು ಎಂಬುದು ಗುರುಗೋವಿಂದಸಿಂಹರು ದಕ್ಷಿಣದೇಶಕ್ಕೆ ಬರುವುದಕ್ಕೆ ಕಾರಣವಾಗಿತ್ತು.

ಅತ್ತ ಸಿರ್ಸಾದತ್ತ ತಲೆತಪ್ಪಿಸಿಕೊಂಡು ಹೋದ ಗುರುವಿನ ತಾಯಿಗೂ ಇಬ್ಬರು ಹಸುಳೆಗಳಿಗೂ ವಿಪತ್ತು ತಪ್ಪಲಿಲ್ಲ. ಗುರುಗೋವಿಂದರ ಅಡಿಗೆಭಟ್ಟನಾಗಿದ್ದ ಗಂಗು ಎಂಬಾತನು ದುಡ್ಡಿನಾಸೆಗೆ ಬಲಿಯಾಗಿ ಎಸಗಿದ ದ್ರೋಹದಿಂದಾಗಿ ಆ ಆರೆಂಟುವರ್ಷದ ಮಕ್ಕಳು ಅಜ್ಜಿಯಿಂದ ಬೇರ್ಪಟ್ಟು ಶತ್ರುಗಳ ಪಾಲಾಗಿಬಿಟ್ಟರು. ಶತ್ರುಗಳು ಅವರನ್ನು ಮಸೀದಿಯ ಗೋಡೆಯೊಂದಕ್ಕೆ ಒರಗಿಸಿ ನಿಲ್ಲಿಸಿ, ದಿನಕ್ಕೊಂದು ವರಸೆಯಂತೆ ಅವರ ಸುತ್ತ ಗೋಡೆ ಕಟ್ಟತೊಡಗಿದರು. "ನೀವು ಮುಸಲ್ಮಾನರಾಗುತ್ತೀರೋ ಪ್ರಾಣತೊರೆಯುತ್ತೀರೋ" ಎಂದು ನಿತ್ಯವೂ ಆ ಬಾಲಕರನ್ನು ಕೇಳುತ್ತಿದ್ದರು. ಆ ಮುಗ್ಧಬಾಲಕರಾದರೋ "ನಾವು ಪ್ರಾಣಗಳನ್ನೇ ತೊರೆಯುತ್ತೇವೆ, ನಮ್ಮ ಧರ್ಮವನ್ನು ಮಾತ್ರ ತೊರೆಯುವುದಿಲ್ಲ" ಎಂಬ ಪರಂಪರೆಯಿಂದ ಕಲಿತಿದ್ದ ಪಾಠವನ್ನೇ ಒಪ್ಪಿಸುತ್ತಿದ್ದರು. ಹಾಗೆಯೇ ಮೂಗಿನವರೆಗೂ ತಂದು, ಗೋಡೆಯನ್ನು ಮುಚ್ಚಿ, ಉಸಿರುಗಟ್ಟಿಸಿ ಸಾಯಿಸಿಬಿಟ್ಟರು. ಆ ದಾರುಣವಾರ್ತೆ ಗುರುಗೋವಿಂದರ ತಾಯಿಯ ಕಿವಿಗೆ ಬಿದ್ದಾಗ, ಆ ದುಃಖವನ್ನು

ತಾಳಿಕೊಳ್ಳಲಾರದೆ ಆಕೆ ಎದೆಬಿರಿದು ಸತ್ತುಹೋದಳು. ಈ ಎಲ್ಲ ಕರಾಳವಾರ್ತೆ ನಾಂದೇಡಿನಲ್ಲಿದ್ದ ಗುರುಗೋವಿಂದರಿಗೆ ಮುಟ್ಟಿದಾಗ "ಆ ಮಕ್ಕಳೂ ನೀನಿತ್ತ ಫಲವೇ, ನಿನಗೇ ಸಮರ್ಪಿಸುತ್ತಿದ್ದೇನೆ ತಂದೆ" ಎಂದು ನೆಲದಮೇಲೆ ಮೊಣಕಾಲೂರಿ ಕೈಜೋಡಿಸಿ ಭಗವಂತನಿಗೆ ಅರಿಕೆಮಾಡಿಕೊಂಡುಬಿಟ್ಟರು.

ಗುರುಗೋವಿಂದಸಿಂಹರ ವಿಪತ್ಪರಂಪರೆ ಅಲ್ಲಿಗೇ ಮುಗಿಯಲಿಲ್ಲ. ಅವರು ಪ್ರಾಣಾರ್ಪಣ ಮಾಡುವ ದಿನಗಳೂ ಬಂದೇಬಿಟ್ಟುವು. ನಾಂದೇಡಿನಲ್ಲಿ ಅವರು ಬಂದಾಬೈರಾಗಿ ಎಂಬ ವೀರಸನ್ಯಾಸಿಯೊಬ್ಬನ ಕುಟೀರದಲ್ಲಿ ಬೀಡುಬಿಟ್ಟಿದ್ದರು. ತಮ್ಮ ವರ್ಚಸ್ಸಿನಿಂದ ಅವರು ಬಂದಾಬೈರಾಗಿಯನ್ನು ಮೊಗಲರ ವಿರುದ್ಧ ಹೋರಾಡಲು ಅಣಿಗೊಳಿಸಿದರು. ಗುರುಗೋವಿಂದರು ನೆಲೆಸಿರುವ ತಾಣವನ್ನು ಪತ್ತೆಮಾಡಿಕೊಂಡ ಮೊಗಲರ ಕಡೆಯ ಗುಲ್‌ಖಾನ್ ಎಂಬ ಪಠಾಣನೊಬ್ಬನು ಶಿಷ್ಯನಂತೆ ಸೇವೆಮಾಡುತ್ತ, ಆ ಕುಟೀರವನ್ನು ಸೇರಿಕೊಂಡನು. ಹೀಗೆಯೇ ಒಂದು ದಿನ ನಡುರಾತ್ರಿಯಲ್ಲಿ ಮೇಲೆದ್ದು ಆ ಮನುಷ್ಯನು ಗುರುಗೋವಿಂದಸಿಂಹರ ಮೇಲೆಬಿದ್ದು, ಅವರನ್ನು ತನ್ನ ಕಠಾರಿಯಿಂದ ಇರಿದುಬಿಟ್ಟನು. ಸಾವರಿಸಿಕೊಂಡು ಮೇಲೆದ್ದ ಗುರುಗಳು, ಗಾಯದಿಂದ ರಕ್ತದಬುಗ್ಗೆ ಚಿಮ್ಮುತ್ತಿದ್ದರೂ ಲೆಕ್ಕಿಸದೆ, ಆ ದ್ರೋಹಿಯನ್ನು ಬೆನ್ನಟ್ಟಿ, ತಮ್ಮ ಖಡ್ಗವನ್ನು ಬೀಸಿ ಅವನ ರುಂಡವನ್ನು ಕಡಿದುರುಳಿಸಿದರು. ಮುಂದಿನ ಕಾರ್ಯಭಾರವನ್ನೆಲ್ಲ ಬಂದಾಬೈರಾಗಿಗೆ ಒಪ್ಪಿಸಿ, ಅಸಹನೀಯವಾದ ವೇದನೆಯ ನಡುವೆಯೂ ಧ್ಯಾನಮಗ್ನರಾಗಿ ಕುಳಿತು "ನನ್ನ ಪ್ರಾಣಗಳನ್ನೀಗ ನಿನಗೆ ಅರ್ಪಿಸುತ್ತಿದ್ದೇನೆ ತಂದೆ, ಕೃಪೆಮಾಡಿ ಸ್ವೀಕರಿಸು" ಎಂದು ಸಂಕಲ್ಪಿಸಿ ದೇಹತ್ಯಾಗಮಾಡಿಬಿಟ್ಟರು.

ಸ್ವಾಮಿ ವಿವೇಕಾನಂದರು ಗುರುಗೋವಿಂದಸಿಂಹರ ಮಹತಿಯನ್ನು ಹಲವು ಬಾರಿ ಎತ್ತಿಹಿಡಿದಿದ್ದಾರೆ. "ಆಗಿನ ಕಾಲದ ಹಿಂದೂಮುಸಲ್ಮಾನ ಎಲ್ಲರೂ ಭಯಂಕರವಾದ ಅತ್ಯಾಚಾರ ಅವಿಚಾರಗಳ ಆಧಿಪತ್ಯದಲ್ಲಿ ಅಸಹಾಯಕರಾಗಿ ವಾಸಮಾಡುತ್ತಿದ್ದ ರೆಂಬುದನ್ನು ಗುರುಗೋವಿಂದರು ತೋರಿಸಿಕೊಟ್ಟರು. ಅವರು ಆಗಲೇ ಇದ್ದುದನ್ನು ಜನಸಾಧಾರಣರಿಗೆ ತಿಳಿಸಿಕೊಟ್ಟರೇ ಹೊರತು ಹೊಸ ಉದ್ದೇಶಗಳನ್ನೇನೂ ಸೃಷ್ಟಿಸಲಿಲ್ಲ. ಆದುದರಿಂದಲೇ ಹಿಂದೂಮುಸಲ್ಮಾನರೆಲ್ಲರೂ ಅವರನ್ನು ನಮ್ರವಾಗಿ ಅನುಸರಿಸಿದರು. ಅವರು ಮಹಾಶಕ್ತಿಸಾಧಕರಾಗಿದ್ದರು. ಭರತಖಂಡದ ಚರಿತ್ರೆಯಲ್ಲಿ ಅವರಂತಹ ದೃಷ್ಟಾಂತ ಅಪರೂಪ. ಗುರುಗೋವಿಂದರ ಬಳಿ ದೀಕ್ಷೆಪಡೆದ ಪ್ರತಿಯೊಬ್ಬರಲ್ಲಿಯೂ ಒಂದೂ ಕಾಲುಲಕ್ಷ ಜನರಲ್ಲಿ ಇರುವುದಕ್ಕಿಂತ ಹೆಚ್ಚಿನ ಶಕ್ತಿಯ ಸಂಚಾರವಾಗುತ್ತಿತ್ತು" ಎಂದು ಹೇಳಿ ಆ ಅರ್ಥವಿರುವ ಒಂದು ಪದ್ಯವನ್ನೂ ಉದ್ಧರಿಸಿದ್ದಾರೆ:

ಸವೈಯಾ ಲಾಖ್ ಪರ್ ಏಕ ಚಡಾವೂ
ಜಬ್ ಗುರುಗೋವಿಂದ ನಾಮ ಸುನಾವೂ ||

"ನಮ್ಮ ಹಿಂದೂಜನಾಂಗದ ಕಟ್ಟಕಡೆಯ ಮಹಾತ್ಮಪುರುಷರಲ್ಲಿ ಒಬ್ಬರೆನ್ನಬಹುದಾದ ಗುರುಗೋವಿಂದಸಿಂಹರು ಧರ್ಮಕ್ಕಾಗಿ ತಮ್ಮ ಇಷ್ಟಮಿತ್ರರ ರಕ್ತವನ್ನು ಚೆಲ್ಲಿದರು; ತಮ್ಮ ಹೊಟ್ಟೆಯಲ್ಲಿ ಹುಟ್ಟಿದ ಮಕ್ಕಳ ರಕ್ತವನ್ನೂ ಚೆಲ್ಲಿದರು. ಯಾರಿಗೋಸ್ಕರ ಕಾದಾಡಿದರೋ ಆ ಕೃತಘ್ನರೇ ತಮ್ಮನ್ನು ದೂರಮಾಡಿದರೂ ಅವರಾರ ವಿಷಯದಲ್ಲೂ ಗೊಣಗುಟ್ಟದೆ, ಯಾರನ್ನೂ ಶಪಿಸದೆ ಶಾಂತಚಿತ್ತದಿಂದ ಗಾಯಗೊಂಡ ಸಿಂಹದಂತೆ ದಕ್ಷಿಣದೇಶಕ್ಕೆ ಬಂದು, ಕೊನೆಗೆ ತಮ್ಮ ರಕ್ತವನ್ನೇ ಈ ಧರ್ಮದ ಸಂರಕ್ಷಣೆಗಾಗಿ ಚೆಲ್ಲಿಬಿಟ್ಟರು. ನಮ್ಮಲ್ಲಿ ಪ್ರತಿಯೊಬ್ಬರೂ ಆ ಪ್ರತಾಪಶಾಲಿ ಗುರುಗೋವಿಂದಸಿಂಹರಂತಾಗಬೇಕು" ಎಂದು ವಿವೇಕಾನಂದರು ಮುಕ್ತಾಯದಲ್ಲಿ ಕರೆನೀಡಿದ್ದಾರೆ.

೧೧೯. ಪಾಣಿನಿಯ ಅಷ್ಟಾಧ್ಯಾಯಿ

ಸ್ವಾಮಿ ವಿವೇಕಾನಂದರು ಒಮ್ಮೆ ತಮ್ಮ ಶಿಷ್ಯರೊಡನೆ ಮನದೆರೆದು ಮಾತುಕತೆಯಾಡುತ್ತ "ಜ್ಞಾನಸಂಪಾದನೆಗಾಗಿ ಶಾಸ್ತ್ರಗಳನ್ನು ಓದಬೇಕು. ನಾನು ಮಠದಲ್ಲಿ ಶೀಘ್ರವಾಗಿಯೇ ಶಾಸ್ತ್ರಗಳನ್ನು ಪಾಠಹೇಳುವ ತರಗತಿಯನ್ನು ಪ್ರಾರಂಭಿಸುತ್ತೇನೆ. ವೇದ, ಉಪನಿಷತ್ತು, ಗೀತೆ, ಭಾಗವತ– ಮೊದಲಾದುವನ್ನೆಲ್ಲ ಓದಬೇಕು. ಅಷ್ಟುಮಾತ್ರವಲ್ಲ, 'ಅಷ್ಟಾಧ್ಯಾಯಿ' ಯನ್ನೂ ಓದಬೇಕು" ಎಂದರು. ಅಷ್ಟಾಧ್ಯಾಯಿ ಎಂದರೆ ಅದು ಪಾಣಿನಿಮಹರ್ಷಿಯಿಂದ ರಚಿತವಾಗಿರುವ, ಸಂಸ್ಕೃತಭಾಷೆಯ ಅಮೋಘವಾದ, ಜಗದ್ವಿಖ್ಯಾತವಾದ ವ್ಯಾಕರಣ ಗ್ರಂಥ. ಅದು ಸೂತ್ರರೂಪದಲ್ಲಿರುವುದರಿಂದ ಪತಂಜಲಿಮುನಿಗಳು 'ಮಹಾಭಾಷ್ಯ' ಎಂಬ ವಿಸ್ತಾರವಾದ ವಿವರಣಗ್ರಂಥವೊಂದನ್ನು ಬರೆದಿದ್ದಾರೆ. ವಿವೇಕಾನಂದರು "ಅಷ್ಟಾಧ್ಯಾಯಿ ಯನ್ನೂ ಓದಬೇಕು" ಎಂದು ಹೇಳಿದಾಗ ಒಬ್ಬ ಶಿಷ್ಯನು ಕುತೂಹಲವನ್ನು ತಾಳಲಾರದೆ "ತಾವು ಪಾಣಿನಿಯ ಅಷ್ಟಾಧ್ಯಾಯಿಯನ್ನೂ ಓದಿದ್ದೀರಾ ಮಹಾರಾಜ್" ಎಂದು ಕೇಳಿದನು. ಆಗ ವಿವೇಕಾನಂದರು "ಓಹೋ, ಏಕಿಲ್ಲ" ಎನ್ನುತ್ತ ತಾವು ಅಷ್ಟಾಧ್ಯಾಯಿಯನ್ನು ಅಧ್ಯಯನಮಾಡಿದ ಕಥೆಯನ್ನು ರೋಚಕವಾಗಿ ಬಿತ್ತರಿಸಿದರು.

ಸ್ವಾಮಿ ವಿವೇಕಾನಂದರು ರಾಜಸ್ತಾನದ ಜಯಪುರದಲ್ಲಿದ್ದಾಗ ದೊಡ್ಡ ವ್ಯಾಕರಣ ಪಂಡಿತರೊಬ್ಬರ ಪರಿಚಯವಾಯಿತು. ಅವರ ಹತ್ತಿರ ಪತಂಜಲಿಯ ಮಹಾಭಾಷ್ಯವನ್ನು ಮುಂದಿಟ್ಟುಕೊಂಡು ಪಾಣಿನಿಯ 'ಅಷ್ಟಾಧ್ಯಾಯಿ'ಯನ್ನು ಅಧ್ಯಯನ ಮಾಡಬೇಕು ಎಂಬ ಆಸೆ ಹುಟ್ಟಿಕೊಂಡಿತು. ಪಂಡಿತರು ಒಪ್ಪಿದರು. ಒಂದು ಶುಭದಿನದಂದು ಅವರು ಪಾಠವನ್ನು ಪ್ರಾರಂಭಿಸಿದರು. ಭಾಷ್ಯಸಹಿತವಾಗಿ ಮೊದಲನೆಯ ಸೂತ್ರದ ಅಧ್ಯಯನಕ್ಕೇ ಮೂರುದಿನ ಹಿಡಿಯಿತು. ಆದರೇನು, ವಿವೇಕಾನಂದರಿಗೆ ಅದರ ತಲೆ ಬುಡ ಏನೊಂದೂ ಅರ್ಥವಾಗ ಲಿಲ್ಲ. ಆ ಉಪಾಧ್ಯಾಯರು ದೊಡ್ಡ ಪಂಡಿತರಾಗಿದ್ದರೂ ಹೇಗೆ ಹೇಳಿಕೊಡಬೇಕು ಎಂಬ ಬೋಧನಕಲೆಯಲ್ಲಿ ನಿಷ್ಣಾತರಾಗಿರಲಿಲ್ಲ. "ನನ್ನ ಬೋಧನೆ ಸಫಲವಾಗುತ್ತಿಲ್ಲ" ಎಂದು ಪಂಡಿತರಿಗೇ ಅನ್ನಿಸಿತು. ನಾಲ್ಕನೆಯ ದಿನಕ್ಕಂತೂ ಆ ಪಂಡಿತರಿಗೇ ಬೇಸರವು ಹುಟ್ಟಿ ಕೊಂಡಿತು. ಅವರು ವಿವೇಕಾನಂದರನ್ನು ಕುರಿತು "ಸ್ವಾಮಿಜೀ, ಮೂರುದಿನಗಳಾದರೂ ನಾನು ಪ್ರಥಮಸೂತ್ರದ ತಾತ್ಪರ್ಯವನ್ನೇ ನಿಮ್ಮ ಮನಕ್ಕೆ ಮುಟ್ಟಿಸಲಿಲ್ಲ ವೆಂದಾದರೆ, ನನ್ನ ಬೋಧನೆಯಿಂದ ನಿಮಗೇನೂ ಪ್ರಯೋಜನವಾಗುವುದಿಲ್ಲ" ಎಂದು ನೊಂದು

ನುಡಿದರು. ಅದನ್ನು ಕೇಳಿ ವಿವೇಕಾನಂದರ ಮನಸ್ಸಿಗೂ ಬಹಳ ನೋವಾಯಿತು.

ಆದರೆ ವಿವೇಕಾನಂದರು ಸುಮ್ಮನಾಗಲಿಲ್ಲ. ತಾವೇ ಅಷ್ಟಾಧ್ಯಾಯಿಯನ್ನೂ ಮಹಾಭಾಷ್ಯವನ್ನೂ ಕೈಗೆತ್ತಿಕೊಂಡರು. ನಿದ್ರಾಹಾರಗಳನ್ನು ಬದಿಗೊತ್ತಿ ತಾವೇ ಅಧ್ಯಯನಕ್ಕೆ ತೊಡಗಿಬಿಟ್ಟರು. ಹೇಗೂ ಗುರುಮುಖೇನ ಪಾಠವು ಪ್ರಾರಂಭವಾಗಿದೆ ಎಂದು ಹೇಳಿಕೊಳ್ಳುವಂತಾಗಿತ್ತು. ಮೂರುಗಂಟೆಗಳ ಸತತವಾದ ಅಧ್ಯಯನದಿಂದ ಏಕಾಗ್ರತಾಪೂರ್ವಕವಾದ ಪರಿಶ್ರಮದಿಂದ ಆ ಪ್ರಥಮಸೂತ್ರದ ತಾತ್ಪರ್ಯವನ್ನು ಸಾಕ್ಷಾತ್ಕರಿಸಿಕೊಂಡುಬಿಟ್ಟರು. ತಾವು ಗ್ರಹಿಸಿದ್ದು ಸರಿಯಾಗಿದೆಯೋ ಇಲ್ಲವೋ ಎಂಬುದನ್ನು ಪರೀಕ್ಷಿಸೋಣವೆಂದು, ಆ ಉಪಾಧ್ಯಾಯರನ್ನೇ ಮುಂದಿಟ್ಟುಕೊಂಡು, ಅದನ್ನು ಆಡುಮಾತಿನ ಶೈಲಿಯಲ್ಲಿ ವಿವರಿಸಿ ಹೇಳಿದರು. ಆಗ ಆ ಪಂಡಿತರಿಗಾದ ಆಶ್ಚರ್ಯ, ಸಂತೋಷ ಅಷ್ಟಿಷ್ಟಲ್ಲ. "ನಾನು ಮೂರುದಿನ ಹೆಣಗಾಡಿದರೂ ತಿಳಿಸಲಾಗದೆ ಹೋದ ತಾತ್ಪರ್ಯವನ್ನು ನೀವು ಕೇವಲ ಮೂರುಗಂಟೆಯೊಳಗೆ ಸ್ವತಂತ್ರವಾಗಿ ತಿಳಿದುಕೊಂಡಿರಲ್ಲ, ಇದೊಂದು ಅದ್ಭುತ ಚಮತ್ಕಾರವೇ ಸರಿ" ಎಂದು ಮನಸಾರೆ ಕೊಂಡಾಡಿದರು.

ಅಲ್ಲಿಂದ ಮುಂದಕ್ಕೆ ಗಂಗಾಪ್ರವಾಹವು ಹರಿಯುತ್ತಿದೆಯೋ ಎಂಬಂತೆ ಅಧ್ಯಾಯದ ಮೇಲೆ ಅಧ್ಯಾಯವನ್ನು ಓದುತ್ತ, ಇಡೀ ಅಷ್ಟಾಧ್ಯಾಯಿಯನ್ನು ಮಹಾಭಾಷ್ಯಸಹಿತವಾಗಿ ವಿವೇಕಾನಂದರು ತಮ್ಮದಾಗಿಸಿಕೊಂಡುಬಿಟ್ಟರು. ತಾವು ಅರ್ಥಮಾಡಿಕೊಂಡುದನ್ನು ಗುರುಗಳಿಗೂ ಪಾಠ ಒಪ್ಪಿಸುತ್ತ, ಅವರ ಅನುಮೋದನೆಯನ್ನೂ ಪಡೆದುಕೊಂಡರು. ವಿವೇಕಾನಂದರು ತಾವು ಬ್ರಹ್ಮೀಭೂತರಾಗುವ ದಿನದಂದು ಅಷ್ಟಾಧ್ಯಾಯಿಯನ್ನು ತಮ್ಮ ಶಿಷ್ಯರಿಗೆ ಅತ್ಯಂತ ಪರಿಷ್ಕಾರವಾಗಿ ಪಾಠಹೇಳಿದರೆಂಬುದನ್ನು ನೆನೆದಾಗ, ಅವರ ವ್ಯಾಕರಣ ಪಾಂಡಿತ್ಯ ಮತ್ತು ವ್ಯಾಕರಣಪ್ರೀತಿ ಬಹಳ ಉನ್ನತಮಟ್ಟದ್ದಾಗಿತ್ತು ಎಂಬುದು ವೇದ್ಯವಾಗುತ್ತದೆ.

ಈ ಪರಿಯ ಅಧ್ಯಯನಕ್ಕೆ ಏಕಾಗ್ರತೆಯೆಂಬುದು ಅತ್ಯಂತ ಮುಖ್ಯವಾದುದು. ಏಕಾಗ್ರತೆಯಿದ್ದರೆ ಸುಮೇರುಪರ್ವತವನ್ನು ಬೇಕಾದರೂ ಕುಟ್ಟಿ ಪುಡಿಮಾಡಬಹುದು. ಯಾವುದನ್ನು ತಿಳಿದುಕೊಂಡರೆ ಎಲ್ಲವನ್ನೂ ತಿಳಿದುಕೊಂಡಂತೆ ಆಗುತ್ತದೆಯೋ, ಅದನ್ನು ಮೊದಲು ತಿಳಿಯಬೇಕು. ಅದೇ ಆತ್ಮತತ್ತ್ವ. ಆ ಆತ್ಮವು ಪ್ರತ್ಯಕ್ಷವಾದರೆ, ಶಾಸ್ತ್ರಗಳು ಕೂಡ ಕರತಲಾಮಲಕವೋ ಎಂಬಂತೆ ಪ್ರತ್ಯಕ್ಷವಾಗುತ್ತವೆ. ಅದು ನಮ್ಮ ಪುರಾತನ ಋಷಿಮುನಿಗಳಿಗೆ ಆಯಿತು. ಪ್ರಯತ್ನಶೀಲರಾದರೆ ಅದು ನಮ್ಮ ಜೀವನದಲ್ಲೂ ಆಗುತ್ತದೆ. ಆತ್ಮವನ್ನು ಅರಿಯದವನ ಬುದ್ಧಿಯು 'ಏಕದರ್ಶಿನಿ'ಯಾಗುತ್ತದೆ. ಅವನು ಸ್ವಲ್ಪವನ್ನು ಮಾತ್ರವೇ ತಿಳಿಯಬಲ್ಲವನಾಗುತ್ತಾನೆ. ಆತ್ಮವನ್ನು ಅರಿತವನ ಬುದ್ಧಿಯು 'ಸರ್ವಗ್ರಾಸಿನಿ'ಯಾಗುತ್ತದೆ. ಅವನು ದರ್ಶನ, ವಿಜ್ಞಾನ ಮುಂತಾದ ಎಲ್ಲವನ್ನೂ ತನ್ನ ಅಧೀನಕ್ಕೆ ಒಳಪಡಿಸಿಕೊಳ್ಳುತ್ತಾನೆ. ಆದ್ದರಿಂದಲೇ "ಏಳಿ, ಎದ್ದೇಳಿ, ಗುರಿಮುಟ್ಟುವವರೆಗೆ

ನಿಲ್ಲದಿರಿ" ಎಂದು ಈ ಕಥೆಯ ಅಂತ್ಯದಲ್ಲಿ ವಿವೇಕಾನಂದರು ಉಜ್ವಲವಾದ ಸಂದೇಶವನ್ನು ನೀಡಿದ್ದಾರೆ.

ಈ ಹೊತ್ತಿನಲ್ಲಿ ಋಷಿಸದೃಶನಾದ ಪಾಣಿನಿಯನ್ನು ಕುರಿತಂತೆ ಒಂದೆರಡು ಹೆಚ್ಚಿನ ವಿವರಗಳನ್ನು ತಪ್ಪದೆ ತಿಳಿದುಕೊಳ್ಳಬೇಕು. ಅವನು ಕ್ರಿ.ಪೂ. ಏಳನೆಯ ಶತಮಾನದಷ್ಟು ಪುರಾಣಪುರುಷ. ಪಾಣಿನಿಯು ಹರ್ಷ ಎಂಬ ಹೆಸರಿನ ಗುರುವಿನ ಆಶ್ರಯದಲ್ಲಿದ್ದು ಕೊಂಡು ವಿದ್ಯೆಕಲಿಯುತ್ತಿದ್ದನು. ಆದರೆ ಅವನು ಬಹಳ ಮಂದಬುದ್ಧಿಯ ಬಾಲಕ ನಾಗಿದ್ದನು. ಆ ದಡ್ಡತನವನ್ನು ಗುರುಪತ್ನಿಗೇ ತಡೆದುಕೊಳ್ಳಲಾಗಲಿಲ್ಲ. "ನಿನಗೆ ವಿದ್ಯೆಯು ಹಣೆಯಲ್ಲಿ ಬರೆದಿಲ್ಲ ವತ್ಸ, ನಿನ್ನದಾರಿಹಿಡಿದು ಹೊರಟುಹೋಗು" ಎಂದು ಆಕೆ ಪಾಣಿನಿಯನ್ನು ಗುರುಕುಲದಿಂದ ಹೊರಕ್ಕಟ್ಟಿಬಿಟ್ಟಳು. "ಅಯ್ಯೋ, ನನ್ನ ಗತಿ ಹೀಗಾಯಿತೇ" ಎಂದು ಬಹುವಾಗಿ ನೊಂದ ಪಾಣಿನಿಯು, ಹಿಮಾಚಲಕ್ಕೆ ಹೋಗಿ ಶಿವನನ್ನು ಕುರಿತು ಕಠಿಣವಾದ ತಪಸ್ಸನ್ನಾಚರಿಸಿದನು. ಶಿವನು ಪ್ರತ್ಯಕ್ಷನಾದನು. "ನನ್ನ ಬುದ್ಧಿಬಲದಿಂದ ನಾನು ಜಗದ್ವಿಖ್ಯಾತನಾಗುವಂತೆ ನನಗೆ ವರವನ್ನು ಕರುಣಿಸು ತಂದೆ" ಎಂದು ಪಾಣಿನಿಯು ಬೇಡಿದನು. ಶಿವನು "ತಥಾಸ್ತು" ಎಂದನು. ಅದರ ಫಲವಾಗಿ ಪಾಣಿನಿಯು ವಿದ್ವನ್ಮಣಿ ಯಾಗಿ ಮೇಲೆಬಂದು "ಅಷ್ಟಾಧ್ಯಾಯಿ"ಯನ್ನು ರಚಿಸಿ, ದಿಗಂತವಿಶ್ರಾಂತವಾದ ಕೀರ್ತಿಗೆ ಪಾತ್ರನಾದನು. ಕೊನೆಗೆ ಪಾಣಿನಿಯು ಅರಣ್ಯದಲ್ಲಿ ಸಿಂಹದಬಾಯಿಗೆ ತುತ್ತಾಗಿ ಪ್ರಾಣ ನೀಗಿದನೆಂದು ಸಂಸ್ಕೃತಭಾಷೆಯ "ಪಂಚತಂತ್ರ"ವೆಂಬ ಗ್ರಂಥದಲ್ಲಿ ಹೇಳಿದೆ.

ಪಾಣಿನಿಯ ವ್ಯಾಕರಣವನ್ನು ಜರ್ಮನಿಯ ಭಾಷಾಪಂಡಿತರು 1900ರ ಸುಮಾರಿ ನಲ್ಲಿಯೇ ಜರ್ಮನ್‌ಭಾಷೆಗೆ ಅನುವಾದಿಸಿಕೊಂಡಿದ್ದಾರೆ. "ಮನುಷ್ಯನ ಬುದ್ಧಿಶಕ್ತಿಯು ಯಾವ ಎತ್ತರಕ್ಕೆ ಏರಬಹುದು ಎಂಬುದಕ್ಕೆ ಪಾಣಿನಿಯ ಅಷ್ಟಾಧ್ಯಾಯಿಯೊಂದು ಸ್ಮಾರಕದಂತೆ ನಿಂತಿದೆ. ಅದು ಸಂಸ್ಕೃತಭಾಷೆಯ ಅತ್ಯಂತ ಸೂಕ್ಷ್ಮವಾದ ವಿವರಗಳನ್ನೂ ಒಳಗೊಂಡಿದೆ. ಇದುವರೆಗೆ ಜಗತ್ತಿನ ಯಾವುದೇ ಭಾಷೆಗೂ ಇಷ್ಟೊಂದು ಶಾಸ್ತ್ರೀಯವಾದ, ಪರಿಪೂರ್ಣವಾದ, ಸಂಗ್ರಹಶಕ್ತಿಭರಿತವಾದ ವ್ಯಾಕರಣವು ಬರೆಯಲ್ಪಟ್ಟಿಲ್ಲ" ಎಂದು ಬ್ಲೂಮ್‌ಫೀಲ್ಡ್ ಎಂಬ ವಿದ್ವಾಂಸನು ಕೊಂಡಾಡಿದ್ದಾನೆ. ಭಾಷೆಯ ಅಧ್ಯಯನಪರಂಪರೆಗೆ ಜಾಗತಿಕಮಟ್ಟದಲ್ಲಿ ಪಾಣಿನಿಯು ಆದಿಮೂರ್ತಿಯಾಗಿದ್ದಾನೆಂಬುದು ಭಾರತೀಯರಿಗೆಲ್ಲ ಹೆಮ್ಮೆಯವಿಷಯವೇ ಸರಿ!

ಇಂತಹ ಅಪೂರ್ವಗ್ರಂಥವೊಂದನ್ನು ಸ್ವಾಮಿ ವಿವೇಕಾನಂದರು ತಮ್ಮ ಪ್ರಗಲ್ಭ ಪಾಂಡಿತ್ಯದಿಂದ ಕರತಲಾಮಲಕವಾಗಿಸಿಕೊಂಡಿದ್ದರು. ತಾವು ದೇಹತ್ಯಾಗ ಮಾಡುವ ದಿನದಂದು ಕೂಡ ಅವರು ಅದನ್ನು ತಮ್ಮ ಶಿಷ್ಯರಿಗೆ ಪಾಠಹೇಳಿದರು ಎಂಬುದು ಕೂಡ ನಮಗೆ ಅಷ್ಟೇ ಹೆಮ್ಮೆಯ ಸಂಗತಿ!

೧೨೦. ಮೊಸಳೆಗೆ ಕವಳವಾಗುವ ಲೋಭಜೀವನ

ಲೋಕದಜನರು ತಮ್ಮ ಶಕ್ತಿಯನ್ನೆಲ್ಲ, ತಮ್ಮ ಕಾಲವನ್ನೆಲ್ಲ, ತಮ್ಮ ಬುದ್ಧಿಯನ್ನೆಲ್ಲ ಐಶ್ವರ್ಯದ ಸಂಪಾದನೆಗೆಂದೇ ಸವೆಸಿಬಿಡುತ್ತಾರೆ. ಬೆಳಗಿನಜಾವಕ್ಕೇ ಮನೆಯಿಂದ ಹೊರಡಬೇಕು, ಒಂದಿಷ್ಟು ಉಪಾಹಾರ ಸೇವಿಸಲೂ ಅವರಿಗೆ ವ್ಯವಧಾನವಿರುವುದಿಲ್ಲ. ಹಣಕ್ಕಾಗಿಯೇ ಹುಟ್ಟಿದ್ದೇವೆಂಬಂತೆ ಹೆಣಹೆಣಗಿ ಹೆಣವಾಗಿಬಿಡುತ್ತಾರೆ. ತಾವು ಗೋರಿ ಕೊಂಡ ಸಂಪತ್ತನ್ನು ಅನುಭವಿಸುವುದಕ್ಕೂ ಅವರಿಗೆ ಸಮಯಸಿಗದೆ ಸತ್ತೇಹೋಗುತ್ತಾರೆ. "ದ್ರವ್ಯಾರ್ಜನೆಯಲ್ಲಿಯೇ ಕಾಲವ್ಯಯಮಾಡಿ ಬಿಡುತ್ತಿದ್ದೀರಲ್ಲಾ, ಆಧ್ಯಾತ್ಮಿಕತೆ ಮತ್ತು ಪುಣ್ಯಕರ್ಮಗಳತ್ತಲೂ ಸ್ವಲ್ಪ ಮನಸ್ಸುಕೊಡಬಾರದೇ" ಎಂದು ಯಾರಾದರೂ ಮಹಾತ್ಮರು ಕಿವಿಮಾತುಹೇಳಿದರೆ "ದ್ರವ್ಯಸಂಪಾದನೆಯ ಜೊತೆಜೊತೆಗೇ ನಾವು ಆತ್ಮಸಾಕ್ಷಾತ್ಕಾರಕ್ಕೂ ಪ್ರಯತ್ನಿಸುತ್ತಿದ್ದೇವೆ ಸ್ವಾಮಿ" ಎಂದು ಹೇಳುತ್ತಾರೆ. ಅಂತಹವರನ್ನು ಕುರಿತು ಸ್ವಾಮಿ ವಿವೇಕಾನಂದರು ಕೊಟ್ಟಿರುವ ದೃಷ್ಟಾಂತ ಬಹಳ ಪರಿಣಾಮಕಾರಿಯಾಗಿದೆ.

ಒಬ್ಬಾತನು ಒಂದುನದಿಯನ್ನು ದಾಟಿ, ತನ್ನ ಗ್ರಾಮವನ್ನು ಸೇರಬೇಕಾಗಿತ್ತು. ಆಗಲೇ ಸಂಧ್ಯಾಕಾಲವಾಗಿತ್ತು. ನದಿಯತೀರದಲ್ಲಿ ಅಂಬಿಗರಾರೂ ಇರಲಿಲ್ಲ. ಬೇರೆ ಜನರೂ ಇರಲಿಲ್ಲ. ನದಿಯ ಕಡವು ಭಿಕೋ ಅನ್ನುತ್ತಿತ್ತು. ಈಜುಗಾರಿಕೆಯಲ್ಲೇನೂ ಅವನು ಪಳಗಿದವನಾಗಿರಲಿಲ್ಲ. "ಏನಪ್ಪಾ ಮಾಡುವುದೀಗ, ಕತ್ತಲೆಕವಿಯುತ್ತಿದೆ. "ಮುಂದಕ್ಕೆ ಹೋಗದಕತೆ, ಹಿಂದಕ್ಕೆ ಬಾರದಕತೆ" ಎಂಬಂತಾಯಿತಲ್ಲ ನನ್ನಪಾಡು" ಎಂದು ಕೊರಗುತ್ತ, ನದಿಯಜಲವನ್ನೇ ನಿಟ್ಟಿಸುತ್ತ ನಿಂತನು.

ಆ ಹೊತ್ತಿನಲ್ಲಿ ಅವನಿಗೆ ಸಮೀಪದಲ್ಲಿಯೇ ಹೊಳೆಯನೀರಿನಲ್ಲಿ ಒಂದು ಮರದ ದಿಮ್ಮಿ ತೇಲಾಡುತ್ತಿರುವುದು ಅಸ್ಫುಟವಾಗಿ ಕಾಣಿಸಿತು. "ಓಹೋ, ಆ ಮರದದಿಮ್ಮಿಯನ್ನೇ ಅಪ್ಪಿಕೊಂಡು, ಅದನ್ನೇ ಮುಂದುಮುಂದಕ್ಕೆ ನೂಕಿಕೊಂಡು ಹೇಗೋ ನದಿಯನ್ನು ದಾಟಿಬಿಡುತ್ತೇನೆ, ಬೇರಾವ ದಾರಿಯೂ ಈಗ ನನಗಿಲ್ಲ" ಎಂದು ಗುಣಿಸುತ್ತ, ಉಟ್ಟಬಟ್ಟೆಯಲ್ಲಿಯೇ ನೀರಿಗಿಳಿದು, ಆ ಮರದದಿಮ್ಮಿಯನ್ನು ಅಪ್ಪಿನೂಕುತ್ತ ಮುಂದೆಸಾಗಿದನು. ಅಷ್ಟುದೂರ ಸಾಗಿದನಂತರ, ಮೊಸಳೆಯೊಂದು ಅವನನ್ನು ತನ್ನ ಬಾಲದಿಂದ ಘಟಾರನೆ ಬೀಸಿಹೊಡೆದು, ನುಂಗಲು ತನ್ನ ದವಡೆಗೆ ಸೇರಿಸಿಕೊಂಡಿತು. ಆ ಮಬ್ಬಿನಲ್ಲಿ ಅವನು ಆಶ್ರಯಿಸಿದ್ದು ಒಂದು ಮರದದಿಮ್ಮಿಯಾಗಿ ತೋರಿತಷ್ಟೇ! ಆದರೆ ಅದೊಂದು

ಮೊಸಳೆಯಾಗಿತ್ತು! ದಾಟುತ್ತೇನೆಂಬ ಭ್ರಾಂತಿಗೆ ತುತ್ತಾಗಿ ಆ ವ್ಯಕ್ತಿಯು ತನ್ನ ಪ್ರಾಣವನ್ನೇ ಕಳೆದುಕೊಂಡನು. ಅದೇ ಮೊಸಳೆಗೆ ಕವಳವಾಗುವ ಲೋಭಜೀವನ!

ದ್ರವ್ಯಾರ್ಜನೆಯನ್ನೂ ಮಾಡುತ್ತೇವೆ, ಸಂಸಾರಸಾಗರವನ್ನೂ ದಾಟುತ್ತೇವೆ ಎಂದು ಹೇಳುವ ಮನುಷ್ಯರು, ದ್ರವ್ಯವೆಂಬ ಮೊಸಳೆಯ ಬಾಯಿಗೆ ತುತ್ತಾಗುತ್ತಾರೆಯೇ ವಿನಹ ಎಂದಿಗೂ ದಾಟಲಾರರು.

ಯಾರು ದ್ರವ್ಯಸಂಪಾದನೆಯನ್ನು ಅಗತ್ಯಕ್ಕೆಷ್ಟುಬೇಕೋ ಅಷ್ಟರಲ್ಲಿಯೇ ಇಟ್ಟು ದೇವರನ್ನೂ ಧರ್ಮವನ್ನೂ ಅರಸುತ್ತ, ಅದಕ್ಕೂ ಒಂದಿಷ್ಟು ಸಮಯವನ್ನು ವಿನಿಯೋಗ ಮಾಡುತ್ತಾರೋ ಅಂಥವರಿಗೆ ಎಲ್ಲವೂ ಲಭ್ಯವಾಗುತ್ತವೆ. ಅದೃಷ್ಟವು ಚಂಚಲಳಾದ ಸ್ತ್ರೀಯಂತೆ. ಯಾರು ಅವಳನ್ನು ಲೆಕ್ಕಿಸುವುದಿಲ್ಲವೋ ಅವರನ್ನೇ ಅವಳು ಓಲೈಸುತ್ತಾಳೆ. ಯಾರು ದ್ರವ್ಯಕ್ಕಾಗಿ ಹಪಹಪಿಸುವುದಿಲ್ಲವೋ ಅವರಿಗೇ ಅದು ಬೇಕಾದಷ್ಟು ದೊರಕುತ್ತದೆ. ಇದರಂತೆಯೇ ಕೀರ್ತಿ ಮತ್ತು ಗೌರವಗಳು ಕೂಡ ಸಾಕುಸಾಕಾಗುವಷ್ಟು ಬರುತ್ತಿರುತ್ತವೆ ಎಂದು ಸ್ವಾಮಿ ವಿವೇಕಾನಂದರು ಆಧ್ಯಾತ್ಮಿಕತೆ ಮತ್ತು ಧರ್ಮದ ಹಾದಿಯಲ್ಲಿರುವ ಜನರಿಗೆ ಎಲ್ಲದಿಕ್ಕುಗಳಲ್ಲೂ ಒಳ್ಳೆಯದಾಗುತ್ತದೆಂಬ ಮಧುರವಾದ ಆಶ್ವಾಸನೆಯನ್ನು ನೀಡಿದ್ದಾರೆ.

"ನಾವು ಕಾಲವಾದಮೇಲೆ ನಮ್ಮ ಆಧ್ಯಾತ್ಮಿಕತೆ ಮತ್ತು ನಮ್ಮ ಪುಣ್ಯಕರ್ಮಗಳೇ ನಮ್ಮ ಹಿಂದೆ ಬರುವಂಥವು. ಅವುಮಾತ್ರ ನಮ್ಮನ್ನೆಂದೂ ಅಗಲದ ಪರಮಸ್ನೇಹಿತರು. ಉಳಿದುವುಗಳನ್ನೆಲ್ಲ ಇಲ್ಲಿಯೇ ದೇಹದೊಡನೆ ಬಿಟ್ಟುಹೋಗಬೇಕಾಗಿದೆ. ಒಂದು ಆದರ್ಶಕ್ಕಾಗಿ ಬಾಳಿ; ಅದೊಂದೇ ಆದರ್ಶವಿರಲಿ. ನಿಮ್ಮ ಜೀವನದಲ್ಲಿ ಆದರ್ಶದಮೇಲಿನ ಆಸೆ ಉತ್ಕಟವಾಗಿರಲಿ, ತೀವ್ರವಾಗಿರಲಿ. ಮನಸ್ಸಿನಲ್ಲಿ ಮತ್ತಾವುದಕ್ಕೂ ಎಡೆ ಇಲ್ಲದಿರಲಿ, ಮತ್ತಾವುದನ್ನೂ ಚಿಂತಿಸುವುದಕ್ಕೆ ಕಾಲವಿಲ್ಲದಿರಲಿ" ಎಂದು ಅಂತ್ಯದಲ್ಲಿ ಉಪದೇಶ ಸುಧೆಯನ್ನೇ ವಿವೇಕಾನಂದರು ಹರಿಸಿದ್ದಾರೆ.

೧೨೧. ಹಾಸ್ಯಸಂಜೀವಿನಿ

ಸ್ವಾಮಿ ವಿವೇಕಾನಂದರು ಬಹಳ ವಿನೋದಪ್ರಿಯರಾಗಿದ್ದರು. ಅವರ ವಿನೋದಪ್ರಜ್ಞೆ ಸುಸಂಸ್ಕೃತವೂ ಪರಿಶುದ್ಧವೂ ಆಗಿತ್ತು. ಉಪನ್ಯಾಸಗಳ ಭಾರದಿಂದ ತಾವು ಬಿಡುಗಡೆಗೊಳ್ಳಬೇಕು, ಭಕ್ತರನ್ನೂ ಬಿಡುಗಡೆಗೊಳಿಸಬೇಕು, ಎಲ್ಲರೂ ಆನಂದಮೂರ್ತಿಗಳಾಗಿರಬೇಕು ಎಂಬ ಭಾವನೆಯಿಂದ ಆಗಾಗ ಬಿಡುವುಮಾಡಿಕೊಂಡು ಎಲ್ಲರನ್ನೂ ನಗೆಗಡಲಿನಲ್ಲಿ ತೇಲಾಡಿಸುತ್ತಿದ್ದರು. ಅವರ ಹಾಸ್ಯಶೈಲಿ ವಿಶಿಷ್ಟವೂ ಅನುಪಮವೂ ಆಗಿತ್ತು. ಮುಗ್ಧಬಾಲಕನಂತೆ ನಕ್ಕುನಲಿದು, ಇತರರನ್ನೂ ಹೊಟ್ಟೆಹುಣ್ಣಾಗುವಂತೆ ನಗಿಸುತ್ತಿದ್ದರು. ಅವರಿಗೆ ಕೆಲಕೆಲವು ಹಾಸ್ಯದ ಕಿರುಗತೆಗಳು ತುಂಬಾ ಪ್ರಿಯವಾಗಿದ್ದುವು. ಅವುಗಳನ್ನು ಭಕ್ತವೃಂದದ ನಡುವೆ ನಾಟಕೀಯವಾಗಿ ಬಣ್ಣಿಸಿ ಹಾಸ್ಯತರಂಗಗಳನ್ನೆಬ್ಬಿಸುತ್ತಿದ್ದರು. ಅಂತಹವುಗಳಲ್ಲಿ ಕೆಲವನ್ನು ಈ ಮೇಲಿನ ಮಾತುಗಳೊಂದಿಗೆ ಸ್ವಾಮಿ ಪುರುಷೋತ್ತಮಾನಂದಜೀಮಹಾರಾಜರು ಕಲಾತ್ಮಕವಾಗಿ ಬಣ್ಣಿಸಿದ್ದಾರೆ.

ಆಫ್ರಿಕಾಖಂಡದ ಕೆಲವು ನಿಗೂಢದ್ವೀಪಗಳಿಗೆ ಅಮೇರಿಕದ ಕೆಲವು ಕ್ರೈಸ್ತಪ್ರಚಾರಕ ಸಂಸ್ಥೆಗಳು ಆಗಾಗ ಪಾದ್ರಿಗಳನ್ನು ಕಳುಹಿಸುತ್ತಿದ್ದುವು. ಆ ದ್ವೀಪಗಳ ಜನರಾದರೋ ಆಧುನಿಕತೆಯ ಸೋಂಕೇ ಇಲ್ಲದ, ಅನಾಗರಿಕ ಜನಾಂಗದವರಾಗಿದ್ದರು. ಅವರನ್ನು ನಾಗರಿಕಜಗತ್ತಿಗೆ ಸೆಳೆದುತರಬೇಕು, ಅವರಿಗೆ ಕ್ರಿಸ್ತನ ತತ್ತ್ವಗಳನ್ನು ಬೋಧಿಸಬೇಕು, ಅವರನ್ನು ಕ್ರೈಸ್ತರನ್ನಾಗಿಸಬೇಕು ಎಂಬ ಮಹತ್ವಾಕಾಂಕ್ಷೆಯಿಂದ ಪಾದ್ರಿಗಳನ್ನು ಅಲ್ಲಿಗೆ ಕಳುಹಿಸಿಕೊಡಲಾಗುತ್ತಿತ್ತು. ಹಲವು ಮಿಷನರಿಸಂಸ್ಥೆಗಳು ಅಂತಹ ಕೈಂಕರ್ಯದಲ್ಲಿ ತೊಡಗಿದ್ದುವು. ದ್ವೀಪಾಂತರಗಳಿಗೆ ಹೋದ ಪಾದ್ರಿಗಳು ಏನಾದರು, ತಮ್ಮ ಪ್ರಚಾರಕಾರ್ಯದಲ್ಲಿ ಎಷ್ಟುಯಶಸ್ಸು ಅವರಿಗೆ ಸಿಕ್ಕಿತು, ಎಷ್ಟುಜನ ಮತಾಂತರಗೊಂಡರು– ಈ ಮೊದಲಾದ ಯಾವುದೇ ವಿವರಗಳು ಧರ್ಮಸಂಸ್ಥೆಗಳಿಗೆ ಲಭ್ಯವಾಗುತ್ತಿರಲಿಲ್ಲ. ಆದರೂ ಆ ಮಿಷನರಿಗಳು ಪಾದ್ರಿಗಳನ್ನು ಕಳುಹಿಸುವುದನ್ನು ಮಾತ್ರ ಬಿಟ್ಟಿರಲಿಲ್ಲ. ಇಷ್ಟು ಪೀಠಿಕೆಯೊಂದಿಗೆ ಮೊದಲನೆಯ ರಸಗತೆಗೆ ನಾವು ಅಣಿಯಾಗೋಣ.

ಹೀಗೆಯೇ ಇರುವಲ್ಲಿ ಒಮ್ಮೆ ಮಿಷನರಿಸಂಸ್ಥೆಯೊಂದು ಹೊಸದಾಗಿ ದೀಕ್ಷಿತನಾದ ಯುವಪಾದ್ರಿಯೊಬ್ಬನನ್ನು ಆಫ್ರಿಕಾದ ನಿಗೂಢದ್ವೀಪವೊಂದಕ್ಕೆ ಕಳುಹಿಸಿಕೊಟ್ಟಿತು. ಆತನಾದರೋ ಬಹು ಉತ್ಸಾಹಿಯೂ ಆತ್ಮವಿಶ್ವಾಸಿಯೂ ಆಗಿದ್ದನು. ಆ ದ್ವೀಪಕ್ಕೆ

ಅಡಿಯಿಡುತ್ತಿದ್ದಂತೆಯೇ ಅಲ್ಲಿನ ಮೂಲನಿವಾಸಿಗಳು ಹೋ ಎಂದು ಕೂಗುಹಾಕುತ್ತ ಹೆಚ್ಚಿನ ಸಂಭ್ರಮೋಲ್ಲಾಸಗಳಿಂದ ಯುವಪಾದ್ರಿಯನ್ನು ಸುತ್ತುವರಿದರು. ಅವರ ಹಿಂದೆಯೇ ಅವರ ಮುಖಂಡನೂ ಬಂದನು. ತಾವುತಾವಾಗಿಯೇ ಓಡೋಡಿಬಂದ ಜನರನ್ನು ಕಂಡು ಪಾದ್ರಿಯಮುಖ ಊರಗಲವಾಯಿತು. ತನ್ನ ಧರ್ಮಪ್ರಚಾರಕಾರ್ಯ ನಿರ್ವಿಘ್ನವಾಗಿ ನೆರವೇರುತ್ತದೆಂದು ಉಬ್ಬಿಹೋದನು. ಅವನ ವೇಷಭೂಷಣಗಳನ್ನು ಕಂಡು, ಆ ದ್ವೀಪವಾಸಿಗಳು ಆತನು ಯಾರೆಂಬುದನ್ನು ಅರಿತುಕೊಂಡುಬಿಟ್ಟರು. "ಈ ಮೊದಲು ನನ್ನಹಾಗೆಯೇ ಹಲವು ಪಾದ್ರಿಗಳು ಈ ನಿಮ್ಮ ದ್ವೀಪಕ್ಕೆ ಬಂದಿದ್ದರಲ್ಲವೇ" ಎಂದು ತಾನೇಮುಂದಾಗಿ ಕೇಳಿದನು. ಅವರೆಲ್ಲರೂ ನಕ್ಕುನಲಿಯುತ್ತ "ಹೌದು ಸ್ವಾಮಿ, ನಿಮ್ಮ ಹಾಗೆಯೇ ಅನೇಕರು ಬಂದಿದ್ದರು" ಎಂದು ಉತ್ತರಿಸಿದರು. ಆಗ ಪಾದ್ರಿಯು "ಅವರೆಲ್ಲರೂ ಹೇಗಿದ್ದರು" ಎಂದು ಮತ್ತೊಂದು ಪ್ರಶ್ನೆ ಕೇಳಿದನು. ಅದಕ್ಕೆ ಆ ಜನರು "ಅದೇನು ಕೇಳುತ್ತೀರಿ ಸ್ವಾಮಿ, ಅವರೆಲ್ಲರೂ ತುಂಬಾ "ರುಚಿ"ಯಾಗಿದ್ದರು. ಅವರೆಲ್ಲರಿಗಿಂತ ನೀವು ಖಂಡಿತ ಹೆಚ್ಚು ರುಚಿಯಾಗಿದ್ದೀರಿ" ಎಂದು ಬಾಯಿ ಚಪ್ಪರಿಸುತ್ತ ಹೇಳಿದರು. ಪಾದ್ರಿಯು ಪಾತಾಳಕ್ಕೆ ಇಳಿದುಹೋದನು. ಅದೊಂದು ನರಭಕ್ಷಕರ ದ್ವೀಪವಾಗಿತ್ತು!

ಇನ್ನೊಬ್ಬ ನೀಗ್ರೋಜನಾಂಗದ ಪಾದ್ರಿಯಿದ್ದನು. ಅವನು ಹೊಸದಾಗಿ ಧರ್ಮ ಗುರುವಿನ ಹುದ್ದೆಯನ್ನು ಪಡೆದುಕೊಂಡು ಮಹೋತ್ಸಾಹದಿಂದ ಕ್ರೈಸ್ತಧರ್ಮಪ್ರಚಾರ ಕಾರ್ಯದಲ್ಲಿ ತೊಡಗಿದ್ದನು. ಒಂದುದಿನ ಅವನು ನೀಗ್ರೋಗುಂಪಿನ ನಡುವೆಯೇ ನಿಂತು, ಜಗತ್ತು ಸೃಷ್ಟಿಯಾದ ಕಥೆಯನ್ನು ಬಿತ್ತರಿಸುತ್ತಿದ್ದನು. "ದೇವರ ಮಹಿಮೆಯನ್ನು ಆಲಿಸಿರಿ, ಸೃಷ್ಟಿಯ ಕಥೆಯನ್ನು ಕೇಳಿಸಿಕೊಳ್ಳಿರಿ. ದೇವರು ಜಗತ್ತಿನ ಮೊತ್ತಮೊದಲ ಪುರುಷನಾದ ಆಡಂನನ್ನು ಪ್ರಾರಂಭದಲ್ಲಿ ಸೃಷ್ಟಿಮಾಡಿದನು. ಅವನನ್ನು ಕರಿಯಮಣ್ಣಿನಿಂದ ತಯಾರುಮಾಡಿದನು. ಹಾಗೆ ತಯಾರುಮಾಡಿದಮೇಲೆ ಅವನನ್ನು ಒಣಗಿಸಲು ಒಂದು ಬೇಲಿಯಮೇಲೆ ಹರವಿದನು" ಎಂದು ಉಚ್ಚಸ್ವರದಲ್ಲಿ ಕಥಾರಂಭಮಾಡಿದನು. ಅಷ್ಟರಲ್ಲೇ ಒಬ್ಬ ಮುದುಕನು ಮೇಲೆದ್ದು "ಸ್ವಾಮಿ, ಒಣಹಾಕಿದ ಆ ಬೇಲಿಯನ್ನು ಯಾರು ಸೃಷ್ಟಿ ಮಾಡಿದ್ದರು ಎಂಬುದನ್ನು ಮೊದಲು ನಮಗೆ ಹೇಳಿ ಗುರುವೇ" ಎಂದು ಕಿರುಚಿಕೊಂಡನು. ಅದಕ್ಕೆ ನೀಗ್ರೋಪಾದ್ರಿಯು "ಅಯ್ಯೋ ಸುಮ್ಮನಿರು ದೊರೆಯೇ, ಇಂತಹ ಇನ್ನೊಂದು ಪ್ರಶ್ನೆಯನ್ನು ನೀನು ಮುಂದಕ್ಕೆ ಕೇಳಿದೆಯಾದರೆ, ನಮ್ಮ ಧರ್ಮವೆಲ್ಲ ಪುಡಿಗುಟ್ಟಿ ಹೋಗುತ್ತದೆ" ಎಂದು ದಬಾಯಿಸಿ ಕೂರಿಸಿಬಿಟ್ಟನು. ಮುಟ್ಟಿದ್ದಕ್ಕೆ ಮೂರುಕಥೆ. ಒಬ್ಬ ಚೀನಾದೇಶದ ಪುರುಷನು ಅಮೇರಿಕಾದೇಶಕ್ಕೆ ಬಂದು ನೆಲೆಸಿ, ಅಲ್ಲಿನವನೇ ಆಗಿಬಿಟ್ಟಿದ್ದನು. ಅವನ ಶ್ರಮಕ್ಕೆ ತಕ್ಕ ಪ್ರತಿಫಲವು ದೊರೆಯದಿದ್ದುದರಿಂದ, ಆಗಾಗ ಅವನು ಸಣ್ಣಪುಟ್ಟ ಕಳ್ಳತನವನ್ನೂ ಮಾಡುತ್ತಿದ್ದನು. ಒಂದುದಿನ ಅವನು ಮಾಂಸದಂಗಡಿಯಲ್ಲಿ ಹಂದಿ ಮಾಂಸವನ್ನು ಕದಿಯುತ್ತಿದ್ದಾಗ ಪೊಲೀಸರ ಕೈಗೆ ಸಿಕ್ಕಿಬಿದ್ದನು. ಪೊಲೀಸರಾದರೋ

ಅವನನ್ನು ಮಾಲುಸಮೇತ ನ್ಯಾಯಾಲಯಕ್ಕೆ ಹಾಜರುಪಡಿಸಿದರು. ವಿಚಾರಣೆ ಪ್ರಾರಂಭ ವಾಯಿತು. ನ್ಯಾಯಮೂರ್ತಿಗಳು: "ಏನಯ್ಯ, ನಿನ್ನ ಹೆಸರೇನು?" ಕಳ್ಳ: "ಚಿಂಗ್‌ಪಾಂಗ್ ಎಂದು ನನ್ನ ಹೆಸರು ಸ್ವಾಮಿ. ನ್ಯಾಯಮೂರ್ತಿಗಳು : "ನೀನು ಯಾವ ದೇಶದವನು?" ಕಳ್ಳ: "ನಾನು ಮೂಲತಃ ಚೀನಾದೇಶದವನು ಸ್ವಾಮಿ." ನ್ಯಾಯಮೂರ್ತಿಗಳು: "ನೀನು ಹಂದಿಮಾಂಸವನ್ನು ಕದ್ದುದು ನಿಜವೇ?" ಕಳ್ಳ: "ಹೌದು ಸ್ವಾಮಿ, ಕದ್ದುದು ನಿಜ". ನ್ಯಾಯಮೂರ್ತಿಗಳು: "ಚೀನಿಯರು ಹಂದಿಮಾಂಸವನ್ನು ತಿನ್ನುವುದಿಲ್ಲವೆಂದು ನಾನು ಕೇಳಿದ್ದೇನಲ್ಲಾ, ಇದೇನಿದು ವಿಚಿತ್ರ?" ಕಳ್ಳ: "ಹೌದು ಸ್ವಾಮಿ, ತಾವು ಹೇಳಿದ್ದು ಸರಿ ಯಾಗಿದೆ. ಈಗ ನಾನು ಅಮೇರಿಕದವನಾಗಿಬಿಟ್ಟಿದ್ದೇನೆ, ಕದಿಯುತ್ತೇನೆ, ಹಂದಿಮಾಂಸವನ್ನು ತಿನ್ನುತ್ತೇನೆ, ಇನ್ನೂ ಏನೇನೋ ಮಾಡುತ್ತೇನೆ."

"ಏನು, ನನ್ನ ಬುಡಕ್ಕೇ ಬಂದೆಯಾ, ತೊಲಗು ಮೂರ್ಖ ಇಲ್ಲಿಂದ ಸೆರೆಮನೆಗೆ" ಎಂದು ನ್ಯಾಯಾಧೀಶರು ಕ್ರೋಧಪರವಶರಾಗಿ ಕೂಗಿಕೊಂಡರು.

ಈ ಕಥೆಗಳನ್ನು ವಿವೇಕಾನಂದರ ಮುಖಕಮಲದಿಂದ ನೇರವಾಗಿ ಕೇಳಿಸಿಕೊಂಡಿದ್ದ ಒಬ್ಬ ಗಣ್ಯ ಭಕ್ತೆ ಸಿಸ್ಟರ್‌ಕ್ರಿಸ್ಟೈನ್ ಎಂಬಾಕೆ "ಯಾವಾಗಲೂ ವೇದಾಂತವೇ ಅಲ್ಲ, ಗಂಭೀರವಿಚಾರಗಳೇ ಅಲ್ಲ. ಕೆಲವೊಮ್ಮೆ ಕ್ಲಾಸ್ ಆದಮೇಲೆ ಹಾಸ್ಯಮಯವಾತಾವರಣ ವಿರುತ್ತಿತ್ತು. ಅಂಥ ಶುದ್ಧ ಆಮೋದವನ್ನು ನಾವೆಲ್ಲೂ ಕಂಡಿರಲಿಲ್ಲ. ಧಾರ್ಮಿಕವ್ಯಕ್ತಿಗಳು ಯಾವಾಗಲೂ ಗಂಭೀರವಾಗಿಯೇ ಇರುತ್ತಾರೆ ಎಂದುಕೊಂಡಿದ್ದೆವು. ಆದರೆ ಇಚ್ಛಿಸಿ ದಾಗಲೇ ಪ್ರಪಂಚದ ಹೊರೆಯನ್ನು ಕಳೆದೊಗೆದು, ಮಗುವಿನ ಆನಂದಾವಸ್ಥೆಯಲ್ಲಿ ಕೆಲಕಾಲವಿರುವುದು ವೈರಾಗ್ಯದ ಚಿಹ್ನೆ. ಸತ್ಯಸಾಕ್ಷಾತ್ಕಾರವಾದವರಿಗೆ ಮಾತ್ರವೇ ಅದು ಸಾಧ್ಯ. ಸ್ವಾಮೀಜೀಯವರಿಗೆ ಹಾಸ್ಯಕಥೆಗಳು ಬೇಕಾದಷ್ಟು ಗೊತ್ತಿತ್ತು. ಅದನ್ನು ಕೇಳುವಾಗ ನಾವೆಲ್ಲ ಲಘುಹೃದಯರಾಗಿಬಿಡುತ್ತಿದ್ದೆವು" ಎಂದು ಆನಂದದಿಂದ ಬರೆದಿದ್ದಾಳೆ.

ಹಾಸ್ಯಕಥೆಗಳೇ ಆದರೂ ಅವುಗಳ ಗರ್ಭದಲ್ಲಿ ಚಿಂತನಬಿಂದುಗಳೂ ಇವೆ ಎಂಬು ದನ್ನು ಮರೆಯುವಂತಿಲ್ಲ. ಧರ್ಮಪ್ರಚಾರಕಾರ್ಯದಲ್ಲಿ ಎದುರಾಗುವ ಅಪಾಯಗಳನ್ನು ಮೊದಲನೆಯಕಥೆ ಸೂಚಿಸುತ್ತದೆ. ಧಾರ್ಮಿಕಪುರಾಣಗಳನ್ನು ತರ್ಕದ ಒರೆಗಲ್ಲಿನ ಮೇಲೆ ಉಜ್ಜಲಾಗದು ಎಂಬ ವಿಚಾರ ಎರಡನೆಯ ಕಥೆಯಲ್ಲಿದೆ. "ಒಳ್ಳಿದರ ಒಡನಾಡೆ ಕಳ್ಳನೊಳ್ಳಿದನಕ್ಕು । ಒಳ್ಳಿದನು ಕಳ್ಳರೊಡನಾಡೆ ಅವ । ಶುದ್ಧ ಕಳ್ಳನೇ ಅಕ್ಕು ಸರ್ವಜ್ಞ ॥" ಎಂಬ ಸಂದೇಶ ಮೂರನೆಯ ಕಥೆಯಲ್ಲಿದೆ.

೧೨೨. ವೇದಾಂತದ ಶಂಖನಾದ

ಸ್ವಾಮಿ ವಿವೇಕಾನಂದರು ಲಾಸಾಂಜಲೀಸ್ ಎಂಬ ನಗರದ 'ಸತ್ಯಶೋಧನಮಂದಿರ'ದಲ್ಲಿ ಹಲವು ಪ್ರವಚನಗಳನ್ನು ನೀಡಿದರು. ಅವರ ವಿಚಾರಧಾರೆಯು, ಅದುವರೆಗೆ ಅಲ್ಲಿನ ಧರ್ಮಗುರುಗಳೂ ತತ್ತ್ವಬೋಧಕರೂ ಬೋಧಿಸುತ್ತಿದ್ದ ವಿಚಾರಧಾರೆಗಿಂತ ಅತ್ಯಂತ ಶ್ರೇಷ್ಠಮಟ್ಟದ್ದಾಗಿತ್ತು. ವಿವೇಕಾನಂದರು ಅವರಿಗೆಲ್ಲ ದ್ವೈತವನ್ನು ಕಡಿಮೆಬೋಧಿಸಿ, ಅದ್ವೈತವನ್ನೇ ಹೆಚ್ಚಾಗಿ ಬೋಧಿಸಿದರು. ದ್ವೈತದಲ್ಲೇ ಮೂಡಿಮುಳುಗುತ್ತಿದ್ದ ಕೆಲವರಿಗೆ ಅದ್ವೈತವು ತಲೆಗೆ ಹತ್ತಲಿಲ್ಲ. ಕೆಲವರು ಅರ್ಥವಾದರೂ ಜಾಣಗುರುಡನ್ನು ತೋರ್ಪಡಿಸುತ್ತಿದ್ದರು. ಅಷ್ಟುಮಾತ್ರವಲ್ಲದೆ ದ್ವೈತವನ್ನೇ ಬಣ್ಣಕಟ್ಟಿ ಹೇಳಿಕೊಂಡು ಬರುತ್ತಿದ್ದ ಕೆಲವು ಧರ್ಮಪ್ರಚಾರಕರಿಗೆ, ತತ್ತ್ವಪ್ರಚಾರಕರಿಗೆ ಮುಂದಕ್ಕೇನಾದರೂ ತಮ್ಮ "ಆಧ್ಯಾತ್ಮಿಕ ವ್ಯಾಪಾರ"ಕ್ಕೇ ಕಲ್ಲುಬೀಳುತ್ತದೆಯೋ ಎಂಬ ಅಂಜಿಕೆ ಅಮರಿಕೊಂಡಿತು. ಮೊದಮೊದಲು ವಿವೇಕಾನಂದರನ್ನು ಮೆಚ್ಚಿಕೊಂಡವರೂ ಆಮೇಲಾಮೇಲೆ ವಿರೋಧಿಸತೊಡಗಿದರು. ಅಂತಹವರಲ್ಲಿ ಬ್ರಾನ್ಸ್‌ಬಿ ಎಂಬಾತನೂ ಒಬ್ಬ. ಒಂದುದಿನ ಅವನು ವಿವೇಕಾನಂದರನ್ನು ಕುರಿತು ಕೇಳಿದ ಪ್ರಶ್ನೆಯೇ ಈ ಮುಂದಿನ ಕಥೆಯಾಗಿದೆ.

"ಈ ಜಗತ್ತಿನಲ್ಲಿ ಎಲ್ಲವೂ ದೇವರೇ, ದೇವರಲ್ಲದೆ ಬೇರೇನೂ ಇಲ್ಲ ಎನ್ನುತ್ತೀರಲ್ಲಾ; ಎಲ್ಲವೂ ಒಂದೇ ಎಲ್ಲರೂ ಒಂದೇ ಎನ್ನುತ್ತೀರಲ್ಲಾ– ಹಾಗಿದ್ದರೆ ಒಂದು ಕೋಸುಗೆಡ್ಡೆಗೂ ಒಬ್ಬ ಮನುಷ್ಯನಿಗೂ ಏನು ವ್ಯತ್ಯಾಸಬಂತು ಹೇಳಿ ಸ್ವಾಮಿ" ಎಂದು ಜಗ್ಗಿಸಿ ಕೇಳಿದನು. ವಿವೇಕಾನಂದರು ಜಗ್ಗುವ ಜಾಯಮಾನದವರೇನು? "ಅಯ್ಯಾ ಮಹಾಶಯನೇ, ನೀನು ಕೋಸುಗೆಡ್ಡೆಯನ್ನು ಹೆಚ್ಚುತ್ತೀಯಲ್ಲಾ, ಆ ಚಾಕುವನ್ನು ಕೈಗೆತ್ತಿಕೋ, ಅದರಿಂದ ನಿನ್ನ ಕಾಲನ್ನು ಚುಚ್ಚಿನೋಡಿಕೋ, ಆಗ ನಿನಗೆ ವ್ಯತ್ಯಾಸ ತಿಳಿಯುತ್ತದೆ" ಎಂದು ಖಾರವಾಗಿ ಪ್ರತಿಕ್ರಿಯಿಸಿದರು. ಮುಂದಕ್ಕವನು ಕಮಕ್‌ಕಿಮಕ್ ಎನ್ನದೆ ಸುಮ್ಮನಾದನು.

ಅದ್ವೈತಕ್ಕೆ ವ್ಯಾವಹಾರಿಕ ಮತ್ತು ಪಾರಮಾರ್ಥಿಕ ಎಂಬ ಎರಡುನೆಲೆಗಳಿವೆ. ವ್ಯಾವಹಾರಿಕವಾಗಿ ಒಬ್ಬ ಮನುಷ್ಯನು ಬೇರೆ, ಒಂದುಕೋಸುಗೆಡ್ಡೆ ಬೇರೆ ಎಂಬುದನ್ನು ಒಪ್ಪಲೇಬೇಕು. ಅದು ವ್ಯಾವಹಾರಿಕವಾದ ದ್ವೈತದ ನೆಲೆ. ಈ ನಾಮರೂಪಗಳಿಂದ ಕೂಡಿದ ಜಗತ್ತಿನ ಎಲ್ಲವಸ್ತುಗಳನ್ನೂ ದೇವರೇ ಸೃಷ್ಟಿಸಿದ್ದಾನೆ. ಹಾಗೆ ಸೃಷ್ಟಿಸಿದ್ದು ಮಾತ್ರವಲ್ಲದೆ ತಾನೂ ಅವುಗಳೊಳಗೆಲ್ಲ ಅನುಸ್ಯೂತವಾಗಿ ಸೇರಿಕೊಂಡಿದ್ದಾನೆ, ಅಂದರೆ ದೇವರು ತಾನೇ

ಈ ಜಗತ್ತಿನ ಎಲ್ಲ ವಸ್ತುಗಳಾಗಿ ತೋರಿಕೊಂಡಿದ್ದಾನೆ. ಆ ಲೆಕ್ಕದಲ್ಲಿ ಒಬ್ಬ ಮನುಷ್ಯನಲ್ಲಿ ಯಾವ ದೇವರಿದ್ದಾನೋ, ಆ ದೇವರೇ ಒಂದು ಕೋಸುಗೆಡ್ಡೆಯಲ್ಲಿಯೂ ಇದ್ದಾನೆ. ಇದು ಪಾರಮಾರ್ಥಿಕವಾದ ಅದ್ವೈತದ ನೆಲೆ. ಒಂದಕ್ಕೊಂದಕ್ಕೆ ಕಲಸುಮೇಲೋಗರ ಮಾಡಿಕೊಳ್ಳಲಾಗದು.

ಕೆಲವರು ವೇದಾಂತವನ್ನು ಅರ್ಥಮಾಡಿಕೊಳ್ಳಲಾರದೆ ಹಾಸ್ಯಾಸ್ಪದವಾಗಿಸಿದ್ದಾರೆ. ಆದರೆ ಈ ಕಾಲದ ಎಲ್ಲ ಚಳುವಳಿಗಳೂ ಅರಿತೋ ಅಥವಾ ಅರಿಯದೆಯೋ– ಮಾನವನ ಏಕತೆಯನ್ನು ಪ್ರತಿಪಾದಿಸುವ ಅತ್ಯಂತ ಉಚ್ಚತತ್ತ್ವವಾದ ಅದ್ವೈತವೇದಾಂತವನ್ನೇ ನಿರೂಪಿಸುತ್ತಿವೆ. ವಿಚಾರಶೀಲರಾದವರಿಗೆ ಅದ್ವೈತವೇ ಭವಿಷ್ಯತ್‌ಧರ್ಮವಾಗುವುದರಲ್ಲಿ ಸಂದೇಹವೇ ಇಲ್ಲ. ನಾವು ದ್ವೈತಭಾವವನ್ನು ತುಂಬಿಕೊಂಡು, ದೇವರಮುಂದೆ ಕುಳಿತು ಕಣ್ಣೀರುಹರಿಸುವ ಕಾಲ ಇದಲ್ಲ. ಈಗ ನಮ್ಮ ದೇಶಕ್ಕೆ ಕಬ್ಬಿಣದಂತಹ ಮಾಂಸಖಂಡಗಳು, ಉಕ್ಕಿನಂತಹ ನರಗಳು ಬೇಕಾಗಿವೆ. ಮೃತ್ಯುವಿನೊಂದಿಗೆ ಸೆಣಸಾಡಿದರೂ ಸರಿಯೆ, ಸಮುದ್ರದ ಆಳಕ್ಕೆ ಇಳಿದರೂ ಸರಿಯೆ, ವಿಶ್ವದ ರಹಸ್ಯತಮ ಸತ್ಯಗಳನ್ನು ಭೇದಿಸಲೇಬೇಕಾಗಿದೆ. ಅದಕ್ಕೆ ಪ್ರಚಂಡ ಇಚ್ಛಾಶಕ್ತಿ ಬೇಕಾಗಿದೆ. "ನಾವೆಲ್ಲರೂ ಒಂದೇ" ಎಂಬ ಅದ್ವೈತವನ್ನು ತಿಳಿದುಕೊಳ್ಳುವುದರಿಂದ ಮಾತ್ರವೇ ಆ ಪ್ರಚಂಡ ಇಚ್ಛಾಶಕ್ತಿಯನ್ನು ಸೃಷ್ಟಿಸಬಹುದಾಗಿದೆ. "ದ್ವೈತವು ದಾರಿಯಲ್ಲಿರುವ ಒಂದು ಘಟ್ಟ, ಅದ್ವೈತವಾದರೋ ದಾರಿಯ ತುದಿ" ಎಂದು ವಿವೇಕಾನಂದರು ಅದ್ವೈತದ ಶಂಖನಾದವನ್ನೇ ಮೊಳಗಿಸಿದ್ದಾರೆ.

೧೨೩. ದಾನದುಂದುಭಿ

ದಾನನೀಡುವುದರ ಹಿಂದೆ ಯಾವುದೇ ಬಗೆಯ ಸ್ವಾರ್ಥಭಾವನೆ ಇರಬಾರದು. ಕೆಲವರು ಸ್ವರ್ಗಸುಖದ ಆಸೆಯನ್ನಿಟ್ಟುಕೊಂಡು, ದಾನಮಾಡಿ, ಪುಣ್ಯಸಂಗ್ರಹ ಮಾಡಿಕೊಳ್ಳುತ್ತಾರೆ. ಮತ್ತೆ ಕೆಲವರು ನರಕದಲ್ಲಿ ನವೆಯಬೇಕಾಗುತ್ತದೆಯೆಂಬ ಭಯದಿಂದ, ದಾನಮಾಡಿ ತಮ್ಮ ಪಾಪಕರ್ಮಗಳನ್ನು ತೊಳೆದುಕೊಳ್ಳುತ್ತಾರೆ. ಇನ್ನು ಕೆಲವರಾದರೋ ಕೀರ್ತಿಶಾಲಿಗಳಾಗಬೇಕೆಂಬ ತಮ್ಮ ಪ್ರಯತ್ನದಮೇಲೆ ದಾನದ ಗಿಲೀಟನ್ನು ಲೇಪಿಸುತ್ತಾರೆ. ಕೇವಲ ದಯೆಯಿಂದಮಾತ್ರ ಪ್ರೇರಿತರಾಗಿ ದಾನಮಾಡುವಜನರು ಯಾವದೇಶದಲ್ಲಿಯಾದರೂ ವಿರಳವೇ! ಇತರರಿಗೆ ಸಹಾಯಮಾಡುವ ನೆಪದಲ್ಲಿ ತಮ್ಮ ಸ್ವಾರ್ಥವನ್ನು ಈಡೇರಿಸಿಕೊಳ್ಳುವ, ತಮ್ಮ ಬೇಳೆಬೇಯಿಸಿಕೊಳ್ಳುವ ವ್ಯವಹಾರಚಾತುರ್ಯ ಶ್ರೇಯಸ್ಕರವಾದುದಲ್ಲ. ಹೀಗೆ ಹೇಳುತ್ತ ಸ್ವಾಮಿವಿವೇಕಾನಂದರು ನರಕಭಯದಿಂದ ದಾನಮಾಡುತ್ತಾರೆಂಬ ತಾತ್ಪರ್ಯವಿರುವ ಬಂಗಾಳೀಭಾಷೆಯ ಗಾದೆಯೊಂದನ್ನು ದೃಷ್ಟಾಂತಿಸಿದ್ದಾರೆ.

ದೊಡ್ಡಯ್ಯನೆಂಬ ಗೋಪಾಲಕನೊಬ್ಬನಿದ್ದನು. ಒಂದುದಿನ ಅವನು ಗೋಮಾಳದಲ್ಲಿ ತನ್ನ ದನಗಳನ್ನು ಮೇಯಿಸುತ್ತಿರುವಾಗ, ತನ್ನವೇ ಆದ ಎರಡುಹಸುಗಳು ಒಂದಕ್ಕೊಂದು ರಭಸದಿಂದ ಗುದ್ದಾಡತೊಡಗಿದುವು. ದೊಡ್ಡಯ್ಯನು ಎಷ್ಟು ಅದ್ದರಿಸಿದರೂ ಅವು ಬಗ್ಗಲಿಲ್ಲ. ಆಗ ಕೋಪಗೊಂಡ ದೊಡ್ಡಯ್ಯನು "ನಿಮಗೇನುಬಂತು ರೋಗ" ಎಂದು ಬಯ್ಯುತ್ತ ಒಂದು ಬಡಿಗೆಯನ್ನೆತ್ತಿಕೊಂಡು, ಒಂದು ಹಸುವಿನ ಮೇಲೆ ಬಲವಾಗಿ ಅಪ್ಪಳಿಸಿದನು. ಕಾದಾಡಿ ತಿಂದಿದ್ದ ಹೊಡೆತ, ಬಡಿಗೆಯ ಹೊಡೆತ– ಎರಡೂ ಸೇರಿ ಆ ಗೋವು ನೆಲಕ್ಕುರುಳಿ ಕೊನೆಯುಸಿರೆಳೆದೇಬಿಟ್ಟಿತು.

ದೊಡ್ಡಯ್ಯನ ಗೆಳೆಯರಿಗೆ ಆ ವಿಷಯ ತಿಳಿಯಿತು. "ಏನು ದೊಡ್ಡಯ್ಯ, ಎಂತಹ ಕ್ರೂರಕರ್ಮಮಾಡಿಬಿಟ್ಟೆ. ಗೋವು ಅತ್ಯಂತ ಪವಿತ್ರವಾದ ಪ್ರಾಣಿ. ಅದರ ಶರೀರದಲ್ಲಿ ೩೩ಕೋಟಿದೇವತೆಗಳೂ ವಾಸಮಾಡುತ್ತಾರಂತೆ! ಗೋಹತ್ಯೆಯು ಪಂಚಮಹಾಪಾತಕಗಳಲ್ಲೊಂದೆಂದು ದೊಡ್ಡವರು ಹೇಳುವುದನ್ನು ನೀನು ಕೇಳಿಲ್ಲವೇ? ಮುಂದೆ ನರಕಕ್ಕೆ ಬಿದ್ದು ಬೇಯಬೇಕಾಗುತ್ತದೆ. ಹೆಸರು ದೊಡ್ಡಯ್ಯ, ಕೆಲಸ ಸಣ್ಣಯ್ಯ ಅನ್ನುವಹಾಗೆ ಮಾಡಿಬಿಟ್ಟೆಯಲ್ಲಾ" ಎಂದು ಅವರೆಲ್ಲ ಆಕ್ಷೇಪಿಸಿದರು. ಪಶ್ಚಾತ್ತಾಪದಿಂದ ಕುಗ್ಗಿಹೋದ ದೊಡ್ಡಯ್ಯನು "ಹಾಗಾದರೆ ಈಗೇನು ಮಾಡುವುದು" ಎಂದು ಅಳುಮೋರೆಹೊತ್ತು

ಕೇಳಿದನು. "ಏನು ವ್ರತವೋ, ಏನು ಪ್ರಾಯಶ್ಚಿತ್ತವೋ, ಜೋಯಿಸರನ್ನೇ ಕಂಡು ಕೇಳಬೇಕಪ್ಪಾ" ಎಂದು ಗೆಳೆಯರು ಸಲಹೆಯಿತ್ತರು.

ದೊಡ್ಡಯ್ಯನು ಜೋಯಿಸರನ್ನು ಹೋಗಿಕಂಡನು. "ಬೇಕೆಂದು ನಾನು ಹಸುವನ್ನು ಕೊಂದವನಲ್ಲ, ಅಚಾತುರ್ಯದಿಂದ ನಡೆದುಹೋಯಿತು" ಎಂದು ಎಲ್ಲವನ್ನೂ ಬಣ್ಣಿಸಿಹೇಳಿದನು. ಜೋಯಿಸರು ಪಾಪಪರಿಹಾರಾರ್ಥವಾಗಿ ಮಾಡಬೇಕಾದ ಗಂಗಾಸ್ನಾನ, ಪ್ರಾಯಶ್ಚಿತ್ತ, ದಾನ, ವ್ರತ, ಉಪವಾಸ– ಮುಂತಾದ ಎಲ್ಲವನ್ನೂ ಸವಿವರವಾಗಿ ತಿಳಿಸಿಕೊಟ್ಟರು. "ನೀನು ಕೊಂದುಹಾಕಿದ್ದೀಯಲ್ಲಾ, ಆ ಗೋವಿನ ಚರ್ಮವನ್ನು ಸುಲಿಸು, ಅದರಿಂದ ಒಂದುಜೊತೆ ಹಸನಾದ ಪಾದರಕ್ಷೆ ಮಾಡಿಸು, ಅದನ್ನು ವೇದಮೂರ್ತಿಗಳಾದ ಯಾರಾದರೂ ಬ್ರಾಹ್ಮಣರಿಗೆ ನಿನ್ನ ಶಕ್ತಿಯಿದ್ದಷ್ಟು ದಕ್ಷಿಣೆಯ ಸಹಿತವಾಗಿ ದಾನವಾಗಿ ಕೊಡು" ಎಂಬೊಂದು ವಿಶೇಷದಾನವನ್ನೂ ಹೇಳಿಕೊಟ್ಟರು. ನರಕಭೀತಿಯಿಂದ ದೊಡ್ಡಯ್ಯನು ಚಾಚೂತಪ್ಪದೆ ಜೋಯಿಸರು ಆಜ್ಞಾಪಿಸಿದ್ದಂತೆಯೇ ಎಲ್ಲವನ್ನೂ ಮಾಡಿಮುಗಿಸಿದನು. ಪಾದರಕ್ಷೆಯನ್ನು ಸ್ವೀಕರಿಸಿದ ವೇದಮೂರ್ತಿಗಳು "ನೀನೀಗ ಪಾಪಮುಕ್ತನಾಗಿದ್ದೀಯೆ ದೊಡ್ಡಯ್ಯ, ನಾವದನ್ನು ಮೆಟ್ಟಿಸವೆಸುತ್ತೇವೆ. ಮುಂದಕ್ಕೆ ಎಚ್ಚರದಿಂದಿರು" ಎಂದು ಹೇಳಿ, ಆಶೀರ್ವಾದಮಾಡಿ ಹೊರಟುಹೋದರು. ಪಾಪ ಪರಿಹಾರಾರ್ಥವಾಗಿ ತಾನು ಮಾಡಿದುದೆಲ್ಲವನ್ನೂ ದೊಡ್ಡಯ್ಯನು ತನ್ನ ಗೆಳೆಯರೊಡನೆ ಹೇಳಿಕೊಂಡು ನಿರುಂಬಳವಾಗಿ ಇದ್ದುಬಿಟ್ಟನು.

"ತ್ಯಾಗಭಾವನೆ ಮತ್ತು ವಿಶ್ವಪ್ರೇಮದ ಭಾವನೆಯಿಂದ ದಾನಮಾಡಿ. ದಾನಮಾಡಲು ನಮಗೊಂದು ಸದವಕಾಶಸಿಕ್ಕಿತು,ಇದು ನನ್ನ ಸುದೈವ ಎಂದು ಭಾವಿಸಿಕೊಳ್ಳಿ. ದಾನಪಡೆಯುವವನ ಹಿಂದೆ ಭಗವಂತನನ್ನೇ ಕಾಣಿರಿ. ಈ ಪ್ರಪಂಚದಲ್ಲಿ ಯಾವಾಗಲೂ ದಾನಿಯ ಸ್ಥಾನದಲ್ಲಿ ನಿಲ್ಲಿ. ನಿಮಗೆ ಸಾಧ್ಯವಾಗುವ ಯಾವುದಾದರೂ ಸಣ್ಣಪುಟ್ಟದ್ದನ್ನಾದರೂ ಕೊಡಿ. ಆದರೆ ವ್ಯಾಪಾರಭಾವನೆಯಿಂದ ಪಾರಾಗಿ, ಯಾವಷರತ್ತನ್ನೂ ಹಾಕಬೇಡಿ. ಹೇಡಿಯು ಚಾವಟಿಗೆ ಅಂಜಿ ಒಂದು ಕೈಯಿಂದ ಕಣ್ಣೊರೆಸಿಕೊಳ್ಳುತ್ತ, ಮತ್ತೊಂದು ಕೈಯಿಂದ ದಾನಮಾಡುತ್ತಾನೆ. ಅಂತಹ ದಾನದಿಂದ ಫಲವೇನು! ದಾನಪಡೆಯುವವನಿಗೆ ಧನ್ಯವಾದಗಳನ್ನಿತ್ತು, ಅವನೆದುರು ಬಾಗಿ ಕೊಟ್ಟುಬಿಡಿ" ಎಂದು ವಿವೇಕಾನಂದರು ಈ ದೃಷ್ಟಾಂತದ ಕೊನೆಯಲ್ಲಿ ದಾನದುಂದುಭಿಯನ್ನೇ ಮೊಳಗಿಸಿದ್ದಾರೆ.

೧೨೪. ನೀನೂ ನನ್ನಂತೆಯೇ ಮೂರ್ಖಳು

ಅಮೇರಿಕಾ–ಇಂಗ್ಲೆಂಡುಗಳಲ್ಲಿ ಸ್ವಾಮಿ ವಿವೇಕಾನಂದರ ಉಪನ್ಯಾಸಗಳ ಮೋಹಕತೆಗೆ ಮರುಳಾಗದವರೇ ಇರಲಿಲ್ಲ. ಅವರ ಪ್ರಚಂಡವಾಗ್ಮಿತೆಯಿಂದಾಗಿ, ಅವರ ಮಾತೆಂದರೆ ಅದೊಂದು "ಬೌದ್ಧಿಕ ರಸದೌತಣ"ವೇ ಆಗುತ್ತಿತ್ತು. "ಅತ್ಯುಚ್ಚ ಪೌರ್ವಾತ್ಯಮಾದರಿಯ ತಪಸ್ವಿಯೊಬ್ಬರನ್ನು ಕಾಣುವುದು ಖಂಡಿತವಾಗಿಯೂ ಒಂದು ಅಚ್ಚರಿಯೇ ಸರಿ. ಮಹಾತ್ಮರೊಬ್ಬರು ಕೊಡಬಹುದಾದುದನ್ನೆಲ್ಲ ಅವರು ತಮ್ಮ ಭಾಷಣಗಳಲ್ಲಿ ಕೊಡುತ್ತಿದ್ದರು" ಎಂದು ಅಲ್ಲಿನ ಪತ್ರಿಕೆಗಳು ಹಾಡಿಹೊಗಳುತ್ತಿದ್ದುವು.

ಸ್ಯಾನ್‌ಫ್ರಾನ್ಸಿಸ್ಕೋನಗರದಲ್ಲಿ ಸ್ವಾಮಿ ವಿವೇಕಾನಂದರು ಮಾಡಿದ ಉಪನ್ಯಾಸದ ಬಳಿಕ ಪ್ರಶ್ನೋತ್ತರಕಾರ್ಯವು ನಡೆದಿತ್ತು. ವಿದ್ಯಾರ್ಥಿನಿಯೊಬ್ಬಳು ಎದ್ದುನಿಂತು "ಸ್ವಾಮೀಜಿ, ನೀವು ಅಪಾರಬುದ್ಧಿವಂತರು, ಅದರ ಪ್ರಖರತೆಯನ್ನು ನಾನು ಬಣ್ಣಿಸಲೇ ಆರೆ, ಅದರ ರಹಸ್ಯವೇನು" ಎಂದು ಕೊಂಡಾಡಿಕೇಳಿದಳು. ಅದಕ್ಕೆ ವಿವೇಕಾನಂದರು "ಅಯ್ಯೋ, ಅದನ್ನೇಕೆ ಕೊಂಡಾಡುತ್ತೀಯೆ ಬಿಡುಮಗಳೆ, ತಮ್ಮ ಹೆಸರನ್ನು ಕೂಡ ಬರೆಯಲುಬಾರದ ವ್ಯಕ್ತಿಯೊಬ್ಬರ ಶಿಷ್ಯನಾನು. ಒಂದುವೇಳೆ ಅವರು ತಮ್ಮ ಹೆಸರನ್ನು ಬರೆದರೆ, ಅದರಲ್ಲಿ ಮೂರು ಅಕ್ಷರದೋಷಗಳು ಇರುತ್ತಿದ್ದುವು. ಅವರ ಪಾದರಕ್ಷೆಯನ್ನು ಸ್ಪರ್ಶಿಸುವುದಕ್ಕೂ ನಾನು ಅರ್ಹನಲ್ಲ. ನನ್ನ ಬುದ್ಧಿಶಕ್ತಿಯನ್ನು ತೆಗೆದು ಗಂಗಾನದಿಗೆ ಎಸೆಯಬೇಕೆಂದು ಅದೆಷ್ಟೋ ಬಾರಿ ಯೋಚಿಸಿದ್ದೇನೆ" ಎಂದು ಹೇಳುತ್ತ "ಎನಗಿಂತ ಕಿರಿಯರಿಲ್ಲ" ಎಂಬ ಸದುವಿನಯದ ಭಾವವನ್ನೇ ತೋರ್ಪಡಿಸಿದರು.

ಆದರೆ ಆ ಹುಡುಗಿ ಸುಮ್ಮನಾಗಲಿಲ್ಲ "ಹಾಗೇಕೆ ಹೇಳುತ್ತೀರಿ ಸ್ವಾಮೀಜಿ, ನಿಮ್ಮ ವಿಷಯದಲ್ಲಿ ಆ ಬುದ್ಧಿಶಕ್ತಿಯನ್ನೇ ನಾನು ಮೆಚ್ಚಿಕೊಂಡಿರುವುದು, ತಿಳಿದುಕೊಂಡಿರಾ" ಎಂದಳು. ಆಗ ವಿವೇಕಾನಂದರು ಮುಗುಳುನಗೆ ಚೆಲ್ಲುತ್ತಾ "ಹೌದೇನು, ಅದಕ್ಕೆ ಕಾರಣ ನೀನೂ ನನ್ನಂತೆಯೇ ಮೂರ್ಖಳಾಗಿರುವುದು" ಎಂದು ಹೇಳಿದಾಗ ನಗೆಯಲೆಗಳು ಆ ಸಭಾಭವನವನ್ನೆಲ್ಲ ಅಪ್ಪಳಿಸಿದುವು. ಆ ಹುಡುಗಿಯಾದರೋ ಅಳತೆಮೀರಿದ ಆನಂದದಲ್ಲಿ ಮುಚ್ಚಿಹೋದಳು.

ಅಂದಿನ ಪತ್ರಿಕಾವರದಿಗಳನ್ನು ಓದಿದರೇ ಸಾಕು, ವಿವೇಕಾನಂದರ ಬುದ್ಧಿಪಾರಮ್ಯವು ನಮ್ಮನ್ನು ರೋಮಾಂಚನಗೊಳಿಸುತ್ತದೆ. "ವಿವೇಕಾನಂದರು ಅತ್ಯಂತ ಸಮರ್ಥರೂ

ಸಭ್ಯರೂ ಶಕ್ತಿಶಾಲಿವಾಗ್ಮಿಯೂ ಆಗಿದ್ದಾರೆ. ಅವರು ಅತ್ಯಂತ ಪರಿಶುದ್ಧವಾದ ಇಂಗ್ಲಿಷ್ ಭಾಷೆಯನ್ನು ಬಳಸುತ್ತಾರೆ. ಅವರ ಚತುರಹಾಸ್ಯದ ತತ್ಕ್ಷಣದ ಉತ್ತರಗಳಾಗಲಿ, ಚಮತ್ಕಾರದ ನುಡಿಗಳಾಗಲಿ, ಸಭಿಕರ ಚಪ್ಪಾಳೆಯನ್ನು ನಿರಂತರವಾಗಿ ಗಿಟ್ಟಿಸಿಕೊಳ್ಳುತ್ತಲೇ ಇರುತ್ತವೆ. ಭಾಷಣದಲ್ಲೂ ಅವರು ತರುತ್ತಿದ್ದ ಹಾಸ್ಯ-ವಿಡಂಬನೆಗಳು ಸಭಿಕರಮೇಲೆ ವ್ಯರ್ಥವಾದದ್ದೇ ಇಲ್ಲ" ಎಂದು ಅವೆಲ್ಲವೂ ಕೊಂಡಾಡಿವೆ.

ಕಾವ್ಯಶಾಸ್ತ್ರದಲ್ಲಿ "ನಿಂದಾಸ್ತುತಿ" ಎಂಬೊಂದು ಅಲಂಕಾರವಿದೆ. ಮೇಲುನೋಟಕ್ಕೆ ತೆಗಳಿದಂತೆ ತೋರಿದರೂ ಅದರ ಒಳನೋಟದಲ್ಲಿ ಹೊಗಳಿಕೆ ಅಡಗಿರುವಂತೆ ಮಾಡುವ ರಚನಾಚಮತ್ಕಾರವೇ ನಿಂದಾಸ್ತುತಿ. ಅದನ್ನೇ "ವ್ಯಾಜಸ್ತುತಿ" ಎಂದೂ ಕರೆಯುತ್ತಾರೆ. "ಹೇ ಗಂಗಾಮಾತೆಯೇ, ಪಾಪಿಗಳನ್ನೆಲ್ಲ ಸ್ವರ್ಗಕ್ಕೆ ಕರೆಯೊಯ್ಯುವ ನಿನ್ನ ಈ ವರ್ತನೆಯು ನಿನಗೆ ಶೋಭೆತರುತ್ತದೆಯೇ" ಎಂಬ ರಚನೆಯಲ್ಲಿ ಮೇಲುನೋಟಕ್ಕೆ ಗಂಗೆಯ ನಿಂದೆಯಿದೆ. ಆದರೆ "ತನ್ನಲ್ಲಿ ಮುಳುಗಿದ ಪಾಪಿಗಳನ್ನು ಕೂಡ ಗಂಗಾಮಾತೆಯು ಉದ್ಧರಿಸುತ್ತಾಳೆ" ಎಂಬ ಕೊಂಡಾಟವು ಅಲ್ಲಿ ಅಡಕವಾಗಿದೆ. ಅದೇ ಮುಖ್ಯ. "ನನ್ನಂತೆಯೇ ನೀನು ಮೂರ್ಖಳು" ಎಂದು ನಿಂದಿಸಿರುವಂತೆ ತೋರಿದರೂ ಅಲ್ಲಿ ಕೊಂಡಾಟವೇ ಇದೆ, "ನಿಂದಾಸ್ತುತಿ" ಅಲಂಕಾರವೇ ಇದೆ. "ನನ್ನ ಜಾಣತನವನ್ನು ಮೆಚ್ಚಿಕೊಂಡಿರಬೇಕಾದರೆ ನೀನು ಜಾಣೆಯೇ ಆಗಿದ್ದೀಯೆ" ಎಂದು ಪ್ರಶಂಸೆಯೇ ಅಲ್ಲಿ ಅಡಗಿಕುಳಿತಿದೆ.

ಸ್ವಾಮಿ ವಿವೇಕಾನಂದರು ತಾವುಗಳಿಸಿಕೊಂಡ ವಿದ್ವತ್ತಿನಿಂದಲಾಗಲಿ, ಪಡೆದುಕೊಂಡ ಕೀರ್ತಿಯಿಂದಲಾಗಲಿ ಎಂದೂ ಅಹಂಕಾರಪಟ್ಟುಕೊಳ್ಳಲಿಲ್ಲ. "ನೆಲದಮೇಲೆ ತೆವಳುತ್ತಿರುವ ಆ ಇರುವೆಗಿಂತ ನನ್ನನ್ನು ನಾನು ದೊಡ್ಡವನೆಂದುಕೊಂಡರೆ ನಾನು ಅಜ್ಞಾನಿಯೇಸರಿ" ಎಂದು ಅವರೇ ಒಂದೆಡೆ ಹೇಳಿರುವ ವಾಣಿಯನ್ನು ಪರಿಭಾವಿಸಬೇಕು.

೧೨೫. ಬಾಲವಿಧವೆ

ಸ್ವಾಮಿ ವಿವೇಕಾನಂದರು ತಮ್ಮ ಕಾಲೇಜುವಿದ್ಯೆಯದಿನಗಳಲ್ಲಿಯೇ ಅಪೂರ್ವ ಚಿಂತನಶೀಲರಾಗಿ ಬೆಳೆದುಬಿಟ್ಟಿದ್ದರು. ಅವರೊಬ್ಬ ಆದರ್ಶವಾದಿಯೂ ಸತ್ಯಶೋಧಕರೂ ಆಗಿದ್ದರು. ಸತ್ಯಸಾಕ್ಷಾತ್ಕಾರದ ಬಯಕೆ ಆಗಲೇ ಪ್ರಬಲಪ್ರವಾಹವಾಗಿ ಹರಿಯುತ್ತಿತ್ತು. "ನಾನು ಇತರ ಮನುಷ್ಯರಂತಲ್ಲ, ನನ್ನ ಜೀವನ ಇತರರ ಜೀವನದಂತಲ್ಲ" ಎಂಬ ಭಾವನೆ ದಿನದಿಂದ ದಿನಕ್ಕೆ ಬಲಿಯುತ್ತಿತ್ತು. ಕಾಲೇಜುವಿದ್ಯೆಯಲ್ಲಿ ಅಂತಹ ಆಸಕ್ತಿಯೇನೂ ಇರಲಿಲ್ಲ. ಇನ್ನೇನು ಪರೀಕ್ಷೆಬಂತು ಎನ್ನುವಾಗಷ್ಟೇ ಸಿದ್ಧತೆಗೆ ಇಳಿಯುತ್ತಿದ್ದರು. ಅಪೂರ್ವ ಗ್ರಹಣಸಾಮರ್ಥ್ಯ ಮತ್ತು ಮೇಧಾಶಕ್ತಿಗಳಿಂದಾಗಿ ಅವರಿಗೆ ಅಷ್ಟೇ ಸಾಕಾಗುತ್ತಿತ್ತು. ಬಿ.ಎ. ಪರೀಕ್ಷೆ ತಲೆಯಮೇಲೆ ಬಂದಾಗ ವಿವೇಕಾನಂದರು ತಮ್ಮ ಮನೆಯನ್ನು ಬಿಟ್ಟು, ತಮ್ಮ ಅಜ್ಜಿಯಮನೆಗೆ ಓದಿಕೊಳ್ಳಲು ಹೋದರು. ಆ ಹೊತ್ತಿನಲ್ಲಿ ನಡೆದ ಒಂದು ಘಟನೆಯು ಅವರು ಆ ಹೊತ್ತಿಗೇ ಕಾಮದಹನಮಾಡಿದ ಅಗ್ನಿಪುರುಷರಾಗಿದ್ದರೆಂಬುದನ್ನು ಸಾಬೀತು ಪಡಿಸಿತ್ತು. ಅದನ್ನೆಲ್ಲ ಸ್ವಾಮಿಪುರುಷೋತ್ತಮಾನಂದಜೀಮಹಾರಾಜರು ಬಹಳ ಮರ್ಮಸ್ಪರ್ಶಿಯಾಗಿ ಬಣ್ಣಿಸಿದ್ದಾರೆ.

ಅಜ್ಜಿಯಮನೆಯನ್ನು ಸೇರಿದ ವಿವೇಕಾನಂದರು ಬೀದಿಗೆ ತೆರೆದುಕೊಳ್ಳುವಂತಿದ್ದ ಒಂದು ಕೊಠಡಿಯನ್ನು ಆಯ್ದುಕೊಂಡು, ಅಲ್ಲಿಯೇ ಮನಸ್ಸಿಟ್ಟು ಓದಿಕೊಳ್ಳುತ್ತಿದ್ದರು. ಓದಿನಿಂದ ಸ್ವಲ್ಪ ವಿಶ್ರಾಂತಿಪಡೆಯುವಾಗ ಅವರು ತಮ್ಮಷ್ಟಕ್ಕೆ ತಾವು ಆನಂದಮಯರಾಗಿ ಹಾಡಿಕೊಳ್ಳುತ್ತಿದ್ದರು. ಅಪೂರ್ವವಾದ ಕಂಠಮಾಧುರ್ಯ ಅವರಿಗೆ ಲಭಿಸಿತ್ತು:

ಓ ಪರ್ವತ ಶಿಖರಗಳೇ ನೀವು ಹಾಡಿರಿ ನೀವು ಹಾಡಿರಿ
ಓಲಾಡುವ ಮೋಡಗಳೇ ನೀವು ಹಾಡಿರಿ ನೀವು ಹಾಡಿರಿ
ಬೀಸುವ ಮರುತ್ತುಗಳೇ ನೀವು ಹಾಡಿರಿ ನೀವು ಹಾಡಿರಿ
ಹಾಡಿಹಾಡಿ ದಣಿಯಿರೈ ಅವನ ಮಹಿಮೆಯ
ಓ ಸೂರ್ಯಚಂದ್ರರೇ ಹೊಳೆವ ತಾರೆಗಳೇ
ಹಾಡಿಹಾಡಿ ಕುಣಿಯಿರೈ ಅವನ ಮಹಿಮೆಯ ||

ಎಂದು ವಿವೇಕಾನಂದರು ಹಾಡುವಾಗ, ಅವರು ಪ್ರಕೃತಿಯನ್ನೇ ಹಾಡಲು ಹುರಿದುಂಬಿಸುತ್ತಿದ್ದಾರೋ ಎಂಬಂತೆ ಅವರ ದಿವ್ಯಧ್ವನಿ ಅನುರಣಿಸುತ್ತಿತ್ತು.

ವಿವೇಕಾನಂದರ ಅಜ್ಜಿಯಮನೆಯ ಎದುರುಸಾಲಿನ ಒಂದು ಮನೆಯಲ್ಲಿ ಕಿರಿಯ ವಯಸ್ಸಿನ ಬಾಲವಿಧವೆಯೊಬ್ಬಳಿದ್ದಳು. ಅವಳು ಆಗತಾನೆ ಯೌವನಕ್ಕೆ ಕಾಲಿಟ್ಟಿದ್ದಳು. ಚಲುವೆಯಾಗಿ ಕಂಗೊಳಿಸುತ್ತಿದ್ದಳು. ಅವಳು ವಿವೇಕಾನಂದರ ದಿವ್ಯಗಾನಕ್ಕೆ ಮನಸೋತು ಯಾರಿಗೂ ತಿಳಿಯದಂತೆ, ಆಗಾಗ ವಿವೇಕಾನಂದರ ಅಧ್ಯಯನಕೊಠಡಿಯ ಮುಚ್ಚಿದ ಬಾಗಿಲಿನ ಹೊರಗೆ ನಿಂತು ತನ್ಮಯಳಾಗಿ ಆಲಿಸುತ್ತಿದ್ದಳು. ಗೀತವು ಮುಗಿಯುತ್ತಿದ್ದಂತೆ, ಮೌನವಾಗಿ ತನ್ನ ಮನೆಯನ್ನು ಸೇರಿಬಿಡುತ್ತಿದ್ದಳು. ವಿವೇಕಾನಂದರು ಬೀದಿಯಲ್ಲಿ ಓಡಾಡುವಾಗಲೋ ತಮ್ಮ ಕೊಠಡಿಯ ಹೊರಗೆ ನಿಂತಿರುವಾಗಲೋ ಆ ಯುವತಿ, ಕದ್ದುಮುಚ್ಚಿ ಅವರ ಸುಂದರಮೂರ್ತಿಯನ್ನು ಕಾಮಪರವಶಳಾಗಿ ಕಣ್ಣಿಗೆ ತುಂಬಿಕೊಳ್ಳುತ್ತಿದ್ದಳು. ಆದರೆ ವಿವೇಕಾನಂದರ ಕಣ್ಣಿಗೆಮಾತ್ರ ಅವಳೆಂದೂ ಬಿದ್ದಿರಲಿಲ್ಲ.

ಈ ಉಪಕ್ರಮವು ಹಲವುದಿನಗಳು ಹೀಗೆಯೇ ಸಾಗಿತು. ಅದರ ಪರಿಣಾಮವಾಗಿ ವಿವೇಕಾನಂದರ ರೂಪವು ಅವಳ ಕಣ್ಣುಗಳಲ್ಲಿ ತುಂಬಿಕೊಂಡಿತ್ತು, ಅವರ ಕಂಠಸಿರಿಯು ಅವಳ ಕಿವಿಗಳಲ್ಲಿ ತುಂಬಿಕೊಂಡಿತ್ತು, ಅವರ ವ್ಯಕ್ತಿತ್ವ ಅವಳ ಹೃದಯವನ್ನು ತುಂಬಿಕೊಂಡಿತ್ತು. ಅವರನ್ನು ನೆನೆದರೇ ಸಾಕು, ಆ ಯುವತಿ ರೋಮಾಂಚನಗೊಳ್ಳುತ್ತಿದ್ದಳು. ಒಂದುದಿನ ಸಂಧ್ಯಾಕಾಲದಲ್ಲಿ ಆ ಯುವತಿಯು ಕಾಮಪರವಶಳಾಗಿ ವಿವೇಕಾನಂದರ ಕೊಠಡಿಯ ಮುಂದೆ ಸುಮ್ಮನೆ ನಿಂತುಬಿಟ್ಟಳು. ವಿವೇಕಾನಂದರ ದೃಷ್ಟಿ ಒಮ್ಮೆ ಬಾಗಿಲಿನತ್ತ ಹರಿಯಿತು. ಮಬ್ಬುಗತ್ತಲೆ ಕವಿದಿತ್ತು, ಬಾಗಿಲು ಸ್ವಲ್ಪವೇ ತೆರೆದಿತ್ತು. ಇದಾರೋ ಹೆಣ್ಣುಮಗಳು ನಿಂತಿರುವಂತಿದೆಯಲ್ಲ ಎಂದು ಭಾಸವಾಗಿ ಸರಕ್ಕನೆ ಹೊರಕ್ಕೆ ಬಂದರು. ಒಮ್ಮೆ ನೆಟ್ಟಕಣ್ಣುಗಳಿಂದ ಆಕೆಯನ್ನು ನೋಡಿದರು. ಆ ಯುವತಿಯೂ ಶೃಂಗಾರಭಾವದಿಂದ ವಿವೇಕಾನಂದರ ಮುಖವನ್ನೊಮ್ಮೆ ನೋಡಿ ತಲೆತಗ್ಗಿಸಿಬಿಟ್ಟಳು. ವಿವೇಕಾನಂದರು ಕ್ಷಣಕಾಲ ತಬ್ಬಿಬ್ಬಾದರು. ಆದರೆ ಸೂಕ್ಷ್ಮಮತಿಯಾದ ಅವರಿಗೆ ಎಲ್ಲವೂ ಅರ್ಥವಾಯಿತು.

ಒಡನೆಯೇ ವಿವೇಕಾನಂದರು "ತಾಯಿ, ತಾಯಿ, ನೀನು ಇಲ್ಲಿಗೇಕೆ ಬಂದೆ" ಎಂದು ಮರುಕದಿಂದ ಅಡ್ಡಬಿದ್ದರು. ಹಾಗೆ ಅಡ್ಡಬಿದ್ದ ಸ್ಥಿತಿಯಲ್ಲಿಯೇ "ನೀನು ನನ್ನ ಹೆತ್ತತಾಯಿಗೆ ಸಮ, ನನ್ನನ್ನು ನಿನ್ನ ಮಗನೆಂದು ಭಾವಿಸು" ಎಂದು ಒತ್ತಿಹೇಳಿದರು. ಕ್ಷಣಕಾಲ ಅದೇ ಸ್ಥಿತಿಯಲ್ಲಿ ಇದ್ದುಬಿಟ್ಟರು. ಆ ಯುವತಿಯಾದರೋ ಭಗ್ನಮನೋರಥಳಾಗಿ ಮೌನವಾಗಿಯೇ ಅಲ್ಲಿಂದ ಹೊರಟುಹೋದಳು. ವಿವೇಕಾನಂದರು ತಲೆಯೆತ್ತಿ ನೋಡುವಷ್ಟರಲ್ಲಿ ಅವಳು ಅಲ್ಲಿಂದ ಕಾಲ್ತೆಗೆದಿದ್ದಳು. ಈ ಘಟನೆಯ ಬಳಿಕ ವಿವೇಕಾನಂದರು ಮರುದಿನವೇ ಅಜ್ಜಿಯಮನೆಯ ಆ ಕೊಠಡಿಯನ್ನು ತೊರೆದು ಹೊರಟುಹೋದರು :

ಬರಿಯ ಮಕ್ಕಳು ನಾವು ತಿಳಿವು ಸಾಲದು ನಮಗೆ
ಜ್ಞಾನಸಾಗರನಿಹನು ಶರಣಾಗು ಅವಗೆ||

"ನಾವು ಕೇವಲ ಮಕ್ಕಳಲ್ಲವೇ, ನಮಗೆ ತಿಳಿವಳಿಕೆ ಸಾಕಾಗುವುದಿಲ್ಲ. ಜ್ಞಾನಸಾಗರನಾದ ಆ ಭಗವಂತನಿಗೇ ಶರಣಾಗತರಾಗಬೇಕು" ಎಂದು ಹಾಡಿಕೊಳ್ಳುತ್ತ ಹೋದವರು ಮತ್ತೆ ಅತ್ತಕಡೆಗೆ ತಲೆಹಾಕಿ ಮಲಗಲೂ ಇಲ್ಲ.

ಯೌವನಕಾಲದಲ್ಲಿ ವಿವೇಕಾನಂದರು ರಾತ್ರಿಯ ಹೊತ್ತು ನಿದ್ರೆಗೆ ಹೋಗುವಾಗ ಆಗಾಗ ಎರಡು ಚಿತ್ರಗಳು ಅವರ ಮನಸ್ಸಿನಮುಂದೆ ಬಂದುನಿಲ್ಲುತ್ತಿದ್ದುವು. ಉನ್ನತ ವಿದ್ಯಾಭ್ಯಾಸ, ದೊಡ್ಡನೌಕರಿ, ಕೈತುಂಬ ಸಂಬಳ, ಸುಖಸಂಸಾರ, ಕೀರ್ತಿಗಳಿಕೆ ಮುಂತಾದುವುಗಳಿಗೆ ಸಂಬಂಧಿಸಿದಂತೆ ಮೊದಲನೆಯ ಚಿತ್ರವಿರುತ್ತಿತ್ತು. ಎರಡನೆಯದಾದರೋ ಸರ್ವಸಂಗಪರಿತ್ಯಾಗಿಯಾಗಿ, ಮನೆಯಕಡೆಯ ಜೋಪಾನವನ್ನು ಮರೆತು, ಪರಿವ್ರಾಜಕನಾಗಿ, ಲೋಕಸಂಚಾರಮಾಡುತ್ತ ಆತ್ಮಸಾಕ್ಷಾತ್ಕಾರಕ್ಕಾಗಿ ಹಂಬಲಿಸುವ ಭಾವನೆಗೆ ಸಂಬಂಧಿಸಿದಂತೆ ಇರುತ್ತಿತ್ತು. ಎರಡನೆಯ ಚಿತ್ರವೇ ನನಸಾಗುತ್ತದೆಂಬುದಕ್ಕೆ ಈ ಮೇಲಿನ ಘಟನೆ ಮುನ್ನುಡಿಯೆಂದು ಹೇಳಬಹುದು. ಸರ್ವೋತ್ಕೃಷ್ಟ ದೈವೀಶಕ್ತಿ ವಿವೇಕಾನಂದರ ಎದೆಗೆ ಹರಿದುಬಂದು, ಅದು ಅವರನ್ನು ಪೋಷಿಸಿ ಬಲಯುತರನ್ನಾಗಿ ಮಾಡಿತು. ಅದೇ ಕಾರಣವಾಗಿ ಎಲ್ಲ ವಿಧವಾದ ಮಾಯಾವಿಲಾಸಗಳೂ ಅವರಿಂದ ದೂರಸರಿದುಬಿಟ್ಟುವು.

ತಮ್ಮ ವಿಶ್ವವಿಜಯದ ರಹಸ್ಯ ಎಲ್ಲಿದೆ ಎಂಬುದನ್ನು ವಿವೇಕಾನಂದರ ಮಾತುಗಳಲ್ಲಿಯೇ ಕೇಳಬೇಕು: "ಈ ದೇಶದ ಚಿಕಾಗೋನಗರದಲ್ಲಿ, ನಾನು ಮಾಡಿದ ಮೊತ್ತಮೊದಲನೆಯ ಭಾಷಣದಲ್ಲಿ, ಸಭಿಕರನ್ನು ಕುರಿತು ನಾನು "ಅಮೇರಿಕದ ಸಹೋದರ ಸಹೋದರಿಯರೇ" ಎಂದು ಸಂಬೋಧಿಸಿದೆ. ಆಗ ಅವರೆಲ್ಲರೂ ಮೇಲೆದ್ದು ನಿಂತದ್ದು ನಿಮಗೆ ಗೊತ್ತು. ಅವರು ಏಕೆ ಹಾಗೆಮಾಡಿದರು, ನನ್ನಲ್ಲಿ ಏನಾದರೂ ವಿಚಿತ್ರಶಕ್ತಿಯಿತ್ತೇ–ಎಂದು ನೀವು ಆಶ್ಚರ್ಯಪಟ್ಟಿರಬಹುದು. ನನಗೆ ಒಂದುಶಕ್ತಿ ಇದ್ದದ್ದು ನಿಜ. ನನ್ನ ಜೀವನದಲ್ಲಿ ನಾನು ಒಂದೇಒಂದು ಬಾರಿಯಾದರೂ ಲೈಂಗಿಕಯೋಚನೆ ಮನಸ್ಸಿನಲ್ಲಿ ಮೂಡುವುದಕ್ಕೆ ಅವಕಾಶಕೊಡಲಿಲ್ಲ ಎಂಬುದೇ ಆ ಶಕ್ತಿ. ಮನುಷ್ಯನು ಸಾಮಾನ್ಯವಾಗಿ ಲೈಂಗಿಕಸ್ತರದಲ್ಲಿ ಬಳಸುವ ಶಕ್ತಿಸಾಮರ್ಥ್ಯಗಳನ್ನು ನಾನು ಉನ್ನತಸ್ತರದಲ್ಲಿ ಇರಿಸಿದೆ. ಅದೇ ಅತ್ಯಂತ ಬಲಿಷ್ಠವಾದ ಶಕ್ತಿಯಾಗಿ ಬೆಳೆಯಿತು, ಬೇರೆ ಯಾವಶಕ್ತಿಯೂ ಅದನ್ನು ಪ್ರತಿಭಟಿಸಲು ಸಾಧ್ಯವಿಲ್ಲದಂತಾಯಿತು."

೧೨೬. ವಾಸಿಯಾಗದ ವಾತರೋಗ

"ಈಗ ಈ ಪ್ರಪಂಚದಲ್ಲಿ ದುಃಖವಿದೆ. ಆದರೆ ಈ ದುಃಖವು ಮುಂದೊಂದು ಕಾಲಕ್ಕೆ ಸಂಪೂರ್ಣವಾಗಿ ನಾಶವಾಗುತ್ತದೆ. ಆಗ ಈ ಲೋಕದಲ್ಲಿ ಒಳ್ಳೆಯದು ಮಾತ್ರವೇ ಮೆರೆದಾಡುತ್ತದೆ, ಸುಖವು ಮಾತ್ರವೇ ನಲಿದಾಡುತ್ತದೆ. ಆಗ ಈ ಪ್ರಪಂಚವೇ ಒಂದು ಸ್ವರ್ಗವಾಗುತ್ತದೆ ಎಂದು ಕೆಲವರು ನಂಬುತ್ತಾರೆ. ಪುರಾತನಕಾಲದಿಂದಲೂ ಈ ಮಾತನ್ನು ಎಲ್ಲ ಧರ್ಮಗಳೂ ಹೇಳಿಕೊಂಡೇ ಬಂದಿವೆ" ಎಂದು ನಿರೂಪಿಸುತ್ತ ಸ್ವಾಮಿ ವಿವೇಕಾನಂದರು "ಈ ಮಾತನ್ನು ನಾನು ನಂಬುವುದಿಲ್ಲ. ಪ್ರಪಂಚವು ಯಾವಾಗಲೂ ಈಗಿರುವ ದುಃಖದ ಸ್ಥಿತಿಯಲ್ಲಿಯೇ ಇರುತ್ತದೆ. ಈ ಮಾತು ಭಯಂಕರವೆನಿಸಿದರೂ ಸತ್ಯವಾದುದರಿಂದ ಹೇಳದೆ ಅನ್ಯಮಾರ್ಗವಿಲ್ಲ. ದುಃಖವೆಂಬುದಿದೆಯಲ್ಲಾ, ಅದು ನಮ್ಮ ದೇಹದಲ್ಲಿರುವ ನಿತ್ಯವಾತರೋಗದಂತೆ" ಎಂದು ಹೇಳುತ್ತ ವಾತವ್ಯಾಧಿಯ ದೃಷ್ಟಾಂತವನ್ನು ಕೊಟ್ಟಿದ್ದಾರೆ.

ಒಬ್ಬ ಮನುಷ್ಯನು ವಾತರೋಗಪೀಡಿತನಾಗಿದ್ದನು. ನೋವನ್ನು ತಾಳಲಾರದೆ ವೈದ್ಯರ ಬಳಿಗೆ ಹೋದನು. "ಪಂಡಿತರೇ, ಕುತ್ತಿಗೆಯಲ್ಲಿ ಬಹಳನೋವು, ಅತ್ತಿಂದಿತ್ತ ತಿರುಗಿಸುವುದೇ ಕಷ್ಟವಾಗಿದೆ" ಎಂದನು. ವೈದ್ಯರಾದರೋ ನಾಡಿಪರೀಕ್ಷೆಮಾಡಿ, ಸೂಕ್ತವಾದ ಔಷಧಿಗಳನ್ನು ಕೊಟ್ಟು, ಪಥ್ಯವನ್ನೂ ಹೇಳಿ "ಒಂದುವಾರ ಬಿಟ್ಟುಕೊಂಡು ಬಾರಪ್ಪಾ" ಎಂದು ಸಂಭಾವನೆ ಪಡೆದು ಬೀಳ್ಕೊಟ್ಟರು. ಔಷಧಿಪಥ್ಯಗಳಲ್ಲಿ ಒಂದುವಾರ ಕಳೆಯಿತು. ವೈದ್ಯರು ಹೇಳಿದ್ದಂತೆ ಮತ್ತೆ ಅವರಲ್ಲಿಗೆ ಹೋದನು. "ಹೇಗಿದೆಯಪ್ಪಾ ಈಗ ಕುತ್ತಿಗೆಯನೋವು" ಎಂದು ಕೇಳಿದರು. "ಕುತ್ತಿಗೆಯನೋವೇನೋ ಹತೋಟಿಗೆ ಬಂದಿದೆ ಪಂಡಿತರೇ, ಆದರೆ ಆ ನೋವೆಲ್ಲ ಸೊಂಟಕ್ಕೆ ಇಳಿದುಬಿಟ್ಟಿದೆ. ಬಗ್ಗುವುದಕ್ಕೇ ಆಗುವುದಿಲ್ಲ" ಎಂದನು. ವೈದ್ಯರು ಇನ್ನೊಂದು ವಾರಕ್ಕಾಗುವಷ್ಟು ಔಷಧಿಕೊಟ್ಟು "ಮತ್ತೆ ಬಾರಪ್ಪಾ" ಎಂದರು.

ರೋಗಿಯು ಮೂರನೆಯಬಾರಿ ಹೋದಾಗ ವೈದ್ಯರು "ಹೇಗಿದೆಯಪ್ಪಾ ಸೊಂಟದ ನೋವು" ಎಂದು ಕೇಳಿದರು. "ಸೊಂಟದನೋವೇನೋ ತಹಬಂದಿಗೆ ಬಂದಿದೆ ಪಂಡಿತರೇ, ಆದರೆ ಆ ನೋವೆಲ್ಲ ಮಂಡಿಗಳನ್ನು ಹಿಡಿದುಕೊಂಡುಬಿಟ್ಟಿದೆ, ನಡೆದಾಡುವುದೇ ದುಸ್ತರವಾಗಿದೆ" ಎಂದು ಗೋಳಾಡಿದನು. ವೈದ್ಯರು ಮಾತ್ರ ಯಥಾಪ್ರಕಾರ ತಮ್ಮ ಚಿಕಿತ್ಸೆಯನ್ನು ಮುಂದುವರಿಸಿದರು.

ಮನೆಗೆ ಮರಳಿಬರುವಾಗ ವಾತರೋಗಿಯ ಗೆಳೆಯನೊಬ್ಬನು ಎದುರಾದನು.

ಅವನುಕೂಡ ಹಳೆಯವಾತರೋಗಿಯೇ ಆಗಿದ್ದು ಅನುಭವಸಂಪನ್ನನಾಗಿದ್ದನು. "ಅಯ್ಯೋ ಬಿಡು ಕಿಟ್ಟಣ್ಣ, ಈ ವಾಯುರೋಗದ ಹಣೆಬರಹವೇ ಅಷ್ಟು! "ವಾಯು ಕೊಂದೋರಿಲ್ಲ, ನಾಯಿ ತಿಂದೋರಿಲ್ಲ" ಅಂತ ಗಾದೆಯೇ ಇಲ್ಲವೇ! ನಮ್ಮನ್ನು ಬೆಂಕಿಗೆ ಹಾಕಿದಾಗಲೇ ಅದು ಬಿಡೋದು. ಕತ್ತಿನಿಂದ ಭುಜಕ್ಕೆ, ಭುಜದಿಂದ ಬೆನ್ನಿಗೆ, ಬೆನ್ನಿನಿಂದ ಪಕ್ಕೆಗೆ- ಹಾರಾಡುತ್ತಲೇ ಇರುತ್ತದೆ. ಒಂದುಕಡೆಯಿಂದ ಓಡಿಸಿದರೆ ಇನ್ನೊಂದು ಕಡೆಗೆ ಹೋಗುತ್ತದೆ. ನಾನೀಗ ಸಾಕಾಗಿ ಔಷಧಿಗಳನ್ನೆಲ್ಲ ನಿಲ್ಲಿಸಿಬಿಟ್ಟೆ" ಎಂದು ಹೇಳಿದನು.

ದುಃಖವೆಂಬುದು ವಾತರೋಗದ ಹಾಗೆಯೇ. ಏನು ಮಾಡಿದರೂ ಅದನ್ನು ಈ ಜಗತ್ತಿನಿಂದ ಬಡಿದೋಡಿಸುವುದು ಸಾಧ್ಯವಿಲ್ಲ. ಹಿಂದಿನಕಾಲದಲ್ಲಿ ಅರಣ್ಯವಾಸಿಗಳಾದ ಕೆಲವು ಜನರು, ಒಬ್ಬರನ್ನೊಬ್ಬರು ಕೊಂದುತಿನ್ನುತ್ತಿದ್ದರು. ಈಗ ಮನುಷ್ಯನು ಅದನ್ನು ಬಿಟ್ಟುಕಳೆದಿದ್ದಾನಾದರೂ ನರಭಕ್ಷಕತನವನ್ನೂ ಮೀರಿಸುವಂತೆ ಮೋಸ, ವಂಚನೆ, ದುರಾಸೆಗಳ ಮೂಲಕ ನಗರಗಳನ್ನೇ, ದೇಶಗಳನ್ನೇ ನುಂಗಿಹಾಕುತ್ತಿದ್ದಾನೆ. "ಪ್ರಗತಿಯನ್ನು ಸಾಧಿಸುತ್ತಿದ್ದೇವೆ" ಎಂದು ಹೆಮ್ಮೆಪಡುತ್ತಿದ್ದರೆ. ಅದು "ದುರಾಸೆಯನ್ನು ಹೆಚ್ಚಿಸಿ ಕೊಳ್ಳುತ್ತಿದ್ದೇವೆ" ಎಂದೇ ಅರ್ಥ. ಸಾಗರದಲ್ಲಿ ಒಂದುಕಡೆ ಒಂದುಅಲೆ ಮೇಲೆದ್ದರೆ ಮತ್ತೆಲ್ಲಿಯೋ ಇಳಿತವುಂಟಾಗುತ್ತದೆ. ಇಂದ್ರಿಯಸುಖಗಳಿಗೆ ದಾಸರಾಗಿರುವವರೆಗೆ ದುಃಖವು ತಪ್ಪುವುದಿಲ್ಲ, ಪರಿಪೂರ್ಣರಾಗುವುದು ಸಾಧ್ಯವಿಲ್ಲ. ಸತ್ಯವೇ ದೇವರು, ಆ ದೇವರಲ್ಲಿಯೇ ನಿಲ್ಲಬೇಕು, ಅವನ ಸಾಕ್ಷಾತ್ಕಾರಪಡೆದುಕೊಳ್ಳಬೇಕು. ಆಗಮಾತ್ರ ದುಃಖವು ಇಲ್ಲವಾಗುತ್ತದೆ" ಎಂದು ಈ ದೃಷ್ಟಾಂತಕ್ಕೆ ಪೋಷಕವಾಗಿ ವಿವೇಕಾನಂದರು ಹಿತಕರವಾದ ಉಪದೇಶನೀಡಿದ್ದಾರೆ. ಸ್ವಾಮಿವಿವೇಕಾನಂದರೂ ವಾತಬಾಧೆಗೆ ತುತ್ತಾಗಿ ತೈಲದಿಂದ ನೀವಿಸಿಕೊಳ್ಳುವ ಚಿಕಿತ್ಸೆ ಮಾಡಿಸಿಕೊಳ್ಳುತ್ತಿದ್ದರು. ಆದರೂ ಅದನ್ನು ಲೆಕ್ಕಿಸದೆ ಕಾರ್ಯಗಳಲ್ಲಿ ತೊಡಗಿಬಿಡುತ್ತಿದ್ದರು. "ವಾತ ಎಷ್ಟೇ ಇರಲಿ, ನಾನು ಓಡಾಡಲು, ತಿರುಗಾಡಲು ಮತ್ತು ಮೆಟ್ಟಿಲುಹತ್ತಲು ಏನೂ ಕಷ್ಟಕಾಣುತ್ತಿಲ್ಲ" ಎಂದು ಭಕ್ತರಿಗೆ ಬರೆದ ಪತ್ರವೊಂದರಲ್ಲಿ ಆ ವಿಚಾರವನ್ನು ತಿಳಿಸಿಕೊಟ್ಟಿದ್ದಾರೆ.

೧೨೭. ಸಹಸ್ರದ್ವೀಪೋದ್ಯಾನ

ಸ್ವಾಮಿ ವಿವೇಕಾನಂದರು ಅಮೇರಿಕದಲ್ಲಿದ್ದಾಗ, ಏಳುವಾರಗಳಷ್ಟು ದೀರ್ಘಕಾಲ, ನ್ಯೂಯಾರ್ಕಿಗೆ ಸಮೀಪದ ಸಹಸ್ರದ್ವೀಪೋದ್ಯಾನ (Thousand Island Park) ಎಂಬ ನಯನಾಭಿರಾಮವಾದ ದ್ವೀಪದಲ್ಲಿ ತಂಗಿದ್ದರು. ಆಗ ಸ್ವಾಮಿಗಳು ಕೆಲವು ಯೋಗ್ಯಶಿಷ್ಯರಿಗೆ ಸನ್ಯಾಸದೀಕ್ಷೆಯನ್ನು ಅನುಗ್ರಹಿಸಿದರು. ಜಿಜ್ಞಾಸುಭಕ್ತರ ಒಂದುತಂಡವೇ ಆಗ ವಿವೇಕಾನಂದರೊಡನೆ ಅಲ್ಲಿ ಬೀಡುಬಿಟ್ಟಿತ್ತು. ಅವರಿಗೆಲ್ಲ ವಿವೇಕಾನಂದರು ನಿತ್ಯವೂ ವೇದಾಂತವೂ ಸೇರಿದಂತೆ, ಬೇಕಾದಷ್ಟು ಮಹಾಪುರುಷರ ಸದ್ವಿಚಾರಗಳನ್ನು ಬೋಧಿಸುತ್ತಿದ್ದರು. ಆ ಹೊತ್ತಿನಲ್ಲಿ ವಿವೇಕಾನಂದರ ಧ್ಯಾನಮಗ್ನತೆಯನ್ನು ಕಂಡು ಭಕ್ತರು ಬೆರಗಾದ ಪ್ರಸಂಗವೊಂದು ಅತ್ಯಂತ ಸ್ಪೃಹಣೀಯವಾಗಿದೆ.

ಒಂದುದಿನ ಬೆಳಗಿನ ಹೊತ್ತಿನಲ್ಲಿ ಸ್ವಾಮಿ ವಿವೇಕಾನಂದರು ವಾಯುವಿಹಾರಕ್ಕೆ ಹೋಗುತ್ತಿದ್ದಾರೋ ಎಂಬಂತೆ ಸಹಸ್ರದ್ವೀಪೋದ್ಯಾನದ ಒಂದು ಗುಡ್ಡದತ್ತ ಹೆಜ್ಜೆಯಿಟ್ಟರು, ಆಗ ಅವರನ್ನು ಕ್ರಿಸ್ಟಿನ್ ಮತ್ತು ಫಂಕೆ ಎಂಬಿಬ್ಬರು ಭಕ್ತೆಯರು, ಅವರ ಅಪ್ಪಣೆಪಡೆದು ಹಿಂಬಾಲಿಸಿದರು. ಗುಡ್ಡದ ತುದಿಯಲ್ಲಿ ಸುಂದರವಾದ ಮರಗಳ ಒಂದು ತೋಪು ಇತ್ತು. ಕೆಳಮಟ್ಟದಲ್ಲಿಯೇ ರೆಂಬೆಕೊಂಬೆಗಳು ಹುಲುಸಾಗಿ ಹರಡಿಕೊಂಡಿದ್ದ ಒಂದು ವೃಕ್ಷದ ಬುಡದಲ್ಲಿ ಮೂವರೂ ಕುಳಿತರು. ಆಮೇಲೆ ಸ್ವಾಮಿಗಳು ಇದ್ದಕ್ಕಿದ್ದಂತೆ "ನಾವೀಗ ಮಾತನಾಡುವುದು ಬೇಡ; ಬೋಧಿವೃಕ್ಷದ ಬುಡದಲ್ಲಿ ಕುಳಿತ ಬುದ್ಧದೇವನಂತೆ ಧ್ಯಾನಮಾಡೋಣ" ಎಂದು ಸೂಚಿಸಿದರು. ಆಯಿತು, ಮೂವರೂ ಧ್ಯಾನಕ್ಕೆ ಕುಳಿತರು.

ಸ್ವಲ್ಪಹೊತ್ತಿನಲ್ಲಿಯೇ ವಿವೇಕಾನಂದರು ಬಾಹ್ಯಜಗತ್ತನ್ನು ಮರೆತು, ಕಂಚಿನ ವಿಗ್ರಹವೋ ಎಂಬಂತೆ ನಿಸ್ಪಂದರಾಗಿಬಿಟ್ಟರು. ಇನ್ನಷ್ಟುಹೊತ್ತು ಕಳೆಯುವಷ್ಟರಲ್ಲಿ ಮಳೆಯಮೋಡಗಳು ಗುಂಪುಕೂಡಿದುವು, ಬಿರುಗಾಳಿ ಬೀಸಿತು, ಗುಡುಗುಮಿಂಚುಗಳು ಅಬ್ಬರಿಸಿದುವು, ಕುಂಭದ್ರೋಣ ಸುರಿಯತೊಡಗಿತು. ವಿವೇಕಾನಂದರು ಮಾತ್ರ ಅದಾವುದರ ಪರಿವೆಯೂ ಇಲ್ಲದೆ ಧ್ಯಾನದಲ್ಲಿ ಸಂಪೂರ್ಣವಾಗಿ ಕರಗಿಹೋಗಿದ್ದರು. ಮಳೆಯಿಂದ ಧ್ಯಾನಭಂಗವಾಗಿ ಕ್ರಿಸ್ಟಿನ್ ಮತ್ತು ಫಂಕೆ ಮೇಲೆದ್ದರು. ಫಂಕೆ ಕೊಡೆಯನ್ನು ಅರಳಿಸಿಕೊಂಡು, ಛತ್ರಧಾರಿಣಿಯಾಗಿ ವಿವೇಕಾನಂದರು ನೆನೆಯದಿರಲೆಂದು ಅವರ ತಲೆಯಮೇಲೆ ಹಿಡಿದುನಿಂತಳು.

ಆ ಹೊತ್ತಿಗೆ ಸರಿಯಾಗಿ ಕುಟೀರಗಳಲ್ಲಿದ್ದ ಭಕ್ತರು "ಹೋ, ಎಲ್ಲಿದ್ದೀರಿ ಗೆಳತಿಯರೇ" ಎಂದು ಬೊಬ್ಬಿರಿಯುತ್ತ, ಕೊಡೆಗಳನ್ನೂ ಮಳೆಕೋಟುಗಳನ್ನೂ ಎತ್ತಿಕೊಂಡು ಬೆಟ್ಟವೇರಿ ಬಂದರು. ಆ ಬೊಬ್ಬೆಯೇ ಕಾರಣವಾಯಿತೋ ಏನೋ, ಸ್ವಾಮಿಗಳು ಧ್ಯಾನದಿಂದ ಎಚ್ಚೆತ್ತು, ಕಣ್ತೆರೆದು ಸುತ್ತಲೂ ನೋಡಿದರು. ಮಳೆ ಸುರಿಯುತ್ತಲೇ ಇತ್ತು. ವಿವೇಕಾನಂದರಾದರೋ "ಆಹಾ, ಎಷ್ಟು ಆಪ್ಯಾಯಮಾನವಾಗಿದೆ! ಕೋಲ್ಕೊತ್ತೆಯಲ್ಲಿ ಸುರಿಯುವ ಮಳೆಯ ಮಧ್ಯದಲ್ಲಿಯೇ ನಾನಿದ್ದೇನೆ ಎಂಬಂತೆ ಭಾಸವಾಗುತ್ತಿದೆ" ಎಂದು ಆಗ ತಮ್ಮ ತಾಯ್ನಾಡನ್ನು ನೆನಪಿಸಿಕೊಂಡು ಹಿಗ್ಗಿದರು. ಆಮೇಲೆ ಎಲ್ಲರೂ ಉಲ್ಲಾಸದಿಂದ ಕೆಳಕ್ಕಿಳಿದುಬಂದರು. ಅದು ಆ ದ್ವೀಪವಾಸದ ಕೊನೆಯದಿನವಾಗಿತ್ತು.

"ಭಗವಂತನನ್ನು ಅರಸಿರಿ, ಬೇರಾವುದರ ಅಗತ್ಯವೂ ಇಲ್ಲ. ನೈತಿಕತೆಯೇ ಆಧ್ಯಾತ್ಮಿಕ ಜೀವನದ ತಳಹದಿ ಎಂಬುದು ನೆನಪಿರಲಿ. ಸತ್ಯ, ಅಹಿಂಸೆ, ಬ್ರಹ್ಮಚರ್ಯ, ಅಪರಿಗ್ರಹ, ಶೌಚ, ತಪಸ್ಸುಗಳಿಂದಲ್ಲದೆ ಆಧ್ಯಾತ್ಮಿಕತೆಯು ಖಂಡಿತ ಸಿದ್ಧಿಸಲಾರದು" ಎಂದು ಶಿಬಿರಕಾಲದ ಪ್ರವಚನಗಳಲ್ಲಿ ವಿವೇಕಾನಂದರು ಮಾಡಿದ್ದ ಉಪದೇಶದ ವಾಕ್ಯಗಳು ಕ್ರಿಸ್ಟಿನ್ ಮತ್ತು ಫಂಕೆ ಅವರ ಹೃದಯದಲ್ಲಿ ಅನುರಣಿಸಿದುವು. ಸ್ವಾಮಿವಿವೇಕಾನಂದರ ಧ್ಯಾನಮಗ್ನತೆ ಅವರನ್ನೆಲ್ಲ ಅಚ್ಚರಿಯಲ್ಲಿ ಮುಳುಗಿಸಿತು. "ನಮ್ಮ ಸದ್ಗುರು ವಿವೇಕಾನಂದರು ಮಾಡಿದ ಬೋಧನೆಯನ್ನು ನಾವಿನ್ನೂ ಹೃದ್ಗತಮಾಡಿಕೊಂಡಿಲ್ಲ. ಆದ್ದರಿಂದಲೇ ನಮಗೆ ಧ್ಯಾನ ಮುರಿದುಹೋಯಿತು" ಎಂದು ಭಾವಿಸಿಕೊಂಡರು.

ಈಗ "ಸನ್ಯಾಸಿಗೀತೆ" ಎಂದು ಪ್ರಸಿದ್ಧವಾಗಿರುವ, ವೀರಾವೇಶದಿಂದ ಕೂಡಿದ ಒಂದು ಹಾಡನ್ನು ವಿವೇಕಾನಂದರು ಈ ಸಹಸ್ರದ್ವೀಪೋದ್ಯಾನದಲ್ಲಿಯೇ ರಚಿಸಿದರು. ಅದು ಆ ದ್ವೀಪಕ್ಕೆ ಹೆಚ್ಚಿನ ಕೀರ್ತಿಯನ್ನು ತಂದುಕೊಟ್ಟ ಘಟನೆಯಾಯಿತು ಎಂಬುದನ್ನೂ ಈ ಸಂದರ್ಭದಲ್ಲಿ ನೆನೆಯಬೇಕು. "Song of the Sanyasin" ಎಂಬ ಆ ಗೀತೆಯನ್ನು "ಸನ್ಯಾಸಿಗೀತೆ" ಎಂಬ ಹೆಸರಿನಲ್ಲಿ ರಾಷ್ಟ್ರಕವಿಕುವೆಂಪು ಅವರು ಅನುವಾದಿಸಿದ್ದು, ಅದು ದಿವ್ಯತ್ರಯರ ಭಕ್ತವೃಂದದ ನಡುವೆ ತುಂಬಾ ಪ್ರಚಾರದಲ್ಲಿದೆ. ಅದರ ಮೊದಲೆರಡು ಪಾದಗಳನ್ನು ಇಲ್ಲಿ ಬರೆಯುತ್ತೇನೆ:

> ಏಳು ಮೇಲೇಳೇಳು ಸಾಧುವೆ ಹಾಡು ಚಾಗಿಯ ಹಾಡನು
> ಹಾಡಿನಿಂದೆಚ್ಚರಿಸು ಮಲಗಿಹ ನಮ್ಮ ಈ ತಾಯ್ನಾಡನು ||

ಈ ಕನ್ನಡರೂಪಾಂತರವು ಅದೆಷ್ಟು ನಿಖರ, ಅದೆಷ್ಟು ರಭಸಪೂರ್ಣ, ಅದೆಷ್ಟು ತೇಜೋಮಯವಾಗಿದೆಯೆಂದರೆ, ಸ್ವಾಮಿವಿವೇಕಾನಂದರು ಅದನ್ನು ಮೂಲತಃ ಕನ್ನಡದಲ್ಲೇ ಬರೆದರೋ ಎನ್ನುವಂತಿದೆ ಎಂದು ಸ್ವಾಮಿಪುರುಷೋತ್ತಮಾನಂದಜೀ ಮಹಾರಾಜರು ಮೆಚ್ಚಿಬರೆದಿದ್ದಾರೆ.

೧೨೮. ವಿವೇಕಾನಂದರು ಮತ್ತು ಪೌರಕಾರ್ಮಿಕ

ಸನ್ಯಾಸಜೀವನದಷ್ಟು ಕಷ್ಟಕರವಾದ ಮಾರ್ಗ ಬೇರಾವುದೂ ಇಲ್ಲ. ಅದು ಅತ್ಯಂತ ಕಡಿದಾದ ಪರ್ವತಶಿಖರದಮೇಲೆ ನಡೆದುಹೋಗುವುದಕ್ಕೆ ಸಮ. ಸ್ವಲ್ಪ ಕಾಲುಜಾರಿದರೂ ಆಳವಾದ ಪ್ರಪಾತಕ್ಕೆ ಬಿದ್ದು ಪತನಹೊಂದುತ್ತೇವೆ. ಸನ್ಯಾಸಿಯಾದವನು "ಜಾತಿಕುಲ ಗೋತ್ರಗಳ ಬಂಧನಗಳಿಂದ ನಾನು ಪಾರಾಗಿದ್ದೇನೆಯೇ" ಎಂಬುದನ್ನು ಕುರಿತು ನಿತ್ಯವೂ ತನ್ನನ್ನು ತಾನೇ ಪರೀಕ್ಷಿಸಿ ನೋಡಿಕೊಳ್ಳಬೇಕಾಗುತ್ತದೆ. ಯಾರನ್ನೂ ಕಡೆಗಣಿಸುವಂತಿಲ್ಲ. ಎಲ್ಲರನ್ನೂ ಸಮಾನದೃಷ್ಟಿಯಿಂದ ಭಗವಂತನ ಮಕ್ಕಳಂತೆ ಭಾವನೆಮಾಡಬೇಕಾಗುತ್ತದೆ ಎಂದು ವಿವೇಕಾನಂದರು ಉಪದೇಶಿಸಿದ್ದಾರೆ. ಅಂತಹ ಸವಾಲನ್ನು ಹೇಗೆ ಎದುರಿಸಬೇಕು ಎಂಬುದಕ್ಕೆ ಅವರ ಜೀವನದಲ್ಲಿ ನಡೆದ ಒಂದು ವಿಶಿಷ್ಟವಾದ ಘಟನೆಯೇ ಪ್ರತ್ಯಕ್ಷ ಉದಾಹರಣೆಯಾಗಿದೆ.

ಸ್ವಾಮಿವಿವೇಕಾನಂದರು ಪರಿವ್ರಾಜಕರಾಗಿ ದೇಶಾಟನೆಮಾಡುತ್ತ ಶ್ರೀಕೃಷ್ಣನು ವಿಹಾರಮಾಡಿದ ಪುಣ್ಯಭೂಮಿ ಬೃಂದಾವನದತ್ತ ನಡೆದುಹೋಗುತ್ತಿದ್ದರು. ಇನ್ನೇನು ಬೃಂದಾವನವು ಹತ್ತಿರವಾಗುತ್ತಿದೆ ಎನ್ನುವಾಗ ದಾರಿಯ ಮಗ್ಗುಲಲ್ಲೇ ಪುರುಷನೊಬ್ಬನು ಆತ್ಮಾರಾಮನಾಗಿ ಕುಳಿತು ಹುಕ್ಕಾಸೇದುತ್ತಿದ್ದನು. ಅದನ್ನು ಕಂಡ ವಿವೇಕಾನಂದರಿಗೆ ತಾವೂ ಅವನ ಮಗ್ಗುಲಲ್ಲಿ ಕುಳಿತು ಒಂದೆರಡು ದಮ್ಮೆಳೆದು, ಕೊಂಚ ವಿಶ್ರಮಿಸಿ ಕೊಳ್ಳಬೇಕು ಎಂದೆನಿಸಿತು. ತಾವಾಗಿಯೇ ಅವನ ಎದುರಿನಲ್ಲಿ ಹೋಗಿಕುಳಿತು "ಅಯ್ಯಾ, ನನಗೂ ಸ್ವಲ್ಪ ಹುಕ್ಕಾ ಸಿದ್ಧಪಡಿಸಿಕೊಡುತ್ತೀಯಾ, ನಾನೂ ಸ್ವಲ್ಪ ಎಳೆಯುತ್ತೇನೆ" ಎಂದು ಕೇಳಿಕೊಂಡರು. ವಿವೇಕಾನಂದರ ವ್ಯಕ್ತಿತ್ವವನ್ನು ಕಂಡ ಆ ಪುರುಷನು ನಯವಿನಯಗಳಿಂದ "ಅಯ್ಯೋ ಸ್ವಾಮಿ, ನಾನು ಕಸಗುಡಿಸುವವರ ಜಾತಿಗೆ ಸೇರಿದವನು, ನಾನು ಸೇದಿದ ಹುಕ್ಕಾದಲ್ಲಿ ನೀವು ಸೇದಿದರೆ ಮೈಲಿಗೆಯಾಗಿಬಿಡುತ್ತೀರಿ, ಆದ್ದರಿಂದ ಬೇಡಬೇಡ, ಕೊಡಲಾರೆ" ಎಂದು ಹೇಳಿಬಿಟ್ಟನು. ಆಗ ವಿವೇಕಾನಂದರು "ಅವನೇ ಹಾಗೆ ನಿವಾರಿಸುವಾಗ ನಾನೇನು ಮಾಡಬಹುದು" ಎಂದು ಸಪ್ಪೆಮುಖಮಾಡಿಕೊಂಡು, ಅಲ್ಲಿಂದ ಮೇಲೆದ್ದು ಮುಂದುವರಿದರು.

ಅಷ್ಟುದೂರ ಹೋದಬಳಿಕ "ಅಯ್ಯೋ ಇದೇನಿದು, ಇಷ್ಟೇಯೇ ನನ್ನ ಸನ್ಯಾಸದ ಘನತೆ, ತೋಟಿಯೊಬ್ಬನು ಸೇದಿನ ಹುಕ್ಕಾವನ್ನು ನಾನು ಸೇದಿಬಿಡುವಷ್ಟರಿಂದಲೇ ನನ್ನ

ಸನ್ಯಾಸವು ಹಾರಿಹೋಗುವುದಾದರೆ, ಆ ಸನ್ಯಾಸವು ಅಷ್ಟು ದುರ್ಬಲವೇ! ನಾನು ಶ್ರೇಷ್ಠ, ಅವನು ಕನಿಷ್ಠ ಎಂಬ ಭೇದಬುದ್ಧಿ ನನಗೂ ಅಂಟಿಕೊಳ್ಳಬೇಕೇ" ಎಂದು ಅವರ ಅಂತರ್ವಾಣಿ ನುಡಿಯಿತು. ಅಷ್ಟಾಗುತ್ತಿದ್ದಂತೆಯೇ ವಿವೇಕಾನಂದರು ಮರಳಿಬಂದು ಆ ಹುಕ್ಕಾಪುರುಷನ ಮಗ್ಗುಲಲ್ಲೇ ಕುಳಿತರು. "ಅಯ್ಯಾ, ನೀನು ತೋಟಿಯಾಗಿದ್ದರೇನಂತೆ! ಅದನ್ನೆಲ್ಲ ನಾನು ಲೆಕ್ಕಿಸುವವನಲ್ಲ. ನಾನೂ ನಿನ್ನಂತೆಯೇ, ನೀನೂ ನನ್ನಂತೆಯೇ. ಈಗಲೇ ತಯಾರಿಸಿಕೊಡು. ನಾನೇ ಬೇಡುತ್ತಿರುವಾಗ ನಿನಗೇಕೆ ಶಂಕೆ" ಎಂದು ಭದ್ರವಾಗಿ ಹೇಳಿದರು. ತೋಟಿಯು ಮನಸೋತು ಹೊಸದಾಗಿ ಅಣಿಮಾಡಿಕೊಟ್ಟನು. ವಿವೇಕಾನಂದರು ಆನಂದದಿಂದ ಅದನ್ನು ಸೇದುತ್ತ, ಸ್ವಲ್ಪ ವಿಶ್ರಾಂತಿಪಡೆದು, ತೋಟಿಪುರುಷನಿಗೆ ಕೃತಜ್ಞತೆಗಳನ್ನರ್ಪಿಸಿ ಮುಂದೆ ಸಾಗಿದರು. ಆಗ ಆ ತೋಟಿಯವನ ಮುಖದಲ್ಲೂ ಮಂದಹಾಸವು ಮಿನುಗಿತು.

ಈ ಪ್ರಸಂಗವನ್ನು ಕುರಿತಂತೆ "ಕೇವಲ ಹುಕ್ಕಾಸೇದುವ ಚಟದಿಂದ ನಾನು ಹಾಗೆ ಮಾಡಿದ್ದಲ್ಲ. ನಿಜಕ್ಕೂ ನಾನು ನನ್ನ ಮನಸ್ಸಿನ ಪರಿಪಾಕವನ್ನು ಪರೀಕ್ಷೆಮಾಡಿ ನೋಡಿಕೊಳ್ಳಲೆಂದೇ ಹಾಗೆಮಾಡಿದೆ" ಎಂದು ವಿವೇಕಾನಂದರೇ ಸ್ಪಷ್ಟಪಡಿಸಿದ್ದಾರೆ. ಲೋಕಕ್ಕೆ ಅತ್ಯುನ್ನತ ಆದರ್ಶಗಳನ್ನು ಬೋಧಿಸುವವರು ತಮ್ಮ ವೈಯಕ್ತಿಕ ಜೀವನದಲ್ಲಿ ಆ ಆದರ್ಶಗಳನ್ನು ಬಹಳ ಎಚ್ಚರದಿಂದ ಪರಿಪಾಲಿಸಬೇಕಾಗುತ್ತದೆ ಎಂಬುದಾಗಿಯೂ ಅವರು ತಿಳಿಯ ಹೇಳಿದ್ದಾರೆ. ಎಲ್ಲ ಮಾನವರನ್ನೂ ದೇವರಸಮಾನರನ್ನಾಗಿ ಮಾಡದಧರ್ಮವು ಧರ್ಮವೇನಯ್ಯ? ಮುಟ್ಟಬೇಡ, ಮುಟ್ಟಬೇಡ ಎಂಬುದನ್ನೇ ಯಾವಾಗಲೂ ಹಾಡುತ್ತಿರುವುದು ಧರ್ಮವಾಗುತ್ತದೆಯೇ? ಯಾರಾದರೂ ಅಸ್ಪೃಶ್ಯನು ಹತ್ತಿರ ಸುಳಿದರೆ ಸಾಕು, ಅವನಿಗೆ ಪ್ಲೇಗಿನಂತೆ ಅಂಜಿ, ದೂರಸರಿಯುವುದು ಅದಾವಧರ್ಮ! ಸನ್ಯಾಸಿಯು ಮಾತ್ರವೇ ಅಲ್ಲ, ಎಲ್ಲ ಮಾನವರೂ ಎಲ್ಲರನ್ನೂ ತಮ್ಮಂತೆ ಕಂಡು ಪ್ರೀತಿಸಬೇಕಾದುದು ನಿಜವಾದ ಧರ್ಮ ಎಂದು ಉಪದೇಶಿಸಿದ್ದಾರೆ.

೧೨೬. ಕಾಸ್ತಾರನ ಕಾಳಜಿ

ಸ್ವಾಮಿ ವಿವೇಕಾನಂದರು ಕೈಗೊಂಡಿದ್ದ ಭರತಖಂಡದಯಾತ್ರಾಕಾಲದಲ್ಲಿ, ಅವರು ಹಲವು ಪರಿಯ ಕಷ್ಟನಷ್ಟಗಳಿಗೆ ಗುರಿಯಾಗುತ್ತಿದ್ದರು. ಉಪವಾಸಬೀಳುವುದು, ಕಾಯಿಲೆಗೆ ತುತ್ತಾಗುವುದು, ಪೊಲೀಸರ ಕಾಟವನ್ನು ಎದುರಿಸುವುದು, ರಾತ್ರಿಯಲ್ಲಿ ಸರಿಯಾದ ತಂಗುದಾಣಗಳಿಲ್ಲದೆ ನಿದ್ದೆಗೆಡುವುದು– ಮುಂತಾದ ಎಲ್ಲವನ್ನೂ "ತಿತಿಕ್ಷಾ"ವ್ರತದ ಬಲದಿಂದ ನಗೆಮೊಗದಿಂದಲೇ ಸಹಿಸಿಕೊಳ್ಳುತ್ತಿದ್ದರು. ಅದೇ ಹೊತ್ತಿನಲ್ಲಿ ಬರಿಯಹೊಟ್ಟೆಗೆ ಖಾರವನ್ನು ತಿಂದು ವಿವೇಕಾನಂದರು ಉರುಳಾಡಿದ ಪ್ರಸಂಗ ನಮ್ಮ ಕರುಳನ್ನು ಕರಗಿಸುತ್ತದೆ.

ರಾಜಸ್ತಾನಪ್ರಾಂತ್ಯದಲ್ಲಿ ಸಂಚರಿಸುತ್ತಿದ್ದಾಗ ವಿವೇಕಾನಂದರು ಒಮ್ಮೆ ತಮ್ಮ ಉದರಪೋಷಣೆಗಾಗಿ ಯಾರನ್ನೂ ಬೇಡಲಿಲ್ಲವಾಗಿ, ಉಪವಾಸದಲ್ಲಿಯೇ ಎರಡು ದಿನ ಗಳನ್ನು ನೂಕಿಬಿಟ್ಟರು. ಮೂರನೆಯದಿನ ಸಂಜೆಯಹೊತ್ತಿನಲ್ಲಿ ಯಾವುದೋ ಗ್ರಾಮದ ಸಿರಿವಂತನೊಬ್ಬನ ಕುದುರೆಲಾಯದ ಮುಂದೆ ಕಾಲೆಳೆದುಕೊಂಡು ಹೋಗುತ್ತಿದ್ದರು. ಲಾಯದಮುಂದೆ ನಿಂತಿದ್ದ ಕುದುರೆಗಳ ಪಾಲಕನಾದ ಕಾಸ್ತಾರನು ಸ್ವಾಮಿಗಳನ್ನು ಕಂಡು ನಮಸ್ಕರಿಸಿದನು. ಬಳಲಿಬೆಂಡಾಗಿದ್ದ ಅವರ ಮುಖವನ್ನು ನೋಡಿ "ಬಾಬಾ, ನಿಮಗಿಂದು ಎಲ್ಲಿಯಾದರೂ ಊಟವಾಗಿದೆಯೇ" ಎಂದು ಕೇಳಿದನು. ಅದಕ್ಕೆ ವಿವೇಕಾನಂದರು "ಇಲ್ಲವಪ್ಪಾ, ಆಗಲೇ ಎರಡುದಿನವಾಯಿತು" ಎಂದರು. ಆಗ ಕಾಸ್ತಾರನು "ಅಯ್ಯೋ, ಹಾಗಾದರೆ ಒಳಕ್ಕೆಬನ್ನಿ ಬಾಬಾ" ಎಂದು ಮರುಕದಿಂದ ಲಾಯದೊಳಕ್ಕೆ ಕರೆದೊಯ್ದು, ಕೈಕಾಲಿಗೆ ನೀರುಕೊಟ್ಟು, ತರುವಾಯ ಒಂದು ಚಾಪೆಹಾಸಿ ಕೂರಿಸಿದನು. ಅವನಬಳಿ ಚಪಾತಿಯಿತ್ತು, ಚಟ್ನಿಯಿತ್ತು. ಅಣಿಗೊಳಿಸಿ ವಿವೇಕಾನಂದರ ಮುಂದಿಟ್ಟನು.

"ಚಟ್ನಿಯು ಬಹಳ ಖಾರವಾಗಿದೆ ಬಾಬಾ, ನಿಮಗೆ ಒಗ್ಗುತ್ತದೆಯೆ" ಎಂದು ಕಾಸ್ತಾರನು ಕೇಳಿದನು. ವಿವೇಕಾನಂದರು "ಓಹೋ ಒಗ್ಗುತ್ತದೆ" ಎಂದರು. ವಿವೇಕಾನಂದರಿಗಾದರೋ ಖಾರವನ್ನು ತಿಂದು ಅಭ್ಯಾಸವಿತ್ತು. ಹಸಿಯಾದ ಮೆಣಸಿನಕಾಯನ್ನೇ ಆಗಲಿ, ಕರಿಮೆಣಸಿನಕಾಳುಗಳನ್ನೇ ಆಗಲಿ, ಅವರು ಸಿಹಿತಿಂಡಿಯಂತೆ ಅಗಿದಗಿದು ನುಂಗಿ ಬಿಡುತ್ತಿದ್ದರು. ಚಪಾತಿಗಳನ್ನು ತಿಂದು, ಕೈತೊಳೆದು ಬಂದು, ಚಾಪೆಯಮೇಲೆ ಕೂರುತ್ತಿದ್ದಂತೆಯೇ ಅಂದೇಕೋ ಸ್ವಾಮಿಗಳ ಹೊಟ್ಟೆಯಲ್ಲಿ ಬೆಂಕಿಬಿದ್ದಂತಾಯಿತು. "ಅಪ್ಪಾ, ಹೊಟ್ಟೆಯು ತುಂಬಾ ಉರಿಯುತ್ತಿದೆ, ತಾಳಲಾರೆ" ಎನ್ನುತ್ತ ಚಾಪೆಯಮೇಲೆ

ಮಲಗಿ ಉರುಳಾಡತೊಡಗಿದರು, ಅದನ್ನು ಕಂಡ ಕಾಸ್ತಾರನು "ಅಯ್ಯೋ ದೇವರೇ, ನನ್ನಿಂದ ಎಂತಹ ಅಪಚಾರವಾಯಿತು! ನಾನೊಬ್ಬ ಸಾಧುವನ್ನು ಖಾರತಿನ್ನಿಸಿ ಕೊಂದು ಬಿಟ್ಟೆನೇ" ಎಂದು ಗೋಳಾಡತೊಡಗಿದನು. ಎರಡುದಿನಗಳಿಂದ ಆಹಾರವಿಲ್ಲದೆ ಬರಿದಾಗಿದ್ದ ವಿವೇಕಾನಂದರ ಹೊಟ್ಟೆಗೆ, ಆ ಉರಿಖಾರವನ್ನು ತಡೆದುಕೊಳ್ಳುವುದು ಸಾಧ್ಯವಾಗಲಿಲ್ಲ. ಕಾಸ್ತಾರನಾದರೋ "ಇನ್ನಷ್ಟು ನೀರುಕುಡಿಯುತ್ತೀರಾ ಬಾಬಾ, ಮಜ್ಜಿಗೆ ತಂದುಕೊಡಲೇ ಬಾಬಾ" ಎಂದು ಉಪಚಾರಹೇಳುತ್ತ ಪರದಾಡತೊಡಗಿದನು. "ಏನೂ ಬೇಡ ಸುಮ್ಮನಿರು, ತಾನೇ ಶಮನಗೊಳ್ಳುತ್ತದೆ, ಗಾಬರಿಪಡಬೇಡ" ಎಂದು ವಿವೇಕಾನಂದರು ಕಾಸ್ತಾರನಿಗೇ ಸಮಾಧಾನ ಹೇಳಬೇಕಾಗಿಬಂತು.

ಆ ಹೊತ್ತಿಗೆ ಸರಿಯಾಗಿ ವ್ಯಾಪಾರಿಯೊಬ್ಬನು ತನ್ನ ತಲೆಯಮೇಲೊಂದು ಬುಟ್ಟಿಯನ್ನು ಹೊತ್ತು ಆ ಮಾರ್ಗವಾಗಿ ಬಂದನು. ಲಾಯದೊಳಗಿನ ಗೋಳಾಟವನ್ನು ಕಂಡು ಒಳಹೊಕ್ಕನು. ಅವನನ್ನು ಕಾಣುತ್ತಲೇ ವಿವೇಕಾನಂದರು "ಅಯ್ಯಾ, ನಿನ್ನ ಬುಟ್ಟಿಯಲ್ಲಿರುವುದೇನು" ಎಂದು ಕೇಳಿದರು. ವ್ಯಾಪಾರಿಯು "ಹುಣಿಸೇಹಣ್ಣು ಬಾಬಾ" ಎಂದನು. ಒಡನೆಯೇ ವಿವೇಕಾನಂದರು "ಆಹಾ, ಅದೇ ನನಗೀಗ ಬೇಕಾಗಿರುವುದು" ಎಂದು ಹೇಳುತ್ತ ಝುಗ್ಗನೆ ಎದ್ದುಕುಳಿತರು. ಒಂದಿಷ್ಟು ಹುಣಿಸೇಹಣ್ಣು ಈಸಿಕೊಂಡು, ನೀರಿನಲ್ಲಿ ಚೆನ್ನಾಗಿ ಕಿವಿಚಿ, ಅದರ ಒಂದು ಬೊಗಸೆಯಷ್ಟು ರಸವನ್ನು ಗಟಗಟನೆ ಕುಡಿದು ಮಲಗಿಬಿಟ್ಟರು. ನಾಲ್ಕಾರು ನಿಮಿಷಗಳಲ್ಲಿಯೇ ಹೊಟ್ಟೆಯುರಿ ಶಾಂತವಾಗಿ ವಿವೇಕಾನಂದರು ಮೇಲೆದ್ದುನಿಂತರು. ಕಾಸ್ತಾರನಿಗೆ ಹೋದಜೀವ ಬಂದಂತಾಯಿತು. "ಓಹೋ, ಖಾರದುರಿಗೆ ಹುಣಿಸೇಹಣ್ಣೇ ಮದ್ದು" ಎಂದು ಅವನು ಸಂತಸದಿಂದ ಕುಣಿದಾಡಿದನು. ವಿವೇಕಾನಂದರು ಅವರಿಬ್ಬರಿಗೂ ಕೃತಜ್ಞತೆಗಳನ್ನರ್ಪಿಸಿ, ಅವರಿಂದ ಬೀಳ್ಕೊಂಡು ತಮ್ಮ ಪಯಣವನ್ನು ಮುಂದುವರಿಸಿದರು.

ವಿವೇಕಾನಂದರು ಖಾರವನ್ನು ಮೆಚ್ಚುತ್ತಿದ್ದುದೇಕೆ ಎಂಬುದು ತಿಳಿದುಕೊಳ್ಳಬೇಕಾದ ಸಂಗತಿಯಾಗಿದೆ. "ಸನ್ಯಾಸಿಯು ಅಲೆದಾಡುವಾಗ ಸಿಕ್ಕಿದ ಆಹಾರವನ್ನು ತಿನ್ನಬೇಕು. ಎಲ್ಲ ಜಾಗದ ನೀರನ್ನೂ ಕುಡಿಯಬೇಕು. ಅದರಿಂದ ಆರೋಗ್ಯಕೆಡುತ್ತದೆ. ಅದರ ಕೆಟ್ಟಪರಿಣಾಮ ಗಳನ್ನು ತಡೆಗಟ್ಟಲು ಅನೇಕ ಸಾಧುಗಳು ಗಾಂಜಾಮುಂತಾದ ಮಾದಕದ್ರವ್ಯಗಳ ಮೊರೆಹೊಗುತ್ತಾರೆ. ಅದು ಸಲ್ಲದೆಂದು ನಾನು ಮೆಣಸಿನಕಾಯಿಮಾರ್ಗವನ್ನು ಹಿಡಿದೆ" ಎಂದು ವಿವೇಕಾನಂದರೇ ಹೇಳಿದ ಮಾತನ್ನು ಹರಿಪದಮಿತ್ರರು ದಾಖಲಿಸಿದ್ದಾರೆ.

೧೩೦. ಅವಹೇಳನಕ್ಕೆ ತಕ್ಕ ಉತ್ತರ

ದೀರ್ಘವಾದ ರೈಲುಗಾಡಿಪ್ರಯಾಣಗಳ ಅವಧಿಯಲ್ಲಿ ಸ್ವಾಮಿ ವಿವೇಕಾನಂದರಿಗೆ ಅದೆಷ್ಟೋ ಹೊಸಹೊಸ ಅನುಭವಗಳಾಗುತ್ತಿದ್ದುವು. ಜನರ ವಿಚಿತ್ರ ರೀತಿನೀತಿಗಳು, ಮಾತುಕತೆಗಳು ಅವರಿಗೆ ಕೆಲವೊಮ್ಮೆ ನೋವುಂಟುಮಾಡಿದರೂ ಅದನ್ನೇ ಅವರು ಮನೋರಂಜನೆಯೆಂಬಂತೆ ಸ್ವೀಕರಿಸುತ್ತಿದ್ದರು. "ಇಂತಹ ಸಂದರ್ಭಗಳಲ್ಲಿ ವಿವೇಕಾನಂದರು ಬಾಲಕ ನರೇಂದ್ರನೇ ಆಗಿ ಹಗುರವಾಗಿ ಅನುಭವಿಸುತ್ತ ಆನಂದಮಯರಾಗಿಬಿಡುತ್ತಿದ್ದರು" ಎಂದು ಸ್ವಾಮಿಪುರುಷೋತ್ತಮಾನಂದಜೀಮಹಾರಾಜರು ಬರೆದಿದ್ದಾರೆ. ಅಂತಹ ಹಲವು ಘಟನೆಗಳನ್ನು ಅವರು ಬಣ್ಣಿಸಿದ್ದಾರೆ.

ಸ್ವಾಮಿ ವಿವೇಕಾನಂದರು ಒಮ್ಮೆ ರಾಜಸ್ತಾನಪ್ರಾಂತ್ಯದಲ್ಲಿ ರೈಲಿನಲ್ಲಿ ಕುಳಿತು ಪ್ರಯಾಣ ಬೆಳೆಸುತ್ತಿದ್ದರು. ಆ ಡಬ್ಬಿಯಲ್ಲಿ ಇಬ್ಬರು ಆಂಗ್ಲರೂ ಕುಳಿತಿದ್ದರು. ಅವರು ಕಾವಿಧಾರಿಗಳಾಗಿದ್ದ ವಿವೇಕಾನಂದರನ್ನು ಗುರಿಯಾಗಿಟ್ಟುಕೊಂಡು "ಈ ಸನ್ಯಾಸಿಗಳೆಲ್ಲ ಹೊಟ್ಟೆಬಾಕರು, ಮೈಗಳ್ಳರು, ಢೋಂಗಿಗಳು, ವಂಚಕರು, ಆಷಾಢಭೂತಿಗಳು" ಎಂದು ಅಪಹಾಸ್ಯದ ಕೆಟ್ಟಮಾತುಗಳನ್ನಾಡುತ್ತ ತಾವುತಾವೇ ನಕ್ಕುನಲಿಯುತ್ತಿದ್ದರು. "ಈ ಗಾಂಪಗುರುವಿಗೆ ಇಂಗ್ಲಿಷ್‌ಭಾಷೆ ಎಲ್ಲಿ ತಿಳಿಯುತ್ತದೆ" ಎಂಬ ಅಹಂಕಾರದಿಂದ ಅವರು ಲಂಗುಲಗಾಮಿಲ್ಲದೆ ಅವಹೇಳನ ಮಾಡುತ್ತಿದ್ದರು. ವಿವೇಕಾನಂದರಾದರೋ "ನಾಯಿ ಬೊಗಳಿದರೆ ದೇವಲೋಕ ಹಾಳೇ" ಎಂಬ ಗಾದೆಯಂತೆ ಏನನ್ನೂ ತೋರಿಸಿಕೊಳ್ಳದೆ, ತಮಗೂ ಅದಕ್ಕೂ ಏನೇನೂ ಸಂಬಂಧವಿಲ್ಲವೆಂಬಂತೆ ಕೇಳಿಸಿಕೊಳ್ಳುತ್ತ ಮೌನವಾಗಿ ಕುಳಿತಿದ್ದರು.

ಈ ನಡುವೆ ವಿವೇಕಾನಂದರಿಗೆ ಬಹಳ ಬಾಯಾರಿಕೆಯಾಯಿತು. ಒಂದಾನೊಂದು ನಿಲ್ದಾಣದಲ್ಲಿ ರೈಲುನಿಂತಾಗ, ತಮ್ಮ ಬೋಗಿಯ ಮುಂದೆಯೇ ಸುಳಿದುಹೋದ ಸ್ಟೇಷನ್ ಮಾಸ್ಟರನನ್ನು ಕುರಿತು ಆಂಗ್ಲಭಾಷೆಯಲ್ಲಿ "ಬಹಳ ಬಾಯಾರಿದ್ದೇನೆ, ಇಲ್ಲಿ ಕುಡಿಯುವ ನೀರು ಸಿಗುತ್ತದೆಯೇ" ಎಂದು ಕೇಳಿದರು. ಸ್ಟೇಷನ್‌ಮಾಸ್ಟರನು ನಗೆಮೊಗದಿಂದ "ಈಗಲೇ ತರಿಸಿಕೊಡುತ್ತೇನೆ ಸ್ವಾಮಿ" ಎಂದು ಉತ್ತರಕೊಟ್ಟು ಸೂಕ್ತವಾದ ವ್ಯವಸ್ಥೆಮಾಡಿದನು. ರೈಲು ಮುಂದಕ್ಕೆ ಓಡಿತು.

ಆಗ ಆ ಆಂಗ್ಲರು "ಓಹೋ, ಈ ಸನ್ಯಾಸಿಗೆ ನಮ್ಮ ಭಾಷೆ ಕೂಡ ಬರುತ್ತದೆ. ನಾವು

ಬೈದುದನ್ನೆಲ್ಲ ಅರ್ಥಮಾಡಿಕೊಂಡಿದ್ದಾನೆ. ಈಗ ನಾವೇ ಗಾಂಪರಾದೆವು" ಎಂದು ಬೆಪ್ಪುತಕ್ಕಡಿಗಳಂತೆ ಒಬ್ಬರಮುಖವನ್ನೊಬ್ಬರು ನೋಡಿಕೊಂಡರು. ಆದರೂ ಅವರ ಕುಚೋದ್ಯದ ಭಾವ ಪೂರ್ಣವಾಗಿ ಬತ್ತಿರಲಿಲ್ಲ. "ನಾವಾಡಿದ ನಿಂದನೆಯ ಮಾತುಗಳನ್ನು ಕೇಳಿಯೂ ಅದಕ್ಕೆ ಪ್ರತಿಯಾಗಿ ಏನನ್ನೂ ಆಡದೆ, ನೀವೇಕೆ ಮೌನವಾಗಿ ಕುಳಿತು ಕೊಂಡಿದ್ದಿರಿ" ಎಂದು ಅವರಿಬ್ಬರೂ ಒಬ್ಬರ ತಪ್ಪ ಒಬ್ಬರು ಕೇಳಿದರು. ಆಗಲೂ ವಿವೇಕಾನಂದರು ಯಾವುದೇ ಚಿತ್ತವಿಕ್ಷೇಪವಿಲ್ಲದೆ ಕಿಟಕಿಯಿಂದಾಚೆಗೆ ನೋಡುತ್ತ "ನಾನು ಮೂರ್ಖಜನರನ್ನು ನೋಡುತ್ತಿರುವುದು ಇದೇ ಮೊದಲಬಾರಿಗೆ ಅಲ್ಲವಲ್ಲ, ಅದಕ್ಕೇ ಸುಮ್ಮನಿದ್ದೆ" ಎಂದು ಸರಿಯಾದ ಬರೆ ಹಾಕಿದರು.

ಮುಟ್ಟಿನೋಡಿಕೊಳ್ಳುವಂತಹ ಆ ಉತ್ತರವನ್ನು ಕೇಳಿದ ಆ ಆಂಗ್ಲರು ಚಕಿತರಾದರು, ಕುಪಿತರಾದರು. ಜಗಜಟ್ಟಿಯಂತಿದ್ದ ವಿವೇಕಾನಂದರ ಮೈಕಟ್ಟನ್ನೂ ಆ ಹೊತ್ತಿನ ಅವರ ಮುಖದ ಉಜ್ವಲತೆಯನ್ನೂ ಕಂಡು ತಣ್ಣಗಾದರು. ಬೇರೆ ಮಾರ್ಗವಿಲ್ಲದೆ "ನಮ್ಮನ್ನು ಕ್ಷಮಿಸಿ ಸ್ವಾಮಿ, ತಪ್ಪಾಯಿತು" ಎಂದು ಯಾಚಿಸಿ ತೆಪ್ಪಗಾದರು. ಮೌನವಾಗಿರುವವನನ್ನು ಮುನಿ ಎನ್ನುತ್ತಾರೆ, ವ್ಯರ್ಥವಾದ ಮಾತುಗಳನ್ನಾಡುವವನನ್ನು ಬಾಯ್ಬಡುಕ ಎನ್ನುತ್ತಾರೆ. "ಮಾತೇಮುತ್ತು ಮಾತೇಮೃತ್ಯು"; "ಮಾತು ಆಡಿದರೆ ಹೋಯಿತು, ಮುತ್ತು ಒಡೆದರೆ ಹೋಯಿತು"– ಎಂಬೀ ಗಾದೆಮಾತುಗಳು ವೇದಕ್ಕೆ ಸಮಾನವಲ್ಲವೇ!

ಅನುಬಂಧಗಳು : ೧ : ಅರ್ಥಸೂಚಿ

ಅಂಕೆ : ಹತೋಟಿ, ನಿಯಂತ್ರಣ

ಅಂಗಲಾಚು : ದೈನ್ಯತೆಯಿಂದ ಬೇಡುವುದು

ಅಗ್ನಿಪರೀಕ್ಷೆ : ಬೆಂಕಿಯನ್ನು ಮುಟ್ಟಿ ಅಥವಾ ಕೆಂಡದ ಮೇಲೆ ನಡೆದು ಅಥವಾ ಉರಿಯುವ ಅಗ್ನಿಯನ್ನು ಪ್ರವೇಶಿಸಿ ತಾನು ದೋಷಿಯಲ್ಲವೆಂದು ಸ್ಥಾಪಿಸುವ ಪರೀಕ್ಷೆ. ಸೀತಾದೇವಿ ಅಂತಹ ಪರೀಕ್ಷೆಯನ್ನು ಗೆದ್ದಿದ್ದಳು. ಅಲ್ಲಿಂದಿತ್ತ ಅದೊಂದು ನುಡಿಗಟ್ಟು.

ಅಂಜುಕುಳಿ : ಸಣ್ಣಪುಟ್ಟ ವಿಷಯಗಳಿಗೂ ಬೇಗನೆ ಭಯಕ್ಕೆ ತುತ್ತಾಗುವ ಸ್ವಭಾವದವನು

ಅಂತರಿಕ್ಷ : ಆಕಾಶ

ಅಕಂಪಿತ : ನಡಗುವಿಕೆ ರಹಿತ ಸ್ಥಿತಿ

ಅರ್ಘ್ಯಪಾದ್ಯ : ದೇವತೆಗಳಿಗೂ ಪೂಜ್ಯರಿಗೂ ಕೈತೊಳೆಯಲು ಕೊಡುವ ನೀರು ಅರ್ಘ್ಯ. ಕಾಲು ತೊಳೆಯಲು ಕೊಡುವ ನೀರು ಪಾದ್ಯ.

ಅಚಲ : ಚಲಿಸದ, ಬದಲಾಗದ

ಅಜ್ಞ : ತಿಳಿವಳಿಕೆಯಿಲ್ಲದ

ಅಜ್ಞಾನ : ನಾನು ಯಾರು ಎಂಬುದನ್ನು ಅರಿಯದ ಚಿತ್ತಸ್ಥಿತಿ

ಅಜ್ಞಾನಾಂಧಕಾರ : ಅಜ್ಞಾನದ ಕತ್ತಲೆ

ಅಡ್ಡದಾರಿಹಿಡಿಸು: ಪಾಪದದಾರಿಗೆ ತಳ್ಳು

ಅಂತರ್ಧಾನ : ಮಾಯವಾಗು

ಅಂತರ್ಮುಖಿ : ಆತ್ಮಚಿಂತನೆಯಲ್ಲಿ ಮಗ್ನನಾದ

ಅಂತಸ್ಥಚೇತನ : ಅಂತರಂಗದ ಬೆಳಕು

ಅಂತರ್ವಾಣಿ : ಮನದೊಳಗೆ ಚಿಂತನೆ

ಅಂತ್ಯಜ : ಅಸ್ಪೃಶ್ಯ, ಕಡೆಯಲ್ಲಿ ಹುಟ್ಟಿದ

ಅತಿಮಾನುಷ : ಮಾನವಶಕ್ತಿಗೆ ಮೀರಿದ

ಅಧಿಷ್ಠಾನ : ಆಶ್ರಯಸ್ಥಾನ

ಅಧಿಷ್ಠಾತ್ರಿ : ಪ್ರಮುಖ ಆರಾಧ್ಯದೇವಿ

ಅನಾಮತ್ತು : ಇದ್ದಕ್ಕಿದ್ದಂತೆ

ಅನುಸ್ಯೂತ : ಎಡೆಬಿಡದ

ಅನುರಣಿಸು : ಮತ್ತೆಮತ್ತೆ ಕೇಳಿಸು

ಅನಾವರಣಗೊಳಿಸು : ಬಹಿರಂಗಪಡಿಸು

ಅನಿರ್ವಚನೀಯ : ವರ್ಣಿಸಲಾಗದ

ಅನುಕರಿಸು : ಒಬ್ಬರು ಮಾಡಿದಂತೆ ತಾನೂ ಮಾಡುವುದು

ಅನುಗಾಲ : ಸದಾಕಾಲ

ಅನುಚರ : ಹಿಂಬಾಲಕ

ಅನ್ಯತ್ರ : ಬೇರೆ ಜಾಗದಲ್ಲಿ

ಅನುಮೋದಿಸು : ಒಪ್ಪಿಗೆ ಕೊಡು

ಅಪೇರಾ(ಆಂಗ್ಲಶಬ್ದ): ಸಂಗೀತಭರಿತ ನಾಟಕ

ಅಪ್ಪು : ತಬ್ಬಿಕೋ

ಅಪ್ರತಿಭ : ಏನು ಮಾಡಬೇಕೆಂದು ತೋಚದ ಸ್ಥಿತಿ

ಅಪ್ರಯಾಸ : ಸುಲಭವಾಗಿ
ಅಭಯ : ಭಯದಿಂದ ಮುಕ್ತಗೊಂಡ
ಅಭಿವ್ಯಕ್ತವಾಗು : ಹೊರಕ್ಕೆ ತೋರಿಕೋ
ಅಭ್ಯಾಪಾರಿ : ದಿಕ್ಕಿಲ್ಲದ, ಅಸಹಾಯಕ
ಅಮಾತ್ಯ : ಮಂತ್ರಿ
ಅಮಾನುಷ : ಅತ್ಯಂತ ಕ್ರೂರ
ಅಮೋಘ : ತುಂಬ ಬೆಲೆಯುಳ್ಳ
ಅಮೃತತ್ತ್ವ: ನಾಶವಿಲ್ಲದಿರುವ
ಅಯಾಚಿತ : ಬಯಸದೆ ದೊರಕಿದ
ಅರಗಿಳಿ : ರಾಜಗಿಳಿ, ಮುದ್ದಾದಗಿಳಿ
ಅರವಿಂದ : ತಾವರೆ ಹೂ
ಅರಸು : ಹುಡುಕು
ಅರಳು: ಭತ್ತವನ್ನು ಹುರಿದು ಮಾಡಿದ ಪುರಿ
ಅಲವತ್ತುಕೋ: ನೋವಿನದನಿಯಲ್ಲಿ ಹೇಳಿಕೋ
ಅವಹೇಳನ : ನಿಂದನೆ, ಅಪಮಾನ
ಅವಾಕ್ಕಾಗು : ಮಾತುಬಾರದಂತಾಗು
ಅವ್ಯಾಕೃತ : ನಾಮರೂಪಗಳು ವಿಂಗಡಣೆಯಾಗದ ಸೃಷ್ಟಿಯ ಪೂರ್ವರೂಪ
ಅವಿನಾಭಾವ : ಒಂದಕ್ಕೊಂದನ್ನು ಚೆನ್ನಾಗಿ ಕೂಡಿದ
ಅವುಚಿಕೋ : ಅಪ್ಪಿಕೋ
ಅಶ್ರುಪೂರ್ಣಲೋಚನ: ಕಣ್ಣೀರುತುಂಬಿದ
ಅಸಂತುಷ್ಟ: ಅತೃಪ್ತಸ್ಥಿತಿ
ಅಸಂಬದ್ಧಪ್ರಲಾಪ: ಹಿಂದುಮುಂದು ನೋಡದೆ ಬಾಯಿಗೆ ಬಂದುದನ್ನು ಒದರಿಬಿಡುವುದು
ಅಸಂಬದ್ಧತೆ: ಒಂದಕ್ಕೊಂದು ಹೊಂದದಿರುವುದು
ಅಸದಳ : ಅಸಾಧ್ಯವಾದ, ಅತಿಶಯವಾದ
ಅಸುರ : ರಾಕ್ಷಸ
ಅಸ್ಥಿ : ಮೂಳೆಗಳು
ಆಘ್ರಾಣಿಸು : ಪರಿಮಳವನ್ನು ಆಸ್ವಾದಿಸು
ಆಜ್ಞಾಧಾರಕ : ಆಜ್ಞೆಯನ್ನು ಒಪ್ಪಿಕೊಂಡು ನಡೆಯುವವನು
ಆಟೋಪ : ಅತಿಥಿಯನ್ನು ಸತ್ಕರಿಸುವವನು, ಅಬ್ಬರ, ಆಡಂಬರ ಆತಿಥೇಯ
ಆತ್ಮಸ್ಥ: ಆತ್ಮಸ್ವರೂಪದಲ್ಲಿ ನೆಲೆಯಾದವನು
ಆದರ್ಶ : ಧ್ಯೇಯ, ಗುರಿ, ಮಾದರಿ
ಆತ್ಮಾರಾಮ : ತನ್ನೊಳಗೇ ತಾನು ಆನಂದಿಸುವವನು
ಆರ್ದ್ರ : ಮೃದುವಾದ ಮನಸ್ಸುಳ್ಳ
ಆನಂದತುಂದಿಲ: ಆನಂದದಿಂದ ತುಳುಕಾಡು
ಆನುಕೂಲ್ಯ : ಸೌಕರ್ಯಗಳು
ಆಮಿಷ : ಪ್ರಲೋಭನೆ, ಬಯಕೆ
ಆಮೋದ : ಸಂತೋಷ
ಆಯತಪ್ಪು : ನಿಯಂತ್ರಣ ತಪ್ಪು
ಆಯಾಮ : ವಿಸ್ತಾರ, ಹರಹು
ಆರೋಹಣ : ಏರಿಹೋಗು
ಆಲಿಂಗಿಸು : ಅಪ್ಪಿಕೋ
ಆವಾಹನೆ : ನೆಲೆಗೊಳಿಸು, ಸ್ಥಾಪಿಸು
ಆವಿರ್ಭಾವ : ಹುಟ್ಟು, ಕಾಣಿಸಿಕೋ
ಆಶಾವಾದಿ : ಶುಭದ ಭರವಸೆಯುಳ್ಳವ
ಆಶ್ರಯದಾತ : ರಕ್ಷಣೆ ನೀಡುವವನು
ಆಷಾಢಭೂತಿ: ವಂಚಕ, ಬೂಟಾಟಿಕೆಯವ
ಆಸ್ಥೆ : ಆಸಕ್ತಿ, ಕಳಕಳಿ
ಇಚ್ಛಾಮರಣಿ: "ಈಗ ನಾನು ಸಾಯಬೇಕು" ಎಂಬ ಇಚ್ಛೆ ಹುಟ್ಟುತ್ತಿದ್ದಂತೆ ಸಾಯಬಲ್ಲವನು
ಈಡಾಡು : ಸಿಕ್ಕುಸಿಕ್ಕಿದಂತೆ ಎಸೆದಾಡು

ಉಂಡಾಡಿಭಟ್ಟ : ಸೋಮಾರಿ
ಉಡುಗು : ಅಡಗಿಹೋಗು
ಉಡಿದಾರ : ಪುರುಷರು ಸೊಂಟಕ್ಕೆ ಕಟ್ಟುವ ದಾರ
ಉತ್ಥಾನ : ಏಳಿಗೆ, ಅಭ್ಯುದಯ
ಉದರಂಭರಣ: ಹೊಟ್ಟೆ ತುಂಬಿಸಿಕೊಳ್ಳುವ ಕಾರ್ಯ
ಉದ್ಗರಿಸು : ಉಚ್ಚರಿಸು
ಉನ್ಮತ್ತ: ಬುದ್ಧಿಭ್ರಮಣೆಯಾದ, ಕೊಬ್ಬಿದ
ಉಪಕ್ರಮ : ಉಪಾಯ, ಹಂಚಿಕೆ, ತೊಡಗು
ಉಪಶಮನಗೊಳಿಸು : ಶಾಂತಗೊಳಿಸು
ಉಪಶಮಭಾವ : ತಾಳ್ಮೆ, ಇಂದ್ರಿಯನಿಗ್ರಹ
ಉಭಶುಭ ಅನ್ನದಿರು(ನುಡಿಗಟ್ಟು): ಏನನ್ನೂ ಆಡದೆ ಮೌನವಾಗಿದ್ದುಬಿಡುವುದು
ಉರಿಖಾರ : ಅತಿಯಾದಖಾರ
ಉರುಹೊಡೆ : ಕಂಠಪಾಠಮಾಡು
ಉಸುರು : ಹೇಳು, ನಿರೂಪಿಸು
ಉಸ್ತುವಾರಿ : ಮೇಲ್ವಿಚಾರಣೆ
ಎಡರು : ವಿಘ್ನ, ತೊಂದರೆ
ಎರಡು ಬಗೆಯುವುದು (ನುಡಿ) : ದ್ರೋಹ ಮಾಡುವುದು
ಏಕಪಕ್ಷೀಯ: ಒಂದೇ ಪಕ್ಷವನ್ನು ಎತ್ತಿ ಹಿಡಿಯುವ
ಒರೆ : ಖಡ್ಗವನ್ನು ರಕ್ಷಿಸುವ ಕವಚ
ಕಂಟಕಪ್ರಾಯ : ಅಪಾಯಕಾರಿಯಾಗು, ಹಾದಿಯ ಮುಳ್ಳಾಗು,
ಕಂಟಕ : ಮುಳ್ಳು
ಕಂಠಶೋಷಣೆ: ಯಾವುದೇ ಉಪಯೋಗ ವಿಲ್ಲದೆ ಸುಮ್ಮನೆ ಮಾತನಾಡಿ ಬಳಲು ವುದು
ಕಂದಮೂಲ : ಗೆಡ್ಡೆಗೆಣಸುಗಳು
ಕಟಕಿಯಾಡು : ಚುಚ್ಚಿಮಾತಾಡು
ಕಟುಕರವನು : ಮಾಂಸಮಾರಾಟ ಮಾಡುವಾತ
ಕಟ್ಟಿಟ್ಟಬುತ್ತಿ(ನುಡಿಗಟ್ಟು): ಸಂದೇಹಕ್ಕೆ ಎಡೆಯಿಲ್ಲದಂತೆ ನಿಶ್ಚಯಗೊಂಡ ವಿಚಾರ
ಕಡವು : ನದಿಯನ್ನು ದಾಟಲು ನಿಗದಿಯಾದ ಜಾಗ
ಕಡಿವಡೆಯದ : ನಿರಂತರವಾದ, ಎಡೆಬಿಡದ
ಕಡ್ಡಿ ಎರಡು ತುಂಡು ಎಂಬಂತೆ ಹೇಳು : (ನುಡಿ) ಖಡಾಖಂಡಿತವಾಗಿ ಹೇಳು, ದಾಕ್ಷಿಣ್ಯವಿಲ್ಲದೆ ಹೇಳು
ಕಣ್ಣುತೆರೆಯಿಸು (ನುಡಿ) : ನಿಜದ ಅರಿವುಂಟುಮಾಡು
ಕರ್ಣಕುಂಡಲ : ಕಿವಿಗೆ ತೊಡುವ ಆಭರಣ
ಕನಕಾಭಿಷೇಕ : ಚಿನ್ನದನಾಣ್ಯಗಳಿಂದ ಮಾಡುವ ಅಭಿಷೇಕ
ಕಪಟನಾಟಕ ಸೂತ್ರಧಾರಿ: ಮಾಯಾವಿ ಪರಮಾತ್ಮ
ಕಪಾಳಮೋಕ್ಷ : ಕೆನ್ನೆಗೆ ಹೊಡೆಯುವುದು
ಕಮುಕ್‌ಕಿಮುಕ್ ಅನ್ನದಿರು (ನುಡಿ) : ತುಟಿಬಿಚ್ಚದೆ ಪೂರ್ಣ ಮೌನದಿಂದಿರು
ಕಯ್ಯೊಡ್ಡು : ಬೇಡು
ಕರತಲಾಮಲಕವಾಗು (ನುಡಿ): ಅಂಗೈಲಿರುವ ನೆಲ್ಲಿಕಾಯಿಯನ್ನು ಹೇಗೋ ಹಾಗೆ ಯಾವುದೇ ವಿಷಯವನ್ನಾದರೂ ಸ್ಪಷ್ಟವಾಗಿ ತಿಳಿಯುವುದು
ಕವುಚಿಕೋ : ಆವರಿಸು, ಮುಚ್ಚು
ಕಸುಬು : ವೃತ್ತಿ, ಉದ್ಯೋಗ

ಕಳತ್ರ : ಮಡದಿ

ಕಾಣ್ಕೆ : ದಿವ್ಯವಾದ ನೋಟ, ಒಳನೋಟ

ಕಾನನಾಂತರ : ಕಾಡಿನ ಒಳಭಾಗ

ಕಾಮಕಾಂಚನ : ಬಹುಬಗೆಯ ಬಯಕೆಗಳು ಮತ್ತು ದುಡ್ಡುಕಾಸುಗಳು

ಕಾಮನಾರಹಿತ : "ಇಂಥದು ಬೇಕು" ಎಂಬ ಅಪೇಕ್ಷೆ ಇಲ್ಲದಿರುವುದು

ಕಾಯ : ದೇಹ, ಶರೀರ

ಕಾಲಹಾಕು : ದಿನಗಳನ್ನು ದೂಡು

ಕಿಂಕರ: ಕಿಂ+ಕರ : "ನಾನೀಗ ನಿಮಗಾಗಿ ಏನುಮಾಡಲಿ" ಎಂದು ಸದಾ ಒಡೆಯನ ಅಪ್ಪಣೆಗಾಗಿ ಕಾಯುವವನು, ಸೇವಕ

ಕುಲೀನ : ಶ್ರೇಷ್ಠಕುಲಕ್ಕೆ ಸೇರಿದ

ಕಾಲಪುರುಷ : ಕಾಲಕ್ಕೆ ಅಧಿಪತಿಯಾದ ದೇವತೆ, ಯಮಧರ್ಮರಾಯ

ಕಾಲಜ್ಞಾನ : ಮುಂದೆ ಆಗುವುದನ್ನೆಲ್ಲ ವರ್ತಮಾನದಲ್ಲೇ ತಿಳಿಯುವುದು

ಕಾಲಾಚಾರ : ಕಾಲಕ್ಕೆ ತಕ್ಕಂತೆ ನಡೆದುಕೊಳ್ಳಬೇಕಾದ ರೀತಿ

ಕಾವು : ಆಯುಧಗಳಿಗೆ ಜೋಡಿಸುವ ಮರದ ಹಿಡಿಕೆ

ಕಾಸ್ತಾರ : ಕುದುರೆಗಳ ಪೋಷಕ

ಕ್ರಾಂತದರ್ಶಿ : ಅಗೋಚರವಾದುದನ್ನು ಕಾಣುವ ಶಕ್ತಿಯುಳ್ಳವನು

ಕುಂಭ : ಕೊಡ, ಕಲಶ, ಮಡಕೆ

ಕುಟಿಲೋಪಾಯ : ಮೋಸದಿಂದ ಕೂಡಿದ ಉಪಾಯ

ಕುಮ್ಮಕ್ಕು : ಪ್ರೋತ್ಸಾಹ, ಒತ್ತಾಸೆ

ಕುಹಕಿ : ಅಸೂಯೆಯುಳ್ಳವ, ಕಪಟಿ

ಕೂಪ : ತಗ್ಗು, ಹಳ್ಳ, ಗುಳಿ, ಬಾವಿ

ಕೃತಘ್ನತೆ: ಮಾಡಿದ ಉಪಕಾರವನ್ನು ಮರೆಯುವುದು

ಕೇಸರಿ : ಸಿಂಹ

ಕೈತೊಳೆದುಕೊ (ನುಡಿ): ಮುಕ್ತಾಯಗೊಳಿಸಿ ಬಿಡುಗಡೆಪಡೆದುಕೊ

ಕೈಮಾಡು : (ನುಡಿ) ಹಿಂಸೆಗೆ ಮುಂದಾಗು, ಮೇಲೆಬೀಳು

ಕೈಹತ್ತು : (ನುಡಿ) ಸಿದ್ಧಿಸು, ಲಾಭವಾಗು

ಕೊನೆಗಾಲ : ಮರಣಕಾಲ

ಕೊಳುಕೊಡೆ : ಪಡೆಯುವ ಮತ್ತು ಕೊಡುವ ವಿನಿಮಯಕಾರ್ಯ

ಖಡ್ಗಪಾಣಿ: ಕತ್ತಿಯನ್ನು ಕೈಲಿ ಹಿಡಿದವನು

ಖುಲಾಸೆ : ಬಿಡುಗಡೆ

ಗಂಟುಬೀಳು (ನುಡಿ): ಕಾಡುವುದು, ಬಲವಂತಪಡಿಸುವುದು

ಗಡೀಪಾರುಮಾಡು : ರಾಜ್ಯದ ಎಲೆಕಟ್ಟಿನಿಂದ ಹೊರಕ್ಕೋಡಿಸು

ಗಬ್ಬುನಾತ : ಅತಿಕೆಟ್ಟವಾಸನೆ, ದುರ್ನಾತ

ಗಾಢಾಂಧಕಾರ : ಅತಿ ದಟ್ಟವಾದ ಕತ್ತಲೆ

ಗಾಂಪ : ದಡ್ಡ, ಮೂರ್ಖ

ಗಾಯದಮೇಲೆ ಬರೆಯೆಳೆದಂತಾಗು (ನುಡಿ): ಮೊದಲೇ ಇದ್ದ ಸಂಕಟವನ್ನು ಮತ್ತಷ್ಟು ಹೆಚ್ಚಿಸು

ಗ್ಲಾನಿ : ಅಸಂತೋಷ, ಅತೃಪ್ತಿ

ಗುರುಭಾಯಿ : ಒಬ್ಬರೇ ಗುರುವಿನ ಶಿಷ್ಯತ್ವ ಸ್ವೀಕರಿಸಿದವರು ಪರಸ್ಪರ ಗುರುಭಾಯಿ, ಸೋದರಸನ್ಯಾಸಿ

ಗೊಂಡಾರಣ್ಯ: ಅತ್ಯಂತ ದಟ್ಟವಾದ ಕಾಡು

ಗೋಗರೆ : ನಮ್ರತೆಯಿಂದ ಬೇಡಿಕೋ

ಚರಣಾಮೃತ : ದೇವರ ಪಾದತೀರ್ಥ

ಚರಮು : ಅಂತಿಮ

ಚಿಂತನಮಂಥನ : ವಿಚಾರಮಾಡಿದ್ದನ್ನು ಮತ್ತೆ ವಿಮರ್ಶೆಗೆ ಗುರಿಪಡಿಸುವುದು

ಚಿತ್ತವಿಸ್ಮೃತಿ : ಮನಸ್ಸಿನ ದೋಷದಿಂದ ಉಂಟಾದ ಮರೆವು

ಚಿತ್ತವಿಕ್ಷೇಪ : ಚಿತ್ತದ ಚಂಚಲತೆ

ಚುಂಬಿಸು : ಮುತ್ತುಕೊಡು

ಚೆಲ್ವಿಕೆ : ಸೌಂದರ್ಯ

ಚೇತೋಹಾರಿ : ಮನಸ್ಸನ್ನು ಆಕರ್ಷಿಸುವ

ಚೌಕಾಸಿ : ಚರ್ಚೆಮಾಡಿ ತಿಳಿದುಕೋ, ಕಡಿಮೆಬೆಲೆಗೆ ಕೇಳು

ಛಾಂಪಿಯನ್ನುಗಳು (ಆಂಗ್ಲ): ಸಾಧನೆಯಿಂದ ಅಗ್ರಸ್ಥಾನದಲ್ಲಿ ನಿಲ್ಲುವವರು

ಛಾಯೆ : ಪ್ರಭಾವ, ಪ್ರತಿಬಿಂಬ, ನೆರಳು

ಛೀಮಾರಿಮಾಡು : ನಿಂದಿಸು, ಅಲ್ಲಗಳೆ

ಜಗಜ್ಜೇತ : ಜಗತ್ತನ್ನೇ ಜಯಿಸಿದವನು

ಜರ್ಜರಿತ : ಕಷ್ಟಗಳಿಗೆ ಸಿಲುಕಿ ನಲುಗಿದ, ನಜ್ಜುಗುಜ್ಜಾದ

ಜನಸ್ತೋಮ : ಜನರ ದೊಡ್ಡಗುಂಪು

ಜಳಕ : ಸ್ನಾನ

ಜಾಯಮಾನ : ಸ್ವಭಾವ, ಹುಟ್ಟುಗುಣ

ಜಾರೆ : ವೇಶ್ಯೆ

ಜಿಜ್ಞಾಸು : ಸದ್ವಿಚಾರಗಳನ್ನು ತಿಳಿಯಬೇಕು ಎಂಬ ಕುತೂಹಲದಿಂದ ಕೂಡಿದವನು

ಜಿದ್ದು : ಮೇಲಾಟ, ಸ್ಪರ್ಧೆ, ಹಗೆತನ

ಜೀವದ ಗೆಳೆಯ : ಪ್ರಾಣದಂತೆ ಪ್ರಿಯನಾದ ಸ್ನೇಹಿತ

ಜೀವನಗಾಥೆ : ಜೀವನದ ಕಥೆ

ಜುಗುಪ್ಸೆ : ಹೇಸಿಗೆಯನ್ನುಂಟುಮಾಡುವ

ಜ್ಯೋತಿತಂತು : ಬೆಳಕಿನ ಎಳೆ

ಜ್ಞಾನೋದ್ದೀಪನ : ಜ್ಞಾನವು ಉಜ್ವಲಗೊಳ್ಳುವುದು

ಝುಂಕಿಸು : ಗದರಿಸು, ಹೀಯಾಳಿಸು

ಟೊಂಕಕಟ್ಟಿನಿಲ್ಲು (ನುಡಿಗಟ್ಟು): ಕಾರ್ಯ ಮಾಡಲು ಸಿದ್ಧನಾಗಿ ನಿಲ್ಲು, ಕಟಿಬದ್ಧನಾಗು

ಡೆಕ್ಕು (ಆಂಗ್ಲ) : ಹಡಗಿನ ಜಗಲಿಕಟ್ಟೆ

ಢೋಂಗಿ : ಕಪಟಿ, ಆಡಂಬರ ವೇಷಧಾರಿ

ತಂಗುದಾಣ : ಇಳಿದುಕೊಳ್ಳಲು ಸಿಗುವ ಜಾಗ

ತಣಿಸು : ಶಾಂತಗೊಳಿಸು, ತೃಪ್ತಿಗೊಳಿಸು

ತನಯ : ಮಗ

ತಲೆತಲಾಂತರ : ಹಲವು ತಲೆಮಾರಿನಿಂದ ನಡೆದುಬಂದ

ತಲೆಬುಡ ಅರ್ಥವಾಗದಿರು (ನುಡಿ): ವಿಷಯದ ಆರಂಭ, ಅಂತ್ಯ ಏನೂ ತಿಳಿಯದಿರುವುದು

ತಹಬಂದಿ : ಹತೋಟಿ, ನಿಯಂತ್ರಣ

ತಾರೆ : ನಕ್ಷತ್ರ

ತಿರುಗುಬಾಣ (ನುಡಿ): ಬಿಟ್ಟವನಿಗೇ ಮರಳಿ ಬಂದು ತಾಗುವ ಬಾಣ, ಮತ್ತೊಬ್ಬರಿಗೆ ಮಾಡಿದ ಅಪಕಾರ ತನಗೇ ಬಂದು ತಟ್ಟುವುದು

ತಿರುಮಂತ್ರ ಹೇಳು (ನುಡಿ): ಅವಿಧೇಯನಾಗಿ ವರ್ತಿಸು

ತಿಳಿವು : ಪ್ರಜ್ಞೆ, ಜ್ಞಾನ, ತಿಳಿವಳಿಕೆ

ತುಕಡಿ : ಒಬ್ಬ ಅಧಿಕಾರಿಯ ಹತೋಟಿಗೆ ಒಳಪಟ್ಟ ಒಂದು ಸೇನಾವಿಭಾಗ

ತುಟಿಪಿಟಕ್ಕೆನ್ನದಿರು (ನುಡಿ): ಒಂದೇ ಒಂದು ಮಾತನ್ನೂ ಆಡದೆ ಬಾಯಿಮುಚ್ಚಿಕೋ

ತುದಿನಾಲಗೆಯಲ್ಲಿ ಹೇಳು (ನುಡಿ): ಅರೆ ಮನಸ್ಸಿನಿಂದ ಹೇಳು, ಮನಸ್ಸಿಲ್ಲದ ಮನಸ್ಸಿನಿಂದ ಹೇಳು

ತುರಂಗವಾಸ : ಸೆರೆಮನೆಯ ವಾಸ

ತುರುಕರು : ತುರ್ಕಿದೇಶದವ, ತುರುಷ್ಕ, ಮುಸ್ಲಿಂ

ತೊಗಟೆ : ಮರಗಳ ಮೇಲಿನ ಚರ್ಮಭಾಗ

ದಣಿ : ತೃಪ್ತಿಗೊಳ್ಳುವುದು

ದಹಿಸು : ಸುಟ್ಟುಹೋಗು

ದಾನವ : ರಾಕ್ಷಸ

ದಿಗಂತವಿಶ್ರಾಂತ : ದಿಗಂತದವರೆಗೂ ವ್ಯಾಪಿಸಿರುವ, ಆಕಾಶವೂ ಭೂಮಿಯೂ ಸೇರಿರುವ ಹಾಗೆ ಕಾಣುವ ದಿಕ್ಕಿನ ಕೊನೆಯಭಾಗ

ದಿವಾನ : ಮಂತ್ರಿ

ದಿವಾಳಿ : ಎಲ್ಲವನ್ನೂ ಕಳೆದುಕೊಂಡವ

ದಿವ್ಯಧಾಮ : ವೈಕುಂಠ, ಕೈಲಾಸ, ಸತ್ಯ ಲೋಕ ಮುಂತಾದ ಪವಿತ್ರ ವಾಸಸ್ಥಾನ

ದ್ವಿವಿಧೋದ್ದೇಶ : ಎರಡು ಮುಖದ ಉದ್ದೇಶ

ದೀಪ್ತ : ಪ್ರಕಾಶಮಾನವಾದ

ದುಃಖಾಶ್ರು : ದುಃಖದ ಕಣ್ಣೀರು

ದುಡುಕು : ವಿವೇಕರಹಿತವಾದ ಆತುರ

ದುರಂತನಾಯಕ : ಸಕಲಸದ್ಗುಣ ಸಂಪನ್ನನಾಗಿಯೂ ಯಾವುದೋ ಒಂದು ಅವಗುಣದಿಂದ ಪತನಹೊಂದುವವನು

ದುಸ್ತರ : ದಾಟಲು ಅಸಾಧ್ಯವಾದ, ಕಠಿಣವಾದ

ದುರ್ಮೋಹ : ಕೀಳಾದ ಬಯಕೆ

ದೇಹಸೌಷ್ಠವ : ಕಟ್ಟುಮಸ್ತಾದ ಶರೀರ ಬಂಧ

ದ್ಯೋತಕ : ಸ್ಪಷ್ಟವಾಗಿ ತಿಳಿಸುವಂಥದು

ದೌರ್ಬಲ್ಯ : ಬಲಹೀನತೆ

ದೌರಾತ್ಮ್ಯ : ದುಷ್ಟ ಪ್ರವೃತ್ತಿ

ಧಟ್ಟಿ : ಸೊಂಟಕ್ಕೆ ಬಿಗಿಯುವ ವಸ್ತ್ರವಿಶೇಷ

ಧರ್ಮಾಂಧತೆ : ತಾನು ನಂಬಿದ ಧರ್ಮವೇ ಸರ್ವಶ್ರೇಷ್ಠವೆಂಬ ಭಾವದಿಂದ ಕುರುಡಾಗಿ ವರ್ತಿಸುವುದು

ಧಾವಂತ : ಅತಿಯಾದ ಆತುರ, ಕಳವಳ

ಧುರಂಧರ : ಭಾರವನ್ನು ಹೊತ್ತವನು, ಜವಾಬ್ದಾರಿ ಪುರುಷ, ಶ್ರೇಷ್ಠಪುರುಷ

ಧೂಮ : ಹೊಗೆ

ಧ್ಯೇಯಾದರ್ಶ : ಧ್ಯೇಯ ಮತ್ತು ಆದರ್ಶ, ಗುರಿ ಮತ್ತು ಮಾದರಿ

ನಕಾರಾತ್ಮಕ : "ಆಗುವುದಿಲ್ಲ" ಎಂದು ಹೇಳುವ, ಹಿಂದಕ್ಕೆಳೆಯುವ

ನಗೆಗಡಲು : ಸಮುದ್ರದಷ್ಟು ವಿಸ್ತಾರವಾದ ಹಾಸ್ಯ

ನಜ್ಜುಗುಜ್ಜಾಗು : ಅತಿಯಾದ ತಾಪತ್ರಯಗಳಿಗೆ ಸಿಲುಕಿ ನುಗ್ಗುನುರಿಯಾಗು

ನಯನಾಭಿರಾಮ : ಕಣ್ಣಿಗೆ ಹಿತವಾದ

ನಯನಮನೋಹರ : ಕಣ್ಣಿಗೆ ನೋಡಲು ಅಂದವಾದ

ನರೋತ್ತಮ : ಮನುಷ್ಯರಲ್ಲಿ ಶ್ರೇಷ್ಠನಾದವನು

ನಸುಗೋಪ : ಕಡಿಮೆಹಂತದ ಕೋಪ

ನಾಗಾಲೋಟ(ನುಡಿಗಟ್ಟು) : ಅತಿವೇಗದ ಓಟ, ಕುದುರೆ, ಜಿಂಕೆ ಮೊದಲಾದ ಪ್ರಾಣಿಗಳು ನಾಲ್ಕೂ ಕಾಲುಗಳನ್ನು ಮೇಲಕ್ಕೆತ್ತಿ, ನೆಲಕ್ಕೆ ಊರಿಯೂ

ಊರದಂತೆ ಓಡುವ ಓಟ, ನಾಲ್ಕು ಕಾಲುಗಳ ಓಟ

ನಾಯಿಪಾಡಾಗು (ನುಡಿ) : ಅತಿ ಅಸಹಾಯಕ ಪರಿಸ್ಥಿತಿಗೆ ಗುರಿಯಾಗು

ನಾರುಮಡಿ: ನಾರಿನಿಂದ ನೆಯ್ದ ವಸ್ತ್ರವಿಶೇಷ

ನಿಖರ : ನಿಶ್ಚಯವಾದ, ಹೆಚ್ಚುಕಮ್ಮಿಯಿಲ್ಲದ

ನಿಂತಪಟ್ಟೆ(ನುಡಿ) : ಆಗಿಂದಾಗಲೇ

ನಿಚ್ಚಳವಾಗು : ಸ್ಪಷ್ಟವಾಗಿ ತೋರು

ನಿತ್ಯತೃಪ್ತ : ಶಾಶ್ವತವಾದ ತೃಪ್ತಿ ಮತ್ತು ಸಂತೋಷಗಳನ್ನು ತನ್ನದಾಗಿಸಿಕೊಂಡವನು

ನಿರ್ಭಯ : ಭಯವಿಲ್ಲದ

ನಿರ್ನಾಮ : ನಾಶವಾಗು, ಹೆಸರಿಲ್ಲದಂತಾಗು

ನಿಯತ : ನಿಯಮಕ್ಕೆ ಒಳಪಟ್ಟ

ನಿರಾಳ : ನೆಮ್ಮದಿ, ನಿರಾತಂಕ

ನಿರ್ಲಿಪ್ತ : ಹೆಚ್ಚಿನ ಆಸಕ್ತಿ ತೋರದಿರುವುದು, ಅಂಟಿಕೊಳ್ಳದಿರು

ನಿಲುಗನ್ನಡಿ : ನಿಂತುಕೊಂಡು ಇಡೀದೇಹವನ್ನು ನೋಡಿಕೊಳ್ಳಲು ತಕ್ಕುದಾದ ದೊಡ್ಡಕನ್ನಡಿ

ನಿವೃತ್ತಿಧರ್ಮ : ಮೋಕ್ಷಸಾಧನೆಗಾಗಿ ನಡೆಯುವ ಮಾರ್ಗ, ಸನ್ಯಾಸಧರ್ಮ

ನಿರ್ವಿಕಲ್ಪಸಮಾಧಿ : ಚಿತ್ತವು ಧ್ಯೇಯವಸ್ತುವಿನಲ್ಲಿಯೇ ಲಯಹೊಂದುವುದು

ನಿಷ್ಕಂಟಕ : ಅಡ್ಡಿ ಆತಂಕಗಳೊಂದೂ ಇಲ್ಲದ ಸ್ಥಿತಿ,

ಕಂಟಕ : ಮುಳ್ಳು

ನಿಷ್ಣಾತ : ನಿಪುಣ, ಪರಿಣತ

ನಿಸ್ಸಂಗಿ : ಲೋಕದ ಜಂಜಡಗಳಿಂದ ದೂರನಾದವ

ನಿಸ್ತೇಜಗೊಳಿಸು : ಪ್ರಭಾವವನ್ನು ತಗ್ಗಿಸು, ಕಾಂತಿಹೀನವಾಗುವಂತೆ ಮಾಡು

ನುಚ್ಚುನೂರಾಗು(ನುಡಿ): ಸಂಪೂರ್ಣವಾಗಿ ಹಾಳಾಗು

ಪಕಳೆ : ಹೂವಿನ ಎಸಳುಗಳು

ಪಕ್ಷಪಾತಿ : ಒಬ್ಬರಿಗೊಂದು ಇನ್ನೊಬ್ಬರಿಗೊಂದು ಮಾಡುವಾತ

ಪಂಚಪ್ರಾಣ (ನುಡಿ) : ಅತಿಶಯವಾದ ಪ್ರೀತಿ

ಪತನ : ಸರ್ವನಾಶ

ಪದಪುಂಜ : ಹಲವು ಶಬ್ದಗಳ ಸಮೂಹ

ಪದಾರ್ಪಣಮಾಡು : ಪದ:ಹೆಜ್ಜೆ, ಪ್ರವೇಶಮಾತು, ಹೆಜ್ಜೆಯಿಡು

ಪಣ್ಯಾಂಗನೆ : ವೇಶ್ಯೆ, ಅಂಗನೆ:ಸ್ತ್ರೀ

ಪತಿತಾವಸ್ಥೆ : ಹೀನಪರಿಸ್ಥಿತಿ

ಪರಂಜ್ಯೋತಿ: ದಿವ್ಯವಾದ ತೇಜಸ್ಸುಳ್ಳವನು, ಪರಮಾತ್ಮ

ಪರಮ : ಅಂತಿಮ, ಶ್ರೇಷ್ಠ

ಪರಮಹಂಸಾವಸ್ಥೆ : ಧ್ಯಾನದಿಂದ ಇಂದ್ರಿಯನಿಗ್ರಹಮಾಡಿದ ಅತಿಶ್ರೇಷ್ಠವರ್ಗದ ಮಹಾತ್ಮನ ಸ್ಥಿತಿ

ಪರಮಾರ್ಥ : ಸತ್ಯವಾದುದು, ಶಾಶ್ವತವಾದುದು, ಮೋಕ್ಷಕ್ಕೆ ದಾರಿಯಾಗುವಂಥದು

ಪರಾಕಾಷ್ಠೆ : ಅತ್ಯುನ್ನತ ಎತ್ತರ, ಕೊನೆಹಂತ

ಪರಾಮರ್ಶಿಸು : ವಿಚಾರಮಾಡು, ಪರಿಶೀಲಿಸು

ಪರಿಪಾಕ: ಹದಕ್ಕೆ ಬರುವುದು, ಪರಿಪೂರ್ಣತೆ

ಪರಿವೆ : ಗಮನ, ಎಚ್ಚರ

ಪರಿವ್ರಾಜಕ : ಕಾಲ್ನಡಗೆಯಲ್ಲಿಯೇ ದೇಶ

ದೇಶಗಳನ್ನು ಸುತ್ತುವ ಮಹಾತ್ಮ
ಪರ್ಯವಸಾನ : ಕೊನೆಗೊಳ್ಳುವುದು
ಪರ್ಯಾಯ: ಸರದಿ, ಬೇರೊಂದನ್ನು ಆರಿಸಿಕೊಳ್ಳಲು ಇರುವ ಅವಕಾಶ
ಪರ್ವತೋಪಮ : ಪರ್ವತದಷ್ಟು ದೊಡ್ಡದಾದ
ಪಾದಚಾರಿ : ಕಾಲ್ನಡಗೆಯಲ್ಲಿ ಸಾಗುವಾತ
ಪಾಮರ : ಹೆಚ್ಚುತಿಳಿಯದ, ಶ್ರೀಸಾಮಾನ್ಯ
ಪಾರದರ್ಶಕ : ಮುಚ್ಚುಮರೆಯಿಲ್ಲದ
ಪಾರಮ್ಯ : ಶ್ರೇಷ್ಠತೆ, ಪ್ರಾಧಾನ್ಯ
ಪಾರಿತೋಷಿಕ : ಬಹುಮಾನ
ಪಾವನ : ಪವಿತ್ರ, ನಿರ್ಮಲ
ಪಿಡುಗು : ಹೆಚ್ಚಿನ ವಿಪತ್ತು, ಸಂಕಟ
ಪುನರಾವರ್ತನೆ : ಹೇಳಿದ್ದನ್ನೇ ಹೇಳು
ಪುನೀತ : ಪವಿತ್ರ, ನಿರ್ಮಲ
ಪುರೋಗಾಮಿ : ಪ್ರಗತಿಪರವಾದ
ಪುಸಲಾಯಿಸು : ಸವಿಮಾತುಗಳಿಂದ ವಶಪಡಿಸಿಕೋ
ಪೂತಾತ್ಮ : ಪವಿತ್ರವ್ಯಕ್ತಿ
ಪೂರ್ವನಿಶ್ಚಿತ : ಮೊದಲೇ ನಿರ್ಣಯಿಸಿದ
ಪೂರ್ವಭಾವಿ : ಮೊದಲೇ ಮಾಡಬೇಕಾದ
ಪೂರ್ವಾಧಿಕ : ಹಿಂದಿಗಿಂತ ಹೆಚ್ಚಿನ
ಪೌರ : ಪುರನಿವಾಸಿ, ನಾಗರಿಕ
ಪೌರ್ವಾತ್ಯ : ಪೂರ್ವದಿಕ್ಕಿಗೆ ಸೇರಿದ
ಪ್ರತೀಕ : ಗುರುತು, ಚಿಹ್ನೆ, ಸಂಕೇತ
ಪ್ರತೀಕಾರ : ಅಪಕಾರಕ್ಕೆ ಪ್ರತಿಯಾಗಿ ಅಪಕಾರ ಮಾಡುವುದು, ಸೇಡು ತೀರಿಸಿಕೊಳ್ಳುವುದು
ಪ್ರಮದವನ : ಅರಮನೆಯಲ್ಲಿ ಸ್ತ್ರೀಯರಿಗಾಗಿಯೇ ಮೀಸಲಾದ ಉದ್ಯಾನವನ
ಪ್ರಲೋಭನೆ : ಆಸೆತೋರಿಸು, ಆಸೆಹುಟ್ಟಿಸು
ಪ್ರಾಪಂಚಿಕತೆ : ಲೋಕವ್ಯವಹಾರದಲ್ಲಿ ತತ್ಪರರಾಗುವುದು, ಪ್ರಪಂಚಾಸಕ್ತಿ
ಪ್ರೇಮವಿಹ್ವಲ : ಪ್ರೇಮದಿಂದ ಹುಚ್ಚಾದ
ಪ್ರೇಮಾಶ್ರು : ಪ್ರೇಮದ ಹೆಚ್ಚಳದಿಂದ ಸುರಿಯುವ ಕಣ್ಣೀರು, ಅಶ್ರು= ಕಣ್ಣೀರು
ಫಲಶ್ರುತಿ : ಪರಿಣಾಮ, ಪ್ರಯೋಜನ
ಬಟ್ಟಬೇಸಗೆ : ಕ್ರೂರವಾದ ಬೇಸಗೆಕಾಲ
ಬಡಪಾಯಿ : ಬಡಮನುಷ್ಯ, ಅಸಹಾಯಕ
ಬಡಪೆಟ್ಟು : ಸಾಮಾನ್ಯಪ್ರಯತ್ನ
ಬದ್ಮಾಷರು : ನೀಚರು, ಕೀಳುಮನುಷ್ಯರು
ಬದ್ಧಾತ್ಮ : ಜನನಮರಣಗಳ ಚಕ್ರಕ್ಕೆ ಸಿಲುಕಿದವನು
ಬರಖಾಸ್ತು : ಖಾಲಿಯಾಗು
ಬಸವಳಿ : ವಶತಪ್ಪು, ಶಕ್ತಿಗುಂದು
ಬಹಿಷ್ಕಾರಹಾಕು : ಸಮುದಾಯದಿಂದ ಹೊರಹಾಕು
ಬಾತುಕೋ : ಊದಿಕೋ, ಉಬ್ಬಿಕೋ
ಬಾಲಿಶ : ಮೂರ್ಖತನದ, ಮಕ್ಕಳಾಟಿಕೆಯ
ಬಾಹುಳ್ಯ : ಹೆಚ್ಚು ಪ್ರಮಾಣದಲ್ಲಿರುವ
ಬೀಭತ್ಸ : ಭಯವನ್ನು ಹುಟ್ಟಿಸುವ
ಬುದ್ಧಿಮತ್ತೆ : ಬುದ್ಧಿವಂತಿಕೆ, ಜಾಣತನ
ಬೂಟಾಟಿಕೆ : ಆಡಂಬರ, ವೇಷಗಾರಿಕೆ
ಬೆಂಗಾಡು : ಬರಡುಭೂಮಿ
ಬೆದರುಬಾವುಟ : ಗೂಳಿಗಳು ಭಯಕ್ಕೆ ಗುರಿಯಾಗುವಂತೆ ಬೀಸುವ ಕೆಂಪು ಬಾವುಟ
ಬೆಪ್ಪುತಕ್ಕಡಿ : ದಡ್ಡ, ಮೂರ್ಖ
ಬೆರಗು : ಆಶ್ಚರ್ಯ
ಬೆರಗುಗಣ್ಣು : ಆಶ್ಚರ್ಯವನ್ನು ಸೂಚಿಸುವ

ಕಣ್ಣುಗಳ ನೋಟ

ಬೇಗುದಿ : ಒಳಗೊಳಗೇ ಬೇಯುವಂತೆ ಮಾಡುವ ಸಂಕಟ

ಬೃಹನ್ನಾಟಕ : ದೊಡ್ಡನಾಟಕ

ಬೋಯಿ : ಪಲ್ಲಕ್ಕಿ ಹೊರುವವರು

ಬ್ರಹ್ಮವಾದಿನಿ : ಬ್ರಹ್ಮಸ್ವರೂಪದ ಚಿಂತನೆ ಮಾಡುವ ಮಹಿಳೆ

ಬ್ರಹ್ಮೀಭೂತಳಾಗು : ಬ್ರಹ್ಮನಲ್ಲಿ ಸೇರಿ ಹೋಗು, ಮರಣಹೊಂದು

ಬ್ರಾಹ್ಮೀಸ್ಥಿತಿ : ಬ್ರಹ್ಮಾನಂದವನ್ನು ಪಡೆದ ಸ್ಥಿತಿ

ಭಂಗಿಸು : ಖಂಡಿಸು, ಅಪಮಾನಿಸು

ಭಂತೇ : ಬೌದ್ಧಭಿಕ್ಷುಗಳನ್ನು ಸಂಬೋಧಿಸುವ ಗೌರವದ ಶಬ್ದ

ಭಗೀರಥಪ್ರಯತ್ನ(ನುಡಿ) : ಅಪೂರ್ವವಾದ ಪ್ರಯತ್ನ, ಭಗೀರಥನು ಬ್ರಹ್ಮಲೋಕ ದಿಂದ ಗಂಗೆಯನ್ನು ಭೂಮಿಗಿಳಿಸಲು ಮಾಡಿದ ಪ್ರಯತ್ನಸರಣಿಯೇ ಈ ನುಡಿಗಟ್ಟು

ಭಗ್ನಮನೋರಥ : ಈಡೇರದ ಅಭಿಲಾಷೆ

ಭಗ್ನಾವಶೇಷ : ಬಹುಭಾಗ ಹಾಳಾಗಿ ಅಲ್ಲಿ ಇಲ್ಲಿ ಒಂದಷ್ಟು ಉಳಿದಿರುವ ಅಂಶ

ಭವಸಾಗರ : ಜನನಮರಣಗಳಿಗೆ ಗುರಿ ಪಡಿಸುವ ಈ ಜಗತ್ತೇ ಭವಸಾಗರ, ಹುಟ್ಟುಸಾವುಗಳ ಸಾಗರ

ಭರತರ್ಷಭ : ಭರತಕುಲದ ಶ್ರೇಷ್ಠವ್ಯಕ್ತಿ

ಭಾವಗ್ರಾಹಿ : ಬೇರೆಯವರ ಮನಸ್ಸಿನ ಭಾವನೆಗಳನ್ನು ಅರ್ಥಮಾಡಿಕೊಳ್ಳು ವವನು

ಭಿಕ್ಷು : ಬೌದ್ಧಮತದ ಸನ್ಯಾಸಿ

ಭೀಮಾಕಾರ : ದೊಡ್ಡ ಆಕೃತಿ

ಭ್ರಮನಿರಸನ : ಇದು ನಿಜವಾದುದು ಇದು ಮಹತ್ವಪೂರ್ಣವಾದುದು ಎಂದು ನಂಬಿಕೊಂಡಿದ್ದು ಸುಳ್ಳಾದ ಸ್ಥಿತಿ

ಮಂತ್ರಪೂತ : ಮಂತ್ರವನ್ನು ಹೇಳಿ ಪವಿತ್ರಗೊಳಿಸಿದ

ಮಚ್ಚೆ : ಮತ್ತಿ, ಚರ್ಮದಮೇಲೆ ಹುಟ್ಟಿ ನಿಂದಲೇ ಕಂಡುಬರುವ ಕೆಂಪು ಅಥವಾ ಕಪ್ಪುಬಣ್ಣದ ಗುರುತು

ಮತಿವಿಕಲ : ಹುಚ್ಚುಮನುಷ್ಯ, ಭ್ರಾಂತಿ ಗೊಂಡವ

ಮದಿರಾ : ಮದ್ಯ

ಮತಭ್ರಾಂತ : ತಾನು ನಂಬಿದ ಮತವೇ ಸರ್ವಶ್ರೇಷ್ಠವೆಂಬ ಭ್ರಾಂತಿಗೆ ತುತ್ತಾದವನು

ಮದ್ಯಪಾಯಿ : ಮದ್ಯಪಾನಮಾಡುವಾತ

ಮಧುಪಾನ : ಮದ್ಯಪಾನ

ಮಧುವೈರಿ : ಮಧುಎಂಬ ಹೆಸರಿನ ರಾಕ್ಷಸ ನನ್ನು ಕೊಂದವನು, ಶ್ರೀಕೃಷ್ಣ

ಮನದಂದುಕೋ : ಮನಸ್ಸಿಗೆ ತೆಗೆದುಕೋ

ಮನೋರಥ : ಮನಸ್ಸಿನ ಬಯಕೆ, ಬೇಡಿಕೆ

"ಮಮಕಿಂಚಿನ್ನದಹ್ಯತೇ" : "ನನ್ನದು"ಎಂಬ ವಸ್ತು ಸ್ವಲ್ಪವೂ ಸುಟ್ಟುನಾಶವಾಗಲಿಲ್ಲ

ಮರುತ್ತು : ಗಾಳಿ

ಮಲಿನ : ಕೊಳಕ,

ಮಹಂತ : ಮಠದ ಧರ್ಮಾಧಿಕಾರಿ

ಮಹತಿ : ಮಹಿಮೆ

ಮಹಾಪೂರ : ದೊಡ್ಡ ಪ್ರವಾಹ

ಮಹಿಮಾಸ್ಪದ : ಮಹಿಮೆಗೆ ಪಾತ್ರವಾಗಬಲ್ಲ

ಮಹಾಮತ್ಸ್ಯ : ಬಹುದೊಡ್ಡಮೀನು

ಮಿಣೆಗಂಟು : ಮಿಣೆ:ಹಗ್ಗ, ಬಿಚ್ಚಲು ಅತಿ ಕಷ್ಟವಾದ ಗಂಟು, ಬ್ರಹ್ಮಗಂಟು
ಮೀನಮೇಷ ಎಣಿಸು(ನುಡಿ) : ಹಿಂದು ಮುಂದುನೋಡು, ಶಂಕಿಸು
ಮುಂಚೂಣಿ : ಮುಂದಿನಸಾಲು
ಮುಖಾಮುಖಿ : ಎದುರುಬದುರಾಗು
ಮುಖಮಾರ್ಜನ : ಮುಖತೊಳೆಯುವುದು
ಮುಸುಡಿ : ಮುಖ
ಮೂಗುಮುರಿ(ನುಡಿ) : ತಿರಸ್ಕರಿಸು, ಅಸಹ್ಯ ಪಟ್ಟು, ದೂರಸರಿ
ಮೂಢನಂಬಿಕೆ : ಶಾಸ್ತ್ರೀಯ ತಳಹದಿಯಿಲ್ಲದೆ ಯಾವುದಾದರೂ ಸಂಗತಿಯನ್ನು ಸುಮ್ಮನೆ ನಂಬಿಕೊಳ್ಳುವುದು
ಮೂಸೆ : ಚಿನ್ನ ಮುಂತಾದ ಲೋಹಗಳನ್ನು ಕರಗಿಸುವ ಪಾತ್ರೆ
ಮೆಟ್ಟು : ಪಾದರಕ್ಷೆ
ಮೆಲುದನಿ : ಮೃದುವಾದ ಸ್ವರ
ಮೇಘಮಾಲೆ : ಮೋಡಗಳ ಸಾಲು
ಮೇಘಜಲ : ಮೋಡಗಳು ಸುರಿಸುವ ನೀರು
ಮೇರುಸದೃಶ : ಮೇರುಪರ್ವತಕ್ಕೆ ಸಮಾನ
ಮೈಗಳ್ಳ : ತನ್ನ ದೇಹವನ್ನೇ ಕದ್ದು ಬಿಡುವಾತ, ಸೋಮಾರಿ
ಮೈಗರೆ : ಮೈಮರೆಸಿಕೊಂಡು ಗುಟ್ಟಾಗಿ ಇದ್ದುಬಿಡು
ಮೊಗದಾವರೆ : ತಾವರೆಯಂತೆ ಸುಂದರ ಮುಖ
ಮ್ಲೇಚ್ಛರು : ಪರದೇಶಗಳಿಂದ ಬಂದು ಭಾರತವನ್ನು ಕೊಳ್ಳಹೊಡೆದ ಜನ
ಯಃಕಶ್ಚಿತ್ : ತುಚ್ಛವಾದ, ಲೆಕ್ಕಕ್ಕಿಲ್ಲದ
ಯಮಯಾತನೆ (ನುಡಿ) : ತೀವ್ರವಾದ ವೇದನೆ, ಯಮಲೋಕದ ಶಿಕ್ಷೆ
ಯುದ್ಧೋನ್ಮಾದ : ಯುದ್ಧಮಾಡಬೇಕೆಂಬ ಹುಚ್ಚು ಉತ್ಸಾಹ
ರಣಚಿಕಿತ್ಸೆ : ಕ್ರೂರವಾದ ಚಿಕಿತ್ಸೆ
ರಣವಾದ್ಯ : ರಭಸದಿಂದ ಕಿವಿಗಡಚಿಕ್ಕುವಂತೆ ಮೊಳಗುವ ವಾದ್ಯ, ಯುದ್ಧರಂಗದಲ್ಲಿ ಮೊಳಗಿಸುವ ವಾದ್ಯಗಳು
ರಣಾಂಗಣ : ಯುದ್ಧಭೂಮಿ
ರವಾನಿಸು : ತಲಪಿಸು, ಮುಟ್ಟಿಸು
ರಸಾತಳ : ಭೂಮಿಯ ಕೆಳಗಿರುವ ಏಳು ಲೋಕಗಳಲ್ಲೊಂದು, ಅತಳ, ವಿತಳ ಸುತಳ, ರಸಾತಳ, ತಳಾತಳ, ಮಹಾತಳ ಮತ್ತು ಪಾತಾಳ ಎಂಬುದು ಅನುಕ್ರಮ
ರಾಜರ್ಷಿ : ಮಹಾರಾಜನಾಗಿಯೂ ಋಷಿಯಂತೆ ಜೀವನಸಾಗಿಸುವವನು
ರುದ್ರನರ್ತನ : ಭಯವನ್ನುಂಟುಮಾಡುವ ನರ್ತನ
ರೂಪಸಿ : ರೂಪವತಿ
ರೂಪಕ : ಹೋಲಿಕೆ, ಸಾದೃಶ್ಯ
ರೇಗಿಹೋಗು : ತಾಳ್ಮೆಗೆಡು, ಕೋಪವುಕ್ಕು
ಲೋಕವಂದ್ಯ : ಲೋಕದ ಕೊಂಡಾಟಕ್ಕೆ ಪಾತ್ರರಾದವರು
ಲೋಕಾಭಿರಾಮ : ಲೋಕಕ್ಕೆ ಆನಂದವನ್ನುಂಟುಮಾಡುವ
ಲಗುಬಗೆ : ಚುರುಕಾದ ನಡೆ
ಲಂಗುಲಗಾಮು : ನಿಯಂತ್ರಣ, ಹಿಡಿತ
ಲೀಲಾಮಾನುಷವಿಗ್ರಹ : ಲೀಲೆಗಾಗಿ ಮಾನವ ರೂಪಧರಿಸಿದ ಪರಮಾತ್ಮ

ಲೊಚಗುಟ್ಟು : ಅಚ್ಚರಿ, ತಿರಸ್ಕಾರ ಮೊದಲಾದ ಭಾವಗಳನ್ನು ಪ್ರಕಟಿಸಲು ಬಾಯಿಂದ "ಲೊಚಲೊಚ" ಎಂದು ಸದ್ದು ಮಾಡುವುದು

ವರ್ಚಸ್ಸು : ತೇಜಸ್ಸು, ಪ್ರಭಾವ

ವಜ್ರಾಘಾತ: ಸಿಡಿಲು ಬಡಿದಷ್ಟು ನೋವಾಗು

ವರ್ಣಸಂಕರ : ವಿವಾಹಸಂಬಂಧದಿಂದ ಬೇರೆ ಬೇರೆ ಜಾತಿಗಳು ಒಂದಾಗುವುದು

ವಂದಿಮಾಗಧರು : ಹೊಗಳುಭಟ್ಟರು

ವದನಾರವಿಂದ : ಕಮಲದಂತೆ ವಿಶಾಲವಾದ ಸುಂದರವಾದ ಮುಖ

ವನಸ್ಪತಿ : ಮರಗಿಡಬಳ್ಳಿ ಮುಂತಾದ ಸಸ್ಯಜಾತಿ

ವರಸೆ : ವರ್ತನೆ

ವರಿಸು : ಇಷ್ಟಪಡು

ವಲ್ಲಭ : ಗಂಡ

ವಿಕಾರ : ಪರಿವರ್ತನೆ

ವಾಗ್ಮಿತೆ : ಶಕ್ತಿಯುತ ಮಾತುಗಾರಿಕೆ

ವಿಧ್ಯುಕ್ತ : ಶಾಸ್ತ್ರದಲ್ಲಿ ಹೇಗೆ ಹೇಳಿದೆಯೋ ಹಾಗೆ

ವಿಮುಖ : ಮುಖತಿರುಗಿಸು, ಹಿಮ್ಮೆಟ್ಟು

ವಿರೋಧಾಭಾಸ : ಒಂದಕ್ಕೊಂದು ವಿರುದ್ಧವೆಂದು ತೋರುವ ಸನ್ನಿವೇಶ

ವಿಷ್ಣುಮಾಯೆ : ಸೃಷ್ಟಿಕಾಲದಲ್ಲಿ ವಿಷ್ಣುವಿನಿಂದ ನಿರ್ಮಿತವಾದ ಒಂದು ಬಗೆಯ ಮೋಹ

ವೇಷಾಂತರಿ : ತನ್ನ ನಿಜರೂಪವನ್ನು ಮರೆಮಾಚಿಕೊಂಡವನು

ವೈದುಷ್ಯ : ವಿದ್ವತ್ತು

ವೈಮನಸ್ಸು : ಹಗೆತನ, ವೈರ, ಮನಸ್ತಾಪ

ವೈಶಿಷ್ಟ್ಯ : ಪ್ರತ್ಯೇಕವಾದ ಗುಣವಿಶೇಷ

ವೈಷ್ಣವರು : ವಿಷ್ಣುಭಕ್ತರು

ವ್ಯಷ್ಟಿ : ಒಬ್ಬ ವ್ಯಕ್ತಿಗೆ ಸಂಬಂಧಿಸಿದ, ಸಮಷ್ಟಿ ಎಂಬುದಕ್ಕೆ ವಿರುದ್ಧವಾದುದು

ವ್ಯಾಧ : ಬೇಡ, ಮಾಂಸಮಾರಾಟಗಾರ

ಶಶಾಂಕ : ಚಂದ್ರ, ಶಶ:ಮೊಲ, ಮೊಲವನ್ನು ತೊಡೆಯಮೇಲೆ ಇರಿಸಿಕೊಂಡವನು ಚಂದ್ರ

ಶಿರೋಮಣಿ : ಶ್ರೇಷ್ಠವ್ಯಕ್ತಿ, ತಲೆಯಲ್ಲಿ ಧರಿಸಲು ಯೋಗ್ಯವಾದ ರತ್ನ

ಶ್ರಮಸಾಧ್ಯ : ಕಷ್ಟಪಟ್ಟರೆ ಮಾತ್ರ ಕೈಗೂಡುವ

ಶ್ವಾನರಾಜ : ನಾಯಕನಾಯಿ

ಶೋಚನೀಯ : ದುಃಖಿಸಬೇಕಾದ

ಸಂಕುಲ : ಸಮೂಹ, ಸಮುದಾಯ

ಸಂಚಕಾರ : ಕೇಡು, ಹಾನಿ

ಸಂಭೂತ : ಹುಟ್ಟಿದವನು

ಸಕಾರಾತ್ಮಕ : ಪ್ರಗತಿಗೆ ಪೂರಕವಾದ

ಸಟ್ಟುಗ : ಸೌಟು

ಸತ್ರ : ಪವಿತ್ರ ಅಧಿವೇಶನ

ಸತ್ಯಕಾಮ : ಸತ್ಯವಸ್ತುವೆನಿಸಿದ ಪರಮಾತ್ಮನನ್ನು ಪ್ರೀತಿಸುವವನು

ಸತ್ಯಸಂಕಲ್ಪ : ಲೋಕಹಿತವನ್ನು ಸಾಧಿಸುವ ಸಂಕಲ್ಪ ಅಥವಾ ನಿರ್ಧಾರ

ಸನಾತನ : ಅತ್ಯಂತ ಪುರಾತನ

ಸರ್ಪವಿದ್ಯೆ : ಸರ್ಪಗಳನ್ನು ವಶೀಕರಿಸಿಕೊಳ್ಳುವ, ಕಡಿದರೆ ಚಿಕಿತ್ಸೆನೀಡುವ ಸರ್ಪಸಂಬಂಧಿವಿದ್ಯೆ

ಸಮಷ್ಟಿ : ಸರ್ವರಿಗೂ ಸಂಬಂಧಿಸಿದ್ದು, ವ್ಯಷ್ಟಿಗೆ ವಿರುದ್ಧವಾದುದು

ಸಮಜಾಯಿಷಿ : ಸಮಾಧಾನ ನೀಡುವಂತಹ ವಿವರಣೆ

ಸಮದರ್ಶಿ : ಸರ್ವರನ್ನೂ ಸಮಭಾವದಿಂದ ಕಾಣುವಾತ

ಸಮಾಧಿಸ್ಥಳಾಗು : ಮರಣಹೊಂದು

ಸಂಸ್ಕಾರಾರ್ಥ : ಸಂಸ್ಕಾರವೊಂದನ್ನು ನೆರವೇರಿಸುವುದಕ್ಕಾಗಿ

ಸಂವಹನ : ವಿಚಾರಗಳನ್ನು ಸಾರ್ಥಕವಾಗಿ ಮುಟ್ಟಿಸುವುದು

ಸರ್ವಾಂತರ್ಯಾಮಿ : ಎಲ್ಲರ ಹೃದಯದಲ್ಲೂ ನೆಲೆಸಿದ ಪರಮಾತ್ಮ

ಸವಿಗನಸು : ಹಿತಕರವಾದ ಕನಸುಗಳು

ಸಹಧರ್ಮಚಾರಿಣಿ : ವಿಧಿಪೂರ್ವಕವಾಗಿ ಮದುವೆಯಾದ ಹೆಂಡತಿ

ಸಹಪಂಕ್ತಿಭೋಜನ : ಒಂದೇ ಪಂಕ್ತಿಯಲ್ಲಿ ಕುಳಿತು ಊಟಮಾಡುವುದು

ಸಹಿಷ್ಣುತೆ : ಸಹನೆಯಿಂದ ಕಾಣುವ ಗುಣ

ಸಾರಿ ಸಾರಿ ಹೇಳು(ನುಡಿ) : ನಿಶ್ಚಯಾತ್ಮಕವಾಗಿ ಹೇಳು, ಮೇಲಿಂದ ಮೇಲೆ ಹೇಳು

ಸಾಗಹಾಕು : ಉಪಾಯವಾಗಿ ಕಳುಹಿಸಿಕೊಡು

ಸಾಧ್ವಿ : ಪತಿವ್ರತೆ

ಸಾಬೀತುಪಡಿಸು : ತೋರಿಸಿಕೊಡು, ಸಾಧಿಸಿಕೊಡು

ಸಾಲಂಕೃತ : ಚೆನ್ನಾಗಿ ಅಲಂಕಾರಮಾಡಿದ

ಸ್ವಾತ್ಮಾರಾಮ : ತನ್ನೊಳಗೇ ಆನಂದಮಯನಾಗಿ ನೆಲೆಸಿದವನು

ಸಿಂಡರಿಸಿಕೊ : ಮುಖ ಗಂಟುಹಾಕಿಕೋ

ಸಿಂಹಸ್ವಪ್ನ : ಅತಿಯಾದ ಭಯವನ್ನುಂಟುಮಾಡುವ ವಸ್ತು ಅಥವಾ ವ್ಯಕ್ತಿ

ಸಿಡಿಮಿಡಿಗೊಳ್ಳು : ಅಸಹನೆಗೆ ತುತ್ತಾಗು

ಸೀಳುನೋಟ : ಒಂದು ಪಾರ್ಶ್ವದ ನೋಟ

ಸುಖದ ಸುಪ್ಪತ್ತಿಗೆಯಲ್ಲಿರುವುದು(ನುಡಿ): ಅತಿಯಾದ ಸುಖದ ನಡುವೆ ಬದುಕುವುದು

ಸುಖಾನುಸುಖ : ಸುಖದ ಮೇಲೆ ಸುಖ

ಸುಖಾಸುಮ್ಮನೆ : ಹೆಚ್ಚಿನ ಶ್ರಮವಿಲ್ಲದೆ

ಸುತರಾಂ : ಸರ್ವಥಾ, ಖಂಡಿತವಾಗಿ

ಸುಪ್ಪತ್ತಿಗೆ : ಅತಿ ಮೆತ್ತನೆಯ ಹಾಸುಗೆ

ಸುಬೋಧ : ಚೆನ್ನಾಗಿ ತಿಳಿಯುವ

ಸುರೆ : ಮದ್ಯ

ಸೂಜಿಗಲ್ಲು : ಕಬ್ಬಿಣವನ್ನು ತನ್ನತ್ತ ಸೆಳೆಯುವ ಕಲ್ಲು, ಅಯಸ್ಕಾಂತ

ಸೂಸು : ಹೊರಹೊಮ್ಮಿಸು

ಸ್ಪರ್ಶಶಿಲೆ : ಕಬ್ಬಿಣವನ್ನು ಚಿನ್ನವಾಗಿಸುವ ಕವಿಕಲ್ಪನೆಯಲ್ಲಿರುವ ಕಲ್ಲು

ಸ್ಪಂದನ : ಪ್ರತಿಕ್ರಿಯೆ

ಸ್ಪೃಹಣೀಯ : ಹಿತಕರವಾದ, ಮನಮೆಚ್ಚುವ

ಸ್ತಿಮಿತ : ಹತೋಟಿ, ಶಾಂತಿ

ಸೊಣಗ : ಶುನಕ, ನಾಯಿ

ಸ್ವರ್ಣೋಜ್ವಲ : ಚಿನ್ನದಂತೆ ಹೊಳೆಯುವ

ಹಗೆತನ : ದ್ವೇಷ, ವೈರ

ಹಡಿಗಾತ್ರ : ದೊಡ್ಡಗಾತ್ರದ

ಹಣ್ಣುಗಾಯಿನೀರುಗಾಯಿ(ನುಡಿ): ನಾನಾ ದಿಕ್ಕುಗಳಿಂದ ಹೊಡೆತಕ್ಕೆ ತುತ್ತಾಗು

ಹಪಹಪಿಸು : ಆಸೆಪಡು, ಬಾಯಿಬಾಯಿಬಿಡು

ಹಯುಬರಟ : ಅತ್ಯಂತ ಒರಟುಸ್ವಭಾವದ ಮನುಷ್ಯ

ಹಸುಳೆ : ಶಿಶು, ಮಗು

ಹವಿಸ್ಸು : ಯಜ್ಞದಲ್ಲಿ ಅರ್ಪಿಸುವ ವಸ್ತುಗಳು

ಹಳಿ : ನಿಂದಿಸು

ಹಾಸುಹೊಕ್ಕು : ಚೆನ್ನಾಗಿ ಹೊಂದಿಕೋ

ಹಿಂಸಾರಭಸಮತಿ : ಹಿಂಸೆಗೆ ಮುಂದಾಗುವ ಮನಸ್ಸುಳ್ಳವನು

ಹಿಗ್ಗಿ ಹೀರೇಕಾಯಾಗು(ನುಡಿ): ಅತ್ಯಂತ ಸಂಭ್ರಮಸಂತೋಷಗಳನ್ನು ಅನುಭವಿಸು

ಹಿರಿಹಿರಿಹಿಗ್ಗು : ಮೇರೆಮೀರಿದ ಆನಂದವನ್ನು ಹೊಂದು

ಹುಟ್ಟಡಗಿಸು(ನುಡಿ): ಸಂಪೂರ್ಣವಾಗಿ ನಾಶಮಾಡು

ಹುಲ್ಲುಹಸಲೆ: ಹಚ್ಚಹಸುರಾದ ಹುಲ್ಲಿನಂಗಳ

ಹೃತ್‌ಪಿಂಡ : ಹೃದಯವೆಂಬ ಮಾಂಸಪಿಂಡ

ಹೃದ್ಗತ : ಸ್ಫುಟವಾಗಿ ತಿಳಿಯುವಂತಾಗು

ಹೆಡೆಮುರಿಕಟ್ಟು : ಕೈಗಳನ್ನು ಬೆನ್ನ ಹಿಂದಕ್ಕೆ ಸೇರಿಸಿ ಹಾಕುವ ಕಟ್ಟು

ಹೆಣಗು : ಕಷ್ಟಪಡು, ನಿರಂತರವಾಗಿ ಶ್ರಮಿಸು

ಹೇತು : ಕಾರಣ

ಹೆಬ್ಬುಲಿ : ದೊಡ್ಡಹುಲಿ

ಹೇಯ : ತಿರಸ್ಕರಿಸಬೇಕಾದ, ಕೀಳಾದ

ಹೊಳ್ಳೆ : ಉಸಿರಾಟಕ್ಕೆ ಇರುವ ಮೂಗಿನ ರಂಧ್ರಗಳು

ಹೂಂಗುಟ್ಟು : ಕೇಳಿಸಿಕೊಳ್ಳುವಾಗ "ಹೂಂ ಹೂಂ"ಎಂದು ಅನುಮೋದಿಸು

ಅನುಬಂಧಗಳು : ೨ : ಶಬ್ದಸೂಚಿ

ಅನುಬಂಧಗಳು : ೩ : ಸಹಾಯಕ ಗ್ರಂಥಗಳು

೧. ಸ್ವಾಮಿ ವಿವೇಕಾನಂದರ ಕೃತಿಶ್ರೇಣಿ, ಶ್ರೀ ರಾಮಕೃಷ್ಣಾಶ್ರಮ, ಮೈಸೂರು, ೬ನೆಯ ಮುದ್ರಣ, ೨೦೦೮, ಈ ಗ್ರಂಥವು ೯ ಸಂಪುಟಗಳಲ್ಲಿದೆ.

೨. ಶ್ರೀರಾಮಕೃಷ್ಣ ವಚನವೇದ, ಶ್ರೀರಾಮಕೃಷ್ಣಾಶ್ರಮ, ಮೈಸೂರು, ೫ನೆಯ ಮುದ್ರಣ, ೧೯೮೩, ೨ ಸಂಪುಟಗಳಲ್ಲಿದೆ.

೩. ಸ್ವಾಮಿ ವಿವೇಕಾನಂದರ ಸಮಗ್ರ ಜೀವನ ಚರಿತೆ, ಸ್ವಾಮಿ ಪುರುಷೋತ್ತಮಾನಂದ, ಶ್ರೀರಾಮಕೃಷ್ಣ ಆಶ್ರಮ, ಮೈಸೂರು, ೧೧ನೆಯ ಮುದ್ರಣ, ೨೦೧೯, ವೀರಸನ್ಯಾಸಿ ವಿವೇಕಾನಂದ, ವಿಶ್ವವಿಜೇತ ವಿವೇಕಾನಂದ, ವಿಶ್ವಮಾನವ ವಿವೇಕಾನಂದ ಎಂಬ ಹೆಸರುಳ್ಳ ಮೂರು ಸಂಪುಟಗಳಲ್ಲಿದೆ.

೪. ಸ್ವಾಮಿ ವಿವೇಕಾನಂದ ದಿವ್ಯಸ್ಮೃತಿ, ಸಂಗ್ರಹಾನುವಾದ : ಸ್ವಾಮಿ ನಿತ್ಯಸ್ಥಾನಂದ, ಶ್ರೀರಾಮಕೃಷ್ಣ ಆಶ್ರಮ, ಮೈಸೂರು, ೩ನೆಯ ಮುದ್ರಣ, ೨೦೦೫.

೫. ಸ್ವಾಮಿ ವಿವೇಕಾನಂದರ ಸಂನ್ಯಾಸಿಶಿಷ್ಯರು, ಕನ್ನಡಾನುವಾದ : ಡಾ. ಹೆಚ್. ರಾಮಚಂದ್ರಸ್ವಾಮಿ, ಶ್ರೀ ರಾಮಕೃಷ್ಣ ಆಶ್ರಮ, ಮೈಸೂರು, ಪ್ರಥಮ ಮುದ್ರಣ, ೨೦೦೮.

೬. ನಾ ಕಂಡಂತೆ ನನ್ನ ಗುರುದೇವ, ಮೂಲ : ಸೋದರಿ ನಿವೇದಿತಾ, ಕನ್ನಡಕ್ಕೆ ಅನುವಾದಗೊಂಡು ಬಂದಿದೆ, ಶ್ರೀರಾಮಕೃಷ್ಣ ಆಶ್ರಮ, ಮೈಸೂರು, ೨೦೧೪.

೭. The Complete Works of Swami Vivekananda ಎಂಬ ಆಂಗ್ಲ ಸಂಪುಟಗಳಿಂದ ಆಯ್ದ ವಿವೇಕಾನಂದರ ಕಥೆಗಳು Vedanta Kesari ಎಂಬ ಮಾಸಪತ್ರಿಕೆಯಲ್ಲಿ ಮೂಲದಲ್ಲಿರುವಂತೆಯೇ ಪ್ರಕಟಗೊಂಡಿವೆ. ತರುವಾಯದಲ್ಲಿ ಆ ಎಲ್ಲ ಕಥೆಗಳ ಒಂದು ಸಂಕಲನವೂ ಪ್ರಕಟಗೊಂಡಿದೆ.

೮. ಮಕ್ಕಳಿಗಾಗಿ ವಿವೇಕಾನಂದರ ಕೆಲವು ಕಥೆಗಳು ಸಚಿತ್ರವಾಗಿ ಪ್ರಕಟಗೊಂಡಿವೆ.